I0744695

Nguyễn Vy Khanh

NHÀ VĂN VIỆT-NAM HẢI-NGOẠI

tuyển-tập nhận-định văn-học

Nhân Ảnh
2020

NGUYÊN, Vy-Khanh, 1951-
    Nhà Văn Việt-Nam Hải-Ngoại: tuyển-tập nhận-định văn-học /
Vy-Khanh Nguyên
Included bibliographical references.
1 Vietnamese literature -– 20th century -- History and criticism.
2 Authors, Vietnamese
PL4378.9.N55 M97 2016
895.92209

©Copyright by Nguyễn Vy Khanh & Nhân Ảnh Publishings

All rights reserved. No part of this book may be reproduced, in any
form or by any means, without permission in writing from the author
Vy-Khanh NGUYÊN nguyenvykhanh@yahoo.com

Cover: Khánh Trường

Mục-lục

NHÀ VĂN VIỆT-NAM HẢI NGOẠI

1. Cao Đông Khánh	11
2. Cung Tích Biền	22
3. Cung Vũ	45
4. Diễm Châu	50
5. Doãn Quốc Sỹ	60
6. Du Tử Lê	70
7. Duyên Anh	85
8. Dương Tử	106
9. Đặng Thơ Thơ	111
10. Đỗ Quyên	125
11. Đức Phổ	134
12. Hà Nguyên Du	144
13. Hà Thượng Nhân	155
14. Hà Thúc Sinh	161
15. Hiếu Đệ	177
16. Hoàng Chính	189
17. Hoàng Khởi Phong	200
18. Hoàng Lộc	214
19. Hoàng Ngọc Biên	226
20. Hoàng Xuân Sơn	237
21. Hồ Minh Dũng	254
22. Hồ Trường An	264
23. Khánh Trường	291
24. Kiệt Tấn	308
25. Lâm Chương	313
26. Lâm Hảo Dũng	324
27. Lê Hân	332
28. Lê Tất Điều	340
29. Lê Thị Thấm Vân	347
30. Luân Hoán	359
31. Lữ Quỳnh	371
32. Mai Thảo	377
33. Minh Đức Hoài Trinh	382
34. Nguyên Nhi	388
35. Nguyên Sa	394

36. Nguyễn Minh Nữu 403
37. Nguyễn Mộng Giác 408
38. Nguyễn Nam An 426
39. Nguyễn Ngọc Ngạn 438
40. Nguyễn Sỹ Tế 445
41. Nguyễn Tấn Hưng 449
42. Nguyễn Tất Nhiên 454
43. Nguyễn Thị Hoàng Bắc 465
44. Nguyễn Thị Thanh Bình 480
45. Nguyễn Trung Hối 493
46. Nguyễn Văn Sâm 510
47. Nguyễn Xuân Thiệp 522
48. Nhật Tiến 544
49. Phạm Hồng Ân 559
50. Phạm Thị Hoài 567
51. Phạm Văn Nhàn 580
52. Phan Nhật Nam 587
53. Phan Ni Tấn 594
54. Phan Xuân Sinh 604
55. Phùng Nguyễn 615
56. Phùng Nhân 623
57. Quan Dương 625
58. Song Thao 638
59. Sương Mai 656
60. Thái Tú Hạp 664
61. Thảo Trường 683
62. Tiểu Tử 700
63. Tô Thùy Yên 711
64. Trạch Gầm 725
65. Trần Doãn Nho 736
66. Trần Hoài Thư 749
67. Trần Trung Đạo 761
68. Trần Văn Nam 768
69. Trương Anh Thụy 780
70. Võ Kỳ Điền 784
71. Võ Phước Hiếu 794
72. Xuân Vũ 814
73. Xuyên Trà 828

Dẫn nhập

Người Việt-Nam sinh sống ở ngoài nước không chỉ bắt đầu từ sau ngày 30-4-1975 mà theo lịch sử, đã bắt đầu từ cuối thế kỷ XVIII khi một số quân sĩ của nhà Nguyễn bôn ba theo Chúa Nguyễn Ánh rồi ở lại định cư ở Xiêm-La – và cũng đã có một số văn bản chữ quốc ngữ cũng như chữ Nôm của những người Việt này hiện còn lưu trữ ở các Hội Thừa sai và Dòng tu. Rồi từ đầu thế kỷ XX thêm các sinh viên du học, tu nghiệp, lính thợ, rồi định cư luôn tại Pháp, đã xuất bản sách báo bằng tiếng Việt mà nội dung và số lượng khá đặc biệt và đáng kể.

Cộng đồng hải ngoại thời hiện đại đã hình thành từ xương máu, chết chóc, dựng từng viên đá từ cơ cực, hy sinh mới có ngày hôm nay mạnh về nhân tài và đời sống vật chất cũng như tinh thần. Văn học hải-ngoại cũng vậy, đã đi từ những bước đầu khó khăn, rời rạc đến những khuynh hướng, sáng tác đa dạng và phong phú, và dù đã bắt đầu bị lão hóa, nhưng thành quả đã có, đã cùng hiện diện và tiếp tục sống với cộng đồng người Việt hải ngoại. Do hoàn cảnh lịch sử, người Việt ngụ cư khắp nơi trên thế giới, lớp sau tiếp nối lớp trước, rồi thế hệ thứ 2, thứ 3,... làm nên một nền văn-học viết bằng tiếng Việt ở hải-ngoại rất đỗi phong phú, đa dạng, đa văn hóa, và nhất là tự do, khai phóng bên cạnh những sinh hoạt văn học *hội nhập* với ngôn ngữ bản xứ của các thế hệ tiếp nối! Chúng ta sống trong một ngôn ngữ khi không còn lãnh thổ.

Trước ngày 30 tháng Tư 1975, văn học miền Nam từng phát triển và hiện đại hóa không ngừng, đã được những người ra đi mang theo, để rồi trải dài hơn bốn thập kỷ, cho đến hôm nay dù không được như ban đầu nhưng tinh túy, nội dung đã thẩm thấu và vẫn hiện diện. Văn học hải-ngoại là do người Việt *lưu vong*, tị nạn ban đầu và con cháu của họ, sau này tiếp thêm người di dân mới. Thơ văn và báo chí phong phú về cả phẩm và lượng ở thế hệ người Việt thứ nhất, rồi dần yếu đi, phải chăng đã đủ chứng tích định danh hay ý chí sáng tạo thơ văn muôn đời bớt hết còn thôi thúc hay xuất hiện dưới hình thức và phương tiện khác cho hôm nay? Đó là những lý do chúng tôi viết về văn học Việt-Nam ở ngoài nước, và trong khi chờ đợi phần Tổng quan "Văn Học Việt Nam Những Năm Hải Ngoại" mà hiện chúng tôi chưa sẵn sàng xuất bản, tuyển tập *Nhà Văn Việt Nam Hải Ngoại* này được in trước, gồm 73 tác giả – trong khi nhiều tác giả khác bài viết chưa hoàn tất hoặc chúng tôi nghiên cứu chưa đủ, đành hẹn một mai sau.

Năm 2008, chúng tôi đã tuyển chọn một số bài viết nhận định về các tác giả văn-học Việt-Nam hải ngoại xuất bản tuyển-tập đầu mang tựa *33 Nhà Văn Nhà Thơ Hải Ngoại*. Nhà văn nhà thơ ở hải ngoại khó có con số chính xác, tùy tiêu chuẩn và quan điểm văn nghệ, phe nhóm, nhưng qua gần 45 năm, con số lên đến nhiều trăm (Bộ *44 Năm Văn Học Việt-Nam Hải Ngoại* do nhà Mở Nguồn xuất bản tháng 4-2019 tại Hoa-Kỳ ghi nhận 308 tác giả). Phần chúng tôi chỉ nói đến một số tương đối rất nhỏ, trong nhiều hoàn cảnh khác nhau, về tác-giả, tác phẩm, về một thể loại hay đề tài,... Tuyển tập *Nhà Văn Việt Nam Hải Ngoại* này do đó sẽ gồm một số các tác-giả Việt-Nam đã khởi đầu sự nghiệp trước trong thời miền Nam 1954-1975 và người trước người sau tiếp tục sinh hoạt văn nghệ khi rời đất nước sau ngày 30-4-1975, và những nhà văn thơ khác mà phần sự nghiệp chính là ở ngoài nước hoặc chỉ xuất bản, sáng-tác sau khi rời đất nước hoặc vì chủ đề, phân tích của chúng tôi đặt trọng tâm vào tác phẩm của tác-giả đó xuất bản ở ngoài nước, và một số nhà văn mới khởi nghiệp ở hải ngoại. Trong số có những tác-giả đã quá-cố, có vị về sau không tiếp tục sáng tác hoặc bớt/không xuất hiện trên báo chí hoặc phương-tiện liên mạng Internet. Với một số tác giả, chúng tôi chỉ nhận định phần "hải ngoại" trong tập này nếu đã có mặt trong bộ *Văn Học Miền Nam 1954-1975* đã xuất bản năm 2016 và tái bản năm 2019.

Nhà Văn Việt Nam Hải Ngoại tuyển một số bài viết, xếp theo vần bút hiệu, như một dấu chứng về hiện tượng viết ở ngoài nước, một nối dài (một phần) và một có-mặt hiển nhiên, qua một số tác phẩm và người viết, qua một số dấu mốc thời gian. Có bài và sự việc đã có bụi mờ của năm tháng nhưng có thể hãy còn tiếng vang vọng hôm nay và sau này. Cũng cần nói đây là các tác giả mà chúng tôi yêu thích, tìm đến hoặc đã đến với chúng tôi như người đọc và quan sát. Có bài viết do cảm hứng, có bài vì nhu cầu văn học sử. Có bài viết về một tác phẩm mà cũng có nhiều bài về cả sự nghiệp. Dĩ nhiên trong đây thiếu nhiều người rất nổi tiếng mà chúng tôi thấy khó viết thêm, viết theo, vì đã có nhiều nhà khác giới thiệu, nhận định rồi - chúng tôi sẽ nói đến trong phần Tổng quan. Và còn rất nhiều tác giả khác nữa mà chúng tôi, sinh sống ở Canada xa các "thủ đô văn học nghệ thuật" của người Việt nên không biết đến hoặc gặp khó khăn trong việc tìm đến tác phẩm, nhất là từ khi sinh hoạt và báo chí văn học nghệ thuật bị lão hóa.

Các bài viết được giữ lại thời điểm biên soạn, riêng các chi tiết về tiểu sử và tác-phẩm được cập nhật khi có thể. Các phân tích và nhận định về các nhà văn thơ cũng được giữ nguyên dù có thể có những dữ kiện và sự Thật dễ (và đã) mất lòng, vì thiển nghĩ mục-đích của các nghiên cứu nói chung là nói lên các tính cách nghệ thuật, độc đáo và đa dạng thật sự của văn-chương cũng như trả lời văn-chương là gì hoặc có mục đích gì.

Toronto, tháng cháu ngoại đến trường 2019

Cao Đông Khánh,
ngọn lửa cuồng của ngôn ngữ

Nhà thơ tên thật Cao Đồng Khánh, sinh năm 1941 tại An Phú Đông, Gia Định. Nhập ngũ quân đội và bị thương năm 1964; du học Hoa-Kỳ 1966-1971 - thời-gian này ông từng phụ trách chương trình Echo of Vietnam cho đài KQED (San Francisco) năm 1969. Sau biến cố 30-4-1975, ông bị tù CS nhiều lần và cuối cùng vượt biển đến Mã Lai tháng 6 năm 1979 và đến Hoa Kỳ cuối năm 1979. Thơ ông xuất hiện lần đầu trên tạp chí *Quê Hương* (California) năm 1980; ông cùng chủ trương tờ *Nhân Chứng* (1981) và cộng tác với tạp-chí *Văn* (1983) cùng các tạp chí văn học khác tại hải ngoại. Ông mất ngày 12-12-2000 tại Houston, Texas.

Thi phẩm đã xuất-bản: *Lịch Sử Tình Yêu* (Garden Grove CA: Nhân Chứng, 1981. 136 tr.) - *Lửa Đốt Ngoài Giới Hạn* "thơ tuyển chọn từ 1976-1996 của một người là Cao Đông Khánh" (Houston, TX: TGXB, 1996. 314 tr.).

*

Thơ Cao Đông Khánh xuất hiện khi làn sóng thuyền nhân lên cao độ ở những năm 1980-1981, khi lương tâm nhân loại phải đương đầu với thảm kịch thuyền nhân Việt Nam, khi những tuyên truyền khuynh tả và chủ nghĩa bạo tàn đã để rơi mặt nạ! Thủ phạm đã rõ nhưng nạn nhân cũng đã quá nhiều, hàng trăm ngàn người trong số gần hai triệu thuyền nhân rời bỏ quê hương đã không bao giờ đến bến. Họ, những thảm kịch mà công luận quốc tế cuối cùng đã biết đến, đã nhìn thấy. Họ đã bỏ mình nơi biển cả, trong rừng sâu, vì bạo lực, vì bất nhẫn của người đối với người,... Cao Đông Khánh là thuyền nhân, ông đã sống cái bi trạng đó và ông đã dùng thi-ca để lên tiếng, như trường ca vượt biển 10 trang Anh Hùng Mạt Vận trong tập thơ đầu tay *Lịch Sử Tình Yêu*, ông đã ghi trọn 10 bước đi / hoàn cảnh của cuộc rời đất nước: Khởi hành - Hải tặc – Lên bộ – Tạm trú – Xua đuổi – Nhân đạo – Tạm dung – Mưu sinh – Hồi sinh – Thất lạc:

> *"như vậy đó, biển hàng ngày tăng trưởng*
> *biển mọc trong đầu biển khắp tay chân*
> *biển xót xa em từ cái răng cái tóc*
> *con mỹ nhân ngư này tên gọi thuyền nhân"*

(Tạm Dung, tr. 62)

Hoặc thảm cảnh của người nữ boat people:

> *"... em nói, chồng em chết tù cải tạo*
> *những đứa con ngọc ngà chết ở biển đông*
> *còn đứa trẻ khôi ngô này, sinh ở trại tị nạn*
> *cha nó đang làm hải tặc Thái lan..."*

(*Lửa Đốt Ngoài Giới Hạn*, tr. 164).

Đối với Cao Đông Khánh, biển đã trở nên cuộc đời, đã thành ám ảnh, nhà tù:

> *"... Để anh nhắc ngày anh ra biển*
> *chặt một chân để lại làm tin*
> *hãy xẻ khô cất làm lương thực*
> *em ráng sống giùm anh nghe em*
> *nghe đó em người làm nhân chứng*
> *tình yêu này như hỏa diệm sơn*
> *   Để anh kể cho em tưởng tượng*
> *một đêm, gió khô hết hơi thở*
> *người chết dưới biển lên đảo viếng thăm..."*

(Đường Ngô Thị Tâm, *LSTY* tr. 49)

Bài Trường Ca Vượt Biển tức Anh Hùng Mạt Vận, ra mắt trên tạp chí *Quê Hương* tháng 1-1980, đã như một tiếng kêu thương nhức nhối. Nhưng rồi nhà thơ đã dành cho tình yêu một chỗ lớn dù trong tình cảnh "anh hùng mạt vận", xuất bản *Lịch Sử Tình Yêu* năm 1981 và 15 năm sau những thống khoái cuộc đời, đã trở lại với tuyển tập *Lửa Đốt Ngoài Giới Hạn*. Tình-yêu được đặt trong hành trình cuộc đời một đời người Việt từng sống những thăng trầm của sinh mệnh đất nước và dân-tộc: đi lính, bị thương, du học Hoa-kỳ, hồi hương và ở lại với Việt-Nam bị cộng sản miền Bắc xâm chiếm, rồi làm thuyền nhân, sống hết mình đời lưu vong và sống trọn vẹn với văn-chương rồi vĩnh viễn ra đi vì bệnh tật.

Nhìn chung, thơ Cao Đông Khánh là một bản trường ca về của những thống khổ của thấu hiểu cuộc đời và chân lý giới hạn, cái tri của một người sống nhiều mà lịch lãm cũng lắm! Những trường ca của Cao Đông Khánh (như Anh Hùng Mạt Vận hay Di Tản America mỗi bài dài trên 200 câu, bên cạnh những bài trên dưới 100 câu như Giai Đoạn Lịch Sử Tôi,...) làm chúng tôi liên tưởng đến bài hành 155 đoạn 4 câu viết theo thể song thất lục bát Khúc Đoạn Trường của Cao Vị Khanh (*Lệ Từ Nét Ngang*. Thư Ấn-quán, 2001), nhưng cái đớn đau của họ Cao sau hiền hòa nhẫn nhục hơn. Có thể vì méo mó nghề nghiệp gõ đầu trẻ chăng? Cao Đông Khánh "hét" lớn, liên lũy, với những lời lẽ rất thường nghe ở đầu đường, xóm chợ, những bộ chữ của chị bán chè hoặc anh hùng dao búa, những tay hảo hớn, xếp xòng hay dân nhậu nhẹt, lê la,... có lúc trơn tru, có lúc lại chát chúa và cả ồn ào! Dĩ nhiên cũng khác Kiệt Tấn, cũng bi hận cá nhân nhưng trau chuốt hình thức hơn với trường thi 3100 câu *Việt Nam Thương Khúc* (Paris: An Tiêm, 1999).

Lịch Sử Tình Yêu gồm 136 trang thơ được in ấn một cách đơn sơ của thời ấy: tiếng Việt đánh dấu tay (CĐK đã cảm ơn Việt Dzũng "thức đêm đánh máy toàn diện") và có bài được cắt dán từ bản in của báo *Người Việt* và *Nhân Chứng,* gồm những bài sáng tác ở trong nước trước khi vượt biển, ở các trại tị nạn và ở Hoa-Kỳ, về tình yêu, tình bạn, thân phận di tản, lưu dân cũng như về lịch sử và Sài Gòn, về đời sống sau biến loạn 30-4-1975.

Lửa Đốt Ngoài Giới Hạn gồm 15 chương thơ sáng tác trong hai thập niên, từ 1976 đến 1996, theo biến chuyển của các biến cố liên hệ đến Việt Nam, từ quê nhà ra đến ngoài nước (một phần của tập *Lịch Sử Tình Yêu* được in lại trong tuyển tập mới này). Như chuyện dài của một người Việt ở những năm cuối một thế kỷ. Tập thơ nhiều thể loại, từ lục bát đến thơ văn xuôi, cách-tân ở dụng thanh âm và ngôn từ sử-dụng của một Nam kỳ Lục-tỉnh bình dân nhưng có khi phù thủy mạnh mẽ như nước sông Cửu Long trước khi đổ ra biển: thơ Cao Đông

Khánh viết để được đọc lên và được nghe, thơ ở đây tâm sự với người! (Chúng tôi chú thêm LSTY nếu trích từ tập đầu này).

> *"sài gòn chợ lớn như mưa chớp*
> *nát cả trùng dương một khắc thôi*
> *chim én bay ngang về xóm chiếu*
> *nước ròng ngọt át giọng hàng rong*
> *hỡi ơi con bạn hàng xuôi ngược*
> *trái cây quốc cấm giấu trong lòng*
> *hỏi thăm cho biết đường ra biển*
> *nước lớn khi nào tới cửa sông?*
> *sài gòn khánh hội gió trai lơ*
> *khi ấy còn tơ gái núi về*
> *đào kép cải lương say tứ chiếng*
> *ngã tư quốc tế đứng xàng xê*
> *gánh nước nặng hơn vác thánh giá*
> *má đỏ hình như rượu mới nồng..."*

(Sàigòn Rồng Bay Phượng Múa, tr.56).

Những *con bạn hàng xuôi ngược, con bạn thời sinh tử, chiếc ghe bầu khẳm héo hon,...* nghe như gần gũi mà như xa, như đã mất! Qua những địa danh là những chuyến du hành từ quá khứ, từ bên kia vùng ý thức, là những cuộc trốn chạy trong cơn lên sốt để khám phá ra rằng trần thế hãy còn sống động, lúc nguy nga lúc tàn tạ!

"... Nơi em ở đó lâm li tình ái, mà, em nỡ bỏ đi, không ai có thể hiểu nổi. Cái trái ô môi đậm đà hơn đường mật, cái thơm cái khóm ngọt ửng màu phèn, cái xe thổ mộ rền rang lục lạc, cái con nhỏ hồi xưa tóc cài hoa thiên lý, mà, lý em về dọn dẹp hồi xưa, dọn anh ra khỏi quốc gia, dọn Việt Nam ra hải phận quốc tế.

"Anh mang khối tình còn e lệ đi chu du.

"Trên núi mây ngũ sắc, ngoài biển gió mưa hòa thuận anh gầy lại miếng đất thân sinh, lập trang trại gia bảo. Anh chọn con ngựa trong mười hai con giáp, anh tra khớp bạc, anh thắng kiệu vàng, anh phi nước kiệu đưa nàng đi thăm cổ tích, có chiếc lá rơi biến thành chim vành khuyên đậu trên vai người hóa đau" (Bầy Ngựa Văn Hóa).

Những bất ngờ tình ý, hình ảnh. Quá khứ thơ mộng trộn lẫn hiện tại lưu vong:

"... sài gòn gia định em vô trước
qua ngã cầu bông mới tủi thân
chiếc xe đò cũ như chùa miễu
chở hết vàng son tới ủ ê... " (tr. 57)

Cao Đông Khánh làm thơ xuôi và thơ tự do, cái tự do phóng túng mà sinh động, xuôi chảy của những cái trục trặc cuộc đời - trục trặc tiếp nối nhau thành như xuôi chảy tự nhiên! Nhà thơ thổi vào những câu nói và chữ dùng của dân gian vùng Sài-Gòn và lục tỉnh, làm chúng sống động, có hồn ra, và có cá tính! Cao Đông Khánh có tài hà hơi, đem tinh khí đến chỗ chết chóc, ù lì, dung tục.

Ông có những chữ dùng mới của riêng ông: ngôi nhà cảnh thạnh, hoa cổ tích, miếng ăn tình tứ,... Cao Đông Khánh tân kỳ hóa cả thơ cũ, lời xưa, chữ dùng quen,.. thành của riêng Cao Đông Khánh! Tiếng vọng dân ca, ngày đã xa hay hôm nay anh nhìn ngắm người tình! Nói đến người đẹp:

"Nàng có chất rượu trong chiếc kẹo bọc chocolate, có đôi mắt tròn như biển xanh ở chính giữa trời mây trắng, có đôi chân khép nơi chỗ ngồi, hở nơi chàng nằm, có ngày thong dong như sóng nước, có đêm nhẹ như cánh diều bay, có kiểu đi chân không, có dáng mang guốc cao gót, có cách mặc áo dài, có điệu mặc quần jean,...

Lê thị Vân Nga như tiếng hát ngoài vô tận, nàng ở không gian ngoài, ngoài bất cứ mọi dèm pha; nàng ngây thơ đối với mưu lược, nàng trinh tiết trong đời tình; nàng thông minh trong định ý, (...). Nàng có thân thể của cỏ non mọc trên ngọn gió có cánh tay dịu dàng trổng tỉa văn minh.

(...) Tháng Bảy dài hơn hết, tháng Bảy nhớ thương hơn hết, tháng Bảy trời mưa ấp ủ hương hoàng lan. Tháng Bảy của nàng ẳm con về Đà Lạt, tháng Bảy chỉ có người đi mới hiểu vì sao. Tháng Bảy vì sao có một người biết hơn ai hết, những tháng Bảy trời cao trời thấy ra sao?" (Lời Thống Trách Của Kẻ Ở, tr. 61).

Người nữ, mà chân dung, diện mạo đã và sẽ đè nặng trên từng bước đi chu du của người lữ thứ, ở những thành phố dù xa lạ, cả khi mặt trời lên cao và biển mở rộng!

Thơ xuôi, thơ với lời thống trách, kể lể, thơ tính nằm ở âm hưởng của lời, ở âm vang của ý. Những lời tuôn, đi mãi, xa mãi...! Lời ẩn mật như để nói riêng, tâm sự riêng với người xa khuất. Nhà thơ sống chết với người đẹp, một người nữ nào đó ông đã phải thốt:

> *"... Anh cung kính biết bao nhiệt tình*
> *thờ phụng thần tượng: Em*
> *Người đàn bà lãng mạn cuối cùng của thế kỷ"*

(Trăng Trong Vịnh Frisco)

Biển, nước,... vẫn là nỗi ám ảnh khôn nguôi trong thơ Cao Đông Khánh, cả khi nhớ người tình:

> *"Đêm. Gió, Cây. Trời. Hồn nhiên*
> *tình cờ ngọn lá quạt giọt nước nhẹ khắp*
> *nơi nào cũng nhớ em như nhớ nhà*
> *Nhớ em như nhớ nhà..."*

(Từ Nơi Yêu Dấu, tr. 5)

Frisco là nơi nhà thơ từng sinh sống trước và sau 1975, "I left my heart in San Francisco, cho nên Khi Tôi Đến Hoa Kỳ cuối năm 1979 thì bao cảm xúc và hình tượng:

> *"... Khi tôi trở lại Frisco như một vong hồn không chỗ nương tựa*
>
> *thành phố không bảng tên đường*
> *những số điện thoại vô danh / đàn bà đã có chủ*
> *quyển sách xếp lại, em nhắn, không phiền trách gì tôi cả*
> *chuyến phi thuyền đã bay / đường quỹ đạo biệt tích*
> *   Khi tôi trở lại Frisco / em chẳng hỏi thăm một lời*
> *Tôi chẳng phải di tản 75 chẳng phải trước sau gì cả,*
> *nhập vào linh thiêng những kẻ chết chìm giữa biển những kẻ vất*
> *vưỡng trên bờ những kẻ sống sót trong vòng kẽm gai*
> *bởi vì nhà cửa lương thực giành ưu tiên cho súc vật*
> *tôi tẩu thoát một mình / còn đó Việt Nam đói*
> *trên đỉnh cao thành phố chiếc kèn đồng thổi hết sức vào thân thể em*
> *núm vú thoa son đỏ / chào đón người từ Moscova*
> *   ... Khi tôi đến Frisco / tôi là thằng đào ngủ phản bội*
> *mùi quê hương trong biển dữ kinh hoàng*
> *Gayle Ann vẫn đi về trên nửa đường lên cung trăng*
> *nhẫn đủ màu trên 10 ngón tay"* (LSTY, tr. 94, 95)

Tình yêu đi với tình quê hương và thân phận lưu đày. Lời thú *"Anh nhớ em như nhớ nhà em ơi"*. Còn bi ai nào hơn! Cả khi *"Một ngày không biết nói chuyện với ai / Nhớ quê hương như nhớ vợ ngoại tình"* (Kẻ Lưu Dân, *LSTY*, tr. 110). Cả khi đi vào hết bài thơ với những nhung nhớ, những chi tiết tình ái tầm thường đã làm nên hạnh phúc hay đau khổ tiếc nuối *"Cố nhiên điều anh nói chẳng ai tin, kể cả, khi em lang chạ với người đàn ông đó cùng một kiểu như với anh..."*.

Cuộc đời với những trận cười bên chai rượu, với những tiếng súng trận địa, với những con người bày vẽ nhân đạo,...

> *"mới chín tới chia hơi cần sa tâm huyết*
> *mùa hè 70 máu chảy đỏ hòa bình*
> *em ở Berkerley hay ở Massachussetts*
> *thuở xuân thì cổ võ kẻ xâm lăng.."* (tr. 130).

Cao Đông Khánh làm thơ như say sóng vô tận với rượu nồng và thuốc lá Bastos xanh

> *"như cá nước ngọt theo cuồng lưu ra biển*
> *tìm về bất kể nơi nào hợp thức tâm cơ..."* (tr. 85).

> *"... ta chia sớt với em một gian phòng khách*
> *ta đeo tượng phật cười em đeo chúa đóng đinh*
> *em pha tách cà phê ta đốt điếu thuốc cuối*
> *trong cái gạt tàn đầy tro bụi riêng "* (tr. 298).

Nhà thơ sống tận cùng cuộc đời, dan díu với từng nét riêng, từng nét thấp. Sống bình dân để viết nên những lời quần chúng cận nhân tình đọng chất thơ. Bóng cuộc đời xô bồ, ồn ào dàn trải trên những ý thơ, thứ thơ từ cõi sống đi ra và sẽ trở về nơi ô trọc. Đời, với Cao Đông Khánh, là một trò chơi lớn, nơi đó có rủi may định mệnh, có con người, có tình yêu và cái chết!

Cao Đông Khánh như muốn tạo một ngôn ngữ thơ mới, đặc biệt của riêng Cao Đông Khánh, ngôn ngữ đặt thơ ở chân tường những ảo tưởng và son phấn, là đi vào lòng cuộc phiêu du lớn, là để cho tiếng nói phát biểu bí ẩn riêng của chúng. Với hai tập thơ đã xuất bản, người thưởng thức thơ phải đối đầu với một thi ca muốn cuộc đời chiến thắng bởi tàn khốc của cái chết. Thơ Cao Đông Khánh không phải là văn chương mà trước hết đã là Ngôn Ngữ và Tiếng Nói. Thật vậy, người đọc thường phải đương đầu với một ngôn ngữ quá đà, thô tục, một ngôn ngữ tuyệt vọng nảy sinh tiếng cười khinh mạn, châm biếm; những thành ngữ bẻ cong bẻ ngược như tiếng lóng trao đổi ở đầu đường "vô nghĩa". Dùng tiếng nói để cụ thể tiếng lòng của người thơ, để đến với người thưởng thức thơ. Thơ đưa người đến gần nhau, đẩy người tâm sự và cả âu yếm với người. Hoa gấm đã là quá khứ, vậy sử-dụng những tầm thường mà sinh động, để vang lên tiếng vọng từ tâm thức nhà thơ. Thơ Cao Đông Khánh phải đọc lớn tiếng và nếu được, trước người khác, hình như mới hay, vì với Cao Đông Khánh, ý của ngôn ngữ chính là ở ý của lời nói. "*... Bài thơ bỗng rưng rưng / lời mặc khải viết xuống thành chữ / chữ hiện hình xinh đẹp*" (tr. 289). Mỗi bài thơ là một chuyến đi chơi xa trong tiếng nói. Với chiếc xe tùy thân, chuyến đi xa mỗi người làm lấy ngay trong chính thân xác không bất tử của chính mình! Thành thử hay ở ngoài, như "tiếng hát ngoài vô tận, nàng ở không gian ngoài, ngoài bất cứ mọi dèm pha", như lửa đốt ngoài giới hạn!

> "*Những chuyến xe vẽ hoa chở chuyên ân ái*
> *trên gò má em xâm một cánh hoa hồng*
> *chiếc Volkswagen đời 60 có hình nữ phận*
> *chở trăng vào soi cửa giữa giai nhân*" (tr. 130).

> "*Ra mắt đời sống, anh bước vào hầm rượu mịt mù khói thuốc, nhớ đêm mùa thu lá rụng trong sân trường đại học như bước chân của đám âm binh bước vào thư viện sắp xếp lại kệ sách, nhồi thuốc súng vào mẫu tự rồi chạy táo bạo lộn xộn trong ký túc xá, sử dụng đủ loại nhạc khí khiến cho trái tim em đập theo những nhịp dồn dập, rớt ra khỏi lồng ngực, còn lại, cặp vú mỹ miều bơ vơ; anh say gục xuống*" (tr. 172).

> "*... Chiều trổ mây âm dương*
> *Khuya ngạc môi son những mặt trời đàn bà*
> *Em phù dung mở cửa. Để đẻ*
> *Cho sướng chỗ em buồn...*"

(Trăng Trong Vịnh Frisco).

Ở Cao Đông Khánh có ẩn ngữ của cuộc đời mới, sau những khổ ải vượt biển, vượt biên, nay hiện diện ở khắp Americas. Đời như một trò chơi vừa khốn kiếp vừa bi hài. "*... Tháng 6 trên bãi biển nắng mưa tôi làm người ngoại quốc, tôi nói Anh ngữ với người bản xứ rất vui. Người ta hãm hiếp đàn bà của tôi, thử cho biết mùi trái cây lạ...*" (tr. 118).

Những lời những chữ mà nhiều người đọc không chấp nhận là thi ca, lên tiếng phản đối ồn ào một thời, thời họ Cao xuất hiện trên trường thơ hải ngoại. Họ nhân danh một truyền thống, một "văn hóa" đã quen!

> *"... Trên nóc cao ốc trùng trùng đàn ông. Chót vót*
> *điệp điệp đàn bà. Cái Lớn. Cái Bé*
> *Những bái vật muôn năm nằm trong gốc gác con người*
> *Cái Răng. Cái Tóc. Cái Lồn. Cái Hồn Vía còn tươi*
> *Kẻ di tản đã ra khỏi đường chân biển*
> *Và bao nhiêu đường chân trời. Không ai nhớ rõ*
> *Đi hết ánh sáng. Đốt lửa ngoài giới hạn..."*

(Cánh Đồng Trầm Thủy, tr. 311)

Ở những chỗ Cao Đông Khánh dâm-hóa con chữ, ngôn ngữ trở thành không gian nơi đó nhà thơ vật lộn đê mê với xác phàm, như cái khoái lạc chiếm hữu thân thể người nữ. Ở đây người nữ đồng nghĩa với thơ, cả hai chia xẻ ảo tưởng và ám ảnh của nhục dục, cái giác cảm đối đầu với quá quắt là cái đem lại sự sống hoặc chết. Thành thử nhà thơ như không có lựa chọn nào khác là chụp lấy cái Chân lý từ thân xác, là dựng nên một vở kịch nơi đó ngôn ngữ đến gần tiếng hò hét. Thơ với người nữ làm một, từ hơi thở, mùi vị đến cả thịt da, cử động. Khoái lạc nhục dục của con chữ trong những hành cử yêu, ghét, làm tình,... và thơ bị tàn sát khiến phải kêu lên rằng đang chết trong khoái lạc. Nhà thơ thu nhỏ thi ca lại trong sự thật trần truồng khi đối đầu chúng với cái chết! Phải chăng đó là lý do những phê phán Cao Đông Khánh "tàn diệt" ngôn ngữ thi ca?

Cao Đông Khánh đã từng song hành với thơ Thanh Tâm Tuyền để bày tỏ tâm tình của riêng ông. Như bài Mai Việt Nam. Như bài Thanh Tâm Tuyền Nỗi Niềm Tôi trong *Lịch Sử Tình Yêu,* có những đoạn ông viết như sau:

> *"ta đợi chờ / lớn lên cùng giông bão*
> *sáng hôm nay tuổi nhỏ khóc trên vai*
> *tìm cánh tay nước biển*
> *con ngựa buồn lửa cháy con người.*
> *   giòng tư tưởng quắc thước tâm hồn gió*
> *lênh đênh thức / óc trắng nhờn cảm giác mù*

cõi chết lòng vắng băng / hãm hiếp tìm bóng tối
Hemingway / hò hét suy tư biển
minh mông mây nước đập / chẳng thể khóc
- tôi gọi tên tôi cho đỡ nhớ -
gọi hồn phách / từng ấy năm mất
tư tưởng tật nguyền
tình cờ em thắp ngọn lửa hồn nhiên đời
cọng cỏ may ghim trên vạt áo
con đường thanh khiết trống trường tiểu học đánh
bếp lửa ấm miếng ăn
- da trắng như tiếng hát ở trên trời -
(...) gian nhà cỏ hắt hiu
Tô Thùy Yên / đập trên đá / viết trên đá
giòng di chúc cổ khai
một đời thời thượng lưu đày
Vũ Khắc Khoan / hạt ngọc bảo quốc là hồn trí
Thần Tháp Rùa / tôi hành xử tôi tội bỏ nước ra đi
- nếu nhớ quê hương / muốn khóc -
cho tôi khóc bằng đôi mắt em
những cuộc tình duyên Budapest -
tôi khóc bằng đôi mắt em ở D.C. (...)" (tr. 87-89)

Văn chương nói rốt cùng là ở trong cách thể hiện, cái cách xuất phát từ cái tay hay cái đầu hoặc con tim? Cái tay là cơ quan hành pháp của ngôn ngữ, cơ quan khích động và đòi hỏi hành động! Với Cao Đông Khánh, thơ thành công khi khiến người đọc thơ cảm nhận có bàn tay đó, có cú đấm, làm chết, làm động lên khiến nhạc tính xuất hiện và con tim bị động! Thơ ông động đến bàn tay, và đòi hỏi hành cử, dù tâm sự lúc đó nhão mềm. Bàn tay để đụng chạm và nắm bắt. Đụng chạm dưới nhiều hình thức từ chạm đầu ngón đến vuốt ve mơn trớn, mong hoán đổi nhịp con tim. Nắm bắt vì chạm đến tột cùng của ý thức, của cảm giác. Thơ với Cao Đông Khánh là chất men say con người, một thứ "hữu thể" dễ bốc hơi từ hiện sinh và thân xác, là hơi thở của "ngôi nhà nhẹ nhẵng", của thể chất cõi đất, tức là chính mỗi con người. Qua lời, qua tiếng nói, người thơ hiện hữu. Ngôn ngữ lại có bộ nhớ dù chúng luôn chạy trốn, luôn chảy, bay mất. Lời thơ chen lấn trong tôi và bản chân diện mục tôi, giữa tôi và thế giới, giữa tôi và người khác. Thi cách cũng là một biểu hiệu nhân sinh quan, với Cao Đông Khánh thì đã quá rõ!

Và Cao Đông Khánh đã mở đầu một trong những bài thơ sau cùng, vẫn Frisco trở về như ám ảnh khôn nguôi:

"Hắn đã đến. Đã ở. Đã đi
Trống thêm một chỗ trống..."

(Trăng Trong Vịnh Frisco).

21-11-2001

Cung Tích Biền

Tên thật Trần Ngọc Thao, sinh năm 1937 tại Thăng Bình, Quảng Nam. Động viên học Trường Sĩ quan Thủ Đức năm 1963, ra trường đồn trú ở Hậu Nghĩa và Tây Ninh, từ 1968, lên đại úy và giải ngũ năm 1973. Từng ký Chương Dương, Việt Điểu, Uyên Linh và cuối cùng bút hiệu Cung Tích Biền - xuất hiện lần đầu trên tuần báo *Nghệ Thuật* tháng 3-1966 (truyện ngắn Ngoại Ô Dĩ An và Linh Hồn Tôi). Sau 1975, Cung Tích Biền ngưng viết nhiều năm; khoảng 1987, ông sáng tác trở lại, trong nước đăng truyện trên *Cửa Việt, Sông Hương* và gửi ra ngoài nước đăng tác-phẩm đầu tiên với *Hợp Lưu* (Dị Mộng, *HL* số 1, 10-1991), rồi 20 truyện Xứ Động Vật đăng trên liên mạng Da Màu Văn chương Không Biên giới năm 2008, rồi *Người Việt* tiểu thuyết Mùa Hạ đăng từng kỳ 194 số nhật báo năm 2012, v.v. Từ 2007, lúc còn trong nước, trước khi dứt khoát định cư ở Hoa-Kỳ tháng 10-2016, ông đã tự xuất bản tác phẩm của mình - ông gọi là "đẻ chui", qua hình thức in chụp dưới "bảng hiệu" Một Mình.

Tác-phẩm đã xuất-bản sau 1975 và ở hải ngoại: *Thằng Bắt Quỷ* (Tân Thư, 1993), gồm 11 truyện ngắn trước và sau năm 1975; *Xứ Động Vật* "tân truyện" (Nhân Ảnh, 2018) và tập truyện ngắn *Mùa Xuân Cô Mơ Bay* (Thao Thao, 2019).

*

Cung Tích Biền, công dân của miền Nam với thân phận đi giữa hai lằn đạn - ông có hai người anh, một *"anh là Cộng sản chết không mồ, em là Quốc gia chết không tìm ra xác"* (người tập kết, người bị tù "cải tạo", hai cái chết đều do Cộng sản Hà-Nội gây ra!). Trước 1975, ông từng bị nghi ngờ nếu không vì xuất thân từ vùng kháng chiến chống Pháp thì cũng vì gia đình ông, cũng như nhiều người khác có anh em ở chiến tuyến đối nghịch; đời sĩ quan của ông không hanh thông, từng bị chỉ định nơi cư trú và giải ngũ sớm. Nạn nhân cả sau biến cố 30-4-1975, ông đã phải chịu đựng và câm lặng hơn 30 năm. Nhưng dù muốn dù không, Cung Tích Biền cũng đã chứng kiến nhiều cảnh bạo lực, "nhân tình éo le" và chướng tai gai mắt. Trong phỏng vấn năm 2007 của Lý Đợi, "Đành lòng sống trong phòng Đợi của lịch sử", Cung Tích Biền đã cho biết cảnh tượng chợ chiều của sinh hoạt văn học "chính qui" trong nước: *"hoạt cảnh văn chương nghệ thuật, chợ Chữ buổi này chẳng mấy vui. Viết mà cho vào ngăn kéo, là một điều không may. Đăng trên mạng đồng bào mình muốn đọc phải tìm cách, khó khăn vượt tường lửa lại một bi đát cực vô lý.*

Nhìn chung, Nhà nước muốn, và họ đã thực hiện được chính sách ngu dân. Đó là hiện tình, đa phần dân chúng, hôm nay, không cần tới văn chương nghệ thuật tạm gọi là thứ thiệt. Khô cằn, phù thủng, đeo mặt nạ, cà thọt chân giả, thì mặc. Không ai tha thiết tới. Đã có những thứ trám vào chỗ thiếu hụt tư tưởng này. Lo làm ăn, nâng cao đời sống kinh tế, là thiết thực. Nhà cao cửa rộng, túi tiền đầy, mặc sang, ăn ngon, vui chơi sướng, là thoả rồi. Đa phần say sưa trong một thưởng ngoạn văn chương, âm nhạc, phim ảnh, xoàng xoàng rau cải chợ; cũng tha thiết mùi mẫn, nịnh nọt, đôi khi đỏ máu anh hùng, nhưng tựu trung sức sống chính nó không lâu hơn một đĩa gỏi hay mớ xà lách trộn, phục vụ gấp cho bữa tiệc thời trang.

Một đại bộ phận quần chúng hôm nay thực sự không cần đến những gì cao siêu của văn chương học thuật. Không cần nâng cao não trạng. Không có tự do ngôn luận, tư tưởng, vẫn sống phây phây. Đây là một quần chúng tồn tại bằng thịt khối. Được ru ngủ bởi một đời sống kinh tế tương đối ấm êm trong thời buổi chỉ mở cửa cho "Miếng ăn". Họ bỗng dưng khá xa lạ với những cụm từ ngôn luận, nhân quyền. Với đại bộ phận nhung nhúc này, đòi hỏi dân chủ, tự do, nhân quyền, quả là điên. Nếu hô hào đòi hỏi quyền được công khai tư tưởng, hành động chống lại bất công, nhận trách nhiệm một công dân nghiêm chính, một trí thức có thái độ, một nhà sáng tác nhận rõ thiên chức, anh/chị phải đương nhiên trả giá" [http://www.talawas.org/ talaDB/showFile.php?res=9136&rb=0402   &   http://www.talawas. org/talaDB/showFile.php?res=9137&rb=0402].

Tình cảnh nạn nhân và chứng nhân đó đã được ông đưa vào sáng tác, đã là nguồn, là chất liệu làm nền cho văn-chương Cung Tích Biền. Trong các sáng tác khi có thể và không nhiều, ngọn bút của ông mang nặng tính nhân bản và không pha hận thù, nếu có chăng là suy tư, hài hước tình đời, là nhắc nhở để tránh, để khỏi... Dùng ẩn dụ, ví von xa xôi, xa xưa và không gian khác, lạ lẫm thay vì hiện thực dễ dàng thấy sao nói vậy. Đề tài thời nhiễu loạn, "gió chướng", do đó không hề thiếu, quan điểm và phê phán ông cũng không thiếu, nhưng biến thành con-chữ và đến được với người đọc là vấn nạn mà một nhà văn có bản lãnh như Cung Tích Biền không thể không đắn đo. Đó có lẽ là lý do khiến những sáng tác hiếm hoi của ông sau 1975 khi còn ở lại trong nước khá cô đọng, kiệm lời, không thừa chữ, không phải lý lẽ cho ra lẽ, nhưng từ khi ông định cư ở Hoa-Kỳ, hết "kiểm duyệt", hết phải "sống trong phòng đợi", thì ngòi bút ông như ngựa mất cương, tha thiết hơn, dài hơi hơn và phê phán triệt để hơn. Người đọc sẽ thấy diễn biến đó từ những truyện trong *Thằng Bắt Quỷ* đến *Xứ Động Vật* và gần đây, *Mùa Xuân Cô Mơ Bay*.

Kinh nghiệm sống cũng như các biến cố lịch sử cận đại đã và tiếp tục hiện hữu, "sống-còn" trong các sáng tác của Cung Tích Biền, và ông xác tín trong một phỏng vấn của Đặng Thơ Thơ rằng *"viết là một cách tự cứu rỗi, cũng là cách tôi an tử dần dà. Đó là Mệnh"*. Vì theo ông, "Một văn chương hoàn chỉnh chính là Một Nạn Nhân./ Một Hoàn chỉnh Văn chương là tật nguyền ráp lại./ Một thường-trực-trả-lời, trong hoàn cảnh Việt Nam hôm nay, phải là một trung-thực-chịu-nạn./ Văn chương có thể huyền ảo, nhưng trách nhiệm của Nhà văn không hề là một hư ảo"(Trích từ "Cung Tích Biền nói chuyện với Đặng Thơ Thơ", 24-3-2008: https://damau.org/17335/ctb-noi-chuyen-voi-dang-tho-tho).

Trong phỏng vấn của Lý Đợi đã nêu trên, ông cho biết: *"Về tổ chức chính trị, miền Nam có đa nguyên, tam đầu chế, một số quyền cơ bản của con người tạm gọi, tôi gọi là tạm, được thực thi. Về kinh tế, là phồn vinh. Văn hoá giáo dục có nền tảng, trật tự, tầm cao. (...) sau ngày 30 tháng 4/1975 đã tức tốc hiện hình những tên bốc phét, tự mãn, dốt nát, tham nhũng. Bao nhiêu năm thanh bần kiên trung đấu tranh cho tư tưởng đã nhanh chóng đê tiện, tranh giành nhau quyền lợi đến chi ly vật chất, hèn mạt đến không còn chỗ hèn mạt hơn.*

Dưới bóng trời Sài Gòn, / một bầy rận đã lúc nhúc, / một bầy lợn ủn in kêu ăn.

Lại thật đáng rùng mình, muôn năm buồn nôn, khi tận hôm nay, sau ba mươi năm ròng, xã hội chủ nghĩa này vẫn mở rộng cửa cho một bọn vô lại – lại đương nhiên tôi còn minh bạch không hề vơ đũa cả nắm - vẫn có phòng máy lạnh, lận lưng con dấu đỏ, ngự trên xe hơi, nghĩa là hợp pháp hoá cho một Bọn Cướp Ngày".

*

Thằng Bắt Quỷ gồm 11 truyện ngắn trong đó có 3 truyện ghi rõ sáng tác trước năm 1975 – chúng tôi thử tìm hiểu những truyện ghi sáng tác sau 1975.

Dị Mộng nói đến những đối nghịch giữa tâm hồn "nông thôn", "truyền thống" với lý trí "thành thị", giữa cõi nhân sinh và cõi chết. Nêu lên để suy nghĩ, nhận chân và tu thân chứ không phiền hà, gây chấn động đến nhân quần, thiên hạ. Người Tù Tình Nguyện là một bản tình ca đã lỗi thời vì bồng bột, lý tưởng quá chăng? Lời Ảo Hoá và Rừng Đom Đóm là những cảnh nhân sinh khốn cùng trong muôn nghìn nghịch cảnh khác.

Trong Qua Sông, gia đình Trần Liêu sống ở bờ Bắc sông Thu vào cái thời *"con người không tin vào những điều thực tế; nhưng những cảm ứng tâm linh không còn chân chính; nó bị tác động, xua đi theo dấu chân tà thuật. Đó đây mọc lên lời kinh cầu, sấm truyền. Những phù thủy dạy cho con người những u muội, xuyên tạc, đẩy đạo lý đến cửa ngõ của dị đoan mê tín. Người ta thờ những con rắn hai đầu, gà bốn chân, cua mặt người, cọp biết nói. Tin đồn loan truyền, những đồng dao, những mẫu chuyện châm biếm cứ mọc cánh bay đi, tụ hội với trăm nghìn hoang tưởng, làm cho xã hội hôn ám càng nhuốm màu hoang đường. Bọn đồng bóng có nơi ăn chốn ở, quân ma mãnh giàu sang, kẻ trí thức thất sủng sống âm thầm thui chột. Óc tim tẩm độc..."* (tr. 32-33). Cuối cùng cả gia đình đã phải trốn áp bức, bỏ làng, đóng thuyền đi tìm tự do, nhưng lại cập vào một đảo hoang, nơi *"không có dấu hiệu rằng con người đã từng sống hoặc từng qua đây. Người mẹ hiểu rằng gia đình đang rơi vào một tình thế hiểm nguy".* Thời gian qua đi mà hy vọng không thấy ở chân trời, *"thịt da máu tủy người"* dần ra đi khiến biến dạng, con người trở về làm vượn, nhưng bà không cho phép nó lấy luôn cả linh hồn người. Ngày kia, bà mẹ thản nhiên nói: *"Nếu tôi chết, rất mong mình và các con ăn thịt tôi mà sống qua ngày"*. Sống hoang dã hơn mười năm, họ nhớ đồng loại và quê hương nên tìm cách về được quê hương, Trần Liêu nói với con: *"Các con, hãy vui sống để làm lại tất cả. Chúng ta đang và sẽ bắt đầu. Dẫu là trong đêm tối mịt mùng, nhưng trên quê nhà, hôm nay ta đốt được một ngọn lửa hồng"*. Câu chuyện có nền lịch sử: *"Ngọn lửa hồng ấy được đốt lên cách đây gần sáu trăm năm, ngày Quảng Nam thuộc về đất Việt, những cư dân đầu tiên đã tới. Ngọn đồi xưa kia cha con Liêu tới đốt lửa nay là Nỗng Ông Tào. Ngày nay quanh đấy đã đầy những nương rẫy, xóm làng, cuộc sống cứ mãi đổi thay và tiếp tục. Những dấu vết xưa, nay có xóa nhòa, tà huy hay bừng sáng, hy vọng nối hy vọng, khổ đau chồng chất khổ đau, máu pha máu, mồ hôi cạn dần trên mỗi xác thân lương thiện, cuộc sống con người có khai mở, sự lạc hậu tối tăm có thể bị đẩy lùi; nhưng không phải vì vậy mà những manh tâm nơi con người cứ tuần tự phai tàn đi. Mỗi một con người sớm mai đẩy cửa ra đường đã nhanh chóng có một thằng bản ngã của nó huênh hoang và lếu láo bước theo, và con người lương thiện ấy vẫn tưởng nó – cái phần phân thân kia – đương nhiên phải có như một chiếc bóng của ta trên mặt đường, dưới bóng mặt trời. Ngày ngày chúng ta phải cứ hòa nhập với kẻ thù, chung cùng một trái tim"* (tr. 52). Qua sông là một hành-cử khó khăn trong khung cảnh miền Nam cộng-hòa đã bị miền Bắc cộng-sản cưỡng hiếp, cùng "cộng" nhưng "dị mộng", "dị hàng" và nhân cách!

Thằng Bắt Quỷ kể chuyện con người sống trong *"xóm Nhà Ma ấy gồm hơn trăm căn nhà lá nằm chen chúc với những phần mộ hoang lâu đời (...) có một gã đàn ông ngoài ba mươi tuổi, không có con, vợ chết từ lâu, say sưa tối ngày. Mỗi đêm – có khi ban ngày – trước lúc vào nhà hắn ta ôm lấy cái mộ bia bằng đá ong mà vật lộn la hét. Hắn đã nhìn thấy cái mộ bia ấy là quỷ. Hắn bắt quỷ. Vì thế, người trong xóm gọi hắn là Thằng Bắt Quỷ"*. Người trong *"cái thế giới nghèo nàn toàn mái lá, tre, tranh"* là những kẻ khốn cùng, những chị em Liệng, Trinh, và những kẻ thừa tiền lợi dụng họ, như Chiêu, liệt dương, năn nỉ trả tiền Trinh đòi cởi truồng cho xem với lý lẽ nào là làm việc nghĩa, làm nghệ thuật, hay ít ra Trinh *"hãy chiêm ngưỡng cái lý tưởng của mình qua chiếc bóng"*. Cô gái nghèo bỏ trốn và đổi làm nghề ăn mày do Bắt Quỷ cầm đầu; ngày kia gặp lại ông Chiêu, *"tình huống bỗng rách nát: một thằng mê sảng đang bò trên sàn nhà và một bức tượng lõa lồ của cô Trinh hiển hiện. Cái thằng người ngưỡng mộ ấy bò, liếm bàn chân tượng, sau, hắn đứng lên, bằng cả tinh hoa và sức lực, hắn nói:"Chao ôi, em đã làm tôi phục sinh". Hắn lại quỳ xuống bắt đầu vuốt lên thần tượng, người hóa thánh, một cõi thiên nhiên của núi đồi rừng biển, không còn khoác cho dù một bóng mây thưa..."* (tr. 187-8). Vừa lúc ấy, cảnh sát ập vào, bắt Trinh "bán dâm". "Tôi" đến thăm cô Trinh nhưng cô đã chết và Bắt Quỷ đã xây cho cô nấm mộ đẹp. Bắt Quỷ không thích viết chuyện vì *"Thứ nhất, với tôi cô Trinh không chết. Thứ hai, anh viết truyện làm chi? Đăng đâu? Nghĩa lý gì chỗ vẽ rắn thêm chân khi thế gian đang biến thành nước thành lửa cả rồi. Tôi nói với Bắt Quỷ: "Ta muốn biến Nước – Lửa thành Lời". Bắt Quỷ cười, lại nói:"Tao ỉa vào bất cứ gì gọi là ngôn với ngữ. Thấy sóng đó không? Hữu âm vô ngôn, vậy mà nó muôn đời". "Hắn ra lệnh: Bọn bây hát vài bài tặng người phương xa và tặng chị Trinh đi. Nhớ hát đàng hoàng. Đây không phải cái sân khấu đèn màu. Đứa nào hát dỏm tao vặn họng"* (tr. 191).

Thừa Dư là chuyện anh em song sinh của một gia đình đông con, thân với "tôi" nên gọi là "thế hệ Thừa Dư", cùng trở về thời quá vãng – "lang thang trong hiện thực" sau khi nhận được thư của Thừa: "Chú Ngọc, nhà thờ họ ta gần nửa thế kỷ nay không được sửa chữa, đã sụp đổ tan tành, hay gần như tành tang. Chú phải cố gắng về. Bà con bất kể là ai, môn phái chi, trôi giạt nơi đâu, cũng phải về cùng nhau góp công của trùng tu. Chim có tổ nước có nguồn. Chú là trí thức, cả họ mong chờ ở chú. Không phải chờ bọt nước miếng mà chờ tấm lòng nơi chú. Chú đã không-chạy-đi, vậy hãy-quay-về, không thể sống-ở-giữa-bóng-mây. Chúng ta phải đoàn kết mà sống, làm trong veo tinh khiết chỗ lạch nguồn. Nơi đây, hạnh phúc chúng ta cùng chia, khổ đau cùng chịu, chắc chú hiểu. Tin chú hay, trong việc này có anh Dư cùng tham dự" (tr. 197-8). Thừa "tan tành cái chân trái", còn Dư "gãy cái chân mặt". Nhà thờ Họ cuối cùng cũng được khánh thành, *"ngoài các nghi lễ cổ truyền, tế tụng, còn có một đêm liên hoan văn nghệ. Buổi trình diễn có một màn khá độc đáo, mang chủ đề: "Anh em một nhà, chúng ta cùng tiến bước," do Dư và Thừa thủ diễn. Dư và Thừa, không ai dùng nạng, cùng dìu nhau lên sân khấu. Hai anh ghép lại thành một, tạo ra một hình nhân đủ cả hai chân nhưng bên trên có hai thân hình, hai cái đầu; đó là chưa kể những chi tiết lặt vặt như bốn con mắt, hai cái miệng, hai quả tim, hai bộ não, bốn cái hòn. Người nào chủ trương mỗi con người chỉ nên có mỗi cái đầu thì rất khó chịu về hình tượng lắp ghép này"* (tr. 204). Tác giả như đặt hết kỳ vọng cho nhân sinh và đất nước vào câu chuyện cuối tập này – ghi viết tại "Sài Gòn, 1992" nhưng đến với người đọc từ Quận Cam, California!

Các truyện của tập *Thằng Bắt Quỷ*, dù viết sau 1975 vẫn được Cung Tích Biền viết cẩn trọng hình thức, chữ dùng. Bút pháp ẩn dụ hoặc chạm đến dị thường, huyễn hoặc, nhưng trung dung trong bày tỏ cũng như tâm trạng và còn cho thấy niềm tin mang tính nhân bản và hữu-thần, thù hận, hằn học có chăng cũng vẫn mang tính văn hóa phổ quát, tức đã bắt đầu rời bỏ văn hiện-thực của những tác phẩm viết trước năm 1975.

*

Với **Xứ Động Vật** và *Mùa Xuân Cô Mơ Bay*, Cung Tích Biền đã nhất quyết rời xa "nền" văn chương dẫu sao cũng còn "lịch sự" của *Thằng Bắt Quỷ*. Hai tập sau, ông viết với sự chân thành của *nạn nhân trí thức*, nhưng nay toàn trí toàn tâm, viết như không còn gì để mất. *Xứ Động Vật* được ghi là "tân truyện" gồm 3 liên-tiểu-truyện Xứ Động Vật, 2 liên-tiểu-truyện khác và một truyện ngắn, viết về xã hội Việt Nam thời hậu-1975 và "hội nhập", "mở cửa" dưới ngòi bút sắc sảo và rất nhân bản. *Mùa Xuân Cô Mơ Bay* là những mảnh rời đời sống và tư duy của người Việt đôi bờ.

Hai tập truyện này được viết ra khi còn ở trong nước – mà Cung Tích Biền cho là "*bị rất nhiều rủi ro, thiệt thời mọi mặt trong đời sống, nhưng trong vị thế một người Cầm bút, Tác giả lại được hưởng nhiều may mắn, về phần "thu gom thực tế""* (Lời Thưa của Tác Giả, MXCMB, tr. 9) và cập nhật chỉnh sửa sau này ở ngoài, Cung Tích Biền đã đưa người đọc đến một thế giới văn chương khác, dị thường và qủi quái và nói chung dễ khiến người đọc có cảm tưởng **choáng ngợp** và **rùng mình**. Cung Tích Biền đã sử dụng người chết, ma quỷ để nói chuyện người sống và cảm nhận hiện thực. Cái Chết ở Cung Tích Biền trở nên siêu thực, mang mặt nạ "lãng mạn", "văn chương" cho cái bi đát, cùng khổ hôm nay. Cung Tích Biền thường xuyên chiêm nghiệm về nỗi chết và những cái chết cùng những "kiểu" chết. Ông nói đến như thân thiết với cái Chết mà ông xem như là một tất yếu, một xác-thực lớn nhất mà từ đó, trên đó, con người có thể dựa vào để dựng xây cuộc đời, tức là cuộc sống đem ý nghĩa đến cho cái Chết hay nói khác, vì cái Chết mà cuộc sống có ý nghĩa.

Con người sống và kiếm tìm tâm linh nhiều hơn, hay cái Chết là một lối thoát đáng được chuẩn bị hơn? Trang Tử chủ trương vui cái sống gắn liền với cái Chết. Ngoại thiên Chí Lạc chép truyện Trang Tử gõ bồn, theo đó sống chết cùng một thể, thế nên cứ vui sống cái sống gắn liền với cái Chết. Cái Chết hiện hình trong chiếc đầu lâu khô-khốc bên đường của cái sống. Cái Chết kề bên như trời che đất chở, và cái sống kề bên cái Chết, đầu lâu nói với Trang Tử trong mộng: chết còn vui sướng hơn sống nữa. Và thế là quên hẳn cả cái sống cùng cái Chết. Đó là đạt được thuật chí lạc đạt tới Đạo và quên hẳn cái sống và cái Chết. Nhưng dĩ nhiên khác với thân phận người Việt. Sau 1975, miền Nam bị kẻ Ác cưỡng chiếm, đã trở thành "Xứ động vật", "Xứ toàn-chuồng" đầy ác thú: *"Cuộc sống đã được cái lưới thép an ninh thắt chặt, bủa vây từng ly hiện hữu vật chất, lẫn một sợi mơ tưởng trong tâm hồn mỗi con người. Cuộc sống đã là toàn bộ trần truồng. Bày ra trước đám đông cả cái lỗ chân lông riêng tư. Phải làm sao mọi người hiểu rằng trong đầu của anh là cái khuôn đúc cài sẵn, tư tưởng được phát đều chỗ công cộng"* (tr. 93). Một đại-úy cộng-hòa trốn trại tù tìm gặp Hiền, người yêu cũ và Tảo, đứa con tám tuổi, đã bị hàng xóm nay được ác thú chỉnh huấn, trở thành "đàn quỷ dữ" lùng bắt: *"Trong cái nền gọi rằng "công lý" đỏ tươi dưới ánh trăng úa bạc quê nhà về sáng, nó nhờ nhờ ma cỏ, như đâu trong một phiên tòa chốn địa ngục (...) Một giọng nói lanh lảnh, đanh như thép: "Phải đập nó một trận thôi bà con ơi. Thằng ngụy này da thịt bằng sắt như vỏ xe tăng Mỹ."*

Chỉ một lời hô hoán khích động bất ngờ là biển bão trở nên sóng thần. Một lúc thôi không ai nhận ra anh. Chỉ loáng, người yêu xưa của Hiền, thần tượng một thời bỗng hóa màu. Con người khốn khổ như một bức tượng sáp bôi kín máu là máu (...) Những phần da thịt anh vỡ ra dính lại trên tay, trên mặt đám người thực hiện "công lý của nhân dân". Bọn này hóa Đỏ bởi máu người... ".

Người phụ nữ đau khổ tận cùng: *"Hiền ôm lấy xác người. Những dây thừng quấn quanh anh nhuộm đỏ. Tóc đỏ. Áo quần đỏ bầy nhầy thịt nát. Mà làm sao thế này? Làm sao lúc đầu chỉ một đôi mắt sáng, rất buồn, cũng rất hờn căm; nó cô đơn nhìn một rừng mắt cũng rực hờn căm. Mà làm sao? Một mái đầu trung niên sớm bạc trắng vì lao tù trong núi trời phương Bắc, giờ đây phải chịu đựng nghìn xỉa xói chửi bới. Bỗng cái làn tóc sương ấy, từ đôi mắt rực lửa hận cô đơn ấy thét lên: "Chúng mày giết tao đi. Chúng mày mới chính là thú. Giết tao đi. Tao không bao giờ đội trời chung với chúng mày".*

Mà chao ôi, những bão bùng là thoi đấm, chân đạp tập thể; rồi ai xui chúng dùng cán cuốc lưỡi sắt; từ quần quại với một ít máu bầm chuyển qua máu vọt thành vòi. Thay vì thấy thịt nát đã chùng tay, chúng lại cuồng máu say thù, bằm thêm cho nát, cho vụn cái khúc ruột không đâu xa nghìn dặm, mà ngay đây, cái đống đồng bào đã máu nát thịt tan..." (tr. 93, 96, 97, 98).

Liên-tiểu-truyện Xứ Động Vật Mưa Hồng dùng hai anh em sinh đôi Tảo và Jim để kể chuyện khốn cùng của sinh linh đất Việt. Song sinh nhưng chiến tranh khiến đôi ngã chia ly, người rơi rớt làm con nuôi khó nghèo trong nước, kẻ bị / được ném lên tàu vượt biên. Số phần Tảo không may, được những người mẹ nuôi rồi bà ngoại nuôi nhưng tất cả đều đã chết, Tảo phải sống lây lất, ăn mày, ăn xin, làm ma đói giữa một Sài Gòn đã đổi chủ: *"Trong đêm Sàigòn, Đô thành xưa, hôm nay ngập mưa, từng đoàn người ma ốm o, đầu đội nón lá, trong lớp áo mưa mỏng, còng lưng trên xe đạp chở những bao tải ni lông vụn, đồ ve chai. Gió thổi ngược đánh bật cả nón bay, đến xiêu vẹo người. Bọn ma đói này là dân nhập cư từ Bắc vào Nam, từ những miền quê đói khó, không công ăn việc làm, không phải là quân có chức quyền, lận lưng con dấu đỏ thủ trưởng rất mau chóng giàu có. Bọn ma đói này dai sức đến khiếp. Muốn có dăm đô la trong một ngày đêm hai-mươi-bốn-tiếng-đồng-hồ làm việc chết bỏ, bọn ma sống phải vượt trên năm mươi cây số trên chiếc xe đạp cà tàng, đến bến cảng Sàigòn phía nam thành phố, chờ chực tranh nhau mua/lượm các loại phế liệu mang về giao cho các lò ve chai tận phía bắc thành phố, miệt Hốc Môn Củ Chi.*

Đèn Đa Kao mờ tối một lúc. Rồi điện cúp luôn. Tảo ngủ vùi trên băng ghế trạm xe buýt chỗ lề đường. Bỗng hắn nghe một câu chửi thề: "Đù mẹ thằng thầy chùa ngũ sắc tí hon này nhường cái băng đá cho tao ngủ chút coi." Tảo chưa kịp phản ứng đã bị thằng to bự đá văng xuống nền mưa lạnh nhơm nhớp bùn đất. Thằng to bự vật ngay một đứa con gái đi cùng xuống cái băng đá, lột quần. Rồi hắn đút cái gì ấy vào cửa khẩu con nhỏ. Con nhỏ cười trong đêm ma” (tr. 114).

Người em Việt-kiều Jim trở về tìm máu mủ, khi sắp gặp lại thì Tảo đã vừa bị bọn giang hồ giết, cũng vì giành nhau kiếm ăn và chỗ ngủ. “*Xưa kia, ở vùng C., thằng bé Tảo từng chứng kiến một bọn người mắng một con người là thú; rồi cùng nhau giết người bị mắng nhục không nương tay. Hôm nay một đứa có tiền án giết người cướp của, đồng lõa với một tập thể cùng khắp thượng tầng, đã hạ thủ một người dám mắng chúng: “Mày là thú trong lũ thú”*” (tr. 123).

Chuyện đã được viết ra, nhưng vẫn có những sự thật bên kia bờ mà ở bên này chưa chắc đã rõ, ngay cả văn chương cũng khó lột tả hết sự thật. Theo Cung Tích Biền, “*Văn chương, khó thể lột tả tận ngọn nguồn, dẫn tới. Chỉ ra chỗ di căn của hoạn nạn, hố thẳm của đọa đày trong kiếp con người, như tiểu thuyết phô bày, dù dưới ngòi bút của một nhà văn đầy tài năng. Chữ nghĩa cổ kim chỉ mô tả cái vỏ của từng số phận con người. Lắm khi tô màu một cách vô tội vạ lịch sử, chỉ làm con người mủi lòng, khóc đau chốc lát, hoặc kiêu hãnh trong ngu mê dại muội, mà thôi. Mỗi việc riêng của thằng điên Tảo, hậu trường chưa muốn khép. Nó mở dần, mở dần những hang động*” (tr. 98, 99).

Trong liên-tiểu-truyện Xứ Động Vật Vào Ngôi, thời đảo điên “*Xã hội trong hầm chuột hun khói. Nhân ảnh dị dạng. Mọi thứ bậc đổi ngôi. Cái gì lạ lùng quái gở nhất cũng có thể thường trực xảy ra (...) Không có gì phải đau lòng, là đáng ngạc nhiên cả. Đó là chuyện thường ngày trên một xứ Rồng Tiên mọi sinh hoạt xã hội đang bình thường lật ngửa, bỗng nhiên nhào đầu, lật úp cái rụp. Bộ não đang dạng tươi, bỗng một chiều được sấy khô giống nhau, trong cái lò bát quái. Một người bị nhức đau hàm dưới, nha sĩ - từng có hơn ba cái bằng tuyên dương chống Mỹ - nhổ một lúc sáu cái răng hàm trên, cả răng cấm. Bệnh nhân trợn ngược mắt trắng, giãy đành đạch bất tỉnh, giống con cá lóc bị đập đầu trước khi hy sinh cho bàn nhậu...*” (tr. 139).

Qua cái Chết và những con người chết, Cung Tích Biền muốn mổ xẻ lịch sử cận và hiện đại. Khúc, một kiến trúc sư nay ngoài 30 tuổi, vào năm lên tám, từng “tình cờ thấy một người đàn ông nhàn nhã giết vợ mình”, mà lại có những nạn nhân kỳ lạ: “*Người bị giết chừng như sẵn sàng, âm thầm thụ hưởng, như được ban một chung nước thánh"*, làm như *"để thoát khỏi Xứ-Toàn-Chuồng, con người có một phản ứng tuyệt vọng, như một hội chứng, rất mực phản kháng cái gọi rằng Khí-hậu-động-vật"*. *Người ta dùng chính sinh mạng thân ái để giải quyết, chung chi cho một rủi may lúc hỗn mang"* (tr. 133-4). Một *"người đàn ông khởi đầu cuộc tháo rời một con người"* - một người chồng muốn *"tháo lồng tử sinh"* cho vợ mình mà ông *"từng ôm nựng hôn hít làm tình"* (tr. 151). Người đàn ông sau đó bỏ các phân mảnh người vào bao bố *"nhân ái"* rồi *"cất công"* đi bỏ phân tán mỗi góc phố xa cách nhau một phân mảnh. *"Nhãn hiệu chính là Máu. Nỗi đau, cái Nhục phải được nhân gian nhận diện, không lập lờ. Ông định lấy viết ghi tên trên mỗi chiếc bao: "Phải có tiếng nói. / Không hề vô danh.*

> *Không thể không tháng ngày.*
> *Cuộc tự xử này không mang tính huyền thoại.*
> *Nó là có thật trên một quê hương có thật,*
> *được tác dựng bởi một hành sự mang tính gội rửa, tháo gỡ"*
> *"Sống nơi này Sống cách nào cũng là một cách Chết"* (tr. 158).

Giết vợ xong ông mới nhìn thấy đứa nhỏ 8 tuổi nhưng không nỡ giết - *"Không. Nó phải Sống và phải Đợi chờ"*. Ông rời nhà, bỏ Khúc lại, dặn tìm người nhà khác; Cung Tích Biền đặt tựa cho câu chuyện là Hành Trình Minh Triết.

Người đàn ông vào tù chung thân, nay thành một ông lão tâm thần, suốt ngày *"với hàm răng rụng sạch, chỉ còn hai cái lợi hôi hám, màu thịt tim tím, lão già ra sức gặm một cục đá to bằng nắm tay. Lão thè lưỡi liếm đá. Nụ cười trắng, lão nói nước chảy đá mòn mà con... 'cha liếm đá cho mòn, cho nhỏ nhỏ nỗi đau'"*. Khúc thăm nuôi, được ông xác nhận làm đúng năm xưa: *"Ta đã nói rồi, ta chỉ thanh lý cái Đã-Bị-Giết. Những Công dân Xác chết. Ta không chịu được quanh ta đầy hơi thở một nhung nhúc thây người. Lạy Cha, con không là thần tiên (...) Con ơi tao là cha mày. Tao từng ngồi nhẵn ghế nhà trường, đã ung vữa đôi mắt vì chữ nghĩa thánh hiền.Tao hiểu cái đời hạ ngươn này từ khi các hiện tượng càn khôn thoạt nảy sinh từ phôi. (...) Cũng như mày không thể nào hiểu vì sao một kẻ sát nhân, sát từng bộ phận, giết từng con vi khuẩn trong xác người thân yêu như tao, hãy còn vừa đang thở lại vừa đã chết trên cái Xứ-Toàn-Chuồng này. (...) Vì bọn khát máu giết triệu người chỉ xem như một rủi may lịch sử. Nó giết chục triệu người không hề bị quy tội sát nhân. Tao giết một người, dù không thể còn một giải pháp nào khác, cũng đã đủ sức nặng rơi tõm xuống địa ngục. Nhưng số mệnh đều cáng không cho tao về tàu. Chúng bỏ tao lại trên một cõi đất vừa trơ trụi vừa rợn người này. Chúng hiểu rõ là tao sẽ bị băm vằm dưới nhiều hình thái vi diệu khác, lâu dài và hờ hững dưới bóng trời nghi hoặc này. Cái ngày Hôm qua, Hôm nay, và mãi ngày Hôm kia sẽ đến, chúng đốt lửa người...*" (tr. 161-162) – Ông sẽ chết, "*tắt thở vì một cục đá tròn trĩnh chẹn ngay ở cổ họng. Thay vì nghẹn cơm ông ta nghẹn đá*"!

Ở Hàn Chính Khúc phát triển thuyết lý "minh biện" về Mùi: "*Có phải vì mùi mà có những cái chết kia không? Có phải vì thương yêu mà kẻ thân yêu bị tàn sát? Và muốn trọn vẹn nên phải nhai nuốt cái đau thương mang hình hài kia không?*". Nhân vật "tôi" thì nghĩ rằng: "*Như thế, "không đành lòng" thì phải giết người sao? Tôi đồng ý rằng khác mùi thì khó thể hòa đồng, mùi vô sản hay tư bản? Tôi hiểu, tôi chia xẻ cái tang chế bất khả tư nghị của người cha giết vợ. Nhưng luân lý đã đóng đinh lên thường hằng, rằng anh có quyền tự hủy nhưng không có quyền hủy một con người. Cái quan điểm xem con người là phương tiện, hay giải pháp e rằng không nhân văn tí nào. Cứ lùa người vào chỗ chết hàng loạt, cứ cứu cánh biện minh cho phương tiện, cái đó chúng ta hình dung ra sức mạnh của một bọn dã thú*" (tr. 164).

Theo Cung Tích Biền, "*Nỗi đau đã biến thành Mùi*": "*Mùi Mậu thân tre trúc che chắn. Nhưng chiếc mành thời gian không lọc được mùi. Tàn tật có thể hàn gắn. Chết chóc có thể giải thích. Mùi, nó nghìn thu*". Và "*Mùi Tự do bị thiêu cháy*" gây hoang mang "*Tự do bị thiêu cháy. Nó là ánh-sáng-mùi tệ hại nhất trong vạn mùi. Nó ở mãi với bao la*" (tr. 165, 167). Miền Nam đã trở thành "*cái lồng cu ngột ngạt*" và cuối chuyện thêm một xác người phân mảnh, được xem như một "*cuộc trở về – không là tái sinh - của Nàng khá ly kỳ. Cái đầu, chỗ công viên, về trước. Hai cánh tay thiếu bàn tay về sau một chút. Một ngày rưỡi sau Nàng về tạm đủ nhưng còn thiếu quả tim. Hai bàn chân về sau cùng. Nàng chậm chạp và khiếm khuyết như Lịch sử. Cái được gọi là Lịch sử giống nòi tôi luôn là một bất toàn cho bất cứ ai, và luôn là một Mong Đợi Hạnh phúc cho tới giờ nhắm mắt mỗi đời người...*" (tr. 180).

Ở Cung Tích Biền, văn-chương về cái Chết là một thứ văn

không yên ổn, vì con người bị bứng ra khỏi đất, từ một thế giới chuyển qua thế giới khác, cõi sống/cõi chết, từ một hiện hữu bình thường đổi sang một thể-trạng không thể định nghĩa, từ "to be" sang "not to be" ("đổi sang từ trần"). Cái Chết nói chung xưa nay vẫn là mối kinh hoàng, là nỗi sợ chính của con người: sợ cõi lạ, cõi hư vô không thể biết vì không thể có kinh nghiệm khi sống, khi còn ở một trạng thái trước, khác. Tuy từng được xem là một cấm-kỵ, nhưng tabou cái Chết không là một đối tượng, mà là một thứ trực giác, cảm nghiệm cá nhân. Cái Chết là một biểu tượng, là một chấm dứt; nhưng vì không phải là mục-đích tự thân, cái Chết không phải là hết, là kết thúc một cuộc đời hay cái gì, mà là một bắt đầu khác, một sự sống khác tùy theo cách cắt nghĩa của các tín ngưỡng, tin tưởng (Thiên đàng, Vương quốc trí tuệ, Trí huệ, Cõi sống đích thực!).

Cái Chết nặng nề và thường trực với Cung Tích Biền; cái Chết luôn có mặt ở đó, như một chứng cứ không thể bác được về những tàn độc của một loại người và sự phi lý của cuộc sống, của một cuộc chiến. Cái Chết và những cách/kiểu chết là nhóm chủ-đề mà Cung Tích Biền đã đưa đến cho sáng tác văn-chương của ông cái nhạy-cảm rất hiện đại và một trực giác hiện sinh, thực hữu: cái Chết có mặt trong các truyện, trong dàn dựng hình thức, nội dung cũng như tâm lý các nhân-vật chủ chốt.

Liên-tiểu-truyện Xứ Động Vật Màu Huyết Dụ ba phần chuyện lão Kiên, như một giải thích phân tâm về cái Chết oan trái của tha-nhân, người khác. Cái Chết trở thành một đối đầu bi thảm, một thất bại, một bất công tuyệt đối, nhưng đồng thời cái Chết khiến cho cuộc sống có ý nghĩa, giá trị và cuối cùng, sự khẩn thiết phải sống và hiện hữu! Không phải vì chết mà Cung Tích Biền nghĩ đến cái Chết, chính ra là để vượt qua cái Chết và sống! Ông đã nói đến cái Chết như là quên lãng của thân xác và có những cái Chết khiến cho cuộc sống có ý nghĩa.

Con ma đàn bà tên Bóng sẽ quấy rầy lão suốt hành trình tàu đường sắt xuyên Việt, *"Cái Bóng đen hóa thực. Vẫn ngồi đây. Một trực diện. Mà mâu thuẫn đồng hành"*. Lão dù thức, ngủ đều khó khăn nhận ra chân, hư và *"ác mộng là của riêng mình, là bạn lữ, là bệnh, là thường trực cái bóng đen lơ lửng, to lớn. Nó huyễn hoặc. Nó lẫn pha giữa cái thực và ảo giác. Nỗi đau nhức không rời trên sân khấu tồn tại. Lão phải thường trực đánh vật với ranh giới thực, mộng. (...) Làm sao lão có thể tự khấu trừ những trò hư ảo tàn phá, ăn sâu át-xít vào những tháng năm xương máu có thực, đời lão. Khấu hao xong những trò vong mạng phung phí, đời lão chẳng còn gì. Một cục cứt trôi sông. Mà con sông lịch sử chẳng hiền hòa chi. Nó đánh tan tác không còn một-đơn-vị-cứt-nào-được-riêng-cục-hòn. Tất cả hòa thành bãi rộng bùn hôi. Tập thể. Tăm tắp. Tất cả là một mênh mông hư huyễn*" (tr. 188, 189).

Hóa ra "*Kiên đã ngụy trang, đã trung hòa nỗi nhục riêng tư, vợ ngoại tình, vào một nỗi nhục lớn hơn. Ông đã bỏ một con sâu nhỏ vào cái môi trường nghìn triệu sâu bọ, rồi phong kín, tô vẽ và tôn xưng nhãn hiệu. Cái lý tưởng nào vĩ đại đủ che bóng, hào nhoáng cho lớp sâu trùng đen. Cái lăng tẩm tổ tiên vua chúa nào rực hào quang trang nghiêm để cứu chữa, rửa sạch ung thư cho những thế hệ bị lừa. Những thế hệ lừa đã biến thành sói, cực hung hăng trong hoang mạc đồng loại Toàn-Chuồng*". Ông tự hối với con ma Bóng: "*Bây giờ có thể chồng bà đã hiểu ra là có những nỗi nhục gấp nghìn lần cái nhục bị vợ cắm sừng. Con mụ vợ đưa đồ cho thằng khác xài là chuyện nhỏ. Cả một dân tộc này bị lôi lên giường gian dâm với những tên đồ tể, bị hôn mê bởi những lời dụ dỗ, bị chủ thuyết hôn ám ma đưa lối quỷ dẫn đường. Nhục thời thế chẳng hạn. Nhục mình hát ru, tự lừa phỉnh để tiêu pha vô nghĩa cả sinh mệnh riêng mình chẳng hạn*" (tr. 192).

Sau mấy mươi năm biệt tích, lão Kiên trở về làng cũ. Vẫn bên mình cái lọ xương cụt của người phụ nữ của đời lão. Xe ôm đưa lão đến bờ sông Thu, "*Ở đó bỗng xuất hiện mờ thoáng một người đàn bà trong trang phục màu đen. Bà phảng phất như mây núi sớm Kiên đã thấy khi ngồi trên chuyến tàu về sáng. Như cái dáng xa vắng, vàng lạnh giới thiệu cái lọ xương cụt trong toa tàu. Như cái bóng lênh đênh trong giấc ngủ hằng đêm lão Kiên rơi rụng*". Bà kể lể: "*Con đường này dẫn về vùng tháp Chàm Mỹ Sơn đây. Tôi có một tuổi nhỏ với rêu và cỏ hoang, với những đỉnh tháp lá xanh thưa và chim mùa đông. Những cơn mưa hoang mị cùng những tiếng vang động mơ hồ không thể định hướng từ dĩ vãng Chàm. Có một lần tôi thấy xác người và máu giữa những khe đá. Những bầy dơi thiêng. Và những vỗ cánh trong không, khi chiều xám...*" (tr. 197, 198).

Sông Thu đã hơn một lần đổi bờ với những giành đất, chiến

tranh. Lần mới nhất khiến "*Trên bãi chiến trường dành đất tanh hôi, càng lúc gió càng mạnh hơn. Reo réo. Từ bờ Bắc vào xóm làng phương Nam. Ra đầu ngõ thấy xác người. Đêm nằm đầy ác mộng. Tỉnh giấc là tứ phương thối hoắc. Dân bờ Nam hoảng loạn bỏ làng xóm miếu mộ già trẻ nhất tề bỏ xứ mà đi. Tre trúc có hồn mà không có đôi chân, đâu thể ra đi, đành đau đành úa. Những sinh linh, hồn phách và cội nguồn đã lỡ cắm rễ sâu trong Mẹ. Đành ở lại thì đành tan, chịu gục. Tương truyền, sau khi dân bờ Nam bỏ chạy, dân bờ Bắc được nhiều vùng đất mới, đã lập Lăng thờ quan. Là Người đã định danh lịch sử, đã tân lập địa giới mới, thông qua mùi tử khí, và xác người ngập ngụa*" (tr. 200).

Cuối cùng, lão Kiên cũng tìm tới được mộ của Bóng đang bốc, được tặng cái xương tàn từ nay lão dùng làm gương soi, nhưng lão trả lại cho cô gái để bình cốt được vẹn toàn và Bóng được "giải kiếp". Lão đã nhận ra mình có lỗi với máu xương!

*

Trong hai tập truyện này, cái Chết thường trực hiện diện và qui hồi qua những hình ảnh sọ người, xương cốt, ma quỷ, ma sống chuyên hút máu,... Rồi những chuyện ăn thịt người, ngậm xương, quật mồ, xác chặt từng khúc, xác hồn tìm nhau, sống chung, v.v. Đất nước nay trở thành "Xứ sở Những nấm mồ hoang", như ở Nghĩa trang Gò Dưa Sàigòn "*có âm vang âm khí, trang nghiêm rất mực, lạ lắm cái điệu đời nghêu ngao, cái ngất ngưỡng riêng nó. Nó bao gồm, thu tóm mọi sắc màu, một trần gian dị dạng đêm trăng tỏ trăng mờ. Có bóng ma đi rảo hô hào đoàn tụ, hòa giải. Có ma hát lời thịnh nộ. Ma hưu trí già nua bảo thủ rị mọ, hoặc bần thần hối lỗi một tuổi trẻ của mình bị ung vữa, bèn tức tốc dạy cho xấp nhỏ sau này biết nhìn lại lịch sử. Rất nhiều hồn ma thời đại. Hồn ung dung. Hồn phẩm hạnh. Ma đúng ma. Ma tuổi xuân tóc xanh đã ung thư gan. Ma yên hùng vỡ sọ não do tốc độ đua xe nơi xa lộ. Ma đa tình ngồi vắt vẻo trên mộ bia đêm trăng tỏ, thổi kèn xắc xô "Trở về mái nhà xưa". Ma thời thượng, uống rượu Mỹ, ôm đàn ghi-ta Đỏ, hát nhạc Nâu thời Đổi gió, "Mỗi ngày tôi chọn một niềm vui". Rất ư phóng khoáng chỗ lập trường. Nơi đây nắng tháng Tư chuyển mùa. Trời mất máu. Bia đá đổ mồ hôi*" (XĐV. Nghiệp Chưa Hề An Nghĩ, tr. 57). Riêng mộ anh Thiếu úy T.V. Nghiệp – sinh ngày 4-8-1954 và tử trận ngày 11-3-1975, gần như chiều dài của miền nam Cộng-hòa, cuối cùng đã được trùng tu.

Trong *Mùa Xuân Cô Mơ Bay*, Người Đi Theo Bóng cũng là

chuyện người sống thân thiết thích gần người quá cố – nói như tác giả "Tiền thân tôi ở Cõi Ngoài": *"Trong khí hậu một xã hội bất an, tôi vẫn thích nghĩa địa (...) tôi hợp với nghĩa địa hơn những nơi đông người như cắm trại hay hội họp, vì cái hiu quạnh, an phận, tắt giấc mơ đời, của nó".* "Tôi" cũng có chủ ý: *"Tôi làm kẻ đi rong giữa cuộc đời tìm một phần đời đã mất. Có thể, chỉ là một tìm kiếm, như bao tuổi trẻ đi tìm, chỉ là tìm kiếm mà thôi. Cái đích phía trước, chính là niềm vô vọng, là ngõ huyền hư. Cuộc nội chiến còn dài lâu. Bao là cánh cửa trong khuya khoắt hãy còn khép hờ, chờ một người sẽ trở lại. Có một người đã trở lại. Không đến chỗ cánh cửa chờ mong. Mà nơi mộ chí tôi thường đến. Người con gái ấy, Túy Nha"* (tr. 159). Người con gái đến từ xa lắm và ngôi mộ nàng chăm sóc là một người lính. Họ bất ngờ ôm lấy nhau - *"Thấy ma thì ma nó chụp liền. Ma ám mà"*. Họ bên nhau qua đêm, rồi chàng đưa nàng về nghĩa trang - *"tình yêu đến từ nghĩa trang và trở về nghĩa trang"*, thực hư không rõ với quãng thời gian sáu tiếng trong một không gian mộ chí!

Để chống cái Chết, thơ văn siêu-thực dùng con người để tra vấn sự im lặng, tìm bí mật của sự hiện diện và biến mất của im lặng. Cung Tích Biền đã trình bày rõ ràng sự bạo-động mờ ám của những im hơi lặng tiếng và từ đó ông không thể giữ im lặng. Cần phải mở miệng, lên tiếng, dù chỉ một mình! Trong nghịch cảnh và tình cảnh văn hóa, xã hội bi thảm, buồn thiu như thế, ông chủ trương *"Đành lòng sống trong phòng đợi của lịch sử"* và cắt nghĩa trong phỏng vấn của Lý Đợi đã nêu trên: *"Anh có đồng ý với tôi dân tộc chúng ta là một dân tộc kỳ vĩ? Đã có lịch sử minh chứng cho cái cách nói nghe ra cải lương, cường điệu rẻ tiền này. Bà con quanh ta xưa kia là những con người giàu nhân ái, biết thế nào là đức lý làm người, là danh dự giống nòi. Vậy mà sao bây giờ cái nhân quần này tức tốc thành tinh thành ma như vậy. Mà sao bây giờ chúng là thầy, là cha chú, chỉ đạo cả ác quỷ, sa tăng. Do đâu? Từ cái gì anh hẳn đã biết.*

Vì sao đã hơn 30 năm hoà bình thống nhất con người Việt trở thành con người Diệt lẫn nhau. Anh đi ra, anh đi về, anh thấy nơi nào người Việt, lẫn người Diệt, có cùng tiếng nói tiếng cười, trừ bè đảng tung hê nhau? Không có gì là ẩn dụ cả. Nó khá rõ trên một đất nước mà anh cũng như tôi, chúng ta có một bầu trời mênh mông, nhưng chỉ một bước chân giới hạn để tạm trú qua đêm".

Cung Tích Biền đã cho biết ông viết *Xứ Động Vật* *"trong một hoàn cảnh rất khó khăn... thời gian trước và sau khi Tác giả bị giải phẫu ung thư tại bệnh viện PV thập tử nhất sinh. Lại đang còn ở trong nước, dưới một chế độ độc tài, toàn trị, triệt tiêu mọi quyền tự do...”* (XĐV, tr. 241).

Căn bản là chuyện tình cảm giữa người sống và người chết, liên hệ hôm nay với hôm qua, mà còn là lời ta thán của những hồn oan của dân lành. Biến cố Tháng Tư 1975 đã biến đổi cả một đất nước thành địa ngục và tác hại mấy chục triệu người dân miền Nam. Ai đã từng kinh qua làm nạn nhân của biến cố lịch sư đó sẽ không bao giờ quên, mỗi lần nhớ lại vẫn bàng hoàng. Đảng Cộng sản đã là thần chết đầy ma lực dang rộng cánh tay dài hung hãn sát hại và cướp đi mạng sống nhiều sinh linh. Chết vì lao động cưỡng bách, đày đọa, vì tù khổ sai. Chết vì những trận đòn thù, tra khảo tàn bạo. Chết giữa rừng thiêng nước độc của trại “cải tạo”. Chết vì đói khát, tem phiếu, kỳ thị, lý lịch. Chết nơi hoang dã của những vùng gọi là kinh tế mới. Chết khi vượt biển và xuyên núi rừng tìm tự do. Chết vì không lối thoát, vì bất hạnh, oan khiên đổ lên đầu lên cổ. Thần Chết thường trực ám ảnh con người sống, nhất là người Việt miền Nam sau 1975!

Nhưng trong cái Xứ Động-vật Toàn-chuồng là Việt Nam sau 1975, con cháu của “giai cấp” thắng, “Hồng Chuyên”, “quan lại triều đình” mới, tung hoành phá phách để chết, sống trong “chuồng người mênh mông thịt-chạy-thây-đưa” như để chết cho đúng với tam-đoạn-luận. Chúng xưng là “Việt kiều nội địa” đua xe, gây gỗ, đập phá, “xã hội hóa giao cấu toàn triệt”. Để chết, như Xíu Mại. Gia đình tan nát, như của Liu, v.v. *“Bọn trẻ con nhà thế lực hôm nay có sự khoái lạc mù mờ khi bố mẹ chúng là đám thiêu thân. Bọn Họ đấy, lịch sử can qua, một đời dùng nhân mạng, thân phận riêng mình, có khi cả danh phẩm của tộc họ, làm củi đun cho lý tưởng, chủ nghĩa. Ác nỗi, ngọn đèn lý tưởng, hấp lực bọn thiêu thân ấy, nay chỉ còn là một Màu Đỏ hung hiểm và bệnh hoạn. Một cái biển máu khô”* (Một Phần Khí Hậu, tr. 29).

Mùa Xuân Cô Mơ Bay là những chuyện xảy ra thường ngày ở Việt-Nam hậu-1975: các trụ điện lẻ loi sau những khai thông đường đã trở thành chỗ “treo linh hồn” cho những tay lái say rượu đêm khuya, cô Chơi lấy chồng tàn phế người Hàn quốc, anh em người Bắc kẻ Nam, nay Bắc thắng trở về đòi nhà [*“Chú khỏi phải lo giấy tờ chuyển* *nhượng cái nhà chú đang sở hữu này cho tôi. Pháp luật, công lý ở trọn nơi chúng tôi. Nội bộ chúng tôi sẽ tự làm tất. Lịch sử này, số phận các chú chúng tôi còn đầy đủ quyền tẩy sạch huống chi việc giấy tờ để sở hữu một ngôi nhà"* (Anh Em Cùng Một Mẹ)]. Hai người bạn thân từ nhỏ, tấm ảnh cũ tình cờ cha con Cù mới khám phá ra cha mẹ Cuội đã chiếm nhà mình và đuổi họ ra đường từ tháng Tư năm 1975 (Bọn Mầm). Ngành y tế bất tài, tàn ác, nguy hiểm chết người cho những ai lỡ phải vào bệnh viện. Giá Rai, Có Những Ngày Như Thế là bút ký chuyện Cung Tích Biền làm "cu li" cho Công ty Xây dựng số 8 tính xây một trại chăn nuôi ở Giá Rai thời cuối năm 1978 cùng Nguyễn Thuỵ Long.

Vỡ Hoang Trước Bình Minh của một hôn nhân ma mị, hoài thai với mộng và *"màu của thời gian trong hồn người bị mộng đuổi miệt mài..."*. Rừng Đom Đóm là chuyện Mạnh, một người đàn ông tuổi 50 *"lúc vợ còn sống thì thờ ơ, hành hạ vợ tới độ tàn ác; lúc vợ qua đời lại ôm thi hài vợ khóc than thảm thiết... Khóc mưa bão suốt sáu tiếng đồng hồ, Mạnh mời cô Trâm, cô gái vốn thường sơn móng tay móng chân cho các bà các cô, đến làm sắc đẹp cho vợ mình"* trước khi chôn cất.

Đêm Hoang Tưởng nói chuyện nơi các vùng đất của tháp Hời vàng tự nhiên xuất hiện và nhiều, trồi lên cả mặt đất đưa đến hiện tượng dân đi tìm vàng rồi có công ty và cả cướp cạn. Một Lão ông xuất hiện mắng đám cướp cạn *"Ta không phải là tiên sinh của các ngươi, theo nghĩa thông thường. Ta là Tiền nhân. Trong xác thân du côn du kề các người đã có một phần xác mỗi phần hồn của ta. Trong bình sinh gieo rắc, Ta là các người, các người cũng là Ta. Hãy nghe đây, mau rời bỏ mê cuồng, hãy nhặt lấy vàng rồi cút đi. Hãy trả lại quê hương này cuộc bình yên (...) Chớ đắm mình trong điệp điệp mơ hoang rừng vàng biển bạc. Chớ lênh đênh theo khí chất mong đạt giàu sang qua ngõ tắt. Hãy rời khỏi nơi nương náu ngủ ru trùng trùng hứa hảo, hẹn bừa, những điều hiện thực không thể. Hãy bừng sáng một thể linh tiên niệm. Hiểu Núi sông và giữ lấy Tự nhiên... Khó thể toàn bộ giang sơn là một tổng thể kim loại. Còn nơi nào cái lỗ chôn nhau cắt rún. Tìm đâu cát bụi mơ mòng. Đâu nơi sở trụ một linh hồn cần nương náu quê hương. Mơ hảo. Khó thể một dân tộc, thể chế, đất đai, một sớm mai vui mừng đã kim loại hóa toàn phần"* (tr. 106, 107). Nhưng hôm sau khi trời sáng tỏ, một trận gió lớn thổi tung bụi. *"Bọn cướp đường choàng dậy ngó quanh. Không Tiền nhân. Chẳng có xác Đại ca nào đây. Không có núi không có sông. Không nhìn ra mặt núi sông. Không một mảy may vàng. Chỉ quanh đây những luống cày, màu đất vàng khô. Một chị vải thô chân đất đem mong chờ đến cho một ai đó trên những luống cày. Một thằng bé truồng cười trong nắng"* (tr. 108).

Nhị Xuân là chuyện cô gải xa xứ đã lâu nay trở về tìm lại quê nhà. Cô quả thật là *"một tâm hồn dị chủng khắc khoải trong một xác thân dị chủng. Nhớ một vẻ đẹp thánh nữ đành cưu mang một mùa Xuân nơi cội nguồn giống nòi cha cô hằng trải qua nhiều nghìn năm. Lòng người trong nhân gian ấy xuống cấp, lạc đường vào nẻo quỷ. Nhưng thiên nhiên ấy vẫn còn một lời thân ái chào cô. Quê hương ấy, vẫn còn một phần lương tri tận hiến sau cùng, đưa dắt cô trên những nẻo đường hy vọng"*. Nhị Xuân, cô *"thấy nơi đây luôn có một cái gì ở trỏng"* và *"Mùi thời gian thật buồn"*, cho nên ngày cuối *"sâu trong mắt nàng nỗi buồn như tan chảy, xoắn tròn, và kêu rít. Nàng đưa cái hoa giò giẻ cánh trắng nhỏ, phần trong tâm cánh hoa có màu vàng nghệ lên tầm mắt. Nàng nghe hoa nói bằng đôi mắt!"* (tr. 152, 153).

Bí Ẩn Ba Nô là chuyện Ba Nô, một người điên luôn ở truồng ở chợ Diêm, *"đang phơi chim dưới bóng trời... Cái dương vật trần trụi to bự như một quả chuối già đưa qua đánh lại. Nó lại rất hình tượng chuối, vì không thẳng chìa ra như khi hành lạc, mà cong khum vào bộ dái. Cứng, mới cong được. Đây có thể là biểu hiện cái khí dương nơi một người đàn ông còn mạnh mẽ, nhưng không bị giựt dây, kích dục thường tình... Ba Nô hằng ngày đi qua các cửa hàng, đứng giữa một bầy gái, nó vẫn thế. Hình như dâm lực trong cõi này, cái khí Nữ, dù âm ma tới cỡ nào cũng không gợi dục được hắn"* (tr. 176, 177). Thân với Ba Nô, "tôi" nghi ngờ Ba Nô là một Lộng Giả – như Bùi Giáng, nên quên cả ngày phải trở về đơn vị sau một tháng nghĩ phép. *"Ba Nô được lệnh vác một khối thuốc nổ TNT đút dưới lườn xe thiếu tá quận trưởng"* nhưng cuối cùng, *"Ba Nô thân yêu của tôi đã cháy. Một phần nghìn giây sau tiếng nổ, Ba Nô bay lên trời. Ba Nô thành những mảnh. Máu thịt tung tóe một vùng rộng, trong sân vận động, trước một cổng trường mà hôm qua bọn học trò đã học bài sử ký"*. Ba Nô đã tự chọn cái chết khi nổ thay cho gia đình viên quận trưởng.

Mùa Xuân Cô Mơ Bay, cô gái *"Mơ Bay còn trẻ. Mộng ước của cô lớn lao, ngoài giới hạn. Thông thường, những ý tưởng lớn lao của* tuổi trẻ luôn lồng trong đó cái hoang mơ, hư tưởng. Cô hiểu rằng, với đôi tay có ngày cô sẽ bay như chim. Hoặc mái tóc cô, sẽ là đôi cánh. Tư tưởng sẽ biến cô nhẹ tênh. Ý chí là nhiên liệu. Mơ Bay sẽ bay ngọt ngào. *"Anh ạ, vì em có một đôi cánh vô hình. Siêu nhiên là lực đẩy em lên cao"* (tr. 193). Sống ngoài thực tế, cô té gãy cần cổ, phải qua giải phẫu. Nhà văn, *"con người đang trôi hoang giữa hai bờ, bên này Mơ, bên kia là Mơ Bay"* được người cha cô Mơ yêu cầu: *"Anh là nhà văn. Anh có thể vẽ ra thần linh, điều động ma quỷ. Một tay viết tài tình, đa mộng tưởng của anh, như anh, mà ra. Lần này, mong anh chỉnh lại nhân vật của anh đi, trong đó có con gái tôi. Anh có thể dùng những giọt mực huyền ảo, vẽ lại được những giấc mơ của mình một cách khác kia mà. Đâu cần có Mơ Bay nhà chúng tôi anh mới thực hiện được cuộc đào thoát của anh ra khỏi cái vực thẳm siêu hình này. Tôi không phê phán rằng anh đúng sai, tốt xấu, chỉ mong cái phúc huệ của nhà tôi."*

Nhà văn từ tốn: *"Đa tạ. Tôi sẽ sửa lại bản thảo. Nhưng nhặt Mơ ra khỏi trang chữ thì tôi còn gì để viết. Bóng tối chính là nền. Âm bản là phản chiếu kỳ ẩn. Đôi khi mồ-hôi-nước-mắt-luống-cày-tiếng-chim-núi-non-suối-nguồn, chúng từ trang viết biến ảo đi ra. Cõi đời, cuộc sống có thật đã biến hình thay dạng qua ngọn bút. Tôi chỉ là phần hồn của Mơ. Đúng ra Mơ là ngọn đèn, tôi ánh sáng. Đèn tắt, chẳng còn tôi"* (tr. 199). Thật vậy, nhà văn ở đây viết là "tra vấn cái Viết Văn" trong một thế giới ảo vì luôn *"truy tìm cái uyên nguyên, cái ngẫu nghĩ tương phùng giữa Mộng và Thực"*, còn cái hiện thực trước mắt có là ảo hay không là *"do nơi mỗi tâm thức. Con người ngoài nhục nhãn hãy còn tâm nhãn, tuệ nhãn. Có thể đó là cái có thực trong một Mặt Đất luôn Mùa Đông. Mặt Đất ấy không muốn chuyển mình"*. Cô Mơ, như thế giới văn chương, vẫn còn bay vì cô *"có một đôi cánh vô hình, một lực siêu nhiên sẽ đưa em Ra Ngoài…"* (tr. 203).

Mối Tình Thời Gió Chướng, truyện cuối của tập truyện, viết ở ngoài vào tháng 3-2019, đã như một hồi tưởng qua nhiều biến cố lịch sử của đất nước – Cung Tích Biền gọi chung là "thời gió chướng". Khởi từ khi đất nước bị chia đôi tháng 7-1954, *"Ngưng tiếng súng, chia cắt đất nước ra làm hai, sông Bến Hải là giới tuyến giữa hai bên, là chuyện có thực. Hai thế lực đối kháng tập kết về mỗi miền, để chờ một Ngày Thống Nhất Đất Nước, hai miền Bắc-Nam sẽ hợp một. Trên *văn bản ký kết là hai năm sau. Nhưng mọi người ai cũng biết, cứ xung khắc này, khó mà hợp nhất trong một giải pháp hòa bình. Từ nay, phân ly sẽ còn lâu dài, là không thể chối từ. Một toàn diện đổi trắng thay đen trong xã hội mới, giữa lòng người với nhau sẽ là một hiện tình. Đứa con ra đi, người chồng tình nghĩa ra đi, khi trở lại, nếu họ muốn chiến thắng bằng súng đạn, họ sẽ là kẻ ngoại xâm"*. Một loại người mới xuất hiện trong buổi giao thời: *"Quốc gia tự do, quốc gia có nhân từ, bác ái, mở lòng, nhưng Quốc gia cũng thừa sự tàn nhẫn tuyệt đối, dành cho những ai không là "Quốc gia" với mình. Ác nhơn, cái chính kiến nó bèo bọt nổi trôi theo phận người, là vi trùng lớp lớp trong não thùy, nó ăn dần xương máu. Bên mô cũng rứa. Là triền miên bao năm, trong cộng-đồng-người đó đây, cuộc sống gọi rằng mỗi bên ấy, chẳng thấy đâu một giống nòi thuần nhất. (...) Lịch sử sao oái ăm! Trong cõi Không-đội-trời-chung ấy, năm chầy tháng chẵn, từ phố thị tới làng quê, luôn là một xã hội, ít nhiều, lẫn lộn Xôi với Đậu. Một thằng người, hai mắt toàn đỏ huyết. Một anh hiền hòa tươi sáng, hai con mắt vàng ròng. Cùng một vùng thôn dã, lũy tre làng. Dưới chung một ánh đèn phố thị. Lại một lũ nửa nọ nửa kia, khuôn mặt một con mắt này Nam, con kia Bắc; nhìn gà hóa cuốc. Một bọn lé-tư-tưởng... Miền miền, làng xóm, nhà nhà, đã âm thầm tạo ra một giống-nòi-xôi-đậu"* (tr. 215, 7, 8). Mùa Hè 1975, người chồng tên Lương tập kết nay trở về, phê phán dáng ngoài của Vọng, con trai chung, *"bảo nó đi hớt tóc cạo râu. Cho xong tàn tích. Sau đó mới tính chuyện cha con"*. Rồi y vui nhận mấy thùng quà mà chị Bạc, người vợ cũ cho, y *"quơ tất"* và trở ra Bắc. Chị *"đã hiểu, đã rõ thấy. Những ngày chạy loạn vừa qua, sự đổi trắng thay đen đến cửa nhà tan nát, của tiền có đó mất đó, thân thuộc chia lìa, kẻ ở người đi, nào ai mang theo được gì. Chế độ mới, gia sản này của chị ai cướp đi cũng được, ngay cả Lương. Lương cướp ngày cũng được. Biền biệt cái tình nghĩa vợ chồng. Đã xa lắm với người từng đầu ấp tay gối"*. Vài tháng sau thì Yến, bà vợ *"lô-gích"* Đảng kết cho Lương [*"Mấy cụ lớn chỉ thị lấy thằng chồng nào mụ vợ nào, thì phải đớp vào đấy"*], vào gặp chị Bạc. Thị đã nhận xét rằng *"Người trong Nam này không chút thiện cảm gì với chúng em. Cũng một thời chiến chinh gian khó, sao trong Nam này người ta sống thoải mái, giàu có, rộng lòng. Còn chúng em khổ rách. Dù rất mới mẻ, nhưng em đã gặp, em rất hiểu. Vì sao người Miền Nam rất nhớ thương quá khứ. Và, vì sao quá khứ là cái gì chúng em luôn rất sợ hãi". Cung Tích Biền kết chuyện tình chị Bạc cũng như "thân phận chung. Những hình nhân đen đẫm nôn nao in hình trên nền ánh sáng lồng đèn kéo quân. Bị điều động bởi ánh đèn trung tâm. Ánh sáng trung tâm càng sáng, càng nóng, bọn hình nhân càng chạy quay tít, càng trước sau miệt mài đuôi theo nhau. Không người sau nào kéo được chéo áo người trước. Chẳng ai bắt gặp ai. Tất cả đều chạy về phía trước. Cuộc tìm kiếm, hóa là mãi mãi thất lạc nhau. Hôm nay Bầy Sói đã vào làng. Lương đã Trở Lại. Chị Bạc và Vọng, đành phải Bỏ nước Ra Đi"* (tr. 227, 232, 233).

Những giấc mơ khởi đi từ những tình cảnh bi hài. Với Cung Tích Biền, cái tàn khốc nhất vẫn là ở những con người chủ động ra tay đối xử với đồng loại xem họ như những con thú. Như nạn nhân, mang thân phận nạn nhân – và hơn thế, nạn nhân bị hiểu lầm, ngộ nhận là đứng cùng phe với tập đoàn tàn bạo đó, ông tự cho cái quyền viết ra, nói lên sự thực và phỉ nhổ đám tàn độc đó. Đã hơn một lần, Cung Tích Biền cho biết ông chỉ ghi lại cái hiện thực của *"thế gian ngột ngạt, phũ phàng ấy, một xã hội vào thời mạt pháp, kẻ lương thiện thua trận, lũ lang sói đã vào ngôi"* và khiêm tốn thú nhận *"chỉ không đủ tài năng để mô tả cái thảm trạng Đã-Có. Chỉ không đủ dũng khí để Viết-Cho-Đúng, Cái mà bọn Sài Lang muốn giấu nhẹm trước lịch sử, muốn chúng ta Không-nên-làm-một-con-người-chân-thật, đối với Sự Thật"* (Lời Thưa của Tác Giả, MXCMB, tr. 9-10).

Nhân vật của Cung Tích Biền, những con người hướng thượng hoặc tự khẳng định là con người, đã từ cõi chết hoặc sống như đã chết, dù trong hoàn cảnh nào, cũng tìm sự sống. Họ nếu chưa đã thì sẽ ngoi lên từ cái Chết tâm linh hoặc từ hầm mộ xương và xác người; sống vì phải sống nhưng khi tình cảnh xảy ra, có thể chấp nhận chết để người khác được sống!

*

Với ba tập truyện - ba tác phẩm này, thiển nghĩ Cung Tích Biền đã cho độc giả nhìn thấy và tin rằng, miền Nam và Việt Nam Cộng Hòa đã bị chôn sống, nhưng vẫn chưa chết, ít ra ở phẩm chất và sức sống! Viết để trần thuật, làm chứng và ở một vị thế cực chẳng đã, Cung Tích Biền đã thành công phá đổ tất cả, từ nội dung đến hình thức cũng như đặt lại các vấn đề, vấn nạn. Sáng tác trong tinh thần hậu-hiện-đại, con chữ mang dấu ấn cấu trúc của thời đại, các chuyện kể được viết ra như những liên-văn-bản, nội dung, tình tiết, lớp lang bị đảo lộn, cắt khúc hoặc xuất hiện như không hẹn trước, như đã là lịch sử của đất nước. Văn chương Cung Tích Biền như một cõi mê cung, siêu thực đồng thời như hiện thực huyền ảo, nhưng phong phú và chân thật.

Trước 1975, Cung Tích Biền từng có những sáng tác về hòa bình và thời sự. Sau khi miền Nam rơi vào tay cộng sản, ông hiếm khi đăng bài trên báo chí và cả không chủ động tham gia tuyển tập và xuất bản chính thức trong nước nhưng vẫn bị một số ngộ nhận. Ông định cư ở Hoa-Kỳ năm 2016 nhưng trước sau đã có mặt với sinh hoạt văn học hải ngoại; đó là lý do chúng tôi viết về ông trong tập này.

Cung Vũ

Tên thật Nguyễn Hữu Nghĩa, sinh năm 1951 tại Tây Ninh. Ông làm thơ, viết truyện ngắn, biên-khảo, du ký và viết nhạc. Bút hiệu khác: Dương Thượng Ngã, Cả Cười, Bút Chì (dùng chung với Nguyên Hương). Chủ bút các tạp chí *Lửa Việt* (Toronto, Canada, 1981-1984) và *Làng Văn* từ 1984-2009; chủ nhiệm tạp chí *Văn Xã* (1991), tuần báo *Chiến Sĩ Tự Do* (1988-1994), và nhà xuất bản Làng Văn, Viet Publications (Toronto, Canada).

Tác phẩm đã xuất bản, đều do Làng Văn hoặc Viet Publications: *Hồng Trần* (thơ đầu tay, 1987); *Cỏ Biếc* (1988); *Nguyệt Bạch* (1992) - Ký (1987), Dọn Dường Về Nước (1992) và biên khảo Hồ Xuân Hương (1989). Ngoài ra ông còn in *Đầu Làng Cuối Xóm* (biếm văn, Làng Văn, 1997), 15 tập truyện cười, các tuyển tập truyện và bài hát cho trẻ em, các tập Tình Ca, Chiến Ca,...

*

Cung Vũ, nhà thơ, trong Thay Lời Tựa của *Cỏ Biếc* đã cho hay:

"ai bảo thơ anh giàu ngữ điệu
trong thơ mà cũng cống xừ xang?
Anh bảo thơ tròn như cái kẹo
bỏ lọ lắc ra xếp mấy hàng
(...) ai bảo thơ gì như váy ngắn
cũn-cỡn vài câu rồi đứt ngang
thì xem một kiếp dài hay vắn
người lật bài thơ hay đếm trang!
Ai bảo thơ anh tình với nước
chỉ nặng buồn riêng trong cõi riêng

thì, anh vẫn một đời mơ-ước
chẳng lẽ thi văn cũng xích-xiềng!" (tr. 9)

"Chiều em hong tóc / bên bờ suối xanh
mây cài lược bạch / nắng vàng mông mênh
  Em bỏ đi đâu / để con nước cạn
cá rưng rưng sầu" (Bên Suối, tr. 17).

Ba bài Em Đi, Em Ở, Em Về như một liên khúc tình, trích theo thứ tự của tập thơ:

"Nghe tin em rời phố nhỏ
nương mây về ngự bến hương
đêm nay dưới vầng nguyệt tỏ
có người ngồi đếm thu sương".
  "Hạ thắm em ngồi hong tóc
đầu thềm nắng rỗ song thưa
em ơi lưng đời đã nhọc
gió chiều vừa chớm hơi mưa"
  "Rồi nghe em đã quay về
cỏ xanh trùng phùng suối biếc
vẫn anh giữa dòng sinh diệt
nguyệt tà đã chếch về tây" (tr. 21-23).

"sáng trên đỉnh phố / mọc một mặt trời
con chim nho nhỏ / hót lời ca vui
  sáng nghe em gọi / rộn rã lời tình
cả ngày bối rối / nhớ người tóc xanh
  em biết không em / xuân buồn đã tỏ
lại nhớ môi mềm / đêm nào nguyệt lộ
  yêu em yêu em / có nói gì thêm
cũng làm sao đủ!" (Đỉnh Phố, tr. 12)

Cung Vũ từng đến nguồn thơ của Phật:

"chắp tay tôi lạy suối nguồn
lạy cây im bóng, lạy đường vòng quanh
lạy cơn gió nhẹ bên mành
lạy con bướm nhỏ trên cành nặng sương

lạy người ghét, lạy người thương
lạy bình hương lạnh miếu-đường tiêu-sơ
nắng mưa, lạy cả trăng mờ
lạy hàng cột điện bơ vơ phố phường
hóa thân Phật hiện mười phương
tay hoa một búp, dậy hương một tòa
  chắp tay lạy cõi ta bà
tâm hư bồ tát hồn đà Như Lai " (Tôi Lạy Suối Nguồn, tr. 16).

*

Thơ Cung Vũ đa dạng, từ cô đọng, âm vọng cổ thời đến trải dài khi đấu tranh, tức cảnh,... Cô đọng từ những sáng tác đầu xuất bản, như bài Hồng Trần trong tuyển thi cùng tựa:

"trời hoang vu, đất cũng hoang vu
ngàn cây nội cỏ
một màu nhớ thương
con sâu nhỏ
chết bên đường
dấu chân bụi đỏ
nghe dường chiêm bao"

*

Về truyện ngắn, ông không viết thường. Xin trích đoạn tả cảnh "mỹ nhân kế" của Hoa được Việt cộng gửi đến công tác chài mồi Chí, một sĩ quan, trong truyện Trên Đồi Tăng Nhơn Phú:

"... Không biết vô tình hay cố ý, Hoa gác một chân nàng lên đùi tôi. Tôi không bỏ qua cơ hội tốt, nắm lấy cổ chân thon nhỏ của nàng nắn nhẹ mấy cái, rồi thả cho năm ngón tay tiếp tục bò tới, tiến sâu vào vùng đất địch. Nhưng than ôi, đụng tới đầu gối nàng là hết mức, cánh tay tôi bị cạnh bàn cản lại. Dù sao đi nữa, có vài tấc da thịt con gái thon gọn, mềm mại trong tay để mân mê giữa chốn quân trường cằn cỗi bụi mù sỏi đá này cũng đã là hạnh phúc lắm rồi. Tôi chăm chỉ khai thác chiến lợi phẩm, trong khi Hoa mê man kể chuyện đời nàng...

- Nàng có ba người anh đi bộ đội... không, đi du kích thì đúng hơn.

Thì kệ mẹ tụi nó! Cái bắp vế ấm áp và săn cứng của con em gái ba thằng du kích tép riu đó đang nằm gọn trong tay tôi, đủ biết thắng lợi về ai. Hoa thương ba người anh của nàng lắm. Họ là những người con cưng của tổ quốc, là những chiến sĩ anh hùng. Thì cũng kệ mẹ chúng nó! Tôi mà đề ngửa được con em gái của tụi nó ra, tôi sẵn sàng gắn cho chúng nó dăm ba cái huân chương kháng chiến.

Đột nhiên Hoa rút chân về cái rột, hai tay khoanh trên bàn, mặt nghiêm trang nhìn thẳng vào mắt tôi:

- Anh Chí! Dòng họ của anh tuy là thành phần trung nông địa chủ nhưng đã sản xuất ra được những dũng sĩ kiên cường như chú D, em rất sung sướng được...kết bạn với anh và em mong muốn anh sẽ lập nên được công trạng lẫy lừng như chú D vậy. Được như vậy thì em sẽ rất tự hào được nương tựa đời em vào anh như một cây nhỏ dựa vào cây lớn.

Tôi hơi hụt hẫng:

- Thì mai kia ra trường, anh chỉ huy một trung đội, làm trung đội trưởng, rồi sẽ lập công trận, thăng cấp, lên chức, không xanh cỏ thì đỏ ngực với huy chương, em sẽ là bà đại uý, đại tá,.. biết đâu!

Cằm Hoa bạnh ra, giọng lành lạnh:

- Đại tá hay đại tướng...lính đánh thuê, em cũng không ham! Em chỉ mong anh được như anh ba, anh tư, anh năm của em hay chú D của anh!

Tôi chụp lấy bàn tay, bây giờ đang lành lạnh của nàng, lắc lắc:

- Anh làm sao được, anh đang ở đây, anh đang được rèn luyện để trở thành cấp chỉ huy...

Hoa nhẹ giọng:

- Ở đâu anh cũng làm cách mạng được, miễn là anh có lòng với tổ quốc, với nhân dân...

Rồi Hoa đứng dậy, đi vòng qua bàn, ôm tôi vào lòng, kéo đầu tôi tựa vào ngực nàng, nói nhẹ như cơn gió thoảng:

- Miễn là anh thương em, đi cùng con đường với em, em không tiếc gì với anh hết!

Tôi cảm động ôm lại, mân mê một bên ngực của nàng. Hoa hơi giật mình, nhưng để yên. Nàng nói:

- *Em không tiếc gì hết, một khi đất nước mình hoà bình...*

Nàng không tiếc, nhưng thằng anh rể của nàng có vẻ tiếc. Hắn từ đâu bên trong lù lù bước ra, khẽ đằng hắng, nói một câu xong quay vào ngay:

- *Anh chuẩn bị về trại, sắp sáng rồi!*

Tôi giật mình nhớ ra, vội hôn Hoa một cái rồi mở cửa đi liền..."

Diễm Châu

Nhà thơ tên thật là Phạm Văn Rao, tên thánh Alphonse, sinh năm 1937 tại thành phố Hải Phòng. Định cư ở Strasbourg (Lộ Trấn), Pháp, gần biên giới nước Đức tháng 7-1983, và mất tại đây ngày 28-12-2006. Trước 1975, tổng thư ký tạp chí *Trình Bầy* ở Sài Gòn.

Thơ Diễm Châu đã xuất bản sau 1975: *Thơ Diễm Châu, Mười bài ở Paris & Những Mảnh Rời* (1999, tb 2000, 2001 và 2002), *Việt Nam, Tổ Quốc và Em* (thơ, 1969-1993, gồm 3 phần "Người làm vườn và bông hoa", "Việt Nam, tổ quốc và em" và "Đốm hương") – tất cả do nhà Trình Bầy hải ngoại xuất bản.

Ông đã dịch và phổ biến thơ, truyện, kịch của nhiều tác giả tên tuổi của thế giới, gồm cả ngàn bài thơ, góp phần hiện đại và cập nhật thi ca cũng như nối nhịp cầu, giới thiệu những khuynh hướng, hình thức mới từ những chân trời khác: Người Chăn Giữ Đàn Thú Và Những Bài Thơ Khác Của Alberto Caestro (của Fernando Pessoa), Bông Hồng (của Jorge Luis Borges) in năm 1993, dịch chung với Nguyễn Đăng Thường *Thơ Jacques Prévert* (1993).

Trước khi rời quê nhà tháng 7-1983, ông có bài Paris Trong Tầm Tay, "*gửi mn.*":

> *"Chỉ một vài ngày nữa anh sẽ lên máy bay*
> *chiếc máy bay thân thẳng và trắng muốt*
> *sẽ cất cánh đưa anh tới hạnh phúc*
> *paris trong tầm tay!*
>   *anh sẽ bay mải miết anh sẽ bay*
> *xa lánh những nhỏ nhen hận thù phân biệt*
> *những đố kỵ ghét ghen những tủi hờn sợ sệt*

paris trong tầm tay!
*   anh sẽ nhìn xuống từ trên máy bay*
sài-gòn trong cơn mưa dầu nắng lửa
những mái nhà chật chội những cõi lòng tan vữa
paris trong tầm tay!
*   anh sẽ nhắm mắt để tận hưởng một chút say*
cái ghế êm thoải mái cái cảm giác thoát chết
chiếc nón cối xa dần ảo tưởng cuối cùng đã hết
paris trong tầm tay!
*   rồi anh sẽ chệnh choạng bước thêm vài bước*
để nôn tháo ra những ý nghĩ chua cay
và khi trở lại ghế ngồi anh sẽ khóc
paris trong tầm tay!" - Sài-gòn, 7-1983.

Người Làm Vườn và Bông Hoa với khởi từ *"Tôi, người làm vườn và bông hoa / Không đơn chiếc trong nhà tù thế giới..."* (O. E. MANDELSTAM):

"Khi chuyến xe buýt uể oải cuốn đi sợi cuối cùng của gió
ta chỉ còn một không gian thủy tinh
ở đấy nắng chảy xuống thành luồng như đổ lửa
và lá cỏ vươn dài như những lưỡi gươm xanh
*   buổi sáng đàn quạ kêu vang như lệnh vỡ*
ta bước ra vườn em còn mặc áo già lam
trưa về ta ngồi sau song cửa
ai đã thay màu rực rỡ cho em?
*   ở chốn địa đàng ta không phải người tù duy nhất*
trót đưa chân nên quanh quẩn với người
ta lục tìm trái tim với nỗi sầu chất ngất
kết cho đời một tràng chuỗi tinh khôi...
*   những lá cỏ cao dần theo con nắng*
những lá cỏ phủ kín mình hoa
ta chỉ còn một vạt màu của biển
và kỷ niệm một khoảnh khắc tình ta"- 11. 7. 1984

Ông nói gì với người Thi Sĩ?

"- gửi Phương Sinh & NVBD.
Khi những nhà chép sử bỏ đi

anh vẫn có mặt
　anh nhìn những bóng ma tất tả
và nhủ thầm sự thật
　　　　không phải là chén cơm
　　　　không phải những khẩu hiệu
　anh mở toang trái tim mình
một con cánh cam xanh biếc bay lên
miên man với những cành phượng vĩ
　và trở về với cơn mưa nghiêng
　　　　trên con phố dài kỷ niệm
ẩn dưới những nan hoa tháng ngày thấp thoáng
　anh là nụ hôn đi tìm chiếc lông chim" - 6-6-1989

Đặc biệt bài Việt Nam, Tổ Quốc và Em (ghi *"tặng Jean Reye"*), như tóm gọn tâm sự người lưu vong và trí thức chân chính từng bị cuốn hút vào thế sự không lối thoát – bản thân ông:

"Việt Nam, mi đã sinh ra ta và cho ta những lòng rãnh đầy bóng tối
mi đã hái từng trái bàng xanh và đánh đáo lỗ với ta
Việt-Nam, những ngày chạy bom đồng minh mi làm gì?
Việt-Nam, những ngọn đồi Kiến An, con đường Cầu Đất lầy lội còn in dấu chân ta
Việt-Nam, trên dòng nông giang ta không kéo nổi những phuy xăng vào tề
Việt-Nam, những ngọn đèn hoa-kỳ của mi thắp bằng mồ hôi và nước mắt ta
Việt-Nam, từ ngày mở mắt cho ta, mi đã cho ta cuộc đời hầm hố
mi đã cho ta từng hạt thóc củ khoai bòn rút từ đất cằn
mi đã cho ta miếng bánh đúc kẹo bột với bát nước chè xanh bốc khói
mi đã cho ta 700 đồng bạc Đông-dương với ba hộp sữa khi ta lội từ đầu tới chân mi
Việt-Nam, mi đã cho ta một người cha cháu chắt của lũ người bị phân sáp
và một người mẹ chết trong cô đơn nghèo túng giữa sự bất lực của đàn con
Việt-Nam, năm ta hơn 20 tuổi mi đã gửi ta đi như một món quà tặng nước bạn thân yêu
từ cái lò cừ ấy trở về ta đã trở thành một kẻ chống Mỹ
Việt-Nam, cuộc đời ta từ đấy gắn liền với những tờ giấy

những tờ giấy đen đủi của mi ngổn ngang tấm lòng ta
Việt-Nam, ta đã nằm conex của nước bạn tặng mi
Việt-Nam, những ngày ở thành phố HCM ta là một con chó
ta chạy trên những đường rày cong queo bên những toa tàu đổ
ta làm kế hoạch lớn cho mi bằng cách lượm nước mắt khô và gói
ghém những nỗi niềm thương nhớ
Việt-Nam, bạn bè ta thất tán tứ phương
đứa bị thủ tiêu trên đường Cửa Thuận
đứa bặt tin từ Vĩnh Phú, Sơn La
đứa ngồi giảng đạo ở Hỏa Lò Hà Nội
đứa tuốt tranh ngoài Phú Giáo – Đồng Xoài
đứa ngược Buôn Hồ đứa xuôi Thái Mỹ
đứa tiếp tục đạp xe vào thành phố buổi sáng
đứa chơi vơi một cõi mù sương...
Việt-Nam, ta đã cõng một đảng viên già bị phản bội sau khi
đánh ngã y bằng đế Gò Đen
Ta tiếc thương cho một kẻ khùng điên suốt ngày mơ ước một anh
Đặng Tiểu Bình
Việt-Nam, ta còn ở Rạch Giá xác một người bạn khác
Việt-Nam, mẹ cha ta không còn mồ mả
lũ anh em ta bây giờ xất bất xang bang
lũ cháu ta lúc này đạp xích-lô ghiền ma túy và chết cho Heng
Xomrin
Việt-Nam, hơn 100 tên đồ tể của mi ngồi cãi lộn với nhau về chế
độ bao cấp
Trong lúc người ta yêu bỏ xác ngoài biển khơi
Việt-Nam, mi thật là khốn nạn khi sinh ra ta đồng thời với bọn
người ngựa
những tên bán Chúa phản thầy hạng cú diều độc địa
Việt-Nam, ta không còn ai để thở than những buổi tối buồn
Việt-Nam, những ngày cúp điện những đêm xét hộ khẩu mi ở
đâu?
mi còn nhớ dòng sông với những con đò buôn người chi chit
như lá tre?
mi còn nhớ khu vườn khoảng khoát sau vương cung thánh đường
Sài-gòn nơi những thằng hề phương bắc công khai làm tình với gái
đĩ miền nam?

Việt-Nam, mi còn chiếu phim con heo cho thủy thủ Liên Sô ở
kho 5?

bọn lính tàu bay nước ngoài ở khách sạn Độc Lập Tự Do của mi
mỗi ngày dội nước dơ mấy lần xuống đám học trò trẻ nít?

Việt-Nam, mỗi ngày mi nướng bao nhiêu mạng người?

Việt-Nam, mi làm cách mạng sao dám nói dối?

Việt-Nam, mồ cha những thằng công an khu vực của mi

Việt-Nam, mỗi ngày mi tra tấn bao nhiêu người vô tội ở Phan
Đăng Lưu, Đại Lợi?

Việt-Nam, chừng nào mi mở khách sạn Hilton để bỏ tù thế giới?

sao mi đào thêm mãi những con kinh nước mắt làm cạn nguồn
sống của nông dân?

Việt-Nam, mi đã cướp của ta 8 năm trời đẹp nhất

mi đã cắm vào sọ ta cái chùa Một Cột của mi với bọn lãnh đạo
ngồi trên

Việt-Nam, ta xuất huyết từng giờ và mi vẫn thản nhiên ngồi vỗ
béo lũ rệp

mi phủ báo Nhân Dân lên những mưu mô thâm hiểm của mi

mi phất cờ Giải Phóng trên mỗi đồng tiền công trái

những đồng tiền thắt họng những đồng tiền siết máu

mi giết những cụ già ám hại trẻ thơ và chia rẽ những người tình
trong trắng

Việt-Nam, mi không còn xứng đáng với tình yêu của ta

Việt-Nam, ta thù ghét mi nhưng vẫn không quên những con
đường của mi

trong buổi chiều nắng tàn lúc hàng dừa xõa tóc

Việt-Nam, trong bước lưu đày ta nhớ hàng phượng rợp bóng

ta nhớ sân trường tiếng ve kêu ran và cơn mưa ngã phiêu phiêu

cơn mưa bay à à trên đường đẩy xuống lòng cống rãnh

những mảnh đời dang dở những mối tình vô vọng những ước
mơ mọn hèn

Việt-Nam, ta thù ghét mi khi mi thả lũ con rừng rú xuống đồng bằng

ta thù ghét mi khi mi xua đuổi những nạn nhân hiền hòa ra biển

Việt-Nam, sao mi đẩy ra xa những xác người giạt về quanh
quẩn bên mi?

Việt-Nam, mi có nghe tiếng thét kinh hoàng đêm đêm?

Việt-Nam, ta đã gặp lại người ta yêu trong một đêm giông bão

trên con thuyền không người, người ta yêu tóc rũ
người ta yêu quỳ xuống ôm lấy ta, vuốt tóc
người ta yêu giọt nước mắt long lanh
người ta yêu đôi cánh tay gầy guộc
người ta yêu trần truồng như một loài thú
Việt-Nam, chính người ta yêu đã khép mắt cho ta chứ không
phải mi
ta với người ta yêu chạy chơi trên những nội cỏ thiên đường
ta với người ta yêu không thèm nhắc tới mi
ta với người ta yêu viết lại những bức thư tình ngày trước
chúng ta đã yêu nhau trên ba tầng tháp Eiffel
bơi trên sông Seine như một con tàu hạnh phúc
dưới bóng râm Nhà thờ Đức bà chúng ta vuốt ve một con lừa
trên đồi Montmartre người ta yêu cắt bóng mình làm kỷ vật
chúng ta đã ăn cơm với cá kho tiêu gần điện Bách thần
vào cửa tiệm Lafayette mua quà gửi tặng cùng thế giới
chúng ta đã bay khắp Paris để kỷ niệm ngày Nàng sinh ra ta
Việt-Nam, mi có nghe trong bước chân và tiếng mõ dập dồn
đêm nao
những hồn ma thơ thới trở về bên người còn sống?
mi có thấy những vành khăn tang nở trắng trên những cành đước
những cành đước khổng lồ bấu chặt lấy tim ta?
Việt-Nam, ta thù ghét mi chỉ là một cách nói
Việt-Nam, nếu quên đi là tha thứ
chúng ta đã tha thứ cho mi
như những kẻ thất lạc nhau tình cờ thấy lại
thật khoan dung
Việt-Nam, có phải không vết thương nào rồi cũng lành
với thời gian
và ta chỉ cần quên đi
ký ức một dòng máu?
Việt-Nam, trên cánh đồng còn chân rạ bốc cháy
bên những luống cày còn đẫm máu hôm qua
từ chốn rừng sâu và giữa lòng sóng dữ
cùng với mẹ cha ta bạn bè ta và những kẻ đã hy sinh
chúng ta nắm tay nhau
bắt đầu bài ngợi ca tình yêu" – Paris, 9.1984 – London, 11.1984

Mở đầu phần 3 "Đốm hương", bài Khi Kha-Luân-Bố Tìm Đường như một suy niệm và nhận chân ra đối tượng tìm kiếm luôn là quê hương yêu dấu, khai từ của chính Diễm Châu: *"Tình yêu của một đốm hương rực sáng trước bàn ông Thiên – có soi đủ mặt những đứa con trong đêm tối của Mẹ?"*

> *"Khi Kha-luân-bố tìm đường đi vòng quanh thế giới*
> *ông gặp Tân thế giới*
> *khi tôi tìm đường đi vòng quanh sự sống*
> *tôi gặp em*
> *ở nơi em tất cả đều là châu Mỹ*
> *biển mênh mông sóng nước*
> *đập vào những dấu hỏi triền miên*
> *và con thuyền tôi ngơ ngác sau cơn hồng thủy*
> *đậu trên đỉnh cao một thiếu nữ*
> *tôi giắt đôi dòng thơ như Noé bước xuống một triền dốc*
> *gặp tiếng cười em lảnh lót*
> *và khi tôi nép mình bên một khóm hồng*
> *tôi nhận ra tiếng hót kia cũng là một bông hoa*
> *tôi không nhìn thấy em*
> *nhưng làm sao lẫn được một mùi hương*
> *em tỏa quanh tôi một làn âu yếm*
> *và tôi kẻ khô cằn vì gió bão*
> *tôi cảm thấy vòng tay em siết lại*
> *vòng tay vô hình ấy mềm như nhung*
> *hay như những sợi tơ vàng quấn trên khóm lá*
> *em là một chuỗi bướm*
> *rơi từ không trung thất lạc của tuổi thơ*
> *rơi vào hồn tôi cõi trống*
> *rơi xuống trái tim*
> *em là nguồn suối mà da thịt tôi đã nghe*
> *những mũi kim của dòng nước thoáng nhẹ*
> *làm bừng lên sự sống*
> *trên những mỏm rêu*
> *a có lẽ em không phải là hoa là bướm là nguồn suối*
> *cũng chẳng phải tiếng chim*
> *em chỉ là châu Mỹ*

của một kẻ mang nặng dĩ vãng dẫu không còn dĩ vãng
của một kẻ thất lạc quê hương từ tuổi thơ
  khi Kha-luân-bố tìm đường đi vòng quanh thế giới
ông không tìm ra nơi mình muốn tới
ông tìm ra Tân thế giới
và đưa về cho nữ hoàng của ông
một vùng trời kiêu hãnh
khi tôi mưu cầu sự sống cho bản thân
tôi tìm ra nơi mình phải tới
và còn lại với sự vắng mặt vô bờ bến của em:
quê hương tôi tìm kiếm".

Với Diễm Châu, quê hương thiêng liêng, yêu dấu; ông từng rời bỏ năm 1954 khi di cư vào Sài-Gòn và miền Nam tự do, nơi tinh hoa văn nghệ ở ông phát tiết, nơi ông và thân hữu phải đối đầu với chiến tranh, phân hóa. Quê hương đó, ông lại phải bỏ đi, chấp nhận thân phận lưu vong năm 1983 vì không thể ở lại dù hình như ông và bạn hữu cùng nhiệt huyết hụt hẫng, không còn chỗ đứng, nơi có thể gióng tiếng nói của lương tâm, của bổn phận trí thức và công dân. Không khí nhân gian và tâm thức ngột ngạt, như không lối thoát, như bị đẩy vào ngộ-nhận, bạo lực ngôn-từ của đối phương, … Một "cõi nhân gian thất cách" như chữ nhà thơ dùng trong một bài thơ – Kẻ Vượt Trường Sơn Bây Giờ. Những người bạn ấy của nhà thơ, có những người ra đi sớm trước:

"Trần Tuấn Nhậm đã chết
Thế Nguyên - Trần Trọng Phủ đã chết.
Nguyễn Khắc Ngữ đã chết
Nguyên Sa đã chết
Đỗ Long Vân mới chết
chết
chết
chết
chết tai nạn
chết bệnh tật
chết xa nhà chết ở nhà
chết như mọi người phải chết
chết như những người chưa chết cũng sẽ chết

Những người chưa chết gửi lời chào những người đã
        chết:
Chết không phải là hết
chết là chết" (Tưởng Niệm).

Thơ Diễm Châu tự do và hơn của ai hết, luôn cách tân con chữ và hình thức khả dụng. Bài Dò Neo Gió "gửi Khế Iêm" là một bằng cớ:

"Đò neo gió đợi người
hay neo người đợi gió
cũng vậy thôi
khi trái tim treo
trên lửa
khi đời
thủy tinh vỡ
ẩn ức như hơi thở lênh đênh
bộ lạc xa
rồi   tiếng chim rơi
đã chin một bờ môi
                    đò nhớ sóng
hay bông bụt còn lập lòe bên giậu vắng
                                    đò
                ơi".

Cũng như một trong *Mười bài ở Paris*, ghi "tặng Th. A.":
"im lặng
làm gì có
                ở thế giới này
hàng cây rì rào
đường phố vang động tiếng người, thú
                                    xe cộ
ngày đêm
            mặt trời nổ
                    những dòng nước;
trong không
                gió

> *vẫn bồi hồi*
>
> *im lặng –*
> *chuông thủy tinh chụp xuống*
> *tiếng nức nở*
> *một linh hồn ''*.

Lời Bạt cho tập *Mười bài ở Paris & Những Mảnh Rời* của Diễm Châu có thể thâu tóm tâm sự thi ca của ông: "*... Như cuộc đời vẫn hiến chúng ta những dịp như thế, qua dòng ngày tháng, tôi đã viết những bài này, đôi khi với một cơn phẫn nộ nho nhỏ, đôi khi với một nụ cười nhếch mép tựa như một khoang trời rách, nhưng thường ra thì, với những niềm u uất, những nỗi xót xa không còn muốn ở lại mãi trong tim nữa...*

Cái kén xanh kén đỏ kén vàng kén bạc... cứ việc dày thêm, để điểm tô cho một cành tươi hay đã héo, tôi không còn ở đó: tôi đã cắn một lỗ nhỏ và chui ra. Đôi cánh còn ướt, tôi tập rơi và rơi, trong chân không – như là người thời có thể rơi –, về cõi bao la vô tận của vũ trụ, vũ trụ là đâu... nào có hề gì... Tôi rơi.

Chung cuộc vẫn là một khởi đầu... Như phải vậy. Với tôi

DC''.

Doãn Quốc Sỹ

Doãn Quốc Sỹ lấy tên thật làm bút hiệu. Ông sinh ngày 17-02-1923 (Quí Hợi) tại xã Hạ Yên Quyết, huyện Từ Liêm, Hà Đông, ngoại thành Hà Nội. Di cư vào Nam sau Hiệp định Genève năm 1954, ông chủ trương và làm chủ-nhiệm tờ *Người Việt* (1955) của Đoàn Sinh viên Hà-Nội Di cư - nhóm chống chủ nghĩa cộng-sản, thay vào đó là chủ trương dân-tộc tự quyết, tự sinh tồn, diễn dịch qua văn thơ trên báo. Năm sau đó ông sinh hoạt văn học với nhóm tạp chí *Sáng Tạo*. Ông cũng đã có mặt trên hầu hết tạp chí văn-học nghệ-thuật chính của văn-học miền Nam tự do 1954-1975. Ông lập nhà xuất bản Sáng Tạo và đã xuất bản phần lớn tác phẩm truyện, tiểu thuyết, kịch và truyện cổ, huyền thoại, truyện thiếu nhi cũng như những nghị luận về văn học, ngữ pháp, giáo dục và sư phạm. Ông dạy học tại các trường trung học, trường Sư phạm Sài Gòn, Đại học Sư Phạm và Đại học Văn Khoa Sài Gòn.

Sau biến cố chính-trị tháng 4-1975, kẻ "chiến thắng" đã tung nhiều chiến dịch nhằm bôi xóa văn-hóa tự do và nhân bản của miền Nam cũng như muốn cùm nhốt lý trí và thân xác con người làm văn-hóa và nghệ-thuật; phần lớn các nhà văn miền Nam bị bắt đi học tập cải tạo. Doãn Quốc Sỹ đã bị Cộng sản Hà-nội liệt vào số những tên "biệt kích văn hóa tư tưởng" nguy hiểm cho chế độ và ông bị giam tại trại Gia Trung (Pleiku) từ 1976 đến 1980, ông được thả tự do nhờ sự can thiệp của nhiều tổ chức quốc tế. Trong thời gian sau đó, ông tiếp tục viết và truyện dài Đi! được gửi sang Pháp để nhà Lá Bối khởi dựng lại ở Paris in năm 1982 tại hải ngoại, và ký Hồ Khanh ("hành khô") như một thách đố và bằng chứng cho việc độc tài tư tưởng và chính-trị cũng không kiềm chế được tâm trí con người nhất là con người nghệ thuật. Chính vì lý do này, ông đã bị bắt lần thứ hai vào tháng 5 năm 1984 ("vụ án con Rùa", ca sĩ Duy Trác, nhà báo Dương Hùng Cường, hai nhà văn Hoàng Hải Thủy và Lý Thụy Ý), lần này ngày 27-4-1988, "Tòa án Nhân dân" thành phố HCM kết án ông mười năm tù và mãn hạn tù tháng 11 năm 1991. Doãn Quốc Sỹ bị tổng cộng gần 12 năm tù và bị bủa vây, rình rập cho đến tháng 2-1995, ông được con trai bảo lãnh sang Houston, Hoa Kỳ. Tại đây, ông làm cố vấn cho Văn đàn Đồng Tâm của Tạ Xuân Thạc và đã xuất bản các tuyển tập thơ văn *Đồng Tâm* (số 1, 2005 - số 17, 2014) và "sách kỷ niệm" chủ đích vinh danh các nhà văn-hóa, văn-học và văn-nghệ. Ông hiện sống tại Quận Cam, California.

Tác phẩm đã xuất bản ở hải ngoại: *Đi!* (Truyện dài, Paris: Lá Bối, 1982) - *Mình Lại Soi Mình* (tiểu thuyết; Westminster CA: Văn Nghệ, 1995) - *Người Vái Tứ Phương* (tiểu thuyết, Văn Nghệ, 1995) - *Dấu Chân Cát Xóa* (tiểu thuyết, Văn Nghệ, 1995) - *Cỏ Đùm* (tập truyện, Văn Nghệ, 1997) [Từ 2017-2018, gia-đình tác-giả đã đưa lên mạng internet các tác-phẩm của ông, ghi NXB là Sáng Tạo (doanquocsy.com)].

Trong Đi! gửi xuất-bản ở hải-ngoại (1982) và ký Hồ Khanh; năm 1997, Doãn Quốc Sỹ cho tái bản, chứng tích của một giai đoạn bi đát của đất nước và con người. Nhân-vật ông giáo bị đầy xuống vực sâu đày đọa của người đối với người, của nhồi sọ, có lúc tưởng đã mất hết tin tưởng, cũng đã tìm lại yêu thương và tình người từ những đứa bé miền núi hẻo lánh. Nhân vật *"Bà nội bảy mươi bảy tuổi chẳng bao giờ ngờ chuyến đi từ Hà Nội vô Sài Gòn này lại chỉ để chứng kiến đám con cháu nội ngoại trong Nam ra đi gần trọn ổ. Thật buồn! Nhưng qua kinh nghiệm và cảm nghĩ bản thân, cụ cũng thấy rằng điều đó chẳng thể tránh được (...) Hạnh phúc mẹ gặp con, bà gặp cháu của một đại gia đình thương yêu hòa thuận thực không bút nào tả xiết. Vậy mà cụ có ngờ đâu chỉ sau đó ít lâu cụ chứng kiến cảnh chúng nó ra đi dần, có đứa bị bắt giữ rồi được thả, rồi lại ra đi nữa.*

"Đừng đòi hỏi tuyệt đối, người thánh thiện đến đâu cũng có điểm bất toàn, gia đình hạnh phúc đến đâu cũng có điểm đen bất toàn." Ấy giá là nhà hiền triết thì tự an ủi như vậy, nhưng cụ tâm Phật, cụ chỉ biết niệm Phật, tin Phật, thương và yêu tất cả mọi người. Cụ tin như hai với hai là bốn là cụ, con cháu cụ và tất cả những người tốt trên thế gian đều được trời Phật phù hộ dù gặp nghịch cảnh nào đi

nữa. Và ở nghịch cảnh nào cụ cũng tìm ra được khía cạnh tốt đẹp để vui với nghịch cảnh đó, hoặc đương nhiên coi nghịch cảnh đó không còn nghịch cảnh chút nào nữa.".

Sau ngày "giải phóng" 30-4-1975, kẻ "chiến thắng" đã được dịp nhận chân sự thực về xã-hội miền Nam; nhưng đã trễ, bánh xe lịch-sử đã chuyển vần. Sống trong một chế độ chuyên chính thì nhận chân phải tự phủ nhận, thất vọng phải ngậm câm, chỉ có người miền Nam - kẻ "thua" nhưng quen sống tự do dân-chủ, mới dám nói thay kẻ "thắng": *"Tao nói thực với mày, nhìn vào đời sống thực tế rõ ràng ngày một xuống dốc rất nhanh, nghe những lời hoa mỹ nơi đài phát thanh, đọc những lời hoa mỹ trên khắp các mặt báo, tao có cảm tưởng chứng kiến cảnh một thằng chủ bất lực vì củ đinh thiên pháo đương hãm hiếp một cô gái thất thế bằng cái lõi ngô hay củ khoai gì đó, trong khi đám đàn em của nó ôm đàn cất cao giọng đồng thanh ca ngợi chủ soái chúng đương ân ái với Hằng Nga và sẽ hạ sinh những hoàng tử kiêu hùng, những công chúa chim sa cá lặng. Đ. M. đúng là thủ dâm bằng mồm"* (tr. 165).

Dấu Chân Cát Xóa (1995) truyện dài viết năm 1974 chưa kịp xuất-bản thì xảy ra biến cố 30-4-1975, nhà Văn-Nghệ ở California in năm 1995. Một tiểu-thuyết ngắn về những hành hương trí thức "dấu chân cát xóa" của hai thanh niên trên đất Mỹ, về tình-yêu lãng mạn, lý tưởng hào hùng và Chân Thiện Mỹ trong một không gian của tâm linh và đạo người Á-đông, Việt Nam. Đất nước Hoa-Kỳ mênh mang thiên-địa-nhân đem lại một chiều kích mới cho cuộc kiếm tìm mà tác-giả đã khởi từ thập niên 1950.

Nhân vật Chương sau những chuyến đi và khám phá ở nhiều vùng khí hậu và đời sống khác nhau như Louisana, Nevada, … chàng còn muốn ghé Alaska: *"… Đã từng thưởng thức cái nóng lục địa Nevada, Chương muốn thưởng thức thêm cái lạnh miền kế cận Bắc cực này. Đây cũng là một cá tính đặc biệt của Chương: ưa tận tình thưởng thức những đối cực!*

Còn thêm hình ảnh những dấu chân cát xóa nữa chứ! Những dấu chân cát xóa! Chẳng hiểu vì sao tự nhiên hình ảnh và ý nghĩ về những dấu chân cát xóa lại chợt đến ám ảnh chàng vào lúc này! Cũng là một cách ùa nhập vào hư vô chứ sao! Ùa nhập vào hư vô, không phải để chạy trốn mà để hóa giải mọi nóng bỏng, mọi bất quân bình của thế thái nhân tình!..." (bản 2018, doanquocsy.com, tr. 63).

Nơi đây Chương gặp một cựu trung úy Biệt động quân người Việt có vợ Mỹ đang theo một giáo phái và đi làm việc thiện nguyện; họ trở nên tâm đắc, để rồi khi chia tay *"trong cái vô cùng vô tận của thời gian, không gian, họ và Chương há chẳng vẫn thường xuyên gặp nhau đó sao!"* (tr. 78).

Người Vái Tứ Phương (1995) viết năm 1982 khi còn ở trong nước, về con người và đời sống ở miền Nam sau biến cố 30-4-1975, viết trong khi ông đang bị kẻ "thắng" tàn-độc đọa đày. Nhưng tác-giả, một nạn nhân, vẫn đôn hậu, không hận thù khi nhìn cuộc đời, xã-hội và đời sống trong các trại gọi là "cải tạo" và ở miền Nam sau 1975. Dăm nghi vấn cực chẳng đã như trong lớp "cải tạo" đã phải hỏi cán bộ rằng *"Đất nước ta bị một ngàn năm đô hộ bởi thằng Tàu, một trăm năm đô hộ bởi thằng Tây, dân chúng bao giờ cũng bám vào quê hương mà chiến đấu. Sao vào dịp này thống nhất, khẩu hiệu "không gì quí hơn độc lập tự do" được nêu cao khắp nơi, mà lại cả triệu người đủ nam phụ lão ấu đua nhau bỏ nước ra đi, bất chấp tù đày, bảo biển, cướp biển giết chóc, hãm hiếp? Rõ ràng phong trào vượt biên lan rộng quyến rũ cả miền Bắc, căn cứ địa của xã hội chủ nghĩa. Còn trong Nam, thiếu gì trường hợp cán bộ cao cấp, mấy chục tuổi đảng hoặc con cán bộ cao cấp cũng vượt biên sang tị nạn bên thế giới tư bản. Như vậy giới lãnh đạo có nên cứu xét kỹ mọi nguyên nhân hậu quả của sự kiện lịch sử này chăng?"* (tr. 46-47).

Viên trung tá công an trong "tiểu thuyết" này hồi tâm, nhờ nhân-vật giáo sư Hoàn, đã ra bùng binh ngã sáu Sài-Gòn giờ giới nghiêm để lập vái tứ phương để mong gặp lành tránh dữ và trừng phạt, *"khi vái tứ phương cử chỉ phải thực chững chạc, thân hình thẳng vút như cây tùng chứng tỏ lòng thành khẩn của mình bộc trực với trời đất. Tiểu vũ trụ là mình với đại vũ trụ đồng nhất thể, mình nguyện với trời đất là mình nguyện với chính mình đó thôi!"* (tr. 64). Không những một, mà nhiều anh "nườm nượp" đến tìm giáo sư để được "gặp lành tránh ác". Ông giáo sư Hoàn ở đây chỉ làm công việc "đánh thức nhân tính". *"Thế giới này là nơi cộng đồng trách nhiệm mà. Khi cái Đẹp, cái Thiện đã được khơi nguồn, thắp sáng, người ta dễ bề mở rộng cái tôi cá biệt đi vào cái ta hòa đồng"* (tr. 33).

Lời nói trên đã đánh thức nhân vật "tôi" "*...Bất kỳ hành động thiện, hành động đẹp nào của bất kỳ ai đều có khả năng màu nhiệm bảo vệ giá trị sản nghiệp tinh thần của cả nhân loại. Hình ảnh những con đường có thể gợi nơi ta những lang thang vô vọng, nhưng cũng có thể gợi hình ảnh quê hương, tổ ấm, mái nhà quen thuộc, nơi được an ủi nghỉ ngơi...*" (tr. 34)

Người giáo sư của miền Nam tên Hoàn đã hành cử như một ông thánh: dùng hiểu biết, bao dung để cải hóa – để người khác tự cải hóa. Không một mảy may hận thù, nhỏ nhen. Nhân vật "tôi" cũng vậy, đã đi đến những chiêm nghiệm cao thượng, đầy nhân bản: "*Sự tốt lành có bao giờ mất đâu! Từng tư tưởng, từng lời nói, từng hành động, nhất thiết sẽ dội lại khởi điểm! Tôi giữ cho những lời đó vang vọng thành lời nhắn nhủ, một điểm tựa tinh thần*" (tr. 67).

Nhưng anh ta cũng muốn chính mắt mình quan sát cảnh anh trung tá công an lập đàn vái tứ phương: "*Đúng lúc tâm trạng tôi thật bâng khuâng, chập chờn, bất định thì "người vái tứ phương" xuất hiện y hệt như tôi vẫn hình dung trong trí. Tâm trạng tôi lúc đó sở dĩ bâng khuâng chập chờn, vì cùng một lúc, ôn chập lại trong trí tất cả câu chuyện và hình ảnh viên Trung tá Công an từ thuở bắt đầu; y bị giáo sư Hoàn chinh phục ngay trong câu chuyện; y trầm lặng nhưng lo âu tới tìm gặp giáo sư Hoàn tại nhà. Và hình ảnh y vừa xuất hiện ngay lúc đó từ ngả Ngô Tùng Châu. Các ngả đường vắng tanh. Cả vùng bùng binh nhuốm ánh đèn vàng, lành lạnh sương khuya. Đỉnh trời, một cụm mây trắng như bông nõn đứng nguyên bất động. Trăng rằm tròn vành vạnh ngay gần đấy, và bên trên lùm cây thẫm đen xế vườn Tao Đàn, một vì sao lấp lánh như cũng muốn tò mò chứng kiến. Thoạt thấy bóng người xuất hiện từ ngã Ngô Tùng Châu, tôi còn ngỡ ngàng. Khi thấy người đó bước tới gần tượng Phù Đổng Thiên Vương thì tôi biết chắc là y rồi. Y cúi xuống đặt một cái gì trên bệ tượng, cái gì đó là nải chuối. Y bật hộp quẹt máy, ánh lửa bập bùng lay động. Y đương châm nhang! Phút chốc một đốm lửa lớn hơn như vừa nở ra rồi bị thổi tắt ngay chỉ còn những đốm nhang đỏ rực. Những đốm nhang đỏ lung lay cao thấp theo nhịp y đứng thẳng người và tuần tự vái bốn phương, thoạt hướng về phía chợ Bến Thành, rồi hướng về đường Gia Long, rồi theo đường Lê Văn Duyệt hướng về phía Chí Hòa, sau cùng hướng về đường Võ Tánh (có tôi đương nép lẩn trong hẻm khuất).*

Chính lúc đó, ở vị trí tôi đứng, tôi nhìn thấy y rõ hơn: như một bông hồng nở cheo leo trên bờ vực thẳm! Tôi thật bằng lòng thấy y đứng thẳng, hai tay cầm nhang vái rất đàng hoàng theo đúng lời dạy của giáo sư Hoàn – cách vái chỉ để chứng tỏ với siêu hình tấm lòng thành khẩn và ngay thẳng của mình.

Nhưng cũng cùng lúc đó tôi còn mang một cảm giác kỳ lạ: bóng y vái tứ phương dưới vùng trăng khuya, trong ánh đèn khuya, với ngôi sao sáng xế vòm cây, bỗng như đi vào vĩnh cửu. Rồi đây hàng trăm năm nữa qua đi, hãy tưởng tượng nơi này trở thành hoang phế, vào những đêm tối trời không trăng sao, người ta có thể thấy bóng ma viên Trung tá Công an hiển hiện thành khẩn vái tứ phương như vậy, rồi biến vào hư vô.

Dĩ nhiên tôi không đợi đến lúc tàn nhang, viên công an xách nải chuối về. Khi y tạm đứng khuất đâu đấy; khoảng đường Ngô Tùng Châu, đợi hết tuần nhang, tôi dắt nhẹ xe đạp ra đường Võ Tánh và đạp ngược trở về.

Một bông hồng nở cheo leo trên bờ vực thẳm! Tôi ôn lại hình ảnh này trên đường về, nhưng cũng chưa kiểm soát xem sự liên tưởng đó bi quan hay lạc quan? Hay bi quan tới mức nào, lạc quan tới mức nào?

Tới hẻm nhà, tôi xuống xe vì hẻm quá gồ ghề và tối thui. Hẻm sâu hun hút chìm trong tĩnh lặng khuya khoắt. Tôi dừng lại trước nhà, chưa muốn gõ cửa để bà xã nghe thấy ra mở cho vô. Tôi còn đứng lặng đó, đưa mắt nhìn sang căn nhà đối diện. Bên trong hoàn toàn tối đen, sự tĩnh lặng càng như ôm nặng niềm bí ẩn nào.

Tội nghiệp! Những âu lo nặng nề của một hiện tại đầy bất trắc đã có lần làm người vợ trẻ sợ tình yêu của chồng như chạm phải lửa bỏng:

"Tôi đã bảo không bằng lòng là không bằng lòng. Má ơi, Má!""
(tr. 101-103)

Tập **Mình Lại Soi Mình** (1995) viết tại Sài-Gòn cuối năm 1981 đầu 1982, tiếp nối chuyện va chạm sống chung sau 1975 và cuộc vượt thoát của nhân vật Phượng. Không khí vượt biên phủ trùm thiên tiểu thuyết – như giai thoại hai người bạn tình cờ gặp nhau đối đáp thành thơ trong Thay Lời Tựa:

"(1984): Lúa Thủ Thiêm ngọn chìm, ngọn nổi
Gió xa lộ lúc thổi, lúc ngừng
Gặp nhau tay bắt mặt mừng
Vui thì vui vậy, biết chừng nào xa.
(1980): Đỉnh trời vằng vặc gương nga
Long lanh soi tỏ lòng ta, lòng mình
Gương trong mình lại soi mình
Thấy tình thăm thẳm, thấy hình phù du
Nẻo đời gió bụi kì khu
Biết ai còn mất, tình thu võ vàng"

Qua nhân vật Phượng, tác giả đã viết lại nguồn cơn lịch sử và chiến tranh đưa đến ngày 30-4-1975, qua hai ba thế hệ của một gia đình. Vai trò và kinh nghiệm của nhà văn cũng được ông quan tâm:

"Nhà văn, họ thấy trước và thấy nhiều nên họ đau trước và đau nhiều niềm đau của thời đại. Bây giờ thì Phượng hiểu điều này thấm thía qua niềm đau của chính mình và của người thân.

Đã có một nhà thơ được Cộng sản thả về hôm trước, hôm sau chết. Chúng chỉ thả về để chết – điều này không ngoa.

Có tin một nhà văn khác tuyệt thực ở trại lao động cải tạo để phản đối. Tất cả những gì Cộng sản đã được hưởng dễ dàng tự nhiên để tranh đấu bên thế giới tự do đều biến thành những thứ tối kị dưới chính quyền của chúng. Hơn ai hết, chúng – chủ trương độc tài, ngu dân, bần cùng hóa – hiểu mối nguy chí tử của trí tuệ, của tự do và của tình người. Bởi vậy, nhà văn có tuyệt thực thì dưới ánh sáng văn hóa Hồ Chí Minh – tức văn hóa Cộng sản Việt Nam – từ ngữ đương thới đã được chấp nhận từ Bắc chí Nam – họ bắt tuyệt ẩm luôn. Nhịn ăn có thể kéo dài một tháng, thêm nhịn uống là có ngay được ngọn lửa địa ngục cào xé hãi hùng thiêu cháy cổ, thiêu cháy tim gan ruột phổi, thiêu cháy não bộ, sau cùng thiêu rụi thần kinh, thiêu rụi tâm trí. Nếu kẻ tranh đấu không đầu hàng trong tủi nhục – dù chỉ bề ngoài – thì chỉ cần một tuần là cùng, Cộng sản rũ bỏ được trách nhiệm trực tiếp xử tử người đối lập. Một nhà văn kiêm chính khách được trở về nhà, nhưng chưa kịp về tới nhà mắt còn mở nhưng tắt hơi ở dọc đường. Một nhà văn kiêm bác sĩ cao lớn như Tây, hiền như bụt, bị kiết lị được chở về nhà thương Chợ Rẫy, tới nơi đã hoàn toàn hôn mê không còn nhận ra vợ con nữa. Chết.

Nhưng không hiểu sao tất cả những bất hạnh đó không hề làm Phượng nao núng bi quan về số phận ông nhà văn. Không hiểu sao! Giác quan thứ sáu đặc biệt bén nhạy của Phượng đã vươn thành thiên địa chi tâm, thành tiên tri, tiên giác biết trước số phận vượt hiểm nguy của người mà mình hết lòng quý mến chăng?...".

Cũng như những chuyện "học tập, cải tạo" mà tác giả từng trải qua cũng như chuyện vượt biên mà nhiều thành viên của chính gia đình ông đã trải qua. Cuối cùng, Phượng cũng vượt biển thành công, được nước Pháp nhận tị nạn, nhưng cuộc sống ban đầu nơi xứ người dĩ nhiên không như mộng tưởng:

"Chìm ngập trong sầu não mờ mịt, Phượng thu nhận toàn những chuyện buồn để tự vùi dập tâm hồn hơn nữa. Phượng thấy những người Việt lưu vong như những kẻ lưu đày không hẹn ngày về, dấn thân vào một kiếp sống quá vất vả, hoàn toàn nô lệ thời gian, sáng đi làm từ sáu giờ đến năm giờ chiều mới về, xúm vào làm bếp, ăn sấp, ăn ngửa, dọn dẹp cửa nhà, chưa kịp chuyện trò, hỏi han con cái đã phải tính chuyện đi ngủ để ngày mai còn đủ sức làm việc. Nếp đạo đức dân tộc dần dần mất mát đi nhiều; vợ chồng dễ hết tình, cạn nghĩa ly dị nhau; con cái tới tuổi trưởng thành đi ở riêng biệt lập; trước sau rồi cũng bị đồng hóa vào nếp sống cá nhân Tây phương. Có một tín đồ tìm tới ông Cha nhà Dòng xin Cha làm lễ cầu Chúa cho sớm được chết, khỏi phải trông thấy những cảnh hỗn loạn vô luân. Từ Na Uy, qua Thụy Điển, đến Đan Mạch, thỉnh thoảng tại những hang cùng ngõ hẻm nào đó cũng gặp những người tóc đen là những người Tàu hay người Việt Nam bật gốc. Tại mấy làng đánh cá xa xôi nơi Bắc cực quanh năm trời mù mịt tối, cũng gặp những trẻ Việt không nói được tiếng Việt, và những người đồng hương ngao ngán thở dài hướng về tương lai, trở về cố hương. Nỗi lòng u uất của Phượng bắt ngay lấy những lời đay nghiến của một kiều bào khác thống trách một số người Việt tị nạn khi có đời sống tương đối thoải mái với đủ các loại máy giặt, máy hút bụi, máy rửa chén, xe hơi... bắt đầu ưa nói xấu, chỉ trích, chia rẽ nhau; hợm hĩnh, lố lăng với những kiến thức, những văn bằng... Thà cứ như một số khác sống im lặng, nhấm nháp đắng cay, đỡ gây ác cảm với những người bản xứ...".

Sau cùng và thuộc vào sáng-tác trước biến cố 30-4-1975 nhưng xuất-bản trễ còn có truyện ngắn trong tập cùng tựa *Cỏ Đùm* (1997) tiếp tục cuộc kiếm tìm con người Việt Nam, tập gồm những chiêm nghiệm về chiến tranh vừa qua, về những biến cố lịch sử khác. Nông nhân luôn là nạn nhân trong cuộc chiến giai cấp và khi mà kẻ trí thức có vấn-đề, chỉ là thứ trí thức "ma trơi, cò mồi", một thứ "vong bản" vì đã đánh mất gốc thuần phác nông dân của người nhà quê. Nhất là trong những cuộc nội chiến, người nhà nông là lớp người đau khổ và thiệt thòi nhiều nhất, như nhân-vật Cò Đùm *"tượng trưng cho tâm hồn điển hình nhất của quảng đại quần chúng Việt Nam vùng thôn dã. Một tâm hồn bén nhạy, tuyệt luân khôn ngoan mà không biết rằng mình khôn ngoan, đôn hậu mà không biết mình đôn hậu. Đầu đội trời, chân đạp đất, đi đứng vững chãi bằng cả con người, cảm xúc và phản ứng bằng cả con người, và cực kỳ bén nhạy, cực kỳ chu đáo, cực kỳ sáng suốt, để tự bảo tồn và cũng có nghĩa là bảo tồn dòng giống quê hương. Cái trực giác của Cò Đùm vượt hẳn hoàn cảnh bủa trùm lấy thời gian hiện tại, bởi vậy Cò Đùm mới thấy trước cả tôi nữa, rằng tôi sẽ vào thành ngay lần đó cùng với gia đình. Bây giờ tìm hiểu Cò Đùm, chúng ta cũng phải thể nhập vào dòng cảm thức toàn diện của Cò Đùm, đừng chỉ nhìn, chỉ hiểu bằng lý trí. Tôi nghĩ Cò Đùm học tiếng Pháp một mặt để phản đối chơi đường lối của Đảng, nhưng cũng với một trực giác mẫn nhuệ tuyệt luân, Cò Đùm– đại diện kết tinh của người Việt cơ bản Đông phương vào thời đó – đã thấy rằng phải du nhập nốt thật chu đáo yếu tố văn hóa Tây phương nữa mới chiếm vững được một thế đứng dưới ánh mặt trời. Chính thái độ thành khẩn thiết tha của Cò Đùm muốn gửi tôi mang về thành thắng con trưởng cũng là một biến thái của dòng trực giác mẫn nhuệ đó"*.

Cò Đùm *"đã phủ nhận chính sách Đảng và Bác ngay từ ngày đó, có nghĩa là chính sách Đảng và Bác đã thất bại ngay trong lòng anh từ ngày đó, anh có gì phải tiếc nuối đâu! Anh nên nhớ trực giác thuần hậu bén nhạy của Cò Đùm, đại diện cho phần tinh túy của người nông dân Việt, bao trùm cả không gian thời gian, phẳng lì không vết cắt hiện tại với tương lai. Kể từ ngày quốc gia thành nền tảng từ đời Lý đến nay, chúng ta cứ diệt xong ngoại xâm thì anh em lại cấu xé nhau – đó cũng là một nét xấu dân tộc tính đấy – sở dĩ chúng ta còn giữ được nước chính là nhờ phần trực giác mẫn nhuệ kia, mà đại diện điển hình là Cò Đùm. Cò Đùm thụ giáo Pháp văn tôi, vinh hạnh về phần tôi, không phải về phần Cò Đùm. Bây giờ thì Cò Đùm trở lại *thành tấm gương vằng vặc hơn bao giờ hết để tôi soi vào – tôi sẽ luôn luôn soi vào – kiểm soát chính tôi..*" (tr. 52, 54).

Tác giả để các nhân vật suy luận xa hơn: "*Nước là dân, dân là nước, không những là không gian mà còn là thời gian, không những là ý thức mà còn là tiềm thức, ai mà bán nổi?! (...) Chỉ những kẻ thuộc cấp lãnh đạo quốc gia, những thành phần trí thức ở mọi lãnh vực khả năng mới đủ phương thế nói có. Nhưng chừng nào những phần tử trí thức lãnh đạo để mất phần "Cò Đùm cơ bản" nơi họ, thì bất quá họ cũng chỉ là những anh trí thức ma trơi, lũ nói tiếng Anh, tiếng Pháp... cò mồi!*".

Nhà văn Doãn Quốc Sỹ qua hơn 50 năm sinh hoạt chữ nghĩa, từ thập niên 1950 đến đầu thế kỷ XXI đã mang hình ảnh một kẻ sĩ, một nhà giáo, với tâm hồn đôn hậu, chân thành. Tác phẩm của ông nhìn chung tình ý nhẹ nhàng, hướng thượng trong một hình thức nhà trường, không chuộng cách tân. Ông cũng có dấn thân chính trị có thể vì lý tưởng, nhưng ông không vượt lên cao hơn thành kiến khi đưa ra nhận xét về chế độ Cộng hòa hoặc đôi khi tỏ ra dễ tin tuyên truyền. Sau 1975, tác phẩm của ông có khuynh hướng kiểm điểm và tự kiểm điểm, nhìn lại quá khứ và với cái nhìn suy tư của kẻ thua thiệt nhưng vẫn tin ở sứ mạng của mình, của một truyền thống đã tin tưởng là tốt, là nhân bản, ít ra là trung dung. Đi trước những Đỗ Thúc Vịnh (*Hoàng Hôn Tùy Bút*, 1991, *Nỗi Ám Ảnh Của Quê Hương*, 1996), Đinh Văn Ngọc (*Hai Mươi Năm Thăng Trầm*, 1993), Sơn Điền Nguyễn Viết Khánh (*Những Mùa Xuân Trở Lại*, 1999), Nguyễn Gia Kiểng (*Tổ-Quốc Ăn-Năn*, 2000), v.v., Doãn Quốc Sỹ khi còn ở trong nước đã viết *Mình Lại Soi Mình, Người Vái Tứ Phương* và *Cò Đùm* trong cùng mục đích kiểm điểm và tự kiểm điểm từ biến cố 30-4-1975, một việc làm trí thức và tâm tình cần thiết cho một nhân tâm đã thất tán và lịch sử đã sang trang!

Du Tử Lê

Nhà thơ Du Tử Lê (tên thật Lê Cự Phách, sinh ngày 10-11-1942, Hà Nam và mất ngày 7-10-2019 tại Garden Grove CA) thời hải ngoại, đã có những đóng góp trong việc cách tân, thử nghiệm làm mới thi-ca qua chính sáng tác của mình, nhưng sự đón nhận thực sự không kéo dài và hình như không thuyết phục được giới làm văn học. Du Tử Lê đã liên tục thử nghiệm, canh tân, suốt cuộc đời làm thơ và có vẻ không lùi bước! Ông muốn làm mới ngôn ngữ, biến hóa cấu trúc, cách đặt câu, chấm câu, làm mới cách diễn tả thơ (và văn) trên trang giấy, đem thị giác mới đến với thơ.

Rời Việt Nam năm 1975, ở hải ngoại ông liên tục sáng tác và in trên dưới 70 ấn-phẩm xuất và tái bản, trong số có các tuyển tập thơ: *Thơ Tình* (1984) gồm những sáng tác thời 1976-1984, *Ở Chỗ Nhân Gian Không Thể Hiểu* (1985-1989) với phụ tập trường khúc *Mẹ Về Biển Đông* (1989), *Đi Với Về Cùng Một Nghĩa, Như Nhau* (1991), *Chấm Dứt Luân Hồi: Em Bước Ra* (1993), *Sông Núi Người Thơm Nỗi Nhớ Nhà* (1996), *Vì Em, Tôi Đã Làm Sa Di* (2001),... cho đến *Tuyển Tập Thơ Du Tử Lê 1957-2015* (2015) và *Em cho tôi mãi nhé: ấu thơ mình,* 2016-2019, tuyển thơ do nhà Văn Học Press ở California. Ngoài ra ông còn xuất bản những tuyển tập thơ song ngữ hoặc dịch ra tiếng Anh cũng như một số CD nhạc phổ thơ ông và một số tiểu thuyết, tuyển tập tùy bút mà sau nhất là *Khi Gối Đầu Lên Ngực Em* (HT Productions, 2016), hồi ký và truyện, và hai tập *Sơ lược 40 năm Văn học Nghệ thuật 1975-2015* (HT Productions, 2015) và *Phác Họa Toàn Cảnh Sinh Hoạt 20 Năm Văn Học Nghệ Thuật Miền Nam (1954-1975)* (Người Việt, 2014; HT Productions, 2016) – cuốn sau theo giới thiệu, là "*kết quả của bảy năm viết hàng tuần cho nhật báo* Người

Việt, trang VHNT. Dòng VHNT miền Nam tuy ngắn ngủi, nhưng lại quá phong phú, rực rỡ, nên nhà thơ Du Tử Lê, chỉ chọn những bài viết, những tác giả, những nhân vật mang tính tiêu biểu, cùng những dữ kiện có tính cách soi sáng phần nào những góc tối, hay góc khuất của 20 năm sinh hoạt VHNT miền Nam".

Du Tử Lê còn có sách xuất bản ở trong nước như các tập thơ *Thơ Tình Du Tử Lê* (NXB Văn Nghệ TpHCM, 2005), *Giỏ Hoa Thời Mới Lớn* (LiênViệtBooks, 2014), *Mẹ về Biển Đông* (Hội Nhà Văn, Hà Nội, 2017), tập tùy bút *Chỉ nhớ người thôi, Đủ hết đời* (Văn Hóa Cổ Phần Phương Nam, 2017), và trong năm 2018, 2 tập thơ *Khúc Thụy Du* (Phanbook & NXB Hội Nhà văn, 2018), *Trên Ngọn Tình Sầu*, tập tùy bút *Giữ Đời Cho Nhau* II (PhanBooks, 6-2018) và tiểu thuyết *Với Nhau, Một Ngày Nào* (NXB Hội Nhà văn và Saigonbooks). Các bài viết về Du Tử Lê và tác phẩm của ông được thu góp và in thành tuyển tập, những *Du Tử Lê Tác Giả Và Tác Phẩm*, đã ra đến tập thứ IV (2000), loại tuyển tập trước sau ông ở hải ngoại có Nguyên Sa, Luân Hoán, Thái Tú Hạp, v.v.

Cách-tân thơ

Nhà thơ Du Tử Lê thử nghiệm một số biến cải thể loại lục bát mà ông đã bắt đầu trước 1975, ở hải ngoại ông đi xa hơn và lập luận làm nền cho chủ trương của mình. Trong bài viết "Vài nỗ lực canh tân thể Lục bát và quan niệm hoán vị / Conversion Concept" (1), Du Tử Lê cho rằng đời sống hiện nay như những mảnh vụn, nên sử-dụng những dấu chấm, phẩy để cắt vụn câu thơ. Chủ trương tiếp là dùng dấu gạch chéo slash / tức "dấu gạch vào" hay "gạch đi tới trước", còn để cho phép người đọc đổi vị trí chữ theo ý riêng. Đây là ý niệm hoán vị (conversion concept) làm nhịp đi của câu thơ được ngắt lại; tính và chiều đi tới của câu thơ được cởi bỏ để thơ có tự do chuyển động hai chiều và hoán vị, - tức "thay đổi vị trí trước đây vốn cố định", người đọc tự do đổi vị trí các chữ hoặc nhóm chữ đứng trước gạch chéo đến một vị trí khác trong câu thơ nếu muốn. Với ý sau này, ông tạo cơ hội cho người đọc thực sự trở thành tác giả thứ hai (2). Du Tử Lê chủ trương gạch slash / nói là để tạo cảm thông, chia xẻ; một chữ hay một nhóm chữ sẽ hoán đổi vị trí trong câu, di chuyển theo hai chiều thuận nghịch. Tiếp đó, ông đi xa hơn nữa khi đề nghị đổi Chủ thể (Subject) với Khách thể (Object) về ý nghĩa trong câu viết. Ông dẫn thử nghiệm trong *Sông Núi Người Thơm Nỗi Nhớ Nhà* là tập có nhiều áp dụng này:

> *"tình yêu / đường xá / ghế, bàn / ngọn đèn / đêm tối:*
> *hát cho tôi nghe*
> *bởi chúng thấy tôi*
> *vật lãng quên, lớn nhất"* (tr. 83).

Cuối cùng là chủ trương thay-thế giới-tự (preposition) với thí dụ *"Rừng / tôi / sâu / thở / nốt chân trời" (Chấm Dứt Luân Hồi: Em Bước Ra)*, trong đó ba chữ Tôi / Sâu / Thở có thể đổi vị trí để thành những câu và ý nghĩa khác câu nguyên bản.

Để ngắt lại nhịp đi của câu thơ và cách tân lục bát, ông chủ trương sử-dụng các dấu có sẵn như phẩy, chấm, để tạo cho câu lục bát những "nhịp lẻ, nhịp chỏi" khác thường và bất thường khác nhịp đã quen - nghĩa là đều, chẵn và cân đối. Kế đó là ý kiến "chẻ chữ để thêm nghĩa" như đau, khổ; buồn, rầu; như *"chia, ly; khô, héo"*: *"Sương, trần thân mây chia, ly / nhập chung nỗi chết: sầu khô, héo về"* (Khúc 19 Tháng 9, *Chấm Dứt Luân Hồi: Em Bước Ra*, tr. 50). Thứ ba, bỏ âm trắc ở chữ thứ tư,... mà câu tiêu biểu thường được nhắc nhở là *"tôi Lê. Lê. Lê. Lê nào?"*, ở đây câu sáu chấm dứt bài Tôi Nào? (*Sông Núi Người Thơm Nỗi Nhớ Nhà*, tr. 112).

Hay: *"Và, ngày cù sương: bay lên / nắng thâu phế liệu; em truyền nhiễm, thơ / (...) và chiều cù ta: chìm, rơi / ai /vai / bồ tát / tim / ngồi ghế sau"* (*Sông Núi Người Thơm Nỗi Nhớ Nhà*, tr. 60).

> *"... tôi ngồi, lưng mỏi thân xiêu*
> *nhủ tôi cơm áo còn nhiều đắng cay*
> *tôi ngồi, tôi gọi: Lê ơi*
> *bỗng nghe tiếng vọng từ đồi nghĩa trang*
> *tôi ngồi, tôi ngắm tôi tan,"*

(Khi Trở Lại Làm Việc Ở Collins Radio, *Thơ Tình*).

Bài thơ chấm dứt ở câu sáu và với dấu phẩy.

Ngoài thể lục bát, họ Lê thử nghiệm cả cho những thể thơ tự do hoặc bảy chữ (chân tiếng), như biến đổi với cách ngắt câu, chấm câu, dùng dấu gạch ngang, gạch nối và những ngoặc đơn:

"riêng em biết: tôi, đêm và quá khứ
đã chia thành trận tuyến mỉa mai
biển ký ức lồi, cong: người cận ảnh
lá / hình dung / cây /: - chỗ kín nào?
riêng em biết: linh hồn tôi khẩm nước
thuyền / thịt xương khôn chở hết chiều, / bầm/ (...)"

(Riêng Em Biết: Tôi Chưa Hề Có Tuổi Khi Yêu Người Tôi Mới
Lớn)

"(...) ai nhan sắc? - Cầm trên tay Thánh Giá
trả Giáo Đường câm lặng, tắt theo kinh
đôi hàng ghế uy nghiêm chờ hối cải
cửa tôi buồn. Bưng bít. Phúc Âm
ai nhan sắc? - Như một lời chúc phúc
giữa-chiều-em: quân dữ bỗng quy hàng
tên ngoại giáo gửi xác, hồn lại Chúa
đưa nhau đi: dựng một Giáng Sinh, nàng".

(Đưa Nhau Đi: Dựng Một Giáng Sinh, Nàng).

Họ Lê áp dụng thơ "biến dịch" (interactive poetry / self-serve,
một cách nói khác của hoán vị) ở lục bát vô các thể loại khác, để ngắt,
đổi vị trí các chữ trong câu, để có thể có nhiều cách đọc ngược xuôi
khác nhau:

"Mây kiệt sức kéo chiều lên đỉnh núi
Mặt trời rơi, hẫng, nhớ nhung / đen /
Cát xúc động xô sông về / mắt / cuối /
Sóng lênh đênh / oải / muộn / lãng quên, quen.
Dẫu điểm đứng chỗ nào trong vũ trụ
Em cách gì một lúc: - ở hai nơi
Chỉ tôi biết: - tôi vô cùng loãng, nhẹ
Sống phân thây từng miếng / vụn / hôi / mùi
Búp nghi hoặc: - có chăng đời lá: chết!
Hoa nào tin quả đắng đến không ngờ...".
Hoặc: "em, thanh tẩy: mối sầu / tôi / đóng váng
như môi người thánh hóa tiếng kêu, riêng
ngực thánh hóa một lần, tôi, sáu ngón
ấu thơ trôi, tay ở lại lưng, gần

    Em, thanh tẩy: cây đời / tôi / giả dạng
    (như vai người mang nắng, biển đi, xa)
     (...) em thánh hóa tim tôi: bằng hạt lệ"
(Khúc Tháng Sáu).

Các dấu /: - ( ), của Du Tử Lê là một thử thách cho người đọc - tức không phải là tác giả! Cũng như tựa đề nhiều bài thơ mà thứ tự đứt đoạn, viết tắt, danh xưng người được tặng gửi cũng nhảy nằm trên tựa!

*

Nhìn chung, các hình thức mà Du Tử Lê thử nghiệm chưa đủ thuyết phục giới thưởng ngoạn thi-ca, ngoài lối chấm câu bất ngờ và sự sử-dụng những dấu gạch đi tới /. Thơ là một văn bản, một toàn thể, do đó có thể tạo thành với ý, nhạc tính và cả thị giác. Những thử nghiệm của Du Tử Lê nhắm cải đổi chân điệu (âm-điệu, pied rythmique) và số tiếng (âm-tiết, chân tiếng, pied-mot) trong câu ở thơ cũ vốn đều đặn, nhất định, nay sẽ biến đổi khiến thơ có nét bất ngờ và mới! Xưa nay vần cho âm-điệu, nhưng âm điệu có thể có mà không hẳn cần đến vần, âm điệu sẽ tự do, đa dạng. Một số người làm thơ trẻ thời 1995-96 đã phê bình họ Lê làm xấu phần hình thức với những dấu gạch tới (3). Nhưng nay với những thử nghiệm Tân Hình Thức và thơ cụ thể gần đây, những dấu gạch chéo slash / của Du Tử Lê không còn là trở ngại, nếu không dùng thái quá.

Tiếng Việt có những đặc điểm mà ngôn ngữ nước khác không có. Du Tử Lê cho người đọc cảm tưởng ông dùng ngôn ngữ Việt làm vật liệu để thí nghiệm với cấu từ pháp và tính riêng của tiếng Anh-Mỹ - chúng tôi không tìm thấy dấu vết ảnh hưởng văn hóa và ngôn ngữ Pháp trong thơ ông. Theo thiển ý, ngôn ngữ Việt Nam, nói cũng như viết, đang có một số thử thách và khủng hoảng, vì hoàn cảnh chiến tranh, lịch sử, phân cách địa lý Nam Bắc, trong-ngoài nước. Sau 1954 và 1975 trong Nam, trong nước áp đặt nhiều từ-vựng Trung quốc để diễn tả những chuyện mà tiếng Việt thuần đã có chữ để dùng - y như Nam-Phong tạp chí thời thập niên 1930 sử-dụng tiếng Hán bác học để dịch và dùng thay thế những chữ nôm na đã có trong tiếng Việt, đã trừu tượng hóa ngôn ngữ triết và khoa học. Bên cạnh đó, các nhà văn thơ không ngừng canh tân, nghệ thuật hóa ngôn ngữ, nhất là khi vì tình cờ của lịch sử, đã được tiếp xúc với văn hóa bản xứ các nước tạm dung hay quê hương mới.

Du Tử Lê là một trong những nghệ sĩ liên tục thử nghiệm ngôn ngữ thi-ca - cũng như văn xuôi. Nhiều tựa tác phẩm (*Vốn Liếng, Một Đời; Với Nhau Một Ngày Nào; Đi Với Về Cùng Một Nghĩa, Như Nhau; Vì Em, Tôi Đã Làm Sa Di; Em Và, Mẹ Và, Tôi Là Một Nhé; Chấm Dứt Luân Hồi: Em Bước Ra;* ...) cũng như tựa những bài tùy bút, tản mạn của ông - ngoài những dấu chấm, phẩy, gạch còn có những mã hiệu, mã tự viết tắt tên người, khiến không dễ theo dõi, nếu không từ tiên khởi, chấp nhận trò chơi chữ nghĩa của ông hoặc ở trong quĩ đạo ngôn ngữ của ông! Tuy nhiên, Du Tử Lê nhiều khi cố tình ghi dấu chấm ở những tựa đề không cần thiết, như "Yêu dấu, cần chăng, một lời nào, khác, nữa?" (4), nếu bỏ hết dấu, "Yêu dấu cần chăng một lời nào khác nữa?" cũng chỉ nói lên một nội dung mà câu sau còn chứng tỏ khả năng gợi cảm và đơn mà đa dạng của câu văn tiếng Việt, không cần chia động từ quá khứ tương lai hiện tại cũng không cần bỏ giống và bỏ số! Cùng trường hợp với các tựa đề Đi Với Về Cùng Một Nghĩa, Như Nhau; Vì Em, Tôi Đã Làm Sa Di; Thơ Tình, Gửi Yêu Dấu, Đầu Thiên Kỷ, Mới; v.v.! Những dấu phết, hai chấm,... không cần thiết ở tựa đề. Riêng cái tựa Em Và, Mẹ Và, Tôi Là Một Nhé họ Lê viết cố tình bỏ dấu và từng bị phê sai cả ngữ pháp (5), những kỹ thuật có thể gây ấn tượng nhưng nếu viết không bỏ dấu còn hàm xúc thêm ý nghĩa ba trong một - ông đã đánh mất cái tinh túy đó! Tựa này và tựa *Người Nhón Gót: Thả Điều Chưa Nói Hết,...,* v.v. thì quả thật, hơi thái quá! Hơn nữa các bài giới thiệu và phê bình phần nhiều viết sai tựa mà họ Lê đã cố tình đặt cho những tác phẩm ấy! Riêng thử nghiệm thay đổi vị trí tiên khởi để có vị trí mới mang âm hưởng và ý nghĩa khác tùy theo suy nghĩ, ý tưởng của người đọc qua câu thí dụ *"rừng / tôi / sâu / thở / nốt chân trời"* thì các nhà ngôn ngữ học Việt Nam trước ông cũng đã nhiều lần dẫn thí dụ để chứng minh cho sự phong phú và tính hoán chuyển tài tình của ngôn ngữ Việt.

Câu thơ của Du Tử Lê còn thêm khía cạnh vì đánh dấu nhiều, 'hà tiện' chữ hoặc cố tình để dư thừa chữ, có thể vì muốn cách tân nhưng cũng có thể vì động cơ làm dáng, khiến câu thơ trở nên mơ hồ, tối nghĩa hoặc thiếu chất khẳng định - trong các tùy bút và văn xuôi khác, tính chất này còn rõ rệt hơn nữa! Ngoài những bài với nội dung rõ rệt như sẽ phân tích trong phần sau, thơ "cách tân" của ông có thể thích hợp cho thử nghiệm và suy nghĩ làm mới, nghệ thuật thuần túy ai muốn hiểu sao thì hiểu, hơn là thích hợp cho học đường, cho việc nghiên cứu ngôn ngữ Việt - là những môi trường cần mẫu mực! Trong bài "Yêu dấu, cần chăng, một lời nào, khác, nữa?" viết năm 2002, Du Tử Lê tỏ ra lạc quan với các thử nghiệm của ông, nhưng thiển nghĩ, phần lớn các kỹ thuật làm mới của ông sẽ có thể khiến tiếng Việt rỗng nội dung, mất hồn, vong bản và dần mất đi những cái độc đáo riêng của tiếng Việt. Có thể nói ở một trình độ nào đó, chủ trương của Du Tử Lê khiến ngôn ngữ Việt Nam phần nào sẽ trở thành một loại chữ á-rập - ví dụ kinh Coran có nhiều cách đọc và hiểu, người đạo Hồi quá khích sẽ đọc Coran khác Salman Rusdie (The Satanic Verses), người trí thức đọc và hiểu khác dân giả chỉ tụng kinh, v.v. Các nhà ngữ học từ trước nay với nhiều phương-pháp và tiếp cận, đều muốn phân tích và hệ thống hóa tiếng nói của người Việt, ngữ-nghĩa và ngữ-dụng đều được xem là quan trọng. Nghệ sĩ và văn nhân cũng như mọi tầng lớp dân chúng, mỗi ngày, mỗi thời đại và mỗi miền, đều đóng góp liên tục cho gia tài ngôn ngữ sung túc và thẩm mỹ hơn. Dĩ nhiên những lập dị, hoặc không được số đông nhìn nhận hoặc sử-dụng, sẽ biến mất!

Những cách tân và thử nghiệm của Du Tử Lê có tồn tại với thời gian không hay rồi cũng như những cách tân hình thức của Nguyễn Vỹ thời tiền chiến và những thử nghiệm của thơ cụ thể, sự vật và Tân Hình-thức của các nhà thơ khởi đi từ hải ngoại cuối thế kỷ XX? Chúng tôi nghĩ Du Tử Lê sẽ còn được nhắc đến như một nhà thơ có nội dung và có thi tính đặc biệt. Một số chủ đề được Du Tử Lê khai thác như đời lưu vong, ánh sáng mãi ở phương Đông, tôn giáo,... là những đề tài hợp tâm thức nhiều người đọc!

Nội-dung và thi-tính

Hư Vô vì hiểu cả cái Ta chỉ là hạt bụi. Trong cuộc tìm kiếm chính mình, chính bản chân diện mục, cái Tôi sâu thẳm và thực, có khi nhận ra cái Tôi bị động, tan nát, vì tâm động chẳng hạn:

" cõi tôi, cõi nát, cõi tàn

cõi hoang mang, vội, cõi bàng hoàng, qua

cõi vui thân thể cõi già

cõi lang thang mượn mái nhà hư không

cõi xanh, cõi lạnh, cõi cùng

> *cõi con muốn bỏ, cõi chồng vợ, xa*
> *cõi em muốn dạt chân về*
> *cõi đau nhân thế, cõi thề thốt, quên*
> *cõi nào, cõi thật, tôi riêng?*
> *cõi đêm máu chảy, cõi thương nhớ trùng*
> *cõi tôi, cõi mịt, cõi mùng*
> *thôi em có ghé xin đừng nghỉ lâu*
> *cõi đời đó, có chi đâu!"*

(Cõi Tôi, *Thơ Tình* tb 1996, tr. 139).

Những tra vấn trở thành thường trực, tác giả dùng hình ảnh cụ thể, hiện thực để chạm đến cõi siêu hình:

> *"tiền thân tôi ở cõi nào*
> *tiếng kêu lay lắt dạt dào lời thưa*
> *bóng ngồi cuối dốc nghe mưa*
> *trên không cánh vạc bỗng ngơ ngác nhìn*
> *(...) hôm nay tôi bỗng nghi ngờ*
> *tiền thân tôi phải bóng cờ trong sương?"*

(Tiền Thân).

Kiếm tìm buồn bã đó sẽ ngừng lại ở Cái Chết, đề tài đi về nhiều lần trong thơ Du Tử Lê:

> *"Khi tôi chết hãy đem tôi ra biển*
> *đời lưu vong không cả một ngôi mồ*
> *vùi đất lạ thịt xương e khó rã*
> *hồn không đi sao trở lại quê nhà*
> *Khi tôi chết hãy đem tôi ra biển*
> *nước ngược dòng sẽ đẩy xác trôi đi*
> *bên kia biển là quê hương tôi đó*
> *rặng tre xưa muôn tuổi vẫn xanh rì*
> *(...) Khi tôi chết nỗi buồn kia cũng hết*
> *đời lưu vong tận tuyệt với linh hồn"*

(Khi Tôi Chết Hãy Đem Tôi Ra Biển, *Thơ Tình*, tb 1996, tr. 94-96).

Một cái chết non, tức tưởi, vì trang sử bị xé, vì cuộc sống đọa đày chịu bao đứt đoạn, chia lìa! Ý thơ lạ lẫm, mấy ai đã dám nói đến cái chết khi đang yêu sống, ngoại trừ những kẻ lưu vong tuyệt vọng. Những dặn dò cho ai không nói rõ, hay cho con người, cho đồng loại, những người cùng thế hệ, cùng chung phần nào quá khứ và thương đau!

Trước 1975, Du Tử Lê đã có một số sáng tác nói đến cái chết như bài Lúc Người Chết trong tập *Thơ Du Tử Lê 1967-1972*, nhưng cái chết ở đó trừu tượng, chung chung, không đặc thù như khi ông viết trong tình cảnh lưu vong tập thể! Nhà thơ bi quan, hay băn khoăn ở vào thế kẹt, đối với người yêu, với đời, ông ngập ngừng giữa Đi với Về qua tập Đi Với Về Cùng Một Nghĩa Như Nhau và ở nhiều bài khác!

Tâm thức Lưu Vong gắn liền với cái Chết, vì không gian đã khác và thời gian lưu vong trước hay sau gì cũng vậy thôi, cũng cùng hoàn cảnh đổi đời, mất cả quá khứ hay cứ tưởng rằng hãy còn vướng vất chút nào đó:

> *"(...) Chính vì tan tác nên nhăng nhố*
> *đến cả sân chơi cũng bẩn rồi*
> *Cố mà chơi nốt trò chơi dở*
> *đến lúc đi thì đi thảnh thơi.*
> *(...) đừng buồn ta nhé. Nghe, ông bạn*
> *- ta sống như là xác chửa chôn*
> *có đâu tổ quốc mà than thở*
> *ngựa nhỏng bờm bay cùng âm dương*
> *nhớ lấy từng hồi chuông báo tử*
> *rộn rã từ lâu. Đừng giả lơ*
> *thiên đàng? Địa ngục? Rồi sao chứ?*
> *Sống tựa ma hời. Chết cũng ma..."*

(Lưu-Vong Khúc, *ĐVVCMN,NN,* tr. 111).

Vui sống sót nhưng buồn nhiều hơn vui, buồn đến trở thành quay cuồng. Trong tình cảnh đó, những hội ngộ bạn hữu là những cơ hội lớn để nhìn thấy lại quê nhà, dù trong đớn đau:

> *"(...) nhìn nhau chợt thấy ra sông núi*
> *có chút gì nghe rất thốn đau*
> *hẹn bay về chết trong tay mẹ*
> *tổ quốc nghìn năm bỏ được sao?"*

(Nhìn Nhau Chợt Thấy Ra Sông Núi).

Nỗi nhớ nhung quê nhà đó sẽ da diết, trong từng sự vật cụ thể, nhỏ nhoi:

"... Nhớ nghĩa trang quê hương bạn bè
Nhớ pho tượng lính buồn se bụi đường
Đêm về theo vết xe lăn
Tôi trăng viễn xứ sầu em bến nào?"

(Đêm, Nhớ Trăng Sài-Gòn).

Vì ông bơi lội thỏa thích trong ghetto Việt-Nam, cho nên hội-nhập trở thành dị ứng với Du Tử Lê, dù ông thử nghiệm và cập nhật thi-ca theo trào lưu Âu-Mỹ. Ông sống quá khứ xuyên suốt qua cuộc đời hiện thực hôm nay, cũng như người ta biết về ông chính yếu qua Khúc Thụy Du!

Tình Yêu là một đề tài lớn đối với Du Tử Lê. Tình ở ông đa dạng, thường trong tình cảnh éo le, bất ngờ. Ở ông, hệ luy dục tình có mặt nhưng khá mờ nhạt bên cạnh những cao cả, tuyệt vời của tình yêu. Có lúc nhà thơ âu yếm gọi người yêu là "nhỏ": *"... Con sóc nhỏ mang hồn lên núi lạ / ta chim rừng cánh đã mỏi thương đau / hương cỏ dại mát chân người ngà ngọc / em bảng đen vôi trắng giết đời nhau (...)"* (Thơ Cho Nhỏ).

Tình yêu nhẹ nhàng, chút ngây thơ, nhiều mộng, với cánh bướm và tiếng con dế hát. Khi khác, kẻ nòi tình tự hứa biến thành ngọn lửa để sưởi ấm người tình và sẽ biến thành vần điệu nếu nàng muốn có thơ tô điểm cho đời:

"... Khi em lạnh tôi biến thành ngọn lửa
củi thương yêu. Than đỏ hực ân tình
em cần thơ cho sáng dậy thơm hơn
tôi lập tức hóa thân thành vần điệu
(...) Hiến Chương viết ngày tình yêu vô lượng
của hai người? - Vâng, của chúng ta thôi
mặc ai cười? mặc ai đó bĩu môi
họ ghen đấy. Bởi em là Thánh Nữ
Ta sẽ chết. Nhưng tình ta bất tử
vì mở đầu nhân loại: cuộc chơi riêng"

(Hiến Chương Tình Yêu Ngày 14-2, ĐVVCMN,NN, tr. 11, 14)

Bên cạnh "cuộc chơi riêng", hiếm, nhưng họ Lê có những lời tình cha con cảm động:

> *"cho con một góc mộ phần*
> *cõi an vui rất cận gần với cha*
> *cho con một góc mù loà*
> *trái cây nhân thế chát lè môi non*
> *cho con một chút núi sông*
> *(chút thôi cũng đã buồn muôn năm rồi) (...)"*

(Thơ Ở Du Và Chó Xù).

*

Đến chốn linh thiêng, thoạt nhìn có người sẽ cho rằng Du Tử Lê ngạo mạn khi thần thánh hóa một số người tình của ông phong thành "em vô nhiễm", "Thánh nữ", "từ mẫu", "Mẹ" viết hoa, "Bồ Tát", Phật, v.v. Nhưng cũng có thể xem Du Tử Lê là một con người qua thơ tự thú hèn mọn, tội lỗi nhiều do đó đã tìm đến những đấng thiêng liêng, dù có khi hãy để lộ nhiều dùng dằng, phật ý. Nhiều lần ông tự nhận ông là "tên ngoại giáo", kẻ "từ chối chọn thiên đàng", là Giu-đa kẻ đã bán Chúa đổi lấy một nén bạc vô nghĩa và cuối cùng làm "kẻ tân tòng""tôn thờ một Chúa"! Tất cả cũng chỉ vì yêu, qua người yêu! Tình yêu có khi cao cả, quá tầm tay hay không giữ được lâu, thành huyền diệu, cao quý. Nhìn chung, ông có một tâm hồn rất Việt Nam, ở phẩm tính tổng hợp và cởi mở đối với các tôn giáo và giao thương địa lý, nhân tình!

Tuyên ngôn tình yêu thấm đượm tín ngưỡng đã được Du Tử Lê công bố lần đầu qua bài Phúc Âm Nàng trong tập *Thơ Du Tử Lê 1967-72*. Người yêu bấy giờ, Thụy Châu, đưa nhà thơ đến gần Chúa, qua nhiều chặng tâm linh, từ nhập môn *"xin những điều vớ vẩn"* quỳ dưới chân nàng thay vì những đấng tối cao hơn, đến chỗ hiểu được thế nào là mầu nhiệm. Đến tập *Ở Chỗ Nhân Gian Không Thể Hiểu*, lời xin đã hướng thượng, tâm linh đã mở, linh hồn đã sẵn sàng, báo trước con đường tâm linh mà nhà thơ sẽ đi, qua những người nữ khác nhau, tiếp nhau:

> *"Ở chỗ nhân gian không thể hiểu*
> *tôi xin người sớm phục sinh tôi"* (tr. 16).
> *"... Hỏi Chúa đi, ngài sẽ trả lời*
> *trong tay Thánh Nữ có đời tôi... "*

(Trong Tay Thánh Nữ Có Đời Tôi, tr. 71).

Nguyên trọn phần thứ nhất của tập *Đi Với Về Cùng Một Nghĩa*,

Như Nhau họ Lê dùng để tung hô Thánh Nữ Ca: *"cây thánh giá có một đầu rất nhẹ / Chúa không kêu ai vác hộ bao giờ / em quay mặt khước tình tên ngoại giáo / đâu biết rằng Chúa khổ biết bao nhiêu"* (Thập Tự Nàng); ở những dịp khác, là những bài thơ chỉ với tựa đề đã thấy hoặc sự thành khẩn hoặc đam mê dứt khoát: Phúc Âm Nàng, Phúc Âm Ngoại Đạo, Thập Tự Nàng, v.v.

Du Tử Lê đã thi-ca hóa một số quan niệm và hình ảnh tôn giáo, một số biểu tượng, cách sống đạo: phục sinh, thiên đàng, địa ngục, chén đắng, ruộng máu, bánh thánh, Tin Mừng, v.v. Ông đã kéo đạo xuống với con người rất trần tục, những kẻ nòi tình, đam mê! Tro than là một trong những biểu tượng từ Thánh Kinh được ngòi bút họ Lê dùng rất nhuyễn:

> *"đời muôn cửa tôi chọn về địa ngục*
> *thiên đàng em bỏ lại đã hoang tàn*
> *ai nắng gió trên cảnh đời kẻ đó?*
> *Mà tôi ngồi điếng lặng giữa tro than"*

(Thơ Ở Tro Than, *ỞCNGKTH*, tr. 26).

"trên tay Chúa dấu đinh người bị đóng / cuối đời tôi than củi đã thành tro / em chẻ nhỏ khối tình tôi lỡ gửi / nhóm nổi không một ngọn lửa oan cừu..." (Thịt Xương Tôi Đấy Xin Người Nhận, *ỞCNGKTH*, tr. 109).

> *"em vô nhiễm. Bị đinh đời đóng suốt*
> *bởi chọn tôi, một kẻ giống Giuđa*
> *tôi bán mình, nhưng không bán thiên thu*
> *hồn ẩn mật đã gửi người trước đó..."*

(Hồn Ẩn Mật Đã Gửi Người Trước Đó, *ỞCNGKTH*, tr. 114).

Chúa như một bảo đảm cho con người không chỗ bám víu. Hết hối người tình hỏi Chúa thì khi trầm lắng vẫn là Chúa như đảm bảo cuộc đời:

> *"Hỏi Chúa đi rồi em sẽ hay*
> *tôi buồn như phố cũ như tay*
> *bàn chân từng ngón ngưng không thở*
> *lạc mất đường đi tạnh dấu bay*
> *Hỏi Chúa đi, ngài sẽ trả lời*

trong tay Thánh Nữ có đời tôi... "
(Trong Tay Thánh Nữ Có Đời Tôi, ỞCNGKTH, tr. 71).

Nơi nhân gian không thể hiểu, nơi đó có tình yêu, một tình yêu có thể khác thường, ngang trở:

"Ở chỗ nhân gian không thể hiểu
đôi mắt người hồ như biển đông
có mưa-tôi-cũ về ngang đó
tự buổi thiên đàng chưa lập xong
(...) Ở chỗ nhân gian không thể hiểu
tôi xin người sớm phục sinh tôi"

(Bài Nhân Gian Thứ Nhất, ỞCNGKH, tr. 16)

Nòi tình, nhà thơ lại có cơ duyên với những tình yêu khác, một lần tình ngộ ở không gian cửa Thiền và ông sẽ gọi người yêu là Bồ Tát, là Phật sống, khiến ông phải làm Sa Di cho xứng với tình của nàng:

"(...) phá chấp. Như Lai ở dưới trần
hiện thân Bồ Tát cứu nhân gian
cây oan khuất vẫn nghìn tay vẫy
tôi vẫn nhìn em là chân kinh
xuống tóc. Theo em khép cửa đời
vào thiền để chỉ thấy viền môi
yêu nhau ai bảo tâm không trụ?
quên hết. Nhìn nhau. Nhất quán rồi.
(...) vì em tôi đã làm Sa Di
không đi nên ý vẫn quay về
bế quan toạ thị. Tôi và vách
em tụng kinh gì? Cho nghe đi
hôn em Bồ Tát. Chuông kinh hãi
rung hoảng vì tôi? hay cả em?"

(Vì Em Tôi Đã Làm Sa Di, ỞCNGKTH, tr. 77-78).

Sự quảng đại từ bi của người nữ, cao cả, liên tục, nhưng câu thơ thì nhiều đứt đoạn, phân vân! Nhưng rồi Bồ Tát cũng phải chia biệt, nhà thơ ở lại nhìn theo, đành "cảm ơn huệ nhãn em khai mở / tiền kiếp xưa mình đã có nhau", còn chăng là dư vị thiền môn:

"... người cho tôi mùi hương

và, mặt trời giữa ngực,
môi: thơm biển Hoa Nghiêm,
trái tim: rừng Bát Nhã"

(Gửi Yêu Dấu, Đầu Thiên Kỷ, Mới; *Thơ Tình*)

Hy vọng bao giờ cũng nở giữa rừng huệ từ bi:

"cành hoa tay Phật: lòng Ca-Diếp / tâm ấn đời ta: vùng vắng im / ngày sau thân-chứng-em-Bồ-Tát / có bóng ma xin gác cửa Thiền" (Hựu Ca Mới).

*

Từ đầu thập niên 1970, Du Tử Lê đã muốn mở một con đường thi-ca với âm điệu và ngôn ngữ riêng. Tập *Thơ Du Tử Lê 1967-1972* bước những bước dè dặt thám hiểm vùng tâm thức và tư duy. Đến *Thơ Tình* khi ra đến hải ngoại ông trở về nét thơ bình dị và tâm tình đôn hậu rất con người – người mất nước và xa quê hương, nhưng sau đó cho đến cuối đời thì ngọn bút thơ ông trở thành cây dũa kỹ thuật cách tân nhiêu-khê và nhiều lần làm dáng với con chữ - dù xen kẽ vẫn có những bài âm điệu và tình ý giản đơn mà thâm sâu làm nên những câu và bài thi hay dễ nhớ!

Du Tử Lê đã thành công sáng tạo một số hình ảnh và từ ngữ của riêng ông: *khúc thụy du, hựu ca, con sóc nhỏ, bóng cò trong sương,* v.v. mà những *con dế, bọ ngựa hay châu chấu, cào cào, vi trùng,* v.v. cũng có vẻ thích hợp với mạch thơ của ông, những *Sa Di, con chiên, kẻ ngoại đạo,...* cũng rất Du Tử Lê! Ngoài ra, thơ ông gần và hợp với âm nhạc cuối thế kỷ XX kể lể lớn tiếng, nhát gừng dù có khi thiếu trong sáng. Thơ ông đã có nhiều người viết nhận định, phân tích, ca tụng; qua bài này, chúng tôi chỉ trình bày sơ lược (và tương đối) sự hình thành và bước đi liên tục của nhà thơ, như một đóng góp cho thi-ca Việt Nam, và cũng ngừng lại với thơ của ông ở 25 năm đầu ở ngoài nước!

2-2002+

Chú-thích

1. Du Tử Lê. "Một vài nỗ lực cách tân thể lục bát và quan niệm hoán vị / conversion concept". *Tuyển Tập Văn Học Nghệ Thuật Liên Mạng*, 2, 1997, tr. 209-219.

2. Trong bài đã dẫn ở chú thích 3, ông viết "độc giả thứ hai" nhưng khi trả lời phỏng vấn của Nguyễn Mạnh Trinh in trong *Du Tử Lê Tác Giả Và Tác Phẩm* Tập 2 (Santa Ana, CA: Nhân Chứng, 1997, tr. 102) và trong tùy bút "Yêu dấu, cần chăng, một lời nào, khác, nữa?" (*Thế Kỷ 21*, 156, 4-2002, tr. 85-93), ông ghi là "tác giả thứ hai". Có thể bản Tuyển Tập 1997 in sai!

3. "Về thơ Tương-tác của Du Tử Lê". *Tuyển Tập Văn-Học Nghệ-Thuật Liên-Mạng* 1, 1996, tr. 56.

4. X. Du Tử Lê. "Yêu dấu, cần chăng, một lời nào, khác, nữa?" (*Thế Kỷ 21*, 156, 4-2002, tr. 85-93). Trong bài tùy bút này, Du Tử Lê kể lại kinh nghiệm đặt tựa nhiều chữ hoặc bỏ dấu khác thường của ông trong sáng tác thơ cũng như truyện, trước và sau 1975, đã bị phản đối, phê bình thế nào, cũng như kinh nghiệm làm thơ với những dấu gạch chéo slash /.

5. Du Tử Lê. Bđd, chú thích 6, tr. 90.

Duyên Anh

Duyên Anh tên thật là Vũ Mộng Long, sinh ngày 16-8-1935 tại thị xã tỉnh Thái Bình. Trước biến cố 30-4-1975, Duyên Anh đã có gần 50 tác-phẩm được xuất-bản, sau khi sang Pháp tị nạn chính-trị năm 1983, ông xuất-bản thêm gần 40 tựa thơ văn, hồi-ký và tạp bút.

Sau biến cố 30-4-1975, ông bị Cộng sản Hà-Nội bắt ngày 8-4-1976 nhốt tù ba năm ở Phan Đăng Lưu và khám Chí Hòa rồi bị đưa đi cải tạo ba năm ở Xuyên Mộc và Hàm Tân. Được thả tự do đầu tháng 9-1981 nhờ các hội Ân xá và Văn bút quốc tế can thiệp nhưng lại không được đi Pháp theo diện chính thức với gia đình tháng 4-1982. Do đó ông vượt biên năm 1983 bằng thuyền và định cư tại Pháp từ 20-10-1983, tiếp tục viết truyện, thơ, làm nhạc, làm phim và vidéo (viết dẫn giải / xướng ngôn cho Paris By Night "Giọt Nước Mắt Cho Quê Hương", "Giã Biệt Sàigòn"). Duyên Anh bị tấn công trên báo chí cộng sản trong nước cũng như của một số người Việt hải ngoại, và ngày 30-4-1988, ông bị hành hung đến tật nguyền trên đường Bolsa ở Little Saigon, California (1). Ngày 10-6-1990 ông trở lại đạo Công-giáo, lấy tên thánh Giu-se và trở lại viết truyện và bút ký từ ngày 11-10-1990. Ông can đảm vượt qua nhiều nghịch cảnh, bơi ngược giòng theo triết lý mới mà ông đặt tên là *triết lý sống của con gọng vó* (2). Cuối đời, Duyên Anh càng bị giới làm văn học và báo chí người Việt hải ngoại cô lập, ít nhắc nhở đến.

Ở hải ngoại, Duyên Anh viết hồi ký, in thơ về thời bị tù và "cải tạo", xuất bản truyện chống Cộng (bộ Hồn Say Phấn Lạ,...) và đề cao tuổi trẻ (*Bầy Sư Tử Lãng Mạn, Một Người Tên Là Trần Văn Bá,* v.v.). Ông làm thơ, viết nhạc, xuất-bản tuyển thơ đầu tay *Thơ Tù,* tập nhạc đầu tay *Hôn Em, Kỷ Niệm.* Có lúc ông viết lại phiếm luận với bút hiệu

Đồng-Nai Tư-Mã trên tạp chí *Ngày Nay* (Kansas) và định tái xuất-bản *Con Ong*, nhưng ông đã sớm bỏ ý định làm báo ở Bắc Mỹ. Vài tác phẩm của ông được dịch ra tiếng Pháp và người Pháp quay phim, sôi nổi nhất là *Un Russe à Saigon* và *Đồi Fanta* - họp báo ra mắt sách ở nước Pháp ngày 9-2-1989. Gần cuối đời, ông đưa người Mỹ vào tiểu thuyết và viết đề cao ca dao và tình tự dân tộc.

Ông mất ngày 6-2-1997 tại Pháp vì bệnh ung thư gan, thọ 63 tuổi. Duyên Anh được hỏa thiêu sau tang lễ theo nghi thức Công giáo ở nhà thờ Saint Madelaine, Plessis Robinson (3).

Tác phẩm đã xuất bản ở hải-ngoại – các hồi ký đều do NXB Xuân Thu, California xuất bản, trong khi tác phẩm truyện và thơ của ông do nhà Nam Á ở Paris ấn hành và các bản dịch Pháp ngữ do nhà Belfond Paris xuất bản:

- Truyện dài: *Bầy Sư Tử Lãng Mạn* (viết 10-1984, 1985), *Một Người Tên Là Trần Văn Bá* (1985), *Nhánh Cỏ Mộng Mơ* (1985), *Một Người Nga Ở Sài Gòn* (1986, LM Jean Maïs và Ghislain Ripault dịch ra tiếng Pháp: *Un Russe à Saigon*, 1986), *Một Tù Binh Mỹ Ở Việt-Nam* (1987; *Un prisonnier Américan au Viêtnam*), *Quán Trọ Trước Cổng Thiên Đường* (1987), *Sỏi Đá Ngậm Ngùi* (1987), *Đồi Fanta* (Trần Văn Nghiêm và Ghislain Ripault dịch ra tiếng Pháp: *La Colline de Fanta*, 1989), *Thằng Vọng* và *Thằng Luyến* (5, 6 thuộc bộ Những Đứa Trẻ Thái Bình, 1992; tập 1 & 2 do Ghislain Ripault và Pierre Trần Văn Nghiêm dịch: *Les enfants de Thai Binh:* 1- Nostalgies Provinciales, 1993; 2- Dans la tourmente, 1994), *Những Đứa Trẻ Con Mỹ Hẩm Hiu* (1995; Ghislain Ripault và Pierre Trần Văn Nghiêm dịch: Les enfants qui rêvaient de traverser la mer, 1999), *Hồn Say Phấn Lạ* (Xuân Thu, 1996). *Những Đứa Trẻ Thái Bình.*

Tác phẩm xuất-bản sau khi ông mất: *Danh Ná* (1982, xuất-bản Paris: NXB Dzũng ĐaKao, 2017), *Nhóc Tì Phản Động* (1986, NXB Dzũng ĐaKao, 2017).

- Tuyển thơ: *Thơ Tù* (Nam Á, 1984, bản dịch: *Poèmes de prison*, NXB Caux Thụy Sĩ), *Em, Tôi, Sài Gòn và Paris* (Xuân Thu, 1989)*;*

- Tuyển Nhạc: Hôn em kỷ niệm (Nam Á, 1986);

- Bút ký, hồi ký: *Nhà Tù* (1987), *Trại Tập Trung* (1987), *Nhìn Lại Những Bến Bờ* (1988), *Trại Tập Trung* (1988), *Sài-Gòn Ngày Dài Nhất* (1988);

- Tâm Bút: *Ngược Dòng Chữ Nghĩa* (1991), *Về Với Ca Dao* (1995), *Vỡ Lòng Ca Dao* (1995), *Ca Dao Quyện Lấy Miếng Ngon Dân Tộc*: Nấu Nướng Dân Gian (1995).

*

Nếu tuổi thơ là dĩ vãng, nếu quê hương xa xôi là kỷ niệm đã làm nền cho tiểu thuyết của Duyên Anh trước 1975 thì sau khi ra được nước ngoài tị nạn, sau 6 năm tù và "cải tạo", sau những chiến dịch xóa bỏ tác phẩm ông hoặc kết án ông, tuổi trẻ đã trở thành ý thức chính trị làm nền cho tiểu thuyết của ông xuất bản ở hải ngoại. Duyên Anh đề cao tuổi trẻ, một tuổi trẻ có ý thức, có lý tưởng, như 28 người trẻ trong hầm đá trại Đầm Đùn, như người trẻ hào kiệt Trần Văn Bá. Chúng tôi tin ông đã từ giã cõi đời với niềm hy vọng ở những người trẻ tuổi, ở một ngày mai nếu có!

- **Đồi Fanta** viết về các trẻ nhỏ Việt-Nam bị giam cầm trong các trại cải tạo và lao tù Cộng sản Hà-Nội; chúng bị bỏ đói và đối xử tàn tệ. Truyện lấy từ thời-sự chuyện bắt bớ, bắn giết trẻ con ở sân Hoa-Lư: *"... Từ chập tối, người ta đã đến các phố vắng, lùng bắt trẻ con vô gia cư. Bọn đánh giày, giữ xe, bọn móc túi, ăn mày, bọn cô nhi viện và cả nghệ sĩ hát dạo vỉa hè đều bị lùa lên xe mô-lô-tô-va đen giam tại nhiều nơi tối tăm của thành phố. Những đứa trẻ con nhà tử tế, nhưng vô phúc, đi bộ trên hè phố vào giờ cao điểm của chiến dịch, cũng bị thộp cổ luôn, phân trần vô ích mà còn bị ăn đòn nữa. Tôi là một trong số những đứa trẻ bất hạnh ấy (...) Chúng tôi được dẫn với sân vận động Hoa Lư. Sự ồn ào, hỗn loạn bắt đầu khi chúng tôi từ trên xe nhảy xuống. Ở đây, người ta cho phép chúng tôi đi lại trong phạm vi quy định, có bộ đội kè súng canh giữ. Tha hồ nói chuyện, chửi thề, khóc lóc và lo lắng ấy. (...) Bọn nhãi ranh vỉa hè vẫn oai oái nguyền rủa số phận và những người bắt bớ chúng. Bộ đội canh giữ mặc xác chúng muốn làm gì thì làm, đừng trốn chạy thôi. "Đụ má, ăn mày là phải ngủ vỉa hè, thời nào cũng thế và thời nào cũng bị lùa về ấp. Cách mạng đéo khá tí tỉ tì ti nào!" Thằng ăn mày lên tiếng. "Nếu ngon, cấp nhà cho ăn mày, bọn này sẽ hoan hô cách mạng!" Thằng móc túi phụ họa "Sẽ móc túi Mỹ cứu nước bằng thích!" Chúng nó bạo miệng rồi, không sợ sệt gì nữa. Bây giờ, chúng túm năm tụm ba, hát những bài do chúng đặt lời nhảm nhí thay hẳn lời ca cách mạng hoặc kể tiểu lâm về sinh hoạt của bộ đội miền Bắc ở Sài Gòn. "Ai sinh cái khám Chí*

Hòa, để cho ông phải vào ra mấy lần" thằng nghệ sĩ hát dạo rống lớn. Cả lũ vỗ tay. Mấy đứa bị bắt oan khóc chưa hết nước mắt, vẫn gục mặt trên đầu gối sụt sùi, nức nở. Tôi nóng lòng chờ đêm tàn nhanh, hy vọng sáng mai người ta sẽ hỏi kỹ lý lịch và tôi được về. Nhưng đêm dài vô tận. Nhiều chuyến mô-tô-lô-va xúc thêm nhãi ranh tới đổ bãi Hoa Lư. Đến nửa đêm, người ta bảo chúng tôi xếp thành hàng ngồi giữa sân thì sự ồn ào, hỗn loạn tắt ngóm. Ngay cả thằng tỏ vẻ không sợ hãi đã sợ hãi" (tr. 9, 10, 11, 12).

Đưa đến chuyện đày đọa trẻ ở trại tù Xuyên Mộc. Chuyện Mai bím nhà nghề móc túi và cậu Nguyễn Hữu Vũ học sinh lớp 7 trường Taberd Sài Gòn, bị bắt dù chỉ 13 tuổi, vì cha là sĩ quan "ngụy". Hai cậu chung điểm gặp ở đồi Fanta, nơi mồ chôn hàng trăm trẻ em chết do quản giáo cộng sản giết hại, hoặc chết vì kiệt lực lao động cưỡng bách, vì trăm thứ bệnh, dịch. Chết mà không có được một tấm mộ bia, chỉ được vài mảnh giấy vụn ghi vài chi tiết như tên gọi và ngày chết và được bỏ vào vỏ những chai nước ngọt Fanta cắm ngược đầu trên nấm mộ: "... *Tám mươi thằng nhóc chưa nếm mùi lao cải đã chết và không được chôn trên ngọn đồi gần trại. Lần đầu tiên, tôi đi chôn người chết. Tôi chẳng thấy sợ hãi hay buồn nôn gì cả. Có lẽ, xác chết còn tươi. Nhưng một ý nghĩ len lỏi vào đầu óc tôi, ý nghĩ ghê tởm và hằn học. Tại sao người ta bắt trẻ con dễ dàng, đày đọa trẻ con dễ dàng và giết trẻ con cũng dễ dàng thế nhỉ? Trẻ con có là con người không nhỉ? Tôi nói với Mai bím sự bất bình của tôi, nó gạt đi bằng câu tàn nhẫn: "Tám mươi chứ tám trăm thằng chết chẳng đáng kể, mày chết mới đáng kể. Mày không thể chết nhưng nếu mày cứ học đòi bất bình, mày sẽ chết. Mày bất bình, bất mãn, nó biết, nó nâng quan điểm mày, nó soi lý lịch mày, nó liệng mày vô trại tù chính trị, hiểu chưa?"* (tr. 264).

"... *Những trận mưa rừng tàn bạo đã san bằng những nấm mộ đắp sơ sài, không nện chặt. Đất vun đã băng rã, trôi hết. Mặt mộ bằng phẳng như mặt đồi, cỏ mọc rậm rì, xanh um. Nhờ những cái mộ bia tôi đã biết đích xác ngọn đồi này đã là nơi yên nghỉ của bọn nhãi lao cải Phú Văn. Trên đầu mỗi nấm mộ, cũng là đầu xác chết không áo quan, không chiếu bó, cắm một thanh cây thật sâu. Người ta viết tên kẻ xấu số, bỏ vào chai Fanta, cắm miệng chai xuống cành cây, đáy chai động lên trời. Tôi cúi rút một vỏ chai Fanta, moi mẩu giấy xem người ta ghi chép cái gì. "Thanh, chết ngày 29 tháng 10 năm 1975". Đơn giản* thế thôi. Thằng nhóc Thanh, không họ, chữ lót, không tuổi, chết ngày 29 tháng 10 năm 1975. Chết vì ai, chết cho ai, không thấy nhắc nhở. Chữ viết bằng bút mực đã nhạt nhòe. Hơi đất ẩm xông lên chai khiến mẫu giấy mục và chữ phai dần. Cắm vỏ chai chỗ thằng Thanh, tôi rút cái khác. "Răng, chết ngày 8-9-1975". Thằng Tây lai hay Mỹ lai cũng sắp mất tên rồi. Mùa mưa nữa là những mẫu giấy trong chai tiêu hết. Tôi nghĩ, giá bây giờ người ta cho dẫy sạch cỏ, mấy trăm vỏ chai dộng đáy lên trời sẽ rõ rệt và cảnh tượng sẽ vui buồn, ngộ nghĩnh theo sự hiểu biết của mỗi người. Tiếc thay, cỏ dại đã che dấu cái vẻ bi thảm đã vùi kín cái bí mật gớm ghiếc của ngọn đồi. Đến nỗi không ai có thể hay rằng, nơi tôi đang đứng, đã có mấy trăm trẻ em chết vì đói khổ, bệnh hoạn. Chết vì roi vọt và lao động vắt sức. Nhân loại đã tốn nước mắt cho con cá voi chết cạn trên bãi biển, nhân loại không thể xúc động về chuyện đã xảy ra trên ngọn đồi, trên những ngọn đồi, cơ man là những ngọn đồi ở Việt Nam um tùm cỏ dại..."(tr. 269).

- ***Bầy Sư Tử Lãng Mạn***: Duyên Anh "viết để tặng một thế hệ tuổi trẻ Việt Nam trưởng thành sau 30-4-1975". Trong Thư Vào Truyện gửi người trẻ tên Hoàng Sơn Trường, ông viết: "*Anh sẽ tiêu pha không tiếc gì chữ nghĩa vàng son để bọc lấy những tấm lòng thơm ngát của các em, của những người tuổi trẻ việt nam chiến đấu trong thống khổ và cô đơn. Bầy sư tử lãng mạn ở quê nhà, hãy yên tâm sống và yên tâm chết. Lịch sử sẽ thay đổi. Phải thay đổi. Đó là chân lý. Và chân lý ấy phóng lên bầu trời quê hương ngút ngàn thù hận bằng cung cách sống, chết dưới hầm đá trại Đầm Đùn. Sống làm thăng hoa yêu thương, rực rỡ tình người. Chết làm phục sinh tự do, dân chủ và nở rộ hoa nhân ái trên còng tư bản, trong ngục vô sản. Cung cách sống chết khai sinh một kỷ nguyên mới của những người tiểu tư sản lãng mạn, hào sảng và ước mơ... Thế nhé, em yêu dấu!*". Chuyện về 28 người trẻ trong hầm đá trại Đầm Đùn.

"... *Chuyến xe đêm di chuyển tù nhân có thêm tám người. Tám người này, từ đề lao Gia Định, khám Chí Hoà, ngục Đại Lợi vào Sa Ác đã bốn tháng. Họ còn trẻ và can tội phản động. Bốn người trốn trại. Bốn người chống lao động. Tất cả nằm hầm đá đặc giam hơn một tháng trời. Nhân vụ sách động của Đội 37, trại Sa Ác báo cáo khẩn về cục Quản Lý các Trại Giam thuộc Bộ Nội Vụ và Cục trưởng Cao Minh Chiếm ra lệnh đẩy cả hai đội 1 và 37 đến trại khác, Sa Ác đẩy luôn tám tù nhân biệt giam theo đội 37. Bây giờ họ đủ hai mươi tám người. Người thứ nhất là Đặng Cơ Bản lừng danh đề lao Gia Định mà, hầu hết, hai mươi người của Đội 37 đều biết tiếng. Người ta tưởng Bản đã được thả về, nào ngờ Bản vô Sa Ác nằm hầm đá biệt giam. Người thứ hai là Tư Sơn. Người thứ ba là Huỳnh Nghệ. Người thứ tư là Ngô Cát. Người thứ năm là Phạm Thành. Người thứ sáu là Doãn Lâm. Người thứ bảy là Vũ Bình Bắc, Người thứ tám là Lê Văn Thu. Trong số tám người thì sáu người là sinh viên, học sinh; hai người cuối Lê Văn Thu – lơ xe đò và Vũ Bình Bắc- phu nhà đòn. Đến giai đoạn lơ xe đò, phu nhà đòn chống cộng sản thì cái thế tất bại của cộng sản gần kề. Con đường nào cũng dẫn tới một trại tập trung, do đó, hai mươi tám người chẳng tìm hiểu phương hướng chiếc xe chở mình đi.

Vụ chống công tác đào bom, khiêng bom đã làm thắm thiết tình nghĩa của những người tuổi trẻ và ném xuống mặt hồ cam đành của tù nhân Sa Ác một viên đá lớn. Người ta bỗng thấy giá trị của Dzũng quan tài, Qúy dao, Hạnh búa khi cần thiết. Sự khôn ngoan được phối hợp với lòng can đảm thành sức mạnh chế ngự tất cả. Nhà binh pháp Ngô Khởi, mấy nghìn năm cũ, đã nhìn rõ chất ngọc trong tâm hồn du đãng. Đời sau coi thường du đãng, chỉ khinh miệt họ và xử dụng họ vào việc đâm chém hèn mọn. Nếu Dzũng quan tài không phanh ngực áo đứng dậy thách thức súng đạn cộng sản, Qúy dao chưa đứng, Hạnh búa chưa đứng, toàn đội 37 chưa đứng. Họ thành công. Bài học đánh cộng sản đầu tiên của họ là đứng dậy một lượt, đứng đúng lúc...".

- "... hai mươi tám thần tượng sáng qua bị quên lãng. Trước hết, họ là tù nhân tư tưởng, họ là phản động, không hề là sĩ quan trình diện học tập. Giám thị không xếp họ vào thành phần những người được Mỹ chuộc tiền đưa sang Mỹ. Giám thị ngu nhưng Ủy viên khôn. Các sĩ quan xôn xao suy diễn tin "làm gì có chuyện đó" của Giám thị. Có vẻ ăn khớp với tình hình quá. Giám thị đuổi trực trại đi chỗ khác, bồi dưỡng cải tạo viên cả tuần. Cộng sản nói không là có, có là không. Nó đã nói không, chắc chắn sẽ có.

Lương Việt Cương buồn bã nói với Hoàng Sơn Trường:

- Đàn anh mình mãi mãi ngây thơ.

Trường thở dài:

- Dễ hiểu quá. Họ đi trình diện học tập, còn chúng ta bị bắt bỏ *tù. Họ cải tạo chung với nhau, chúng ta bị bắt lẻ tẻ, lưu lạc khắp đề lao, khám lớn, trại tập trung, tự khai mửa máu, ăn đòn rạn tim. Còn họ tự khai tập thể một lần, lao động lè phè, thăm nuôi đều đặn. Không thể so sánh họ với chúng ta. Họ đã thua cuộc chiến cũ. Ta vừa khởi sự cuộc chiến mới. Họ có những trung tá, đại tá đã giải ngũ vì tinh thần văn phòng, cộng sản chưa gọi đã vội đi "trình diện sớm để về sớm" rồi cũng bày đặt thù nặng nghìn cân! Tôi thấy mấy anh già không có đầu, chiến đấu với họ cũng uổng mất chính nghĩa. Niềm hãnh diện của tôi là được đứng chung với du đãng Dzũng quan tài, Qúy dao, Hạnh búa, với lơ xe đò Lê Văn Thu, phu nhà đòn Vũ Bình Bắc, với em bé mồ côi Trần Văn Nam".*

- "... Hai mươi tám con sư tử lãng mạn và cô đơn không muốn rời phòng giam những lần cửa mở. Với họ, nhà tù ấm áp hơn trại tập trung. Nhà tù có nhiều chí lớn. Trại tập trung thì đầy dẫy kèn cựa, tranh giành và những đầu óc trống rỗng, những đôi mắt cận thị. Ở nhà tù, con người thường xuyên trực diện hình phạt của thù hận, thường xuyên đứng giữa biên giới sống chết nên con người trang trải, cao cả. Ở trại tập trung, con người rên siết vì miếng cơm thiếu, cứ phàn nàn vì việc làm nhiều, thành thử con người hẹp hòi, bé nhỏ. Sư tử chưa biết mình còn phải luân lạc tới những vùng trời phiền muộn nào của quê hương. Thực sự, sư tử chán ngấy vùng trời vừa đến. Nó hào hùng khoảnh khắc. Nó sôi nổi nhất thời. Nó hy vọng ngớ ngẩn. Nó son sắt phút giây. Nó thiếu ước mơ. Nó cây mục. Nó cành khô. Nó lá rữa. Nó không thể kết trái bởi chẳng bao giờ nở hoa..."

Người Cộng sản làm đủ mọi cách nhưng 28 người trẻ vẫn kiên cường không chịu khuất phục:

- "Hai mươi tám con sư tử xích đến gần nhau, cất tiếng hát:

"Đứng vững lên bao thanh niên yêu nước

Tiến về miền Nam miền quê hương ta nắng chói

Theo bước chân người xưa

Ta tiến lên đường, ôi nắng mưa, sương gió ngại ngùng chi...

... Đi về miền Nam, miền quê hương bông lúa tràn ngập đầy đồng

Đi về miền Nam, miền thân yêu đất rộng cùng chung đời sống..."

- Từng đội ra, khẩn trương lên xe!

Tiếng hát mỗi lúc một hùng hồn, tha thiết. Những người chuyển trại ngoảnh lại, vẫy tay chào sư tử. Nước mắt anh em ứa ra. Nước mắt sư tử cũng ứa ra. Nước mắt đã làm trôi đi mọi hiểu lầm, ghét bỏ hôm qua. Nước mắt bây giờ là gần gủi và nuối tiếc một ngày của một đời tù tội.

- Sư tử, ở lại vùng vẫy nhé! Yên chí, từ nay các anh chống tự kiểm.

- Các anh đi, bình yên... Hẹn ngày chiến thắng.

- Sư tử, không được đầu hàng!

Sư tử nghẹn ngào. Sư tử phóng ra lời son sắt:

"Việt Nam, Việt Nam tên gọi vào đời..

Việt Nam hai câu nói trên vành môi....Việt Nam nước tôi...!

Những người chuyển trại hát theo:

"Việt Nam, Việt Nam, Việt Nam muôn đời..."

Nước mắt sư tử vẫn ứa ra. Sân trại trống vắng, buồn tênh. Nỗi cô đơn dàn trải mênh mông. Lần đầu tiên trong lịch sử nhà tù cộng sản, người ta dọn sạch một trại tập trung. Sư tử bám chấn song phòng giam nhìn ra cái khốn cùng của cuộc sống. Và những trái tim rộn rã ước mơ.

Ở phòng giám thị, ông Ủy viên dập điếu thuốc cháy dở:

- Ngay tối nay, đẩy hai mươi tám thằng bất trị xuống hầm đá!"

- Danh Ná viết xong tháng 4-1975, bổ túc tháng 7-1982 sau khi tác giả ở tù ra: *"... Truyện Danh Ná tôi khởi viết ngay sau khi Trung Cộng tấn chiếm đảo Hoàng Sa, và Hoàng Sa, thuở đó còn thuộc quyền kiểm soát của Việt Nam Cộng Hòa. Thuở đó, Hà Nội đã cúi gầm mặt, im hơi lặng tiếng trước cuộc xâm lăng bỉ ổi này. Chương thứ nhất của Danh ná đã đăng trên tạp chí Tuổi Ngọc. Bìa sau tiểu thuyết Cám ơn em đã yêu anh cũng đã quảng cáo Danh Ná với mẫu bìa của Đinh Tiến Luyện. Thực sự tôi chưa viết xong Danh Ná. Nhưng vợ con tôi qua Pháp, tôi muốn giúp vợ con tôi có chút tiền còm và nghĩ rằng Danh Ná là truyện tuổi thơ hiền lành, dẫu phổ biến ở ngoại quốc* *sẽ chẳng sao cả. Vậy thì tôi đã viết tiếp từ chương thứ năm và gửi lén sang Pháp, cùng với Đồi Fanta gửi lén sang Anh.*

Từ chương năm tới chương cuối, tôi khéo léo trả lời bọn ngự sử văn học mác xít khi họ mỉa mai tôi: Yêu nước không bao giờ là vẽ ra mộng ước cho tuổi thơ, để tuổi thơ biết làm đẹp quê hương. Cũng chẳng bao giờ là vinh quang tưởng tượng ở những trận đá bóng chinh phục sự ngưỡng mộ Việt Nam của thế giới.

Bọn ngự sử văn học cho rằng, tuổi thơ yêu nước là phải biết ôm súng, cầm lựu đạn chống Mỹ cứu nước [Những tên biệt kích trong mặt trận tư tưởng văn hóa miền Nam, Sự Thật, Hà nội 1980]. Tôi định sửa vài đoạn, viết thêm vài đoạn mới cho Danh ná, nhưng sợ làm phai chất hồn nhiên của Danh ná và bạn hữu của nó. Và tôi muốn cho xuất bản giống hệt bản thảo viết trên giấy xã hội chủ nghĩa, ở nhà người bạn đường Nguyễn Huỳnh Đức, quận Phú Nhuận.

Cho đến bây giờ, tôi vẫn tự hào, sau ba mươi năm hò hét, khoe khoang, cộng sản chưa đào tạo nổi một tay nào viết truyện tuổi thơ quyến rũ tuổi thơ như tôi. Tôi tin tưởng, rồi người ta sẽ quên những Hồ Chí Minh, Lê Duẩn, Trường Chinh... Để chỉ còn nhớ Dzũng Đakao, Chương Còm, Bồn lừa, Danh ná...".

- *Nhóc Tì Phản Động* (viết 2-1986, xb 2017) viết về những đứa trẻ nạn nhân của thời cuộc sau biến cố đổi đời 30-4-75. "Những Đứa Trẻ Thái Bình" nay tuổi thơ đã mất, đã xa vời; nay dù không muốn lớn đã bắt buộc phải lớn, chúng phải tranh đấu với đời, phải đối đầu với thực tế bi đát chung của miền Nam. Chúng còn bị Cộng sản nhồi sọ những hổ lốn "cách mạng" tam vô, hận thù trái với luân thường đạo lý. Những đứa trẻ bị bắt buộc phải lớn do thời thế Dzũng Đakao, Bồn Lừa, Hưng Mập, Chương Còm, Trí Đất, nhô con Hải,... vươn lên như những đứa trẻ phi thường, tự ý thức, nhận chân phải trái và tìm con đường sống. Qua những "Nhóc Tì Phản Động" này, Duyên Anh đã thành công tố giác con người Cộng sản tàn ác, hạ mạt, tham lam qua các chính sách, thủ đoạn, diễn văn tô màu, lừa phỉnh. Với tham gia "cách mạng" của "bọn Cờ Đỏ" tức đám trẻ con tay sai như Thiện Bôn (tức Thiện Mông Cổ, Thiện Bác Hồ gọi tắt là Bác Hồ), Hồ Bôn,...: "Nhóc tì dừng trước cửa nhà nhô con Hải, hô các khẩu hiệu rụng rời. Thiện bôn thách thức nhô con Hải lò đầu ra. Đám nhóc tì đập cửa, xô hàng rào, lấy gạch chọi chó vung vít. Rồi, dưới sự lãnh đạo của Thiện *bôn, chúng diễn binh khắp các ngõ, vào tận xóm chùa. Thiện bôn đã áp đảo tinh thần nhô con cư xá Chu Mạnh Trinh. Không có đứa nào dám hó hé. Cãi lại Thiện bôn là chống cách mạng. Người lớn còn sợ cách mạng, nữa là...".* Chúng sẽ bị đám trẻ hiền hòa như Chương Còm khuất phục: *"Bác Hồ ngoan ngoãn vâng lời Chương còm. Bác ngồi trên cái poọc-ba-ga sau xe đạp của Chương còm. Bác Hồ được Dzũng Đakao, Hưng mập, Bồn lừa, Vinh nhí, Lộc lu hộ tống để không thoát chạy đi đâu. Thiện Mông Cổ, bí danh Thiện bôn, Bác Hồ đầu thai, đã nín khe để Chương còm tóm cổ".*

Truyện kết thúc với màn đám Cờ Đỏ Thiện Bác Hồ, Thịnh Salem và đồng bọn phải "tè" lên lá cờ. *"Bùa hộ mệnh 'con nhái cờ đỏ sao vàng' đã mất hết hiệu nghiệm vì chẳng còn đứa nào tin vào huyền thoại láo phét đó nữa. Bác Hồ và Thịnh Salem trần truồng như nhộng trông thật thảm thương, cùng các cháu Cờ Đỏ lầm lũ ra khỏi sào huyệt Quyên Tân Định. Thiếu nhi theo sau hò reo và chế giễu tưng bừng. Bọn lâu la Tân Định cũng tan rã theo sau, không một lời từ giã chủ soái. Quyên Tân Định đã biết nó đã mất hết quyền uy từ khi nó đái vào cái nón cối cách mạng, nhưng lạ lùng thay, nó không tiếc rẻ mà thậm chí tự nhiên nó kinh tởm cái quyền uy tác oai tác quái đó.*

Bọn Dzũng Đakao đã rút đi êm đềm từ lúc nào rồi. Chỉ còn mình Quyên Tân Định trong bóng đêm, bơ vơ với cái chiến thắng thật ra của Dzũng Đakao. Nó ngước mắt nhìn trời. Tại sao nó có thể để một thằng như Thiện Mông Cổ xỏ mũi và giựt dây như thế! Tí nữa thì... Nó thấy sao nó ngu dốt quá, sao Dzũng Đakao lại giỏi vậy. Nó đang tập tành lớn khôn. Nó đã học được một bài học quý giá từ bọn Dzũng Đakao. Nó quyết định phục thiện, không nhẹ dạ nghe lời chủ nghĩa tào lao lừa đảo nữa. Nó giã từ giang hồ băng đảng phá làng phá xóm thị oai theo cái Cờ Đỏ Búa Liềm khốn nạn. Tự nhiên, nó muốn tìm lại gần bọn Dzũng Đakao. Nó nhớ lại lời mẹ nó dạy: "Gần mực thì đen, gần đèn thì sáng". Trong bóng đêm, trong sân nhà hiu quạnh, bóng Quyên Tân Định đưa chân gạt lá cờ đỏ sũng nước đái vào đóm lửa còn bập bùng cháy...".

Nhánh Cỏ Mộng Mơ (viết 1984-1985, xuất-bản 1987) tiếp nối chuyện Chương Còm nay làm thuyền nhân, cùng Liễu rái cá,... *Sỏi Đá Ngậm Ngùi* viết xong mùa Hè 1984 cũng để chiêm ngưỡng và đề cao tuổi trẻ miền Nam sau 1975 *"đánh cộng sản vì hạnh phúc của dân* tộc, vì quyền sống của con người và thản nhiên bước vào tù ngục để bị đày đọa đến chết dần chết mòn. Nhưng, từ đó, từ khởi sự của tuổi trẻ Sàigòn 30-4-75, là một thời đại mới, thời đại đánh cộng sản, thời đại mới gọi thương yêu gắn gũi, thời đại ngăn cấm tàn sát, tù ngục, tập trung sau chiến thắng" cùng vinh danh những người đàn bà trong tù Cộng sản. *Hồn Say Phấn Lạ* tiểu thuyết về cuộc sống thực ở miền Nam những năm địa ngục 1975-1982.

*

Từ khi vượt biển và định cư tại Pháp, ngòi bút của Duyên Anh vẫn hướng về quê nhà đang chìm trong đọa đày và biển lửa cộng sản; cho nên dù đang sống an bình nơi xứ người nhưng nhà văn vẫn cứ khắc khoải, vẫn tâm trạng lưu đày của một người mất nước, do đó ngoài tuổi trẻ, ông còn viết về cuộc chiến tranh vừa qua và những hậu quả, mặt trái của nó. Với những *Một Người Nga Ở Sài-Gòn, Một Tù Binh Mỹ Ở Việt-Nam, Những Đứa Trẻ Con Mỹ Hẩm Hiu* rồi *Một Người Tên Là Trần Văn Bá*.

- ***Một Người Nga Ở Sài-Gòn*** viết xong tại trại tị nạn Pulau Pidong, Mã-Lai ngày 7-7-1983. Chuyện một người Nga muốn trả nợ cho nước mình, đế quốc Liên Sô Đó, đó là chuyện kỹ sư, chuyên gia dầu khí Dimitri Chostakovitch khi bị thượng cấp ở Tổng lãnh sự Nga bắt kỷ luật đã chọn tình yêu với Quỳnh Đào mà lại từ bỏ "chủ nghĩa cộng sản": "... *Dimitri đứng dậy ôm chặt lấy tôi. Tôi cũng ôm chặt lấy anh. Chúng tôi hôn nhau. Chiếc hôn dài như Việt Nam khốn khổ và bốc cháy như nước Nga bom lửa chiến tranh. Nước mắt Dimitri rơi trên má tôi, chạy vòng xuống mép tôi. Tôi nuốt những giọt nước mắt cô đơn và hào hùng của chiến sĩ tình yêu, của một thân phận yếu hèn trong trò chơi khốn nạn của chủ nghĩa...*". Sau đó, Dimitri đã nhảy lầu tự sát. Bản dịch của Jean Maïs và Ghislain Ripault *Un Russe à Saigon* đã gây tiếng vang nhất là ở Âu châu.

– ***Một Tù Binh Mỹ Ở Việt-Nam*** (viết trong 10 ngày đầu tháng 2-1987): Phi công B52 tên James Fisher bị bắn rơi và bị bắt làm tù binh, trãi qua nhiều hình phạt và bạo lực như biệt giam cachot, conex (*"James Fisher nằm trong conex như con dế nằm trong hộp diêm"*). Cuối cùng, anh đã cùng Chi Mai - cán bộ phản tỉnh, xuyên rừng Lào lội sông sang Thái Lan với ước mơ trở về Texas sống hạnh phúc bên nhau, nhưng James đã bị bắn khi ra giữa dòng sông biên giới.

- ***Một Người Tên Là Trần Văn Bá*** (Xuân 1985): Duyên Anh đã cho biết trong Lời Đầu hoàn cảnh viết để tạ lòng bạn là chủ nhà sách và xuất bản Nam Á ở Paris: "*... Trần Văn Bá đã là thần tượng. Và, bởi vì, chỉ được viết Trần Văn Bá như một biểu tượng của tuổi trẻ dấn thân và cuộc chiến đấu của người tuổi trẻ này khởi sự từ lúc bị bịt mắt, còng tay, xích chân đẩy vào quan tài xi măng của ngục tù cộng sản. Trần Văn Bá, quả thật, là mẫu người quốc gia chân chính mà tôi mong mỏi. Tôi sẽ đáp ứng cố gắng đòi hỏi của bạn tôi. Tôi không dám hỗn láo so sánh mình với cổ nhân nhưng, nếu xưa Lão Tử để lãi đời sống Đạo đức kinh chỉ nhằm mục đích tạ lòng bạn tri kỷ thì nay, tôi viết Một người tên là Trần Văn Bá chỉ để tạ lòng bạn tôi và, lợi dụng tấm lòng yêu văn chương ấy, tôi trả lời người cộng sản... Mỗi cuốn sách có một đời sống. Nếu đời sống của cuốn sách mang một ý nghĩa nào đó và đóng góp được một công lao nào đó thì Một người tên là Trần Văn Bá là thành quả của ưu tư sáng tạo chiến đấu của bạn tôi, không bao giờ là tài năng của tôi. Nếu đời sống của cuốn sách tẻ nhạt, không đáp ứng yêu cần của bạn tôi thì đó là bởi tài năng của tôi còn kém cỏi. Và tôi thành thật xin lỗi người đã chết. Với những người tuổi trẻ và độc giả của tôi, tôi đã bầy tỏ một thiện chí mới. Nếu trước đây tôi chỉ tạo dựng thần tượng tiểu thuyết thì hôm nay tôi viết về thần tượng thật, chiến đấu thật, đau khổ thật, lãng mạn thật, cô đơn thật và thật sự vì hạnh phúc, tự do, dân chủ của dân tộc. Làm sáng chói hào quang Trần Văn Bá, hào quang tuổi trẻ Việt Nam để thế giới cảm phục và chia sẻ với cuộc chiến đấu mới của chúng ta là nhiệm vụ của người tuổi trẻ quốc ngoại, nhất là bằng hữu của Bá ở Paris. Bổn phận của tôi đã xong khi ký dưới cuốn sách hai chữ... Duyên Anh*".

Trần Văn Bá vì yêu nước, đã từ bỏ đời sống an bình ở Pháp để trở về Việt Nam kết hợp với một số người cùng chí hướng, tìm cách lật đổ chế độ Cộng sản. Nhưng họ đã thất bại và một số đã bị án tử hình, trong số có anh. Những giờ phút cuối của đấng anh hùng đã được nhà văn viết lại như sau: "*... Ở chế độ cộng sản, con người ham chết hơn ham sống và tử tù thèm chết sớm hơn thèm đợi lệnh ân xá. Rất đông con người không biết chết là gì bởi họ chưa biết sống ra sao, chưa hề được sống.*

Chàng đã chết thêm nhiều lần ở quan tài xi măng khu FG Chí Hoa. Cho đến một đêm, cánh cửa cachot mở, nhiều ngọn đèn pin soi sáng quan tài. Người ta dựng chàng dậy, bắt chàng đứng nghiêm nghe đọc lệnh hành quyết. Rồi người ta bảo chàng há miệng ra, tống trái chanh và nhét đầy miệng chàng. Người ta dán miếng băng keo lớn kín miệng chàng rồi bịt chặt mắt chàng, trói tay chàng lại. Người ta tháo xích chân chàng ra, xách hai bên nách chàng, dẫn chàng bước xuống bốn tầng lầu và dìu chàng đi, đi mãi...Chân chàng dẫm lên đá sỏi, đá răm rồi đạp lên cỏ ngậm sương. Chàng biết mình đã tới bãi hành quyết. Người ta cởi giây trói cổ tay chàng và buộc hai cánh tay chàng vào cái cột. Lưng chàng sát khít cột gỗ. Khi chàng thấy những bước chân của đồ tể bước ra khỏi chỗ mình, chàng dang hai chân ra. Chúa Giê xu bị quân dữ căng tay đóng đinh trên thập giá, hai chân chụm lại, đầu hơi nghiên xuống. Chàng bị cộng sản trói ghì tay, chân dang ra và đầu ngẩng lên. Một thánh nhân vì nhân loại, một chiến sĩ vì dân tộc. Hai hình ảnh cùng tuyệt vời, cùng rực rỡ. Một băng đạn nổ ròn rã trong đêm u tịch của quê hương. Trần văn Bá rũ đầu xuống. Chàng đã thỏa mãn. Máu của chàng, máu của người tuổi trẻ, máu của người quốc gia chân chính đã đổ xuống thấm đất quê hương. Hoa hạnh phúc dân tộc sẽ nở từ chỗ đó".

Chương cuối 15 chỉ là một đoạn ngắn nhưng mang nhiều thông điệp: *"Phục sinh mang một ý nghĩa khôn cùng. Có phải tất cả mọi người trên trái đất chết đi rồi sẽ sống lại không nhỉ? Chẳng phải thế đâu. Nếu thế thì ý nghĩa của phục sinh tầm thường quá. Chúa Giê xu phục sinh không bao giờ vì phép tích của Thượng Đế mà vì những gì Ngài đã để lại sau khi chết. Những gì Chúa Giê xu đã để lại là gì? Là những cao cả của đời sống Ngài, là những hy sinh tuyệt diệu của Ngài, là trí tuệ sáng chói của Ngài cống hiến cho nhân loại muôn thuở... Bằng những cái đó, Chúa Giê xu đã phục sinh. Ngài chết để mời gọi nhân loại gần gũi, cảm thông, thương yêu nhau. Ngài chết đã 2.000 năm, nhân loại vẫn đến bên Ngài, vẫn được bình yên tâm hồn, vẫn thấy những bí ẩn linh thiêng của đời sống, vẫn xưng tụng Ngài là Đấng Cứu Thế, vẫn bỏ cái xấu theo cái tốt, vẫn xa cái giả tìm cái chân tức là Ngài vĩnh cửu, Ngài phục sinh. Phật Thích Ca đã phục sinh trong cung cách đó. Cũng vậy, Khổng Tử, Lão Tử, Nguyễn Du, Mozart, Bach, Victor Hugo, Léon Tolstoi, Hemingway vân vân...Chỉ có một Phật Thích Ca, một Chúa Giê xu. Không được phép so sánh bất cứ ai với thánh nhân, vĩ nhân. Nhưng bất cứ ai, hễ để lại cho đời sống kế tiếp một ý nghĩa cao cả vì lẽ sống thì sau khi chết đều được phục sinh và bất tử. Trần văn Bá đã được phục sinh và bất tử"*

*

Duyên Anh có 4 hồi ký, bút ký: *Nhà Tù* (1987, 518 tr.), *Trại Tập Trung* (1987, 505 tr.), *Nhìn Lại Những Bến Bờ* (1988, 408 tr.), *Sài-Gòn Ngày Dài Nhất* (1988, 252 tr.) - hai cuốn sau viết vào thời gian sinh sống ở Hoa-Kỳ. Trong Gọi Là Thay Lời Tựa ghi tháng 1-1984 cho **Nhà Tù,** Duyên Anh viết: *"Tháng 10 năm 1983, tôi đến Paris như một thuyền nhân buồn bã. Bạn bè tôi, những người đã cứu tôi thoát khỏi ngục tù cộng sản, hay tin tôi đã có mặt tại Pháp, tới thăm tôi, chia nỗi vui mừng với tôi. Tất cả đều hỏi tôi về đề lao Gia Đình, về Sở Công An, về khám Chí Hòa, về các trại tập trung và những hình phạt mà những tù nhân phải chịu đựng năm này qua năm khác, và suốt một kiếp người. Họ hỏi tôi về những người trí thức Việt Nam vì đấu tranh cho nhân quyền mà bị lưu đầy, phát vãng. Họ hỏi tôi về các nhà văn, nhà thơ, nhà báo, những tù nhân tư tưởng của thời đại khốn kiếp của chúng ta. Tôi bỗng thấy tôi có bốn phận viết hồi ký. Hồi ký của tôi sẽ không phải chỉ là bản báo cáo nỗi khổ lê thê và riêng rẽ về số phận văn nghệ sĩ, trí thức. Cũng không phải là những trang ngục sử ca ngợi các vị anh hùng không bao giờ có ở nhà tù cộng sản. Tôi có tham vọng, trong hồi ký của tôi, diễn tả cái thủ thuật gian ác và hèn mọn của chủ nghĩa cộng sản là triệt để khai thác sự yếu đuối của con người, đe dọa, khủng bố để con người khiếp nhược, đánh vào dạ dày con người bằng roi gạo để con người đê tiện và tạo mâu thuẫn để con người thù hằn con người. Những con người, con người tù nhân Việt Nam, đã chết, sắp chết hay sẽ chết vẫn tồn tại với định nghĩa làm người rực rỡ. Trong thống khổ và cô đơn.*

Hồi ký của tôi gồm 2 cuốn. Cuốn thứ nhất mang tên Nhà Tù. Cuốn thứ hai mang tên Trại Tập Trung. Như đã trình bày, nhà tù là một xã hội thu hẹp, nó gần gũi nên nó tự lột trần muôn mặt. Tôi có gắng ghi chép thật trung thực cái muôn mặt đỏ" (tr. 10-11).

Trong **Trại Tập Trung**, Duyên Anh kể chuyện ông bị Cộng-sản bắt đi tù "cải tạo" và đời-sống trong tù từ ngày bị bắt 8-4-1976 cho đến ngày 11-9-1981. Cuối tập, ông ghi lại trích đoạn về "Kinh nghiệm ngục tù làm nên tác phẩm" của ông đã được thể hiện ở *Một Người*

Tên Là Trần Văn Bá, Sỏi Đá Ngậm Ngùi, Bầy Sư Tử Lãng Mạn, Đồi Fanta, Một Tù Binh Mỹ Ở Việt Nam.

Nhìn Lại Những Bến Bờ "hồi ký văn nghệ" Duyên Anh viết về cuộc-đời và sinh hoạt báo chí, văn nghệ cho đến cuối năm 1963. Cuốn sau như ông ngỏ ý viết tiếp chưa thấy xuất bản.

Sài Gòn Ngày Dài Nhất chi tiết về cái chết của thủ đô miền Nam khi bị Cộng-sản Bắc Việt cưỡng chiếm ngày định mệnh 30-4-1975. Ông viết: *"Tôi không biết danh sĩ thời xưa đã mấy ai, chờ chết một ngày dài nhất đời mình, một ngày dài nhất của dân tộc mình, của thời đại mình. Hình như chẳng có ai. Thời của người xưa hiền như người xưa. Nên, "một ngày dài ghê" mới chỉ là "ba thu cộng lại". Thời của người xưa đơn giản như người xưa. Nên, người xưa thản nhiên chờ đợi cái chết cơ hồ đợi chờ cuộc phiêu du vào hư vô. Người xưa không bị tưởng tượng cách chết, kiểu chết tính bằng co rút của tế bào, tính bằng héo khô của mạch máu, tính bằng rời rạc của nhịp tim. Ngày dài nhất của thời đại chúng ta là hai mươi năm cộng lại. Ròng rã hai mươi năm phiền muộn, chiến tranh, tang tóc, sinh ly, tử biệt. Chúng ta có ngày dài nhất lấy máu mà đo, đem nước mắt mà lường vì chúng ta được Hoa kỳ khai phóng tự do, dân chủ. Ngày dài nhất của chúng ta nghẹn ngào hơn bất cứ ngày dài nhất nào của loài người, từ khai thiên lập địa. Bởi nó là ngày dài nhất báo hiệu những ngày dài nhất, những vô tận ngày dài nhất, nhục nhằn nhất, cay đắng nhất, oan khiên nhất trên quê hương chúng ta. Muốn đo lường chính xác, và muốn cực tả niềm đau, phải dùng giây kẽm gai viện trợ Mỹ mà kéo chiều dài của ngày dài nhất. Hiểu tại sao chứ? à, giây kẽm gai viện trợ Mỹ không kịp di tản sẽ rào quanh nhà tù, trại tập trung cộng sản. Danh sĩ thời xưa thiếu hẳn cảm giác hứng đòn ý thức hệ. Người thời xưa không thèm nhìn mỏ Con ó, không thèm ngắm móng Con Gấu. Người thời nay bất hạnh hơn, bị Con ó mổ mù mắt, bị Con Gấu cào bấy tim. Để chờ chết một ngày dài nhất"*.

Và ở cuối sách, ông viết: *"Tôi hiểu thân phận tôi sẽ ra sao, sắp ra sao. Nhưng tôi bằng lòng thân phận tôi, tự hào thân phận tôi. Tôi chống cộng sản tự nguyện. Mười lăm năm cầm bút của tôi, tôi không hề điếm nhục ngửa tay nhận tiền của Mỹ, của các chế độ Sài gòn để làm công việc đánh đĩ văn chương - tư tưởng. Tôi chống cộng sản và vì lý tưởng chống cộng sản, tôi chống luôn cả chính sách xấc xược* của Mỹ áp đặt lên số phận dân tộc tôi, chống luôn cả tập đoàn thống trị bù nhìn và bè lũ điếu đóm, chống luôn bọn tham nhũng thối nát, bất tài, vô tướng, chống luôn đám hề chính trị rẻ tiền. Nói tóm lại, tôi chống tất cả những gì nuôi dưỡng cộng sản và làm sáng chính nghĩa cộng sản. Theo tôi, những bất công xã hội, những đàn áp phát-xít đã dồn dân chúng miền Nam vào con đường cùng. Dân chúng xa quốc gia, gần cộng sản là bởi lãnh đạo quốc gia ngu dốt. Tôi chống cả đảng phái hèn mạt lẫn những kẻ đội lốt tôn giáo lãnh đoạn chính trường. Người ta bảo tôi có lắm kẻ thù. Tôi không tin. Tôi đã viết 50 tác phẩm văn chương. Độc giả của tôi nuôi dưỡng tôi tận tình, cống hiến tôi đời sống vật chất dư dả. Tôi tự hào là một nhà văn chuyên nghiệp nhiều độc giả nhất nước, nhiều độc giả tuổi trẻ nhất nước. Những kẻ coi tôi là kẻ thù là những kẻ không được tôi xếp vào hạng kẻ thù của tôi Họ ở dưới kẻ thù của tôi vô số bậc. Còn những kẻ đố kỵ tài năng của tôi, cay cú với lòng yêu mến của độc giả của tôi dành cho tôi là những kẻ luôn luôn đứng sau tôi, xa tít tắp. Họ rất đáng tội nghiệp và cần được khích lệ như những người có triển vọng ở tương lai. Tôi cô đơn sáng tạo. cô đơn chiến đấu và cô đơn chết. Nhân danh điều thiện, người thiện chống việc ác, kẻ ác tôi chết. Tôi chưa biết cộng sản bức tử tôi kiểu nào.

Tôi bỗng có một nỗi sợ hãi mới, sợ hãi hơn cả sợ hãi chết trầm. Là cộng sản không quăng tôi vô biển máu hay bắt tôi chết mòn trong tù ngục. Nếu cộng sản không thèm trả thù tôi, không thèm đếm xỉa đến tôi, tôi sẽ bị sống nhục nhã. Vì văn chương, tư tưởng của tôi chẳng giá trị tí nào. Và con người tôi cũng vô giá trị. Tôi sẽ cúi gầm mặt ở bất cứ nơi đâu trên trái đất. Tôi hết dám chống cộng sản, trừ khi tôi là đứa vô liêm sỉ. Nỗi sợ hãi mới đã giúp tôi thản nhiên chờ đợi đao phủ và hình cụ của nó" (tr. 219-222). Duyên Anh đã cho biết "không viết theo cung cách nhà báo, càng không thích viết theo cung cách nhà báo ngoại quốc, những kẻ ngoài cuộc nhìn Sài gòn dãy chết" mà chỉ "muốn viết với lối miêu tả cảnh tượng và phô diễn tư tưởng của một nhà văn Việt Nam".

*

Duyên Anh cũng dùng thơ để ghi lại kinh nghiệm và tâm cảm sống trong tù Cộng sản Việt-Nam. Tập *Thơ Tù* là bản trường ca tủi nhục của người miền Nam thua trận:

– *"Chẳng bao giờ anh được đi chiếc 501*
Ba nghìn tù-nhân bó gối dưới hầm ngồi
Chuyến tàu đi Phú Quốc
Chuyến tàu đi theo định-mệnh nổi trôi
... Chẳng bao giờ anh được đi chiếc 501
Ba nghìn tù-nhân ba triệu tấn mồ-hôi
Chuyến tầu đi Phú Quốc
Chuyến tầu đi rúng-động đất trời
... Chẳng bao giờ anh được đi chiếc 501
Ba nghìn tù-nhân ba nghìn thú vật rã rời
Chuyến tầu đi Phú Quốc
Chuyến tàu đi định-nghĩa con người"- 1980 (Chuyến Tàu 501)

- *"Hai ngày ba đêm dưới hầm tầu*
Mắt còn thèm ngủ bụng đói lả
Thân xác còn như cái mền tã
Sáng sớm vác xẻng đào giếng khơi
Đất biển không chìu theo ý người
Càng sâu bao nhiêu càng lún rã
Mấy nghì tù-nhân khát khô cổ
Nhìn nhau muốn nói chẳng nên lời
Hạnh-phúc bây giờ là nước lã
Đội đá, lên núi hề đội đá
Đường đi- về ba cây số ngàn
Năm trăm tù-nhân xếp thành hàng
Đi thì hồn khói hun bốc toả
Về thì hồn cháy thiêu tàn-tạ
Chuyến đầu cố gắng vượt gian-nan
Chuyến sau gối mỏi đầu đau ran...".

Những chuyện khiêng phân, hốt phân ở trại "cải tạo" Z30D:

"Ngày xưa cô Tấm ngời nhan sắc
Thật thà như đếm chả thù ai
Cô thương điều xấu yêu điều ghét
Chung hết tâm tư với mọi người

Có nhiều đứa ác hờn ghen Tấm
Đầy đọa Tấm rồi giết Tấm oan

Tấm hóa thành chim thành trái thị
Cuối cùng thành công chúa nhân gian
  Em ạ, anh là cô Tấm xưa
Lòng anh chứa chất cả hư vô
Anh đi với tháng dài năm rộng
Mơ nỗi niềm chưa ai ước mơ
  Anh cũng bị chôn dưới vực sâu
Trước khi sặc nước mắt cơ cầu
Và cũng thành chim thành trái thị
Ngạo nghễ lên đời chói ngọc châu
  Em, cổ tích này anh tặng em
Hãy nghe hãy truyền kể nghìn năm
Nghìn năm trái thị còn xanh mộng
Chỉ úa điêu ngoa héo dối gian" (Trái Thị)

Thân xác và tinh thần bị khổ nhục, vây khốn, nhờ chiêm nghiệm ông đã đi đến Cám Ơn Ngục Tù:

"Cám ơn em nhé ngục tù
Nhờ em giải đoán giấc mơ tuyệt vời
Nhờ em dẫn xuống vực đời
Chỉ con đường lạ lên trời hư vô
Lửa nào nổi cuộc phần thư
Cũng thiêu luôn cả cái xưa phận mình
Bây giờ anh mới biết anh
Nỗi đau tiền kiếp đóng đinh làm người
Thân anh nghe sắp rã rời
Với hồn anh nữa ngậm ngùi phù du
Cám ơn em nhé ngục tù
Cám ơn em lớp sương mù huyền vi
Nhờ em anh đến anh đi
Nhờ em anh ở anh về nhẹ tênh".

Với *Em Tôi Sàigòn và Paris* và sau 4 năm lưu vong, ông đành chấp nhận kiếp sống mới, trong Bài Lưu Đày ghi "tặng Kiều Vĩnh Phúc, bạn tôi"-:

"Ta đến đành ở lại đây
Cuối trời thấm thía kiếp lưu đày

Nghẹn ngào sách vở từng trang mục
Chữ nghĩa vèo bay như lá bay
  Những tưởng tài năng vần thế cuộc
Nào ngờ tai họa giáng tê vai
Đường người chó sói nhe răng nhọn
Nghe buốt đau thương cả đế giày
  Vàng thau lẫn lộn phiền than lửa
Ngọc đá ganh đua rộn dũa mài
Bùn khuấy thời bơn khoe gặp vận
Tép tôm hí hửng nhảy tranh tài
  Cá sấu chưa cười rung tiệc máu
Diều hâu vẫn khóc rỉa moi thây
Hỡi ơi dâu biển và dâu biển
Ta đến đây đành ở lại đây (...)
Ai trước Hồ Trường chưa rót cạn
Còn nghiêng bầu hẹn một người say
Hỡi ơi dâu biển và dâu biển
Ta đến đây đành ở lại đây" -1987

-"Chẳng hẹn mà thành khách viễn hương
Cũng rằng non nước dục lên đường
Dấu giày lữ thứ hằn lưng cát
Áo bạc hào hoa nát gió sương
  Chấp kích lang cười khinh Hạng võ
Đêm mòn đợi kiếm báu Trương Lương
Đời không có kẻ nhường xe ngựa
Chậm bước tiên phong muộn chiến trường
  Nghĩ giận thế thời con mắt đóm
Ngọc nằm bất động giữa văn chương
Hỡi Cao Bá quát trùm thiên địa
Một nhát gươm vung rớt mộng cuồng
  Vương đạo trái mùa thương Vệ Ưởng
Nghẹn ngào tư tưởng lãnh tai ương
Xác xơ chữ nghĩa gầy nghiên bút
Rượu ngút trời thiêu giấc bá vương
  Trả lại phong trần cho bụi đỏ
Lênh đênh sông hẹp bỏ trùng dương

Chiều nay ta thấy ta rời rã
Nhan sắc hồng lâu nguội phấn hương" - 1987 (Bài Ta)

Duyên Anh là nhà văn nổi tiếng về đóng góp, sinh hoạt văn học báo chí nhưng cũng là nhà văn gây tranh luận, nhưng trong trường hợp ông, cho đến khi ông qua đời vì bệnh tại Paris, một số nghi vấn hãy còn. Không những bị nghi ngờ, ông còn bị đả thương thành tật nguyền. Vẫn không biết thủ phạm, nhưng nếu chỉ xét về tác phẩm và cuộc đời làm báo, ông gây chuốc nhiều thù hận. Khi ra ngoài nước, ông viết nhiều về chiến tranh và hai cuốn hồi ký *Nhìn Lại Những Bến Bờ* và *Sài Gòn Ngày Dài Nhất* có thể đã chuốc thêm oán dù đã cho người đọc biết được tình huống và sinh hoạt của người miền Nam sau ngày bị đổi đời 30-4. Những tác phẩm cuối đời, hình như ông nhắm đề cao tuổi trẻ và những kẻ sống ngoài lề xã hội, đặt hy vọng nơi những người này trong một thế giới gian manh và đầy bạo động: ông luôn có một chủ tâm chính trị và xã hội.

Chú-thích

1- Dư luận nhiều nguồn (Tạ Ty, Nguyên Vũ, Mai Thảo, ...) đưa ra các giả thuyết: bị trả thù vì ân oán trước 1975, vì hành trạngDuyên Anhtrong tù và ở hải ngoại sau 1983 như viết báo đụng chạm lớn với Mặt trận Hoàng Cơ Minh, và cũng có thể là bàn tay nối dài của Cộng sản Hà-Nội [Oliver Todd. "Le Vietnam a trouvé son Soljenitsyne", *Paris Match*, 9-3-1989, đăng lại trong Đồi Fanta, tr. 8]. Nguyên Vũ trong *Paris, Mùa Xuân* xuất-bản năm 1988 lúc sang Pháp tiếp xúc với nhà văn ở đấy và cho rằngDuyên Anhđã mật báo cho VC về việc một số nhà văn ở hải ngoại gởi về giúp người còn ở trong nước, nên họ đã bị VC bắt – sự thật là tháng 10-1983,Duyên Anhmới đến Pháp định cư. Tháng 2-2017, nhân 20 năm Duyên Anh mất, nhà báo Vĩnh Phúc đã tiết lộ một số thông tin mới: *"FBI cử nhân viên sang Paris gặp Duyên Anh, cho biết họ đã tìm ra kẻ hành hung Duyên Anh trước kia. Nếu Duyên Anh muốn thì khởi tố, họ sẽ bắt và đưa hung thủ ra toà. Nhưng Duyên Anh trả lời rằng anh không muốn làm gì nữa. Người Mỹ làm việc quá chậm, còn anh thì đã cảm thấy chán hết mọi chuyện rồi. Thôi hãy bỏ đi! Cho nên vụ án này chìm và bị quên luôn! Không phải tới năm đó Duyên Anh mới "bỏ qua" vụ án. Năm 1991 Duyên Anh sang nhà tôi. Tôi đã phỏng vấn để phát trên đài BBC. Khi được hỏi về vụ bị hành hung, Duyên Anh trả lời không còn thù hận gì những kẻ hành hung mình. Duyên Anh bảo họ cứ sống thản nhiên, đừng lo ngại. Theo anh, có thể người ta nghĩ rằng anh đã sợ. Nhưng ai muốn nghĩ sao tùy ý"* http://dcvonline.net/2017/02/13/duyen-anh/) (X. thêm: Hưng Việt phỏng vấn các nhân vật về Duyên Anh https://hung-viet.org/a113/hung-viet-phong-van-cac-nhan-vat-ve-duyen-anh trong số có chúng tôi, NVK).

2- Duyên Anh viết bài thơ Như Con Gọng Vó từ năm 1980 trong tù:

"Nỗi thống khổ dạy anh những điều khôn ngoan
Dạy anh giải tỏa niềm ẩn ức
Dạy anh gieo trồng hạnh phúc
Dạy anh nhìn rõ anh hơn
Nỗi thống khổ không dạy anh căm hờn
Không dạy anh phản phúc
Không dạy anh làm điều ô nhục
Không dạy anh tuyệt vọng chán chường
Nỗi thống khổ dạy anh bơi lội ngược dòng
Như con gọng vó
    Đừng bao giờ than thở
Vì hệ lụy điếc câm
Nỗi thống khổ soi sáng anh mọi sai lầm
Dẫn anh vào trái tim nhân loại
Hãy là con đại bàng vươn cánh soải
Và thương loài chim sẻ léo nhéo bờ tường
Bởi sức nó chỉ để bay mái nhà này sang mái nhà khác
Nỗi thống khổ không dạy anh những điều gian ác
Chỉ dạy anh chịu đựng nhín nhường
Dạy anh khoan dung và cao thượng luôn luôn
Dạy anh tha thứ kẻ đã đầy anh xuống địa ngục
Nỗi thống khổ dễ gì ai cũng một lần gặp
Nên giữa anh có khoảng cách với cuộc đời
Anh cô đơn / như con gọng vó / ngược dòng bơi" (Thơ Tù)

3- Duyên Anh đã kể lại ông đã nhận được hồng ân và phép mầu khi ở tù:

"... Cung củ đậu được phép đeo giây chuyền vàng tây có thánh giá. Nó cởi trần, mặc quần xà lỏn Đài Loan mà nó chĩa của một tù nhân. Từ khoang trên, nó liệng xuống sàn nhà xi măng một vật gì đó gây tiếng kêu. Trực trại, gã trung sĩ công an, tên Chiến di để giáp râu lên vật đó. Một miếng đá mỏng! Miếng đá không vỡ. Tôi lén vồ nhanh miếng đá bỏ vội vào túi áo tù trước ngực. Cung củ đậu liệng thêm cái thánh giá đẽo và mài nhẵn bằng gỗ lim. Trực trại Chiến lại di để giáp râu lên. Tôi lại lén vồ dấu đi. Là kẻ vô tôn giáo, nhưng tôi đã xúc động mạnh khi chứng kiến Cung củ đậu ném Thánh giá và cai tù Chiến di để giáp râu lên thánh giá. Quân dữ trong Tân Ước chắc cũng ngang ngược như thế này. Miếng đá và Thánh giá gỗ lim là hai vật còn sót lại sau nhiều lần khám xét. Xe cải tiến của chúng tôi chỉ mang đi đốt vài bộ quần áo rách, một số bị cói.

Ra chỗ đốt đồ loại bỏ, tôi móc túi ra xem miếng đá. Đó là miếng đá dày 50 ly, chiều ngang 4 phân, chiều dài 6 phân 50, có khoan một lỗ nhỏ để luồn giây đeo. Một mặt, hình Đức Mẹ Maria được khắc thật công phu. Khuôn mặt Đức Mẹ nổi lên trong cái vòng tròn trũng xuống. Quanh vòng tròn là những nét khắc diễn tả ánh sáng từ khối óc của Đức Mẹ tỏa ra. Một mặt khắc con thuyền lênh đênh trên sóng cả, cột buồm là Thánh Giá. Dưới thuyền khắc bốn chữ trong Thánh Kinh: Này con là đá... Dưới nữa là hai chữ Lưu Niệm. Có thể gọi miếng đá này là Mề đay Đức Mẹ Maria..." (Trại Tập Trung, tr. 404-405).

Ông cho biết thêm: *"Khi về nhà, tôi nhờ linh mục Chân Tín làm phép miếng đá cho tôi. Và tôi được cứu rỗi nhiều chuyến vượt biên thất bại. Rồi tôi thành công đều nhờ hưởng ân sủng của Đức Mẹ. Ở Poulau Bidong, lúc tôi chưa nhận tiền của vợ con, có người mua chiếc mề đay Đức Mẹ 500 đô la, tôi không bán. Đức Mẹ dẫn tôi đến linh mục Jean Mais và sư huynh Trần văn Nghiêm. Cả hai đều dịch sách cho tôi theo tinh thần tông đồ. Và sách của tôi Belfond xuất bản hết. Trước khi viết một cuốn sách mới, tôi đều thắp nến tạ ơn Đức Mẹ của tôi. Và tôi viết rất nhanh"* (Sđd, tr. 413).

Dương Tử

Sĩ quan tâm lý chiến của Việt Nam Cộng-hòa, nhà thơ Dương Tử tên thật Dương Khắc Đệ, sinh ngày 28-8-1929, là cựu tù "cải tạo" nhưng ông theo chương trình đoàn tụ gia-đình và định cư ở thành phố Montréal. Ra đến hải-ngoại, ông đã xuất bản bộ trường ngâm *Con Đường Cải Tạo* (Arlington, VA: Tủ sách Cành Nam, 1990), một hồi ký cô đọng qua hình thức thi ca, văn chương đặc sắc, về những những chặng đường đoạn trường đó. Nếu Chinh Phụ Ngâm của thời lịch triều xa xưa là tiếng buồn đợi mong của người vợ kẻ chinh phu, cái buồn phảng phất oai hùng bao nhiêu thì tiếng trường ngâm của Dương Tử bi hùng bấy nhiêu: *"Hai mươi năm, một phút tan tành / (...) Lối về chung ngõ cụt / (...) Về đây đóng nốt vai trò / Những con chốt thí ván cờ quốc-gia ..."* (tr. 33)

Thật vậy, nếu người xưa an phận và tự hào việc nước thì bao chiến sĩ ngày nay phẫn uất tức tối bấy nhiêu, cái tức không biết ngỏ cùng ai. Nhất là khi người nay đã thấm nhuần văn-hóa dân-tộc và nhân bản như Dương Tử. Nơi gọi là trại 'cải tạo', đòn thù của kẻ Ác tình cờ thắng cuộc cờ gian của chiến-tranh lạnh, tác-giả nhìn thói đời đổi thay mà đau:

> *"... Nơi đây hạt muối mặn hơn tình người*
> *... Nơi đây đào kép phấn son bay màu*
> *Nơi đây nhân cách bán rao*
> *Cơm thừa canh cặn cũng bâu như ruồi*
> *Mới hay cái gọi là người*
> *Chỉ trong cái đói bầy phơi nguyên hình"* (tr. 35)

Bạn tù Long Giao dĩ nhiên đủ loại, chỉ khi đã sa cơ mới lộ nguyên hình bộ mặt xấu ẩn tàng lâu nay. Khiến người tù càng thêm cô đơn, lòng co khép lại vì biết ngỏ cùng ai. Nơi đây, giọt sương đêm thánh thót như những giọt buồn của thời gian bị kềm hãm mất tự do; đêm cũng đã trở thành âm ti; khổ hình nhặt đá mà tâm hồn nhà thơ cứ đinh ninh nhặt lá vàng. Rõ, thiên nhiên và trời trăng vẫn vậy nhưng con người đã khác.

> *"... Có khi suốt đêm trường*
> *... Nghe từng giọt thời gian*
> *Như sương đêm thánh thót*
> *Giọt giọt buồn rơi điểm canh tàn*
> *Nằm nghe gió giục từng cơn*
> *Mà nghe len lén cô đơn hiện về*
> *Mầu đêm đen, cõi âm ti..".* (tr. 37)

Đấy là những thử thách tâm lý, mà khổ hình vật chất cũng không kém tàn bạo, vô nhân, như những bao cát được dùng lại như những mảnh khăn tắm, khăn mặt và áo lót, hơi nhám nhưng theo Dương Tử thì chúng rất bền và mau khô: *"Một bao cát sẻ làm đôi / Nửa khâu lau mặt, nửa may lau mình / Mầu tư sản đã xem khinh / Nên mầu vô sản tập tành làm quen..."* (tr. 49)

Thân xác bị hành khổ, người bạn tù nghĩ ra cách câu dế, nhìn tưởng như trò trẻ, ai dè mục-đích để sống còn ở tuổi trên 60:

> *" Anh ngồi câu dế mèn*
> *Thật "kiên trì, hồ hởi"*
> *Thật "giản đơn" - cọng cỏ, kiến đen*
> *Tưởng trò chơi lão giả*
> *An chi, đủng đỉnh giải phiền*
> *Khi trăng thanh gió mát*
> *Nào ngờ nướng nướng, chiên chiên*
> *Hỏi anh niên kỷ bao niên?*
> *Rằng: "Vừa năm giáp đủ nghiền dế chưa?"*
> *(...) Một đùi dế, một chén cơn*
> *Thời nay dễ mấy tay còn dế chơi*
> *Phồn vinh giả tạo xưa rồi*
> *Phần vinh thật sự dế xài mới ngon..."* (tr. 49)

Có thật sự sống trong những thiên đàng mù này, người 'tù' mới biết nếm thế nào là lạnh cắt da:

"Giá buốt cả sơn khê / Lạnh lùng cơn gió bấc
Lạnh đến run người, lạnh tái tê
... Bây giờ nền đất chăn đơn
Thấm sao là thấm – dao hàn cắt da
Căm căm gió gợi nhớ nhà
Nhớ từ lối ngõ quanh co ra vào..." (tr. 121)

Đói và lao động khổ sai, rồi chết đau đớn, bạn tù đồng cảnh ngộ chỉ biết bất lực nhìn và chuẩn bị cho phiên mình. Thế nên "Khi soi gương chẳng biết mình trong gương" vì mình hay bạn đều tiều tụy, nhìn bạn thì cũng có thể thấy được hình bóng mình. Bất lực, âu lo vì ngày về không có ngoài những lời phỉnh lừa, ‹khoan hồng› láo của cái gọi là chính quyền quân quản. Lúc đầu trong Nam họ còn không được gọi là ‹tù› mà phải gọi là ‹cải tạo viên›, ra Bắc thì mới được xem là ‹tù›:

"Làm dân chẳng được là dân
Làm tù cũng chẳng được xưng là tù..." (tr. 87)

Tình cảnh sống trong vô định, không ngày mai, thân phận tù thêm bi đát vì không án nên không ngày mãn hạn:

"Được chính thức gọi tù / Không cần chi úp mở / Được học làm tiều phu / Ngày hai buổi lên rừng đốn gỗ / Được ăn độn sắn ngô / Bảy lạng chia ba bữa... (...) / Loài chim ra rả năm canh / "Bắt cô trói cột" chuyền cành kêu thương / Nghe ra ai oán chán chường / Nghe ra như tiếng oan hồn thở than / Và nghe như thể thanh âm / "Khó khăn khắc phục" ôi thân phận tù..." (Bước Đường Thứ Ba, tr. 107)

Đám cán bộ quản-giáo đã dằn mặt những người muốn trốn trại và những cảnh xử người trốn bị bắt lại y như những ‹tòa án nhân dân› thời đấu tố gần 30 năm trước đó:

"... Nghe hai mảnh oan hồn / Vật vờ vùng suối máu
Kể lể phiên tòa độc đáo vô song / Không một lời biện hộ
Không nửa tiếng minh oan / Huyệt đào chiều hôm trước
Sáng hôm sau tòa mới đăng đường
Án tòa tuyên án vừa xong
Bỗng dưng trời nổi cơn giông ào ào
Trời dường như cũng nghẹn ngào
Mưa rơi chẳng được gió gào thảm thương
Miệng đầy giẻ, đến pháp trường

Món ăn ân huệ phũ phàng hỡi ơi!"
Và cảnh thiên đàng... cộng sản được nhà thơ ghi lại:
"... Ôi quê hương tôi!
Bốn nghìn năm lịch sử
Bốn mươi năm tiếng kẻng vào đời... (...)
Khi tiếng kẻng ma quái
Từ Pác Bó châm ngòi
Lửa hận thù rừng rực
Tóc tang máu lệ khắp nơi nơi
Kể từ đó, / Tiếng kiểng đổ dài
Trên quê hương đau khổ
Bốn mươi năm vẫn chửa dứt hồi
Bây giờ mỗi lúc chiều rơi
Tai nghe chát chúa một hồi "kẻng cum"
Cai tù chìa khóa một chùm..." (Bước Đường Thứ Tư, tr. 157)

Nơi xã hội mới, thiên đường mới ấy, mọi định nghĩa, ý niệm đều bị đảo lộn. "Thiên đàng hạ giới" thật ra là một thứ:

''... Thiên đường quái gở, dị thường
Thiên đường sống máu, núi xương tràn đầy
Thiên đường rên xiết đêm ngày
Dưới bàn tay sắt của bầy Cộng nô'' (tr. 125)
Còn nơi "xã hội mới" thì:
Người dân xã hội mới / Biết một chẳng biết hai
(...) Có miệng không dám nói / Có mắt như người đui
Không một ai chết đói / Chỉ sống đói mà thôi
Được bình quyền bình đẳng / Nhưng không được bình tài
Được làm chủ xã hội / Nhưng làm chủ khơi khơi
Chủ đầu tắt mặt tối / để đảng làm đầy tớ ngồi xơi..." (tr 127).

Dương Tử đã là người chứng giám cho một chốn nhân gian tối đen, sau cái ngày gọi là "giải phóng" rồi "thống nhất"- một nơi mà những người "nghệ sĩ" miền Bắc lúc đó như Văn Cao đã ngây ngô (hoặc được... chỉ đạo) reo mừng *"Rồi dặt dìu mùa xuân theo én về / Người mẹ nhìn đàn con nay đã về / Mùa xuân mơ ước ấy đang đến đầu tiên (...) Từ đây người biết quê người / Từ đây người biết thương người / Từ đây người biết yêu người"* (Mùa Xuân Đầu Tiên). Trong thực tế, mùa xuân 1975 đen tối đó đã phũ phàng ập đổ lên đầu người dân miền Nam và đã khiến cả nước cùng rơi vào đáy địa ngục trần gian.

Con đường gọi là ''cải tạo'' đã đưa nhà thơ Dương Tử qua nhiều chặng khổ hình; mỗi bước đường là một đổi thay không gian – mỗi thay đổi đều diễn ra trong cực hình và khó khăn, nhưng tất cả rốt cùng đều là địa ngục trần gian như nhau. Hết Long Giao, Tân Hiệp trong Nam là những Sơn La, Mường Thái, Mường Lang, Nam Hà của núi rừng miền Bắc. Đã cuối thế kỷ XX mà con người đối xử với con người còn tàn tệ hơn với thú vật ở nhiều xã hội tiền tiến. Hơn nữa, những kẻ chủ động ở đây (cai tù, cán bộ quản giáo, v.v.) vốn tự xưng làm "cách mạng" để đưa "thiên đàng hạ giới" đến với người miền Nam mà chúng tuyên truyền là đã bị đày đọa bởi "ngụy quyền" trong thực tế đã là cả một hệ thống dân chủ, tự do và bình đẳng! Người ‹tù cải tạo› Dương Tử đã chứng tỏ trình độ văn-hóa và nhân bản của một sĩ quan quân lực Việt Nam Cộng hòa, một con người miền Nam tự do, dân chủ,...

Con Đường Cải Tạo đưa người đọc nhìn thấy đất nước quê-hương, thấy rừng sâu, sông nước hòa nhịp với phẫn uất của con người, thấy những khổ đau có thực, và nghe được những tiếng kêu thương của kẻ bại trận cũng như của người dân hai miền Nam Bắc. Cuối một cuộc chiến, miền Nam thất trận và cung cách miền Bắc 'giải phóng' tàn bạo đã tác động lên thơ Dương Tử. Và đã khiến nhà thơ rời bỏ cái Tôi để hòa nhập vào chung với dân-tộc, chung cái khổ đau, thua thiệt. Tâm thức ông khiến thi ca trở thành bản trường ca của đoạn trường, của người miền Nam cũng như người dân miền Bắc. Cũng như thân phận của những người trí thức trong xã hội mới, hiểu biết chỉ thêm khổ, thêm đau lòng, mệt trí. Thơ Dương Tử còn cho thấy những phản ứng, phẫn uất đã chuyển thành hành động, không buông xuôi, đầu hàng! 'Kẻ thắng' có thể reo hò lừa được người miền Nam vào lò 'cải tạo' nhưng đã chẳng đè bẹp, dập nát con người miền Nam đích thực.

Nhà thơ Dương Tử tả cảnh đời cũng như phong cảnh tài tình. Tả từ ấn tượng, tư duy và thường là những tâm cảnh. Bằng những diễn tả tâm tình, nhận xét, bằng những kinh qua và phản ứng, ngay từ da thịt và tinh thần, bằng nhận xét (trong đắng cay) và ngôn ngữ sử dụng một cách tinh tế. Chuỗi trường ngâm nói lên tình cảm ngậm ngùi của những người lính bị bỏ rơi và bị buộc thua trận. Người lính đã nhập cuộc vì đất nước, nay phải chung chịu cảnh tang thương lịch-sử của dân-tộc. Tâm trạng nghẹn ngào xót xa của nhà thơ cũng chính là nỗi lòng của nhiều người.

Đặng Thơ Thơ

Đặng Thơ Thơ sinh năm 1962, định cư tại Hoa Kỳ năm 1992. Thuộc ban biên tập *Hợp Lưu* thời 2003-2005, đồng sáng lập tạp chí liên-mạng Da Màu từ tháng 8-2006 với Đỗ Lê Anh Đào và Phùng Nguyễn và là chủ biên đầu tiên của Da Màu từ 2006-2008. Hiện phụ trách sáng tác trên Da Màu.

Tuyển tập truyện ngắn đã xuất bản: *Phòng Triển Lãm Mùa Đông* (Văn Mới, 2002) và *Khả Thể* (Người Việt Books, 2014).

*

Tập truyện ngắn *Khả Thể* gồm hai phần: Phần Một - *Khả thể của Mơ*: Con Yêu Tinh Thứ 108, Mở Tương Lai, Lịch Sử Nhìn Từ Âm Bản, và Ký Ức của Người Loạn Tính. Phần Hai - *Khả thể của Viết*: Bản Nháp cho Một Tình Yêu, Người Vợ Khổng Tử và Cô Giáo Nữ Quyền, Lý Lịch Hoang Tưởng của Tôi, Cấy Óc và Đi Tìm Bản Kinh Thánh Cuối.

"Khả thể" được tác giả sử dụng như một *ý niệm* về cái đang có hoặc có thể hiện hữu, có tính hiện sinh khác đi hoặc như một *khả năng sáng tạo* với cái đã có nhưng có thể làm lại hoặc làm khác đi.

Phần 1 - *Khả thể của Mơ* khởi từ đời sống hiện thực, để khuấy nhiễu, với hoài nghi, châm chọc, và có thể khiến hiện thực sẽ không hiển nhiên còn là trung tâm điểm, từ đó phát sinh những *khả thể* mới cho những đối tượng của mơ.

- Con Yêu Tinh Thứ 108: xác họ Hồ hiện hữu nơi công trường và quỷ ma cũng biết sức mạnh vô biên của tôn giáo, của chính trị tuyên truyền. Lăng Hồ Chí Minh dưới con mắt nhà trừ quỷ: "*Toàn bộ Lăng là một khối đa giác huyền bí. Mắt nhìn không bao giờ chạm đến* *đỉnh trần. Ở đây rất khó ước chừng khoảng cách. Ở đây không gian được tạo bằng một chút ánh sáng và rất nhiều bóng tối để xóa mờ những góc cạnh. Ở đây chúng ta được quan sát như chuột trong lồng kính. Tư thế thăm lăng là đi nghiêm thẳng hàng và hai tay buông sát bên hông. Mọi bước đi đều phải đặt trên đường vạch sẵn, nhìn nghe đều giới hạn và tuyệt nhiên không được sờ chạm, không được cử động cánh tay. Ở đây chúng ta không được phép làm gì khác ngoài việc chiêm ngưỡng xác"* (tr. 27).

Cứ cho là họ Hồ và cả Nhất Hạnh đều đang bị oan trái, bị oán trả, oán phạt,... Vốn sợ ma quỷ, nhân vật "tôi" vai con ông Hồ thao thức chuyện nên để ông "sống" qua cái xác hay cho biến theo trai đàn: *"Thuốc men không cách nào ụa cảm giác này khỏi cơ thể, ụa cái xác ra khỏi ý thức, bởi nó đã mãn tính bám vào tôi mấy chục năm nay. Một cách nào đó, tôi đang bị nó ăn thịt. Tôi đã tận dụng những thế lực trong tầm tay để chống chọi. Nhưng những thế lực quanh tôi đang phản kháng lẫn nhau và nghiền nát tôi trên đường đi của chúng. Tôi phải giải quyết cách nào? – Hoặc cái xác, hoặc tôi. Thế thôi. Nhưng làm sao thủ tiêu được nó? Cái xác này không chỉ là một cái xác, nó là di sản thuộc hàng quốc bảo. Nó đã qua mặt cái xác của Lê Nin. Nó đang cạnh tranh với những xác ướp Ai Cập..."* (tr. 25).

"Diễn viên tuồng chèo" là người làm công tác "trai đàn giải oan" cuối cùng trong mắt "tôi" thì *"thiền sư Làng Sen sẽ mãi mãi là một nghi vấn, như chính công án của ông"* (tr. 28). Tác giả qua nhân vật "tôi" đã có nhận xét thâm thúy về ông Làng Sen *"tránh né điêu luyện. Tung ra những ý tưởng có vẻ cao siêu với chủ ý đánh lạc hướng đối phương là kỹ thuật cao cường của ông ta. (...) Cứt! Thiền sư Làng Sen không đủ khả năng để giải chính cái công án bịa của ông..."* (tr. 21). Ông ta đã được bộ Chính trị của Đảng cho về Việt-Nam sau nghị quyết "nghĩ" rằng *"Kinh cầu siêu quả có tác dụng gây ảo giác về hòa hợp hòa giải dân tộc"* (tr. 15).

Tính châm biếm chính trị về cái xác hậu thân của biểu tượng liên tục chống đế quốc và chống cả đồng bào "vú sữa" miền Nam, kèm theo chuyện "công án thiền" của một nhà tu ngoài lề cựu phản chiến đã là cái "nhân" (trong nhân quả) gây ra bao cái chết cho cả nước, để cuối cùng qua sáng tạo "con yêu tinh thứ 108", tác giả đặt câu hỏi cho tương lai Việt Nam. Bộ Chính trị và ông thiền sư ấy không và không thể giải được cái công án do chính họ bày ra, thế thì muốn thực sự giết con yêu tinh, tác giả ngụ ý người nào người nấy phải can đảm nhìn vào chính tấm gương và tự hủy đi phần ma quỷ trong chính mình, nếu không thì cái giá mỗi người phải trả là bằng chính đời sống mình.

- **Mở Tương Lai** như "khả thể của Mơ" - "nằm mơ là đường ngắn nhất để đi tới tương lai", được viết theo hình thức tự truyện nhưng tháo gút cho các nhân vật và hồn ma hành cử cũng như đến và rời bỏ. Chuyện tình dục tự nhiên và / hay của đồng tính của nhân vật nữ, xảy ra giữa hai thời điểm 30-4-1975 và khi tác giả sáng tác, 2005. Những ngày cận 30-4-1975, bà ngoại, ông Lê (Như Phong?), mẹ, cậu, chú Thuần, cô Hồng Trang,... khiến yếu tố tự truyện trồi mặt nổi. Hương và "tôi" là trung tâm truyện: *"Đêm qua Hương không chịu ngủ, ra đứng ngoài boong tàu, kêu lạnh lắm, và run lập cập. Tôi nói: "Chắc Thơ phải ôm Hương cho Hương đỡ lạnh". Có thể Hương không thích đụng chạm thân xác. Nhưng sau khi nói vậy, tôi biết Hương sẽ không chống cự, sẽ để tôi ôm, vì đây là cái ôm hứa hẹn không rung cảm. Tôi sẽ tránh không để da thịt mình rung cảm. Người Hương mỏng, tôi ôm mãi, siết chặt mãi mà vẫn không chạm được tới phần xương thịt của Hương. Tôi cứ ôm xiết ôm lỏng một thân thể chơi vơi như vậy, lăn qua lăn lại, giữa khoảng không, như thế suốt đêm"* (tr. 41). Rồi thêm một giấc mơ khác trong khi chờ để thoát ra khỏi nước: *"Tối hôm ấy tôi nằm mơ thấy Hương đưa cho mình một cuốn truyện. Hương đứng đầu thuyền, bảo: "Truyện này hay lắm, Thơ Thơ phải đọc." Không khí trong mơ lạnh. Hơi lạnh tỏa buốt đều như trong một căn phòng chạy máy lạnh hết cỡ. Hương nằm xuống sàn thuyền, bảo tôi, giọng nhẹ nhàng kỳ lạ: "Đêm nay sẽ dài lắm, dài hơn tất cả các đêm. Thơ nằm xuống đây đi." Tôi ngoan ngoãn nằm úp lên người Hương. Con thuyền chòng chành khiến thân thể chúng tôi cọ xát ngoài ý muốn. Tôi nhắm mắt lại, sung sướng chạy khắp người như điện. Lần đầu tiên tôi có cảm giác như vậy với Hương. Tôi biết được sự bất thường của những cảm giác này, ngay lúc đang ôm nhau, ôm thật sát vì Hương luôn miệng rên rỉ: "Lạnh quá, lạnh quá" như nhắc nhở hãy ôm thêm nữa, ôm cho chặt mãi..."* (tr. 45). Những ước mơ cho khả thể hiện tại và tương lai! *"Vì chúng tôi không chấp nhận cuộc sống trên mảnh đất này, vì đây không phải chỗ của chúng tôi, nên tương lai hầu như dừng lại. Hay tương lai đã bỏ ra đi – về phía có Hương. Hương trong* *mơ vẫn biết hết những gì đang xảy ra ở đây, xảy ra cho tôi. Nhưng tôi không biết gì về cuộc sống của Hương nữa dù vẫn thấy Hương về. Những giấc mơ ngày càng ngọt ngào hơn, gần gũi âu yếm hơn, khiến tôi lo sợ hơn. Tôi bắt đầu nghi ngờ những giấc mơ đẹp. Đó chỉ là ẩn dụ, là dấu chỉ mù mờ... Tôi không tin, nhưng tôi sẽ ráng để đừng ăn nằm với Hương trong giấc ngủ"* (tr. 53).

Những ngày hậu 30-4-1975 của một gia đình từng đi sâu vào chính trị, chính trường như nhà tác giả, đã là thời gian địa ngục. Người trong nhà chia nhau cyanide để nếu lỡ mà... Giấc mơ cũng là liều thuốc: *"Những giấc mơ về Hương không rõ ràng nữa, dù qua đó tôi biết Hương vẫn còn sống và thỉnh thoảng còn nhớ đến tôi. Nếu Hương vẫn đang theo dõi những giấc mơ của tôi thì Hương sẽ biết tôi đang hoài nghi chúng. Hoài nghi sự xác thực của chúng. Những giấc mơ chỉ mang ý nghĩa nếu chúng có gốc rễ bám vào đời sống. Còn những giấc mơ này (như chúng tôi hôn nhau, rất nhiều đêm như vậy, và lần hôn nào cũng đê mê đắm đuối) thì gốc rễ ở đâu ra? Những lần hôn mê mệt ấy lại dẫn đến những chuyện khác giữa hai cơ thể khiến người tôi bỗng bừng rạo rực mỗi lần nhớ lại. Luôn luôn là những câu nói bâng quơ không rõ nghĩa, một tình huống vẩn vơ, rồi bất chợt chúng tôi ngả vào người nhau như thể tình cờ. Có lần tôi thức giấc thấy bụng dưới mình âm ỉ, rồi vỡ tung, rồi cuộn thắt từng cơn ràn rụa. Chẳng lẽ da thịt tôi có thể khao khát đến thế, đến mức tự mình co bóp trong mơ? Tôi mới lớn. Tôi không biết gọi tên nó, chỉ biết nín lặng tận hưởng một cảm giác điếng ngất, vừa sung sướng vừa tội lỗi. Càng tội lỗi lại càng thêm sướng.*

Hương không tỏ vẻ gì là biết cả. Một là Hương giả vờ. Hai là những giấc mơ của tôi hoàn toàn vô giá trị. Từ trước đến nay. Vì chúng tôi chưa bao giờ yêu nhau" (tr. 59).

Bất lực trước tương lai vì *"Chẳng cách nào thu hẹp đường đến tương lai cả, vì tương lai không trừu tượng. Tương lai cụ thể, đo đếm được, như là không gian và khoảng cách. Khoảng cách của đất và biển địa cầu tôi phải đi bằng chính thân xác mình. Tôi đi chừng nào cho tới? Tôi sẽ đi thuyền, tôi sẽ đi bộ, tôi sẽ nghỉ trong tù, tôi sẽ chuộc tiền để được thả ra và lại đi tiếp tục? Tôi sẽ phải tốn ba mươi năm nữa để đuổi kịp Hương chăng? Tôi sẽ không bao giờ làm được điều ấy! Ba mươi năm đủ để một đứa bé lớn lên, thành người, rồi chết đi* mà không cần đến chiến tranh bom đạn. Ba mươi năm đủ để xoá sổ một cuộc đời. Ba mươi năm mất đi là mất mãi" (tr. 62). Tuyệt vọng rồi hy vọng cho 30 năm nữa: *"Hương ôm riết tôi trong tay, không chịu buông ra, làm tôi cảm động xiêu lòng. Chúng tôi vừa yêu nhau xong, mệt mỏi, tự nhiên, chẳng băn khoăn gì. Cơn tuyệt sướng đang tràn trề khắp người. Mỗi mạch máu tôi chảy một dòng sông đầy khoái cảm. Người tôi căng tràn nước óc ách. Những chuyển động nước chạy luồn dưới da và rung rẩy liên miên. Tôi nhắm nghiền mắt, mê mệt, không buồn tỉnh dậy nữa. Chưa bao giờ tôi ngủ ngon như thế. Ngủ như chưa hề ngủ suốt một đời.*

Hương ôm tôi, lay tôi thức lại. Hương lắc lắc, như tôi là một con búp bê bằng vải mềm oặt. Hương nói hãy cố mà sống, đừng tuyệt vọng. Một ngày nào đó tất cả sẽ đảo ngược như hiện tại đang đảo ngược. Ba mươi năm nữa thôi" (tr. 62-3).

Cô Ngô Thị Hồng Trang của Hội Việt Mỹ đã chết khi vượt biển, để lại lời nhắn được giữ kín: *"Nhưng cái chết tôi không vô nghĩa. Tương lai không có quyền thay đổi một cái chết trong quá khứ. Mọi giá trị sẽ thay đổi. Nhưng giá của cái chết thì không … Tự tử không phải tự giết mình. Đó chỉ là định nghĩa đơn giản nhất và lừa dối nhất."* (tr. 65). Cô đã không tự tử mà như đưa đầu vào cái Chết: *"Tương lai không có quyền thay đổi một cái chết trong quá khứ. Mọi giá trị sẽ thay đổi. Nhưng giá của cái chết thì không"* (tr. 65).

Phải chăng tình yêu của "tôi" và Nguyễn Hương đồng nghĩa chăng với "tự tử" vì *"tự tử, cũng như nằm mơ là cử chỉ của hy vọng vào những điều chưa biết. Nó còn là dấu thánh đóng lên mình những linh hồn miễn nhiễm đời đời … Vì tự tử là đủ thứ khác nhau, mỗi người nhìn một cách khác nhau, khó hiểu như đời sống"* (tr. 66).

- Lịch Sử Nhìn Từ Âm Bản nhìn ngược lịch sử, ký ức về biến cố 30-4-1975 và những người miền Nam đã tuẫn tiết ngay sau biến cố hay sau đó tự sát và chết trong lao tù cũng như những người lính của cả hai bên đã hy sinh trong cuộc chiến. Một thứ lịch sử tâm thức qua đó các thế hệ tương lai cần biết về những gian xảo của chế độ toàn trị độc tài Cộng sản, về những sự thật bị che đậy và xuyên tạc, về "bịa sử" xảo trá về anh hùng và thù địch của "tổ quốc": *"Chúng tôi đã vượt qua biên giới. Đất nước trải rộng trước mắt chúng tôi như* cuốn phim chiếu lên màn trời: *Đoàn xe băng ngang những giao thông hào, những đồi kẽm gai, những bãi mìn xương trắng. Những nấm mồ hoang quanh trại cải tạo. Những xác người phình trương sóng tấp vào bờ. Những căn nhà xiêu dột chỉ còn mẹ già nói chuyện với con trên bàn thờ liệt sĩ. Chúng tôi đi ròng rã nhiều năm, vẫn đang đi tới, đi không ngừng nghỉ. Chúng tôi đi theo dấu máu chảy và máu chúng tôi vẫn đổ ra không thể nào cầm. Máu của chúng tôi phải dư thừa, phải sung mãn, phải đủ để chia đều cho lương tâm thắng trận và danh dự của miền Nam bại trận*" (tr. 78). Những âm bản của một "hiện thực" cưỡng ép.

- **Ký Ức của Người Loạn Tính** giữa một sân khấu với nhiều giới tính cùng đồng diễn, có Brandon Teena, Leticia "Larry" King, … nói lên nỗi đau và cái giá phải trả bằng chính mạng sống của những người đổi giới tính: khái niệm giới tính qua bộ phận sinh dục. Leticia bị "bề hội đồng" vì bị đám thảo khấu đó *chỉ muốn rửa sạch một căn bệnh. Nếu chúng bề, chúng đụ, thì hành động bề hay đụ không phải vì khoái lạc, mà vì công lý...*" (tr. 93).

Phần 2 - *Khả thể của Viết* xoay quanh khả-tính của ngôn ngữ và văn bản: những Khả Thể của Viết có thể vượt ra ngoài những hình thức, nội dung, thể loại, cú pháp, một không gian Viết, nơi ranh giới không dễ nhận ra.

Phần Hai-Khả Thể của Viết, mở với **Bản Nháp Cho Một Tình Yêu** là hai văn bản của một "văn bản" - một loại "bản nháp" mở. Yêu để có kinh nghiệm mà viết, yêu theo lập trình kiểu dàn bài cho một tác phẩm, nhưng không khỏi có những bất ngờ: "*Tôi sợ mình sẽ yêu anh mất. Tình yêu bắt đầu trở thành một vấn đề nan giải. Bởi nó không chấp nhận công việc tôi đang làm. Có lúc tôi mong mỏi cho chóng xong câu chuyện. Có lúc tôi sợ hãi ngày kết thúc câu chuyện. Bởi đó cũng là ngày tình yêu tận*" (tr. 123). Khi "*điều tôi tìm kiếm khao khát bây giờ đã thoả. Tôi thở hắt như vừa bước ra khỏi cơn hoan lạc, nhưng tôi không cảm thấy hoan lạc. Thật ra đó là tiếng thở của một người khác...*" - "*một người đàn bà ở trong tôi, khác tôi, tự mình tôi không lôi ra được, bây giờ đã thoát đi rồi*". Người nam chỉ là cái cớ, giỏi lắm cũng *chỉ là gõ cửa* lôi người đàn bà trong tôi ra và cũng có thể hơn một lần.

- **Người Vợ Khổng Tử và Cô Giáo Nữ Quyền** – trong đây, nhân vật nam người làm luận án về Nữ quyền, cũng chỉ là cái cớ, còn Vợ Khổng Tử và bao người nữ từ đó sống cái mặc cảm phụ nữ và cái trẻ đẹp. Kinh Lễ nhiều phần trình dạy "cái đẹp bên trong" của phụ nữ. Cái văn hóa phụ quyền ngàn đời nó vậy, ngay trong chữ viết, những cái xấu, bệnh tật đều viết với bộ "nữ". Nhân vật cô giáo Nữ quyền nhận định rằng *"Khái niệm trẻ đẹp cần phải xóa bỏ để có bình đẳng thật sự về giới tính"*. Tác giả cảnh giác phái nữ: nhan sắc và tuổi trẻ không nên là tiêu chuẩn để định mức giá trị của người phụ nữ. Truyện này cho thấy cái đa dạng và mở của "khả thể Viết". Trong truyện viết lần đầu đăng trang damau.org khác đoạn cuối sách xuất bản, Cô Giáo Nữ Quyền xuất ngoại sang Hoa-Kỳ làm "vũ nữ trình diễn show ở Las Vegas. *Những điệu vũ hương xa mang phong cách đông phương. Có khi cô múa Thái Cực Kiếm, động tác treo lơ lửng giữa không khí, những vòng tròn lưỡng nghi quay vào vô tận. Có khi cô vũ thoát y và ngâm nga thơ Đường phá luật. Nhưng show ăn khách nhất lại là những màn múa lấy từ Kinh Lễ..."* vì phân khoa Phụ Nữ-Giới Tính Học bị "giải tán vì thiếu kinh phí". Anh chàng sinh viên xong luận án, bơ vơ tìm việc, tìm vợ và tiếc nhớ cô giáo.

- **Lý Lịch Hoang Tưởng Của Tôi:** Vượt biển, vượt biên đồng nghĩa với tự tử, ra đi là hết rồi, là chấp nhận không ngày về. Rồi lưu vong cũng là một cách tự tử. Tương tự, qua truyện Lý Lịch Hoang Tưởng Của Tôi, Đặng Thơ Thơ đã dùng ẩn dụ "tự tử" để khai phá những góc cạnh mới, tái tạo những gì đã mất, từ những hiện tượng tưởng đã bị xuyên tạc hoặc xóa nhòa bởi chính trị, thời gian và sự mất tin cậy của ký ức. Mở đầu với cuộc thi viết lý lịch mục đích là *"tìm ra một lý lịch hoàn chỉnh và lý tưởng; một lý lịch vừa cá nhân vừa tập thể, một lý lịch vừa công cộng vừa riêng tư (...) Điều phiền phức thường xảy ra là đôi khi các lý lịch nhỏ cộng lại không giống đáp số là lý lịch lớn"* (tr. 145). Từ khởi điểm cá thể chỉ là phần tử của một lý lịch chung, mang tính đại diện và rộng lớn hơn, truyện đưa tầm nhìn thông suốt căn cước các cá thể thay vì thói quen nhìn những nét dấu vật lý như màu da, ngôn ngữ, giới tính,…để có được chân dung hiện thực một và nhiều cá nhân. Nhưng không thể có lý lịch vĩnh viễn ở cuộc đời nhiều thăng trầm như của nhân vật "tôi". Hiện hữu là luôn *"vẫn còn đang viết lý lịch và lý lịch của tôi vẫn chưa hoàn chỉnh. Đó là thứ lý lịch thời hậu hiện đại"* (tr. 157).

- **Cấy Óc** là chuyện Đặng Thơ Thơ viết như một "khả thể Viết" từ những tài liệu, chứng từ, vật chứng... còn khả thể giữ được về Hoàng Đạo, nhà chính trị, cách mạng, tranh đấu cho độc lập cũng là ông ngoại của bà. Hoàng Đạo đã bất ngờ mất sớm – cái Chết đến nay vẫn còn tồn nghi, còn vai trò vô tình/cố ý vẫn được người đời xem như đã xong; nay bà đi tìm những khả thể từ suy tưởng và không tránh được có đôi chút chủ quan (huyết thống), để chứng minh những khả tín từ những "tang vật", "hồ sơ" của "phòng Nhì" và của thời gian ấy, cũng như từ cái khả thể "Thật" được khai quật trong câu văn và ý tưởng như là một tác giả có sự nghiệp chính trị, xã hội và đã có nhiều điều muốn cải lương, nhắn nhủ người đương thời (cả guồng máy thực dân Pháp đang cai trị Việt-Nam) và hậu thế.

Bà khởi đầu với một niềm tin: "Dựng lại một người đã chết là điều khó làm. *Vào đúng ngày giỗ năm ngoái của ông ngoại thì tôi nẩy ra ý định dựng lại ông. Ý tưởng này nằm ẩn sâu trong tiềm thức đã lâu, đến ngày giỗ chợt bộc phát như một tai họa không cách nào ngăn cản (...) Ông tôi – tác giả của 5 cuốn sách đã in, của nhiều cuốn sách chưa in, của ngàn bài phóng sự đã đăng báo. Ông tôi – một người dám nói và dám sống theo điều mình nói, đánh đổi ngục tù và cái chết cho lý tưởng, công khai thách đố và chống đối bạo quyền... Một người như vậy xứng đáng được dựng lại nguyên bản, dựng lại theo đúng khuôn mẫu có thật, không chấp nhận một sai sót nào*" (tr. 159, 160).

Công việc "dựng lại nguyên bản" tiến hành với việc tìm được "*những bài viết chưa hề công bố, chưa được đăng báo, thỉnh thoảng kèm theo ghi chú của ông, viết bằng mực xanh rêu, bút tích sắc và nghiêng, chữ cứng và thoáng*", từ Thư viện quốc gia nơi lưu trữ "óc" của người nổi tiếng: "*Chúng tôi rất tự hào đã làm tốt công việc bảo quản những bộ óc của danh nhân nước nhà. Về mặt này chúng tôi làm tốt hơn khâu nhà xác bệnh viện. Bệnh viện là nơi chứa thịt và máu. Còn thư viện là nơi lưu trữ óc, một hình thức tồn tại cao hơn hẳn sự tồn tại của hơi thở và sự sống (...) Việt Nam ta có truyền thống cấy óc như một dạng văn hóa, cũng không cấm đoán việc cấy các phôi thai. Nhưng vì các cuộn não đã nhiễm độc chất cực nặng, tuyệt đối cấm dùng óc này để cấy lên thành óc khác (...)*"

Cuối cùng, ẩn số dần làm thay đổi suy nghĩ của bà: "*Người ta có thể chạm vào quá khứ, chạm vào lịch sử, chạm vào bí ẩn. Như cách tôi chạm vào những tờ báo (trong thùng gỗ là một linh hồn bị giam giữ đã lâu – hơn nửa thế kỷ, một linh hồn chống đối và đam mê dữ dội, một linh hồn không chịu khuất phục số mệnh – dù một số mệnh đến sau cái chết). Cho đến lúc đó, tôi vẫn tin rằng chuyện đi ngược thời gian là khả thi. Cũng như việc xây dựng lại người chết là có thể, để cứu vãn một điều đã xảy ra, và xảy ra sai lầm. Nhưng những điều tìm thấy và đọc được sẽ làm thay đổi suy nghĩ của tôi"* (tr. 168, 169).

Bà và gia đình cuối cùng *" xây mộ cho ông, thay thế cho cái mộ bên Tàu đã bị phá hủy. Mộ chỉ là một cái hộp giấy trong đựng mấy quyển sách. Nhưng có mộ vẫn hơn không. Đối với những đứa bé, đây mới chính là mộ thực, đụng chạm được bằng tay và xây dựng bằng chất liệu rất dư thừa: tưởng tượng. Mộ này giá trị hơn những xương cốt mục rã, hơn những bia đá cẩm thạch, hơn những long mạch đế vương. Mộ này là óc, là tinh thần, là linh hồn còn sót lại và còn tươi sống. Chúng tôi xây mộ với hy vọng óc ấy không bị hủy hoại, óc ấy sẽ được cấy lên trong những óc khác, những óc chưa suy tàn, óc của chúng tôi, chẳng hạn"* (tr. 186).

Đặng Thơ Thơ tiếp nối công việc giao tiếp tâm thức với tiền nhân với một tham luận đọc trong Hội Thảo Tự Lực Văn Đoàn năm 2013: "Tính Giễu Nhại và Tinh Thần Hậu Hiện Đại trong Những Tác Phẩm Chưa Xuất Bản của Hoàng Đạo" in trong bộ tuyển tập 44 Năm Văn Học Hải Ngoại (San Jose CA: Mở Nguồn, 2019; tập 1, tr. 476-500). Bà công bố những khám phá và cảm nghiệm về các thuộc tính Hậu Hiện Đại trong những sáng tác chưa công bố của Hoàng Đạo - Hậu Tây Du và Tam Quốc Chí Diễn Nghĩa, tính liên văn bản, vận dụng văn hóa đại chúng, và tinh thần giễu nhại - những Cuộc Phỏng Vấn Không Tiền Khoáng Hậu, phóng sự giả hay tiểu thuyết thật? và - Trước Vành Móng Ngựa, khi một thể loại bị đưa ra xử án. Bà đi đến kết luận: "Tương quan giữa HĐ với hiện thực là tương quan của một người am hiểu luật và chất vấn những bất công trong luật pháp. Với tương quan ấy, hình thức diễn đạt thích hợp nhất có lẽ là nhìn và trình bày mọi thứ dưới ánh sáng giễu nhại, đả kích, châm biếm, mỉa mai (...) Tất cả những biện pháp nghệ thuật của Hoàng Đạo là những kỹ thuật để viết tiểu thuyết dù ông đang viết phóng sự, như trong cuốn Trước Vành Móng Ngựa, hay khi ông thực hiện cuộc phỏng vấn tưởng tượng trong Những Cuộc Phỏng Vấn Không Tiền Khoáng

Hậu, hay khi ông viết lại một câu chuyện liên văn bản từ văn hóa đại chúng trong trường hợp Hậu Tây Du và Tam Quốc Chí Diễn Nghĩa. Nói như vậy không có nghĩa là những sáng tác này là những tác phẩm hậu hiện đại. Nhưng với con mắt đã quen nhìn, đọc, và xem hậu hiện đại, chúng ta sẽ phát hiện ra những thuộc tính HHĐ trong những văn bản cũ, như trường hợp cuốn Don Quixote của Cervantes đầu thế kỷ 17 hay Tristram Shandy của Lawrence Sterne vào thế kỷ 18. Cuối cùng, sau một tháng "khai quật" những gì HĐ đã viết từ PH-NN, cho đến lúc này, con người HĐ toàn diện vẫn còn là một tảng băng ngầm, những gì chúng ta biết đến HĐ vẫn chỉ là một lớp băng mỏng trên bề mặt... Tiểu luận này nằm trong nỗ lực khai phá dần tảng băng ngầm ấy" (Sđd, tr. 499, 500).

- Đi Tìm Bản Kinh Thánh Cuối: Nhân vật xưng "Tôi" là người *"thầy tu dòng Tín Giáo xuất thân từ chủng viện lâu đời nhất thế giới. Tôi là người chép kinh thánh, viết bằng tay, cuốn kinh dầy cộm đi từ Cựu ước đến Tân ước".* "Nhiệm vụ chép kinh ngài [Giáo Chủ] giao *phó cho tôi cũng là để kéo dài niềm tin đến tương lai. Trong cái thư viện cổ xưa này, cổ xưa bằng chiều dài lịch sử Đấng Cứu Thế, chúng tôi sẽ quyết định tương lai Tín Giáo, hưng thịnh hay suy vong, thống trị hay phế thải. Những bản kinh cổ mà tôi lưu trữ một ngày kia sẽ tan thành bụi. Chúng cần người chuyển ngữ luôn luôn, nếu không sau này chúng sẽ chỉ là thứ ngôn ngữ chết và như vậy thì niềm tin cũng chết"* (tr. 191, 194). *"Tôi"* đi tìm bản Kinh thánh cuối trải qua kinh nghiệm tâm linh và xác thịt với *Ma-ry Ma-đơ-len* là *"người đàn bà có mình mà không đầu, hoặc có đầu mà không mình, và người đời sau chỉ biết một trong hai thứ.(...) Hành trình của thân xác thì cả thế gian đều biết, nó như một câu chuyện điển hình của một người đàn bà tin Chúa: bắt đầu từ việc bị quỷ ám, lấy nước mắt rửa chân Chúa và lấy tóc lau chân Chúa, chứng kiến Chúa bị hành hình đến khi thấy Chúa sống lại. Rồi thôi. Nàng sẽ mất tích ngay sau đó, sẽ bước ra khỏi kinh thánh và đóng sách lại như chúng ta xập một cánh cửa sau lưng.*

Thân hình Ma-ry làm mọi việc đó mà chẳng cần có đầu. Vì cái đầu thật ra không cần thiết. Đầu và thân hình nàng là hai tự thể riêng biệt. Nàng mang thân xác phụ nữ nhưng cái đầu nàng khước từ giới tính.

Vì Giê-su không bị ràng buộc bởi cái nhìn giới tính. Vì giới tính chỉ thuộc về thân xác, nó là ảo ảnh và sẽ tan rữa khi chúng ta ngưng thở về với Chúa. Nhưng đó là lời Chúa, tạ ơn Chúa. Còn trong lời nguyền thì Ma-ry sẽ bị cột chặt vào giới tính của nàng, suốt hai mươi thế kỷ về sau...". Và "Tôi" đã nghe theo lời Giáo Chủ, "tôi chọn nhục thể, tôi yêu Ma-ry Ma-đơ-len. Tôi yêu nàng từ khi đức Giáo Chủ ra lệnh cho nàng đi làm điếm (...): "Vâng, các anh em, điều này đã rõ. Chính là Ma-ry Ma-đơ-len. Người đàn bà này đã xõa tóc lăng lơ, đã lấy dầu sáp thơm thoa mình, đã để xác thịt phạm điều cấm kỵ".

"Ban ngày tôi đọc và biên tập kinh, ban đêm linh hồn tôi lẻn xuống quảng trường gặp Ma-ry" (tr. 199, 201).

Văn bản nguyên thủy có cần phải hồi phục không khi con người đã có đức tin: *"Không ai có thể đi tới mà chỉ có thể bước lui. Hình thức di chuyển duy nhất là xoay lưng đi ngược. Thử thách này đòi hỏi lòng tin tuyệt đối. Tôi cũng muốn thử sức nên đã quay lưng lần hồi về lại thế giới cũ. Tôi đi nghịch chiều không gian trong lúc đó thời gian vẫn đang tiếp diễn về phía trước (tôi biết điều này vì tôi vẫn đang già đi), và mọi hiện hữu ở giữa bị kéo dãn đến độ đứt lìa. Khi tôi trở lại chủng viện thì mọi thứ đã gần biến mất. Những cuốn kinh trên căn gác cổ đang trở về hư vô. Chỉ còn lại một bản kinh thánh cuối rách nát nằm chờ lửa liếm trên sàn gỗ. Để cứu vãn nó khỏi chu trình tàn hủy tôi phải học thuộc lòng hết cuốn kinh, tôi phải đọc lui từng chữ một, đọc từ cuối lên đầu, đọc từ sau về trước. Hành trình đọc hết thánh kinh để tìm ra chân lý là sáu ngàn năm đi ngược. Cuối cùng tôi cũng vượt qua được thử thách này"* (tr. 219).

*

Khả Thể của Đặng Thơ Thơ theo thiển nghĩ cứ xem như là một tổng-thể sáng tác, có thể

    - đọc khởi từ hư vô để đi đến / tìm thấy "khả thể";

    - đọc như một từ chối hiện sinh, hiện tồn để đến hiện thành;

    - đọc như một sáng tác chưa thành, độc giả cùng lên đường đi cùng đường với "tác giả"

    - mổ xẻ một số giả thuyết/sự việc đã xảy ra mà "tác giả" không tin đã là 100% như vậy (biến cố 30-4-1975, thiền sư làng Sen về Việt-Nam, tư tưởng Hoàng Đạo, v.v.), nên nghiên cứu, tìm hiểu những khía cạnh, chứng liệu khác hoặc "đọc lại"/"lý giải lại" dưới ánh sáng thời đại mới, hoàn cảnh mới, khác (lưu vong, không lệ thuộc một chế độ nào chẳng hạn) và đề nghị những kết luận "khả thể". Tóm, Đặng Thơ Thơ muốn đi xa hơn, muốn và đã rời bỏ chỗ cư trú an toàn như Nguyên Sa thời thập niên 1960 đã quay trở lại phê phán và từ khước (một số) những cách tân của văn-học 'hôm nay' của Sáng Tạo ngay trước đó.

Muốn cách tân còn có nghĩa là phải vượt qua sự có mặt thường trực và trội bật của những bóng ma và cái chết của lịch sử văn-học như hễ nói đến thơ là những Xuân Diệu, Nguyên Sa, v.v.; văn thì phải như ông A bà B, v.v. cứ phải xuất hiện để chận tầm nhìn. Rồi nào những 'gánh nặng' lịch sử, văn hóa,... Muốn sáng tạo, làm mới, phải ra khỏi những vũng lầy đó! Đặng Thơ Thơ sáng tạo cách khác, bà trở về với những bóng ma nhưng tiên thiên muốn tránh bị đè. Chúng tôi tin họ Đặng viết vì nhu cầu... viết và tự cho mình một sứ mạng có thể văn nghệ, có thể chính trị. Rốt cùng thì ngay lịch-sử cũng là sản phẩm của tưởng tượng, của những 'mode' tưởng tượng, của những cách cắt nghĩa, viết lại, và thường được nhìn với cặp kính màu. Chính lịch-sử hay văn học sử vẫn luôn được viết lại, nghĩ lại. Như văn học chữ quốc ngữ Việt-Nam từ nửa sau thế kỷ XIX đến nay vì kỳ thị văn hóa, chính trị, tôn giáo mà đã có những loại "văn học" và "văn học sử" khác nhau, khắc nhau đến độ như đen chọi trắng!

Sáng tạo, viết truyện ở đây là công việc tâm thức và ý chí, cho nên con chữ, kỹ thuật văn chương chỉ là phương tiện. Nghĩ và viết về Hoàng Đạo, vợ Khổng Tử, họ Hồ ở *Khả Thể*, trở thành một sự suy nghĩ, tra vấn, đưa đẩy đến đối thoại với nhân vật và những vây quanh đồng thời tác giả tự tra hỏi và độc thoại. Các truyện trong *Khả Thể* hoặc thuần ý niệm hoặc mang tính hiện thực, liên quan đến những vấn nạn của đời sống và lịch sử. Ý niệm thì tự do cấu thành, còn hiện thực thì trở nên đối tượng điều nghiên, đi sâu,... Tác giả tỏ ra cấp bách như bị thôi thúc, khi ngược dòng lịch sử cũng như khi chứng tỏ sáng tạo mang ý thức giới tính kể cả khi muốn phi giới tính.

Thành công của nhà văn, theo tôi là biết cách bỏ rơi độc giả của mình và để cho họ tự xoay sở cả với lý trí cũng như cảm xúc trong trạng huống của truyện.

*

Như vậy, *Khả Thể* không còn là thể-loại truyện/tiểu thuyết theo cấu trúc nhà trường hoặc thường thấy trước nay, mà rơi vào xu-hướng hậu-hiện-đại. Như Nguyễn Thị Hoàng Bắc, Lê Thị Thấm Vân, Đỗ Quyên,... Khác các tác giả vừa kể, Đặng Thơ Thơ viết *Khả Thể* gần với *tiểu luận* hơn là sáng tác văn chương. Bà đã sáng-tác-là-kể-chuyện theo mảnh rời, lý phản nghịch nhau,... Kỹ thuật tìm kiếm đi lùi, lùi-về-quá-khứ, moi móc những thứ mà lịch sử/văn học sử đã xem như xong với những dữ kiện chung điểm hoặc đã hiển nhiên: tìm kiếm ý nghĩa tiềm ẩn, bị giấu dẹm, tìm kiếm những "khả thể" khác. Nói cách khác, kỹ thuật hậu-hiện-đại không từ bỏ một phương tiện nào kể cả siêu hình, hài-hước, hoài nghi, đi con đường tránh, đi ngã khác, v.v. Xét lại, viết lại OK nhưng hành xử cái hiện tại mới thiết yếu. Quá khứ, tương lai phải có liên hệ tự tại và đi qua hiện tại.

Đi tìm "khả thể" bằng xoay chiều, xoay vòng, đào sâu, khai quật vết tích từng mù mờ gốc gác hoặc lý luận cho ra lẽ do đó cũng là phương cách nghệ thuật phải là một đảm bảo hoàn toàn thật sự khả tín về sự thật và cho phép lương tâm chúng ta tỉnh thức một cách cụ thể và khách quan trước những gian dối có hệ thống của nền văn hóa vật chất và lợi nhuận hoặc đã thành. Nếu không có cuộc sống tâm thức này, cái u tối, hèn hạ sẽ tiếp tục con đường của chúng trong ý thức chúng ta.

Cách tân, hậu-hiện-đại theo nghĩa 'hôm nay', là đặc điểm cần có cho sinh hoạt văn-chương cũng như cho mọi canh tân: hiện thực, hôm nay về đề tài, về thể loại hình thức, về nội dung và một số nguyên lý (cứu cánh) của chính nền văn-học. Phá bỏ luật thường hay đã quen, viết hoa viết thường, chấm câu hoặc không, pha trộn thể loại, châm biếm bên cạnh lãng mạn, cổ điển nhà trường, khuấy nhiễu, hoài nghi cạnh bộc lộ tâm can, v.v. tức khác, làm khác! Những trường-phái tư tưởng và văn-học Hậu hiện-đại, Hậu thực dân, Tân Hình thức, Tân Tự-do, Nữ quyền, v.v.; tất cả theo thiển nghĩ là những phương tiện tốt cho công việc làm văn-học nghệ thuật, đã và sẽ có những công trình tuyệt vời về nghệ thuật. Với vài tối thiểu của môi trường văn chương hay làm nên! Ngôn-ngữ và kỹ thuật văn-chương trở nên quan trọng, là cái riêng của mỗi tác giả, trong cách kể, cách viết, trong không khí mà tác phẩm tạo nên được! Sức mạnh của bài thơ, bài văn hay tác-phẩm nghệ thuật là ở ý tưởng, mục đích, ở hình-thức, hình ảnh và ở nội dung, sứ điệp được chuyên chở hay nhắm tới. Một tác phẩm thành công theo thiển ý là khi có thể giúp người thưởng ngoạn hiểu biết, yêu mến và thực thi được những lý tưởng Chân Thiện Mỹ trong cuộc đời.

Tính hậu-hiện-đại cũng được hiểu là rời bỏ, là đối chọi với truyền thống, cổ điển, nhưng cái Đẹp thường là phổ quát, như một giá trị 'bền vững'. Hậu-hiện-đại hóa phải mang nội dung văn hoá (một cách nào đó), chứ không thì sẽ là tân-hoá đa tạp, giả tạo. Nhưng không phải cái gì mới cũng hay và thời gian là vị giám khảo công bằng nhất.

Nói cho cùng, một tác phẩm dù theo cổ điển, lãng mạn, cấu trúc, hiện-đại rồi hậu-hiện-đại, tân-hình-thức, tân-tự-do, nữ-quyền, hậu v.v. đều là tác phẩm nghệ thuật; sống còn, sống mãi với thời gian, thế hệ hay không, lại là một vấn nạn khác!

11-2018

Đỗ Quyên

Đỗ Quyên tên thật Đỗ Ngọc Thủy, sinh năm 1955 tại Hà Nội. Giảng dạy đại học ở Hà-Nội, 1988 sang Nga tu nghiệp và ở lại, cuối cùng định cư ở Canada từ 1996. Sáng tác thơ, truyện, phê bình, khảo cứu; đồng sáng lập và chủ biên một số báo chí, diễn đàn; cộng tác với nhiều tạp chí văn nghệ Việt hải ngoại và nhiều báo chí trong nước.

Tác phẩm đã xuất-bản: *Nhìn Cây Thấy Rừng* (Phỏng vấn chuyện nước non; Westminster CA: Văn Nghệ, 1997) - *Thơ kể – Poetry Narrates* (NXB Lao Động- Hà Nội 2010 & Nxb Tân hình thức, California 2010) - *Lòng Hải Lý* (Trường ca; Hà Nội: Hội Nhà văn, 2011) - *Trung Việt-Việt Trung* ("tiểu-thuyết thời sự"; Westminster CA: Người Việt Books, 2016) - *Trường ca Việt Nam: tác giả và tác phẩm* (Tài liệu tham khảo; Hà Nội: Hội Nhà văn, 2017) - *Đẻ Sách* ("tiểu thuyết châm biếm"; Westminster CA: Người Việt Books, 2018).

*

Văn chương hải ngoại đã có những tìm kiếm hình thức, một số nỗ lực đổi mới thi ca và thể-loại tiểu-thuyết, v.v. Thoạt nhìn và nhất là qua các ấn phẩm chúng tôi có được, tính văn-học hoặc giá trị "sống còn" dĩ nhiên là khả dĩ, nhưng cho ai và tới thời nào thì chỉ có thời-gian mới có thể trả lời. Về thi-ca cũng như tiểu-thuyết, nhà văn nhà thơ phải luôn cách tân, tìm tòi, nếu không, sẽ rơi vào sáo mòn của truyện kể hoặc ca-dao. Văn xuôi thì có trường hợp Đỗ Quyên với hai tiểu-thuyết *Trung Việt-Việt Trung* "tiểu-thuyết thời sự" và *Đẻ Sách* "tiểu thuyết châm biếm".

Trung-Việt Việt-Trung được tác giả chú là "tiểu-thuyết thời sự" viết về quan hệ căng thẳng hiện nay giữa Việt Nam và Trung Quốc và sự bất lực của người trí thức trước tình thế, khởi từ biến cố giàn khoan 981 từ tháng 5 năm 2014. Hình thức gồm thông tin thời sự, phóng sự tưởng tượng, tường thuật báo chí và truyện kể. Nhìn chung, Trung-Việt Việt-Trung như một đề cao cảnh giác, hoặc như một tiếng kêu thương cho tương lai và dân tộc.

Đẻ Sách với tiểu tựa "*tiểu-thuyết châm biếm*", tác giả cho biết là "cuốn truyện đầu lòng" sau các tập thơ và "tiểu-thuyết thời sự" đã xuất bản. Ý chính nếu nói ngay là chuyện "*người ăn thịt người đẻ sách*" thì khó hiểu, khó hình dung, tưởng tượng, nhưng nếu độc giả sẵn sàng nhập cuộc sanh đẻ thì có thể phong cho tác giả là một "chiến sĩ văn hóa" ... dũng cảm nhờ đa ngôn lênh láng, thuần lý, phi lý, vô lý và lắm lời khiêu khích, châm biếm.

Chương Mở "Thai phu" như một món khai vị cho những món chính có thể ... khó nuốt đến sau. Chương này kể chuyện đi ... phá thai của nhân vật có cái dương vật "*chút núi non da thịt gọn ghẽ ... không muốn đưa ra ánh sáng những giấc mơ thai phu*". Nhân vật "tôi" thích thú và quen ăn món "nhau bà đẻ", "*bởi miệng hợp vị thôi chứ không hẳn vì nghe người lớn xui dụ ăn nhau bổ máu. Tin tôi đi, nhờ chịu được chất bổ kỳ dị đó tôi sớm hiểu biết và từng trải nhất nhà, tới nay đã thành nhà văn*" (tr. 13). Ăn nhau nhiều nên bị thai đòi nợ phải trả chăng?

Chương 1 "Tim của ai cũng được", nhà-văn-tim – gọi thế vì y "ăn tim" nghĩa là lấy cảm tình người ta để có thể đi sâu, moi móc, khai thác chất liệu đời tư và tầng sâu tư tưởng. "*Nhà văn ăn tim cho biết những trái tim của ai cũng được. Ông không câu nệ giới tính, nghề nghiệp, sắc tộc, tuổi tác... Mà chọn theo gu của ông. Cần nhất nó phải tươi, còn thoi thóp co bóp thì tuyệt. Thế thôi. Đương nhiên phải là tim của chính những người tôi muốn...*". Như "*tim của ngài Stewart thì làm nhiệm vụ thợ cày cho một tiểu thuyết gia: tìm chi tiết, kiếm nhân vật, rồi theo thế mà viết. Sòn sòn là đô sòn! Mỗi ngày cứ việc đẻ ra năm, bảy trang, ví dụ vậy. Ừ, mỗi cô dâu – nhất là các cô dâu da màu và lai – tận tụy hóa thân trong cơ thể nhà văn của chúng ta để tái sinh nơi trang sách. Họ làm vậy đâu chiều lòng nhà văn, hay muốn dự phần vào kho tàng nhân vật tiểu thuyết của nhân loại*" (tr. 19, 31).

"Tôi" rồi cũng có nhận xét về ăn-tim: "*Những người viết ăn tim người đẻ ra sách văn học không nhiều bằng các loại người viết tương tự khác. Thoạt tiên, cứ tưởng có thể suy luận giản đơn rằng công việc văn chương chủ yếu xuất phát từ con tim, nên cần tim hơn; số lượng nhà văn ăn tim sẽ nhiều hơn. Nếu thế hai với hai đã thành năm từ thời Pythagoras! Thực tế ngược lại. Trong cái làng văn ăn thịt người đẻ sách, có phải cứ muốn ăn tim là ăn được, muốn không ăn tóc thì không ăn đâu! Hoặc đó là cái nghiệp mạng; hoặc đó là sự khó hiểu đáng nể của giới cầm bút"* (tr. 36).

Chương 2 "Theo chân những người tỵ nạn": bà luật sư "ăn chân" - ăn chân người tỵ nạn, tức ăn-theo hồ sơ của những người di dân, lao động. Còn David O'Donovan (danh tính gợi tên tác giả ĐQ), ông nhà văn ăn-tim, bỏ viết và hành nghề nhà báo chuyên làm phỏng vấn. Ông ta và bà luật sư di trú thay nhau châm biếm dân tỵ nạn, giới làm báo viết văn ở hải ngoại, giới phê bình văn học, vài lãnh tụ, rồi vài biến cố lịch sử. Đặc biệt làng báo, làng văn và giới phỏng vấn, phê bình văn học ở hải ngoại, được chiếu cố tận tình. Nguyễn Hưng Nước: *"... Nguyễn Hưng Nước. Nước. Hồi nhỏ, thằng cu Nước. Thế thôi. Thế mà các bác trong nước tệ bạc quá, đi xuyên tạc tên chân chất của con cái người ta thế này: Nước tức là Quốc. Hưng Quốc là Phục Quốc! Thôi, trôi đời con mẹ hàng lươn! Từ chuyện khai thông dẫn nước nhà nông về cày cấy ruộng đồng mà chính Phạm Thủ tướng tiên phong bổ nhát cuốc đã bị hóa thành chuyện chính trị phản động lật đổ! ... Thế nhưng bác này cầm tinh con đỉa hay sao ấy mà bị các bác trong nước thù dai. Trước kịch bản 'Luận về Cặc', Hollywood có đặt bài làm phim nhi đồng, bác Nước bèn chọn con cóc làm nhân vật, lấy lời thơ con cóc nhảy ra con cóc nhảy vào làm nền ý tưởng. Khẩu khí rất nhà quê. Bọn tỵ nạn chúng tôi và cả cánh thuyền nhân đọc, vui lắm! Kịch bản không tục tằn. (Cóc thì xếch-xi cái cóc gì!). Thế nhưng không hiểu sao Nguyễn Hưng Nước bị trong nước đặt hỗn danh 'nhà văn Cóc'. Rồi sang 'nhà văn Cặc'. Thì cũng vui thôi. Dân làm báo làm văn cứ thế mà réo tên 'ông Cặc Cóc'. Chính khổ chủ cũng vui! ... Hồi kết mới thật là vui ra nước... miếng! Chuyện hay thế đời nào anh ngủ gật. Nghe đây: Tại phi trường Tân Sơn Nhất, khi bác Hưng Nước theo nhóm làm phim Hollywood về Việt Nam công cán, mọi người khác Mỹ, Việt, Tây, Tàu, Ấn, Mễ vào êm ru, riêng bác lại không được vào..."*. Lý do: *"... trở lại với Cặc của chú, í lộn, Cặc trong file của chú: Chữ này ở dạng báo động xanh. Anh thiếu tá trưởng phòng chúng con có thể để chú qua cửa khẩu với đơn cam kết. Còn chữ Cóc bị báo động đỏ, chú ơi. Thượng cấp có quân hàm cao đến mấy tới can thiệp, software cũng sẽ không nhân nhượng. Trừ khi Liên Bộ An ninh và Tin học ngồi xuống làm lại hệ thống báo động với software mới. Bi giờ chú mà lọt qua cửa mình con, vâng ý là cửa khẩu một mình con ngồi đây, máy móc sẽ kêu toáng cả lên... Dạ xin chớ nóng tánh. Chú bảo giùm các anh chị và các bạn Mỹ ở ngoài cứ bình tĩnh. Không hạn hán làm sao có cóc! Cái gì cũng mang lý do của nó. Chúng con được phép giải thích như sau: Chữ Cóc là taboo vì liên đới tới cụ Nguyễn Hữu Đã. Chú làm văn nghệ, không thể không biết vấn đề đã xảy ra với cụ Đã. Thôi nha, bái bai! Mời chú ra phòng ngoài để làm thủ tục quay lại Mỹ trong chuyến sớm nhất. Con cảm phiền, phải làm việc tiếp... Next, please...”* (tr. 115, 117). Cũng như vài nhà phỏng vấn “đương đại hải ngoại” đồng nghiệp (dư) khác. Cũng như chủ nghĩa cộng sản được phê phán một cách “bác học” qua một nhân vật nữ chuyên “đánh” và “đụ” khác: *“Với linh cảm của người nữ chiến binh từng trải qua chiến trường ác liệt và có khao khát tình ái – tất nhiên cả tình dục – chị cho rằng, chủ nghĩa cộng sản là một người đàn ông tuyệt tốt đẹp nhưng không mang khả năng sinh đẻ, một sĩ quan được huấn luyện cừ khôi mà không có năng lực chiến trường bom lửa. Đấy như một người tình trăm năm lý tưởng, một sĩ quan tham mưu sa bàn văn phòng... Kế đến, về cái thắc mắc sốt ruột rất dễ thương và đáng trách của em Hoài Nam. Này nghe đây, chị bảo cho mà biết: Em ăn gì mà em chậm hiểu vậy? Ghét tức là Đánh, là chiến tranh, là diệt nội (chiến), là chống ngoại (xâm). Trước khi qua đây xuất khẩu lao động, ở miền Nam em học lịch sử được mấy điểm, trường nào lớp nào, thầy cô nào dạy? Yêu là cái ‘vụ ấy’ đấy. Qua Bun mấy năm rồi sao Hoài Nam của chị vẫn hiền như ma sơ thế ư? Ổ, cho chị nói thẳng như người Nam của em là đụ mới hay. Gọi con mèo là con mèo sẽ ra bản chất. Ngôn ngữ lúc này trở thành sự vật...”* (tr. 105). Chương này qua nhân vật bà luật sư di trú Tabitha McAmmond, tác giả đã bàn/nói đủ chuyện đông-tây, kim cổ, chuyện người và nhất là chuyện ta – ta là ông Đỗ Quyên. Từ văn hóa cụ thể đến văn hoa trừu tượng. Từ chuyện mặc cảm “đầu gối củ lạc” - đầu gối người Việt có tính tình dục” (tr. 144+), “học ... đéo’” (tr. 95+) vì *“dù di dân sang xứ Đức rồi, vẫn coi chuyện làm tình là nhậy cảm. ‘Lói ra ló cứ nàm thao ấy!’”*, cho đến việc đụng chạm ... phụ nữ (*“Xe hơi là thứ đàn bà không biết mệt trong cuộc làm tình với đàn ông của hai thế kỷ 20 và 21. Nó lấy đi không chỉ tiền bạc, sức lực là hai thứ đàn ông làm chủ. "Mụ đàn bà hồi xuân" – các giấc mơ xe hơi – làm tiêu hủy rất nhiều nhân tài khi mà sự đam mê của họ bị chia trí. Còn các tôn giáo, nhất là đạo phái. Thì cũng là đàn bà. Tôn giáo là loại đàn bà lưỡng tính. Nó hấp dẫn phụ nữ vô cùng nhanh chóng, bởi cùng là đàn bà. Nó thu phục đàn ông dễ dàng như chuyện trai gái ngoài đời"*; tr. 65-6)

Phải nể ông Đỗ Quyên vì chương 2 dài nhất và cũng nhất về "c." cũng như về "đ." của dân Bắc tức "đụ" trong Nam; ông "kiểm duyệt" (hoặc … kị!) lời ăn tiếng nói của nhân vật miền Bắc, còn dân Nam thì "có sao nói vậy người ơi"!

Chương 3 "Diễn đàn tóc" với nhà viết kịch ăn-tóc. "Ăn tóc" lâu hơn "ăn chân", vì khó tiêu hóa! Đó cũng là thảm họa của giới nhà văn và cả Văn bút thế giới PEN (!): *"tất cả các ông bà văn sĩ đều thủ dâm dưới mọi hình thức khi hành nghề. Chúng tôi còn hay tin đồn thổi thậm chí có trường phái cho rằng bản thân việc viết đã là hành động thủ dâm suy tư, ý tưởng bằng ngôn ngữ, chữ viết"* (tr. 158). Nhà viết kịch *"ăn tóc để hành văn, xơi tái các ngón tay chỉ để thỏa mãn dục vọng. Kể cũng tội cái nghiệp văn ăn thịt đồng loại ở Nhà viết kịch Ăn-tóc của chúng ta"*, phải chăng vì *"Kịch luôn có đĩ tính là xung đột. Không đĩ tính xung đột, không thành kịch; người ta quen nói là kịch tính. Mà thuật ngữ sinh tử này của ngành kịch nghệ được dùng trong xã hội, cuộc sống phổ biến tới mức người đời coi phép so sánh "Thiên địa đại hí trường, hí trường tiểu thiên địa" như định luật tương hỗ đời và kịch…. Có lẽ để tránh cho đám cập kê bọn teen khỏi bị sốc và cũng ngại đối diện các nữ quyền gia, người ta bèn gọi đĩ tính của kịch là kịch tính. Khỏe!"*. Thi ca qua "nhà thơ Tự-ăn-tóc" và phê bình văn học cũng được "chăm sóc" tận tình!

Chương 4 "Người từ lòng bàn tay mà ra" thêm một lần "ăn" lý luận phê bình văn học vì có thể để "đẻ sách". Từ những câu có vẻ tầm thường được giới lý luận phê bình chiếu cố, như câu thơ *"Bàn tay ta làm nên tất cả"* rồi đi sang vấn đề "Mút". Và lan sang cả chuyện tịnh phái: *"Có cặp đôi Đông-Tây gặp nhau về căn bản nội dung, tuy hình thức khác nhau, thậm chí trái ngược nhau: Nam-Nữ. Một mâu thuẫn nhị nguyên giằng xé nhất và nhân bản nhất con người vừa chịu* đựng vừa hân hưởng. Nữ quyền, Đồng tính luyến ái chính là hai đứa con – một đứa nam, một đứa nữ – được ra đời khi xung đột Nam-Nữ vụt nảy sinh và cọ xát kịch liệt. Công cuộc lựa chọn bản thân là đàn ông hay đàn bà, thực ra, mang tính chất sinh tử nhưng rất ôn hòa, và nó không hề giản đơn như bộ môn giới tính ở các đại học vẫn rao giảng. Sự giằng xé làm búa (Nam) hay làm đe (Nữ) thường được thực hiện trong giấc mơ. Lucien Morgan cho rằng, ngay ở những người "thắng" trong sinh lý chỉ thuộc về một trong hai đối tượng, nhưng về tâm lý thì... cong queo: không thuộc về búa cũng chả là đe. Mà kết hợp cả hai; và một trong hai đối tượng búa-đe vượt trội lên. Điều thú vị, sự tương đồng giữa búa-đe lại khống chế được sự khác biệt. Dích dắc ở chỗ nếu ai có tâm lý trưởng thành về giới tính sẽ tự phân biệt được sự giống nhau và khác nhau của đe và búa" (tr. 209).

Chương 5 "Độc giả ăn tác giả" hay "người-ăn-theo-tác-giả", chuyển tải thư của độc giả hoặc Đỗ Quyên đứng (giả và thực!?) về phía độc giả để phê bình nhiều "nhà" trong tương quan xa gần với cuốn *Đẻ Sách*: "*Đẻ Sách mới là cái bàn đẻ cho độc giả vào đẻ chung!*"(tr. 272).

Chương kết "Tuyên ngôn của Chủ Nghĩa Ăn Thịt Người Đẻ Sách" như một hệ thống hóa lý thuyết về sáng tác, làm báo, làm văn mà tác giả đã gần 10 năm suy nghĩ!

Toàn tập tiểu thuyết tả chân theo trường phái hiện thực thổ tả, bên cạnh những lối bóng gió, ẩn dụ, châm biếm, và lý lẽ trí thức đậm đà; tất cả liên tục tiếp nối nhau như một liên-văn-bản. Truyện còn cho thấy tác giả có khả năng tự trào đáng kể. Nhờ bản thân đã sinh sống ở nhiều Châu (hình như ông chưa sống ở Phi châu?), nên kinh nghiệm cộng đồng, văn nghệ hơn người và làm văn học trong-ngoài đầy đủ nên ông đã có nhiều nhận xét, quan sát hiện thực đời và hiện thực giới chữ nghĩa và xuất bản, báo chí cũng như sinh hoạt của các chủ nghĩa, lý thuyết. Nói một cách khác, Đẻ Sách đã như một *toàn tập tiểu sử và sự nghiệp* đời làm văn và làm báo cùng du lịch của ông Đỗ Quyên. Tuy "đại truyện" và có vẻ toàn cầu nhưng hơi tiếc là ông thiên về các sinh hoạt và nhân sự trong nước "hôm nay", có thể vì đó vốn là nơi ông xuất thân và vẫn đi về. Các trích dẫn sách báo trong ngoài nước, internet và cả các tác phẩm, công trình của chính ông như phỏng vấn Đến Rừng Từ Cây, như tham khảo, nói giùm, lý giải mà cũng như thuyết phục người đọc rằng "ăn" và "đẻ" là ok, là chín chắn!

Đọc Đỗ Quyên không dễ; ông làm khó người đọc. Không dễ theo dõi, cần có kiến thức văn hóa, lịch sử... Thơ văn Đỗ Quyên vẫn được biết tới như những trò đùa chữ nghĩa – đùa nhưng con chữ và ý nặng nề; nay với Đẻ Sách, đặc tính này xem như đã đạt cao điểm. Một công trình đã xong, đã đóng nhưng vẫn mang tính *hậu-hiện-đại* mời gọi, khiêu khích và mở – tác giả vẫn để chỗ cho độc giả can thiệp tùy nghi. Đẻ Sách mang đồng tính "hôm nay" và "hiện sinh" có trách nhiệm, Đỗ Quyên muốn cải cách sáng tác, chúng tôi nghĩ thành công có phần hạn chế, thiếu người đọc hiểu được trò chơi văn hoa và hình thức thể loại của tác giả. Người đọc sẽ có ấn tượng Đỗ Quyên tự giải tỏa uẩn ức hơn là sáng tác văn chương!

*

Kỹ thuật là bận tâm của các tác-giả và nghệ sĩ, vì người đọc và người thưởng ngoạn nghệ thuật chỉ muốn thưởng thức cái được sáng tạo ra hoặc được viết ra! Như vậy, ngôn-ngữ và kỹ thuật văn-chương trở nên quan trọng, là cái riêng của mỗi tác giả, trong cách kể, cách viết, trong không khí mà tác phẩm tạo nên được! Cùng theo hậu-hiện-đại, nhưng Đỗ Quyên, Lê Thị Thấm Vân, Đặng Thơ Thơ,... mỗi tác giả một vẻ đặc thù riêng. Sức mạnh của bài thơ, bài văn hay tác-phẩm nghệ thuật là ở ý tưởng, mục đích, ở hình ảnh và ở nội dung, sứ điệp được chuyên chở hay nhắm tới. Một tác phẩm thành công theo thiển ý là khi có thể giúp người thưởng ngoạn hiểu biết, yêu mến và thực thi được những lý tưởng Chân Thiện Mỹ trong cuộc đời. Nhưng trước khi viết hay sáng tác, văn nghệ sĩ nên biết mình là ai, việc đó tùy thuộc vào việc nhận diện thực-thể, nội dung nền tảng là cái luôn hiện đại hóa, cập nhật hóa. Cơ cấu xã hội, văn hóa luôn sinh hóa, tiến tới phía trước để sống còn, trường tồn, vượt qua được những bế tắc và vấn đề trực diện. Nhà làm văn-nghệ cũng không thoát ra được vòng vây hiện-đại đó. Viết và làm nghệ thuật, là sống cuộc sống hiện thực, dù ở hải-ngoại hay trong nước, hôm nay và sau này! Viết là một biểu hiện cụ thể cái sống sinh động, biểu hiện của cuộc đi tìm ý nghĩa cho cuộc sống con người, cũng là cuộc tìm kiếm Chân Thiện Mỹ - như một sứ mạng. Sống như một người Việt hiện đại, hôm nay và như một người có văn hóa. Sống và truyền đạt lại cho đời những rung động, tình càm, tư tưởng xuôi cùng chiều với chân lý của đời sống hoặc đáp ứng, phản hồi lại thực tại và con người: có thể kết luận đó chính là sứ mệnh của nhà văn Việt-Nam hiện nay!

Nhà văn thường viết vì nhu cầu... viết hoặc vì một mục đích nhưng ít thấy vì sứ mạng thực sự văn nghệ. Đỗ Quyên cũng có vẻ để ý nhưng đến trang cuối của Đẻ Sách, ông vẫn như chưa thuyết phục được sứ mạng của ông. Văn-chương chết vì ngoài những ám ảnh, vũng lầy còn là vì văn hóa chết, tinh thần chết, nhường chỗ cho vật chất và tính toán, tham vọng của con người. Mà văn-chương chết sẽ đưa đến kiệt quệ tinh thần!

Vậy thì văn-chương có còn là thứ cần thiết không và cần thiết cho ai? Văn-chương có giá trị hay có thể hiện hữu tự tại không? Nhìn thị trường chữ nghĩa gần đây, nhiều người thấy văn-chương đã tự thu hẹp lại, chỉ còn là lịch-sử, là hồi ký, là đời tư, là tự thú cá nhân nếu không là văn nghệ kiểu karaoke và báo chợ: hồi ký, bút ký, du ký và những sản phẩm tầm phào đã giết sáng tạo và thưởng thức văn-chương. Thiển nghĩa nếu văn chương được quan niệm như là ý thức về hiện hữu và tồn tại, thì vấn đề bớt nặng nề. Văn-chương là mặt nổi của thực hữu, viết ra được tức cũng tỏ ra có được sức mạnh và có hành động, ra tay vì dù là sản phẩm tinh thần nhưng không thể tách nó ra khỏi đời sống thực hữu.

Ai cũng biết trong văn-chương, kỹ thuật, ngôn-ngữ khá quan trọng, bên cạnh nội dung, làm nên văn-chương. Ngôn ngữ thoát khỏi quy ước và tinh thần để tự do, canh tân, thì sẽ đạt đến một phạm trù khác của tư tưởng. Về phần tiểu-thuyết, người viết đến với thể loại tưởng là dễ này còn phải nắm vững kỹ thuật kết cấu và điều quan trọng là tác-giả còn cần có giọng văn riêng, có phong cách diễn ngôn đặc thù. Có người viết theo lối viết tiểu thuyết của Mỹ, Pháp, la-tinh hay đề cao kỹ thuật nay có vẻ cần thiết hơn nội dung của tiểu thuyết, v.v. Có người dùng một câu chuyện để ngụ ý, nhắn nhủ hoặc bất kể người đồng thời vì nhắm viết cho con người thời sau hay ở một không gian khác, v.v. Hậu hiện đại sáng tạo không chỉ giới hạn ở nội dung, mà cả ở cấu trúc, không khí riêng chung. Vẫn bám thể loại tiểu thuyết – qua sáng tác và lý luận - dù phúng thích, hoài nghi, thiển nghĩ vẫn có thể gọi Đẻ Sách là một hình thức "tiểu thuyết".

Người viết và người đọc có thể là đôi bạn song hành (và cả đi ngược chiều), nhưng người viết có vai trò bước những bước khởi đầu. Có thể mỗi nhà văn có một số độc giả riêng của mình. Họ thường cùng đi chung với nhau trên từng chặng đường, có khi thích thú gặp gỡ nhau vì một tình tiết, một lời nói. Trong đủ đề tài từ chiến tranh, cách mạng, xã hội, lịch sử, đến những thay đổi của con người và tập thể.

Trước khi viết tiểu thuyết và làm thơ, Đỗ Quyên đã thực hiện "18 phỏng vấn chuyện nước non Việt tại hải-ngoại" (*NCTR*), với vài tai mắt cộng đồng, chính-trị và vài nhà báo nhà văn ở hải-ngoại đã thêm một lần cho thấy có những điểm dị giữa 2 nhóm người quốc-gia của miền Nam và người ra đi từ miền Bắc Việt-Nam về màu cờ, chính-trị, xã-hội, văn-hóa, v.v. nhưng tất cả có một số điểm đồng về đa nguyên chính-trị, quê-hương dân-tộc và ước nguyện tương lai – bởi đa phần người Việt sống thân phận xa quê-hương trong hoàn cảnh bi đát của đất nước, đều luôn tự vấn "tôi là ai?" và "dân-tộc Việt của tôi là ai?" như chính người phỏng vấn.

Đỗ Quyên tin tưởng và kỳ vọng nơi tương lai của văn chương, và với thiện chí, hy vọng họ Đỗ sẽ tiếp tục con đường ngoạn mục của văn học và báo chí.

Đức Phổ

Nhà thơ Đức Phổ sinh năm 1948, quê Thừa Thiên. Trước 1975 nhập ngũ; sau ngày 30-4-1975, tù nhân "cải tạo" và đến Hoa-Kỳ năm 1996 theo diện H.O. Đã xuất bản hai tập thơ *Một Chỗ Về* (Sông Thu, 2000) và *Mùa Tình, Xin Kịp Gặt* (San Jose CA: Tạp chí Văn, 2002).

Đức Phổ qua hai thi tuyển xuất bản, đã như mở lòng với cảm xúc thật, như muốn nói với người yêu thơ mong đồng cảm. Nhà thơ tự giới thiệu mình như sau:

> *"sinh tại Huế / sống Sài-gòn*
> *cuối dòng đời / tự nhiên: không quê nhà*
> * trôi sông / mượn nhánh giang hà*
> *xứ người / mượn / ánh nguyệt tà / làm vui*
> * bao giờ / thiên địa đổi ngôi*
> *ta về / hát / giữa vành nôi thiếu thời"*

(Thân Thế, MCV, tr. 135)

Thân thế gọn nhưng chưa nói hết, đời đưa người thơ đi xa đến nhiều chân trời và nhiều khi không lựa chọn:

> *"... xa lắc xa lơ sách vở, thiếu thời*
> *trăng cổ độ soi đọt dừa, im bóng*
> *con đò xoải cánh buồm chao ngọn sóng*
> *bờ tre nghiêng lả lọn tóc ơ hờ*
> *... mỗi bến bờ, cùng mỗi bước chân đi*
> *thơ linh hiển dặt đời bay lồng lộng*
> *sóng cả, đèo cao, không là viễn mộng*
> *dang tay ôm, thơ bỗng sấm san hà...*
> * đời trôi mau như vạt nắng chiều tà*
> *chưa kịp viết đã trang đầy, giấy chật"*

(Trang Đời, Trang Thơ, *MT* tr. 89, 91)

Khiến cho khi ngẫm chuyện Đời Tôi, nhà thơ tự nhận ra:

"(...) Cuộc hồng trần sớm tối mù khơi
tôi kẻ chạy đua / mãi hoài không tới đích
tôi rong rêu dưới những ngọn triều
nổi trôi sóng bạc / với cuộc đời,
tôi bất diệt tình nhân" (MT 83)

Nương theo cảm hứng mà đặt bút, cho nên ở Đức Phổ có đa dạng những nét thơ tự do, phóng túng, có tân kỳ pha trầm lắng, xưa cũ – bản thân vốn xuất thân từ đất Thần-kinh cổ kính và đầy ẩn tình, bí nhiệm. Tâm hồn con người nhạy cảm, sống xa quê dù tỉnh thành khác hoặc nơi xứ người, nên lòng hoài nhớ Huế xưa, nhớ những phế tích của cõi lòng và lịch-sử, và những con người của nơi đó.

Ngay cả khi trở về, dõi tìm quá khứ chợt nhận ra mình đã mất mát gì và được gì:

"Sóng rất nhẹ như không phải sóng
để chân cầu bịn rịn bóng ai qua
để lòng cầu ngơ ngẩn ánh sương sa
khi bóng hồng em giáng xuống.

Gió rất nhẹ không đủ làm tóc rối
bàn tay ai ngượng nghịu vuốt hờ
nước lặng đủ soi bờ vai nhỏ
in hình tôn nữ chớm đôi mươi.

(...) Xa nội thành là suốt đời xa em
suốt đời tôi không rời cô quạnh
buồn như điên bên con thuyền rách
rồi mắt mờ lệ rớt đầy hiên

Em chợt về qua cơn mộng bình yên
phủ dụ nhau một thời lận đận
chén rượu cũ nhạt nhòa hương phấn
mơ màng nghe Thừa phủ gọi đò đêm"- Huế, 1982

(Sóng Gió Đời Tôi Khi Xa Em, MCV, tr. 88, 90)

"về đây ngó đất. Kêu trời
lá hoa năm trước tơi bời. Lá hoa
muộn màng. Phấn nhạt màu mưa
chút duyên ở lại. Tình xưa lưu đày"- Huế, 1992

(Chốn cũ. MCV, tr. 87)

Quê nhà đối với người đã rời đi nhất là khi không lựa chọn sẽ là ám ảnh, là nhung nhớ khôn nguôi trong cuộc sống mới:

"... đâu phải chỉ vì đời lận đận
để nhớ nhà cho ấm nỗi buồn
xa xứ, ta là tay ở ẩn
người đua chen, ta kẻ đứng bên đường
* những chiều nắng nhạt bên thềm vắng*
thơ thẩn lòng mơ ánh nguyệt tà
mấy phen chìm nổi, không danh phận
đã thấm đòn đau nỗi nhớ nhà"- 1999

(Thương Quê, *MCV* tr. 65)

Thương nhớ sẽ trào dâng những khi nhận Thư Nhà, được tin của mẹ, chị em, bạn bè và cả xóm làng:

"Mẹ bảo bao đêm hồn nhuốm lạnh
chuyển mùa mưa bão rớt lê thê
tuổi hạc, mây bay chiều tóc úa
thương đàn con lạc bước chân quê
* ... Làng xóm lạc loài câu mái đẩy*
lửng lơ tiếng giã gạo đêm mùa
én về quên lượn, chiều quay quắt
mây chảy không trôi mấy dặm nhà" - 1998

(*MCV* tr. 20, 21)

Vào Đà Nẵng, Không Thể Nào Quên những người bạn thơ, như Hạ Đình Thao, cũng là nơi có người tóc rũ với "má núm đồng tiền đáo để" khiến chàng phải "thương nhớ quắt quay" trong bài Thơ Gửi Người Sông Thu.

Nhà thơ xứ Huế, lại nòi tình, ngay cả khi Chiêm Bao:

"nghiêng vai mặt chạm gối. Nằm
nghe trong tiềm thức nhọc nhằn cổ thi.
* đêm về như một cố tri*
ngày qua để lại vành mi sũng buồn.
* Nghĩ chi. Kể chuyện tầm ruồng*
tay ôm trang sách ta mường tượng em" (MCV tr. 33)

Đã vướng tình, nhà thơ luôn vẫn đợi, vẫn sẵn sàng; con tim

không bao giờ đóng hẳn:

> *"Ta đợi em, dưới gốc thông già*
> *bóng lá không đủ hồn râm mát*
> *người lại, người qua vô cùng tất bật*
> *hồn bỗng già theo gốc thông kia*
> *Ta đợi em, trải mấy đông xuân*
> *đồng chiêm gặt bao mùa, quê cũ*
> *em tươi rói. Ta, bốn mùa cù rũ*
> *tóc lá buồn. Đời chóng sang thu"*

(Tóc Lá Buồn, *MT* tr. 13, 15)

Chung tình mà cũng dễ sa lưới tình, dù chỉ một mùi hương:

> *"Tu lâu / tưởng đủ quen mùi*
> *mặn tương nhạt muối / ngọt bùi kệ kinh*
> *Hôm qua xuống phố / vô tình*
> *chạm hương ngọc nữ / bất thình lình / yêu*
> *Mai rằm / nguyệt giắt trâm bông*
> *luyện hương ngọc nữ nội thương phục hồi*
> *Bồng tình / xuống phố rong chơi*
> *nghe / từ thiên cổ / mọc mời trăm duyên"*

(Hương Ngọc Nữ, MT 61, 63)

Đức Phổ sống nhiều với bạn hữu, bạn đồng ngũ và nhất là giới văn nghệ:

> *"ở đây buổi chiều qua rất nhanh*
> *hầu như ai cũng rất ân cần*
> *chén rượu, lời mời, rót tới tấp*
> *đời vui, khá dễ được bao lâu (?)*
> *... bạn với ta một thời ngang dọc*
> *từng ham chơi từng quên đường về*
> *nay giữa chợ không dưng chợt khóc*
> *chân ngập ngừng bước lạc đường quê*
> *... bạn bè ta lắm thằng chết trận*
> *có thằng còn sống cũng như không*
> *lắm thằng giàu nứt đố đổ vách*
> *có đứa nghèo không nuôi nổi thân*
> *lắm thằng ưa xênh xang áo mão*

có đứa vui cuối chợ đầu đường
(ngẫu hứng ngâm cuồng câu thất thố
khi nỗi nhà xót giấc chiêm bao!)..." - 2001
(Cuộc Rượu Tàn Canh, MT tr. 74, 75, 76)
Thân-thế lưu xứ, nguồn thơ dễ phong phú:
" Khi không / ở đậu quê người
giữa / cơn ấm lạnh / kéo trời che nhau
Nụ môi chia / phần xót đau
quê nhà đứt ruột / mùa ngâu / muộn màng
Nhiều đêm / thức suốt cùng trăng
nghe thơ ửa mộng / đầy trang... / ruột mềm"- 1998

(Thức Suốt Cùng Trăng, MCV, tr. 39-40)

"Kéo trời che nhau", *"nghe thơ ửa mộng"*, *"đầy trang... ruột mềm"* là những hình tượng khéo dùng. - cũng như *"xơ rơ góc phố"*, *"vai mòn lá me"* ở bài sau.

Có những lúc mang tâm trạng không đâu là nhà, không thân quen, nhà thơ phải sống ở một không gian "xa lạ", như Sài Gòn:

"Tháng tư / về giữa Sàigòn
Xơ rơ góc phố, vai mòn lá me
Rụng rời / năm tháng nhiêu khê
Hàng phượng chết sững, cành tê dại cành
Tìm đâu / xưa nụ cười tình
Trơ em phố vắng, buồn tênh cội hồng
Trải lòng vấn ngọn hư không
Mượn người giọt nhớ, tơi trong nắng hè"

(Về Sàigòn, Tháng Tư, MCV tr. 26)

Khi phải lìa xa, sống xứ người, nỗi nhớ quay quắt Sài Gòn:

"cũng muốn theo em về một bận
thăm Sài-gòn tháng chạp ướt mây
mưa không rớt, hồn mây trĩu nặng
mà trong tôi bão đã giăng đầy
... ai bảo ra đi là vong phụ?
(tôi xa nhà vẫn nhớ thương quê)
Thiên địa rộng, mang mang sinh tử
giữa lòng đời chật chội, nhiêu khê.

năm tháng cõng buồn trôi lặng lẽ
khó bảo hòa, buồn cứ tăng thêm
có lúc thơ tràn theo nhịp thở
có lần dáng cũ đứng kề bên..."

(Thơ Viết Lúc Nhớ Sài Gòn. *MCV,* tr. 110, 111)

"Năm tháng cõng buồn trôi lặng lẽ" làm nỗi nhớ thêm cụ thể và nặng nề hơn, khiến *"thơ tràn theo nhịp thở"*! Cho nên xúc cảm dâng trào khi tiễn bạn trở về quê nhà:

"... Bạn trở về nơi bạn đã ra đi
tôi trở về nơi tôi dung tạm
Nơi bạn trở về có Huế-Sàigòn-Hànội
có làng quê lũy tre giếng nước
có những con đường thấp thoáng nữ sinh
có tuổi xuân thì sống lại...
Nơi tôi trở về chỉ có nỗi cô đơn.
  Tiễn bạn lên xe ra phi trường
hình như tôi khóc
Có những nỗi niềm muốn gởi bạn mang theo
về nơi cố quận
có lẽ nào làm chật chuyến phi cơ?" - 1999

(Thơ Viết Lúc Chia Tay, *MCV* 107)

Sống xứ người, nhà thơ tự ví làm Thân Cò Bến Lạ:

"... Xót thân cò bến người bươi sớm tối
năm hết tết tới dửng dưng
ngày xuân như người tình / đi xa
mỗi năm quay về một bận" (MT, tr. 122)

cho nên phải Hội Nhập:

"cây đứng nắng khát lâu ngày
thèm mưa / sầu rã ruột
thương người thân treo cành lạ
tìm quen cảnh, tình / khó hơn làm thơ
ta nào khác chi người
sinh phần tuổi ấu thời xa
không bước / cũng kề huyệt mộ" (MT, tr. 126)

Tâm tình sống nơi xứ lạ mà hồn còn ở mãi nơi cội nguồn, mãi theo ngọn mây Tần:

"... muốn thắp ngọn đời lên đỉnh, hú
chiêu hồn, về đậu nhánh sông thơ
núi lạc sông rồi, người lạc xứ
mà không phai nỗi nhớ quê nhà."

(Khát Vọng. *MTXKG*, tr. 113)

Cho nên, có nghĩ đến mai sau thì cũng ngông nghênh thơ túi rượu bầu:

"nửa đời / bỏ cuộc / đi hoang
về đây / mượn đất / lót giường nằm chơi
không ngủ / nên đêm không vơi
mượn chim / gõ tiếng ngậm ngùi / trăm năm
mai sau / về cội non ngàn
rượu / dăm cốc / ngó xa xăm / gọi người"- 1997

(Mai Sau, MCV tr. 118)

"đêm chật chội gió luồn ngõ vách
rùng mình, da diết lạnh chen vai
bên sông đò hụt nằm trơ bãi
buồn tênh con sóng liếm eo bờ.
ngõ vắng, đèn khuya chao chiếc bóng
lung linh, sầu rọi xuống chân đời
quyết mở then hồn, thôi cài giậu
thử người hò hẹn, dám sang không (?)
đường xa ải vắng kêu không thấu
khản cổ mòn hơi, lòng chẳng mòn
khuyết trăng chỉ ngại người sương tuyết
vai lệch xô nghiêng gánh, nửa đường.
mộng đứng chông chênh không đậu được
bến tình, bão dữ cuốn phăng neo
giữa khuya hồn dậy trăm con nước
về hùa, cơn lụt bỗng hùa theo.
có phải khóc không mà mắt ướt
khi đời ráo hoảnh bóng trăng soi
sầu chở đầy khoang, sầu dựng ngược
ngỡ ngàng, bờm giục, ngựa về xuôi"- 7-2001

(Sầu Rọi Xuống Chân Đời, *MTXKG*, tr. 78)

Thời gian qua mau không trở lại, đã 30 năm, nhưng tình không phai nhạt, khiến "*sương không hiểu cớ gì vai lạnh*":

> "*vẫn con đường mỗi sáng anh đi*
> *sương không hiểu cớ gì vai lạnh*
> *em không hiểu / mấy khi lòng hắn tạnh*
> *ba mươi năm chẳng nhạt / nỗi yêu vì*
> *và vẫn thời gian không thể nào / trôi ngược*
> *khi đời anh vốn vẫn nổi trôi*
> *một thoáng gió Thượng Thành ngày đi học*
> *mãi theo anh / theo suốt cuộc chơi*
> *... người xưa trở về*
> *thân ngựa nản chân bon*
> *anh trở về cùng một trời mộng đẹp*
> *bởi trái tim anh là một bầu rượu thánh*
> *mãi trăm lần rót cạn lại đầy thêm*"

(Thời Gian, *MT* tr. 147, 149)

Một thời gian khác, như Đêm Cuối, Cùng Thiên Kỷ, người một mình đi, về, qua ngõ vắng nơi đây mà tưởng con ngõ ngày quá vãng:

> "*Ta về qua ngõ vắng / đêm tối lửa tắt đèn*
> *ví xưa đừng ước hẹn / đâu bận lòng nhớ mong*
> *Ngõ quen giờ bỗng lạ / người gần giờ bỗng xa*
> *rót tràn chung tiễn biệt / uống tràn nỗi can qua*
> *Mai rồi ta mạt kiếp / hồn còn vương vấn sầu*
> *đêm cuối. Cùng thiên kỷ / lệ biết chảy về đâu?*
> *... Ta về qua ngõ hẹp / nghe hồn mên man buồn*
> *đêm cuối. Cùng thiên kỷ / bỗng dưng thèm: Cố nhân!*"- 2000

(*MCV* 126, 128)

*

Có thể nói với hai thi tập, dù sáng tác lúc ở trong nước hay khi đang sống đời lưu xứ, nhà thơ Đức Phổ lúc nào cũng canh cánh mong được có ngày và có một chỗ để về, một "chỗ" không gian và cả thời gian:

> "*Tôi như chim lìa xa bóng núi*
> *buồn quẩn quanh gác trọ. Nửa đời*
> *trí chệt hẹp nghĩ hoài chẳng tới*

một chỗ về. Nơi ấy chắc vui
Nơi chiếc cầu chưa bắt qua sông
(mùa nước lụt bến đò Mỹ Lợi
em rón rén xăn quần, muốn lội
ngại. Nhìn tôi thầm hỏi sâu, nông?)
... Nơi cánh diều vui ngọn gió êm
(đồng làng Phụng mùa chiêm mới gặt
đêm mát rượi. Câu hò khoan, nhặt
tôi điên hồn bởi giọng em ngân)
Nơi pháo hồng nổ phía đông lân
(đường quê bỗng rộn ràng hoa nở
em bẽn lẽn cúi đầu mắc cỡ
giấc mơ xuân giục giã môi cười)"

(Một Chỗ Về, *MCV* tr. 115, 117)

"bay đi bay đi thật cao thật
xa lời ca tiền sử xanh xưa
lời tình nghiến ngọt cành mộng biếc
bông tóc trổ khi mùa xuân vừa / kịp đến
... mộng về và mộng bay đi lời
nguyền xưa nuôi xanh giọng hát, mùa
tình xin kịp gặt, bồ tim qua
độ xuân thời còn tiếc chi lời / vàng đá
mai ngày gió mới về qua đồng
làng chiêm, hẻo... lá ngọn trăng thơm
cơm gạo mới đơm vun tình trai
gái đờn ca xướng hát giữa mùa / kịp gặt "

(Mùa Tình, Xin Kịp Gặt, *MT* tr. 150, 152)

Thơ Đức Phổ trội bật ở cấu trúc và đặc biệt thành công ở những bài lục bát phá thể, cách tân, xuống dòng, tạo hình ảnh và đưa nhạc tính mới vào thơ – chúng tôi vì số trang nên dùng dấu / thay vì xuống hàng:

"khi không / rơi / xuống chốn này
vàng khuya / từng / mảnh trăng / gầy guộc / trăng
thôi em / xa ấy / cũng đàng
kể chi / gió tạt / qua mảnh tim đơn
mai sau / chết / cũng như rừng
đổi thay / mạch sống / cho / từng ngọn cây" - Tây Ninh, 1978
(Lá, MCV tr. 44-45)

"Sờ lên / cơn bệnh mỗi ngày
trầm kha / bởi / nhớ dâng / đầy buồng tim
Người / như / chiếc bóng / rơi / êm...
Ngửa hồn / hứng giọt sương / mềm mại... /... sương
Một hôm / tim / ứa / máu tuôn...
Xác phàm / ơi / lệ đôi dòng /... thấm chi?"

(Tương Tư, MCV tr. 72-73)

"chào em buổi sáng / vươn vai
hít vào dưỡng khí / thở / dài, thảnh thơi
chào em buổi sáng / nói cười
bờ môi cổ thạch /ngậm / lời, từ tâm
chào em buổi sáng / tơ tằm
mơ / đêm, đầy / ngọn trăng rằm / cố hương"
(Chào Em Buổi Sáng, *MTXKG* tr. 16-17)

Cảnh tượng đời và thiên nhiên trở nên lạ lẫm khi Núi Sông Giáp Mặt, ngày về:

"mai về / cỏ / ngát / màu hoa
bướm / thơm cánh lụa / quyện / tà áo bay
nồng nàn / đất / thở trên tay
thương niềm quê cũ / xót / ngày ly hương
mai về / giáp mặt núi sông
vườn quê / trổ / đóa dị thường / khoe vui" (MT 30-31)

Thơ Đức Phổ âm điệu trầm lắng, bên cạnh những bất ngờ con chữ lục bát cải cách và thời thượng Tân hình-thức. Ngôn ngữ Huế cũng khiến sáng tác những nét lạ lẫm, hay hay, như *bươi sớm tối, sầu rã ruột,...*

Tuy vậy có bài như Mùa Nhớ, ý thơ như ngưng ngang và vần trắc cuối câu nhiều, khiến tình ý không trơn tru, thuận buồm – có thể ông muốn thế. Một số bài theo thể loại Tân Hình thức cũng có thể có dụng ý nhưng theo thiển ý, hình như không thích hợp lắm.

Nói chung, thơ Đức Phổ một giọng buồn nhưng khá da dạng, với những ẩn dụ, so sánh và cả những phương ngữ cùng ngôn ngữ dân gian.

Hà Nguyên Du

Từ khi nhân tố H.O. thêm vào cho cộng đồng người Việt hải ngoại, thi ca Việt Nam vốn ngày càng dày đặc củi rừng bỗng trổi lên những tiếng thơ con chữ của hy vọng. Hà Nguyên Du nằm trong số đó, anh rời quê hương; sau nhiều mất mát, hệ lụy, trong hai năm anh đã cho ra đời hai tập thơ, *Lối Khác* (Garden Grove CA: Tân Thư, 1998) và tập *(anh biết, em yêu dấu)* (Westminster CA: Tự Lực, 2001) đây.

Người đi tìm thi tính, bước trên những lối lạ lẫm của Hà Nguyên Du sẽ không thất vọng. Những vần thơ cho cảm tưởng tay thợ sành rốt cùng đầy chất nghệ thuật, đầy ẩn dụ và tiềm tàng hứa hẹn. Dọc suốt tập thơ, một chất nghệ khi âm ỉ khi hiển nhiên, người thơ tỏ một tâm hồn nhạy cảm nhưng cũng cương quyết theo tình huống của phút giây, của hoàn cảnh ngoại vi chung đòi hỏi. Đây là một người thơ sống, thở để sáng tác, sống vì thi ca, sống mạnh với những tinh tế của nghệ thuật, với ý chí nỗ lực mở những con đường mới!

Hà Nguyên Du có vẻ làm khó người thưởng thức thơ với chữ dùng hiếm, bất ngờ, những cung nhạc đứt đoạn, những tình ý bỏ ngang,... nhưng cũng chính đó là nét đặc biệt của Hà Nguyên Du. Anh như cút bắt với thơ, thơ xuôi mà không xuôi, thơ mà như nói thường, phẫn nộ, đối thoại, giao tiếp... Những vần thơ nhịp nhàng hay trắc trở, tỏ tình hay oán trách. Ở hình thức, xuống hàng, vần bằng trắc, thanh bình thượng, cách ngắt câu, chơi chữ như tự điển xếp nhầm bộ, thanh. Ở sử-dụng dấu chấm than (Thơ Xuân Nhiều Dấu Chấm Than!!), ở hình thức xếp chữ lên trang - bài Bố Cục Mới viết thành chữ B, bài Hữu Dũng có dáng chữ S,... Bào Thai Cảm Xúc chữ C mà như E hoa hay chỉ là mũi tên bào thai gây xúc cảm? Bài Hào Quang chữ hẹp dần sau khi đã rộng mở - có thể cốt bày tỏ cho người đời những tâm tình phản kháng, nhức nhối, tư duy, chán chường,... của một hồn thơ từng đã phải sống trong những hoàn cảnh không lựa chọn, xác hồn bị đọa đày, nhưng tâm hồn luôn thao thức, luôn hướng về đẹp, thật,... Những vần thơ có cái vỏ cay đắng, bạo động,... nhưng được bọc với cái ngọt ngào của mía hấp chín tới của tình người!

Thơ Hà Nguyên Du làm người đọc văn chương choáng ngợp vì nặng nề những tương phản của tình ý và của đời sống hiện thực. Thơ ở đây là tận cùng cảm xúc, cái còn lại sau những đam mê, những sống thật. "tôi sinh tôi / sinh nhiều thơ / lắm con chữ rặn / như phờ phạc ra / một bào mang nặng / trên ta / một khối u uất,..." (Tôi Sinh Tôi). Hà Nguyên Du định nghĩa thơ "như hơi thở / một sinh lý cập nhật" sau khi "không còn gì để cho / khánh tiệt" vẫn hãy "còn thơ còn thơ"(Không Còn Gì). Thơ như một *cứu rỗi* thiết thực:

> *"... và riêng em riêng em*
> *dụ ngôn ta thấm mật bông quỳ*
> *lúc đời là mùa đông ngã âm*
> *mùa đông đóa hồng hết rộ*
> *le the cúc héo vô thường*
> *chút ráng em pha vòm cây cuối ngõ*
> *núi đứng u tình sợ bóng đi qua*
> *thơ cứu rỗi trên từng nhịp đập*
> *như thiền sư tiếp ngộ phút giây"*

(Dụ Ngôn Mùa Đông)

vì thơ có thể soi tối ám:

> *"... thơ huyết tự / bật đèn*
> *soi bóng tối / phàm tha nhân*
> *chính hệ / xác thân này!"*

(Thuần Điệu).

"Biển đời dâng cuồng nộ" thành phải "để con chữ / ru hời cơn thống khổ / thương con thơ mong thoát chỗ lưu đày" (Thương Con). Thi ca trở thành ánh sáng hay hy vọng cuối: "xoáy trôn ốc / đi vào vũ trụ /quây hướng tâm / thâu đủ chuyện đời / ta là ta / của trăng vơi / của con nước cạn / của mỗi hư vô / em là em / của ta thơ / của miên viễn / của bến bờ chân, như" (Chân, Như).

Cũng có khi người thơ hổ thẹn, muốn Đóng Đinh Chữ, có khi khứu giác không làm đủ bổn phận "khiến chữ thông tim / thơ phù sa đất cằn / chả đếm xỉa đến mùi lai riêng hoa" (Viết Ở Ficomp, Santa Ana). Người thơ có cái tâm sâu, nhạy cảm, với những sinh vật rất thường:

> *"anh biết, em yêu dấu*
> *khi dòng sông trôi*
> *sông cuộn mình cuốn đi muôn chất thải*
> *nước giảm xanh*
> *rong rêu ám màu lây vạ*
> *sóng nẩy tâm sinh sát bọt bèo..."*

(Anh Biết, Em Yêu Dấu 1)

Thơ Hà Nguyên Du có nội dung, chuyên tải tâm tình, tâm sự hay thông điệp, kinh nghiệm để lại. Những vần khi nhẹ, thơ mộng âm hưởng:

> *"... chồng thư cũ với lời em ước hẹn*
> *ôi giờ đây! con nước xoáy quay cuồng*
> *ta thương quá, nhớ hôm làm quen nọ*
> *lúc hôn nhau, em sẽ nói xa trường..."*

(Chồng Thư Cũ)

> *"... rừng xác xơ thu, lá dấu lối mòn*
> *tình yêu ngày cũ*
> *rừng lá di quân, ngày nao có kẻ...*
> *ngọc ngà tình nồng*
> *lộng chí phiêu bồng, ta vẫn yêu em*
> *một lòng, một lòng..."*

(...Còn Đậu Nhánh Tình)

> *"... hè đang đến, em nói gì với nắng?*
> *tiếc thương không lá rụng trống cành khô?*
> *con ve cũ còn ngân muồi nhã nhạc*
> *em nhớ gì đóa phượng ép trong thơ?..."*

(Hè Và Em)

Làm thơ, sống thơ, là "mở toang hoác, từng ngăn ký ức / tình khai nguyên, hốt tỉnh, diện hình / em ẩn náu thần kinh, thớ thịt / dẫu lặng im mà chẳng lặng thinh..." (Ẩn, Hiện Một Đời), vì thinh làm sao được khi dấu vết quê hương đầy ký ức, thịt da, Tha La xóm đạo của Hà Nguyên Du là Mary, là "ngọc".

"Mary em, ngày xưa khó quên
*   đang cùm gông mà em ngoan hiền!*
em cho ta một trời nghị lực, một trời thơ mạch
chảy vô biên
... Mary em, người em Tha La
*   ngăn muôn trùng mà ta không xa*
mai ta về lại tìm em, ngọc, mai ta về thăm tìm
em, hoa..."

(Em, Tha La)

Cái nền quá khứ khổ hận có thể để lại dấu vết:

"keo tử sinh / chỉ linh với Thượng đế
phố mọc lên rừng / mảnh mảnh đấu đá
mắt mắt trợn ngược / thấu tận bốn ngàn năm
oan hồn xiết rên đâu đây
thời chờ minh quân / hỗn quân"

(Hỗn Quân)

Quá vãng là tối đen Rụi Đời "trại a / trại b / a 1, b 4 / còng 8 / còng U /chủ nghĩa, chủ mưu / rụi hết đời trẻ".

"Tôi con chim gãy cánh lúc tan bầy
tôi con ngựa què chân khi bão nổi..."

(Em Và Lối Thoát)

cho nên

"một khi ta đi khập khểnh
mà trên vai lại quằn!
với những con đường chưa đến
với bao nỗi sầu miên man
với trăm ngàn căn bệnh...
đến từ ngả oan khiên
dẫu thế nào cũng là cuộc đuổi bắt..."

(Dẫu Thế Nào)

Vì đâu mà oan khiên? Phải chăng "bốn ngàn năm hiến / bốn

ngàn năm chia / ung cả hạt bí / chết cả dây bầu / bực chiếc thùng rỗng / kêu rách nhỉ / tức tay hèn / đấm vỡ mấy hệ" (Vỡ Hệ).

Nhà thơ cũng có lúc phẫn nộ, dễ hiểu, vì

"hơn nửa vòng trái đất xa xôi
ta luôn thấy gần như gang tấc
bởi nguồn cội vẫn nằm trong tim chặt
bởi tình yêu như máu thịt xương da... "

(Vẫn Nhớ).

Và nhớ nhiều Vì ở chốn nữ thần tự do tình đời thế thái vẫn là thường, mà phường tuồng thì không tìm vẫn phải nhìn thấy:

"... thúng úp voi
đao phủ giảng đạo
... phường dở hóa trang
lại sắm tuồng / ấm ở kịch bản
mê đón gió / tợ múa rối..."

(Không Còn Gì).

"Tha hương, ta khách trú bơ phờ" (Nguyệt Lữ), đành thôi Chải Tóc Đi Em, để còn lo cho mẹ và em ở quê nhà, ai nói tha hương là nói mẹ cha mà ký ức buổi nào Dưới Nắng Xế, Ba Ngồi Sàng Gạo thế mà "nay nắng xế ai ngồi sàng gạo / chắc thay bóng Má ngồi mong con! / thằng con phóng lãng xa nghìn dặm / sống kiếp tha hương, nhớ mỏi mòn". Cùng cực bi quan, có khi muốn buông xuôi trần thế để lại Lời Trối... Về Một Dự Đoán. Bởi sống có một mình ên là một kinh nghiệm nhiều khi chết người:"đoạn cầu, cầu đoạn chênh vênh / thất thơ thất thổ mình ên cõi này!" (Bước Thải). Buồn nhưng không tuyệt vọng, vì còn có những hoài vọng (Trần Tình Khúc), thao thức: "tiếng vỗ cạn bầu hay tiếng chuông?!" (TVCB).

"đất hiếm lên trúc
tìm mai đâu trong ngàn cây tạp xanh?
truyền thông điệp sương
mầm xanh thấm không qua giọt lời cổ thụ?
thơ hành trình
lãnh nhiệm phép mầu tiên dược..."

(Hé Nụ)

Thì ra thế, và đó là chủ quan của nhà thơ!

Có thể nói nét riêng của thơ Hà Nguyên Du nếu phải so sánh, là ở nhiều hình ảnh lạ, cố tình, nhiều và lạ, thân quen với nhà thơ nhưng có thể lạ với người đọc thơ. Anh như người nhiều tâm sự muốn chia xẻ, nhiều kinh qua muốn ghi lại, gửi gấm, nhiều tâm niệm muốn ghi lại kẻo mất. Em, tình yêu, là vòng nhật nguyệ", vừa luân hồi vừa thường hằng, trong cõi âm dương, như trong tâm cảm,

"đóa hoa này trong cõi buồn sinh, diệt
nhân gian này đâu thoát được tử sinh?
em chính là em là vòng nhật nguyệt
cho ta hơi thở, cho nhục cho vinh..."

(Em Là Vòng Nhật Nguyệt)

Hay khúc ly tao xưa nào đó mà Hà Nguyên Du vọng nghe thấy trong những vật của hiện thực trần trụi:

"tình còn xanh lá còn kết hoa không?
sao như ve ru trên cành ngô đồng
sao như sống xưa ròng đi ngọn nước
em mắt môi buồn khép kín chờ mong
... mình còn mơ ước còn ngóng trông nhau
mây mưa tan hoang mây lại giăng sầu
em như ăn năn khi tình lạc bước
anh sống lưu đày hát khúc ly tao..." (Khúc Ly Tao).

Hình ảnh đẹp buồn Tình Rơi Theo Ánh Tà Huy:

"mặt trời nghiêng, mặt trời xế bóng
em nghe chăng kiếp người mau chóng?...".

Thơ hôm nay với hình ảnh quen khói thuốc bay:

"... ta nhớ người vương khói thuốc bay
nhớ héo cành xuân, nhớ trắng canh chầy
tâm ta rung mãi theo triều sóng
em hỡi! em nào đâu có hay?..."

(Nhớ Người Vương Khói Thuốc Bay)

Tiềm thức ca dao nơi những dòng thơ thời Rap:

"qua sông nhớ những nhịp cầu (italic)

qua truông còn thấm nỗi đau nghiệt đời
qua đêm càng quí mặt trời, qua nhân gian thấy
tình người nổi bênh, qua đâu mà chẳng qua em?
qua muôn thách đố qua phiền lụy vây, qua ai qua
chùm vạ lây, qua non nước khốn qua đày khắc
lao, qua sông nhớ những nhịp cầu, qua thơ qua
với tầm dâu ngặt nghèo...”

(Ca Dao Tôi)

Rõ thơ là chốn giải tỏa cuồng độ và lượng số của cuộc sống. Trong tình yêu nhục cảm tận cùng mọi ngõ ngách bản năng:

“cứ hôn anh / hỡi đôi môi thần hỏa / chạy theo đôi tay thủy triều / cứ mặc tình mặc tình / tưởng như con hổ / xé gọn nai tơ / lúc đang đói / thân em như trái chín / tuyệt mộng / anh lữ khách đường trưa / hổn hển trống bụng / chắc hẳn không sợ phạm giới luật như thầy tu! / không nhịn trong cơn đói ngất!

Cứ quấn anh đi / quấn như trăn / bằng những đường cong giết người / mùi trái cấm như xạ hương ngộp
lạc cả hồn phách / đã mở cửa sinh... / cũng chính là cửa tử!...”

(Hành Trình Điên, Mê)

Thơ sáng tạo từ con chữ, với ngôn ngữ, với một khả năng giao đối, với những tiềm ẩn, vô ngôn. Tại sao không đùa nghịch với con chữ?

“ký ức ký niệm / trí nhớ trí tri
lửa lòng lửa bỏng
tử sinh tử qui...” (Ký Ức)

“... quấn ta vòng lắm nuộc
?__trặc trẹo ơi chi là...
trệch đường xe lửa chạy
trĩu trĩu cánh thê noa!” (Thê Noa)

nghe tình sao trục trặc không trơn tru tí nào!

“dụng tâm
trác những thỏi nhám
ngón đảm ngón lược
rực tia tình yêu trên vách tối ngục
át tiếng trêu ngươi

nở hoa trên nhánh cành nhân ngãi
tích phật lũy chúa
ngã không ngã"

(Ngã Không Ngã)

Nghịch con chữ như từ đó có thể tìm ra tinh túy cuộc đời, tìm ra chất tinh tuyền của sinh, tình,... Như niệm con số để tìm sinh thoát trong bài Niệm Bất Khả! Hay nhưng con dấu toán học áp dụng vào cái tôi hay cuộc đời nhiều toan tính:

"tôi không phải là tôi khi tôi tôi chưa tới
tôi chỉ là tôi khi tôi tôi tới tôi và khi tôi
tới tới tôi là tôi tôi phải xa rời tôi để
nhập cùng với những cái tôi quanh tôi
... thành toi khi thiếu dâu ^ và hiểu rằng
dấu ^ là như một chiếc cầu nối chữ
không đơn thuần là một dấu mũ một..."

(Phải Thế Không Em?)

Và cứ thế mà đi tiếp với những con dấu ' ` + =, v.v.

Đặc điểm đáng kể khác của thơ Hà Nguyên Du là lối hài hòa văn tự xưa cũ-hôm nay, tử ngữ-sinh ngữ, tiếng tự điển-tiếng lóng ngoài đường,... Đây phải chăng cốt để diễn tả cái sống đây mà phần nào đã quá vãng, cái sống mòn, sống thừa, hay sống đây mà tưởng đã chết, còn đây mà đã đầy mầm suy thoái như mạ lúa sau cơn lũ dài hơn thông lệ, bởi những tàn độc phá phách của thời gian, thiên nhiên và con người...

Hà Nguyên Du làm chủ cách sử-dụng từ, vang vọng văn ngôn nhiều khi lạ lẫm bên cạnh "bạch thoại" của những tiếng rao, nói, những tiếng gọi, chào, tỏ tình, ngây thơ có, xúc tích có,... của thường ngày:

"... chờ ai đêm hạ? nước mắt nhung huyền, lỡ trách
tơ duyên, nằm trong nghiệt ngã, lời ru ve hạ, khóc..."

(Đêm Hạ Huyền)

"lại hớt hãi với những không đâu
em vẫn trành tròn như nhật nguyệt thực
phàm cõi ấy là tròng..."

(Lại Hớt Hãi)

"... em khuyết dần tôi viên ngọc quý
phận đá đời rong ngày dã hoang..."

(Khi Bước Tình Đi Qua).

"... nguyệt tà, dương xế, mây buông
ta, em hát mãi, khúc buồn thiên thu.."

(Đã Rồi Một Cánh Chim Bay).

Người không quen theo phong cách Hà Nguyên Du sẽ lẫn thành "tà dương", hay như "thôi" cũng hơn một cách, một nghĩa:

"... lối ra nào ta tránh đời mai một
hoang đường thôi! thôi cách biệt nhân sinh..."

(Em Là Vòng Nhật Nguyệt).

Hoặc ba câu *"nhớ mới đó / giờ xuân ly / nhớ tức tưởi..."*, xuân ly chứ không phải phân ly, mà hình như muốn nói phân ly, chắc có vậy cái nhớ mới thành thơ chăng?

Qua lối xuống hàng, chấm câu, kỷ niệm rời rã theo con chữ:

"   *tiếng ca học trò*
              hướng lên mặt trời
tiếng ca tình người
tiếng yêu nào vơi
              bước đi học trò
              lá me đường thơ
mắt xanh vào đời
sáng chân trời mơ"

(Trái Tim Học Trò).

Hoặc dài như nỗi nhớ đọa đày: *"em đã khóc một chiều em đã khóc, mưa ngoài kia như thẹn hạt sa mù / gió ngoài kia như dừng bước phiêu du, kìa nước mắt em là trời bão tố..."* (Nhan Sắc).

Rõ là thơ tám chữ đặt cạnh nhau. Xa hơn là dài dòng kiểu Tân Hình Thức, như lời tỏ không dứt, hay muốn ngừng dứt đâu thì cứ dứt ngừng kiểu mệt nghỉ hay khởi nghỉ theo nhạc Rap! Hãy "đọc" Hạ Nguyên, Gene Đại Dương, Anh Biết, Em Yêu Dấu 2,... thơ như một lối thở dưỡng sinh! Câu có thể 8 chữ nhưng vắt dòng bất kể; vần không ngừng ở các dấu ngừng hay xuống hàng mà vắt dòng, muốn ngừng thì ngừng trong tâm thức, giữa câu, giữa đàng!

Nhà thơ còn dùng nhiều thể loại trong cùng một bài bản, thay đổi chăng theo tình tự?

"... chờ ai đêm hạ? nước mắt nhung huyền, lỡ trách
tơ duyên, nằm trong nghiệt ngã, lời ru ve hạ, khóc
ánh trăng nguyền, thức trắng đêm đen, tàn phái
bướm hoa
hạ huyền ơi hỡi!
nắng thêu ngàn vây
héo khô cành ta
em lá rơi đầy..."

(Đêm Hạ Huyền)

Hà Nguyên Du thử nghiệm nhiều thể loại thi ca, làm mới, khác thơ mới, tự do hóa thơ đã tự do, và ở mỗi thể loại nhà thơ lại thử nghiệm cung cách mới, vận dụng khác con chữ, thế chữ thường dùng,... Nhạc tính luôn hiện diện, lúc nhịp nhàng như ca dao, khi dài hơi như bà ca vọng cổ, lúc lại đầy điệu lòng thời đai... Thơ Hà Nguyên Du phải đọc lên mới thấy cái hay, cái thú, cái thơ, cái tiềm ẩn của âm lời, chữ nghĩa! Những bài như Cho Tôi Bài Tango, Cho Em Bài Sonnet, Đêm Hạ Huyền,... phải ngân vang mới cảm được những tiềm ẩn của một nỗi lòng, của những gạch chữ, nốt chấm!

Như Hà Nguyên Du từng tâm sự ở đầu tập thơ, sau ba mươi năm ít nhiều vui với thơ, nay anh trở lại tận tình. Và tận tình làm mới, khác. Như một tổng hợp. Với một hình thức "hội nhập" với xã hội châu Mỹ của Tân Hình Thức. Từ khi có con người, vẫn có những người luôn tìm kiếm ý nghĩa của ngôn từ, khoác cho chúng nét riêng mỗi thời. Khuynh hướng, trường phái từ đó nảy sinh! Trường phái, tìm kiếm nào rồi cũng chỉ là phương tiện của thi ca, tệ cũng là bài bản gia chánh, thêm thắt vị mới cho món thường dùng. Nhưng nét thơ và nét riêng của một nhà thơ không thể chỉ là gia chánh, mà phải vượt lên chạm đến thi tính, nguồn thơ! Ở lắng đọng, nằm ở chiều sâu, ở con chữ tình cờ gợi đến, ở ẩn dụ khéo tay!

Trong tập thơ thứ hai này của Hà Nguyên Du, phần thử nghiệm theo thi ca thời Hậu hiện-đại, thời Tân hình-thức, hypertext,... hãy còn sớm để đánh giá, nhưng người đọc khó tính không quen vẫn có thể cảm được qua một số hình ảnh, vần điệu và nội dung thơ. Ở những bài thật "mới" có thể "chấp nhận"(!), Hà Nguyên Du đã để lại cái gì khác hơn là một thể loại chủ trì hình thức. Hai hay ba phần còn lại, Hà Nguyên Du đã không làm thất vọng người sính thơ với những đặc sắc của riêng anh. Nghịch thường thay, ở những trúc trắc chữ dùng, bất ngờ hình ảnh hay nhịp trật, không đợi chờ,... lại là những nét riêng thành công, như một loại "nhạc tính", "âm điệu" rất thơ, rất Hà Nguyên Du!

Đây đó có những lời nhẹ như ca dao, đam mê như tình đầu,... nhưng thơ Hà Nguyên Du không phải là lối mòn đã quen, mà chính là những con đường xa lộ đã mở, cứ mãi xuôi chảy, không ngừng, dù phải trục trặc tâm hồn, bối rối của đời hội nhập! Thi ca đối đầu với ngôn từ và thực tại!

7-11-2000

Hà Thượng Nhân: thi ca của niềm tin

Nhà thơ Hà Thượng Nhân đã từ trần tại San Jose, California chiều ngày 11-10-2011, thọ 91 tuổi. Ông sinh năm 1920, tên thật là Hoàng Sĩ Trinh, quê làng Hà Thượng, tỉnh Thanh Hóa. Năm 1945, cụ Phạm Xuân Độ nhận ông làm nghĩa tử, ông đổi tên là Phạm Xuân Ninh. Sau này, ông chọn bút hiệu là Hà Thượng Nhân, có nghĩa là người làng Hà Thượng (xứ Thanh) và ông còn dùng bút hiệu Hoàng Trinh. Quê hương ông nằm ven biển Đông, có các cửa sông Hoạt, sông Mã, sông Yên và sông Bạng. Trong số các bạn thơ, ông khá thân với Hữu Loan, tác giả Màu Tím Hoa Sim và Hoàng Cầm. Đầu thập niên 1950, ông bỏ vùng Kháng chiến trở về Hà Nội, vì ông đã sớm nhận chân được chủ trương, đường lối của đảng Cộng sản Việt Nam ngày càng lộ rõ chân tướng tay sai của Cộng-sản Quốc-tế. Thành phần, giai cấp tiểu tư sản như ông, sớm muộn cũng bị loại bỏ, thanh trừng - song thân ông cũng bị đấu tố! Ông về Hà-nội làm giáo sư trường Dũng Lạc cạnh Nhà thờ Lớn. Năm 1954, ông di cư vào Nam gia nhập Quân Đội Quốc-Gia với cấp bậc Đại úy đồng hóa.

Năm 1956, thời trung tá Nguyễn Văn Châu từ Huế vào làm giám đốc Nha Chiến Tranh Tâm Lý thay trung tá Trần Văn Trung, ngoài đại úy Phạm Xuân Ninh còn có những phụ tá Lê Đình Thạch, Nguyễn Ái Lữ, Đỗ Tốn, Nguyễn Mạnh Côn, v.v. Phạm Xuân Ninh được giao trọng trách soạn thảo sách lược Tâm Lý Chiến cho Quân Đội thời khởi đầu đó, tác-giả tập tài liệu *Sơ Thảo Lý Thuyết Chiến Tranh Chính Trị* ký là Hà Thanh – có thể vì thế, sau này ông được gọi là "Hà Chưởng Môn". Năm 1957, ông được thăng cấp Thiếu tá và được cử làm Phụ Tá Phòng 5 Bộ Tổng Tham Mưu tại Sài Gòn. Thời đó, "Nha" Chiến Tranh Tâm Lý thuộc Bộ Quốc Phòng mới chỉ có 16 nhân viên không như sau này trở thành Tổng Cục với nhiều nha sở. Đất nước chia đôi, miền Nam rơi vào thế phải đấu-tranh về chính-trị, một cuộc chiến đi vào văn chương qua hai ngã chính quyền và tự do. Ngã chính thức xuất phát từ các cơ quan thông tin của Nhà Nước như tâm lý chiến, chiến tranh chính trị, thông tin, rồi dân vận, phát triển nông thôn, chiêu hồi, v.v. [*Phụng Sự* (1953-1960) là cơ quan báo chí đầu tiên của quân đội - của Phòng 5 Bộ Tổng tham mưu Quân-đội Quốc-gia Việt Nam, ra hàng tháng, rồi các tạp-chí *Chiến Sĩ Cộng Hòa* (1959-1974, hợp-nhất hai tờ *Phụng Sự* và *Quân Đội*), tạp chí *Chỉ Đạo* (xuất hiện từ tháng 10-1956, của Ủy ban chỉ đạo chiến dịch Tố Cộng thuộc Bộ Quốc Phòng), rồi tiếp đến là những tờ *Tiền Phong* (1965-1975), *Lý Tưởng* (1964-), *Mũ Đỏ* (1967-), *Lướt Sóng* (1964-), *Tinh Thần* (1950-), *Khởi Hành* (5/1969-), và các nhật báo *Tiếng Dân, Dân Việt, Tiền Tuyến*, v.v. Ngoài ra ngành Chiến Tranh Tâm Lý còn có các nhà xuất-bản như Tủ sách Văn Chiến xuất-bản các sách nghị luận chính-trị cùng với các tuyển tập thơ văn].

Từ năm 1956, ông đã cộng tác với nhật báo *Tự Do*, phụ trách mục "Đàn Ngang Cung" (thay Đinh Hùng) và năm 1958 ông phụ trách thêm mục "Những Điều Trông Thấy" trên báo *Ngôn Luận* dưới bút hiệu Nam Phương Sóc. Cuối thời Đệ Nhất Cộng Hòa, khoảng 1963, ông làm giám đốc Nha Vô Tuyến Truyền Thanh. Năm 1969, Trung tá Phạm Xuân Ninh trở thành chủ-nhiệm nhật báo *Tiền Tuyến* của Quân Lực Việt-Nam Cộng-Hòa cho đến năm 1972 thì ông giải ngũ. Sau ngày định mệnh 30-4-1975, ông bị đi tù "cải tạo", được "thả" vào tháng Tư 1983, cuối cùng, năm 1990, sang Hoa-Kỳ theo diện H.O. và định cư ở vùng San Jose CA, tham gia các sinh hoạt báo chí (*Bách Việt, Nguồn,...*), văn-hóa, văn đoàn và hội đoàn cho đến ngày qua đời.

*

Hà Thượng Nhân chuyên về thơ và ông làm thơ rất nhanh và rất nhiều, nhưng chỉ để lại có hai thi phẩm *Bên Trời Lận Đận*, và *Thơ Hà Thượng Nhân* xuất-bản ở hải-ngoại (và trước 1975 ông có thi tập *Tiếng Hát Tự Do* ký Hoàng Trinh, in roneo). Thơ ông làm theo đủ thể loại, từ thơ luật, cổ phong, đến thơ tự do, lục bát,... Lời thơ thường điêu luyện, đặc sắc mà lời thì thanh lịch, trang trọng.

Thời ông phụ trách mục Đàn Ngang Cung và Những Điều Trông Thấy, là những bài thơ trào lộng con người và thói đời, những chướng tai gai mắt của xã hội miền Nam thời bấy giờ. Với sự tin tưởng chân thành và tích cực vào Chân Thiện Mỹ, ông có ý lên tiếng để xây dựng, đóng góp cho tập thể.

Ngoài phần trào lộng, nói chung thơ ông lời lẽ bộc lộ nhân sinh quan an nhiên, không bon chen - như bài thơ Không Đề:

"Sống chỉ lấy cái tam làm trọng
Gửi ngàn sau mấy giọng tiêu tao
Cuộc đời thế chẳng đẹp sao?
Lựa là cứ phải anh hào thần tiên
Chẳng cầu cạnh, chẳng ưu phiền
Miễn sao lòng cứ an nhiên là mừng".

Thi ca được ông đề cao và trân trọng vì *"Không cần thép, thơ vẫn là bó đuốc / Thơ nâng người cao sát với thần linh"*. Thơ ông tự nhiên như hơi thở, tự nhiên, do đó vượt lên tầm cao của trí tuệ. Sau đây là vài điệu buồn trần thế:

"Vầng trăng xin xẻ làm hai mảnh,
Em uống trăng và ta uống trăng.
Em uống, tưởng như trong bọt rượu,
Có em cười nói chạy tung tăng...
Có con anh vũ bay qua cửa,
Bay đậu cành khô cất tiếng chào.
Một chút buồn thêm cho đủ lạnh
Cho vầng trăng ở mãi trên cao".

(Buồn V-Một Chút Buồn Thêm)

"Pha thêm một chút sương vào gió,
Pha thêm chút nắng vàng như tơ.
Ngõ trúc tay che nghiêng nón nhỏ,
Mùa Thu trước cửa ngậm ngùi thơ.
Mùa Thu em đã về bên ấy,
Trăng cuối mùa, trăng cũng đã mờ.
Em cuối mùa Thu cầm sợi tóc,
Nghiến răng cắn nát tuổi ngây thơ.
Em đã buồn rồi phải thế không?
Nhìn sau ngó trước vẫn non sông,
Non sông chẳng phải non sông cũ,

Chẳng phải sông Lam của núi Hồng!
Chẳng phải thềm trăng nằm rũ tóc,
Cười khan giữa mái rạ Thanh Hiên
Vào làng chẳng đủ tiền mua rượu,
Để uống cùng ai Bạch Lạc Thiên.
Đất Trích Tầm Dương vạt áo xanh,
Ngày nào lệ ướt đẫm năm canh.
Chẳng là Tư Mã đang mùa Hạ,
Sao vẫn buồn thêm giữa chúng mình?"

(Thu 1997; Buồn VI - Sao Vẫn Buồn Thêm)

Thi ca còn là thế giới bạn hữu của ông từ những thập niên 1940, 1950. Bài Thơ Viết Cho Nguyễn Hữu Loan ngày ông gặp lại 42 năm sau, sau nhiều tang thương và chiến-tranh là một điển hình:

"... Nguyễn Hữu Loan!
Hồn nhiên như con trẻ,
đơn sơ như miệng cười.
Dám chân thành làm một con người
Giữa bão tố quyết không là cây sậy.
(...) Mày đi cày vì mày dám làm thơ
Thơ vĩ đại vì thơ không đánh đĩ
Bọn dối trá chẳng thể là thi sĩ
Kiệt Trụ đừng nói chuyện thi ca
(...) Tao vẫn thế, té ra mày vẫn thế
Coi thủ đoạn như những trò con trẻ
Lấy chân thành làm võ khí vô song.
Mày tìm gặp tao – thật cũng lạ lùng!
Khi nhận biết cười không còn nước mắt.
Tao nhìn mày thương thì thương thật
Nhưng lòng tao hãnh diện lắm Loan ơi!
"Không làm nhà vì tôi bận làm người"
(...) Tao gặp mày khỏi phải giữ gìn
Nửa thế kỷ tin nhau là bạn..." (1988)

Bạn còn là đồng đội nơi tù ngục cải tạo sau 1975, nơi *"nếu không có phong ba / thì cây lớn và cỏ hèn cũng vậy"*, nơi niềm tin được thắp sáng, để vượt mọi thử thách thể hình, trần thế:

"Chúng ta cùng có nhau
Nhìn nhau vui hớn hở
Trên luống cày khổ đau
Hoa Tự do vẫn nở
Những mái đầu cất cao
Không một lời than thở" (Thắp Sáng Muôn Vì Sao)

Dù đã phải trãi qua những cơn Mưa Buồn Long Giao:

"Trời có điều chi buồn / Mà trời mưa mãi thế
Cây cỏ có chi buồn / Mà cỏ cây đẫm lệ
Mà cỏ cây lệ tuôn?
Anh nhớ em từng phút / Anh thương con từng giây
Chim nào không có cánh / Cánh nào không thèm bay
Người nào không có lòng / Lòng nào không ngất ngây
Gửi làm sao nỗi nhớ / Trao làm sao niềm thương
Nhớ thương như trời đất / Trời đất cũng vô thường
Ngày xưa chim hồng hộc / Vượt chín tầng mây cao
Ngày xưa khắp năm châu / Bước chân coi nhỏ hẹp
Bây giờ giữa Long Giao / Ngồi nghe mưa sùi sụt
Cuộc đời như chiêm bao /Có hay không nẻo cụt?
Anh châm điếu thuốc lào / Mình say, mình say sao?"

(Kỷ niệm những ngày ở trại tù Long Giao 1975)

*

Hà Thượng Nhân sau khi thoát cơn bệnh thập tử nhất sinh đã đồng ý chịu lễ rửa tội và chọn tên thánh là Phêrô Anrê Dũng Lạc như để nối kết con đường trần gian của mình vào với con đường mà vị Thánh tử đạo Dũng-Lạc đã đi qua; Dũng Lạc cũng là tên trường trung học nơi ông từng dạy học trước 1954. Tại thánh đường Saint Victor ở San Jose ngày 1-8-2009, nhà thơ Hà Thượng Nhân lãnh nhận bí tích rửa tội, qua bàn tay Linh Mục học giả Cao Phương Kỷ, như hoàn tất tâm nguyện của ông. Hạt giống Đức Tin nơi ông đã được gieo cấy từ lâu, trước khi là Kitô hữu, như nhà thơ từng cho biết:

"Hai ngàn năm đó như tia chớp
Hai ngàn năm trước Chúa ra đời
Chúa chịu đóng đinh trên Thánh Giá
Chúa đổ máu mình để cứu người

Chúa đổ máu mình mong chuộc tội!
Tội vẫn lan tràn khắp mọi nơi
Bao nhiêu dâu bể bao đau khổ
Lời giảng tình yêu vẫn khản hơi
Những nỗi băn khoăn vẫn còn đó
Vẫn đêm mưa lạnh ngày sương gió
Vẫn nắng chang chang, vẫn tử sinh
Vẫn trẻ như trăng vừa mới mọc
Vẫn già vẫn bệnh vẫn điêu linh
Vẫn câu hỏi lớn chưa ai giải
Ta tự đâu về như cỏ dại
Một cơn gió thổi loạn tinh cầu
Hòa bình mọc giữa cơn binh lửa
Binh lửa tàn đâu mọc ở đâu?
Mọc giữa lòng người đầy oán hận
Mọc trên nấm mộ cỏ xanh sầu?
Thời gian xoá hết thiêu tàn rụi
Khởi sự coi như mới bắt đầu
Thiên niên kỷ mới bao nhiêu nữa
Ta có một tình yêu / Bao la như trời đất
Ta viết vào trang thơ / Tình yêu ta không mất'.

Lời thơ rõ đã thấm nhuần đức tin vào Thiên Chúa, đức tin mà ai có thì sẽ khỏi phải chết, nhưng được sống muôn đời.

10-2011

Hà Thúc Sinh

Tên thật Phạm Vĩnh Xuân, Sinh ngày 7-7-1943 tại Thanh Hoá, năm 1954 di cư vào Nam; sĩ quan Hải quân QL VNCH. Sau 1975, tù "cải tạo", vượt biển và năm 1981 định cư tại Hoa Kỳ. Viết văn, làm thơ, làm báo - chủ-bút hoặc chủ biên *San Diego Tin Tức, Bách Việt, Tân Văn* (tạp-chí văn-học nghệ-thuật; San Jose CA, số ra mắt Xuân 1988), *Chiêu Dương* (Úc) và cùng Nguyễn Khoa thành lập nhà xuất bản Văn Mới tại miền Nam California. Ông cũng là thành viên năng động của Phong trào Hưng Ca từ khi thành lập đến đầu thập niên 1990 (nổi tiếng với bài Thà Chết Trên Biển Đông và đã in các tập nhạc *Tủi Nhục Ca* 1982 sáng tác trong thời tù "cải tạo", *Hẹn Em Sài Gòn, Người Em Quận Cam* và *Sinh Ca* 2003).

Tác phẩm đã xuất bản sau 1981: *Đại Học Máu* (bút ký, Cơ sở Nhân Văn Hoa Kỳ, xb tb, 1985; tb Tú Quỳnh, 1993); *Thơ Viết Giữa Đường* (thơ, Tân Văn, 1988); *Chị Em* (truyện dài, Tân Văn, 1988); *Ông H.O.* (tập truyện, Thế Giới, 1993); *Cố Hương* (tập truyện, Tú Quỳnh, 1994); *Hòa Bình và Tôi* (thơ, HTĐ Việt Báo, 1994); *Red File: 50 Years of Violations of Human Rights in Communist Vietnam 1945-1995* (biên khảo, hợp soạn với Nguyễn Tri Văn, Nguyễn Quốc Việt, Nguyễn Đại Tường, Nguyễn Thiệu Chính; Việt-Nam HMRW, 1995); *Dưa Cà Mắm Muối* (tập truyện, Văn Mới, 1996); *Về* (tập truyện, Văn Mới, 1996); *Đêm Hè* (tập truyện, Văn Mới, 1997); *Tống Biệt Hai Mươi* (tuyển tập 50 truyện, 1 kịch, 10 thơ, Xuân Thu, 1999); *Ngàn Lời Thơ - toàn tập* (Cobale, 2017).

*

Đại Học Máu, 822 trang: Hà Thúc Sinh, một sĩ quan thuộc binh chủng Hải quân Việt Nam Cộng Hòa, đã sống từ ngày 26-6-1975 đến ngày 9-2-1980, tường trình về 1685 ngày ông bị tù đày dưới chế độ cộng sản Việt nam, qua 4 "trại cải tạo": Trảng Lớn, An Dưỡng, Suối Máu và Hàm Tân, từ tháng 6 năm 1975 đến tháng 2 năm 1980. Đây là một bản cáo trạng đanh thép chống chế độ lao tù với mỹ từ "học tập" "cải tạo", ghi lại cho người đang sống cũng như hậu thế biết về những oan trái và khổ nhục mà quân cán chính miền Nam đã phải gánh chịu. Cơ sở xuất bản Nhân Văn cho biết "tháng 11-1980, Hà Thúc Sinh bắt đầu viết *Đại Học Máu* tại đảo Pulau Bidong, mảnh đất tự do đầu tiên mà anh đặt chân tới sau khi vượt thoát khỏi Việt Nam. Bản thảo được hoàn tất vào tháng 12-1984 tại San Diego (California), mảnh đất tự do thứ hai của anh".

Trong lời mở đầu cuốn hồi ký lao tù 821 trang, tác giả cho biết *"Quyển sách này không thể là một tác phẩm tiểu thuyết văn chương, cũng không thể nằm trong hình thức một hồi ký chính trị hoặc một bút ký lao tù. Quyển sách này, thực tế, chỉ có thể được coi như một đống quặng mỏ, được khai quật và còn giữ nguyên hình thái chân thực của nó. Hoặc có thể nói một cách khác, bảy mươi chương sách này có thể xem như bảy mươi tấm ảnh, được chụp liên tục và được rửa ra bởi một phó nháy may mắn và có tính tiếc của, nháy được bảy mươi hoàn cảnh buồn nhưng có ý nghĩa trong đời tù cải tạo dưới chế độ cộng sản. Hoặc có thể nói một cách khác hơn nữa, quyển sách này là bản phúc trình của một người lính VNCH bị bỏ rơi, bị ở tù cộng sản, rồi thoát được ra ngoài, ngồi viết lại để kính gửi tới những ai còn thương yêu và còn quan tâm đến nước Việt Nam và con người Việt Nam còn ở lại..."* (tr. 5). Chuyện người sĩ quan Hải quân tên Vĩnh nhập cuộc chiến, thua những kẻ không đáng thắng, anh bị khổ nhục nhưng vẫn tự tin và bất khuất.

Cảnh những ngày đầu trong căn cứ Trảng Lớn:

"Sáng ngày 29, một sáng chủ nhật không bao giờ còn nhà thờ nhà thánh cho những con chiên ngoan đạo; không bao giờ còn những con đường đầy lá me xanh cho những người thi sỹ lính; không bao giờ còn được dịp chửi thề: ĐM nó, tuần nào cũng trăm phần trăm!... Một sáng chủ nhật buồn như thế, thê lương như thế, các đoàn xe như những con sâu róm dài bất tận cùng quy về và đổ các tên tội phạm chiến tranh (!) của chế độ Sài Gòn xuống vòng đầu địa ngục của họ.

Tha hồ xầm xì, tha hồ quan sát, tha hồ lo âu, tha hồ dự đoán; gì gì chăng nữa thì trước mặt mọi người vẫn là căn cứ Trảng Lớn. Dây thép gai mới được thả ra vây quanh từng khu riêng biệt. Mỗi khu có chừng hai mươi dãy nhà 15m x 5m. Trên những dãy nhà ấy, rõ ràng tôn và gỗ mới được đóng thêm lên những kèo cột cũ để bọn tù nhân của tân chế độ có nơi kê đầu.

Với lối điều động có súng dí sau lưng, Việt Cộng đã áp giải một cách thứ tự lớp lang để tù vào ngồi đúng vị trí mới của mình mà không ai bị xây sát chút nào.

Hai ngày đầu bó giò dằn mặt đã qua, ngày thứ ba bọn tù được thả ra khỏi phòng cho giãn gân cốt và để thực sự bắt đầu đi vào nếp sống mới với muôn nghìn thống hận về sau.

Sáu giờ sáng tên quản giáo của mỗi phòng xuống mở cửa. Hắn đứng giữa cửa dõng dạc phán.

- Hôm nay cho ra làm công tác vệ sinh cá nhân. Bảy giờ tập họp trong nhà bầu trưởng khối.

Lời lẽ của Cách mạng chỉ hà tiện thế thôi. Và tên quản giáo lạnh lùng bỏ đi.

Lũ tù từ bên trong ùa ra sân. Kẻ nhốn nháo đi tìm bạn bè. Kẻ chạy ra những vũng nước mưa đọng dọc theo những dãy hàng rào kẽm gai rậm rạp cỏ lau, dùng lon guigoz gạn từng miếng nước trong dùng đánh răng súc miệng.

- ĐM mày, chỗ người ta lấy nước sao lại đứng đái?

- Đồ cà chớn!

Những tiếng la hét thất thanh cùng nổi lên một lượt, khi có một anh chàng đứng phanh quần chơi luôn vào vũng nước mưa một bãi. Mặc những tiếng la hét, anh ta chỉ có một chân lý duy nhất, nói theo kiểu Bác và Đảng, là đái cho thỏa thích sự nín đái hai ngày qua.

- Đồ lì lợm!

- Mất nước cũng vì mấy thằng có máu lì như vậy.

Trước con mắt ngạc nhiên của đám đông về cái đức tính lì của mình, anh bạn tù vừa gài cúc quần vừa chậm rãi quay mình lại. Anh ta nhếch mép cười như một tên hề.

- Thưa các quan đồng viện, anh nói. Đến ngày hôm nay còn chỗ nào trên đất nước này mà không đáng đái lên!?

Chỉ nói khơi khơi như thế rồi anh bỏ đi, kệ những lời bình phẩm văng vẳng theo sau lưng.." (tr. 15-16).

Cuối cùng, người tù tên Vĩnh được thả cùng 13 đồng tù khác:

"Tay trật tự với vẻ mặt vui vẻ khác hẳn ngày thường, cho bọn tù được thả biết vài điều trước khi hắn rút lui.

- Trên nguyên tắc, như cán bộ đã nói, các anh tự do từ giây phút này. Các anh có thể ra suối tắm bất cứ lúc nào muốn. Cơm nước đội anh nuôi sẽ đem từ trại cũ ra cho các anh đầy đủ. Tuy nhiên, vì chưa có giấy tờ, với lại để tránh bị các cán bộ an ninh vòng đai ngộ nhận bọn xấu trốn trại nổ súng lầm, yêu cầu các anh đừng đi đâu ra khỏi phạm vi khu xây cất này với bờ suối kia.

Rồi khi tên trật tự đã quay đi, bỏ lại 14 thằng tù may mắn muốn làm gì thì làm.

Một số anh siêng năng vội vàng ra sân kiếm mấy hòn gạch bắc bếp nấu nước sôi. Vĩnh nằm quan sát chung quanh căn phòng của khu Thiên Đường Mới. Tất cả đều được đúc bằng xi măng cốt sắt trộn đá xanh. Những chấn song sắt to bằng cườm tay. Những nền đá lạnh ngắt dùng làm chỗ nằm... Quang cảnh nơi đây không khỏi gây cho người tù, dù đã bầm dập vì tù, một cảm giác mới thật ớn lạnh. Một ngày không xa, những người còn lại sẽ được chuyển sang ở nơi khu Thiên Đường Mới này. Đời họ sẽ ra sao? Rồi Vĩnh quan sát tới những người chung quanh. Trong 14 người được thả đợt này có hai người bị cùi, tám người lao phổi nặng, một người cụt chân vì bị mìn trước đây, một cụ già sáu mươi lăm tuổi, một bị bại xụi và người sau cùng bị cụp cột sống do cây đè.

Dù cái cân hậu cần dưới bếp không đúng lắm, nhưng có nhiều dịp lao động gần đấy, Vĩnh đã leo lên cân và ghi nhận được sức nặng của anh những ngày gần đây chỉ còn độ 35 tới 36 kgs. Thế nhưng, Vĩnh cảm thấy anh là người tương đối khỏe mạnh hơn hết trong đám người đang nằm ngồi với đầy nét bồi hồi trên mặt chung quanh anh. Một anh bạn trẻ tuổi bị cùi, ghé đến cạnh Vĩnh làm quen. Anh ta nói anh có nếp và lạc xưởng đem theo. Hai người đứng lên và bước ra khỏi phòng. Một lúc sau, như những người khác, Vĩnh và anh bạn mới đã ngồi bên cạnh một cái lò bên trên có một cái lon guigoz cơm nếp.

Anh bạn nhìn quanh, nói.

- Tụi nó cô lập khu này. Anh em ta lao động gần đây có lẽ không được phép liên hệ với tụi mình.

Vĩnh khều khều cho cái bếp cháy to hơn, trả lời.

- Dĩ nhiên là phải vậy.

Người bạn trẻ lại tiếp.

- Nơi đây gọi là nhà đá thì thật đúng. Bước vào trong lạnh như có ướp đá vậy! Mà chả hiểu tại sao họ lại cho mình sang ở khu này trước khi làm thủ tục về nhỉ?

Vĩnh cười cười trả lời cho người bạn mới vui lòng.

- Thì cách mạng đã nói rồi. Chủ yếu các anh làm các anh hưởng. Những dãy nhà đá này thành hình một phần cũng có công sức của tụi mình góp vào. Trước khi ra đi, chả lẽ cách mạng lại không tạo điều kiện cho tụi mình được ngủ trong đó một đêm gọi là cho biết mùi hay sao?

Một người khác ngồi nấu cách Vĩnh không xa, cất cái giọng khàn khàn như người hết hơi, len vào câu chuyện của Vĩnh và người bạn trẻ.

- Một hình thức dằn mặt mình đó mấy ông ơi! Ý nói đừng trở lại đây nữa. Trở lại là rục xương...

Vĩnh không nói thêm một lời nào. Giờ này đã chấm dứt giờ lao động chiều. Ngoài bờ suối ầm ầm những tiếng động, tiếng nói cười của lũ tù thay phiên nhau từng đợt xuống tắm. Và rồi khi mấy anh nuôi đem cơm ra - chứ không phải ngô như mọi bữa - cho bọn tù được thả, thì những tiếng động ngoài bờ suối đã lắng xuống và từ từ dứt hẳn. Có lẽ đợt sau cùng đã lên bờ và trở về địa điểm tập trung chờ điểm danh nhập trại. Bọn Vĩnh chả mấy người ăn được. Chẳng ai mà không nôn nao nghĩ đến ngày mai được ra khỏi cái "Đại Học Tổng Hợp" này. Để cho tâm hồn được yên tĩnh, Vĩnh rủ anh bạn trẻ ra suối tắm trước khi ngồi vào bữa ăn cho nó... sang, cho nó trở lại với phong thái văn minh văn hóa của loài người.

Từ ngày về đây, lần đầu tiên được ra suối trong tình trạng vắng lặng như thế này, Vĩnh mới thấy rõ được sự nhỏ bé của con người trước cảnh âm u bao phủ của rừng già. Người bạn đã nhanh chóng trườn xuống nước. Vĩnh bị phổi nên bỗng nhiên sợ nước lạ lùng. Anh đổi ý không tắm và ngồi yên trên bờ nhìn cảnh vật chung quanh. Một ý nghĩ chợt nổi lên trong đầu Vĩnh. Căn phòng Vĩnh ngủ không xa khu cachot là bao, chỉ cách một hàng rào đơn và một dãy nhà. Vĩnh tự hỏi tại sao đêm nay mình không qua đó quan sát một lần cho biết cái "trái tim" của khu Thiên Đường Mới này nó ra sao? Và rồi Vĩnh nghĩ ngay đến miếng cơm nếp lạc xưởng. Ta nên để dành nó. Biết đâu lại gặp được thằng Dũng? Lúc này mà nó được ăn một miếng cơm nếp lạc xưởng hẳn phải sướng hơn mình được thả mười lần!

Bên kia bờ suối bỗng xuất hiện hai tên công an có súng trên vai. Một tên chợt thấy bọn Vĩnh dưới suối, hắn dừng chân sừng cồ hét lớn.

- Này! Mấy thằng tù kia. Đội nào nhà nào mà giờ này còn tắm ở đây?

Nghe tên an ninh vòng đai hét, người bạn dưới suối nhanh nhẩu.

- Báo cáo cán bộ tụi tôi được thả rồi! Được tự do rồi!

Tên công an thứ hai nghe vậy vôi chen vào.

- Này! Ăn nói với cán bộ mà vô phép thế đấy phỏng? Mày tưởng thế là mày tự do đấy phỏng?" (tr. 818-821).

Đại Học Máu đánh dấu mốc cho thể-loại hồi-ký, bút ký về các trại tù "học tập" "cải tạo" vào giai đoạn tiếp nối của văn-học hải-ngoại. Hồi ký của Hà Thúc Sinh trội bật so với một số ấn phẩm cùng thể loại nhờ ngọn bút văn chương và trí nhớ vừa sắc bén vừa chi tiết của ông cũng như sự đồng cảm trong hoàn cảnh bi đát đó. *Đại Học Máu* ra đời khi tập thể người Việt tị nạn đang bắt đầu lớn mạnh về chính nghĩa, đã là một biến cố văn học quan trọng đầy ý nghĩa cho văn học hải ngoại. Người ra đi, may mắn thoát, không quên trách nhiệm với người còn ở lại, cay đắng chịu đựng oan trái; người đã thoát có lương tâm, lý tưởng và là nhà văn – như Hà Thúc Sinh, không thể quên trách nhiệm chung. Ông đã gây tin tưởng vào chính nghĩa dân tộc, dân chủ, tự do và nhân bản và đã thành công đóng góp, tiếp sức cho sứ mạng chung. Cuộc chiến đấu và sứ mạng sẽ được ông tiếp nối hơn 10 năm sau với tập hợp soạn *Red File: 50 Years of Violations of Human Rights in Communist Vietnam 1945-1995* trình với công luận quốc tế những tội ác của chính quyền Cộng sản Hà-Nội.

Hà Thúc Sinh tiếp tục chuyện đoạn trường của người Việt: năm 1988, ông xuất bản tập thơ *Thơ Viết Giữa Đường* và truyện dài *Chị Em*. Sau đó là các tập truyện ngắn cũng như truyện-thật-ngắn viết về đời sống ở xứ người và đời sống nội tâm phức tạp và tinh tế của các nhân vật và tuyển tập *Tống Biệt Hai Mươi* như muốn đóng thế kỷ trước lại và mở cửa đón thế kỷ XXI, với nhiều hoài niệm và kỳ vọng đã có, đã thành.

Chị Em kể chuyện Lan và Trực vượt biển tìm tự do, thuyền đắm trôi giạt vào một hòn đảo hoang và phải tìm mọi cách để sống còn như người sơ khai, trên người chỉ còn một mảnh vải che thân. Khi thuỷ triều xuống thấp thì cột buồm của chiếc ghe vượt biển trồi lên. Trực quyết định bơi ra con thuyền cũ tìm những gì còn sót lại, ít ra tìm củi đốt: *"Mùa này nước thường xuống thấp nhất vào quãng nửa đêm, như thế nó giúp tôi giảm được một quãng đường dài"*. Trực dặn dò chị Lan *"Khi tôi đi rồi, chị nhớ một điều phải canh chừng ngọn lửa. Tôi rất cần cái 'hải đăng' ấy để trở vào..."* (tr. 124). Nhưng đêm đã hết, mặt trời đã lên, thủy triều cũng đã dâng đầy. Người chị đi ra triền cát trông tìm em nhưng chỉ là vắng lặng. Lan nhìn xuống triền cát thì thấy mảnh vải nhỏ che thân của người em nằm đó. *"Lan không còn nước mắt để khóc. Nàng quỳ lên, quay mặt ra biển, hai tay chắp trước ngực và khép chặt hai mắt. Một lát nàng mở ra, qua đôi môi run rẩy, nàng khàn giọng thầm thì: "Trực ơi, em ơi, em của chị ơi..."* (tr. 131). Kết thúc tuyệt vọng vì hai chị em chỉ mong giữ được một ngọn khói với hy vọng được cứu mà cũng không được: người em đi đã không trở lại! Tiếng kêu thương của hai chị em, rồi của một mình người chị, đã chìm khuất không được lương tâm nhân loại nghe, biết đến, như thân phận của hàng triệu "thuyền nhân/boat people" Việt Nam sau khi Cộng sản Hà-Nội xua quân cưỡng chiếm miền Nam, quê hương đích thực và duy nhất của họ; họ đã bị bỏ rơi, cướp bóc, hãm hiếp hoặc chết dưới lòng biển cả. Truyện dài 132 trang với bìa đen trước sau, đen như số phận của hai chị em Lan-Trực và của bao nhiêu thuyền nhân khác!

Tập *Dưa Cà Mắm Muối* (1996) của Hà Thúc Sinh gồm 12 truyện rõ ngắn trong gần 110 trang nhỏ, trong đó truyện Cư Sỹ đặc sắc hơn cả, gói ghém trong hơn ba trang - tác giả đã viết về diễn tiến lão hóa, cảm giác cũng như tư duy, của cụ Đạo, một quản thủ thư viện bất đắc dĩ ở xứ người. *Đêm Hè* viết về đời sống ở xứ người và đời sống nội tâm phức tạp của nhân vật: một phân tích tinh tế buồn.

Người Tù của thời "xã hội chủ nghĩa", chuyện bên thắng trận đối xử với kẻ … thua: *"Xe về tới Sài Gòn vào một chiều cuối năm, đến ngã ba rẽ vào Khám Lớn thì kẹt. Người tù bấn loạn vì mót tiểu tiện. Biết xin xỏ lúc này vô ích, anh cắn răng chịu cho đến lúc ướt hết đũng quần. Cái hỉnh mũi khó chịu làm giảm nét vô cảm trên khuôn mặt người công an trẻ áp giải. Nhưng chắc đã quen với phía trái "thiên đường", anh ta yên lặng.*

Người tù nhìn ra dòng đời ngoài ô cửa lưới. Nắng chiều óng cơn mưa nhỏ, khói đè thấp mái quán, bước chân người như dính lối đi. Xa quá, tách biệt quá, cảnh đời không hàm chứa một khơi dậy nào cho anh, dẫu là sự tò mò gần với bản năng, thậm chí chút buồn. Anh quay vào như tránh nhìn một tấm gương vừa soi rõ thân anh như hòn sỏi, quen đến lỳ sự trầm tích dưới sức nặng thời gian. Hai mươi mốt năm hết nhà tù này sang nhà tù nọ, anh tự hỏi sao lòng dửng dưng, đến nỗi buồn cũng trắng? May, có thế chứ! Anh vừa nghe đâu sâu trong tâm khảm máy động chút luyến tiếc những năm đầu tù tội. Ôi tuổi trẻ đâu cũng là tuổi trẻ, dù tuổi trẻ trong tù. Thân xác màu mỡ ngày ấy gánh nặng đời chưa đè nổi hạt mầm hy vọng. Đó là khoảng thời gian anh còn chia xẻ được với các bạn bóng lồng lộng một người nữ không có thực, còn ăn ngon lành món ăn tưởng tượng sợ chưa từng hưởng trong đời, còn mơ được loài chim cánh rộng phủ mát bầu trời ngoài khung cửa hẹp, một đốm lửa đầu thuốc nghĩ ra cả một đám cháy lớn, nghe ra tiếng chấn động càn khôn của chú dế đêm tưởng là nhỏ bé lạc loài.

Lao tù tiêu hoang đời anh nhưng anh không chận tay nó được. Hết rồi, mơ mộng ấy sẽ không bao giờ còn nữa?

"Ỉa đấy à?"

"Dạ không."

"Thối quá!"

Anh tính nói lâu rồi anh đã xa lạ mùi thơm nhưng yên lặng. Người công an áp giải đốt thuốc hút một mình, một lát lại ngứa miệng hỏi, kiểu mông lung:

"Cuối năm sao chuyển trại mỗi mình ha?"

"Dạ đâu biết."

"Phản động tội to như cột đình, va sưng trán thế kia mà cứ không biết. Trước nghề gì?"

"Tôi dạy học."

"À, trí thức..."

Người công an bỏ lửng nhưng anh hiểu. Nén lắm anh mới không bật cười. Từ bình minh nhân loại trai săn bắn gái hái lượm, lời ca ngợi bộ óc chế ra lưỡi dao, mũi tên, cái thúng, cái rổ lớn mãi theo quá trình thăng tiến, dè đâu có lúc bị chặn đứng ở cuối thế kỷ 20..." (*TBHM*, tr. 139-140).

Quỷ Xướng Văn kể chuyện bình thường con cái phải làm đối với người thân quá cố, nhưng ở một quê nhà không còn bình thường như Việt Nam thì chuyện gì cũng có thể xảy ra: *"Mới đây anh về Việt Nam một chuyến, về thăm cha già ốm đau và cải táng phần mộ mẹ anh. Cha anh ở Sài Gòn và mộ mẹ anh còn ngoài Thanh Hoá. Hơn bốn mươi năm mộ vẫn còn. Lạ? Không đâu, ấy là nhờ trong khối nhân dân bần cố còn sót một số trình độ tiếp thu tư tưởng cách mạng kém cỏi, nhồi cách mấy vẫn không thông chính sách cào bằng lấp sạch.*

Anh mặc tang phục, mua hương nến, các thứ cần thiết thuê thợ cải táng. Áo quan mẹ anh xưa bằng gỗ vàng tâm, bền như sừng, thế mà khi mở xương khúc còn khúc mất. Anh nhìn xuống mộ huyệt khóc cười tuỳ lúc. Anh Mới, người kéo xe tay cho mẹ anh xưa, giờ đã là ông cụ hom hem ngoài bảy mươi, ngạc nhiên hỏi vào tai anh:

"Cậu khóc hay cười đấy?"

Anh nhìn kín nhiều người lạ mặt, đáp khẽ:

"Cả hai. Phải thích nghi hoàn cảnh."

Anh Mới hiểu, giọng gần với sự biếm nhẽ:

"Ngoài quy hoạch hết rồi. Cả nước đã tự do khóc, cậu khóc tí nữa không sao."

Thế là anh khóc, khóc to hơn cả ngày thơ ấu lúc mẹ anh mất.

Cải táng xong anh rời khách sạn, ôm lư sành nhỏ đựng cốt mẹ về Thọ Xuân, chỗ anh ra đời và chỗ sống của anh Mới hiện tại. Nghỉ thêm ít bữa, anh Mới hỏi có muốn quay lại thị xã thăm thú cơ ngơi cũ của gia đình ở phố nhà Chung không, có muốn về nhìn lại quê hương tổ tiên ở Ba Làng huyện Tĩnh Gia không? Anh Mới dù gì vẫn là nhân dân. Còn anh con cháu giai cấp nợ máu. Nhân dân khiến sao anh làm vậy. Và quả đúng như lời anh Mới nói: *"Cả nước đã có tự do khóc."* Bà con anh khóc lu bù.

Anh tính đáp xe lửa về lại Sài Gòn rồi từ đó trở sang Mỹ, nhưng anh Mới bảo chẳng biết bao giờ gặp lại, nên vào Nghệ một chuyến. Ở Nghệ anh Mới biết gia tộc anh còn nhiều chi họ nội ngoại. Suốt mấy mươi năm chuyên chính vô sản, thứ tình cảm tư sản độc hại lây từ gia tộc anh anh Mới chữa không dứt, vì thế vẫn lén lút duy trì mối liên hệ linh tinh với họ hàng chủ cũ -- những kẻ bị lịch sử vô sản tiêu diệt lốm đốm...".

"Thần suy" thì "quỷ lộng", anh gặp một lão già sản phẩm đặc nét của chế độ hay đi đi về về vùng bờ sông Lam: *"Lão mặc bộ quần áo nâu xuềnh xoàng nhiều túi, chân vẫn dép râu đầu vẫn nón cối. Dù sao nhìn chung lão có tí cốt cách, duy giọng đục, xa; sự đục và xa ngang với dĩ vãng của anh, một dĩ vãng dài hơn bốn mươi năm mới lại được về chỗ cũ ngồi dưới một gốc sung thả câu bâng quơ thế này. Nhìn những con nhện nước chạy ngang dọc trên mặt ao anh rùng mình. Thốt nhiên anh nhớ lại những nẻo đường anh từng chạy ngang dọc trên đất nước, trên mặt địa cầu".*

Khi biết anh về quê hốt cốt mẹ, lão cười *"Quả lạc hậu là bệnh di truyền khó chữa. Sao người ta cứ thích sống với người chết thế nhỉ! Này nhớ, không phải ai chết cũng đáng nhắc mãi, nhớ mãi; vinh dự ấy chỉ dành cho các lãnh tụ anh minh đã được sách sử đóng mộc thừa nhận sẽ sống mãi trong quần chúng thôi (...) Đảng đứng trên đứng ngoài chứ không đứng kề đứng giữa nhân dân bao giờ. Xáp gần là cách dẫn đến hoạ tru di tam tộc nhanh nhất. Tôi mong cậu hiểu cho châm ngôn bất di dịch của người làm cách mạng vô sản chuyên chính nhà nghề như chúng tôi, cho dù tôi đã hưu từ lâu lắm".* Khi đã biết anh vừa gặp lão, bà Cô dặn dò: *"Còn chơi đây ngày nào cháu nên thận trọng".* Nói đoạn cô bước xuống bếp, lẩm bẩm, *"Rõ thần suy quỷ lộng,"* và lặng lẽ lấy treo trước cửa một xâu tỏi đã mối mọt nhiều" (*TBHM*, tr. 161-162, 165, 170, 172).

Về kịch bản, có thể nói ít nhà văn hải-ngoại viết kịch, trong số ít đó có Hà Thúc Sinh được biết với Quyền Của Lửa (1997) in trong

Tống Biệt Hai Mươi (1999), kịch về cuộc sống ở miền Nam sau 1975. Nhân-vật Phấn chủ quán bên đường nói lên hy-vọng: *"Qua đêm biết đâu rồi mình sẽ khác... từ mai... sẽ thoát được, cảm giác ghê sợ, một cảm giác mọi sự dối lòng đều không thể khỏa lấp, một cảm giác sống như chỉ để chờ một tai nạn, không, một biến cố thanh tẩy mới phải, một biến cố ắt xảy ra và vô phương tránh né"* (tr. 612-3).

Thời sau này ông sáng-tác và xuất-bản chậm lại rồi như ngưng hẳn sinh hoạt văn-chương sau những phá phách của chủ một tạp-chí cũng cùng đoàn ca cộng đồng/đấu tranh!

*

Khởi đầu sự nghiệp từ nhiều năm trước biến cố 30-4-1975, Hà Thúc Sinh đã tỏ ra là một người văn nghệ sĩ đa dạng, đa tài trong nhiều lãnh vực, thể loại, nhưng thiển nghĩ trên hết, thơ của ông đã để lại nhiều nét đậm về nội dung cũng như thi-tính cho văn học hải ngoại.

Với tuyển thơ **Ngàn Lời Thơ** ông chia sẻ với người hôm nay những bài thơ ông viết về thời ở tù cũng như khi được trả về với đời sống bình thường nhưng bất khả. Chiều Qua Thanh Hóa là quê nhà nhưng ông không nhận ra, vì nay là nghèo nàn tột cùng, một thứ nghèo chịu đựng không lối thoát:

> *"Những nhịp cầu như những lưng còng*
> *Gánh sức nặng suốt buổi chiều ảm đạm*
> *Ngó sang sông mờ nét tiêu hao*
> *Tây thành cũ hay là thôn bản?*
> *Tự hỏi mãi. Đến chưa? Chưa đến?*
> *Hay chỗ này Thanh Hóa ngày xưa*
> *Ngó lên mây bạch y thương cẩu*
> *Nhìn xuống dòng bóng cũ mù mưa*
> *Thấy chị qua muốn lời thăm hỏi*
> *Mắt ngu ngơ che nón im hơi*
> *Nhìn em đến này em muốn hỏi*
> *Miệng ngập ngừng rét mướt im lời*
> *Mưa nặng hạt vỗ buồn cố xứ*
> *Như tấm hình rỗ mặt trăm năm*
> *Tia chớp lóe tang sông một dải*
> *Buồn tôi nhô mồ mả đằm đằm"*

Khi đi ngang qua nhà thờ nhân ngày lễ trọng, ông không nghe được tiếng tung hô rước Chúa vào Thành mà thay vào đó là những tạp âm của thú và người lao động:

> *"Bầy chó đói cắn nhau rên siết trên đất*
> *Mặt trời mỏi mệt leo thang*
> *Khu phố như sau bệnh dịch*
> *Người bước đi không ai muốn ngó ngàng*
>   *Tới cuối phố đường chia hai lối*
> *Dăm anh công an ít nói ngồi hút thuốc bên đàng*
> *Bà mẹ đánh con như kẻ thù tội rơi mất ít khoai lang*
> *Mua sau lúc xếp hàng từ hồi chuông thứ nhất*
>   *Nắng đã đủ cho lá buông đem phơi*
> *Đây là khu lao động làm quạt*
> *Đen đầu người khom tước mũi dao như xẻ mối thù*
> *Tiếng tách lá nối tiếp gây âm xiếng xích nặng*
>   *Trong nhà thờ là chỗ đùa của gió*
> *Vị linh mục rời cung thánh từ lâu với nét mặt không buồn vui*
> *Một nhúm cụ già trên băng ghế ọp ẹp nặng tai*
> *Vẫn tưởng đâu đây rào rào lá trải ngày Chúa đến"* (Chúa Nhật Lễ Lá).

Bài Quán Bên Đường viết khi ông trở về nhà, ghé quán gặp bạn bè nay một lứa bên trời lận đận, cùng sống khổ nạn sau 1975 và sau khi trở về từ những trại tù "học tập":

> *"Nằm chui khóm lá chiếc bàn thấp*
> *Lề đường một lũ tụm quanh nhau*
> *Ếm sâu hơi thuốc vào gan mật*
> *Bất giác phà ra nỗi dãi dầu*
>   *Trung tá xích lô thầm hỏi bạn*
> *Chợ trời dược sĩ sao về không*
> *Cười như nước mắt nói như bỡn*
> *Nó bố trưa nay còn cái quần*
>   *Ông giáo sử mấy năm vá lốp*
> *Đồ nghề lỉnh kỉnh nặng trên lưng*
> *Một anh văn sĩ ngồi lê hỏi*
> *Thời xưa phong kiến khá hơn chăng*
>   *Gió chiều thổi tốc người nghi ngại*

Mỗi hồn hiện một nét công an
Lá khô thôi chạy cây thôi động
Vừa lúc đèn lên khắp Sài Gòn".

Và khi trở về mái nhà xưa nay xác xơ đến chú vện cũng phải buồn:

"Về trước nhà xưa đứng ngẫm nghĩ
Nỗi thân quen xa không thước đo
Nắng xuyên soi vách bóng bố ráp
Con vện nằm nén tiếng thở ra
 Nét trăng chiếu lệch như miệng mếu
Kìa manh áo rách hay mây nghiêng
Đàn chưa chùi bụi chưa lên phím
Đã thoảng âm hao tiếng khóc rền
 Hỏi vợ mừng chi thịt nướng khét
Cảnh nhà đã xác lại càng xơ
Ngồi thu bếp nhỏ nói như ngậm
Ấy hồn sách quý đốt năm xưa
 Em ơi rộng cửa cho thơm gió
Thành phố còn đâu hoa nữa anh
Em ơi rộng cửa ai thăm đó
Bóng tối mông lung tình xóm giềng" (Khi Về).

Quê nhà không còn như xưa, nhà thơ tìm cách vượt biển và Thủy Nguyệt là bài thơ đầu viết ở trại tị nạn Pulau Bidong:

"Đêm yểu điệu trên hàng dương liễu
Lời hẹn hò những lối chưa đi
Sóng bạc đầu mối sầu trăm tuổi
Mây lang thang buồn lạc lối về
 Em không đến hay em sẽ đến
Nhạc lòng anh sóng cũng tràn trề
Một chén rượu làm nên giấc mộng
Quá đủ rồi biển nói anh nghe
 Chẳng cùng ai ngồi nơi cuối núi
Quán cà phê có điệu nhạc buồn
Sống những phút cát bồi lặng lẽ
Hạnh phúc nào bằng nỗi cô đơn
 Sung sướng quá trời ơi nguyệt hiện

Chìm sâu anh một hạt cát vàng
Trăng vướng núi rơi chìm đáy nước
Anh khóc mùi đúng lúc hân hoan" (12-1980)

Cuối cùng, ông cũng đến được bến bờ tự do, Bài Thơ Tháng Năm là "bài thơ đầu viết một ngày sau khi đến Mỹ (30-4-81), trên lan can khách sạn tạm trú Windsor Park, DC":

"Tháng này trí nhớ là đêm
Gió mùa lên tới ngang anh thì ngừng
Lầu cao lũng thấp xe tuôn
Quanh co đường lạ phân vân ánh đèn
Cây xanh chót vót cây xanh
Vàng mười nắng mỏng đồi nghiêng dán vào
Dang tay rừng hát lao xao
Gió như cởi áo vào sâu lòng người
Tháng này xa xứ lạ nơi
Buồn thâm trầm khẽ phanh phui ra ngoài"

(*TBHM* tr. 622)

Khi đã sống ở Hoa-Kỳ được hai năm:

"Hai năm ta ở xứ này
Cái đời lộn ngược tháng ngày chửa quen
Ẩn trong nỗi nhớ, nỗi quên
Là gai đâm thịt, là đinh đóng đầu
Bình minh thức dậy, thân trâu
Ngó quanh ai cũng một mầu trầm luân
Sầu riêng ngồi vá hai năm
Cái thân sứt chỉ cái tâm sổ tà
Cái xưa binh bại oan gia
Cái nay lưu lạc như ma giữa trần
Chiều về dăm chén bâng khuâng
Rượu trôi xuống bụng, sầu dâng khắp mình"

(Hai Năm Ở Mỹ)

Sau bao năm tích cực với đời, nhà thơ có lúc nhận chân việc mình:

"Thế sự quanh ta một trận cười
Trần gian cũng chỉ dưới chân thôi

Phút vui mấy nét đùa nghiên bút
Tàn mộng trăm năm để tiếng cười"

(Thơ Tặng Lão Tử, *Thơ Viết Giữa Đường*)

Biển, Cầu vàng, & Em với phụ đề "Bài kết cho tim tôi":

"Ở phía sau em biển tựa lòng
Cầu dài nối lại mối tình riêng
Đời sau truyền thuyết người ta nhắc
Thủa ấy ngồi kia em tóc đen

  Ôi tóc em thu gió biển về
Lồng bay như một giấc hoang mê
Áo xanh thơm mỏng ngon mùi nắng
Rực rỡ mùa lên một chớm hè

  Choáng váng khi em ngước mắt nhìn
Chim, mây, và lá cũng bâng khuâng
Về sau truyền thuyết đồn thêm nữa
Em ghé qua đây chỉ một lần

   Ai biết đâu em đã suốt đời
Trong tôi, giọng nói với môi cười
Thì khi nhớ quá tôi qua đó
Hẳn có em vì đã có tôi" (6-2006)

Bài Mẹ Mây..., trích đoạn đầu:

"Thử tưởng tượng một ngày không xa lắm
Từ trời cao ngó xuống cõi dương gian
Một vừng mây nhân chứng lẫn ân nhân
Thấy nước Việt bỗng biến thành nước lạ
Nhân chứng hoang mang, ân nhân sợ quá
Ôi đâu rồi cái nước khổ, hùng kia
Mấy ngàn năm Mây như mẹ chở che
Ruộng nước cho mưa, rừng xanh cho nắng
Từ Dương Tử hình hài thay bao chặng
Trăm anh em chia hoạn nạn mất còn
Việt một dòng máu chảy mặn về nam
Và từ đó với Tàu thành đối trụ
Ai bằng mẹ Mây, dù giông dù gió
Dù thăng trầm vẫn gắn bó keo sơn

Bắn bi đánh đáo biết từng cậu Hùng
Hiểu cô Trưng, Triệu cười cười mà dữ
Đinh Lê Lý Trần có hay có dở
Đều lập công tiếp mở những trang xanh
Những trang ấy khi đất nước thanh bình
Vàng lúa phơi sân, chổi rơm khom quét
Vì kẻ xổng lưng là kẻ chẳng biết
Lời tổ tiên: hạt ngọc một hạt cơm
Trong lũy tre xanh trên kính dưới nhường
Khinh lễ nghĩa chỉ có phường vô đạo
Chẳng ai đổ đi, chẳng ai giơ gáo
Biết thế nào là đời lá đùm nhau
Kiệm Khiêm Ái thành văn hóa nhiệm màu
Người tin người nên bao phen quốc biến
Các tiền triều đều thẳng lưng mà đứng
Vua hỏi dân, dân thề đánh không hàng
Bình Nguyên, dẹp Tống, phá Minh, diệt Thanh
Bọn đại Hán từng bao phen vãi sợ...” - 19-6-2011

Thân lữ thứ dù vật chất đầy đủ nhưng hồn luôn trống vắng quê hương:

“Chiều hôm lỡ chuyến sang sông
Chân mây điểm một nét buồn núi non
Ngậm ngùi ta lắm, thân đơn
Dưới trăng xao xuyến về phương nhớ nhà
Mây bay rất mỏng như là
Áo không đủ ấm hồn ta giữa đời”.

(Bên Sông Nhớ Nhà)

*

Thơ văn nhạc Hà Thúc Sinh đã là những tiếng kêu trầm thống của nạn nhân, những tiếng kêu thương của thuyền nhân, kẻ tị nạn và đồng thời Hà Thúc Sinh cũng đồng nghĩa với đấu tranh chống cái Ác, cho tình người đối với người và cho một ngày mai tươi sáng hơn cho dân tộc và tuổi trẻ!

Hiếu Đệ

Lưu Xứ U-Minh

Văn-học Việt Nam hải ngoại, tiếp thừa một nền văn học khai phóng, đa dạng và tự do của miền Nam, sau thời ban đầu ngỡ ngàng mất nước, bút ký, văn thơ nhiều; nhưng từ khi có những "tù cải tạo", bộ phận hồi ký đã được tiếp tục và sinh động hơn - một cách buồn thảm, với những cựu tù mới qua theo các diện H.O. và O.D.P. đoàn tụ gia đình. Các hồi ký xuất bản sau này có thêm lợi thế ít nhất ở hai điểm: có thể viết rõ hơn về việc và người mà không sợ nguy cho họ, và hận thù cũng đã lắng xuống để có những cái nhìn con người và thật lòng hơn. Khác với hồi ký của những kẻ may mắn đi trước kể lể công lao và tự đề cao, lớp hồi ký cải tạo thật sự được viết đến như những vết sẹo tưởng như đã lành nhưng vẫn đau nhói mỗi khi đụng tới. Năm 2006, nhà văn Hiếu Đệ (Nguyễn Tánh Đệ, 1932, Phan Thiết) đã cho xuất bản *Lưu Xứ U-Minh* (Paris: Hương Cau), một hồi ký cô đọng qua hình thức bút ký, về con đường đoạn trường mà ông đã trãi qua. Hiếu Đệ đã ngồi tù cộng sản 11 năm tại các trại tập trung cải tạo Gia Trung và Hàm Tân (1976-87) và sau đó bị lưu đày lao động ở vùng U-Minh. Ông tị nạn sang Hoa Kỳ từ 1992, định cư ở tiểu bang Michigan và mất ở đó ngày 16-4-2009.

Một số nhà văn của miền Nam Việt-Nam từng trãi qua nhiều năm "cải tạo", "học tập"- những goulag và "trại súc vật", sau khi sống sót trở về và tị-nạn sang xứ người, trong các tác-phẩm của họ đã có một phong cách ngôn-ngữ khá đặc biệt, tạm gọi là ngôn-ngữ "hậu cải tạo" mà chúng tôi đã nhận thấy qua một số các nhà văn nhà thơ như Thảo Trường, Dương Tử, Hiếu Đệ, Trạch Gầm, v.v.

Tác giả Hiếu Đệ đã nhắc nhở chuyện "U-Minh từng trãi qua những cuộc chiến tranh máu lửa chống Pháp, chống Mỹ và ngày nay còn chống cả Cộng sản miền Bắc nữa". Chính *Lưu Xứ U-Minh* đã là một phác họa trung thành cuộc chiến sau cùng này, vừa phức tạp vì kẻ thù nay hết đơn thuần là những đế quốc xa xôi, vừa là một sự thật lịch sử về những toan tính và công trình phản lại thiên nhiên và con người. Bạn hữu của Hiếu Đệ, các nhà văn An Khê và Sơn Nam, thuở sinh tiền đều đã khuyến khích ông viết lại chứng tích của lịch sử dân tộc mà ông đã kinh qua và Hiếu Đệ đã hoàn thành ý nguyện chung đó.

Lưu Xứ U-Minh thật vậy, đã góp phần phác họa chân dung miền Nam (và cả nước Việt Nam) khi đã rơi vào tay cộng sản toàn trị Hà-nội. Hà-nội phỉnh lừa việc trình diện tập trung đi học tập, rồi học tập tốt về sớm, nhưng "*chúng đểu cáng, ba que xỏ lá. Gạt gẫm người lương thiện, lưu đày tớ về đây, xa cách vợ tớ ngàn trùng! Có tức ói máu ra không chớ?*" (tr. 152) - như lời tâm sự của một người bạn đồng học ở Cao đẳng Mỹ thuật cùng cảnh ngộ (người bạn này về sau tự thiêu chết khi người vợ lên xe hoa với một cán bộ). Hiếu Đệ cũng vậy, từ trại Bù Gia Mập, Trảng Sụp, được tạm thả rồi bị bắt lại và cưỡng chế đi lao động công nông trường vùng U-Minh. Nhiều người bất ngờ khi nhận được lịnh tha, tưởng đã thoát địa ngục, nhưng đó chỉ là mưu sâu của đám Bắc-bộ phủ, như nhận xét của Như Bảo, bạn đồng cảnh ngộ với Hiếu Đệ: "*Học tập thêm hay chết một lần nữa cũng thế thôi. Nó ác ôn lắm, có tử tế gì! Cho ra tay này lại tước đoạt bằng tay kia, mà còn lại vặn lọi ngón nữa... Đừng bao giờ tin nó hết nghen!*" (tr. 14). Nghĩa là hãy bỏ ngoài tai đừng tin những lời có vẻ 'đường mật, nhân đạo' của đám cán bộ, nào là "*chánh phủ mới đưa các anh đến nơi đất cát phì nhiêu, cấp nhà cho ở, cung cấp hoa màu, lương thực để anh em tự do công tác, tự do sinh hoạt, lấy lao động làm vinh quang mà tạo nên của cải cho bản thân, cho gia đình, cho xã hội (...) Anh em nên cảm ơn lãnh đạo đảng và nhà nước, mà khi đến nơi phải cố gắng làm việc (...) để khỏi phụ lòng những người đã làm cho anh em giác ngộ, bỏ tối về sáng (?), bỏ ác về lành (?)...*" (tr. 19).

Khi bị đưa đến U-Minh, Hiếu Đệ chỉ mong đây "*chẳng qua chỉ là một giai đoạn gian khổ... Rồi trước sau gì cũng qua thôi. Không lẽ cuộc đời mình cứ phải bị lưu đày mãi sao?*" (tr. 75). Nhưng thực tế thì khác hẳn những lời tuyên truyền, láo khoét. "*U-Minh là vùng đất*

mới, được triệt để khai thác sau năm 1975, khi chiến tranh chấm dứt".
Theo tác giả, đây là nơi *"rừng sát mênh mông, rừng tràm ngập nước bát ngát. Đất nhiều phèn và thấp. Là nơi có nhiều vùng đất lỏng bỏng, nước đặc sệt. Đấy là đất bồi. Đất cứng ở bên dưới, bên trên là lá mục chồng chất nhiều tháng, nhiều năm..."* (tr. 47).

Sau khi Việt-cộng cưỡng chiếm miền Nam vào tháng Tư 1975, người dân được nếm mùi ăn cơm độn với sắn nhưng cũng không đủ no; họ đã phải ăn bo bo, là thực phẩm dành cho súc vật, do các nước 'anh em' Đông Âu viện trợ. Vì thế, dân gian đã có những câu:

    - *"Hoan hô độc lập tự do*
    Để cho tớ nhá bo bo sái hàm".
    - *"Nhân dân thì chẳng cần lo*
    Đảng ta lo sẵn bo bo mỗi ngày
    Hãy chăm tay cấy tay cầy
    Nhịn ăn nhịn mặc chờ ngày vinh quang".
    Diễn văn 'lưỡi gỗ' đã khiến người dân thật sự bất mãn:
    - *"Rau muống bổ hơn nhân sâm*
    Khoai lang củ sắn là phần của dân.
    Cán bộ chỉ chực ăn phân
    Thủ trưởng, cục trưởng là quân cướp ngày".

Hà-nội tuyên truyền rằng miền Nam bị Mỹ ngụy đô hộ, bóc lột để biện minh việc lập trò Mặt Trận Giải Phóng Miền Nam; lúc mới về thành, Mặt Trận được cò mồi đóng vai quân quản, đã lớn miệng tuyên bố "nhà chúng ta ở, vợ chúng ta lấy, con chúng ta bắt làm nô lệ" (lời Nguyễn Hộ), không ngờ bọn họ cũng chỉ là những con cờ thí của một cuộc cờ gian, người Mặt Trận giải phóng bị 'phỏng giái' - vậy mà vẫn có người hùa theo 'cách mạng', trong khi quân cán chính của miền Nam xuống cấp:

    - *"Cán bộ tập kết miền Nam*
    Múi chanh vắt cạn vỏ nằm gốc me
    Đầu đường Đại tá vá xe
    Cuối đường Trung tá bán chè đậu đen
    Giữa đường Thiếu tá rao kem.
    Mấy thằng cách mạng bon chen làm gì
    Bọn này mặt mũi đen sì
    Để cho chết hết sá gì bọn bây

Ngày xưa chống Mỹ chống Tây
Ngày nay chống gậy ăn mày áo cơm".

Người dân thành phố bị Cộng-sản Hà Nội cướp hết của cải, nhà cửa mà còn bị đẩy đi những nơi mà mỹ từ chúng gọi là "kinh tế mới", và gọi là để *"bù lại, mỗi gia đình được cấp cho một cái nhà mẹ bồng con, cất ọp-ẹp bằng cây tràm và lá dừa nước. Tất cả vợ chồng con cái đều bị lùa xuống Rừng Sát bắt trồng lúa sạ lấy mà ăn. Đám người này bị lên án là bọn tư sản và có dính liền đến chế độ cũ, bị chỉ định cư trú cũng như mấy em"* (tr. 77) - 'mấy em' mà lão Bình Xuyên nói đây là các công trường viên.

U-Minh vốn là đất của muỗi mòng: *"U-Minh là đất sình lầy / Muỗi kêu như sáo thổi / Đỉa lềnh tợ bánh canh"* (tr. 242).

Đến nỗi trâu cũng phải ngủ mùng. Đất lưu xứ hiểm nghèo, muỗi đốt nên dễ bị truyền lây bệnh viêm gan, người địa phương gọi là ‹sơ gan củ chướng› vì người bị bệnh bụng bị lớn như có nước,...

"U-Minh là xứ muỗi. Muỗi hằng hà sa số, nhứt là về chiều, muỗi bay kêu vo vo nghe như tiếng sáo. Ở ngoài mùng mà không un củi cho có nhiều khói là muỗi bay... rát mặt" và *"Chỉ mới nhích mép mùng một ly, mà muỗi đàn đã chung vô mùng rồi. Muỗi U-Minh sao mà to thế, nó lại không đen, mà màu vàng. Khó tìm thấy trong đêm, trên lớp mùng trắng,..."* (tr. 52, 53)

Công trường kinh tế 'dựa lưng vào Rừng Tràm' là chốn khổ hình của những công trường viên. *"Đời sống gạo chợ, nước sông quanh năm cứ lội bì bõm. Dầm mình trong vùng nước Tràm màu Coca Cola, rồi uống nước màu đỏ ngầu ấy. Như vậy, làm sao con người không sanh bệnh?..."* (tr. 243). Phương tiện giao thông ở đây là những chiếc xuồng ba lá, vì không có đường đất thông thường. Cái chết cũng khác, nơi Rừng Tràm này gặp mùa nước không có đất chôn là phải tốn kém nhiều hơn, phải chôn treo cây chờ nước rút và đa số chôn kiểu 'trầm thủy'.

Lưu Xứ U-Minh trình bày cho người đọc nhiều bức tranh sinh hoạt thường ngày của người dân địa phương cũng như các dân mới bị đưa đày đến đó, những 'nông trường viên', 'công trường viên', như Hiếu Đệ. Con người kéo mạ thay trâu bò vào những mùa cấy Thu Đông (tr. 224), mùa lúa này xong là đến vụ khác trồng trọt, v.v.

Rồi những cây cầu khỉ làm bằng cây tràm trở thành cực hình với người ở thành, cả với người đã ở lâu, tai nạn gãy cầu vẫn thường xảy ra. *"Dân địa phương vẫn bị tai nạn về cầu khỉ. Vì cây tràm có đặc tánh ngâm nước không mục, nhưng ở trên khô lâu ngày thì mục và dòn. Khi gãy là gãy ngang thình lình. Nạn nhân té xuống nước dễ bị nguy hiểm, do những cọc tràm từ những cầu gãy trước, đâm xóc vào mình"* (tr. 87).

U-Minh là vùng đất lưu đày khổ lụy. Khổ tinh thần bị theo dõi, còn vật chất thì được thiên nhiên chiều đãi hơn cả người ở thành phố: gạo ở U-Minh đây có ăn, cả để nuôi heo, trong khi thành phố phải ăn độn để xuất cảng, thành thử có gạo và có đậu nành làm rượu ngon khỏi phải dùng đến sắn và bọt đường thải cũng như khỏi cần đến trò thuốc giết rầy. Cộng-sản Hà nội 'bế quan toả cảng' cấm đưa hàng về thành phố, địa phương nào ở địa phương đó, cho nên nhờ vậy mà dù nơi đây là U-Minh nhưng vẫn có nhà thuốc Tây Ta, quán tiệm, chợ trái cây, vải vóc, v.v.

Lưu Xứ U-Minh cũng vẽ lên cái tình giữa những con người với nhau bất kể gốc gác, thân thế: người dân địa phương như Thạch On, kinh tế mới như Năm F5, Sáu Thất, đồng tù đày như Ba Như Bảo, Hai Rạch Giá, ‹hùm địa phương› như lão Sáu Lụa - chủ tịch UBND Phường 10, chận cướp lươn của công trường viên nhưng rồi thành bạn nhậu với họ và bất mãn chửi Việt-cộng Sáu Dân, Đỗ Mười, nhìn nhận thời ‹ngụy› nhân đạo hơn thời nay dù cộng sản vẫn tự khoe khoang (ưu việt)!

Làm thân 'tù học tập', là 'ngụy', nhưng nhiều người có số được/ bị gái Bắc mê, như Như Bảo bị một bà Bắc kỳ quê mùa xấu xí đeo như đỉa mà anh vô tình dính từ thời đi kháng chiến ở Sơn Tây, mấy chục năm sau bà ta lại đi tìm thăm nuôi anh ở trại tù Bùi Gia Mập.

Thủ trưởng Ba Đức bắt nông trường viên và dân chúng thành những 'anh hùng lao động' phải đạt những chỉ tiêu của trung ương, những 'thành quả tiên tiến', chương trình bóc lột sức lao động liên tục không ngừng nghĩ, mùa này xong là vụ khác trồng trọt,... *"đàn ông thành trâu bò, đàn bà thành khỉ Cà-Mau hết cả"* (tr 119). Trẻ nít cũng vậy, không được đi học. Y rất độc ác và đụng chạm với cả địa phương nên có dịp là người ta bẫy trả thù, ngay cả du kích địa phương (X. tr. 164).

Ngôn ngữ Việt cộng là của kẻ thắng và của 'lưỡi gỗ': nói xuôi nói ngược, nói ngang nói dọc gì cũng được cả. Ngôn ngữ và con người thường trực hai mặt vì kẻ thù và nghi kỵ từ mọi phía bao vây, kềm kẹp, tiêu biểu là ngôn ngữ của những dân kinh tế mới như Sáu Thất (dân chuyên 'hạ cờ Tây' ở thành phố SG phải về kinh tế mới), hay quản đốc công trường Tư Năng (cuối cùng cũng vượt biên),... Trung ương và lãnh tụ Việt cộng nói và làm ngược, dĩ nhiên trước sau cũng đã đưa đến bất mãn và cả vượt biên trốn thoát khỏi vòng kiềm toả.

Tất cả người dân U-Minh đều phải sống trong tình trạng trên đe dưới búa, đã có du-kích địa phương lại thêm vệ binh từ trung ương gởi xuống, rồi đám Thanh Niên Xung Phong. Du kích thường tỏ ra thông cảm với người dân bị đày xuống U-Minh, là kinh tế mới hay công trường viên, nhưng *"đám vệ binh đi theo canh chừng bọn tôi lại bị làm khó dễ, có khi lại còn bị tước vũ khí và tịch thu giấy tờ"* (tr. 76). Vệ binh tức bọn cờ đỏ (cộng sản Hà-nội) khác Việt cộng Nam-kỳ; du kích vốn là người từng nghe theo Mặt Trận GPMN nên sau 1975 rất ghét VC từ Bắc vào mà họ không coi là cùng người Việt Nam - du kích xem đám 'vệ binh cán bộ công trường' từ Bắc vào là 'người Bắc kỳ' (tr. 96) kiểu *"mấy thằng Bắc kỳ rắc rối làm tàng"* (tr. 59)! Và nhiều trận đụng độ đã từng xảy ra giữa hai đám người Việt-cộng này. Đặc biệt là với nạn nhân công trường viên thì đám du kích và lãnh tụ như lão Sáu Lụa, lại có thể nhậu nhẹt, chuyện trò chung.

Nhưng 'rừng nào cọp nấy' và cọp và hùm xám cũng nhiều loại, dù cọp ở U-Minh tưởng đã tuyệt chủng không ngờ có nhiều thứ người là thay thế giống thú ấy (như hai thủ trưởng Ba Đức, Tư Năng và cả Ba Kiến, chủ vựa bán mắm to nhất vùng). Và nhiều lúc cán bộ và vệ binh phải thua du kích địa phương như lão Sáu Lụa tước súng và của cải lại sau khi bị chúng hiếp đáp, cướp của hại người.

Đám bộ đội phục viên miền Bắc lộng hành, ngay cả giành gái: chàng ‹thi sĩ› Hữu yêu người con gái đã bị con của cán bộ để ý, nên bị bắn bị thương nặng; may mà được Năm Tràm tình cờ đi qua đó cứu kịp, nhưng lại bị quản đốc công trường khiển trách. Chúng cách ly hai người bằng cách trả anh chàng về thành phố. Cô gái bán sạp vải phía Tây nhà lồng chợ đã chê mảnh bằng phó tiến sĩ Liên-sô và quyền thế của con huyện ủy để yêu Hữu, một *"anh chàng công trường viên, một thứ tù cải tạo bị lưu đày xuống rừng U-Minh. Anh chàng này bị ám hại đủ mọi thứ, cuối cùng sau đêm Giáng Sinh, họ hẹn nhau và đi vượt biên trót lọt. Như thế là quyền lực và họng súng cũng không thắng nổi con tim"* (tr. 254). Ngoài ra, Việt-cộng triệt hạ đền chùa, cấm cúng kiến, nhưng chúng không cấm được dân lập miếu ông Trương Cụi - một cựu quận trưởng VNCH đã về hưu vẫn làm việc xã hội và giúp dân, sau 1975, Việt-cộng đã bắt và hành quyết ông ở quận An-Biên.

Trong đám bộ đội phục viên cũng có người biết mình bị lừa: "đôi dép râu dẫm nát thời trai trẻ / nón tai bèo che khuất tuổi xuân sanh". Chính hung thần công trường Ba Đức rồi cũng thấm mùi độc của trung ương, trở nên 'bất mãn chửi bới lung tung', bị mất chức quản đốc công trường vô tay Tư Năng. Thật ra cả hai cùng bị trung ương thất sủng khi bị gởi về vùng đất U-Minh, cho nên họ rồi cũng tự dọn đường đi, tích lũy của cải để đi chui hoặc tìm đường sống khác.

Cuộc sống chung đụng ở U-Minh khiến tình người đầy ắp, cả tình yêu, dĩ nhiên ở phía nạn nhân và dân giả, qua những cô gái như Hồng, Đào, Cúc, Lan, y tá Mai,... Như cô Hồng, *"da thịt... cứng săn hơn da thịt đồng đen của gái Miên (...) hừng hực lửa của tuổi xuân thì, của mùa xuân bất diệt"* làm sao mà đàn ông dù trong trình trạng đọa đày không bị siêu lòng, buông xuôi. Các 'công trường viên' và tù cải tạo lưu xứ như Hiếu Đệ "có chữ nghĩa, cũng là người văn minh hơn bọn thanh niên ở Rừng Tràm", nên hay bị các cô công khai 'tấn công tự hiến' nhưng Hiếu Đệ cảm thương vì bọn 'tù cải tạo lưu xứ' cũng chỉ là một bến nước đục mà thôi! (tr 135).

Việt-cộng giở đủ trò, tranh gái xong thì chơi xấu bày trò cấm cản các cô gái thăm Tết các tù cải tạo lưu xứ. Không riêng gì với đám du kích, vệ binh mà cả với các công trường viên, ở một nơi quê mùa, hẻo lánh như vậy thì những thiếu nữ hay đàn bà xấu đẹp, tiêu chuẩn đã đổi. Dân gian có câu "gái U-Minh đái ra lửa", nên bạo trợn mà cũng dữ hơn và khi đã yêu là bám chặt chàng trai: tình yêu các cô "khắng khít, say cuồng và dẻo dai như tràm ngập nước" (tr. 145). Trẻ đẹp hơn thì có Thu, con gái của Năm F.5, với *"đôi môi mọng đỏ không cười mà cười, qua làn áo lụa mỏng, đôi vầng ngực nhọn núm vú cau của nàng rung rinh phập phồng, hấp dẫn dễ sợ,..."* (tr. 170), *"cái mặt vác hất, ngực bánh tiêu cưng cứng, eo lưng ưỡn ẹo, đít nhún nhảy làm cho mấy thằng du kích mết mắt dòm theo muốn lọt tròng"* (tr. 168). Nói đến sắc đẹp thì như cô gái bán vải ở chợ: *"Gái U-Minh tuy choàng khăn rằn che mặt nhưng có đôi mắt thu hồn"* khiến trai tráng *"tay nhúng chàm còn không rửa được, huống chi là trái tim"* (tr. 208), v.v. Cứ thế mà nhiều thanh niên mà ngay cả các ông cũng mê mẩn, thập thò!

Sài-Gòn đã mất nhưng nơi đất lưu đày mới, người dân công khai nghe nhạc vàng (chợ búa hàng quán mở nhạc Mai Lệ Huyền, Hùng Cường, cải lương Thanh Nga, Thành Được,..), dùng lại từ ngữ, địa danh chốn cũ: Quận 2, Quận 5, Quận 3, Quận Gò Vấp, Quận Bình Thạnh, v.v. 'hiện diện' nơi vùng kinh tế mới dù ở đây mỗi quận chỉ có vài chục căn nhà. Họ không lựa chọn phải sống nơi vùng kinh tế mới này nhưng tinh thần vẫn mạnh, họ sống thành khu với tên gọi ở Sài-Gòn và mở lại những nghề như ở Sài-Gòn ngày trước, như hàng quán, tiệm may, thuốc Tây, hay như Sáu Thất tiếp tục 'hạ cờ Tây' bảy món, v.v. Ngoài ra có những địa danh mới như 'con kinh cải tạo', v.v.

U-Minh vô tình trở thành nơi quần tụ những đồng đội hay người quen từ thủ đô miền Nam cũ (như Chu Vi Long bị bệnh tâm thần, con nhà báo Chu Tử, bệnh nặng không đủ thuốc cuối cùng Cộng-sản phải cho trở về nguyên quán), cũng là nơi quần tụ những người vượt biên thất bại hoặc tìm đường đi, nhất là những người Hoa từ 1979, 1980, Việt-cộng bóc lột người Hoa, người làm ăn giàu và cả những tên tỉnh ủy gốc Hoa hoặc bị tù hoặc tự nhiên lăng đùng ra chết. Nhưng nhiều người sống đã quen, làm ăn được, kể cả vui sống, bèn chấp nhận nơi này làm quê hương mới!

Tại vùng kinh tế mới và công nông trường, đàn ông dù không muốn cũng trở thành nội trợ đảm đang, biết xoay sở làm mắm, rau cỏ để nấu canh, làm món. Vì lẽ sống còn nên phải biết phân biệt rau cỏ vì cỏ cây mới, hoang dã nơi nước độc: rau diệu, rau tàu bay (ăn nhiều sẽ mất máu) sẽ gây bệnh sốt rét, rau muống trâu - chỉ để cho trâu ăn, người ăn sẽ bị tháo dạ đi chảy (chỉ ăn ngọn thôi). Đời sống 'gạo chợ nước sông' nhưng nước sông rễ tràm có màu coca cola (cà-phê!), người ta lội trong nước đó rồi lại cũng nước đỏ ngầu đó làm nước uống, trà pha với nước đó trở thành "trà Huế", v.v..

Đói và lao động khổ sai đưa đến những cái chết đau đớn, những bất lực của người đồng cảnh ngộ ‹nông trường viên›. Thân phận tù không án, đày không xử. Tai họa, đọa đày, chết chóc không chỉ với các công nông trường viên mà cả với thân nhân, gia đình họ. Một chiếc ghe đưa họ đến công trường thăm nuôi thì bị tàu tuần duyên đánh đắm. Hiếu Đệ đã phải than thở: "*Sao người ta cứ muốn hãm hại chúng tôi cho chết? Chúng tôi đã học tập cải tạo tốt rồi, theo lời hứa khoan hồng thì họ phải trả tự do cho chúng tôi về lại với gia đình, với vợ con. Sao lại bày vẽ chỉ định cư trú làm chi? Giam giữ một người trái với chánh sách ban đầu, cướp mất quyền làm người của người dân lẽ ra phải được tôn trọng, nay lại gieo thêm khổ hận, chết chóc cho gia đình thân nhân người ấy nữa. Bảo là vì độc lập, tự do hạnh phúc cho nhân dân đó sao?*" (tr. 84).

Có thể xem *Lưu Xứ U-Minh* là chuỗi trường ngâm nói lên tình cảnh ngậm ngùi của người lính và người dân thua trận bị bỏ rơi. Họ sinh hoạt hay nhập cuộc là vì đất nước, nay phải chung chịu cảnh tang thương lịch sử. Đoạn trường nghẹn ngào xót xa của nhà văn ở đây cũng chính là tâm sự, nỗi lòng của nhiều người. Bằng những diễn tả tâm tình, nhận xét, bằng những kinh qua và phản ứng, ngay từ thân xác và tinh thần, bằng nhận xét (trong đắng cay) và ngôn ngữ sử dụng một cách tự nhiên mà đầy tinh tế. Ngôn ngữ Hiếu Đệ đơn giản chân thành, tỉnh táo nhưng đầy chua cay, bất lực - một ngôn ngữ của nạn nhân, từ hoàn cảnh gây ra, từ lý trí, con tim bị ức chế không thể làm gì khác.

Vốn là họa sĩ do đó người đọc sẽ ngạc nhiên thấy ngòi bút Hiếu Đệ tả cảnh đời cũng như phong cảnh tài tình, những đoạn tả cảnh nhậu kiểu Nam-kỳ, những luật lệ dân chơi cũng như luật rừng. Miêu tả theo lối phác thảo, cũng như những nói lên tâm cảnh và suy tư nhân bản. Tưởng cũng cần nhắc lại là Hiếu Đệ viết văn làm báo từ đầu thập niên 1950, sau ông chuyên về hội họa và phục vụ ngành tâm-lý-chiến.

"Buổi chợ hừng đông... 4 giờ" là một chương sách văn tả cảnh khá đẹp và sống động, lạc lõng giữa những chuyện bạo lực, đối đầu, mưu chước, thù hằn:

"*... Chợ nhóm vào bốn giờ sáng và tan vào bảy giờ sáng khi mặt nhựt đỏ chân trời. Chợ tan vào giờ ấy để mọi người trở về làm việc đồng áng. Và những con buôn mua thổ sản rẻ ở địa phương, cũng vội chở hàng ra chợ quận, chợ tỉnh cho kịp buổi chợ ấy.*

Ai cũng hối hả. Xuồng bơi ồ ạt. Ít có xuồng dùng đèn bấm rọi đường như xuồng chúng tôi. Phần đông họ đốt đuốc. Rừng đuốc lập loè trước gió, như ngàn sao sáng rực khúc sông...

Thỉnh thoảng một ghe tắc ráng, dài và đẹp mình như con cá lìm kìm, có gắn máy chạy qua ngang. Ngọn sóng lớn nhồi ghe, xuồng trên kinh lên xuống như đoàn ghe cỡi sóng ra khơi. Những tàn lửa đuốc bay theo gió và tắt ngúm phía sau mịt mờ đen tối.

Tôi ngẩn ngơ tay dầm, nhìn hình ảnh tuyệt đẹp ấy mà ước sao có cây cọ, khung vẽ để ghi trong tranh những xúc cảm của mình. Xuồng ra đến ngã ba. Đường nước trước mặt chợ rất rộng. Những xuồng ghe như đàn rắn lửa lướt vào bến, lớp này xong đến lớp kia.

Xuồng ghé vào bến, đậu san sát nhau. Lửa đuốc cũng dụi tắt dần. Nhiều bóng người lom khom khiêng vác hàng lên chợ, vẫn chìm trong màu u ám đặc biệt của vùng U-Minh không sáng tỏ dưới ánh đuốc lờ mờ. Vòm trời mông lung, xa vắng. Vài ngôi sao thưa thớt trên cao, rụng lạc loài...

Chúng tôi hỏi nhau:

- Chợ chưa nhóm sao? Nhóm trong ánh lửa tù mù thế à?

Mấy người phụ nữ ngồi xuống kế bên, có lẽ là dân vùng kinh tế mới trong rừng, trông về bến chợ với ánh mắt hy vọng bé nhỏ, mà dân miền Nam đã mất từ sau 75, được mua hay bán một vật gì không bị đánh cắp:

- Chờ chút. Đến giờ rồi, nhà đèn sắp chạy máy..

Quả nhiên, đã có tiếng máy xình xịch. Tức thì đèn điện trong chợ bựt sáng trưng, làm chóa mắt mọi người. Như dân thành phố bị cúp điện mà có điện trở lại, mọi người dưới xuồng kêu lên một tiếng mừng rỡ lan truyền. Nơi bến bấy giờ đã có hằng mấy trăm ghe xuồng san sát..." (tr. 91-92).

Dĩ nhiên cảnh tượng có vô tri hay náo nhiệt, nhưng con người vẫn bị trói buộc theo chính sách: Hiếu Đệ và đồng cảnh ngộ chịu câu thúc của vệ binh và cán bộ đi kèm cùng xuồng!

Nếu phải so-sánh với Sơn Nam là nhà văn một thời nổi tiếng về vùng đất và con người tiên phong khẩn hoang khai phá miền cực Nam qua *Hương Rừng Cà Mau* và nhiều truyện ngắn, tiểu thuyết khác, Hiếu Đệ vốn không phải là nhà văn nên không thể có sự nghiệp dài hơi như Sơn Nam, nhưng Hiếu Đệ đã có công ghi lại bức tranh vân cẩu của một thời đại nhiễu nhương mà lòng người khó biết, mà sự ác hoành hành,... Ở Sơn Nam là những con người tâm hồn thô sơ nhưng ý chí dũng cảm, thể lực dạn dày, lúc nào cũng sẵn sàng đương đầu với thiên nhiên hoang dã đầy cạm bẫy và thú dữ. Trong khi đó ở *Lưu Xứ U-Minh,* con người bị phế bỏ, chỉ còn là những tàn độc dành cho đồng loại, có khi còn ác hơn thú dữ, thiên nhiên.

Nếu ở Sơn Nam là những huyền thoại về những con người thời khẩn hoang miền đất mới, với những nhân vật như nàng Hoàng Mai gốc vương giả, như Tư Đức, Tám Tịch hay Năm Hên chuyên bắt sấu, hay Bà Chúa Hòn, v.v. thì trong *Lưu Xứ U-Minh,* Hiếu Đệ đã ghi lại những chuyện huyền hoặc gọi là chuyện chú Ba Phi, một nhân vật theo truyền tụng là trong số những người đầu tiên đến vùng đất U-Minh khẩn hoang lập ấp, "một nhân vật tưởng tượng, dóc hết chỗ dóc", như chuyện kể chú giết con rắn Hổ hay mỗ người, chuyện chú lập kế bắt cả bầy con Già-đãi (marabout) bằng cách làm chúng lần lượt mắc hết vào sợi dây câu rồi cứ thế kéo về nhà, hay chuyện chú đi lấy mật ong té cây mà ba ngày ba đêm vẫn chưa đụng mặt đất, v.v. Thời Hiếu Đệ thì người ta tiếp tục thêu dệt thêm bớt, nhưng chú Ba Phi nay thành Việt-cộng 'lưỡi gỗ' : lão Sáu Lụa kể về chú Ba Phi VC này: nào là chuyện cộng-sản Hà-nội bày việc lập công nông trường và kinh tế mới ở U-Minh là có kế hoạch khai thác mỏ dầu và khoáng chất ở thềm lục địa này; hay những huyền thoại như chuyện 'bách chiến bách thắng' của tiểu đoàn Tây-đô Việt-cộng hay các tiểu đoàn U-Minh 1 và 2, v.v. Nhưng Sáu Lụa vốn người địa phương theo Việt-cộng *"từ du kích lên, chả có được huấn luyện quân sự gì ráo và chữ nghĩa cũng chẳng bao nhiêu. Chính do những điểm này, mà lão dễ thành một thứ cường hào ác bá hay hùm xám U-Minh"* (tr. 244). Rồi cũng vì hiểu ra thân thế bị lợi dụng nên lão ta rơi vào 'tiêu cực' và hòa đồng được với những tù lao động như Hiếu Đệ.

Thời Hiếu Đệ, bê-tông, cơ giới, ca-nô, v.v đã vào đến U-Minh từ lâu, nhưng não trạng 'xã hội chủ nghĩa ưu việt', 'chiến thắng Mỹ ngụy', v.v. đã khiến Việt-cộng đẩy lùi văn minh, trâu được tận dụng trở lại nhiều hơn, người phải ra tay dùng chân lao động - như những cực hình, đòn thù, hơn là tiến bộ 'ưu việt' Mưu sự tới mấy vẫn cần nhiều yếu tố (nhân, thiên, địa) nên cuối cùng vùng *"công trường đã bị nước lụt cuốn trôi đi hết... Công trình xây dựng vùng Sài-Gòn mới ở Rừng Tràm U-Minh, coi như đổ sông, đổ biển. Và Rừng Tràm phải trả lại cho Rừng Tràm! (...) Kế hoạch kinh tế của bọn thành ủy rồi cũng phải đi về lại Sài-Gòn thôi. Của cải và công sức của họ đem xuống U-Minh sẽ bị đổ sông đổ biển hết. Đất U-Minh phải trả lại cho người U-Minh thôi"* (tr. 244, 246). Chính những ngày sắp được trả tự do trở về Sài-Gòn, Hiếu Đệ đã chứng kiến cảnh lũ lụt rất lớn mà theo người địa phương như lão Sáu Lụa, thì trận lụt này khủng khiếp hơn vì bọn Tàu cộng sau khi tấn công sáu tỉnh ở biên giới, đã gỡ một số đập ở thượng nguồn gây lũ lụt lớn; theo lão đây là đòn trả thù Hà-nội đã dám phản phúc trong vụ bóc lột người Hoa và chiến tranh với đàn anh mà ơn cưu mang trong cuộc chiến với Pháp, Mỹ, vẫn chưa trả hết.

Ngay cả những cái gọi là chính sách 'khoan hồng' 'cải tạo, học tập' rồi ra cũng chỉ chứng minh đó là những đòn thù nhỏ mọn và chứng tỏ thêm trò bịch bợm của Việt cộng: biến con người thành con vật, hạ phẩm giá con người, người khác, phủ nhận thành quả của người khác và hạ thấp cái có thành không. Chúng nhắm làm rã rời nghị lực, tinh thần chống đối nơi dân chúng. 'Cải tạo', 'kinh tế mới' sau 1975 đã và sẽ là vấn nạn lâu dài cho lương tâm con người và lịch sử dân tộc.

Hiếu Đệ đã thuộc về số các tác giả làm chứng giám cho thời đại và lịch sử, đã ra công ghi lại cho người và đời sau, để rút kinh nghiệm con người một thời đã hành xử, đối đãi nhau cũng như ghi lại những tàn phá của những ý thức hệ ngoại lai, không tưởng! Qua *Lưu Xứ U-Minh*, Hiếu Đệ như muốn nói rằng mọi công trình cũng như chế độ, nếu phản khoa học, phản thiên nhiên và chà đạp con người thì rồi cũng sẽ phải đổ sông đổ biển hết, như những công nông trường ở U-Minh!

3-2010

Hoàng Chính

Sinh ngày 14 tháng 05, 1954 tại Hải Phòng. Di cư vào Nam tháng 07, 1954. Tốt nghiệp Y Khoa Sài Gòn 1978. Định cư ở Ontario, Canada từ 1983. Viết và dịch cho nhiều tạp chí văn chương hải ngoại từ 1991.

Tác-phẩm đã xuất bản: Thơ: *Nửa đêm nghe mẹ thở dài;*

Truyện dài: *Tình khúc - Mấy sông cũng lội - Thư tình viết muộn - Lời Nguyền Ở Thế Giới Bên Kia;*

Tập truyện: *Mùa thu cuối cùng - Lời tỏ tình đã cũ - Viết cho mẹ ở quê nhà - Tình ở Đài Bắc - Một đoạn trong Thánh Kinh - Đêm, từng mảnh – Và Không Ngày Nào Tôi Thấy Hình Tôi.*

*

Truyện Hoàng Chính chủ yếu là tình cảnh di trú, lưu đày, xa lạ nơi xứ người. Thế-giới thơ văn của Hoàng Chính căn bản là không-gian của tình yêu, nhưng đó đây vẫn có những cảnh tượng bệnh-viện và nhân-vật thuộc ngành y-tế, xảy ra trước và sau biến cố 30-4-1975, trong nước và ở hải ngoại sau khi rời khỏi nước, ở các trại tạm trú tị nạn và nơi định cư mới - phần chính là ở Canada "đất lạnh tình nồng" vốn cũng là đề tài và không gian quen thuộc trong các sáng tác của ông: những nhà thương, những cảnh cấp cứu, những con bệnh nan-y bên cạnh những cảnh tượng tòa án và các văn phòng dịch-vụ xã hội mà ông phục vụ, và thế giới *ghetto* người Việt Nam.

Ở xứ người

Những người tị-nạn may mắn cuối cùng đến được một quốc-gia thứ ba. Đời sống mới với văn minh vật chất và với những đảo lộn, biến thái về gia-đình, xã hội. Nơi đây còn là thế-giới mới của những cuộc tự do tình dục, phá thai, như Hoàng Chính ghi lại trong các truyện Tai Họa, Vực Sâu Khổ Lụy, Di Chúc, ... Vực Sâu Khổ Lụy là chuyện người con gái có chửa vì bị chính người quen cưỡng hiếp, sanh con xong tìm cách biến con đẻ thành con nuôi ký giấy đem cho một gia đình người bản xứ với ước mong con sẽ có tương lai. Di Chúc ghi lại chuyện của một y-sĩ người Việt tị-nạn không được tiếp tục hành nghề và một "người đàn bà già nua, nghèo nàn, bệnh tật, sống một mình ở thành phố lạ, và chết một mình cũng trong cái thành phố chưa quen biết". Với bà cụ thì người y-sĩ này "có tấm lòng nhân ái, ông lại mát tay như ông bác sĩ Kính ở đầu ngõ nhà tôi bên Phú Nhuận, vậy thì ông còn thiếu cái gì nữa mà không cho mở phòng mạch chứ. - Mảnh giấy ngoại à, cháu thiếu mỗi một mảnh giấy thôi. Mảnh giấy có mấy chữ bằng hành nghề ấy mà". Mà rồi bà cụ đã làm thật, di chúc của bà là chứng chỉ hành nghề viết tay: *"Bằng hành nghề Bác sĩ Y khoa. Cấp cho Bác sĩ Châu, đã tốt nghiệp Y khoa ở Việt Nam, đã đậu bằng tương đương ở Canada. Bác sĩ Châu có tấm lòng, có khối óc, có bàn tay của người thầy thuốc lý tưởng. Nếu không có bác sĩ Châu, tôi đã chết lâu rồi. Bằng hành nghề này có giá trị trên toàn thế giới".*

Người y-sĩ hành nghề ở xứ người nhưng tâm tư và tham chiếu vẫn là ở Việt Nam, một quê hương của ngày nào, một quê hương thật! Ông Thầy là một vị y-sĩ 'nhân bản', không máy móc: *"Ông Thầy chợt bối rối. Theo đúng sách vở, chàng sẽ phải làm hồ sơ bệnh lý đầy đủ, khám cổ tử cung và thử nước tiểu, tìm dấu hiệu mang thai, nhưng nhìn đôi mắt trẻ thơ trên khuôn mặt trái soan, chàng đâm ra ngại ngần. Chàng viết nguệch ngoạc những dòng đầu tiên trên hồ sơ bệnh lý của cô, rằng cô lập gia đình đã được gần hai tháng, rằng hiện nay sức khỏe của cô bình thường. Ông Thầy tìm kế hoãn binh. Vào y khoa lâu rồi, mà chàng vẫn chưa "khoa học hóa" được chút nào. Chàng "nhân bản" không chịu được; nhìn đâu cũng thấy những con người có cảm xúc, chàng khó thấy được những đối tượng thuần túy của Y Học. (...) Làm xong cái hồ sơ bệnh lý chi-tiết của cô, Ông Thầy lấy dụng cụ đo huyết áp. Cô vén cao tay áo, đưa cho chàng một cánh tay no tròn, trắng nuột như màu của những cánh hoa sứ bên hồ nước trong sân trường chàng học. Liên tưởng đến cây hoa sứ trong sân trường, tai chàng nghe liền được tiếng chân bước trên đám sỏi màu ngà. Tiếng rào rạo của bước chân trí tưởng trộn lẫn vào tiếng mạch máu cánh tay đập đều đặn, xa vắng".* (Ông Thầy). Y-sĩ mà nhiều tình cảm và lãng mạn!

Những khốn khó của kiếp người, của sinh-lão-bệnh-tử, không nơi nào và thời nào con người có thể tránh. Trốn khỏi những địa ngục trần gian và những tập đoàn tàn độc có thể thành công, nhưng bệnh tật thì như lưỡi hái định-mệnh cứ chực-chờ con người:

"Cô... cô... à, bác sĩ... nói sao? Chồng tôi bị bệnh gì?"

"Leukemia. Ngoài bắc gọi là bệnh bạch cầu trong nam gọi là ung thư máu; tất cả đều dịch ra từ chữ leukemia của Mỹ." Giọng cô bác sĩ trẻ chợt buồn thiu, *"Yes, I'm sorry but he has leukemia. Nothing can be done here. Tôi muốn cho chuyển lên Los Angeles nhưng ông ấy không chịu. I don't know why ..."*

Nàng thấy khuôn mặt tròn xinh xắn của cô gái xoay xoay trong không gian, chiếc bàn làm việc ngả nghiêng như đang trong cơn địa chấn (Ở cái đất Cali này cứ lo hoài những cơn địa chấn bất ngờ). Trời đất u ám mịt mờ. Đầu gối nàng quỵ xuống. Tai nàng ù đi, nhưng trong những tiếng động rì rào xa vắng của thế giới bên ngoài, nàng còn nghe được tiếng la thảng thốt của chị bạn; lẫn trong tiếng nói chuyện ngọt ngào của người nữ bác sĩ trẻ trung, tươi mát". (Cây Gậy Lão Ăn Mày).

Bệnh-viện không hẳn là nơi vui sống, hấp dẫn, dù có thể cứu vớt con người khỏi bệnh tật và những tai-biến hiểm nghèo. Một nhân-vật nữ của truyện Hôn Lễ vốn *"không thích bác sĩ. Nàng sợ bệnh viện. Nàng ghét cái mùi hôi nồng của phòng cấp cứu. Mùi của bệnh tật và sự chết. Vì vậy mà không muốn nói chuyện với bất cứ ai về cõi u mặc ấy. Với nàng, bệnh viện là thế giới âm u của những người chờ chết, và những người thầy thuốc khoác lên mình chiếc áo choàng trắng dài tới đầu gối là đám phù thuỷ đầy quyền năng, đầy pháp thuật đáng ngờ"*. Nàng không thích, vì ở đó còn có những cái nhìn của tha nhân, những cái nhìn như soi mói, như muốn làm yếu lòng người đối diện, những cái nhìn thấp hèn: *"Những cái đầu tóc đen đồng loạt ngước lên; những con mắt đen nâu hau háu tia nhìn. Nàng thấy rõ những con mắt tạt át xít vào người nàng rát bỏng. Những con mắt gỡ mái tóc nàng rối bù; những con mắt luồn lách dưới mảnh áo ngực nhỏ bé của nàng; những con mắt mầy mò đôi bắp đùi thon gọn dưới lớp vải quần jeans dày; những con mắt bò loanh quanh trên bụng nàng ... Những con mắt đồng hương; những con mắt Việt Nam quen thuộc. Phòng đợi đầy ắp bệnh nhân. Phòng đợi nêm cứng những mắt nhìn xoi mói. Trong không đầy một phút đứng ủ rũ đợi hắn đưa thẻ y tế cho người thư ký ghi vào sổ, nàng đã bị những con mắt cào xước hết thịt da".*

Nhưng nàng vẫn phải đến đó, vì cần phẫu thuật ngón tay thứ sáu, phẫu thuật luôn cảm giác thừa thãi: *"Nàng nhắm nghiền mắt, như muốn lả đi bên hắn. Nếu không vì cái đám cưới mà hắn hứa hẹn sẽ rình rang cho cha mẹ nàng nở mày nở mặt bên nhà, nàng chắc không thể nào đủ can đảm bước vào đây, chìa bàn tay ra cho người ta xăm xoi. Rồi sẽ còn phải nằm trên bàn mổ cho người ta lấy đi cái ngón tay thừa thãi. Hắn nói sẽ yêu nàng dù nàng có thế nào đi nữa ... Nàng cố nghĩ đến những bộ áo cưới trắng như mây trời mùa hạ; đến những chiếc găng tay có năm ngón thon dài. Ơi, những chiếc găng tay sang trọng biết bao nhiêu! Bụng nàng nôn nao. Nàng muốn ói. Đầu óc nàng quay cuồng. Sao lại khó chịu giống như có thai vậy nè. Và nước mắt (ơi cái thứ không làm sao mà ngăn được ấy!) lũ lụt đổ xuống má, môi nàng. Giọng hắn vẫn sôi nổi bên tai nàng, "Vị hôn thê của tôi ... Bác sĩ nhắm chừng kịp làm đám cưới không? Tôi thuyết phục cô ấy hoài mà cô ấy không nghe ... Như thế này làm sao mang găng tay, làm sao làm đám cưới ... rồi làm sao tôi biết đeo nhẫn cưới ngón nào cho đúng ...".* Một kết thúc truyện bất ngờ!

Mất quê hương, mất điểm tựa, dễ gây ra hội-chứng xa-lạ, trong khi tâm trí vô định, mà sự cứu-rỗi lắm khi bi đát, bất ngờ và khó hiểu. Có thể gọi là cứu-rỗi nhưng tàn nhẫn nhất có thể là trường hợp một ông già người Việt làm sở rác nhìn đâu cũng thấy toàn rác rưởi, kể cả con ông và đám bạn của nó. Mất ngủ, thất vọng về người con và lo sợ khi chết con nó sẽ đưa về quê nhà, ông đã lựa chọn cái chết, với lò thiêu rác ngay tại sở làm. Tony, người bản xứ làm chung đã vô tình làm nhân chứng lờ mờ về quyết định tự cứu của ông già:

"Trước khi ra về, Tony trở ra chỗ lò thiêu thêm một lần, kiểm lại những nút bấm cho chắc ăn là máy sẽ tự động tắt sau ba tiếng đồng hồ. Hơi nóng hừng hực phả lên người anh. Anh mỉm cười nghĩ tới ông già. Hồi nãy ông già nhắc mở lửa cho thật cao. Thiệt tình, ông già dễ thương mà lẩm cẩm. Rác cỡ nào bỏ xuống lò thiêu này mà không thành tro, thành bụi.

Toan bước đi, anh bỗng nảy ra ý nghĩ chỉnh máy cho đốt thêm hai giờ nữa, ngày mai ông già trở lại, sẽ thấy cái lò sạch sẽ, khô rang. Mùi khét quyện lấy mũi anh. Ừ, sao rác hôm nay có cái mùi khét lạ kỳ...

Chắc chỉ ông già mới biết được đó là mùi của thứ gì bị đốt. Tony lẩm bẩm. Ông già có chơi trò chiến tranh ở nước ông hồi đó. Ông già vẫn bảo mùi thịt người cháy nó kỳ lạ lắm. Mai mình sẽ kể cho ông già nghe về cái mùi kỳ lạ này. Tội nghiệp ông già. Poor old man!" (Rác)

Khổ nạn và cứu rỗi

Truyện Một Đoạn Trong Thánh Kinh có thể xảy ra ở Việt Nam nhưng hãy cứ xem như chuyện của con người và có thể xảy ra bất cứ ở nơi đâu. Chuyện của những con người bị bệnh nan y và đến giai đoạn chót ở Viện Ung Thư; những ung thư ruột già, cuống họng, v.v.: "ung thư thì cầm bằng như lãnh án tử hình rồi còn hy vọng mẹ gì nữa!" và "những xác người vặt vẹo, những thân thể khô đét không còn chút vướng bận chuyện cõi sống này". Nhưng ở đó, tất cả đã lớn tuổi, chỉ có Tâm hãy còn trẻ, 28 tuổi đời, nên hắn trở nên phẫn nộ từ đó, từ khi hắn là tử tội đã được kêu án - còn sống được "... khoảng sáu tháng nữa. Có thể dài hơn một chút." Ông bác sĩ đã lên giọng, mắt nhìn hắn đăm đăm, ngừng một chút rồi hạ thấp giọng nói, như cố tình không để hắn nghe thấy, "Cũng có thể ngắn hơn". Nhân vật Tâm thường được dì phước Têrêsa thăm hỏi, giúp đỡ và ủi an:

"Hắn ngồi bên cạnh giường, nhìn đăm đăm cuốn Kinh Thánh. Ma sơ à. Gì con? Ma sơ đừng đọc Thánh Kinh nữa được không? Được chứ. Thôi thì dì để cuốn Kinh Thánh đây, lúc nào buồn con mở thử một trang đọc xem sao nhé. Một đoạn cũng được nữa. Nghe Tâm. Lúc buồn, lúc giận, hắn gọi "ma-sơ" nghe cho xa một chút, như người ngoài; lúc lòng lắng xuống, hắn gọi "dì", như người trong dòng tộc. Chỉ có vậy. Dì phước không nói gì thêm. Cái nhẫn nhịn của người tu hành đôi khi làm hắn bực mình. Phải như dì hỏi hắn thêm một câu thôi, cõi lòng hắn sẽ mở bung ra như cái bọc chứa đầy vấn nạn rắn rết của cuộc sống. Ừ thì cứ hỏi cái câu đơn giản này xem dì có giải đáp nổi không rằng Chúa ngày xưa chữa người què, người mù, người câm, người điếc ... nhưng biết Chúa có chữa nổi chứng bệnh của con không. Chúa; vâng Chúa của ả đó, có chữa nổi bệnh của tôi không; chứng bệnh mà cách đây chưa đầy một tháng, ông bác sĩ chuyên khoa đã gật gù kêu án rằng còn được may lắm là sáu tháng; có thể ngắn hơn. Cái câu có thể ngắn hơn ông ấy nói thật nhẹ, thật mơ hồ, như thể sợ người ta nghe thấy".

"Dì phước dặn thì cũng cố ngoan ngoãn gật đầu cho bà vui chứ thời buổi này làm gì có ai làm phép lạ mà mơ tưởng".

Tâm trách móc cả Chúa, cả định mệnh phủ phàng, hắn nghĩ quẩn là già 70 như ông già nằm cạnh và cả bà xơ mới đáng bị bệnh nan y Ung thư: "Sao Chúa không bắt những người già như ma-sơ bị ung thư. Ma-sơ chán đời, bỏ đi tu thì có ung thư cũng là hợp lý. Tôi còn trẻ; tôi chưa đầy ba mươi tuổi; tôi còn ham sống." Giọng hắn chợt nhão đi, "Dì ơi, con còn ham sống ..." Nước mắt dàn dụa trên má hắn. Dì phước lau vội nước mắt cho hắn bằng những ngón tay xương". Nan y với đủ thứ sợ hãi của bệnh, nào tác dụng của thuốc gây tóc rụng, và cả chuyện xài thuốc lâu bị bất lực, làm giảm sự thèm muốn đàn bà. Tâm hy vọng hắn chưa đến thời kỳ đó, do đó khi có cơ hội, hắn thử, hắn nhìn chăm chú *như muốn nuốt cô y tá đến đo máu: "Bệnh vậy mà vẫn còn thèm. Giời ạ! Hay là không phải bệnh. Hắn thầm nghĩ. Bác sĩ cũng nói sai được chứ. Mấy ông ung thư chung phòng vẫn ghẹo hắn rằng cái bướu sẽ lớn dần mãi lên, sẽ ăn mòn hết sinh lực hắn. Hắn sẽ liệt bại dần từng phần cơ thể. Cái bộ phận tí teo kia chắc cũng rũ liệt thôi. Nhưng lúc này thì chưa. Cơn thèm muốn vẫn còn. Những người nữ còn gợi tình. Khuôn ngực cong cong; khoảng hông uốn khúc và vũng tối lập lờ còn gợi lên thấp thoáng trong lòng hắn ít nhiều xớn xác".*

Con bệnh trong hoàn cảnh đó dễ phẫn-nộ; ở đây phẫn-nộ đồng nghĩa với những khốn-cùng của nhân sinh. *"Dì phước hăng hái tháo cúc áo cổ hắn. Hắn gạt tay dì ra. Dì đưa tay vuốt ve cái đầu tóc bù xù ướt sũng. Hắn vùng dậy giận dữ giật tấm khăn choàng trên đầu dì xuống. Một cái đầu trọc, lơ thơ những sợi tóc ngả mầu, khô như lá thông mục hiện ra trước mặt hắn. Dì phước cuống cuồng giật vội cái khăn ra khỏi tay hắn, "Lạy Chúa tôi, con đừng làm vậy chứ!" Và run rẩy giặt vội những nếp gấp chiếc khăn choàng nữ tu lên đầu. Hắn sững sờ nhìn người đàn bà. Môi hắn mấp máy không thành lời, nhưng trong đầu hắn, ngôn ngữ chạy vòng quanh, diễu cợt. Ô, cái bà này đầu trọc, ta ơi! (...). Dì Têrêsa cười nói hồn nhiên, "Người lớn tuổi thì vậy đó, ốm đau, bệnh tật, nhức mỏi lúc trái gió trở trời. Đó là chuyện tự nhiên. Những con chiên của Chúa thì biết rõ việc mình phải làm, đường mình phải đi. Chúa đã vạch sẵn con đường, mình chỉ việc đi theo thôi".*

Hắn kéo dì về với nỗi bận tâm của hắn, "Mai dì có đến nữa không?". "Đến chứ".

Nhưng dì không đến và sẽ chẳng bao giờ nữa. Bà xơ cũng bị bệnh ung thư! Mà còn nặng hơn Tâm nhưng hắn không hay biết, có thể vì vị-kỷ, vô tâm. "Hôm sau dì Têrêsa không đến. Hắn đứng ngồi không yên. Hắn bực bội vì phải tự bóp đầu, phải lê xuống nhà bếp xin đá lạnh chườm đầu, phải tự lột vỏ trái chuối trước khi ăn ... Hắn thầm nguyền rủa người nữ tu bê trễ (. ..) Lúc này chỉ còn những cơn đau viền quanh đầu hắn như vòng gai ngày xưa lính La Mã gài lên đầu Chúa. Ấy cũng nhờ dì phước kể cho hắn nghe về vòng gai trên đầu Chúa. Những mảnh đau móc xuống da đầu, cày sâu vào xương sọ. Vặn cong những mạch máu, làm ứa ra trong não bộ những cơn đau đinh đóng. Ừ, hắn nghĩ, cái đau của Chúa lúc đội vòng gai trên đầu đã thấm thía gì với thứ đau gò siết của cái bướu đang lớn dần trong đầu hắn.

Hắn cố tìm hiểu vì đâu vị nữ tu luôn đáp lại những cơn cuồng nộ của hắn bằng sự dịu dàng. Có phải cũng nhờ sự bao dung, cao cả đó mà những đứa con hoang đàng luôn luôn quay trở về với mẹ hiền sau những tháng ngày lang thang, phiêu dạt. Những lúc bình tâm, hắn hỏi lòng như thế. Hắn còn nhớ hoài đoạn Kinh Thánh nào đó dì đã đọc cho nghe hôm nào, về đứa con trai hoang đàng.

Đêm, hắn nằm chiêm bao gặp dì phước. Dì bóp trán cho hắn và cơn đau dịu xuống. Như đứa trẻ hoàn hồn sau cơn ma hành, hắn thành con người khác. Hắn cầm lấy bàn tay mỏng mảnh của dì phước, tần mẫn vuốt ve những vết bầm như vết mực tím loang trên ngón tay học trò thời thơ ấu. Tay dì sao vậy? Dì cười. Đôi môi khô bật máu nơi những vết lở như vết nứt trên mặt ruộng khô hạn. Sao dì không uống thuốc? Đau ốm xoàng ấy mà.

Rồi hắn cầm lấy bàn tay của dì. Hắn nhìn đăm đăm vào những vệt gân xanh ngoằn ngoèo trên làn da trắng bệch. Cố gắng đi con. Rồi Chúa sẽ sắp xếp mọi chuyện. Giọng nói khàn khàn phù thuỷ, nhưng những lời nói ra là mật ong. Hắn nhìn vào mắt dì phước. Hắn bắt gặp trong đó nỗi niềm gì đó không tên gọi, như thể niềm hy vọng, nỗi ước mơ. Bao nhiêu thứ. Nhưng người ta có thể mong đợi gì ở những con bệnh ung thư. Liệu Chúa có sắp xếp được không hở dì. Môi hắn mấp máy. Nụ cười tin yêu nở ra trên đôi môi khô, nứt nẻ của dì phước. Không một lời nào được nói ra, nhưng hắn nghe thấy thật nhiều.

(...) Đoạn Kinh Thánh nói về phép lạ của Chúa. Lại phép lạ. Chúa chữa bao nhiêu thứ; chữa người mù, người què, người điên. Không nghe Kinh Thánh nói về bệnh ung thư. Chẳng biết Chúa có chữa được bệnh của hắn không. Nếu có thì tìm Chúa ở đâu bây giờ. Hắn dự tính ngày hôm sau sẽ hỏi dì phước những câu hỏi đó.

Ừ, không nghe nói Chúa chữa bệnh ung thư. Chắc thời đó không có bệnh này. Hay là có mà Chúa không chữa được nên người ta không chép vào Kinh Thánh".

Nhưng tin dì Têrêsa đã chết đến như tiếng sét:

"Ông bác sĩ ngập ngừng nhìn hắn, "Bà ấy chết rồi cậu không biết sao?"

Những tiếng kêu bàng hoàng từ đám bệnh nhân đồng loạt réo lên từ đầu đến cuối phòng. Hắn lao đao một giây như người bước hụt. Nhưng rồi cái tính cộc cằn lại choàng ôm lấy hắn, như những ống hút của loài bạch tuộc.

Không thèm để ý tới những điều hắn nói, ông bác sĩ bâng khuâng nhìn bức tượng Chúa đóng đinh treo trên tường, giọng gẫy khúc, "Tội nghiệp dì phước Thérèse, bà ấy bị ung thư máu ..."

Hắn điếng người".

Bỗng dưng những vệt máu loang lổ nhòa đi, trôi bập bềnh trong mắt nhìn của hắn. Và câu dì phước nói hôm nào mang mang trong trí. Chúa bao giờ cũng công bằng, Tâm ơi. Chúa bao giờ cũng công bằng ...".

Con người phải cộng tác với ơn cứu rỗi của một đấng Bề Trên (Trời, Thượng đế, Thiên Chúa, v.v.) thì mới được cứu rỗi. Đức tin cũng đã có thể cứu rỗi! Ơn cứu độ phải khởi từ bản thân. Cứu rỗi mình chưa xong, nói gì đến cứu độ thế gian!

Lịch sử người Việt sau khổ nạn tháng Tư 1975, có những cái chết vì đòn thù, của những người miền Nam bị lừa đi tù 'cải tạo'. Hoàng Chính kể chuyện Cuối Đường Khổ Nạn, nhưng không hẳn là cuối thật, cho biết người mẹ và người con từ ngoài nước khó khăn tìm về đến đó mới biết người cha sau gần 20 năm bị giam giữ không lý do, đã chết ở trại 'cải tạo' sáu tháng trước đó!

Lịch sử cũng đã ghi nhận những cái chết tức tưởi, bi phẫn và cũng có những vết tích lịch sử bị phá hủy một cách bạo ngược. Hoàng Chính ghi lại cái chết của một thuyền nhân, một người mẹ trẻ trên một hòn đảo tị nạn trong truyện Viết Lên Bia Mộ:

"Tôi nhớ đã dẫn em ra khỏi bệnh viện. Em chập chững trên con đường sống trâu gập ghềnh đá núi của đảo hoang như em bé mới tập đi. Tôi dọa không chịu tập, mai mốt quên luôn, không biết đi như thế nào nữa đó. Em sợ ra ngoài gặp thiên hạ. Em sợ ngồi một chỗ mai mốt liệt luôn. Em sợ lỡ chết, không ai nhớ, không ai thắp cho mình một cây nhang. Tôi chỉ cho em coi tấm bia tưởng niệm sơ sài. Em nước mắt chạy quanh. Còn tôi lòng xoắn lại như ai rút ruột mình ra mà buộc đầu những ngọn dừa cao vời vợi. Mai kia mọi chuyện lắng xuống, người ta sẽ qua thăm nơi này, người ta sẽ dựng lên những tượng đài. Để thế nhân có lòng ghé qua thắp cho một nén nhang, sưởi ấm hồn oan những người không đến được bến bờ. Tôi nghĩ nếu em không sống được, tôi sẽ là người khắc tên em lên tấm bia đài tưởng niệm". Tấm bia đã bị thế lực đồng tiền đục bỏ!

Trong Đoạn Chúc Thư Dang Dở, một trong những truyện ký viết gần đây, Hoàng Chính nói đến những ám ảnh bị nan-y như bệnh ung-thư, đến cả với người y-sĩ. Việc chuẩn bị và đương đầu với cái chết: *"Rồi một buổi sáng, dặn lòng rằng ừ thì trước sau gì cũng chết. Phải chết sao cho coi được. Như tụi Mỹ vẫn bảo die in style ... Có người hỏi anh có cầu nguyện với Chúa không. Mỉm cười bảo không, bởi ai lại đi làm phiền Chúa vì cái chuyện nhỏ nhoi"*. Rồi: *"Hôm qua, trong bệnh viện, thử máu xong, lăn quay ra xỉu. Cái cảm giác lúc vừa tỉnh lại thấy lạ lẫm chi đâu. Chắc lúc gần chết, cũng thấy lâng lâng như thế"*. Đối đầu với những người bạn hay thân quen, mới biết cái nhìn, cái ái ngại của tha nhân là một khó vượt qua: *"(...) Bao nhiêu là cái nhìn ái ngại của bạn bè ở chỗ làm. Bạn khỏe không. Đã bảo hình ảnh cuối cùng để lại cho nhân gian phải là hình ảnh đẹp, nên rộn ràng, vâng tôi khỏe. Thật không đó. Bạn có vẻ mệt mỏi. Đã cố che dấu bằng nụ cười. Nhưng nét tiều tụy thì che làm sao được. Bạn xanh quá. Lúc nào tôi cũng cầu nguyện cho bạn (...) Hay là thử đến với đông y xem sao. Người bạn thơ chân tình. Mày phải để ý kỹ những triệu chứng hô hấp. Thằng bạn học cùng lớp ngày xưa. Không sao đâu. Thời tiết cả đấy. Chỉ cần ăn uống đầy đủ, uống thuốc bổ và tập thể dục đều. Những người thân yêu. Dễ gì mà chết. Sách tướng số bảo anh sống tới chín mươi hai tuổi. Chắc không đó. Sao không. Chín mươi hai tuổi vẫn còn nhớ thế nào là thơ lục bát. Những giọt nước mắt. Ơi, yêu quá là yêu, cõi sống này. Bỏ đi sao đành! Thế giới vây quanh. Bao nhiêu là thương mến. Ai mà nỡ bỏ đi. Nhưng sao cứ nóng, lạnh, nhức đầu và mệt đuối người. Hay mình có cái gì đó xa lạ, đang lớn lên dần trong bộ óc đã già ...".*

Lại cái nhìn của người khác, những cái nhìn xuồng xả, chủ quan, của những người ngoài cuộc. Cuối cùng lại là một chuyến trở về: "Chuyến này về, hứa mỗi ngày sẽ đi nhà thờ với mẹ, sẽ ngồi uống cà phê với bố, sẽ coi bóng đá với bố và đứa em trai, coi phim tập Hàn quốc với mấy cô em gái. Và hứa tới những đoạn cải lương Hồ Quảng (hình như bên nhà, người ta dùng chữ *sến*) mình sẽ cố dấu đi nụ cười chế nhạo.

Mai mốt trở về đây lại, tha hồ mà viết. Hình ảnh cuối cùng để lại cõi sống này sẽ không là hình ảnh gã bệnh nhân èo uột trong trại ung thư (phải ung thư không?) mà là hình ảnh kẻ làm thơ gục chết trên trang bản thảo vừa viết xong chương cuối. Nếu viết bằng máy vi tính, sẽ nhớ lưu cái truyện hoặc bài thơ, để lỡ có gục xuống trên bàn phím sẽ không vô tình xóa hết đi những gì mới viết".

Sống cho ra con người thật khó, vì hiểm nguy, gian khổ và sinh-lão-bệnh-tử lúc nào cũng chực chờ. Cuộc sinh tồn như một nan-y, mà cứu-rỗi khả-dĩ có khi lại là những trang chữ, những vần thơ. Với nhân-vật chính trong bút ký vừa kể, cũng như với người y-sĩ và một 'ông già Tầu' trong trại 'cải tạo' trong Gửi Riêng Chốn Nào ở một đoạn trên.

*

Có thể nói rằng hoàn cảnh và mục đích sáng tác là những yếu tố tham gia gián tiếp vào nội dung sáng tác nhưng có khi những động cơ sáng tác trở thành chính. Nhìn chung, những truyện của Hoàng Chính có thể được xuất phát từ ý-tưởng 'cứu-rỗi', 'chữa lành' cho nhân-vật và những tình cảnh xảy ra; tác giả chúng vốn xuất thân từ y-giới. Chính mục đích, động cơ sáng tác này đã quy định nên nội dung tác phẩm, khiến chúng khác với sáng tác của những nhà văn 'ngoại đạo' như Nguyễn Trung Hối, Tiểu Thu, v.v. Hoàng Chính theo thiển ý đã vừa chú tâm thể hiện tâm-tư bản thân hoặc theo chủ quan của tác-giả mà cũng vừa viết theo nhu cầu cấp thiết, đã xảy ra, của hiện-thực cộng đồng bản xứ hoặc của *ghetto* người Việt. Nói như một nhân-vật trong Gửi Riêng Chốn Nào,"*những người đã đặt bút xuống viết bất cứ một điều gì chân thật, bao giờ cũng là viết cho một người nào đó (...), nếu mình viết với cả tấm lòng thì hôm nay, ngày mai, hay cả ngàn năm sau nữa, thế nào cũng có ít là một người ở đâu đó, nói một ngôn ngữ nào đó, đón nhận với cả tấm lòng*". Ông viết các truyện này dĩ nhiên trong thời gian sống lưu-xứ, xa quê, xa cả môi-trường nghề-nghiệp gốc. Chúng tôi không tin các sáng-tác đó là do phẫn chí, nhưng có thể đây là cách ông tìm đến văn chương vì hoàn cảnh và thời thế không thuận lợi. Ông viết để đền bù và có thể để bày tỏ sự phẫn nộ với hoàn cảnh cũng như những tàn độc của con người. Trong một số truyện, Hoàng Chính đi tìm thông cảm với tha nhân qua những nỗi buồn đau, bệnh tật và cùng tìm giải thoát với nhân-vật của ông.

Nếu đặt khung cảnh xã-hội văn hóa vào văn-bản thì việc đọc lại sẽ cho thấy những ngẫu nhiên trùng hợp ở một tác giả, hoặc đặc điểm của một nhà văn khác với các cây viết khác. Người ta còn có thể tìm thấy quan hệ của chuyện kể trong tiến trình chữa trị, xác và cả hồn, vì có thể có những liên hệ khả dĩ giữa y khoa và văn-chương qua bệnh tật, qua các nhân-vật y-sĩ và bệnh nhân, qua sự sử-dụng và diễn-văn, suy-nghĩ về bệnh tật trong cuộc sống cũng như sinh hoạt qua văn-chương.

Có chăng một thứ ý-thức cơ-thể khi đã có thể có sự thể-hóa của văn-bản và sáng-tác?

7-2008

Hoàng Khởi Phong
Gánh nặng lịch sử qua *Người Trăm Năm Cũ*

1

Năm 1988, Hoàng Khởi Phong thật sự đến với văn-học Việt Nam với *Ngày N+* - dù trước đó ông đã là nhà thơ với hai tập *Mặt Trời Lên* (1967) và *Phục Hồi Quyền Chức Làm Người* (1970). *Ngày N+* là một bút ký chiến tranh về những ngày sau cùng của cuộc chiến. Ngày N+ (1) là ngày 17-3-1975, ngày đầu của cuộc di tản chiến thuật bỏ vùng cao nguyên. Cuốn phim chạy tìm sống, đoàn quân thiếu đầu, mất kỷ luật và kỷ cương, đưa đến những tự sát tập thể và cá nhân trong cơn đại nạn. Sau đó, trong hai tập truyện *Thư Không Người Nhận* (1991) rồi *Cây Tùng Trước Bão* (1994), ký sự về một thời chiến tranh sôi nổi, về một số nhân vật là anh hùng phần lớn vô danh nhưng chính họ đã làm nên lịch sử; sôi nổi tâm tư với Thầy Giáo Thị, Thư Không Người Nhận, Cháo Lú, v.v. Năm 1995, tâm lắng đọng hơn, ông xuất bản *Những Con Chuột Thời Thơ Ấu* lùi thời gian viết về những kỷ niệm ấu thơ đồng thời có cái nhìn dung hòa về đất nước và chiến tranh. Rồi truyện dài *Viết Lên Trời Xanh* (1996), với "ước ao được thấy ngay từ lúc khởi đầu của thế kỷ mới, chiến tranh sẽ không còn ngự trị trên giải đất thân yêu". Truyện những người lính hai miền Bắc Nam từng đối đầu nhau trong chiến tranh và sau cuộc chiến, họ tình cờ gặp lại nhau. Ý thức hệ nhường chỗ cho lòng người: tình người vẫn còn lại ở họ, những kẻ một thời không dung thứ người kia. Tương lai rọi sáng mọi tâm hồn, đương nhiên thù hằn phải vơi bớt. Sau một thời gian đi tìm con người và tìm hiểu thế trận lịch-sử Việt Nam qua cuộc chiến 1957-1975 (năm 2001 thêm tập truyện *Quán Ven Sông*), ông muốn lùi xa hơn nữa, cả trăm năm lịch-sử, bắt đầu viết trường thiên lịch sử *Người*

Trăm Năm Cũ (2) với ý ôn-tập kinh nghiệm cả trăm năm chiến tranh gần như không ngừng trên đất nước Việt Nam.

Bàn về một bộ trường thiên tiểu-thuyết lịch-sử như Người Trăm Năm Cũ chưa xuất-bản hết và không biết được dự-phóng của tác-giả là một chuyện khó, dù sao thì với hai quyển đã xuất-bản, chúng tôi xin thử liều đưa ra một số nhận xét.

Hai tập Trên Núi Đồi Yên Thế tiểu-thuyết hóa giai-đoạn kháng Pháp hồi đầu thế-kỷ với những nhân-vật lịch-sử và đấu tranh về sau sẽ đưa đến những chuyển tiếp, phân chia đảng phái cũng như cắt nghĩa phần nào chân dung chính-trị và chiến-tranh nhiều thập niên sau. Nhân-vật chính làm cốt lõi toàn tập là Hoàng Hoa Thám với nhóm kháng chiến chống Pháp của ông gồm đại gia-đình ông, các con ông như Cả Tuyển, Cả Huỳnh, Cả Trọng, Cả Rinh, rồi Lãnh Túc, Cai Sơn, Cai Cung, Đội Hổ và những nhân-vật thật sự lịch-sử như Tôn Thất Thuyết, Nguyễn Thiện Thuật, Trần Quý Cáp, Phan Chu Trinh, Phan Bội Châu (Giải Phan), Nguyễn Lộ Trạch, Nguyễn Trường Tộ, Kỳ Đồng, Huỳnh Thúc Kháng, v.v. Hàng trăm nhân vật và nhiều sự kiện lịch-sử lớn nhỏ. Khí thế anh hùng của những con người sống theo tinh thần nhà Nho và ái-quốc, chỉ có thể đứng thắng người vì chí khí, quyết liệt vì sứ mệnh đối với đất nước, dân tộc, và hoàn toàn không vì chức quyền, vật chất! Một cuộc thư hùng kéo dài hao tổn nhân và vật lực cho cả đôi bên, gây suy nghĩ và giao động cho cả hơn một thế hệ. Nhiều đường lối, chủ trương khác nhau, bởi những con người gốc gác và địa phương khác nhau, nhưng cùng một mục-đích đánh đuổi kẻ xâm lược, ngoại bang. Một giai-đoạn lịch-sử hùng tráng, người người lên đường, nhập cuộc, với một chủ đích không thể lay chuyển. Hình ảnh một Phan Bội Châu khi hy sinh bôn ba tìm đường cứu nước với những suy tư, qua ngòi bút tác-giả: "những giai-đoạn lịch-sử hiện tại giống như vùng trời bão tố kia... Phải vượt qua một chặng đường dài, mà trong đó không biết bao nhiêu con người phải bỏ mình vì tổ-quốc. Phải có đủ thời gian, đủ sức mạnh. Mai kia mốt nọ trời lại sáng. Có điều khi trời sáng Giải Phan và những người đồng trang lứa với ông, đã không còn hiện diện trên cõi đời này nữa" (tr. 523).

Một cuộc kháng Pháp có thể xem là khá trường kỳ, một ý chí truyền thừa từ thế hệ khởi đầu cuộc đấu tranh đến những thế hệ con cháu. Và một kết thúc không ổn, vì phải đưa đến những hậu quả tất nhiên mà một mặt kẻ thắng phải đương đầu, mà kẻ thua thì tự xem như tạm thời xong một giai-đoạn. Tiếp nối lịch-sử sẽ rẽ sang con đường khác, với những con người và phương pháp cùng chiến lược khác. Lịch-sử cũng đã tạo ra những nhân-vật có cái nhìn xa và cần thiết như Kỳ Đồng (tr. 841), như Nguyễn Trường Tộ,... nhưng tư tưởng họ lúc bấy giờ trật nhịp, quá sớm hoặc không thành công len vào quyền lực khiến định mệnh dân-tộc phải bi đát, thua thiệt! "Ông Tộ tuy là người theo đạo Gia-Tô nhưng ông ấy vẫn là một người Việt Nam, ông ấy vẫn yêu nước" (tr. 425), "Ông Tộ tha thiết với công việc, tha thiết với dân chúng, tha thiết với triều đình, mặc dù triều đình nhìn ông ta như là một đứa con hoang... Ông ta đúng là một nhà nho" (tr. 427).

Về những phê phán triều đình Huế và các nhà lãnh đạo, tranh đấu, Kỳ Đồng đã nghĩ "có lẽ ông Petrus Ký, Paulus Của sẽ đi trước các nhà nho Bắc-kỳ một bước, trong việc canh tân đầu óc trước khi có thể canh tân mọi điều. Phải thay đổi cách suy nghĩ, muốn thay đổi sự suy nghĩ thì phải thay đổi cách đào tạo, dậy dỗ" và cũng theo ông, thì "trong vài chục năm nữa, những người như ông Đề Thám chỉ làm được một điều, là hâm nóng bầu nhiệt huyết của những người yêu nước không mà thôi. Như thế đã là quá nhiều cho một đời người, và tất nhiên sẽ có rất nhiều máu trong giai-đoạn tranh tối, tranh sáng của lịch-sử này" (tr. 364).

Vậy, qua hai tập *Người Trăm Năm Cũ*, Hoàng Khởi Phong đã làm công việc khảo viết "gia phả" một nhánh họ Hoàng lịch-sử, từ ngọn nguồn đến chung cuộc với mở rộng ra cùng lịch-sử, rốt cùng cũng chỉ là một nhánh, một mảng của lịch-sử. Hoàng Khởi Phong tiểu-thuyết hóa một giai đoạn lịch-sử đã gây suy nghĩ cho nhiều thế hệ từ cả thế kỷ qua, đã tiếp sức và hun đúc tinh thần dân-tộc ở những anh hùng hậu sinh tiếp nối chống ngoại bang và bạo lực: "Khi Hoàng Hoa Thám nằm xuống, ông đem theo cả một giai-đoạn lịch-sử chống ngoại xâm cùng với ông. Đó là giai-đoạn chống Pháp chịu ảnh hưởng của Hán học. Ông đã chết cho nhiều người còn sống, để rồi những thế hệ sau ông bước vào một giai-đoạn lịch-sử khác, trong những vùng đất khác và chịu ảnh hưởng một học thuật khác" (tr. 864, trang cuối tập 2).

Tiểu-thuyết lịch-sử đa dạng về một số nhân vật lịch-sử, cũng là lịch-sử của dân-tộc Việt Nam, qua không gian (rừng núi Yên Thế, Vân Nam,...), qua những tranh chấp, đối đầu chính-trị và quân sự, nhân sự, qua nền tảng văn hóa và triết lý sống và chết, v.v. Lịch-sử thời vận nước tệ nát đã có những anh hùng thì cũng đầy dẫy những tiểu tâm, những con người hèn yếu, như Lê Hoan, Trương Quang Ngọc,... Tác-giả còn cho thấy ưu tư của người dân thường là những con người thời nào cũng lo sống còn và thực tế, "cần sống trước khi biết thế nào là Độc Lập, Tự Do..." (tr. 444).

Công việc làm tiểu-thuyết lịch-sử ở Hoàng Khởi Phong cũng là một cách diễn bày tâm sự và xác tín sự tiếp nối thiết yếu của định-mệnh Việt Nam. Một quá-khứ lịch-sử đầy ký ức nơi con người! *Người Trăm Năm Cũ* như một tập hợp những định mệnh, nối kết nhiều kinh nghiệm lịch-sử cần được những thế hệ sau học hỏi, chia xẻ. Chuyện kể nguồn cơn, vẽ, nối lại những mảnh chắp, vụn,... tái tạo một bảo đảm cho sự hiện hữu và trường tồn của dân-tộc - một mục-đích cao cả, đáng thán phục!

2

Hiện-tượng tiểu-thuyết lịch-sử gần đây nhiều về số lượng, chứng tỏ một điều rằng người Việt Nam ý thức sống động cái biến thiên của quá-khứ, hiện tại, lịch-sử trong liên hệ với thời gian. Sự biến thiên này ảnh hưởng đến hiện tại vì dấu vết của kinh nghiệm gần nhất thường hãy còn hiện diện. Vào thập niên 1960, Nguyễn Mạnh Côn đã làm một cuộc xét lại chuyến *Lạc Đường Vào Lịch-Sử* năm 1945 của ông ("làm anh hùng lạc đường, một cách bất đắc dĩ"), sau khi đã *Đem Tâm Tình Viết Lịch-Sử* (3). Gần bốn thập niên sau, Hoàng Khởi Phong muốn đóng góp việc tìm hiểu lịch-sử, như một đóng góp cho một xét lại kiến thức lịch-sử và ý thức tập thể về dân-tộc và lịch-sử đang đánh mất linh hồn và lý trí! Dĩ nhiên có những bức xức con người đã muốn quên hay không còn muốn nói đến. *Người Trăm Năm Cũ* như một đề nghị xét lại lịch-sử đồng thời cũng đánh dấu một biến đổi sâu sắc thái độ và liên hệ giữa người đọc và người hôm nay với quá-khứ lịch-sử!

Hoàng Khởi Phong qua hai tập này, theo thiển ý, đã viết như làm một nỗ lực văn hóa, như để tìm hiểu lịch sử và từ đó để hiểu tại sao chúng ta - hay cả tập thể dân tộc, đang dừng ở đây trong tình cảnh này! Ông dùng chất liệu và tâm tình ngay trong thời đại, truyện ở đây kết thành từ những tập hợp tình cờ của lịch sử. Viết tiểu thuyết về lịch sử hiện đại là một can đảm dám nhìn lại, suy nghĩ về những biến cố vừa xảy ra trong đó người viết có tham gia một cách nào đó. Người viết ở đây cạnh tranh với sử gia và có thể có một giá trị tài liệu đáng kể và nếu thành công, sẽ đi sâu vào tâm thức sống động của nhiều người.

Bộ tiểu-thuyết *Người Trăm Năm Cũ* được viết để tưởng niệm một giai-đoạn lịch-sử, một quá-khứ và một số anh hùng dân-tộc. Thứ nữa, có thể tác-giả chúng viết để minh định gia tài dân-tộc, gia sản chung của ông cha để lại là gì, qua một số kinh nghiệm lịch-sử. Có thể xem như một hình thức "tái bản" tạo lại quá-khứ và tu-bổ một hình thức ký ức, một ngôi nhà "từ đường", một "gia tài của mẹ" nếu dùng chữ của Dương Nghiễm Mậu. *Người Trăm Năm Cũ* có vẻ như tái dựng lại một mảnh lịch-sử vừa bi thương vừa hào hùng của Việt Nam thời đầu thế kỷ XX, thay vì tưởng tượng, tiểu-thuyết hóa một cách dài dòng rườm rà, Hoàng Khởi Phong dù phải gần 2 tập 864 trang hình như vẫn chưa xong, như còn xoáy sâu chưa đủ, công việc tái tạo một số nét chính của lịch-sử chưa được khơi khỏi tro tàn, chưa được đưa ra ánh sáng. *Người Trăm Năm Cũ* vừa như một bạch thư, vừa như một bản án, một cắt nghĩa đồng thời nêu vấn-đề, một yêu sách hợp tình hợp lý! *Người Trăm Năm Cũ* xác nhận một dòng ý thức dân-tộc sinh động, là một phát động cho một chiến dịch ký ức tập thể và cá-thể, một cách phát biểu, một đánh giá lại những liên hệ và biến cố lịch-sử, một loại "Chiến-tranh và Hòa Bình" (Tolstoi) đã xảy ra ở miền Bắc Việt Nam hồi đầu thế kỷ. Ký vãng mà Hoàng Khởi Phong dựng nên sát nhập vô định mệnh chung của đa số, của toàn dân chẳng hạn. Tác-giả bộ tiểu-thuyết như nhắm đưa ra ánh sáng những mảnh vụn của lịch-sử với mục-đích xây dựng lại xuyên qua kích thước ký ức. Cái hiện thực của một quá-khứ bắt đầu xa, như càng được sống lại cái thế giới, cái bàn cờ đã mất, đã bị xem như thua. Một quá-khứ đã qua nhưng vô-thức tác-giả họ Hoàng như không muốn cho qua luôn, ông muốn cho những xác ma anh hùng dân-tộc mặc lại mũ áo rồi nhảy lên lưng ngựa nhắm giặc mà phóng tới. Chỉ sợ ngựa và anh hùng tung hoành, phóng nước kiệu trong ơ hờ, lãnh đạm của người đọc, của con người hôm nay! Thật vậy, Hoàng Khởi Phong viết tiểu-thuyết lịch-sử không nhân danh máu thù, không đòi quyền với lịch-sử, mà nhân danh chính lịch-sử chưa tỏ rạng, chưa được thật sự hiểu đúng mức.

Hiện nay, trong cũng như ngoài nước có hiện-tượng người Việt "sợ" lịch-sử nhất là lịch-sử gần, lịch-sử như đã trở thành ác mộng với chiến-tranh, chết chóc, chia lìa rồi... chia rẽ, v.v. Đây là biến thái cảm tính mất lòng tin vào lịch-sử và dân-tộc từ nhiều thập niên qua, làm chùn, biến, mọi cảm nhận về lịch-sử và những con người làm ra nó. Từ lâu, người dân thường đã hết tin ở lãnh đạo lẫn trí-thức. Nay ở ngưỡng cửa một thế kỷ / thiên niên kỷ mới, thời tận mạng của tiến bộ khoa-học, ý thức hệ, của giới trí thức, lãnh đạo, gia-đình, hết giai cấp,... Thần quyền ở Âu-châu và Nho giáo ở nhiều nước Á-châu (thần đạo ở Nhật) đến thế kỷ XIX đã lần hồi nhường chỗ cho khoa học và trí-thức, Marx cũng từ đó mà ra. Nhưng sau những thất bại của chủ nghĩa cộng-sản và chiến-tranh lạnh, giới gọi là... trí thức bị khủng hoảng lớn, có người so sánh họ với đàn kiến bị bể ổ phải tẩu tán chạy tứ tung, và khuynh hướng tín-ngưỡng lớn mạnh trở lại dù lần này khác với cùng hiện-tượng quy phục thần quyền của nhiều thế kỷ trước.

Quá-khứ đã mất hoặc vẫn được tiếc nuối, không còn là quá-khứ "oai hùng", gây hứng khởi kiểu người người như một, một lòng, một ý chí, từ đó có thể hy sinh hết lòng hết sức. Quá-khứ nay vẫn được tiếc nuối là một lịch-sử bất động, lịch-sử đã mất, một thời gian nặng chĩu những biến cố, sự kiện, nguyên thủy, cần được trau chuốt lại! Công việc tiểu-thuyết lịch-sử như vậy là khám phá lại những liên hệ xã hội, những hành cử tập thể, những móc xích, những liên đới tự nhiên hoặc phải như vậy trong một hoàn cảnh lịch-sử! Chân dung dân-tộc và "bức tranh" lịch-sử Việt Nam được nhận ra từ những biến động nối tiếp nhau, từ những chế độ chính-trị, những thành-tích và dang dở, từ những tiến bộ theo thời gian. Nhưng lịch-sử một dân-tộc biến động vì đồng thời cũng là những tổ chức xã hội, những cách sống và cách yêu đương, những tâm tình, giấc mơ, v.v. Thể loại tiểu-thuyết lịch-sử do bề dài tác-phẩm, cho phép một hơi dài hợp lý kiếm tìm và tham chiếu để từ đó cảm nhận thời gian và nếu muốn có thể chặt nát diễn văn về lịch-sử! Tuy vậy không giản đơn vì vấn-đề đối với người Việt hiện đại là viết lịch-sử nào đây và viết ra sao?

Hoàng Khởi Phong đã thành công cho thấy Hoàng Hoa Thám là một bi kịch của lịch-sử, một phản anh hùng vì hành cử đấu tranh của ông đã cùng lúc chuẩn bị cho cái chết của chính ông và nhóm của ông. Lịch-sử mà tác-giả kể và cố tái tạo qua thể loại tiểu-thuyết là lịch-sử một thử nghiệm nhìn lại và tái tạo lịch-sử. Tiểu-thuyết lịch-sử trở thành một địa-bàn thí nghiệm nhân văn, với những yếu tố mới hoặc được tư duy lại, thẩm định lại!

Điều kiện khá lùi xa để có thể nhìn lại lịch-sử, tra vấn lại có thể đã hội đủ mà chưa chắc đã thật đủ trong trường hợp *Người Trăm Năm Cũ*. Một văn bản tha thiết, đòi hỏi và phức tạp vì đó cũng là tâm sự của tác-giả chúng đối với dân-tộc, đất nước. Tác-giả đưa ra cái nhìn từ phương xa và từ chối trở nên một kiểu với cách làm lịch-sử và văn-học minh họa của trong nước. Vì muốn là một cái nhìn năng động, do đó có thể tác-giả sẽ phải viết lại tập đầu khi xong tập cuối? Dù sao đi nữa, lịch-sử Việt Nam không hề tĩnh, chết, qua các thời đại, chế độ, do đó chưa thể có một lịch-sử như chân lý muôn đời, cố định, có thể đáp ứng, trả lời thỏa đáng mọi thắc mắc, ưu tư về chân-lý lịch-sử! Viết tiểu-thuyết lịch-sử do đó là đi tìm lịch-sử và chưa chắc đã thấu hiểu trọn vẹn hoặc tổng kết được 'lịch-sử' đó!

3

Chúng tôi đã có dịp định nghĩa và phân biệt tiểu thuyết và lịch-sử: " Văn và sử, văn chương và lịch sử, quan hệ như thế nào? Một mặt, văn chương là hư cấu và tác phẩm là một cái nhìn hoặc cách nhìn, tiên tri, dự báo, một nhận thức lịch sử - hoặc bên lề lịch sử, của một tác giả, trong khi đó, lịch sử là một nỗ lực tìm "sự thật" chính xác, khách quan, không thiên lệch. Có hay có dở, có mạnh thì có yếu, có vinh quang thì cũng có thất bại phải cáng đáng với lịch sử. Tuy vậy, chuyện viết sử cũng không dễ gì khách quan, người viết sử thường là quan lớn của một triều đại, chế độ. Vả lại chuyện đọc sử cũng tùy cách đọc và người đọc, với nào hành trang, nào tư cách! Viết sử như vậy cũng là một cách nhìn lịch sử, tùy thời, bước đi lịch sử và triều đại mà có nhiều văn bản lịch sử, có khi trở thành những trò nói dối, cố tình làm sai lạc lịch sử. Vậy có thể có "bản chất lịch sử" khách quan, vượt không gian thời gian không? Thiển nghĩ đây là không tưởng! Về phần tiểu thuyết lịch sử, chúng là một cách tra hỏi và nghi vấn quá khứ để biện minh hiện tại và chỉ hướng cho tương lai, qua trung gian một hay nhiều tác giả. Như vậy, chúng cũng là những tiểu thuyết luận đề khi đặt lại vấn đề, dữ kiện lịch sử, đề ra luận đề mới, mượn dĩ vãng nói chuyện hiện tại, có thể có ý chống lại bước lịch sử hoặc trật tự xã hội đang có (ngoại bang đô hộ, độc tài đảng trị, v.v.). Dĩ nhiên đây là nói về những tiểu thuyết lịch sử chính loại, không thương mại hoặc nhắm thị hiếu thấp hèn!" (4).

Tiểu thuyết lịch sử Việt Nam qua nhiều giai đoạn của thế kỷ XX đã chứng tỏ thực sự là viết về con người thời đại, so với hiện thực là cái thấy, cái hiện sinh, cái có đó, cái gây cảm xúc, nhận thức. Nhưng rồi ra hiện thực cũng chỉ là một ảo tưởng có khi chết người, vì phải qua lăng kính, cách nhìn. Mặt khác, tiểu thuyết lịch sử hay được dùng để nói đến thảm trạng người trí thức chí lớn, luôn thao thức, lỡ thời, không được trọng dụng hay có công không được đền bù xứng đáng: Nguyễn Trãi, Nguyễn Du, Nguyễn Trường Tộ,... cũng là bi kịch của dân tộc! Nói bi kịch xưa để thật sự nói đến bi kịch thời nay dù phần nào đã có khác khi người trí thức nay luôn thiên vị, khác người và dễ bị rơi vào thái độ "tháp ngà", dễ bị thiêu hoặc gãy... bút!

So với sử gia, người viết tiểu thuyết lịch sử thành công hay không là ở tài năng riêng, tài vẽ, biết sử-dụng những sắc màu làm nổi nguồn gốc của sự kiện; ở cái tài vạch ra những bí ẩn của tâm hồn con người, nhân vật lịch sử, những tâm hồn với những biến chuyển cao thấp mà nhà viết sử thường phải bỏ qua, ở cả tài thi vị hóa, tiểu thuyết hóa những nhân vật lịch sử. Nhân vật lịch sử cần "sống", tiếp tục sống sau khi người đọc gấp sách, khác với nhân vật sử đã được đồng thuận bởi thời gian và lịch sử, hay bất hạnh thay, bởi "tập thể"... cá lớn! Tuy nhiên nhân vật lịch sử phải ở lại tầm thước con người, chứ không thể ngự với thần thánh khiến con người phải vói cao mới đến được!

Một khía cạnh khác cần xét là người viết tiểu thuyết lịch sử là sĩ hay trí? Lịch sử từng cho thấy vai trò người trí thức có giới hạn. Viết tiểu thuyết lịch sử lại còn giới hạn hơn, vì thiên kiến và ngụy biện dễ cưỡng bách nội dung cho giai cấp trí thức hoặc vì tự hào về trách nhiệm. Thiển nghĩ, người trí thức không phải là con người hành động toàn diện, họ làm lịch sử trong giới hạn của chính họ. Đó là lý do trong *La Trahison des clercs*, Julien Brenda dù đã viết vào năm 1927, đã nhắc nhở người trí thức phải kiểm lại sứ mạng nhập cuộc của mình. Theo ông, chủ nghĩa, chính trị, tham vọng,... sẽ đưa người trí thức và văn nghệ sĩ xa lần vai trò chính của mình, ông đưa thí dụ chủ nghĩa Marx và cả chủ nghĩa xã hội đòi dân chủ nhưng lại áp đặt độc tài và hình thức chủ nghĩa! Ông có cái nhìn tiên tri khi cho rằng thế kỷ XX là thế kỷ của những tổ chức trí thức tạo hận thù chính trị (*siècle de l'organisation intellectuelle des haines politiques*) (5). Karl Marx, Mao, v.v. nổi tiếng 'xúi dại' và cuộc chiến ở Việt Nam vừa qua là một thí dụ điển hình thiển cận của trí thức, mà một lời xin lỗi hình như chưa đủ khi bao triệu người đã phải ngã xuống. Vậy mà nay vẫn có những người chúng tôi gọi là "ngụy trí thức" vẫn bày trò trí thức dạy đời hoặc tự cho vai-trò sửa đổi lịch sử đã qua! Julien Brenda kết án đám trí thức cực đoan tả cũng như hữu mà ông cho là hèn hạ, vì họ là những kẻ thường hay lên tiếng chống cơ cấu và chính phủ và những ai không theo họ nhưng lại câm như hến không dám hó hé chống lại phát-xít Đức, Franco, Mussolini cũng như bôn-xê-vít Nga Xô. Miền Nam Cộng-hòa trước 30-4-1975 đầy dẫy thứ "ngụy trí thức" này, những Lý Chánh Trung, Lý Quí Chung, Lữ Phương, Nguyễn Ngọc Lan, Nguyễn Phước Đại, Ngô Bá Thành, v.v. Giới viết lách cũng rơi vào cùng tình trạng khi trên đà thành công với vài truyện ngắn hay tiểu-thuyết (nhà thơ ít hơn!) liền tự cho có "sứ mạng" lớn, rồi lách, đi tắt qua lĩnh hạt chính-trị, văn hóa hoặc xã hội! Cũng như những ông bà 'trí thức bằng cấp' trước tháng Tư 1975 được miền Nam cho đi du học rồi theo Cộng, ngay sau biến cố 30-4 liền làm giống hến, nhưng rồi lại chứng nào tật đó lên tiếng ễng-ương viết lách dạy khôn, làm … 'văn hào nhớn'!

Đến đây thiển nghĩ có thể phân biệt hai hạng người viết (6). Loại thứ nhất như Nguyễn Mộng Giác (qua *Sông Côn Mùa Lũ*) và Nam Dao (qua *Gió Lửa, Đất Trời, Bể Dâu*) viết vì trí, họ muốn nói lên điều muốn nói, muốn đạt đến với người đọc, cùng trường hợp với những cây viết tiểu thuyết lịch sử thời minh họa ở miền Bắc và cả nước từ sau 1975, là cưỡng bách lịch sử, cưỡng ép nhân vật lịch sử vào mô hình khô cứng của một lý tưởng tuyên truyền, một ý đồ! Có người ngụy biện, đổ tội, chạy tội, v.v., rõ rệt muốn dùng chuyện xưa để nói chuyện đời nay và có mục tiêu chính trị, lịch sử, một cách viết bình luận thời sự bằng phương tiện truyện đời xưa và lịch sử, nắn bản ngã thứ hai cho nhân vật nhất là nhân vật chính. Đây nên gọi là là *sử thoại* và *truyện ký tiểu thuyết hóa* hơn là *tiểu thuyết lịch sử*! Họ muốn phê phán một chế độ, chủ nghĩa,... nhưng người đọc tinh ý sẽ nhận ra mưu đồ thể hiện trong tiểu thuyết và chưa chắc đã thuyết phục được người đọc hôm nay nói gì đến sau này. Xét cho cùng, các vị đó - cũng như Nguyễn Gia Kiểng trong *Tổ Quốc Ăn Năn*, cuối cùng đã huyền thoại hóa các nhân-vật và lịch sử! Như vậy nếu có người viết tiểu thuyết lịch sử có dối trá, ngụy biện thì đâu có khác gì những biện giả thời Khổng-tử và cả thời Jesus bên Trung-đông?

Loại thứ hai gồm phần lớn các tác giả trước đệ nhị thế chiến, rồi Phùng Cung, rồi Nguyễn Huy Thiệp, Trần Huy Quang,..., gần đây thêm Hoàng Khởi Phong, Lê Minh Hà, v.v. viết tiểu thuyết hay truyện lịch sử là vì tấm lòng đối với đất nước, vì cảm xúc. Các tác-giả này chứng tỏ nỗ-lực xét lại lịch sử để mà đề cao, tiếc rẻ, thương cho người xưa, viết với cảm tính văn hóa! Nói chung, truyện dựng trên nền lịch sử hay ngoại sử, các tác giả gửi gấm tâm sự, "làm lại" lịch sử, phê bình các triều đại. Thường các tác-giả đưa ra cảm nhận về lịch sử của họ! Có thể họ viết về con người hôm nay hoặc là một cách đi tìm đạt cái Chân Thiện Mỹ, cái thẩm mỹ văn chương. Họ viết để chia xẻ, nuối tiếc và cả hối hận! Trong khi lịch-sử chỉ ghi sự-kiện, biến cố với những nhân danh lịch-sử, các tác-giả cho người đọc thấy cái Tâm của người xưa - mà đối tượng "người đọc" đối với những tác-phẩm như *Người Trăm Năm Cũ*, còn là người đời sau. Cái Tâm ở đây nối kết đất với trời, quá-khứ với hiện tại! Và mỹ-học cá nhân ở đây phục vụ cho sự thật tập-thể; mỹ học nằm ở sự trình bày với người khác, với tập thể!

Tác-giả viết tiểu-thuyết lịch-sử, nếu không tự cho mình một thiên chức, thì cũng ít ra ý thức việc mình làm. Hoàng Khởi Phong đã làm công việc dã sử, với tâm nóng của một con người từng suy nghĩ về con người và lịch-sử hiện đại, của một nhà văn dấn thân, không trốn tránh trách niệm công dân và nhà văn! Khác với một Nguyễn Huy Thiệp sắc bén, lạnh lùng, muốn vượt lên trên lịch-sử và hậu quả hiện tại để hướng tới nguyên lý tối thượng của... con người, của... tâm thức Việt Nam! Cũng khác Nam Dao và Nguyễn Mộng Giác muốn hướng tới một mục-đích nào đó, một lý giải nào đó, tự cho có sứ mạng tìm sinh lộ mới cho toàn bộ dân-tộc, một thứ tiểu-thuyết luận đề cưỡng ép, có khi gần với thể loại "tâm lý chiến", "sử thi"!

4

Về phương diện hình-thức và thể-loại, Hoàng Khởi Phong đã khá thành công diễn đạt nhiều tiêu biểu của con người đất ngàn năm văn vật, làm cho người đọc yêu mến con người văn-hóa nơi đó (như trang 454-455, v.v.), như Khái Hưng đã thành công thời tiền chiến. Một số nhân-vật lịch-sử được tác-giả thành công trình bày tỏ chí khí cao, lòng ái quốc dạt dào nhưng bất phùng thời. Dưới ngòi bút tác-giả, hình ảnh những Tôn Thất Thuyết, Tôn Thất Đạm, Nguyễn Thiện

Thuật dũng liệt nhưng đồng thời gây cảm thương, tưởng tiếc cho vận số dân-tộc. Những hành cử và ngôn từ của một số nhân-vật lịch-sử khá linh động, đúng là của người thời đại ấy. Vì thế đã thành công gây xúc động, hấp dẫn tự nhiên - như về Tôn Thất Đạm, con Phụ Chính Đại Thần Tôn Thất Thuyết (tr. 545-6). Chân dung oai dũng của Tôn Thất Thuyết - được người Tàu cư dân nơi ông sống lưu vong sau khi khởi nghĩa thất bại, gọi là "đả thạch lão" vì bao hận nước ông chuyển qua lưỡi gươm mỗi ngày ông "chém nhầu vào mấy gốc cây, mấy tảng đá quanh nhà" (tr. 531). Tác-giả thêm "hình ảnh có vẻ oai hùng, nhưng thê lương quá" (tr. 557) nhất là đối với chứng-nhân cảnh bi đát ấy lại là cụ Phan Bội Châu!

Việc cụ Phan Chu Trinh cắt búi tóc trở thành biến cố. Búi tóc thời ấy vốn được xem là thể thống, là một phần thân thể sinh thành, trở thành biến cố vì từ nay được xem *"cái búi tóc này là một hủ tục, trang phục của chúng ta cũng thế (...) Bộ dạng bên ngoài phải thay đổi trước, sau đó mới hòng thay đổi được bên trong..."* (tr. 497). Đấy là những con người thời lịch-triều, thời đạo Nho, tự xử: *"Quan trọng là phải được sống cho ra con người, thì nhiên hậu muốn làm gì thì làm, nếu không được sống cho ra con người, thì có làm gì chăng nữa cũng thành vô dụng mà thôi"* (tr. 103).

Tác-giả có những ví von đặc biệt: *"Cũng như ông Đề và ông Sự đã phải bỏ làng mà đi, chỉ vì không sống nổi trong một cái làng ao tù nước đọng. Còn người ta thì chôn chân trong một chỗ hệt như những cái cây. Một loại cây không có được cả một cái thân, trườn bò trên mặt đất như những giây khoai lang. Cũng có thể là một loại hoa mầu phụ như lạc, đỗ được trồng xen giữa hai mùa lúa. Cai Tuất là một cái cây như vậy..."* (tr.114).

Nếu so với *Sông Côn Mùa Lũ* và *Gió Lửa*, thì những cảnh tả chiến trận, những cuộc thư hùng, phục kích, tấn công,... trong *Người Trăm Năm Cũ* khá sinh động và hiện thực. Một phần vì Hoàng Khởi Phong đã có kinh nghiệm trận mạc, phần khác tác-giả để tâm tư mình vào từng nhát gươm, từng mũi tên, viên đạn, từng nạn nhân,... mà cả trong những tình huống ngược lại, ở những nhát dao xử tử những anh hùng kháng chiến chống thực dân. Cảnh xử tử Đề Tiến được mô tả trực tiếp ở pháp trường nơi dân chúng tò mò đến xem trong hãi sợ, và gián tiếp qua Xuyến, qua âm thanh vọng lại, là một trong những đoạn tả tài tình, đáng đem vào sách giáo khoa (tr. 104-8). Lương-tri bỗng chợt vượt lên trên hận thù: *"Chỉ có trời mới có thể quyết định cho số phận của con người. Mọi cái chết gây ra bởi con người, với con người đều là những việc bất thường"* (tr. 107).

Những cảnh đấu trí - khá nhiều trong suốt 864 trang, có cảnh bi thiết, đấu trí đi đến thư hùng: *"Trận giao đấu tay đôi giữa hai tiểu tướng kéo dài vừa đúng một khắc. Máu của hai mãnh hổ vương đầy một khoảnh đất. Sau cùng Lãnh Túc nhờ một thế võ gia truyền, đã phạt một đường đao chặt ngay mạng mỡ đối thủ. Lưỡi đao ngập nửa thân người, ruột gan phòi ra cùng với thân người đổ xuống. Xen kẽ với những mớ ruột lòng thòng nửa trắng nửa hồng đó là một túi mật xanh lè. Lãnh Túc đột nhiên nẩy lòng yêu mến đối thủ vừa nằm xuống..."* (tr. 212-3).

Mà những cảnh trí thiên nhiên, đất nước hùng vĩ của một vùng đất nước được Hoàng Khởi Phong tài tình mô tả, như những bức tranh sau những trận đánh lớn, vì chỉ lúc đó con người ("du khách", người đọc và tác-giả) mới nhìn thấy cái đẹp thật của thiên nhiên, của cảnh vật nay hết vô tri, vô cảm!

Tình-yêu đôi lứa dưới ngòi bút của Hoàng Khởi Phong nồng nàn và cả lãng-mạn, nhưng không quá sỗ sàng, thô tục đời thường như một số nhà tiểu-thuyết lịch-sử cùng thời (Nam Dao, Trần Vũ, Trần Nghi Hoàng,...). Cảnh tình-yêu của những con người dấn thân tranh đấu như Cả Tuyển và Xuyến, Cai Sơn và Nụ (tr. 684-6) gợi cảm. Cũng như những cảnh cô Ba Cẩn phải lòng ông Đề (tr. 255-263).

5

Các tác giả tiểu thuyết lịch sử có thể hiện đại hóa, biến hóa ngôn ngữ, nhân vật,... nhưng có thể nào tin tưởng họ có thể nói lên "tâm hồn" của cả một dân tộc? Con người hôm nay khoa học, mất gốc, xa dần những huyền thoại về nguồn gốc, lại muốn tìm lại gốc gác, nguyên ủy văn hóa qua tiểu thuyết lịch sử? Xét cho cùng, tiểu thuyết lịch sử hay lịch sử, văn hay sử, rồi ra cũng là trò chơi của con người, của giải mã và nhất là thuyết phục! Mở ra cho thế hệ tương lai, phải bỏ ám ảnh của quá khứ, lịch sử, chánh tà, v.v., người viết tiểu thuyết lịch sử mới có thể thành công để lại cho đời những tác phẩm văn chương lớn!

Lịch sử có anh hùng và phản động, phê phán tốt xấu công tội luôn là chủ quan từ cái nhìn thời đại, pe nhóm. Sự thật do đó chỉ là tương đối. Những chuyện tàn bạo, loạn luân, sai quấy,... đầy dẫy trong lịch sử từ khi có con người. Lịch sử luôn có hai mặt, thời nào và ở đâu cũng vậy! Cuối thế kỷ XX về kinh tế, chủ nghĩa hậu-hiện-đại lùi trở lại một thế kỷ, vì lại cũng quyền lực kinh tế, dù nay có những hình dung từ mới như "hoàn cầu", "siêu không gian", v.v. Nghịch-lý tất yếu của lịch sử cũng như văn chương là sự xuất hiện và bành trướng của cái mới-rất-cũ, nói mới tái-xuất thì đúng hơn!

Sau chiến tranh, ở Việt Nam, người sống tìm cho được xác người thân và cả đồng đội đã chết vất vưởng trong rừng, nơi khuất, và cả nạn nhân của thủ tiêu và đấu-tố từ quá-khứ 50, 60 năm. Tìm không được, con người nhờ đến thầy bói, địa lý và cả lên đồng,... Giới cầm bút và làm phim ảnh ngược lại, đào mồ các nhân vật lịch sử, có thể nói Nguyễn Huy Thiệp, Trần Huy Quang, Trang Thế Hy,... là những người dẫn đầu, sau đó cả một "đội ngũ" trí thức, thương mại đua ào theo quật mồ người chết! Chiến tranh, hòa bình, tham vọng, tình yêu, hạnh phúc, sự sống và cái chết, v.v. Thoạt nhìn thì các đề tài có vẻ được lập lại, như những đề tài vĩnh cữu. Tuy nhiên *Người Trăm Năm Cũ* cho thấy lịch-sử được viết, được vẽ lại, một cách mới mẻ, không trùng hợp với lối mòn của những cây viết bắt chước, háo danh, thiếu tài hoặc rỗng nội dung, không gây được hồn cho tác phẩm! Hoàng Khởi Phong có vẻ tránh được những căn bệnh tự hào lố bịch về giá trị của quá-khứ, của một số nhân-vật lịch-sử, và lý tưởng hóa quá đà những điều hãy còn khúc mắc!

Về khía cạnh tác giả, với thể-loại tiểu thuyết lịch sử, nếu không thành công - và thường là như vậy, tác giả biến mất, núp dấu đằng sau tác phẩm, nội dung, cái được nói ra, phải nói lên, phải này phải nọ. Riêng *Sông Côn Mùa Lũ, Gió Lửa* là tác phẩm tham chiếu, là lịch sử, là thời gian và không gian được nói đến hơn là tác giả. Nhất là về nghệ thuật văn chương, miêu tả, thì Người Trăm Năm Cũ vượt trội. Những cảnh tượng hùng tráng, những sự kiện đáng nhớ, đều được ngòi bút Hoàng Khởi Phong chăm sóc, nâng niu. Trào phúng, châm biếm nếu có thì cũng dở khóc dở cười, thay vì trịch thượng như ở một số người viết tiểu thuyết lịch-sử khác! Chỉ mới hai tập, nhưng Hoàng Khởi Phong đã chứng tỏ bản lãnh nhà văn "làm chủ tình hình" tác phẩm tiểu-thuyết lịch-sử của mình, cả một hệ thống đề tài được nối kết, liên hệ và bổ túc cho nhau một cách thành thạo; sợi dây xuyên suốt tác phẩm được co dãn, nhưng luôn hiện-diện và chằng chịt nối kết với nhau!

Chưa biết Hoàng Khởi Phong sẽ dàn dựng tiểu-thuyết lịch-sử những phần kế tiếp ra sao, nhưng có những khó khăn cũng như dễ dàng. Dễ vì càng gần thì tác-giả có thể biết qua, kinh qua, có thể đã từng tham gia, hỏi han người trong cuộc, nhưng khó vì tác-giả phải vận dụng nhiều lý hơn cảm tính đồng thời cho người đọc thấy được quan niệm mỹ học, dù chỉ là bàng bạc, qua cấu-trúc tác phẩm càng đa dạng càng không giản đơn thì càng thành công!

Làm sao để thoát những ám ảnh của quá khứ và có cái nhìn trong suốt, điều gần như bất khả? Điều khả-thể là có cái nhìn đa diện, có tính phê phán và nhân bản, sẽ phong phú và hữu ích hơn! Văn hoá cũng như giá trị lịch sử là cái còn lại, và là của các thế hệ sau! Và người Việt Nam có vẻ thích sống lịch-sử, đã qua thì ôm chặt, thay vì sống cái hiện thực trăm phần trăm, vì thế có những người thích hằn học, trả thù cả người chết! Viết tiểu-thuyết lịch-sử trong hoàn cảnh nhân tình đó, là mang lên vai và đè nặng tâm-thức một số gánh nặng lịch-sử!

11-2003

Chú-thích

1. Hoàng Khởi Phong. *Ngày N+: hồi ký*. Westminster CA : Văn Nghệ, 1988. 272 tr.

2. *Người Trăm Năm Cũ*. Hai tập đầu đã xuất-bản mang tiểu-tựa Trên Núi Đồi Yên Thế: Tập 1 xuất-bản lần đầu do nhà Đại Nam (Glendale CA, 1993, 433 tr.), tái bản năm 2002 cùng năm xuất-bản Quyển 2 do nhà Người Việt (Westminster CA, 2 quyển, 864 tr.).

3. Nguyễn Mạnh Côn. *Đem Tâm Tình Viết Lịch-Sử*. Sài-Gòn: Nguyễn Đình Vượng, 1958. 200 tr. (ký Nguyễn Kiên Trung); *Lạc Đường Vào Lịch-Sử*, Quyển 1: 1945. Sài-Gòn: Giao Điểm, 1966. 294 tr. Sau không thấy xuất bản tiếp hai tập về thời "đảng tranh 1945-1946" và "kháng chiến 1946-1954" như tác-giả đã loan báo.

4. X. Nguyễn Vy Khanh. "Về tiểu-thuyết lịch-sử" *in* Văn Học Việt Nam Thế Kỷ XX: Một Số Hiện Tượng Và Thể Loại (Glendale CA : Đại Nam, 2004), tr. 183 -220.

5. Julien Brenda. *La Trahison des clercs* (Paris: Bernard Grasset, 1927), p.40. Gần một thế kỷ sau, 2003, Herbert Lottman (*L'écrivain engagé et ses ambivalences*. Paris: Editions Odile Jacob) và Jean-Claude Guillebaud (*Le goût de l'avenir*. Paris: Editions du Seuil), minh chứng và xác nhận quan điểm phê phán của Julien Brenda.

6. Chúng tôi không liệt kê vào hai loại kể đây những ấn phẩm thương mại hoặc người soạn ra chúng muốn có... "tác-phẩm", những ấn phẩm khá nhiều trên thị trường sách báo trong cũng như ngoài nước!

Hoàng Lộc

Nhà thơ tên thật Hoàng Lộc, sinh ngày 8-11-1943 tại Hội An, Quảng Nam.

Đã xuất bản: *Thơ Học Trò* (1971), *Trái Tim Còn Lại* (1971, Giải Thi ca đồng hạng của Trung tâm Văn Bút Việt Nam 1970), *Qua Mấy Trời Sương Mưa* (Los Angeles CA: Văn Mới, 1999), *Cho Dẫu Phù Vân* (Hội Nhà Văn, 2012) và *Ngắn Ngắn Tình Si* (Hội Nhà Văn, 2016).

*

Thi-phẩm *Qua Mấy Trời Sương Mưa* của Hoàng Lộc (1999) đến với người thưởng ngoạn thi ca như những bài ca trữ tình, và với riêng chúng tôi như những âm vang từ vạn cổ, cứ tưởng chừng sống lại với thời xưa và người xưa. Gần hai trăm trang thơ gói ghém gần ba mươi năm sáng tác, ba mươi năm ấy bấy nhiêu tình - bao tâm sự và biết bao trôi nổi, phiêu lưu của cuộc đời!

Người xưa thời xưa vốn là chốn thiên đàng huyền hoặc cho nhiều văn nhân thi sĩ, là một chốn trở về tự nhiên với nhiều tâm hồn và tư duy, là một bảo đảm, là cái phao cho những con người lao đao trong cuộc sống, và thường là một thế giới an bình! Tác giả cho chúng ta cảm giác đang ở bên mái tây hiên đọc sách người xưa hay xướng họa thi ca! Bên mái hiên Tây khi sương mưa tiếp nối theo bước thời gian. *"phố mù sương - theo mù sương / lay bay những cánh thơ Đường trong ta (...) (tr. 77) (*).* "Ta" đây là một con người "chút hồn đã cũ" (tr. 81) "bên hiên trăng ta quá đỗi nòi tình" (tr. 106).

Thật vậy, *Qua Mấy Trời Sương Mưa* đem người đọc đến với những người xưa như Quan Vân-Trường, Khổng Minh, Nguyễn Trãi,

Nguyễn Công Trứ, Nguyễn Du,... Người đọc có cảm tưởng đang sống cùng thời hay tái ngộ thích thú với Người Xưa, có lúc chung đụng, ngồi cùng tửu quán với Thôi Hiệu, Lý Bạch, Phạm Thái hay đang tọa thính những khúc đàn Phượng Cầu Hoàng, Hậu Đình Hoa, v.v. với tài tử văn nhân một thời! Cái xưa ở đây cho người đọc cảm nhận một tâm hồn Á-đông u uẩn nơi tác giả, "sầu chặt một hồn sầu" mà dường như khoa học cũng không thể lý giải:

> *"đời nhỏ tưởng chừng dăm hớp rượu*
> *ai hay sầu chặt một hồn sầu*
> *ta kiếm quẩn quanh trời cố xứ*
> *hồng nhan, hồng nhan - ta chiêm bao*
> *(...) nhớ em, nhớ buổi trăng tàn khuyết*
> *quán cuồng hào sĩ cũng rưng rưng*
> *như ta, dễ một lần ta khóc (mà khóc!)*
> *em hát liêu trai khúc nguyệt cầm (...)"*

(Về Hội An, Uống Rượu Đợi Người)

Trước cảnh cũ, nhà thơ vẫn nghĩ *"nhà người mái đổ vàng rêu / mà ta lẩn quẩn những điều không đâu!"* (tr. 77). Rồi đem cái ta "kém cỏi" đọ với những trang tráng sĩ và những bực thánh hiền ngày xưa:

> *"nghĩ vô ích cho một thời nghiên bút*
> *câu thơ suông không cứu nổi đời mình*
> *tráng sĩ chi ta mà đầu cũng bạc*
> *tiếng tăm gì mà khổ với thân danh?*
> *(...) ơi những đại thánh hiền nghìn năm trước*
> *với đời này hơi sức dễ bao lăm?*
> *ấy thế đó mà ta còn sống được*
> *giữa mịt mù cho tới hết trăm năm?"*

(Thời Hết Thời Ở Hội An)

vì tác giả tự xem đời mình đã dở dang thất chí, và mỏi mệt đường đời, đành tìm vui với rượu: *"dẫu chẳng hề xưng ta tráng sĩ / cũng thấy chừng như mỏi kiếm cung / xin được mời người đôi hớp rượu / cho lòng qua khỏi buổi tàn đông..."* (Mặc Cho Đời Bụi Phủ).

Giữa mùa đông nâng chén rượu và nghĩ *"lão Khổng Khâu xưa mà sống lại / như ta - cũng ôm đầu khóc ròng"* (Rượu Mùa Đông). Uống để mà đời thăng trầm đáng ra phải quên: *"đáng kiếp cho cái nòi*

Lý Bạch / trăng đời ngươi về một nhà ai?" (Uống Rượu Một Mình).

Người xưa đó có thể là tiên nhân nước Việt, khi Xuân về nhắc nhở Nguyễn Trãi như nói lên cái phẫn chí của cuộc đời đứt gánh nửa đường: *"đỏ mặt chào Xuân đôi hớp rượu / lòng riêng thầm thỉ hoa nhà ai / bốn mươi tư tuổi ta già khụ / đêm ngắt, đèn xanh mắt Ức Trai"* (Khai Bút)

Chí chưa thành, dĩ nhiên có những lúc đói, lúc đó nhà thơ mới đem tiền nhân Nguyễn Công Trứ ra mà trách:

"quân tử nào ăn chẳng cầu no?
Tồn Chất tiên sinh, ông là tên ba láp
(...) nhẩm phú hàn nho, biết lời ông nói trật
muốn chửi đổng vài câu, lại sợ ông buồn"

(Nói Chuyện Đói Với Nguyễn Công Trứ).

Cái không khí xưa cũng có thể là chuyện tỏ tình bên mái Tây, dùng chuyện xưa, người xưa để làm quen với "tiểu thơ" hôm nay. Tây Hiên đây là chốn tình tự, níu kéo, mong "đến đây thì ở lại đây" (ca dao): *"từ trong cổ lục / em là tiểu thơ / lòng quen khuê các / tây hiên đứng chờ (...) về tây hiên cũ / nghe mưa đầu sông / tóc em hà xứ / đời ta tang bồng"* (Chuyện Tây Hiên)

Nhà thơ thường xem sách thi phú của người xưa, như một chốn trú ẩn tinh thần dù *"... bụng chứa trăm ngàn trang sách cũ / mà nghĩ chưa ra cái khốn cùng"* (tr. 130). Ngày nọ, ông đọc Hoàng Hạc Lâu của Thôi Hiệu rồi so thân và trách cứ người xưa:

"(...) ông bỏ nhà chơi lung / ta rời quê kiếm sống / đất trời không biết tên / bao ác tà thỏ lặc / (...) thêm lần đọc thơ ông / giá được cười ngạo mạn: / ta xa quê ngàn trùng / ông cách quê mấy dặm!" (Đọc Lại Hoàng Hạc Lâu, tr. 188-189)

Thiên hạ đua nhau dịch thơ Thôi Hiệu, trong khi Hoàng Lộc nhắc đến nhà thơ Trung Hoa xưa như cái cớ vì ông thích nói chuyện với người xưa. Thôi Hiệu trong bài thơ bất hủ đó nhất là ở bốn câu đầu đã chỉ nói đến người xưa (Tích nhân dĩ thừa hoàng hạc khứ / Thử địa không dư Hoàng hạc lâu / Hoàng Hạc nhất khứ bất phục phản / Bạch vân thiên tải không du du...). Và Hoàng Lộc có lý, người xưa chưa chắc tình cảnh đã bi đát như chúng ta hôm nay, đã than thở khi mới chỉ xa quê vài dặm đường! Nguyễn Du là một trường hợp khác! Lý Bạch trong Khách Trung Tác đã thử định nghĩa tha-hương: "bất tri hà xứ thị tha hương" (không biết nơi nào là tha-hương) có thể đã muốn mang ý nghĩa siêu hình, thì "nhật mộ hương quan hà xứ thị" của Thôi Hiệu cũng là tiếng thét bi đát, xót xa của thân phận con người thật nhỏ bé trong vũ trụ và vô nghĩa trước bước đi của thời gian!

Nhà thơ viết tặng Chiêu Quân, về cái thảm thiết của nàng là bản đàn biệt xứ bi ai khi phải bị cống Hồ và khi chết chôn đất Phiên cỏ mọc đỏ như cỏ quê nhà Hán quốc. Ông níu kéo người xưa để nói chuyện tình yêu và nhân tình thế thái. Trong Về Một Khúc Đàn Tình, Hoàng Lộc dùng khúc đàn Phượng Cầu Hoàng như để nói lên cái tâm sự của ông với những lời thấm thía, cô đọng. Thi sĩ đàn anh Vũ Hoàng Chương thường mượn hình ảnh người xưa trong thi ca ông, nhưng những hình ảnh hoặc ý đó có tính cách trừu tượng, hoặc là thi ý, trong khi với Hoàng Lộc, ông đến gần người xưa và đồng thời đưa người xưa đến với người thưởng ngoạn thi ca của ông.

Tập thơ nói chung đưa người đọc trở về một không gian đã đầy rong rêu phủ kín, nơi đó có những âm vang của tiên nhân và những "hồn ma" quen thuộc cũng như lạ lẫm. Với những hình ảnh cổ điển hay chữ dùng cổ lỗ nhưng nên thơ như chú ngựa thổ, bờm xích thố, châu, quận, cố thổ, cố hương, cố xứ, trời cố xứ, mùa lưu viễn, khúc nguyệt cầm, hồng nhan, ly phụ, nương tử, rượu tàn niên, quán cô hồn, khúc tống-biệt, người vô lượng, mái tà huy, cao đồ,... Với nhiều điển tích: Phượng Cầu Hoàng với Tư-mã Tương-Như và Trác Văn Quân, Phạm Thái-Quỳnh Như, Từ Hải, Hoàng Hạc Lâu, Hán Đế, Chiêu Quân, Lã Vọng, Sâm Thương, khúc Hậu-đình hoa, thư cưu, bài Tẩy Mã với Uất Tri Cung, tang điền thương hải, rau đất Thú Dương,... Hay cả câu: "*bạn bè trong gió - hỏi: / quân tử ý như hà? / quân tử mà thiếu rượu / hỏi đời còn nhận ra?*" (tr. 154). Tất cả đã thành công tạo nên một không gian trong một thời gian!

Trong cái xưa cũ còn có **Cố Hương**. Có thể nói cái lõi của tập thơ là những hoài niệm quá khứ, người xưa, quê cũ,... Dòng thơ Hoàng Lộc cũng là dòng thời gian mà suối nguồn là dĩ vãng, dòng nước đi qua những chốn quê hay đô hội, những cõi trời, những trăng sao, có những bờ bến đam mê, những bến đợi, những chuyến đò lỡ, những ngọn đèn hắt hiu,...

"trường giang ơi trường giang

tài tử ta không đường

chiếc thuyền con mặc dòng nước chảy

ngó bến nào rồi cũng cứ mù sương (...)"

(Câu Đêm Ở An Bàng)

Mênh mông sông lớn ở đây cho thấy phận người đáng cảm thương hơn những sông lớn của Huy Cận tiền chiến và Tô Thùy Yên hậu chiến. Thơ Hoàng Lộc đưa người đọc đến với người xưa và với quê hương thân thương Việt Nam. Ông hay nhắc đến những địa danh Hội An, Duy Xuyên, Quảng Nam, Huế, ông gắn bó thơ ông với những không gian yêu dấu một đời đó, cứ xem những tựa đề cũng đã rõ, nào Ngày Trở Lại Hội An, Về Hội An Uống Rượu Đợi Người, Ra Tù Về Lại Hội An, Hội An Sương Mù, Ngựa Ô Về Duy Xuyên, Qua Đò Duy Vinh, v.v. Quê nhà của Hoàng Lộc là một quê nhà cổ kính:

"phố mù sương - theo mù sương

lay bay những cánh thơ Đường trong ta

hoang sơ bến cũ cây già

mong chi có chuyến đò qua gọi mình?

phượng hoàng nào đậu cành xanh

giùm kêu một tiếng cho đành tịch liêu

nhà người mái cổ vàng rêu

mà ta lẩn quẩn những điều không đâu!"

(Hội An Sương Mù)

Người con phải xa quê mẹ vì nghiệp lính phải dong ruổi bốn phương trời đất nước:

" (...) lại chỉ mình anh qua hè phố lạ

chân lênh đênh không bước kịp tình người

nửa kiếp sống cứ thua hoài thiên hạ

sự nghiệp buồn gió thổi chiều ba mươi

(...) khi dong ruổi với trăm lần lỡ vận

bỗng nghe thèm tắm lại nước sông quê

(...) mẹ ở đó cũng buồn hơn tháng chạp

lòng mỏi mòn tựa cửa chừng ấy năm (...)"

(Lại Một Mùa Xuân Sầu Xứ)

Con người phiêu lãng chưa tròn sự nghiệp nên khi về lại quê nhà cứ tưởng vẫn còn phiêu bồng:

"người ơi đời ta như mùa đông
về đây mà tưởng còn phiêu bồng
quê nhà, quê nhà ra đất lạ
ai còn nhớ ta thẳng tay không? (...)"

(Rượu Mùa Đông)

Cái tình quê hương đó càng đậm đà ở những bài sáng tác ở xa xứ. Đó là tâm sự lữ thứ:

"(...) chỉ khi khuya lắc nằm không ngủ
bất giác nghe tiếng mình thở ra
nghe máu chảy buồn thân lữ thứ
mới đau rưng rức một quê nhà
chính khi đã thấm mùi lưu lạc
là lúc lòng ngưng nghỉ đợi chờ
là lúc cây đời ta hết nước
xứ người nghiêng một bóng cây khô..."

(Thấm Mùi Lưu Lạc)

"Bóng cây khô" sẽ có lúc đến bên "tràng giang" Mississippi xứ người, mà tâm sự:

"ngươi trôi tới đây từ phương bắc
ta giạt về đây từ phương đông
ta với người cùng nhau trôi giạt
đời ta buồn đời người buồn không?
(...) ta với ngươi cách quê đều xa
đáng khi tâm sự phải sa đà
ngươi chẳng buồn chi ngươi chảy xiết
bỏ trời lưu lạc một mình ta..."

(Nói Với Dòng Mississippi)

Từ nỗi buồn lữ thứ, cái ám ảnh "tàn xương" như có cái ngậm ngùi của Nguyễn Du

"ở đây mắt mắt toàn thiên hạ
từng ngó ta như ngó lạc loài
nửa tóc cho nhau đều bạc cả
sợ tàn xương lại gửi quê ai!

(...) ta lạ đất trời, thương cố thổ
trăng buồn đâu thể giữ màu xưa (...) "

(Về Thuở Chia Xa)

Buồn, tác giả hay nhìn về phương Đông, quê nhà:

"sáng dậy anh thường nhìn phương đông
khi quê nhà đang ở đầu hôm
em với anh hai trời một nỗi
như vì sao có tên Sâm Thương (...)"

(Sâm Thương Một Nỗi)

Hoàng Lộc cho thấy cái nhân sinh quan của nhà thơ ở tuổi "tri thiên mệnh": *"biết từ cái-nửa-trăm-năm / thứ chi đã trải đều lầm hết trơn"* (Ngày Tri Thiên Mệnh) và không khỏi âu lo trước ngày tàn hơi, nơi mộ địa xứ người, buồn hơn cả Đạm Tiên hơn ngàn năm trước:

"(...) rừng phơi rừng trơ xương / trắng mờ cây thập tự / hãy còn kia thiên đường / cho chiếc hồn lạc xứ? / mắt nuối trừng phương đông / cố hương hàng vạn dặm / chỗ ta và thơ nằm / không chút mồ, chút nấm! (...) / cỏ vàng khô, cỏ mục / hơn mồ Đạm Tiên xưa / chỉ không mầu khói sót / càng không người lệ dư / cũng chẳng còn ai biết / đọc ra câu bia đề: / một nhà thơ gốc Việt / đã chết buồn xa quê..."(Ở Mộ Địa Cạnh Phố Millington).

*

Nói chung thơ Hoàng Lộc có cái không khí cổ kính dù kỹ thuật thơ hiện đại. Ông muốn ôm cái vô biên, làm như đã lắm thất vọng đời thường. Đến đây, người đọc đã thấy Hoàng Lộc đưa người thưởng ngoạn đến một không gian buồn, thường quạnh vắng, một quạnh vắng đến tận cõi hư vô. Cảm thức Hoàng Lộc đầy hoài niệm, như sống với quá vãng, một thứ thời gian dệt bằng kinh nghiệm sống, đã qua nhưng vẫn bàng bạc cái không gian hôm nay. Hoàng Lộc đem cái vô-thể (thời xưa, người xưa) sang hiện-thể qua những vần thi ca trữ tình.

Cái thế giới hoài niệm đó chứa chan **Tình Yêu**, ở Hoàng Lộc là một thứ tình u mặc. Người thơ Hoàng Lộc đa tình, trung thành, sống chết với tình, da diết, nỉ non: *"(...) hóa gió tấm lòng em / ta bay / cùng nhau về đâu chẳng được / bởi chỉ vì em / ta dính dáng với đời này!"* (Mây Tâm Sự). Người thơ đa tình đem "bài thơ lớn" đi mời: *"em chê ta nhiều tình trước / nên e dè không dám nhận tình sau / bài thơ lớn,* *nếu cần, em đọc suốt / ngập ngừng chi dòng cuối với câu đầu?"* (Tình Sau Tình Trước). Và *"em đi thử đất trời nào / ai yêu ráo máng cạn tàu bằng ta?"* (tr. 128). Con người *"mãi lơ mơ suốt một đời tình / mãi lưu lạc những hiên nhà gái đẹp"* đó đòi yêu *"như chú ngựa hoang mấy trời dong ruổi / gặm miếng cỏ nào cũng thấy thơm ngon"* (tr. 88).

Yêu bất kể cả khi người yêu đã lấy chồng, đã có chửa vượt ngực, "tay bế tay bồng". Chàng vẫn dai dẳng bắt người yêu phải so sánh chồng với chàng, mất người yêu vẫn "anh hùng" muốn nàng phải "tiếc":

"gã đàn ông em chọn để sống đời
không được giống anh - có những diều không được giống!
(...) thứ gì em muốn ở anh, hắn cũng thể như in
nhưng hắn không được giống anh những lời thỏ thẻ
để em tưởng tình yêu nào cũng thế
không được giống anh cái thoáng môi cười
để em tưởng em về với hắn mà anh vui"

(Không Được Giống Anh)

Những khẳng định vu vơ trễ tràng! Nhưng cũng có lúc chàng phải nài van: *"đã quen mắt trước những trò dâu bể / thôi van em đừng nắng sớm mưa chiều / ta sẽ tới những miền không thể tới / và đời tình may rủi cũng xin theo (...)"* (Thơ Cuối Gửi Duy Xuyên). Chỉ mong tình hiền hòa như loài chim thư cưu sóng cặp bên nhau dưới nước mà cũng đã khó! Nhà thơ nòi tình, yêu nhiều sẽ thất tình nhiều, người yêu sẽ là dĩ vãng: *"(...) em đã lâu nay thành dĩ vãng / nhớ em là nhớ kẻ vong tình..."* (Vô Tình Khúc). Hay: *"(...) chuyện chồng con, em đã rồi - yên phận / có đâu ngờ đau đớn mãi theo ta! (...)* " (Thời Hết Thời Ở Hội An)

Kẻ đa tình cũng có lúc biết nhận lỗi: *"đã yêu ở Hội An / tình đã ra cửa Đợi / tới đâu, dù được yêu / cũng nghe mình có lỗi (...)* (tr. 198). Nhận làm kiếp sâu đo: *"lâu rồi ta kiếp sâu đo / quẩn quanh trăm lá sầu khô một đời / em qua gió tạt từng hồi / xô ta lủng lẳng giữa trời oan khiên"* (Bất Ngờ Gặp Quế Linh Ở Tân Định).

Lận đận đời, có lúc chàng mơ gái có chồng hơn gái còn son, và cái "tình mười năm" cũng đáng cho chàng "lạ vườn thê thiết một mùi hương":

"cái bụng tròn và cổ nổi gân xanh
hắn đã làm chi em mà em ra thế ấy?

một chút đớn đau - vô số bất bình
lạy trời cho ta thôi đừng ngó thấy!
(...) chỉ mấy tháng nhà người, em nỡ nào thiếu phụ
lạ vườn chiều thê thiết một mùi hương
cổ nổi gân xanh và cái bụng tròn
em ngốn trái khế chua bên hè phố chợ
lạy trời cho ta thôi đừng thấy nữa
để xin một đời nhớ nhớ quên quên
để khỏi một đời lực bực với chồng em...”

(Bực Tức Ca)

Bực tức được thăng hoa thành thi ca, Hoàng Lộc là một! Và khi thua trận bị ở tù, ở chỗ vô định và bất nhân, lại được tin người tình phản bội: *“mồ tổ nhà em, loài bất nghĩa / hai năm lòng cũng đủ quên rồi / ta như con chó không buồn sủa / chỉ gầm gừ ngó cuộc tình trôi!”* (Bài Thơ Tình Trong Tù). Tâm sự người thua trận buồn nhưng vẫn bi tráng: *“... mai lúc ngày đưa tin chiến bại / kinh thành ta sẽ bó đôi tay / hồn nghiêng gặp áo khinh cừu trắng / sự nghiệp buồn tênh, em có hay?...”* (Thất Trận).

Người nhiều tâm sự, nhận hết mọi thua thiệt dễ đến với bạn **Rượu**. Có say mới thấy sông Tương: *“(...) ngồi với rượu mới hay lòng rã mỏi / mới thấy sông Tương đã cạn bao giờ (...)”* (tr. 92). Những khuya với rượu vì chàng biết *“nếu sống lại thêm mấy lần chiến quốc / ta chắc gì là tay kiếm xuân thu”* (tr. 74). Cũng có lúc chàng đòi *“đôi đường ân oán”*: *“(...) ai dễ cần ta chút hồn đã cũ / em phải một đời bận bịu chồng con? / ta với cái buồn chẳng ai buồn hơn / ngậm điếu thuốc rê gật gù thở khói / giá mà còn em cho ta được nói / chắc đôi đường ân oán cũng không xong!”* (tr. 81). Người thơ say nhưng tâm sự da diết, nói với người xưa, thật xa xưa “chuyện nghìn xưa thầm hỏi chuyện nghìn sau”, như Quan Vân Trường:

“Quan Vân Trường mặt đỏ cũng thành danh
ta đỏ mặt hơn ông, đời lại hỏng
ông cốt cách quỳnh tương, ta hồ đồ rượu dỏm
cuộc trăm năm đã đến thế - hoang tàn
Kinh Châu, Kinh Châu mờ hơi sương
lòng ông, lòng ta - ai biết được?
hào khí ngời thanh long, cũng sụt sùi ngọn bút

chuyện nghìn xưa thầm hỏi chuyện nghìn sau
ông còn đất để về, ta biết về đâu?
mịt mịt trời sương - mờ mờ thân thế
châu với quận đã lạc loài tri kỷ
mảnh trăng suông vừa nhạt thếch rượu mời (...)"

(Bữa Say, Ghé Chùa Ông Hội An)

Bốn câu "Kinh Châu, Kinh Châu mờ hơi sương..." đọc lên như thấy được nỗi căm phẫn của Hoàng Lộc trước nhân tình thế cuộc!

Tâm sự nhiều, khi bên rượu, nhất là những ngày cuối năm: *"rượu tàn niên chừ gió xa xăm / gió chi thổi riết năm mươi năm? / quán cô hồn một ta chớ mấy / sợ - mà khinh - những cái thăng trầm / (...) gõ ly ơ hờ du tử khúc / tứ xứ còn nghiêng mỗi bước chân (...) / giá có em cùng chia chút rượu / dễ khi gió đã lặng bên trời? / và ta chẳng vạn lần như một / hễ tới là tan ngắt cuộc vui (...) "* (Rượu Cuối Năm). Rõ là rượu vào dễ nghĩ đến tình nhân! Và người "nhớ rượu" sẽ có lúc sợ mất người tình: *"chết đi thì quá ngặt / bỏ lại em bên đời / lỡ có thằng chôm trớt / ta nhắm mắt nào nguôi"* (tr. 153). Rượu mà nhìn trăng, trăng sẽ trở nên ám ảnh đời, đã trở thành dĩ vãng: *"trăng chết vô tình trên giấc mộng / là trăng vỡ lỡ mộng hôm qua / ta khóc vô tình trong cuộc sống / là vô cùng ta xót thương ta"* (Vô Tình Khúc).

Nhìn chung, Hoàng Lộc kỹ thuật chăm sóc đi đôi với một nội dung đầy tâm sự của một thế hệ phẫn chí trên một đất nước cùng đường. Tác giả khéo dùng chữ địa phương Quảng Nam hay miền Trung như: chia chác, lâu hung, gái gung, buồn kinh, chơi lung, mỏi căng, bương theo,...

"rứa thôi. chỉ rứa. một lần
ta bương theo những thăng trầm mà qua..." (tr. 195)

"... như ta đây rồi sẽ khổ vì em
chớ điên cha chi lại uống say mềm?" (tr. 85).

Ở nhiều bài, Hoàng Lộc đã chứng tỏ tài dùng chữ, như "ta" với "ngươi" nhiều dụng ý:

"(...) kể ta nghe tình ngươi lận đận
kể ngươi nghe tình ta hoang đường
xin đổi ta đời ngươi hoạn nạn
xin đổi ngươi đời ta tai ương
(...) cứ kể ta là ta thất trận

hơn chi ta mà xưng anh hùng
ta biết ngươi còn ai biết nữa
ngươi biết ta còn ai nữa không? (...)"

(Rượu Mùa Đông)

Hay *"hồ Tịnh Tâm, tâm dễ lặng tờ?"* (tr. 168); *"gió bạt đời, bạc tóc"* (tr. 189). Có những ví von nên thơ như *"chuyện con rồng với chữ tình như hệt / phải tình kia là một giống rồng thiêng? / (...) mỗi cặp tình nhân là một người thợ vẽ / những tam sao làm thất bổn chữ tình"* (tr. 121).

Con người Quảng Nam còn thể hiện qua giọng thơ ngang tàng *"ơi những đại thánh hiền nghìn năm trước / với đời này hơi sức dễ bao lăm?"*, v.v.

Thơ Hoàng Lộc có không khí ca dao của ruộng đồng quê hương:

"(...) ngày đó tưởng xa là chết được / ai ngờ con sáo cũng sang sông / ngày đó môi em là mật ngọt / ai có ngờ cay nát tấm lòng (...)"
(Vô Tình Khúc)

"(...) em có buồn cũng chưa chắc bằng anh
khúc tống biệt chỉ đau lòng kẻ ở
khi con sáo đã cam lìa cố xứ
thì bến đời ai nhắc chuyện phôi pha (...)" (Lời Dỗ)

"(...) đã tới ngày em bay qua sông
ơi con sáo nhỏ vừa sổ lồng..."

(Tới Ngày Em Quên)

Hay: *"người trong thơ xưa lặn lội bờ sống / hay vẫn chỉ là em, cái cò tội nghiệp?"* (Thơ Tặng Vợ Nhà)

*

Tóm một chữ, hơn tám mươi bài thơ của Hoàng Lộc như những dòng *"tứ tuyệt bên trời"*, *"nến thắp chờ xuân. đợi sáng đêm / ngẫm từng không phải, từng không nên / té ra mình ép mình xuôi ngược / giọt máu hồng khô cuối ngọn đèn"* (tr. 190). Có cái dũng cái tâm của người sĩ phu kể cả lúc phải tha hương bên trời lận đận! *Qua Mấy Trời Sương Mưa* là thi phẩm thứ ba của nhà thơ Hoàng Lộc, vẫn đi trong dòng thơ phẫn nộ và nhiệt thành, dòng thơ chính của các nhà thơ miền Trung từ những thập niên 50, 60 - cũng là thời điểm ông khởi làm thơ.

Riêng tập thơ này, ý thơ và tâm tình ông vẫn "nóng", nhưng tất cả những thứ đó ông đã gói trong cái thâm trầm đã chín của ông, trong cái thua thiệt chấp nhận với số mệnh!

Thi ca trước nhất là để cảm và làm đẹp cuộc đời, như hoa, mỗi hoa mỗi sắc. Đọc thơ Hoàng Lộc người ta dễ cảm với thơ ông, dễ mở lòng ra với tâm sự ông, dễ hồi hồi và nao buồn theo dòng đời trôi nổi. Trong giới làm thơ, người lớn tuổi thường rượu cũ quen bình cũ, thường những vần điệu quen, người trẻ thiếu vốn sống và dễ thiếu chiều sâu và điềm đạm của đàn anh, nên có người thiên về kỹ thuật hay hình thức quá, có khi trở thành xảo thuật, bí hiểm, lai căng, hủ nút. Hoàng Lộc, nhà thơ điềm đạm, vụ phẩm hơn lượng, khi viết về nhân sinh cũng như tình yêu, có bề sâu tư duy, đồng thời có kỹ thuật, chữ dùng đặc biệt, thơ vừa có hồn vừa có âm điệu riêng. Hoàng Lộc đã thành công đưa người thưởng thức nghệ thuật vào thế giới riêng của ông. Điểm khác đáng nói ở nhà thơ xứ Quãng là ông đã thành công đem thời đại đầy gió bụi, tai ương vào thi ca, thơ ông có sự sống vì lẽ đó! Ở Hoàng Lộc cái bất biến là tâm hồn á-đông, dân tộc nhưng hiện đại - tâm hồn của con người hôm nay. Có sống sót sau một cuộc chiến tàn bạo như cuộc chiến vừa xãy ra trên đất nước mới cảm nhận được trọn vẹn tình ý của nhà thơ, tâm hồn và những nẽo khuất của bản ngã. Phải đọc thơ Hoàng Lộc với kinh nghiệm hạnh phúc và đau khổ, đam mê và khủng hoảng của mỗi người. Thế giới đầy những âm vang của vạn cổ của *Qua Mấy Trời Sương Mưa* đã là những "ảo ảnh" nghệ thuật tuyệt vời, đã đưa người thưởng thức đến một cõi mênh mang. Như người xưa, như Nhượng Tống khi không làm cách mạng đã tìm đến Mái Tây, mái tôi hôm nay yên tĩnh khi đất trời chớm Thu, ngâm nga những vần điệu thương cảm. Theo thiển nghĩ, Hoàng Lộc đã thành công giữ người khách thơ ở lại lâu bên Tây sương, với tình với rượu, với những nhớ nhung, tâm sự, lớn, nhỏ, nhiều sương, mưa, mây trời, sông nước, với tình và rượu! Người xưa từng sống, từng hạnh phúc và chịu khổ nạn, nhưng hôm nay chỉ có chúng ta. Hình như đó cũng là cái bi đát của kiếp người Việt ở nửa cuối thế kỷ XX!

26-9-1999

(*) Nhà thơ Hoàng Lộc mở đầu tất cả các sáng tác với chữ thường và không viết hoa một chữ đầu câu nào! Các tựa đề chúng tôi viết hoa theo tiêu chuẩn chung.

Hoàng Ngọc Biên

Hoàng Ngọc Biên sinh ngày 18-1-1938 tại làng Bích Khê, phủ Triệu Phong, tỉnh Quảng Trị và mất tại San Jose (CA) ngày 16-5-2019. Nghệ sĩ đa dạng - nhà văn, nhà thơ, tiểu luận gia, dịch giả, kịch tác gia và họa sĩ, ông cộng tác với một số tạp-chí như *Văn, Văn Học, Nghệ Thuật,...* và thuộc ban biên tập tạp chí *Trình Bầy* (1961-1975). Năm 1961, tốt nghiệp Sư Phạm Đại Học Đà Lạt ban Pháp văn (khóa 1958), ông dạy học và làm báo, minh họa bìa sách báo. Sau biến cố 30-4-1975, ông làm việc ở báo *Tin Sáng* và năm 1991, sang Hoa Kỳ định cư ở Salt Lake City thuộc tiểu bang Utah và San Jose, California.

Tác phẩm ông đã xuất bản gồm các tập văn xuôi *Đêm Ngủ Ở Tỉnh* (Cảo Thơm, 1970, 176 tr., gồm các truyện Thành Phố Dốc Đồi, Buổi Sáng, Một Góc Phố, Đêm Ngủ Ở Tỉnh và Một Đoạn Giữa Mùa Hè), *Người Đạp Xe Vào Thành Phố Buổi Sáng* (Trình Bầy, Hoa-Kỳ, 1997), *Chuyến Xe* (Trình Bầy, Hoa-Kỳ, 1997) và các thi tuyển *Uống Trà Sớm Mai* (lục bát, 1962-1996; Trình Bầy, Hoa-Kỳ, 1996), *Đất và Người và Thần Thoại Việt Nam* (Trình Bầy, Hoa-Kỳ, 1997), *Biển Ngày Đêm* (Trình Bầy, Hoa-Kỳ, 1999) và *Chân Mây Cuối Trời* (chung với Đỗ Trung Quân; Trình Bầy, Hoa-Kỳ, 2003). Ông còn là tác giả tập tiểu luận *Marcel Proust, Con Người Xã-Hội* (Trình Bầy, 1974; phụ bài của Nguyễn Đăng Thường, Cao Thanh Tùng), chủ biên *Tuyển Tập Các Nhà Văn Pháp Hiện-Đại* (Trình Bầy, 1969) và dịch-thuật *Thơ Mới Ba Lan* (Trình Bầy, 1993) và các tác phẩm của Boris Pasternak, Joseph Brodsky, Samuel Beckett, Jean Tardieu, Georges Perec, Alain Robbe-Grillet,...

Thời văn-học miền Nam trước 1975, có thể xem Hoàng Ngọc Biên là nhà văn tiêu biểu nhất cho khuynh hướng "tiểu-thuyết mới" với tập *Đêm Ngủ Ở Tỉnh* (Cảo Thơm, 1970) và một số truyện đăng trên tạp-chí *Trình Bầy* như Người Đạp Xe Vào Thành Phố Buổi Sáng (*TB*, số 12&13, Xuân Tân Hợi, 15-1 & 1-2-1971)] và Ngoại Ô, Nhà Máy (*TB*, số 19, 7-5-1971) - đều được xem như viết theo khuynh hướng mới này. Ở vài truyện, người đọc sẽ nhận ra một số nét "tiểu-thuyết mới" đồng hành với Huỳnh Phan Anh, Nguyễn Xuân Hoàng hoặc Nguyễn Đình Toàn. Các truyện được mở với cái "hiện sinh" trước mặt rồi dần ngược xuôi trong ký ức, kỷ niệm, tiếc nuối, từ những cái nhìn và những "phải chi", "sẽ", v.v.

Các sáng tác văn xuôi theo khuynh hướng "tiểu-thuyết mới" có thể gọi là truyện nhưng ở một số tác giả còn đưa vào các "yếu tố" ký, thơ xuôi, v.v. Chúng tôi đã trình bày các sáng tác "tiểu-thuyết mới" trước 1975 của ông trong bộ *Văn-học Miền Nam 1954-1975*, ở đây chúng tôi đề cập đến truyện Chuyến Xe và thơ ông xuất bản sau này.

Chuyến Xe được sáng tác vào tháng 10-1987 khi ông còn ở trong nước, là độc thoại của một người ngồi ở công viên, 'chính thức' chờ một chuyến xe lửa nào đó và đi đâu thì tác-giả không cho biết. Viết ra ở đây như một tình cờ nào đó! Truyện mở như sau: *"Tôi ngồi trên chiếc ghế băng này, trong cái công viên nhỏ xíu nằm ở cuối con đường lớn nhất của quận Cây Me, con đường chính, đã hai ngày, hay gần như vậy, có thể trên một tí, hay dưới một tí, nhưng hãy cứ bảo là hai ngày. Những người thích chi tiết vụn vặt, thích sự chính xác bệnh hoạn, như những kẻ không thường hay chính xác vẫn nói, hẳn sẽ phản đối chữ ngồi, bởi vì quả thực có những lúc mệt, những lúc đau lưng quá, đau ở phần thấp nhất của cái lưng dài của tôi, chỗ cuối xương sống, nếu tính từ trên xuống dưới, tôi ngả người nằm xuống, ban đầu còn dè dặt chống một tay ở ngang chỗ tai, tôi nhớ là tai bên phải, có lẽ để nằm mà có vẻ như không phải là nằm, rồi sau đó mỏi tay, tôi nằm ngửa người, nằm hẳn hòi, mắt nhìn thẳng lên bầu trời trong xanh trên cao, và mê mẩn nhìn cái khoảng không xanh trong ấy của trời, cái khoảng không bao la không tìm thấy đâu có chung quanh ta, và hình như đã nhiều lần, ít nữa là không phải một lần, tôi đã kêu lên đẹp quá...".*

'Tôi' ngồi đó, trí tưởng hoạt động nhiều hơn là cử động thân xác, từ cái nhìn: *"Khi tôi nhận ra tôi đang nhìn về phía vòi nước, lập tức tôi đổi ngay hướng nhìn. Không, tôi tự bảo, ta không còn thì giờ* nghĩ đến những chuyện không đâu như thế này, dù chỉ là nghĩ, ta lại càng không thể tự cho phép bất cứ một liên tưởng lãng mạn nào, trong lúc này, như nhìn vào vòi nước chẳng hạn và (dù không phải nghĩ, mà chỉ là) nhớ đến những lần nổi hứng đi rửa mặt trong năm vừa qua: không, không thể để mình buông thả quá mức như thế trong lúc này, trong lúc phải tập trung toàn bộ trái tim và khối óc chuẩn bị đón chuyến xe lửa mà người ta cho biết bất cứ ngày nào, bất cứ giờ nào, bất cứ phút nào, cũng có thể ghé lại đón khách. Tôi bỗng thấy mình nghiêm chỉnh sửa lại tư thế, y như chuyến xe tôi đang chờ có thể xuất hiện bất cứ giờ nào bất cứ phút nào ngay trước cái nhà ga xép nằm chỉ cách chỗ tôi đúng có mỗi một cái hàng rào đã đổ, thấp lưng chừng, đến độ cỡ người như tôi thôi cũng có thể thoắt một cái nhảy qua mà không sợ phải vướng vào những cành lá khô một màu khó tả, lưa thưa mấy sợi dây gai chằng chịt vừa đủ để ta gọi toàn bộ là hàng rào.

Vậy thì khi quyết định không nhìn vòi nước nữa, để khỏi trôi tuột vào những ý nghĩ vô bổ, ít ra là trong lúc này, tôi đã nhìn vào đâu? Tôi không nhìn vào đâu cả. Hay nói đúng hơn, là tôi nhìn khắp nơi...".

Và giải đoán: "Gần đây trí nhớ của tôi có giảm sút đi nhiều so với những năm trước. Đấy là nghĩ thế thì nói thế, tôi không thấy có gì phải phàn nàn về việc này, sinh lão bệnh tử, sống đã đời rồi thì phải già, già đã đời rồi phải bệnh, bệnh đã đời rồi phải chết, có gì khác thường mà phải thắc mắc? Có điều là giữa bốn gian đoạn ấy của một đời người, ắt có nhiều gian đoạn nhỏ khó định rõ là thuộc giai đoạn nào, tỉ như cái thời tôi chuyên bị cảnh sát và quân cảnh rượt, đúng ra phải nói là thấy chúng đâu tôi chạy đó, ở các khu phố trung tâm thành phố mấy năm trước, khi tôi chưa phải là đã già nhưng cũng khó nói là còn trẻ (và nếu như chạy chậm, hay chậm chạy mà tôi bị bắt đem về nha, và nếu chỉ vì không thích cái kiểu mặt của tôi thôi, hay không phải toàn bộ mặt, mà là riêng con mắt, cái mũi, cái miệng, cái chân mày, hay cách ăn nói chẳng hạn, chúng nó lỡ tay đập chết tôi rồi khai là tôi đã có làm cái gì đó có hại đến anh ninh quốc gia, hay có hành động chống đối nhân viên công lực, thuộc loại ăn cơm quốc gia thờ ma vân vân, hay đơn giản là tôi đã tự tử, nếu như trường hợp ấy xảy ra, dù vì lý do gì, và cũng rất có thể là vì một thằng trong bọn đang say rượu chẳng hạn), tôi sẽ xếp nó vào sinh hay tử, hay cả sinh lẫn tử? Bây giờ ngồi đây đợi chuyến xe lửa của tôi, rảnh rang, suốt hơn *hai ngày ngồi không không làm gì, thậm chí ăn cũng không uống cũng không (trừ đôi ba lần, ít thôi, không hiểu từ đâu tôi cảm thấy có một tí nước miếng rỉ ra trên lưỡi, tôi thu vào giữa, và nuốt gọn), tôi giải trí bằng cách tìm trong sâu thẳm ký ức một vài chuyện cũ, không phải để thưởng thức chính những chuyện ấy, chuyện của tôi thì làm gì có cái hấp dẫn, mà là để kiểm soát xem khi một người xuống dốc về trí nhớ, hắn sẽ quên cái gì trước cái gì sau, và rốt cuộc cái gì còn lại...".*

Và sống lùi thời quá vãng: *"... Vậy thì khi lục soát ký ức, tôi đã tìm ra được những gì có thể đúc kết để đưa tới một kết luận, như người ta vẫn nói? Tôi không thấy có gì rõ ràng. Những ngày sống ở tỉnh, ngôi nhà nằm ngay bờ sông, con bé sáu tuổi chuyên bắt nạt tôi, ngôi trường bà xơ và những bà xơ mặc áo trắng toát; những ngày trong tỉnh tôi người ta đổ xô ra đường reo hò và gia đình tôi sau đó tản cư về một làng quê có con sông nước trong veo ngày đêm rợp cóng cây, tiếng chày đêm giã gạo, mấy chị hàng xóm có đôi chân trắng hồng, quần hình như lúc nào cũng xắn cao quá đầu gối, lính tây trên đồn xế chiều về bố ráp giữa tiếng la ơi ới quanh xóm rồi rút mất trước khi đêm xuống, ông nội tôi với bộ đồ trắng mỏng nằm trên bộ ván dày vắt chân trước bàn đèn, những bữa canh rau khoai nhạt nhẽo, đi ỉa ngoài đồng chỉ cần lấy cục đất tròn chùi đít rồi nhảy xuống sông bơi trên thân cây chuối; những ngày hồi cư và ngôi trường tiểu học nhỏ sau chùa, con bạn Minh hương có đôi mắt sâu thẳm, trận đau thương hàn mười phần coi như chết hết chín... Những chuyện nhớ đến đâu nhắc đến đó, té ra cho thấy là tôi còn khối chuyện chưa quên, nhắc tùm lum như thế thì nghĩ là nhớ, thế nhưng bảo kể lại có đầu có đuôi, tôi chịu...".*

Đã qua, đã mất, có cái tủn mủn thì cũng có điều thơ mộng: *"Buổi chiều đầu tiên tôi đến công viên này chờ chuyến xe lửa đi qua, cảnh vật đang sáng rỡ, đàng sau những mái nhà thấp chân trời còn ửng một chấm đỏ hồng, nhìn từ xa trông như một vết bỏng mới toanh, mọi thứ đều vàng óng một màu nắng tươi, cây lá, bãi cỏ, vách tường, mái nhà, cột đèn, xe cộ và người qua lại ngoài kia, vân vân, tất cả đều rung theo hơi nóng cuối ngày ở một vùng đất có thể kể là xa thành thị, đột nhiên trời như sụp xuống trên đầu, trong chớp mắt chung quanh tôi cả khoảng không gian bỗng tối sầm, rồi rất nhanh, giữ lúc chẳng ai có thể suy đoán, một cơn gió mạnh từ hướng sông thổi vào, hất tung những đám lá khô trong công viên, những đám lá nâu đậm hẳn là đã nằm rạp dưới đất từ mấy ngày nay, hay hơn thế nữa, bây giờ cuộn tròn trên không trung lẫn vào đám lá vàng trên cây bay tơi tả, lá cũ và lá mới lao xao, lấm tấm hai sắc vàng và nâu phủ kín cả trời đất, và chính trong khi tôi ngẩn ngơ trước cái chuyển động bất ngờ của âm thanh và màu sắc ấy thì bỗng từ đâu không rõ tạt vào ngay mặt tôi, như một cái tát, cái tát từ phía bên trái có lẽ, nếu tôi không nhầm, một cái gì có thể gọi là nặng mà cũng có thể gọi là nhẹ, chỉ vừa nghe rát một bên má và ngửi thấy mùi ẩm của giấy tái sinh, tôi đoán ngay là một tờ báo cũ. Một tờ báo cũ với tôi trong lúc này không phải là một tờ báo cũ với tôi bất cứ lúc nào: vừa đoán đây là một tờ báo, không để cho một phần giây trôi qua, tôi vội đưa ta, cả hai tay, chụp vào mặt, giữ không để cho nó cuốn theo gió. Mùi ẩm của mấy trang giấy cũ lẫn với mùi mực in hẳn phải thuộc loại rẻ tiền ngửi thấy rõ ràng là nặng hơn, vì toàn bộ cái tát ấy bấy giờ nằm ngay mũi tôi, nhưng tôi vẫn đột nhiên cảm thấy khoái cái khoái của sự nhanh tay, đã đành, mà còn nghĩ ôi chao, lâu quá không biết tin tức thời sự, không biết ai còn ai mất, ai chết ai sống, ai bị xe cán phải vào nhà thương, ai đi xe cán chết người phải vào khám, ai đi xem đá bóng bị say nắng bất tỉnh, ai đá bóng bị treo giò nửa năm vì thiếu tinh thần thể thao xã hội chủ nghĩa, đã đốn cầu thủ đội bạn té bất hợp lệ còn lén cắn vào chân họ, vân vân".*

Và kết thúc: *"... Khi tôi ngẩn ngơ nhìn theo cái chấm đen nhỏ xíu với một chút vệt xám tro nhạt rung rinh trong nắng, nhỏ dần và mất hẳn sau một khúc quanh, chỗ ló ra một rặng cây màu xanh, hay một màu tương tự, tất cả không lớn hơn một đầu ngón tay của tôi khi tôi xoè nguyên bàn tay ra trước mặt, tôi hiểu là như thế tôi phải bắt đầu tất cả lại từ đầu, và ngay cái giây phút tuyệt vọng đó, ngay cái giây phút người ta có thể đập đầu vô đá đó, tôi nghe có ai nói với tôi, hoặc chính tôi nghĩ, hoặc chính tôi nói không chừng, một nội dung thật là vô nghĩa, vang lên như một lời hăm doạ giễu cợt: cũng tốt thôi!"*

Độc giả biết có người chờ chuyến xe nhưng không biết ở đâu. Phải chăng đấy là tâm trạng của chính tác giả đang sống cũng như không ở một không gian đã mất, và có thể đang chờ đợi một... ngày mai!

*

Đọc Hoàng Ngọc Biên để hiểu khuynh-hướng "Tiểu Thuyết Mới", một trào lưu văn chương đến từ Pháp với Huỳnh Phan Anh, Hoàng Ngọc Biên, Nguyễn Đình Toàn, Nguyễn Xuân Hoàng,.... Một loại "phản tiểu thuyết", nói như Jean-Paul Sartre, đối thoại và độc thoại cùng tình cảm nội tâm trộn lẫn, thứ tự thời gian đảo lộn, không cần đến cốt truyện, có khi không cả người kể. Nhân vật thường ở ngôi thứ ba (il, elle, on). Một thế giới rất "khách quan", ở ngoài! Các tác giả của phong trào muốn diễn tả những cái nhỏ nhặt, tầm thường, như cái tẩy/gôm và cả tâm hồn con người là những sự những cái di chuyển, biến động không ngừng và biết đâu đó chính là mầm của sự sống! Ở đó con người ta sẽ tìm ra cái mênh mông của đời sống nội tại! Ngôn ngữ làm hư sự vật, sự sống, làm sai lạc tình cảm nhưng ngôn ngữ sẽ được dùng cùng phản ứng bản năng để nhận thức, tiếp cập sự vật, sự sống! Theo Alain Robbe-Grillet thì sáng-tác như trước vừa phi lý và mất công vừa lỗi thời không cập nhật theo hiện trạng cuộc đời. Khuynh-hướng "Tiểu Thuyết Mới" được xem là khởi từ hiện tượng học nhất là của Husserl về phương thức tri giác sự vật, tri thức về vạn vật, bởi hiện-tượng học cũng đi tìm bản tính của hữu thể, tìm cho ra cái thực hữu của chúng. Nhân-vật không còn là cái trục chính mà chính những đồ vật như cái tẩy, cái ghế, bàn tay,… và những cử động, hành vi, v.v. được lý giải theo hiện-tượng luận và trở thành nội-dung chính của tác-phẩm là vậy!

"Tiểu thuyết mới" như tiên đoán một thời đại bất khả cảm thông (Nathalie Sarraulte, *L'Ère du soupçon*, 1956), đầy bất trắc, trong khi khuynh hướng truyện-thật-ngắn sau này thu gọn hy vọng còn sót lại và đưa ra một diễn văn máy móc, vội vàng. Mặt khác "tiểu thuyết mới" có yếu tố thi ca, văn như là thơ với Michel Butor. Tiểu thuyết mới nói đến một cuộc đời đang hình thành, đang thai-mang cho con người do chính con người đi tìm, làm ra, xa hơn là một kiếm tìm định nghĩa tương giao với tha nhân - trong khi tiểu thuyết "cổ điển" tả một câu chuyện với những nhân vật "dính" với câu chuyện, một xã hội với những con người đã có tương quan với nhau! Nay "tiểu thuyết mới" còn lại cái nội dung tìm tòi của phận người ngày càng cô đơn bất khả cảm thông, hình thức mất đi hấp dẫn vì như trật đề nhân sinh, không đủ thuyết phục!Alain Robbe-Grillet, "giáo hoàng" của tiểu thuyết mới, người từng được R. Barthes gọi là "tiểu thuyết gia của cái nhìn khách quan" (*romancier du regard objectif*), đề nghị tiểu thuyết mới để đáp ứng với cuộc sống mới, nơi đó thế giới hết vững lặng, hết còn ý nghĩa hiển nhiên, con người vừa chính diện vừa phản diện, đổi luôn và đầy trục trặc. Hết cái thời tiểu thuyết với nhân vật có cá tính như những nhân vật của Balzac chẳng hạn, vững vàng và rõ nét. Tiểu thuyết mới rất quan tâm đến con người nhưng qua hệ thống sự vật nguyên khai, đơn sơ. Không nhân vật, không cốt truyện, không hình thức đã quen!

Khuynh-hướng „Tiểu Thuyết Mới" đã được một số nhà văn Pháp thuộc nhà xuất-bản Éditions de Minuit (Paris) chủ trì, ở Việt-Nam thì có thể nói một nhóm nhà văn thuộc nhóm Đêm Trắng đứng đầu là Huỳnh Phan Anh sáng-tác theo khuynh-hướng này - Huỳnh Phan Anh trong hai tập *Người Đồng Hành* (1969) và *Những Ngày Mưa* (1970) và tập *Phía Ngoài* (1969) in chung với Nguyễn Đình Toàn. Hoàng Ngọc Biên đã viết theo "trường phái" tiểu-thuyết-mới này từ 1964 cũng là thời ban đầu xuất hiện ở miền Nam. Trong các truyện 'tiểu thuyết mới' này, tác giả của chúng vẫn có phần riêng bản sắc, có nhân vật và con người không hoàn toàn bị vật hóa, kiểu tả "cái máy pha cà phê để ở trên bàn" mà những nhà phê bình văn học Pháp chống khuynh hướng vẫn hay nhắc đến! Không khí tác phẩm của Huỳnh Phan Anh, Hoàng Ngọc Biên, Nguyễn Đình Toàn,... gần với khuynh hướng tiểu thuyết mới ở Âu châu, trong khi thế giới của Nguyễn Xuân Hoàng không hẳn cùng khuynh hướng vì trong các truyện ngắn và tiểu thuyết của ông, tính cách tự thuật và lãng mạn cũng như văn phong tạp bút thật sự lấn át tính cách *khách quan* của tiểu thuyết mới!

Phong trào „tiểu thuyết mới" đã lan rộng đến Sài-Gòn, thủ đô văn hóa miền Nam như một thử nghiệm mới, khác, hiện đại và quốc tế, đa dạng thêm cái hồn Việt Nam. Phái này thường bị xem là vô nhân hóa tiểu thuyết, vật hóa cuộc đời. Chỉ có sự vật, vật giới, còn con người không ra gì, không đáng nói đến! Với kỹ thuật mô tả "tiểu-thuyết mới", thế giới đang hình thành, mà ai để mắt nhìn vào thì cũng chỉ thấy bề mặt cho nên nhân-vật, con người chưa thể rõ nét, đó là lý do con người vắng mặt trong cõi "tiểu-thuyết mới" này!

Thơ Hoàng Ngọc Biên: *Uống Trà Sớm Mai* (lục bát, 1962-1996; Trình Bầy, Hoa-Kỳ, 1996), *Đất và Người và Thần Thoại Việt Nam* (Trình Bầy, Hoa-Kỳ, 1997), *Biển Ngày Đêm* (Trình Bầy, Hoa-Kỳ, 1999) và *Chân Mây Cuối Trời* (chung với Đỗ Trung Quân; Trình Bầy, Hoa-Kỳ, 2003).

Bài đồng hành:
"1
dựa lưng vách núi
nhìn ra khơi:
biển xô vào bờ
những cái vẫy tay trắng xoá.
trời mênh mông — nước sủi bọt
đẩy xa những ngọn sóng
bạc đầu.
   giữa nhấp nhô đại dương...
cuộc đời có lãng xẹt đến vậy không?
không ai biết.
mây trắng lặng lẽ tìm chỗ
trốn sau những tán lá tối mù   trời vẫn trong xanh.
hỏi?
mây sẽ không trả lời.
sẽ không ai tự nguyện đi khẳng định
điều đương nhiên
như vệt máu kia lâu ngày phải khô...
   không suy nghĩ có phải cũng là suy nghĩ?
có phải chúng ta đã tự biến mình thành những đứa con của hoàn
cảnh
   và quên   trước tiên   mình đã có cha ông?
CHASSER LE NATUREL...
   2
dựa lưng vách núi
nhìn ra khơi:
biển xô vào bờ
những nắm đấm trắng xoá.
trời mênh mông — nước sủi bọt
đẩy xa những ngọn sóng
bạc đầu.
   giữa nhấp nhô đại dương...
cuộc đời có bi đát đến vậy không?

không ai biết.
mây trắng hốt hoảng thoát ra
từ sau những tán lá tối mù   trời vẫn trong xanh.
hỏi?
mây sẽ không trả lời.
sẽ không ai tự nguyện đi khẳng định
điều đương nhiên:
vệt máu lâu ngày phải khô:
tất nhiên có đến gõ cửa ông thượng đế ổng cũng chẳng tìm đâu
được cho ta thứ hoá chất tẩy sạch —
MAY CÒN CÓ NHỮNG BÀI THƠ..."

(San Jose – 5. 2011)

Bài thơ dài tựa đề "như được bầu trời xanh mách bảo / một ngày đầu tháng chín ông b thức dậy / theo tiếng chim hót sau vườn / sắp xếp giấy tờ thu gom các thứ / để trả lại lý lịch" có thể xem như cuối, ghi chú *"san jose, chín 2012 – trước ngày vào Stanford"* để trị bệnh:

"kỳ lạ thay / tôi có trong tay gần hết
– theo chỗ tôi biết
sẽ xuất trình đầy đủ
thẻ hoãn dịch
thẻ xe buýt tuyến saigon / chợ lớn / nancy
& một lố sự vụ lệnh chấm thi
giấy chứng thực lính ắc ê chín tuần
giáo chức biệt phái
luôn cả phiếu quân nhu trên chợ cá
góc trần quốc toản - nguyễn tri phương
sẽ trả lại luôn
tấm căn cước bọc nhựa làm hơn một năm trước
cô vợ phải lặn lội cả một ngày trời
đi lấy mãi tận quận châu thành tây ninh
để kịp giữa đêm
đi lãnh ông chồng bạt mạng từ nhà giam
quân vụ thị trấn
sẽ xuất trình
sẽ giao trả hết / trả đầy đủ
chiếc vé ố màu rạp hát bội bà tuần ngã giữa

bữa nào đi cũng có anh bạn học hoàng phủ
    đẩy sau lưng
ôi chiếc vé in thủ công cách nay mấy mươi năm
(tiết nhơn quí lạc mất chữ i ngắn chỗ xuống dòng)
cái già – cùng lắm cũng chỉ thua tôi vừa hơn mươi tuổi
  sẽ xuất trình hết thôi
mấy cái thẻ sinh viên bốn góc nát bụi đời
lấp ló năm ba kiểu cổ áo blouson xứ lạnh
cái nhìn nào – tuyệt vọng hết chỗ nói –
cũng cố sao chép cho giống cái nhìn tha thiết
của james dean!
  sẽ xuất trình
mấy tờ giấy xuất trại đủ màu
lóng lánh son / những dấu tròn đỏ thắm
ẩn hiện đủ năm dấu tay dầu mỡ
lem nhem những chữ ký
phèn đất thái mỹ dính đầy
  sẽ giao trước tiên tờ giấy mỏng dính
khập khiễng so le / xếp làm tư:
ba tuấn lễ mác lê made in china &
con đường văn nghệ hiện thực độc đạo
còn phảng phất mùi chao đậu hũ
  sẽ giao luôn
lẫn trong mớ thời khắc biểu ghi chép nguệch ngoạc
mấy lớp tiếng tây tôi nổi hứng nhận dạy
ở phân khoa giáo dục / đại học bách khoa
một cái huân chương lòng thòng vừa vàng vừa đỏ
(một sáng nọ ông bạn hùng lân lên bộ
hân hoan tự ý vác về)
  sẽ giao hết
mấy cuốn catalogue triển lãm tranh ở alliance française
la dolce vita / hôtel continental & hội hoạ sĩ trẻ
góc công lý - lê thánh tôn
giao ngay luôn
tấm thẻ ra vào cổng mcgraw-hill far eastern publishers
ở tân phố
(ôi những chuyến xe sáng chiều

chạy trên đại lộ xuyên đồi bukit-timah –
nhấp nhô trong sương
những mái ngói trường đại học
những chuyến xe khởi đi từ nhà bưu điện đèn vàng
gần như sáng nào cũng được nàng lisa xinh đẹp
giữ một chỗ bên cạnh để hỏi chuyện
chiến tranh vietnam)
  sẽ trả hết
mảnh vải vuông mong manh ngả vàng
ghi dòng chữ khó hiểu "cần được giúp đỡ"
cô chị buộc tóc khi cùng tôi băng qua
một đồn tây trên quốc lộ buổi hoàng hôn
hai chị em theo chân những người lạ
vượt rừng lên thăm cha / mãi tận chiến khu
(công tác tuyên truyền thuế nông nghiệp / gần xong
sau bao đêm ngày đạp xe
xuyên núi rừng việt bắc
– có phải ông phán toà sứ được phép thảnh thơi
năm ba bữa trên đất ba lòng?)
... qua biết bao lần dông bão cuộc đời
nào trình diện nào học tập nào họp đêm
hết lao động tới thu hoạch
chen lấn mua gạo - đốt sách - đổi tiền...
cái kiểu bạ gì cũng cất giữ ấy
kỳ lạ thay / mẹ bảo tôi lấy từ ông nội
không phải từ cha
  gom giữ hết
để rồi vui vẻ thu xếp trả lại hết
không giữ gì cho mình
chuyến đi dài vô tận / vác nặng trên vai
còn lại chăng / sẽ là năm ba cuốn tự điển
thấm mồ hôi tay / nát nhàu".

[Trích tienve.org]

Hoàng Xuân Sơn
và nỗi thơ đồng cảm

Hoàng Xuân Sơn tác-giả các tập thơ *Viễn Phố* (Việt Chiến, 1989), *Huế Buồn Chi* (Tác giả xb, 1993), *Lục Bát Hoàng Xuân Sơn* (Thư ấn quán, 2004), từng và hiện thường xuyên có mặt trên nhiều tạp-chí ở hải-ngoại dưới tên thật hoặc các bút hiệu Sử Mặc, Hoàng Hà Tỉnh, Vô Định,... Qua ngôn-ngữ thơ, Hoàng Xuân Sơn một mực nòi tình và rất Huế. Cuộc tìm giao cảm bắt đầu với con chữ và liên tục, thiết tha.

Giao cảm với đời, với người

Người Việt là dân-tộc sính thơ nhất thiên hạ, xa xưa thì cổ thi, cổ phong, phong dao, ca dao, rồi truyện thơ, trường ca, hành,... và thời bây giờ thì mỗi năm hàng trăm tập thơ và 'thơ' được in ra hoặc tung ra trên Internet (hiện-tượng đưa cái Tôi lên qua các Blog) trong đó đa số không ai biết đến hoặc tự biến mất. Ru con, chèo thuyền, thi đua công tác, làm việc đồng áng, cưa gỗ, mà cả việc giáo huấn, làm chính trị, v.v. cũng thơ, cũng vè, học sinh sính thơ mà chủ tịch cũng... thơ. Bên cạnh là những người yêu chuộng nghệ thuật thi-ca, có người một đời chuyên trị thơ, có người làm thơ cho mình, tự kỷ, có người cho rằng thơ mình là hay nhất, và có những người làm thơ để giao cảm với người, là mở lòng ra với đời, có khi kèm sứ điệp, có khi không. Hoàng Xuân Sơn là một trong số đó, với những đặc thù, đặc sản "Hoàng Xuân Sơn"!

Giao cảm với người, với đời, ông làm thơ tặng bạn văn thơ, bạn đời, bạn từng gặp, v.v. do đồng cảnh đồng tình, đồng thuyền đồng hội. Giao cảm qua kỷ niệm một thời, thời trẻ tập tễnh thơ văn (Chuyện tầm thường ở một góc độ, HBC) hoặc cảm nhận mỗi khi được đọc văn thơ bạn hữu, v.v. Nhà thơ còn mở lòng ra với cả thiên hạ, không biết trao ai như nhà thơ cho biết trong bài Sẽ tặng... ai? gần đây:

"da mầu tôi / ăn năng em
một hôm đất sậm. buồn
thèm mưa xanh
nằm mơ / hạt bụi xuyên thành
mặt trăng xin kể chuyện đành lòng / xa
tôi đi / níu kéo giang hà
mà đêm phụ rẫy / tình qua bãi bờ
ở sơn tuyền. nhớ câu thơ
trăm năm phố thị
một giờ mất nhau... "

(7-7-06, trích từ trang mạng Da Màu damau.org)

Giao cảm từ cái Tôi

Hoàng Xuân Sơn đến với người thưởng ngoạn thơ qua những cái riêng và chung của Huế, buồn, và qua thơ. Thật vậy, phương tiện chỉ còn là những vần thơ, nhất là ở những lúc buồn và vô vọng:

"Đêm nằm gối lên sách / Mơ chữ nghĩa hiện về
Câu thơ nào bế tắc / Nét mực nào di thê?
Ôi như linh hồn cũ / Có xót xa cũng đành
Sao niềm vui mới nhú / Đã giục đời quay nhanh
Chí tình không thay đổi / Cả tim óc lẫn mình
Gửi về đâu nguồn cội / Sách vở buồn lênh đênh!"

(Vô Thư, *VP* tr 35).

Buồn rõ nét hơn chăng với thời gian, vì nhiều năm trước đó từ Huế vào Nam và trước khi rời đất nước đã buồn nhớ rồi:

"... Rồi sẽ đi xa dăm người bạn
Chào đêm Sàigòn ngây ngất say
(...) Sẽ đến nơi nào trên mặt đất?
Theo chân mùa cũ hẹn nhau về
Nối những đêm xanh đầy tiếng hát
Vẫn có Sàigòn trong dáng xưa"

(Sàigòn Những Đêm Còn Lại, *VP* tr. 38-39).

Sài-Gòn đó nay cũng đã thành cố quận, nơi một thời có "Anh chàng người Huế đi phiêu bạt / vô tuốt Sài-Gòn ở gác thuê / chiều chiều ngó xuống đường xe cộ / buồn! nhớ! chi mô, lạ rứa tề!"

Cái Buồn như một nỗi ám ảnh, như tâm cảnh:

"Chiều ba mươi Tết lạnh, về không
Nắng ở trên mây rụng cuối lòng
Nhà ai tiếng pháo mơ hồ vắng
Em từ âm vọng buổi tàn đông?
... Bóng lạ gương soi buồn lặng thấm
Sầu che tóc rũ mắt không hồn
Nắng biệt bên trời mây chợt trắng
Lòng đêm cao tới mộng vô thường..."

(Quỳnh Hương Một Đóa Vùi Lau Lách, VP tr. 36-37).

"Bao nhiêu năm vẫn chưa hề ngó lại
những chốn qua là mỗi mỗi tình cờ
cơn nắng hạ giữa một ngày đông chí
cũng mơ hồ như lối cũ đường xưa
... Bờ mới đến chỉ là bờ tâm huyễn
vui gì đâu tiếng nói lạ tai người
từng cảnh trí từng huy hoàng bóng, sắc
từng băn khoăn ngột ngạt giữa đất trời..."

(Nhìn Lại, 1984; Thơ Quỳnh, chưa xuất-bản)

Riêng cái buồn Lô Dung như cô đọng với vẻ cổ kính năm chữ:

"Gối đầu lên mùa lũ / buồn Lô Dung đổ dài
vạt chiều quai nắng thắt / ngoi ngóp dặm triều phai..."

(Buồn Lô Dung, *HBC* tr. 35)

Giao cảm từ cái Buồn và nỗi niềm xa xứ, với tâm thức lưỡng đầu xứ người-quê nhà, bên ni nhớ bên tê

Tập *Viễn Phố* xuất bản năm 1989 gồm một số bài sáng-tác trong nước sau biến cố tháng Tư 1975 và những sáng tác những năm đầu sống lưu lạc ở Montréal, Washington D.C.; phần lớn đã đăng trên các tạp-chí *Việt Chiến, Nhân Chứng, Văn Học, Làng Văn, Nhân Văn, Tân Văn* (Hà Thúc Sinh), v.v. Tập *Viễn Phố* mang 4 phần đánh dấu cuộc hành trình định mệnh rời bỏ quê hương và sống đời lưu xứ, tâm thức thường trực "hướng về" trong tưởng vọng: Quê Nhà Như Một Vết Thương, Ở Một Nơi Đến, Hoài Niệm, Dù Đường Thiên Lý. Phải sống cái không khí hải-ngoại những năm 1980-1990 mới hiểu được nội dung lưu đày và giá trị văn-chương của những tạp-chí văn-học đấu tranh như *Nhân Văn, Nhân Chứng, Việt Chiến*, v.v.

Tâm thức lưu vong hơn một lần được nhà thơ biểu tỏ, tâm trạng như bao gồm những vết thương nhức nhối ở quê nhà, nỗi xót xa ở đất khách và những hoài bão cưu mang cho một ngày hy-vọng hồi sinh. Đất người là nơi mà

> *"Đời sống tôi không hằng ước mơ*
> *kéo dài như nỗi xót đau / nơi đây*
> *sự lạnh lùng biểu trưng ngày tháng*
> *dưới dạng mùa đông nguyên thủy loài người*
> *những tâm hồn băng giá mọc chùm cô đơn... "*

(Bất Hạnh, *VP* tr 52).

"Nơi đây" con người vương mắc cái buồn lữ thứ, dần trở nên tâm thức thường trực. Nhất là khi ngụ cư ở miền đất lạnh phương Bắc của Canada, nơi mùa lạnh kéo dài đến nửa năm, nơi sinh vật như phải chết, như phải ngưng lại, như để chuẩn bị cho một cuộc hồi sinh. "Khi lá rừng phong dần đỏ thắm" nơi xứ người, nhớ về những con đường phố học của Thu Vàng Phố Cũ (*HBC* tr 53).

> *"Năm đây / xứ lạ quê người*
> *Nhìn ra một thuở / đất trời chửa quen!*
> *Mùa chi sáu tháng lạnh tràn*
> *Thân chìm dưới áo tuyết đàn trắng mây*
> *buồn trơ trụi mấy hàng cây*
> *về đâu chiếc lá của ngày thu xưa?... "*

(Quê Người, *VP* tr. 84)

Ở 'nơi đây' mà hoài nhớ Huế xưa:

> *"... Mùa đông xứ Huế chao ơi nhớ*
> *Những đứa con đau thắt nỗi nhà*
> *Hỡi ơi cố lý là quê cũ*
> *Áo trắng qua cầu em có qua? "*

(Huế, Từ Phong Vũ, *VP* tr. 78)

Cái Buồn vĩnh cửu của con người Huế nhạy cảm

Buồn như tứ thơ tha thiết, day dứt, khôn nguôi, gần như bẩm sinh, như những cơn mưa dai dẳng buồn thiu. Buồn trống trơn như không có gì, không cả lý do nội tại cũng như ngoại lai:

'Không có gì đâu em / Chiều nay như mọi bữa
Đêm, cái chết êm đềm / Vẫn nuôi ngày sống, thở
... Trúc xanh biệt mai vàng / Xui chi mùa gió chướng
Đau xót một cành lan / Hôn nỗi buồn cúc trắng...'

(Thoảng Tan, *VP* tr. 22)

Cái buồn nhẹ thênh mà thường trực và dài hơi:

'... Buồn lắm mênh mông triều sóng bạc
như người cất rớ đứng cô đơn
bèo trôi ra biển rồi mất biệt
còn chút rêu rong bỏ lại nguồn...'

(Mưa Mùa Nước Lớn, HBC tr. 28)

'Thuyền, cầm / ngọn nước thờ ơ
để cho rong tảo lên bờ ngủ hoang
buồn đi quải gió theo đàn
trường thiên thu thủy hồn tan nguyệt biểu
như tình còn chút lửa thiêu
nghe mùa cổ điển dậy triều sóng đưa'

(Thuyền, *HBC* tr. 94)

Chữ dùng bất ngờ nhưng xứng hợp địa-dư, nhắc người thưởng thức khung trời xứ Huế (tuyền, ngọn nước thờ ơ, nguyệt biểu...).

Cái Buồn rất Huế

Huế với sông Hương, núi Ngự Bình, hoàng thành của một thời đế vương lừng lẫy, với thành Nội, những lầu những cửa Thượng Tứ, Ngọ Môn, những bến Thừa Phủ, Nam Phổ, Kim Luông, Vỹ Dạ, cửa Thuận An, v.v. Nơi có lần nhà thơ tự hỏi: *"... sinh ra làm gì ở Huế / những cơn mưa cuồng thâm nặng lòng đất"* (HBC tr. 92). Huế là một chốn xứ sở "bỏ thì thương, vương thì tội" mà những 'đứa con hoang đàng' phải bỏ Huế mà đi thì cũng có lúc trở về, nếu không thì cũng quay quắt thương nhớ về. Một chốn đầy vết tích phế hưng lịch-sử, đầy thăng trầm con người, một thiên nhiên trầm lắng, khép kín. Con người ở đó dễ mơ tưởng, trầm mặc, dễ lắng nghe tiếng nói của con tim, của nội tâm. Sông Hương lặng lờ, không sóng lớn, nhưng ai biết con người nơi đó sóng lòng ra sao, da diết thế nào. Những con thuyền lặng lờ, biết về đâu. Những giọng hò mái đẩy làm nao lòng người. Mưa Huế dai dẳng,... tác-giả kể trong Chuyện Tích những ngày Huế cũ nhưng hãy còn sống động trong tâm tưởng.

Buồn qua thổ âm, ngôn-ngữ Huế

Tiếng Huế là ngôn ngữ réo rắt của tâm tưởng, của thời-gian một thuở, của những Nam ai, Nam thương, Nam bình,...; ngữ-khí rất riêng:

"Lâu lắm không hề nghe thổ âm
Răng, rứa, chừ, mô cũng lạ dần
giọng treo trên núi hồn xiêu lạc
giọng bỏ về nơi chốn tị trần"

(Thổ Âm, *HBC* tr. 10)

"Huế buồn chi Huế không vui
Huế o ở lại Huế tui đoạn đành
o đau sương khói một mình
tui đi ray rứt Nội thành tái tê
Huế buồn chi, tội rứa thê
ính xưa nghĩa cũ ngó về tựa nương
Huế ơi mộng tới đường trường
Kim Luông Vỹ Dạ dòng Hương có còn
trèo tình lên núi mà thương
cỏ cây chất ngất phố phường ở mô
Huế chừ cách mấy triệu o
mưa qua cửa Thượng chiều co bến Thừa"

(Huế buồn chi, HBC tr. 15)

Huế mà một khi xa rời sẽ nhớ:

"Trách cá nục chừ ai khen
trái ớt chia vôi chừ ai hít hà
nứt làm hai con cá bống thệ
cha mạ nứt hai cha mất đi rồi nhà tróc nóc
bếp lửa chiều lạnh tanh củi nỏ..."

(Chừ Mạ Gánh, *HBC* tr. 80)

Khi xa dễ tưởng rằng "sông Hương chừ trắng nợ rồi / phủi tay còn chút buồn rơi cuối dòng" ('Phủi tay rồi nợ sông Hương', HBC tr. 83), mà nào phải vậy!

Một thứ buồn đầy nhạc tính:

"Đàn nghe vắng tiếng ru hời
Chạnh lòng sông xưa ca nữ
Quạ kêu sương cũng chín chiều
Lạc loài mấy cung lưu thủy
... đa mang chi tài tử
cầm so dây rồi / khúc tư lự
nam bình gọi nam ai
giọng sầu chừ trách sông dài
trách non hờ hững mòn vai đợi chờ"

(Nam Ai, *HBC* tr. 19-20)

Tâm-sự Sử Mặc

Ở Hoàng Xuân Sơn có phần tâm-sự tạm đặt tên là Sử Mặc, vì ở ông có tâm-sự của một kẻ bất bình, bất phùng thời và 'hoang đàng chi địa':

"Quý thân ta / ruồng thân mình
ôi thân lá mục / trường thành mang mang
vì đâu thiên địa hoang đàng
cái nhỡ tay / rót mộng tràn
tâm si / mộng mơ mơ mộng rù rì
lãng đãng bước phơ phất
ghi / dạng hình
cái bóng: góc chờ? hiển linh
cái thây cúi nhặt / lung linh ảo hồn
đường mù thai / trụy / hoàng hôn
buổi người khép. rịn
lao tồn nhục vinh"

(Hoang Đàng Chi Địa, 5-2005).

Những bài thơ ký Sử Mặc có dáng thơ riêng. Về bút hiệu Sử Mặc, Hoàng Xuân Sơn đã có lần cho biết ông "tự thấy thơ Sử Mặc có ý bỡn cợt và trào phúng như một chỗ xả hơi khác trong sáng tác" (Phỏng vấn của Tường Vi, *Văn Nghệ Ngàn Phương*, bộ 3, số 108, 1-7-

2001). Tập 'Thơ Phiêu Sử Mặc' được hứa hẹn từ lâu nhưng vẫn chưa xuất-bản; tuy vậy nhiều bài đã xuất hiện trên một số tạp-chí giấy và Internet và người đọc thơ đã có thể cảm nghiệm được cái "phiêu bồng, phiêu hốt, hay phiêu diêu trên cõi đời thường" như tác-giả cắt nghĩa với chúng tôi gần đây. Thơ ở đây chạm đến hiện thực và vấn đề hôm nay, tức nghệ thuật vị nhân sinh hơn:

> *"Lây bây ra cả đấy / trây trét chẳng nên hình thù*
> *mới tính chuyện phúc hồng vực dậy*
> *phúc bảy mươi đời nhà nông bần cố*
> *chữ cắn đôi nát bấy tay cầy*
> *khom lưng chẻ dọc đường sống*
> *bao lâu rồi quỵ gối dâng*
> *tội nghiệp đất thà như đất*
> *thó im ỉm / thóc giống chẳng còn ra*
> *thà như đất / nằm / im"* (8.02).

Ngôn từ hiện thực để nói cái tâm linh, phẫn nộ:

> *"rút đi / xương, tuỷ. nhục này*
> *rút đêm mê sang / rút ngày mượn hơi*
> *rút đi / hồn ngụ trên trời*
> *thân cư dưới đất / nghìn khơi bão bùng*
> *rút đi / cái thắt thẻo*
> *cùng / ba hồi chớp nháng*
> *cái chung đụng. buồn*
> *rút này / rút cả tư phương*
> *xác ve mình hạc / lên đường / kéo quân"*

(Đôi Co Cùng Bệnh, 09/06)

Giao cảm với thể cách sáng tạo: phá thể cái truyền thống

Để đạt mục-đích giao cảm với tha nhân, tác-giả vừa là Ta, một cái Ta hừng hực không ai khác, một cái Ta lừng lẫy một quá khứ của riêng Ta! Một cái Ta có khi ẩn khuất, mờ ảo. Ở Hoàng Xuân Sơn không có cuộc chiến của những cái Tôi, mà tất cả những cái Tôi, cái Ta như cùng hỗ trợ cho một Hoàng Xuân Sơn! Hoàng Xuân Sơn sáng tác nhiều thể-loại thơ năm chữ, bảy chữ, lục-bát, tự do đến cả Tân hình-thức, nhưng ở lại với người thưởng thức thơ nhiều hơn với những bài lục-bát và có thể nói ông thành công với những bài lục-bát dù biến thể.

"Một ngày / bút tự rong chơi
ngâm câu tự bạch / bỏ / đời thi thư
thành ai / vây khổn sương mù
buồn lên một ngọn trăng lu / võ vàng
cây đau cổ / xuống vai / quàng
rưng rưng chiếc lá / mầu khang lệ / còn
trường tình / mới buổi nào / son
đã nên oán khúc / đẽo mòn / xuân thơ
ai đem giọt nước ơ hờ
cũng xin thấm muộn / đôi tờ thư xưa
một ngày / bút tự xanh mưa
ngâm câu tự bạch / xin / vừa dấu yêu"

(Tự bạch, 2001)

"Lên đèo heo. mất hút. tăm
em tan cánh gió bay / trần trụi. tôi
quađời quađời quađời
dễ chừng hơ hỏng vốn lời ngất ngây..."

(Tăm Đèo, *LB* tr. 103)

Chúng tôi đã có lần nói đến những cách tân của thơ lục-bát, rằng thể thơ gia tài riêng của thi ca Việt, đã được cộng hòa văn-chương miền Nam tự do tiếp tục làm mới từ khi ra đến hải-ngoại: cái Ta được biến thể và cập nhật, chưa nhập vào lòng văn-học hội nhập thì ít ra tự ứng phó với thời mới, đất mới. Ngoài Du Tử Lê còn có Hoàng Xuân Sơn theo con đường biến thể lục bát - cùng với sử dụng dấu chấm câu hoặc không viết hoa - trở thành thông thường vào cuối thế kỷ XX: *"Em qua / em qua / em qua / đò giang trắc trở / em qua được rồi / em qua tới bợt em ngồi / tới bờ em đứng khóc / mùi mẫn / em"* (Đầu lệ, HBC tr. 51) - hình-thức thơ tự do có thể được ngâm như được diễn tả trong thực tế là bốn câu lục-bát!

Thật vậy, thơ lục-bát bị xâu xé giữa truyền thống và mỹ học hôm nay. Lục bát cách tân dưới nhiều hình thức, biến thể tự do về chấm câu và xuống hàng trong cái khuôn tiên-thiên hay hiểu ngầm 6-8. Nhịp điệu đa dạng ra. Âm điệu vẫn giữ hoặc không giữ, lục bát ba câu, chấm dứt ở câu sáu, v.v. Hình thức có đem lại cái mới cho con mắt, cách đọc đa dạng. Lục-bát biến thể, đa dạng đã được dùng trong mọi tình huống, mục-đích, từ cụ thể vật chất đến tư tưởng, tâm linh. Vì cũng như tiếng Việt, câu lục bát Việt không phải là cái bất biến; một sự đổi mới về tu từ, về cấu trúc câu, khiến câu thơ Việt cập nhật thêm tính cách nghệ thuật mới mẻ.

Hoàng Xuân Sơn là một nhà thơ sáng tạo ra một cấu trúc thơ riêng của mình. Việc tạo ra những câu thơ con chữ Huế gây lạ, bất ngờ, và bằng cách xáo trộn cấu trúc câu,... là có chủ đích cả. Thi ca có nóng mới sáng lên, có sáng đã thì ấm nồng mới đến, do nguồn khí con tim tìm giao cảm đi khắp da thịt, máu và lý trí. Thơ lục-bát biến thể của Hoàng Xuân Sơn ngắt nhịp bất ngờ, đa dạng, theo cảm xúc, khiến giàu nhạc tính và dễ đi sâu vào lòng người thưởng ngoạn thơ. Lục-bát của ông có thể là rời tỏ tình với người yêu, với bạn, với mẹ cha, anh em, cũng có thể là lời ru, câu hát (ảnh hưởng nhạc Trịnh hay chính Hoàng Xuân Sơn cũng là người mê nhạc, ca hát, một phong cách bộc lộ căn nguyên bản chất).

Mặt khác, sử-dụng thể lục-bát của dân-tộc, thể-loại từng sống lâu và có thể bất tử, nhà thơ vận dụng để nói chuyện tâm thức hay thực tại, như muốn thơ mình ở lại trong khung bất tử. Hoàng Xuân Sơn với nội-dung bản ngã và những riêng tư quê quán, thổ âm, với kỹ thuật vừa nói, đã thiết lập ý nghĩa cho một lục-bát biến thể riêng của ông. Giai điệu lục-bát vẫn thường trực ở đó như một bảo đảm nhịp, vần:

> 'Rượu đắng chấp chới tình cô
> gió khuya hứng lạnh một tờ rẩy run
> uống bao nhiêu lụy chưa chùn
> bước trong thiên hạ bước cùn mằn tâm
> ngọa lời cay đắng trăm năm
> ăm ngửa bồng ngửa chút cầm cố theo
> chí cương, mà thạnh rất nghèo
> mạt vận không năm được. vèo. cơ ngơi
> hốt dăm ba chữ. đuối lời
> con tàu lân mẫn nằm chơi ụ buồn
> giờ thì kẻ lạ người dưng
> xác xao suốt một giải trường sơn kia
> ngờ xem thiên cổ ai về
> chút hồn sử lụi đêm khuya. chiến bào
> đâu còn mã lộng đồi cao

mà chân ngựa trắng tây tào tuyết in
bắc phương bắc phương kìn kìn
rượu đằng sóng nổi thu chìm túy thi
(...) uống đi. trăng đã xa bầy
rừng trốc. suối kiệt. non đầy đọa căn
ừ sông ra biển một lần
mà dây thủy táng chuộc phần dương sinh
nơi đâu mồ quỷ phúc trình
oan hồn vạn kiếp còn linh hiển nào
rượu đằng xấp xiển mùa ngâu
có hưng phấn được mối sầu hoa nan?
chờ nhau. rồi chờ nhau. ngang
người đi lớp lớp tan hàng cuộc vui'

(Đằng Khúc, Tửu, 2003; trích 'Thù Tạc', chưa xuất-bản).

Tác-giả cắt câu, xuống hàng, một bài dài như Trân thực ra bao gồm trong bốn câu lục-bát:

"Nắng lên / đầy ảo / mắt nàng
gió sao còn chạy xiên quàng giữa mưa
màu trời / ai bảo đem chia
cho người khốn khổ / đầm / đìa / giọt trân".

(Trân, *HBC* tr. 31).

Cùng trường hợp với các bài Biết Gì, Gọi Đàn, Liễu Y, Đầu Lệ,... trong tập *Huế Buồn Chi*. Và toàn bộ tập *Lục-Bát* là những bài lục-bát biến thể dù chủ đề là tình, là cảnh, là những cảm xúc khi đọc sách, ngâm thơ, nghe nhạc hay chỉ là những thoáng sát-na trong cuộc nhân sinh.

"Trời thu sao tịnh cuối hồn
Nghe luồn rét ngọt bồn chồn chân đi
đầy âm. đêm. cõi nặng chì
bước giang hồ vặt kéo, trì những đâu?
nhớ đời tươi tắn xưa. Lâu
nhớ vai gầy lẳng qua cầu hát ngao
đêm thu phất phới hạnh đào
Vàng tay chín cả ngàn sao tự tình"

(Hồ thu, chân sáo; *LB* tr. 77).

Những bài dài hơn, lục-bát biến thể mang hình-thức thơ tự do:

"mỏng tanh / đôi vú xuân hờ
lâm thâm nét cọ / đưa bờ vai / qua
chuôi mày xâm mặt nhợt / nhòa
con mắt sơ tán / mùa hoa nhiễm trùng
nữ mù / hồng lạp khuê dung
tựa môi chảy dọc
sống lưng bàng hoàng
mút tầm / thiên địa hỗn mang
bồ xương thạch dựng
non ngàn phẳng phiu
vạt. chia / băm nát
cầu / kiều
thoát giang trừng mộng
phù điêu / bãi / cồn (...)"

(Xuân Mù, Vẽ, 8-03; trích 'Thù Tạc')

Về thơ tình thì Hoàng Xuân Sơn thiệt rất tình:

"trăng. liếm vào mặt em / xanh
khuya cây mắt nhắm
rung cành mộng mơ
ổ lá thắm /khúc đợi chờ
em linh nguyệt thấm hết / tơ tóc bày
mười lăm, thiếu một tầng / mây
trái vừa ửng chín trên cây / động tình
ru năm / cội biếc u minh
tình tôi một bữa / van quỳnh thốt thưa "

(Mười Lăm, 6-05, tạp-chí *Thơ*)

'Dịu dàng / em đến bên tôi
hình như... / hình như mình / đã biếng cười / rất lâu
từ trăm năm chụm mái đầu
từ xanh thơ dại nên mầu tóc tơ
từ yêu thương lẫn vực ngờ
chẳng qua chút bóng sương mờ đấy thôi!
hãy tin rằng: bấy cuộc đời
yêu em bạch nhật / suốt trời thanh thiên

hãy tin rằng: thịt xương liền
vào trong muôn kiếp / lậm tiền duyên nhau
sá gì / một gợn bể dâu
đã se cùng tát / lượng sầu nhân gian
cho xin / lời, tiếng / dịu dàng
xin nhau / đắm giữa vô vàn / cuộc yêu'

(Bài Thơ Dịu Dàng, *LB* tr. 95)

Tác-giả đã bàn đến lục-bát biến thể của mình, một cách bất ngờ:

"Lục bát đủ kiểu nằm ngồi
đứng đi lổn nhổn gò-bồi-rạch-mương
nhốt trời vào họng tai ương
trả nhau về dạng bình thường tứ chi
lục bát đủ kiểu nhâm nhi
sáng lai rai. mỗ
chiều tì tì. ngươi
phải chi cái chiếu không lười
cái chăn không lạnh
chỗ chơi còn dài
giờ thì / lục bát cơm. nhai
trệu trạo cát sạn / đông / đoài / tít xa
lục bát lạc bút hoan ca
hồ - liu - xán - xự
kệ bà tuổi xuân"

(Lục Bát Lạc Bút, 7-04; trích 'Thơ Phiêu')

Cách-tân hình-thức đã là một hình thái của dấn thân sáng tạo. Nhà thơ dấn thân ở đây như chiến thuật mỹ học. Nên có khi đã... lạc đàng sang thế giới của Tân Hình-thức, một Tân Hình-thức ngập ngừng. Hoặc hình-thức mới nhưng hơi hướm lục-bát:

"Vạt nước hắt sương đi xa
trời mưa quyện đổ / thâm tà áo / bâu
nên thơ từ vựng hôn / đầu

(...) (thơ cũ như là áo xưa chút hương theo gió chút mùa gửi trăng chút phân vân duột tơ tằm chút mình lẫn chút trăm năm bùi ngùi chút thân da thịt sần sùi chút tà dương vợi săm soi tuổi đời)

> *Chén hoài / ẩm / một chút thôi*
> *men say cổ lụy nước ngời phúc âm..."*

(Cõi chia, *Lục-Bát* tr. 90, 93).

Hoặc đi xa hơn, nhập cùng cái mới của Tân hình-thức, dù nhạc tính vẫn vấn vương tâm tình:

> *"... Đêm đã bên ngoài tường thụy và*
> *tàng cây khiết hồn. Thị Bằng lên*
> *chơi phố núi. Ở khúc thanh bình*
> *xưa lắm lộc trời. Nhuận cam vời*
> *vợi rót. Bồ đào tinh khôi. Ở*
> *đó giọt đàn êm sơn xuyến và*
> *   tiếng hát ni nhỏ nhẹ. Nụ cười*
> *lành của hát. Hương quỳnh trên tóc*
> *và chuôi mắt. Ta mang cho em*
> *một đóa quỳnh. Không. Ta mang cho*
> *em cả một khối tình. Lớn mãi.*
> *Giờ này quỳnh đã ngủ hay vẫn*
> *còn thức sông quyên đêm trói tình?*
> *Hình như trăng vẫn sáng trên vai*
> *mẹ gầy. Lâu lắm. Mới có một*
> *lần ngửa đời uống vui từng giọt.*
> *Và em. Bên cạnh ai. Không cần*
> *biết em là ai. Là nữu-mai*
> *-na-tiến? Không cần biết. Ta yêu..."*

(Đâu Cần Biết, Tạp-chí *Thơ* 28, xuân 2005; tác-giả chú 'chữ in nghiêng: Lời nhạc Diệu Hương, Trịnh Công Sơn').

Mới theo lý trí nhưng bản chất nòi tình vẫn ở lại nơi con chữ. Từ truyền thống, đã quen, phất ra phong cách thơ mới, khác, riêng, là một thể cách cá nhân hóa tác-phẩm, cá thể hóa kỹ thuật, tạo nét đặc thù Hoàng Xuân Sơn. Nếu văn-chương là một hình thức giao cảm, đối thoại, phát biểu của một cá nhân với tập thể của ngôn-ngữ sử dụng, thì những cách tân lục-bát cũng như Tân hình-thức là những thể cách sáng tác đặc biệt, tư biệt dù dễ đi đến lập dị! Từ đó có thể nói đến cá thể hóa kỹ thuật thơ lục-bát thành công, đáng kể, mà Tân hình-thức không có hoặc nói nhẹ hơn, khó có.

Ngôn-ngữ tài hoa khiến con chữ bất ngờ, như trong bài mà tựa đã là không dễ gì hiểu đối với người ngoài cuộc cờ chẳng hạn. Tựa là "1_____________10":

"rõ ràng 1 / rõ ràng 2
mà sao 3 trắng / lại hài ra đen
lần 4 xúc xích / trụ đèn
tay 5 ngón thả / vào leng keng
đời / 6 ừ
lũng lẵng cuộc chơi
7 thất kinh 8 / bát lời cửu âm
9 cầm 9 / bầm
9 hầm / 10 ngươi chẳng sợ
chút lầm lỡ / ta"

(Sử Mặc, 3. 4. 07)

Hình-thức nhắc nhở bài lục-bát biến thể "Buồn chắn tã":

"Vệt son / cháy / tịch dương hồng
chao ơi môi má / còn hong giữa cười?
(') - (`) / hóa dạng đôi mươi
(?) cho nơi (~) / (.) lời âm cung
ầu ơ / (x) tánh khật khùng / (. /.) hai phương
biệt / sầu chung mối buồn..."

(*Lục Bát*, tr. 40).

Ngoài chất tình, thơ Hoàng Xuân Sơn còn chất chứa suy tư, tri thức về đời, về con người và những khoảng trống siêu hình. Tâm thức kẻ nhược tiểu, rồi lưu vong, nghị lực có thừa nhưng đôi tay nghệ sĩ, lòng rộng mở, từ bi, nhưng cuộc đời nhiều vướng mắc, v.v.

Khi *"Viết thay một người ở lại"* rằng:

"... xin tạ lỗi trước hồn thiêng sông núi

trước anh linh từng chiến sĩ lên đường

xương máu ấy đã dung tình bội bạc

xin hôm nay bầy tỏ một đôi lòng

tôi đã ước một hòa bình không tưởng

nên bây giờ tâm đảo, dạ cuồng điên" (VP, tr. 120).

Tập thơ đầu tay Viễn Phố gom được những vần thơ rực lửa của tấm lòng dân Việt trước nguy tàn của dân tộc bị bạo lực vô nhân dày xéo:

"... Hãy viết văn-chương bằng lời bút thép
Từng bài ca là mũi tên buông
Ta đứng thẳng trên trận tiền bão táp
Vạt nhọn thơ bắn gục lũ điên cuồng
(...) Xin trao gửi người đi phía trước
Thép mới nung bằng lửa ngục tù
Vách đá dựng lời thề tâm huyết
Đường gian nan bừng chí diệt thù
Đất nước sẽ mai này yên đẹp
núi sông dài sử Việt nghìn thu"

(Gửi người đi trước, VP tr. 137-8).

"Thân dài hát kinh khổ đau
nhếch nhác bò qua sậy lau thụ hình
ôi tâm đời / thiêng / u minh
bấu xấu vào nỗi lạ
tình riêng / mang đi tan đi tan đi
(tan) / dữ dằn mộng hóa tin..."

(Tâm Đời; LB tr. 81).

*

Trong thế-giới thi ca Hoàng Xuân Sơn, thời-gian đã nhập vào thơ, thời-gian đã chết đi để hóa thân và nhắm trường cửu. Thế-giới đó trước hết là của riêng ông mà cũng có thể là của nhiều người (mấy ai có thể tự hào thơ mình là của tất cả mọi người?). Bị mê cung thi-ca quyến rủ, nhà thơ chịu trận kiếp người, không muốn làm tiên tri, chỉ mong làm nhân chứng. Một thế-giới thơ tự thu hẹp với những con chữ nên thơ và hiện đại. Ông đã trình diện thơ với đời, đã phân trần và đối thoại với người với đời, ông đi tìm giao cảm, mong được cảm nhận, với người đương thời và hậu thế. Hoàng Xuân Sơn vận dụng tâm thức, cảm xúc và đã để lại bản ngã và hành trạng của mình trong thơ, trong ngôn-ngữ và nhạc điệu thơ, một bản ngã dĩ nhiên rất riêng.

Ngôn-ngữ thơ trở nên ngôn-ngữ của đồng cảm. Sáng tạo qua giao cảm, nhắm đồng cảm,... đã rút ngắn khoảng cách người thơ và người thưởng lãm. Đây là khía cạnh nổi của Hoàng Xuân Sơn, yếu tố khiến nhà thơ đạt được hoài vọng mà người đón nhận thơ cũng lọt vào vòng giao cảm. Nhưng cũng là lý do khiến có phàn nàn dị ứng rằng thơ ông bí hiểm 'cầu kỳ, rắm rối', nếu có chăng là bản chất trí thức và thổ âm của con chữ trong thơ ông! Thơ ông xuất phát từ Huế nhưng đồng thời trở về Huế; thơ chất Huế, nhưng thơ ông nhờ có ngôn-ngữ nghệ thuật riêng đã đi xa hơn, đã vượt trên cả địa dư Huế.

Hoàng Xuân Sơn cũng như mỗi nhà thơ đã đưa cái độc đáo của riêng mình nhập thành cái đa dạng của kho tàng thi ca, đa dạng về ngôn-ngữ, về cách vận dụng con chữ, khiến đa dạng về cách đón nhận tha nhân và thế-giới. Ngôn-ngữ một dân-tộc là kho tín hiệu chung, truyền thừa từ các thế hệ; nhưng các nghệ sĩ, nhất là các nhà thơ, qua vận động trí thức, trực giác, cảm xúc riêng, với những 'thấu thị', 'tột cùng', mà mang đến những cảm thức mới, riêng, qua con chữ, mang đến 'nội-dung' hoặc 'áo khoác' mới cho con chữ. Với Hoàng Xuân Sơn, là những 'mưa xanh', 'áo tuyết', 'con mắt sơ tán', 'mưa xưa tê liệt nỗi niềm', 'dáng tôi dáng chiều', 'mắt môi cuống cuồng', 'cuộc tình kim châm muối xát', v.v. Những con chữ gây bất ngờ: 'khỏa thây", 'vụng hôn đầu', 'gọi vong',

Thời cuối thập niên 1930 của thế-kỷ XX, đã có một Huy Cận của Tràng Giang buồn, có thể nay thêm một Hoàng Xuân Sơn của Huế Buồn Chi? Thật vậy, với biến cố 30-4-1975, mê cung thi-ca đã đón nhận thêm Hoàng Xuân Sơn, nhà thơ muôn thuở buồn, nhà thơ của 'thiên sử buồn':

> *'Bạn nhủ: làm thơ là lộc thánh trời ban*
> *đừng bỏ qua rất uổng*
> *ừ, lộc trời*
> *mà sao chỉ nuốt toàn trái đắng'*

(Xưa, Lộc Trời; trích 'Thơ Quỳnh').

10-10-2007

Hồ Minh Dũng:
Truyện Huế, tình, thực tại hay dĩ vãng,...

Nhà văn sinh năm 1942 (Canh Thìn, Thanh Lam Bồ, Thừa Thiên). Sĩ quan khóa 23 Bộ binh Thủ Đức, sau biến cố 1975, bị tù "học tập" từ Nam ra Bắc. Thơ văn xuất hiện trên các tạp-chí miền Nam từ 1957 (truyện ngắn đầu tay Chiếc Khăn Trắng đăng báo *Công Dân* ở Huế) và các tạp-chí ở hải-ngoại từ khi định cư tại Hoa-Kỳ năm 1993. Từ 2001, ông chủ trương nguyệt san *Niềm Tin* tại Atlanta, Georgia.

*

Nếu lại lấy tháng 4 năm 1975 làm mốc thời gian, hai ba thập niên đang qua đã cho nhiều người Việt cái diễm phúc (!) thấy hết "nhãn tiền" trong một phần đời tương đối ngắn đó những "họa phúc, nhân quả, thắng thua, mất còn, quốc gia, cộng sản, thiên đàng, địa ngục,..." liên tục thay đổi định nghĩa và nội dung! "Bể dâu, bến lở, sông bồi" trong văn chương Việt Nam cũng đã xảy ra! Trước 1975, một văn chương dấn thân, cả phản chiến đó, truyện thơ của những Dương Nghiễm Mậu, Thế Uyên, Phan Nhật Nam, Luân Hoán, Vũ Hữu Định, Sương Biên Thùy, Trần Hoài Thư, Ngụy Ngữ, Mường Mán, Kinh Dương Vương,... đã có một ý nghĩa nào đó đối với tuổi trẻ. Một thiểu số người làm văn nghệ có thể hăng say thiên một phía thành mù quáng hoặc quá lý tưởng bị lợi dụng, nhưng cái cần nói đến là thái độ lựa chọn của họ. Rồi hơn bốn thập niên "mất nước", tị nạn và lưu vong, cứ tưởng phần văn học đó đã bị chôn vào quá vãng cùng với cuộc chiến, cũng như bao nhiêu thứ quý giá khác bị chôn vùi. Nhưng không, thế giới xoay vần rất nhanh và phúc họa vẫn vô lường. Những Kinh Dương Vương, Sương Biên Thùy (Lê Mai Lĩnh), Phan Nhật

Nam, Thảo Trường,... tưởng đã bị kẻ thù và định mệnh "chôn vùi" đâu đó trên phần đất chữ S điêu tàn đã tái xuất trên văn đàn hải ngoại, một hai thập niên sau đợt "thuyền nhân" của những Nguyễn Mộng Giác, Trần Hoài Thư, Luân Hoán, Thái Tú Hạp,... Kẻ thua trận hoặc đứng "lầm" phía đã bị trả thù tận tình, nhưng luật nhân quả - nay còn được gọi là luật kinh tế - khiến kẻ chiến thắng phải quỳ gối trước sức mạnh vạn năng của đô la kẻ thù và đẻ ra chương trình H.O. Cũng nhờ vậy mà chúng ta lại được đọc những tác phẩm đầy sinh khí của nhiều cây viết cũ nói trên, trong số ấy có Hồ Minh Dũng! Hơn bốn năm, với sức phấn đấu trong vô vàn nghịch cảnh ở xứ người, Hồ Minh Dũng đã thường xuyên có mặt trên nhiều tạp chí văn học và đã xuất bản các tập truyện: *Hoa Vạn Hạt, Cuối Mùa* (Đại Nam, 1996), *Câu Nam Ai, Thất Lạc* (Văn Mới, 1997), *Một Mình Em, Đến Giữa Đời* (Văn Mới, 1998), truyện dài *Cồn Mây* () và tuyển tập thơ văn và phỏng vấn *Nương Tựa Giữa Cõi Đời* (Văn Mới, 2004).

Truyện và thơ Hồ Minh Dũng xuất hiện trên văn đàn hải ngoại từ khi ông sang Nam California theo chương trình H.O., nói chung, có tính cách điển hình, độc đáo. Xưa và nay, thực tại và dĩ vãng, mỗi tác phẩm hoặc tác giả lệ thuộc thời đại hoặc giai đoạn lịch sử mà họ sống. Trước 1975, Hồ Minh Dũng viết "không bằng" sau 1993, vậy cái gì đã khiến cho tác phẩm của ông "khác" và "hay" hơn vậy?

Trước hết có thể thấy Hồ Minh Dũng sau 1993 độc đáo và điển hình hơn do tích lũy kinh nghiệm sống dồi dào hơn và sau những biến động lịch sử mà ông cũng đã phải nhận hậu quả chung; nhân vật, câu chuyện và cả bối cảnh đều cô đọng, mới và độc đáo, người và vật sinh động và có "hồn" hơn! Cái sôi sục, nhiệt thành vẫn còn đó nhưng chín hơn, có khi bi phẫn hơn. Đọc Hồ Minh Dũng thấy rõ nghệ thuật là một cách nhìn, là cái "thấy" của một tác giả, bằng trực giác, bằng quan sát và kinh qua. Kết quả của một suy niệm đã chín hay vẫn ở giai đoạn khai phá, tìm tòi. Kết truyện có thể đã là đoạn cuối của một cuộc đời, dở dang hay trọn vẹn, cũng có thể là một đối chiếu, một nghĩ lại, nhưng cũng có thể vẫn là một "thất lạc" hay kiếm tìm chưa xong. Cũng có thể là một hối hận hay một hy vọng hoặc một viễn tượng thử đưa ra. Với Hồ Minh Dũng, nghệ thuật là cái cớ để người nghệ sĩ trình với đời cảm xúc và trực quan của mình. Và ở vào một hoàn cảnh, không thể không viết ra!

Chúng tôi tạm tập trung các truyện ngắn trong ba tập truyện của Hồ Minh Dũng đã xuất bản, vào bốn đề tài chính: chuyện đời xưa, chuyện Huế, chuyện chiến tranh, tù đày và chuyện đời sống mới H.O. ở xứ người.

Chuyện xưa

Hồ Minh Dũng viết chuyện người và đời xưa có vẻ khác những nhà văn cùng thời với ông. Hình như ông không dùng ẩn dụ để nói lên một thông điệp chính trị, văn hóa, cùng trường hợp với Nguyễn Huy Thiệp. Ông cũng không dùng chuyện xưa như một thể loại sáng tác hoặc có tính cách ngụ ngôn như Trần Long Hồ, Trần Vũ, mà ông yêu cái tinh hoa vốn tiềm ẩn trong chuyện xưa tích cũ và muốn viết lại với cái nhìn và hiểu biết của mình. Ông lại tỏ ra sành sõi điển tích, khiến lời văn có được không khí cổ xưa và địa phương thích hợp. Dù vậy, các chuyện xưa của Hồ Minh Dũng cũng có dấu ấn của hôm nay, của thực tại, của tâm tình tác giả hoặc của những người sống đồng thời chung quanh ta. Chúng tôi nghĩ cuộc tang thương dâu bể nặng nề sau 1975 đã đưa ông đến với thể loại này! Hồ Minh Dũng đến nay thường viết về hai đề tài: chuyện cung cấm lạ đời ở Cố Đô Huế và chuyện vua chúa thăng trầm ở đất Thăng-Long. Xuất sắc là những chuyện vua chúa rối rắm nhà Nguyễn, có thể vì tác giả có điều kiện hơn với tài quan sát và nghiên cứu kỹ lưỡng hơn ở một nơi chốn mà mình đã tận tình sống nhiều tháng năm dài.

Chỉ riêng truyện 'Hoa Vạn Hạt, Cuối Mùa' đã đưa người đọc trở lại với thế giới cung cấm đầy lạ lùng của vua Minh Mạng, vị vua nổi tiếng "biết" hưởng lạc thú cũng như biết ổn định xã tắc. Ngòi bút tài hoa của tác giả gợi cảnh mà không sa đà cũng đủ để người đọc "thấy" lối hoan lạc đặc thù của vua, "hoan lạc trong đau thương ngang trái", với Hoàng Hoa, tân giai phi, hoa-vạn-hạt-đầu-mùa đầy bí ẩn và trớ trêu.

Đất Thăng Long, nơi bao đời lịch sử thăng trầm xuất hiện những nhân vật lặn lờ không mệt mỏi quanh bãi vinh hoa đã được tái tạo dưới ngòi bút của Hồ Minh Dũng một cách cặn kẽ làm cho người đọc nghiền ngẫm thêm cuộc nhân tình thế thái thời nào cũng có. Riêng chuyện Thị Lộ ông đã vẽ lên cho người đọc chân dung của một người thiếp yêu của công thần Nguyễn Trãi đời nhà Lê; một Thị Lộ nõn nà, đa cảm, thích cái đẹp của thơ văn. Và một Nguyễn Trãi cũng rất con người, biết yêu mùi hương đàn bà cũng như đã yêu mùi hương thiên nhiên của rừng núi Côn-Sơn. Hoa cói nơi chốn bùn lầy đã đưa hai kẻ yêu đến tuyệt đỉnh tình thì hoa thiên lý vương giả chóng tàn sẽ kết thúc chuyện tình đẹp thời phong kiến ấy.

Chuyện xứ Huế

Hồ Minh Dũng còn điển hình hơn khi ông viết về Huế, sinh quán của ông, nơi ông đã sống một thời với những cảm xúc thăm thắm đầu đời. Viết về Huế, lúc ở xa, đối với ông, như một cứu vãn tình thế: "Trong bước phiêu lưu dạt trôi cùng trời cuối đất, mới thấy rằng, không nhớ Huế, không có Huế trong trí tưởng thì chúng tôi chẳng thể nào viết được... " như ông đã viết lời Tựa cho tập truyện *Vầng Trăng Nội Thành* (Văn Mới, 1998) của Hồ Đình Nghiêm. Và cả lời thơ ông, tình sâu sông núi ấy không ngừng đeo đẳng: "... Nợ sông, mấy nhánh, qua cồn cát/ Thân ta tôm đất có gì vui/ Xa rong, mới biết bùn chua ngọt/ Đời trôi xuôi, mình bò giật lùi. Và: Lọng người che đồi hoang kín mít/ Co ro mình ta vạch lá nhìn trời/ Vầng trăng ngày ấy, lời thề ấy/ Trấn nước với ta, đuối giữa đìa người".

Nếu Huế của Túy Hồng, Nguyễn Thị Hoàng, Hoàng Xuân Sơn, Trần Doãn Nho, Hồ Đình Nghiêm, v.v. là Huế thị tứ và hiện đại, xô bồ, thì Huế của Hồ Minh Dũng là Tám cửa thành một mình em đứng đợi, là của cô gái mồ côi Tịnh Quyên từng buổi chiều nhìn phong rêu tàn úa trên những bậc tam cấp lên thượng thành. Của những hàng mù u tả tơi ở đền Xã Tắc hay từng giọt nắng vàng rơi xuống trên một dòng sông âm vang lời nguyền.

Đọc truyện Hồ Minh Dũng viết về Huế, ta yêu thích thêm cái xứ sở đầy huyền thoại ấy và ta sửng sốt biết bao điều trong thế giới quyến rũ tuyệt vời ấy. Trong mất mát đau thương mù mịt của trần thế, nhà văn đã dẫn ta lên một nơi quang đãng để nhìn thấy. Và ai cũng cảm nhận rằng, chỉ có tình yêu ở lại. Tình yêu thật cần thiết cho con người và cả vạn vật bên ngoài!

Nhan sắc người con gái Huế xưa nay được ca ngợi. Vẻ đẹp đó ra sao? Đẹp như hai chị em Thiều Dung và Thiều Hoa trong Câu Nam Ai Thất Lạc chăng? "Thiều Hoa có đôi mắt nhìn vào ai thì người đó phải bồn chồn, lo lắng. Các chàng thanh niên chỉ nhìn đôi mắt ấy một lần thì về nhà trùm chăn mà mộng tưởng tới, có khi cả mấy ngày không cần ăn. Còn Thiều Dung thì có mái tóc khác đời, nếu nàng đi một mình trên vệ cỏ ven sông Hương thì mây phủ trên dòng sông đó kéo đổ dồn về phía tóc nàng". "Tóc nàng nhiều quá, mượt, từng sợi óng ánh. Gió thổi tóc nàng, tức là gió làm cho lòng người lay động, cuốn theo". Hồ Minh Dũng nghĩ "một người đàn bà đẹp, tự nó đứng lên trên tất cả cái tầm thường khuôn thước" (MME,ĐGĐ). Vì "nếu con gái Huế đẹp, thì vẻ đẹp đó kỳ diệu, chạm khắc những đường nét cổ điển, hài hòa, tinh vi nhưng vững vàng, không nhất thời mây bay gió thoảng" (Tà Huy). Nhan sắc của con gái Huế, qua ngòi bút của Hồ Minh Dũng, "lạ đời" hơn, "trù phú" và cả "thăng hoa" hơn những trang văn chương khác đã được viết ra. Vì tình dù vốn ích kỷ nhưng khi cần vẫn có thể chia xẻ, không luôn cả biên giới và giai cấp. Người con gái đó có thể là thiếu nữ người tình thôn Vĩ Dạ, như ông đã có lần thú: "Ta yêu em trong cuộc đời mấy thuở/ Vĩ Dạ ơi! Ta yêu người lúc nào? (Bài thơ do nhạc sĩ Nguyễn Tất Vịnh phổ nhạc, 1998).

Ở giai đoạn văn học Miền Nam trước 1975, nhà văn Túy Hồng đã vẽ chân dung người con gái Huế sôi nổi, đa tình, tự nhiên, nặng bản năng, trong các tập truyện *Thở Dài, Vết Thương Dậy Thì, Tôi Nhìn Tôi Trên Vách*, v.v. Trước 1975, Hồ Minh Dũng cũng đã viết về con gái Huế với một số cá tính đặc biệt, nhưng từ khi ông trở lại văn đàn sau 1993, người con gái Huế mới thật sự... rõ nét, có lẽ quan sát và sự "hiểu biết" của ông đã "chín" hơn, rõ rệt hơn? Có thể nói tiêu biểu một cách đặc sắc cho tiếng nói và cung cách nói của con người xứ Thần-kinh về thơ đã có Sử Mặc Hoàng Xuân Sơn, và nay về văn có Hồ Minh Dũng!

Chuyện chiến tranh, "học tập"

Trong chương trình "Tác giả và tác phẩm" của đài VOA gần đây, nhà thơ Du Tử Lê đã nhận định: "Cuối thập niên 60, đầu thập niên 70, trên một số tạp chí xuất bản ở miền Nam Việt Nam, người đọc đã bày tỏ lòng yêu mến đặc biệt dành cho một cây bút trẻ thời đó: nhà văn Hồ Minh Dũng. Sau Thế Uyên, Y Uyên, có thể nói, Hồ Minh Dũng là một nhà văn phản ảnh thường trực chiến tranh trong sáng tác. Nếu kể cho những nhà văn ở đất Thần-Kinh thì Hồ Minh Dũng là người đầu tiên mang văn học vào chiến tranh".

Thật vậy, chiến tranh vừa qua với Hồ Minh Dũng là một cuộc chiến khắc nghiệt, tàn nhẫn, với người dân thường cũng như những người cầm súng chiến đấu. Chiến tranh đã làm mai một biết bao niềm vui vốn đã quá ít ỏi của phận người Việt Nam. Và hậu quả của nó sinh ra vô số câu chuyện thương tâm: một người nữ đảng viên vì mưu cầu hạnh phúc riêng, đã nhẫn tâm chở mẹ ruột mình bỏ dưới chân tượng Đức Mẹ trong sân một nhà thờ quạnh quẽ ở Saigon, để bà phải chết trong đêm đẫm sương khi đôi mắt còn ngoái ra đường trông bóng con trở lại. Người phụ nữ tên Ngọc này trước đó đã gặp lại người yêu cũ, lấy nhau, nhưng vì hậu quả của cuộc chiến đã tác động lên tình cảm của họ, tình yêu đã nhạt. Lân, nay làm chủ vườn đào, đã mê hoa hơn đàn bà. "Hoa có thể làm cho người đàn ông nghi ngờ về sự tuyệt hảo của thân xác đàn bà, bù vào đó hoa làm cho người đàn ông hồ nghi về những màu sắc nhất thời không vững bền". Còn người chồng sau, ông "giám đốc cơ sở" mà Ngọc lấy là vì "hoàn cảnh", thì lại ham muốn "con gái Bắc kỳ" từng đi xẻ dọc Trường Sơn nên da thịt có mùi rừng sâu, ghềnh thác hiểm hóc... (Một Lần Da Đến Thịt).

Người thua trận bị "học tập", tù đày. Họ bị nhục, khổ và bị đày đọa, trả thù (!) đến chết. Do đó dù muốn dù không, họ đã phải sống và sống thực. Có thể trong tù có người thành công "trừu tượng hóa" thực tại, có người thành công tu nghiệm. Nhiều người lại lấy "sáng tác", mà thường là "sáng tác" trong tâm tưởng và trí nhớ vì họ không dại gì để lộ ra ngoài rước lấy họa vào thân. Thơ văn trở thành phương tiện giải thoát, để quên hoặc để "nín thở qua sông".

Trong Nước Mắt, anh binh nhì Nguyễn Phúc Bảo Lâm, tự dẫn thân vào tù, bị cán bộ quản giáo chiếu cố tận tình chỉ vì họ bị "bệnh" nghi ngờ anh che dấu lý lịch. Nhưng sự khôn ngoan đáo để của anh đã khiến những người "bệnh" đó không còn thuốc chữa. "Trong lúc, Tổ Quốc lâm nguy, Dân Tộc hấp hối, phần lớn các vị lãnh đạo, chỉ huy chúng tôi đã đem vợ con và vàng bạc chuồn lẹ ra nước ngoài thoát thân. Thì người bạn binh nhì trẻ tuổi, lòng đầy nghĩa khí đã vào tù chia sẻ niềm đau chung trên dòng lịch sử bị bức tử, anh đã giúp chúng tôi (những người vai vế chỉ huy anh) nhận ra nhiều điều phải làm, phải nghĩ khi đem tấm thân-hồn kinh phách lạc - đứng ngơ ngáo giữa pháp trường đời và tinh vi đưa kẻ thù vào một đường hầm lòng vòng choáng ngợp ảo ảnh một thời gian dài...".

Bên Trời Hoa Chẩu Nở hay Lá Thư Về Trước Tết, là những chuyện khác Hồ Minh Dũng đã làm cho ta hình dung ra toàn bộ cảnh tù đày khốn cùng, tuy rằng khi viết về một đề tài dưới đáy sâu của bi kịch, ông vẫn sử dụng một lối hành văn nhẹ nhàng, điềm tĩnh hiếm có.

Chuyện H.O. và đời sống mới ở xứ người

Đây là những mảnh đời sống riêng của Hồ Minh Dũng, nên ông đã có những quan sát và tình ý đặc biệt không kém những đề tài vừa nói qua. Trong bài ký Khi Xa Cali, ông đã nêu nhiều nhận xét nhạy bén về đời sống mới phải tái tạo cuộc đời khi không còn lựa chọn. Ông đã nhìn thấy những con người "lạ lùng", "đi lộn đầu xuống đất", những tình người đổi dạng đến đáng sợ hãi! Thê thảm như cuộc đời tàn tật của Đào Tường (Bế Mạc) lúc đầu mới đến Mỹ bị hất hủi, bị đồng chủng xem là mối sỉ nhục lớn, dọa sẽ cột đá ném xuống biển, không cho trôi xác về cố hương. Đắng cay như ông Thuần (Mạt Lộ), một anh hùng ngoài trận mạc, nay sa cơ ở xứ ngườI phải ngồi gãi ngứa những vết kiến cắn trên da chân một người đàn bà chồng bỏ...

Người Ăn Mày Trên Phố Bolsa là cảnh đời buồn nhiều uẩn khúc của một người Việt, mà oái oăm, kỳ quái thay lại bị mang cái uẩn khúc từ trong nước ra đến xứ người. Phía Bên Kia Đồi Thông là một tình huống khác mà chỉ những người không còn nước để ở mới nếm trải. Bên này hay bên kia đồi thông có gì và không có gì? Những thân cây trần trụi ngoài trời bão tuyết hay những thân cây kiểng để trong nhà có gì khác nhau?

Viết, với Hồ Minh Dũng, như một quay nhìn lại quá khứ, như ông từng thú nhận trong truyện Phủi Bụi Cuối Ngày: "Thời gian và bóng tối với tốc độ nước rút đuổi theo sau lưng tôi và tỏa lan giữa xã hội tôi đang sống". Cũng có thể ông đi tìm "một sự hồi tưởng lạc thú" vì theo ông "con người sống với kỷ niệm hay với ký ức của mình có khi còn yên ổn hơn thực tế..." (MME,ĐGĐ).

Sau tháng 4 năm 1975, văn chương đã thay đổi ý nghĩa đối với nhiều nhà văn ở trong nước. Họ bị tù đày, bắt bớ và cấm viết; khi đã trở lại nhà tù lớn và nhìn thấy "cởi trói", nhiều người vẫn buông bút, cả nhiều năm sau thời Cởi Trói văn nghệ đã có người cộng tác với báo chí chế độ. Có thể họ "ngắn hơi", có thể vì hoàn cảnh. Văn chương còn có giá trị gì khi con người phải đầu tắt mặt tối lo miếng ăn, lo cho sự sống còn của bản thân và gia đình? Thêm một trong khi đã mất mát quá nhiều, liệu có bõ công chăng? Nhưng đối với nhiều nhà văn rời khỏi nước sau này, từ những đợt H.O., văn chương như có ý nghĩa mới cho họ và cho người đọc họ. Văn học hải ngoại được phong phú hơn với những cảnh đời, tâm tình thế hệ "trẻ" ngày xưa và "mới mà cũ" này, những người đã phải "trải qua một cuộc bể dâu" đúng nghĩa!

Với Hồ Minh Dũng, viết văn có vẻ là một nhu cầu sống thật sự: ông viết mạnh và dồi dào hình thức lẫn nội dung. Cuộc đời qua cho ông nhiều kinh nghiệm sống lẫn văn chương để ông sống ngày hôm nay... Trong một bài viết về đời tư của tác giả *Hoa Vạn Hạt, Cuối Mùa* đăng trên *Saigon Times* (12-1996) ở Los Angeles, nhà văn Đan Thanh TNC đã viết: "Ngày anh Nguyễn Mộng Giác giới thiệu Hồ Minh Dũng với tôi là một hạnh ngộ khó quên. Phải nói ngay, tôi rất mừng khi gặp anh. Tình cảm sẵn có nơi tôi về văn chương anh từ lâu có dịp phát triển mạnh. Có một Hồ Minh Dũng "rặc Huế" bằng xương bằng thịt đang đứng trước mặt tôi. Anh ăn nói từ tốn, hiền từ, chân chất, luôn mỉm cười, nhưng ánh mắt hằn lên một chút băn khoăn, một chút lo âu, một chút thảng thốt. Phải chăng đó là dấu vết còn sót đọng của những ngày nhọc nhằn trong quá vãng. Rồi một ngày cuối năm Giáp Tý, đến thăm anh trong một căn gác nhỏ, đơn sơ ở Midway City, Nam California, tôi mới thực sự thấu hiểu nỗi đam mê sáng tạo nơi anh đến mức độ nào. Và câu hỏi, có mãnh lực nào giúp anh viết vững vàng như thế luôn ám ảnh tôi ". Chỉ một đoạn văn như thế của Đan Thanh cũng giúp ta hiểu thêm về một con người nhẫn nại cầm bút trong một hoàn cảnh không giống ai. Nhưng Hồ Minh Dũng như muốn chứng minh viết là có mặt - *tôi viết, vậy tôi hiện hữu*, không như cỏ cây mà tôi còn là nhân chứng, là nạn nhân của những ý niệm cao cả như Tổ Quốc, Dân Tộc, v.v. Hơn một lần ông tâm sự: "Gần hai mươi năm không được viết, nay được, còn gì vui hơn! ". Và Hồ Minh Dũng đã và tiếp tục viết, dồi dào, độc đáo!

Nhà văn (écrivain) điển hình, Hồ Minh Dũng dĩ nhiên đã không dễ dàng như nhiều "*thợ văn*" (écrivant). Ông rất kỹ lưỡng về ngôn từ, tình tiết cũng như nội dung. Người đọc có thể bồi hồi, có thể không đồng ý với tác giả khi xem đến đoạn cuối, nhưng không thể không trân quí sự cẩn trọng của ông. Truyện của ông cân đối, thăng bằng, mang dấu ấn của kinh nghiệm, của tro tàn, đau khổ và hạnh phúc. Hồ Minh Dũng cho người đọc cảm tưởng khi viết ông có nghĩ đến họ.

Trong nhiều truyện ngắn, Hồ Minh Dũng hay nói đến vai trò của nhà văn. Trong Một Mình Em, Đến Giữa Đời, ông đã để vào miệng Lai Hương, một cô gái tập làm văn, lời khẳng định: "Cuộc đời đối với riêng em, chưa bao giờ và không bao giờ nhân danh bất cứ một điều gì để cầm bút. Còn văn thơ em, vẫn không hề chùn bước trước bất cứ một ám ảnh nào, trên đời. Em thừa hưởng thiên nhiên, đúng hơn là Tạo Hóa, sự bộc bạch ngời sáng của mãnh lực con tim (...) Trong văn học, em không muốn ăn khớp với bất cứ những cái mộng tương ứng nào. (...) Khi cầm bút ngồi trước trang giấy trắng, người nghệ sĩ luôn cảm thấy mình đang nhận lãnh một sứ mệnh. Y như sứ mệnh người chiến sĩ ngoài trận mạc. Mực với máu, nghĩ cho cùng, chẳng khác gì nhau, một trạng thái tồn tại và thăng hoa tùy thuộc vào vật chứa của tâm hồn, cả hai đều vô hình, vô sắc...". Ở một chỗ khác, Hồ Minh Dũng cho rằng "văn chương không thể hòa nhập với bất cứ cái gì trên đời này, ngoại trừ nỗi khổ" (Phía Bên Kia Đồi Thông).

Gần đây có nhiều bài viết trên tạp chí *Văn Học* bàn về tác phẩm lớn nhỏ, một vấn đề muôn thuở của văn chương và con người. Nhà văn sống cho nghệ thuật, nhà "dùng văn" lại cho mình có sứ mạng lịch sử, chính trị hay văn hóa, trong khi "thợ văn" dùng văn làm lẽ sống. Trong thời gian chiến tranh, tác phẩm "lớn" thường có sứ mạng chính xác, trong khi văn học sau chiến tranh, trong cũng như ngoài nước đang bơ vơ với sứ mạng, dù sứ mạng thật của văn chương lúc nào cũng tự tại. Một mặt văn học có thể bị chiến tranh làm cho bế tắc nhưng cũng "nhờ" chiến tranh mà có những tác phẩm đặc sắc, dù có khi chỉ là giai đoạn - nhưng văn chương nào mà không trước hết thỏa mãn con người một thời đại trước khi trở thành văn chương vĩnh cửu! Nhật Tiến, Duyên Anh, Nhã Ca, Nguyễn Huy Thiệp, v.v. đã có những tác phẩm đặc sắc một thời, đánh dấu những chặng đường văn chương Việt Nam và có thể tồn tại lâu dài! Đây là vấn đề liên hệ giữa nghệ thuật với cuộc sống, với thực tại cụ thể hơn là một vấn đề tâm linh, triết thuyết. Bàn về tác phẩm lớn nhỏ về chiến tranh vừa qua chẳng hạn là nhìn nhận rằng văn nghệ rõ ràng bị thực tại chi phối. Việc xây dựng tiểu thuyết, tác phẩm liên hệ mật thiết đến sự sống, đến kinh nghiệm của tác giả với nhân vật và tác phẩm của mình. Docteur Zivago, Người Mẹ, Đoạn Trường Tân Thanh, Cung Oán Ngâm Khúc,... sẽ không sống lâu và có giá trị nếu không có ít nhiều kinh nghiệm sống hay tâm sự của Pasternak, Gorki, Nguyễn Du, Nguyễn Gia Thiều,...!

Hoàn cảnh hiện nay dù có nhiều trở ngại cho văn chương, nhưng chúng tôi tin vẫn đã là môi trường thuận lợi cho những tác phẩm lớn hay ít ra là những tác phẩm điển hình. Ngoài Hồ Minh Dũng ta có thể nêu những tên tuổi như Nguyễn Xuân Thiệp với những vần thơ độc đáo, Lâm Chương và Thảo Trường với những ray rứt tính người, v.v. Cứ nghĩ là các nhà văn thơ đang chuẩn bị! Mong đợi của người đọc mà Nguyễn Hưng Quốc đã nêu trên tạp chí *Văn Học* CA (số 144, 4-1998) hy vọng sẽ được đáp ứng.

Hồ Minh Dũng, Trần Hoài Thư, Kinh Dương Vương, Trần Doãn Nho, và gần đây, Lâm Chương,... những người "trẻ" ngày nào, đã viết lên những thảm kịch của đất nước, những trang chữ cấu trúc với vật liệu lấy từ cuộc đời họ và từ giòng sinh mệnh nghiệt ngã của dân tộc. Người đọc hy vọng họ sẽ không thu hẹp trong vũ trụ và quá khứ riêng của họ, hy vọng họ sẽ không bị rơi vào ảo tưởng của quá khứ, của tương đối, của đòn thù và bất mãn! Chúng tôi nghĩ có mở-ra, có hướng-về, văn chương mới sẽ có lối thoát, ít ra văn chương sẽ phổ quát và nhân loại hơn!

7-1998

Hồ Trường An

Tên thật Nguyễn Viết Quang. Sinh ngày 11-11-1938 tại xóm Thiềng Đức, làng Long Đức Đông, tỉnh Vĩnh Long; nguyên quán làng Hương Thủy, Thừa Thiên. Năm 1967, đang học Dược khoa Đại học Sài Gòn bị động viên, khoá 26 trường Sĩ quan Trừ-Bị Thủ Đức. Biến cố 30-4-1975 xảy ra khi ông đang làm sĩ quan Thông tin Báo chí của Quân Đoàn III tại Biên Hòa.

Tham gia sinh hoạt văn nghệ, cộng tác với nhiều tờ báo xuất bản tại Sài Gòn trước 1975. Các bút hiệu khác: Đào Huy Đán, Đinh Xuân Thu, Đông Phương Bảo Ngọc, Hồ Bảo Ngọc, Người Sông Tiền, Nguyễn Thị Cỏ May, Đoàn Hồng Yến, Đặng Thị Thanh Nguyệt.

Định cư tại Pháp năm 1977; từ 1981 cư ngụ tại tỉnh Troyes, vùng Champagne. Tổng thư ký toà soạn các tập san Quê Mẹ (Pháp, 1977-1981), Làng Văn (Canada, 1987-1997) và cộng tác với các tạp chí: Bút Lửa, Lạc Hồng, Viên Giác, Hồn Nước, Lửa Việt, Nắng Mới, Văn, Văn Học, Thế Kỷ 21, Gió Văn, Hợp Lưu, *Thời Tập, Sóng Đẹp, Việt Chiến,* Hải Ngoại Nhân Văn, Cỏ Thơm,...

Tác phẩm đã xuất-bản ở hải ngoại khoảng 60 tác phẩm gồm 23 truyện dài, 11 tập truyện ngắn, 22 tác phẩm biên khảo và 2 tập thơ:

- <u>Truyện dài</u>: *Lớp Sóng Phế Hưng* (viết xong ngày 10-6-1983; Phong trào Thanh niên Hành Động Xã hội, Paris Pháp, in roneo 1983; tb, Tủ sách Cành Nam, Hoa Kỳ, 1988), *Nửa Chợ Nửa Quê* (PTTNHĐXH in roneo 1985; tb, Nam Á, Paris, 1987), *Phấn Bướm* (Việt Publications, Toronto, 1986), *Hợp Lưu* (Văn Nghệ, CA, 1987), **Đêm Chong Đèn** (Văn Khoa, CA, 1988, 1991), *Lúa Tiêu Ruộng Biền* (Viên Giác, Đức, 1989), *Ngát Hương Mật Ong* (Văn Lang, Toronto,

1989), *Còn Tuôn Mạch Đời* (Nam Á, Paris, 1990), *Lối bướm đường hương* (Đại Nam CA, 1991), *Tình trong nhung_lụa* (Đại Nam,1991), *Ngát thơm hoa bưởi bông trà* (Nam Á, 1992), *Tình đẹp đất Long Hồ* (Đại Nam, 1993), *Trang trại thần tiên* (Đại Nam, 1993), *Vùng thôn trang diễm ảo* (Đại Nam, 1994), *Chân trời mộng đẹp* (Đại Nam, 1995), *Thủa sen hồng phượng thắm* (Đại Nam, 1995), *Bãi gió cồn trăng* (Làng Văn, 1995), *Bóng đèn tà nguyệt* (Minh Văn, Virginia, 1995), *Mùa thục nữ vu quy* (Cành Nam, 1998), *Chuyện ma đất tân bồi* (Đại Nam, 1998), *Tình Sen Ý Huệ* (Tân Văn, Nhật Bản, 1999), *Hiền như Nắng mới* (Văn Khoa, CA 2001), *Chiếc Quạt Tôn Nữ* (Tân Văn, 2002), *Màn nhung đã khép* (Tân Văn 2003), *Đàn trăng quạt bướm* (Làng Văn, 2005), *Trở Lại Bến Thùy Dương* (Làng Văn 2009).

- <u>Tập truyện</u>: *Tạp Chủng* (Làng Văn, 1991), *Chuyện Quê Nam* (Làng Văn,1991), *Hội Rẫy Vườn Sông Rạch* (Miệt Vườn,1992), *Chuyện miệt vườn* (Đại Nam,1992), *Đồng không mông quạnh* (Đại Nam, 1994), *Gả thiếp Về vườn* (Làng Văn, 1994), *Đêm Xanh Huyền Hoặc* (Làng Văn,1994), *Tập truyện Ma* (Tân Văn, 2001), *Quà ngon đất quê Nam* (Tân Văn 2003), *Trăng Xanh Bên Trời Huế* (Làng Văn, 2009), *Truyền Kỳ Trên Quê Nam* (Làng Văn, 2009).

- <u>Thơ</u>: *Thiên Đường Tìm Lại* (Nhận Thức, 2002) và *Vườn Cau Quê Ngoại* (Cỏ Thơm, 2003).

- <u>Ký sự, bút khảo, bút ký</u>: *Giai Thoại Hồng* (Tổ hợp xuất bản miền Đông Hoa Kỳ, 1989) về 31 nhà văn thơ nữ trước 1975, *Thông Điệp Hồng* (Viên Giác, Đức, 1990), *Cõi Ký Ức Trăng Xanh* (Toronto: Làng Văn, 1991) bút ký về người và nhóm một thời văn-nghệ ở miền Nam trước 1975, *Chân Trời Lam Ngọc* (Minh Văn, 1993) về Bình Nguyên Lộc. Võ Phiến. Thanh Tâm Tuyền. Vi Khuê. Võ Đình. Kiệt Tấn. Nguyễn Ngọc Ngạn. Hàn Song Tường. Võ Kỳ Điền. Hoàng Du Thụy. Trần Long Hồ. Trần Thị Diệu Tâm, *Chân Trời Lam Ngọc 2* (Minh Văn, 1995) về các văn-nghệ sĩ Viên Linh. Phạm Thăng. Nguyễn Văn Ba. Lê Quang Xuân. Huỳnh Hữu Cửu. Nguyễn Tấn Hưng. Hồng Lan. Trương Anh Thụy. Mai Thảo. Trần Văn Tích. Trần Thị Nhật Hưng. Việt Phương. Bích Xuân. Hứa Hoành. Xuân Vũ. Thụy Khanh, *Sàn gỗ Màn nhung* (Đại Nam, 1996), *Cảo Thơm* (Fall Church VA: Minh Văn, 1998) về 6 nhà văn thơ nam và 4 nữ ở hải-ngoại, *Theo chân những tiếng hát* (1998), *Tác Phẩm Đẹp Của Bạn* (Cỏ Thơm,

2000) về 8 nhà văn thơ ở hải-ngoại, *Chân Dung Những Tiếng Hát* (Tân Văn, Tokyo, 2000-2003) về diện mạo và tiếng hát của khoảng trăm ca sĩ tân và cổ nhạc thuộc nhiều thế hệ, *Lai Láng Dòng Phù Sa* (Hoa Ô Môi, 2001) về Xuân Vũ, Phạm Thăng và 7 khác, *Thập thúy Tầm phương* (Hoa Ô Môi, 2001), *Chân dung 10 nhà văn nữ* (Tân Văn, 2002), *Tập Diễm Ngưng Huy* (Santa Ana CA: Hoa Ô Môi, 2003) về 4 nhà văn nam và 3 nữ, *Bảy sắc Cầu vồng* (Gió Văn, 2004), *Giai Thoại Văn Chương* (Cỏ Thơm, 2006), *Náo Nức Hội Trăng Rằm* (Cỏ Thơm, (2007) về 7 tác-giả: Mộng Tuyết Thất Tiểu Muội, Bình Nguyên Lộc, Vi Khuê, Trương Anh Thụy, Nguyễn Thị Thụy Vũ, Trần Bích San và Nguyễn Thị Ngọc Dung, *Thắp Nắng Bên Trời* (Garden Grove CA: Văn Học, 2007) về các nhà thơ văn hải-ngoại như Nguyễn Thị Thanh Bình, Vĩnh Hảo,..., *Quê Nam Một Cõi* (Hoa Ô Môi, 2007) về 14 nhà văn miền Nam lục tỉnh, từ Hồ Biểu Chánh, Phi Vân, Sơn Nam đến Lê Xuyên, Nguyễn Thị Thụy Vũ, Tiểu Thu, *Giữa Đất Trời Giao Hưởng* (Houston TX: Gió Văn, 2008) gồm những bài "bút khảo thi văn và phỏng vấn" 3 nhà văn nữ và 4 nam, *Núi Cao Vực Thẳm* (Tiếng Quê Hương, 2010) viết về 9 tác giả: Nguyễn Ngọc Bích, Nghiêm Xuân Hồng, Vũ Khắc Khoan, Thụy Khuê, Vũ Tiến Lập, Võ Phiến, Đặng Phùng Quân, Trương Anh Thụy và Thanh Tâm Tuyền, *Ảnh trường Kịch giới* (Tổ Hợp Xuất Bản Miền Đông Hoa Kỳ. 2012), *Trên Nẻo Đường Nắng Tới* (Gió Văn, 2013), về Nguyễn Ngọc Bích, Thụy Khuê, ĐP Quân, DN Mậu, TT Tuyền, Vĩnh Hảo, HS Tường, Võ Đình, NT Hoàng, NT Thụy Vũ, *Cảo Thơm Lần Giở* (Tổ Hợp Xuất Bản Miền Đông Hoa Kỳ, 2015), *Cây Quỳnh Cành Dao* (2016), *Mười Khuôn Mặt Văn Chương* (2018).

Hồ Trường An qua hơn 20 tác phẩm biên khảo và ký sự, nhận định văn học nghệ thuật - một kỷ lục ở hải ngoại, đã chứng tỏ đi xa và chi ly trong nhận xét, phê-bình dù chủ quan dễ nhận ra. Có thể nói Hồ Trường An là chủ soái của thể-loại này. Từ trước 1975 dưới nhiều bút hiệu, ông đã điểm sách và tổng kết tình hình văn-học cuối nhiều năm cho các tạp-chí *Tin Sách, Văn Học*, ... Ra hải-ngoại ông đã viết về khá nhiều nhà văn thơ và xuất-bản thành tập ông thường gọi là "ký sự văn-học" và có người được ông viết đi ký lại hơn một lần. Nói chung các ký sự của ông giúp độc-giả biết nhiều khía cạnh cuộc đời và sáng-tác của nhiều văn-nghệ sĩ, tuy vậy sự lựa chọn của ông có thể dễ dãi khi viết về những vị đời văn ngắn ngủi hoặc chưa được biết đến. Trong một số các truyện dài ngắn, Hồ Trường An cũng đưa hình ảnh, hành trạng cùng tác phẩm của một số nhà văn thơ dưới một số tên khác, đủ để gây thích thú, tò mò đồng thời khiến cho các truyện thêm thành công và có độc giả.

Hồ Trường An có thể xem như là nhà văn của "miệt vườn" chân quê lẫn kiểu cách, mộc mạc và kiêu kỳ. Ông gọi các tác phẩm là "truyện dài đồng quê". Những chuyện về con người, phong tục, sinh hoạt ngày trước được nhớ lại và hiện lên trang chữ như những bức tranh cổ hoàn chỉnh, như bài ca vọng cổ đủ 6 câu. Trong hành trình đi tìm thời gian đã mất, ông chứng tỏ có một trí nhớ đặc-biệt về người và biến cố, nhưng khi trình bày, mô tả, ông đã hoa hoè biến thành một thực thể mới: Nam-kỳ chân quê của Hồ Trường An! Ngôn-ngữ nói mà dài dòng như của ca ngâm, ca hát!

Bài thơ Khai Từ Cho Một Quyển Sách mở đầu "truyện dài đồng quê" *Lớp Sóng Phế Hưng* cũng là sáng tác dài hơi đầu tay của Hồ Trường An, có thể xem như tâm tình, ý nguyện của ông trao đặt khi sáng tác:

> *"Đã mất trong khung trời ký ức*
> *Bóng hình thân mến một miền quê*
> *Đường xa còn đợi chân lưu lạc*
> *Đất cũ dường như khép lối về.*
>
> *Quê cách trùng dương, khuất khói sương*
> *Bên kia chung cuộc: tháng năm buồn*
> *Trải dài lịch sử bao hưng phế*
> *Đất nghẹt oán thù, ngập máu sương.*
>
> *Ngẫm lại từng ngày thân chiến bại*
> *Mà nghe hờn oán dậy đêm đêm*
> *Phương trời lận đận, không đôi lứa*
> *Giấc mộng ngày xa cũng úa mềm.*
>
> *Bỗng tiếng thổ ngơi xưa nhắn nhủ,*
> *Trong chiều hoang vắng, giữa lòng đêm:*
> *Từng phen gục ngã, từng phen chết*
> *Xin ngẩng đầu lên, hãy đứng lên..."*
>
> *Hãy nhớ mảnh ao, dòng nước mát*
> *Hãy yêu vườn rộng, rẫy xanh tươi*
> *Có nghe vết cháy hồn đau cũ*

Ngời vết soi trang điểm cuộc đời?
Tươi mãi trong lòng bóng khóm tre
Vàng hanh kỷ niệm buổi trưa hè
Ngát thơm ký ức mùa xôi cốm
Sớm nắng còn say lắng tiếng ve
Nuôi mãi niềm tin qua đất cũ
Để còn gốc rễ bám quê hương
Ngẩng đầu, thế kỷ huy hoàng đón,
Dẫu đã chồn chân mấy dặm đường" (bản 1988, tr. 13-14)

Qua hơn 30 sáng-tác đã xuất bản, chuyện miệt vườn với Hồ Trường An đã là một trường thiên tiểu thuyết, trong đó các nhân vật và các tác phẩm tiếp nối nhau, các chuyện tình, ghen tương và những khung cảnh gia đình miệt quê cũng như tỉnh ly, thủ đô. Ông chứng tỏ đã sống và biết nhiều, hơn nữa sinh trưởng trong một gia đình văn nghệ – thân sinh là nhà thơ Mặc Khải (Nguyễn Viết Khải), tác giả *Sông Nước Cổ Chiên, Phấn Nội Hương Đồng,...;* một người Cô là thi sĩ Phương Đài và chị là nhà văn Nguyễn Thị Thuỵ Vũ (Nguyễn Thị Băng Lĩnh). Ngoài ra, đời lính, đam mê phim ảnh, sân khấu và làm văn nghệ của ông trước 1975 đã giúp ông không ít trong việc sáng tác và biên khảo, chủ yếu từ khi sống tị nạn ở Pháp.

Từ những tác phẩm đầu tay *Lớp Sóng Phế Hưng, Phấn Bướm, Hợp Lưu, Nửa Chợ Nửa Quê, Đêm Chong Đèn, Lúa Tiêu Ruộng Biền, Ngát Hương Mật Ong, Bãi Gió Cồn Trăng,...* đến những tiểu thuyết sau này như *Mùa Thục Nữ Vu Quy, Trang Trại Thần Tiên, Vùng Thôn Trang Diễm Ảo, Chân Trời Mộng Đẹp, Tình Sen Ý Huệ* và các tập truyện ngắn *Tạp Chủng, Chuyện Miệt Vườn, Chuyện Quê Nam,...,* Hồ Trường An đưa người đọc trở về và sống lại với miền đất đồng bằng sông Cửu Long như Mỹ Tho, Trung Lương, Vĩnh Long, Rạch Giá,..., với đủ hạng người, dân quê, nửa quê nửa thành thị, người Minh Hương, dân ruộng rẫy, thương hồ, trốn nợ, đào kép cải lương, trẻ già,... chung đụng trong một không khí mát lành của đồng quê mà cũng hâm hấp dục tình, tự nhiên như thời tiết, như con nước phù sa,... Người đọc cũng được nhìn thấy sinh hoạt thường ngày và những cảnh đẹp miền quê, những căn nhà lợp bằng lá dừa nước, những mảnh đời sống của các thập niên 1940 đến 1970 cũng như thời thuộc Pháp.

Ngoài ra ông cũng có sáng-tác truyện miền Đông Nam phần

cũng như miền Trung - như *Trăng Xanh Bên Trời Huế, Trở Lại Bến Thùy Dương* và trong truyện dài *Ngát Hương Mật Ong* qua nhân vật "bà nội", ông đưa vào món ăn, phong tục, tập quán của người Huế "chung đụng" với người miền Nam như thế nào...

Hơn 20 truyện dài, nhưng chỉ có một số là đáng kể. Chúng tôi thử đi vào một vài truyện có thể xem là tiêu biểu và đặc sắc. *Lớp Sóng Phế Hưng* là "truyện dài đồng quê" đầu tay, sớm tuyệt bản khi in roneo lần thứ nhất năm 1983, Hồ Trường An đã cho báo *Xây Dựng* ở Houston, Texas đăng lại từng kỳ năm sau, 1984, và được Tủ Sách Cành Nam tái bản năm 1988. *Lớp Sóng Phế Hưng* đáp ứng được sự mong đợi của người đọc từ khi một số truyện ngắn của ông vừa xuất hiện đã gây ấn tượng và đáp ứng một số nhu cầu thương nhớ xứ sở quê nhà của người Việt lưu vong. Các truyện này gợi lại khung cảnh thôn quê lục-tỉnh ra đến giữa Paris xứ người - như trong truyện Tên, Thứ, Hỗn Danh thú vị – chuyện cậu Ba Thiềng Đức gặp lại người cùng quê giữa lòng Paris hoa lệ! Truyện dài *Còn Tuôn Mạch Đời* viết về nếp sống người Việt ở Paris xứ người khó khăn về hội nhập và ý chí bảo tồn phong hóa dân tộc. Các truyện ngắn Bà Già Trầu Cảm Khái và Giấc Mộng Bà Già Trầu - trong tập *Gả Thiếp Về Vườn*, ông kể chuyện một bà già quê mùa chất phác sống tị nạn ở Pháp – cũng vì truyện này (và *Lớp Sóng Phế Hưng*) mà Hồ Trường An có biệt danh "Bà Già Trầu". Bà già này hay than thở với chị Tám: *"Chèn ơi, chị Tám! Không hiểu mồ mả ông nội của hai con Ngọc có bị trâu dẫm, bò đạp, heo chó phóng uế hay không mà mả bị động khiến lũ cháu gái mất nết hư thân. Con Giên tuy không dám loã thể trên sân khấu nhưng nó chế ra cái áo giống như cái áo lá, để chừa một khoảng bụng lòi cái lỗ rún thật sâu đựng cỡ một muỗng cà phê nước mắm. Cái quần của nó thiệt lạ đời: xì-líp không ra xì-líp, quần cụt không ra quần cụt. Quần bằng nhung đen, thêu con dơi bằng kim tuyến ngay chỗ giữa cặp đùi. Quên nữa, cái áo hở bụng của nó cũng bằng nhung đen, ôm tròn cặp vú, thêu từng vòng tròn ở chỗ lồi của vú. Mèn ơi, áo quần mà thêu kiểu đó có khác nào réo gọi khán giả rằng: "Mấy người hãy coi đây!". Ngộ hén! Ca sĩ trình diễn là để mời khán giả thưởng thức giọng hát chớ có lý đâu mời họ nhìn và tưởng tượng mấy thứ bửu bối của đờn bà nằm dưới con dơi và những vòng tròn thêu kim tuyến đó!*

Con Giên vừa ỏng ẹo bước ra, lũ choai choai thôi huýt sáo, rít tu hít từng tràng dài. Tui nhục nhã biết để đâu cho hết, chị Tám! Khi hát nó ưa xoay lưng lắc lắc cái mông thiếu điều dện vô mặt khán giả. Rồi khi quay mặt lại là nó nẩy người lên, chàng hảng chê hê coi thiệt là tục tĩu, vô phép tắc. Vậy mà lũ trẻ coi bộ thích lắm, hoan nghinh như sấm. Tui và bà bạn già bỏ ra về, ở coi cho hết chương trình càng thêm nhục!...".

Lớp Sóng Phế Hưng xảy ra ở một địa danh quê mùa thuộc Hậu giang. vùng Hóc Hỏa, quận Hỏa Lựu, tỉnh Rạch Giá *"đất Hóc Hỏa này, dân tứ xứ, cùng kẻ lang bạt kỳ hồ tới đây, mạnh ai nấy đốn rừng tràm, khẩn đất cho mình. Người nào siêng thì có nhiều đất. Ngoài ra đều là rừng tràm dầy bịt, ngăn một phần nào gió biển thổi về. Qua thời gác kèo nuôi ong lấy mật, họ trồng khoai; giờ đây họ trồng lúa. Trái với người Tàu thích du canh; người Việt lại thích định cư. Dân chúng phần nhiều thất học. Cuộc sống của họ lam lũ, tăm tối, quanh quẩn trong chốn bùn lầy nước đọng, chưa hề nghe nói tới xe ô tô, xe lửa, đèn điện, nước đá, cà phê, sữa hộp...".*

Câu chuyện xoay quanh đời sống của một gia đình có 5 người con đang đến tuổi dậy thì (Hai Cường, Ba Kiểm, Tư Diễm, Năm Nhan, Út Biên) và bà Bếp Luông, một bà mẹ quê góa phụ cứ phàn nàn *"Thằng lớn thì vào Sóc để ve vãn mấy con đầu gà đít vịt [gái Miên], hai đứa con gái lớn mượn cớ đi đây đi đó để bẹo dạng bẹo hình với tụi con trai. Người ta có phước đẻ con nhờ con cậy, còn tui nghiệp dầy đức mỏng, đẻ ba thứ sấu bắt hùm tha, chằn ăn trăn quấn. Phải dè, tui đẻ ra hột gà hột vịt, luộc ăn còn bổ ích hơn..."* (tr. 15)

Người dân quê ở đây đàn ông thì nếp sống thường tứ chiếng, thương hồ; đàn bà thì hay ngồi lê đôi mách và chửi lộn – họ quen chửi lộn có vần có điệu, tuy bản chất chân thật. Những lời rủa sả chửi bới thô lỗ, ngọt ngào, có vần có điệu có cung có giọng, nghe thì thô lỗ nhưng nghe sâu vào mới thấy ngọt ngào. Làm như không chửi bới thì họ ăn com không ngon miệng - tiếng chửi rủa thô lỗ bị chê là "như chằn tinh, gấu ngựa" như nhân vật Sáu Quyên góa chồng mà Hai Cường theo chọc và cuối cùng lấy anh ta và cùng có hai đứa cháu nội sinh đôi đưa về xin được má chồng cho phép cưới hỏi:

- *"Mầy dám nói vậy hả thằng Thiên Lôi? Qua đây mặc sức mà bồng, mà hun. Mầy mà không qua thì tao vác dao qua liền".*

- *"Đồ ăn nói luông tuồng, đồ trời đánh thánh đâm! Ma Da không rút mầy dưới đáy sông thì quỷ La Sát bắt mầy xé téc hai. Gặp mặt mầy là tao có nước trào máu họng"* (tr. 29).

Như bà Bếp Luông la hai cô con gái Ba Kiểm và Tư Diễm:

- *"Hai con đĩ Hà Bá này tới bây giờ sao chưa chịu ngủ để sáng mai đi buôn đi bán vậy hả?"*

Hai Cường đêm đêm nhớ tưởng Sáu Quyên: *"Chàng ao ước được ôm Sáu Quyên một lần để nựng cái cằm xinh xinh của chị, để cắn lên đôi môi mỗi khi hé ra là có tiếng chửi bới và rủa sả đó.*

Lúc mười chín tuổi, đã một thời Hai Cường yêu cô Chín Điều ở ngoài Vàm. Nhưng thuở đó, chàng cảm thấy mình cần phải yêu. Yêu là nhu cầu tình cảm của người con trai mới lớn. Nhưng khi gặp Cấm Dục rồi chàng mới biết trước đó mình lầm và mình chưa thật sự bước vào vòng yêu đương. Chín Điều không phải là kẻ mà chàng yêu với tất cả tâm hồn.

Đêm nay, không biết tại sao chàng lại ít nghĩ về Cấm Dục mà lại nghĩ nhiều về Sáu Quyên? Mình có yêu chị ta không? Hay chỉ vì ánh trăng ở đây ve vuốt quá, mông lung quá, làm chàng nghĩ tới cảnh vai kề má tựa với bất cứ cô gái, đàn bà nào xấp xỉ tuổi chàng" (tr. 47)

Sáu Quyên, *"từ Vịnh Trà Bay, chị ta trôi nổi qua đây lập quán, như trốn tránh một kỷ niệm nào đó. Chị ta chăm chỉ làm ăn, chăm sóc nhà cửa, chăm sóc quần áo, tóc tai. Chị ta tuy đẹp thua Ba Kiểm và Tư Diễm, nhưng chị biết cách chưng diện, lúc nào cũng đi guốc, biết xức dầu bông lài, biết cười duyên, biết liếc truyền ý, biết nhấn vuốt giọng nói để giọng đôi lúc mơn trớn, đôi lúc như than vãn. Lại nữa, chị có dáng đi uyển chuyển, khêu gợi. Đã bao lần nhìn trộm chị, chàng cảm thấy thân thể mình bứt rứt, lòng dạ mình bâng khuâng, khó diễn tả".*

Hai Cường si chị Sáu Quyên, *"Trai đa tình nào cũng mê đàn bà góa ráo trọi. Đàn bà góa như cá nấu canh. Đã có bỏ hành, còn thêm tiêu ớt".*

Đối đáp cưa cẩm:

"Hai Cường gọi:

- Sáu Quyên!

Sáu Quyên tru tréo:

- Ai cho phép mầy hài tên tao ra vậy? Nhờ mầy mà thiên hạ biết tên tao đó mà.

- Sáu Quyên, chị đừng có dối lòng chị nữa. Hai đứa mình mê nhau. Ở đời, thiếu gì trai tơ mà mê cảm, mê điên gái góa. Chị coi, hồi xưa, bác Bảy Hương trai là trai mới lớn lấy bác Bảy Hương gái là gái một con. Đàn bà góa ví như cây đờn kìm, có khảy nhiều lần thì tiếng càng thanh tao. Chị coi, vậy mà hai bác cũng gầy dựng nên cửa nên nhà.

Sáu Quyên phì cười:

- Ai dạy mầy ăn nói như mấy thằng cha o mèo trong tuồng cải lương vậy hả? Hôm nay mầy thấy tao... dễ tánh, mầy gáy lảnh lót quá mà.

- Ai dạy cũng được, miễn là chị thấu cho lòng tui thì thôi.

Sáu Quyên ứ hự, ngồi buồn hiu, nước mắt rưng rưng. Hai Cường tiến lại chị, nắm chặt tay chị, ngó sâu vào mắt chị. Chị hoảng hốt xô chàng ra, nước mắt tuôn như suối. Hai Cường dịu giọng:

- Nếu chị thật bụng thương tôi, thì mình dắt nhau đi xứ khác làm ăn. Chừng có con cái rồi mình về lạy bà già chịu lỗi cũng được. Bà già tui tuy hay chửi, hay rủa, nhưng lại dễ tánh, chửi đó rồi quên đó... ” (tr. 111-112).

Hai người rủ nhau trốn đi sống chung làm ăn ở Vịnh Trà Bay. Vài năm sau họ trở về xin bà Bếp Luông tha thứ và nhận dâu, nhận cháu:

“Chàng quì xuống lạy. Còn Sáu Quyên thì ngồi bẹp xuống đất vừa lạy, vừa khóc rống, miệng xổ một hơi:

- Lạy má, xin má thương anh Hai, thương hai đứa cháu mà cho phép tụi con về đây phụng dưỡng má, để má hủ hỉ với hai thằng cháu nội. Tụi con đã ăn ở quấy, làm má rầu buồn, tức giận nên ngày đêm tụi con ăn năn, đau đớn lung lắm. Má mà không thương thì vợ chồng con biết nương tựa vào đâu? Tụi con về đây hủ hỉ với má để chuộc tội bất hiếu.

Bà Bếp Luông nạt:

- Thôi đi cô. Ai dám nhận cô là dâu chớ? Cô là oan gia của tui, tui sợ cô lắm mà. Thằng con tui hiếu hạnh, cô dụ dỗ nó làm nó mang tiếng bất hiếu. Nay cô còn bày chước gì nữa đây? Tui mời cô đứng dậy để tui lạy cô, xin cô đừng theo tui báo oán nợ tiền kiếp giữ cô với

tui nữa. Thấy mặt cô là tui sợ rợn tóc gáy, muốn ngã lăn ra chết giấc. Cô không đi, tui la làng cho cô coi...

Bà Bảy Hương nói:

- Thôi mà chị. Bề nào tụi nó cũng đã ăn ở có hai mặt con rồi. Chị nhận lời nó đi, uống miếng rượu, ăn miếng trầu cho vợ chồng nó mừng. Tuy tụi nó không đợi cưới hỏi, lại chim chuột ngang xương. Nhưng tụi nó ăn nên làm ra, xu tiền rủng rẻng, gẫm lại bằng mười cái thứ có cưới hỏi rỡ ràng, mà vợ chồng xung khắc, mần ăn tàn mạt. Chị nghe lời tui, uống miếng rượu, ăn miếng trầu cho thấm miệng, rồi nựng cháu. Hơi đâu mà giận cho tổn sức, để sức mà hun hai thằng cháu nội có hơn không" (tr. 145).

Nhờ bà Bảy Hương can ngăn mà bà má nguôi ngoai và nhờ đó mà cả nhà vui vầy trở lại.

Phấn Bướm kể chuyện một gia đình phải bỏ nhà hương hỏa ở Vĩnh Long dọn về làng Đạo Thạnh gần Ngã Ba Trung Lương (Mỹ Tho) lập nghiệp; vào thập niên bốn mươi, năm mươi và cuộc kháng chiến chống Pháp. Người dân thời đó chưa bị lối sống Tây phương vật chất sau này ảnh hưởng khiến phải mất đi những nét riêng. Con người ta sống hòa đồng với thiên nhiên, hàng xóm; nhà thì mái lợp bằng lá dừa nước bên những "bãi dừa nước được gọi là xẻo lá, doi lá". Về vùng kinh rạch đó, bà má sanh thêm được ba cô gái đặt tên là Lệ Phỉ, Diễm Lăng, Mỹ Cần - sau Phương Tần sanh trước ở Vĩnh Long. *"Bốn chị em đều có tên bốn thứ rau để kỷ niệm thời má sửa sang vườn tược và gây dựng sở rẫy. Tần, Cần, Lăng là rau ở quê hương. Ba bảo 'Lăng' tức là củ ấu, còn 'Phỉ' là một loài rau thanh đạm ở bên Tàu"* (tr. 5). Nhà không con trai nên nhận Cảnh nuôi trong nhà. Các nhân vật của *Phấn Bướm* lớn lên, đi học lên và đường tình trươn tru có mà khủng hoảng cũng có. Phương Tần đính hôn với Cảnh, Mỹ Cần mê Cảnh và gặp Hạo Minh. Diễm Lăng cũng mê Cảnh, lại bồi hồi khi ngắm Tùng ngủ trưa.

Nhưng rồi chiến tranh khắp Đông Dương. Người cha bị ép vô bưng Giáp Nước của Việt Minh, má con có lúc vào "ở chơi" cả tháng. Tình cảnh nhà sa sút như trong thơ Phương Tần viết cho Cảnh: *"gia đình em đã gặp tai nạn mấy năm nay. Ruộng đất của ông nội em bị Việt Minh sung công. Bác Hai em yểu mệnh, ba em bị giam cầm..."* (tr. 231).

Lệ Phỉ luôn mơ mộng trở về mái nhà xưa nhưng tạm theo nghiệp hát. Mỹ Cần viết văn đăng báo "Ngày Xanh". Diễm Lăng thêu thùa - như chị Phương Tần nay sống với Cảnh ở Xóm Tre. Tất cả bị thời cuộc bứng khỏi nhà hương hỏa rồi cả vùng "xẻo lá, doi lá"!

Ngát Hương Mật Ong: Hồ Trường An đưa độc giả trở lại quê nhà Vĩnh Long của ông. Ông kể chuyện *"ba cô Phương [Đạm Phương, Hằng Phương, Thắm Phương], ba cậu Ngọc [Tường Ngọc, Lương Ngọc, Tuấn Ngọc], hai cô Minh [Bình Minh, Tuyết Minh] và Hạo Minh bắt đầu trưởng thành vào lúc cuộc chiến giữa Pháp và Việt Minh gần tàn, ở một nơi xa tầm ác hiểm của chiến tranh. Đó là vùng ngoại ô tỉnh Vĩnh Long, nằm bên hữu ngạn con rạch Long Hồ gần vàm sông Cổ Chiên"* (tr. 174).

Chuyện của họ, và người cha với ba bà vợ cộng thêm chị vú tằng tịu nhưng không có con tự bỏ đi tu sau khi gả em gái út của mình làm dì ghẻ đám trẻ nói trên và sinh thêm hai người con khác – Thắm Phương và Tuấn. Chuyện có nét đơn thuần cũng như đầy rắc rối, cốt nói lên hương thơm mật ong thường trực quẩn quanh chốn đồng quê nhưng mấy ai dễ nhận ra. Tên và cảm tình hay ghét bỏ bắt nguồn từ các tên gọi, người thích hương bông này kẻ thích mùi hay màu bông kia. Nhân vật Mãn Đường Kiều - giang hồ, sành đời và từ năm 14 tuổi *"tôi đã bị cánh tay chủ nghĩa trói buộc. Tôi được phe kháng chiến gài vào công-tác dân vận nội-thành"*, được đưa vào như nhân tố kích thích các nhân vật khác cùng diễn tiến câu chuyện. Cô này mê trồng hoa, cây kiểng cũng như rau cỏ, và có kinh nghiệm: *"Kỳ lạ, vào những hôm trời nóng như hôm nay, tôi có cảm tưởng mỗi bông hoa tiết ra một ít mật. Hương mật ong trộn với hương thơm riêng biệt của từng loại hoa. Nhưng mình phải lắng sâu vào không khí, vào hương thơm, nhất là lúc yêu đời, mình mới cảm nhận được mùi mật ong...*

Tường Ngọc hít hít không khí vào lồng phổi rồi nhăn mặt:

- Tôi... không cảm nhận được hương mật ong như bồ nói.

Mãn Đường Kiều nắm lấy tay Tường Ngọc:

- Làm sao bồ cảm nhận được? Vì trong giây phút này, tâm hồn bồ còn dư sót hương vị mật đắng của cuộc đời.

- Tôi sẽ bắt chước bồ

-?

- Tức là phải lắng sâu vào không khí, vào hương thơm để tìm hương mật ong...” (tr. 114).

Tường Ngọc thành công làm nghệ sĩ sân khấu nhưng lại làm "đĩ đực" cho các bà thừa tiền rững mỡ, anh và Mãn Đường Kiều vẫn yêu mê nhau có lẽ vì cả hai phải sống nhiều mặt. Cô Kiều cuối cùng mở mắt về kháng chiến khi nhận thư tuyệt mệnh cha cô viết trước khi tự sát bảo phải tránh xa "lũ cuồng tín" Việt Cộng. Đạm Phương theo đuổi ca hát, yêu và được Thẩm Kỳ tỏ tình. *"Đạm Phương tóc xõa như gái Huế, mặc áo xanh, tai đeo bông nạm kim cương, cườm tay đeo vòng ngọc thạch. Hằng Phương mặc áo màu hoàng yến, cổ áo gài con bướm bạc, tay đeo vàng, bông tai cũng nạm kim cương. Mèn ơi, Hằng Phương sao hồi nào đẹp chói lên, má hồng, da mịn, mắt đen và sáng loang loáng. Bên cạnh nét tươi thắm đoan trang của chị, vẻ rạo rực, nồng nàn của Hằng Phương nổi bật lên...”* (tr. 304). Hằng Phương theo đuổi nghiệp văn vào cái thời tiểu thuyết tâm lý xã hội, kiếm hiệp, sách báo, truyện và phim ảnh tràn ngập nơi đô thị; người yêu là Huy Đán theo tập kết về Bắc.

Hạo Minh tự chuốc mặc cảm tội lỗi lánh mặt Thẩm Phương chỉ vì nghe lời bạn rủ rê *"đi hành lạc ở một căn nhà thổ xóm Lò Tương gần Cầu Lộ (...) Chàng biết mùi gái từ hôm đó (...) Chàng đang sức lớn, thể xác cường tráng. Những lúc động tình, chàng cũng nghĩ về Thẩm Phương. Nhưng cái hôm viếng xóm Lò Tương đó, trong lúc nằm trên giường với người đàn bà lạ mặt, rõ ràng chàng quên mất Thẩm Phương. Cái hành động "tội lỗi” đó, khi ôn lại, ác nghiệt thay, chàng vẫn thấy thích thú, thân xác bừng nóng bởi ngọn lửa nhục cảm đê mê”.* Hành động chàng nghĩ là phản bội đó, Thẩm Phương lại xem là … chuyện nhỏ: *"Tưởng chuyện gì! Thì ra ... là vậy (...). Anh ngốc này sao ưa vẽ ác mộng để rồi chui vào quá!”* (tr... 306, 307). Và họ lấy nhau, nàng "vẫn còn là một xử nữ”.

Hơn một lần, tác giả đã để các nhân vật kéo nhau ra vườn tìm hương hoa: *"Khu vườn sau trận mưa như mới hẳn, lá bóng loáng. Những cành mận đơm hoa trắng nõn. Cây chiết, cây điều bừng nở lá non màu nâu ửng hồng. Cây đọt lụa điểm lá non màu lục nõn. Chuối xòe túm lá rộng bản, dưới gốc những chồi chuối con lớn cỡ chày đâm tiêu. Ổi cũng đơm hoa trắng. Hương hoa ổi trộn với hương hoa mận thơm dìu dịu. Hai thứ hương này chỉ tỏa nồng vào sau cơn mưa hay lúc hừng sáng, khi thời tiết mát dịu...”* (tr. 281).

"Những cây trứng cá đơm đầy trái chín mọng và đỏ như san hô. Những cây mận sai trái; mận hồng đào tô né hồng vui tươi và xán lạn trên nền lá lục sẫm, mận trắng như đúc bằng sáp ong, mận xanh như những khối ngọc thạch được đẽo gọt khéo léo. Chen giữa những trái mận non là những chùm hoa trắng tỏa hương thơm ngát" (tr. 329).

Bình thường người ta nghĩ hương cuốn theo chiều gió hoặc chờ đợi hương bay tỏa ngược chiều, ít ai chịu khó lắng đọng để hưởng mùi hương nhất là thứ hương quyện mật ong. Cũng vậy, lối vào ra luôn ở cùng chỗ; chính con người ta quên lối hoặc đường đi đầy cỏ dại – như lời một bà tu hành tướng hao hao một bà bà khách mà Tuyết Minh đã quen, báo mộng cho nàng.

Truyện ngưng khi Pháp phải rời Đông Dương, mở màn cho chế độ đệ nhất Cộng hòa, các giáo phái lần lượt phân rã hoặc về với chính phủ quốc gia. Và tương lai hãy còn ở trước mặt với đám trẻ: *"Một cơn gió thổi tới phơi phới. Những khóm thổ lan và cẩm nhung mềm mại rung rinh. Trong hồn mọi người như choáng rợp những cánh diều bay lồng lộng, đuôi diều uốn lượn uyển chuyển trên nền trời xanh mây trắng"* (tr. 334).

*

Nói chung, các *"truyện dài đồng quê"* với đề tài phong tục, văn hóa miền đất mới của Hồ Trường An có đặc thù của riêng ông, ở cách kể chuyện khá sống động, ở ngôn từ đối đáp, ở cảnh tình, diễn biến – khi đọc truyện ông, nếu đọc lớn tiếng và phát âm giọng miệt vườn nhà quê thì càng hấp dẫn (mà các băng đọc truyện chỉ làm được phần nào)! Truyện đồng quê miền Nam lục tỉnh của ông đã rời xa những Hồ Biểu Chánh, Nguyễn Chánh Sắt, Phi Vân ở kỹ thuật truyện, ở miêu tả tỉ mỉ, và hình ảnh, ngôn ngữ sử dụng,… cũng như khai thác tối đa tiếng nói thường ngày, bình dân, của con người ở vùng đất mới, đã tạp chủng, pha trộn. Đa phần trong hơn 20 *"truyện dài đồng quê"* có thể gộp chung và xem như là *"đại trường thiên tiểu thuyết"* hay những *"truyện dài đồng quê"* nhiều tập – hay *"siêu liên văn bản"* nói theo thời gần đây. Tuy vậy, đọc Hồ Trường An dễ thấy cái hoa hòe trải rộng của ông có khi làm người đọc bối rối, lạc lỏng, không phải như trong câu chuyện dài tình tiết của Xuân Vũ, hay dài cố ý của phim bộ, mà là ở chi tiết, hình dung từ, cái trang điểm thêm khi đã đủ tươm tất, nhất là khi độc giả xem các tập truyện gần nhau!

Truyện Hồ Trường An có những đặc biệt bất ngờ như lời tả "Chị Marie có tấm nhan sắc trung bình, có cái thân hình cao lớn bốc lửa, có *cái miệng tục tĩu duyên dáng*".

Có lẽ vì cái miệng vậy cho nên chị Marie lấy Tây này thường *"rên la thống thiết"* khiến "ông thợ câu neo xuống gần đó câu tôm, hoặc mấy cô đi gánh nước từ cầu nhủi sát hông nhà chị" đều nghe rõ:

"- Thằng chó đẻ, mày đâm, mày ngoáy tao. Quỉ ơi, tao sung sướng mà chết đây!

- Ông bà ông vải ơi, thằng thiên lôi này giết tôi đây!

- Thằng khốn nạn, muốn giết tao thì đâm tao lút cán đi. Cứ nhấp nhử hoài làm tao muốn phát điên. Tiên nhơn tổ đường ơi, thằng mắc dịch này bày vẽ nhiều trò dễ ghét quá!

Tóm lại, đây là hạng đờn bà dở... chịu khoái lạc" (*Mùa Thục Nữ Vu Quy*)

Cách đặt tên nhân vật lại là một đặc điểm khác của ông. Trong vài tác phẩm, tên đặt cho nhân vật quá đẹp không hợp với hoàn cảnh địa lý thôn quê thường dùng tên cục mịch hơn, "dân gian" hơn. Chỉ lấy thí dụ cuốn *Phấn Bướm*, nhân vật nào là Diễm Lăng, Lệ Phỉ, Phương Tần, Mỹ Cần, mà ngay thú vật, bồ câu được gọi là Xuyết Cẩm, Ánh Tuyết, Như Băng, Hoàng Hạc, ngựa thì Đạm Lớn, Đạm Nhỏ, Bích, Huyền Ô,...

Tả sắc đẹp, nào "dung nhan tuy không lộng lạc hực hỡ đến độ huê nhường nguyệt thẹn, song cũng duyên dáng, mặn mòi lắm", so sánh "Cặp mắt cô Ba sáng ngời loang loáng ánh thu ba thì mắt cô Năm là cặp mắt lá răm và xếch như mắt phụng, êm dịu tỏa ánh hiền từ", ... Một người như bà út Túy Huệ *"đã 42 tuổi, nhưng còn non nheo nhẻo như đờn bà 30 tuổi. Cho nên bà út ăn diện theo gái tân thời, tóc chải chín lượn, mười mồng trên đầu rồi bới cái bí bo dẹp dẹp tròn tròn như cái bánh tiêu sau ót. Hễ bước ra khỏi nhà là bà tô son giồi phấn hực hỡ, mặc áo dài bợ ngực bó eo, đeo nữ trang rườm rà choáng lộn".* Một chị tên Marie Phô Mai *"mặc chiếc áo bà ba bằng mousseline đen in bông huệ hường và huệ vàng, quần sa teng tuyết nhung đen. Tóc chị cuốn tay rế, giắt lược đồi mồi có nạm trân châu ở sống lưng. Tai chị đeo bông hột xoàn, cổ đeo xâu trân châu, đôi cườm tay lồng trong đôi vòng huyết ngọc",* ...

Hồ Trường An có khá nhiều nhân vật viết văn, viết báo, như trong các truyện dài *Vùng Thôn Trang Diễm Ảo, Trang Trại Thần Tiên, Ngát Hương Mật Ong,...*

Tên món ăn dù không cao lương mỹ vị vẫn được tác giả âu yếm bác-học đặt tên! Mỗi khi tả món ăn thường Hồ Trường An khá chi tiết: *"Cô Ba Diễm Quang trổ tài làm bánh nướng như bánh nem, bánh con đuông, bánh gai, bánh phục linh, bánh petite madeleine có thể để dành lâu khi đựng trong những ngăn quả sơn son thếp vàng. Bánh men cô lớn cỡ khu tô được bắt bông đường màu tím, màu hường trong khóm lá lục thấy đẹp nên không ai nỡ ăn. Bánh phục linh của cô trắng như phấn, mịn như thạch cao được in trong khuôn gỗ nên có hình vuông, hình quả chám viền răng cưa và nổi bông mai, bông cúc, bông sen, bông huệ. Bánh gai và bánh con đuông của cô nướng chín vàng ấm áp, không một vết cháy. Còn bánh petite madeleine của cô xốp như bông đá, cũng không có vệt cháy vì nướng già lửa..."* (*Mùa Thục Nữ Vu Quy*)

Trong tác phẩm của ông có những biến cố lịch sử, xã hội trải dài từ thời Nam-kỳ Pháp thuộc đến trước 1975, nhưng thường là đời sống bình nhật, quê có, tỉnh có, sang có, hèn có, có kẻ phong lưu trí thức cũng như sa cơ mạt vận,... với những tiếng nói lanh lảnh, ngọt ngào, kiêu kỳ, hèn hạ, và cả những tiếng chửi có vần du dương, dài đến bất tận, người nghe thích khoái nhưng cũng có khi đau điếng gây hận thù đến mấy đời...

Có một số từ ngữ và tiếng nói dân giả, đồng quê ít thấy dùng thời sau này như *"lu câm"* [mờ?], *"vụt chặc, lanh chanh"*, trái *"lôm chôm"* [chôm chôm], *"lá lưỡi cọp"*, kết quả thi cử *"xệ xuống"*, *"thằng nghiệt súc, thằng dâm tặc"*, *"non nheo nhẻo"*, v.v. Những cây cỏ, món ăn lạ đối với dân thành thị (và hải ngoại) như bồn bồn nhổ về làm dưa (LSPH), trái phù quân (NHMO),...

Trích đoạn tiếng than khóc của một cặp thương hồ ở một truyện ngắn:

"- Hồi đó tui biểu anh đi tập hát cải lương, anh không nghe; anh nghe lời ông bầu gánh Rương Đen, đi theo nghề hát bội. Giờ đây hát bội hết thời, không ai thèm coi. Gánh Rương Đen rã tại chợ Lách, may mà tui còn chút đỉnh tiền mua chiếc ghe để về đây vớt phân thiên

*hạ. Vớt ba cái thúi tha hoài, rồi chẳng biết ngày nào về quê quán đây!
Năm cùng tháng tận rồi mà mình chưa mua được chai rượu, con vịt
để dành ăn Tết.*

Tiếng người đàn ông lè nhè:

*- Tao biểu mày nín. Số tao là số bần cùng, dẫu có đi theo cải
lương, thì cái giọng thùng thiếc bể chắc gì tao được làm kép chánh
đâu. Nghề hát bội là nghề ông cha tao nuôi các cô, các chú, anh chị
em tao đã hai đời rồi, lẽ nào tao phụ nó? Bộ mày tưởng hễ ai đi hát cải
lương rồi cũng ngang hàng với Bảy Nhiêu, Năm Châu, Tư Út hết hay
sao? Có nhiều gánh cải lương đi hát ở miễu đình, gặp lúc trời mưa
thưa khách thì sáng hôm sau họ đi bắt cóc nấu cháo.*

- Thịt cóc coi vậy mà thơm tho, nói cho anh biết.

*- Ấy, mình với cứt sanh nhai chớ có ăn cứt đâu nà. Dầu sao đi
nữa, mình cũng đắp đổi qua ngày nhờ nghề vớt hạ tiện này. Mày chê
nó thì mày ngu như ăn cứt...*" (Bèo Bọt, *Tạp Chủng*, tr. 18).

*

Tính dục trong các truyện của Hồ Trường An có khi thường
trực, như cái bản năng, có khi lại như là tác động của tiềm thức, của
quá khứ. Nói chung đó là cái gì tự nhiên, bộc phát, không dồn nén,
không "đạo đức giả", như hơi thở, như ăn uống, như cái thú sống ở
đời. Đặt trong khung cảnh đồng quê ngày trước – mà nay đã trở nên
lạ lẫm một cách kỳ thú!

Chuyện giáo dục sinh lý và công dung ngôn hạnh cho con gái
sắp về nhà chồng được ông viết hẳn một truyện dài - **Mùa Thục Nữ
Vu Quy**, đặc biệt về chữ dùng và cách dạy. Bà út Túy Huệ dạy cháu
Năm Thể Tần [giả bộ chưa biết gì]:

"*- Chị Hội Đồng đã ngỏ ý cô dạy hai cháu chuyện giao hoan
hiệp cẩn để hai cháu biết cách chiều chuộng chồng. Chỉ phàn nàn
rằng con Ba vốn không được thâm trầm kín đáo. Hễ ai rờ nhẹ nó, nó
cũng nhảy thót lên la oái oải. Vào đêm tân hôn, thằng Thế Mạnh mà
xung bức phá trinh nó, nó chịu đau không nổi hét rùm lên thì thiên hạ
sẽ cười cho sượng mặt. Rồi đó, khi mà vợ chồng nó mặn chuyện ái ân
rồi, giữa lúc loan điên phụng đảo biết đâu nó sẽ không tự chế nổi cái
gay gắt của lạc thú. Đáng lẽ nó ngậm miệng sò khép miệng hến để tận*

hưởng khoái lạc thì nó lại ré lên nói sảng quàng, rên rỉ huyên náo, người ngoài mà hay được chắc chồng nó sẽ đội quần thiên hạ. Hai cô cháu nhà này giống tánh nhau, vốn dở chịu đựng. Mấy chuyện mà cô nói vừa rồi, thiệt ra là chuyện cô đã từng làm, từng trải quạ Cho nên cô phải khuyên nhủ con Ba lẫn con Năm nên tránh là hơn. (…) Cô chỉ khuyên bây một điều: đờn bà con gái phải giữ vẻ thâm trầm, không nên bộc lộ tình cảm sa đà quá trớn như cô chầu xưa. Đờn bà mà sướng rên, khổ rên, ngạc nhiên rên, hoảng sợ rên là thứ đờn bà bộc tuệch như cái nhà trống trước hở sau, làm sao mà giữ gìn của cải, cầm chơn được chồng, dưỡng nuôi được con cái? Chèn ơi, cứ coi con Ba ăn xoài tượng chấm mắm ruốc giã tỏi ớt! Lúc khoái khẩu nó rên rỉ suýt soa, khi cắn nhằm miếng ớt quá cay, nó rít the thé làm như lưỡi nó rát phỏng thiếu điều thụt tuốt vô trong cuống họng. Mai kia mốt nọ, nó sẽ gặp nhiều chuyện mà nó chưa từng nếm qua, nó sẽ phóng thanh rùm beng, chắc lưỡi hít hà, suýt soa ỏm tỏi, ai mà chịu nổi?"

Nhân vật nữ trong truyện này vô địch về chuyện "nói tục, nói trây" và "ăn nói trặc trẹo"! Đến đoạn kết thì quả là quá … lành: *"Hạnh phước vốn có thiên hình vạn trạng bộ mặt. Nhưng với tấm lòng thành thiệt, thì chúng ta cũng có thể tìm gặp cái chơn hạnh phước. Đừng có mang mặt nạ đạo đức, đừng có hổ thẹn không đúng chỗ, thì cái chơn hạnh phước kia đến với chúng ta mau lẹ".*

Trong **Chân Trời Mộng Đẹp**, tác giả viết về những kiếm tìm hạnh phúc, dĩ nhiên không thể bỏ ra ngoài chuyện gối chăn. Trọng Khang và Ngọc Hảo lấy nhau rồi xa nhau rồi tìm lại nhau qua thú vui nhục dục tìm thấy trở lại: *"Ngay đêm ân ái lần đầu tiên trong cuộc tái ngộ, chàng có cảm tưởng mình động phòng với một Ngọc Hảo nào khác. Cái thể xác tươi rộ lên của nàng trước khi đi vào thời kỳ lệch lạc và bệu nhão theo tuổi tác sao mà kích thích chàng một cách bất ngờ! Chàng ôm nàng thật chặt, thọc sâu vào nàng như đi vào một thiên đường vừa khám phá, chàng nhún nhẩy cọ mài vào vùng nhạy cảm với khoái lạc của nàng một cách miệt mài để tìm lại những mảnh vụn ký ức về thú giao hợp vào thuở cả hai đi hưởng tuần trăng mật ở Vũng Tàu. Lúc chàng tưới tẩm chan hòa vào nàng, chàng có cảm tưởng mình rót vào nàng những sinh lực tươi mới và rót vào nàng một niềm phục vụ tha thiết về mầm mống hạnh phúc bắt đầu hồi sinh ở trong nàng. Cuộc ân ái đêm hôm đó làm cho cả hai có cảm tưởng là* *cùng ban ân sủng cho nhau để vớt vát lại những ngày hạnh phúc đã lỡ đánh mất. Khi tan cuộc, chàng còn nằm trên thân thể nàng một lúc và khi cả hai nằm nghiêng thì chàng vẫn còn ôm nàng, vùi mặt mình vào tảng ngực mềm mát của nàng để gây lại nguồn lử nhục cảm mới và bắt đầu cuộc làm tình kế tiếp...”* (tr. 70).

Bãi Gió Cồn Trăng là “truyện dài đồng quê” nhiều về những câu chuyện tình dục “tạp pí lù” nhất: trăng gió, ngoại tình, khổ dâm, dâm dục thả dàn đủ cả, từ thằng ngu cu đen, bác sĩ, quan chức đến bà này con kia, ta có, tây có, thoải mái với đủ hạng người trong xã hội thời thực dân:

“Cô Ba ngoe ngoảy bỏ vào buồng dành cho cô. Nơi đây nệm drap trắng tinh, thoảng mùi long não. Cô cởi áo dài máng lên móc rồi vào giường nằm nghỉ. Cô tính nằm chơi, ai dè ngủ hồi nào không hay. Bỗng một chiếc cằm lám nhám gốc râu chạm vào đôi má mịn màng của cô, rồi cặp môi ấm áp đè lên cặp môi cô. Cô mở mắt ra thì thấy Thierry đang nằm bên cô, thân thể không mảnh vải che. Cô siết chặt tấm thân hắn, làm bội hỏi:

- Ai? Ai vậy?

Tên Pháp kiều rên rỉ:

- Kiếm được dịp tốt để đến đây khó quá! Anh nhớ em lắm!

Hắn hun hít cô, rồi cả hai nhẩn nha vuốt ve nhau cho đến lúc tên gian phu không chịu nổi lửa dục nữa, bắt đầu giao hoan với cô. Cô nhắm nghiền mắt hưởng ứng, quên phứt đi tấm vách có một lỗ nhỏ để cặp mắt cô Sáu Bạch Huệ theo dõi, chờ lúc họ mê man nhục dục sẽ ra tay”.

Bang biện Hưỡn như tên gọi, suốt ngày chỉ có mỗi bận tâm bệnh hoạn *“làm thế nào ăn nằm với vợ Cai tuần Hạp, tá điền của ông. Chị đang có chửa bốn tháng. Ông chỉ cần ăn nằm với chị vài lần rồi sẽ trả chị ta về với chồng, để ông kiếm một mụ đờn bà có chửa khác ... Ông chỉ thích ăn nằm với đàn bà chửa từ ba tháng tới năm tháng. Cái thai lớn vừa phải thì ông ham nhưng cái bụng bự chang bang của đàn bà mang bầu từ bảy tháng sắp lên thì ông không hứng thú chút nào.... Ông thích thông dông với thứ đàn bà chửa nhưng chồng còn sống hơn. Đờn bà góa có chửa không kích thích ông nhiều bằng. Theo ông, còn gì thích cho bằng vừa tráng men đứa hài nhi vừa cặm một cặp sừng cong vút lên đầu thăng tía bạc phước của ông"*. Hắn gạ gẫm để *"núp gò mối đâm heo"*, sau thím Bảy Bảnh là lén lút với vợ Cai tuần Hạp đang mang thai, cuối cùng bị hồn ma cô Út Thoại Huê trừng phạt:

"Ông ôm chầm lấy chị ta, vuốt ve cái bụng chửa lùm lùm của chị, hun hít. Mà ủa lạ, sao mình mẩy chị ta lạnh ngắt. Ông hỏi:

— Sao mình mẩy em như ướp nước đá vậy?

Vợ Cai tuần Hạp háy ông bằng cặp mắt có đuôi:

— Thì em phải tắm rửa sạch sẽ để tiếp ông. Ngặt vì lóng rầy em yếu trong người, gặp nước lạnh về chiều nên da thịt mới như vậy. Ông úm em một đỗi thì em ấm lại liền!

Ông tiếp tục hun hít, ấp ủ người đàn bà. Quả nhiên da thịt chị ấm lại dần. Nhưng khi ông muốn bóc hết lớp quần áo che thân chị thì chị đề nghị:

— Ngoài sau vườn em có một cây rơm, chỗ đó quanh năm suốt tháng chẳng ai lai vãng. Đêm nay có trăng, tụi mình ra đó gẫm có thú vị hơn không?

Ông Bang biện Hưỡn khoái quá, gật gù khen ngợi:

— Thiệt qua không ngờ em... cao kiến như vầy, hiểu chuyện phong lưu tao nhã lắm. Vậy thì mình cùng đi!

Cả hai sóng bước ra ngoài nhà sau. Quả thiệt có cây rơm bên cạnh cái ao. Ven ao là cây gừa, Đom đóm bám vào từng chiếc lá, ánh sáng chớp tắt liên hồi. Trăng bây giờ lên cao, thu nhỏ lại, sáng như phiến gương làu làu nước thủy. Quanh ao tiếng vạt sành kêu râm ran. Chốc chốc có tiếng cá ăn móng.

Ông Bang biện Hưỡn bước cạnh người đờn bà, chốc chốc lại quay qua nhìn chị cười mơn. Bỗng ông lạnh mình. Ô hay! Người đàn bà đi cạnh ông rõ ràng là cô Út Thoại Huê. Ông buốt miệng kêu: "Trời ơi!" rồi đưa tay dụi mắt. À thì ra ông nhìn lầm, vợ Cai tuần Hạp chớ không ai khác. Người đờn bà gặng ông:

— Ủa, sao ông kêu trời vậy?

Ông Bang biện Hưỡn nói lảng:

— Không, có gì đâu! Tại qua thấy em đẹp nên buột miệng vậy mà!

Vợ Cai tuần nhìn ông đăm đăm như thôi miên:

- Thiệt không đó? Hay ông tưởng em là cô nào khác?

Ông Bang biện cười dã lã:

- Thôi mà em, em nói chi chuyện tầm phào cho mất vui!

Người đờn bà khi tới gốc cây rơm, nằm dài ra, giọng ỏn ẻn thẽo thợt:

- Mình ơi, em đây nè. Mình có chiên xào, kho nấu em cách nào, em cũng vui lòng hết.

Chị lột hết quần áo ông, ôm sát vào người chị rồi bất ngờ siết thiệt chặt làm ngực ông muốn vỡ vụn. Chị ta cười hăng hắc, sắc lạnh như từng gáo nước dội lên mặt, lên sống lưng ông. Ông Bang biện sững sờ nhìn chị. Trời ơi, rõ ràng là Út Thoại Huê đây mà! Quả nhiên người đờn bà the thé:

- Con quỉ dâm dục, con quỉ súc sanh từng làm nhơ các thai phụ để họ phải chịu nhục nhã vì ô danh xủ tiết! Cả nhà Cai tuần Hạp đã vì mầy mà lìa quê lìa quán, đem thân cầu thực xứ người! Bọn họ đi Bạc Liêu từ hai hôm rồi, tao phải giả dạng chị vợ để răn dạy mầy!

Nói tới đây, cô Út Thoại Huê thổi một làn hơi lạnh buốt lên mặt ông bang biện Hưỡn khiến ông lịm đi.

Sáng hôm sau, mấy người đờn bà hái rau dại trong xóm phát giác ông Bang biện Hưỡn nằm im lìm bên mộ cô Út Thoại Huê, liền tri hô lên. Mấy lực điền xúm lại, lấy chiếu đắp lên thân thể trần truồng của ông, rồi hơ lửa cạo gió, xức dầu... Chừng nửa tiếng đồng hồ sau, ông bắt đầu thở thoi thóp".

Cậu Hai Luyện, con trai ông ta cũng dâm dục không thua, nhưng lại *"ưa phá trinh con gái hơn. Cậu chỉ giống tánh cha thích ăn nằm với đàn bà có chồng. Thím Bảy trắng trẻo, mình dây, cặp giò dài, cặp mông tròn hoay, bộ ngực cao và săn chắc, cặp mắt thiệt lẳng, cặp môi thiệt tươi. Uổng cho thím lấy nhằm ông chồng thiệt thà, chỉ biết lo làm ăn, lo cưng vợ mà không biết đua đòi cách sống hào huê.*

Cậu Hai Luyện gặp thím như mèo gặp mỡ, như rồng gặp nây, chinh phục thím tuy khó khăn nhưng rồi nước chảy hoài thì đá cũng hao mòn.

(...) Cậu Hai Luyện đi chùa Sơn Thắng để ve vãn các cô đi chùa

dưng hương ngày rằm, tình cờ gặp chỗ dung thân mới của vợ chồng người tá điền cũ. Nhờ ở trong quán tối ngày nên da dẻ thím Bả hồng hào. Tuy thím mặc quần áo vải bô, hai bàn chơn to phè nhưng cậu đã thấy trong cái đẹp thiên chơn ấy một ngọn lửa kích dục hào hứng. Cậu tìm cách ve vãn, hứa cho thím một chiếc vòng cẩm thạch và một sợi dây chuyền vàng. Chiếc vòng tặng chỉ là chiếc vòng mã não tuy xanh lặt lìa nhưng ửng ánh vàng nghệ. Còn sợi dây chuyền tặng bằng vàng tám, miếng mề đay hình trái tim nhỏ xíu chớ không phải là sợi dây chuyền bằng vàng mười, miếng mề đay lớn cỡ đồng xu lá bài in hình chữ phước như thím hằng ao ước.

Tuy nhiên, người đàn bà quê mùa kia một khi đã sa chơn vào chuyện phong tình nguyệt trái rồi thì đâm ra ghiền cái mùi đờn ông thị thành. Chồng thím dù có tinh lựa như sói cọp nhưng vẫn là kẻ quê mùa, không rành chuyện gối chăn. Khi cậu Hai Luyện ngỏ ý đưa thím cho cha cậu hú hí một đêm thì thím làm mặt giận. Ông Bang biện tuổi tuy năm mười mà da mặt chưa dùn, thân vóc còn dẻo, tóc chỉ điểm vài sợi hoa râm. Vả lại mặt mày ông cũng khá khôi ngô. Đã lỡ hư thì thím cho hư luôn. Khi ông Bang biện nhét vào tay ghím chiếc cà rá cẩm thạch cắt hình hột dưa thì thím chịu tiếp ông ở cái tổ quỉ của cậu Hai bên cầu Kinh Cụt..

Sau khi hú hí đã đời với thím Bảy Hành, hai cha con theo đuổi mục đích riêng. Cậu Hai Luyện chuẩn bị đi Mỹ An để đo đất và cậu đã sai thằng tớ trai tâm phúc tên Yêm dò la kiếm gái trinh, mặt xinh đẹp để cậu dụ dỗ. Còn ông Bang biện Hưỡn thì muốn mua bộ divan bằng gỗ cẩm lai đã giồi bóng lộn. Bộ divan đó mà đặt trong cái tổ quỉ của thằng con trời biển của ông, để ông đưa vợ Cai tuần Hạp lên nằm và "núp gò mối đâm heo" thì thập phần khoái lạc!...".

Cha nào con nấy, tha hồ lộng hành, kể cả cùng người đàn bà đã có chồng!

Dân quê còn tin là ma quỷ, thủy quái cũng … dâm không thua gì mấy "dâm tặc" ở những vùng hẻo lánh:

"Bà Năm Tảo bảo:

- Có kiêng có cữ thì việc dữ hóa lành. Đất nước mình mới khẩn huang lập ấp mấy trăn năm nay nên có đủ thứ yêu tinh, ma quỉ, tà quái. Làm gái xinh tốt càng phải giữ kỹ hơn. Bây mặc *quần áo trắng đứng bên mé nước thì bọn Giang long, Hà bá, Thủy quan, Thủy quái thấy đít, ngực, hông, nách bày ráo trọi, tránh sao "họ" khỏi động lòng dâm dục, phụt ngọn lửa tình. Cho nên có đi xuồng, đi ghe, đi dạo trên bờ sông nhớ bận quần áo màu sậm, nhứt là nên bận đồ đen cho chắc ăn, vì màu đen có thể che mắt "họ".*

Ông Năm Tảo thêm vô:

- Tụi con gái chớ nên soi kiếng chải đầu ban đêm. Bởi mặt kiếng lánh như mặc nước lúc lặng sóng nên "họ" thường ẩn trong mặt kiếng ban đêm vì ban đêm thuộc giờ âm, giờ của cõi âm, giờ của dưới nước lên trần tác oai tác quái".

Dâm dục "thái quá" cũng là lý do để bị "mộc đè", như chuyện cậu Hai Luyện với cô Bảy Cẩm Thạch - "vốn là nhơn tình cũ của cậu, từ khi hóa [goá] chồng cứ thậm thụt ăn nằm với cậu hoài":

"Sau hai hiệp mây giăng mù mịt mưa rớt dầm dề, cô Bảy Cẩm Thạch vụt cảm thấy bào xào xao xuyến với một cảm giác khó hiểu. Cô vụt chổi dậy mặc quần áo và bảo tình nhơn:

- Không hiểu tại sao em hồi họp quá, chắc ở tiệm có chuyện gì xảy ra. Thôi để em về. Tối nếu anh rảnh, tới tìm em.

Cậu Hai Luyện vẫn nằm dài thây trên chiếc divan cẩm lai. Cậu thấm mệt vì hai keo ân ái nên chỉ muốn nằm một mình ở đây đánh một giấc trưa, không có con đờn bà nào lằng nhằng vương vấn bên cạnh cậu. Cậu liền nói đẩy đưa:

- Ừ, nếu em cảm thấy bất an thì cứ về.

Mí mặt cậu nặng chĩu. Con lười biếng bạc nhược làm thể xác cậu mềm nhũn. Cô Bảy Cẩm Thạch liếc qua cậu, kín đáo trề môi nguýt háy rồi mở bóp lấy hộp phấn hồng tô lên má, lấy thỏi son thoa cặp môi. Khi cô trang điểm xong thì cậu Hai Luyện đã ngáy lảnh lót. Xời ơi, đờn ông gì mà... thiếu tế nhị. Nó chơi mình xong là lăn kình ra ngủ, không biết ve vuốt mình, không biết ngọt bùi gì ráo! Nó coi mình như con điếm, một món đồ chơi không bằng. Chiều nay mà nó xách đít tới tiệm may, tui sẽ đạp đít nó đuổi ra cửa rồi hốt gạo muối vãi vô nó như đuổi phong long, đuổi tà.

Cô Bảy Cẩm Thạch vùng vằng mở cửa bước ra ngoài, cuốc bộ một khúc đường mới tìm được xe lôi để về nhà.

Trong tổ quỉ, cậu Hai luyện chìm trong giấc ngủ nặng như chì. Tay chơn cậu như đóng đinh vào mặt gỗ. ngực cậu nặng chĩu nhưng cận vẫn ý thức được cậu đang bị mộc đè, chỉ cần có người khua động bên tai là cậu sẽ ra khỏi cơn nửa mê nửa tỉnh đó. Bỗng một khuôn mặt đờn bà già nua xấu xí nhăn nheo gớm ghiếc áp gần mặt cậu. Mụ hét:

- Quân dâm dục dắt gái về đây xỏ lỗ làm dơ nhớp thân tao. Tao sẽ vả cho mày trẹo quai hàm.

Cậu Hai Luyện hét lên và tỉnh dậy, nghe đau buốt cả hàm. Cậu bước lại kiếng soi mặt thì thấy một bên cằm mình sưng vù và đỏ ửng, nhưng may miệng cậu không méo và quai hòm không trẹo".

Cô nhân tình Bảy Cẩm Thạch cũng mơ bị bà… hành cho mà phát bịnh:

"Trong chiêm bao em thấy một mụ già cùng hung cực ác đến hăm he em rằng: "Mầy và thằng quỉ dâm cục kia dám lên thân tao bày chuyện gió trăng, tao sẽ hành cho mầy bị huyết trắng hoặc sa tử cung cho đã tức". Khi tỉnh dậy, em ớn lạnh khắp mình mẩy, sẵn cảm gió say nắng, em phát bịnh rồi anh ạ".

Hoang dâm, cho nên Cậu Hai Luyện không ngừng ở đó, "Giao hoan với hạng gái dễ dãi như cô Bảy Cẩm Thạch làm sao cậu hào hứng cho được! Cậu lại nghĩ tới thím Bảy Bảnh. Ái ân với đàn bà có chồng bất hạnh kia, điều đó làm cậu như được dấn thân vào cuộc phiêu lưu mạo hiểm đầy thú vị. Do đó mà thằng Yêm cứ phải làm môi giới đưa thím Bảy Bảnh lên tổ quỉ của cậu ở cầu Kinh Cụt. Nhưng nếu cậu Hai tạm hài lòng vui thú với vợ người ở tổ quỉ thì tai họa đâu tới nỗi giáng xuống đầu cậu như một cú sét. Một hôm cậu ngỏ ý với thím Bảy Bảnh:

- Tui ăn nằm với mình ở đây tuy có sướng thiệt, nhưng tui vẫn ao ước ân ái với mình tại nhà mình kìa!

Thím Bảy Bảnh ngạc nhiên:

- Sao lạ vậy? Đường bằng phẳng mà mình không chịu đi, lại chọn đường đầy dẫy chông gai hầm hố làm chi không biết!

Cậu Hai Luyện cười trơ trẽn:

- Tánh tui kỳ lạ lắm! Hễ gặp chuyện dễ ọt tui không nhớ dai. Phải gặp chuyện khó khăn, đòi hỏi lao tâm tổn trí, phải đem mưu mẹo *ra đối phó thì tui mới nhớ đời đời. Mình có thiệt bụng yêu thương tui thì nên dàn xếp các nào để tui được hú hí với mình trên cái giường của mình thì tui mới có hứng".*

Phải ngoại tình trên giường ngũ của vợ chồng người ta thì mới hứng thú... bất kể người đàn bà sau đó bị tai tiếng đủ điều...

Hồ Trường An là một người đồng tính (ông dùng chữ "dị tính luyến ái") và không che giấu giới tính của mình. Năm 1983, ông cho đăng truyện dài *Hợp Lưu* trên tạp chí *Văn* (nhà Văn Nghệ xuất bản năm 1987) viết về khuynh hướng đồng tính luyến ái của ông. Ông cho biết: *"tôi tung ra quyển Hợp Lưu trong đó có nhân vật gay tên Quế phản ảnh đôi chút tâm trạng của tôi. Trước tôi vào năm 1967, bạn tôi tên Đỗ Quế Lâm có viết tiểu thuyết tự truyện có tựa là "Vết Hằn Rướm Máu" do chính chị Thụy Vũ tôi viết lời tựa. Sau đó ở hải ngoại vào năm 1979 thằng bạn khác của tôi tên Lucien Trọng, một kỹ sư thủy lâm có viết quyển "L'Enfer Rouge, Mon Amour" do Seuil xuất bản. Sau đó nó dịch ra "Hỏa Ngục Đỏ, Mối Tình Tôi" kể lại mối tình của nó với một chàng trai bụi đời tên Hải trong thời gian hai đứa bị Cộng Sản giam cầm. Đúng như cô Vân nghĩ, hình như những cây bút gay như Đỗ Quế Lâm và Lucien Trọng không dám diễn tả huych tẹt như Hồ Trường An, không mô tả cuộc làm tình tỉ mỉ và tới nơi tới chốn như Hồ Trường An. Tôi diễn tả chuyện giao hợp giữa cậu trai Việt và anh chàng gay quý tộc Pháp khá táo bạo và khá đậm đà..." Chính nữ ca sĩ Quỳnh Giao thuở thập niên 1980 bảo rằng đây là quyển sách mà Quỳnh Giao thích. Song song cũng có nhiều độc giả chửi tôi khá nặng. Họ gọi điện thoại xài xể anh Mai Thảo vốn là người chủ trương tờ tập san văn chương Văn tại sao có thể đăng từng kỳ những chương sách dơ dáy nhớp nhúa của quyển Hợp Lưu?"* (HTA. "Giới Tính Trong Văn Chương Nghệ Thuật").

Hồ Trường An đặc biệt quan tâm và đề cao sắc đẹp. Các nhân vật nữ đa số danh tính mỹ miều, diễm lệ và thân dáng "sắc nước hương trời"; các nhân vật nam tiêu biểu thường được ông trau chuốt mình vóc không cường tráng thì cũng hấp dẫn chất người. Trong một phỏng vấn, ông cho biết: *"Tôi dệt ra những cảnh giao hợp bỏng cháy, tôi nhập vai vào các nữ nhân vật, còn nam nhân vật tuy có tên Việt như Cảnh, Hạo Minh, Tường Ngọc, Huy Châu v.v..., nhưng tôi mường tượng qua các chàng kép có thân vóc cường tráng mỹ lệ. Bao giờ cũng vậy, khi viết tiểu thuyết không bao giờ tôi dám giết những nhân vật đẹp trai dù các đương sự cùng hung cực ác đi nữa. Tôi chỉ dám giết những nhân vật già nua từ 80 tuổi trở lên (cho họ chết vì già yếu chớ không dám cho họ chết vì bịnh hoạn). Lại nữa, các nhân vật đẹp trai được tôi xe duyên chỉ thắm với những nữ nhân vật nếu không kiều diễm thì cũng duyên dáng mặn mòi. Nếu các cô lỡ có chửa với người chồng bô trai ngó hoài...vẫn thích ngó của họ, thì ở chương áp chót của quyển tiểu thuyết, tôi cho họ xổ bầu đập chum để họ có cái eo thon đẹp, để họ diện áo đẹp đi rước đèn, đi bát phố cùng chồng. Còn nam nhân vật đẹp trai nếu rủi bị bịnh ung thư hay bị bịnh AIDS thì nếu không nhờ thuốc men hiệu nghiệm thì cũng được Đức Thánh Đồng Trinh Maria của thành phố Lourdes hay Đức Đại Bi Quán Thế Âm Bồ Tát sẽ dùng phép lạ mà giúp họ lành mạnh"* (https://damau. org/974/nha-van-ho-truong-an-song-theo-cai-duc)

Nếu nhìn kỹ, toàn bộ tác phẩm của Hồ Trường An có thể nói có nhiều phần cái thế giới của cái *giống thứ hai* (deuxième sexe), có nữ tính, ẻo lả, màu hồng; ở những không khí, tâm lý dịu dàng hoặc sôi xục ở bên trong, ở cái hồn nhiên, thật thà dễ tin người, ở những đam mê đắm đuối không thể thắng, ngừng, ở những món ăn, cách ăn cách mặc, ở y phục, ở những dáng điệu, bộ tướng, bộ đi, ở cái không khí đào hát, cải lương, đời như kịch tính, ở cách đặt tên nhân vật, v.v. Tóm, của màu mè, của mùi và lẳng! Khi tả những tiếng hát, có thể "quỉ khốc thần sầu", có thể vô danh, Hồ Trường An tỏ ra không khác gì một bác sĩ chuyên viên chăm sóc dây gân hay thanh đới, thanh âm của người ca sĩ! Nếu truyện và thơ Trân Sa toát một "nam-tính" thì toàn thể tác phẩm của Hồ Trường An mang một "nữ-tính" rõ rệt, bao trùm – ít ra là một không gian lạ lẫm, hấp dẫn người đọc vốn quen thứ văn chương cổ điển, nhà trường, nhẹ nhàng!

Hồ Trường An có thể viết nhanh và ít khi xem lại như ông từng cho biết, nên trong một vài tiểu thuyết đã sai thời gian tính, như khi để một bà già đầu thập niên 1950 lý luận ăn nói như sau 1970. Cả về y phục, kiểu cách,... vì chi tiết, mỹ hóa, kỹ xảo quá có thể khiến người đọc đâm nghi ngờ đọc tiểu thuyết hơn là chuyện phong tục miệt vườn! Dĩ nhiên, đã là truyện, là tiểu thuyết... và với ngọn bút của ông thì phải hiểu đây là "thế giới văn chương" của Hồ Trường An – kể cả khi ông phóng tác *Chiếc Quạt Tôn Nữ* (2002) theo cốt chuyện phim

The Fan / Chiếc quạt, chuyện của phu nhân Windermere. Nhưng cũng nhờ trí nhớ tốt, trong cả chi tiết, do đó không lạ khi ông là người thành công nhất ở hải ngoại viết về cuộc đời sự nghiệp các danh ca, đào cải lương, tài tử phim ảnh, hoặc giới văn nghệ sĩ, báo chí, v.v. với *Cõi Ký Ức Trăng Xanh, Chân Trời Lam Ngọc, Giai Thoại Hồng, Theo Chân Những Tiếng Hát,...!* Và rõ rệt là ông chịu ảnh hưởng truyện bình dân Tàu như *Phấn-Trang Lầu,...* và truyện "nghĩa hiệp", "ái tình tiểu thuyết" như của Hồ Biểu Chánh, Nguyễn Chánh Sắt, Lê Hoằng Mưu, Phú Đức,... Cả một truyền thừa nhiều *biền ngẫu, nhạc tính*! Dĩ nhiên Hồ Trường An cũng không thể tránh đưa chuyện tu hành và giáo lý, tư tưởng nhà Phật vào truyện và tiểu thuyết của ông, như trong tập truyện *Đêm Xanh Huyền Hoặc.*

Nhà thơ: Ông cũng làm thơ và đã xuất bản hai tập thơ. Thơ ông tiếp thừa truyền thống dân gian (thương hồ, miệt vườn), và cũng như thơ của Bình-Nguyên Lộc, Kiên Giang,..., đó là thể loại cho tình ý đơn sơ, bình dị chân quê, nghĩ sao thì sáng tác vậy – tức là không kiểu cách, làm khó độc giả.

Xin trích bài Lối Vào Trang Sách làm tin:

"Thuở nào trải một mùa xuân
Trên từng trang sách, trên từng bước đi
Hỏi người đã viết những gì
Trong cơn gió bụi kinh kỳ mênh mông?
Nghìn sau giai thoại vẫn hồng
Người sau còn đọc, tấm lòng chép ra
Ngọn đèn, xấp giấy, tách trà
Nâng niu từng bóng ngày qua dịu dàng
Từng trang sách cũ, từng trang
Giữ thơm một giấc mơ màng cố hương
Gửi lòng ra khắp muôn phương
Từng chương sách mới, từng chương đậm tình
Nghe chuông giục bước đăng trình
Nghe chim đưa ánh bình minh trở về
Mực còn tươi thắm hồn quê
Hình sông, dáng núi, câu thề nhớ chăng?
Ra đi bạn có nhủ rằng:
"Ao người trong mát sao bằng ao ta?

Điêu linh một cõi sơn hà
Bóng đêm khi cuối canh gà phải tan..."
  Tạ từ lòng thắp nén nhang
Chuyện xưa sống lại trên hàng mực trôi
Từng dòng lệ, mỗi nụ cười
Lòng ta, ý bạn quê người gặp nhau"

(*Ngát Hương Mật Ong* - Phụ Lục Thơ Hồ Trường An, tr. 8)

Khánh Trường

Khánh Trường tên thật Nguyễn Khánh Trường, sinh năm 1947 (khai sinh ghi 8-4-1948) tại Khánh Thọ, Tam Kỳ Quảng Nam. Bút hiệu khác: Nguyễn Thị Giáng Châu, Kim Thi. Năm 1968 nhập ngũ, 1970 bị thương, 1972 giải ngũ. 1986 vượt biển đến Thái Lan và định cư vùng Nam California. Làm báo, làm thơ, viết văn và vẽ. Chủ biên tập san *Hợp Lưu* (số 1, 10-1991, đến số 83, 6&7-2005) và chủ trương nhà xuất bản Tân Thư. Nhà văn, thơ, nhà báo và là một họa sĩ nổi tiếng từng triển lãm tranh ở Việt Nam, Phi Luật Tân, Mã Lai, Pháp, Đức và Hoa-Kỳ.

Tác phẩm đã xuất bản: *Đoản Thi Khánh Trường* (thơ, Sống Mới 1988) - *Có Yêu Em Không?* (tập truyện, Tân Thư 1990; bản dịch của Phan Huy Đường *Est ce que tu m'aimes?*, 1997) - *Chỗ Tiếp Giáp Với Cánh Đồng* (tập truyện, Tân Thư & Thời Văn 1991) - *20 Năm Văn Học Việt Nam Hải Ngoại 1975- 1995* (biên tập cùng Cao Xuân Huy, Trương Đình Luận, Đại Nam 1995) - *Chung Cuộc* (tập truyện, Tân Thư 1997) - *Truyện Ngắn Khánh Trường* (2 tập; Nhân Ảnh, 2016) - *Khanh Trương Oil Paintings* (Nhân Ảnh, 2018) - *44 Năm Văn Học Việt Nam Hải Ngoại 1975- 2019* (biên tập cùng Nguyễn Vy Khanh, Luân Hoán; Mở Nguồn, 2019) - *Chuyện Bao Đồng* (tạp bút, Mở Nguồn, 2019).

*

Khánh Trường từ khi xuất hiện trên làng báo và làng văn hải ngoại từ năm 1987 đã sớm thành công và anh đã như phá vỡ "truyền thống" làm báo, viết văn, "tài tử" nhưng hết mình, tận tụy, khi chủ trương *Hợp Lưu* phổ biến sáng tác của những cây bút sống trong nước. Với người làm báo, viết văn "chính thống" hay phân biệt chiếu trên chiếu dưới thì Khánh Trường ban đầu bị xem là "tài tử", "người ngoài", "nhảy dù", thì nay phải nhìn nhận ông là người tận tụy và trung thành với đường lối khai phóng tự vạch cũng như văn học nghệ thuật nói chung – chứ không phải của phe nhóm hay chế độ chính trị nào! Chúng tôi thiển nghĩ Khánh Trường là trường hợp làm văn học chung dòng hải ngoại nhưng "tách riêng" không vì phản kháng cũng không đồng tình, đồng thuận!

Dĩ nhiên Khánh Trường có "cá tính" và con đường đi riêng – ai muốn đồng hành thì cứ tự nhiên, nên đối với một tập thể như cộng đồng Việt-Nam hải ngoại và ở một chốn địa lý như vùng Quận Cam / Little Saigon, ông không thể tránh khỏi việc bị chống đối, tẩy chay, đe dọa, … và thật ra cũng do hiểu lầm, bị cố tình chống đối.

*

Chiến tranh Việt-Nam đã chính thức chấm dứt ngày 30-4-1975 khi Cộng quân tràn vào thủ đô miền Nam bỏ ngõ và ở những quốc gia đã mở cửa đón nhận người Việt tị nạn / mất Tổ quốc, thì sau ngày đó, dần dà hình thành các khu phố rồi cộng đồng Việt-Nam. Từ các trại tị nạn, người Việt nhập dòng "bản xứ" sinh hoạt và phát triển thành những "xã hội nhỏ" (ghetto) trong đó có một "hậu phương" liên hệ mật thiết với "tiền tuyến" ở quê nhà, đã bỏ lại sau lưng – nhưng không dễ cắt đứt giây liên hệ, như các truyện ngắn của Khánh Trường đã ghi lại, một cách sống động, tả thực đến khó tin những thân phận bất toàn, tang chứng của chiến tranh – các nhân vật Huân trong Những Vòng Tròn Không Đồng Tâm, "hắn" trong Chung Cuộc, … Những Mảnh Đạn, những chứng tích khác của bom đạn, cứ tìm cách có mặt, quấy rầy cái hôm nay, cái tương lai, cái hạnh phúc đang gầy dựng. Rượu, say xỉn đến cả bạo động ở các "hậu phương" này đều có lý do,...

Chiến tranh thời vừa qua, những cuộc hành quân, đụng độ,... được nhắc nhở dưới nhiều tần số khác nhau, nhưng luôn xa gần hiện diện trong truyện Khánh Trường, rõ nhất trong Bàn Tay Trái,... Anh hùng có, nhát sợ cũng có - tự hủy hoại thân thể, đào ngũ! Cùng những chuyện vượt biển hãi hùng,.. (Đụ Má Nó, Cuộc Đời,...). Ngày cũ được đưa trở lại để tiếc nuối, biện minh hoặc đã nằm trong "tiểu sử" của các nhân vật, hoặc như hội chứng sinh ra những hành cử, thái độ, lựa chọn của hôm nay, ở xứ người...

Giao thời, thời tranh tối, tranh sáng của ghetto Việt-Nam

Nhân vật của Khánh Trường có kẻ hết thời, sống bám đàn bà, … như "người đàn ông" hết bay nhảy vì bệnh tật sinh lý, không chịu được nhục vợ theo trai tìm thỏa mãn thiếu thốn, đã dùng súng giết bà trong Đọc Thấy Trong Mục Xe Cán Chó, như người từng có "dĩ vãng vàng son" của một thời lẫy lừng trước năm 1975, trách móc "xứ sở vô tình bạc bẽo này" chỉ vì bất tài, vợ con phải bỏ đi, trong Chắp Vá,...

Nhiều nhân vật nam cũng như nữ của Khánh Trường sau khổ ải ở quê nhà hay sóng gió vượt biên, đến được bến bờ Âu Mỹ như cá gặp nước, chạy theo dục vọng với bất kể là ai (danh mục rộng và mở trong một xã hội nhà ai nấy ở!), lén lút và công khai. Có lúc suy nghĩ, muốn thay đổi nhưng hoàn cảnh đã dĩ lỡ hoặc *"Nhiều nhất chừng một hai tháng, rồi ngựa quen đường cũ, chàng lại lao vào cuộc chơi mới, dâm loạn hơn, ham hố hơn, miệt mài hơn. Những lúc như thế, chàng thường tự trấn an, một ngày nào mình mỏi mệt, tự động đâu sẽ vào đó, cưỡng lại làm gì cho khổ thân, sống được bao nhiêu năm nữa trên cuộc đời này mà cứ khư khư đạo đức với luân lý. Mình chẳng qua cũng chỉ là một xác thịt hèn mọn, nào thần thánh siêu nhân gì. Suy nghĩ đó, ban đầu, chỉ để tự trấn an, lâu dần, trở thành cứu cánh, lâu hơn nữa, từ bao giờ chẳng biết, đã biến thành chân lý. Và chàng cảm thấy lương tâm tương đối an ổn"* (CYEK tr. 106) như anh chàng trong Căn Nhà Chàng Đã Thuê.

Và cũng có những phụ nữ "qua được xứ này bỗng nhiên biến tính", thiêu thân, sống chết vì ham hố giao hoan (dì thích cháu ngay trong nhà gần 20 năm sau thích bố mà không nỡ trong Cây Xăng Bên Kia Đường, hay mẹ và con gái cùng chú Luận trong Vết Roi Đầu Tiên), hoặc vì tham vọng, như Kh. trong Chỗ Trở Về:

"Tôi là hạng đàn bà có quá nhiều tham vọng. Chính tham vọng đó đã đẩy tôi ra khỏi nước, chính tham vọng đó đã giúp tôi xóa quên, hay tạm quên dễ dàng mọi thảm kịch, và cũng chính tham vọng đó đã trấn áp không cho tôi dừng lại ở bất cứ một điểm mốc tương đối nào", cho nên *"Những ngày địa ngục, tôi chưa quên, không thể nào quên, nhưng vết thương nào chẳng lành, tai nạn đã đến, đã đi, tiết hạnh đâu còn là điều ghê gớm để phải mãi mãi cưu mang. Vậy cái gì đã khiến tôi nên nỗi? Đã biến tôi thành một hình nhân loay hoay tháng ngày*

với vật dục chung quanh. Quần là áo lượt, phấn son, những bữa ăn thặng dư dinh dưỡng, những mối tình thừa mứa dục lạc. Từ bao giờ tôi đã đánh mất cái tôi quê mùa ngây vụng? Từ bao giờ tôi đã biến hình thay dạng để trở thành một sinh vật thuần chất bản năng?

Hỏi, chỉ là một hình thức chạy trốn. Hỏi, chỉ là một cách trấn an (...) những loại đàn bà như tôi, những loại đàn bà thả mồi bắt bóng, tham lam, ích kỷ, đua đòi, sẽ cuối cùng chỉ bêu riếu chính mình, sẽ làm đồ chơi cho lũ đàn ông cũng ích kỷ, cũng tham lam, cũng thả mồi bắt bóng ". Chính vì "sớm" nhận chân sai lầm của mình *"trong thẳm sâu con người tôi, vẫn thiết tha muốn hướng về cái toàn thiện, dù tương đối, mà mỗi một chúng ta, khi sinh ra làm người, buộc phải cố giữ lấy, bằng bất cứ giá nào, kể cả cái giá đắt nhất: hơi thở của chính mình!"* (CYEK tr. 63, 65) mà Kh. sau một cuộc xô xát với vợ người đàn ông của ... nàng, đã say rượu lái xe đâm vào gốc cây chết tại chỗ, khi tuổi đời mới 26 cái xuân. Chết tức đã có một chỗ trở về!

Vai vế vợ chồng đảo ngược ở xứ người: *"Quan hệ giữa mẹ và bố bỗng đổi khác từ ngày sống trên xứ người. Là đàn bà, lại có nhan sắc, mẹ dễ dàng và nhanh chóng hội nhập vào đời sống mới, bà bước qua một giai cấp khác lúc nào không hay. Trong khi mẹ mỗi ngày mỗi tiến nhanh về phía trước thì bố -ngược lại- cứ đứng mãi một vị trí, trở nên lạc hậu và có cơ nguy bị đào thải. Mẹ đi từ chỗ khó chịu về bố đến xem thường, cuối cùng là ngang ngược, hỗn hào. Ban đầu bố có phản ứng, nhưng dần dà có lẽ ông nhận thấy quyền hạn làm chồng đã mất, sự nể trọng không còn, phản ứng càng dữ dội bao nhiêu khoảng cách giữa ông với mẹ càng xa rời bấy nhiêu. Ông đành cắn răng đầu hàng. Cứ thế, ông trở nên một người đàn ông nhu nhược, sợ vợ và dĩ nhiên vô cùng cô đơn"* (Chỗ Tiếp Giáp Với Cánh Đồng, *Truyện Ngắn Khánh Trường*, 2, tr. 169).

Phụ nữ cũng đi làm, cũng trăm bề phải hội nhập, đối phó, và những lúc khác, cũng đi đêm đi ngày, nay có đông người tị nạn thì "tình đồng hương bỗng ngùn ngụt bùng cháy" cũng "ta về ta tắm ao ta" sau thời gian hôn nhân dị chủng (chủ chủ nhiệm báo, vợ sau của Mr. Trần),... thiếu nữ trẻ luôn có lợi khí đối với người đàn ông "nhạy cảm sinh lý thái quá" trong Căn Nhà Chàng Đã Thuê,... khiến xảy ra những chuyện khôi hài "cộng đồng" - như bà chủ báo sao cuốn nhật ký của cô nhân tình của chồng phát cho tai mắt cộng đồng trong bữa tiệc *"bất hạnh cho tôi, mà cũng may mắn cho tôi, qua tập nhật ký quý vị sắp được đọc, tôi đã có cơ hội nhìn ra chân tướng của một số quý vị, của ông nhà tôi, những người đang đại diện cho cả một thế hệ lưu vong, những chiến sĩ can trường cuối cùng trên tuyến đầu chống lại bạo lực hà khắc tại quê hương. Giờ này, tôi không còn biết nói gì hơn, chỉ mong quý vị, cũng như nhà tôi, xin hãy thôi đi, đừng nói, đừng bàn, đừng làm việc lớn nữa"* (Cuốn Nhật Ký, *TNKT*, 2, tr. 57)

Thế giới văn của Khánh Trường

Một thế giới văn nhiều ám ảnh, mặc cảm nhưng ông tự tin, can đảm khi nói đến những "cấm kị" của tập thể. Những nhân vật của Khánh Trường sống cho bản năng - "làm vừa lòng xác thịt", bất kể luân thường đạo lý thứ mà nay không còn chỗ tựa/căn bản/thể thống để có thể phê phán. Không truyện nào mà không có chuyện sex. Dù vậy, trong không gian ẩm ướt thu hẹp đó vẫn có những chuyện tình đẹp, như tình yêu với Trâm, người thiếu nữ bất hạnh mất một chân và cả gia đình vì chiến cuộc trong Tình Yêu - cũng là đoạn sau của đời chàng học sinh được bà chủ trọ nhập môn làm tình đến suy kiệt sức trai!

Các tập truyện *Có Yêu Em Không?* và *Chung Cuộc* của Khánh Trường gồm những truyện ngắn phần lớn viết về đời sống mới của những người đến từ một quá khứ, những thương phế binh, những con người cần trao đổi xác thịt như cần hơi thở, những dịch vụ share phòng, những cuộc rượu, những chia ly, tái ngộ, những cuộc tình không trơn tru, éo le về tuổi tác hoặc nhu cầu, đáp ứng ăn khớp và so le. Với người đồng chủng và dị chủng.

Những Vòng Tròn Không Đồng Tâm có thể vì cảm giác hơn 20 năm trước có thể đã không còn nữa khi phải đối đầu với hiện thực: Quỳnh Thư, sau khi hôn nhân đổ vỡ, tình cờ tại ngộ đã đã muốn chọn, trao gửi tình yêu thời con gái cho Huân, người họa sĩ với đôi chân tật nguyền. Cuộc kiếm tìm tưởng sẽ là hạnh phúc và định mệnh bất phân ly cho tái ngộ, cuối cùng chỉ là vô vọng: *"Huân vẫn dịu dàng, câm lặng, chịu đựng. Nhưng tôi hiểu hơn ai hết, tôi không thể tiếp tục đánh lừa mình. Tôi vẫn là tôi của những năm mười tám, hai mươi, vẫn muốn đi tìm sự hoàn hảo ở một người đàn ông. Hoàn hảo ở cả thể xác lẫn tâm hồn. Tôi biết, sẽ chẳng bao tôi tìm ra mẫu người lý tưởng đó"* (CC, tr. 131).

Có Yêu Em Không? là chuyện tình cảm của lính tráng, của thiếu úy Nhảy dù, những lần về phép là trác táng, chửi tục, nhưng bạn nhậu Kh. bất ngờ chết trận: *"Kh. đứng trên gò đất cao, hét khản giọng: Thằng Toàn mang cây M60 qua góc trái... Rồi, bắn vào chỗ bụi cây kia cho tao... Không phải, bụi cây lớn sau đám tranh kia kìa... Đụ mẹ ngu như con bò. Tao bảo bụi cây sau đám tranh. Mầy không thấy lửa khạc ra chỗ đó sao? Tiếng đại liên nổ thành chuỗi giòn giã, lá cây tung tóe, những chiếc nón tai bèo phóng chạy như biến vào góc rừng. Tiểu đội khinh binh đâu? Theo tao. Kh. nhảy xuống gò đất, khoát tay ra lệnh cho bọn lính, miệng không ngớt: Lên, lên... lên mau... Tôi chạy lúp xúp sau Kh., một thằng lính vượt qua mặt tôi, nó hét: Chuẩn úy cúi thấp cái đầu xuống, coi chừng không có chỗ đội nón... Tôi chưa kịp nhìn xem thằng lính là ai thì hắn bỗng bật ngửa ra sau, giãy đành đạch, cái nón sắt văng khỏi đầu, lăn long lóc vào đám cỏ cao, cánh tay trái của hắn bung lên, đập vào ngực tôi, rơi xuống chân, co giật liên hồi. Tôi điếng người, vội nhủi vào một gốc cây, úp mặt sau lớp vỏ sần sùi, tay chân tôi run bắn, cây súng trên tay chực muốn rớt. (...) Nửa đêm, một trái pháo vu vơ rơi ngay hầm chỉ huy. Kh. chia ba với thằng tà lọt và tên lính truyền tin quả đạn. Khi đào hầm lên, phải cố gắng lắm bọn lính mới gom được một đống thịt xương trộn lẫn cùng đất cát. Phần Kh., tôi chỉ nhận ra hắn nhờ chiếc thẻ bài và hai cái hoa mai trên cổ áo. Cái chết đúng như lời một bài hát, chết thật tình cờ... Chết thật tình cờ! Phải, nhưng nhất định không nằm chết như mơ! (...) Đụ mẹ, bảy năm trong một đơn vị tác chiến thực thụ, tôi chưa bao giờ nhìn thấy một cái chết như mơ! Chỉ có chết tan xương nát thịt, như Kh., chết cụt đầu cụt tay, chết cháy đen giống cây than hầm, chết banh ngực lòi phèo lòi phổi, chết phơi bụng đổ ruột cứt dái lòng thòng... như bao nhiêu thằng lính lớn lính nhỏ. Chết như mơ. Đụ mẹ, nói phét cũng vừa thôi.* (Có Yêu Em Không?, tr. 178-180)

Kh. tử trận, nhà đang tụng kinh thì ở căn gác trên, anh bạn thiếu úy dụ dỗ Lệ, cô em vợ bạn: *"Tôi tuột chiếc quần mỹ a xuống sâu, co chân kẹp đáy quần kéo ra. Nửa thân thể con nhỏ phơi trần dưới mắt tôi, vòng hông con nhỏ đầy đặn, mu no tròn phơn phớt vàng sẫm. Con nhỏ mười bảy tuổi. Mười bảy. Tuổi dậy thì, tuổi mộng mơ, tuổi thèm khát vuốt ve mê đắm. Bàn tay tôi úp giữa háng con nhỏ, xoa nắn. Con nhỏ lại rùng mình liên tiếp, da gà nổi khắp người nham nhám.*

Điệp khúc đừng anh vẫn lặp lại đều đều, nhưng yếu hẳn, và đứt quãng giữa những tiếng thở gấp.

"Anh yêu em thật không?... Thật chứ?" Con nhỏ bỗng hỏi nữa.

"Thật mà, anh yêu em mà". Tôi trả lời như máy."

"Có yêu em không?" đã là câu hỏi kiếp người, trở thành "lãng mạn" không cần thiết ở lúc da thịt cận chiến như lúc này. Lệ biên thư, báo tin có thai. Anh chàng không muốn và vẫn luôn nghĩ *"làm chồng Lệ, điều đó quả quá sức tôi. Chẳng bao giờ, không đời nào. Tôi thà biến thành tên sát nhân còn hơn phải chấp nhận cái giá kinh khủng này. (...) Không thể được, tôi tự nhủ. Trong tôi, niềm ân hận mỗi lúc một lớn, nó dày vò hành hạ tôi đến đau quặn buồng ngực. Nhưng không thể được. Cuối cùng tôi quyết định tiếp tục im lặng. Tôi chọn thái độ của một tên sở khanh. Đành vậy. Tôi thì thầm, với Lệ, mà như với chính mình. Xin lỗi, anh xin lỗi em"* (tr. 199). Chàng ta lấy vợ đẹp và quên dĩ vãng. Nhưng ngày 30-4, anh bị đi "học tập", vợ đã vượt biên với người khác; anh trở về, nghiện xì-ke, vá sửa xe đạp. Một ngày kia tình cờ gặp lại Lệ với thằng con trai bên người chồng đủ để cho anh ta thêm hối hận và mặc cảm.

Mưa Đêm là câu chuyện siêu thực của cô gái điếm giang hồ và tên lính bại trận ngay sau ngày 30-4-1975. Tên lính bị thương, hết chỗ để về, đành sống trong căn chòi trong bãi tha ma với "con đĩ" thường làm nơi tiếp khách mua dâm: *"Con đĩ từ hai năm nay trở nên rạc rài thân tàn ma dại. Vốn xấu, càng xấu đau xấu đớn, người ngợm toát ra mùi hôi thối muốn lộn mửa, bởi con nhỏ bệnh tật cùng mình, lại lười tắm hơn hủi. Thuốc men không có, ăn uống kham khổ bữa đói bữa no, con đĩ xuống dốc nhanh chóng. Tôi cũng nào hơn gì, khắp người, vảy cá nổi lên sần sùi, háng lở loét tươm chảy nước vàng tanh tưởi. Tôi biết mình đang mang trong người căn bệnh bất trị, căn bệnh không biết do ai. Có thể do tôi, hậu quả những năm lính tráng sống bạt mạng giang hồ, cũng có thể từ con đĩ truyền sang, thứ điếm thối như nó, làm sao có được khách sộp, chỉ rặt toàn bọn ăn xin bụi đời đầu đường xó chợ, không bệnh tật sao được"* (CYEK, tr. 47)

Một cuộc sống như đã chết, nơi tận cùng địa ngục, với những màn ẩu đả từ chết tới bị thương giữa người với người, với ma, với thần chết,... Và những cơn mưa tầm tã kéo theo những cơn gió lốc mãnh liệt. Và chờ đợi vô vọng của tên lính: *"Con đĩ bao giờ mới về?*

Trời đang mưa lớn thế kia, con đĩ làm thế nào về? Nếu nó đi suốt đêm, nếu nó bắt được mối ngủ đêm, nếu xe bộ đội cán nó dập đầu? Cũng dám lắm chứ! Suốt ngày nay hai đứa nào đã có một hột cơm bỏ bụng, chính đó là nguyên nhân con đĩ dở chứng với tôi. Đói, mệt, mưa tầm tã, con đĩ đi đứng lạng quạng dám đâm đầu vào xe lắm chứ! Tôi cố hết sức bò ra khỏi cửa. Có cách gì đến được hương lộ thì mới hy vọng gặp người lạ cầu cứu nhờ đưa tới nhà thương. Nhưng bản thân đã bất toại, hai tay tôi lại quá yếu, không cách nào lê nổi tấm thân, dù chỉ một hai thước. Tôi tuyệt vọng gục xuống. Cơn đau lại dội lên như muốn vỡ tung đầu óc.

Đành chịu chết sao? Tôi lầm thầm cầu trời khấn Phật mong sao cho con đĩ xuất hiện.

... Gió lại thốc vào. Luồng gió quá mạnh. Cánh cửa bỗng bật tung, ngã sầm lên người. Tôi dẫy dụa tuyệt vọng, cánh cửa quá nặng so với sức lực tôi hiện tại, miếng tôn chỗ phần trên cánh cửa bung ra, cứa ngay cổ, tôi muốn rướn người thoát ra nhưng chỉ nhúc nhích được cái đầu chút đỉnh, càng đau thêm. Màn sương trắng chờn vờn ngang mắt, tôi biết mình lại sắp ngất. Thêm một luồng gió nữa thốc vào, cánh cửa chồm lên phập phồng, miếng tôn cứa ngọt chỗ yết hầu. Miếng tôn tiếp tục kéo cưa theo từng luồng gió thốc. Tôi chẳng biết mình có hét được tiếng nào trước khi chìm vào hôn mê?”

Con đĩ trở về cùng thằng ăn mày để nhìn gã lính *“miệng há hốc, chiếc lưỡi thè ra dài ngoẵng, chỗ yết hầu, cạnh sắc của miếng tôn ngập sâu, lầy nhầy một vết cắt toang hoác, dòng máu ứa ra, chảy xuống, đọng vũng trên nền đất”* (tr. 49, 50).

Khung cảnh và không khí truyện Mưa Đêm gợi người đọc truyện Ba Con Cáo của Bình-Nguyên Lộc. Ở Ba Con Cáo, nhân vật là một cô gái ăn sương (hồ ly), một tên trộm cắp (Sáu Sửu) và một con cáo. Sống trên mồ mã, cả ba “con cáo” khi cần nhau thì tỏ ra có tình có nghĩa trước sau coi cho được nhưng cũng dễ *“cạn hết chất người“* phản nhau khi bản năng sinh tồn buộc phải ra tay. Một cõi nhân gian của Sài-Gòn vào những năm 1950 ở Sài-Gòn! Trong khi nhân vật bạo lực, mất nhân tính của Mưa Đêm sống vào thời chiến tranh đã trở nên khốc liệt, tồi tệ và dưới ngòi bút phản kháng của Khánh Trường, mọi sự đã không còn có thể cứu vãn được nữa!

Biến Cố Trong Rừng Tràm: nhân một buổi tiệc cuối năm nơi xứ người, những người bạn gặp lại nhau, có người từ ngày vượt biên. Chuyến đi thất bại, họ trốn chạy công an và lạc giữa rừng tràm. Đói khát, bản năng sống còn đã mạnh hơn lương tâm con người: *"cái đói đã làm đầu óc tôi mù lòa. Tôi cũng chồm tới, vớ một tảng thịt, đưa lên miệng. Tôi cố không suy nghĩ gì hết. Tôi cố tìm lý do bào chữa cho hành động của mình: Phải, đứa bé đàng nào cũng chết, và xét cho cùng, thịt gì cũng là thịt... Không ăn, làm sao sống? Nếu tôi kiệt lực, họ có thể hành xử tôi như đã hành xử đứa bé. Chỉ một ý nghĩ đó cũng đủ khiến tôi run lên, cũng đủ biến thành động lực mạnh mẽ giúp tôi vượt qua sự nhờm tởm. (...) Hiện tại, chỉ có một điều duy nhất tôi quan tâm: Đó là sự sống còn của bản thân. Tất cả đều là vô nghĩa, tất cả đều cỏ rác".* (...) *Tôi vội vã bước nhanh, đồng thời hình dung phía sau, bên cạnh ngọn lửa oan nghiệt, là đôi mắt của thiếu nữ, đôi mắt như hai ngọn đèn pha, chiếu rọi chói chang vào lương tri tối ám nhầy nhụa của tôi. Đôi mắt chắc chắn sẽ ám ảnh tôi suốt đời.*

"Xê ra, cút đi, tô i không muốn nhìn thấy anh... Đồ súc vật...".

Tôi đứng dậy. Không cảm thấy xấu hổ vì lời nguyền rủa của thiếu phụ, mà trong tôi, một nỗi chán chường buồn bã tràn ứ. Mười năm trời đã trôi qua. Thiên đường ước mơ tôi đã đạt chân đến. Cái thiên đường hàng triệu người, cũng như tôi, đã tới, đã sống. Cái thiên đường còn bao nhiêu triệu người nữa đang thiết tha muốn đến. Họ cũng sẽ sẵn sàng hy sinh tất cả, chà đạp lên tất cả. Họ cũng sẽ sẵn sàng biến thành những kẻ lừa đảo, gian trá, tàn bạo, thậm chí giết nhau, ghê khiếp hơn, ăn thịt nhau, để thực hiện bằng được ước mơ. Cái giá phải trả cho khát vọng đó đắt hay rẻ? Xứng đáng hay phí phạm? Tôi không biết. Nhìn bề ngoài, điển hình như thiếu phụ, từ một cô gái quê mùa, nhan sắc khiêm nhường, giờ đây đã biến thành một mệnh phụ đẹp sắc sang cả! Và như tôi, từ một anh học trò vừa qua khỏi trung học, ngày nay đã là một kỹ sư nhà cao cửa rộng, vợ đẹp con khôn, thì cái giá đã trả xem ra xứng đáng đấy chứ! Nhưng phía sau bề mặt có vẻ bình thường hợp lẽ đó, tôi vẫn thấy có một điều gì không được trôi chảy, thuận dòng. Một điều gì... đêm đêm vẫn khiến tôi giật mình hoảng hốt. Một điều gì... hình như tất cả chúng ta đều cảm thấy mà không thể lý giải cụ thể".

Người thiếu nữ ngày nào, nay là một mệnh phụ đã sống dở chết dở, trải qua ba đời chồng luôn bất an sau biến cố trong rừng tràm *"… Thì ra biến cố trong rừng tràm đã biến Thu thành một người lãnh cảm. Thu sợ đàn ông, sợ chăn gối. Nỗi sợ ám ảnh nàng không rời, ngay cả khi nằm trong tay chồng. Nỗi sợ đôi khi biến thành phản ứng điên khùng như hôm ở nhà Huân"*. Cuối cùng, Thu cũng tìm được chốn tạm ổn, *"Mười năm nay, tôi cứ suy nghĩ mãi về cái lẽ hỗ tương mâu thuẫn giữa thiện và ác, giữa khổ đau và sung sướng. Anh biết không, nếu các anh không… làm thịt đứa bé, nếu không nhờ đám khói và mùi thơm… thì đám săn chim đâu có phát hiện ra chúng tôi? Có lúc tôi căm thù, ghê tởm các anh, nhưng cũng có lúc tôi thầm cảm ơn các anh. Vậy đó, đời sống như một cõi sương mù mịt mà chúng ta thì cứ mãi quờ quạng bước đi, chẳng thể hiểu nổi đường nào sai, lối nào đúng…"* (*TNKT*, 2 tr. 145, 149, 152)

Những Mảnh Đạn thêm một lần đưa người đọc đến với những tan hoang tàn độc của chiến tranh và những hậu quả không thể tránh: *"Thuận nhớ quặn xót cảnh đời cũ, cảnh đời trong đó tôi và nàng đã đắm chìm hạnh phúc, cảnh đời mở ra một thế giới rất riêng giữa hai người. Thịt da và cảm xúc. Yêu thương và dâng hiến. Cho và nhận. Tìm kiếm và bổ sung. Chúng tôi không còn là hai cá thể biệt rời. Chúng tôi đã nhập vào nhau, thành một. Có lẽ rất hiếm hoi một kết hợp toàn vẹn đến vậy. Cho đến lúc cái mảnh đạn bỗng trở chứng, chạy loạn trong đầu, tạo ra những biến chứng không thể lường trước, tôi chống chọi tuyệt vọng với mảnh kim loại chỉ nhỏ bằng móng tay nhưng có khả năng hủy diệt sinh mệnh một con người. Những cơn đau triền miên, những cơn đau tưởng chừng vỡ tung đầu óc, những cơn đau nhiều lần ném tôi vào trạng thái mất hẳn lý trí. Để rồi, việc phải đến, đã đến. Đã đến, cũng có nghĩa một phần thân thể Thuận bị chặt bỏ, đứt rời! Thuận tưởng cuộc đời nàng chấm dứt từ đấy, và nàng sống dật dờ như thế ba năm, ba năm với hình bóng tôi chiếm cứ mọi ngõ ngách tâm hồn nàng. Ba năm… Đến lúc gượng đứng lên được cũng là lúc khoảng rộng hoang trống của chăn giường trở nên mênh mông hơn. Tĩnh lặng của đêm sâu trở nên dằng dặc hơn, và hình bóng tôi, dù đã chập chờn hư ảo, vẫn còn gờn gợn trên mỗi phân vuông da thịt nàng chập chờn cảm xúc. (…) Tính tình Thuận dần thay đổi, trở nên cau có, ủ dột, dễ nóng giận. Phần nữ tính trong nàng bị bào mòn. Thuận đi chùa, nàng hy vọng đức tin sẽ làm dịu đi những lượn sóng vỗ bờ ngày đêm ùa đập. Thuận tập thể dục, chạy bộ mỗi chiều, ngoài mục đích giữ lâu nét cân đối, nàng còn hy vọng sinh lực sẽ tiêu hao bớt...".* Nhưng thân xác cần quân bằng, Thuận đến với Alex, nghĩ rằng *"Em sắp đặt tất cả, em đang sử dụng anh ấy như một phương tiện".*

Những mảnh đạn đã và đang tiếp tục tàn phá con người toàn diện, thân xác và tư tưởng, tâm hồn, không tha thứ, không nhượng, bộ, đình chiến,... *"Trí óc con người có khả năng lưu giữ tất cả mọi sự việc đã qua, ngay từ lúc vừa chào đời. Thường thì chúng vĩnh viễn chìm xuống đáy sâu tiềm thức, nhưng cũng có khi một hai sự việc trồi lên bề mặt ý thức, do bởi biến cố mãnh liệt nào đó".* Nhưng người bị thương thường sống với hy vọng: *"Chẳng nguy hiểm gì. Cơ thể con người dị ứng với những vật lạ. Em thấy đó, trong đầu anh cũng còn ít nhất sáu mảnh đạn. Thỉnh thoảng một cái bị đẩy ra ngoài".* Nếu không thì *"rắc rối đấy",* vì *"Chiến tranh. Chiến tranh kỳ cục.*

"Nhưng chiến tranh cũng dạy cho con người nhiều điều. Một cách nào đó, anh rất cảm ơn những kinh nghiệm máu xương. Nó làm mình lớn lên."

"Bộ bao nhiêu người chưa từng trải qua kinh nghiệm đó đều là trẻ con cả ư?"

"Họ vẫn trưởng thành đấy chứ, có điều trưởng thành một cách khác. Tất cả chúng ta đều yêu cuộc sống này, nhưng những người không có kinh nghiệm gì với máu xương thường vị kỷ, hẹp hòi. Anh cho, chỉ khi nào trực diện với cái sống cái chết, con người mới đủ bao dung để nhìn cuộc đời một cách khách quan."

"Chừng nào thì nó trồi ra hở anh? Nó có trồi ra không?"

"Trồi chứ. Anh đã nói rồi mà, cơ thể của chúng ta dị ứng với những vật lạ. Nếu nó không trồi ra thì cơ thể sẽ tạo thêm một lớp mỡ để giấu nó đi, quên nó đi."

"Ước gì đầu óc con người cũng có khả năng giấu đi, quên đi mọi chuyện đã qua như thể xác anh nhỉ."(tr. 46, 47).

Những mảnh đạn *"chét tiệt"* đó: *"Tôi nghĩ, đến một lúc nào đó Thuận và Alex sẽ phải hiểu được điều giản dị này: tôi đã là một cái xác mục, một dĩ vãng cần lãng quên. Tôi cầu mong như thế"* (tr. 53).

Truyện đã kể, người đọc phải theo dõi kỹ mới hiểu, mới thấm; và đã để lại *"vết thẹo"* như những tàn tích chiến tranh.

Chỗ Tiếp Giáp Với Cánh Đồng: Cô gái ngồi xe lăn như *"một món đồ hư hỏng chiếm quá nhiều diện tích làm vướng chân vướng cẳng mọi người"*, một *"nhân dạng"* không toàn vẹn, *"như một cái giằm ghim sâu vào da thịt, nhổ ra chẳng đặng, để đó thì nhức nhối triền miên"*,... Tật nguyền, cô cũng có khát vọng yêu thương, có những *"ước muốn tôi không dám triển khai. Nó cũng què quặt và bất toàn như chính con người tôi"*, … Nhưng người mẹ vẫn tàn nhẫn với đứa con do mình sinh ra, luôn đánh đập, nguyền rủa *"Rắn độc cắn chết mày đi, đồ oan gia nghiệt súc"*. Thật ra, cô chỉ là cái cớ để bà nguyền rủa người đàn ông bố của cô, đã đến với bà,... Và người bố dượng thì ngược lại, như bóng mát, như bờ vai, như đối tượng khao khát mà ngồi trước khung cửa sổ hàng ngày phải chứng kiến người và thú làm tình khiến xác thịt không tránh được *"sần sượng tê dại"*: *"Tôi xấu, phải. Tôi bất toàn, phải. Nhưng tôi cũng là đàn bà. Đàn bà, đàn bà... Chứ sao? Tôi có cái quyến rũ của một con cái, một con cái trong mùa động cỡn, người ngợm tôi chắc phải tiết ra mùi vị nào đó, mà bọn đàn ông, kể cả bố, cũng phải ngửi thấy chứ?"* (TNKT, 2, tr. 174). Chỉ là một nơi tiếp giáp như vậy, vì cô ta vẫn sống với *"một cái đầu đậm đặc những ảnh tượng tật nguyền"*!

Chung Cuộc là chuyện gặp gỡ nơi xứ người rồi sống chung của một cựu *"quân nhân, bị pháo kích, cụt chân, giải ngũ"* và một bà đã có hai con lớn: *"Cuộc đời hắn, hiện tại, chỉ xoay quanh hai mục tiêu: chiếc giường và những chai rượu. Chiếc giường, bao giờ hắn cũng ở trong tư thế ứng chiến. Rượu, li bì từ sáng tinh mơ đến già nửa đêm. Càng uống, càng lầm lì trầm mặc. Càng uống, càng chứng tỏ khả năng vô giới hạn của một sinh vật thuộc giống đực. Người đàn bà ghét hắn, ghét cay ghét đắng, nhưng vẫn bị hắn khuất phục, một cách lặng lẽ, vô ngôn, mà đầy hiệu quả. Hắn có "khứu giác" tinh nhạy của loài chó, "ngửi" được ý muốn của người đàn bà, để tùy lúc, đưa bà ta đến những miền xứ lầy lội, tê ngất, sượng sần, chết lịm. Hình như hắn cũng "ngửi" được sự mâu thuẫn trong nội tâm người đàn bà. Khi tỉnh táo, bà ta tìm đủ mọi lý do để bóng gió xa xôi hay rủa sả trắng trợn, với mục đích chứng minh cái vị thế nạn nhân của mình, đồng thời qui mọi tội lỗi cho hắn. Hắn, con vật nửa người nửa ngợm. Hắn, thằng hình nhân bất toàn dâm đãng. Phần hắn, vẫn vậy, một khúc gỗ đã được bào nhẵn, chẳng gai góc, dễ trơn trượt, vô nhiễm. Có lẽ hắn thừa hiểu, sẽ không lâu, khi màn đêm chụp xuống, khi thân xác và sự trống vắng trỗi dậy, người đàn bà lại sẽ mò vào với hắn, để rồi trong cơn đồng nhập, lại sẽ buông lỏng bản năng một cách mù quáng, như sợ hắn sẽ tan biến vào hư vô, như thể sẽ không bao giờ nữa, bà ta hưởng được cảm giác điếng ngất ấy thêm một lần nào. Giữa lý trí và thể xác, bao giờ thể xác cũng chiếm ưu thế. Nói chung, người đàn bà không hy vọng thắng được tiếng gào kêu man rợ của những cơ bắp thắt bóp nằm ở phần hạ thể. "* (CC, tr. 77-79).

"Người đàn bà lúc nào cũng khinh ghét hắn, dù chắc chắn trong đáy sâu tâm hồn bà ta, hắn cần thiết như mọi nhu cầu dinh dưỡng, đói ăn, khát uống. Hắn còn hiểu hơn, chẳng phải chỉ thuần túy vấn đề xác thịt. Có một lý do trừu tượng, không cụ thể mà mãnh liệt, đã kết chặt hắn với bà ta. Những sinh vật khốn khổ thường có khuynh hướng chối bỏ nhau tuy vẫn cứ phải dựa vào nhau. Qui luật khắc nghiệt này hắn cảm được dù không thể lý giải. Nhiều lúc hắn muốn cư xử gượng nhẹ, âu yếm với người đàn bà. Nhiều lúc hắn cũng đọc thấy trong đáy mắt bà ta ước muốn tương tự. Thế nhưng cả hai đều không vượt nổi sự giằng co, hằn học, tự bỉ. Xuyên qua cái giống, hắn và người đàn bà cuống cuồng tìm kiếm lạc thú, thứ lạc thú vừa tỉnh táo vừa mù lòa, thứ lạc thú của những kẻ mang bệnh khổ dâm. Thứ lạc thú đau đớn, bệnh hoạn" (CC, tr. 90-91).

Nhưng rồi hắn bị tai nạn, bà vẫn đón về như để chứng minh rằng – *"Những sinh vật khốn khổ thường có khuynh hướng chối bỏ nhau tuy vẫn cứ phải dựa vào nhau"*. Một chung cuộc nhân bản!

Những truyện ngắn khác, trích từ *Truyện Ngắn Khánh Trường*:

Thảm Cỏ Nát Trong Khu Rừng Hoang qua chuyện "chú Giản" nghệ nhân đa tài và đa tình, được cha "tôi" cho ở trong căn nhà cuối vườn, nơi bao cô gái trong làng đã qua tay ông, cả mẹ của nhân vật "tôi" 12 tuổi. Vì "tôi" chạy tìm Cô Tâm báo động mà sau đó đời sống gia đình "tôi" trở thành địa ngục. *"Cha mẹ tôi không bỏ nhau. Luân lý, phong tục, con cái... không cho phép họ làm điều đó. Nhưng cũng bởi những hệ lụy ràng buộc kia, họ đã biến thành những con thú khốn quẫn nhất, tồi tệ nhất. Mẹ tôi hốc hác rạc rài hẳn ra, chẳng hiểu vì hối hận, vì nhớ thương người tình giang hồ tài hoa hay vì những đòn thù của cha tôi. Cha tôi, người đàn ông trầm tĩnh, chừng mực, nghiêm khắc, đã không quên được mối nhục. Ông dai dẳng trả thù người vợ tội lỗi bằng cái cách bề ngoài xem ra rất... nhẹ nhàng nhưng lại hết sức tàn độc. Tôi từng nhìn thấy, nhiều lần, rất nhiều lần cách trả thù vô cùng hiệu quả của ông.*

Thỉnh thoảng, vào buổi sáng, khi mẹ tôi dọn lên bàn phần ăn sáng của cha tôi, ông giữ bà lại:

"Đứng đó, tui biểu."

Đã đoán trước việc gì sắp xảy ra, mặt mẹ tôi trở nên nhăn nhúm thất đảm. Cha tôi chậm rãi móc túi vất lên bàn tờ giấy bạc 10 đồng, hất hàm:

"Đó, trả công tối qua."

Mẹ tôi đứng chết lặng như một tượng gỗ. Cha tôi vừa kéo phần ăn sáng về phía mình, vừa thản nhiên nhắc: "Cầm đi, còn chờ gì nữa? Tui trả đúng giá đó, loại đĩ nhỡ thì như cô, giá rứa phải chăng lắm rồi. Tui đi chơi bời bên ngoài có khi còn rẻ hơn"" (TNKT, 2, tr. 316-317)

Người mẹ bỏ đi và chết trôi sông. Vài năm sau, người cha cũng chết đuối té sông vì rượu. Bỏ đi hoang, sống giang hồ, "tôi" cứ bị ám ảnh và đâm ra nghi ngờ ai là cha ruột: *"Lại nữa, năm tháng qua đi, tuổi đời chồng chất, tôi càng thấy rõ hơn điều này: Ngoại trừ những thánh nhân - nếu quả thật có thánh nhân - tất cả chúng ta, những con người bình thường, đều mãi mịt mù trầm luân trong điều phải lẽ trái.*

Quả thật rất khó khăn khi muốn phân định rạch ròi đâu là biên giới giữa thiện và ác.... Thiện ác ở đâu? Phải chăng đúng sai, thiện ác chỉ là những kết luận có tích cách chủ quan, phiến diện? Nếu cha tôi lo ra chăm sóc mẹ tôi hơn, nếu bà thực sự tìm thấy hạnh phúc bên cạnh một người chồng có trách nhiệm, biết lo toan, thì chuyện ngoại tình có xảy ra không? Nếu những người đàn bà - trong đó có cả mẹ tôi - không yêu thương chú Giản, không nhìn thấy chú như một niềm ước mơ họ thiết tha tìm kiếm thì làm thế nào chú có cơ hội rong chơi trong tình ái? Và cái ma lực quyến rũ của chú, cái tài hoa của chú, bản chất đa tình của chú nào phải tự chú tạo nên? Không thể quy trách tội lỗi cho ngọn đèn nếu vì ánh sáng của nó mà những con thiêu thân đã tự nguyện lao vào, rụng chết lả tơi.

Xét cho cùng, mỗi người sinh ra đều gắn liền với một định mệnh. Chú Giản, mẹ tôi, cha tôi, và cả tôi nữa đều là những quân cờ nhỏ nhoi trên một bàn cờ nghiệt ngã mang tên định mệnh.

Nhưng tại sao tôi cứ mãi tìm cách biện minh, bênh vực chú Giản? Phải chăng trong huyết quản tôi, dòng máu của chú Giản đang cuồn cuộn chảy? Phải chăng sợi dây vô hình nhưng thiêng liêng của huyết thống đã trói buộc hai chúng tôi lại với nhau, đã khiến tôi không thể nào nghĩ về chú Giản như nghĩ về một kẻ thù đã từng gây ra bao nhiêu biến cố tai ương?" (tr. 323-324).

*

Thư trong Vẫn Còn Khoảng Trống Trong Bộ Sưu Tập – không phải bộ tranh, mà là "bộ sưu tập ái tình... Mẽo Mễ Nhật Miên Lèo Đại Hàn... có đủ. Duy một em gốc mẫu quốc (Pháp) thì chưa, nên tìm cơ hội...!

Trong lời tựa lần tái bản *Có Yêu Em Không*, ông quan niệm *"nhà văn không thể và cũng không có khả năng cải tạo xã hội, hắn chỉ có thể làm được công việc hết sức khiêm nhường là phản ánh trung thực môi trường hắn đang sống (...) mỗi nhà văn tự chọn cho mình một cách thế biểu hiện. Nhà văn, tuy không làm nổi công việc cải tạo xã hội. Nhưng mãi mãi sẽ là những sứ giả tận tụy, không ngừng sống chết với những ước mơ. Tôi là một nhà văn, tôi cũng đang cống hiến cho cuộc đời những ước mơ..."* (tr. I, II).

Và trong cuộc phỏng vấn của Nguyễn Mạnh Trinh, Khánh Trường cho biết: *"Tôi chỉ thực sự cầm bút khi định cư ở Mỹ, vì "bực" những mặt hàng giả quá nhiều trong văn chương hải ngoại, phát sinh từ não trạng chật hẹp "ta, địch, bạn, thù", và thói đạo đức giả. Tôi viết, tôi "phản kháng". Một trong những vũ khí tôi dùng để chống lại các định chế, định kiến ấy, là tình dục. Bởi nghiệm cho cùng, có vẻ như mọi cơ sự xảy ra trong cõi trần ai này đều phát sinh từ tính dục (nếu anh bảo tôi ăn phải bả của Freud, cũng được). Dục tính chi phối con người, chi phối xã hội. Dục tính làm nên văn chương, nghệ thuật. Dục tính tạo ra hận thù, chiến tranh... Tôi viết về tính dục, tôi khai thác tính dục, tôi trưng bày, tôi soi ngắm mọi khía cạnh của tính dục, từ thánh thiện thanh cao nhất đến bỉ ổi thối tha nhất, không phải để khích động thú tính của con người, mà là để, từ đó, ta nhìn rõ ta hơn, "thấy" ta triệt để hơn. "Nhìn" và "thấy" là chức năng và bổn phận của nghệ sĩ. Giải quyết vấn đề thế nào là chức năng và bổn phận của các nhà xã hội học, đạo đức học..." (Trích từ *Chung Cuộc*, tr. 201-202)

*

Đọc Khánh Trường không dễ. Con chữ sắc bén như cứa hoài không thôi hoặc "*như con dao hai lưỡi, nó cứa vào thịt da kẻ khác và cứa ngay trên trái tim mình, buốt nhức*", những tâm tư, dồn nén, những cơn bệnh kinh niên hoặc theo thời tiết không thể chữa trị, … Các nhân vật của Khánh Trường gần như tất cả nếu không tàn phế thì cũng bệnh tật, luôn "có vấn đề", "*nhức nhối triền miên*",... Giữa lòng xã hội thời ở quê nhà hoặc nay xứ người thì không đi đứng như đa số, mà phải chửi tục đầu môi, đấm đá, trốn chạy, lừa đảo,... Làm "chuyện ấy" thì bất kể đâu, bất kể với ai – mà thường là với người có vấn đề (khát tình, không thoả mãn, góa bụa, dở dang, dễ dãi,...), …

Và những cơn mưa, như đến từ cõi âm, từ đêm tối: "*Văng vẳng từ cõi mịt mù, tiếng mưa rơi rào rào rất nhẹ trên mái tôn. Tiếng mưa như một điệp khúc lê thê không thay đổi âm độ ru tôi chìm hẳn vào giấc ngủ, dù ở chỗ tối tăm nào đó trong khối óc mù lòa, tôi vẫn cảm nhận được cái lạnh đang thấm dần vào da thịt, có lẽ do nước mưa từ chái hiên nhỏ xuống, mang theo bùn đất văng tung tóe khắp thân thể*" (Chỗ Tiếp Giáp Với Cánh Đồng), …

*

Thế giới truyện của Khánh Trường nhìn lại rõ là của "hôm nay", một cái hôm nay bất toàn, vì ám ảnh, nợ nần của quá khứ cứ chực chờ đòi nợ, đòi giải quyết, một cái hôm nay xa lạ nhiều hơn thân quen, một cái quá khứ không ánh sáng của ngày mai, không đủ tin tưởng để hy-vọng... Tưởng dễ tìm cảm giác mạnh, gấp sách lại mới thấy cuộc nhân sinh không chỉ đơn thuần là cảnh đẹp, hạnh phúc dễ tìm, dễ sống,... Mà còn là bạo lực, cuồng loạn, đảo điên. Một cuộc chiến tạm ngưng, một đời sống có mới để sống-còn hoặc cơ hội vươn lên, nhưng hậu quả, phế tích, đổ vỡ và nhiều vết thương chưa thành sẹo, vẫn nhức nhối nhắc nhở và còn phải sống-với, như những bãi mìn chưa gỡ kịp, những mảnh đạn chưa hoặc không thể mổ gắp ra,... Tàn độc, ác tính như ung thư bất trị, như ác tật lâu ngày không thể chữa, như mặc cảm, tâm bệnh chỉ muốn chết,... Khiến bạo lực, cuồng loạn, đảo điên – và bạo dâm, tính dục bất kể và không cả tương xứng,... Như thần Chết chưa thể buông tha, như phải hứng chịu, buông tay! Từ đó nảy sinh ở Khánh Trường một thứ "luân lý" mới, "luân lý" của sống-còn, của tận đáy địa ngục, của lò lửa, của chẳng-còn-gì-để-giữ,...

Nhiều truyện ngắn của Khánh Trường có nhiều tiềm năng thử nghiệm một văn cách trình bày đa chiều, miêu tả thắt chặt với tâm sinh lý sinh động của các nhân vật. Như một bức tranh bí hiểm, phải để tâm và dùng tưởng tượng mới tiếp cận được.

Lời một nhân vật trả lời một thiếu nữ độc giả hỏi chuyện viết có thật không, có thể cũng là Khánh Trường: "*Kẻ làm văn giống tay thợ khéo, anh ta biết dùng các thứ chất liệu thô, nhám, rời rạc ấy trộn thành vôi vữa. Từ vôi vữa, qua bàn tay và thiên năng, tác phẩm hình thành. Những điều cháu đã đọc, hiểu theo nghĩa nào đó, rất thật, thế nhưng cũng chỉ là hư cấu. Thành công của một người làm văn chương, có lẽ, là hấp lực của từng con chữ anh ta ném xuống trang giấy; tạo nên cảm giác "thật" ở người đọc, dù có thể chính anh ta, kẻ sinh thành ra nó, đóng vai trò rất nhỏ, hoặc có khi hoàn toàn vắng bóng*" (Mắt Phượng, *TNKT*, tr. 62).

2001+

Kiệt Tấn

Tên thật là Lê Tấn Kiệt, sinh năm 1940 tại làng Vĩnh Lợi, Bạc Liêu. Từ năm 1975, sống tại Pháp với gia đình. Cầm bút lại năm 1985, Kiệt Tấn đã cộng tác với các tạp chí hải ngoại *Văn Học Nghệ Thuật, Văn Học, Văn, Làng Văn, Việt Nam Tự Do, Hợp Lưu, Thế Kỷ 21*,...

Tác phẩm đã xuất bản sau 1975: truyện dài *Lớp Lớp Phù Sa* (Văn Nghệ, 1988), các tập truyện ngắn *Nụ Cười Tre Trúc* (Văn Nghệ, 1987), *Thương Nàng Bấy Nhiêu* (Người Việt, 1988), *Nghe Mưa* (Los Alamitos CA: Xuân Thu, 1989), *Em ơi biết đâu tìm* (tập truyện, An Tiêm 1994), tập trường thi *Việt Nam Thương khúc* (An Tiêm, 1999) và *Tuyển tập Kiệt Tấn* (Văn Mới 2002). Từ 2010, ông xuất-bản sách ở trong nước: *Sự Đời* 2 tập, *Lục Bát Điên & Thơ Rời*, Em điên xõa tóc (2009), *Người em xóm học* (2010), *Lớp lớp phù sa* (2012), *Đêm cỏ Tuyết* (2014), v.v.

*

Kiệt Tấn qua các truyện cho thấy ông sống *cái hiện nay* hết mình, sống thật, trong đời sống cũng như tình yêu cũng như sống theo nhân-vật truyện, thơ. Nhân vật Kiệt nổi loạn, sống và đòi sống, bất kể hậu quả, sống trước thời đại mình. Ông hết mình vì không giấu diếm với người đọc. Một tâm hồn muốn tỏ ra thẳng tuột, không sợ mất lòng và có vẻ không rào đón lo "an ninh" cho "cá nhân", nhưng lại tiểu thuyết hóa và cường điệu trong tình tiết.

Trong tiểu thuyết *Lớp Lớp Phù Sa*, ông viết về phong tục và đời sống xưa khó khăn, tình con người hảo hớn và băng đảng hội kín. Tình cảm đặc biệt tràn đầy, cảm động trong *Nụ Cười Tre Trúc* về người mẹ, về "nụ cười tre trúc rì rào". Trong nỗi nhớ, giữa những người thân và bạn bè còn có những bà-già-quê-hương bán hàng rong mà tác giả đã gặp. Năm Nay Hoa Đào Lại Nở (NCTT) chính là nỗi nhung nhớ quê nhà qua một bà bán đậu phọng, nỗi nhớ mỗi năm hoa đào lại nở ở xứ người!

Ông hay trích thơ nhạc, câu hát cải lương, cả ngay trong câu văn, may mà tác giả thường cẩn thận cho in chữ nghiêng: "*... Vài con vịt xanh đỏ xinh đẹp nhởn nhơ trên mặt sông. Vịt nằm bờ mía rỉa lông, cảm cảnh thương chồng đi học đường xa. Vịt đưa mỏ rỉa lông chăm sóc sự phình nổi của mình. (,...). Thôi thì em chẳng yêu tôi, leo lên cành bưởi nhớ người rưng rưng. Bứt rời em, tôi còn biết sống với ai?*" (*EƠBĐT*, tr. 99).

Vấn đề xác thịt trở nên yếu tố không thể thiếu của đời sống nổi loạn đó. *Tình dục* ở Kiệt Tấn không là vấn đề để bàn, mà phải sống, phải hiện sinh, với điên cuồng nhiệt tình, với tối đa cảm xúc. Trong nhiều tiểu thuyết và truyện ngắn khác nhau, người đọc được gặp lại hơn một lần những cô Út thời học trò nhỏ, cô Tuyết bán quán ở Bắc Mỹ Thuận, Hoa bến đò Rạch Miễu, những cô gái mắt xanh tóc vàng Michèle, Danielle ở Xóm Học (Quartier Latin) Paris, Diane, Danyèle, Louise của đất Quebec, Canada mà nhân vật ông dịch là Ca Bá Đại (chuyện khá "tiểu thuyết" vì thời ông du học ở vùng này đàn bà con gái hãy còn … bảo thủ và … khép kín!). Chưa kể những chuyện ăn chơi nhậu nhẹt bên những cánh hồng nơi chỗ tối tăm (Sáng Dậy Nghe Em Khóc, Những Đoá Hạnh Phúc Không Ngờ trong *Thương Nàng Bẩy Nhiêu*). Nhưng bên cạnh vẫn có nhân vật Ánh xuất hiện ở những lúc cần thiết để "chà răng", đưa tác giả trở lại thực tế cuộc đời. Tính chất *tự-truyện* đã giúp tác phẩm ông thành công, dù có khi sống sượng, như chung người yêu, Hoa, Liên, Diane,... Không theo khuôn luân lý của đa số, chính Kiệt Tấn đề cập đến nhưng lại cho đó là một cách nhìn của xã hội cần phép tắc và lễ nghi để trị an nhưng theo ông "*đôi lúc càng trị loạn, loạn càng dữ*" (Thư Cho Lộc, *Nghe Mưa*, tr. 242). Nhân-vật xưng Tôi từng thú "*gian lận trong tình yêu*" vì với đàn bà, ông tự thú "*có trái tim tật nguyền... chỉ biết si tình và đam mê thôi chớ không biết yêu*" (*Nghe Mưa*, tr. 245). Ông viết Thư Cho Lộc: "*Nhiều lúc em thèm chết vô kể. Em muốn mình mất tích, không còn để lại một dấu vết nào trên quả địa cầu yêu dấu này.*" "*Quả nhiên, em đã nhiều lần trải qua dự tính tự hủy diệt. Và lần cuối cùng kéo dài liên tiếp trong bốn tháng...*".

Kiệt Tấn và nhân-vật của ông đùa tình với phái nữ, tinh nghịch với đời, với ông anh (Lệ Dung Sang Tề, Thư Cho Lộc,...) và bạn bè (ông viết bút ký thăm Montreal và Toronto cũng đặc biệt lạ lẫm). Nhưng nghĩ cho cùng, Kiệt Tấn hay nhân vật trong tác phẩm của ông, đều có ý dùng kinh nghiệm sống để vượt lên trên, làm người. Cái hết mình, "dzô, dzô", "100%" trong truyện Kiệt Tấn, chính là Nam-tính rất địa phương đó. "Ông hôn chùn chụt..." diễn tả đặc biệt chi li động tác, tình cảm sâu, nặng như mùi cải lương. Trong các truyện nhiều chi tiết trở lại như những tham chiếu, tiếp nối. Như ba truyện ngắn Bến Đò Trao Thơ, Người Em Xóm Học và Em Điên Xõa Tóc đã mở đầu cho truyện Vườn Chanh Miệt Biển (*Nụ Cười Tre Trúc*).

Một tính cách nữa ở Kiệt Tấn là tự-kỷ cái rốn, tưởng quá khứ văn nghệ bám người đã nổi là cũng nổi rồi, không chấp nhận nhận xét của kẻ khác! Và mặt khác không biết những nổi loạn, sống có vẻ hết mình của ông có ảnh hưởng gì đến con người tác giả không? - vì truyện Em Điên Xõa Tóc (sau in trong *Nụ Cười Tre Trúc*) chứng tỏ người viết truyện đã từng sống trong bệnh cảnh đó! Với Em Điên Xõa Tóc - tức Evelyne, là chuyện tình và xác thịt đàn bà, tình dục có cứu rỗi được Kiệt Tấn, có giải thoát ông khỏi nỗi cô đơn bệnh lý cứ mãi ám ảnh ông đến nỗi ông phải thốt lên rằng: *"Em sợ có một ngày nào đó em nổi điên bất khả phục hồi. Người ta sẽ nhốt em vĩnh viễn trong một trại điên, hoặc em tự hủy diệt đời mình trong một cơn chấn động tâm lý"*? Kiệt Tấn đã tự trả lời câu hỏi: *"Khốn nạn thay, em có trái tim tật nguyền. Đối với đàn bà, em chỉ biết si tình và đam mê thôi, chứ em không biết yêu. Em muốn nói yêu theo cái nghĩa yêu bằng một tấm chân tình đằm thắm và thiết tha"*.

Evelyne và "tôi" thử yêu như khi trẻ bắt đầu biết yêu, tung tăng dẫn nhau đi mua bia, mua kem. Nhưng Evelyne được chuyển đến một bệnh viện khác để chạy điện khiến "tôi" tan nát con tim: *"Evelyne ơi! Ngày nào em rời khỏi bệnh viện, ngày nào anh rời khỏi bệnh viện, ngày nào anh và em hết khật khùng, anh hứa sẽ mua cho em cây cà rem và dắt em đi coi hát bóng. Sẽ không coi phim thằng khùng ăn cắp con gà đồng mà sẽ coi phim Thằng Người Gỗ như em vòi vĩnh"*.

Nói chung, tính chất *tự truyện, hiện thực* trong tác phẩm của Kiệt Tấn đã làm mạnh thêm tính lãng tử và có phần thi vị, tiểu thuyết. Tựu trung chuyện ăn chơi, đam mê, lầm lỡ,... của nhân vật xưng tôi hay Kiệt đã là những tác phẩm khá thơ mộng và thành công để lại nơi người đọc sự quí mến, dĩ nhiên là với người đọc không đạo đức giả! Sống thật vì theo ông, hạnh phúc chỉ là một cảm giác (*Nghe Mưa*, tr. 243). Cũng nên ghi lại đây quan niệm về truyện ngắn khác người của ông: "*Tôi có quan niệm về truyện ngắn hay hoặc dở như sau: Tôi tưởng tượng độc giả là người nữ. Khi sáng tác truyện ngắn, tác giả rủ độc giả làm tình. Nếu cả hai đều đã đời, truyện ngắn thành công. Nếu chỉ có một bên đã đời, truyện ngắn thất bại. Nếu không có bên nào đã đời, truyện ngắn thảm bại...*" (*Nghe Mưa*, tr. 243).

Ngoài ra, cái sôi nổi, hết mình của Kiệt Tấn đã được thể hiện dưới một hình thức khác cũng vốn là sở trường của ông khi bắt đầu nhập làng văn nghệ: *thi ca*. Ở những ngày tháng đời mà kỷ niệm và kinh nghiệm sống trút lại trong sinh mệnh bi thương của tập thể, đất nước, năm 1986, ông đã viết nên tập trường thi *Việt Nam Thương Khúc* do nhà An Tiêm (Paris) xuất bản năm 1999, gồm 3100 câu song thất lục bát, tiếng ca của những đau thương, hệ lụy thăng trầm của đất nước, của con người Việt-Nam. Nhà văn Nguyễn Văn Sâm khi giới thiệu đã viết "*Đó là cái không khí tình người bạt ngàn thương yêu gia đình và đồng loại của những nhân vật nạn nhân, đó là sự dẫy dụa cố thoát khỏi nghịch cảnh của những người bị con quái vật định mạng kéo vào lò tai ương. Đó là một hơi thơ trong suốt không bao giờ lạc vận, được phụ họa bằng những chữ dùng trang nhã mà chính xác. Dĩ nhiên tất cả tình tiết và sự kiện lịch sử xảy ra trước đây, người đọc đã cất kỹ trong ký ức sẽ được trí đón nhận trở về một cách thích thú vì Kiệt Tấn dùng những sự kiện đó làm nền cho câu chuyện của mình...*" (tr. XIII). Trường thi như một bản lịch sử ký ức đau buồn, nhắc nhở những tang thương khổ nạn của dân tộc kéo dài cả thế kỷ, được mở đầu như sau:

"*Thân đất khách một mình xui nhớ*
Hương đêm dần dần nở khúc thương
Cửu Long Hồng Thủy Giang Hương
Ba sông một mẹ đau thương ngút trời
Ba chục Tết tơi bời xương máu
Triệu hồn oan lảo đảo đòi nương (...)"

"*Lệnh truyền buông súng Nam quân*
Mơ màng liên hiệp giải phân một nhà

Cộng đáp ứng chiến xa vụt tốc
Tung cửa dinh Độc Lập cán vô
Mượn danh giải phóng treo cờ
Miền Nam thất thủ xanh mồ hờn căm
Ba-chục-Bốn-Bảy-Lăm đen tối
Tay níu tay bộ đội véo von
Chí Minh giải phóng đường mòn
Dép râu nón cối Sài Gòn từ đây" (tr. 104-105)

Kiệt Tấn trong Thư Ngỏ đã cho biết ông đã kết thúc được là nhờ "rung cảm phù sa" (tr. XIX):

"Trời xanh hỡi nỗi này có thấu
Thương khúc vang vang tấu chín từng
Phong ba rần rật tưng bừng
Ba mươi năm giặc nghe lừng vọng lên
Ba chục khúc trổi nên trường hận
Hận ngút trời quốc vận đào điên
Đảo điên sông núi ba miền
Việt-Nam Thương Khúc sử truyền thiên thu".

Trường thi khai mở mang nét lục-tỉnh của *Thơ Ba Mén* nhưng hơi thơ tiếp rõ là xa với những vần thơ thiết tha nhưng trầm buồn của Bình Nguyên Lộc. Và cũng xa hẳn những nổi loạn tâm hồn tuổi trẻ của những bước đầu *Điệp Khúc Trái Phá* (1966).

8-8-2000

Lâm Chương và Đoạn Đường Hốt-Tất-Liệt

Tên thật Lâm Chương, sinh năm 1942 (khai sinh ghi ngày 28-10-1945) tại Gò Dầu Hạ Tây Ninh. Nhập ngủ khóa 24 Sĩ quan Thủ Đức và phục vụ trong binh chủng Biệt Động Quân. 10 năm tù cải tạo. Vượt biển năm 1987. Hiện định cư tại Boston, Massachusetts Hoa Kỳ.

Bài viết trên các tạp chí ở miền Nam Việt Nam, và nối tiếp với những *Văn, Văn Học, Thế Kỷ 21, Sóng Văn, Hợp Lưu, Phố Văn* tại hải ngoại. Tác phẩm đã xuất bản: *Loài Cây Nhớ Gió* (thơ, Khai Phá 1971), - *Đoạn Đường Hốt Tất Liệt* (tập truyện, Văn Mới Hoa-Kỳ, 1998) - *Đi Giữa Bầy Thú Dữ* (truyện, Văn Mới 2001) - *Truyện Và Những Đoản Văn* (19 đoản văn và 15 truyện ngắn; Văn Mới, 2004).

*

Sau 1986, vì nhiều lý do lịch sử, xã hội và văn học, thể truyện dị thường đã nẩy nở, nhiều tác giả mới, kể cả tác giả đã thành danh trước đó cũng đã chuyển qua thể-loại này. Có thể nói có một *hiện tượng truyện dị thường* trong văn học Việt Nam đương đại. Truyện dị thường trở thành phương tiện viết chuyện hôm nay, cho phép tác giả nhìn vào cuộc sống trước mặt, kể cả những bất thường và phi lý. Qua chúng, tác giả tỏ thái độ với thời cuộc, với hôm nay, với quyền bính và kẻ thù. Tác giả không thể tránh bàn đến tâm lý con người ở một giai đoạn lịch sử, một giai đoạn mà tác giả nghĩ đã đến lúc phải đưa ra ánh sáng, đưa ra công luận, đã đến lúc mà con người không thể sống như cũ, nên sống bằng tình nghĩa hơn là sống một cuộc đời thế gian bị bủa vây bởi những phỉnh gạt to lớn của tập thể nhân danh một lý tưởng nào đó. Hôm nay có lý tưởng tưởng chắc như đá đã rõ ra mù mờ, trở thành phương tiện cho những ý đồ tối ám, hèn kém,... Những con người và sự việc vẫn hay bị hay được cái nhìn "sử thi", nhị nguyên, xếp loại là tàn ác, thù nghịch, quỷ ma,... Nay dưới con mắt con người hôm nay và các tác giả truyện dị-thường xếp loại lại, nhìn lại, họ rơi vào loại đối nghịch. Thiện ác vô lường và thuyết tương đối được hiện đại hóa. Qua những việc và người mà tác giả thấy "có vấn đề". Viết chuyện hiện thực qua cách dị thường, các tác giả còn nhắm kêu gọi cải đổi, giải phóng, bằng cách cho thấy thực trạng của hôm nay, của con người sau bao lầm lỗi và hy sinh. Ở nhiều tầng lớp xã hội khác nhau! Chuyện dị thường không đến từ cốt truyện hãi hùng, mà đến từ cảnh đời xáo trộn tàn nhẫn, qua cái nhìn trực giác, thông suốt của tác giả xuyên qua cái bình thường, cái hiện thực, từ thời gian bị cắt đứt, từ hiện tại hay từ một thời điểm có hay không có liên hệ với quá khứ gần xa. Lâm Chương với Đoạn Đường Hốt-Tất-Liệt do nhà Văn Mới xuất bản cuối năm 1998 đã sử-dụng thể loại đặc biệt này.

Trong Lên Rừng Thăm Bạn, anh Khan sống làm rẫy trên rừng, xa vợ con, sống "một mình như người ở ẩn". Nơi đây đời sống con người khó khăn vì thú rừng hay đến rẫy phá hoại. Con người lúc nào cũng trầm tư, lo lắng, "trông giống một hình tượng cô đơn, im lặng ngồi chịu đựng với thời gian" (tr. 15). Khan từng bị tù học tập lâu năm, khi được thả, anh đã đổi lối sống. Nay anh giữ thế thủ và mạng sống. Như ngụ ngôn con sáo. Nhưng nào yên, vì đám heo rừng và khỉ cứ đến quấy phá. Loài khỉ phá phách cũng như con người, cũng đi theo bọn, cũng có tiền sát, thứ lớp; những chiếc thùng thiếc khua động cũng hết làm chúng sợ sau những lần đầu. Người tuyệt vọng đành tìm cách bắt khỉ làm sao để chúng hết còn trở lại quấy phá. Con nào bị bắt được, người cắt lông trên đầu rồi sơn màu lên đầu lên mặt rồi thả: chúng sẽ hết thể nào nhập bầy trở lại vì những con cùng bầy nay không còn nhận ra bạn nữa, mà những con bị sơn càng đuổi theo xin nhập bầy thì lại càng bị bọn kia cao chạy xa bay nhanh hơn, chúng bị tránh như những con vật quái đản! Anh Khan tự xem mình như những "con khỉ người" bị đồng loại xa tránh: "giữa vùng rừng núi Việt Nam, có những 'con khỉ người' đang bị sơn mặt, họ có bảo vệ được chăng?" (tr. 24). Họ ở đây là Hội Bảo Vệ Súc Vật thường có ở những xã hội văn minh Âu Mỹ.

Truyện Người Khách có một ẩn dụ khác. Xóm Gò Chùa nghèo khó sống với đầy tai họa bất trắc vì bị đủ thứ võ lực kiểm soát (liên minh giáo phái Cao-Đài, Việt Minh, Tây và cả trộm cướp): con người đày đọa con người. *"Kiểm soát, bảo vệ, tuyên truyền, trộm cướp cũng đều là kẻ mượn hình giả danh. Bên ngoài ai dám vô đây lộng hành... Mạng người lúc bấy giờ rẻ như heo chó"* (tr. 26). Hai Diên đến với xóm như người khách nhưng sự hiện diện của ông đã "như giải tỏa được cái áp lực vô hình đè nặng tâm can": dân ngủ yên hơn, làng xóm thật an bình. Người khách dù được xem là "hùm thiêng", lang sói có kiêng dè tạm thời, cũng có lúc không cãi được mệnh trời, vẫn bị bí mật thủ tiêu, bởi người cùng giống: "Không biết phe nào?" (tr. 29). Phe Ác, phe quỷ!

Địa ngục trần gian và địa ngục quá khứ bàng bạc khắp tuyển tập gồm 17 truyện của Lâm Chương vẫn là chiến tranh. Cuộc chiến đã tàn nhưng tro vẫn âm ỉ như chưa lụi tắt và có những mảnh củi có lúc vẫn bừng lửa cháy, kể cả khi con người đã xa cách một đại dương. Lâm Chương phê phán mọi phía. Một bên là những tên đồ tể "nằm trên bụng đàn bà mà xua quân vào trận mạc. (...) Bao giờ thấy những phường cẩu trệ bất nhân, chiếm giữ những ngôi vị trọng yếu quốc gia, là điềm báo trước một chế độ suy tàn. Đó là quy luật của mỗi lần lịch sử sắp sang trang" (tr. 189). Một cuộc chiến tranh phức tạp, không lằn ranh rõ rệt. Đoạn Đường Hốt-Tất-Liệt chính là đoạn trường cay đắng. Những người lính địa phương phải đối đầu với một đối phương không rõ mặt, dùng tình báo điều tra gì rồi thì kẻ thù đích thực vẫn là bất ngờ. Tên du kích bị trung đội bắn bị thương không ai khác hơn là "thằng Hon" con Tám Đê chủ lò đường trong vùng, hắn trốn lính và suốt ngày mọi người tưởng hắn chỉ chẻ trúc đan lồng để đi gát cu. Bạn thù không biên giới, nhưng hận thù và những cái chết thì lại không tránh được!

Xóm Ven Rừng là bức tranh của một vùng xôi đậu mà biên giới không chỉ ở bìa rừng cứ ngày mỗi lấn vào sâu mà còn ở lòng người dân. Sự "chiến thắng" của một bên rồi cũng không như lòng người mong đợi: *"Những người cùng đi một hướng với ba tôi ngày ấy, trở về trong sự huênh hoang, nhưng chẳng giúp ích được gì cho dân trong xóm. Xóm tôi đã nghèo, bây giờ càng nghèo hơn. Bọn nhỏ chúng tôi đã trưởng thành, phải cật lực cày xới đất đai để kiếm miếng ăn từng bữa. Không có đám trẻ nhỏ nào như chúng tôi ngày ấy, chạy theo đuổi bắt những trái dầu rơi rụng, cánh xoay tít mù bay trong gió. Cái trường học mái tôn bên cây dầu, bây giờ, trở thành nơi nhốt bò của dân trong xóm. Sự đổi thay lạ thường này, làm cho cái trường chỉ còn là dấu tích của chuyện một thời quá khứ xa xăm*" (tr. 75). Trường mái tôn là công trình dân sự vụ của phe chính quyền cũ và trái dầu không khác gì những ảo tưởng của người lớn trong xóm. Thân phận con người bị chiến tranh vùi dập. Sống giữa những lằn đạn, "làm người thời này, khổ như chó hoang. Phải tản cư đến một nơi tương đối an toàn hơn" (Xóm Cũ, tr. 129). Họ sẽ phải tản cư nhiều lần mà thảm kịch cuộc đời cứ vẫn tiếp diễn!

Tàn bạo của phe kia trong chiến tranh đã trở thành hài hước, hụt hẫng sau "chiến thắng". Những mệnh đề "dân tộc sẽ thắng", "xứ sở quật cường", "chính nghĩa", v.v. không đưa đến kết luận đương nhiên. Sau một dâu bể, mọi lời nói, hành động, kết luận đều gây suy nghĩ, có sức mạnh bủa vây làm nhức nhối những vùng nhận thức quen thuộc hay nếp nghĩ "chính thức", bình thường đã quen. Mụ Kên là người của "cách mạng" đã trở thành sát nhân vì tự trở thành nạn nhân của chính mình, của huy chương thổi phồng vì nhu cầu. Hai Quắn trong Giải Quyết Cấp Thời cả đời hy sinh cho cùng lý tưởng như mụ Kên, cuối cùng chỉ mơ ước "cái đít có gân của gái miền Nam" như chị Tư Rô, không được, bèn dùng đại đít bò trong chuồng của hợp tác xã. Người Thượng đơn sơ khi đã bị lợi dụng, họ thấy "những ai đến với buôn bản vùng cao, mang cái dáng dấp phi lao động, chỉ biết đứng nhìn, hỏi những câu ngớ ngẩn, và chỉ trích phê bình, lý thuyết suông mà chẳng làm được gì, họ đều gọi là cán bộ" (tr. 21).

"*Chiến tranh như con quái vật khổng lồ, theo nó thì bị nó ăn nuốt, cưỡng lại thì bị nó chà đạp. Đàng nào cũng chết, chỉ có điều chết trước hay sau mà thôi*" (tr. 16). Lâm Chương ở lứa tuổi kinh qua đã nhiều, ông đã dám nhìn thẳng nói thẳng nhiều trục trặc khó nói. Anh chuẩn úy mới ra trường nhát gan nhưng hay liều mạng trong Định Số được nhiều dịp ca tụng là anh hùng gan dạ. Cái tâm của Lâm Chương ở đó: thành thật, tự xét, tự trách trước khi trách người và ngoại giới cũng như quyền lực và định mệnh bủa vây. Khi lâm trận, một thiếu uý trung đội trưởng bị cấp chỉ huy bỏ rơi, đến lượt ông cũng bỏ rơi thuộc hạ để thoát thân nhưng khi đã an toàn, người sĩ quan đó "*dửng dưng như kẻ mất hồn. Không buồn, không vui. Mọi cảm xúc đã bị tê liệt hết rồi*" (Một Vùng Hung Bạo, tr. 145).

Người lính hay người tù học tập ở Lâm Chương không ăn to nói lớn, không giả hình cũng không tự cao tự đại, có chăng là những khuất phục định mệnh, những bất lực vì bị trói tay, những tìm vui tạm bợ trong nhục nhã cuộc đời! Tìm cách sống còn, "dưỡng sinh", thay vì cứ chắc lưỡi như những con Thạch Sùng thời đại *"nằm trằn trọc nuối tiếc hoài một thời quyền uy son vàng đã mất. Cánh cửa quá khứ đã khép lại. Nhưng cái dư âm vi vu còn đủ sức ném bao người qua cửa tử. Nuối tiếc và thống hận là chất cường toan bào mòn tâm phế"*(tr. 189), hay trở thành nạn nhân của "sự vô vọng giết người" vì "không thấy được ánh sáng phía cuối con đường vô vọng" (tr. 187).

Trong chiến tranh, con người bị chà đạp đã đành, nhưng khi hòa bình đã "vãn hồi", con người vẫn bị thời đại nghiền nát, tha hóa đến độ phi lý. Những tàn bạo và bi kịch nhỏ lớn vẫn còn đó, giữa người với người! Trong truyện Mây Bay Qua, người tù học tập được thả về với người cha và một người con gái vẫn ao ước thành vợ gã, nhưng hoàn cảnh éo le, trong đợi chờ, Mây đã phải bán thân. Để người cha già khỏi buồn, dù "thương cuộc đời" Khang, nàng đã phải bỏ đi xa một cuộc tình mới chớm nở.

Trong Chỉ Còn Một Nơi Trở Lại, một đứa nhỏ mười hai tuổi vì đánh con một ông xã ủy mà phải ở tù, đến khi được thả, về nhà thì người thân đã bỏ vào Nam, đành "xin vô tù lại" bằng cách đánh cắp xe đạp đúng ngày "Chúa ra đời để chuộc tội, cứu rỗi cho loài người" nhưng đứa nhỏ thì nghi ngờ "Sao cháu vẫn khốn khổ? Cháu không tin đâu!". Người tù học tập "nhìn theo cái dáng gầy còm, thất thểu của nó, nghĩ thầm, không biết bây giờ Chúa đang ở đâu?" (tr. 68).

Con người đối với con người "nham hiểm và gian trá. Họ biến tù nhân thành những con ma đói, và hạ xuống ngang hàng với súc vật" (tr. 16). Trong Chuồng Người, người tù học tập đã phải sống chung đụng với tù hình sự sống như con người thời tiền sử đến độ ăn thịt sống để tồn tại. Tù hình sự được đi mổ lợn được xem như một đặc ân, do đó "phải nạp cho thằng đội trưởng hai cục thịt bằng ngón chân cái. Không có, tụi nó thụi vào bụng cho mà thổ huyết". Nhưng bằng cách nào? "Thằng Ný móc họng, ụa mửa. Đồ ăn nhớt dãi, tuôn trào xuống thau. Thằng bưng thau, bóc lên những miếng thịt còn dính lòng thòng nhớt dãi, đưa lên miệng, ăn. Một thằng khác, đang đói, cũng ăn. Có thằng nhăn mặt: "Gớm quá!" Thằng bưng thau, nói: "Gớm gì? Từ bụng kia sang bụng này thôi!" (tr. 176). Ngay cả đồ ăn người nhà đi thăm đem đến cho tù cũng theo cùng phương pháp, không thể để dành ăn từ từ: "Nếu đem vào trại, mấy thằng đầu gấu, chúng nó giành giật cả. Thế nên cháu xơi hết tại chỗ" (tr. 176). Và khi đã ở đáy vực thì con người có lương tri cũng phải đành đoạn mất cả lòng thương hại đối với đứa trẻ tù hình sự: "Không! Tao thương tao còn chưa đủ. Có đâu thương tới mày. Thằng quỷ!" (tr. 66). Rồi sau lại tự xỉ vả mình "Khốn nạn! Nó trở lại tù, sao tôi lại mừng?" (tr. 67). Quelle misère humaine! Địa ngục trần gian về một khía cạnh nào đó nằm ngay trong tâm thiện hay ác của con người! Nhưng trong tập truyện Đoạn Đường Hốt-Tất-Liệt, vẫn có những tình cảm cao quý sót lại, dù từ kẻ chiến thắng, như Sao Nhót, bạn thời tuổi nhỏ của Lâm Sún, nơi riêng tư đã khuyên bạn thuộc phe "thua": *"Ở lại đây, mày bị chuyện gì, tao không đỡ nổi. Mày nên lánh mặt đến địa phương khác, khai man lý lịch, tạm sống một thời gian, chờ tình hình xem sao. Tao "đánh hơi" thấy việc xử lý bọn mày không đơn giản đâu"* (Vật Đổi Sao Dời, tr. 59).

Hoang dã trong chuyện hiện thực! Thượng Du, Niềm Thương Nhớ, thượng du tức Hoàng Liên Sơn, là nơi người thua trận bị vùi dập thân thế và thể xác. *"Ở đây, không đo thời gian bằng kim đồng hồ. Trưa nghe bắt-cô-trói-cột kêu trên đầu núi, biết đang mùa hạ. Đêm nằm nghe cú rúc ngoài đầu hồi, biết đang mùa đông. Thung lũng ít chịu mặt trời. Âm khí núi rừng pha trong sương đục, nhòa nhòa lán trại. Cái lạnh rờn rợn nhiễm vào người, lâu dần thành quen. Thiên nhiên tập cho con người biết chịu đựng. Về với thiên nhiên, thở cùng cỏ cây (...) Quên chuyện ngày trước. Bỏ chuyện ngày sau. Sống đời hoang dã. Thú rừng vô tâm, không biết buồn. Ai nặng thất tình lục dục, dễ bỏ mình giữa chốn thâm sơn"* (tr. 184). "Không vì mặc cảm đọa đày, mà con người ghét cả thiên nhiên". Người tù chấp nhận số phận, xem cực hình hành xác đốn cây cuốc đất như "một cách tập dưỡng sinh" rồi lâu đến nỗi anh "tưởng như hồn và xác chẳng dính dấp gì nhau". Anh trở nên vui sống với người hoang dã hồn nhiên "thương những hồn cô quạnh" "về đậu trên ngọn rừng tru thảm khốc", anh "thấm thía muốn trở thành người Tày người Dao", sống giữa những ngọn lửa khói, "tin bất cứ điều gì huyền bí" vì "trong tuyệt vọng tinh thần còn có chỗ thiêng liêng làm chỗ dựa" (tr. 186). Hoang dã mà thấm thía! Ở đâu những lý tưởng cao siêu mà con người vun xới? Và văn minh? "Nơi miền cao thôn bản, súng đạn là thứ duy nhất tượng trưng văn minh của người miền xuôi"" (tr. 184). Khi được thả, người tù như lưu luyến, không muốn rời "vòng kiềm tỏa" của trại tù, nơi có những người bạn đã nằm xuống và thiên nhiên, người bạn mới!

Trong Quỷ Loạn, thần thánh, hồn ma được nhiều lần nói đến. Khi con người bắt đầu thành công như Điệt, tưởng mình là nhất, mắng cả thần thánh sau một lần bị "thánh" phạt: *"Làm thần, thụ hưởng hương khói. Không lo vun bồi công đức phù trì dân làng. Chỉ gây nỗi sợ hãi, lấy sự hành tội người khác làm điều linh hiển. Mai sau ta thành đạt, sẽ ra lệnh phá bỏ miếu này"*. Khinh đời ngạo thế, Điệt sẽ thi rớt, trốn lính vào chùa tu cũng không được lâu vì theo hắn nơi đó "chỉ là những thứ dung tục thối tha không ngửi nổi. Giáo chủ đã chết mấy ngàn năm rồi. Bọn đệ tử đang lao đầu về địa ngục". Và quỷ đỏ sẽ hoành hành. "Khí thế Cách Mạng như dầu sôi. Cuộc đổi đời diễn ra nhanh như cướp cạn. Nền tảng xã hội bị bứng tận gốc. Vô lại, đầy tớ, ăn mày nhảy lên làm ông chủ. Trí phú địa hào bỗng chốc hóa thành tên đầu đường xó chợ. Sấm ký rao truyền quỷ loạn. Nhà nhà đóng cửa. Đêm đêm nghe tiếng ma tru rợn tóc. Quỷ đỏ hiện hình giữa ban ngày, quấy nhiễu. Dân tình ta thán. Âm khí xung thiên. Mây mù vần vũ. Mống trời vắt ngang đỉnh núi. Điềm báo thiên tai chết chóc...". Khắp nơi là nhà tù, dĩ nhiên Điệt bị bắt, vẫn giữ tính ương ngạnh, bị đi làm xâu công trường thủy lợi. "Thời Cách Mạng, ai mang tiếng Ngụy, ba đời con cháu không ngóc đầu lên được. Điệt còn độc thân, quyết không lấy vợ, tuyệt đường con cái, khỏi chịu cái di họa đời sau". Ngày kia Điệt vung xẻng đắp đê chém tét đầu một tên đốc công, tên kia bắn gục Điệt, lôi trong túi áo có "bức thư ngắn như một lời nguyền: "Ta chết, thề làm ma báo oán kẻ phủ nhận thiên địa quỷ thần". Miếu Thành Hoàng bị phá bỏ sau đó nhưng những kẻ phá miếu "bỗng nằm lăn ra, hộc máu mà chết. Có người nói, chúng ăn bị trúng độc. Cũng có người nói, chúng bị hồn ma của Điệt vật chết" (tr. 181). Ma quỷ sẽ tiếp tục quấy phá người tù nay đã tị nạn ở xứ người, ma quỷ trở về thật hay ảo ảnh, hay từ tâm tưởng (Chuyện Không Bình Thường)?

Sống thời nhiễu nhương, nội tâm và ngoại cảnh mấy khi như một, mấy khi gặp gỡ! Cảnh vật thiên nhiên cũng tàn bạo như chiến tranh, như bất khả cảm thông. Thiên nhiên trở thành những cái bẫy tàn nhẫn, trở thành kẻ thù. *"Chiến tranh đã làm cho con người sợ hãi cảnh trí thiên nhiên, e dè mọi sự câm nín, lặng im. Tất cả đều như đang đợi chờ một đột phá tan hoang.Con người bây giờ, chỉ muốn làm rạp hết những cỏ cây, san bằng những gò nổi, lấp hết những hố hầm để xua đi những rình rập, ẩn nấp, đe dọa chết chóc hằng ngày"* (Một Vùng

Hung Bạo, tr. 137). Khi đã ở chốn tù đày trên vùng ngược Thượng du, người tù chiêm nghiệm mới nhận ra "Thời gian lặng lẻ trôi qua" và thiên nhiên có biến đổi dù chậm chạp. " "Thiên địa vô nhân". Núi rừng không vì một ai hết. Trời đất lặng thinh. Bốn mùa vẫn luân chuyển nắng mưa. Hoa lá trên ngàn vẫn xanh thắm. Không vì mặc cảm đọa đày, mà con người ghét cả thiên nhiên" (tr. 194). Vì thiên nhiên sẽ là nơi trú ẩn của những tâm hồn bị đày đọa!

Chuyện *cứu rỗi* ư? Trong thế giới của Đoạn Đường Hốt-Tất-Liệt, Chúa, Phật đều như vắng mặt! Chỉ còn con người với nhau. Chỉ có tác oai tác quái, không nhân nhượng! Còn người nữ? Nếu người nữ của Nguyễn Huy Thiệp là tinh hoa, là tình người, là cứu rỗi, thì với Lâm Chương, người nữ như bóng mờ, có khi như một ám ảnh hay ham muốn trong hoàn cảnh bất khả dĩ như chị Tư Rô với Hai Quắn trong Giải Quyết Cấp Thời, như chị Ban đẫy đà trong Xóm Cũ. Riêng cô Năm trong Mây Bay Qua là một cứu rỗi trễ tràng, bi đát, con người bị hoàn cảnh vùi dập ngay cả trong tình cảm!

"... Thế nhân ơi, đổi đời, trông thấy

mặt trời chân lý cháy như rơm" (tr. 95).

Tác giả triết lý về lịch sử, tuyên chiến với độc quyền chân lý, dù giọng văn nhẹ nhàng, dù với giọng của kẻ thua thiệt. Đề tài kỳ dị hay bất-bình-thường, chi tiết hoang đường hay có-thể-có, tác giả dùng những hình ảnh khi ảo khi thực của đời sống để phê phán hay đập vỡ những ảo tưởng. Truyện dị thường không ngừng ở một vài chi tiết, chúng đi tới cùng nguyên lý, căn nguyên, đụng tới bản chất. Với mục đích đưa ra ánh sáng những kinh nghiệm của quá khứ, dù là của một thời đại vừa trãi qua, tác giả cố đưa ra cái hằng số, cái bất biến từ những sự việc và biến cố lịch sử và thời sự, cố đưa ra cái chân lý bất biến của con người dù ở dưới chân trời nào. Tác giả thể loại này còn có thể "xúc phạm" người từng cùng phe, người trên hoặc người đã chết - những anh hùng và những người đã gieo nhân, nghiệp. Các truyện dị thường có giá trị dự báo lịch sử, và giá trị báo động cũng như nhận định lại lịch sử, từ những tro tàn của quá khứ và huyền sử. Sự thật lịch sử có thể cần đến thời gian dài, nhưng văn chương có thể đóng vai trò đặt vấn đề lịch sử gay gắt và nhanh chóng hơn, nhờ tro chưa tàn, lửa lòng chưa nguội. Văn chương "giải mã" lịch sử sớm dù ít nhiều chủ quan và đầy cảm tính.

Hoán chuyển dị thường của thực tại vào văn chương, nhiều dị thường của cuộc đời tưởng bình thường đã được Lâm Chương đưa ra trước công luận. Nói chung, ngòi bút ông cẩn trọng và nhạy bén, xuất từ kinh nghiệm sống. Giọng văn đơn giản, trong sáng, dĩ nhiên bên trong chất chứa nhiều phức tạp và tầng lớp tâm linh. Chính kinh nghiệm và tâm cảm chân thành của tác giả đã đưa đến sự tinh tế, cô đọng. Như đoạn tả sự việc "thân bị kiềm chế, mà ý chí thì phất phơ như chuyện đùa. Tưởng như hồn và xác chẳng dính dấp gì nhau". Một cai tù đã phê bình cách lao động khá "thiền" của tù cải tạo: "Giơ cuốc lên, cò ỉa. Hạ cuốc xuống, mối xông". Nhưng anh tù lại lấy làm lý thú vì câu nói ngộ nghĩnh mà quên cái hậu quả tai hại sau khi bị phê bình. Anh tù đã sửng sốt vì câu phê bình đó. *"Diễn tả động tác chậm, không có cái chậm nào bằng. Từ từ giơ cuốc lên, chậm như ngừng lại, thời gian lâu đủ để con cò đậu trên cái cuốc và ỉa. Hạ xuống cũng chậm, đến nỗi trước khi nhấc cuốc lên, thì mối đã xây thành tổ. Một lối diễn tả độc đáo. Rất bình dân mà cũng rất tuyệt vời"* (tr. 188-189).

*

Thể truyện dị-thường đương đại mở ra một chân trời mới, cho người viết cũng như người đọc, một tự do văn chương tuyệt vời! Các tác giả đã chứng tỏ tài huyễn hóa văn chương, như một trở về với người xưa văn hóa cũ, với nền tảng, nhưng vẫn là một thẩm mỹ văn chương mới, chứ không phải chỉ vì muốn trốn thực tại hay tránh những vấn đề của xã hội hoặc những tranh luận khoa học nhân văn cấp bách của hôm nay. Thực vậy, truyện dị-thường là cách bám chặt thực tại có hiệu quả lớn, bám và định nghĩa lại các quan hệ. Ban đầu chúng có vẻ là hình thái hình thành bởi ám ảnh quá khứ hoặc ảo tưởng của tập thể. Đám đông không thể sáng suốt nhận chân ra cái ám ảnh đang hủy hoại tập thể, họ sẽ có thể mở mắt nếu phải đi đường vòng qua ngã văn chương, qua ngã truyện dị-thường. Thể này do đó có thể nói là dấu hiệu của một xã hội trưởng thành, đang-trưởng-thành, trưởng thành khi tự mở mắt với những hài kịch nghĩa luôn bóng bẩy.

Khác với văn chương "minh họa, sử thi" và "tâm lý chiến", truyện dị-thường có thể không phục vụ cho một ý thức hệ hay tín ngưỡng, nhưng tự nó, loại truyện này nuôi dưỡng nhiều tin tưởng về một thời đại dù bị lột mặt nạ nhưng chưa chắc có thể thay thế. Truyện dị-thường dùng những chiếc mặt nạ làm nên bởi thực tại tái dụng, cốt để dễ tra vấn, làm rung chuyển chính nền móng tưởng vững chắc, mà không hẳn có thể đưa ra những thay thế. Truyện dị-thường do đó hình như có vẻ liên hệ với những giai đoạn giao thời, khủng hoảng, con người và tập thể phải tìm lại bản ngã, khi mọi giá trị đã gẫy đổ. Nước Việt Nam sau 1986 đã cần có "những ngọn gió Hua-Tát" thổi mạnh trên một xã hội trì trệ, dở bết, để giải phóng con người khỏi những bế tắc của ý thức hệ và văn hóa lỗi thời. Ngọn gió "truyện dị-thường" chứng tỏ sự trưởng thành tái sinh của xã hội đó. Cũng như Tướng Về Hưu, Con Gái Thủy Thần, Những Người Thợ Xẻ, v.v. của Nguyễn Huy Thiệp, Ông Kỳ Lân, Áo Thanh Cao, Sư Phụ, Thầy Bắt Bóng, v.v. của Trần Long Hồ, Lên Rừng Thăm Bạn, Thượng Du, Niềm Thương Nhớ, v.v. của Lâm Chương đã mở rộng thế giới dị thường đồng thời đẩy con người vào vực tối của lý trí, đã cung cấp cho tưởng tượng tập thể với những quỉ quái và địa ngục mà bình thường không ai dám nghĩ tưởng đến. Đáng sợ, nhưng chính những con ma này đến để giải phóng những hãi sợ tập thể, cũng là dịp khiến người viết phải tân tạo nghệ thuật thẩm mỹ của mình, hiện đại hóa văn chương. Thành ra truyện dị-thường là một giải phóng!

Tác giả truyện dị-thường có thể mơ mộng thiết tha hay nghiêm khắc lạnh lùng, cái chủ quan của tác giả vẫn có thể động đến nhiều người. Mặt khác, tác giả không những "thấy" và "hiểu" con người và việc đương đại, ông/bà còn phải đồng cảm, thấu hiểu, "dính" vào người và việc đang là đối tượng của tác phẩm. Của người ở trong cuộc! Truyện hư cấu hay giả định, độc giả không cần biết bao nhiêu phần trăm sự thật hay hư cấu, họ chỉ cần "theo" văn chương tác giả, "tin" vào kinh nghiệm của tác giả! Mặt khác, truyện dị thường phúng thích và châm biếm chính trị và xã hội, Đoạn Đường Hốt-Tất-Liệt có yếu tố khả dĩ "phiền" chế độ vốn nghi ngờ mọi trào phúng, hí họa ngoài những minh-họa-được-phép.

Điểm-đến của Đoạn Đường Hốt-Tất-Liệt theo chúng tôi là đã gióng lên tiếng nói đích thực của con người hôm nay, cho bây giờ và mai sau, khi còn có thể lên tiếng và sau một thời gian đã không thể lên tiếng. Truyện của Lâm Chương như có sức mạnh *giải thoát* của tâm thức, tâm thức ông, tâm thức những người cùng cảnh ngộ và "kinh nghiệm" như ông. Thay vì tụng A-di-đà hay lạy-Chúa, Lâm Chương lên tiếng nói của ông qua nghệ thuật viết của con người từng sống trong bùn đen của những cơn kinh hoàng đất nước, của chiến tranh, của trại cải tạo, trở về nhà tù lớn và lạc lõng giữa một nước hợp chủng xa lạ! Tác giả đã sử-dụng ngôn ngữ như hệ thống tín hiệu và sử-dụng văn chương nghệ thuật như khả năng của cảm xúc. Lâm Chương nhận thức được bi hài kịch của cuộc đời và ông chia xẻ với người đọc, có người cùng hoàn cảnh, tâm cảnh, với một ngôn từ trực tiếp dù phải dùng dụ ngôn, hình ảnh, v.v. Chính cái dị thường đã đưa người đọc tìm lại, nhìn lại, nhận chân những thực tại của đời sống bình thường và của vũ trụ nhân sinh. Trong truyện dị thường, ngôn ngữ thường là một hệ thống tín hiệu cao độ với những ẩn dụ đa nghĩa.

Đọc truyện của Lâm Chương không thể ngừng ở câu chuyện hay khúc ký ức đó. Người đọc phải hiểu cái tiềm ẩn sau những sự việc, hành động dù bình thường đến thế nào, hoặc cái nguyên nhân hoặc hậu quả không thể tả. Khi người đọc như bị bỏ rơi vì chuyện lửng lơ thì biết đâu đó là cái Vô ngôn, cái thông điệp, cái nhắn nhủ. Người đọc Đoạn Đường Hốt-Tất-Liệt bình thường sẽ thương cảm thân-phận con người, người Việt Nam một thời, nhưng nếu tâm cảm xâu xa sẽ nhận ra cái tâm của tác giả, ông nói với mọi người mà như đồng thời ông tìm tri kỷ! Những truyện khác của Lâm Chương đăng trên các tạp chí gần đây như Gió Ngược, Những Ngày Mắc Cạn, Cận Kề Biên Giới Tử Sinh,... cho thấy ông càng đi sâu vào ngõ kiếm tìm này, xét con người vì con người thay vì phân biệt nhị nguyên, bạn và địch!

*

Truyện dị thường hiện đại trở nên một hiện tượng và là một nghệ thuật thẩm mỹ của phúng thích mơ mộng là chính thể loại tiên báo chủ nghĩa biểu hiện đương đại, một loại thẩm mỹ hiện đại, một nghệ thuật mời gọi tác giả cũng như độc giả cùng sống một kinh nghiệm của quá khứ, một kinh nghiệm ở biên giới của thực và giả, giữa hợp lý và phi lý, giữa bi và hài, giữa xấu và đẹp, giữa sướng khoái và hãi hùng, qua trung gian các nhân vật của tác phẩm. Một sống chung nhiều khi rất căng thẳng hay gây ra những cái hụt hẫng giữa phát và nhận, giữa bày và đón. Vậy là sau 1986, văn chương Việt Nam như cũng góp phần vào việc tra vấn quá khứ để tìm lại năng động đang-tìm-lại của tập thể. Phải chăng đây là nguyên lý "cùng tắc thông!" đã được nói đến trong Đạo đức kinh?

Old Quebec, 12-1-1999

Lâm Hảo Dũng

Sanh năm 1945 tại Thuận Hoà, Sóc Trăng. Nhập ngũ năm 1968. Vượt biển và định cư tại Canada năm 1980.

Tác phẩm đã in ở hải-ngoại: *Ngày Đi Thương Sợi Khói Bên Nhà* (Nhân Văn, 1985) - *Tóc Em Dài Em Cài Bông Hoa Lý* (Làng Văn, 1989) - *Đi Giữa Thời Tan Nát* (TGXB, 1989) - *Những Bài Thơ Của Tôi* (Úc, 2013) - *Tôi Vẫn Còn Đi* (Hoa Kỳ, 2017).

*

Ngày Đi Thương Sợi Khói Bên Nhà, rồi *Tóc Em Dài, Em Cài Bông Hoa Lý* và *Đi Giữa Thời Tan Nát* là những kỷ niệm của người lính Cộng hòa, những hành trình trong cuộc chiến nhưng chủ yếu là những hoài niệm về thời gian và nơi chốn đã mất. Cảnh Sài Gòn năm năm sau đi "cải tạo" trở về:

"... *Năm năm trở lại Sài Gòn*
nghẹn ngào nhìn bao đổ nát
mẹ ngồi ôm đầu tóc bạc
phố dài phủ một màu tang
... Ô hay năm năm rồi nhỉ?
(trời ơi! mất nước năm năm)
hãi hùng như cơn hồng thủy
(mùa xuân mùa của xa xăm)
năm năm trở lại Sài Gòn
hành trang chiếc quần rách nát
bỗng dưng ta thèm được hát
dưới cờ ba sọc vang vang..." (Năm Năm Trở Lại Sài Gòn)

Trong *Tóc Em Dài Em Cài Bông Hoa Lý,* Lâm Hảo Dũng đã có một loạt 6 "bài Ca Dao..." về một số hiện-tượng thiên nhiên, những hiện-tượng ở ngoài nhưng sâu đậm trong tâm thức: Nắng, Nước, Mưa, Gió, Trăng, Mây. Những bài lục-bát khá dài và thuộc hạng tuyệt vời thi-ca. Bài về Nắng và Nước khá đặc sắc:

"Nước tôi trôi lạc bềnh bồng
Xót thương rau húng rau thơm cỗi cằn
Nhớ hoài cái cọng rau răm
Mà nghe đứt ruột chùm bông cải trời
Nước trôi cuối vịnh đầu doi
Biết em còn gửi nụ cười về tôi
Tàn canh thắp ngọn dầu hôi
Cháy không ánh sáng giận đời đổi thay

Nước trôi ban mặt ban ngày
Bọn em con gái quần dài ống loe
Đầu sông con quốc gọi hè
Giục tôi nhớ ngọn nhà bè chia hai
Nước trôi ông sãi chùa này
Tụng kinh cứu khổ không đầy quạt cau
Nhịp nhàng khi chậm khi mau
Khi mai hoàn tục cưới hầu lập thê

Nước trôi vịt ngỡ chàng bè
Cái thân rau muống nhà quê suốt đời
Buồn vui là lúc em ngồi
Võng đưa kẽo kẹt nhớ thời mẹ ru
Nước trôi chim cút chim cu
Tiếng con chim ụt bên mồ kêu vang
Năm xưa trồng luống cải vàng
Ngồng cao mấy thước trổ toàn máu tươi (...)" (tr. 9-10).

- Về Mây:

"mây bay bỏ núi buồn tênh
bỏ em ở lại tóc mềm sợi thưa
bỏ tôi hoa súng bên hồ
lá xanh khoe nỗi xác xơ phận nghèo
mây bay khăn trắng khăn điều
đã bay đâu mất một chiều nắng mưa

chỉ trơ ngọn cỏ xanh mồ
hỏi ai kẻ sĩ còn mơ áo bào?

mây bay cõng gió theo sau
buồn chi cảnh chó hình trâu mà buồn
"trẻ thơ không áo khoe xương
để em con gái dặm trường kiếm cơm"
mây bay lột xác lột hồn
lột phơi khố rách quần rơm bốn mùa
bỗng run câu nói ngày xưa
người đi còn hận bóng cờ vàng sao

mây bay thấy khổ đồng bào
chợt nghe câu sấm lòng đau chín chiều
"một hôm mẹ tuổi sầu đeo
gậy cong đập nát ảnh treo góc tường"
mây bay tám hướng mười phương
chỉ phương đào nạn tìm đường tồn sinh
cũng thôi giã biệt sân đình
chờ mai xuân sáng để mình nhớ tôi (...)

mây bay ngậm ngải tìm trầm
tìm trong cát bụi những lầm lỗi xưa
cái người kẹp tóc ngây thơ
còn đi đuổi bướm bên bờ cỏ hoang
mây bay ruộng lúa hai hàng
nàng chô thêm nhớ nếp vàng nhà ai
đâu đây con nhạn lạc bầy
giọng kêu như tiếng thở dài mẹ tôi

mây bay chim sáo, chìa vôi
hót bên trường cũ mấy lời bi than
cây còng đứng rũ trong sân
những tay thước kẻ mất dần còn đâu?
nỗi buồn gởi giáo khoa thư
gởi tôi trốn học kéo cờ sứ quân
gởi em đôi chút ngại ngần
ngó chung quanh bụi tơ hồng trống trơn (...)

mây bay lảng bảng bên đường
em con lạc tướng bồng gươm đứng hầu

vẽ tôi hình cọp hình trâu
mai đi đánh giặc về chầu Hùng Vương
vẽ tôi cái ngọn Tản Sơn
cái sông Hồng nước trên nguồn ra khơi
vẽ tôi trăm ấp một người
trái tim duy nhất giống nòi Lạc Long

  mây bay nhớ ngó bồn bồn
nhớ bông điên điển nhớ hồn cha ông
nhớ thời lục tỉnh xa xăm
cái anh công tử, cái nàng tiểu thơ
cái còn cái mất năm xưa
cái tôi lạc chợ chưa vừa hay sao?
cái ve lạc giọng gọi sầu
cái em lệ nhỏ hoen màu tà huy..." (tr. 25-28)

Về Trăng:

"trăng treo bảng lảng bên vàm
sầu ai làm những tiếng đàn xôn xao
khuya về con hạc bay mau
nhà tôi bên ngõ phai màu rêu xanh
trăng treo em khóc một mình
cái thôn hiu hắt, cái đình xác xơ
cái tôi buồn bã ai ngờ
theo sông làm một ván cờ rủi may

trăng treo sợi tóc lung lay
sợi tôi giếng cạn nước ngày xưa xa
nhớ trường nhớ ngọn roi da
nhớ em thước kẻ khóc òa hổ ngươi
trăng treo như thể trăng cười
một hôm rước xóm vắng người yêu ma
cũng đành cắt thịt chia da
chờ mai bông súng sau nhà héo hon

trăng treo ai biết trăng buồn
hỏi em cọng lúa nàng thơm ngậm ngùi
gió đưa em đến bên tôi
chỉ trăng nhớ tuổi đôi mươi bồi hồi
nhớ chiều rợp tiếng chim vui

nghe ai hẹn kiếp luân hồi có nhau
trăng treo tôi khỉ tôi hầu
tôi đi dưới đất lộn đầu trên cao (...)

trăng treo phát nguyện tâm thành
một tôi xuống tóc tụng kinh Di Đà
cái thời độc vật ra ma
cái tâm tự tại giữa nhà Việt Nam
trăng treo em kết hoa tràm
hoa sen còn để chiều lên lễ chùa
hoa bần ngại nỗi vị chua
hoa mây giăng mắc bao mùa lao lung

trăng treo diệu nước diệu sông
diệu tôi cứu khổ ai lòng đói meo
lội từ sông cái Sa Keo
về ngang Mỹ Phước chim chiều kêu thương
trăng treo ngọn ráng bên đường
phải con trăn của "Tà Xuông" xổng chuồng
hết thời nuôi rắn tìm quên
mà nghe khuya đập nỗi niềm nhục thân (...)

hái em con mắt tôi nằm
con sông tôi lội theo dòng nước xưa
mẹ buồn sợi tóc đong đưa
chờ tôi ngủ dậy những mùa ấu thơ
trăng treo tự cổ đến giờ
có nghe đèn đóm phai mờ oán than
riêng tôi tiếc phận da vàng
buồn khô mấy lớp vẫn hoàn buồn ơi!

trăng treo ông giáo làng tôi
nhờ xiêu mái dột giận đời đi hoang
cọc cành nhịp guốc khua vang
vời trông lũ trẻ hai hàng lệ sa
trăng treo quan án quan tòa
cái quan đánh bộ mất nhà mất con
mất em đùa gió sân trường
mất tôi "đại học công nông" mấy mùa (...)

trăng treo ông Vỹ ông Hưng

ông Năm ông Cẩn xanh hồn nước tôi
cái ông binh nhất bỏ đời
vinh danh hơn những thằng tôi mọn hèn
lạy em mấy vạn quan tiền
mấy năm tù ngục mấy miền đạn bom
lạy em quên những hờn căm
chờ trăng sáng lại ao đầm núi sông
lạy em một lạy cuối cùng
cho tôi quên hết nỗi buồn lưu vong" (tr. 21-24)

Trong những kỷ niệm còn có những hình ảnh và biến cố lịch-sử! Thi ca đối với Lâm Hảo Dũng trước hết là kỷ niệm, là cõi nhân sinh từng kinh qua, là những con người, địa danh, những quãng đời đã qua, đã mất nhưng vẫn luôn sống động trong tâm thức hôm nay, sau này. Trong từng con chữ! Từ chốn lưu vong! Như trong Ai Có Về Quê Tôi Sóc Trăng:

"Ai có về quê tôi Sóc Trăng
Làm ơn hái hộ cánh hương tràm
Những bông hoa tím bằng lăng ấy
Còn nở trong hồn tôi tối đen
  Ai có về quê tôi Sóc Trăng
Thèm cam Nhơn Mỹ gạo Diên An
Thuyền em xuôi ngược về Long Phú
Xin chở cho đầy chuối chín thơm (...)
  Ai có về quê tôi Sóc Trăng
Trời ơi! Thoắt đó đã mười năm
Mẹ như bông bưởi sau nhà rụng
Mỗi độ thu về tôi biết không?" (tr. 43, 44).

Hay Bài Gợi Nhớ Về Châu Đốc:

"Em khóc dòng sông khóc nước sông
Ta đi sầu ngát tận trong lòng
Nhớ trăng đầu núi trăng đông nội
Và những mùa trăng sông Cửu Long

Em ở bên kia trời cách biệt
Mắt buồn vây kín núi Sam xa
Ta như lữ khách không nhà cửa
Ngủ đậu trên chùa mỗi tháng ba

Em khóc dòng sông đó phải không
Ngàn năm vẫn nhớ má em hồng
Vẫn yêu đường đá miền Châu Phú
Những chuyến đò đêm nước ngược dòng

Bởi ta lười biếng làm sao thấy
Em đẹp như là hoa hướng dương
Vu vơ em hát hay ta hát
Mà tóc tung bay rất ngập ngừng

Em khóc dòng sông đó phải không
Đêm mơ về thấy chín con rồng
Vẫy đuôi trên nóc Tây An Tự
Đón hội Long Hoa một tối rằm

Ta nhớ một đời riêng để nhớ
Những mùa trăng cũ bạn hiền xưa
Cồn Tiên bên quán ngồi châm thuốc
Rượu ngất ngây hồn vị tiễn đưa".

Những năm sau này, tâm tình thơ ông vẫn sống mạnh, dù có những khó tránh của cõi nhân sinh, như khóc vợ đã ra đi trước:

"Hôm nay ngày vĩnh biệt / Em không còn bên tôi
Hôm nay mây thành tuyết / Tan nơi đất quê người
Hôm nay hay hôm khác / Em vẫn là trăng sao
Vẫn bay về phố núi / Thương kỷ niệm năm nào
Hãy lau dòng nước mắt / Hãy an bình xuôi tay
Đợi ta về bên gốc / Cà phê nồng hương bay
Bốn mươi năm rồi đó / Đời hằng những phong ba
Riêng em sầu để nhớ / Một hình bóng quê nhà
Ôi trăm năm hồ mộng / Đi về cũng hư không…"

- Vancouver, May 12. 2012 (Bài Khóc Vợ).

Lâm Hảo Dũng đã trở về quê-hương và những nơi đã sinh sống thời trẻ và chinh chiến:

"dường như ta mới về Tân Cảnh
lên dốc trung đòan số bốn hai
dường như ta đứng nhìn bên suối
còn thấy lung linh tấm thẻ bài
  sáu lăm năm không không sáu hai ba

đời lính trận tuổi ghi bằng con số
thương ngọn núi thương rừng sâu thác đổ
và đôi khi ta thấy nhớ quê nhà..."- 4-2014

(Dường Như Ta Mới Về Tân Cảnh, TVCĐ, tr. 319-320)

Năm 2016, ông đã trở về nơi từng là chiền địa trong cuộc hành quân Hạ Lào:

"Đứng bên đường chín, nhìn Lao Bảo
Một ngã xuôi về chiến địa xưa
Cây vẫn xanh đường luôn sắc đỏ
Thời gian chết đứng giữa hư vô
  Ngày đi đốt nắng thiêu thân xác
Tôi đổi trao tôi chữ thập sầu
Tôi vẽ chân dung người mũ đỏ
Gậy đường xuôi Bắc hay về đâu?
  Thấy trong màu áo, trong hình dáng
Đã thuộc từng tên, mỗi địa danh
Họ chính là tôi trong thuở ấy
Một thời, nhưng chẳng thể nào quên..."

(Trong Viện Bảo Tàng Chiến Tranh Lam Sơn 719 ở Bandong-Savannakhet-Lào-2016, *TVCĐ*, tr. 354).

Muộn Màng Hoa Vẫn Nở:

"Những vi tế muộn phiền / Những ưu tư vạn đại
Những nỗi buồn phát mãi / Những hạt sầu kinh niên
Trong băn khoăn của Chúa / Trong trầm tư của Phật
Bụi vẫn đầy tim khổ / Người có là hư vô?
Chuyển động nhớ thời gian? / Qúa khứ không hình bóng
Một hôm sắc thu tàn / Mới hay đời hiện thực
Hồn muội mông quên thức / Trên thềm rêu đá xưa
Thấy hoa Poppy đỏ / Dấy hương sầu tiễn đưa
Ngậm đau nhốt tim đời / Ngồi nhìn cây cô độc
Đầu xanh rồi bạc tóc / Vui chỉ một niềm vui
Và muộn phiền hãy đốt / Và ưu tư ngủ vùi
Và mây buồn năm trước / Chào đón cánh hoa tươi..."

(*TVCĐi*, tr. 154-155)

Lê Hân

Lê Hân, tên thật cũng là bút hiệu, sinh ngày 02-02-1947 tại Hội An, Quảng Nam. Du học tại Hoa Kỳ năm 1967, sống và làm việc tại Montréal, Toronto, Mississauga (Canada). Hiện định cư và hưu trí tại San Jose (Hoa Kỳ). Khởi viết trên báo *Tuổi Xanh* (Sài Gòn) thập niên 1960. Ngưng một thời gian dài và trở lại sinh hoạt văn học, xã hội từ năm 1997. Hiện chủ biên trang www.saigonocean.com và điều hành nhà xuất bản Nhân Ảnh.

Đã xuất bản hai tuyển thơ *Tình Thơm Mấy Nhánh* (Nhân Ảnh, 2003) và *Ngọn Tình Lục Bát* (Nhân Ảnh Hoa-Kỳ, 2016), cùng tham gia biên tập một số tuyển tập văn học và tạp chí *Ngôn Ngữ* (5-2019 -).

*

Lê Hân sáng tác thơ với ngôn ngữ tự nhiên, không làm dáng, kiểu cách dù con chữ và tứ thơ cũng đầy bất ngờ và thi-tính đong đưa, mời gọi người đến với thơ ông. Ở thể loại lục bát dân tộc cũng như tự do!

Trong **Tình Thơm Mấy Nhánh** (2003), Lê Hân đã tâm sự con đường đưa ông đến với thơ:

> *"... không nhớ làm thơ từ lúc nào*
> *hình như từ thuở biết chiêm bao*
> *thấy ông Nguyễn Khuyến ngồi câu cá*
> *thấy bác Kế Xương hát ả đào*
> *(...) tôi đã làm thơ như vọc đất*
> *như leo trèo, chạy nhảy, tắm sông...*
> *tôi đã làm thơ ngon trớn nhất*
> *khi niềm vui chất ngất trong lòng*

(...) chừ tuổi trung niên sung sức lại
khi vui tôi vớ vẩn làm thơ
thơ của tôi như cô gái đẹp
hiền lành, dí dỏm lẫn lẳng lơ
và vẫn như xưa, nguyên quốc tịch
lè phè như thể gã trai tơ
vẫn chỉ cưu mang tình dân tộc
chân thành giản dị...rất vu vơ" (Thơ Tôi, tr. 12, 13)

Một tâm hồn nhạy cảm với những câu thơ tình trực diện:

"con bướm bay và bay bướm tôi
chỉ vì đời có những vòng môi
gọi tôi và cũng nghe tôi gọi
vô lượng lòng cho, nhận, thế thôi
sẽ chẳng bao giờ muốn phụ ai
nếu cùng độ lượng đứng chung vai
tình tôi giàu đủ chia thiên hạ
đâu sá gì riêng cõi trang đài" (Chân Tướng, tr. 24).

Hồn thơ lãng đãng trên những bước đi tìm:

"... tự dưng lạc giữa mịt mùng
thấy tôi, em vốn là chung một người
tôi là em, em là tôi
từ trong tiền kiếp có đời sống nhau
tự dưng em lẩn vào đâu
không có, chợt có nỗi đau thình lình
tự dưng tôi thấy chính mình
đẹp ra từ thuở thất tình đầu tiên
tự dưng tay viết quàng xiên
đọc đi đọc lại bỗng ghiền chính tôi
em là thơ, đã hẳn rồi
tôi là người thở vô đời sống thơ" (Tự Dưng, tr. 57).

Thế giới thi ca Lê Hân khởi đi từ những bước chân học trò và những cuộc tình nhẹ nhàng, ngây ngô chớm nở. Nơi đó, không gian như thu hẹp lại và thời gian như ngừng lại ở những... giờ tan học:

"Giờ tan học em thường hay ra trễ
có phải vì bịn rịn ghế bàn không?

suốt bốn giờ hai cánh tay áo lụa
thoa phấn hương cho mặt gỗ thơm hồng
  giờ tan học em thường đi rất chậm
mỗi bước chân như ngại hành lang buồn
quai guốc đỏ hôn thầm mười ngón ngọc
gió hay thơ ai với níu gót chân
  giờ tan học em quen tay vuốt tóc
tóc như sông cùng ngã một bên vai
có ai đếm hộ em bao nhiêu ngọn
mỗi ngọn tình đã từng buộc những ai?
  giờ tan học em về trên xe đạp
vạc áo dài khúc khích vờn nan hoa
đọt nắng cuối theo em về tận cửa
cũng bỏ đi, chỉ còn lại mình ta" (Giờ Tan Học, tr. 74)

Khi đã nhập dòng sống của nhân sinh, không gian có những khoảnh khắc cũng dần hẹp lại khi con người một mình trước đại dương, ngâm mình với suy tưởng:

"vốn không là thuyền trưởng
sống đời cùng đại dương
cũng không là thủy thủ
cùng biển qua dặm trường
  những vòng xoay của sóng
gối nhau chạy giáp vòng?
nước chạm vào nhau hát?
âm thanh có đáy lòng?
  vì đâu trong chất nước
có vị mồ hôi người?
từ đâu trong da thịt
ẩn chất muối biển khơi?
  giữa người và biển cả
được bao điều tương quan?
bí hiểm và sâu thẳm
bên nào huy chương vàng?
  tôi nằm trong nước biển
nghe sóng tan vào người
không gian dần hẹp lại

một khắc tôi mất tôi
  trong giờ linh hiển đó
nếu may người đi qua
sẽ thấy được đích thực
biển đang trổ nụ hoa" (Hoa Biển, tr. 44)

Với *Tình Thơm Mấy Nhánh*, Lê Hân đã hơn một lần cho biết yêu thích thơ lục bát, như trong Em Từ Lục Bát:

"Em từ lục bát bước ra
bốn bề hơi thở Nguyên Sa dịu dàng
giường đầy hoa đã ngấm sang
thịt da khi đổi y trang mỗi ngày
trái tim đồng lõa ngón tay
nở thơm trên thỏi sáp bày bên hông
máu không trở lại chính tâm
mà bên ngực trái bềnh bồng mùi hoa

  (...) em từ lục bát bước ra
tay hương vén tóc liếc qua mái đời
tôi ngồi trong chiếu thơ tôi
những câu sáu tám ngút hơi yêu đời
vịn Cung Trầm Tưởng dạo chơi
theo Huy Cận ghé vào nôi nắng sầu
cùng Hoài Khanh ngồi bên cầu
nhìn mây vuốt ngực lắc đầu trốn em
cùng Luân Hoán nằm trùm mền
sợ rơi giấc nhớ mất em bất ngờ
cùng trăm ngàn vạn nhà thơ
đón em từ lục bát vào thế gian" (Em Từ Lục Bát, tr. 28, 29)

Lục Bát thi tính sẽ trở nên thể loại chủ trì với tuyển thi **Ngọn Tình Lục Bát** (2016). Lê Hân trở về và ở lại với nguồn thơ Việt: ông đưa người yêu thơ đến với thiên nhiên xuân sắc - quê hương - gia đình - thầy, cô, bè bạn và – văn nghệ sĩ tức 5 phạm trù thi hứng như nhà thơ trình bày qua phần Mục lục.

Trước hết, trong Mở Cửa "Ngọn Tình Lục Bát", nhà thơ cho biết:

"mẹ ươm hạt giống ca dao
nở nhánh lục bát ngọt ngào Việt Nam

trời còn tinh khiết trăng vàng
đời còn sáu tám nồng nàn ấm tay
lót lòng người nụ thơ này
tinh túy dân tộc càng ngày càng thơm

mời người dạo mắt cùng lòng
ghé qua những luống tình nồng tôi xanh
cả đời tôi chắt chiu dành
nụ hôn này tặng loanh quanh cuộc đời
xin cùng tôi bước thảnh thơi
chúng ta giữ gốc cội người Việt Nam" (tr. 5).

Thật vậy, lục bát đưa nhà thơ trở lại thời mới đến với thơ với những bài khởi đăng trên tuần báo *Tuổi Xanh* ở Sài-Gòn: những bài thơ đầu đời (1959) như Ba Em, Má Em, và sau đó là thơ về tình bạn, tình yêu, những tà áo dài tha thướt, những khuôn mặt diễm lệ, của một thời học trò. Với ông, trở về quá khứ là niềm vui lẫn ngậm ngùi, nuối tiếc, dĩ nhiên hình ảnh của kỷ niệm không hề thiếu:

"đầu trần trôi giữa hàng me
chiều từ thư viện theo xe đạp người
hình như đàng trước mỉm cười
nén đôi mắt liếc thầm người sau lưng
(...) đâu ngờ không gió mà bay
thình lình người cũng như mây ngang trời
tuy không định làm cái đuôi
vắng người lòng rỗng mất vui thế nào"

(Trôi Theo Xuân Thì, tr. 58)

Với gia đình là những sinh hoạt, lễ Tết, những khuôn mặt, tiếng nói, nụ cười,... Nay nhớ về quê mẹ, lòng thấp thỏm:

"nhớ như người xưa cho rằng:
mẹ còn, quê ngoại vầng trăng thật gần
mẹ mất, quê ngoại xa dần
vầng trăng quê ấy lần lần mờ phai
xưa nghe thoang thoảng ngoài tai
bây chừ thấm thía thở dài trầm ngâm
chẳng còn nhớ mấy chục năm
tôi chưa ghé lại một lần ngoại tôi

> *(...) con đường đang gánh trên vai*
> *Faifo trong, Đà Nẵng ngoài, phồn hoa*
> *quê ngoại có cổ thành già*
> *có thị trấn trẻ hài hòa phố quê*
> *   lâu rồi chưa được ghé về*
> *ngỡ như đã mất hẳn quê mẹ rồi*
> *trên đầu tôi vẫn bầu trời*
> *tôi nguyện sẽ trở về ngồi trông mong*
> *   bà con bên ngoại không đông*
> *nhưng tôi tin có người trông tôi về*
> *hiên nhà chái bếp xưa tê*
> *dù xa lạ mấy không hề quên tôi"*

(Nhớ Về Quê Mẹ, tr. 64)

Cuộc trở về tâm thức sẽ trở nên thực, khi ông trở lại quê nhà thăm nhìn lại nơi đã ra đời, thành phố của tuổi thơ, tuổi học trò, Đà Nẵng rồi Sài-Gòn – riêng Sài-Gòn đã để lại nơi Lê Hân khá nhiều ấn tượng:

> *"Sài Gòn, ở Ngô Tùng Châu*
> *hình như buổi sáng đến sau buổi chiều*
> *cơn mưa mùa hạ ít nhiều*
> *làm tôi cụt hứng thiu thiu nằm dài*
> *   Sài Gòn, ở đường Lê Lai*
> *gió tha mùi nắng thơm ngoài hành lang*
> *chập chờn theo giấc mơ màng*
> *nghe như ai gọi chạm bàn chân đi*
> *   (...) Sài Gòn, ở đường Tự Do*
> *hương lòng Đức Mẹ thơm tho vỉa hè*
> *dòng sông óng mượt nằm nghe*
> *tiếng chân lạng quạng e dè sau lưng*
> *   (...) Sài Gòn, ở đường Duy Tân*
> *em vào trường luật bần thần ngó ra*
> *hai hàng cây đứng thướt tha*
> *có tôi chính giữa xót xa đợi người*
> *   Sài Gòn, một khoảng đời tôi*
> *quen chân quen mặt quen người tứ phương*
> *trồng hạt nhớ tỉa hạt thương*

tôi xanh từng nụ buồn buồn vui vui
  Sài Gòn, tôi lớn thành người
chen vai thích cánh nói cười tự do
ra đi chẳng có hẹn hò
vẫn mơ làm cậu học trò năm xưa
  Sài Gòn, nhiều nắng ít mưa
mà sao ướt sũng hương đưa trong lòng
núi sông đâu cũng núi sông
mà tôi chỉ một Sài Gòn vắt vai"

(Sài Gòn Tôi Vắt Trên Vai, tr. 94)

Ngọn Tình Lục Bát đã là những cuộc du hành trở về những miền quá khứ, xuyên thời gian, những bài nỗi nhớ đi theo những địa danh đất nước, những "cõi ta" nhà thơ đã sống hoặc đã đi qua và trở lại. Trong số có những địa danh thân thương khác như Québec, nơi con và cháu nội sinh sống. Những thời khắc tuyệt vời bên con cháu, người đọc sẽ bất ngờ với những cảm nhận của tác giả về một dòng sống:

"bất ngờ thấy ấu thơ tôi
qua bốn khuôn mặt giống tôi một thời
những cái môi mới tập cười
những đôi mắt biết hơi người lạ quen
  tôi xưa mặt mũi sáng trăng
bụ bẫm, sổ sữa háu ăn thích cười
bây giờ bốn cháu nội tôi
có thật nhiều nét một thời tôi xưa
  từ con sang cháu đong đưa
tình ca dao mẹ dẫu thưa thớt lời
ấu thơ của một kiếp đời
rõ ràng hiện diện trên người tiếp theo
  lòng tôi vang những tiếng reo
thơm lừng ánh mắt trong veo tiếng cười
câu thơ nở những nụ ru
ấu thơ của cháu của tôi ngọt ngào" (Ấu Thơ, tr. 129)

Khi trở về với hiện thực, nhà thơ thỏa tình với cuộc sống một nơi xa xôi hơn, ở San Jose, bang California:

"ba trăm sáu mươi lăm ngày
nơi tôi cư ngụ gió bay nhẹ nhàng

ngày nào cũng có nắng vàng
không nhiều thì ít về ngang phố hiền
  nhờ nắng người đẹp có duyên
nhờ nắng mái tóc mái hiên hoa đầy
nắng treo từ những sợi mây
thòng dài xuống phố cánh tay nuột nà
  người đi tay thở hương ra
bốn bề cao ốc nắng pha vị đường
gót son từ khắp bốn phương
ghé về theo nắng khơi nguồn thương yêu
  khu nhà tôi ở sớm chiều
nắng thoa son phấn yêu kiều xinh tươi
ngoài nắng còn có một người
tô đậm hương sắc cuộc đời tôi tăng
  tình yêu, mưa, nắng thăng bằng
bốn mùa cuộc sống có trăng bốn mùa
không làm vua cũng như vua
còn chi hơn đủ nắng mưa cùng tình"

(Nắng Thơm Destino Circle, San Jose, tr. 26)

Trong cuộc hành trình thi ca nhiều thập niên, Lê Hân khởi đi từ những khung trời và tình ý truyền thống, dân tộc - một cõi thơ tĩnh lặng một hồn quê, nồng nàn nước sông Hàn, gió biển, trãi qua những con nắng hiện-đại, những cuộc viễn du khác đến những vùng mới, khác của đời sống cũng như thi ca, âm nhạc và thể loại lục bát đã đem đến an tịnh cho nhà thơ, một tâm hồn nhạy cảm vốn thích tìm tòi, khai phá!

Thơ dù theo khuynh hướng, thể loại nào thì tự bản chất đã có cuộc đời và cuộc sống tự tại. Những vần lục bát của Lê Hân đã cho thấy cái khung tiên thiên 6-8 bằng-trắc vẫn thích hợp với con người ở mọi thời đại. Khuôn thơ đó bất biến và thống nhất, sẽ vẫn là nơi trú ẩn an toàn cho con chữ, cho nhà thơ!

5-6-2019

Lê Tất Điều

Tên thật Lê Tất Điều (sinh năm 1942, Hà Đông), di tản sang Hoa-Kỳ từ cuối tháng Tư 1975 và định cư ở miền Nam California. Ông sinh hoạt văn-học, báo chí ngay sau khi đến Hoa-Kỳ, cộng tác với các tờ *Lửa Việt* (9-1975), *Hồn Việt-Nam* (Paris),... chủ trương tờ *Bút Lửa* (1976) và đã cùng Võ Phiến chủ trương tạp-chí *Văn-Học Nghệ-Thuật* (LTĐ chủ bút, sau đổi tựa báo *Văn-Học*) và làm tổng thư-ký tờ *Hồn Việt* (11-1977), v.v.

Lê Tất Điều, nhà văn, ông có tập bút ký *Ngưng Bắn Ngày Thứ 492* (Des Moines, Iowa: Người Việt, 1977, 82 tr., đã bắt đầu viết và đăng tạp-chí *Bách Khoa* số Xuân Ất Mão 1975), là nỗi phẫn uất trước những tàn bạo của chiến tranh và những cái chết phi lý: những nạn nhân là cả một gia đình gồm người mẹ đang mang thai và hai đứa con bị pháo kích chết trong khi ngủ – cũng là gia-đình người em gái của tác-giả. Những chi tiết bi đát: "*Chú em báo tin nói đúng. Xác em tôi nguyên vẹn. Phải cám ơn chút lòng trắc ẩn cuối cùng của định mệnh hay cám ơn trái hỏa tiễn đã tha, không làm thêm công việc cắt xén thảm khốc*".

Ông in chung với Võ Phiến tập tùy bút *Ly Hương* (Người Việt, 1977) về cuộc đời mới Kéo Cày Trên Đất Mỹ. Trên *Văn-Học Nghệ-Thuật*, ông viết truyện ngắn và làm thơ ký Cao Tần.

Thư Về Bloomington, Illinois (1997) giải bày những suy nghĩ, băn khoăn về cuộc đời và vũ trụ của một người có đức tin và tin tưởng ở vị trí của mình trong vũ trụ, qua hình-thức những bức thư. Một con người tị nạn ngồi nhìn đàn kiến bò dưới chân thời gian mà nghĩ đến những thượng đế nhỏ. Về người Việt sống ở Hoa-Kỳ, những người có vấn-đề xã-hội, tội phạm (ngoài đời, ông làm việc về thiếu nhi phạm pháp rồi làm thám tử).

Lê Tất Điều sau chuyển sang viết 3 tác-phẩm bằng Anh ngữ: *Letters to Bloomington, Illinois* (do nhà DVS, 1999, 194 tr. dịch cuốn cùng tựa tiếng Việt vừa kể trên) và *Some Words of Advice to The Commander-In-Chief* (iUniverse, 2009. 116 p.) về chiến-tranh Hoa-Kỳ-Iraq. *Small People's Revolt* (196 p. do nhà New Generation Publishing, 2014) bản tiếng Anh của *Hai Chữ Nước Nhà*.

Cao Tần là bút hiệu họ Lê dùng khi làm thơ và đã có những bài xuất hiện lần đầu năm 1977 trên tờ *Bút Lửa* (tờ báo do Lê Tất Điều chủ trương, chuyên phúng thích thời sự và nhân-vật, với đặc điểm là tên người viết toàn là bút hiệu kể cả những cây bút đã nổi tiếng), sau xuất bản với tựa chung *Thơ Cao Tần* (CA: Bút Lửa & Người Việt của Trần Đình Long, 1978; Seattle WA: Tin Yêu, 1984; Westminster CA: Văn Nghệ, 1987). Thơ Cao Tần ghi lại tâm thức nguyên sơ của người Việt tị nạn Cộng sản, những hoài niệm về ngày xưa, người cũ và những phẫn uất bi hùng về cuộc chiến:

> *"Trong ví ta này chứng chỉ tại ngũ*
> *Mất nước rồi còn hiệu lực hơi lâu*
> *Chiều lưu lạc chợt thương tờ giấy cũ*
> *Tái tê cười: giờ gia hạn nơi đâu?*
> *Trong ví ta này một thẻ căn cước*
> *Hình chụp ngây ngô rất mực cù lần*
> *Da xám ngoét như bị đời nhúng nước*
> *Má hóp vào như cả tháng không ăn*
> *Mười tám tuổi thành công dân nước Việt*
> *Tên chụp hình làm ta xấu như ma*
> *Thằng khốn nạn làm sao mà nó biết*
> *Ta sẽ thành dân mất nước tan nhà!*
> *Hai mươi tuổi ta đi làm chiến sĩ*
> *Bước giày đinh lạng quạng một đời trai*
> *Vừa đánh giặc vừa lừng khừng triết lý*
> *Nhưng thằng này yêu nước chẳng thua ai...*
> *Hình căn cước anh nào mà chẳng xấu*
> *Tên chụp hình như một lão tiên tri*
> *Triệu mặt ngây ngô bàng hoàng xớn xác*
> *Cùng đến một ngày gẫy đổ phân ly*
> *Nhìn hình chim in trên tờ chứng chỉ*

Chợt nhớ câu thơ: "Gẫy cánh Đại Bàng..."
Ngàn lẫm liệt tan trong chiều rã ngũ
Muôn anh hùng phút chốc hóa lang thang
* ... Hỡi thằng chiến binh một đời dũng cảm*
Mày lang thang đất lạ đến bao giờ
* Ôi trong ví mỗi người dân mất nước*
Còn một oan hồn mặt mũi ngu ngơ
Ôi trong trí mỗi anh hùng thuở trước
Còn dậy trời lên những buổi tung cờ"- 6-1977

(Cảm Khái)

Thân phận người mất nước, lưu lạc, xác phần sống nơi đây nhưng hồn còn vương cố quốc, từ đó mới có những cuộc gặp bạn bè cùng trang lứa, thân phận bàn chuyện lớn và tự vấn "Ta Làm Gì Cho Hết Nửa Đời Sau?":

"Dăm thằng khùng họp nhau bàn chuyện lớn
Gánh sơn hà toan chất thử lên vai
Chuyện binh lửa anh em chừng cũng ớn
Dọn tinh thần: cưa nhẹ đỡ ba chai

(...) Sàn gác trọ những tâm hồn bão nổi
Những hào hùng uất hận gối lên nhau
Kẻ thức tỉnh ngu ngơ nhìn nắng mới
Ta làm gì cho hết nửa đời sau?... "- 3-1977

Cuộc sống mới khó khăn nhưng không thoát được những nhung nhớ *người thân yêu còn ở lại Sài-Gòn*:

"Sau một tuần ngất ngư lao động
Thứ sáu anh thường thức trắng đêm
Vì đêm anh, Sài Gòn đang sáng
Đêm thao thức anh là ngày khốn khổ em

... Thêm một lần thứ sáu trắng đêm

Để hồn về một Sàigòn đang sống

Gõ tuyệt vọng cửa thiên đường đã đóng

Xin chia nhau ngày khốn khổ cùng em"- 3-1977

(Chỗ Giấu Kho Tàng)

Cái hiện tại không hề dễ dàng, vẫn nghĩ có một ngày mai trở về và bông đùa "ta" rằng vẫn... ngon lành – ông diễu cợt cuộc đời lưu vong lạc lõng chưa định hướng:

"Mai mốt anh về có thằng túm hỏi
Mày qua bên Mỹ học được củ gì
Muốn biết tài nhau đưa ông cây chổi
Nói mày hay ông thượng đẳng cu li
Ông rửa bát chì hơn bà nội trợ
Ông quét nhà sạch hơn em bé ngoan
Ngày ngày phóng xe như thằng phải gió
Đêm về nằm vùi nước mắt chứa chan
 (...) Bài học lớn từ khi đến Mỹ
Là ngày đêm thương nước mênh mang
Thù hận bọn làm nước ông nghèo xí
Hận gấp nghìn lần khi chúng đánh ông văng
 Nếu mai mốt bỗng đổi đời phen nữa
Ông anh hùng ông cứu được quê hương
Ông sẽ mở ra nghìn lò cải tạo
Lùa cả nước vào học tập yêu thương
 Cuộc chiến cũ sẽ coi là tiền kiếp
Phản động gì cũng chỉ sống trăm năm
Bồ bịch hết không đứa nào là ngụy
Thắng vinh quang mà bại cũng anh hùng" - 3-1977

(Mai Mốt Anh Trở Về)

Sống một không gian hoàn toàn mới, khác lạ, cả ngôn ngữ cũng không/chưa quen nói, nên những lá thư là sợi dây gắn bó với cội nguồn:

"Thư quê hương như tên hề ốm nặng
Hồn tang thương sau mặt nạ tươi cười
Son phấn hân hoan phủ nghìn cay đắng
Mắt lệ đầy, miệng hát những lời vui...

 (...) Gửi cho anh vài sợi tóc mẹ già
Rụng âm thầm trên hiên chiều hiu quạnh
(Nuôi một bầy con cuối đời vẫn lạnh)
Cho anh hôn ơn nặng một thời xa...

 (...) Gửi cho anh viên sỏi nhỏ bên đường

Anh sẽ đọc ra trăm nghìn lối cũ
Gửi cho anh vài nhánh cỏ quê hương
Anh sẽ đọc đất trời ta đã thở

Và gửi cho anh một tờ giấy trắng
Thấm nước trời quê qua mái dột đêm mưa
Để anh đọc: Mênh mông đời lạnh vắng
Em tiếc thương hoài ấm áp gối chăn xưa...” - 4-1977

(Thư Quê Hương)

Trên *Văn-Học Nghệ-Thuật* số 8 (Giáng sinh 1978), Cao Tần có bài Mùa Đông– đổi tựa thành Hát Ngao Trên Tuyết khi tái bản *Thơ Cao Tần*, ý tình đặc biệt thấm thía với hình thức “hát ngao”, nhà thơ tỏ ra làm chủ lấy mình và phần nào tình thế:

“Khoác áo lông xù giả làm tráng sĩ
Lên dòng sông đá bước nghênh ngang
Cây gậy trúc trông sặc mùi vũ khí
Múa tưng bừng vào thinh không giá băng

Khoái thay đời ta một đời quái đản
Hai mươi năm xưa làm thằng nhỏ di cư
Hai mươi năm sau thành nhà thơ di tản
Một đời quê hương khét mùi súng đạn
Một đời xót xa bằng hữu lao tù

Khoái thay chân ta những chân lang bạt
Đi dọc quê hương, đi vòng địa cầu
Đi thênh thang thở đồi cao gió mát
Đi ngất ngây thương lúa vàng, hương cau
Đi hội trùng phùng, đi chia tan tác
Đi tràn hạnh phúc, đi ngập thương đau
Đi sỏi đá mềm, bếp hồng trước mặt
Đi bùng bão biển, quê hương phía sau
Những bước thú hoang lạc rừng đất lạ
Những bước ngậm ngùi đi chẳng về đâu

Sông không đầu đuôi sông màu đá cục
Dưới trên lẫn lộn, trời đất mang mang
Ta ngửa cổ làm thằng khùng Bắc Cực
Một mình cười cùng thinh không giá băng

Khoái thay hồn ta một hồn dị thường

Khi bốc lên: núi lưng trời cũng thấp
Khi bi ai: thân cỏ mọn bên đường
 Sông dài! Sông dài! Ta đi chẳng hết
Thân trượng phu, hừ, mục trong áo cơm?
Núi cao! Núi cao! Ta về không đến
Chí trượng phu, hừ, chôn trong giá băng?"- 2-1978

Cùng tâm trạng lưu vong, mất nước như Thanh Nam nhưng Cao Tần ở một giai tầng khác và chỉ như thế vào mấy năm đầu của thời hải ngoại. *Thơ Cao Tần* nói chung mang tính tự trào, một thứ trào phúng/ châm biếm của đường cùng và bi đát, vừa trêu vừa chọc bi hài; ở Cao Tần, còn thêm tính ngông, bất cần đời do tự tin và cuộc thoại không cần kẻ nghe hoặc ai nghe được càng hay, không cũng chẳng sao. Đặc tính của một Kiều Phong, một bút hiệu khác của Lê Tất Điều nổi tiếng với phiếm luận *Một Quả Cười Mùa Xuân* (San Diego CA: Bút Lửa, 1978),... và các cuộc "bút chiến" với nhóm báo *Khởi Hành* (Viên Linh, Nguyễn Tà Cúc,...). *Một Quả Cười Mùa Xuân* gồm 30 bài viết về con người Cộng-sản và xã hội miền Nam sau 1975 và đôi bài về người Việt hải ngoại.

Năm 2014, ông cho in *Hai Chữ Nước Nhà* do nhà Tân Văn phát hành (cùng lúc với bản Anh ngữ *Small People's Revolt*). Những suy nghĩ và khám phá khởi động từ chuyến trở về làng Bài Trượng ở Hà Đông và bài thơ Hai Chữ Nước Nhà của tiền bối Á Nam Trần Tuấn Khải đánh động tâm thức người sống xa quê nay trở về: *"linh hồn hai chữ "nước nhà" thì bị gắn cho một thể xác bé tí teo. Thủa đó, phần đất nước tôi thấy chỉ là làng Bài Trượng, một phần nhỏ của các làng Đại Từ, Lương Xá, Ứng Hòa, Quảng Bị, rồi những ngõ ngách của thị xã Hà Đông, một góc làng Cầu Đơ, một phần nhỏ Hà Nội, một chuyến đi chơi chùa Trầm... Sài gòn còn mới quá, chưa có chỗ đứng. Thành ra trong khi chữ "nước" đòi hỏi núi non, rừng rú, biển rộng, sông dài... thì chỉ gợi ra trong trí cậu bé cái bản đồ Việt Nam hình cong như chữ S, và một phần nhỏ tí của đất nước, nằm gọn hai bên bờ khúc sông Nhuệ này. Khúc sông kéo dài từ Cống Vọng, qua ngôi đền "Phát Tích Từ", qua hai cây đa, đình làng, rồi Xóm Trại, đến con đê uốn quanh khúc sông ở chân trời... là hết. Tầm mắt cậu chỉ có thế. Như hình ảnh bác Hai Doe hiện ra trong những lâu đài cổ, cảnh thổ khúc sông này tức khắc đến với cậu cùng hai chữ "nước nhà".*

"*Nước nhà*" *của cậu bé nhỏ nhoi, nghèo nàn tức cười như thế, nhưng vẫn ở với cậu đến đầu bạc răng long. Tất nhiên càng về sau nó càng bị những kiến thức mới về quê hương đất nước át giọng, chèn ép, đẩy vào một góc. Nhưng không bao giờ biến đi.*

Dù vẫn nhỏ bé như thủa nào, nó càng ngày càng trở nên giầu có. Nó có "cây đa cao ngất từng xanh..." của Chung Quân, có "con đê dài ngây ngất" của Phạm Duy, có "sóng gợn trường giang buồn điệp điệp" của Huy Cận. Thủa ấy, đối diện với xóm Trại, bờ sông bên kia là một bãi cát vàng nằm sát ruộng trồng thầu dầu. Buổi chiều ngồi trên bờ tường trước đền, nhìn bãi cát thấy còn mênh mông nắng, cậu bé cảm thấy tâm trí nôn nao, xao xuyến nhẹ nhàng. Sau này, khi gặp bài thơ "Ngậm ngùi" cậu cũng xao xuyến nhẹ nhàng như thế và thấy ngay cảnh "Nắng chia nửa bãi" đã diễn ra trên bãi cát bờ sông bao quanh một vùng xanh ngắt lá thầu dầu. Như thế cỏ cây sông nước chốn này, cái thể xác bé tí của hai chữ "nước nhà", còn chứa trong lòng cả một thế giới đầy ắp ca nhạc văn thơ. Biến đi sao được!

Thành ra hôm xưa hai chữ "nước nhà" đẩy cậu bé về dưới gốc đa bến sông này, hôm nay, đứng giữa "nước nhà", chạm vào thân cây đa, ông lão bị xô ngược về quá khứ, gặp lại câu thơ ngày cũ. Kẻ qui cố hương nghe vang vang đầy trời dư âm bất tận những câu thơ bi tráng, hào hùng. Linh hồn hai chữ "nước nhà", lần đầu được nhập vào thân xác, vừa cất tiếng reo".

Từ đó, Lê Tất Điều nhìn ra một Nước Nhà của Muôn Loài và kêu gọi mong con người hãy chung vai gánh vác trách nhiệm làm cuộc "Cách Mạng Hơi…Hèn", một cuộc cách mạng sạch và đẹp, nó được thực hiện bởi những nhà khoa học trong tương lai để một ngày kia con người sẽ có một đời sống hiền hòa xanh, sạch và đẹp và làm chủ một hành tinh tồn tại mãi trong vũ trụ bao la vô tận này.

Lê Tất Điều là một cây bút hiền hòa đầy nhân tính và hướng thượng, ra ngoài nước, vẫn cùng tâm tình trong một số tác phẩm, nhưng vì phải hội nhập, đối phó với trò đời, trò người, Cao Tần và Kiều Phong xung trận, để lại cho văn học hải ngoại những áng văn thơ nhập trận, truy kích và phản công! Nếu Lê Tất Điều trước sau 1975 đưa người đọc đến và ở lại với những không gian tươi mát, tích cực thì Cao Tần và Kiều Phong đi vào ngõ ngách của con người Việt tự kiêu, bạo động và không sống thật!

Lê Thị Thấm Vân

Tên thật Lê Thị Hoàng Mai, sinh năm 1961. Lê Thị Thấm Vân từ những thử nghiệm văn chương ban đầu đã như đến chỗ lựa chọn một phong cách viết-sống không giới hạn. Từ những đoản thi trên tạp chí *Thơ* và *Hợp Lưu* rồi tuyển thơ *Yellow Light* (1998), từ tập truyện ngắn *Đôi Bờ* (1993), các tiểu-thuyết *Mùa Trăng* (TGXB, 1995), *Xứ Nắng* (Anh Thư, 2000) đến *Âm Vọng* (Anh Thư, 2003) và sau đó, *Bóng Gẫy Của Thần Tích* (Anh Thư, 2005) đã chứng minh nhà văn nữ có thể viết như sống và sống như tự cảm, tự chọn! Tiểu thuyết *Thời Hậu Chiến* (Mở Nguồn, 2019) là tác phẩm mới nhất của nhà văn. Ngoài ra, bà còn là tác-giả tập bút ký-tiểu luận *Việt Nam Ngày Tôi Trở Về* (Anh Thư, 1996) xuất-bản sau một chuyến trở về quê nhà. Với tư duy nữ-quyền, bình đẳng, tự-do, với thái độ và hành cử hết mình, khai phóng, bà đã quan sát và đã có những nhận xét và phê phán can đảm và nhân bản phải thế.

Thơ trong *Yellow Light*, tình-yêu hòa chung tính dục như nguyên-lý ngàn đời và biểu lộ qua nhiều giai đoạn của cuộc đời cũng như tình huống. Bên cạnh những bài thơ dục ca, nhục ca, hoan ca, bài Giá Tự Do sử-dụng hiện thực để nói lên bi cảnh của phụ nữ vượt biển:

"Đêm trước ngày vượt biển
mẹ thắp nhang lâm râm khấn vái:
"Lạy trời phù hộ cho con tôi / thoát công an
thoát tù tội / thoát bầy cá đói mồi
thoát bọn thú dữ mặt mày xạm đen, cằm bạnh, mắt trợn trắng
dã, nước dãi ứ miệng đang chực chờ ngoài biển khơi"
Nhưng trời che mặt, bịt tai, ngoảnh mặt.
con gái tuổi trăng rằm / của bà / ba lần bị

*chín con vật đực xịt tới tấp tinh khí vào âm hộ-hậu môn-mắt
mũi-miệng-tóc tai-bụng-đùi...*

*... Thân xác thiếu nữ/ là bữa cỗ ngon
cho bầy cá đói / dưới ánh trăng rằm"* (tr. 34).

Bài Căn Phòng 2.2-Âm Thanh Sóng thường được trích dẫn như
tiêu biểu cho đề tài tình yêu-tình dục trong văn chương:

*"... Khi tay anh xoa xoa xà phòng lên tóc
nắng ngoài trời rực sáng
Khi tay anh xoa xoa xà phòng lên cổ vai ngực
nắng ngoài trời rực sáng thêm một chút
Khi tay anh xoa xoa xà phòng nơi ấy
nắng ngoài trời rực sáng thêm chút nữa
Nơi ấy giờ thì mềm xìu, bé tí, bình thường như vành tai, chóp
mũi, khuỷu tay, đầu gối, ngón chân... như bất cứ phần nào trên thân
thể anh
Trước đấy một giờ. Nó cương cứng, nóng hổi, hùng hổ trong
miệng em, giữa rãnh ngực em, trên mông em...
Nó cố đâm thấu-xuyên-sâu-qua bao lớp da thịt để vào được
trong em.
(Là nó, chẳng thuộc về ai)
Độ nóng làm tim em chảy
Độ cứng làm trí em mềm
Độ sâu, rã tan thân xác em..."*

(Trích từ *Thời Hậu Chiến* tr. 263, đôi từ thay đổi, bản đầu đăng
tạp chí *Thơ* số 17, đông 1999, tr. 142-3).

Trong *Yellow Light*, bài Trăn Trối dễ làm choáng váng những kẻ
truyền thống hoặc giữ lấy lề:

*"Con gái mẹ, / Yêu ai, con cứ fuck họ
Ghét ai con cũng có thể fuck họ
Khinh ai, mẹ để tùy ý con.
Ai quý mến cưng chiều / con luôn tử tế biết ơn
nhưng không nhất thiết phải để họ fuck...
Bố con biết tự sướng thân, vác cặc đụ tứ phương thiên hạ
Còn lồn mẹ, cứ ủ kín dành hiến dâng bố con đêm động phòng
Đó là điều ngu nhất của mẹ"*

*

Về tiểu-thuyết, bà một thời xuất-bản đều đặn, đưa người đọc vào những thôn xóm thời ở quê nhà, theo những bước đường tị nạn, và định cư ở xứ người; đưa người đọc từ những cảm tính, giác cảm của những cô gái đến tuổi cập kê, dậy thì đến những người nữ được giải phóng khỏi mặc cảm, phong hóa, e dè của thân xác, tâm tưởng, dục vọng, cả hoài bão,... Đàn ông, cách riêng đàn ông Việt, vẫn có những lúc đi về trong sáng tác của bà, như những ám ảnh phân tâm. Nói chung, ở Lê Thị Thấm Vân luôn là cái sống linh động, bất ngờ có khi, thường trực vượt thời gian và không gian.

Sau *Mùa Trăng* (1995) kể chuyện tình lãng mạn tình cảm của thiếu nữ mới lớn với một người đàn ông trung niên, ***Xứ Nắng*** (2000) là truyện dài của nhân vật xưng "Tôi" trong chuyến về thăm gia đình bên chồng, lúc nghĩ đến gốc gác bố chồng, suy ra hành cử "*Say tình thì dương vật ông cứng ngổng như thỏi đồng pha sắt, nóng hổi, cứng ngắc húc sâu mạnh dồn dập vào cửa mình người đàn bà. Nơi cội nguồn sinh diệt. Yêu thương thù hận. Nơi anh chui ra để làm chồng tôi ở chốn trần gian này. Để tôi sẻ nửa phần đời tôi. Tối dạ cũng tờ đó mà ra, và nó có khả năng xoay vần hay xếp đặt ngôi vị và thứ bậc của cả nhân loại.*

Tôi nằm đây, đưa tay phải nhẹ đặt vào nơi đó. Cửa mình, cửa trần gian, cửa mở ra sự sống. Nơi chồng tôi bao lần vục mặt, mân mê chùm lông man dại, bảo rằng như rừng rậm hoang dã. Anh là nhà văn không thành. Henry Miller nhà văn đã thành, và đã có lần viết, tôi dấu chim tôi trong đám lông man dại của nàng'... (tr. 45-46)

Sinh hoạt bình thường cũng là để tự khám phá:

"*Múc từng gáo, dội từ đỉnh đầu. Nước ào ào tuôn dọc theo thân thể, da loáng nước. Màu da nước.*

Ở góc trái, vòi nước rỉ rả. Tôi bực mình khi tắm mà nước chảy rỉ rả. Phải ào ào. Tiếng nước chảy và cảm giác mạnh. Cái thau xanh nhựa đặt ở góc phải tràn nước. Khua tay ấm áp như da thịt mình, ở phần dưới. Chút riêng tư trong căn phòng bằng hai cái giang rộng tay từ lúc đặt chân vào căn nhà này. Tôi ngâm mình trong thau nước đẩy. Những sợi lông bồng bềnh, khẽ vuốt ve, mân mê, màu ngô non, mướt nước..." (tr. 62).

Xứ Nắng đã là một hành trình tôi-đi-tìm-tôi, qua cuộc trở lại một quê nhà mà tâm tưởng người lữ hành chưa dứt khoát rời bỏ nước Mỹ, nơi sinh sống và làm lại cuộc đời sau lần vượt biển. Nhân vật "Tôi" một mình tự tìm:

"... Tôi vào phòng tắm, lần mò như kẻ bị móc mắt, nhưng cũng quyết chí đi. Như kẻ vượt tù, tin chắc rằng chân trời chỉ cách mình một cái nhảy cao (...) Tôi chịu hết nổi, tuột gấp quần, chỉ kịp qua khỏi đầu gối. Tôi ngồi bệt xuống sàn xi măng ẩm nước, góc tường lạnh thấm qua lưng, hất cái ghế đẩu nhựa sang một bên, ngón tay tôi run run đút sâu ... luồn lách qua từng thớ thịt khe rãnh nhầy nhụa ấm nóng. Sóng cuồn cuộn trên vũng bụng. Ngón tay hút chặt. Đầu môi con bạch tuột. Tôi biết tôi muốn gì, làm gì, ngay trong giây phút này. Tôi hoàn toàn thuộc về tôi. Cái quẫy mình của con kình ngư.

.... Thân thể tôi giãn nở
mười ngón chân hết cứng đơ
vũng bụng thôi cuộn sóng
tất cả rũ mềm như giải lụa
chậu nước tỏa hơi mát

tôi mỉm cười trong đêm. Tin chắc rằng, bên kia bức tường, rào cản, trời đêm mọi sự đều đơn giản, thanh thoát như hương hoa sứ đang độ giữa mùa" (tr. 126-127).

Đến ***Âm Vọng*** (2003), nhà văn nữ qua con chữ muốn làm chủ câu chuyện cũng như tác động hành-xử tính-dục, muốn đưa ra ánh sáng cái khuất chìm, muốn đưa một bộ phận cơ năng lên khỏi tầng hầm tối ẩm ướt, ra vùng lục địa chói sáng như một vườn địa đàng trần gian và như một tấm gương chiếu cho thấy căn cước mỗi người.

Nhân-vật chính trong *Âm Vọng* là một phụ nữ 40 tuổi sống giữa cộng-đồng người Việt tị nạn ở California, làm nghề nail và có hai con với cuộc-đời đã nhiều *"đàn ông đi vô đi ra"*. Toàn bộ là những trang nhật ký và thư từ của nhân-vật chính này và người bạn đối thoại tên Mây và các con của nhân-vật chính. Nhân-vật chính tự tả: *"... Hai cái vú mình cứ tưng tưng hớ hênh khiêu khích bọn đàn ông con trai, chỉ tổ làm đàn bà con gái gai mắt. Hai cái vú mình to, mà hai cái đùi thì quắt. Để hai đứa giờ bớt tròn căng như thời con gái (...) Hai đầu vú mình bị thâm đen, nở tòe loe như bông kèn dù không cho đứa nào bú ... Vú mình con không bú mà chỉ toàn đàn ông con trai bú, mút, ngậm, nút, mò, bóp, đè, ngấu, nhai... Ngồi đếm lại, tổng cộng lại cũng hơn mười đầu ngón tay. Thằng nào cũng thích, từ già đến trẻ, từ Mễ tới Ấn, mà mình cũng thấy đã đía mới chết cha chứ! Cái vú bên trái mình thích được bú hơn vú bên phải. Cứ mỗi lần thằng cha nào bú là nước lồn mình ứa ra, rồi nước dãi cũng tươm đầy họng, quặn cả bụng, chỉ muốn đụ liền tức khắc"* (tr. 108).

Khi không có đàn ông thì tự làm, cả khi dọn dẹp áo quần cũ mặc vào và nhớ lại bằng tay: *"... Áo mỏng tanh bó sát da. Mình kéo kín màn, khóa chặt cửa, nằm vật lên giường, rờ rẫm toàn thân, thoa quanh rồi nắn chặt hai đầu vú, bóp mạnh, xoa gáy, nách, bả vai, lần xuống eo, bụng, mông, luồn giữa hai bắp vế. Cởi bỏ lớp áo, như lột da chính mình. Nước lồn rịn ứa, trơn nhợt. Vạch đám lông, như lau sậy hoang. Thọc ngón trỏ phải sâu vào, ngón cái thọc vào miệng, nghiến mạnh. Mình tự biết chỗ nào, cạ lên phía trên một chút, múi mu mềm mại, tươm ướt. Hột le căng phồng, mọng như sứa tươi. Vọc một lát, nó mềm nhũn, nhầy nhụa, tươm nước, như nấm đông-cô ngâm lâu trong nước ấm. Mình siết chặt hai đùi, nâng mông, ưỡn bụng, nhẹ mạnh, mạnh nhẹ, mau, chậm, mình hoàn toàn làm chủ thân xác mình, đuổi bọn đàn ông con trai đi chỗ khác chơi. Sống một mình chỉ được cực sướng những giây phút ngắn ngủi tuyệt đỉnh như vầy..."* (tr. 146).

Ám ảnh thường trực phải được sướng đến độ thành bệnh và tự biết như vậy, nhân vật suốt ngày cứ lập đi lập lại một câu, lúc nói lớn, lúc nhỏ, lúc như hát: *"Anh đụ em một cái đi anh, em chổng mông cho anh chơi, anh làm cho em sướng thật sướng đi anh"* (tr. 162).

Lê Thị Thấm Vân hình như theo một con đường "văn hóa"/"thẩm mỹ" thời thượng khác. Tính dục sống sượng trở thành cái sườn, cốt lõi cho câu chuyện về một hay nhiều người phụ nữ Việt sống đời lưu vong ở ngoài nước. Về kỹ thuật sáng tác, ***Âm Vọng*** là một tiểu thuyết có tính mới, khai phá, mà nội dung có mang phần tính lịch sử xã-hội và nhân văn của cụ thể thân xác và giác quan. Chuyện hôm nay ở xứ tự do, nhân chủ, chuyện nhiều thế hệ, gia-đình được tác-giả khéo léo đặt trong hình-thức khởi từ / nhắc nhở chuyện xưa/huyền thoại Tiên Dung, Âu Cơ cùng những ‹phụ bản› (tranh vẽ, biên nhận, tin tức báo-chí,...) của đời thật – da thịt Việt xưa hay nay, sang cả, quí phái hay dân giả đều vẫn là cốt lõi và là cái không thể thiếu của cái sống!

Âm Vọng là một diễn văn đi xa hơn đòi nữ quyền, mà tranh đấu cho một "văn hóa nữ-hệ" – dĩ nhiên không phải "mẫu hệ" vì nhiều việc hơn nữa. Bên cạnh một Mây hội nhập và... tiến bộ nhưng hãy... "trung dung", (các) nhân vật nữ chính của Lê Thị Thấm Vân "chơi chịu" hết mình, biết chạy theo thỏa mãn và ham hố xác thịt là nghịch lý đen đúa khốn nạn, mà vẫn chạy theo, quay cuồng, 100%, như sợ cái già và nhất là cái Chết đuổi theo! Trong "tiểu thuyết" này, dục vọng, bộ phận tính dục và hoạt cảnh tình dục rất hiện diện một cách sống động, có khi là những kinh nghiệm chia xẻ, sống sượng, có khi là "lý" cạn tàu ráo máng (hết còn là... lý ngựa ô!), có khi lại có tính tàn bạo, có thể do văn hóa... chiến đấu di truyền còn sót chăng? Nữ tự đủ không cần đến yếu tố và thể chất nam – bất cần luật âm dương của một nền cổ truyền nhiều ngàn năm. Tác giả lý rằng sống được - nhưng liệu cáng đáng được bao lâu và về lâu dài biết đâu có thể là một diễn văn dừng-chân-một-chỗ như chạy theo máy trong gym và rơi vào tình trạng bệnh lý? Trong tình dục, Lê Thị Thấm Vân áp đặt hình ảnh và ham muốn người nữ trong một hoạt cảnh muốn đạt tới và như phải đạt được! Trong khung cảnh không hề xa vời đó, người tình lý-tưởng có không? Làm tình là một động tác có tính xã hội, khác với tự thỏa mãn, khác cũng như ảo tưởng với hiện thực, như cái dục ước muốn với cái dục thỏa mãn, đạt được. Từ một narcissism toàn diện đã... chướng đối với người khác và nhân quần, nhân vật nữ trong đây dừng tự-mãn lại ở đôi bộ phận sinh dục. Tác giả như muốn biện minh sự thỏa mãn như là một cách thoát khỏi vô thức tập thể và có thể là một chữa trị rối loạn. Con sò thay vì khép giấu gây khiêu gợi thì lại mở toang-toác để thường trực sẵn sàng tìm cực-khoái (một loại nirvana!), vì đòi hỏi thường trực và vô giới hạn, trẻ không tha già không chê và không việc gì phải kỳ thị chủng tộc, Mễ, Ấn đều được chào đón thân mật, toàn cầu hóa hết (tr. 108, 112,...)! Lê Thị Thấm Vân cho nhân vật nữ khoe... của và đòi hỏi nhiều, với bất kể ai và nơi nào, chỉ cần một mùi, một hành vị, cái nhìn,... hoặc không cần cái cớ nào hết (tr. 126, 162, v.v.), tác-giả cho người đọc nghe cả âm thanh buồng kín (tr. 142), cả mùi, mùi Mễ, mùi Ấn "*khó ngửi*" (tr. 108, 146), nàng ngậm cái giống của một "ông Ấn" mà cũng... triết lý: "*mình vuốt ve nó bằng từng ngón tay, rồi cả lòng bàn tay. Nhìn ngắm kĩ, nó đẹp thật, đẹp tuyệt vời. Dài, cứng, to, nóng hổi, tràn trề sức sống. Ngay giây phút đó, nó là nó, độc lập, tự do, tách rời, chẳng lệ thuộc bất cứ ai, kể cả người đang đeo lấy nó. Là nó, riêng nó, với mình...*" (tr. 144). Của quý lồ lộ ở đây để đối đầu lại những "*em ngồi trong song cửa / anh đứng dựa thềm hoa,... *", *"em chỉ là người em gái thôi"* hay những kaftans, chadors của phụ nữ ả-rập hay kimono và bước chụm chân của người nữ Nhật, v.v.

Nhà văn nữ ngày nay dùng cái ấy để tả chân, tả tình và cả để đấu-tranh xã hội, chính trị! Trong tình cảnh sống ở ngoài nước, người nữ tiến lên đỉnh tự-chuyên bình-quyền. Bây giờ người ta đem bộ phận "cái" ra nói và nhất là viết, tả thẳng thừng nghĩa đen, bỏ lửng nghĩa và rời xa những kỹ thuật văn chương như ẩn dụ,... trước nay. Người Trung-Hoa từ cổ đại đã nhiều dụng ý (xấu!) khi viết chữ Nữ - mà với phép tượng hình, nét bút có thể tả dáng người và những từ nói đến tật xấu và bệnh nan y đều viết với bộ Nữ. Lê Thị Thấm Vân vinh danh cái thời đã đến của đàn bà (*"Bà ngắm cái laptop vuông vức, gọn gàng, nhỏ nhắn. Bà khẽ đưa tay vuốt văn-nghệ nó, tỏ lòng biết ơn sâu xa. Qua rồi thời đại pen=penis, bút=buồi. Cơ chế phụ quyền đang trên đà rung rinh. Xương sườn đất sét A dong đã vỡ vụn. Thế kỷ (tới) đàn bà là đàn bà..."*, và kết án đàn ông đã tự quyền *"vắt cạn sự sống, sự sướng nơi người đàn bà"* (tr. 65).

Bóng Gãy Của Thần Tích (2005) đẩy nữ quyền và định mệnh chung đi xa hơn nữa khi đặt trong khung cảnh xã-hội, văn-hóa và chính-trị của Việt Nam và đời sống ở hải-ngoại cùng những con bệnh và tai mắt của thời đại, qua những nhân-vật Bí Xanh, Bí Vàng và Võ Thị Gái. Hai câu chuyện – hay là câu chuyện của hai đời người, của người mẹ Võ Thị Gái và hai đứa con lai Bí Xanh, Bí Vàng từ thời chiến tranh và sau đó chiến tranh, cũng là bi kịch chung của một số gia đình Việt Nam. Võ Thị Gái bị xã hội dè bỉu vì có hai đứa con sinh đôi sau khi liên hệ với lính Mỹ đen: *"Hai con ghẹ lột, càng & que đỏ hoi hói ... Chòm xóm rỉ tai xầm xì. Những con mắt, tín hiệu câm truyền nhiễm như một thứ dịch ma quái mới phát hiện. Nhu cầu ôm ấp, vỗ về, chở che của người mẹ bị chết cứng, không đủ thời gian để tức tưởi, xót lòng"*. Nhục nhã đưa Võ Thị Gái đến cái chết tự xử và con lai thành con mồ côi, bị bỏ rơi, thành trẻ bụi đời, v.v. Cái chết đường cùng dù không vô nghĩa, *"...Trước khi phóng mình xuống biển, Võ Thị Gái ghìm người đứng thẳng, lấy con dao găm, đâm mạnh vào cổ, lút cán. Cán dao khắc đậm hàng chữ MADE IN USA. 172 máy bay, trực thăng, phản lực mang đủ loại hình thể con chuồn chuồn, châu chấu, bọ hung, bò cạp... cánh cụp, cánh xoè... cùng vần vũ. Âm thanh khích động, điên loạn, hung hãn, xé toạc bầu trời đêm, như hành động quyết* *liệt chấm dứt, kết thúc đời mình. Võ Thị Gái... Ngày hôm đó, Bí Xanh & Bí Vàng đúng một tháng tuổi"* (tr. 13).

Cuộc khởi đi tiếp theo, "tuy hai mà một" rồi "tuy một mà hai",... *"Cuộc chiến chấm dứt. Bản hiệp ước (ngầm) giữa người không ra người & ngợm không ra ngợm đã thực thụ kí kết. Để tỏ lòng nhân đạo thường trực và cũng để đóng trọn vai trò cao bồi Texas, Mỹ vội vơ vét vài hạt thóc rơi vãi cuối cùng của (mất) mùa gặt: Operation Babylift"* (tr. 81)

Bí Xanh ở trong gia đình Mỹ, Bí Vàng ở lại nhà cô nhi với một "bà ngoại", bị xem là "tàn tích Mỹ ngụy" và bị bắt phải yêu bác Hồ... "Bà ngoại" nuôi trẻ mồ côi, nay đã trên 50, bị ung thư chờ chết, muốn nhìn lại bộ phận đã giúp bà sinh sống: *"... Bí Xanh đứng cầm tấm gương cho bà ngắm ngó. Bí Vàng tả tỉ mỉ từng chi tiết như đọc bài thơ dài. Âm đạo là cái hầm, nuốt trọn. Là cái hang, hun hút dài. Là cái động, vọng vang... Bà nằm ngó âm hộ mình qua tấm gương, không tỏ vẻ e thẹn, yêu thích, ngạc nhiên hay sợ hãi. Có lúc bà thở dốc, trán rịn mồ hôi. Bà đút ngón tay sần khô tìm kiếm (vật) gì ở bên trong. N giúp bà banh rộng hai chân. Cái h(á)ang nằm ngay giữa trung tâm thân thể: u tối, heo hút, lạnh lẽo. Lâu lắm rồi, không dấu vết người. Âm đạo, nơi giúp bà kết tụ, cho ra đời đứa con: Tình Mẫu Tử. Cho bà biết thế nào là yêu thương ngây ngất khi giao hợp với chồng: Nghĩa Phu Thê. Phải băng bó mỗi tháng khi có kinh suốt mấy chục năm: Yêu Bản Thân. Thời con gái, khi chưa ai sờ mó, ôi! Nó thơm tho đẹp đẽ làm sao! Rồi cũng nhờ nó, một thời giúp nuôi sống bà. Biết bao đàn ông lăn xả vào tìm kiếm sự ấp ủ, hoan lạc, thỏa thuê. Nó có khả năng biết(n) người đàn ông chạm vào là/thành đạo tặc hay đạo hạnh. Rồi giờ đây, cũng vì nó, bà phải lìa xa cõi đời này. Cánh cửa tử/sinh eo xèo như mảnh lụa nhàu nát một cách cố ý, mà một thời nó căng phồng như miếng thạch tươi. Ôi! đóa hoa héo rũ bởi thời gian..."* (tr. 213-214).

Bóng Gãy Của Thần Tích thuộc loại tiểu thuyết đang-hình-thành; tác giả ra tay sáng tạo, tìm kiếm hình thức, cấu trúc, có nội dung, hậu hiện đại chằng chịt "dây mơ rễ má". Theo thiển ý, ở đây viết không hẳn để kể một câu chuyện, mà như bay nhảy trong khung trời giả tưởng, để nói lên những điều muốn nói và thuyết phục. Một liên-văn-bản mà nhân vật ngoại trừ các nhân vật chính, còn lại thì một số không tên (*m, N*), lúc ẩn, lúc trơ tráo trước mặt người đọc có muốn ngoảnh mặt đi cũng không thể, mà hiện thực lịch sử với huyền thoại trêu chọc nhau, mà. Cặp *m* – Bí Vàng đồng tính "ăn ở trong nhau", *N* – Bí Xanh khoái lạc không biên giới và giới hạn. Họ là *"những kẻ thuộc về lịch sử. Thứ lịch sử bị thủ tiêu, bịt mồm"* (tr. 202). Thêm David Nguyễn, quá lý tưởng và ảo tưởng, nhập bọn, ở Mỹ nhưng y mê Việt Nam *"tớ mê nơi đây như mụ già dâm đãng đang yêu đời"*. Bóng đã gẫy và định hình, các nhân vật cũng vậy: *"Cây sống, tồn tại trên mặt nước, mà dòng nước thì mãi mãi luân lưu, chuyển động khắp năm châu lục địa. Cây trôi giạt, bấp bênh xuyên qua bất kì luồng sóng nào. Không nhu cầu sở hữu. Chối từ mọi gắn bó. Yêu chuộng tự do. Cây mọc lên từ lòng đất, nếu bứng đi, rễ sẽ khô, lá sẽ rụng, kết thúc trong sự chết chóc, buồn bã. Cây bám đất. Đất chôn rễ, bảo tồn, trung thành, vững chắc. Chốn trú ngụ bình yên.*

Thời-sắp-tới. Thời-đã-qua.

Và thời-hiện-tại. Là sự lựa chọn của từng cá nhân. Là công thức nhận diện. Là ý niệm bản sắc.

Là bên rìa lịch sử, lửng lơ chới với...

Là xé toạc da trời, xới vạch mặt đất

     tìm khoảng   trống

     hít thở (ở) giữa mép bờ tử/sinh" (tr. 229-230).

Đầu năm 2019, Lê Thị Thấm Vân cho xuất bản tiểu thuyết ***Thời Hậu Chiến*** (Mở Nguồn, 2019, 408 tr.) gồm 3 "tiểu thuyết" Thất Lạc, Bóng Người Trên Thiên Đường và Mùa Trứng Rụng. Tác phẩm này thiển nghĩ cũng không dễ đọc: cấu trúc gồm nhiều mảnh văn và thơ từ nhiều cảm hứng và câu chuyện và thời khắc sáng tác có thể và có vẻ khác nhau, dù người đọc vẫn có thể "tự" nối kết thành câu chuyện của "một thời" gọi là "hậu chiến". Một liên-văn-bản của một liên-thời-gian!

Thất Lạc là chuyện của Ngân *"chứng tích của loạn luân, ra đời bởi một cơn nứng"*, là *"kẻ phiêu lưu tình dục của mẹ và tàn khốc của bố tạo thành cơn Tsunami kinh hoàng phá hủy mọi quy củ, nề nếp, gia phong. Máu biến thành nước lã"* (tr. 34). Ngân có người mẹ *"có nét đẹp cực kỳ súc vật"*, hai mẹ con thù ghét nhau, luôn tìm cách bôi xóa sự hiện hữu của nhau.

Ngân ngụp lặn trong bể dục với Hòa – đã có vợ nhưng bà ăn chay tu tại gia, đã không thể sống thiếu "mùi của riêng Ngân": *"Anh mê mùi của riêng Ngân. Mùi mồ hôi giữa khe vú. Mùi nách hở hang mùa hè. Mùi khói ám ở háng khi anh chuồi mặt dần xuống phía dưới thân thể nàng. Ngân gầy gò, mỏng manh như bé gái 15 tuổi muộn dậy thì lồng trong óc não người đàn bà ngoài ba mươi ý thức quyền dâm đãng. Anh phải làm tất cả những đòi hỏi để Ngân được sướng, như thế anh đang sướng, cực sướng. Anh sẽ sống thế nào nếu một sáng Ngân biến mất?"* (tr. 31).

Một đời sống cuồng loạn, có "tri âm" - không hoàn hảo, nhưng buồn thiu, bất thường, sinh bệnh, tự hào tự tạo. Một hiện hữu không nên có, mà đã có và lê thê kéo dài đến gây chán...

Bóng Người Trên Thiên Đường, một số nhân vật (Hòa, Lan,...) đi tiếp, "ở với" một số người của cộng đồng người Việt từ tị nạn ra thành như lưỡng danh / lưỡng nhân cách Trường-Châu "nhà báo chợ" Chuông Việt kiêm "nhà thơ", Thành (anh của Lan tức vợ Hòa), cựu lính VNCH và dĩ nhiên cựu "tù cải tạo" (Huyền, người yêu cũ, ôm ngửi "toàn thân bốc mùi lính"), cho Lộc em của Huyền mượn giấy tờ trốn về lại Việt-Nam, ăn trợ cấp xã hội, Long (làm tiệm bánh donut), Quỳnh, Hướng (đồng tính, nhờ giọng nữ nên được làm tổng đài điện thoại),...

Chuyện kéo dài bằng chuyện của từng nhân vật tiếp nối nhau, chuyện một người trong tương quan với những người khác trong câu chuyện. Mỗi người đều có quá khứ, có bí mật phải giữ kín, nhưng họ share phòng chung nhà, và hay nghe nhạc vàng,...

Lưỡng nhân cách và danh tính là số phần của nhiều người trong bọn họ, đến phải quên mình là ai, đa phần nhờ biến cố 30-4 giúp trốn, đổi đời hoặc "thoát được khỏi thằng tôi".

Mùa Trứng Rụng, các nhân vật từ hai tiểu thuyết trước đi tiếp trong thời gian và *"nhân vật xưng tôi/em trong tiểu thuyết là lê thị thấm vân"* (tr. 213). Vi, con gái của Lan (xuất gia, sống trong chùa) với Hòa (đã mất) được 19 tuổi. Chuyện ở Oak Grove, một "viện dưỡng lão, trung tâm phục hồi chức năng làm người" mà Lan và Hòa có nửa cổ phần, nơi Vi làm tình nguyện viên. Qua nhân vật Tu Hú, từng là "cựu quân nhân", "chiến sĩ", nhưng dùng thân xác thay cho súng ống: *"Tu Hú hiến tặng tháng năm thanh xuân cho Quân lực Việt Nam Cộng hoà. Thời mảnh đất ốm nhom, nhỏ thó như vóc người Tu Hú bị chẻ đôi: nam vs bắc; quốc vs cộng. Sinh mệnh dân đen hai miền phó thác trong tay vài kẻ yếu hèn (cùng tiếng mẹ đẻ) và vài kẻ mạnh bạo (nói thứ tiếng khác) nhưng chúng có cùng nỗi khát khao quyền lực. Chúng định nghĩa tự do, độc lập rồi áp đặt lên người dân ba miền bằng vũ khí súng ống. Hậu quả là bần cùng hoá quyền lực. Chúng khao khát bóp nắn lịch sử. Thứ lịch sử trá hình. Thứ lịch sử đúc, bện bằng máu và nước mắt người dân ba miền không chút xót thương, phụng sự cho lý tưởng không thể trở thành hiện thực. Nó ở mãi tận thiên đường, phải chết mới vào được. Giờ đây, đôi khi trong ngày bà lẩm bẩm, giọng mơ hồ, cuộn trong gió thời gian rằng, bà chẳng phải là hoa lạc giữa rừng gươm như người đời gán mác. Bà là kẻ ưa trêu chọc định mệnh. Bọn có cu làm được tại sao bà không? Tu Hú gia nhập quân đội sau khi trốn thoát khỏi gia đình chồng buộc tội tham ngủ đè thằng con năm ngày tuổi chết ngạt. Trốn thoát với hai bầu vú căng cứng sữa. Trốn thoát không kịp vuốt mắt con. May có ông thợ mộc đóng bàn thờ cứu hộ đời Tu Hú. Còn gia nhập quân đội để được thoả mãn bản tính phiêu lưu hay lãng mạn nghĩ cần bà đóng góp cánh tay cho công cuộc đấu tranh lý tưởng thì mãi về sau mới đến trong đầu. Tuổi trẻ bà song hành nhịp bước cùng cuộc chiến. Nhưng không ngờ nó đẩy Tu Hú đến chỗ, dù chẳng trực tiếp đương đầu với địch ngoài chiến trường nhưng gián tiếp đối mặt với bao gian khổ... "(tr. 227-228).*

Qua Vạn Thọ - "cựu" điếm lên chủ động điếm nhờ chiến tranh leo thang, cùng Mưa Ngâu, liên hệ bất chính bị dì Út nguyền rủa đời cũng chẳng ra gì, bên cạnh các mẫu người già khác, những Hằng, Maria, Sofia, Joe, Alex, Tim, Tomas, Ken, Dennis, Quý, Mihu,... đủ mọi nguồn gốc, xuất xứ như nơi họ ở hợp chủng quốc, tác giả đã triết lý về tuổi già, cái chết, về những "mùa trứng rụng" đã xa dần, cả "mùi tàn tạ và thoi thóp",...

Nhân vật nam tên Kính, xuất hiện nhờ có quan hệ - của cải còn lại trong hành trang của ông ở Viện là cái cặp da nâu sần sì đựng những xấp giấy in thơ của ... lê thị thấm vân mà ông di chúc mong được hỏa táng theo, như bài Mùi Của Riêng Em:

> *"Con người trừu tượng như lịch sử*
> *màng trinh hư ảo chẳng là em / anh mãi đi tìm.*
> *Con cá hanh giấy chết với cái bụng rỗng.*
> *Sự vắng mặt của em đêm nay giữa những người bạn*
> *bởi vắng mặt nên luôn là sự thèm khát,*

và không hề mất.

(...) Trong giấc mơ,

mùi máu mùi nước mắt mùi hơi thở nồng nàn của em di chuyển không tiếng động theo đường gân trong thân thể anh.

Mộng dữ hay lành nằm ngoài tầm kiểm soát của ký ức

biến đổi liên tục / như lạ mùi và khác mùi

nhưng,/ anh luôn nhận ra mùi của riêng em. Em yêu" (tr. 248-249).

Tuổi trẻ oanh liệt trên giường hay ngoài đời cỡ nào thì cũng có ngày phải đến nơi phải đến, đến Viện dưỡng lão và "giấc mơ cuối cùng". Thân già cỗi đi và cái chết phải được nói đến và cả nhìn thấy như không thể tránh. Nhưng trên hết, *"sống thì cứ sống!"*, *"đéo có quy luật nào định nghĩa giá trị hạnh phúc cả"*!

*

Văn-chương khai phóng nữ quyền và dục tính nay đã là một hình-thức hậu hiện-đại. Nhà văn nữ lên tiếng về những âu lo, tâm tình mà lâu nay nhất là ở Việt Nam ít thấy, nói thẳng những lo âu thực tế, sờ mó được, cảm được, không cần nhiều ngõ quanh, đi vòng. Sinh lý hết được xem như cấm đoán, lại được xem như đòi hỏi chính đáng, tình dục trở thành nhu cầu tự nhiên, phải có, không thiên kiến và mặc cảm phạm tội, cả có khi ngây thơ trong tìm kiếm. Tình dục trước khi là hiện tượng xã hội, văn hóa, đã là thân xác. Trong *Âm Vọng, Bóng Gãy Của Thần Tích* và *Thời Hậu Chiến*, mọi sự liên quan, biểu hiệu của sinh dục, tính dục rất hiện diện, có khi là những kinh nghiệm chia xẻ, sống sượng,... của bản năng, tự nhiên. Người nữ hết bị bắt phải câm nín; họ nói, họ hét, cả những điều thầm kín và rất riêng tư, cho tha nhân nghe, biết. Cao giọng, công khai, để tự giải phóng! Nhà văn nữ muốn làm chủ câu chuyện cũng như tác động hành xử bị xem là dâm đãng, muốn đưa ra ánh sáng cái khuất chìm – như bàn đạp đòi quyền sống, hiện diện công khai, chính thức!

Lê Thị Thấm Vân từ thử nghiệm đã đi đến lựa chọn một phong cách viết-sống không giới hạn và đã chứng minh nhà văn nữ có thể viết như sống và sống như tự cảm, tự chọn! Với phương tiện truyện và thơ, bà đã đi từ tự khám phá bản thân để tìm đến khám phá tha-nhân trong từng chi tiết trần tục nhất, thường phàm, tự nhiên nhất!

Luân Hoán nơi Cõi người ngơ ngác

Đầu năm 1985, Luân Hoán đến bờ tự do làm thân tị nạn, đã đưa theo *Hơi Thở Việt Nam* được xuất bản năm 1986, như một thông-điệp báo cho đồng loại biết phần nào tin tức quê nhà, nào tù đày, hãi sợ, bi cảnh, cuộc đời xáo trộn, đổi thay tận cùng của bất ngờ quay cuồng của con Tạo. Nhà thơ tiếp tục làm thơ nơi xứ người và hình như xuất hiện chính thức trên tạp-chí *Văn* (số 35, 5-1985) thời Mai Thảo. Những tuyển tập xuất-bản sau đó, ngoại trừ đôi tập chủ trì ca ngợi tình yêu, phần lớn nói lên tiếng lòng của con người sống lưu xứ, của con người bị bứng ra khỏi đất sống, không lựa chọn. Sống lưu đày là sống trong nỗi nhớ triền miên. Nơi vùng đất mới, hình như chỉ có thời gian và không gian của ký ức, của hồi tưởng với những địa danh, nhân danh, thời danh, v.v. - những mốc điểm của một khởi hành hoặc của một trang lịch-sử!

Nỗi nhớ quê nhà

Ngay trong tuyển tập thơ đầu sáng tác ở hải ngoại, Luân Hoán đã nói nhiều đến những nỗi nhớ quê nhà. Nỗi nhớ chiếm một phần (tr. 119-150) của tập *Ngơ Ngác Cõi Người* (San Jose CA: Nhân Văn) xuất-bản năm 1989. Ở đây, nỗi nhớ có tên những khuôn mặt bạn bè thân yêu cùng một lúc với nỗi nhớ nhà, nhớ nước: " người ơi người ơi người ơi / ta còn hay mất bên trời lưu vong " (Cúi Mặt Chào Đà Nẵng, tr. 9,11). Hay: "hỡi ơi bạn bè cũ / lận đận chạy về đâu / bỏ mình ta ngơ ngác / vơ vẩn nhớ đau đầu"; " nhớ gì đâu, nhớ nhớ / thương gì, mà thương thương / trái tim ta đã rớt / ở bên trời quê hương " (Gọi Tên Bạn Bè, tr 58-9).

Đến Đưa Nhau Về Đến Đâu (Los Angeles CA: Sông Thu, 1989), sống ở Montréal, xứ người, nhà thơ từ lựa chọn trở thành nạn-nhân của mơ. Lưu đày đồng nghĩa với mộng mị cho nhẹ kiếp người! Kẻ lưu-vong dễ chuốc căn bệnh ngỡ ngờ, mới trông ngoại hình đã đoán kẻ ấy xuất thân nơi mô:

> *"Có phải em là Công Tằng Tôn Nữ...*
> *vừa liếc qua ta đã nhận ra ngay*
> *đôi mắt Huế hữu duyên vì biết háy*
> *nét đài trang trong dáng nhíu lông mày*
> *(...) môi muốn hỏi mắt muốn chào nhưng ngại*
> *em nghiêm trang kiểu cách một thời xưa*
> *quanh quẩn ngó rồi dòm ta đánh giá*
> *thằng cha này sao nhớn nhác khó ưa?..."*

(Gặp Một Người Nghi Rất Huế, tr. 68)

Nhưng không phải ai cũng gặp may như Luân Hoán!

Rồi *Cảm Ơn Đất Đá Trổ Thơ, Lòng Ta Hạt Bụi Vu Vơ Bám Hoài* (Houston TX: Kinh Đô, 1991) gồm 53 bài nỗi nhớ đi theo những địa danh đất nước, những "cõi ta" nhà thơ đã sống hoặc đã đi qua. Nơi đây, nhà thơ buông lời cảm ơn bằng lục bát mà tất cả các tựa trong tập đặc biệt cũng là hai câu sáu tám.

Đà Nẵng, nơi chôn nhau cắt rún của thi sĩ, với những địa danh Hòa Khánh, Chợ Mới, Cổ Viện, chùa Bà Quảng, giếng Bộng,... trong bài mở đầu Quê-Hương Nhắm Mắt Như Sờ Được...:

> *" (...) Hỡi những cành me cành phượng vĩ*
> *hỡi con kiến lửa lạc bâng quơ*
> *hỡi con chim sẻ trên vồng ngói*
> *tôi tưởng tôi về, đâu biết mơ!*
> *trông ra cửa kính trời mưa tuyết*
> *ngó lại đời mình ngồi bó ta*
> *quê hương nhắm mắt như sờ được*
> *sao vẫn buồn xo đến thế này..."* (tr 9, 14)

Rồi Hội An với Chùa Cầu, Chùa Ông, Cẩm Sa... mà có lần đã ở Montreal xứ người Bất Ngờ Qua Cầu Champlain / Nhớ Cấu Bà Rằn Lềnh Bềnh Những Thơ (tr. 58-59) nhớ chuyện ngày xưa người bạn đời "không ưng mà mê tít" người thanh niên học trò - tức nhà thơ. Rồi Khi Không Nhớ Về Phong Lệ / Cúi Đầu Đụng Tiếng Thở Ra:

"(...) Phong Lệ bây chừ buồn quá thôi
ngoại ngồi rờ rẫm lá trầu hôi
dưới chân, con mực thiu thiu ngủ
chừng cả hai đang quên lững đời
(...) ví dầu kỷ niệm thành hơi thở
cũng thổi không tan nỗi ngậm ngùi" (tr. 45-46)

Rồi Huế của nhà thơ với những Cầu Bạch Hổ, cầu Tràng Tiền, Chợ Đông Ba, hẻm Cầu Kho, hồ Tịnh Tâm, kiosque Lạc Sơn, quán cơm Âm Phủ...những nơi chốn đã hằn dấu biết bao nhiêu kỷ niệm của một đời người. Ở đó, đậm nét tình yêu. Ở đó, đời sống có vẻ lãng mạn dễ thương, thơ của Huế cũng có vẻ tinh nghịch của nụ cười hóm hỉnh:

"nhíu mày dòm trán đến chân
em ngoay ngoảy háy phủi quần bỏ đi
coi tề, tôi có lỗi chi
lỗi tại hột nút xuân thì sút ra"
"dụi hoài mắt nhận không ra
xanh cây xanh nước xanh tà áo bay
ánh lên trong cõi xanh này
lòng con mắt Huế sắp đầy đọa tôi "

(Cho Ta Giữ Một Chút Gì Thưa Huế, tr. 61).

Cả kỷ niệm / kinh nghiệm ngủ đò Huế, một đêm mưa trên sông:

" thút tha thút thít mưa hoài
lắc leo đèn úa sông dài bóng tôi
buông màn nghe cái tôi trôi
cùng vuông chiếu ố mồ hôi em nồng
em từ Đại Lược Kim Long
thả đời theo những nhánh sông qua ngày?... "

(Đò Em Vẫn Chở Nguyệt Hoa, tr. 73).

Nhớ về nơi chốn mà nhà thơ đã gửi lại một phần xương thịt của mình cho tổ quốc. "Mặt Trận Quảng Ngãi Ngày Xưa" rồi những Mộ Đức, Nghĩa Hành, Thu Xà,..., những chiến trường lửa khói, những đứt ruột quê hương những năm tháng miệt mài hành quân:

"... bây giờ Thi Phổ ơi Thi Phổ
ta đã ngã rồi, ngã quá lâu

trước khi xuất cảnh tìm đất sống
nhìn cõi hận xưa thương lẫn đau
bây giờ Thi Phổ ơi Thi Phổ
mười bốn năm dài biệt cách nhau
máu ta ngấm đất, tan trong đất
nên cảm được rằng em cũng đau"

(Chợt Nhớ Về Nơi Ngấm Máu Ta, tr. 100).

Nỗi nhớ còn có tên "Sài-Gòn thủ thỉ gọi ta, nhiều khi ta nhớ xót xa Sài-Gòn"(tr. 107-109), bởi "những góc cạnh thủ đô vẫn còn trong tâm mạch" qua 19 đoạn thơ như 19 mốc nhớ (tr 110-114). Nhớ những lần đi hoang "khi ta vào tới Lăng Cha Cả / trời tối bụi mưa bén góc chân / mở báo che đầu tìm thuốc lá / nốc cốc cà phê nghẹn mấy lần...", cả những lúc hưởng... đời ở xóm Hòa Hưng, không trọn vẹn khi nghe tiếng pháo ròn rã:

"gặp em ở xóm Hòa Hưng
đang "đi" ta bỗng lừng khừng muốn thôi
sợ em lây cái bụi đời?
đang lên cao độ tuyệt vời bỗng ngưng
thì ra thơ viết dở chừng
trở về phá trận tưng bừng pháo xuân" (tr. 103).

Rồi tương tư theo bước chân tạt qua Lái Thiêu, Chợ Búng, tạt về Bến Tre" Rạch Miễu, Bình Đại, Giòng Trôm...những Bậu và Qua: *"bậu qua phà Rạch Miễu / qua lẽo đẽo theo sau / (...) bậu ơi trời dẫu rộng / nhưng đâu bằng nhớ nhung / sông rạch như gân máu / man man nỗi mặn nồng..."*, từ nhung nhớ đến thốt lời: *"ta may mắn được làm thi sĩ / nhờ đã phải lòng gái Bến Tre"* (tr. 115, 121).

Thời gian đưa đến *Cỏ Hoa Gối Đầu* (Miami FL: Sóng Văn, 1977), là tập thơ thứ 17. Cỏ hoa vì *"Em là Hoa / thơ là hoa / và tôi, có thể, cũng là, biết đâu... / một chùm, sống bám lẫn nhau / ngày xưa, hiện tại, mai sau / vẫn là / thơ là hoa / em là hoa / và tôi, có thể, đều là / phù du / phù du lộng lẫy phù du"* (Hoa, tr. 9). Đời lưu vong đó ghi dấu an nhiên của một người thơ thong dong với đời, như không tham vọng, sống thực hôm nay. Thơ tình của một người tự cho no đủ về tình nhưng vẫn vươn với mê tình, mê đời. Quê hương và tình bạn chiếm phần còn lại. Và 10 năm ở Canada: "mười năm lớ ngớ không ngon giấc / co duỗi không qua khỏi cái giường / hít thở cầm hơi vài cơn mộng / Buồn ngấm, chừng như sắp thối xương... " (Bài Kỷ Niệm Tròn 10 Năm Ở Canada, tr. 110).

Nỗi nhớ vẫn còn đó qua Châu Văn Tùng, người bạn thơ đã gắn liền với địa danh, khi nhắc đến Đà nẵng là nhắc đến người bạn:

"tao sẽ chưa về thăm mày được
bởi vì, giản dị, thiếu tiền thôi
(...) trái tim còn đập, còn thương nhớ
đợi mươi năm nữa có là bao
năm nay tao mới năm mươi tư tuổi
truyền thống ông cha thọ rất cao
gắng sống chờ tao lên chín chục
hồi hương, cụng chén, tán tào lao"

(Phúc Thư Châu Văn Tùng Đà Nẵng, tr. 104, 106)

Nỗi niềm nhớ thương quê hương chất ngất đó khiến tiếng thơ của Luân Hoán vừa xa xôi vừa gần hủi, giản dị tự nhiên đến thân tình. Đâu phải anh dụng ý làm thơ anh kể chuyện mà. Thơ Luân-Hoán chứa nhiều hình ảnh, nhân dáng, ngoài những người bạn thơ, đồng ngũ, bạn học, hai hình ảnh khác khá trội bật trong thơ ông là người mẹ và người chị. Về người chị, Luân-Hoán có hai bài thơ thật cảm động. Bài Xin Gởi Cho Em Vài Hạt Mưa:

"Mưa suốt ngày đêm suốt mùa đông
chị đang đúc bánh xèo phải không?
Chảo đen bột trắng bàn tay nhỏ
đổ hết lòng trên ngọn lửa hồng
(...) chị buồn còn hơn những hạt mưa
sầu hơn cổ nhạc tự ngàn xưa
nhớ thương em trốn vào thi khúc
sao chút lòng em vẫn cứ thừa... "

(CODDTT tr 39,40)

Bài Khiêng Nước gợi cảm hơn khi đi sâu vào vùng ký vãng:

"một cái thùng con con / một đoạn tre nho nhỏ
chị thương chịu nặng hơn / lâu lâu hơi cau có
em đi trước run run / đòn nghiêng vì vai thấp

dốc đá vấp luôn luôn / thùng va vào sau gót
(...) ở đây trời đẹp lắm / sao chẳng hề thấy vui
chẳng phải vì em khổ / chợt nhớ nhà đó thôi
ước chi được nhỏ lại / như những ngày tản cư
cùng chị đi khiêng nước / bắt nòng nọc vọc chơi "

(NNCN tr 126-7).

Cuộc đời mới

Rời quê hương đã là một mất mát và quyết định ra đi đã là một khó khăn dứt khoát, cay đắng ngay từ bước đầu ly hương:

" từng người một xăn quần dở áo
thịt da vàng lở lói gì không
máu rất đỏ nhưng hồn bầm nhẫn nhục
thẹn đong đầy từng bước lưu vong
bữa cơm trưa quê người thứ nhất
có thịt gà trứng vịt khoai tây
cơm quá khô thầm chan nước mắt
nuốt nửa chừng, mửa lạnh bàn tay"

(4 Giờ Tại Phi Trường Thái Lan-NNCN, tr. 31-2)

Bắt đầu cuộc đời mới, như cõng trên lưng nỗi nhọc nhằn:

"ta cõng trên lưng cái thùng thật lớn
còn nặng hơn cái tấm thân ta
cố nghiến răng giữ cho khỏi ngã
mỗi bước chân chếnh choáng như là..."

(Nghề Nghiệp Mới, NNCN, tr. 74).

Tâm trạng lưu xứ thường u uất, yếm thế đó hiển nhiên nhất trong tập *Ngơ Ngác Cõi Người:*

..."Ta thẹn làm người tự do viễn xứ
ngó lại đời mình trùng điệp số không "
" cánh chim nào chợt bay qua
hồn chao động giọt mưa xa xót buồn "
" ta khuyên ta buổi sáng
ta dỗ ta buổi chiều
chớp mắt gặp ác mộng
đời cứ thế buồn thiu..." (NNCN tr 104)

Trong tình huống không lựa chọn đó, nhà thơ hẹn sẽ về:

"... cúi xin cây cỏ đừng thổn thức
tôi sẽ trở về dù hóa ma" (NNCN tr 23).

Thê thảm nào hơn, dù có khi nhà thơ lẩn thẩn tự hỏi

..." ví như ta được thành ta nữa
thơ thẩn một đời lại thẩn thơ
bài thơ mai mốt ra sao nhỉ
có đỡ xót xa hơn bây giờ?"

Một nơi rất xa quê, mà khoảng cách-ly chính trị, xã hội có thời rất là xa, nơi đó, nhà thơ nghĩ gì? sống ra sao? Hãy xem Ta Phỏng Vấn Ta, một bài thơ đặc biệt về hình thức thơ (- tiền thân của Tân hình thức, Rap!) lẫn nội dung tự phỏng vấn hỏi lấy mình:

" (hỏi:) nghe đồn ngươi rất lè phè
nằm ngồi đi đứng cặp kè với thơ
lâu ngày lâm bệnh ngẩn ngơ
làm thơ đổi cái dật dờ đó chăng?

(trả lời:) cái ta có thể thưa rằng:/ ham chơi lười biếng, nói năng vụng về/ tĩnh khô mà giả như mê/ phơi thân che bóng đi về phất phơ/làm thơ là để phỉnh phờ/cái phần đã chết mà ngờ sống luôn/ làm thơ nhiều lúc như tuồng/ đi quanh một chặp giải buồn vậy thôi/ tình theo chữ thở trăm lời/ hồn theo tình mở một trời nguyệt hoa / làm thơ là để lân la/ chui từ cái nhớ chui qua cái buồn/làm thơ là để bình thường/ cái ta cứ thích đứng đường ngó em/làm thơ là để lênh đênh/ trên giòng rảnh rỗi chợt quên mất mình/ làm thơ là để làm thinh/im nghe ta tự tỏ tình với ta/ làm thơ là để dần dà/ trở thành ông thánh hóa ra ông khùng/làm thơ là sống ung dung/ để cho óc khỏi lùng bùng nổi điên/làm thơ là có đủ quyền/ ba hoa tưởng tượng đã ghiền mới thôi/ với ta, thơ như bầu hơi/của hai lá phổi lôi thôi thở hoài/ ngày nào thơ chẳng lai rai/kể như ngày đó coi mòi muốn đau/..."

Nơi đất người, chốn bình yên, nhà thơ thấm thía cuộc sống Ngày Qua Ngày, tự thán, tự vọng:

"1. phải chi có con kiến / hay một hai con ruồi
ngồi nhìn chơi đỡ nhớ / đỡ lẩn thẩn ngược xuôi
ra đường mặt ngơ ngác / về nhà ngồi buồn xo
đắp mền nằm nghe nhạc / trong bụng đầy âu lo

thơ người đọc không nổi / thơ ta, ồ dở òm
hình ảnh thô, từ mộc / quờ quạng mãi phát nhàm
cúi đầu hoài đất mỏi / ngẩng mặt mây ủ ê
không người mà nghe gọi / ừ, thì mai ta về
2. ước chi có con muỗi / cho hút bớt máu buồn
ước chi ai gõ cửa / ta tặng đời ta luôn
bạn,thằng vừa được job / tối mặt mũi kiếm tiền
đôi ba thằng lay off / lang thang làm thánh hiền
thùng thư ngày ngày rỗng / bóng mẹ mờ mịt mờ
nửa đêm mơ giải phóng / thở dài đến bao giờ?
ngày qua ngày nhai lại / cơm thịt nuốt không vô
ngọn cây sầu xanh mãi / chùn bước đời ngựa ô"

(NNCN, tr. 42-43)

Luân-Hoán cho người đọc thơ những tường trình về cuộc sống thường nhật của ông, nào đi kiếm việc, đi làm, đi ngao du phố phường bằng xe buýt, "ngồi lê" các quán phở, tiệm ăn Việt Nam, Tây, rồi nào giặt đồ, dọn nhà, đám cưới con gái, v.v.

"Ngồi lê" ở quán phở Hòa, Mai, Huế,.. nghe tiếng hát Hoàng Oanh mà nhớ Sài-Gòn "vài trái ớt ít giọt chanh / vì cay hay nhớ long lanh lệ trào?" (NNCN tr 102)

Đi kiếm việc, mệt ngồi nghĩ bên đường: "lên đồ đi kiếm job / từ mờ sáng đến chiều / job nào cũng hứa gọi / mỏi chân ngồi đăm chiêu / (...) giữa giòng người qua lại / một mình ta nghỉ chân / lật bản đồ tìm tiếp / những đoạn đường phong trần..." (Mỏi Chân Ngồi Bên Đường Saint-Denis, NNCN tr. 71-2). Rồi không xa con lộ nghỉ, nhà thơ ta cũng tìm ra job: "... *sáng đi như đuổi ma, / chiều về như ma đuổi / người hai chân bôn ba / ta cẳng rưỡi giong ruổi / cái bị nặng bên vai:/ bánh mì kẹp thịt nguội / trái pomme thay củ khoai / lon Seven-Up lạnh / lên bus, métro / đứng ngồi ta nhắm mắt / chẳng muốn thấy muốn nghe / còn gì sợ mất mặt?...*" (Đi Làm Cu Li ở Đường Iberville, NNCN, tr. 73).

Tìm được job, nhưng đến ngày Mùng Một Tết Ta, ở xứ người rơi vào bất cứ ngày nào, nhà thơ ta cũng phải ở nhà ăn Tết, job tạm bỏ một bên: "*cho dù chúng có đuổi ông / hôm nay ông cũng ngồi không ở nhà / cho dù Tết chẳng ghé qua / vợ chồng con tụm đổi quà chúc nhau / mở chai rượu lạnh đã lâu / phá giới ông uống cho đầu óc quay...*" (NNCN, tr. 82).

Cuộc đời mới với vai-trò xã hội, thứ bậc đổi thay như vừa nói qua cũng như đã thấy trong bài Ta Phỏng Vấn Ta ở trên. Còn job ngày ngày đưa con đi học: "Xe bus vàng sẽ đưa con đến lớp / sáng hôm nay trời ẩm ướt hơi mưa / cây còn lá nhưng đã buồn đôi chút / cỏ bên đường cũng chớm úa lưa thưa..." (Theo Chân Lê Ngọc Hoàng Bách, NNCN tr. 62). Thiên nhiên, cảnh trí cũng đượm tâm tình con người đã "chớm úa lưa thưa". Rồi Giặt Áo Quần Cho Vợ, Luân Hoán đã viết những câu thơ nhân-sinh thật đẹp:

> *"trộn tình ta vào trong bột giặt*
> *vò nhẹ nhàng bởi lo sợ em đau*
> *vải còn đượm mùi thịt da em thơm ngát*
> *tay bùi ngùi như đang vuốt ve nhau*
> *trông thau nước đục lờ những cáu bẩn*
> *ta bỗng thương lớp bụi nổi màng màng*
> *chúng là những nhọc nhằn em gánh chịu*
> *nuôi chồng con dài năm tháng gian nan*
> *vòi nước nhỏ chảy qua từng thớ vải*
> *như chảy vào trong cùng tận lòng ta..."* (NNCN, trang 67).

Con người lưu đày với tật bệnh đời sống lại càng khó hơn và càng phải nhiều cố gắng. Nhà thơ nói đến Hạnh Phúc Ta của tình cảnh một chân:

> *"ta đã từng nói trước*
> *qua đây là bó tay*
> *một chân làm sao chạy*
> *theo cái đời lăn quay*
> *ngồi không, ừ, sướng lắm*
> *mỉa mai hoài làm chi*
> *sống liều mạng vẫn sống*
> *ta chừ có ra gì*
> *và cơm cùng nước mắt*
> *cúi mặt sợ em buồn*
> *cổ ta không ai bóp*
> *ăn bánh mì mắc xương..."* (NNCN tr. 51).

Bi hoài hơn ông Tú sông Vị ngày xưa!

Có lúc nhà thơ cũng liều xin vợ hiền tí tiền uống bia nuôi cái ngông buồn xa xứ, dĩ nhiên nào có được yên: *"xin vợ dăm cents lẻ / dồn mua bia uống chơi / một mình ta một chiếu / xem ra vẫn thảnh thơi / bia chua hay bia đắng / nốc cạn cái cuộc đời / tại sao em đập chén / trong hồn ta em ơi / rảnh rỗi sao không viết / ngơ ngác cõi quê người / tiến lên thì bất lực / ngó lại hết đường lui / cái cần ta không đạt / cái đạt người không cần / lỡ tay đời thầy thợ / ước gì mọc lại chân / thì thôi, thôi cứ uống / không say thì giả say / hết bia còn nước lã / chơi cho đời biết tay"* (Một Chiều, NNCN tr. 54).

Cuộc sống không bao giờ nguôi ngoai những trăn trở, âu lo: *"... nợ nước nợ nhà chưa trả / sợ chi cái thứ nợ say / năm bảy chén sầu cạn sạch / mặt mày như thịt heo quay / rung đùi đọc thơ Nguyễn Bính..."* (Bắt Chước Viết Hành Ca Lưu Vong, NNCN, tr. 98). Thơ tự nhiên, làm như *"cuộc sống mình càng giàu khó khăn thì càng phải hành hạ chữ nghĩa nhiều hơn"* như nhà thơ có lần trả lời tạp chí *Văn Học* (115, 11-1995, tr. 74).

Cuộc sống lúc nào cũng dày đặc nỗi lo sợ đánh mất con người thực của mình. Mới ba năm lưu xứ mà đã dài như lâu lắm: *"ba năm lạng quạng xứ người / soi gương già khọm như mười mấy năm / thì ra sữa thịt lùi chân / trước anh địch thủ ngàn cân buồn phiền"* (Thơ Mùa Xuân Con Rồng, NNCN, 106), vì từng ngày đã là những đoạn đường dài: *"đêm dài dài dằng dặt / thức đái thức đái hoài / nước gì trong đôi mắt / thỉnh thoảng giọt giọt dài"* (Gọi Tên Bạn Bè, NNCN, tr. 58).

Sau ba năm ở Montréal, nhà thơ Nghêu Ngao Giữa Lòng Montréal chiếm một phần lớn số trang (tr. 34-118) của *Ngơ Ngác Cõi Người*, có thể xem là một kỷ lục. Luân Hoán đã thở vào đất đai, cây lá nơi ông đã chịu ơn. Hơi thở Việt Nam tìm được nơi *"được cười được nói được than thở"*:

> *"đứng hát giữa lòng Montreal*
> *trời xanh trời xanh trời quá xanh*
> *có con chim nhỏ bay trong nắng*
> *chở cả lòng tôi bay quẩn quanh*
> *bỗng tưởng chừng như máu tim ta*
> *đỏ hơn thời tù tội quê nhà*
> *phải chăng chớm nở mầm vong bản*
> *nhục nước phai vì bả vinh hoa*
> *và tưởng chừng như Montreal*

có ta cây cỏ càng thêm xanh
ba năm hồn rót vào thớ đất
góp cả buồn vui cho lá cành
và tưởng chừng như mây khói bay
có hơi ta tiếp nối vơi đầy
được cười được nói được than thở
không thể không yêu xứ sở này...”

(Nghêu Ngao Giữa Lòng Montréal, tr. 115-117)

Thấm thía cuộc đời xa xứ, với những bằng chứng vật lý của thời gian:

“Chiều thứ sáu về sớm hơn thường lệ
em ôm hôn như thuở mới yêu nhau
thua cháy túi riêng cuộc tình đúng lại
giữ cho lòng gắng đứng tiếp hôm sau
trong tha thiết vang lời em kunh ngạc:
ồ cái gì như tóc bạc, đầu anh
(...) không đâu em, chúng chính là đá trắng
đang xây dần phần mộ của riêng ta
hoa ngập nước lâu ngày đành phải rã
hồn ngấm sầu lâu quá phải phôi pha
luật trời đất có sinh có tử
sá chi ta mới chớm trổ sắc già
đời sống bám vinh danh gì nuối tiếc
kéo dài chi kiếp bỏ nước không nhà
(...) tóc chớm bạc nhưng hồn sầu đã bạc
xin nhẹ tay, ta nghe nhói cơn đau”

(Bạc Tóc, tr. 68-9)

Điệu buồn đến gần đây, 2003, vẫn còn đó, đậm hơn, sâu hơn, như trong bài Luận Về Nỗi Buồn ông gọi là “thơ viết chơi” đăng trên trang Luân-Hoán Internet:

“em muốn được xem nỗi buồn ta?
nỗi buồn ta có từ hôm qua
cọng thêm chừng độ mươi năm trước
tưởng chẳng bao nhiêu hóa ra là...
(...) buồn là buồn là buồn, buồn, buồn

buồn tình nhập lại với buồn suông
hỡi ơi hạnh phúc ta giàu vậy
giàu vậy dại chi không dám buồn
em cầm đã được một làn hương?"

Người đọc vẫn yêu thích những bài thơ tình của Luân-Hoán, là lãnh địa của chàng, nơi chàng trai xứ Quảng quen lời ăn tiếng nói, quen hành cử phóng túng tình tang! Nơi xứ người, ông vẫn đa tình, da diết, vẫn nhiều vần thơ cho tình, nhưng người đọc thơ tình ông thì lại như hụt hẫng, vì hình như thời gian và không gian của tình đã qua, đã không trở lại, nếu có chăng cũng không trọn vẹn, tự nhiên! Nhà thơ tình xứ Quảng, của Đà Nẵng, sau 1985, Luân Hoán đã dệt những vần thơ lưu xứ đậm tình người, những điệu rất thơ, rất Việt Nam ở chỗ bi thương, những "lưu bút" đáng kể của một trang sử Việt!

So với trước 1975, đây là một thế giới thơ đứt đoạn. Nhà thơ thuộc thế hệ tị nạn tiếp sau thời những "người di tản buồn", rồi vốn đã lâu ăn ở trong ngôn ngữ dân tộc nhuần nhuyễn, thơ từ đời sống lưu thân càng "sung túc" thêm và chỗ đứng trên thi-đàn đã là điều hiển nhiên. Nếu "phân tích" hết các tác phẩm thơ thời sau của ông, giữa những chằng chịt tâm thức, tình cảm, người đọc sẽ tìm ra một xuyên suốt có tính sáng tạo, ở ngôn ngữ, tiết điệu, hình ảnh, ở cả lối kể lể có thể hiểu là "lắm lời" - oan khiên của nỗi nhớ và của đời xa!

Thật vậy, ở văn chương gọi là lưu vong đó, cái thực hữu, cái thực sống, phải chăng chỉ là thế giới của ký-ức, của quá khứ? Luồng điện ý thức đó đưa con người trở về quá vãng, đưa đến những tâm tình với hồn ma bóng quế, những con đường, góc phố đã đổi tên, đổi chủ. Tính thơ xuất hiện ở giữa những dòng chữ đó, xuất hiện từ ký ức và sáng tạo pha trộn. Mà thế giới cũng trở nên có ý nghĩa, nhờ chức năng của thi ca và sáng tạo! Nhà thơ có thành công hay không là ở tài truyền thông cái sáng tạo mới từ chất liệu hồn cũ này! Sống đời lưu xứ, đọc thơ Luân-Hoán như tìm tâm sự chính mình, vẫn là một cái thú tinh thần còn lại! Thành thử, cùng Cao Đông Khánh và Du Tử Lê, Luân Hoán đã thành công biến Cõi Người Ngơ Ngác thành thơ và đưa tính thơ vào kiếp lưu vong ngày càng rời xa một vùng địa-lý và một trời quá khứ!

11-2003

Lữ Quỳnh

Lữ Quỳnh tên thật Phan Ngô, sinh năm 1942 tại Phú Lộc, Thừa Thiên-Huế. Sĩ Quan VNCH (Khóa 19 Trường Bộ Binh Thủ Đức). Đơn vị cuối: Quân Y Viện Quy Nhơn (1970-75). Sau 1975, ở tù trại Cồn Tiên, Ái Tử (Quảng Trị). Từ năm 2000, định cư tại San Jose, California, Hoa Kỳ, cộng tác với các tạp chí *Văn Học, Hợp Lưu, Khởi Hành, Tân Văn,....* và xuất bản ở hải-ngoại các tập thơ *Sinh Nhật Của Một Người Không Còn Trẻ* (Văn Mới, 2009, thơ trước và sau 1975), *Những Giấc Mơ Tôi* (Văn Mới, 2013), *Mây Trong Những Giấc Mơ* (Văn Mới, 2015) và gần nhất là tuyển tập thơ văn, tạp bút, bút ký *Những Con Chữ Lang Thang Không Ngày Tháng* (San Jose CA: Sống, 2016).

Thời trước biến cố 30-4-1975, Lữ Quỳnh là một cây bút cẩn trọng, sáng-tác văn cũng như thơ không nhiều bên cạnh những người cùng thời như Trần Hoài Thư, Hồ Minh Dũng, Kinh Dương Vương,... Truyện ngắn của ông viết về những nỗi thống khổ cũng như sinh hoạt xã hội nhiễu nhương của miền Nam trong chiến tranh. Theo ông, chiến tranh là tội ác, dù cho phe phái nào nhân danh bất cứ lý tưởng nào, thì chiến tranh vẫn là tội ác. Bên thắng bên thua đều là những kẻ gây ra tội ác. Kết quả chỉ có đất nước điêu linh, nhân dân đau khổ, gia đình ly tán! Ông đã dùng những chất liệu sống và có thật trong cuộc đời quân ngũ và day học của mình để xây dựng tác-phẩm đãi lọc qua bút pháp của riêng ông. Trong bộ *Văn Học Miền Nam 1954-1975*, chúng tôi đã nhận xét rằng *"thơ văn Lữ Quỳnh nói chung hiền hòa, chừng mực trong nội-dung cũng như văn-chương, không đao to búa lớn cũng không đề xướng trường phái. Một cảm thức, tiếng nói đầy ý thức rồi như vang vọng tiếng nói nhược tiểu của con người trước định mệnh và những trò chơi mà từng người dân hiền hòa phải hy sinh, buông xuôi cho một ngày mai sáng sủa hơn, một ngày mai cho dân-tộc, quê-hương được tươi đẹp hơn, tốt lành hơn!"* (tr. 1156).

Sau khi định cư ở Hoa-Kỳ, Lữ Quỳnh đã xuất bản và tái bản các tác phẩm thơ văn. Năm 2016, ông in tuyển tập *Những Con Chữ Lang Thang Không Ngày Tháng* như một toàn tập sự nghiệp văn chương. Về phần văn học hải ngoại, tuyển tập ghi lại một số thơ văn và bút ký. Ngoài phần Ký và Tạp văn, chúng tôi không nắm chắc năm sáng tác, cho nên chỉ ghi nhận một số góp mặt cho hải ngoại.

Thơ Lữ Quỳnh vẫn nhẹ nhàng, chừng mực, ở nội dung và trong cách thể hiện. Hãy thưởng thức bài *Từ Em Thiếu Phụ*, người nữ như của ngày nào hơn là của hôm nay:

> *"em vẫn đi về / dòng sông ký ức*
> *vầng trăng đại vực / in bóng thuyền tôi*
> * tóc em mây trôi / trên sông áo lụa*
> *thuyền tôi hạt lúa / vàng lung linh vàng*
> * một chuyến đò ngang / sông xưa mất ngủ*
> *từ em thiếu phụ / lúa vàng thôi trôi*
> * từ em thiếu phụ / tóc rối vành nôi*
> *hồn xanh bóng phủ / u uẩn lời ru*
> * sông em sóng nổi / hạt lúa thuyền tôi*
> *vàng không bến đậu / mù sa bãi bồi"* (tr. 114-5)

Với Một Mùa Đông Bình Yên, người thơ hiểu ra tình yêu và thế nào là hạnh phúc, khi đã xa quê nhà và ngày tháng cũ:

> *"bắt đầu những ngày bình yên*
> *ngắm mùa đông / ấm áp trong tóc em*
> *trong ánh mắt reo vui / bữa cơm chiều.*
> * lần đầu tiên ở xứ người / hiểu thế nào hạnh phúc*
> *khi cổ máy ầm ào hằng đêm*
> *cùng ánh đèn cao áp*
> *không còn giành giựt với trái tim/nhịp đập.*
> * mùa đông / cây thông Giáng Sinh*
> *lấp lánh quả cầu giấy bạc*
> *nhớ quê nhà những chiều mưa*
> *trên sân gạch nở đầy / bong bóng nước*

em mặc áo len vàng / tung tăng cánh đồng ký ức
cánh đồng mùa xuân / hoa cúc vàng nở rực.
  mùa đông này / trời trong veo và rất lạnh
hai bàn tay buốt cóng / cầm nỗi nhớ nhà
đi lang thang qua *Tự Do Lê Lợi*
trước *Givral* / nhìn bạn bè đứa còn đứa mất
rượu tràn ly nói cười / chuyện thiên đường địa ngục.
  lần đầu tiên / hiểu thế nào sự bình yên
là lúc / nỗi cô đơn dịu dàng
cùng mùa đông / bắt đầu thắp
những ngọn nến hồng
trên mặt đất" - Nov 2003 (tr. 60-63)

Đời sống ở xứ người có những chuyện đã xảy ra cho người đến từ xa hoặc luôn thơ thẩn nhớ nhung, như *Chiều Cuối Năm Đi Nhầm Tàu Ở San Jose:*

"thành phố chiều cuối năm
những chiếc bus chạy qua vắng khách
đường mang số - hàng cây trơ cành
mùa đông vừa đem đi hết lá.
  ngồi một mình cà phê *Starbucks*
ở góc đường số 3
mưa mịt mù ngoài cửa kính
người phục vụ da đen đưa mắt nhìn buồn bã
thời gian trôi / trên những chiếc bàn trống.
  nỗi nhớ chiều cuối năm
cánh đồng một thời bom đạn
giờ này trắng xóa mưa
bạn bè nghĩa địa đìu hiu
ôm đất trời sũng nước.
  Đón *light rail* / đi *Blossom Hill*
toa tàu vắng
người *homeless* già thu mình hàng ghế cuối
giấu khuôn mặt dưới chiếc mũ dạ nâu
tàu đi - tàu qua rất lâu
bóng tối đầy trong đôi mắt
người *homeless* già

tàu đi - tàu qua nhiều ga
người homeless vẫn ngồi
chờ xuống ga nào quá khứ.
   tôi đi Blossom Hill/ tàu qua hoài chẳng tới
mỗi lúc càng xa / những ga xép chiều mưa quê nhà
tiếng còi tàu ảm đạm / Lăng Cô – Thừa Lưu – Huế
tôi đã lên nhầm tàu / Santa Teresa - Winchester
chiều cuối năm / như người homeless già
tôi đi chuyến về ký ức" - San Jose, Dec 31-2010 (tr. 24-26)

Những Trái Thông Không Rơi Vào Mùa Giáng Sinh, một tình cảnh khác nơi xứ người:

"tôi trở về nơi làm việc cũ
parking lot không một bóng xe
cánh cửa mỗi sáng bấm giờ vào ca
im lìm đến hãi hùng
tôi gọi thầm Amanda / mà sao cổ nghẹn
tôi gọi Amanda nhiều lần
mà âm thanh chỉ làm trái tim muốn vỡ
gió reo hay thông reo
  những ngọn thông cao vút
ném xuống lòng đường những trái khô queo
trái thông năm nào lúc chia tay
cũng xám màu huyết dụ
như chiều nay / giấc ngủ mấy mùa đông
vì một tiếng thông rơi / mà tỉnh thức
  tôi bước đi trên lối cũ / tiếng gió và sự lặng thinh
bãi đậu xe lênh đênh hoàng hôn
tôi thất thanh gọi ...
sao chỉ nghe tiếng vỡ trong ngực mình"- Dec 2010 (tr. 24-26)

Ký ức gần có *"nghe tiếng vỡ trong ngực mình"* cũng không thể so với những tiếng động gây mất ngủ mà người tù "cải tạo" cần đến, như Tiếng Chim Lạ Ở Trại Cồn Tiên:

"bỗng một ngày ta không còn là ta
tương lai như con diều đứt dây chúi đầu xuống vực
sáng vào rừng rút mây đẳng gỗ

chiều về nặng trĩu vai / vác cây đời thánh giá
đêm năm canh giấc mơ
sợ những điều giả trá / chập chờn bóng quỷ ma.
  ngày nhọc nhằn / đêm mất ngủ
ngoài trời khuya lạnh bóng trăng
tiếng chim đói sao cất lời bi thiết
*cơm còn... cho cục! **
cơm còn... xin cục!
chim kêu mãi làm ta thao thức
cơm tù không đủ ăn / cớ gì chim xin mãi.
  ta mất ngủ hằng đêm / chờ tiếng chim não nuột
cơm không có ăn / lấy gì cho cục
đời tù buồn / chim cũng quá buồn sao?"

- San Jose, 1-2011 (tr. 102-3; LQ chú thích: "Ở trại tù Cồn Tiên (Quảng Trị) hằng đêm có tiếng chim kêu, phát âm ra *Cơm còn cho cục!*")

Các bút ký *"đi để thương đất nước mình"* được viết sau này, ghi lại những bước chân du hành và những tai nghe mắt thấy; cũng là những giây phút tưởng tiếc, nhung nhớ một thời đã qua của tác giả. 6 bài ký đi thăm các nước Pháp, Anh, Hòa Lan và Bỉ.

Mùa Thu Paris viết tặng Jacques Ng., con nuôi của một người cô họ; du-ký thì ít mà tình thân gia đình và ký ức về một thời đã qua... *"Thạch hẹn gặp tôi ngay buổi trưa đầu tiên ở khách sạn. Rất đúng giờ, Thạch đến. Thay vì mừng rỡ vồ vập, tôi đứng lặng người nhìn Thạch. Trước tôi là một người Pháp già, lưng hơi còm, mái tóc muối tiêu, tên là Jacques.*

Ôi, Thạch của ngày nào đây, chỉ còn nét mặt và giọng nói không thay đổi. Jacques cười, ông chủ khách sạn tưởng em là người Pháp nên nói toàn tiếng Tây! Thì em là người Pháp rồi còn gì, đã sống ở Paris 28 năm! (...) Hơn ba mươi năm trước hai vợ chồng với ba cháu nhỏ sống nheo nhóc dưới gầm cầu thang nhà người mẹ nuôi, chưa được sáu mét vuông diện tích, ở một thành phố miền trung. Nhớ mỗi lần tôi ghé thăm, vợ Thạch vội vã chạy qua quán giải khát cạnh nhà đem về một chai cam vàng với ly đá. Không có chỗ đặt chai nước, tôi cầm ly đá trong tay, đứng hỏi chuyện Thạch vài ba điều rồi ra ga đi chuyến tàu tối vào nam. Tình cảm trân trọng, quý mến người bà con xa trong cảnh nghèo khó của vợ chồng Thạch làm tôi xót xa. Mấy năm sau Thạch và gia đình được định cư ở Pháp theo diện con lai. Thạch bị bệnh thận nặng, phải lọc máu mỗi tuần ba lần suốt 5 năm nay, thế mà vẫn đi thoăn thoắt, bước hai bậc cấp một, thỉnh thoảng còn dừng lại chờ tôi" (tr. 325, 326).

Đến thăm nhà thờ Notre-Dame với Thạch và Kim, người vợ, tác giả nhắc nhở những kỷ niệm lền cầu hôn: *"Đây là lần thứ hai tôi vào nhà thờ, không ngờ lại là một nhà thờ nổi tiếng, mà văn hào Victor Hugo đã lấy bối cảnh để viết tác phẩm bất hủ The Hunchback of Notre-Dame. Còn lần thứ nhất tôi đến giáo đường, cách nay hơn bốn mươi năm, ở một thành phố nhỏ ven biển miền trung. Lần đó còn rất trẻ, vào một buổi sáng tôi đưa người bạn gái vào đây. Nhà thờ vắng vẻ. Những hàng ghế trống im lìm. Chúng tôi đứng cạnh nhau sau hàng ghế cuối, tôi bảo nàng nhìn lên tượng Chúa và im lặng. Rất trang trọng, mấy phút sau tôi hỏi, Kim có biết tôi vừa nói gì với Chúa không. Nàng gật đầu, mắt long lanh ướt. Tôi thầm cám ơn Chúa và nắm tay Kim rời nhà thờ. Tôi đã cầu hôn nàng như thế đó.*

Bây giờ người con gái thuở ấy đang có mặt ở đây, trong ngôi nhà thờ danh tiếng Notre-Dame, cách xa nhà thờ năm xưa nửa vòng trái đất. Người con gái với áo dài lụa trắng được đón đưa trước cổng trường Sư Phạm ngày nào, giờ đây với mái tóc điểm nhiều sợi bạc, hạnh phúc vượt qua những tháng năm khó khăn, gian khổ bên cạnh chồng con.

Tôi nhìn lên tượng Chúa nhân từ giữa giáo đường uy nghi rộng lớn, và như khi đứng trước Chúa bốn mươi năm về trước ở quê nhà, tôi thầm ngõ lời cám ơn" (tr. 327-8).

15 bài Tạp văn đóng lại phần "Lữ Quỳnh, Tác phẩm", ông viết về những người bạn văn nghệ sĩ của ông và vài tạp chí văn học. Những bài viết này ông xem như là *"những con chữ lang thang không ngày tháng"*.

Mai Thảo,
hoài niệm của người viễn xứ

Ngày 10-1-1998, ở Orange County (California), thủ-đô tị-nạn của người Việt-Nam, nhà văn Mai Thảo đã ra đi, bỏ trần gian để về với thế giới miên-viễn. Một ra đi cuối, sau khi đã hai lần đi rời xa quê hương, mỗi lần một hoàn cảnh khác nhau, lần đầu năm 1954 vô Nam khi đường vĩ tuyến XVII đã qua phân đất nước và lần kế tiếp năm 1978. Ra đi, bỏ xứ, lưu vong trong những hoàn cảnh chẳng đặng đừng; một tình cảnh nhiều lần được phản-ảnh trong văn chương của ông (Về tác-phẩm Mai Thảo trước 1975, X. Mai Thảo in *Văn-Học Miền Nam* 1954-1975, Tập Hạ).

Những Đêm Giã Từ Hà Nội (1955), *Tháng Giêng Cỏ Non* (1956), *Căn Nhà Vùng Nước Mặn* (1966), *Tùy-Bút* (1970), ... đã làm nên tên tuổi và thanh thế. Đến *Cũng Đủ Lãng Quên Đời* (1973) vì đã sống hết cho bản ngã ở những giây phút, cho thân xác, trên những con đường trải hoa đầy bóng mát, mười năm sau trở về nơi chốn cũ, vì "tình yêu lớn không bao giờ trở thành sự thật". Một ngày kia sẽ khám phá ra rằng "con đường trải hoa kia dấu ngầm dưới cái thơm hương óng mướt của nó, một gai nhọn và gai nhọn kia đã thầm lén bay vào" (tr. 450). Bản ngã nhị trùng hay băn khoăn thường trực biến thành một tình trạng phân hóa? Phần kia của bản ngã Mai Thảo khi viết về tình yêu, ông sống phần hiện sinh của ông. Tình yêu và thân phận làm người sống cho cùng sẽ chỉ là những đứt đoạn, những hạnh phúc rời, những đổ vỡ. Cái hiện sinh phù phiếm vì đang-qua, do đó cái đã-qua lúc nào cũng trở về hay cũng trỗi lên phần ý thức. Và hoài niệm vẫn chiếm ngự văn chương Mai Thảo.

Tâm tình nhớ quê, tiếc nuối của kẻ ra đi một lần nữa trải dài trên nhiều trang văn chương của Mai Thảo ở hải ngoại từ khi ông dùng căn cước "boat people" và định cư ở Syracuse, tiểu bang New York, Hoa-Kỳ. Trong mục Sổ Tay trên tạp chí *Văn* tục bản tại hải ngoại từ 1982, Mai Thảo đã có nhiều dịp hoài niệm về người và những nơi chốn thân thương. Thân xác ở ngoài, ở đây, nhưng tâm thức vẫn ở trong, ở bên kia! Và ở những thời điểm khác!

Trong các tác phẩm Mai Thảo xuất bản tại hải ngoại, người đọc sẽ được thấy dàn trải nỗi hoài niệm. Một nỗi niềm ngày càng gần gũi đời thường, như của một sống sót. Không còn là những hoài niệm ngạo nghễ với tự tin như những ốc đảo hiện sinh. Địa ngục tha nhân nay như được định nghĩa rõ nét. Còn lại ta là những thân phận lưu đày thân xác lẫn tâm tư. Trong *Một Đêm Thứ Bảy* (1988), người bạn cũ từ Hà-Nội nghèo khó vào Nam thăm sẽ gợi lại cả một quá khứ đã muốn quên và tránh. Tập truyện *Chân Bài Thứ Năm* (1990) kể những chuyện lữ hành khắp nơi trừ quê hương ra, nhưng tâm hồn vẫn luôn quay về Việt Nam nơi những kỷ niệm vùng nước mặn, nơi khởi đầu cho những trùng phùng ở xứ người. Người xa quê sẽ tìm đủ cách để đến gần mảnh đất quê hương. Một người đàn bà như Ngọc sẽ khóc mỗi khi nghe hoa tiêu nói phi cơ đang bay ngang không phận Việt Nam. "Việt Nam ở dưới chân nhưng cũng là Việt Nam đã đứt rời, không bao giờ gặp lại" (*Hong Kong Ở Dưới Chân*, 1990, tr. 92). Người lữ hành viễn xứ sẽ tiếp tục đi khắp chốn trong *Chuyến Métro Đi Từ Belleville* (1990) như để tìm gặp lại những người thân hữu hay có thể nhắc nhở dĩ vãng. Đi, mãi đi, nhớ, mãi nhớ, như một định mệnh. Mai Thảo hoài niệm trong dứt khoát quên và đã tìm quên.

Tâm sự của kẻ phải trốn chạy tìm lãng quên ấy sẽ xúc tích và trọn vẹn trong tập thơ *Ta Thấy Hình Ta Những Miếu Đền* do Văn Khoa (Westminster CA) xuất bản năm 1989. Những hoài niệm của một mảnh hồn thanh thản tự tại. Miếu đền, những mảnh đời đã sống, những nơi chốn đã qua, những vĩ đại và thấp hèn của nhân sinh. Đời dĩ lỡ của một người viễn xứ đã nhiều lần ra đi, "*của kẻ ra về giữa cuộc chơi*" đã nhiều lần tự nhủ chỉ là tạm bợ:

> "*Tổ quốc bất khả phân đã phân*
> *Từ dòng sông từ bản hiệp định kia*
> *Đất nước mấy nghìn đời không thể mất*
> *Chỉ một ngày đã mất*
> *Lịch sử triệu trang vàng một trang đen đã lật*
> *Trăm trận đánh không thua thua vì Ban Mê Thuột*
> *Thì vượt tuyến có phải là phân thân*

Bản ngã đã nhị trùng?
Tôi ném lại cái xưa đã diệt
Tôi mang theo cái tôi mới lên đường
Như hạt hủy thể cho mầm sinh tử hạt
Hai ngọn sóng ngược chiều về mỗi ngả
Ngọn quá khứ mịt mùng không thấy nữa
Ngọn tương lai đang trắng xóa theo tàu
Hai tâm thể chia đôi miền cách biệt
Ngọn đã nghìn thu ngọn mới bắt đầu?
Hay chỉ một?
Hai mươi năm trước dưới bóng liễu Hồ Gươm Hà-Nội
Mười năm sau vẫn liễu xưa một hiên mưa
Góc phố Sài Gòn...”

(Hỏi Mình Giữa Biển, tr. 94-95).

Khi vượt biển và định cư ở ngoài nước, Mai Thảo đã biết:

“Cùng lăn không tiếng về nơi ấy
Tăm cá không còn cả bóng chim”.

Hà-Nội, Sài-Gòn, những nơi chốn, những người bạn, những
người thân và nhất là một cái Ta chập chờn giữa những miếu đền:

“... Ta thấy hình ta những miếu đền
Tượng thờ nghìn bệ những công viên
Sao không, khói với hương sùng kính
Đều ngát thơm từ huyệt lãng quên... “ (tr. 13).

Miếu đền trong trí tưởng:

“Nhánh hương thắp nửa này trái đất
Bay đêm ngày về nửa bên kia
Nửa đường hương gây trên nghìn biển
Rụng xuống mười xuân đã đứt lìa”

(Năm Thứ Mười, tr. 17).

“Cúi đầu xuống cúi đầu xuống
Mà thương trở lại nhớ nhung về
Hàng hiên xưa, trang sách mở, bàn tay ngọc
(...) Cúi đầu xuống cúi đầu xuống
Mà dựng tình yêu thành thế giới
Cấy những chùm sao lên mình trời
Hát nghìn năm biển đầy vĩnh viễn

> *Lại thấy con đường im lặng*
> *Những đỉnh cây xanh*
> *Và những ngón tay trên phím dương cầm*
> *Đôi guốc mộc căn phòng trừu tượng..."*

(Cúi Đầu, tr. 77-78).

Người viễn xứ lại nhớ nhà khi đọc thơ bạn:

> *"Nửa đêm thức giấc nằm trơ*
> *Đọc câu thơ bạn nhớ lời trong thơ*
> *Thơ bao năm vẫn bao giờ*
> *Lại cho thấy lại bến bờ quê xa"*

(Thơ Xa, tr. 112).

Mỗi người bạn, mỗi sự việc là một cái cớ để ông đắm mình trong hoài niệm và cái có không của cuộc đời.

Mai Thảo, *"bản ngã nhị trùng"* như ông có lần tự hỏi, bước chân vào thế giới văn nghệ với chủ trương "phóng cái lao ý thức về đằng trước" muốn làm mới văn học, muốn dứt khoát với văn chương tiền chiến, hăng hái và tự tin. Ông đã sống hết mình *cuộc đời văn chương* đó nhưng ông đã sống với những hoài niệm thường trực, về một thời đã qua và những nơi đã sống. Những dằn vặt buồn rầu nhưng đầy thi tính của một kẻ viễn xứ bất đắc dĩ với lựa chọn dứt khoát. Ở Mai Thảo, băn khoăn tìm kiếm trong hiện sinh đi song hành với những dằn vặt khôn nguôi khiến văn chương của ông gần gũi người đọc nhất là người trẻ ở những thập niên 1950-1960, từ tạp chí *Sáng Tạo* đến *Nghệ Thuật*. Một con người phản kháng khi đi kháng chiến, trở về với tâm tình nổi loạn. Con người rõ nét, con người không chỉ bằng lòng với hiện tại. Con người có tâm thức và muốn sống. Ông và bạn bè ông trong nhóm Sáng Tạo muốn đoạn tuyệt với quá khứ văn học nhưng riêng ông, ông đi tới với hành trang quá khứ: văn chương Mai Thảo khởi đi từ quá khứ và những trang văn của ông về thời quá vãng trong các tập Đêm Giã Từ Hà-Nội, Tháng Giêng Cỏ Non, Tùy Bút, Căn Nhà Vùng Nước Mặn, v.v. và tập thơ *Ta Thấy Hình Ta Những Miếu Đền* là những trang văn chương mới và đẹp của văn học Việt Nam sau 1954. Tác phẩm của ông, ngoại trừ một số tiểu thuyết thời thượng đăng trên các nhật báo sau in thành sách trước 1975, là một *tiếng thở dài* của nhân thế, của người Việt Nam sống giữa thế kỷ XX đa đoan, bạo động, theo cung cách sáng tạo của ông. Vì ông đã sống một cách trung thực cái kiếp người đa đoan đó cũng như đã sống trọn vẹn cho văn chương chữ nghĩa. Một cuộc đời phóng khoáng có thể hiểu là bất chấp dư luận nhưng Mai Thảo ung dung thư thái với những đam mê đời của ông.

Sự nghiệp văn chương của Mai Thảo gồm trên 30 truyện dài về đủ mọi đề tài: tình yêu, học đường, xã hội, chiến tranh và mười tập truyện ngắn, tùy bút, nhưng thiển nghĩ phần sự nghiệp để đời của ông là những sáng tác chủ yếu cảm giác, hoài niệm về quá khứ và quê hương đất nước, những sáng tác vận dụng bút pháp tùy bút. Cảm xúc tâm hồn mạnh khiến văn xúc tích và ít đối thoại: cảm giác và tâm tình vây bọc cốt truyện nhiều khi chỉ là cái cớ để ông thả hồn hoặc rung cảm. Đó cũng là lý do ông thành công với các truyện ngắn và tùy bút hơn là truyện dài. Văn chương Mai Thảo thường bị phê bình là quá cầu kỳ đẽo gọt nhưng không ai có thể chối cãi văn ông đầy thi tính và trữ tình, chữ viết có cấu trúc sáng tạo đặc biệt - mà một số nhà văn sau ông không thể chối đã nhận chịu ảnh hưởng. Văn ông tinh tế theo tâm cảm hơn là theo lý trí chẻ sợi tóc làm tư - tuy nhiên khi viết nghị luận nhất là vào giai đoạn chủ trương *Sáng Tạo*, Mai Thảo tuổi trẻ tự tin quá hóa ra tối tăm thiếu thuyết phục lâu dài. Điều này không lạ nếu biết rằng Mai Thảo đã bắt đầu văn nghiệp bằng những bài thơ trên báo Hồ Gươm ở Hà-Nội năm 1946. Hãy đọc một đoạn trong Mưa Núi (ĐGTHN): *"Tôi nhìn ra ngoài. Rừng núi ngớt mưa đang đi dần vào hoàng hôn. Tối xám lan đi từng ngọn đồi. Hết ngọn này đến ngọn khác. Từng gốc cây. Hết gốc này đến gốc khác. Cái tảng trời xanh phía đầu núi của tôi ban nãy cũng đã nhòa đi rồi. Sao chưa kịp lên. Đêm đã sâu thăm thẳm. Rồi tất cả những ngọn đồi những gốc cây đều không nhìn thấy nữa. Cửa mở thành một khung đen. Mắt tôi tối lại ..."* (tr. 70).

Và hãy nghe thêm một lần tiếng buồn tự tại trong cấu trúc của từng chữ:

> *"Ta thấy nhân gian bỗng khóc oà*
> *Nhìn hình ta khuất bóng ta xa*
> *Sao không, huyết lệ trong trời đất*
> *Là phát sinh từ huyết lệ ta ..."* (tr. 14).

Vĩnh biệt người lữ hành viễn xứ!

12-1-1998

Minh Đức Hoài Trinh

Bà tên thật Võ Thị Hoài-Trinh, sinh ngày 15-10-1930 tại Huế. Du học và sống cùng làm việc nhiều năm ở Pháp, từ 1982 định cư ở Hoa-Kỳ, mất ở Nam California ngày 9-6-2017. Minh Đức là bút hiệu ban đầu trên *Vui Sống* (1959) của Bình-Nguyên Lộc là tờ tuần báo có sự cộng tác đông đảo của các nhà văn nữ. Văn Minh-Đức thời đầu trên báo nhẹ nhàng, khác hẳn với Minh Đức Hoài Trinh của *Sám Hối, Đàn Bà Đàn Ông*,... và cũng khác hẳn với MĐHT của *Chiếm Lại Quê Hương, Bài Thơ Cho Quê Hương, Bên Ni Bên Tê* sau đó – thời bà cộng tác với nhiều tạp-chí Việt cũng như Anh, Pháp: Messages d`Extrême-Orient,....

Bà là người có công đầu vực dậy Hội Văn Bút Việt-Nam Hải-Ngoại: sau Đại hội Văn Bút Quốc Tế (PEN International) kỳ 43 năm 1978 ở Stockholm, bà đã vận động để Đại-hội năm 1979 tại Rio de Janeiro công nhận Trung Tâm Văn Bút Việt-Nam Hải-Ngoại là hội viên Văn Bút Quốc-tế – đến nay vẫn sinh hoạt/tồn tại sau nhiều sóng gió chính-trị và nhân sự do những người sau bà gây ra.

Tác-phẩm của bà đã xuất-bản thời hải-ngoại:

- *Chiếm Lại Quê Hương* = *Le miracle de l'épée: pièce en deux actes* (song ngữ Pháp-Việt, Bruxelles: Thanh Long, 1976, tái-bản 1984): kịch thơ.

- *Giòng Mưa Trích Lịch* (Bruxelles: Thanh Long; Paris: Hồn Việt-Nam, 1977).

- *Bên Ni, Bên Tê* (Los Angeles CA: Nguyễn Quang, 1985) *truyện dài, vốn là nguyên bản tiếng Anh This Side, The Other Side* (Washington, D.C.: Occidental Press, 1980), *như* lời mở đầu tác-giả cho biết đã được *"viết để trả lời những câu hỏi cấp bách của nhiều đồng nghiệp ngoại nhân thời ấy"* tức sau biến cố Tết Mậu Thân 1968. Nhân-vật là người Việt ở chiến tuyến khác nhau, thuộc một gia-đình gốc gác đất Thần-kinh, bị cuốn hút vào cơn bão chiến-tranh quốc-cộng với đủ chiêu bài, sứ mạng. Như nhân-vật Lộc đã nói với Bụi và Bụi lập lại ở cuối truyện: *"Mỗi vì sao là một điểm hy vọng"*, dân-tộc sẽ sống còn, sống mạnh, nhưng hôm nay là những thảm kịch mà mỗi người phải kinh qua, chấp nhận. Đang sống Bên Ni thị bị tuyên truyền cộng-sản đến bắt qua Bên Tê: *"... Bụi rình nghe đại khái rằng:" Nước nhà đang cần trai thanh niên, khi mô thái bình độc lập đuổi hết lũ giặc đế quốc xâm lược Mỹ thì sẽ được trở về, khi nớ tha hồ mà sung sướng. Chính phủ sẽ tuyên dương công trạng".*

Các ông còn hứa hẹn rất nhiều chuyện, nào là nhà mình mình ở, đường mình mình đi, không chi sung sướng hơn làm dân một nước độc lập, chẳng còn sợ ai bóc lột, làm bao nhiêu hưởng bấy nhiêu. Làm thì có giờ giấc mà hưởng thì rất nhiều vì cái chi cũng được chính phủ lo lắng cho, không có sự bất công, kẻ sang người hèn nữa. Con cái có chính phủ nuôi....Nhưng trước hết là phải quét sạch cái tụi đế quốc, thực dân. Răng chừ Mỹ ngụy chịu cuốn gói ra đi thì nước mình sẽ rạng rỡ, chen vai thích cánh với các nước xã hội bạn, tha hồ mà no ấm.

Giọng các ông nói thật lưu loát như kẻ biết ăn ói ngay từ trong bụng mẹ. Người bên tê có khác, chắc ở bên tê ai cũng biết ăn nói như vậy chăng.

Mà các đồng chí không cho đi cũng không được, vì quốc gia đang cần sự hy sinh, tinh thần xung phong, sức lực của thằng con trai, nợ nước là trai gái chi cũng phải trả.....

Câu sau chót nghe chặt chẽ nghiêm nghị, như sợi dây lạt cuối cùng buộc vào trên mấy cái sườn nhà...... Lời nói như một bản án tuyên lên, một mệnh lệnh....

Suốt buổi Bụi chỉ thấy cha gãi đầu, gãi tai dạ dạ, tưởng các đồng chí nói dạm vậy thôi, rồi cũng để cho thư thả vài ba ngày, không ngờ các đồng chí về bắt đi liền, ngay đêm hôm đó. Bụi vẫn còn như đang nghe giọng nói trang trọng của cha hắn, biết không thể trốn tránh đằng nào được, lão thợ nề đành phải cho là các đồng chí nói đúng.

Dạ, các đồng chí đã cần tới sức lực của hắn để ra giúp nước thì vợ chồng tui mô dám tiếc chi, bởi vì có độc lập mới có giàu sang hạnh phúc...

Bụi không biết cha hắn đã đọc đâu ra mà thuộc lòng những câu ấy. Ngày thường không hề nghe nói mà hôm nay trước mặt các ông này, lại tuôn ra như cái vòi phun nước, như con chim sáo được người ta bóc lưỡi cho nói. Độc lập hạnh phúc chưa thấy, chỉ thấy thằng con trai học xong nghề, có thể kiếm ra đồng tiền, cả nhà có thể trông cậy vào nó thì bị đưa đi. Gia đình như cái mái nhà xiêu vẹo, vừa đặt được một cái cột để chống đỡ thì có kẻ đến nhổ mất. Hết hy vọng xây nhà xây cửa.

Bụi chỉ nghe được có đến thế, sau đó, thấy đứa con gái thập thò, mụ thợ nề trừng mắt ra hiệu cho hắn đi chỗ khác, chỉ sợ các đồng chí cao hứng bắt luôn. Nuôi một đứa con cho đến tuổi nhờ cậy tốn bao nhiêu mồ hôi nước mắt, các đồng chí cũng có con, chắc các đồng chí phải biết.

Chỉ riêng thằng Thương là cái mặt vênh váo như sắp được mời vào uống trà ăn bánh nhà ông quận trưởng. Ra đi không có một giọt nước mắt thương cha, thương mẹ, thương em. Cái máu bên tê của hắn, chẳng biết thâm nhiễm từ khi mô?''.

Nói dối mà cứ như thật, nhưng Thương cũng như bà mẹ sẽ không bao giờ được nhìn thấy vinh quang, chiến thắng, mà Bụi cũng sẽ phải nhập vào đời-sống xô bồ ở chốn thị thành tìm sự sống còn thực tế.

- *Niệm Thư* (Los Angeles CA: Nguyễn Quang, 1985&87): gồm 2 tuyển tập sưu tầm biên khảo, tiểu luận, … - một văn tài khác về chuyên khảo và ký sự.

- *Hai Gốc Cây* (Bruxelles: Thanh Long, 1985): truyện dài.

- *Bất Đáo Trường Thành Phi Hảo Hán* (Los Angeles CA: Nguyễn Quang, 1990): tác-giả hoặc nhân-vật xưng "tôi" phải 'đáo trường thành' - tức Vạn lý Trường thành ở Bắc Kinh, cho được để gặp tướng Uy chấn Hung Nô Mông Điềm của đời Tần Hán, rồi tướng Nam bình Chiêm, Bắc phạt Tống Lý Thường Kiệt (và Tô Đông Pha, v.v.); gặp để chất vấn, đối thoại về nhiều vấn-đề và khúc mắc lịch-sử, văn-hóa hai nước Hoa Việt. Như tác-giả cho biết ở đầu sách, người đọc có thể xem đây là chuyện "huyễn tưởng hay đã là sự thật", thật hay hư như Trang Chu và hồ điệp, nhưng với bà thì "hài lòng vì đã nói lên được một vài điều muốn nói". Tướng Lý Thường Kiệt cuối tập nhắc nhở tác-giả cứ muốn 'đảo Trường thành' nói là để học hỏi: *"Các hạ hiểu chứ. Nếu hiểu thì về nói lại với anh em, ngồi lại với nhau, ai làm được gì mà xét thấy cần thiết trong lúc này thì đừng phá người ta nếu nhất quyết lòng không muốn giúp (...). Chiếm lại quê-hương rồi, tha hồ mà học hỏi... Lại còn một điều nữa ta muốn nói với các hạ là viết thì cũng phải dè dặt, vấn-đề đặt ra là viết cái gì? Những cái mình viết có mang lại gì cho ai không... ".*

Bảy năm sau, bà xuất-bản tập 2 mang tựa *Ngõ Trúc* (Los Angeles CA: Nguyễn Quang, 1997). Lần này thì tướng Mông Điềm đưa người xưa đến thăm tác-giả ở Trúc Cung tức Ngõ Trúc xứ Hoa-Kỳ, đi "trên lối đi lát gạch hồng bé nhỏ...". Nào là Bạch Cư Dị, Nguyễn Trãi, Nguyễn Du, Tả Ao, cả vua Quang Trung, Huyền Trân Công Chúa,... thay nhau đến đàm đạo, để bị/được bà chất vấn, trách móc cùng học hỏi từ họ, và cũng là dịp để người ở những thời-gian và không-gian khác nhau có dịp đối đầu và thăm hỏi nhau. Tất cả đều nhắm dựng xây một thế-giới mới ở thế kỷ 22. Bộ tiểu-thuyết này cùng với một số tiểu luận và truyện khác chứng tỏ Minh-Đức Hoài-Trinh nhiều kiến thức và nhận xét đặc sắc, từ thuật trị quốc, triết học, đông y đến văn-học, tư tưởng và nghệ-thuật.

- *Biển Nghiệp* (Los Angeles CA: Nguyễn Quang, 1990): tập truyện ngắn.

- *Thơ* (Los Angeles CA: Nguyễn Quang, 1997).

Bà còn một số tác-phẩm như Phi Lễ đã đăng trên báo và chưa xuất-bản thành sách. Phi Lễ là tâm sự độc thoại của một số nhân-vật, về đất nước, về đời-sống cá nhân. Như Văn: "Trong khi nước nhà trải qua bao nhiên biến cố tang tóc mà gia đình tôi vẫn trót lọt, không tù đày, không thương tích, không mất mát của cải. Tôi lại được may mắn ra du học ở nước ngoài rồi trở về lập gia đình xây dựng sự nghiệp", "(...) Nghĩ mà xấu hổ, làm trai thời loạn mà không cầm súng ra trận, nhưng ra trận nào, đứng bên nào khi biết rằng người thù của tôi (sao lại thù chứ?) không hề quen biết tôi, không hề gặp mặt tôi và nghe nhắc đến tên tôi. Sao lại bắt chúng tôi phải giết nhau, bảo rằng nếu tôi không bắn họ thì họ sẽ bắn tôi ư, ngụy thuyết! Các anh ơi đừng tin những lời tuyên truyền nhảm nhí của chúng nó!". Rồi đến Mai, Sung, Thu,... - giữa họ có những liên hệ gia-đình, bạn hữu hoặc nghề nghiệp. Một cách tân cho thể-loại tiểu-thuyết!

Về thi ca, Minh-Đức Hoài-Trinh khá trung thành với thể-loại này, từ khi khởi nghiệp văn đến nay với trên dưới 10 tuyển tập thơ và kịch thơ. Trước 1975 Minh-Đức Hoài-Trinh đã thử bước những bước tự tin của người nữ, với những bài như Kiếp Nào Ta Có Yêu Nhau, Đừng Bỏ Em Một Mình,... được Phạm Duy phổ nhạc và trở nên phổ-cập và nổi tiếng. Thời văn-học hải-ngoại, thơ trở nên thông điệp cho mình và đồng bào nay sống đời mất nước nhà tan, có khi lãng-mạn nhưng oai hùng, nơi khác bi ai nhưng không buông xuôi.

Ngoài nghề nghiệp phóng viên cho các cơ quan thông tấn Pháp và Việt-Nam, thời trước và sau 1975, Minh Đức Hoài Trinh còn chủ trương tờ *Hồn Việt Nam* mà số 1 ra ngày 15-10-1975, ở Paris (Pháp), nói đến hoà-bình và chiến-tranh như biến cố, sự kiện,... theo tinh thần nhà báo. Các cây viết cộng tác trước sau phần lớn sống ở Bắc Mỹ như Trường Sơn, Du Tử Lê, Lê Tất Điều, Kiều Phong, Hư trúc, Mai Khuê, Trần Tam Tiệp, Võ Văn Hà, Phạm Nam sách, Phạm Cao Dương, Thằng Bờm, Bồ Hòn, Đạo Cù, Phạm Hữu, Nguyễn Hữu Ích, Vũ Phong... và được xem là một trong số những tờ báo tị nạn tiên phong ở hải-ngoại. Thật vậy, nội-dung các báo-chí và sáng-tác ở hải-ngoại ngay sau biến cố 30-4-1975 chưa mang đặc tính chính-trị (theo nghĩa chống Cộng tích cực) như về sau; cũng như Hồn Việt-Nam, khoảng một năm sau, các báo mới tỏ rõ thái độ chống cộng-sản Hà-Nội trước hết với những vụ cầm tù, cải tạo và những cái chết của các nhà văn-hóa như Vũ Hoàng Chương,... Hồn Việt-Nam bộ mới với số tháng 10-1977 trở thành tờ báo đấu tranh chính-trị với ban biên-tập mới có sự tăng cường của Trần Tam Tiệp, Vũ Phong, Phạm Hữu. Như vậy, từ ý tưởng tái thiết đất nước sau chiến-tranh và nói lên sự thật về cuộc chiến đó, báo đi đến chỗ đối đầu chính-trị và đấu tranh cho quê-hương!

Mặt khác, Minh-Đức Hoài-Trinh là một trong những nhà văn vận động thánh lập Văn Bút Việt Nam hải ngoại (ra mắt ngày 25-6-1978 tại Paris, cùng Trần Tam Tiệp, tổng-thư-ký, người bị trong nước gọi là "tay cầm đầu bọn Biệt Kích Cầm Bút",...).

Sống đa phần cuộc đời xa quê nhà, Minh-Đức Hoài-Trinh viết nhiều tác phẩm về một quê hương đã (và sẽ) mất như *Chiếm Lại Quê Hương* (kịch thơ), *Dòng Mưa Trích Lịch* (1976), *Bài Thơ Cho Quê Hương* (1976), *Bên Ni Bên Tê* (1985), *Biển Nghiệp* (1990), v.v. Và trong các tác-phẩm khác dù truyện hay thơ, bà vẫn chứng tỏ nặng tình với đất nước quê-hương. Có thể nói qua toàn bộ tác-phẩm và sinh hoạt văn-hóa, Minh-Đức Hoài-Trinh chứng tỏ là nhà văn thơ có tâm hồn nhạy cảm trước thiên nhiên, tình-yêu và tha nhân, là một chiến sĩ văn-hóa trước viễn ảnh tang tóc, mất mát của văn-học nghệ-thuật miền Nam tự do; bà còn là một con dân Việt trăn trở, ưu tư nhiều cho tiền đồ của dân-tộc, cho đất nước bị chiến-tranh và những mưu đồ làm cho đổ nát, hư hủy - mà thơ văn của bà còn đó như bằng chứng.

9-2014

Nguyên Nhi: gió chướng và ngọn hải đăng

Quái Phong! Gió chướng nổi lên giữa không gian tịnh yên của văn chương hải ngoại. Gió chướng, nhà thơ như lạc lõng giữa cuộc đời, một hoài tìm kiếm. Và ngọn hải đăng đứng ở cuối chân trời. Bên bờ biển vắng. *"Đêm khơi. Nhật nguyệt vỡ. Tôi hụt hơi trong biển cuồng. Tôi chới với trên sóng bủa (...) Tôi vốn nghĩ hoài về một ngọn hải đăng. Thầm lặng của riêng mình. Vẫn thương em như thương tiền kiếp. Vẫn nhớ em như nhớ căn phần. Đâu đó một góc trời, tôi biết, có em khắc khoải đợi chờ, mà mệnh tàu tôi lẽ đâu hoài biệt xứ?"* Kiếm tìm, chờ đợi, và ông đã gặp yêu dấu, Em! *"Đêm khơi. Nhật nguyệt ngộ. Tôi chấp chới trên biển đời hoan lạc. (...) Tôi dấu yêu chùm sáng diệu kỳ. Em. Trong cuộc bể dâu này tôi có thể ném tung hê tất cả. Cần gì đâu ngoài vòm sáng tình em? Nhưng, xét cho cùng, ai chẳng có cho riêng mình một ngọn hải đăng? Hãy cứ đi tìm. Quanh đời bão lộng"*. Trong Khơi mở đầu hành trình thi ca, Nguyên Nhi đã viết như vậy! Em, chùm sáng diệu kỳ đã tìm thấy, bên đời bão lộng mà kiếm tìm đã trở thành số kiếp! Mãi. Hoài!

Hãy dõi theo những cơn gió chướng! Gió chướng đã thổi qua quê hương! Bão vũ. Tàn độc. Oan chướng. Đã bốn ngàn năm:

"Ngọn quái phong thổi suốt bốn ngàn năm
Thổi thông thống nửa vòng trái đất
Dừng lại đây một chiều thở mệt
Đông phương chớp bạo sấm cuồng..." (tr. 16).

Dừng lại đây, đây là Oklahoma, cũng là Em, nơi tạm dung, quê hương thứ hai. Gió bạo tàn đó đã gây bao thảm trạng, di phần. Cơn gió ác đã thổi qua bến sông Mỹ Tho, quê hương nhà thơ. *"Phố xám hiu hiu cờ giặc đỏ / Nỉ non vĩ cầm chiều mênh mông"* (tr. 11).

Màu ảm đạm, hiu hiu. Ngọn gió chiến tranh trong mây mù vần vũ, rừng U Minh hay hồn người không tỏ:

"Ai thổi hiu hiu ngọn gió nam non
Lòn suốt xuân ta U Minh lửa đạn
Hỏa pháo treo đầu nửa đêm tiền trạm
Bờ kia ơi mỏi mắt ngóng đuôi Vàm..." (tr. 50).

Người đuổi bắt người. Trò cút bắt chết người trên cạn, dưới sông. Chiến tranh trong rừng sâu, trên ngọn nước.

Nay phận dĩ lỡ, lưu xứ như kiếp nợ trả chưa xong. Thân nơi đây, xứ người, Oklahoma, nhưng hồn quanh quẩn bến sông Vàm, sông Mỹ, bến Rạch Miễu, v.v. Phút tĩnh lặng, nghe như tiếng mẹ hiền, dấu chân người và bóng đổ đường quê.

"Bên đó mùa này ngọn chướng lật
Rách bươm tàu chuối sau hè
Con nhớ má đầu trần chân đất
Lò dò mấy ngõ đường quê..." (tr. 102).

Điệu Lưu Thủy, Hành Vân đã thành cố quận. Mà thơ Vân Tiên người nói hay hát thành nếp cũ, bên vách tranh thưa:

"Trưa hè treo võng hát Lục Vân Tiên
Má chỉ muốn con như người họ Lục
Cho dẫu má cứ đầu trần chân đất
Gió cứ lùa thông mái vách thưa..." (tr. 103).
"Thằng trai Nam kỳ nhớ về lục tỉnh
Tên đăng tử Mỹ Tho nhớ dòng Bảo Định
Một khoảnh đời gạo chợ nước sông
Nha Mân tháng này con nước hỗn leo đồng
Bày cá quẩy lia chia đầu ngọn sạ (...)" (tr. 49).

Nhớ thương thì cũng chỉ ở nơi này, đã xa, bởi cũng vì gió chướng cuộc đời mà thân phận thua phải đỗ "bến" Oklahoma. Giữa hay cuối một kiếm tìm, có tra vấn cũng vô tình thôi.

"(Sao vậy, Okla
Sao bếp lửa không là nơi sum họp
Sao lửa chỉ kể về những kẻ đi xa?)" (tr. 17).

Nơi có những buổi sáng "bàng hoàng gặp thoáng nắng vàng lục tỉnh" (tr. 27). Và có những đêm. "Đêm nằm trăn trở. Biển sông xa" (tr. 97). Ừ nhỉ, "khất khưỡng chiều say trên xứ lạ" mà mơ hồ thấy lại chiến hạm xưa. Giữa huynh đệ chi binh, còn có thể nào "vỗ mạn tàu mà ca"?

"Sóng tự nguồn xanh lăn với suối
Hai mươi năm nở một ngọn phiêu bồng
Cám ơn người đã thương ta như sống
Hèn chi đời ngợp sóng
Cám ơn ai đã yêu ta như biển
Nên ngậm sóng trong lòng (...)" (tr. 94).

Đành "Thôi, vỗ vào ký ức mà ca / Có hạt mưa nào vừa bay qua khóe mắt" (tr. 96).

Buồn. Nhất, với ngọn gió tháng Tư tàn khốc. Gợi nhớ một "tháng Tư đưa con bão rớt âm thầm":

"Nhỏ rời ta như bỏ chiếc răng đau
Tháng tư thổi dốc cầu xưa rờn rợn
Ngày tắt muộn và cơn mưa đến sớm
Bâng khuâng rơi ướt cánh phượng đầu mùa..." (tr. 26).

Có những ngọn gió đời đem tình yêu đến. Mùa Thu buồn xa xứ, có lá đỏ bay. Em, và nụ cười, bên vành nón, ánh mắt nào!

"Bốn mùa tôi nhỏ dấu nơi đâu
Mà nụ cười dấu ở khăn tay
Mà ánh mắt dấu sau vành nón
Mà lời người dấu trong gió bay..." (tr. 48).

Có Em thì "hình như mọi sự chỉ mới bắt đầu" (tr. 136). Có tiếng người yêu dấu. Nhẹ nhàng gió có lên lúc nhớ Em.

"Lúc nhớ em tôi hay nghĩ về rừng
Thu và gió và bầy chim xao xác
Tôi đã bảo với ngàn cây tan tác
Có thể nào cũng đừng trách em..." (tr. 33).

Gió đó lay động tóc đuôi gà. Và tình yêu. Dù có mưa:

"Đêm nằm mưa Oklahoma
Mưa bên ấy, mưa bên này biển lớn
Hạt lất phất trong ta dòng bất tận
Gió không lay sao lộng tóc đuôi gà..." (tr. 69).

Gió cô liên hồi, vực gió, đám bạn bè, chai rượu, tiếng cười nói, cứ như Bá-Nha Tử-Kỳ! Bên góc rừng:

"Lá từ vực gió theo người
Vèo qua cửa hẹp vào chơi chỗ nằm
Chiều hôm nhặt lá quanh phòng
Thấy trên tờ nhỏ dấu chân bạn bè" (tr. 64).

Và ngọn hải đăng tìm thấy!

*

Không giản đơn, ngọn hải đăng! Có một hải đăng buồn. Đơn độc. Tuy vững như bàn thạch. Giữa bão táp, lửa loạn. Ngọn hải đăng, một chỗ để về, để nhung nhớ:

"Lúc nhớ em tôi hay nghĩ về biển
 Nơi cổ sơ tôi bước lạc cõi người..." (tr. 34).

Ngọn đèn biển. Kiếp dõi bóng và rọi sáng, sáng trong tâm tưởng. Mỗi khi nhớ, là một Mỹ Tho yêu dấu.

"Mặt trời qua xích đạo chói chang
Ngọn đèn biển kiêu căng đón gió đấu ghềnh
Chú ốc mắc cạn ngủ vùi bên kè đá
Chập chờn mơ giấc đai dương xanh..." (tr. 56).

Đông đang về, đành phải cập bến thôi.

"Chào, cúi chào những bông tuyết đầu mùa
Chàng thủy thủ cuối cùng rồi cặp bến
Trả giống tố cho mịt mùng biển lớn
Trả nắng cho boong, trả gió cho buồm..." (tr. 76).

Phần hai tập thơ là những lời tình với hải đăng, với yêu dấu, ở nhiều khung cảnh (tháng tám sinh nhật, ngày hè, tháng ba, ngày giáng sinh,...), ở nhiều tình cảnh và trên hết trãi rộng lời tâm sự, tỏ bày, nài nĩ 'ngập ngừng chi lắm, hải đăng", "hãy nói rằng ta vẫn còn em", "nhiều đêm thế đấy, hải đăng", những mong "cùng ai đốt lửa", "trang trải" khi chớp bể mưa nguồn,...

"Cũng có khi bắt gặp một tấm lòng
Bỗng hãi sợ tự tiền căn oan khốc
Lăn về đâu, cổ xe già kiệt, dốc
Tình về đâu, cứ hỏi gió về đâu" (tr. 21).

Cũng vì hải đăng mà "anh mê miết về phương xanh ngơ ngác / ngày bay dài bỗng rớt buổi chi lan" (tr. 126)., một buổi xế chiều, cành hoa nở vội! "Nhớ em nghĩa cũng trăm đường hỗn mang" (tr. 123). Vì đã quyết"Tôi ôm đẹp tình gần" (Khơi). Tình khơi dậy nguồn thơ, nguồn sống. Khởi từ một hương đời "Hương lạ giữa tro tàn"!.

Hải đăng là Em. Là yêu dấu, vì có lúc tha nhân không là địa ngục. Chiếc vỏ chai thả trôi năm xưa đã đỗ bến. Dù "chiều biển lạ chửa tàn cơn mộng dữ / Ngập ngừng chi lắm, hải đăng?":

"Ta dong buồm đơn độc suốt trăng
Trôi đi, trôi đi cuồng lưu ký ức
Bão nổi lên rồi, đạo suy đời tận
Yêu em, hải đăng..." (tr. 109).

Hải đăng hỡi, "về đâu chiều lạnh" khi "mọi sự đều mong manh thế, hải đăng". Thôi, "tìm ai chiều lạnh, hải đăng", Chúa thì ở xa, cao, tìm chi nữa, "mệnh số này, cầm lấy, hải đăng"! tình yêu như ám ảnh. "Em đâu đó chập chờn làm con sóng / Vỗ loanh quanh nỗi nhớ bức không rời" (tr. 113).

Vô tri hải đăng như chứng nhân câm nín của tìm kiếm, bất hạnh," những người đàn bà ra đi tất tả / cùng những lời chúc lành". Đã chúc lành sao lại bỏ đi? Đã ra đi sao còn gian dối đa ngôn?

Ngọn đèn có tỏ có lu, nhưng muôn thuở ngóng đợi những bầy hải âu biệt xứ, những người con bỏ xứ bỏ quê. "cái thuở người xa tàu mất biển" (tr. 113), "mười lăm năm luân lạc, quên, hải đăng..." (tr. 114)..

Và hạnh phúc tìm thấy, Tập thơ kết đoạn ở biển bờ Tây Bắc, ở ngọn hải đăng hạnh phúc. "Triều lên triều lên thành sóng dựng / Hạnh phúc lớn lên như triều dâng". Hạnh phúc, sau cơn "hụt hơi réo gọi những hồn tàu / Ta đến đây như trở lại từ đầu / Thả chiếc neo giữa lòng em độ lượng...":

"Hỡi những ngọn đèn biển bờ Tây Bắc
Lặng lẽ vươn vai soi rọi đời tình
Soi hoài công mấy hồn tàu lưu lạc
Trôi trắng cuộc nhân sinh"

Chân lý giản đơn tìm thấy:

"Hạnh phúc có khi đơn giản vậy, hải đăng

Nên đêm lưu xứ bỗng vui ngút mắt
Hỡi những ngọn đèn biển bờ Tây Bắc
Thênh thang ta đã có một phương về" (tr. 152).

*

Một năm sau tập truyện *Con Gái Người Gác Đèn Biển*, Nguyên Nhi trình làng tập thơ *Quái Phong* (Văn học Nghệ thuật Liên mạng, 2000). Đọc thơ Nguyên Nhi như xem lại phận mình. Mỗi người. Nguyên Nhi chỉ còn là cái cớ. Nếu phải cần cớ. Như tiềm thức trở về. Như tiếc nuối. Như đã nguồn cơn, đau và khổ ải cuộc đời! *"Chuông gọi dục hồn ai cố xứ / Hướng dương gục nhập màu vai áo cũ"* (tr. 137). Người làm thơ, *"như tráng sĩ mạt thời đêm đêm ngắm trang mài kiếm / để tự cắt đầu mình"* (tr. 20)! Thơ Nguyên Nhi như mở một phạm trù, dù rướm máu vết thương tiềm thức! Thơ cô đơn trước Em, người tình vừa kiếp nào đưa đến, như tặng phẩm, như dịu êm. Có Em, tóc đuôi gà, nhưng gió chướng vẫn thổi qua, bên ngọn hải đăng của ký vãng, của tưởng đã quên, đã xa...

Con nước đã kiệt, cỗ xe già dừng bên ngọn hải đăng, bên những con hải âu"xao xác mặt trời chìm", những con dế gáy và những con "dã tràng buồn hiu lại thức giấc". Xa những Ngã Ba Lộ Tẻ của cõi mù tăm hay u minh nhân thế; mặt trời ám mà thiên địa cũng ám tối! Oklahoma, chốn cỏ bồng dừng chân hay vĩnh viễn an cư? Cứ xem như đã thật xa những cơn gió cuốn, những trận bão cuồng, *"ngọn quái phong thổi suốt bốn ngàn năm..."*! Xa những con dốc đời. *"Con dốc xưa tôi đặt tên dốc Đợi /... Con dốc nay đìu hiu con dốc Nhớ..."* (tr. 39). Giữa rừng Thu, ngàn cây tan tác, những bầy chim xao xác...! Trầm buồn, buồn lớn, giữa những reo vui, thiết nghĩ, thơ đã lắng đọng nơi con người lưu thân xa xứ. Và không nơi nào đẹp hơn quê hương, sách đồng ấu năm xưa đã nhắc nhở!

23-8-2000

Nguyên Sa

Nhà thơ Nguyên Sa tên thật Trần Bích Lan, sinh ngày 1-3-1932. Còn dùng bút hiệu Hư Trúc, Đoàn Vũ, Đoàn Văn. Ông chủ trương tạp chí *Hiện Đại* (1960), *Nhà Văn* (1-1975, cùng Trần Dạ Từ) và cộng tác với nhiều tạp-chí văn học nghệ thuật khác. Sĩ quan khóa 24 Trừ bị Thủ Đức và phục vụ tại trường Quốc gia Nghĩa tử. Năm 1975, di tản sang Pháp, 1978 định cư ở Hoa-Kỳ. Làm báo (*Đời, Phụ Nữ Việt-Nam, Dân Chúng*), làm xuất bản (Cơ sở Đời) và mở trung tâm băng nhạc. Ông mất tại Quận Cam, California ngày 18-4-1998, tên thánh Giu-Se.

Tác phẩm xuất bản ở hải-ngoại - do NXB Đời: *Giấc Mơ* (truyện dài, 3 quyển, 1992-1994) – *20 Khuôn Mặt Nghệ Sĩ Việt-Nam Ở Hải-Ngoại* (nhận định, 1993) - *Nguyên Sa Tác-Giả và Tác-Phẩm tập 1* (1991); II (1998) - *Thơ Nguyên Sa tập II* (1988), tập III (1996), tập IV (1998) - *Thơ Nguyên Sa Toàn Tập* (2000) - *Cuộc Hành Trình tên là Lục Bát* (tuyển tập thơ và bài viết; 1999) và *Hồi-Ký* (1998. 412 tr.).

*

Khi ra hải ngoại, Nguyên Sa lại bị nghiệp làm báo và thương mại theo đuổi nhưng hình ảnh đẹp của Nguyên Sa nhà thơ tình yêu vẫn còn đó. Nguyên Sa tiếp tục làm thơ nhưng không còn được người đọc đón nhận như nhiều thập niên trước đó. Người tuổi trẻ với ngôn ngữ, tâm thức khác, có thể hết cùng cảm nhận vì không còn cùng tần số. Tuy vậy, thơ Nguyên Sa vẫn đặc biệt hay, độc đáo, vẫn và sẽ luôn có địa vị trong lịch sử thi ca Việt Nam.

Thời hải ngoại, Nguyên Sa vẫn đều đặn đến với Nàng Thơ. Và đã xuất bản *Thơ Nguyên Sa* tập hai năm 1988 gồm những sáng tác từ 1966 đến 1988, tập ba năm 1996 và tập 4 năm 1998 gồm thơ từ tháng 10-1995 đến 4-1998 xuất bản năm 1998 đang chuẩn bị in thì nhà thơ qua đời. Năm 2000, NXB Đời tuyển in *Thơ Nguyên Sa Toàn Tập* gồm 2 tập (1 và 2, 3 và 4).

Thơ giai đoạn sau 1966 nếu không hiện thực chiến tranh, sinh hoạt thì cũng lý giải về hiện sinh, cuộc đời; nhưng sau 1975 thì rõ là của một tâm hồn đã chín, sầu đời, pha tín ngưỡng và triết lý, rõ ra thuần tuý Đông phương. Hãy nghe tâm sự của kẻ thua, buồn nản, trong tập 2:

"Ta ngồi so kiếm một mình
Kẻ thua người thắng cuối cùng vẫn thua"

(So Kiếm)

"Ta ngồi nhìn cánh tay xăm
Hỏi thăm đời trước, truy tầm kiếp sau
Mang về mấy chục đầu lâu
Luân hồi chắc đứt, nỗi sầu còn nguyên"

(Tay Xăm)

Của kẻ sống lưu đày:

"Trời trên đất khách buồn vô hạn
Trăng rất quen mà vẫn chẳng quen"

(Mạt Lộ)

Nơi xứ người, nếu không nhung nhớ về một khung trời đã mất, thì chữ tình luỵ đến nhà thơ, ông dĩ nhiên đã bớt da diết và mộng mơ. Hình tượng "em" cũng hiện thực hơn:

"Em vào tắm dưới hoa sen
Những khe nước chảy những miền hải lưu
Những thuyền lạc dưới trời sao
Hỏi em hay hỏi hoa đào của anh
Chỗ đào có lá sen xanh
Bờ xa cỏ thấp nghiêng mình dáng sông
Tuyệt vời giữa một giòng trong
Đầu sông tóc ướt, lưng vòng biển khơi"

(Hoa Sen Và Hoa Đào)

Cảnh chờ đợi, gần với phim ảnh Hoa-Kỳ. Hết còn những mong mỏi nôn nao, mà người yêu cũng nhẹ quan trọng cho đời "chàng":

"Chờ em ở góc cây xăng
Em không thấy tới ta nằm trong xe
Nhạc buồn ta vặn thật to
Sao buồn không vỡ sao ta vẫn còn?"

(Chờ Em)

Tình vợ chồng có trãi qua thời gian, người tình vẫn "gầy" vẫn còn hương vị tình ái – cũng như những vần thơ ngày cũ:

"Em ốm nghe trời lượng đã hao
Em ngồi trong nắng mắt xanh xao
Anh đi giữa một ngàn thu cũ
Nhớ mãi mùa thu bẽn lẽn theo
* Anh nhớ sông có nguyệt lạ lùng*
Có trời lau lách chỗ hư không
Em tìm âu yếm trong đôi mắt
Thấy cả vô cùng dưới đáy sông
* Anh nắm tay cho chặt tiếng đàn*
Tiếng mềm hơi thở, tiếng thơm ngoan
Khi nghe tiếng lạnh vào da thịt
Nhớ tiếng thơ về có tiếng em" (Em Gầy Như Liễu Trong Thơ Cổ)

Tập 3 rời xa vùng trú ẩn của tình yêu, đến nơi không thể không đến của kiếp nhân sinh, gồm nhiều bài sáng tác sau khi phải giải phẫu ung thư cổ họng, dù bình yên hồi phục nhưng như ông cho biết *"dấu vết của sự giải phẫu và hậu quả của nó đã làm tôi suy yếu nhiều. Trong hoàn cảnh của tình trạng đó, đột nhiên tôi nhận thấy tôi đứng trước bờ vực của sự chết, và giới hạn của kiếp người đã hiện ra. (...) Nói về cái chết, trong ý niệm triết học, thì đó là một cõi xa xôi không làm ta xúc động, nhưng cái chết như một sự việc cụ thể đã gắn liền vào cơ thể làm ta xúc động"* (tr. 440, 441).

Tháng 8-1988, sau khi giải phẫu ung thư cổ, ông có bài Hậu Giải Phẫu:

"Cửa biển vào đầy gian phòng
Từng giọt nước mặn chạy vòng tới tim,
Ta mơ hồ thấy giọt quen,
Giọt thơ tuổi trẻ, giọt em ngày nào,
Mơ hồ trăm lưỡi nghịch đao

Đâm vào cổ họng, chém vào thịt da,
Giây trời trói ngọn núi thua,
Mơ hồ vũ trụ lúc chưa khởi đầu."

Từ một tiếng hát được cất lên, âm thanh vang vọng lúc đơn, lúc bè, nhà thơ đêm không ngủ được, nghe như đến với trái tim, đã như là những huyễn động thời gian phức thể, từ quá khứ đến hôm nay, từ nay phóng đến tương lai và quay ngược chiều lại, từ hiện thực chiếu lên những đồ vật phản ảnh rồi đi ngược lại, khiến nhà thơ tưởng chừng ảo tưởng vượt hiện thực của lời ra ngoài và như đạt đến vô ngôn:

"Trái tim đang cất tiếng hát, em nói chàng chưa ngủ.

Không phải đâu em, chàng ngủ say lắm rồi đó. Trái tim vẫn có thói quen ca trong khi ngủ. Nó là sinh vật có khả năng hát dù thức hay ngủ.

Em lắng tai nghe, em nói dường như có cả tiếng bè (...)

Chuyển động là một tổ chức. Có đồng cỏ. Có hoa vàng. Có nụ hôn. Có biển. Có biển lớn hơn biển. Có đam mê lớn hơn đam mê. Có bầu trời ngoài bầu trời. Có những tiếng nói không có nghĩa. Tiếng nói có thực sự có những ý nghĩa mà chúng ta gán cho nó chăng? Tiếng nói thực sự có ý nghĩa gì chăng? Có tiếng thở rạo rực. Có tiếng nói ở ngoài tiếng nói.

Hôm nay trái tim bỏ đi thật sớm. Nó nói hôm nay nó về trễ. Mà nó về trễ thật. Nửa khuya đã trôi qua từ lâu. Trái tim đã đi qua những đâu? Có tới đồng cỏ không? Sao tổ khúc có bài đồng cỏ? Có tới biển không? Đó là biển hay biển lớn hơn biển? Sao những tiếng vang trong từng vi ti huyết quản thắm sâu hơn biển? Bầu trời ngoài bầu trời ở đâu? Đam mê lớn hơn đam mê ở đâu? Thế giới của những tiếng nói ở ngoài tiếng nói ở đâu?

Em không trả lời./ Cám ơn em.

Em đã nằm xuống bên chàng. / Cám ơn em.

Em đã đi vào buổi bình minh trong veo

Ở trong giấc ngủ.

Em đã cất lên tiếng hát.

Có cả tiếng bè,/ Cám ơn em" (Tiếng Hát, 3, tr. 406, 410-412)

Ở các tập đầu cũng như tập 3, Nguyên Sa dành cho bạn hữu như Mai Thảo, Trần Dạ Từ, Du Tử Lê, Doãn Quốc Sỹ, Nguyễn Xuân Hoàng, Niên, một số bài thăm hỏi, nhắc nhở những ngày xưa nay thân ái.

*

Nhà thơ bị giải phẫu ung thư bao tử từ tháng 6-1997, rồi hóa học trị liệu, *"nằm lơ mơ trên giường cả ngày, trạng thái bồng bềnh, không ý thức trong sáng tuyệt đối, không chìm sâu trong vô thức"* (tr. 540) mà thơ đã trở lại. Ở những ngày tháng cuối đời, nhà thơ đã có "Những Bài Thơ Cuối" sáng tác đầu năm 1998 - được in lại trong phần cuối *Thơ Nguyên Sa Toàn Tập* 3-4, bộc tả tâm thức trung thực, lòng yêu người (người vợ, người thân và bạn hữu), yêu đời và đã để lại một vài thông điệp, nhắn nhủ cho người yêu thơ ông tư nhiều thập niên qua.

Khi trải qua những ngày hóa học trị liệu, nhà thơ đã nghĩ đến tử biệt sinh ly:

"Khi những chiếc lá phong ngả sang màu rượu chát,
Vào tuần lễ thứ nhì,
Tôi biết cây phong nghĩ gì.
Tôi biết cây phong đứng ở trước cửa bệnh viện nghĩ gì
Khi những chiếc lá phong buông tay ra,
Làm thành những vòng tròn nhỏ,
Những chiếc lá phong màu rượu chát rơi xuống một vị trí tên là mặt đất,
Gió đưa những chiếc lá phong sang một vị trí khác cũng tên là mặt đất,
Như thể vật nào cuối cùng cũng chỉ có cùng một tên... "

(Hóa Học Trị Liệu, tr. 575)

Cho nên khi nhà thơ được trở về nhà, Ngày Khởi Bệnh diễn tả tâm trạng hân hoan ông dùng thể loại lục bát thân quen:

"Thương ghê màu áo hoa cà
Mộng mơ bật sáng trên da thịt người,
Anh nhìn chỗ rẽ đường ngôi
Nhìn hân hoan mới giữa trời mùa thu,
Em cười khép lại chân co
Anh vừa đau dậy xin cho nằm cùng,
Mùa thu vô thủy vô chung
Xin em hoa cỏ tận cùng hoang sơ." (tr. 459)

Nhà thơ đã nghĩ nhiều đến quê hương, đến cố hương nơi sinh quán chưa bao giờ trở về từ thuở sang Pháp du học và đến quê hương chưa hề trở lại từ khi ly-hương năm 1975. Nỗi niềm nhung nhớ quê hương thường đến khi chuẩn bị đón Tết, trong trường hợp nhà thơ vào thời điểm Tết năm 1998, đã rất buồn và vô tình như tiên tri về những ngày tháng cuối một cuộc đời:

"Nửa khuya nàng đánh thức tôi dậy, nói dậy đi, dậy đi, giao thừa rồi, tôi ngồi dậy, chúng tôi mặc quần áo mới, chúng tôi thắp nhang, chúng tôi ngồi uống trà với nhau, ngồi tựa lưng vào nhau, hát cho nhau nghe bằng ánh sáng của những ngày mới gặp nhau,

Khi nàng quay đầu lại tôi thấy mắt nàng đỏ hoe, mắt nàng ngơ ngác giống như mắt con vành khuyên một mình, để định hướng, bay theo những màu vàng của một rừng mai,

Tôi thật sự không có ý niệm gì về màu vàng, khu rừng mai và con chim ngơ ngác đó. (...)

Tôi không biết sau đó chúng tôi đổi chỗ,
Con chim đứng làm pho tượng tuyết và tôi bay lượn trên không trung,
Trên những màu vàng
Của khu rừng mai trong kiếp khác"

(Tết ở Wichita Falls, tr. 544, 545)

Nghĩ đến ngày rời bỏ trần gian, khi đã thành tro bụi, khi được hỏi nơi thả tro, thoạt đầu ông ngỏ ý "anh muốn em... cho anh hai vị trí, ở ngang sông Hồng và chỗ tả ngạn sông Seine" nhưng rồi cuối cùng "anh chỉ xin em ném dùm anh xuống những mảnh đất đầu đời: chỗ bãi phù sa anh tắm mỗi chiều, con lộ mỗi ngày chúng mình cùng nhau đi học". Và nhà thơ xem đó như là một sự Thủy Chung trọn vẹn nhất.

Suốt cuộc hành trình đời, Nguyên Sa luôn có người vợ trung thành dõi bước cùng chia vui xẻ buồn, những ngày tháng cuối cuộc đời, nhà thơ luôn nghĩ đến bà như hy vọng, như kỷ niệm không thể lạt phai:

"Em làm cho tà áo lượn bay màu trắng ở quê hương xưa
trở thành màu hồng
Em làm thắp lên ngọn bạch lạp vào buổi sáng
ở trong lớp học
trong những giờ khắc yêu đương" (Ký Ức, tr. 555)

Có những việc tưởng chừng tầm thường có khi trong một số hoàn cảnh, trở nên thành tố của suy tưởng và có thể, của một "ngộ" và tỉnh ngộ:

"Lau khô một bông hoa không phải chỉ là động tác của tay. Công việc đòi hỏi sự chú ý của thị giác, sự nhịp nhàng của hô hấp và cả sự di chuyển trong một không gian (...).

Anh vẫn nhớ lời em dặn. Muốn mang lại sự ấm áp cho hoa, lau khô đài hoa, nhụy hoa và cánh hoa không đủ. Cần phải làm khô cành nhỏ, phải làm khô cành lớn, rồi lau thân cây. Sau đó là khu rừng.

Đúng thế, sự ẩm, ướt cũng như bất hạnh và hạnh phúc, là hiện tượng toàn diện. Anh đã lau khô xong đài hoa, nhụy hoa, cánh hoa, cành cây lớn và nhỏ, và thân cây.

Bây giờ thì đã xong cánh Đồng của khu rừng.

Trong khi trời vẫn mưa tầm tã" (Hiện Tượng Toàn Diện, tr. 462)

Nhà thơ bị những chia lìa, hiu quạnh, hư vô, cái chết,... thường trực ám ảnh. Trong bài Chân Dung:

"Lúc này tôi quá bận, tôi phải chụp hình hư vô,
Tôi phải làm đúng theo giao ước, chụp chân dung của hư vô,
Lúc rảnh tôi có chụp thêm chân dung của người anh em song sanh của nó là trống rỗng (...)
Tôi nhất định chụp được hình hư vô giống như kiểu mẫu,
Trước khi, đúng theo giao ước, hư vô chụp được hình tôi,
Giống y chang như nó" (tr. 520)

"Hiu quạnh biết đứng trong đêm,
Biết buồn như cỏ, biết nhìn trăng soi,
Ban đêm là hiu quạnh tôi,
Ban ngày có cả một đời quạnh hiu,
Bỏ tay vào túi buổi chiều,
Lấy ra hiu quạnh với nhiều bản thân,
Còn hiu quạnh chỗ mộ phần,
Tấm bia màu trắng mấy lần quạnh hiu?.." (Hiu Quạnh, tr. 512)

Cả những chuyến tàu – nay không còn là những chuyến tàu tình ái thời trai trẻ: "Tôi trân trọng mời em dự chuyến tàu tình ái... Trân trọng mời em cùng đi, cùng khai mạc cuộc đời" (Mời), và cũng "không có chuyện chuyến tàu của tuổi thơ chạy viên miễn trong trí nhớ không bao giờ dừng lại" (Chuyến Tàu và Chuyện Trang Điểm của Trái Đất, tr. 508), mà là những chuyến tàu thời gian, định mệnh, về cõi vô thường,...

"Thời gian thực sự là một chuyến tàu,
Qua sự di chuyển nó cho thấy khởi đầu và tận cùng của cánh đồng cỏ.
(...) Thành ra khi tới sân ga hành khách không bỡ ngỡ khi nhìn thấy phía trước và phía sau của hư vô" (Chuyến Tàu, tr. 525)

Con sông cũng trở nên cái cớ cho triết lý lên ngôi:

"Suối cạn là nghĩa trang biết thở dài của dòng sông
Sa mạc là nghĩa trang khác, nghĩa trang biết khóc của dòng sông
Vật nào cũng có hai nghĩa trang
Một vật bao giờ cũng có hai tên
Tên nó và tên ước mơ của nó
Nghĩa trang của nó và nghĩa trang của ước mơ
Có lúc tôi thích được gọi bằng tên tôi
Có lúc tôi thích được gọi bằng tên ước mơ của tôi
Đó là lý do tôi ký tên em khi làm thơ" (Con Sông, tr. 567)

Nguyên Sa can đảm trước cái chết khi bệnh tật không lối thoát, mà ngay khi còn trẻ ông cũng đã suy niệm và mạch lạc đối diện một cách thơ và nhân bản:

"Anh cúi mặt hôn lên lòng đất
Sáng ngày mai giường ngủ lạnh côn trùng
Mười ngón tay sờ soạng giữa hư không
Đôi mắt đã trũng sâu buồn ảo ảnh
Ở trên ấy mây mùa thu có lạnh
Anh nhìn lên mái cỏ kín chân trời
Em có ngồi mà nghe gió thu phai
Và em có thắp hương bằng mắt sáng
Lúc ra đi hai chân anh đăng trước
Mắt đi sau còn vương vất cuộc đời
Hai mươi năm, buồn ở đấy, trên vai
Thân thể nặng đóng đinh bằng tội lỗi
đôi mắt ấy đột nhiên buồn không nói
đột nhiên buồn chạy đến đứng trên mi
Anh chợt nghe mưa gió ở trên kia
Thân thể lạnh thu mình trong gỗ mục
Anh chợt ngứa nơi bàn chân cỏ mọc

Anh chợt đau vầng trán nặng đêm khuya
Trên tay dài giun dế rủ nhau đi
Anh lặng yên một mình nghe tóc ướt
  Nằm ở đấy, hai bàn tay thấm mệt
Ngón buông xuôi cho nhẹ bớt hình hài
Những bài thơ anh đã viết trên môi
Lửa trái đất sẽ nung thành ảo ảnh"
(Lúc Chết, Tập 1, tr. 30)

*

Thơ Nguyên Sa thời hải ngoại vẫn chăm chút con chữ và nhịp điệu cũng như nội dung, ý thơ, và trên hết, từ đầu thập niên 1950 cho đến khi mất, ông luôn giữ cho thơ mình nét đặc trưng và độc đáo "Nguyên Sa" từ thơ tình ra đến thơ thời sự, xã hội, ở hơi thơ, ở hình ảnh, ở nét trung thực, nhập cuộc hết mình... Như ông đã viết trong *Cuộc Hành Trình tên là Lục bát:*

"Tôi thích được giới thiệu bằng cách đọc lên một bài thơ Nguyên Sa. Đó là cách giới thiệu được cả Nguyên Sa ý thức và vô thức, cho thấy bản ngã của người làm thơ tương đối đầy đủ nhất, cả bản ngã đã có, bản ngã đang có, và bản ngã muốn có. Những bài thơ khác biệt mang lại bản ngã khác biệt trong thời gian. Làm thơ với tôi bao giờ cũng cần có cảm hứng, có cảm hứng mới làm được thơ, không có cảm hứng thì chịu thua. Cảm hứng đưa tôi vào thơ, thời gian này, cũng như từ hơn bốn thập niên, luôn luôn đến từ xúc động chân thực. Lúc hai mươi tuổi, đam mê tình ái mang thơ lại cho tôi. Khi tuổi già đã tới, cánh cửa của một đời người sắp khép kín lại, những xúc động của những ngày tháng đối diện với sự thật của kiếp người, một cuộc tình hồi tưởng lại, một cuộc tình mơ ước, giọt sương mai mong manh, cơn mưa đến muộn, buổi hoàng hôn nơi quê người, người bạn thâm niên bỏ đi vĩnh viễn, là nguồn cảm hứng hôm nay của tôi. Cảm hứng này xây trên xúc động chân thực luôn luôn đổi mới, cùng với kỹ thuật thi ca có suy nghĩ, giúp cho sáng tạo tránh khỏi nhắc lại chính mình....". Thơ tình của ông đã và sẽ vẫn sống động với người yêu thơ và với những tình nhân - ngày nào còn có những người yêu nhau! Suốt cuộc hành trình thi ca, Nguyên Sa đã sáng tạo, luôn tự nhiên và độc đáo cũng như làm đẹp và làm mới ngôn ngữ thơ.

11-2014

Nguyễn Minh Nữu

Nguyễn Minh Nữu là tên thật. Sinh ngày 6-1-1950 tại Hà Nội. Di cư vào Nam năm 1954. Nhập ngũ năm 1968, giải ngũ năm 1975. Làm thơ viết văn từ 1970, truyện đầu tiên đăng trên Giai phẩm *Văn* số mùa xuân 1971.

Định cư tại Hoa Kỳ từ năm 1995. Hiện sống tại Virginia. Sáng lập và thư ký tòa soạn tạp-chí *Văn Phong* (Washington DC, 1999-2001), chủ nhiệm tuần báo *Văn Nghệ* (Washington DC, 1997-2006). Hiện nay phụ trách chương trình "Tác giả & Tác phẩm" của đài phát thanh Nationwide Viet Radio.

Tác-phẩm đã xuất bản: *Lời Ghi Trên Đá* (thơ; NXB Văn Nghệ Việt-Nam, 2006) - *Thương Quá Saigon Ngày trở lại* (bút ký và truyện; Văn Nghệ, 2017).

*

Thời sau 1975, Nguyễn Minh Nữu đã có những bài thơ đầy tâm sự, như Còn Mãi Bên Nhau:

"Đã một đôi lần tôi tự hỏi
Mây trôi biền biệt sẽ về đâu
Những lời em nói như thơ đó
Rồi sẽ đưa tôi đến chốn nào
 Đã một đôi lần tôi tự nhủ
Tôi yêu người tựa hóa thân tôi
Mênh mông trôi dạt con diều giấy
Lồng lồng chiều nay biển động rồi
 Biển ơi sóng vỗ trên bờ đá
Liệu có mòn đi những nỗi đau

Chiều nay dừng biết trên hè phố
sao lòng hiu quạnh giữa xôn sao
  Thu đi từng bước mưa trên lá
Giá buốt vai tôi ướt tóc người
Hồng ân mạch sống mùa xuân mới
Còn mãi bên nhau đến cuối đời".

Một bài khác: Hay Em Đừng Về, Quan Tái Biết Ra Sao:

"Em về đó, gửi một lời cho biển
Là thiên thu nguyện làm sóng bạc đầu
Là thiên thu giữ tấm lòng bất biến
Mãi mặn nồng dâng hiến dẫu tim đau
Yêu một người, giữ dưới đáy thẳm sâu
Không muốn chia lìa, không mong kết hợp.
  Ta vẫn vậy dựng đời trên vách đá
Vẫn kiên gan làm kẻ đứng bên lề
Lòng tái tê xanh mãi một câu thề
Mắt có lệ đâu để mà ta khóc
Dõi mắt theo em ngang dọc đi về
Không khép bao giờ trằn trọc cơn mê
  Em về đó, gửi một lời cho mộng
Cay đắng mặn nồng ta vẫn chắt chiu.
Không sống bên nhau nhưng mà gió lộng
Vẫn tựa hình tựa bóng nương nhau
Ngực ta đây, hãy ghé đầu nghe thử
Cả ngàn lời tình tự vẫn râm ran
  Em về đó, gửi một lời, rất nhẹ
Cho từng gốc cây, bờ vách trên đường
Cho gió cho mây bốn phương tám hướng
Là giữ cho ta một đóa vô thường
Sẽ nhắc nhớ em giữa bờ sinh tử
Có chỗ em về, là chỗ thân thương
  Em về đó, ghé chơi vui, rồi trở lại
Hay em đừng về, quan tái biết ra sao..."

(*Lời Ghi Trên Đá*, tr. 68-70).

Thương Quá Sài Gòn Ngày Trở Lại

Nguyễn Minh Nữu gửi bản thảo *Thương Quá Sài Gòn Ngày Trở Lại* cho đọc trước khi đưa in, chúng tôi thêm một lần được dịp "nhìn thấy" bạn sống và viết như thế nào. Tập gồm ba truyện ngắn và một bút ký được dùng làm tựa cho tác-phẩm. Các truyện ngắn này là trong số những truyện tiêu biểu của Nữu, tiêu biểu về thể-loại và một nội-dung huyền-hoặc, tuy giả tưởng nhưng mang những nét thật, thật như từng xảy ra, thật như không thể khác (biết đâu!), có-không, không-có, như cõi đời vô thường mà chất đầy biến cố, sự việc,.. Thuồng Luồng Mắt Biếc xảy ra ở trên phần đất "hải-ngoại" mà căn rễ dây dưa với quá-khứ và tín ngưỡng của phương Đông huyền bí, Con Trai Của Thủy Thần và Hảo Hán Cuối Cùng như những chân dung của con người và không gian từng hiện hữu mà tác-giả như tiếc nuối và thấy hãy còn sống động hoặc muốn như vậy. Sáng tác các truyện ngắn này, tác-giả như để đề cao những nét nhân-bản và tình nghĩa á-đông đáng trân trọng, duy trì,... Nhưng bút-ký Thương Quá Sài Gòn Ngày Trở Lại đã là một bất ngờ thích thú và đặc sắc khiến chúng tôi phải đọc đi đọc lại và ghi lại đây vài cảm nghĩ.

Nguyễn Minh Nữu sử-dụng thể-loại bút-ký, ở đây đồng thời cũng là tự truyện khi tác-giả viết về mình cũng như bạn hữu và các sinh hoạt văn-nghệ. Tâm sự của Nguyễn Minh Nữu tức tâm tình, nhung nhớ, lại vừa mang tính sử ký về một thời và những con người thật có tên, có chân dung, từng ở đó, đang còn ở đó hoặc đã rời bỏ cũng như đã chết. Thời tuổi đôi mươi nhập dòng văn-nghệ, ở Sài-Gòn, Ban-Mê-Thuột, thời của "Cơ sở Văn-nghệ Con người", của "Phong trào Du ca",... Qua anh, người đọc được thấy và nhớ lại những người trẻ qua các sinh hoạt một thời, trước 1975. Tự sự ở mối tình đầu, rối rắm nhưng không dễ quên, ở những năm tháng trong quân ngũ,... Tự sự về cuộc sống khó khăn sau 1975, phải bươn chải để sống còn, với những "nghề mới" ở đường-cùng, ở khắp Sài-Gòn và Chợ Lớn, ở Rừng Sác, Nhà Bè, Kênh Tẻ, v.v.

Thương Quá Sài Gòn Ngày Trở Lại xuyên suốt cuộc sống của Nữu, còn là chân dung một số người làm văn-học nghệ-thuật trước sau 1975 và bây giờ, có người đã là thân thiết từ lâu, có kẻ mới quen, với những nét đơn sơ mà cụ thể, hữu hình, trung thực, những nét rất riêng Nữu, và là gốc gác, xuất xứ những văn bản thơ, văn và nhạc, kèm theo văn bản, cả "tình sử" làm nền, bạn văn,... Thành công làm sống lại được như vậy, Nữu phải thân thiết lắm, phải sống-chết-với lắm, dĩ nhiên với tài quan sát, với tình thân thương chân thật, với một trung thành vô vị lợi,...

Bút ký đặc-biệt là chân dung tập san *Quán Văn*, với Nguyên Minh người chủ biên cùng những văn hữu biên tập, cộng tác, họ kiên trì và gây sống cho đặc san như thế nào. Những buổi ra mắt ở Cà phê Lọ Lem ngày càng thu hút người tham dự, khiến *Quán Văn* ngày càng khởi sắc, được đóng góp và ủng hộ, trở thành nơi tao-ngộ văn-chương và ca nhạc của người trong và ngoài nước, nơi gặp gỡ và ghé chân, để nhìn thấy và cảm nhận rằng thứ văn-nghệ thuần túy và nhân bản vẫn còn đất đứng sau bao giông bão của cuộc đời và lịch-sử – chúng tôi đã có lần tình cờ tham dự, tình cờ nhưng cũng có thể cảm nhận được điều đó, tình cờ và đã được tái ngộ với một số bạn hữu thời trung và đại học nhiều thập niên trước nay đã là những tên tuổi cũng như diện kiến những nhà văn thơ, giáo-sư và nghệ sĩ khác.

Thương Quá Sài Gòn Ngày Trở Lại đã là những nhìn thấy tận mắt, những thấu tâm can qua quan sát và ký ức của Nữu, qua những cuộc lái xe thăm tìm bạn hữu, qua bạn hữu của Nữu, những con người, nhân-vật bên ni bên tê, còn sống hay đã chết, qua những tách cà-phê và những con đường sách trước sau 1975,... Người đọc được nghe kể về kinh nghiệm làm văn-chương, văn-nghệ (thơ, văn và nhạc). Qua mỗi chuyến "Đi và Về Sài-Gòn"!

Thật vậy, với Nữu, "Đi và Về" đã trở thành những ám ảnh đời thường nhưng mang mang tính văn-chương cũng như tâm trạng hiện sinh. Qua bút ký, với Nữu, Sài-Gòn đã thay tên và thay da đổi thịt, nhưng Sài-Gòn vẫn mãi là Sài-Gòn, ở những con người đã "đi và về", đã từng ở đó, từng đến đó, đã sinh sống và xem Sài-Gòn là da thịt, là tâm hồn, là sự sống hoặc lẽ sống,... của chính mình, của thế hệ đôi mươi ở thập niên 1970 cũng như của nhiều thế hệ khác. Một kiếm tìm thời-gian và không-gian qua kỹ thuật bút ký vừa kể vừa nhớ vừa tìm - đối với Nữu, tất cả đã là nỗi ám ảnh khôn nguôi. Cảm hoài, tìm lại và tìm thấy, nhận ra, sẽ khiến nỗi day dứt vơi bớt khi người ra đi có thể trở về chốn cũ. Bước chân đi tìm về chốn cũ, đi qua nhiều con đường ngày cũ, háo hức tìm ra những nơi chốn thân thương, những ngôi nhà nơi đã ở, đã đến. Qua bút ký này, Nữu đã trở về chốn cũ và đã tìm thấy, đã sống lại và đã chứng kiến đôi "*cái còn lại*", hữu hình và cả vô hình hay trong tiềm thức. Cuộc trở về luôn liên quan đến lúc rời bỏ, cho nên đây đó người đọc nhìn thấy một số hồi hộp và cả lo sợ!

Khi viết về văn chương lưu đày, chúng tôi đã từng ghi nhận: *"Quê nhà do đó trở nên điểm tựa, cho những tham khảo đã mất đó! Nhưng với thời gian, nỗi nhớ cũng trở nên khô cằn, già cỗi, một cách bi thảm, khó khăn. Nỗi nhớ trong cô đơn, giữa những thê thảm của cảnh vật xa lạ, "của người" thường trực chung quanh,... đã là những yếu tố làm suy bại kẻ lưu đày! Quá khứ quấy rầy đến làm hỏng cuộc sống hiện tại; đã dứt bỏ quá khứ nhưng không dễ, lắm khi bị thương tổn"*. Thương Quá Sài Gòn Ngày Trở Lại đã thoát ra khỏi phạm trù đó, vì ở đây cái bất hạnh nếu có cũng chỉ do bất lực bình thường, của con người, của cuộc đời, của hoàn cảnh; ảo tưởng do đó không có chỗ trong hiện tại và cả tương lai!

Gấp tác-phẩm lại, cái còn lại là tình bạn, tình văn-chương, là những chốn cũ không thể chìm vào quên lãng hay phải thuộc về quá-khứ như có người và tập thể vẫn chủ trì. Với chúng tôi vốn vẫn tự cho sứ mạng đi tìm và làm sống trong nguyên trạng tinh thần và chân lý, qua những cái đã mất, cho nên Thương Quá Sài Gòn Ngày Trở Lại cho chúng tôi đoan chắc rằng Sài-Gòn ấy, không-gian ấy, nếp sống văn-hóa ấy, vẫn sống, vẫn trơ gan dù tuế nguyệt có khắc nghiệt đôi khi!

Sài-Gòn đã là không-gian sống gần như duy nhất của chúng tôi trước khi rời xa đã hơn bốn thập niên. Thương Quá Sài Gòn Ngày Trở Lại đã cho chúng tôi – như độc giả, sống lại một thời đã qua, và thăm viếng, gặp lại những nơi mình cũng từng sống, từng đi qua, có nơi từng ghi dấu đau khổ và hạnh-phúc, những nơi gần như tới lui mỗi ngày, những khu phố, những con đường "từng có một thời" - nói như Nữu. Và cho chúng tôi cơ hội nhớ lại những người vừa bạn học vừa bạn văn-nghệ như ĐVK, LVS, Nữu, … – mà con đường văn-nghệ sau này đưa về nhiều nẻo hơi khác nhau, và thương nhớ Vũ Chinh chết trong biến cố Tết Mậu Thân.

Nguyễn Minh Nữu với vốn liếng "từng có một thời" khá phong phú, nay với những chuyến "Đi và Về" thường xuyên, sống thực hữu, thực tình, bằng cái hiện sinh bất chấp, bằng cái tiềm thức sống động,... đã cho chúng tôi những giây phút hạnh-phúc không có gì đánh đổi được.

4-2017

Nguyễn Mộng Giác

Tên thật cũng là bút hiệu. Sinh năm 1940 tại Bình Định. Tốt nghiệp Đại-học Sư-phạm Huế 1963. Dạy học tại Huế, Qui Nhơn và làm chuyên viên nghiên cứu giáo dục tại Sàigòn trước 1975. Bắt đầu viết năm 1971, cộng tác với các tạp chí Bách Khoa, Văn, Thời Tập, Ý Thức...

Vượt biển và định cư tại Hoa-Kỳ tháng 11-1982, phụ trách báo *Đồng Nai,* chủ bút tạp chí *Văn Học Nghệ Thuật* sau đổi thành *Văn Học,* chủ biên tạp-chí *Văn Lang* (hai NXB Văn Nghệ và An Tiêm bảo trợ tài chánh). Tiếp tục viết và đã xuất bản: - *Ngựa Nản Chân Bon* (truyện ngắn, Người Việt 1983) - *Xuôi Dòng* (truyện ngắn; Văn Nghệ 1987) - *Mùa Biển Động* (trường thiên tiểu thuyết; Văn Nghệ 1984-1989; về tâm tư và các hoạt động của thanh niên nhất là từ Huế, từ biến cố Phật giáo mùa Hè 1963 cho đến 1981) - *Sông Côn Mùa Lũ* (trường thiên tiểu thuyết; An Tiêm 1991) - *Nghĩ Về Văn Học Hải-Ngoại* (tiểu luận, Văn Mới, 2003) - *Bạn Văn Một Thuở* (tạp luận, 2005). Ông mất ngày 02-7-2012 tại Quận Cam California.

Về tiểu-thuyết lịch-sử
nhân đọc *Sông Côn Mùa Lũ*

Văn và sử, văn chương và lịch sử, quan hệ như thế nào? Một mặt, văn chương là hư cấu và tác phẩm là một cái hoặc cách nhìn, tiên tri, dự báo, một nhận thức lịch sử - hoặc bên lề lịch sử, của một tác giả, trong khi đó, lịch sử là một nỗ lực tìm "sự thật" chính xác, khách quan, không thiên lệch, có hay có dở có mạnh có yếu, có vinh quang thì cũng có thất bại phải cáng đáng với lịch sử.

Lịch sử như chân lý, là những sự thật "khách quan", các nhà

viết sử hay nhiều tác giả tiểu thuyết lịch sử như phải thuyết phục vì tin có những "sự thật" cần được viết lại, đặt lại. Tại sao vậy? Vì kiến thức mới, vì những dữ kiện mới phát hiện? Vì những cương tỏa chính trị xã hội cứng nhắc, vì xã hội trước mắt đang có vấn đề, bí lối hoặc có kẽ hở. Trong khi tiểu thuyết lịch sử là "chân lý" qua tâm hồn, cách hiểu, là một cách nhận thức hay cảm nhận lịch sử vì tác giả chúng có quyền hư cấu, tô nhân vật sâu hơn, rõ nét hơn, vĩ đại sống động hơn, hay hạ bệ, làm hèn kém đi. Thường các nhà viết sử vẫn theo lối bình thường "sử bình", "cương" rồi "mục" mà không dám "nói lại", "sửa sai" ngoại trừ những trường hợp theo "chính nghĩa" hay chính sách triều đại mới: Trần sửa sử Tiền Lê, Nguyễn sửa Hậu Lê, v.v. Vậy có thể có "bản chất lịch sử" khách quan, vượt không gian thời gian không? Thiển nghĩ đây là không tưởng! Về phần tiểu thuyết lịch sử, chúng là một cách tra hỏi và nghi vấn quá khứ để biện minh hiện tại và chỉ hướng cho tương lai, qua trung gian một hay nhiều tác giả. Như vậy, chúng cũng là những tiểu thuyết luận đề khi đặt lại vấn đề, dữ kiện lịch sử, đề ra luận đề mới, mượn dĩ vãng nói chuyện hiện tại, có thể có ý chống lại bước lịch sử hoặc trật tự xã hội đang có (ngoại bang đô hộ, độc tài đảng trị, v.v.). Dĩ nhiên đây là nói về những tiểu thuyết lịch sử chính loại, không thương mại hoặc nhắm thị hiếu thấp hèn!

Trong bài này, chúng tôi phân tích thể-loại tiểu thuyết lịch sử chủ yếu qua bộ *Sông Côn Mùa Lũ* – như một 'trường hợp' hơn là như một tác phẩm tiêu biểu có thể dùng làm khuôn mẫu cho một khuynh hướng. Nguyễn Mộng Giác trước 1975 sống ở miền Nam, giáo chức, viết báo, viết tiểu thuyết và phê bình truyện chưởng Kim Dung, được giải thưởng truyện dài của Bút Việt năm 1974 với cuốn Đường Một Chiều (1). Sau biến cố 30-4-1975, trong bốn năm, từ 1977 đến 1981, ông dựa trên một số tài liệu và phát hiện mới của Đặng Phương Nghi, Tạ Chí Đại Trường, tạp chí *Sử Địa* thời trước 1975,... viết bộ *Sông Côn Mùa Lũ* rồi vượt biển tị nạn "chính trị", bản thảo để lại được gia đình đoàn tụ đưa qua sau, được nhà An-Tiêm in ở hải ngoại 1990-91 và đến 1998 được tái bản ở trong nước (2). Ông thuộc ban chủ biên và chủ bút tạp chí *Văn Học* (CA) mà những năm sau này, đã cùng với *Văn, Hợp Lưu* mở đường trong việc đăng bài của nhà văn trong nước, một 'sống chung' theo thiển ý có ý nghĩa cho sáng tạo và tương lai tập thể.

Để hiểu tác phẩm nhất là loại tiểu thuyết lịch sử, thiển nghĩ người đọc cũng cần phải biết thân thế tác giả. Dĩ nhiên có những ngoại lệ văn chương tự ngã, viết cho mình, xem mình là 'lịch sử', hoặc thỏa mãn nhu cầu cá nhân, nhưng nói chung, thơ hay văn đều có mục đích hướng tới người đọc, hoặc muốn được chia xẻ, cảm thông. hoặc có một sứ điệp, tâm sự, kinh nghiệm muốn để lại! Georg Lukács trong *The Theory of Novel* và nhất là trong *The Historical Novel* (1936), đã quan niệm tiểu thuyết lịch sử luôn có một tác giả và tác giả bị tác động bởi xã hội hắn sống, tác động này ảnh hưởng đến cái nhìn lịch sử của hắn, đến chính việc hắn lựa chọn viết tiểu thuyết lịch sử hoặc chọn đề tài và thời đại lịch sử (3)! Nguyễn Mộng Giác viết *Sông Côn Mùa Lũ* trong không khí bi thảm của dân tộc của những ngày tháng hậu 30-4-1975: "học tập" 3 tuần thành 3, 10, 18 năm, thân phận kẻ thắng người bại, mất quyền công dân và làm người, chủ nghĩa ngoại lai mệnh danh "dân tộc", v.v. Ông viết *Sông Côn Mùa Lũ* khi toàn bộ văn nghệ sĩ miền Nam nếu không bị đày đi 'cải tạo' thì cũng bị cấm viết cũng như tác phẩm bị cấm – Nguyễn Mộng Giác viết sau chiến dịch khủng bố văn nghệ sĩ và trí thức miền Nam đã được phát động và đang vây bủa miền Nam (4)! *Sông Côn Mùa Lũ* cũng là ấn-phẩm hải-ngoại đầu tiên được chính thức tái bản ở trong nước năm 1998. Nguyễn Mộng Giác là một nhà văn may mắn!

Sông Côn Mùa Lũ của Nguyễn Mộng Giác là một tiểu thuyết lịch sử có tính cách điều nghiên văn hóa, về "hiện tượng" Nguyễn Huệ của đất Qui Nhơn. Cái đặc biệt của bộ trường thiên non 2000 trang này là chân dung con người Nguyễn Huệ đa dạng và nhiều tương phản. Nguyễn Mộng Giác cho người đọc nhìn thấy sự sinh thành và lớn dậy cùng tâm lý, kiến thức, chính trị và tài năng khác người của người anh hùng áo vải gốc nhà nông, nhưng đồng thời là một con người văn hóa, có sở học Nho của thời đại, có cái học đạo lý làm người. Tác-giả như có tham vọng chứng minh rằng Nguyễn Huệ có cái nhìn cập nhật và cả vượt quá thời đại cho nên triệt để không ngừng ở những tham vọng chính trị "trung dung vừa phải", cổ hủ - mà đại diện là giáo Hiến. Suốt đời, dường như Nguyễn Huệ sống và hành động mâu thuẫn, nhiều bí mật và nhân cách đối nghịch trong cùng một người, lúc trắng lúc đen, lúc hợp "đạo" lúc vô đạo, vô lý, lúc tỏ ra có văn hóa đối với giáo Hiến là thầy dạy lúc trẻ, lúc khác lại phàm phu, có vẻ vô luân lý khi chống thầy, lúc có nhân nghĩa, lúc phản phúc (như chống lại anh là Nguyễn Nhạc hoặc đối xử với vua Lê bố vợ - công chúa Ngọc Hân), người võ biền điệu nghệ có bản lĩnh nhưng cũng biết chứng tỏ văn hóa cao và tàn nhẫn khi cần đến. Chịu ảnh hưởng sách vở thánh hiền và thầy dạy nhưng cũng biết vượt lên trên sách vở (phê đạo Nho và hủ nho kể cả thầy dạy mình), nhìn thấy cốt lõi của tinh túy Việt Nam qua việc đề cao chữ Nôm, chiêu hiền (La-Sơn phu-tử). Những chương viết về chiến thắng mùa Xuân năm Kỷ-dậu 1789 như một bản anh hùng ca không tì vết, oai hùng và vĩ đại! Theo Nguyễn Mộng Giác, Nguyễn Huệ là một con người có văn hóa mới tôi luyện của thời nhiễu nhương và là một anh hùng khác thường, có tầm nhìn cao xa, một tổng hợp mới, quyền biến theo thời là những đức tính mà các "hủ Nho" không thể nghĩ đến hoặc làm được. Ông biết "dùng" hiền sĩ và cả con buôn dù có vẻ tàn bạo trong cách dùng người nhất là vào cuối đời. Tất cả những đối lập, mâu thuẫn đó đã có thể sống chung, chung đụng trong một con người: Nguyễn Huệ. Nguyễn Mộng Giác cũng tỉ mỉ phân tích, vẽ rõ nét những nhân vật phụ (cô An bạn thiếu thời của Nguyễn Huệ, Lợi chồng cô An, giáo Hiến và những người con trai Chinh, Kiên, Lãng,...). Từ gia đình giáo Hiến ra đến gia đình Nguyễn Nhạc. Nhưng cũng vì vậy nhiều chương đoạn có tính cách là một điều nghiên xã hội hơn là văn chương!

Sông Côn Mùa Lũ là cái nhìn tổng hợp của Nguyễn Mộng Giác về con người lịch sử Nguyễn Huệ. Bộ truyện gây suy nghĩ về vai trò người dân thường đối với lãnh tụ anh hùng, và sự "tạm bợ" của những "anh hùng trong trời đất" trong cuộc sống cũng như trong lịch sử. Tác-giả dùng tiểu thuyết để vẽ lại lịch sử một thời, ở một nơi, rồi ra đến cả một nước, chi tiết tỉ mỉ một tiểu sử một nhóm người dù sao cũng đã làm nên lịch sử! *Sông Côn Mùa Lũ* đại diện cho khuynh hướng tiểu thuyết lịch sử muốn trình bày trung thực một thời đại bằng cách tiểu thuyết hóa những diễn tiến tình tiết, những thái độ, trình độ trí thức, tâm tính, với những nhân vật có thật bên cạnh vài nhân vật tiểu thuyết có thể có thật, như một giả thuyết, một thử nghiệm văn chương cho đề tài lịch sử đã chọn! Kiên và Nguyễn Lữ của Nguyễn Mộng Giác là những vai tiểu thuyết trọn vẹn. Lãng và An là những gượng ép, nhưng cần thiết để làm nổi nhân vật chính. Còn Nguyễn Huệ xét cho cùng không xa Koutousov của Chiến-Tranh Và Hòa-Bình, một anh hùng đại chúng, không muốn làm khác hơn là theo những quyết định của tâm trí mình cộng với sức mạnh quần chúng ủng hộ và sự bất đồng ngày càng lớn với hai ông anh Thái-Đức và Đông-Định Vương, nhưng rồi bất lực trước lịch sử, đạt được khoảnh khắc mà không giữ được lâu. *"Nguyễn Huệ nhìn xa thấy rộng, cao vọng lớn, nhưng không thể vượt lên khỏi các ràng buộc của tình ruột thịt. Làm sao được! Ngoài khối óc, ông còn có một trái tim nhạy cảm!"* (tr. 1530). Như tất cả mọi gian nan, sức mạnh của định mệnh thời đại đã nhập vào ông, để trở thành Bắc Bình Vương và hoàng đế - dù ông chưa thật sự thống nhất đất nước. *"Con đường nam tiến của ông đã bị tắt nghẽn ở Bến Ván.... Ước vọng thống nhất đành phải chịu dang dở"* (tr. 1530).

Nguyễn Mộng Giác viết sát lịch sử dù phần nào theo dã sử, dĩ nhiên sát những nhân vật Tây Sơn, và về thời huy hoàng hơn là thời suy tàn và cái chết. Nhưng phải ghi nhận sự đề cao thái quá con người Qui Nhơn, một loại ái quá thành quá khích địa phương, lãng mạn hóa con người và xã hội thời đó, thành ra mộng tranh bá đồ vương lớn hơn khát vọng ăn no mặc ấm. Văn hóa và dân tộc là những từ ngữ lớn nếu áp dụng cho Nguyễn Huệ và những anh hùng lớn bé của giai đoạn lịch sử đó. Người dân nhất là nông dân đã bất mãn thường trực nổi dậy từ 1740, đến Nguyễn Huệ thêm yếu tố văn hóa đưa đến thành công nhưng rồi cũng rơi vào thất bại có thể cũng vì yếu tố văn hóa ở con người! Nguyễn Mộng Giác cũng đã quá "tiểu thuyết hóa" chuyện chàng Lía, dù đó là cách tác giả cắt nghĩa tinh thần tranh đấu của binh lính Tây-sơn và vẽ bức tranh xã hội thời bấy giờ.

Ngoài ra có những chi tiết ông cho xảy ra vào thời Nguyễn Huệ mà lại tái diễn trong *Mùa Biển Động* hai thế kỷ sau, như trò cắt tai kẻ thù xâu dây (tr. 286), cảnh Qui-Nhơn thất thủ (ch. 23) gần với cảnh mất miền Nam tháng Tư năm 1975 (tr. 890). Một số cảnh họp chợ, tụ tập khá gần với đời sống hai thế kỷ sau! Nguyễn Mộng Giác dài dòng về chính danh, từ khi Huệ còn học với giáo Hiến đến khi đã xưng đế, vẫn bị ám ảnh khi đối thoại với nhà Nho thức thời Trần Văn Kỷ (tr. 1661, 1865) hay với ẩn sĩ La-Sơn phu-tử, tỏ băn khoăn chính tà của Kim Dung qua những nhân vật như Lệnh Hồ Xung! Với Nguyễn Mộng Giác, Nguyễn Huệ sống với ám ảnh An, người con gái của thầy giáo Hiến của anh em ông. Rồi cũng chính vì đối với lịch sử, kẻ thắng thực sự là người dân cho nên khi Tây Sơn tàn mạt, mẹ con Ngọc Hân trốn chạy bị xua đuổi mà vua Cảnh Thịnh và thân thích quần thần đều bị dân bắt nộp cho "chủ" mới!

Cùng thể loại với *Quang-Trung Nguyễn Huệ* (1944) của Hoa Bằng, *Sông Côn Mùa Lũ* theo thiển ý đáp ứng một số nhu cầu cho tác giả, có giá trị thời sự, có vẻ điều nghiên thật ra do chủ quan, uốn nắn, nhưng chưa hẳn đã là một tiểu thuyết lịch sử văn chương theo nghĩa hẹp, hơn nữa mang hình thức truyện kể hơn là làm văn chương, tiểu thuyết. Với những sự kiện lịch sử phát hiện thêm, hoặc nếu thời thế thay đổi, thần thánh, nhân cách cũng sẽ phải... khác, như mọi lẽ tương đối, phù du!

Sông Côn Mùa Lũ như muốn chứng minh lịch sử là trận tuyến nơi đó người dân qua vai ba anh em ấp Tây Sơn thượng làm xúc-tát, đã nổi dậy làm chủ, để tiến lên những chiến thắng to lớn hơn, toàn bộ hơn. Lukács cổ võ cho biện chứng pháp và duy vật lịch sử cũng chỉ làm công việc đó khi phê bình các tiểu thuyết lịch sử khác thuyết ông chủ trì trong suốt tập *The Historical Novel* từng trở thành chỉ nam cho nhiều thế hệ! Với Nam Dao, Nguyễn Huệ chỉ là một thế cờ "mát tay", một tiếng nói nhất thời của một thời rất tao loạn! Hơn thế nữa, *Gió Lửa* muốn thuyết phục người đọc rằng lịch sử chỉ toàn một phường tàn độc, gian ác, anh hùng hay không cũng như nhau! Riêng với Nguyễn Huy Thiệp, những gì đến từ "thượng lưu" đều khả nghi, tối ám. Nói chung, đối với các tác giả, nhà Lê đều đại diện cho một "nho giáo" lỗi thời, xơ cứng, hình thức, đại diện cho một giai cấp phải triệt tiêu. Trò thoán nghịch và tàn bạo của nhà Trịnh kéo dài nhiều thế kỷ như chứng minh cho yếu tố loạn, bất thường trong đời sống dân tộc. Nhà Nguyễn 144 năm từ đời Gia Long muốn chính danh, chỉnh đốn giai cấp sĩ và nho, nhưng rồi hóa ra vẫn bất cập, quá trễ khi họng súng kịch liệt của văn minh cơ giới đã nổ ngoài cửa Cần Giờ và Cửa Hàn!

Giới trí thức, văn nghệ cũng bị mũi tên của tác giả nhắm: Ngô Thì Nhậm thì "chua chát ngao ngán" giới nho sĩ Bắc-hà lúc biến, sa sút trở thành *"những cái hình nộm múa may vụng về nhiều khi lố lăng, kệch cỡm"* (tr. 1768). La Sơn phu-tử thì thoái thác không giúp Nguyễn Huệ hết lòng, phải đợi mời nhiều lần, lu mờ bên cạnh Huệ, trong khi La-Sơn phu-tử của Nam Dao được mổ xẻ chiều sâu, ra phu-tử hơn! Nguyễn Mộng Giác đưa ra khá nhiều lời lý luận về "chính thống" hay thất chính, thời bình thời loạn, minh chủ, minh quân, truyền thống cũ mới!

Nguyễn Mộng Giác viết về sự sinh thành và huy hoàng của một triều đại, một gia đình, một gốc gác Qui Nhơn, ông cố tình không viết về thời suy tàn và cái chết của Nguyễn Huệ - *"Kể tỉ mỉ làm gì những điều vụn vặt ấy!"* (tr. 1530). Nguyễn Huy Thiệp, Trần Vũ, Nam Dao,... sẽ bổ túc những cái Nguyễn Mộng Giác gọi là vụn vặt đó! *Hoàng-Lê Nhất Thống Chí* thì có tính cách ký sự và tiểu thuyết hóa. Trong Mùa Mưa Gai Sắc của Trần Vũ, Nguyễn Huệ là một con người võ biền nhiều mưu sâu và dục vọng. Ngọc Hân trong tay Nguyễn Huệ trở thành trò chơi cho kẻ bạo dâm, nhưng Ngọc Hân nhận chịu nhục nhã vì bà muốn trả thù cho vua Lê, bà đã viết Ai Tư Vãn để tế sống Nguyễn Huệ! Trong khi đó *Gió Lửa* vừa tiểu thuyết hóa vừa giả thuyết, lập luận với cái mốc hiện tại to tướng! Mối tình "tiểu thuyết" của Nguyễn Huệ đối với An trong *Sông Côn Mùa Lũ* làm mờ những sự kiện lịch sử liên quan đến đời tình ái của ông với hoàng hậu Phạm-thị và Ngọc-Hân. Chân dung Nguyễn Huệ thay đổi tùy tác giả là Nguyễn Mộng Giác, Nam Dao, Nguyễn Huy Thiệp, Trần Vũ, *Hoàng-Lê Nhất Thống Chí*, cả sử *Khâm-Định Việt-Sử Thông-giám Cương-mục*, Trương Vĩnh Ký, "Hà-Nội", v.v. Thí dụ trong *Hoàng-Lê Nhất Thống Chí*, Nguyễn Huệ đã tỏ ra tàn bạo, vũ phu, đầy mặc cảm tự tôn cũng như tự ti. Tự phụ ra mặt khi nói với Ngọc Hân: *"Con trai con gái nhà vua đã có mấy người được sướng như chúa"* (5); hoặc tự ti khi trả lời Nguyễn Hữu Chỉnh môi giới vua Lê gả công chúa Ngọc Hân để trả công "cứu vua": *"Vì dẹp loạn mà ra, rồi lấy vợ mà về, trẻ con nó cười thì sao? Tuy vậy ta mới chỉ quen gái Nam hà, chưa biết con gái Bắc hà. Nay cũng nên thử một chuyến xem có tốt không?"* (5), sau khi bất bình "được" vua Lê phong làm Nguyên súy Uy quốc-công.

Nguyễn Mộng Giác khai thác tối đa những dữ kiện và văn liệu lịch sử về Nguyễn Huệ, ngoại trừ việc Nguyễn Huệ *"khai quật lăng tẩm của các tiên sinh Chúa họ Nguyễn từ cháu nội ông Nguyễn Kim đến ông thân sinh ra Chúa là Nguyễn Phúc Luân"* rồi cho liệng sông, như sử gia Phạm Văn Sơn đã viết (6)! Người đọc vẫn cần một chân dung đích thực của Nguyễn Huệ, như trường hợp Napoléon của Chiến-Tranh Và Hòa-Bình của L. Tolstoi được coi là khả tín nhất dù người viết là người Nga, nếu phải so với Napoléon trong tiểu thuyết lịch sử của A. Burdess, Bainville, Ludwig, Castelot, Guillemin,...

Nếu Hoa Bằng, Nguyễn Triệu Luật, còn giữ không khí và ngôn

từ của thời lịch sử thì Nguyễn Mộng Giác đã đi xa hơn, "vẽ" nhiều hơn, dùng nhiều chất liệu hơn, phân tâm moi móc nhiều hơn, ghi cả âm thanh tiếng tao loạn, chinh chiến,... Ông cũng lý luận nhiều hơn, bi kịch hóa và anh hùng hóa hành động. Đối thoại được làm sống hơn, nâng cao, tìm tòi hơn. Người viết tiểu thuyết lịch sử như giỡn với nhà khoa học nhân văn - cần sự tỉnh trí và khách quan đặt trên căn bản lịch sử, xã hội, nhân chủng,... - và khoa học nhân văn cũng cần đến những giả thuyết, mô hình,... trong thực tế cũng là những huyền thoại, những giả thuyết, giả dụ, giả sử dù thuần lý.

Để có thể cắt nghĩa tận cùng những thua bại hủy vong, Nguyễn Huy Thiệp cũng như Trần Vũ, Nam Dao sau Nguyễn Mộng Giác, đã phải tầm thường hóa, xác thịt và con người hóa một số "anh hùng", "thần tượng" cấm ky của Nguyễn Triệu Luật, Nguyễn Mộng Giác cũng như của tác giả sách giáo khoa sử hiện dùng ở trong nước! Các vị đó như muốn chứng minh lịch sử không hề có anh hùng, chỉ là những tay tứ-chiếng tàn bạo, gặp thời, mà "anh hùng" nếu có cũng là những con người tầm thường, xác thịt. Nguyễn Mộng Giác ngược lại, muốn đưa đẩy những con người nhỏ bé của đời thường lên vai "anh hùng"! Mà con người hình như luôn tìm hạnh phúc nhưng lại thường muốn làm anh hùng, thời thế không tạo anh hùng thì anh hùng tạo thời thế vậy. Khi bàn đến tiểu thuyết lịch sử của A. Dumas, có nhà phê bình đã nói "Người ta có thể hiếp lịch sử nhưng với điều kiện có thể sinh cho lịch sử những đứa con đẹp đẽ!" có thể vì chính Dumas đã viết với quan niệm rằng lịch sử là cái đinh để ông treo hết tập tiểu thuyết này đến tập khác!

Nếu *Chiến Tranh Và Hòa Bình* của Tolstoi là bộ tiểu thuyết muốn cạnh tranh với lịch sử, một lịch sử đang âm ỉ vận động, đang hoặc sắp hình thành - nói như các nhà Mác-xít sau đó, với chất liệu lịch sử, thì *Sông Côn Mùa Lũ* muốn cho lịch sử một số ý nghĩa nào đó. Yếu tố tiểu thuyết giúp người viết đưa ra những giả thuyết để tra vấn và không hẳn dễ có câu trả lời. Nguyễn Mộng Giác nói đến Ác để đề cao cái Thiện. Ông có dự phóng đảm bảo người đọc về nội dung và chiều hướng lịch sử, nhưng thực ra không gian của Sông Côn Mùa Lũ muốn làm sống lại lịch sử với chủ ý, chủ quan hơn những tiểu thuyết lịch sử trước đó. Sông Côn Mùa Lũ tiểu thuyết hóa giai đoạn anh hùng của Sông Côn.

Với Nguyễn Mộng Giác, người đọc như phải bơ vơ trước bề dày lao đao bấp bênh của lịch sử. Thế hệ trẻ như Lan Cao trong *Monkey Bridge* (7) cũng còn vang vọng tiếng nói ý thức và lương tâm chung này. Gần năm trăm năm loạn "quí tộc" đó đầy những lãnh chúa giàu tham vọng nhưng rồi thất bại (Trịnh Sâm, Trịnh Tông, Trương Phúc Loan, Nguyễn Nhạc,...), những vua hụt, chúa suýt, những tướng lãnh, hoàng tộc đầy tham vọng mà hậu vận cũng không khá (Đặng Thị Huệ, Nguyễn Hữu Chỉnh, Vũ Văn Nhậm, Ngô Thì Nhậm,...): họ là những phản diện của Nguyễn Huệ,... những quỉ ám, ta-bà bên cạnh những anh hùng đăng quang đầy quyền uy mà rốt lại anh hùng hôm trước hôm sau cũng bại suy, tả tơi! Muốn thoát cái nhìn khô cứng một chiều của sử chính thức nhà Nguyễn, có nhà viết truyện lịch sử như muốn đối đầu, hoặc đã đánh nhanh rồi rút (!) như Nguyễn Huy Thiệp, Trần Vũ, Trần Nghi Hoàng, hoặc chậm rải nguyên tắc nhưng thâm sâu tâm lý nhị nguyên như Nguyễn Mộng Giác, hay muốn... đâu ra đó, nhiều bình diện, với tâm tình thất vọng với lịch sử hiện đại, thất vọng với loại lịch sử 'minh họa, phải đạo' của "nhóm" người đề cao anh hùng áo vải. Nhưng thiển nghĩ tất cả đều có tính cách thoát ly hiện thực, không thật sự dấn thân cho thực tại đất nước, chính ở chỗ chủ quan dùng chuyện xưa để sửa sai mà thiếu nối mạch với hiện thực và dự phóng! Dĩ nhiên, chúng ta đã sống qua những thời nghi ngờ của thế giới tiểu thuyết Balzac, thời của Kafka, thời "tiểu thuyết mới" rồi trở lại thời ngờ vực của "tân tiểu thuyết mới"! Để hiện thực hay dự phóng?

Dù lúc nào cũng có những người hoảng sợ trước bước đi của thời gian, trước những niềm tin đã bị lung lay, họ cần đến những nguồn tâm linh, thần linh, sau khi đã xa thần quyền - khoa học kỹ thuật khiến con người tự tin hơn trước những lực siêu nhiên - dù chưa thật sự khuất phục được thiên nhiên. Nghi ngại bước đi của lịch sử, con người có lúc ra mặt mạnh dạn đảm bảo sinh mệnh chung, cả trong thế giới tiểu thuyết! Hết còn là thời của loại tiểu thuyết truyền thần, ảo hóa, thần thành hóa, ảnh hưởng khuynh hướng của các ngọc phả và chí quái!

Nguyễn Mộng Giác đã có lần "tâm sự" bị tác động bới hoàn cảnh miền Nam và giới trí thức lúc ông viết, nhất là chương 90. Nhiệm vụ của một người viết tiểu thuyết nếu có theo ông là *phức tạp hóa những điều tưởng là đơn giản, để người ta nhớ rằng con người, đời sống là cái gì mong manh dễ vỡ, phải cố gắng thông cảm với những tế vi phức tạp của nó, nhẹ tay với đồng loại những lúc bất đồng, kiên nhẫn với những yếu đuối khó hiểu...*" (8). Chính văn hóa đã cách biệt văn và sử, và tiểu thuyết lịch sử đã thành "tâm sử"! Nguyễn Du, Nguyễn Đình Chiểu,... ngay cả Kim Dung, đều dùng chuyện xưa để lồng tâm sự người sau, nhưng tại sao các tiểu thuyết gia lại cứ chọn Napoléon, Nguyễn Huệ và một số "sử gia" như ông Văn Tân thích so sánh Nguyễn Huệ với Napoléon? Phải chăng thời đại và triều đại hai nhân vật này đã làm đổ bức tường giai cấp trí thức, khiến giai cấp dân giả có kinh nghiệm sống, nổi bật bởi những biến cố lịch sử tức đem lại ý nghĩa cho lịch sử, cho bước đi của lịch sử? Những thời thái bình Trần Thái Tông, Lê Thánh Tông,... không gây được một kinh nghiệm lịch sử đáng kể? Hay "bản sắc" văn hóa Việt Nam đã đi đôi với kinh nghiệm chiến tranh? Mấy trăm năm nội chiến và phân tranh phải có biến cố ba anh em Biện Nhạc ở Qui Nhơn và nhất là phải đi đến Nguyễn Huệ như một thiết yếu lịch sử. Nguyễn Mộng Giác đã đi vào con đường ý thức hệ và quan niệm xã hội để cắt nghĩa những hiện tượng lịch sử. Ông xem Nguyễn Huệ như một hậu quả tất nhiên của xã hội chính trị thời đó, để rồi tán dương một cách dễ tính, theo thời.

Trước ông, Lương Đức Thiệp của nhóm Hàn Thuyên đã cắt nghĩa thất bại của nhà Tây Sơn: "*Xã hội Việt Nam thời ấy cũng tương tự xã hội Pháp về thời Nã-phá-Luân (đầu thế kỷ thứ XIX) trong nhiều tính cách. Sau cuộc Cách mạng tư sản dân quyền (Révolution bourgeoise de 1789), xã hội Pháp làm sân khấu cho hai khối lực lượng gần ngang nhau xung đột: một bên khối tư sản vừa chiến thắng ở cuộc cách mạng đảo Phong kiến xong, nhưng chính quyền chưa nắm được vững trong tay, một bên thợ thuyền và một số nông dân cùng nổi dậy định cướp chính quyền. Hai khối ấy đương đầu nhau nhưng chưa bên nào thắng bại hẳn. Giữa tình trạng xã hội phân tranh này, Nã-phá-Luân nhảy lên sân khấu chính trị đóng vai trò trọng tài, tựa trên quân lực và sắc lệnh mà cai trị. Nếu khối tư sản quá mạnh, Nã-phá-Luân lấy lực lượng của thợ thuyền và nông dân chọi lại (...) để giữ thăng bằng cho hai khối lúc nào lực lượng cũng tương đương nhau. Song tình thế chông chênh này không kéo dài mãi được và muốn giữ vững chính quyền, Nã-phá-Luân phải chinh phục Âu-châu để lấy chiến thắng bên ngoài mà cứu gỡ địa vị chông chênh ở trong nước (...). Nhưng khi bị thua trận tại nước ngoài, địa vị của Nã-phá-Luân ở trong nước cũng lung lay*" (9). Lương Đức Thiệp nghi ngờ việc xông pha chiến trận sau đưa đến chiến thắng Đống Đa có tính cách bonapartiste, sau khi đã bị nông dân và nho sĩ hết ủng hộ! "Triều đại Tây Sơn trút đổ là một lẽ tất nhiên của lịch sử". Dĩ nhiên đây cũng chỉ là một cắt nghĩa!

*

Thể loại tiểu thuyết lịch sử đã tiến xa, theo con người Việt Nam sau những năm dài phân tranh chia rẽ, trở thành phức tạp, không thể đơn sơ! Đa số minh họa lịch sử, rất ít thành công văn chương. Thất bại vì cắt nghĩa, 'ăn có' theo mẫu, mà không độc đáo hóa nhân vật nhất là nhân vật phụ, hoặc không thật có kỹ thuật văn-chương. Tolstoi đã làm ngược lại và đã thành công với Koutousov; vì chính những nhân vật phụ, những hoàn cảnh dã sử, ngoại sử giúp người viết giải quyết nhiều vấn nạn lớn mà chính sử không thỏa mãn! *Sông Côn Mùa Lũ* có chất tiểu thuyết nhưng tổng thể lại là một văn liệu về những khám phá mới về Nguyễn Huệ và chưa đủ sâu đa diện văn hóa Việt. Tác giả muốn làm chủ tình hình, lịch sử, và vì yếu tố tác giả cùng gốc địa lý với những anh hùng trong *Sông Côn Mùa Lũ* thành ra cưỡng ép. Tựu trung câu hỏi ở chỗ lịch sử, văn hóa thời của lịch sử hay của hôm nay soi nhìn lại? Quá khứ thẩm nhập vào đời sống thành văn hóa, thành nếp,... thành hiện tại!

Về phía sử, gần đây trong và ngoài nước có những tư liệu và suy nghĩ mới về Nguyễn Huệ như Nguyễn Gia Kiểng dựa theo tài liệu các thừa sai ngoại quốc có mặt hoặc nghe nói về chiến thắng Đống Đa, đã "khoa học" lại những con số đã được lịch sử rộng rãi đưa ra rồi được một chế độ vì hợp thuyết nên đã tiếp tục thần thánh hóa. Theo ông, sự tôn vinh Nguyễn Huệ khởi từ Hoàng-Lê Nhất Thống Chí, một nguồn tiểu thuyết và thiên vị, và nguồn "sử" của cụ Trần Trọng Kim khi viết *Việt Nam Sử Lược*, cụ vốn dị ứng với nhà Nguyễn Gia-Long. Còn "Hà-Nội" vì mục đích chính trị "cách mạng vô sản". "*Thần tượng Nguyễn Huệ thiên tài quân sự, anh minh sáng suốt và nhân nghĩa chỉ là một sự xuyên tạc lịch sử có dụng ý*". Chuyện chiến thắng "đập tan" 29 vạn quân Thanh, theo ông chỉ khoảng sáu ngàn, và Đống Đa chỉ là một trận "nhỏ". Cũng theo ông, "anh hùng áo vải cờ đào" Nguyễn Huệ thật ra chỉ là một thảo khấu hiếu chiến hiếu sát, tàn ác cả với anh và thuộc hạ (10). Chuyến ra Bắc đánh quân Thanh mùa xuân năm 1789 bị nghi ngờ không thể tiến hành trong 20 ngày mà phải mất 40 ngày vì tình trạng đường xá thời đó, cũng như chuyện hai người lính cáng một người ngủ thay nhau để tiến quân cho nhanh. Ai cũng phải công nhận có chiến thắng (kể cả vua nhà Thanh) nhưng nên bỏ bớt những chi tiết thần thánh hóa người hôm nay khó tin! Cũng Nguyễn Gia Kiểng trong một bài viết khác, "Để lịch sử đừng lập lại" (11), "biện luận" (chữ của chính ông) rằng Tây Sơn là "loạn quân, một đám loạn quân thuần túy, cai trị một cách tàn bạo để rồi sau cùng cũng bị tiêu diệt một cách tàn bạo" như muốn phá hủy huyền thoại "anh hùng áo vải" Nguyễn Huệ, thuyết của tập đoàn cầm quyền ở trong nước hiện nay! Trong nước, nhiều năm sau "cởi trói" văn nghệ, giới sử học bắt đầu kêu gọi viết lại lịch sử và đặt lại, nhận định lại một số sự kiện và biến cố lịch sử như thời đại Hùng Vương, chiến thắng của vua Quang Trung, chế độ chiếm hữu nô lệ, niên đại văn bản hiện nay của bộ Đại-Việt Sử-Ký Toàn-Thư (12). Rồi những cái nhìn lại "chính ngụy" của các triều đại Hồ Quí Ly, Mạc Đăng Dung,... Ngoài nước, một số người viết khác như Lê Minh Hà cắt nghĩa hoặc nhìn lại lịch sử hoặc chuyện xưa theo quan điểm, kiến thức giải phóng phụ nữ hôm nay! Hoàng Khởi Phong, Nguyễn Thị Thảo An thì nổ lực xét lại lịch sử để mà đề cao, tiếc rẻ, thương cho người xưa (Hoàng Hoa Thám, Tôn Thất Thuyết, Kí Con, hoặc Nguyễn Trường Tộ)!

Nói chung, truyện dựng trên nền lịch sử hay ngoại sử, các tác giả gửi gấm tâm sự, "làm lại" lịch sử, phê bình các triều đại. Thường các tác-giả đưa ra *cảm nhận về lịch sử* của họ! Có thể họ viết về con người hôm nay hoặc là một cách đi tìm đạt cái Chân Thiện Mỹ, cái thẩm mỹ văn chương. Kiêng ky, có tác giả dùng những phương pháp "phúng dụ", sử-dụng những ký hiệu, những hình ảnh tương phản, mà là như cuộc đời, có người vượt được "dư luận" thông thường để hiện thực hóa anh hùng hoặc nhân vật lịch sử: một Gia Long, Nguyễn Huệ "tầm thường" trước đàn bà, trước cái đói. Sử quá thần thánh hóa khiến người đọc đâm ra nghi ngờ, suy từ chế độ ra, suy từ những đen trắng cuộc đời. Nhưng có những nguy hiểm đánh giá sai lạc nhân vật và sự kiện lịch sử, chủ quan đến quá đà, vì lý do chính trị hay không can đảm hiện thực đã đem tình dục vào các truyện lịch sử, gán cho các vua chúa và nhân vật lịch sử những hành vi, ngôn ngữ của người hôm nay, không tham chiếu, không sử liệu. Hay phải để cho văn chương chủ quan, quá đà, tự do? Cũng được đi, nếu nhân vật tiểu thuyết không cùng tên tuổi với nhân vật lịch sử; không được, vì chính tiểu thuyết lịch sử đã sử-dụng lịch sử!

Tiểu thuyết lịch sử Việt Nam qua nhiều giai đoạn của thế kỷ đã chứng tỏ thực sự là viết về con người thời đại, so với hiện thực là cái thấy, cái hiện sinh, cái có đó, cái gây cảm xúc, nhận thức. Nhưng rồi ra hiện thực cũng chỉ là một ảo tưởng có khi chết người, vì phải qua lăng kính, cách nhìn. Mặt khác, tiểu thuyết lịch sử cũng được dùng để nói đến thảm trạng người trí thức chí lớn, luôn thao thức, lỡ thời, không được trọng dụng hay có công không được đền bù xứng đáng: Nguyễn Trãi, Nguyễn Du, Nguyễn Trường Tộ,... cũng là bi kịch của dân tộc! Nói bi kịch xưa để thật sự nói đến bi kịch thời nay dù phần nào đã có khác khi người trí thức nay luôn thiên vị, khác người và dễ bị rơi vào thái độ "tháp ngà", dễ bị thiêu hoặc gãy bút! Tiểu thuyết lịch sử trở thành di chúc của những oan hồn, buộc người đọc phải dừng lại nhiều giây phút để nhìn sâu vào tâm tưởng nếu có của lịch sử và dân tộc. Như thế, lịch sử không bao giờ tự khép lại chỉ có thể được khép lại bằng những nỗ lực chân chính của tất cả! Khẳng định hay phủ định biết chuyện lịch sử đều chỉ là những mơ hồ, tương đối, đối đầu mới là một vấn nạn lớn. Nhà văn một khi sử-dụng chất liệu lịch sử hay tham chiếu người xưa là đã có trách nhiệm phải nói ra!

Hơn nữa các tiểu thuyết có thể trùng đề tài, câu chuyện, nhưng dấu ấn sáng tạo lúc nào cũng thiết yếu. Việc viết lại lịch sử dưới hình thức tiểu thuyết có những điều kiện bó buộc, như đã phân tích. Hiện tượng liên-văn-bản lộ rõ trong thể loại này, vì sự lập lại và trùng hợp giữa các tiểu thuyết và lịch sử và với người đọc, sự liên tưởng và so sánh luôn ám ảnh hay cám dỗ khi đọc các văn bản của thể loại này. Nếu tác giả không để lại dấu ấn sáng tạo thì sứ-điệp, diễn văn và ngụy biện của tác giả sẽ trở thành yếu tố chính. Thuyết về liên-văn-bản từ Mikhail Bakhtine qua Julia Kristeva đến Gérard Genette cho thấy có những liên hệ giữa các tác phẩm trước sau, áp dụng vào tiểu thuyết lịch sử còn cho thấy có những đằng sau, bên cạnh, có khi trở thành thiết yếu để hiểu một tác phẩm. Tại sao viết, tại sao là người viết đó mà không là người khác và tại sao ở vào một thời lại xuất hiện nhiều tiểu thuyết lịch sử như hiện nay?

Mặt khác, tiểu thuyết lịch sử đối chọi với *khuynh hướng lãng mạn*, ở Pháp thế kỷ XIX cũng như ở Việt Nam hiện nay. Khi Khái Hưng, Lan Khai lãng mạn lịch sử thì văn học Âu-châu đã đi vào biện chứng và khi Nguyễn Mộng Giác thần thánh biện chứng, lý tưởng hóa thì người trí thức đang trở lại không tương nhượng sau một thời "mất giá"! Lãng mạn tự nhiên hay vì địa-phương (não trạng lệ làng và thần hoàng) hoặc lãng mạn hiện thực, tranh đấu, đều đã bị tiểu thuyết lịch sử đối nghịch. Một bên trốn tránh sự thực, một bên dùng tiểu thuyết để tìm sự thực, đương đầu với sự thực lịch sử hay thực tại! So với sử gia, người viết tiểu thuyết lịch sử thành công hay không là ở tài năng riêng, tài vẽ, biết sử-dụng những sắc màu làm nổi nguồn gốc của sự kiện; ở cái tài vạch ra những bí ẩn của tâm hồn con người, nhân vật lịch sử, những tâm hồn với những biến chuyển cao thấp mà nhà viết sử thường phải bỏ qua, ở cả tài thi vị hóa, tiểu thuyết hóa những nhân vật lịch sử. Nhân vật lịch sử cần "sống", tiếp tục sống sau khi người đọc gấp sách, khác với nhân vật sử đã được đồng thuận bởi thời gian và lịch sử, hay bất hạnh thay, bởi "tập thể"... cá lớn! Tuy nhiên nhân vật lịch sử phải ở lại tầm thước con người, chứ không thể ngự với thần thánh khiến con người phải với cao mới đến! Những phá hủy "huyền thoại" bên cạnh chiến thắng Đống Đa của Nguyễn Huệ gần đây cũng trong ý nghĩa này thôi! Nếu sử gia không nhận tham chiếu những huyền thoại lập quốc, thì cũng không thể thêu dệt huyền thoại chung quanh những nhân vật lịch sử!

Khi đề tài được "yêu thích" của các tác giả vẫn là thời nội chiến năm trăm năm, phải chăng các tác giả muốn nhấn mạnh đến nội chiến, phân tranh,... mà nay hình như đã trở thành "cá tính" văn hóa của người Việt! Hay cần một "thống nhất" đúng nghĩa chứ không phải thống nhất kiểu triều Nguyễn Gia Long, kiểu 1976, mà không cả kiểu Quang Trung vì không lâu là một, nhưng thứ nữa, ngay ba anh em còn chưa "thống nhất" nói chi đến thống nhất trăm họ! Mộng tranh bá đồ vương, cái ngã quá lớn. Mạng người không ra gì, cả thân tín và quan tướng cho mình, chỉ là những con cờ muôn thuở! Sử và văn sử về năm trăm năm phân tranh và chinh chiến cho thấy đa số vua chúa, lãnh tụ đều hiếu sát, hiếu chiến, tự ngã và tàn nhẫn trong khi cái ác kéo dài, cái Thiện hiếm hoi hoặc ngắn ngủi!

*

Tự bản chất, văn chương thường đi đôi với dị thường, huyền

ảo, ngoạn mục và bất ngờ. Từ những thập niên đầu thế kỷ XX, thêm những triết lý mới về lịch sử, đề cao sức mạnh và vai trò mới của tập thể, quần chúng, "nhân dân", đưa đến việc tô màu những nhân vật anh hùng "bậc trung", chìm trong đám đông vô danh hay từ đám đông trỗi vượt lên: những nhân vật của Walter Scott chẳng hạn. Những nhân vật phụ của lịch sử "thật" trở thành chính trong các tiểu thuyết lịch sử mới. Những phiêu lưu tưởng tượng được gán cho nhân vật lịch sử. Hoặc cho những nhân vật của tiểu thuyết đóng những vai tượng trưng và gương mẫu.

Ngay con người bình thường cũng mang sử tính, ở họ cũng đầy bi kịch và vấn nạn! Kịch tính có thể đi với hiện đại hóa khi dựng những nhân vật lịch sử nhưng có hiểm nguy lãng mạn hóa, dễ tha hóa nhân vật và cả lịch sử - điều mà người mác-xít rất sợ và đã phải cảnh giác luôn (13)! *Chiến-Tranh Và Hòa-Bình* của L. Tolstoi đã được nhắc nhở nhiều đến nay có thể vì đã đi từ truyền thống W. Scott qua Pouchkine và Balzac tức đã không bị lãng mạn của V. Hugo và Vigny quyến rũ. Khởi hứng từ triết lý cách mạng Pháp, nhưng Tolstoi đã khởi từ những hiện thực của xã hội của thời đại ông, từ những con người thường, từ những cải cách nông nghiệp 1861 đến cách mạng 1905 trên đất nước ông, mà tiếng pháo trận của Napoléon chưa xa lắm, mới vừa trên 50 năm!

Khi văn chương không có đất để bành trướng tự nhiên như dưới các chế độ độc tài, lúc đó nảy sinh những lý thuyết vụ hình thức như thuyết cấu trúc, cả biện chứng pháp và duy vật sử quan. Thật vậy khi có tự do, nhà văn không cần phải trốn trong tù ngục của hình thức tác phẩm mà người đọc cũng không cần chặt ý tác giả, suy diễn sứ điệp nhiều khi chẳng có! Có tự do, văn chương phức tạp tự nhiên, vẫn là trò chơi con chữ nhưng bám chặt toàn thể hiện hữu của nhà văn hơn! Mỗi lần có những chống đối, phê phán, là vì những vấn đề chung của tiểu thuyết lịch sử thực hay hư, có văn chương không hay chỉ là sách truyện chơi "rẻ tiền". Lịch sử càng xa, người đọc càng khó tính đòi sự thực. Ngày càng nhiều tiểu thuyết lịch sử lên màn ảnh, sân khấu kịch, sống mạnh vì hình như con người có một kích thước lịch sử, dù duy tân, thích tân, vẫn thích vay mượn quá khứ (Bản Tuyên ngôn Độc lập 9-1946 chứa mấy câu của Jefferson).

Đến với quá khứ như nguồn tư duy và hứng cảm cho con người thời đại! Nhưng lại nhậy cảm! Thời 1954-1975 hoặc 1975-2000 chưa đủ xa, chưa thấm phán xét của thời gian, dù sao cũng hãy như cấm ky, dễ trượt vỏ chuối chết người, mìn bẫy hình như sót lại còn hơi nhiều nhất là những mảnh mìn trong tâm hồn và tham vọng. Thành ra người ta thích đổ xô viết hồi ký hơn, chủ quan và tự ngã tha hồ, thực tâm có mà tà ý cũng đầy! Thành thử tốt hơn nên theo vết người xưa, như Nguyễn Du viết chuyện Gia Tĩnh nhà Minh, Nguyễn Đình Chiểu nói chuyện Tây Minh,...

Dù biết tình trạng lý tưởng chỉ khi chúa thượng, ta bà, được tự do cho phiêu lưu vào tiểu thuyết, không phải theo chỉ thị hay ý của "lãnh đạo", nghị quyết! Bao cấp và bảo thủ bị động cho nên mới có phương hướng nhiệm vụ thứ năm của Đại hội Nhà văn tháng 4-2000 như một việc cấp thiết cho tình thế mới! Trong nước do đó không thể đi xa vì điều khoản 4 điều 22 luật xuất bản (19-7-1993) vẫn như thanh kiếm Damoclès treo lơ lững trên đầu người viết: "nghiêm cấm các xuất bản phẩm có nội dung 4- xuyên tạc lịch sử, phủ nhận thành tựu chung, xúc phạm vĩ nhân, anh hùng dân tộc, vu khống, xúc phạm uy tín của tổ chức, danh dự và nhân phẩm của nhân dân". Trong hoàn cảnh đó, không nên đem Chiến Tranh Và Hòa Bình của Tolstoi ra so sánh, chờ đợi, vì hoàn cảnh khác, một bên ngoại xâm, một bên nội chiến, một bên khói súng vừa tắt ngấm 50 năm sau, một bên đã hai thế kỷ với nhiều triều đại cấm ky và nhiều chủ nghĩa ngoại lai, hòa chưa có mà bình cũng chẳng thấy!

Một khía cạnh khác cần xét là *người viết tiểu thuyết lịch sử là sĩ hay trí?* Chúng tôi đã có dịp bàn trong bài viết về bộ *Người Trăm Năm Cũ* của Hoàng Khởi Phong (14). Mai Thảo trong một ghi-nhận văn học cuối năm trên giai-phẩm *Văn* tháng 1-1975 đã đồng ý với Thanh Tâm Tuyền rằng "nhà văn là kẻ nói dối" khi nói về trò chơi chữ nghĩa, nhà văn ẩn náu trong chữ nghĩa hắn vì *"văn-chương tự thân là một giả vấn đề, chữ nghĩa, một đánh lừa người"* (15). Như vậy người viết tiểu thuyết lịch sử có dối trá, ngụy biện thì đâu có khác gì những biện giả thời Khổng tử và cả thời Chúa Jesus bên Trung-đông cũng như những tu sĩ giả hình chung quanh chúng ta?

Các tác giả tiểu thuyết lịch sử có thể hiện đại hóa, biến hóa ngôn ngữ, nhân vật,... nhưng có thể nào tin tưởng họ có thể nói lên "tâm hồn" của cả một dân tộc? Con người hôm nay khoa học, mất gốc, xa dần những huyền thoại về nguồn gốc, lại muốn tìm lại gốc gác, nguyên tủy văn hóa qua tiểu thuyết lịch sử? Xét cho cùng, tiểu thuyết lịch sử hay lịch sử, văn hay sử, rồi ra cũng là trò chơi của con người, của giải mã và nhất là thuyết phục! Mở ra cho thế hệ tương lai, phải bỏ ám ảnh của quá khứ, lịch sử, chánh tà, v.v., người viết tiểu thuyết lịch sử mới có thể thành công để lại cho đời những tác phẩm văn chương lớn!

18-9-2000+

Chú-thích

Bài trích lại từ nghiên cứu "Về tiểu-thuyết lịch-sử", đã đăng ở giai-phẩm *Chủ Đề* số 4, mùa Đông 2000 và in lại trong *Văn Học Việt Nam Thế Kỷ XX: Một Số Hiện Tượng Và Thể Loại* (2004).

1. Nhà Nam Giao khi xuất bản đổi tựa là *Bóng Thuyền Say*. X. Nguyễn Tử Năng. "Tiểu thuyết Đường Một Chiều của Nguyễn Mộng Giác và sự tuyển trạch của trung tâm Văn Bút..." (*Văn Học* (SG), 197, 1974, tr. 75-82); Hoàng Ngọc Tuấn (*Thời-Tập*, 15, 30-11-1974; *Bách Khoa* số IV-XIX, 20-12-1974); Nguyễn Quốc Trụ (*Thời Tập*, 18-19, Xuân 1975, tr. 117); Thế Nhân (*Bách Khoa* số R*, 11-1974).

2. Nguyễn Mộng Giác. *Sông Côn Mùa Lũ*. Hà-Nội: NXB Văn học; Trung tâm Nghiên cứu Quốc học, 1998. 2008 tr. (4 tập. Mai Quốc Liên giới thiệu, Đỗ Minh Tuấn viết Tựa bìa). Chúng tôi sử-dụng bản do nhà An-Tiêm xuất bản (Los Angeles, CA. 1990-1991), 1942 trang truyện.

3. Lukács, Georg. *The Historical Novel*. Lincoln: University of Nebraska Press, 1983. p. 24.

4. Chiến dịch lên án và triệt hạ văn nghệ sĩ và trí thức miền Nam Cộng-hòa đã bắt đầu ngay từ đầu tháng 5-1975. Một ban thanh lọc văn nghệ phẩm do Trần Bạch Đằng và Lữ Phương thứ trưởng Văn hóa cầm đầu với các trưởng tổ Vũ Hạnh, Huỳnh Văn Tòng, Châu Anh (về phía nhân viên có Minh Quân, Tường Linh, Thu Mai, Nguyễn Sỹ Nguyên, Giang Tân, Hồ Trường An, v.v.). Họ đã xếp toàn bộ văn nghệ phẩm vào 6 loại. Đến ngày 20-8-1975, Lưu Hữu Phước, bộ trưởng Thông tin văn hóa của chính phủ Cách mạng Lâm thời Cộng hòa Miền Nam công bố Nghị định cấm lưu hành sách báo xuất bản tại miền Nam và đồng thời công bố danh sách 56 tác giả bị cấm. Đợt hai của chiến dịch thanh toán "bọn văn nghệ sĩ phản động" khởi đầu sáng 3-4-1976, hai ngày sau vụ nổ công viên con rùa đường Duy Tân: công an lùng bắt hầu hết văn nghệ sĩ và trí thức. Đến tháng 3-1981, nhà cầm quyền lại ra hẳn một cuốn danh-mục sách và tác giả cấm lưu hành gồm 122 tác giả với toàn bộ tác phẩm bị cấm. Và theo Hoàng Hải Thủy, năm 1976 trong các khóa 'bồi dưỡng chính trị', nhà văn Nguyễn Mộng Giác đã tình nguyện làm thư-ký Tổ Thơ Văn cho Vũ Hạnh ("Mắt mù, tai điếc". Saigon Nhỏ, 15-5-2009, tr. A3-5).

5. *Hoàng-Lê Nhất Thống Chí*. Bản dịch Ngô Tất Tố (Sài-Gòn: Phong-trào Văn-hóa tb, 1958), tr. 104 và 103.

6. Phạm Văn Sơn. *Việt Sử Tân Biên*. Sài-Gòn: Tác giả xb, 1961; Đại-Nam tb, q. 4, tr. 247. Thù oán và phong thủy khiến Nguyễn Ánh cũng không hơn gì, do đó mà nay không còn mồ mả anh em Tây Sơn và cả vua Cảnh Thịnh.

7. Lan Cao. *Monkey Bridge*. New York: Viking, 1997. 260 p.

8. Nguyễn Mộng Giác. "Nhìn lại những trang viết cũ". Văn Học CA, 167, 3-2000, tr. 34-57.

9. Lương Đức Thiệp. *Xã Hội Việt Nam: Việt Nam Tiến Hóa Sử* (Sài-Gòn: Hoa Tiên tb, 1971), tr. 66-67.

10. "Phải chăng nhân vật Nguyễn Huệ qua lịch sử đã được tôn vinh quá lố?" *Ngày-Nay* (Houston) 377, 1-11-1997, tr. B3-4; "Về một vấn đề lịch sử", *Thông Luận*, 108, 10-1997). Sau in trong *Tổ Quốc Ăn Năn* (Paris, 2001), tr. 149-185). Ngược lại, có những biên khảo như *Nhà Tây Sơn* của Quách Tấn và Quách Giao (Tp HCM: Trẻ, 2000. 215 tr.) lại huyền thoại và thần

thánh hóa cuộc đời anh em Nguyễn Nhạc và cả những thuộc-tướng!

11. *Thông Luận*, 137, 5-2000.

12. Tranh luận chung quanh cuốn Đối-Thoại Sử Học của Bùi Thiết và sáu tác giả (Hà-Nội: Thanh Niên, 2000. 518 tr.). Và quanh thuyết về 2 hoặc 5 ngàn năm văn hiến, để Minh họ Nguyễn, v.v. X. *Thực Chất Của Đối-Thoại Sử Học*. Hà-Nội: Thế Giới, 2000. 417 tr.

13. Lukács, G. Sđd. Lukács tỏ ra độc tài lý luận khi nhận vơ tiểu thuyết lịch sử vốn phải là cách mạng, đề cao vai trò quần chúng, vì theo ông cuộc cách mạng từ 1789 đến thất bại của Napoléon là những kinh nghiệm sống thật của đại chúng (mass experience, tr. 23). Cho nên ông phản đối ảnh hưởng của lãng mạn tức của giới quí phái và tiểu tư sản phản động. Ông nặng nề phê phán E. Erckmann và A. Chatrian khi viết về Cách mạng Pháp đã sai lầm chính trị rơi vào cái bẫy vinh danh dễ dàng sự hồn nhiên thuần túy của quần chúng (tr. 206-220). Ngày nay người ta phê ông lợi dụng lịch sử cho ý thức hệ!

14. Xem phân tích ở cuối bài về "Gánh nặng lịch sử qua *Người Trăm Năm Cũ* của Hoàng Khởi Phong" trong cùng tuyển tập này.

15. Tạp-chí *Văn* SG, 1-1975, tr. 20.

Nguyễn Nam An

Sinh ở Đà Nẵng. Đôn quân tháng 3, 1973. Sau tháng 4, 1975 đi học lại ở Mỹ và bắt đầu viết. Đã cộng tác với tạp-chí *Nhân Văn, Việt Chiến, Bút Lửa, Việt Nam Hải Ngoại, Văn, Văn Học, Hợp Lưu, Thế Kỷ 21* qua các bút hiệu Nguyễn Nam An, An Phú Vang, Dương Nổ, Bùi Ân.

Tác phẩm đã xuất bản: các tuyển thơ *Tôi Chim Ngủ Đậu Cành Xanh* (San Jose CA: Nhân Văn, 1996); *Thức, Buồn Chi* (Nhân Văn, 1996); *Biển Thuở Chờ-Ai* (Văn, 2000); *TiCi* (Tân Thư, 2000); *Hoá Ra Lần Cuối Em Buồn Nghỉ Chơi* (QuyênBook, 2001), *Anh Biết Đà Nẵng Qua Mây* (chung với Dương Nổ và Bùi Ân; QuyênBook, 2013), và tập truyện *Tiểu Triệu Minh* (QuyênBook, 2005).

*

Thơ Nguyễn Nam An đã đến với người đọc từ nhiều năm nay; riêng với chúng tôi, những Hòa Ninh, Nam Ô... trong thơ anh đã khơi dậy ở người đọc chúng tôi một thời rất tiềm thức xa xôi từng có mặt ở những nơi chốn đó, v.v.; những hình ảnh phượng tím, những hàng khuynh diệp của Irvine đã trở nên gợi hình đến làm ray rứt người sống đời tha hương; những tiếng đạn pháo của cuộc chiến, những chuyến hành quân ở nhiều địa danh quen thuộc của Vietnam War,... làm sinh động lại những sống sót rùng rợn, hiểm nghèo trong tâm khảm ký ức tôi - những kỷ niệm đã có người muốn quên, đã xem như tiền kiếp! Qua thơ Nguyễn Nam An - cũng như thơ truyện một vài cây viết trẻ khác, người đọc có thể đọc cho mình, cảm cho chính mình. Tình tứ, tư duy, hình ảnh, nơi chốn của Nguyễn Nam An có thể đã thân thiết với người đọc! *Tôi Chim Ngủ Dậu Cành Xanh, Thức, Buồn Chi* rồi *Biển Thuở Chờ Ai* và *TiCi* đã để lại nơi chúng tôi nhiều ấn tượng và cảm xúc sẽ thử ghi lại ở đây!

Trước hết, tôi có cảm tưởng Nguyễn Nam An và chúng tôi tuổi tác có gần gủi và có cái tương đồng đã sống một cuộc đời chưa... đủ trên đất nước quê hương, nói cách khác, sống ở xứ người lâu dài hơn trên quê hương mình! Bốn tập thơ của Nguyễn Nam An là những bản "đồng dao" vừa là "tuyên ngôn" của một thế hệ bị... nướng, không tiếng nói, thế hệ "bắt trẻ đồng xanh" - nếu có thể dùng lại ý và chữ của J.D. Salinger ở đây (Thật ra *Catcher in the Rye* là những va chạm thế hệ và với phái nữ trong hành trình đời của anh chàng Holden Caufield, ở một nước Mỹ nhiều độc đoán ý thức hệ và luân lý thời sau thế chiến hai):

"(...) Ước gì tuổi xanh xa đó
Trở về anh chạy theo chơi..."

(Theo Chân Xuống Phố).

Tuổi xanh, tháng xanh, cành xanh,... chiếm nhiều trang thơ của Nguyễn Nam An nhất là trong tập *Tôi Chim Ngủ Đậu Cành Xanh*: "*Trả lại cành xanh tháng ba thức dậy / Còn lại gì trời đất rộng, chân đi*" (Trả Lại Cành Xanh); "*Nhớ trăng trên cành xanh / Đẫm sương thành phố lạ*"; "*Neo tình trên những cành xanh*" hay "*Nghênh ngang đầu núi cành xanh nhớ gì*", v.v.

*

Hành trang vào đời thường bắt đầu bằng tình ái. Thật vậy, tình yêu chiếm nhiều trang nồng nàn sự sống của Nguyễn Nam An, và chắc đã chiếm hết trang tiểu sử, hết cả chỗ riêng của bản thân nhà thơ. Tình suốt đời, suốt ngày tháng, nơi mái trường, trên đường hành quân, trên đường đi, ở ngọn đèn đỏ lưu thông cuối đường, những con đường một chiều, hai chiều, khi đổ xăng, khi ngoài bãi biển,... Tình khởi từ Quế Sơn, Đà Nẵng, Phước Tuy, Xuân Lộc,... rồi theo chân lữ thứ đến những San Jose, Santa Ana,... Tình tháng Hai, tháng Ba, tháng Sáu, nghĩa là luôn luôn, bốn mùa. Ngày nhiều mưa, ngày thì mưa bụi, nghĩa là mưa mãi trong thơ:

"Tháng sáu trời mưa tay vừa hai vòng sắt
Tháng sáu nỗi nhớ thừa ngày cách biệt rồi đây
(...) Tháng sau có bàn tay thon gọi mỏi mòn, cứu rỗi
Từ tháng hai xanh về, tủm tỉm miệng xinh cười "

(Tháng Sáu)

"Mưa rớt trên nhành khuynh diệp" (Mưa, Có Chi Mà Lạ).

Không lạ, vì mưa nhiều ở Huế, những cơn mưa không còn tìm thấy ở Irvine, Cali, nơi mưa hiếm nên đất khô cằn và những con sông phơi lòng xi-măng, nhưng ở đó cũng có những hàng khuynh diệp thẳng tắp như ám ảnh đời:

".. Đêm bầy chim ngủ trên hàng cây khuynh diệp
Sáng hát gọi bầy về, tôi huýt gió tên quen... "

(Đêm Nhìn Trăng Ở Irvine)

"Xanh, xanh tóc của mùa trăng con gái
mướt hàng cây, đêm cuối xuống nhìn nhau
(...) hàng khuynh diệp nghiêng che hồn bỡ ngỡ
chạnh lòng quỳnh mi khép nhẹ tình đưa... "

(Khi Trở Lại Irvine)

"Đêm về chào lại Irvine
Chào con phố đứng chào ai đèn vàng
Đêm về chào tiếng xe vang
Trăng hàng khuynh diệp trăng vàng hiên em... "

(Đêm Về Trở Lại)

Vẫn California, nơi có những hàng phượng thắm, thắm một màu tím nơi xứ người, nhưng vẫn đỏ thắm trong trí nhớ, trong tim, trong từng bước đi nơi xứ người:

"Phượng ở công viên nở toàn hoa tím
Phượng xưa đỏ cành đã bỏ đi đâu
(,,,) Phượng ở Mỹ Châu, Phượng sầu hoa tím
Trống vắng lòng xe, trống vắng hiên che..."

(Phượng)

Phượng cũng là tên một người nữ! Của một thời trẻ đi vào tình yêu với những nụ cười, những liếc mắt đẩy đưa:

"Ở Lú có dấu bàn chân
Có tay thon ngón nợ nần gì nhau? " (Ở Lú)

Những người nữ một thuở nào ở Nam Ô, Xuân Lộc. Người *"tóc đemi-garcon ơi xinh, về nghênh ngang / Ngày đi ngày đi kệ ngày đi vội..."* (Một Ngày). Hay những Nga ở Sài-Gòn: *"Nga, mai ai mất ai còn / Vài tuần ứng chiến Sài-Gòn, chỉ em"* (Đêm Rời Sài-Gòn Hành Quân Xuân Lộc).

Tình sẽ buồn khi phải nhớ, phải nhắc từng kỷ niệm:

"Hình như đã lâu em không còn tới
Cũng hình như mưa ướt đất ướt trời
Tôi về bên sông làm chân cầu cỗi
Quàng thả tay người những sợi rong trôi..."

(Hình Như).

Nhắc chi chuyện tình năm năm *"Năm năm về qua đó / Quán trưa thuở hẹn hò / Chim xưa nằm dấu mỏ / Ngày xưa nằm co ro / Góc nào trong tim đó / Chốn nào chân đường trưa / Bụi nào trong mắt ngó / Thăm thẳm buồn cây đưa..."* (Trở Về Theo Mơ Qua). Những vần thơ tình đẹp. Và đẹp vô cùng những gì đã qua, đã mất, những hình ảnh dấu yêu!

Nhà thơ của chúng ta đa tình, nhiều sắc thắm của tình. Trong khi những cô gái ca dao tỏ tình qua đuôi mắt, thì sao các cô lại cứ nghinh nhà thơ:

"Chạy về đâu gót chân xinh
Đường xa nắng lửa mà nghinh nhau hoài
Ngày dài đôi mắt trên vai..."

(Những Ngày Dài Mùa Hạ)

"Cô nương này cô nương ơi!
Sao quên sách vở sao ngồi lặng thinh!
Sao buồn bỏ tập mà nghinh!
Sao! Sao! Không biết! Một mình đó đây..."

(Một Đôi Mắt Nhớ Về Nghinh Tôi Hoài)

Rồi nhà thơ thú *"Nhưng em, em ạ! Vì nghinh! Nhớ hoài"* (Cao Nguyên).

Hết mắt qua bàn tay, với những ngón tình nương thêm nỗi nhớ da thịt:

"Tay của tình em đỏ hồng trên lưng đã
Níu kéo anh bước xa trở lại khóc, chan hòa..."

(Tiếng Cu Gáy Bên Hàng Hiên)

Nếu nhà thơ Hoàng Lộc (*Qua Mấy Trời Sương Mưa*) có lúc tìm đến người xưa Chiêu Quân, Quỳnh Như,... để trút tâm tình, thì thế hệ

Nguyễn Nam An quen hơn những chuyện kiếm hiệp. Nhà thơ xin Cho anh trốn đời sống này đôi lúc dùng truyện kiếm hiệp để tỏ tình hôm nay:

"Khi Lệnh Hồ Xung cầm tay Doanh Doanh hỏi
Sao em không nhắc nhớ giùm để tôi nói yêu em
... Cô nương cô nương ơi tháng hai rồi tháng sáu
Tủm tỉm nụ cười xinh xin nương náu thêm lần
Anh tẩu hỏa nhập ma từ lần xa gặp mặt
Nên đời mình còn, xin đổi, để thương thôi...".

Những tinh nghịch với tình của Nguyễn Nam An khiến thơ anh rất trẻ:

"Quần jean và áo T-shirt
Em thay áo lụa vào thơ cũng ngầu..."

(Theo Nhau)

"Cô nương đôi lúc cô nường
Hôm nay cô giận cô buồn cô nương"

(Cô Nương Hai)

"Em mặc jean phố phường trẩy hội
Xe bóp kèn Phước Lộc Thọ vênh... "

(Thức)

Đẹp cũng đồng nghĩa với thử thách:

"Em, con gái đẹp thường lỗi hẹn
Vì yêu em, anh đang học "leo cây"...

(Chiều Đứng Đợi)

TiCi, người nữ được tặng cả tập thơ, cũng là cô nương nhỏ được chàng trân trọng, da diết trong nhiều trang thơ:

"Em-Bắc-Kỳ sinh trong Nam
Hành anh khốn khó thành hoang mang tìm
Em cười tủm tỉm và quên
Ngày đôi khi nặng đá mang qua đời..."

(Lục Bát Đầu Năm 2000).

Tình yêu với cô nương nhỏ có danh TiCi rõ nét qua những bài nhung nhớ cuối tuần mưa hay những bài hành đi về phương Nam, về lại Irvine,...! Lời tình nhỏ nhẹ, ngây ngô:

"Khi em vui núp vào thơ
Núp quanh núp quẩn núp vừa ngực anh
Để khi chân nhỏ về hành
Anh còn đôi mắt lộng quanh tiếng cười... "

(Em Nhỏ, Thời Anh Thương)

Khi phải... kể lể hay... xuống nước, nhà thơ xảo thuật với chữ nghĩa, với "từ" chẳng hạn:

"Từ tôi bỏ phố đi đâu đó... "

(Từ đêm Trở Giấc Nghe Cây Lá)

"Từ trăng núi trăng sông rồi trăng biển... "

(Từ Em)

"Em từ Walnut mưa bay",
... Em từ dáng nhỏ cô nương"

(TiCi)

Lời thơ tình như những bài đồng dao, những điệu ru tình. Nhiều bài thơ của Nguyễn Nam An dễ khiến người đọc hình dung anh thật nhiều hệ lụy với tình, có khi nhút nhát với tình, khi khác lớn tiếng với người tình, nhưng nói chung thơ anh đưa người đọc đến một chân trời dịu mát, nhiều hy vọng, nhà thơ tỏ nhiều lạc quan, kiểu thua mà không bao giờ nản, lại vui sống, tận hưởng cuộc đời!

*

Như với bao viễn khách hoặc kẻ lưu đày, quê nhà luôn là những ám ảnh khôn nguôi, trong đó có tuổi nhỏ đã mất - mà nếu chưa phải xa quê hương đã không quay quắt đến thế. Từ ngày *"Tôi bỏ tôi đi xa trường xa lớp / Xanh lá kiền kiền rợp bóng sân chơi... / Chào Đà Nẵng dấu yêu tình gởi lại / Chân về đâu ai biết được ngày sau"* (Đà Nẵng 73). Những hàng kiền kiền là ám ảnh quá vãng lớn của Nguyễn Nam An, vì chàng đã bỏ trung học Phan Châu Trinh, bỏ khung cảnh yêu dấu để nhập ngũ. Bóng cây sẽ theo chàng trên dặm đường lữ thứ: *"... Hàng kiền kiền ngày cúi xuống ưu tư"*

Thành thử nơi xứ người, nhớ nhung dễ khởi từ cây kiền trường xưa:

"Gởi cây kiền kiền năm xưa
Bây giờ nhớ lại trời vừa chớm thu

> *Ước gì đời nhẹ nhàng ru*
> *Để không thấy chú vào thu cúi đầu"*

(Gởi Cây Kiền Trường PCT)

Tuổi nhỏ cũng có nghĩa là thế giới hoa mộng, với những người bạn nhỏ: Thành "cồ", Từ Tâm, Trung Hậu, v.v.

> *"Đà Nẵng của tôi ngày mới lớn xa xôi*
> *biển, nắng, gió, tóc bay nghiêng vầng trán*
> *những chân đất, bãi cát vàng, bè bạn*
> *đêm tối nhìn trời mở rộng ngàn sao..."*

(Đà Nẵng)

Hay xa xôi hơn những kỷ niệm ngây thơ:

> *"Ngày xưa thơ dại trời mưa*
> *Bạn bè lối xóm tuổi vừa lớp năm*
> *Rủ nhau lội nước mưa dầm*
> *Chen chân máng xối tồng ngồng tắm mưa..."*

(Ướt Mưa)

Những người bạn mà nếu có những tái ngộ bất ngờ, cũng có nghĩa là thời hoa mộng đã xa xôi thật rồi theo thời gian:

> *"Ngày xưa Đổng-Trác-con-con*
> *Hiên ngang đứng ểnh bụng tròn rốn sâu*
> *Mười mấy năm gặp lại nhau*
> *Thằng em Đổng-Trác bỗng đâu Thành cồ..."*

(Biệt Danh)

Cái nhớ nhung quê nhà qua con người, kỷ niệm, qua cả những địa chỉ mà tên đường đã đổi. Nhiều bài hay, để lại nhiều dư âm, thường là những bài nhớ quê hương và tuổi trẻ học trò. Bài Viết Tay Trái tiêu biểu, mang đủ tình mẹ, tình bạn cũng như tình yêu, từ những ngày đi học, đã là quốc gia nghĩa tử cha chết trận:

> *"Cha bỏ không về con Quốc Gia Nghĩa Tử*
> *Nhìn lại đơn từ mẹ nhờ người ta điền cho con ngày xưa*
> *Cha: Tử trận, bỏ con mẹ bơ vơ*
> *Con: Lớn lên chỉ còn nhớ chiếc xe Dodge nhà binh chạy gập*
> *ghềnh trên đường thành phố*
> *Màu cờ vàng phủ quan tài, mùi khói nhang, màu khăn chế mẹ*
> *chúng con mang*

...Tôi viết thơ tình hôm nay bằng tay trái nhưng không ngại không ngần

Nét chữ ngược với anh em nhưng viết, cần gì? Ai thắc mắc?...".

*

Chiến-tranh và đời lính trở về nhiều lần trong thơ Nguyễn Nam An. Nhập ngũ ở lứa tuổi 18, những ngày tác chiến đưa chàng đến nhiều vùng đất quê hương dù đời quân ngũ chỉ hơn 2 năm. Đoạn đường chiến binh, nhiều lưu động, đi theo những pháo giặc:

"Tháng hai Hòa Ninh, tháng ba Nam Ô
Những ngày quân qua miền Trung cằn khô
Một bước quê hương một vùng đất khổ..."

(Vài Ba Tháng Chân Đi)

Những tháng cuối của binh nghiệp và cũng là của một đất nước chung, chàng đi khắp, tháng hai, còn ở vùng địa đầu, tháng ba đã vô Đà Nẵng, Quảng Nam:

"Chào xa Đà Nẵng tháng ba
Đêm âm u thở đời qua một lần
... Chào xa Đà Nẵng âm thầm
Khi bài "Hạ Trắng" đã thành mây bay"

(Chào Xa Đà Nẵng)

Rồi tiếp xuôi Nam vô Sài-Gòn, Trảng Bom, Xuân Lộc, qua Bình Giả, về Bà Rịa ở những ngày cuối của một cuộc chiến: *"Tháng tư món nợ da vàng / Dân tôi trả nốt bàng hoàng xuôi nam"* (Phước Tuy 4,75). Đoạn đường khổ hạnh cuối, nhà thơ có mặt ở quốc lộ 15, ở Phước Tuy, ở cầu Cỏ May sau Xuân Lộc *"không lộc xuân, nghe chuông hồi xa xăm... ".*

Đời lính không dài, toàn là hành quân, chuyển quân, ứng chiến - một nhập cuộc hết mình! Thành ra với những người bạn đồng đội cũ, sẽ bồi hồi cảm động khi tái ngộ, dù có khi chỉ mới qua điện thoại viễn liên:

"... Hai mươi năm sau nghe lại tiếng mày
trên điện thoại, tha phương
Nhận rõ không, giấy bút đâu ghi địa chỉ
Tọa độ hôm nay là những thành phố Mỹ

Chi chít trên bản đồ đại pháo bắn hụt hơi!
Thằng lính thân thương ơi
(...) Kỳ lạ quá sao tao mày ở Mỹ?"

(Gởi Trung Hậu).

Nỗi sững sờ như sau một cuộc bể dâu! Nỗi nhớ bạn trong cái buồn chung:

"...Gãy đàn mà hát chiều xuống đôi bờ
Có khuôn mặt xa chưa nhòa trong trí nhớ
Có đứa ở gần nhưng vẫn rất xa
Tao gởi nén hương vọng quê nhà, vọng mày thằng bóng rổ
Có thằng nào xưa hô hô bảo mày mạng "Trường Lưu Thủy" hở
Mạng cái con mẹ gì thì cũng nước mất nhà tan
Thằng chết thằng di tản, giờ thằng nào đàn thằng nào hát
Tan nát cả bạn ấu thời ta!"

(Nén Nhang Cho Thằng Bạn Chết)

Có những người bạn khác ít may mắn hơn, đã chết trong cuộc chơi chết người trên cạn, những trò đùa bắt trẻ đồng xanh:

"Mày chết! Xác không mang về được
Hồn vất vưởng đâu, đất lạ Tuy Hòa!
Tháng của đời nhau mở những đường xa
Đâu biết tuổi xanh mày tàn như lá
... Hương trầm giỗ người chết tuổi hai mươi
Thau rượu xưa tiễn mày làm chuẩn úy sữa thôi
Đàn vọng bồi hồi buồn vui đưa lối
Ba lô mày mang đi hoài không tới..."

(Giỗ Chín Năm Mày Bạn Ấu Thời Ơi!)

Tưởng niệm bạn hữu cũng là lúc phẫn uất, tiếc nuối sống lại khi đã nhủ lòng nên quên, nên chôn vùi quá khứ để mà sống, sống cho tương lai!

*

Những đứa con tinh thần của Nguyễn Nam An có khuynh hướng sanh đôi: năm 1996 nhà Nhân Văn ở San Jose xuất bản một năm hai tập *Tôi Chim Ngủ Đậu Cành Xanh* và *Thức, Buồn Chi*; năm 2000 mới đây, thêm hai tập *TiCi* và *Biển Thuở Chờ Ai* do hai nhà Tân

Thư và Văn xuất bản. Nguyễn Nam An mê làm thơ hơn là "ngồi viết "procedures", nên "Giữa C language khô cằn giòng lục bát viết bơ vơ" (Thứ Ba). Anh sống với thơ và sống đẹp cái quá khứ. Thơ anh hiền hòa như con người chân chất Quảng- Đà và người thơ Quảng- Đà thì không ai giống ai: Hoàng Lộc cổ kính, kỹ xảo, Thái Tú Hạp nhẹ nhàng thiền vị, Phan Xuân Sinh nhiệt thành trong cái dư vang của quá khứ, Đặng Hiền tha thiết lãng mạn, riêng Nguyễn Nam An da diết với tình khiến thơ đa dạng mà cảm động! Thơ Nguyễn Nam An không quá cầu kỳ trong thi pháp và kỹ thuật, dù đã có vài cố gắng làm mới. Đến với Nguyễn Nam An xin đừng tìm dấu vết hậu-hiện-đại, tiền phong hay tân- hình-thức,... vì người đọc chỉ tìm thấy những điệu ru điệu nhớ, mà quê hương, tuổi trẻ và tình yêu luôn sống động, thường trực, ở từng ý thơ, ở từng trăn trở ngôn từ, ở những thử nghiệm diễn từ.

Nguyễn Nam An làm thơ mạnh, nhiều hoa tay và đều đặn ra tay. Trong số những người sung túc thơ ở hải ngoại, Nguyễn Nam An thuộc về những hiếm hoi không làm người yêu thơ thất vọng.

*

Những Ngày Vô Kỵ

Năm 2005, An Phú Vang đã xuất-bản tập truyện đầu tay, *Tiểu Triệu Minh*, gồm 20 truyện mà phần lớn đã xuất hiện trên các tạp-chí hải ngoại từ nhiều năm trước đó. Ngòi bút An Phú Vang vừa trẻ trung, nhí nhỏm, vừa chứng tỏ bề sâu tâm thức không giản đơn. *Tiểu Triệu Minh* cũng là truyện tiêu biểu của An Phú Vang, một bút hiệu khác của nhà thơ Nguyễn Nam An, tác-giả của 5 tập thơ đã xuất bản.

Ba năm sau, An Phú Vang lại đến với độc giả với tập truyện *Những Ngày Vô Kỵ*, gồm những truyện mà tác giả viết ra từ "hết thảy trôi nổi bềnh bồng trong trí nhớ như một góc ngã tư, một gốc cây kiền kiền ngày đùng đợi bước chân tình thuở lớn", từ những ngày "tóc còn húi cua mùa hè bắn cọng phượng" đến những ngày "nhai lương khô gạo sấy hành quân,... lội mút mùa lệ thủy đâu đó" (Người Ở Cùng Thành Phố), v.v.. Nhờ (những) anh chàng "Vô Kỵ" và những nữ sinh của một thời trường tỉnh, v.v. mà người đọc được viễn du, từ Việt-Nam ra đến hải ngoại, chủ yếu là Hoa-Kỳ mà tứ phía biên cương biển Đông biển Tây. Với đủ nhân vật và tình huống, đủ cảnh tượng xã hội cũng như chân dung người Việt sống thu mình trong *ghetto* hoặc đã hội nhập: những lãng tử, những cựu chiến binh của Vietnam War, những hội-chứng hậu-chiến, những căn bệnh trầm kha, những tình người, tình bạn, tình chiến hữu, v.v.

Trong tập truyện này, có thể nói các nhân vật đã rời xa không khí kiếm hiệp của *Tiểu Triệu Minh* để đóng vai người Việt thế kỷ XX đã và vẫn tiếp tục đối đầu với những tình huống bất trắc và cả biết tiếp nhận những hạnh phúc hiếm hoi. Được tác-giả gởi đọc bản thảo, chúng tôi nhận thấy không gian và thời gian một nửa đã bao trùm cả tập truyện.

Thật vậy, An Phú Vang kể chuyện một nửa Việt-Nam quê nhà, nơi ngày xưa dù lâm cảnh chiến tranh nhưng vẫn thân thương thế nào thì ngày nay "chế độ thổ tả" đã làm con người tàn tạ thế ấy. Qua hình ảnh người mẹ thân thương, lúc ở với con bên Hoa Kỳ, lúc trở về quê hương trong hụt hẫng. Người mẹ "quen sống miệt vườn. Thương người và thật thà như lúa như thóc"; con và bạn con, "mẹ đều coi như những con chim sẻ" đưa đến niềm vui nhưng cũng cần bàn tay bà chăm sóc, yêu thương (Chim Trong Vườn). Một nửa Việt-Nam với bằng hữu người còn người mất. Một nửa như nửa đồng tiền đã mất trên má người yêu, nửa đồng tiền đã "cho anh lưu lạc giang hồ từ bấy lâu nay" (Phượng, Mùa Hè Cố Xứ).

Rồi một nửa xứ người quê hương mới: Irvine với những hàng phượng tím, với công viên O'Neil (Đất Trại), San Jose với những bữa say bia với chiến hữu một thời, Paris "có gì lạ không em?"; xứ người là nơi người Việt có thể thay đổi quá khứ và đổi vợ thay chồng dễ như bị laid-off (Bài Hát Du Ca Quảng). Một nửa không gian, không phải là một nửa không gian của toán học, mà một nửa bên ni một nửa bên tê.

Tác-giả như đứng ở một nửa cuộc đời (half-life), nửa đường nhìn lại, nhớ lại: nửa cái Tôi, một nửa đã mất, hay đã bị lấy mất, và một nửa đang trân quý gìn giữ, chỉ sợ tuột đi, trôi mất. Một nửa còn đây, một nửa đi lạc, để lạc. Một bán-phần, một nửa của Tôi, một nửa của người, của một nửa Ta kia, một nửa khác, một nửa hồn tôi...!

Đây còn là một nửa của thời gian, quá khứ - hôm nay, xưa - nay. Quá khứ cần trân quý, nên nhà văn phải ghi lại, đôi khi phải nhấn mạnh, lập lại như nhập tâm, nhập hồn, ám ảnh. Nhờ vậy, mỗi mẩu chuyện diễn tiến như những bất ngờ thú vị, đi vào lòng người thưởng thức.

Và cũng còn là những bản văn một nửa vật chất còn chữ, một nửa tưởng tượng, "viết vì có nhiều điều không nói được" nói như tác-giả trong Thay lời tựa. Văn nặng tính hoài cảm vì tác-giả chúng muốn viết tặng những người thân yêu, như người cha đã tử trận trong một cuộc chiến từ những ngày thơ ấu. Văn-chương *Những Ngày Vô Kỵ* phản ánh cuộc đời, của một người cụ thể xương thịt tâm hồn, dù có thể không "chuyên chở gì hết" như An Phú Vang đã thành thật ngỏ lời.

Người kể chuyện xưng Tôi nhưng chuỗi các truyện nối tiếp thì có thể có những cái Tôi khác nhau, hay nói khác, một nửa Tôi tác-giả cộng với một nửa Tôi khác, một nửa thực tế và một nửa ẩn dụ. Cái Tôi văn-chương ấy mà! Cái Tôi ở đây, nơi xứ Hoa-Kỳ hôm nay, mà cũng xuất hiện ở những địa danh khác, ở những khoảng thời gian khác. Từ con người thật của chính tác giả xuất hiện những nhân vật hư cấu, mô phỏng, hướng tới. Người tuổi trẻ sống bất phùng thời, khi lớn lên "*ba lô trên vai đi đo đường dài khốn khó quê hương*" mới nhận ra "nơi mình sinh ra, lớn lên đẹp quá nhưng chinh chiến không tha" (Nam Ô). Nhân vật như gần gũi, nhất là người (những) làm thơ sống hết mình vì thơ, bên cạnh những nhân vật không rõ căn cước, có khi địa chỉ cũng đã mất. Với tâm trạng một nửa! Ngòi bút lúc chấm phá, lúc phân tâm, lý luận đến cùng.

Quê hương và tình người ở An Phú Vang là những bài thơ, những truyện ngắn, tùy bút, một thoáng hay dài hơi. Một thế hệ nhà văn mà gốc rễ địa lý đã bị bứng gốc, chặt ngang, còn lại là những vết thương, những u hoài ngày tháng. Với An Phú Vang sáng tác trở thành một cuộc hành trình đi tìm chân dung mình và người thân, bạn bè còn mất như một cái cớ và đã đụng chạm với mọi đa đoan, góc cạnh của đời sống. Ngòi bút của tác-giả như tung hoành trong thế giới không biên cương do chính ông sáng tạo, hình dung ra. Và như cái tựa tập truyện đã gợi lên, An Phú Vang viết như không có nơi đến, như không còn chỗ về, cuộc đời hãy còn là những ngày lãng tử, ngao du.

Tính chất một nửa còn tìm thấy trong giọng văn nửa vui, nhẹ, một nửa hoài cảm. Ngôn ngữ, chữ dùng, một nửa chất chứa quá khứ một nửa hiện tại, và nửa thơ nửa văn, với những đoạn rõ là văn mà tính thì rất thơ.

Sau Tiểu Triệu Minh và Những Ngày Vô Kỵ, người đọc hy vọng sẽ được An Phú Vang tiếp tục đưa vào thế giới của những nhân vật của một cõi văn-chương! Của những nàng Doanh Doanh chẳng hạn!

12-2-2001 & 10-2008

Nguyễn Ngọc Ngạn

Nguyễn Ngọc Ngạn sinh ngày 4-5-1946 tại Sơn Tây, Bắc Việt, cùng gia đình di cư vào miền Nam năm 1954. Ông bắt đầu nghiệp văn ở hải-ngoại từ khi đến định cư ở Canada năm 1979, với truyện ký duy nhất xuất-bản bằng Anh ngữ *The Will of Heaven: a story of one Vietnamese and the end of his world* ("Nguyễn Ngọc Ngạn with E.E. Richey"; NY: Dutton, 1982; Văn Lang 1988). Ông viết mạnh và được nói đến nhiều nhưng cũng như với Nguyễn Mộng Giác, Hà Thúc Sinh, Nhật Tiến, Xuân Vũ,... nói chung họ đã không là những biến cố thuần văn-học mà thực ra là tính cách phục vụ chính-trị [Nguyễn Ngọc Ngạn khi được bầu chủ tịch Văn Bút Hải-Ngoại tại Montreal tháng 9-1989 đã tuyên bố văn-học hải-ngoại phải theo 2 nguyên tác: không tuyên truyền cho Cộng sản và không phổ biến dâm thư].

Ông viết nhiều và bền bĩ ở giai đoạn đầu, có truyện đăng báo, có truyện xuất-bản và là một trong những tác-giả có nhiều độc giả nhất ở các giai đoạn 1981-2000 của văn-học hải-ngoại. Nguyễn Ngọc Ngạn viết hai thể-loại truyện ngắn cũng như tiểu-thuyết mà ông thường ghi chung là "truyện dài" dù bản chất vẫn là tiểu-thuyết. Các tập truyện ngắn đầu tiên là *Truyện Ngắn Nguyễn Ngọc Ngạn* (Nhân Chứng, 1982; Làng Văn 1985, 1989), *Biển Vẫn Đợi Chờ* (Viet Publications, 1984; XT 1987), *Lúc Gần Sáng* (Toronto: Viet Publications, 1985; Nam Anh 1988; Làng Văn 1989) và *Sân Khấu Cuộc Đời* (Westminster CA: Văn Khoa, 1986, 1988).

Sau truyện ký *The Will of Heaven*, ông viết truyện dài đầu tay *Màu Cỏ Úa* đăng tuần báo *Chiêu Dương* – thời chủ bút Hà Thúc Sinh, trước khi Chiêu Dương xuất bản năm 1986 (230 tr.). Truyện vẽ lại xã hội cộng sản miền Bắc vào thập niên 1950, qua cuộc Cải Cách Ruộng

Đất đẫm máu rồi Sửa Sai nhưng cũng tàn bạo không kém: xã Xuân Thành, công giáo, có cô gái tên Hợp con gia đình có "nợ máu với nhân dân", có Quảng, anh cán bộ tàn bạo xen cản tình yêu Hợp với Thụ. Quảng hiếp Hợp. Nhưng trong một xã hội bưng bít và chính trị hoá như miền Bắc, nạn nhân Hợp bị người yêu Thụ nghi ngờ, trong khi Quảng cán bộ hủ hóa vẫn được Thụ coi là đại diện chân chính và là hình ảnh của "bác", người "yêu nước" chân chính! Thụ được đưa vào Nam và tác giả đơn giản cho biết ở dòng cuối: *"xe lăn bánh, đưa anh vào một khúc quanh mới của cuộc đời"*.

Biển Vẫn Đợi Chờ gồm 13 truyện ngắn về xã-hội miền Bắc, miền Nam và hải-ngoại.

Lúc Gần Sáng là 9 truyện ngắn xảy ra dưới chế độ cộng-sản tân lập ở miền Nam hoặc đã thành khuôn sống ở miền Bắc: một dân biểu trong Nam xoay sở ra sao, những anh cán bộ, đảng viên tham nhũng, những tù cải tạo bị bỏ đói, chủ tịch phường bê bối giữa "đạo đức cách-mạng" và xử sự ở đời, những nghiệp báo, v.v. Ở giai đoạn này, truyện của ông phần lớn xảy ra ở quê nhà trước và ngay sau 1975, những câu chuyện và vấn nạn đương thời, như đang xảy ra, dù đã sang đến bờ tự do. Giòng Suối về trại "cải tạo".

Nguyễn Ngọc Ngạn tiếp tục sung sức sáng-tác vào giai đoạn hai. Ông có các truyện dài *Những Người Đàn Bà Còn Ở Lại* ("truyện dài Xã Hội Chủ Nghĩa Việt Nam từ 1978 đến nay"; San Jose CA: Đông Phương 1987, 1988; ông cho biết đã khởi viết ở trại tị nạn Mã Lai năm 1979, cảm hứng từ ký ức bi thảm của chuyến đi vượt biển mà người thân chết vì tàu bị lật), *Nước Đục* (Viet Publications, 1987, 1989), *Trong Quan Tài Buồn* (Toronto: Văn Lang, 1988), *Sau Lần Cửa Khép* (Văn Lang, 1988), *Đếm Những Mảnh Tình* (Văn Lang, 1989), *Cõi Đêm* (Toronto: Làng Văn, 1990), *Trên Lối Mòn Hậu Chiến* (Làng Văn, 1990), *Ngày Buồn Cũng Qua Mau* (Los Alamitos: Xuân Thu, 1990), *Dung Nhan Người Góa Phụ* (Làng Văn, 1990), *Chính Khách* (Làng Văn, 1992), *Nắng Qua Phố Cũ* (Văn Khoa 1996 tb), *Quay Trong Cơn Lốc* (Làng Văn, 1994), *Xóm Đạo* (Tokyo: Tân Văn, 1998, 628 tr.) và *Nhìn Quanh Một Mình* (2000).

Trong Quan Tài Buồn viết về miền Bắc CS. *Trên Lối Mòn Hậu Chiến* kể chuyện người cộng sản hăng say "chiến thắng" rơi vào sa lầy của những tham vọng mới ở Đông Dương.

Nước Đục là chuyện dài về người Việt hải ngoại; một cộng đồng có những kẻ ăn không ngồi rồi giành nhau chức hão, những chuyện chụp mũ, chim vợ bạn,…

Chính Khách viết về một xã hội bị nhiễm độc bởi cuộc chiến vừa qua và cái độc ăn ra đến hải ngoại. Cả hai là những bức tranh hiện thực có thể khiến người đọc xem cho biết nhưng người chống cộng đồng Việt quốc-gia sẽ hả hê xem như NNN đã xác nhận giùm 'tiền đề' của người cộng-sản hoặc thân Cộng (X. *Người Việt Montréal*, 6&7-1989).

Ngày Buồn Cũng Qua Mau chuyện thế hệ thanh niên ở hải-ngoại sống như sống tạm, giữa lằn ranh Việt-Nam gốc hay xã-hội mới, trong tình-yêu, gia-đình và cộng đồng. Xóm Đạo là tiểu-thuyết đặc sắc của ông trong giai đoạn này.

Xóm Đạo khai thác vấn đề tôn giáo ở xã-hội Việt-Nam, đã trình bày đời sống và các sinh hoạt của những người công giáo ở một xóm đạo di cư sau 1954 ở miền miền Đông Nam phần, vai trò của các chủ chăn, những liên hệ giữa các giáo dân và với người bên "lương", tình yêu và ngăn trở giữa những người trẻ không đồng đạo, v.v.

Cùng giai đoạn, Nguyễn Ngọc Ngạn xuất-bản các tập truyện ngắn *Một Lần Rồi Thôi* (Xuân Thu, 1988), *Người Đàn Bà Đi Bên Tôi* (Làng Văn, 1991), *Trong Sân Trường Ngày Ấy* (XT, 1991), *Chút Ân Tình Mong Manh* (Làng Văn, tb 1993), *Dấu Chân Xưa* (Làng Văn, 1994), *Dòng Đời Lặng Lẽ* (TGXB, 1998) và *Bóng Người Dưới Trăng* (Tokyo: Tân Văn, 2000). Cũng cần ghi nhận "bút ký văn-nghệ" *Nhìn Lại Một Thập Niên* (Làng Văn, 1995, 264 tr.) vừa xuất-bản xong thì một số tranh tụng khiến cho một phần nội-dung vô tình mất tính trung thực và chính ông cũng tự mâu thuẫn phe nhóm và chống Cộng.

Ngoài ra, ông là nhà văn thực tế nhất của văn đàn hải-ngoại, từ chống Cộng đến theo thói sống của người Việt ở hải-ngoại, và còn theo khuynh-hướng thính-thị và đáp ứng thực tại *lão hóa* của độc-giả, ông còn phát hành trên dưới trăm băng đọc truyện (truyện dài, truyện ngắn, truyện ma), và soạn kịch cho đại nhạc hội và kỹ nghệ băng dĩa.

Vào giai đoạn "lão hóa" của văn học hải ngoại, về truyện tiểu-thuyết, Nguyễn Ngọc Ngạn vẫn viết mạnh - chứng tỏ có sinh hoạt bên cạnh nghề MC sân khấu và quảng cáo đủ thứ hàng vật, đăng báo nhưng ít xuất-bản như *Dòng Mực Cũ* (Tú Quỳnh, 2004), *Hồng Nhan, Việt Kiều,...* Xuất-bản trong giai đoạn này có *Tuyển Tập Nguyễn Ngọc Ngạn* "*những truyện ngắn tiêu biểu (1980-2002)*" gồm 20 truyện (Sơn Tây, 2002), *Kỷ Niệm Sân Khấu* (Westminster CA: Thúy Nga, 2010) – ký ức, kỷ niệm kèm theo những giảng giải từ sưu tập.

Xin trích vài đoạn tiểu thuyết lịch sử *Dòng Mực Cũ*:

"... Bước sang đầu thế kỷ 20, những phong trào đấu tranh dành độc lập không còn lấy triều đình làm điểm tựa nữa, bởi tiếng gọi Cần Vương năm xưa thời Hàm Nghi, Duy Tân đã trở thành dĩ vãng. Nhiệm vụ đuổi Thực dân bây giờ là quần chúng tự phát, đặc biệt là những người theo tân học, ngấm ngầm bùng lên khắp nơi như trăm hoa đua nở dưới nhiều hình thức khác nhau, ghi dấu một thời lẫm liệt pha lẫn với bi thương.

Trong làng Hải Ninh, có gia đình ông Vũ Lương, thuộc hàng trung nông, bốn người con, hai trai hai gái đều hiền lành chăm chỉ. Ông Lương là thầy đồ lỡ vận, vốn liếng chữ Hán thâm hậu nhưng gặp lúc buổi Nho học xế bóng, không đắc dụng trong xã hội nữa. Ông mở lớp dạy học tại nhà, môn sinh lác đác trên dưới chục đứa. Những gia đình tương đối có chút tiền thì gửi con đến, một là để ông trông nom cho chúng khỏi lêu lổng ngoài đường, hai là nhắc nhở chúng về lễ nghĩa, hy vọng mai sau khi lớn lên chúng sẽ hết lòng phụng dưỡng cha mẹ. Cái lớp học vốn lèo tèo ấy, cứ mỗi ngày một vắng đi dần (...) Ông hãnh diện về gia phong, không cần đếm xỉa đến những khao khát của các con ở tuổi đang lớn và nhất là những thay đổi bật gốc của xã hội Việt Nam vào cuối mùa thực dân.

Tuy vậy, những khi các con xúm nhau nhặt gạo ngoài hiên, cũng có lúc ông Lương cao hứng ngồi kể chuyện đời xưa cho các con nghe. Phần lớn là những tấm gương trung hiếu tiết nghĩa rút ra từ Đông châu liệt quốc, Thủy hử hay Tam quốc chí. Ông kể sơ lược thôi, nhưng ông bình luận rất kỹ, nhắc đi nhắc lại cái đạo tam tòng tứ đức để các con thấm sâu vào trí óc. Chẳng hạn như chiều nay, sau khi dứt một đoạn chuyện cổ, ông Lương nhìn hai cô gái đang lớn nhanh, thở dài bảo vợ:

- Mới hôm nào chập chững biết đi, bâu giờ đứa nào đứa nấy xấp

xỉ hai mươi cả rồi. Bà xem có ai xin thì cho người ta đi. Tống được đứa nào hay đứa nấy (...)!"

Truyện kết thúc với cái chết của đảng trưởng Nguyễn Thái Học và 12 đồng chí, cũng là thời điểm đảng Cộng sản xuất hiện:

"(...) Từ Hỏa Lò, tin tức đưa ra cho biết: Ngày 17 tháng 6, Nguyễn Thái Học và 12 đồng chí sẽ lên đoạn đầu đài. Người dân bấy giờ vẫn quen miệng dùng chữ thời phong kiến gọi là "xử trảm"! Chiều ngày 16 tháng 6, từ xà-lim dành cho những người lãnh án tù, nhóm tù nhân Quốc Dân đảng bị xích hai người làm một, dẫn ra khỏi Hỏa Lò để ra ga Hàng Cỏ đi xe lửa lên Yên Bái. Nguyễn Thái Học đi ngang bất cứ phòng giam nào cũng nói thật lớn:

- Vĩnh biệt anh em! Chúng tôi đi trả nợ nước đây! Cờ độc lập phải nhuộm bằng máu! Tổ quốc còn cần đến sự hy sinh của con dân nhiều hơn nữa. Nước nhà thế nào cũng được độc lập tự do. Kính chào các anh em ở lại!

Ai nghe ông nói cũng bùi ngùi rơi lệ, kể cả những tù hình sự. Phó Đức Chính cùng những đồng chí khác cũng lập lập lại cái ý nghĩ của đảng trưởng, nhắn nhủ và từ biệt mọi người. Sở dĩ bên ngoài biết được là vì trong số những nhân viên cai ngục ở Hỏa Lò, có người mang nặng thiện cảm với Quốc Dân Đảng nói chung và kính nể Nguyễn Thái Học nói riêng, đã tìm cách loan báo bản tin ấy từ mấy hôm trước. Ông ta báo với người giao liên của cô Giang:

- Lúc đầu, Tây định kín đáo xử bắn thầy Học và các đồng chí của thầy ngay ở cổng Hỏa Lò để tránh mọi rắc rối. Nhưng quan Thống sứ bắt đưa lên Yên Bái vì hôm nọ đã xử trảm 4 người của Quốc Dân Đảng là nhóm Cai Hoằng, Cai Thuyết với hai nông phu ở pháp trường Yên Bái rồi. Quan Thống sứ bảo không có gì phải lo, vì sẽ có lính Lê Dương, lính Khố Xanh, lính Khố Đỏ, lực lượng cảnh binh và lính kín giữ trật tự! Tối 16 sẽ đáp tàu hỏa lên. Tảng sáng hôm sau là hành quyết!

Người giao liên tất tả chạy đi báo cho cô Giang biết. Cô Giang sai anh ta chạy lại nhà Minh để tìm Lê Hữu Cảnh. Nhưng Cảnh đã đi Hải Phòng rồi.

"(...) Trong căn buồng nhỏ ở trên gác, Minh thấy cô Giang nước mắt lưng tròng, đứng ngồi không yên. Cô hỏi Minh:

- *Anh Cảnh đâu?*

Minh chớp mắt đáp nhỏ:

- *Anh Cảnh xuống Hải Phòng rồi!*

Cô Giang im lặng. Minh ái ngại hỏi:

- *Chị có cần tôi xuống Hải Phòng tìm anh Cảnh không?*

Cô Giang ngồi bệt trên sàn nhà, tựa lưng vào vách, y như cái hôm cô đến nhà Minh gặp Cảnh sau khi nghe tin Nguyễn Thái Học bị bắt. Cô quệt nước mắt và bảo:

- *Tôi hỏi thế thôi, chứ đã đến nước này thì anh Cảnh cũng chịu bó tay chứ làm gì được! Vả lại, anh xuống Hải Phòng đã chắc gì gặp được anh ấy ngay. Chỉ còn có hai hôm nữa!*

Cô bỏ bỡ câu nói, đầu gục xuống. Minh sợ rớ đứng bên cạnh, không biết làm gì. Anh nhìn rõ tâm trạng của cô Giang. Trong giờ phút quá tuyệt vọng, cô muốn gặp Cảnh cùng các đồng chí khác chỉ để nhìn nhau mà cùng rơi lệ thôi, chứ làm gì được nữa! Muộn quá rồi! Một lúc sau, cô ngẩng lên lạnh lùng bảo Minh: - Anh đi với tôi lên Yên Bái!

Minh gật đầu hăm hở nói:

- *Chị muốn tôi đi đâu tôi cũng đi! Anh Cảnh đã dặn tôi ở lại đây nếu chị cần gì thì tôi ... đỡ chị một tay! Huống chi chính tôi cũng mong muốn được chứng kiến giờ phút lịch sử của anh Học, của đảng!*

Im lặng một chút, Minh cảm động tiếp:

- *Tôi nhớ cái đêm anh Viên giết Bazin, cũng chạy lại kể hết đầu đuôi với tôi và bảo tôi mai sau phải viết lại lịch sử đảng vì tôi là nhà báo duy nhất của đảng chưa bị đi tù! Pháp trường Yên Bái còn quan trọng gấp vạn lần vụ Bazin. Tôi sẽ đi cùng chị!*

Cô Giang không nói gì nữa, mắt mở trừng trừng nhìn qua cửa sổ. Mấy phút im lặng qua đi, cô quay lại bảo Minh:

- *Bây giờ anh về đi. Chiều ngày kia anh lại đây! Lại sớm một tí!*

Minh gật đầu: - Vâng! Độ quá trưa thì tôi sẽ lại đây gặp chị. À. Nhưng mà tôi phải nói luôn. Tin đồn nhiều lắm chị ạ. Có người bảo tôi là Tây chỉ đưa những người tòng phạm lên Yên Bái thôi. Còn anh Học và anh Chính thì Tây đã xử bắn ngay trong Hỏa Lò rồi!

Minh muốn kể thêm một số tin đồn nữa mà giới nhà báo đang xầm xí mổ xẻ. Nhưng cô Giang xua tay nói:

- Anh cứ về đi! Trưa ngày kia anh lại đây. Tôi với anh đi Yên Bái!

Minh gật đầu chào và bước xuống thang gác.

Từ ngày gia nhập Quốc Dân Đảng, đây là lần đầu tiên Minh được đi công tác chung với cô Giang, nên trong lòng anh rất xúc động, mặc dầu anh biết chuyến đi này hết sức nguy hiểm, có thể là một cuộc hành trình sinh tử đối với Minh. Anh ngạc nhiên là cô Giang không rủ ai, mà lại kéo có mình anh theo. Chắc là vì cô biết anh là người tín cẩn của Lê Hữu Cảnh (...)".

Không khí tiểu thuyết lịch sử nhẹ nhàng và mang tính nghiên cứu hơn những tiểu thuyết cùng thể loại của Hoàng Khởi Phong, Nam Dao, Nguyễn Mộng Giác,... Cái khó là làm sống lại các nhân vật lịch sử nếu không thể thổi hồn vào lịch sử, qua phương tiện tiểu thuyết lịch sử!

*

Nói chung, 'tác-phẩm' của Nguyễn Ngọc Ngạn đáp ứng thời thế, thị hiếu, nhắm bề nổi và từng có thời ẩn ý chính-trị, sư phạm. Đây có thể gọi là văn-chương đại chúng, 'dấn thân' theo thị hiếu đại chúng hơn là dấn thân đấu tranh hay vì một lý tưởng thực sự tinh thần. Như những truyện ma và những bi hài kịch chắp vá thời thượng của ông trên sân khấu PBN những thập niên sau này.

Nguyễn Ngọc Ngạn qua các tác phẩm nhất là vào thời cực thịnh của văn học hải ngoại, tỏ ra chống Cộng và có tài tiểu thuyết hóa cũng như châm biếm khiến đọc ông không thể lầm với những nhà văn trong nước như Chu Văn, Nguyễn Khắc Trường về cùng những đề tài và không gian chung.

Nguyễn Sỹ Tế

Nhà giáo nhà văn Nguyễn Sỹ Tế đã bị Việt-Cộng cầm tù gần 11 năm tại các trại tập trung cải tạo Gia Trung (Pleiku) và Hàm Tân (Long Khánh) từ cuối năm 1976 đến tháng 10-1987. Nguyễn Sỹ Tế sinh năm 1922 tại Nam Định, di cư vào Nam, sinh hoạt với nhóm tạp-chí Sáng Tạo, hiệu trưởng trung học Trường Sơn trước biến cố 30-4-1975. Ông sang Mỹ năm 1992 theo diện H.O., đã tiếp tục đóng góp cho văn-hóa, giáo dục Việt-Nam ở hải ngoại, và đã xuất bản *Chants d'Ya* (thơ Pháp ngữ, 1997), *Khúc Hát Gia Trung* (thơ hồi niệm của một tội đồ. Edition Imn, 1994), *Tiểu Luận Văn Hóa và Giáo Dục* (Trúc Lâm, Quận Cam CA, 2000), tiểu-thuyết tự truyện *Bốn Phương Mây Trắng* (tập 1, 2005; tập 2, 2006) nỗi niềm và ray rứt trí thức, chứng nhân qua các bối cảnh lịch sử cận đại. Ông mất ở California ngày 16-11-2005.

Khúc Hát Gia Trung được xuất-bản năm 1994 và bản tiếng Pháp *Chants d'Ya* năm 1997 - tác-giả cho biết *Chants d'Ya* là những vần thơ phục hồi từ ký ức của một tên tội đồ. Như vậy, ký ức ở đây không phải là khơi dậy, nhắc nhở thù hận, mà là những tia sáng soi chiếu lương tri con người. Chants d›Ya là những giòng thơ khắc lên trí não, đã là học tủ kín, là nơi trú ẩn an toàn nhất cho những kẻ bị bách hại. Hãy nghe nhà thơ kể lại trong Khai từ: "Vào tù, tôi bó buộc phải trở lại với các hình thức cũ hiền lành và dung dị hơn chỉ vì một lẽ đơn giản là sự đòi hỏi của ký ức: dễ bề cấu trúc, dễ bề thuộc lòng, dễ bề bảo tồn và hồi tưởng các thi phẩm.(…) Với công việc làm thơ-một phương giải thoát tự nhiên như bản năng sinh tồn-tôi đã tạo cho chính mình một cực hình kỳ lạ: làm thơ thầm trong đầu óc, lẩm nhẩm thơ trên đầu ngón tay trong đêm tối, học thuộc lòng thơ của chính mình …. Ngay lúc đó đã cả là một cuộc chiến đấu nặng nề trong trí nhớ đã suy thoái trong tháng năm và trong cảnh bị dập vùi. Một lần ở Hàm Tân, tôi đã viết thơ lên giấy, xếp thành tập nhưng rồi vì một biến động trong trại, tôi phải hủy bỏ tác phẩm của mình. Về Saigon, tôi tái lập những thi phẩm của tôi một lần nữa, đưa cho Thanh Tâm Tuyền đọc. Năm 1989, trong chiến dịch "tái đánh văn nghệ sĩ" tôi buộc lòng phải hủy bỏ chúng một lần thứ hai..".

Thi ca thật vậy đã là nơi trú ẩn để Nguyễn Sỹ Tế giữ được chính mình, sống bản ngã mình và không một lý thuyết, một lời tuyên truyền nào có thể quấy phá, làm vong thân đi. Sức mạnh tinh thần là ở đó, là căn chòi trong rừng vắng, nơi con người xa lánh những ồn ào của gian tà và mưu chước, của cái Ác thế kỷ: chủ nghĩa và con người cộng-sản! Ya là 'con sông' Zun là danh xưng một vùng địa lý trên cao nguyên, chính là Gia Trung nơi người cộng-sản bạo tàn đã cầm giữ trí thức và công cán chính miền Nam. Gia Trung, nơi người 'tù' Nguyễn Sỹ Tế đã phải nhận chịu nhiều đòn thù, nhiều dã tâm của ác thú, "đồng loại" đến từ phương Bắc: "*Je connais tout de toi, mon geôlier / J'ai bien raison de te plaindre / Mais toi, rien de moi, ton prisonnier / Et tu as tort de me craindre...*"

Người 'tù' vẫn hãnh tiến, vẫn thách thức kẻ thù vì mình mới là người yêu nước chân thành: "*Je n'ai jamais aimé la patrie / Autant qu'en ces heures de ma vie..*". Người còn mang tâm thức sẽ rất cô đơn trong cõi thù ấy:

> "... *Thời gian lả tả vàng son*
> *Dậu thưa hiện-thực lối mòn suy tư*
> .... *Ven đồi mấy nấm vùi nông*
> *Nỗi hờn siêu thực một dòng vây quanh*
> *Sá gì một tấm áo xanh,*
> *Nước non cát bụi Kinh Thành biển dâu*" (Áo Xanh)

> "*Gửi người lặng lẽ đăng trình*
> *Hơi sương lạnh lẽo bình minh tới gần*
> *Gửi người tìm chốn nương thân*
> *Bếp không lửa tắt thập phần ủ ê*
> *Gửi người đi chẳng trở về:*
> *Hẻm cùng ngõ cụt bốn bề lặng yên*
> *Gửi người chạy trốn đêm đen:*
> *Một trang lịch sử ố hoen quê nhà!*" (Gửi Hành Nhân)

Thật vậy, nơi núi rừng cải tạo, mùa Xuân thiên nhiên đã không đến vì con người đã phá hủy sự sống:

> "*Đông cắt thịt trải từ buổi sớm*
> *Lên sườn đồi, trưa hạ như thiêu.*

Chiều, thu lại điệu tù về trại
Tù thiếu mùa Xuân, thiếu đủ điều". (Không Xuân)

Ngay con sáo nhỏ cũng không thể sống được với bọn cai tù:

"Con sáo nhỏ đã chết / Trong sức ép của lồng
Giữa sớm mai hoa nở,/ Một mùa xuân phiêu lung.
Những con kiến đã tới/ Sớm ma chay cho ngươi,
Nhưng cũng xin thụ hưởng / Tiên thường cổ lòng tươi.
Chú tiểu tù hồi tưởng/ những ngày dài tối đen.
Một cuộc tình phi lý / Bao cồng kềnh rối ren!"

(Cái Chết Của Một Con Sáo)

Người đọc tìm thấy ở *Chants d'Ya* và Khúc Hát Gia Trung tiếng kêu thương của lương tri và những tâm tình của con người cụ thể, qua tác-giả, đã thấy rõ những khốn cùng, bế tắc của người Việt:

"Que ce soit demain beau temps ou pluie
Pour eux rien ne changera
Toujours restent – ils la même suie!"

Nơi tù đầy, hồn thơ vẫn sống những khi có thể ngắm nhìn thiên nhiên, một lối thoát gần như duy nhất:

"Cỏ rêu nở nụ hoa vàng
Một con suối nhỏ lang thang trong rừng.
Khói tuôn mép rẫy ngập ngừng
Đôi ba mái lá ngủ lưng chừng đồi
Non mờ chắn lối xa xôi,
Bốn phương mây trắng, một trời hoang liêu.
Gió lên thung đã rất chiều,
Nhân sinh trọn một chữ "phiêu" vô tình" (Phiêu)

"Sur un fond de ciel balayé
Un engourdi crossant de lune
Parait las et comme épuisé
De sa lumineuse fortune".

"Lữ khách dừng chân bờ nước vắng
Ném viên sỏi đẹp xuống lòng ao
Nước mau xóa trọn lằn giao động
Tiếc hận lòng ai bỗng dạt dào". (Viên Sỏi Thi)

Nghe đâu đó nỗi hy vọng dù chập chờn một phương:

"Giã từ thành quách hoang liêu,

Trăm năm để hận một chiều nước mây.
Mái sương chia nửa chốn này,
Nghe tâm tư động sáu giây nguyệt cầm.
Khúc nghê thường những huyễn âm,
Vành nôi ngọc thụ một mâm hoang đường.
Đan thanh khép kín nẻo tưởng,
Bước chân hoang dại nhớ phương hải tần.
Lên cao giũ áo phong trần,
Xuống khe gột rửa nợ nần hôi tanh.
Một mùa xuân thật hiền lành
Cỏ cây dệt mộng áo xanh trong đời" (Phương Hải Tần)

-"Một nấm mộ bia đã ố hoen
Bên rừng hiu quạnh chẳng nhang đèn
Một bông hoa dại luồn khe đá
Thương tiếc ai sầu giấc lãng quên"

(Mộ Tháng Tư, *Khởi Hành*, 30, 4-1999)

Thơ ở đây muốn nói lên sự chịu đựng thiệt thòi của con người nhược tiểu trước những tranh chấp ý thức hệ và chiến-tranh nóng-lạnh, chấp nhận như thân phận phải thế. Nhà thơ Nguyễn Sỹ Tế đã hòa số phận mình với tập thể, một hiện sinh toàn diện trong một thế giới vật chất, giả dối! Một cách triết lý như ông nói trong Khai từ: "Tôi thành thực tán thưởng các bạn tù của tôi đã có những tập thơ đấu tranh đầy máu lửa, những thi phẩm hiện thực phũ phàng đến ngột ngạt. Bởi quan niệm tranh đấu của tôi có khác. Tôi như một người, theo một câu nói của một nhà văn Trung Quốc nói về các triết gia của họ, "mơ màng với một con mắt mở để không bị cắt đứt bởi thực tại mà cũng không bị kéo xuống bởi thực tại... Tôi nghiêng về một thứ thẩm mỹ của sự chênh vênh, của sự mất cân đối, một thứ thẩm mỹ của sự va chạm". Thật vậy, với Nguyễn Sỹ Tế cũng như các nhà thơ bị thân phận "tù cải tạo", thi ca là những gì còn lại khi đã mất hết:

"J'ai toujours aimé cet art humain
Né de la pur souffrance
Tout autre que le malheur est vain
Ou de fausse résonance".

30-1-2011

Nguyễn Tấn Hưng

Ông sinh ngày 8-5-1945 tại Bình Phục Nhứt, Chợ Gạo, Mỹ Tho. Nguyên là sinh viên Đại học Khoa học, gia nhập quân đội và tốt nghiệp khóa 17 sĩ quan Hải quân Nha Trang. Trước 75, có bài đăng trên các tập san Ra Khơi, Lướt Sóng và Văn.

Ở hải ngoại, Nguyễn Tấn Hưng cộng tác với hầu hết các báo và chủ trương nhà xuất-bản Miệt Vườn (Winston-Salem, NC).

Tác phẩm đã xuất bản: *Một Đời Để Học* (truyện dài, Làng Văn, 1988 bản dịch Anh ngữ: *One Life Of Learning* - autobiography, Houston, TX: Orchard Publisher, 1991) - *Một Thuở Làm "Trùm"* (truyện dài, Văn Nghệ, Westminster, 1989; bản dịch: *One Time As An Inelligence Officer* – autobiography (Orchard Publisher, 1992) - *Một Chuyến Ra Khơi* (truyện ngắn, Làng Văn, 1990) - *Một Kỷ-Niệm Đẹp* (biên khảo, xếp chữ Việt; Đại Nam, 1991) - *Một Dòng Ca Dao, Câu Hò, Câu Đố Miền Nam* (sưu tầm chung với Hồng Lan, Houston TX: Miệt Vườn, 1991) - *Một Thoáng Trong Mơ* (thơ, Winston-Salem, NC: Miệt Vườn, 1992, tái-bản 1997) - *Một Lần Xuống Núi* (ký sự văn học; Hannover, Germany: Viên Giác, 1992) - *Một Nỗi Buồn Riêng*, truyện ngắn, Đại Nam, 1992) - *Một Cảnh Hai Quê,* truyện ngắn, San Jose, CA: Thế Giới, 1993) - *Một Trời Một Biển* (truyện dài lính biển; Arlington, VA: Văn Nghệ Tiền Phong, 1994) - *Một Thoáng Hững Hờ* (thơ, Miệt Vườn, 1998) - *Một Thoáng Bơ Vơ* (thơ, Miệt Vườn, 2000).

*

Không khí tác phẩm của Nguyễn Tấn Hưng thu hẹp trong cuộc đời của một số nhân vật khởi đầu làm học trò ở quê lên Mỹ Tho trọ học với những cuộc tình đầu đời, vụng về, nơi lớp học, vườn cây. Sau thành sinh viên lên Sài-Gòn rồi phận trai thời chiến nhập ngũ, theo binh chủng Hải quân, theo thời gian thành sĩ quan lên đến chức Trưởng phòng nhì Vùng 4 duyên hải Phú quốc (*Một Thuở Làm Trùm, Một Chuyến Ra Khơi, Một Trời Một Biển,...*). Sau 1975 là cuộc sống tha hương, hội nhập, vươn lên (*Một Đời Để Học, Một Nỗi Buồn Riêng, Một Cảnh Hai Quê*). Nhưng rồi quê hương Mỹ Tho và quá khứ thanh xuân của ông trở lại ám ảnh mạnh mẽ (bộ Một Giấc Mơ Tiên)!

Quá khứ và hiện tại cùng sống động, do đó có khi thứ tự thời gian như bị xáo trộn, hay vì trí nhớ bị hành vì quá nhiều tầng và thứ lớp chồng chất! Mỗi truyện của ông như có dàn sẵn, có đầu có đích hẳn hòi, hầu như không có những lững lơ con cá vàng! Nhưng với Nguyễn Tấn Hưng, khi cần, lý trí vẫn thắng tình cảm, kể cả tình yêu; khi thấy không đi tới đâu với một cô là nhân vật nam rút lui có trật tự, không phiền hà, thù oán...! (*MCHQ, Ta Tắm Ao Ta*). Trong Một Giấc Mơ Tiên, lang bạt tình ái từ nhà lên tỉnh, "sống bao nhiêu nước cũng vừa, trai bao nhiêu gái cũng chưa bằng lòng", phải "bồ trong bịch ngoài", từ Hồ Điệp, Hoài Hương ở sông rạch, vườn cây, vai chị cũng không tha, đến tỉnh thành như Mỹ Hạnh, Hồng Ngọc đều là gái có chồng, trải qua những mặn mà dục tình cứ như truyện dành cho người lớn, v.v. thế mà cuối cùng Hiếu trở về quê lấy người yêu thuở nào!

Trong bộ Một Trời Một Biển, anh sinh viên Hải quân Tần với người con gái gặp gỡ tình cờ: "*Hiền bỗng dưng mềm nhũn trong tay Tần, (...) Từng khuy áo bật nút và, theo bản năng, bàn tay chàng ve vãn bờ vai trần, mơn mởn thịt da. Hương con gái ngào ngạt tỏa ra từ đôi ngực đào tơ, lồ lộ, không mặc áo sú-cheng. Nàng bất giác rùng mình, nổi da gà, khi những ngón tay chàng chạm vào đầu vú, phớt qua phớt lại... rồi nắn bóp, cương lên, săn gọn trong lòng bàn tay chàng...*" (tr. 177).

Sau này ông tổng kết mọi chuyện vô hai bộ trường thiên tiểu thuyết *Một Trời Một Biển* (1994) và Một Giấc Mơ Tiên. Bộ sau hoàn thành nhưng chưa xuất bản, tuy vậy có dịp đọc qua bản thảo và trích đoạn trên một số tạp chí, chúng tôi có cảm tưởng Nguyễn Tấn Hưng muốn nhìn lại, vẽ lại bối cảnh tuổi trẻ của mình lồng trong bối cảnh chung của miền Nam ở hai mươi năm trước ngày 30-4-1975. Ý tổng hợp, không muốn để sót, dàn trải nhiều chương tập là truyện tình anh sinh viên sư-phạm tên Hiếu, dàn trải theo nghĩa tình yêu cho người tỉnh nhỏ, mà cả người đô thành.

Thử ngừng lại ở tập 4 - Một Kiếp Nổi Trôi, là đoạn đời thầy giáo Hiếu sau khi ra trường, về dạy học ở tỉnh nhà, chàng như con thoi qua lại ba người nữ, phân thân trong tình yêu. Một loại đoạn cuối của một tình trường. Mỹ Hạnh bạn học sư phạm nay ở Đà Lạt, đã lập gia đình với Tâm không quân, nhưng cứ mãi bị ám ảnh chuyện buồn riêng, sống lãnh cảm với Tâm nhưng vẫn liên lạc với Hiếu Tình cũ không rủ cũng tới, tình cũ như mới với Hiếu khi cùng đi coi thi tú tài ở xứ Thần-kinh. Cô học trò Hồng Ngọc bỏ chồng Long Khánh trở về thuê nhà ở Bến Tre sống vụng trộm với thầy khi đã có chửa, tình cờ đến tình cờ đi, khiến Hiếu cứ mơ tưởng và tin nàng mang thai con của mình. Tình vợ chồng đầy mặc cảm với Hồ Điệp sống ở quê nhà Mỹ Tho với đứa con trai tên An lên sáu, trong tập này chớp nhoáng đến trường bộ binh Thủ Đức thăm Hiếu khi chàng thụ huấn ở đó, chớp nhoáng xuất hiện. Thêm Lãm Thúy, cô cháu chú Tiều ở quán nước Chợ Gạo nơi Hiếu đóng quân, một dây dưa lỏng lẻo nhất, không tì vết!

Hiếu, một con người sống với bổn phận và trách nhiệm, nhưng cũng bay bướm, dễ dãi với tình. Làm thầy giáo, khi chiến tranh sôi động đã lên đường nhập ngũ và sống những giây phút tàn cuộc của chiến tranh. Ra trường, về lại quê nhà giữ đồn bót ở Chợ Gạo, rồi cuối cùng bổ xung về vùng rừng U Minh Hạ tăng phái bảo vệ căn cứ hỏa lực Biện Hai. Cuối đời này, làm sĩ quan giữ an ninh trục lộ chính và xa tất cả, Hiếu hay nhậu say để tìm quên, quên những người nữ một thời đam mê không biết mệt!

Nguyễn Tấn Hưng yêu và sống với tình, qua văn chương, ở thể trạng... quá khứ! Có thể buồn vì đã là quá khứ, đã qua mất, nhưng trong cái buồn đó, người đọc cứ mường tượng tác giả vui sướng được sống lại những mảnh đời đó! Có người viết tự truyện và hồi ký để tiếc nuối và buồn đau, Nguyễn Tấn Hưng thì ngược lại. Những cái trắc trở của cuộc đời và tình yêu mà Nguyễn Tấn Hưng nói đến rồi ra cũng ngọt ngào, tròn trịa, đâu ra đó, không tàn nhẫn, oái ăm. Cô học trò Hồng Ngọc ôm bụng chửa bỏ đi không để lại dấu vết, với Hiếu chỉ như một tiếc nuối, một nghi ngờ thoáng qua, mà không là nỗi bất hạnh lớn lao! Cô bạn đồng học rồi đồng nghiệp Mỹ Hạnh, sau những ngày cùng đi coi thi bên nhau và cả gần gũi xác thịt một cách tự nhiên lẫn chút lãng mạn đó, rồi đường ai nấy đi, chồng vợ ai nấy về, nhung nhớ thì có mà quyết liệt tìm lại nhau thì không! Phải chăng đấy là *nhân sinh quan* con người lục-tỉnh? Có mặn mà, hết mình, nhưng khi đã ra đi, đã mất thì cũng chẳng chết ai! Không hận tình mà cũng chẳng biện bạch, làm lớn chuyện!

Nguyễn Tấn Hưng "thật" khi tiểu thuyết hóa quá khứ, cuộc đời. Thật trong ý muốn sống lại, làm sống lại, nhưng ở những chương cuối, tính thời sự và lý tính của người viết khiến trường thiên tiểu thuyết như khựng lại, như không thật - dù vẫn biết đấy là tiểu thuyết! Hiếu quẩn quanh ở những chi tiết, diễn biến thời sự ai cũng đã biết. Ở đây, Nguyễn Tấn Hưng đã để dữ kiện choán hết chỗ và đánh mất cái tài tiểu thuyết hóa của mình!

Ngoài ra, trong truyện của Nguyễn Tấn Hưng hay có cảnh sex: *tình dục* được ông tả như là hậu quả tất nhiên của tình yêu, bất kể hanh thông hay trục trặc. Khi còn là học trò, tình dục còn ngại ngần, đến khi lên Sài-Gòn trọ học thì mãnh liệt hơn, tìm kiếm hơn, đến khi đã là sinh viên sĩ quan hay ra trường hải quân, tình dục bất kể ngày mai. Mỗi giai đoạn một cường độ và "lập trường" khác nhau. Nhìn chung, toát cái không khí xác thịt tự nhiên, với những quan sát đặc biệt chi tiết và tâm lý dành cho nhân vật nữ trong khi tác giả hay lơ là nhân vật nam, như cố tình khỏa lấp chất tự truyện chăng?

Toàn bộ tiểu thuyết có thể được coi như một *tác phẩm liên-văn-bản,* nói theo ngôn ngữ thời thượng liên mạng. Riêng tập 4 gồm 11 chương, mỗi chương có thể đứng riêng ở dạng truyện ngắn, nhưng người đọc vẫn bị cốt chuyện thu hút bắt phải đọc tiếp! Không còn là những vụng trộm tuổi trẻ hồn nhiên như ở tập đầu của bộ trường thiên, nhưng ở đây vẫn thấy sức sống của những cô gái đôi mươi thể hiện qua lời nói, suy nghĩ, như Hồng Ngọc trêu chọc bạn gái muốn về sớm với chồng: "*...Con quỉ cái này chắc nó đang... nứng tới!*" (XTTN).

Qua những mảnh tình, những cái vui nơi ruộng, vườn, nay vẻ lại, theo trí nhớ, Nguyễn Tấn Hưng như muốn sống lại và luôn chung thủy với quá khứ, quê hương, với con người Mỹ Tho, với đời lính, đồng thời cũng chứng tỏ ông có lòng với văn chương. Ông trân trọng tuổi trẻ, quãng đời cũ, những thứ đã mất dù có thể đây đó nơi xứ người hoặc qui hồi cố hương, vẫn có thể tìm thấy, vẫn chỉ là những mảnh vụn, dư vang!

Sau những quãng đời lính huy hoàng dù đầy gian nan, hiểm

nghèo, được đậm nét ở những chuyến hải trình, ở một thuở làm "trùm", những bến đợi, những neo bến, bộ Một Giấc Mơ Tiên đây cái lõi là tình yêu, là cái sống trẻ, sống hết mình, dễ mến, trong cả những bê bối, lang bạt!

Thường thường tác giả bắt đầu truyện bằng những màn tả cảnh, như đầu truyện Dòng Sông Của Tùng (*Một Chuyến Ra Khơi*, 1990): "*Vào mùa khô, cái nắng của những làng quê miền Nam kéo dài dai dẳng. Trẻ con trần truồng rong chơi. Bụi đóng lớp dầy trên phiến lá, trên hàng rào... Con đường mòn heo hút, mặt cát đất gồ ghề trắng bệch, thỉnh thoảng một chiếc xe bò chất đầy lúa, một người đàn bà gánh hai bó rơm to hơn người uể oải, lê thê. Quang cảnh đìu hiu vắng vẻ, không còn sức sống, không có dấu hiệu hoạt động. Mảng đất giồng bỏ lâu không xới, cỏ mọc xen lẫn rơm rạ phủ lên mấy lớp...*". Truyện thêm thắt thơ văn, ca dao, câu hò,... làm cho truyện trở nên hấp dẫn, dễ theo dõi! ("Nhún mình như thể nhún đu" (CPQC, MGMT)); "*Mặc dù tiết tháng bảy năm nay chẳng có mưa dầm sùi sụt, cũng chẳng có toát hơi may lạnh buốt xương khô vốn rất thích hợp cho sự lang thang của những hồn ma đói khát...*" (DTĐTT, MGMT)),

Điểm đặc biệt trong thơ văn Nguyễn Tấn Hưng là dù thơ hay văn, đều là những mảnh, những khía cạnh của một tâm hồn, đứng riêng cũng đặng mà để chung cũng xong. Những một-nửa, những tiểu-truyện, những giây phút chạnh lòng, những nhung nhớ bất chợt,... Một Giấc Mơ Tiên gồm nhiều tập nhiều chương, nhưng mỗi chương có thể "sống" thoải mái mình "yên". Tập thơ và nhạc *Một Thoáng Trong Mơ* cũng trong chiều hướng sáng tác:

> *"Có ai về Mỹ Tho*
> *Nhớ theo sông Bảo Định*
> *Thả trôi ra tận vàm*
> *Tắm mát dòng Tiền Giang (...)"*.

(Về Mỹ Tho).

Tính chất *tự truyện* bao trùm nhưng với Nguyễn Tấn Hưng hầu như là chuyện thật không thêm bớt, chuyện gốc nghèo, chuyện ông Trùm nhận hối lộ,... chẳng hạn, nhờ vậy truyện có ý tích cực, tố giác, vạch tội, dễ được người đọc cảm tình hơn!

Nguyễn Tất Nhiên

Tên thật Nguyễn Hoàng Hải và sinh ngày 30-5-1952 tại Biên Hòa. Bút hiệu đầu tiên Hoài Thi Yên Thi. Năm 1980, định cư tại Pháp rồi Nam California, Hoa-Kỳ năm 1981, lập gia đình, được hai con, sau ly thân. Mất tại Quận Cam California, Hoa Kỳ ngày 3-8-1992. Làm thơ, soạn nhạc và đã cộng tác với nhiều báo và tạp chí tại hải ngoại.

Thi phẩm đã xuất-bản sau 1975: *Thơ Nguyễn Tất Nhiên* (thơ 1969-1980; Paris: Nam Á, 1980; Đại Nam, 1982), *Chuông Mơ* (thơ 1972-1987; Westminster CA: Văn Nghệ, 1987), *Tâm Dung* (Người Việt, 1989), *Minh khúc* (in phổ biến hạn chế) và tập nhạc *Những Năm Tình Lận Đận* (Tiếng Hoài Nam, 1984).

*

Nguyễn Tất Nhiên đã là một hiện tượng thi ca từ khi xuất hiện vào đầu thập niên 1970, và thơ ông đã được các nhạc sĩ Phạm Duy, Nguyễn Đức Quang phổ nhạc và được nổi tiếng, quần chúng yêu thích. Thơ anh như thổi một làn gió mới vào thơ Việt Nam vào thời chiến-tranh đang lan rộng, thơ với đầy những con chữ và ý thơ lạ lẫm đặt trong mạch thơ bất ngờ cùng nhạc tính rất tự nhiên. Những bài thơ tình yêu tuổi học trò tươi sáng, nghịch ngợm nhưng thắm thiết cũng như đau khổ với tình ý, chữ dùng bất ngờ, đặc sắc đã được người yêu thơ và nhạc tìm đến. Nhưng bản thân nhà thơ thì tình yêu và cuộc đời lận đận, nhất là sau ngày 30-4-1975. Nguyễn Tất Nhiên nhà thơ tình yêu nay trong hoàn cảnh chung có những bài lắng đọng về thân phận, về tình đời, tình người. Cuộc đổi đời đã khiến hạnh-phúc không dài lâu, không bình yên; vai trò, thân phận đều thay đổi, xáo trộn. Dù vậy, thơ ông sau 1975 chủ yếu vẫn là thơ tình. Nội dung thi ca một phần vẫn là tình yêu chân chất, lãng mạn của một nam nhân tâm hồn trẻ, con tim luôn rộng mở, với những bóng hồng yêu dấu.

*

Chuông Mơ – gần như tất cả đều ghi sáng tác ở Westminster, Nam California, tuyển tập tiếp nối thơ tình, nhưng thêm nỗi lòng xa quê hương với nếp sống, con người và cảnh vật quen thuộc. Hơn nữa, nhà thơ yếu kém việc nay phải hội nhập và lạc lõng trong đời sống mới. Cho nên, nhà thơ có những giây phút chạnh lòng và tiếc nuối mối tình tuổi học trò. Như trong bài Chuông Mơ được dùng làm tựa tập thơ:

"áo em trắng cả sân trường trắng
tan học chiều nay có ngẩn ngơ?
chiều nay anh ở xa lăng lắc
không cách chi về đón tiểu thơ!

chiều nay anh ở đất bon chen
cái mộng tan theo cái thấp hèn
cái thực lem theo ngày sống vội
không cách chi dài phút nhớ em!

chiều nay em bước ngang giáo đường
mắt Chúa chắc buồn thăm thẳm hơn
chắc cây Thánh giá thành di tích
chuyện một người chuộc tội hoài công!

chiều nay em còn măng tóc mai
hay đã lao tâm luống bạc rồi?
chiều nay vừa đến giờ tan học
hay vừa buông cuốc chặm mồ hôi?

chiều nay em bước trên quê hương
chắc tóc không còn óng ả chuông
chắc chuông không mượt nâng tà tóc
chắc tóc và chuông đã... đoạn trường!

chiều nay em bước trên quê hương
chắc Chúa chẳng nhìn như mọi hôm
bởi vì mắt Chúa và em đã
lóng lánh vùi chôi ngấn lệ lòng!

áo em trắng cả sân trường trắng
tan học trong đời anh thẩn thơ
đời anh quên, nhớ, quên... nhiều lắm!
chiều chiều xứ Mỹ cũng chuông mơ... " - 23/7/1987

Cũng như hai bài sau, tình là tình thuở ấy, cái thuở "ngu ngơ", "trong sáng":

> *"tâm hồn tôi có một dòng sông*
> *chảy qua nhà cô bạn chung trường*
> *chiều sông dâng sóng miên man gió*
> *bay tóc bay hồn tôi thanh tân...*
> *tâm hồn tôi có một bờ sông*
> *bên cạnh nhà cô bạn chung trường*
> *chiều miên man gió sông dâng sóng*
> *dâng tuổi dâng tình tôi mênh mông...*
> *tâm hồn tôi thức trắng đêm dài*
> *em bay áo trắng nắng ươm mây*
> *chiều êm nắng rủ nhau đi ngủ*
> *trên tóc ai lành ru ngủ vai...*
> *tâm hồn tôi có quẩn quanh tôi*
> *có một sông quanh khúc quẩn đời*
> *có một bàn tay ôm cặp, gói*
> *cả mộng mơ kia, luyến tiếc này...*
> *tâm hồn tôi có tuổi thơ tôi*
> *có một bâng khuâng thức trắng đời*
> *đời cứ rủ nhau đi ngủ cả*
> *tôi thức cho buồn ngỡ... mới thôi"*- 4/7/1987.

(Cứ Ngỡ Như Là Mới Nhớ Thôi).

Ông còn nhớ chuyện Chở Em Đi Học Trường Đêm:

> *"chở em đi học mưa, chiều*
> *tóc hai đứa ủ đôi điều xót xa*
> *mưa thánh thót, mưa ngân nga*
> *(hình như có bão băng qua thị thành!)*
> *bàn tay thiếu máu lạnh tanh*
> *cóng tôi chịu đựng cho đành luyến thương!*
> *chở em đi học mưa, buồn*
> *tôi Honda cũ trèo luôn dốc đời*
> *thình lình chết máy như chơi*
> *đừng tin lắm chuyện xa vời nhớ em!*
> *đèo nhau qua dãy cột đèn*

khẳng khiu soi dõi đường đêm bóng người
bóng xấp nhập, bóng tách rời
bóng co, bóng dãn, bóng trôi dập dềnh...
(dối gian như bóng dối hình
dối gian theo những lời tình gió bay...)
  đèo nhau qua đoạn đời này
cầu Trương Minh Giảng nghe đầy hoàng hôn
mưa rỉ rả, mưa nguồn cơn
mưa đâm lóc thịt, mưa dầm thuộc da...
  chở em đi học mưa nhòa
đường loang loáng nước lập loà loáng cây
lạnh vừa đủ siết vòng tay
run đi em để sau này... nhớ nhau...
  chở em sa vũng lầy nào
về nhà nói mẹ qua cầu sẩy chân!” - 06-07/1987

Có những bài như Paris, Khúc Tháng Chín, về cuộc sống mới sau khi rời Việt Nam:

“... kẻ vượt biển đã tới bến mạnh lành
nhưng chết ngay khi đặt chân lên bờ đất
kẻ leo rào đã chụp được Tự Do
nhưng tức thời buông tay bổ ngửa
là ta
... em thì xa quá xa
làm sao nghe tiếng vỡ loảng xoảng dòn tan
lung bung lòng gác chật
  phải, ta đánh rơi ta
nát vụn
sau khi đánh rơi Việt Nam

bên kia bờ biển mịt...” (Paris, 22/9/80)

Bài Dịp Chào Đời Vi Diệu, nhà thơ đang hạnh phúc gia đình ở Quận Cam Nam California:

“muốn thể hiện nỗi buồn qua thơ
nhưng ngôn ngữ không đủ sức
cuộc người
nói sao cho rạch ròi từng nỗi

từng nỗi và từng nỗi
khổ sở chung, riêng
  đặt tên con là Vĩnh Niên
vì đời bố ngắn ngủi
thất vọng như những vòi dầu
xịt rưới ngày đêm vào ngọn lửa dữ tham vọng
cuộc người ôi cuộc người
quá dài cho những niềm thảm bại
  đặt tên con là Vi Diệu
vì đời bố là kích thích phẫn nộ liên miên
cuộc người ôi cuộc người
quá ngắn cho vài phút đôi khi
cảm giác bình yên
  đem khát vọng đặt tên cho con
hỡi những đứa con bắt đầu gia nhập cuộc người
con của bố mẹ
hay con của định mệnh?
(định mệnh tự mỗi kẻ
phải vác cây thập giá của mình
đi lên mỗi ngọn đồi riêng
đã dành sẵn các mũi đinh riêng!)
  đem mơ ước đặt tên cho con
hỡi những đứa con đang khởi hành
bố muốn lắm nhưng chẳng thể
vác hộ cây thập giá của đứa nào
dù đày ải đang trên vai bố
cũng tương đối nhẹ
kiêu hãnh là thần lực
  cuộc người ôi cuộc người
chính mắt nhìn đau xót muốn
kê vai vào vai
nai thân vào thân
là sức nặng ghê gớm thật sự
của cây thập giá đang mang"- Westminster CA 5/11/87

*

Tâm Dung là thi tuyển đặc trưng mang tính tâm linh của Nguyễn

Tất Nhiên thời hải ngoại. Thời gian này, nhà thơ thường tìm đến cửa Phật. Theo Lời Mở Đầu, nhà thơ cho biết: "Dung, theo nghĩa dung chứa. Năm lần Phật chỉ cho ngài A Nan, tâm là cái thấy.

Lấy cái thấy phân biệt để chỉ cái thấy vô phân biệt, lấy cái tâm vọng để chỉ cái tâm chơn, lấy ngón tay phàm phu để dụ như ngón tay Phật chỉ trăng. Kẻ trèo đèo này chỉ mong góp một cỏn con Phật sự, vọng động chăng?

Chỉ mong quí thiện hữu niệm tình: vọng mà biết mình vọng, còn hơn không" (Westminster, Ca. Ngày 12/01/89).

Các bài thơ đều khởi từ "tâm", nội dung cũng như tựa đề: Tâm Khai, Tâm Sân, Tâm Hoa, Tâm Xuân, Tâm Hồng, Tâm Hương, Tâm Mưa, Tâm Sương, Tâm Cảm, Tâm Ca, Tâm Tưởng, Tâm Nguyệt, Tâm Cảnh, Tâm Chung, Tâm Duyên. Thêm ba bài có tựa khác: Tịnh Khốc, Như Là Hôm Qua và Cổ Tích riêng "thành kính gửi anh Trần Văn Bá":

"năm năm trước ở maubert / bên ly rượu chát đỏ
trời đất đã vào xuân / ta ngồi nghe lá úa
lòng kẻ mới xa nhà / tơi bời từng mảng vữa
năm năm trước ở maubert / ta lơ ngơ đất khách
ngồi rũ như áo nhầu / dính hờ trên giá móc
hồn còn bám quê hương / chưa hay thân trôi giạt
năm năm trước ở maubert / bên ly rượu chát đỏ
một lũ trẻ thương nòi / dụm đầu nhau giữ lửa
trực diện với cộng loài / giữa thủ đô chính trị
ta từ đó nguôi ngoai / xác, hồn dần thỏa hiệp
sống, chờ đợi một ngày / dâng đời cho tổ quốc
năm năm trước ở maubert / người cùng ta đối ẩm
đầu đuôi chuyện nước non / nói hoài không biết chán
ta than nợ văn chương / kiếp này ta đeo nặng
chỉ mong về quê hương / làm thơ trước cổng trường
mắc cỡ người ta thương! / làm thơ bên hàng dậu
bên luống mạ bờ mương / cô giáo làng cảm động...
người nhẹ gật đầu, cười / bảo, đường về đã sẵn
ăn thua lòng bạn thôi!
ta nghe nghe ngờ ngợ / ta ngờ ngợ nghe nghe...

năm năm trước ở paris / ta mơ làm chí sĩ!
2.
năm năm sau ở orange county / giữa vô luân loạn lý
ta gần mực thì đen / càng ngày càng nhảm nhí
năm năm sau ở orange county / ta bon chen như quỷ
làm thơ tán gái gung / cũng tự hào... thi sĩ!
năm năm sau ở orange county / ta thở hoài không khí
tẩm xăng dầu tiêu pha / chẳng biết ai tri kỷ
nên phai dần hương cau / hương trầu, hương bông bưởi
hương lúa trổ đòng đòng / hương quỳnh hoa đêm nở
bên nhà cô láng giềng... / năm năm sau ở orange county
ta đổ thừa xứ mỹ / đổ thừa đời nhụt chí
tủi hổ anh linh người! / năm năm sau ở cali
đâu đâu di ảnh người / cũng nhìn ta mà nói:
"ăn thua lòng bạn thôi!" - Buena Park CA, 28/01/1985

Những bài "Tâm..." lời chân thật, động lòng, cả khi nói đến những sự việc bình thường. Bài Tâm Duyên bốn mùa, như nhắc nhở, muốn sống lại một thời đã qua, nếu không được thì chúc người con gái tên Duyên hạnh phúc::

"1. mùa hè anh lên núi / thấy tóc em lành nhiên
cười theo chiều, gió tối / trời đi vào giấc yên
cho sự sống duyên hiền / từng búp hoa huệ nhỏ
cho sự sống hương êm / từng thoảng hoa huệ thở
sự sống trắng tinh im / từng nụ quan-âm nở
im lặng là xin dâng/ tặng đời bông hoa nữa...
mùa hạ anh ra đường / thấy mới tinh tất cả
thấy nắng nôi dịu dàng / đang vuốt ve cây cỏ
thấy cây cỏ dễ thương / đang làm duyên, tóc xõa
thấy lửa trời nung ngon / chín bòn bon sự sống
thấy sự sống nhịp nhàng / theo đỏ, vàng, xanh, đỏ...
thấy phố xá từ tâm / đèn cười hoa ba đóa (...)
3. mùa đông anh thức dậy / đất mở mắt phương phi
khi trời len lén gửi / từng nụ nắng nhu mì
đất giả vờ chưa biết / như em vờ không hay
điện chuyền tay... suýt chết / buông không nổi bàn tay
mùa đông anh cửa sổ / thấy trời đất tinh sương

như người lười thêm chút / bắt người đứng bấm chuông
nôn nao chờ thêm lúc / bắt người "long distance"
bồi hồi phôn ai nhắc? / trời đất cũng nghịch ngầm
tiếng chim cười rúc rích! (...)" - 17/01/1989

Cái buồn sâu được nhà thơ tâm sự, so sánh, trong Tịnh Khúc:

"buồn ơi.../ tôi bỏ tôi chìm đắm
trong tiếng làm thinh của ghế bàn
ghế bàn không xẻ chia sầu thảm
nhưng biết làm thinh lặng cảm thông
(...) buồn ơi tôi muốn như bàn ghế
chịu đựng đời không biết thở than!
buồn ơi.../ tôi bỏ tôi tàn tạ
lạy đời xin một bận ngó lơ
lần té nặng này tôi muốn giữ
cho tim đừng hối hận trèo cao
(...) buồn ơi.../ tôi bỏ tôi rời rã
bất lực làm sao trước cuộc đời
ừ nhỉ, trước giờ tôi chiến đấu
cho niềm bất lực buổi hôm nay!
ừ nhỉ, bây giờ tôi mới biết
ghế bàn nên kính trọng như thầy
bàn ghế dạy tôi điều nhẫn nhục
dạy tôi bình thản thứ tha đời
bàn ghế có bao giờ bất lực
có bao giờ biết đợi trông chi
buồn ơi tôi muốn như bàn ghế
thương đời như thể bỉ khinh tôi!
(...) buồn ơi.../ tôi có tôi-bàn-ghế
nguyện hiến cho đời một tấm lưng" - 13/01/1989

*

Tiếp nối *Tâm Dung* là **Minh Khúc**, những sáng-tác cuối cùng của nhà thơ, được in và phổ biến hạn chế. "Minh" có thể là tên người vợ đã chia xa, nhà thơ như dự cảm cuối đời, tâm sáng nhìn thấu mình và mặt thật của cuộc đời, muốn nói những lời chân thật như sẽ không còn dịp thổ lộ. Vẫn là những vần thơ tình nhưng ẩn chứa chân lý tìm thấy, con đường phải đi. Bài Minh Khúc 12:

"bây giờ em đã xa tôi
hay là sông núi xa đời lãng du?
  bây giờ đêm đã nghìn thu
hay là nhật nguyệt thôi bù đắp nhau?
  bây giờ tình đã chai đau
hay là cây cỏ bạc đầu tuyết sương?
  bây giờ ảnh đã lìa gương
hay hoa vạn thọ trong lòng thu đông?
  bây giờ chín khúc cửu long
hay sông vẫn một dòng trăng không là...
  bây giờ mây của hôm qua
tiếng con quạ khản kêu ca một mình
  sương hoàng hôn đẹp bình minh
nắng ban mai mới tình trên nấm mồ
  á à lệ vẫn chưa khô?
a ha trời đất mơ hồ... hay tôi?"

Bài Minh Khúc 91:

"hôm em sánh bước cùng đời
không gian nắng chiếu tình ngời thiên thu
cây bông bóng lá nhân từ
kẻo nai nheo mắt làm hư nét trời!
  hôm em bước thật tình cùng
tiếng thương ngậm trái bồ hòn làm ngon
cây xanh nói với lòng đường
những khi im bóng là không chối từ!
  hôm em mềm bước tiểu thư
mùi hương con gái hồ như đất trời
hoa xuân e ấp nụ cười
với tôi chim biết hôn môi lần đầu!
  hôm em dài áo thương bâu
đò ngang thương bậu kêu cầu trăm năm
sông kia nào biết vô thường
từ khi nguyệt nọ là trăng giang hồ...
  hôm bàn tay của lòng nhau
ngón tay đã có lần chào cơn mơ
hôm nay sông bỗng tình cờ
hay ra mình đã đưa đò trăng tan..."

Bài Minh Khúc 4 nhắc chuyện vợ chồng:

"chút lòng, đáp lễ cho nhau
vết đau hạnh ngộ kiếp sau bù đền
chút tình, đáp nghĩa nhân duyên
dẫu sinh ly mãi còn riêng vợ chồng
chút son thô, chắc đủ hồng
cho môi ai dễ thương còn thương thêm
em cười, không sót chút duyên
cho anh chê xấu mà quên chữ tình
em tươi, không sót chút hiền
cho anh chê nết không thèm dây dưa
thôi thì tan hợp nghìn xưa
thì thôi gió đập đò đưa mặc đò.." - Santa Ana, CA, 25/7/89

Và đoạn cuối bài Minh Khúc 10:

"... dìu nhau trên những đường dài
đâu đâu cũng tiếng người thay đổi lòng
rồi sao? có thấy chi không?
con ơi, bố mẹ diễn tuồng sinh ly..."
Bài Minh Khúc 90:
"đường không gian – đã phân ly
đường thời gian – đã một đi không về...
những con đường mịt sương che
tôi vô định lái chuyến xe mù đời
cu tí ngủ gục đâu rồi?
băng sau, ngoái lại, bời bời nhớ con!
đường trăm năm – nát tan lòng
đường ngàn năm – hận, xin đừng trả nhau!
những con đường cuối năm nào
cho tôi tìm lại cành đào ba sinh
khi em lễ mễ với tình
thắp nhang tạ tội sinh thành con đi...
đường chung đôi – đã chia đời
đường chia đôi – vẫn hơi người quẩn quanh
chim đêm hót tiếng đau tình
đau tim tôi chở lòng thành kiếm em..."- 2/1/1990.

*

Thơ Nguyễn Tất Nhiên thời hải ngoại, có người nữ tên Minh được nói đến trong tập Minh Khúc và vẫn người yêu dấu thời học sinh Ngô Quyền tên Duyên sống tiếp trong thơ chàng, ngoài bài Tâm Duyên, có những câu ở các bài khác như:

"hai năm sau cúc của mày
duyên của tao cũng đi
thảm hơn chuyện thảm của mày
tao không có bia nào để nhắm
hai năm sau cúc của mày
duyên của tao đi đảo guam
mười lăm năm sau cúc của mày" (Như Là Hôm Qua)

"ờ bạn nào đâu có nghịch ngầm
cười duyên lần lữa chẳng hồi âm" (Cho Đáng Đời Ai)

"có những nụ cười không hé môi
gửi thầm đi một chút duyên thôi" (Tâm Hoa)

"giữ cho nhau một chút nào
giữ duyên đáp nghĩa đền câu phụ lòng" (Tâm Hương)

Thơ Nguyễn Tất Nhiên đã trở thành những vần thơ bất hủ. Ông đã và vẫn luôn sẽ là nhà thơ tình: ông sáng tác, sống và chết hết mình và trọn vẹn vì tình yêu. Tuy vậy, sau cuộc đổi đời 1975, thơ Nguyễn Tất Nhiên đã không còn trọn vẹn những nét tài tình, nghệ-thuật như thuở mới vào đời thơ.

Nguyễn Thị Hoàng Bắc

Bút hiệu và cũng là tên thật. Sinh năm 1942 tại Thị Nghè, Gia Định, nguyên quán Quảng Bình, lớn lên và sinh sống ở Nha Trang. Tốt nghiệp Đại học Sư phạm Sàigòn, dạy học tại Nha Trang. Vượt biển đến trại tị nạn Chimawan Hồng Kông rồi Bataan Phi Luật Tân năm 1995 và định cư tại tiểu bang Virginia, Hoa Kỳ. Đã cộng tác với nhiều tạp chí. Làm thơ trước khi rời quê nhà và theo tác-giả, truyện ngắn đầu tiên đăng báo ở Mỹ: Mặt Trận Dài, tạp chí Văn Học (1985) và bài thơ đầu đăng tạp chí Làng Văn (1985) ở Canada: Qua Mùa Đông Dọn Lò Sưởi. Ký Mộc Hương khi viết tiểu luận.

Tác phẩm đã xuất bản: Các tập truyện *Long Lanh Hạt Bụi* (Westminster CA: Văn Nghệ, California, 1988), *Bên Lở Bên Bồi* (An Tiêm, CA, 1997), *Kéo Neo Mà Chạy* (Văn Mới, CA, 1997), *Nhện* (Văn Mới, 2002), tiểu thuyết *Gió Mỗi Ngày Một Chiều Thổi* (Sống, CA, 2015) và tuyển thơ *Chúng Tôi Vì Đàn Ông* (Sống, 2016).

*

Long Lanh Hạt Bụi gồm những tác phẩm đầu tay, viết về quãng đời tác giả vừa trãi qua ở quê nhà, 10 năm sau ngày 30-4-1975, cuộc vượt biển và tại các trại tị nạn và một phần đời sống ở quê hương mới, Hoa-Kỳ. Chiến tranh và hậu quả, tình yêu, tình người, hôn nhân là những đề tài chính. Truyện Long Lanh Hạt Bụi được dùng làm tựa tập truyện không nằm trong những đề tài chung chung của các truyện còn lại. Câu chuyện hàm tính triết lý: hạt bụi như không thật nhưng long lanh, ảo thực khác nào bụi "quá khứ" - con nhỏ con ông bác sĩ Phan, bạn học ngày trước, lúc nào cũng xuất hiện, cản đường đời và "tu" của "tôi", như một hạt bụi nghiệp chướng – gần như con thằn lằn của Hồ Hữu Tường.

Sau biến cố 30-4-1975, đời sống người ở Nam vĩ tuyến 17 trở nên khó khăn với nền kinh tế "xe hết chỗ ngồi", Người Ở Lại kể chuyện gia đình giáo chức Đình-Thoa: chuyện tù tội (cũng có luật sư chỉ định, thay vì bào chữa giúp nhẹ tội thì lại "bào chế" thêm tội!), những cái chết khác thường của bạn bè hay người thân quen, nhà nhà bị cúp điện (*"Đời sống buồn tủi quá, nên nội cái chuyện tắt điện rồi có điện lại cũng khiến thiên hạ nhiệt liệt vang ca khúc thái hòa"*). Tin tức phục quốc nhen nhúm hy vọng rồi tắt ngúm với phiên tòa và án tử: *"Trái bom Trần Văn Bá, Mai Văn Hạnh nổ tung như tiếng bom Sa điện xưa kia của Phạm Hồng Thái vang rền chuyền một hơi ớn lạnh dài suốt trên xương sống của mọi người. Thổn thức, nghẹn ngào, tiếc hận và lại nhen nhúm hy vọng nhưng mọi người đều cúi mặt xuống như vờ đóng cho xong màn cuối vở kịch của những tên nô lệ cố làm cho xong nốt công việc chiều nay..."*. Con người sống trong hy vọng *"trận mưa hồng thủy của máu, mồ hôi và nước mắt của mọi người sẽ có một ngày, ngày ấy nhất định cuối cùng phải đến, để cuốn phăng đi quét sạch cơn ác mộng ngông cuồng của những tên điên..."* (tr. 119, 121).

Đời sống khó khăn, người dân đua nhau "ngậm ngải tìm trầm" - cũng là tựa một truyện khác, tác giả trào lộng đám người sau khi tìm hoài không kết quả đã vô tình nhúm củi sưởi ấm với chính những cây củi... trầm! Bút pháp phúng thích nặng hơn nữa với Xuân Bất Tận kể chuyện "Xuân từ ngoài ấy mới ban vô" đầu năm 1985, Cộng-sản Hà-Nội đổi lịch bắt dân cả nước ăn cại "Tết chỉ thị".

Nha Trang xuất hiện trong nhiều truyện của tác giả. Trong Mặt Trận Dài, thành phố này được nhớ như "nhớ tới một nơi tù túng bực bội" nhưng kẻ bỏ đi xa "rồi như nam châm hút sắt, tôi lại về". Trên Triền Dốc và Nương Dâu ghi nhận thêm những bi hài kịch của Nha Trang sau ngày "giải phóng". Đặc biệt có truyện Nha Trang … Lời Xin Lỗi là của nhân vật xưng "tôi" từng "càu nhàu bực dọc" … "nó" thời tuổi trẻ, nay vượt biển thành công lại phải rơi vào "vòng tay sponsor" của một người … Nha Trang.

Con Gà Trống Trọc Đầu kể chuyện ông già tập kết trở về trong khi vợ cũ và con cái muốn đi chui "bán chính thức", đưa con riêng vào để bòn tiền.

Chuyện tình có chuyện tình lý tưởng/cao thượng của cô giáo Mai đối với Huy trong Miền Đất Lặng Thầm. Huy sang Singapore 3 rồi ở lại, lấy Meg. Sài Gòn tan tác, bị chế độ mới cho nghỉ dạy vì thuộc "gia đình Công giáo", muốn đi tu thì dòng đã giải tán, "bà thánh" đành lên vùng đèo heo hút gió nuôi heo nuôi gà "để nuôi miệng mình, cho qua cái thời buổi nhiễu nhương".

Sinh hoạt và đời sống tình ái ở các trại tị nạn: người đàn bà 34 tuổi đã có con đùa tình với Mike, trai Anh 26 tuổi nhưng mẹ người Hoa trong Điều Còn Lại; và Vinh, một bà chồng chết thành công vượt biển với hai con nhỏ, nhảy vào cuộc tình tay ba với Dave chưa vợ trong Mùa Đông Đang Qua.

Nhập cư nơi xứ người những ông bà độc thân tại chỗ hội nhập cả chuyện chắp nối và tự tìm lý luận biện minh. Trong Hương Đồng Đá Nát là vì "nói chuyện với Thái đã thật và Thái nghĩ yêu chìu Trâm cũng đã thật. Vì chuyện gì hầu như Trâm-Thái có nói quanh quẹo một lát rồi cũng nói thành nói thật, chẳng phải chỉ vì một lý do được nói bằng tiếng Việt đã miệng mà còn vô số nhiều lý do mê ly khác nữa..." (tr. 200).

Kéo Neo Mà Chạy tiếp nối một số đề tài của Long Lanh Hạt Bụi, bên cạnh những truyện đi sâu hơn vào đời sống và tâm tình người Việt sống ở ngoài nước. Truyện Giang kể chuyện tình nhiều tập của Hạnh với Giang, qua nhiều thăng trầm. "Lấy chồng rồi, Hằng mới biết đàn ông không dâm đãng thì không thực là đàn ông. Ngoài ra, lúc nào họ cũng là những chú nhỏ luôn luôn ủng oẳng với các đàn bà khác những khi vắng vợ, nghĩa là vẫn giữ nguyên thói quen bám đít mẹ lúc bé. Không chịu được hai điều kiện đó thì tốt hơn không nên lấy chồng, hoặc là nên theo kiểu mới, là hãy yêu một người đàn bà". Có thể đó là lý do khi Hằng trở lại Mỹ mới biết vừa đậu thai, đã chấp nhận cho Liên, người đàn bà khác "thay thế chỗ mình cũng là một cách giúp đỡ, vậy đi, nghĩ vậy cho xong chuyện. Cũng giống như cho chủ cũ của căn nhà chia chung giếng nước với mình vậy mà!" (tr. 13-14). Tình vợ chồng "mở"!

Kéo Neo Mà Chạy là chuyện tình nam nữ bỏ người kia không đành khi đã bắt đầu và đã thành ... thói quen, như hai cái bóng "khít khao chập lẫn vào nhau làm một". Văn cứ mãi "thấy có một cục nước đá cứ lớn dần lên mãi" và Trang cuối cùng bỏ về lại với gia đình, Văn "trái tim bỗng đau nhói lên vì kinh ngạc: Văn không cảm thấy đau đớn, khổ sở và sợ hãi như lâu nay Văn hằng tưởng tượng" (tr. 74).

Những Đợt Sóng, Truyện Tình Cuối Cùng,... đi tiếp những mối tình không trơn tru. Nha Trang tái xuất trong Hai Mươi Năm Những Thành Phố: từ một nơi "mùa đông tuyết giá căn nhà bị đông cứng lại và tâm hồn tôi cũng đang tê cóng, ánh nắng chói chang rực rỡ tưởng tượng của thành phố này như một giải tỏa, như cái không gian xa rộng mà những tù nhân trong gian phòng giam chật chội thường mơ mộng..." tìm lại chốn cũ và tăm hơi tình cũ (và học trò) thuở trước, nhưng cuối cùng chua chát nhận ra:"Thành phố vẫn trẻ trung mà tôi đã già nua, thành phố đã có cơ đổi mới mà tâm hồn tôi vẫn chất chứa đầy những hình ảnh cũ? Nó không dung được tôi, hay tôi đã bội bạc trốn đi rồi lại ngơ ngáo tìm về?" (tr. 80, 91).

Bà Bạn Sưu Tập trở thành nhà văn, cho rằng *viết văn cũng như trò chơi búp bê, cứ ghép ráp búp bê này với búp bê nọ, bày đặt chiến tranh và hòa bình, đau khổ với hạnh phúc, rồi chia rẽ cặp này, đoàn tụ cặp nọ, lâu lâu tổ trát, thì cũng đem râu ông nọ cắm cằm bà kia (...)* Về sự độc đáo thì bà nói: "*Bạn để ý coi, sự tầm thường, bình thường, ngăn nắp, tròn trịa và hợp lý quá, thường sẽ kéo chân lý xuống rất thấp*" (tr. 42).

Vẫn chuyện viết lách, Nguyễn Thị Hoàng Bắc trong Đôi Lần Chịu Chơi nhắc đến những kinh nghiệm tranh đấu nữ quyền (của nhân vật), kết: "... sách vở, bạn bè, những cuộc tranh cãi văn chương, yêu ghét người quen kẻ lạ, người thân kẻ thù, dù nhìn ngược hay nhìn xuôi, nhìn sai hay nhìn đúng, dù cận thị hay viễn thị, tất cả đều là những kỷ niệm thơ mộng hoặc khốn kiếp khó có thể quên được trong đời một người tầm thường, không mấy thành công, chết nhát, mà lại ưa ôm đồm bày trò chịu chơi như tôi..." (tr. 65).

Nhện "16 truyện và 2 kịch" gồm những truyện-thật-ngắn thời thượng một thời, nhưng ở Nguyễn Thị Hoàng Bắc là những mảnh đời/ mảnh tình của người Việt hải-ngoại cũng như trong nước, văn phong theo nhân-vật (như Lan & Điệp). Thật ngắn như những khoảnh khắc bất chợt, hoặc những nhận chân cuối cùng.

Truyện Lớp Học đặc-biệt với không-gian và tâm tình thầy trò ở xứ người. Nhân-vật Tôi yêu thầy, đôi hàng kèm trong tấm card thăm thầy nằm nhà thương *"mỗi lần thầy tới bàn em, cầm cây viết của em xoay xoay trong tay thầy, cử chỉ đó của thầy chỉ xui em nghĩ đến dục tình"* (tr. 11). Cô học trò "hậu hiện-đại" này đã có những nhận xét

"*Nghề dạy học, tất nhiên không phải là một nghề đánh đĩ. Nhưng tôi cứ cho đó là một nghề khêu gợi nhất trong các nghề. So sánh với các vai u thịt bắp trần trùng trục múa y trên bục, trên người chỉ dính một mảnh xì líp uốn eo uốn éo và da thịt cuồn cuộn loáng lên dưới ánh đèn dầu bóng, tôi thấy giống như một miếng thịt ươn chưa được nấu, có thể thịt đang bốc mùi thum thủm. Nhưng thầy, thầy là một món xào có gia vị thắm thía, ngọt ngào làm ruột gan tôi cồn cào, nước miếng cứ ứa tràn nuốt ực không kịp...*" (tr. 12). Cô trở thành lý giải ("*người đầu tiên và cũng sẽ là người cuối cùng trả lời thầy*" khiến thầy ly dị vợ và làm chồng cô học trò đa tình đa dục vì "nhà tôi" đã hơn một lần thỏa mãn cô"*Cơn kích ngất đến thật mãnh liệt, hai đùi tôi ướt đẫm những nước nhờn và mồ hôi nhớt*" (tr. 17).

Nhện, truyện được dùng làm tựa tập truyện và kịch, qua vài mảnh đời của nhân-vật nữ, nay đến thời tắt kinh "*Hơn nửa đời người, chỉ là nhện chờ mối ai thôi*" dù "*ơ nhện, nhện đực và nhện cái, nhện tơ và nhện lão, nhện hắc ín và nhện bạch tạng, nhện giăng tơ, tơ đan lưới nhện, chằng chịt nhập nhằng*" (tr. 33).

Những truyện và kịch khác tiếp nối những mảnh đời, mảnh tình vội qua hoặc ao ước, của nhiều thành phần xã-hội liên quan ít nhiều đến cộng-đồng người Việt. Nội-dung kết theo hình-thức ngôn-ngữ và đời-sống đây đó, Tây ta, rời rạc, rã rời của những con người sống trên đất người.

Tuyển tập **Gió Mỗi Ngày Một Chiều Thổi** gồm một truyện vừa (tác giả gọi là *novella*) dài 182 trang, 12 truyện ngắn và một bài "thơ truyện". Truyện Gió Mỗi Ngày Một Chiều Thổi kết cấu như tự sự đứt quãng: những mảnh đời của tác giả từ những ngày thơ ấu, tuổi trẻ cho đến những ngày sống xa quê hương và khi tuổi đời chồng chất, viết lại thành truyện. Gió Mỗi Ngày Một Chiều Thổi với những chủ đề quen thuộc của cuộc làm người và một Nguyễn Thị Hoàng Bắc chín hơn – nhà văn từng bị chụp mũ, "tấn công" về chính trị. Nha Trang vẫn chiếm nhiều trang ký ức trong tập này, như trong các tập khác. Trong chương đầu "Madeleine", tác giả lùi lại thời thơ ấu, 5-6 tuổi, sống trong xóm chung đụng "chị em ta" - Bộc Đền, nhà chứa đĩ công khai để phục vụ cho lính Pháp, với những bi hài kịch thường nhật và cuộc bố ráp của patrouille Pháp tìm Việt-minh trong khi người cha theo kháng chiến.

Chương 2 "**Trưa võng đưa**" ở nước người, nhiều thế hệ gặp nhau nhắc nhớ chuyện ngày xưa: "*Vui, chúng ta cười nắc nẻ, khà khà, hụ hị, hư hư, hi hi, phì phò…Khi người ta trẻ và khi người ta già. Cảm động, thương, tiếc, bâng quơ. Vài địa danh, vài con người, vài từ ngữ mất hút trong cõi thời gian đột nhiên được sống lại, ngỡ ngàng trong cái đời sống coi vậy mà lắm đổi thay, và sau buổi trưa này, chúng sẽ lại tan vào quên lãng, nhưng không mất tăm, nằm lặng đâu đó trong tiềm thức mọi người để chờ một buổi trưa khác, nửa nhớ nửa quên, nửa tỉnh nửa mê, lọ mọ thập thò chúng sống dậy*". Nào là những "khi chúng ta hạnh phúc", "khi chúng ta được ngắm": "*… vợ là người yêu lúc trẻ theo đuổi rồi lấy được nhau, sống bên nhau đến răng long đầu bạc. Vẫn tóc ấy, môi ấy, vẫn mắt, vẫn miệng ấy qua nét truyền thần, nhưng người xem giật mình vì ánh mắt hoàn toàn là không. Người đàn bà trong tranh khô khan một cách đáng yêu, và u uất, ánh mắt nàng nhìn kỳ lạ, như không nhìn mà mãi nhìn, tựa như mang nặng một nỗi sầu ở một chốn nhân gian không thể hiểu. Nàng, người tình trong mơ của chàng? Ô, Juliet đã chết lúc còn son trẻ để mãi mãi là Juliet người tình muôn thuở của các Romeo? Chưa thấy ai mường tượng, tả hay vẽ nàng Juliet tóc đã hoa râm.*

Vậy, người đàn bà tóc hoa râm nhưng cắt uốn tỉ mỉ, hàm răng đều, trang điểm nhẹ, thanh lịch, miệng cười thụt sâu vào tạo nét mặt nghiêng còn rất đẹp ở tuổi sáu mươi lăm. Người chồng hơi thấp, nhỏ con và trẻ trung hơn so với bà bởi luôn luôn có nụ cười rất thơ trẻ. Câu chuyện lâm ly như tình sử, lúc hai người gặp nhau ở đại học, bà đã là hoa khôi của đám du học sinh Việt ở trường, và nét đẹp rất đằm của bà từng làm đám sinh viên da trắng đi qua đi lại mắt la mày liếc không ít. Bà đến nước người trước, học trước ông một năm, và cũng là người đồng chủng đỡ đầu ra đón ông ở cái phi trường hiu quạnh nhưng sạch bong, sáng bóng thuở đó. Tên sinh viên hơi còm, còn đen, bước chân hơi dính phèn nhà quê nhà quáo, nhỏ hơn bà một tuổi, học sau bà một năm, và cuối tuần nào cũng mò đến lưu xá của bà để hỏi bài. Và khi họ chống lại quyết định của hai gia đình còn ở trong nước, họ đã thành đôi vợ chồng tự do kết hôn". Rồi "khi chúng ta thấy": "*… Có tiếng thở dài không dấu diếm, không muốn nén, có tiếng cười hô hố lạc quan che đậy, có ánh mắt nhìn thương xót cảm thông chia sẻ lẫn kẻ cả, có cả tiếng khanh khách ganh tị đáng đời mày, và có những* tia mắt vô tư như không hiểu, và không thể hiểu vì sao bất cứ chuyện đời nào cũng cần phải được suy nghĩ".

"... Nhóm văn, nhóm thơ, nhóm hội đoàn, hay phi văn đoàn, phi hội đoàn, nhóm sinh hoạt chính trị, hội họp, biểu tình, tuyệt thực, nhóm tổ chức văn nghệ, đêm không ngủ, ra mắt sách, nhóm quyên góp hướng về trẻ mồ côi, thương phế binh, cứu giúp đồng bào bão lụt nơi quê nhà, nhóm theo thầy xoã tóc ăn cơm chay vào thiền, mật tông hay thanh hải vô thượng sư, tự phát và tự nhiên, ồn ào và lặng lẽ, đáp ứng nhu cầu từng nhóm, mỗi nhóm một con đường, một thế giới, thế giới nào cũng được, miễn không là thế giới hiện hữu, quá khứ tương lai nào cũng được, miễn không phải là cái hiện tại không lối thoát này. Nổi bật và bận rộn nhất, vẫn là lớp các chiến sĩ không mệt mỏi với công tác cộng đồng, tu tập, sáng tác, hội họp, yêu nước. Trường giang sóng sau dồn sóng trước (văn chương chưởng) ba mươi năm ở nước người, lớp (già) này mệt mỏi đã có lớp (già) tiếp theo thay thế. Vì chúng tôi tìm hạnh phúc. Hội họp, biểu tình, cờ bay cờ bay trên thành phố thân yêu vừa chiếm lại đêm qua bằng máu, những trái tim già đã nghe máu chảy về tim. Những thành phố mang những tên tây xa lạ, Westminster, FallsChurch, Houston, Paris, Montreal, nhưng mặc kệ, dường như đêm qua đã lọt vào tay bọn xâm lăng, hay bọn Việt gian nằm vùng nào đó, sáng nay đã lại vang lên tiếng hát trả ta sông núi, cờ vàng đã lại phất phơ bay, cuộc biểu tình giữa xứ người của mười người, hai mươi người hoặc mười ngàn, hai mươi ngàn, chúng tôi ai có bút múa bút, ai có tay múa tay, ai có giọng thì sang sảng lời hô, tiếng hát, đả đảo, hoan hô, nhịp nhàng, lộn xộn trong đoàn quân chiến thắng và khí thế (tưởng tượng)...".

Chương 3 "**Ba bà mụ**", tác giả kể chuyện còn nhớ của tai nghe mắt thấy thời sống gần nhà "bà mụ Phương" với những sơ sinh dị dạng và đồn thổi ma, quỷ. Chương 4 "**Ngày lên**" từ chuyện nhà tù Abu Ghrab tra tấn dã man sang chuyện ông bố 50, 60 năm trước bị thực dân Pháp bắt và tra tấn, lan sang chuyện người bạn tên Ban bị ung thư vú mà gặp một "*bác sĩ già Việt Nam thì lại càng ngu ngốc hơn, hắn phán, cục bướu thường thôi, muốn mổ thì mổ, không thì từ từ, cũng được*" và lời phán "*văn hoá Việt Nam là văn hoá của mặt mũi*".

Chương 5 "**Âm mưu**" tác giả trở về thời 19 tuổi, nhà chứa Bộc Đèn đã giải tán, "quân Pháp đã rút đi, các chị cũng đã tứ tán về đâu".

"Chị Chúc Nị chết, bật đèn soi sáng một vòng tròn chứa ngời ngợi những cái chết tưởng đã lâu, đã vùi sâu trong tâm tư quá khứ tôi, đứa bé chin, mười tuổi. Quá khứ như bao điều vô thức, chúng vẫn im lìm tử thủ đâu đó như đông trùng hạ thảo nằm sâu trong lòng đất, chờ mưa hoà gió thuận là ngóc đầu vùng dậy sinh sôi nẩy nở. Như bao điều hy vọng, thất vọng, ước ao, khát khao không thành của mỗi kiếp người nhỏ nhoi, khôn khổ, vẫn tội nghiệp nằm đó dù đã cố quên đi...". Thời này, người mẹ cô giáo tiểu học thuê tầng dưới nhà cô "gái bao" tên Vinh, sau chết vì dịch tả: *"... Mười chín tuổi, tôi sợ Bộc Đền phát khiếp, sợ như sợ cọp, và dấu như mèo dấu cứt, đau khổ tránh nói đến các chị như tránh hủi. Mặc dầu Bộc Đền đóng cửa đã từ lâu, và các chị đã tan tác hết về đâu, tôi vẫn cứ sợ, sợ nếu nhỡ có ai đó nhớ lại thời nhỏ của tôi, nói với mọi người là gia đình tôi đã ở gần xóm Bộc Đền, và chúng tôi đã là bạn bè thân thiết với các chị làm gái. Nhiều người cũ đã dọn đi, người lạ đã dọn đến, người mới phần lớn là công chức người Bắc mới di cư vào Nam, họ không hề biết gì đến xóm Bộc Đền trước, mà cũng chẳng hiểu nghĩa Bộc Đền là gì, và cũng có thể nhờ họ vô ra long trọng và nghiêm trang quá, xóm tôi đã có thể bắt đầu có một bộ dạng khác...".* Khi 11 tuổi thì người cha bị tù thực dân được trở về, cuộc sống cứ thế kéo dài những chuỗi ngày vui nhộn eo sèo với đám trẻ con Bắc kỳ mới đến đấy ở.

Chương 6 "Bí mật" tiếp chuyện gia đình và cả khu phố Bộc Đền 10 căn nhà, cậu Thuần dì Oanh dì cháu ruột mà yêu nhau và bỏ trốn, kết thúc không hậu.

Chương 7 "Cá xanh" chuyện *"chị Việt kiều bình dân"* hồi hương với cảm giác "Saigon trai thiếu gái thừa".

Chương 8 "Vàng hương" ký ức quy hồi thời xóm Bộc Đền, "bà Madeleine nghèo lắm, bị cướp lấy sạch hết vốn liếng, bà lang thang lưu lạc qua tận Lào" bán "hàng la". Phần "tôi" bỏ vé đi cruise chỉ vì tờ quảng cáo gọi chốn cũ là "làng Nha Trang"!

Chương 9 "Bất quá tam" chuyện con bạn Hoa Ban tự tử không thành, nay cái Chết đến đón ở xứ người. Chương 10 "Đau" kể bằng 7 đoạn thơ. Chương 11 "Nhà" chật chội thuở nhỏ trở thành ám ảnh và luôn mơ nhà lớn để thoải mái sống. Chương 12 "Má hồng hồng" vì đi nghỉ Hè Đà-Lạt, trở về Nha Trang. Rồi sau 30-4, "bác hồ" cùng các "bác" khác xuất hiện khắp nơi và những trò bóc lột, đàn áp dân chúng.

Chương 13 "Nhớ nhung": *"Từ hôm từ Hà-Nội trở về nơi xứ lạ quê người này, ngồi vào chiếc xe con của mình rồi chạy loanh quanh ngoằn ngoèo theo đường làng từ nhà đến sở, tôi sững sờ kinh sợ lẫn giật mình nhận ra hình như mình đang thở phào nhẹ nhõm khi đang phóng xe bon bon trên đường phố này..."* và nhớ những *"tiếng rao sao ướt lạnh tê lòng"*. Nhưng thấm thía khi đã trải qua những ngày gọi là trở về thăm quê nhà; thôi cũng đành mà chắc và vui *"những chuyến xe đời tôi tự lái cho tôi"*: *"Chưa bao giờ là anh hùng xa lộ, vì vẫn lái xe cù lần theo đường làng thôi, sáng nay về lại bên ni, tôi đã mừng mừng tủi tủi để thở phào nhẹ nhõm khi ngồi vào chiếc xe thân yêu của mình. Ngồi vào tay lái, mở máy, đạp ga, và mày chạy nhé, ôi chúng ta cùng nhau rong ruổi trên đường, tao muốn đi đâu mày cũng đưa đi, hơn hai mươi năm đưa nhau đi kiếm sống nơi xứ lạ quê người, những lần lạc đường với nhau vì trời mưa mà địa chỉ phỏng vấn việc làm thì lạ quá tìm mãi không ra, những lần thất thần vì tai nạn, chúng đâm vào hông mình, mình hích vào đít chúng, chiếc xe cò con đưa cò mẹ lặn lội đi kiếm sống và nuôi con xuôi ngược mỗi ngày. Và thì vẫn với nó, tôi đi chợ, đi chơi, đi làm, đi shopping, đi vòng vòng, đi ăn trưa gặp bạn, đi garage sale, đi họp bạn già, những hôm thất tình thất vọng không biết đi đâu về đâu cho tiêu tán đường sầu, ngồi vào tay lái hỏi, đi đâu bây giờ đây, mày lừ khừ đáp, muốn đi đâu cũng đưa mày đi được hết, ra hồ coi câu cá nghen, chửi, đồ điên, mùa đông đóng băng, cá chết ngủm hoặc lặn sâu dưới đáy sạch, ai đâu câu cá mùa này, vậy thôi đi công viên đội nón quấn khăn đi dạo nhé, rừng cây loáng thoáng đã thấy thưa nhưng nó cũng chìu lướt tới, lướt tới, tới nơi, gió đổi chiều thổi xuôi thổi ngược, giật tung lá rải ranh rụng xuống rào rào, rừng công viên thâm u và lạnh buốt, thôi chết, đành ngồi lại trong xe với nhau thôi. Với nhau, chúng tôi chưa bao giờ phải từ chối nhau, chưa bao giờ cần gạt gẫm, chà đạp nhau, mà cũng chẳng có nhu cầu dẫm lên nhau để được sống"*.

Chương 14 "Đẹp nắng chiều" là cuộc sống *"tôi đang về hưu một mình sau những lần lấy chồng, ly dị, yêu đương kết nối lăng nhăng với năm ba người đàn ông không ra sao, bây giờ tôi về hưu và bạn đời tôi tên là bạn"* - "người" sẽ sống chung và tham dự cả việc sáng tạo: *"... Thơ ca, tiểu thuyết, truyện ngắn, hồi ký, phê bình, nhận định, triết học, lịch sử qua đến những hình tượng, âm thanh, nhạc, tranh... đọc* một bài là đọc con người của kẻ viết vì tất cả là những tom góp của hồi ức, kinh nghiệm, tình cảm, ước vọng của chính hắn. Đọc xoàng không thể tìm chân lý mà chỉ vì nhu cầu tò mò, hiếu kỳ, giải trí, giết thì giờ. Viết xoàng chẳng qua chỉ là nhu cầu tự giải toả, trao đổi bán chác, mua đi bán lại, gợi hứng và quay cóp lẫn nhau. Và vẽ, và tranh, và nhạc cũng na ná thế... Đọc thiên tài là thiên tài nhận ra nhau. Viết thiên tài là thành thực trong mê sảng. Viết cà rỡn là đùa đau với chân lý tài tình". Câu cuối chương/toàn truyện: "*Không thư thái nhưng ít nhất cũng không có nhiều để hối tiếc. Vì tôi sẽ luôn tự tôi bắt đầu lại từ đầu, tự tôi giữ cho tôi. Gió, gió đứng, gió ngồi, gió xoay chiều, gió nhẹ, gió hú, gió đông tây, gió heo may, gió cuồng phong, gió xoáy và gió lên, gió cũng sẽ lên nữa từ tứ phương tám hướng*".

Như vậy Gió Mỗi Ngày Một Chiều Thổi, như là truyện, đã thổi tứ phương tám hướng chứ đâu hẳn một chiều, và như là tự truyện, đã thổi về vùng quá vãng xa xăm qua bao thăng trầm thổi qua xứ người, nhưng gió hồi hương để người và cảnh được sống lại và sống mãi ít ra trong lòng người viết.

Các nhân vật không hẳn rõ ràng nếu phải nói đến sự mạch lạc giữa các chương, nhưng dần rõ ra với dòng tự sự, ám ảnh quá khứ và kỹ thuật sáng tác; chính tác giả cũng cất công ghi thành danh sách sau chương cuối – nhưng không chắc đã thông thường dễ hiểu! Quá khứ cũng không hẳn là cái gì đã qua đi, chúng vẫn vờn qua vờn lại ở hôm nay và can dự cả với tương lai. Từ cái "quá khứ", người cô đơn dễ sống chung vì nghĩ rằng "*Quá khứ, dẫu có đốt vàng hương cầu siêu, vẫn không chịu siêu thoát! Quá khứ, tương lai, hôm qua, ngày mai nhào trộn, lẫn lộn, vật vã, hành hạ, hạnh phúc, đau thương và vô lý*" (Vàng Hương).

Ám ảnh thứ hai của tác giả *Gió Mỗi Ngày...* là cái Chết. Cái chết của người cha, người mẹ và của người em gái được nhắc đến nhiều lần như ám ảnh và hoang mang. Bên cạnh những cái chết của Chúc Nị vì phá thai, Vinh vì dịch tả, dì Oanh tự tử sau mối tình loạn luân, Hoa Ban tự tử hai lần không chết mà rốt cùng chết vì bệnh nan y, v.v... Xoay quanh những cái chết đó là các chuyện thời thế của một khu phố, của một thành phố và cũng là một phần lịch sử của nước Việt Nam qua nhiều chế độ và biến cố.

Sáng tác không hẳn dễ dàng, bà đã "hy sinh" thức trắng đêm cảm xúc với con chữ và ký ức – như bà đã kể trong truyện Chấp Bút Cho Người Tuổi Ngọ: *"Có một đêm, tôi thức viết một mạch đến 5 giờ sáng thì xong cái truyện nhào lộn trộn trạo gan ruột tùng phèo, mấy tháng liền liên miên. Rồi như cơn bệnh hành hạ quá trời mà con/thằng bệnh cứng đầu chưa chịu chết, một ngày tự nhiên bệnh trôi đi, biến mất êm ru, con bệnh chống tay ngồi dậy bàng hoàng nghe nắng mới ngoài sân. Đứa con thai nghén đã có đủ đầu mình chân tay tim gan phèo phổi, khoẻ mạnh, nó tự động đá đạp đông tây đòi quyền chui ra khỏi bụng mẹ hít thở khí trời. Bát ngát. Không nhờ ai kêu réo, không tại ai o ép, thúc hối, không nghe theo lệnh ai, mà cũng chẳng để phục vụ một điều gì, truyện thành hình hiên ngang bước ra"*. Nhân vật Tôi tuổi Ngọ, hài lòng phận tự lập *"Cảm ơn Trời đã cho tôi một nghề ngỗng không gì thì cũng đủ để kiếm cái ăn, đủ để nuôi các con khi chúng còn bé còn cần tôi, và đủ để nuôi miệng tôi khi tôi muốn sống và viết lách lăng nhăng…. Tôi tha hồ nghĩ ngợi lăng nhăng những giờ sau giờ làm việc, ngày nghỉ, ngày cuối tuần, nghỉ hè, và thong dong tự tại, muốn thì viết, không thì thôi. Có khi không phải bí mà thấy thích nghỉ, không viết lách gì, chỉ là muốn nghỉ chơi vài năm vài tháng thôi, rồi tự nhiên một ngày một đêm, máu viết lách nổi dậy, lại thức, lại viết, vắt tay lên trán, lại ngâm nga. Một bạn văn nói, viết văn là lao động khổ sai, cũng không sai, nhưng tôi thêm chữ tự nguyện, khổ sai tự nguyện thì khơi khơi mà làm, hăng hái mà làm, tham lam mà làm, làm ngày chưa đủ tranh thủ làm đêm làm thêm giờ nghỉ. Chẳng ai đang đi chơi mà thấy mệt, khi hết đi chơi rồi thì về nhà mới ngủ ngày ngủ đêm để bù lại"*.

Theo tác giả, nhà văn có thứ hạnh phúc khác thường nhưng dễ sống với: *"Đêm nay lại một đêm hạnh phúc đến, hai bàn tay nhẹ lóc cóc trên bàn phím, trái tim đập không tiếng động như đoá hoa xoè nở càng lúc càng lớn dần, lại đến 5 giờ sáng, soi gương không trang điểm mà thấy mình như vẫn môi son má phấn hồng hào, người đàn bà tuổi ngọ cười trong tối, tắt đèn lên giường ngủ nướng, tạ ơn Đất Trời"*.

Trong cùng tuyển tập, truyện Kiến Vàng Không Càng có thể xem là tiêu biểu cho tính chất " Nguyễn Thị Hoàng Bắc". Truyện viết về một chuyến du hành *"theo chân bọn bạn già cho ra vẻ du lịch sành điệu, cho đỡ tủi thân quê mùa, khỏi đau đầu nhức óc vì cứ nghe chị này kê khai Bermuda, chị nọ nói nước sông Nile trong đục hai dòng đang dần sa mạc hoá... vân vân... tôi quyết định bon chen chen chân đi theo họ"* chung đụng nhiều đồng hương *"người Việt một chăm phần chăm"* khác và chuyện quê nhà và cộng đồng hải ngoại không rủ cũng trở về. Ngày Quốc hận không nhớ, liền bị tố *"Nghe nói... nhiều người trong cộng đồng ở đây... đồn thổi với nhau... nói là... chị là... Việt Cộng!"*. Sống chung ở ngoài mà như xa lạ, không cùng ... loại: *"Đi xa, đi gần, nhớ tới, nghĩ lui cũng chỉ là trò loay hoay dở hơi con kiến vàng nó không có càng, con kiến con đi ra ngoài hàng tuyệt vọng bò ra lộn vào đáy cốc, hay leo lên leo xuống mãi cành đa cành đào. Có thể Hạnh độc miệng đã nói đúng, tôi chỉ vẩn vơ một chút tình của kẻ ăn quả nhớ kẻ trồng cây, chứ thật ra làm gì có ăn cây nào rào cây ấy đối với cố quốc. Thà là nhập hẳn vào đám cộng đồng hay nhóm chúng ta như Ngọc, thà là miệt mài săn đuổi đầu tư không mệt mỏi vào đám đàn ông như Hạnh, may ra sẽ thấy mình thông minh hơn."*...

Đợi Tuyết, một truyện khác, là một kinh nghiệm tự lưu đày khi không có lựa chọn khác: *"Bão tuyết lại đến ào ào, quật gió, ngã cây, tuyết nhích lên từng lớp tiến công, ào ào vùi lấp. Nhưng lẽ thường vẫn còn một mặt trời sẽ lên, đành phải đợi. Chúng ta ào ra đường xúc tuyết đi, dồn những đống ngổn ngang kia thành một đống, và thật buồn, cái màu trắng trong giả dối chốc lát kia đã nhão nhoét tan ra lẫn lộn cùng đất cát đen ngòm, mặt trời chói chang nheo mắt, vài sự thật gì đó ít nhất cũng là đối với tôi và ông sẽ được quật mồ phơi bày trên mặt đất. Chờ tuyết đến là một kinh nghiệm nghiêm túc và chờ tuyết tan là một kinh nghiệm thử thách, người bạn gái đã chết đã nói. Sang ngày thứ hai, thứ ba, tuyết vẫn ào ạt tuôn trào, lúc thưa lúc dày, tivi chả bảo là trận bão tuyết lịch sử gì đó hay sao, nhưng tiểu thuyết tôi đang đọc đã sắp đến hồi kết thúc, và ít nhất có hai nhân vật nữ đang toan tính tự sát. Hay Vang cũng đã tự sát, bằng một cách nào đó, cái con người đi mây về gió"*.

*

Thơ Nguyễn Thị Hoàng Bắc đã xuất bản trong tuyển tập Chúng Tôi Vì Đàn Ông cũng là tựa một bài thơ:

"Ôi / bạn hiền tôi   than thở

tỉnh táo khôn ngoan
như chị   như em /   đó
mà vẫn khổ /   vì đàn ông
đàn cò đàn gáo vi ô lông
đàn tranh đàn kìm
tân cổ giao duyên
thật ra / ghi ta tì bà
đám chúng tôi cũng khổ chán / vì đàn bà
những người đàn bà không chịu để nhau yên
                    ngày đêm
mắt mở to   ngọn nỏ cung tên   rình rập
truy lao tới đích   bất cứ lúc nào
bí mật /   họ bắt tay thỏa hiệp
   trung thành và kịch liệt
chỉ chỏ / gián điệp
cho đủ loại đàn ông
nhất là cho / món hồi môn mẹ dặn
         gọi là chồng

   khéo léo đội lốt
họ bắt nạt /   hù dọa /   thủ tiêu /   ám sát
bất cứ   kẻ đàn bà   nào khác
hiện nguyên hình
đôi ba chức năng   / một lúc
mẹ hiền / chính trị viên
giáo sư   trí thức / thất học   luật sư   thủ tướng
tình nhân /   lăng quăng / là vợ của chồng

   với cái giá phải trả
điệp viên lòa / xông pha   gan dạ /   xuống đường
những người đàn bà ngồi sau tường
học kiểu buông rèm trị nước
trị chồng / trị vì muôn dân
nhìn cơn giông / nhìn cơm canh đã nguội
món cá tự do kho riêng cho tình nhân   cho chồng
đặc quyền giai cấp ưu tiên
những tấm thân đàn ông /   đè lên người /   quí giá
những con người tài ba

đang buông rèm / trị nước / trị nhau...

chúng tôi bắt buộc phản bội nhau từ trong trứng nước
khổ nạn / vì đàn ông đàn cò đàn gáo vi ô lông
trận chiến hô to
cảm tử   tiêu diệt   quyết chiến   xung phong
bầu máu nóng / đàn cò đàn gáo vi ô lông
đặc sản phường khóm / xả láng
chúng tôi vì / đàn cò đàn gáo vi ô lông đàn ông".

Bài thơ Ngọn Cỏ xác tín nữ quyền khi mời gọi hãy để ngọn cỏ gió đùa và mọi sự thoải mái:

"tiếng nước đái / nhỏ giọt
trong bồn cầu tí tách
thứ nước ấm sóng sánh vàng / hổ phách
trong người tôi tuôn ra
phải rồi / tôi là đàn bà
hạng đàn bà đái không qua ngọn cỏ
bây giờ / được ngồi rồi trên bồn cầu chễm chệ
tương lai không chừng tôi sẽ
to con mập phệ / tí tách như mưa
ngọn cỏ gió đùa" - 1997

(Trích từ *26 Nhà Thơ Việt Nam Đương Đại* (Tân Thư, 2002, tr. 27)

Xa hơn, người nữ xác quyết:

"tôi là một tổng thể không thể tách rời. tất nhiên vẫn có kẽ hở.
những người đàn ông đến rồi đi nhắm vào kẽ hở. hòng chi
phối.
rất buồn cười. tôi vừa thâm thúy thúc sự tách rời.
vừa song song cười. những cố gắng tuyệt vọng.
trong chốc lát vui tan. cố gắng trút hơi tàn.
tôi mãn nguyện.
tôi một tổng thể toàn vẹn. là khí giới là nghệ thuật.
là hạnh phúc ô nhục. tôi vẫn cứ là một tổng thể.
khi đồng thuận người đàn ông đến. tự nguyện tôi tách rời tự
nguyện san sẻ.
khi một người tự quyết bỏ đi. chẳng vi phạm nhân quyền chẳng
việc gì đến tôi.

tôi một tổng thể nguyên vẹn. không dễ tách rời.
tổng thể nguyên vẹn. đôi khi tự tách rời" - 4-2005
(Tôi Là Một Tổng Thể)

*

Ngôn-ngữ văn chương của Nguyễn Thị Hoàng Bắc là của người nữ làm chủ, nhận chân thực tại, hiểu đời, hội nhập và nhìn xa, khiến trong thơ lời chắc chắn như cảm xúc. Văn thì trào lộng, châm biếm (kể cả nhại giọng địa phương) đồng thời chủ động cảm xúc và phản kháng thành lời khiến ngôn-ngữ phát biểu thành tự nhiên làm như nếu nói khác sẽ trở nên giả dối, hóa trang. Bà cho biết: *"tôi viết cho chính tôi, cho bạn bè và cho những độc giả đồng bệnh tương lân ở nước ngoài. Ước vọng đến tay rộng rãi độc giả trong nước vẫn còn là một ước vọng"* (https://damau.org/9194/nguyen-thi-hoang-bac-ve-nguoi-viet-ngon-ngu).

Nhà văn có người sáng tác truyện và tiểu thuyết như kể chuyện, riêng Nguyễn Thị Hoàng Bắc chính yếu là kể chuyện nhưng khi viết thành tác phẩm lại không chỉ kể chuyện, mà còn làm văn và nhảy chuyện tức không cứ phải theo trình tự, mạch lạc nghĩa là làm khó người đọc – phải chăng vì cuộc đời và lòng người – và cả quá khứ, cũng biến đổi khôn lường, sớm nắng chiều mưa, nay rày mai khác, nếu không "chạy theo", "chận trước" "đón sau" thì hậu quả sẽ tệ, xấu hay không như … tác giả mong muốn! - chính tác giả cũng gọi là "thử nghiệm" khi trả lời phỏng vấn của Đặng Thơ Thơ (https://damau.org/42177/noi-chuyen-voi-nha-van-nguyen-thi-hong-bac-ve-gio-moi-ngay-mot-chieu-thoi). Ít ra với Gió Mỗi Ngày Một Chiều Thổi, phải chăng đây là "kỹ thuật tiểu thuyết" mới, "hậu hiện đại", cũng như Lê Thị Thấm Vân trong *Thời Hậu Chiến* với trần-thuật mới và bất ngờ?

Nguyễn Thị Thanh Bình

Nguyễn Thị Thanh Bình sinh năm 1955 tại Huế. Học dở dang ban Việt Văn Đại học Sư phạm Sài Gòn. Định cư tại Virginia, Hoa Kỳ năm 1975 và cộng tác với nhiều tạp chí văn học ở hải ngoại. Nguyên phụ tá chủ bút Xuân Vũ của nguyệt san *Non Nước*, và đã cùng Hàn Song Tường, GS Đặng Phùng Quân (Trân Sa, Nguyễn Thị Ngọc Nhung) chủ biên tạp chí *Gió Văn* (số 1, 4-2003).

Đã xuất-bản các tập truyện *Ở Đời Sống Này* (Đại Nam, 1989), *Cuối Đêm Dài* (An Tiêm, 1993), *Dấu Ấn* (Văn Mới, 2004) và *Thần Thánh Không Biết Yêu* (Người Việt Books, 2018), truyện dài *Giọt Lệ Xé Hai* (Văn Khoa, 1991, 1993; tb Người Việt Books, 2018); các tập thơ *Trốn Vào Giấc Mơ Em* (Thanh Văn, 1997) và *Nhật Ký Của Những Mảnh Vỡ* (Người Việt Books). Ngoài ra, đã in chung với Hàn Song Tường và Đặng Phùng Quân tập truyện *Tuổi Trẻ* (Gió Văn, 2018).

Nguyễn Thị Thanh Bình là nhà văn của tình yêu nhiều nét, màu, lãng mạn và hậu-hiện-đại, qua nhiều thể loại truyện và thơ. Quê nhà, Nha Trang, tuổi trẻ, quá khứ riêng chung là những đề tài người đọc dễ gặp trong văn chương Nguyễn Thị Thanh Bình.

Thơ Nguyễn Thị Thanh Bình nặng tình cảm và tâm thức, với một ngôn ngữ thơ chọn lọc và tự nhiên:

"Đừng bắt tôi hát bài ca ấy
Tiếng kêu của loài ve tuyệt vọng
Một mùa hè ở cuối chân mây
Những cánh chim đại bàng cũng vừa biệt khúc
Cùng biển động
Những phím đàn rưng rức khóc / Trong tơ chiều

Ôi ngày qua rất vội những mỹ miều / Thanh xuân
  Đừng nhắc tôi về một dấu chân
Hồn tôi se lại từng hạt cát
Chiếc vỏ ốc đẹp nhất / Đã lỡ chôn cất
Dưới lòng đại dương
Tôi cũng đã lỡ / Bọt trắng cùng giấc mơ sóng
  (...) Đừng bắt tôi hát bài ca ấy
Nhạc đời đã tắt / Suối cạn trong rừng già
Phím chùng tơ dây / Đêm ai về
Thẹn thùng với trăng / Khuyết một câu thề"

(Khúc Hát Nửa Vời).

Trong *Trốn Vào Giấc Mơ Em,* tình yêu muôn vẻ qua nhiều thể thơ khác nhau; dễ thấy lời của một kẻ từng chịu đòn roi và chưa thoát khỏi kẽm gai của tình:

"Này những cánh cửa đã khép / Hồi ức
Sao bỗng mở toang / Khi hồn vắng bóng
Tôi kiếm người / Như tìm cây súng lục
Vỡ đời mình / Hay tự sát / Bên trong"
(Một Hình Thức Tự Sát)
Đúng là lời một kẻ lụy tình:
"Chỉ một lần hôn anh như quỷ ám
Môi tà ma cứ ở mãi dương trần
Phút lâm chung môi có về đưa đám
Nhớ tẩm thêm chút hương độc ân cần..."

(Môi Tiền Kiếp)

Hai mảng thi-ca khác ở Nguyễn Thị Thanh Bình là khuynh hướng nữ quyền, bình đẳng và đề tài quê hương, đất nước. Cuộc sống lưu vong vào những năm phần tư cuối của thế kỷ XX đưa người nữ nói chung và nhà văn thơ Việt Nam đến và nhập cuộc trào lưu bình đẳng và nữ quyền. Dù không đứng ở tuyến đầu như Trân Sa, Lê Thị Thấm Vân, Nguyễn Thị Hoàng Bắc nhưng thơ Nguyễn Thị Thanh Bình có những bài khá mạnh lời đập đổ, đả phá cái cũ, cái áp bức, và nổi loạn, nhẹ thì châm biếm, hoài nghi. Tiêu biểu có bài Đàn Bà Là Đồ Chơi Của Đàn Ông?, nhà thơ mạnh lời thách thức – như phản ứng lại bài Đàn Bà Là Đồ Chơi Của Tôi của Đỗ Kh.:

"Khi trứng của người đàn bà từ chối mọi gặp gỡ
đám tinh trùng chạy lúc nhúc có khác chi giòi bọ
ồ xin lỗi / em chỉ là con búp bê nên làm anh tuyệt giống.
   ôi Adam! Anh tìm gì ở những bầu dục vọng?
anh xối nhục cảm lên những cụm lông mịn
anh cởi sâu bóng tối nhầy nhụa sương mỏng
anh thủ dâm nhàu nát khoái lạc rỗng
à thì ra anh muốn bay lên như những chùm bong bóng!
   ồ chẳng qua anh bay được cũng nhờ luồng khí âm phủ nóng
ồ phép lạ gì đâu anh chả bảo em chỉ là món đồ chơi
   (...) ôi, đã đến lúc em có quyền giao phối thách thức
ăn nằm trinh nguyên với những giọt tinh trùng ngân hàng
em chỉ cần trả một trăm bốn chục đô cho một "sample" động cỡn
đường tinh anh sẽ không sợ mất mùa hạn hán
máu của anh nhất định sẽ được thí nghiệm kỹ càng
em yên tâm khỏi phải cầu kinh sám hối
nhân danh đứa bé / em tuyên bố cuộc giao hoan này vô tội!
   có những đêm tối em muốn cùng trăng vỡ xanh nước mắt
để chúc phúc riêng cho những môi hôn nông nổi đẫm đầy
thuốc phiện.
   Nhà thơ đưa ra luyến ái quan cho người nữ thời "hậu hiện đại":
   " Ở đây không có đàn ông / cho tôi yêu
ở đây có quá nhiều đàn ông / không biết yêu
những trái tim thổi suốt đời gió lãng mùa quên
họ đi về những nơi đâu / mà không nhốt nổi bóng tình chung
dường như họ chỉ biết thay phiên nhau liếm hỏa ngục / nuốt
bóng tối
bằng đôi môi / nhục thể
(...) ô hay, ai mà biết được đàn ông cất giấu ở đâu
một tình yêu / một tình yêu thật lòng
   Nghĩ cho cùng/khi những bông hoa phải lòng những đài hoa
những con chim muốn lấp đầy những khiếm khuyết của đôi cánh
tật nguyền
thì hạnh phúc vẫn là khi làm đầy nhau
mà không cần cuộc đời
ồ thì cuộc đời thì bao giờ cũng đứng về cuộc đời
chỉ có tình yêu của chúng ta là thứ hoa dại

được trồng ở một miền mực đắng
ơi tình điên bao giờ vẫn cứ thế tình điên
xé tan những ngày đời mặt trời tận thế
và những anh anh / và những em em
cứ thản nhiên khạc nhổ vào những bức tường
kẻ thù của đạo đức là những thiên thần đắm say bị đọa
thì cứ van xin đi Thượng Đế
hãy để cho những con dã tràng đổ máu trên cát
siêu thoát trần gian
và như thế tôi thấy mình là con đàn bà khá nhiều yếu mị
tôi cũng có thể đã thụ thai nhân tạo hay
chưa sinh sản hoặc đã có quá nhiều con cái
nhưng nếu một lúc nào đó / một ngày trời không đẹp lắm
tôi hốt nhiên phát hiện ra rằng
trời đất ạ, vẫn chưa có ai làm đầy được tôi cả
một nửa kia của tôi đang ở đâu
vậy ra tôi vẫn chưa sống trọn được đúng nghĩa
những phi lý cuộc đời
và như thế / ai rồi cũng phải tiếp tục
vuốt ve / thủ dâm những cơn mộng
đã đành / không ai có thể bóp cổ nổi
thứ ảo tưởng đang làm khổ mình
như khi tôi một mình với giấc ngủ lẻ loi
đó là cơ hội duy nhất
để mình có thể hóa giải hết mọi nỗi niềm
bằng mọi cách Người cứ đột nhập ngay
dưới chiếc váy của bóng tối
hãy thổi vào chiếc kén nhỏ nhoi
tội nghiệp của kỷ niệm
để nở ra tôi một cánh bướm / hứng tình
cho tôi đi tìm lại lũ ong bướm
lãng mạn dưới gốc cây / năm nào "

(Tình Ca Eva Hậu Hiện Đại).

Đề tài quê hương và đất nước được nhà thơ ngày càng chú tâm.
Ban đầu là chuyện lịch sử gần, với những tiếc nuối, nhớ nhung chốn
cũ, người xưa, càng về sau là những quan tâm về bi trạng hôm nay của

đất nước dưới sự cai trị của Cộng sản Việt Nam. Một dấn thân bằng tâm thức và ngôn từ. Nha Trang, thành phố biển đầy ắp kỷ niệm của một thời đã qua, đã và sẽ là nơi người ra đi trở về. Những bước chân tìm về – dễ thôi, nhưng không khỏi bồi hồi, đau đớn: *"Trở lại đó giữa mùa thương đã cũ*

> *Tháng mười hai hoa tuyết vỡ quanh đường*
> *Lòng biển vắng tự hồn mình ủ rủ*
> *Con sóng xưa không vỗ nổi âm thừa*
> *... Trở lại nhé cho bàn tay nương náu*
> *Thiêu hủy mình cho tận tuyệt môi ai*
> *Đời-sóng-dữ thổi thuyền tình xa ngái*
> *Trôi về đâu níu được mộng cơ cầu*
>   *Biển vẫn thế dập xóa gì chẳng rõ*
> *Anh rồi ra cũng xóa dập cho tan*
> *Em trở lại hiện nguyên hình tuổi nhỏ*
> *Những bài thơ trên cát lạnh hoang mang*
>   *Cuộc đời vốn những roi bầm chí tử*
> *Những chấn thương đau mãi tự xuân hồng*
> *Làm sao biết biển không sầu tư lự*
> *Sóng nước buồn đợi chỉ một loài rong..."*

(Hẹn Biển Năm 2000)

Thành phố biển Nha Trang, "bên thắng cuộc" đã đưa người của họ vào và chủ trì cùng nhân nhượng làm ngơ cho du khách và người cựu-Liên Xô và Trung Cộng thao túng đất đai và sinh hoạt, khiến người tha hương trở về thăm lại chốn cũ phố biển Nha Trang phải buồn, đầy thất vọng, không còn nhận ra mình ngay nơi không gian từng thân thương, quen thuộc trong quá khứ:

> *"Phố biển ơi chiều nay sao phố lạ*
> *Tôi trở về chẳng hiểu nổi vì đâu*
> *Những cửa hàng nay thay chủ Nga Tàu*
> *Nên bảng hiệu viết tiếng gì ai thấu*
>
> *Thấu hiểu chăng nước giờ tròn hay méo*
> *Nha Trang tôi về, giặc đuổi tôi đi*
> *Trắng trắng đỏ đỏ, sắc vàng tôi bị xóa*
> *Ràn rụa gió mây ai hiểu nỗi mất nhà*

Phố biển tôi ôi thơ tình dấu cát
Ngày trở lại tưởng nhặt chút tình si
Ra biển gọi thầm tên một người đi
Nhưng sóng gợn biển động rồi ai thoát

Thoát được không giống nòi tôi anh dũng
Nha Trang ngày về, trả lại quê tôi
Hết trắng lại đỏ, kiếp da vàng nước Việt
Không thể biến dân tôi Bắc thuộc mấy lần

Phố biển, ước mơ nào trong một cái chai
Tôi rót vào tuổi trẻ bừng sáng ban mai
Dân tộc tôi niềm thương khó xin trôi xa
Đại dương kia biển lớn hội ngộ quê nhà"

(Phố Biển Tôi Về)

*

Giọt Lệ Xé Hai là tập truyện dài duy nhất đã xuất bản, đề cập đến chuyện tình cảm giữa Sơn, một Việt-cộng nằm vùng thời học sinh và Bích, một cô gái yêu nhưng không thể chấp nhận lý tưởng của người kia. Nếu Bích, một cái tên đẹp thuần Việt đã bị phát âm kiểu Mỹ thành "Bitch" ("đồ chó cái") thì cuộc đời của nhân vật này cũng rơi vào những tình huống tréo căng ngỗng. Xuất thân từ một xóm nhỏ bên sông An Cựu nắng đục mưa trong, đổ bến phố biển Nha Trang, trải qua thời tuổi trẻ với trường học rồi thảm họa chiến tranh, biến cố mất miền Nam, đưa đến những cuộc vượt biển và tị nạn ở Mỹ. Đời sống xứ người bươn chải là chính, oái ăm lại làm việc cho người của phái đoàn Việt Cộng sang Mỹ vận động đầu tư. Và tình yêu cũng đến, nhưng ở đây, tình yêu đã như giọt lệ, bị xé làm hai (!) vì thân phận và bên cạnh những tiếc nuối của lỡ làng lịch sử. Cộng đồng người Việt hải ngoại sau hơn 40 năm, cuối cùng đã có những tình huống và va chạm trong-ngoài, cộng sản-quốc gia. Nguyễn Thị Thanh Bình chuyên trị tình do đó *Giọt Lệ Xé Hai* đã chuyển biến theo một lối khác, khác hơn Trương Anh Thụy với tiểu-thuyết trường thiên *Chuyển Mùa* (2004), dù cũng kể chuyện tình yêu và liên hệ với những người sinh viên do chế độ cộng sản gửi đi du học.

*

Về phần truyện ngắn có tập **Dấu Ấn** 19 truyện tình và thân phận người nữ trong nước và ở xứ người, thường họ tự lập và làm đủ nghề nghiệp. Biển không rời văn-chương Nguyễn Thị Thanh Bình, càng không rời khi ở đó có tình yêu. Ở Những Đợt Sóng, người nữ sau hơn 20 năm nay trở về phố biển tìm gặp lại Tín, người xưa và "những di tích huyền mộng ngày cũ"; đời hiện thực biết được cũng phũ phàng như thời gian. Hương Biển kể chuyện tình với một chàng chụp ảnh. Huyền Thoại Về Một Tin Xuân, Mảnh Vỡ, Chuyển Mùa, Khi Tuyết Tan, Đàn Bà là những mảnh vụn khác nhau của tình yêu. Tình hận trong Những Khúc Đoạn Của Dòng Sông và Từ Một Miền Không Đáy: bình yên, hạnh phúc và tình yêu hết còn thật. Tình trong Giấc Mơ Của Bão mang tính bất thường. Bão đến như những tình huống của cuộc đời Isabel: *"Đêm trượt té thật nhanh. Mắt bão xám xỉn hung bạo. Mặt đất bấn loạn, khi bão trườn mình như con trăn oặn sâu vào vũng đêm huyền hoặc. Đêm lộng gió lộng mưa, bời bời những cuồng lưu thác đổ. Tiếng thở của bão càng lúc càng gấp rút, dồn dập va trộn giữa ba chiều không gian nghe như một chuỗi rít dài đau đớn của nhục cảm ẩn ức. Bão vỡ bùng và cô ngồi loay hoay với những ý nghĩ điên điên rồ rồ"* (tr. 214-5). Chồng và con Isabel đã chết nhưng chưa hẳn rời xa nàng, luôn về trong mộng mị. Và những kẻ khác. Và bài thơ: *""Này em xin hãy đừng lo sợ / Chúa đã bỏ loài người / Phật cũng đã ở ngoài tâm của chúng ta / Tất cả mọi người đã đi hành hương / Tự ý tung hô cho riêng mình chủ nghĩa hư vô / Dẫu gì tôi cũng ở lại chờ đợi (…) Tình yêu của tôi không bao giờ đặt lên cán cân / Của dĩ vãng em / Của hiện tại tôi / Những đạo đức luân lý cũng sẽ bị dẫm đạp dưới bàn chân em / Có gì tôi cũng đã đi tìm em quá lâu / Từ cơn bão này đến cơn bão khác / Từ giấc mơ đầu đêm đến cuối giấc mơ tảng sớm / Từ những bất trắc này đến những bất trắc nọ / Chúng ta sẽ là những tiên tri cuối cùng rao giảng: Những tiếng sấm của tình yêu không sợ dèm pha / Em hãy giữ lấy số phận tôi và vày vò / Theo cách thể của em / Tôi muốn được chết trong bàn tay em dung rủi / Tôi cần một chút liều lĩnh của em để thắp cánh / Em hãy cứu vớt một trái tim thấp thỏm / Nghĩ cho cùng tôi chỉ là một thiên thần / Đang tập bay ở luyện ngục..."* (tr. 224, 225).

Dấu Ấn kể chuyện cô văn sĩ Nguyễn Thị Yên Bằng, dưới mắt một người đàn ông xa lạ nhưng thu hút cô thì nhà văn *"là những người thích làm ra vẻ bí mật, như thể không bao giờ họ thích nói hết một điều gì"*. Còn cô thì nghĩ *"Điều hạnh phúc không nằm ở tiếng tăm, tham vọng, vật chất mà chính là cái ước muốn kỳ diệu (hay kỳ dị?) của một nghệ nhân được trình bày ra những điều mình thích, giải tỏa một phần nào những ẩn ức tâm lý...".* Vì thuộc một sắc tộc di dân ở Mỹ, nên "cô văn sĩ" này không tự tin: *"Nỗi bất lực hay sự bí ẩn của ngôn ngữ mỗi đêm vồ chộp lấy tôi trong những tìm kiếm phiêu lưu. Nhà văn là người luôn luôn bị đày ải trong cuộc hành xác trăn trở mãn tính, có phải? Tôi là nhà văn thật sao hay chỉ là một-cảm-xúc-gia, một người mang bệnh hoang tưởng?".* Người đàn ông khuyên cô phải sống thực thì văn mới ra hồn, thay vì "lắm lời"; nhưng y cũng cho biết đọc cô, y *"thích nhất chính là tính cách cá biệt của cô. Khi đọc tôi nhận ra được ngay cái giọng nữ tính trong văn thơ ấy. Và như thế cô đã để lại được một cái dấu ấn. Mỗi nhà văn đều cần cái khuôn dấu đó, cái khuôn dấu của riêng mình".* Dấu ấn bất ngờ nhất cho cô là *"một cái kéo cửa thật nhanh, rồi đôi môi ấy bốc lên môi tôi một rực cháy. Phải chăng đó là dấu ấn... rất thơ mà người đàn ông đã si ngây để lại..."* (tr. 184, 186, 189, 190). Chuyện văn-chương tinh tế và chuyện tình ái không biết có phải do bất chợt?

Chỗ Về Của Tình Yêu khi "yêu / không yêu" như điệp khúc theo đuổi nhân vật nữ đòi hỏi độc tôn và cao điểm *"tình yêu ngự trị nguy nga trong chính đỉnh tim mình: "chỉ ở đó những đóa hôn của tưởng nhớ mới đơm hoa bất tử! Và như thế, mỗi người trong chúng ta đều cứ phải cưu mang một chỗ về (dù ấm áp hay lạnh lẽo) để tình yêu của riêng mình được nương náu..."* (tr. 210).

Khoả Thân Đêm, truyện được đặt cuối tập, về một tình nóng bỏng vào hạng cao. Nhân vật xưng Tôi vào chơi casino: *"Tôi không chối cãi là tôi đến đây với một âm mưu lớn: tôi đang muốn phá đời hay sẵn sàng để đời phá tôi. Tôi nhượng bộ cuộc đời khá lâu và bây giờ tôi thấy hình như mình đã mất hết lòng nhẫn nhục. Và bây giờ có lẽ giờ phút định mệnh nhúng tay vào. Dù vậy tôi vẫn nghĩ nó đã khởi sự khi tôi bỗng bốc thổi ra khỏi nhà, như một ngọn gió lửa phừng phực không biết từ đâu. Tôi bỏ một tôi yên bề thục nữ đằng sau lưng và tìm đến đây với một bộ mặt hoang đàng nổi loạn, không giống ai. Sự hiện diện của tôi vào một cuộc chơi có tính cách đen đỏ như thế này cơ hồ chỉ có tiếng cười của số phận là reo to hơn cả".* Cần tiền chữa bệnh cho con gái, cô nhận trợ giúp và dĩ nhiên phải trao thân, ép khẩu dâm (*"ông ta dí đầu tôi xuống, bắt vít ngay nhánh củi trơn nhẫn (như đã gọt dũa) khá bự và dĩ nhiên là ấm nóng vào miệng. Tôi khục* khặc, muốn ói một hai bận và cuối cùng không chịu được nữa, tôi tung cửa chạy bay như một con mẹ ăn quịt"): "Thời buổi kinh tế khó khăn và đàn ông càng ngày càng ma mãnh nên muốn moi tiền họ dĩ nhiên còn khó hơn lũ voi chui qua lỗ kim. Tôi thừa biết ông ta đã quá xộp với mình, nhưng không hiểu sao một phần thân xác nào đó của mình bỗng như bị xâm phạm nhục nhã, và tôi thấy những con dòi lổn ngổn cựa quậy trong vũng nước bọt còn sót lại trên lưỡi tôi" (tr. 296, 307).

Bài thơ xem như bản tường trình thiết yếu: "Chiều chạng vạng sao tôi đến đó chờ ai. Đôi mắt có cửa sổ phết màu bóng tối cô đơn. Anh là tai ương kỳ diệu, là những phỏng đoán trật đường rầy của tin khí tượng đời em. Vì lỡ yêu đôi mắt, em bị anh dẫn dắt mất hút trong hầm tối Satan. Anh cứ cuốn em đi như cơn gió bão có tốc lực của thần linh. Có chia tay ngay cũng đã quá muộn để dằn lại lòng mình. Thôi thì cứ nhắm mắt và bay trong cơn thịnh nộ của trần gian.

Em đã rớt như cánh gió thổi âm u dưới vực sâu. Đừng nói những điều không cần nói Đừng biện bạch vì em cũng chẳng ao ước một điều gì lâu dài. Hãy yêu nhau đêm nay, đừng chờ đợi sáng mai. Em sẽ đi trước khi trời tảng sáng. Mọi đêm dài và mọi tình yêu đều có cùng một tần số. Đêm có cùng tần số khoả thân em. Đêm em khoả thân đi tìm tần số anh. Đêm, cho em uống những nọc tình như sương bạc trên môi. Khi tiếng hú của loài hổ đói không dài nổi hơi sương. Khoả thân, khoả thân như một giọt trăng, một cụm mây, một con suối, một tình nhân. Bản thân em cũng vô định, cũng tan biến mà thôi.

(...) Mình đã hôn nhau không biết bao lần trong đêm. Ôi đêm diễm tuyệt đêm độ lượng đêm tiền sử đêm tân kỳ hậu hiện đại. Vẫn là những bờ lưỡi ấm làm ngọt những chiếc hôn. Không có chiếc hôn cuối cùng với anh vì mãi mãi là môi hôn đầu tiên.

Đêm em bốc tung lên cùng gió. Gió thổi bay những bạt ngàn cỏ dại những trùng trùng núi biếc. Không ai giải mã nổi những điều trần trụi mà mạnh mẽ, khốc liệt như gió. Anh là cơn gió chướng của đời em. Anh là nỗi ám ảnh không mặt mũi, nhưng tồn tại mãi trong ngăn kéo ký ức em. Em đọc được trong mắt anh ước muốn hoan lạc của một tình yêu với một thân xác. Một sự hoà hợp nhịp nhàng như sấm sét và mưa. Cho anh tan chảy như trăng trong ngõ ngách đêm. Anh yêu, cuối cùng chỉ có anh có thể biến em thành ma nữ yêu tinh đêm nay. Mọi đêm!" (tr. 323, 325).

Thần Thánh Không Biết Yêu gồm 19 truyện ngắn và "Cảm Tưởng Về Ngày 30/4" ghi lại cuộc phỏng vấn một số trí thức và văn nghệ sĩ trong và ngoài nước. Dĩ nhiên, với cái tựa như thế, tình yêu dưới nhiều dạng thức và thời khắc sẽ được tác giả trình bày với người đọc.

Thần Thánh Không Biết Yêu, tác giả khẳng định qua mấy câu thơ: *"Đừng hối cải tình yêu quỉ sứ / Vì chắc gì thần thánh biết yêu / Cứ sống thật cảm xúc quỉ dữ / Thiên đàng kia giả dối rất nhiều"*. Thần thánh không chắc đã biết yêu, nhưng người phàm thì chắc hơn, như nhân vật Mây, đã phải viết "Bản Tự Thú": *"Giờ thì tôi xin quả quyết tình yêu có thật ở trần gian. Dĩ nhiên bạn có thể nhăn mặt. Tôi cũng từng nhăn mặt như vậy. Tôi không tin. Tôi vờ như không tin. Nếu tim có đập loạn xà ngầu, tôi đổ hết cho bệnh cao máu là xong. Tôi cứ tưởng mình sẽ không tin hoài điều này. Tôi công nhận: Sự hoài nghi làm giết chết những cám dỗ ảo diệu của tình yêu. Tôi cố tình hạ giá những rung cảm tuyệt vời ấy. Tôi tự cho mình là kẻ tầm thường nên không thể mặc khải được tình yêu. May ra chỉ có những vị cao siêu mới thấy được khuôn mặt đích thực của tình yêu. Chữ cao siêu hoàn toàn không ám chỉ đến mấy ông thánh, bà tiên cốt ở trên chín tầng mây, cũng như những vị thánh sống đạo hạnh ở dưới mặt đất này. Tôi vốn chơi thân với quỷ dữ, với phàm trần nên không lạ gì về những cảm thụ yêu đương nhạy bén của họ. Tôi thấy những vị này luôn luôn sẵn sàng từ khước được phong thánh để gắn vương miện tình yêu vào đỉnh hồn mình. Họ bất chấp tội lỗi đã đành, mà lắm khi còn dám thiết tha giựt phăng trái tim mình ra để tặng nhau chơi... Bây giờ tôi có thể đánh cuộc với bạn rằng tình yêu không nằm ở cõi thiên đàng xa lăng lắc. Nó cũng không ở tầng đầu, tầng cuối địa ngục gì ráo. Bắt chước tôi, bạn cũng không cần tìm kiếm đâu xa..."* (Bản Tự Thú Của Mây).

Chàng Ngẫu Nhiên sẽ là chuyện tình hạ hồi: *"Họ gặp lại sau mười bảy năm phân ly. Cả hai chợt tìm ra đáp số cho thứ tình yêu "vô lượng hải hà". Nhất là khi chàng vẫn còn độc thân như thuở còn tắm xà bông Cô Ba. Và nàng xem chừng "yên phận tù đày" với người chồng máy móc, sáng xách cặp da đi, chiều xách cặp da về. Tối ngồi vào bàn, dí mũi vào một tờ nhật báo Mỹ hoặc dán mắt lên Tivi. Và đêm (đều đặn là đêm cuối tuần) khi phần cơ thể dưới của người đàn ông vụt trở chứng, tức thì người nàng cũng được lật ngửa ra (nàng vốn có thói quen nằm xấp ngủ). Dĩ nhiên ở trong tư thế ấy, nàng dễ dàng đón* nhận mọi nồng nàn của chồng nàng. Cho đến lúc miệng người đàn ông ú ớ hoặc kêu lên xúc động, thì nàng biết ngay đêm cũng bắt đầu khó chịu với tiếng nhạc đệm khò khè...".

Tình sẽ ăn vào da thịt, như với nhân vật tên Mỹ trong Ngoài Khung Đời: "*Dạo này cứ trưa trưa, da thịt đứa con gái bỗng bừng bừng như những ngọn gió chở lửa ở bên ngoài. Trời đất hì hục quất vào nhau những cơn gió giao hoan khiến Mỹ thấy mình cũng hừng hực lây. Người Mỹ nóng ran, cảm tưởng chính ngọn lửa ấy vồ chụp lấy mình thiêu đốt đến tận cùng và điên rồ...*".

Cùng chiều thẳng xuống, Độc Tố viết về những cuộc "*gặp nhau bất ngờ như một cảm hứng xuất thần. Hôm đó, lục lọi trong đời thấy mọi trò chơi đều cũ mèm, cô tìm cách đến đó như một cuộc đùa bỡn với cái chết. Cái chết cũng là một dấu hỏi hấp dẫn rùng rợn ly kỳ đáng truy lùng, và cũng có rất nhiều cách chết. Cái chết của cô là cái chết của một con bò cái, hay bò điên thích húc đầu vào những rực rỡ của lửa. Những con lửa đẹp mê người..*". Phòng trà, rượu mạnh, thuốc phiện, đèn mờ, nơi người ta thường đến để tìm nhau và tự ... giải phóng, tìm cái chết chẳng hạn, bằng những đấu giá tự bán, tự cho thuê: "*Hình như những người có mặt nơi đây và đang khiêu vũ trước mắt cô cũng đếch biết sự cong cớn lượn người ấy chỉ là những biểu hiện đau đớn của những con rắn cô đơn. Những con rắn có lẽ chỉ ấp ủ trong những hang động biệt lập rừng rú và từ khước những thỏa hiệp hóa trang hoặc không hóa trang trước đám khán giả ngờ nghệch nhỏ nhen của cuộc đời.Cô nhìn họ, có bao giờ bạn nghĩ rằng cô đang muốn ngắm nghía họ bằng đôi mắt của một người giả chết. Giả chết để khỏi bị ai ám sát thêm một lần nào nữa. Này nhé, hãy nhìn kìa. Đặc biệt là những cái nhỏ nhặt nhất như cặp mông khoe đầy "tatoo" của mấy cô ả, những đường vẽ mang đầy sắc màu của con công hay múa. Vâng, mọi cái vờn ngang trước mắt cô tưởng chừng nhỏ nhặt như thế mà lại mang ý nghĩa của những linh hồn khao khát, vật vờ quên ngủ. Ôi, những cặp mông như thứ cây trái có tẩm thuốc phiện và những cái rốn của thứ tình hè rực nắng. Tất cả đều muốn làm cô sống, không thể giả chết lâu hơn, hoặc sẽ để lại những dấu răng rồi chết cũng chưa muộn*".

Nhân vật chính cuối cùng thành công chào mời, gợi giá, khiến cho "*Thoáng chốc những cảm giác say mê cô được truyền nhanh như điện giật. Những con chó cái nhiều xao xuyến thi nhau trả giá nỗi gợi* tình của con mèo cái là cô. Ai cũng muốn có được một cuộc hẹn để xem sự mời mọc dĩ thỏa có thể cào cấu linh hồn nhau cỡ nào. Ở đây là thứ móng vuốt hiện đại bất chấp của những tung hứng nổi loạn. Thứ quyền uy bạo ngược phi lý của đạo đức giả hoàn toàn bị đạp đổ. Nhân danh những gặp gỡ đồng điệu của tình yêu, họ tự cởi trói những xiềng xích luân lý. Màu da, giống phái, tôn giáo lại càng trở nên vô nghĩa. Thứ tín ngưỡng có thể cứu vớt họ đơn thuần chỉ là những đền thờ giao cảm nhau tuyệt đối. Khi đôi mắt ấy nhìn cô kiểu ấy, cô biết ngay cuối cùng ả sẽ hất tung mọi mặc cả để được tìm thấy cô. Cuộc đấu giá cho một lần hẹn hò lịch sự với cô coi như thành công vượt trội. Điều gì sẽ xảy ra sau đó ai mà biết được, và tai họa vốn là điều cổ xưa luôn chực núp bóng trong những miền ham vui.

Sự khảo giá tăng nhanh như chớp, từ một khuôn mặt quyết liệt đam mê khiến những vị khác thấy mình nên khoan nhượng. Một trăm, hai trăm rồi lên liền ba trăm đô cho một cái cớ "kỳ ngộ" tạm gọi là "date auction" xem ra chẳng mắc mỏ gì lắm. Con số coi như đã được đưa ra để mua vui cùng cô, sau là cũng đặt bày gây quỹ cho nạn nhân Tsunami của cái club thuộc giới đồng tính mang tên Phản Diện này. Những lúc tuyệt vọng, cô nghĩ cái chết sẽ tân kỳ hơn với đôi mắt cứ đảo điên, điên đảo thả nhìn về cô như thế". Hai ả rồi sẽ làm cho một tên đàn ông ham hố phải chết ... sướng: "Đã đến lúc hắn tình nguyện làm nô lệ phục dịch cho nỗi điên rồ của dục cảm. Hắn thưởng thức những gì ả mang đến thoạt đầu rụt rè như kiến nhưng càng lúc càng tới tấp điên loạn như cào cào. Khi không còn rượu hay rượu đã cạn, không còn thuốc lá cần sa, không còn cô ở trong người hắn, hắn bỗng ra đi như một bóng ma vào lúc 0 giờ. Hồn hắn đã lìa khỏi xác mà người hắn vẫn còn úp lên thân thể ấm nóng rộng mở của ả. Hắn bị thượng mã phong hay cuối cùng vì một thứ gì khác thì cũng không thoát khỏi làn môi ả. Làn môi đã rắp tẩm những độc dược thì sớm muộn gì cũng thế". Ám ảnh cái Chết còn trở lại với Mùi Của Lửa.

Mùa Hè với Nguyễn Thị Thanh Bình dễ lôi cuốn như đã từng, phố biển, sóng biển, những bước chân "tình hè rực nắng", ... Không Chỉ Có Một Mùa Hè: tình tìm lại lồng trong không khí quê nhà hôm nay. Nhân vật nam từng nói: "Phải bay tới cả những chân trời quá vãng, dù buồn thảm âm u, em ạ. Để thấy rằng những vầng mây hội tụ vụt sáng rồi chợt tắt, những ánh chớp sao băng của lòng dũng cảm, điên cuồng khát khao tự do dân chủ như thế nào. Không thể nào khác đi được, khi định phần của những hạt máu ấy là những hạt mầm gieo rắc để vươn lên cùng thế giới. Em biết không?". Khiến cô *"lại tự hỏi, lùng bùng trong vũng đầu đau nhức từng cơn: lịch sử của loài quỉ đâu chỉ đè cổ đồng bào mình xuống, để tanh tưởi tớp máu, mà còn treo cổ sự thật ngay trên đầu thượng đế. Bao giờ thì bạo chúa mới thấy no nê, dù đã bội thực? Càng nghĩ môi cô càng đanh lại. Dĩ nhiên bọn chúng không thể cắt đi những vàng nắng rực lửa trong mắt cô..."*.

Cùng với loạt phỏng vấn về ngày 30-4, tập *Thần Thánh Không Biết Yêu* có truyện lồng trong không khí cuộc chiến đó, như Lạc Bóng với nhân vật John người Mỹ từng tham chiến, nay là mục sư. John cùng vợ tên Erin rủ rê Yến, đang cô đơn và ly dị đã bốn con, tình cờ gặp, về chung nhà: *"Này nhé, kể ra căn nhà của chúng tôi quá đẹp và lại quá rộng, nhất là đối với cặp vợ chồng không con và không lửa cháy. Yến là người sẽ thắp lửa, làm cho căn nhà ấm áp và đáng sống hơn. Tiền bạc không thành vấn đề đối với chúng tôi"*. Yến *"chợt hiểu vai trò của mình: "Tiếc là ông bà không... "mua" được tôi, dù tôi đang rất cần tiền. Tôi là người đàn bà bị liệt âm. Tôi không mết đàn bà, cũng chẳng mê đàn ông. Và cả đời chắc tôi cũng không biết đâu là bóng, đâu là hình của chính mình"*. Ở đây là mùa Hè ở Mỹ.

*

Thế giới của Nguyễn Thị Thanh Bình là của tình yêu và những vấn đề, tình tiết chung quanh, nào là Thần Thánh Không Biết Yêu, Chỗ Về Của Tình Yêu, Đằng Sau Những Xuân Thì, Chàng Ngẫu Nhiên, Một Nỗi Nhớ Bình Thường, Cuộc Hẹn Cuối, Người Đi Tìm Đoạn Kết, Độc Tố,... Cuộc kiếm tìm và cuộc chạy theo tình yêu, người tình, kiểu yêu,... có thể cũng là tìm kiếm hạnh phúc, mà cũng có thể để soi lại mình,... Những kiếm tìm có khi bất ổn, vô vọng của những nhân vật vờ ảo thực đến bất thường. Đời sống gọi là mới và khác ở ngoài đất nước đã là cơ duyên để các nhà văn nữ nhìn đời và nhìn lại mình, từ nếp sống, thói quen đến chuyện tình cảm, đối xử trong tình yêu và tình lứa đôi. Ở những sâu kín nhất, dĩ nhiên cả những "nếp sống" dị thường, những đòi hỏi đời thường đến tình dục và nhu cầu riêng tư.

Nguyễn Trung Hối
và Trong Mê Cung của Hội nhập

Nguyễn Trung Hối quê ở Huế. Cử nhân Triết học và Văn-chương. Trước 1975: dạy học (Qui Nhơn, Đà Nẵng, Sài-Gòn) và dạy lính (TTHL Quang Trung). Sau 1975: đi tù, đi dạy, bán chợ trời và đi Mỹ năm 1995.

Ở Mỹ, viết cho *Văn Học, Văn, Hương Văn, Văn Phong, Văn Tuyển, US Việt Times*.

Chủ trương tạp-chí *Chủ Đề* hải-ngoại, sống 4 năm ra được 15 số (Xuân 2000 – Xuân 2004) mục-đích giới thiệu cho người đọc và người viết Việt-Nam biết những trào lưu triết học và phê-bình mới đương đại, cũng như tổng hợp các vấn-đề quan thiết trong cùng một số báo, thay vì phải tìm tòi, tra cứu sách báo, internet... mất thời giờ, như: tổng luận 100 năm văn-học Pháp, mỹ học và văn-học, đồng tính luyến ái và văn-học, dục tính và văn-học, văn-học hậu thuộc địa, văn-học hậu hiện-đại, văn-chương lưu vong, nữ quyền và văn-học, chiến-tranh và văn-học , điện ảnh và văn-học, v.v..

Đã xuất-bản tập truyện ngắn *Trong Mê Cung* (Văn Học, 1999).

*

Tập truyện *Trong Mê Cung* của Nguyễn Trung Hối do tạp chí *Văn Học* (CA) xuất bản, có hình thức đơn giản nhưng nội dung thật đặc biệt. Thật vậy, qua mười truyện, chủ đề chính là đời sống hội nhập của người Việt ở ngoài nước, tình cảnh và tâm sự của đồng bào ông, của bạn bè và có thể của chính ông, định cư ở Hoa-kỳ từ đầu năm 1995. Nhân vật của Nguyễn Trung Hối nói chung là những mẫu người khắc khoải, nhiều kinh nghiệm sống, có dấu ấn của quá khứ, của thua thiệt, nhưng đồng thời thấy rõ ý chí muốn vươn lên, quên quá khứ hoặc sử-dụng quá khứ như chất xi-măng cho nhà-đời mới! Thành công, hội nhập, đã trở thành những ám ảnh của Nguyễn Trung Hối, nhân vật của ông thường thành công trong cuộc sống mới, tự tin, đi-trước (anticipation), đó là những Lưu trong Phượng Hồng, Duyên Peggy trong Địa Đàng Bình An, Duyên Liz trong Một Thoáng Bến Tre, bác sĩ Nguyễn trong Khi Lá Rừng Phong Dần Đỏ, Thái Hòa của Trong Mê Cung, v.v.

Kiểm điểm sau một cuộc bể dâu, có những sống sót, đoàn tụ, thành công nhưng trong thực tế, khi nhìn kỹ cộng đồng người Việt dễ thấy nền tảng gia đình đã bị xáo trộn, theo nếp người, rời ra thành chủ nghĩa cá nhân, ly tán và nhiều bất khả cảm thông. Vợ chồng tự do, con cái tự do, có nghĩa là tự đảm nhận nhưng cũng tự cho phép, cắt nghĩa theo cách riêng. Nhiều cặp vợ chồng tan rã vừa khi đặt chân lên xứ người, vì có những lỗi lầm, quá đà của một người trong quá khứ. Xưa mới nhúm bất hòa, cả guồng máy văn hóa và gia đình đã hàn gắn, xóa bỏ. Nay khi ly tán, lý do và bằng chứng cũng hết cần thiết. Đưa đến lạm dụng, quá đà. Tự do cho kỳ được, tự do thành một đảm nhận hiện sinh, dù khác người, như "mặc cảm thiếu nợ của tự do" (TMC, tr. 245) của Thái Hòa chẳng hạn. Tự do cam phận, dửng dưng với số mệnh, bất kể dư luận và cái nhìn tha nhân!

Nói về nhân vật nữ trước vì khi hàng trăm ngàn rồi hàng triệu người Việt vì hoàn cảnh phải xa xứ là lúc ở các đất nước tạm dung, phong trào tranh đấu cho nữ quyền đã thắng thế và đã có những hậu/ kết quả làm thay đổi xã hội. Phải công nhận người phụ nữ Việt Nam dễ hội nhập vào đời sống mới, dễ học tiếng, học nghề, đổi đời,... do đó tương đối dễ thăng tiến, có địa vị hơn người đàn ông Việt Nam nhất là người có tuổi, vẫn hay bám víu với những giá trị văn hóa cũ dù có bị thương tổn. Hội nhập dễ dàng, nữ quyền cũng dễ thôi! Người nữ tiếp xúc dễ ra, trực tiếp, khi thân thiết, muốn xác thịt là chuẩn bị, ngỏ lời (đỡ mất thì giờ!), mời chút rượu để nhập môn nhưng "khôn ngoan" không mời nhiều sợ *"say quá nên như người leo núi bị kiệt sức, không làm ăn gì được..."* (MTBT, tr.79), mời mọc lộ liễu đủ cách *"Duyên... bày ra một nửa bầu ngực bên trái căng phồng. Chiếc áo dài kéo lên quá gối, hai đùi dài hớ hênh, mời mọc... "* (tr. 81) - hết những tà áo phất phơ nửa kín nửa hở hay khuôn mặt e lệ nép vào dưới hoa

/ dưới nón, v.v. "Nữ sĩ" Thái Hòa tự động cởi xiêm y khi ngoại tình với nhà văn Đống. Họ cũng thoải mái làm luôn việc thường dành cho phái nam, như Phượng trong Phượng Hồng *"gần như hoàn toàn chủ động trong việc ân ái"* (tr. 25). Tình yêu trở thành tình dục, con tim trở thành cái xác phàm, như miếng bánh hamburger hay vỏ hộp Coke, "Hãy yêu nhau ngấu nghiến như ngốn hamburger đi! Rồi hãy bỏ nhau như liệng một chiếc vỏ Coke!" (tr. 82). Những đòi hỏi xác thịt lộ liễu, tự cho phép, theo bản năng, không còn rào cản văn hóa, tuổi tác, như bà họa sĩ Duyên đang tuổi hồi xuân và thanh niên làm người mẫu trong Địa Đàng Bình An trong thực tế là cháu họ của bà.

Ý thức quyền lợi đưa người nữ đi xa. *"Chỉ có tham vọng mới làm cho con người tồn tại"* (ĐĐBA, tr. 95). Duyên, một người "nội trợ" đã trả lời chồng như thế, khi muốn mua xe và đi học hội họa để thoát cái không khí ngột thở cứ ở trong nhà. Từ an ủi chồng thất thế nơi xã hội mới, bà *"thay đổi thái độ bằng cách tranh luận với ông không nhân nhượng. Bà bài xích ông không có tư tưởng cầu tiến, không có tinh thần vươn lên, không biết hội nhập..."*. Khiến Ian hay Adam, A Đàm, người thanh niên làm người mẫu cho bà cũng phải lên tiếng "Tôi sợ những người đàn bà đầy tham vọng..." (tr. 98). *"Tôi đã lo cho chồng cho con, đầy đủ bổn phận rồi. Tôi cần phải có tự do cho sinh hoạt văn nghệ theo sở thích của tôi. Xứ sở này là xứ sở của tự do mà! Tôi ra đi chính là vì muốn được tự do!"* (TMC, tr. 221). Đó là lời Thái Hòa, một nhân vật nữ khác, cũng đòi tự do sau khi đời tị nạn đã ổn và bổn phận làm vợ làm mẹ nàng nghĩ đã xong, nay chạy theo hào nhoáng bề ngoài, tiếng tăm, trở thành "nữ sĩ", lái xe Mercedes, cặp với một nhà văn đã nổi tiếng, so sánh "văn nhân" với người chồng lam lũ. "Tôi liếc nhìn theo. Bàn tay Đống trắng trẻo, mum múp thịt, những ngón tay dài như tháp bút, không xương xẩu như bàn tay của Tuấn. Rõ là bàn tay của một văn nhân" (tr. 227). Bình quyền ngay cả trong tư duy, "đàn ông các anh bao giờ cũng chủ quan (...) chúng tôi chỉ xem các anh như những pho tượng mà thôi" (tr. 88); nhưng phái "yếu" khi thấy chất á-đông ở tha nhân, ở một người mẫu chẳng hạn, cũng dễ khiến ngại ngần, có muốn như đã không còn dính dáng đến gốc gác, hoài nghi bắt đầu gây mầm!

Trong một thăm dò của tạp-chí Pháp *L'Express* số 2499 (27-5-1999), sau nhiều thập niên tranh đấu cho nữ quyền, đa số phụ nữ

Pháp phê bình đàn ông hãy còn ích kỷ, quá tham vọng và ta-đây-đàn-ông coi-thường-đàn-bà (macho) và họ tiếc nuối "giống" đàn ông biết "galant" và can đảm (theo ý họ!). Biết ở sao cho vừa lòng người!

Cái diện mạo hội nhập dễ thấy qua cách ăn mặc: quần jeans Levi's 501 bó sát mông, hiệu CK, Comfort Plus, đi xe thì phải Mercedes, tệ thì cũng phải Acura Legend, ở nhà bạc triệu trên núi,... Cư xử, lời nói, suy nghĩ bị điều kiện hóa bởi đời sống mới, của thời thượng: "Những lời của cô thật cảm động, nhưng sao ông nghe gần gũi quen thuộc quá. Hình như chúng đã được dịch ra từ những câu tiếng Mỹ, đâu đó trong những cuốn tiểu thuyết đại loại như tiểu thuyết của Janet Dailey, Danielle Steel,..." (tr. 81). Tên gọi cũng đổi tráo, như Thanh Nam đã từng than thở ở giai đoạn tị nạn ngay sau 1975:

> "... *Đổi ngược họ tên cha mẹ đặt*
> *Tập làm con trẻ nói ngu ngơ*
> *Muốn rơi nước mắt khi tàn mộng*
> *Nghĩ đắt vô cùng giá tự do...*"

(Thơ Xuân Đất Khách)

Để dễ bề hội nhập, Duyên thành Peggy (ĐĐBA) và một Duyên khác, thành Liz hay Elizabeth (MTBT), Lâm thành Wood (MNƠCĐ), v.v. Mà cách tác giả gọi nhân vật Lưu Đình Thắng là Lưu (PH), các nhân vật Trần (SNT), ông Nguyễn (MHƠA) và bác sĩ Nguyễn (KLRPDĐ) không tên gọi, theo tôi nghĩ, cũng là dấu ấn khác của một sự hội nhập nhanh chóng!

Nhân vật nam trong xã hội hội nhập đó thì đổi vai, trở nên thụ động: T, trong VNCB "... *miệng tôi đã bị hai bờ môi của Kate bịt mất rồi*" (tr. 56). Hay như Lưu, để người nữ chủ động, tự ái "*cảm thấy trong lòng mình như có một chút nào giảm bớt tình yêu quí đối với nàng. Nhưng thôi. hội nhập với đời sống Mỹ, Lưu phải biết học bài học chấp nhận vậy*" (tr. 25). Ăn vận thì như Nam mặc như cao bồi Mỹ, cũng có lúc tự nghĩ "Có lẽ người ta nói đúng. Anh là kẻ tha hóa mà cứ tưởng mình là hội nhập chăng?" (tr. 74). Tình ái lăng nhăng nhất là với gái Mễ "có đôi mông và vú cứng như đá ấy mỗi lần gần ông là phải cắn chặt một góc comforter vào giữa hai hàm răng để khỏi phải hét lên những tiếng kêu lạ lùng mà Gabriel Garcia Márquez mệnh danh là tiếng 'mèo gào'" (tr. 79). Người bố trong Mùa Hạ Ở Annabelle cũng theo gái Mễ có tên Thiên Thần, Angelica - Nguyễn Trung Hối có vẻ thích phiên dịch mọi tên gọi và địa danh, và ông khá thành công trong truyện này.

Vai trò xã hội chủ và tớ thay đổi thứ bậc. Chồng bà Duyên trong Địa Đàng Bình An nay bị người nhân viên cũ ở Việt Nam gặp "may" nay "lên" làm chủ ông "... đã lên mặt thấy rõ khi hắn ta tìm đủ mọi cách để bắt bẻ và làm khó dễ ông" (tr. 95). Trở thành có "mặc cảm vì bị thua thiệt với đời, với bạn bè, nay ông lại bị người bạn trăm năm coi thường..." (tr. 96). Thứ bậc, giá trị tưởng vĩnh cửu, bị đổi thay, từ ngoài xã hội vô đến gia đình!

Tình yêu sẽ tự do hơn ở đời sống mới xứ người. Trong Sinh Nhật Trắng, Trần nổi hứng lấy máy bay đến quận Cam tìm gặp lại Đoan Trang, người yêu cũ, đang có chồng bệnh trầm kha. Họ hẹn hò, ở với nhau, bạn bè lại thương tình đồng loã cho mượn nhà; đến nỗi Quỳnh, người chồng bệnh hoạn, phải chết với thuốc trợ tử. Một nếp sống trong đó người khác phái dễ trở thành bạn thân thiết, đồng lõa và em gái anh trai hơn là người tình, người phối ngẫu. Người Việt đối đầu với tự do lứa đôi, vai trò người chồng người vợ đảo lộn, tương quan cha mẹ với con cái!

Ngay cái chết cũng tự do theo lối Mỹ, sống sượng, với tốc độ hoặc với súng đạn - Thái Hòa lấy súng của chồng với ý định giết Đống rồi tự sát khi bà tự xét hối hận khi bị đẩy vào đường cùng (TMC). Nhân vật nữ này rất hội nhập, đã phải đối đầu với Tuấn, người chồng, và hai cô con gái, đại diện cho yếu tố Việt Nam hay hội nhập vừa phải, với cả Hòa-Lê, một người học trò cũ con lai đen, người đã từng chứng kiến cái sống tự do bất cần dư luận của cô giáo Hòa, nay cũng đã có vẻ hội nhập hạnh phúc!

*

Hội nhập là tình cảnh đối lại với di trú, lưu đày. Nếu lưu đày níu con người lại với bi quan, phi lý, nếu con người lưu đày chìm trong quá khứ, mọi sự trở thành tiêu cực, gượng ép, thì hội nhập dùng tích cực làm tôn chỉ, hướng về tương lai, cập nhật với đời mới, không gian mới. Người Việt lưu vong từ những năm sau 1975 đã hơn một lần tranh luận, bàn thảo về vấn đề hội nhập, cả những hội thảo toàn quốc hay liên quốc ở Âu-châu, Canada, Hoa-kỳ, v.v., từ hội nhập xã hội, hôn nhân, nghề nghiệp đến chính trị, v.v. Các nhà làm văn học ở hải ngoại cũng đã thường trực đối đầu với hội nhập. Đã hơn 24 năm, nay là lúc cần những ngồi lại, những feedback, thu dọn kinh nghiệm, đổ vỡ, thành công,...

Hội nhập đi đôi với gốc rễ. Vấn đề không phải hội nhập khiến con người phải tha hóa, mất gốc rễ. Vấn đề theo thiển ý nằm ở bản chất của mỗi cơ chế. Như mỗi trò chơi đều có luật chơi. Nếu mọi người đã bình đẳng, hôn nhân cũng được đặt trên cơ bản đó thì dĩ nhiên không còn "chồng chúa vợ tôi" mà người đàn bà cũng không nên chờ đợi nhiều quá ở người đàn ông để rồi khi ly tán, bà ẩm một nửa của cải hay hai phần ba. Vừa đòi bình đẳng việc làm, vừa "tiền" vừa đòi người đàn ông phải "ga lăng", có những cái hết còn phải đi đôi với nhau. Trong cơ chế văn hóa bình đẳng mới, không nên nghĩ đến những căn nhà từ đường, đến truyền giống (cha) hay tứ đại, ngũ-đại-đồng-đường. Có thể nói loài người ở những xã hội tân tiến về chế độ dân sự đã và đang trở lại chế độ mẫu hệ, dĩ nhiên khác chế độ mẫu hệ thời tiền sử hoặc ở những xã hội "thô sơ" hoặc "nhiệt đới buồn thiu". Vẫn đúng thôi theo khoa học, con liên hệ với mẹ, ta vẫn xem cháu ngoại bao giờ cũng chắc hơn cháu nội là gì! Nên nghĩ hôn nhân, vợ chồng con cái như những hợp tan tự nhiên, theo dịch lý tuần hoàn. Và sáng suốt, lý trí. Hết chỗ đứng cho tự ái nam nhi! Hết và không không có nghĩa là xấu, là đi lùi. Cũng đừng nghĩ đến chuyện tương lai giống người đi về đâu! Cuộc sống mới đòi hỏi những yếu tố cần thiết đó. Dĩ nhiên vẫn còn đầy rẫy những chuyện tình đẹp, những "ga lăng" như phim ảnh, thua thiệt "đẹp" của phái nam, những hôn nhân tuyệt vời: ngày nào còn con người thì vẫn còn những chuyện đó!

Có như vậy khi lỡ phải đổ vỡ, mỗi người mới có thể sống vui với cuộc sống mới từ đó. Có thể trở thành bạn, vẫn tôn trọng nhau, vì có khi còn có con cái chung khiến vẫn phải gặp lại nhau, nghe nói về nhau. Nói chung người bản xứ (Bắc Mỹ, Âu-châu, v.v.) sống những tình cảnh ly thân, ly dị, hôn nhân liên tục trong hoà hoãn, tự do thoải mái hơn người gốc từ những xã hội "khép kín" như á-đông ta hay do-thái, trung đông, latinh, v.v. Dĩ nhiên vẫn có những ngoại lệ, vẫn có những thảm sát, đe dọa và bi đát, cũng như có người lấy vợ lấy chồng như một "kỹ nghệ" dễ mau giàu,... Chỉ vì ở người nam cái dục quá lớn, cái tâm quá yếu hay cái trí còn quá tự ái "nam nhi cho đáng nam nhi", ở người nữ, cái chờ đợi và ỷ lại quá lớn, cái lệ thuộc vẫn quen, v.v.! Tóm một chữ, cái tự do chợt mở, quá lớn!

Hóa ra vẫn là vì hạnh phúc mà con người muốn hội nhập, cập nhật, làm lại cuộc đời. Hội nhập có thể hiểu là đi tìm địa đàng như Duyên miệt mài với bức tranh trong Địa Đàng Bình An, nhưng địa đàng đó đâu dễ với tới, vì cái gì cũng có điều kiện. Hạnh phúc dĩ nhiên phải có hai, như lời nói đầy kinh nghiệm của giáo sư hội họa người Mỹ của Duyên: "Địa đàng không thể bình an mãi khi chỉ có một người đâu! Địa đàng phải có đủ mặt hai người, cả Adam lẫn Eve, Peggy ạ!" (tr. 102). Người cực đoan sẽ nghĩ an bình cũng có thể là một nơi chốn không có đàn bà (dạn dày, tham vọng,...) như lời nói thật của anh người mẫu cho họa sĩ Duyên: "Nơi chốn không có đàn bà là nơi chốn bình an nhất..." (tr. 101).

Hay vì muốn hạnh phúc, một an bình tự tại đúng nghĩa, mà con người lưu đày phải giữ khoảng cách với xã hội bản xứ? Một hội nhập tạm, để làm chi? Để sống với tăm thức nguồn cội, với văn hóa gốc, để tìm lại cái riêng tư và cái tình khó thấy hay đã bị xã hội mới giày xéo, đã modified! An bình đó là bạn bè cũ nhân kỷ niệm trăm năm trường Quốc Học Huế, ngay cả khi đang thật gần với người yêu cũ, muốn hội nhập, tiềm thức vẫn nghĩ đến bạn bè cũ có thể gặp lại. "Ông bỗng ý thức ông về đây là vì bạn bè. Và vì ngôi trường cũ đã cưu mang dạy dỗ ông một thời hoa phượng..." (tr. 82). Vì hình như Bến Tre hay Duyên, quá khứ kia, tình yêu kia, cuối cùng rồi cũng chỉ là "một thoáng" hạnh phúc!

Tạm ghi nhận hai phương trình: một bên là *hội nhập trăm phần trăm*, không gốc rễ = con người trở nên con người vũ trụ, vật chất / không biên giới, có thể hoán đổi / văn hóa không nhãn / tâm hồn trung dung, tập thể. Kết quả mong chờ là hạnh phúc hiện tại / mặt trái có thể ê chề khi thất bại / hụt hẫng khi có vấn đề! Bên kia là *hội nhập với gốc rễ* = con người như một kết tinh dịch lý / một thành phần văn hóa và độc đáo trong vũ trụ / một tâm hồn. Hậu quả: khó khăn lúc đầu / hạnh phúc có khi tìm thấy / cân bằng trong mọi hoàn cảnh / nhưng có riêng tư để có thể tìm lại!

Hội nhập với Nguyễn Trung Hối là hội nhập không mặc cảm, hội nhập với tự tin, cởi mở, đi trước. Hội nhập "thành công" thiết nghĩ phải cứng cáp, có cơ sở, có căn nguyên, vì nếu hình thức sẽ rơi vào thất bại, như những chính sách đa văn hóa ở các nước Âu Mỹ, nếu tự căn bản không bỏ được sự phân biệt chủng tộc, kỳ thị, thì rồi ra cũng chỉ là một thứ cò mồi kiếm phiếu và có thể gây dồn nén nguy hiểm có ngày sẽ bùng nổ!

Hình như Nguyễn Trung Hối đã có định kiến khi ông có cái nhìn từ bi, thông cảm với Thiện (DSTT), bác sĩ Nguyễn (KLRPDĐ), Lưu (PH), T. (VNCB), Nguyễn (MHOA),... nhưng ông có vẻ phê phán nặng những con người vong thân hoặc tâm hồn băng hoại như Lâm và Như Hoa (MNOCĐ), Đổng và Thái Hòa (TMC), Duyên Liz và Nam (MTBT) và nhất là những nhân vật nữ như Phượng (PH), Duyên Liz (MTBT), Duyên Peggy (ĐĐBA). Những người nữ đó, nếu có tài, như A Đàm, nhân vật của Địa Đàng Bình An, nhìn nhận, "là một điều phước cho cộng đồng, (...) xã hội... Nhưng tài chưa đủ. Người ấy cần phải có lương tri nữa, nếu không tham vọng sẽ đẩy cái tài đến những việc làm tai hại..." (tr. 98). Chính Duyên Liz trong Một Thoáng Bến Tre cũng đã tự xét "Bề ngoài thì ăn thua gì. Anh sẽ thấy còn nhiều người tha hóa cả tâm hồn mới đáng sợ. Như em là một" (tr. 74).

Những nhân vật như Duyên và Nam trong Một Thoáng Bến Tre uống rượu Veuve Clicquot Ponsardin, dùng đồ ngoại hóa, đắt tiền, những liên tưởng, so sánh, những lối sống như vậy ta cũng thường ở quê nhà trước 1975 (và cả hôm nay, tư bản đỏ), đó cũng là những nhân vật tiểu thuyết của Yêu, Loạn,... của Chu Tử, Bốn Mươi của Mặc Đỗ, v.v. Đã mất gốc thì ở ngay trên đất mẹ cũng đầy rẫy. Mặt khác, có những nhân vật đáng kể như Lưu Đình Thắng vốn dân chài ở Thuận An (PH), nay hội nhập thành công ở Mỹ, vẫn giữ tâm hồn Việt Nam, vẫn chung thủy dù với hồn ma, như Nam (MTBT) không bị sắc đẹp lộ liễu sẵn sàng dâng hiến mà làm mất bản chất con người sống gắn bó với quê hương bạn bè và kỷ niệm. Cô gái tên Uyên (MNOCĐ) sinh ra và lớn lên ở Mỹ nhưng vẫn yêu tiếng mẹ đẻ - "Thôi! Ba đừng nói tiếng Mỹ nữa! Ba nói tiếng Việt đi... " (MNỞCĐ, tr. 135) (nhân vật của Nguyễn Trung Hối yêu tiếng Việt đến dịch cả địa danh nước Mỹ), vẫn cố giữ cá tính dân tộc. Uyên giữ gìn trong tình yêu "Uyên có thể cho Rick hôn, nhưng khi Rick ham hố muốn tiến xa hơn thì Uyên lại tỉnh táo ngăn chặn lại (...) Uyên giải thích "đối với người con gái Việt Nam chữ trinh rất quan trọng" (tr. 133-4). Cô hội nhập, cởi mở với cha mẹ, để cha mẹ tung hoành tình ái lăng nhăng nhưng với điều kiện không xảy ra dưới mái nhà chung. "Uyên không ích kỷ giành cha mẹ cho riêng mình vì Uyên biết, mọi người ở đất nước này được tự do sống cuộc sống tình cảm theo ý mình" (tr. 139). A Đàm, một nghệ sĩ thành danh đã tận tình giúp đỡ người cô họ, bảo vệ hạnh phúc gia đình và thăng tiến trong sự nghiệp. Những nhân vật vừa kể nói chung là những con người tích cực, biết cách hội nhập hài hòa được với gốc rễ và muốn người cạnh mình không sai đường. Họ không mặc cảm như thế hệ chân trong chân ngoài nên có thể có những "mặc cảm tự ti với dòng văn chương chính mạch ở quốc gia mình định cư mà còn tự ti với cả dòng văn học chính thống ở cố quốc" (tr. 231)

Trường hợp Thiện, người cha trong Dòng Sông Tuổi Thơ có cậu con trai muốn lập gia đình với Kay, một thiếu phụ người Mỹ, lớn tuổi và đã có con riêng 14, 16 tuổi, có vẻ dễ thông cảm khi tham chiếu chuyện tình của chính ông ngày xưa với chị Vi, người em họ, dù tuổi tác ít sai biệt hơn! Cha mẹ nào cũng muốn cho con cái đi lên, thăng tiến, ngoài xã hội cũng như trong hôn nhân, nhưng hình như con người ta đồng thời đi tìm hạnh phúc, vậy thì tuổi tác còn có ý nghĩa gì nếu không phải là một dấu vết văn hóa "lỗi thời" trong trường hợp này? Ray rứt giữa tình yêu và tình gia đình, tình sau vốn là căn bản của văn hóa Việt Nam. Người con trai Việt Nam trong Mùa Hạ Ở Annabelle phải bỏ người yêu đang có mang để về quê nhà lập gia đình với một người con gái khác cha mẹ đã hứa hôn. 30 năm sau, 60 tuổi, ông trở lại thì đã quá trễ, chỉ còn thăm mộ nàng có giàn hoa ti-gôn đỏ trắng và hai câu thơ nổi tiếng của T.T.KH. khắc trên mộ chí!

Ngoài ra Nguyễn Trung Hối cũng cho thấy có những nỗ lực hội nhập ngược chiều: người bản xứ Mỹ, Pháp, muốn hội nhập đời sống văn hóa xã hội Việt Nam, như Bill, một thanh niên Mỹ đen, trong Vấn Nạn Của Bill rành rẽ tiếng Việt, cả ca dao tục ngữ, đọc báo Việt Nam như người Việt, hay như cô đầm sinh viên Prégnance trong Mùa Hạ Ở Annabelle yêu thơ rồi hoa ti-gôn vì dự cảm tình yêu sẽ tan vỡ, tình hiến dâng trong nghịch cảnh. Một chuyện tình đẹp, trắc trở, dở dang nhưng nên thơ, ngậm ngùi, cũng như Dòng Sông Tuổi Thơ.

*

Hội nhập là một trong những đề tài chính của văn học hải ngoại. Võ Phiến trong *Thư Gửi Bạn* (1976) và *Lại Thư Gửi Bạn* (1979) quá

Việt Nam, không tin vào hội nhập vì nghĩ rằng tâm hồn Việt Nam không thể hội nhập, ông giữ mình, lấy mình làm tham khảo, đến soi mói, nghi ngờ hàng xóm bản xứ. Võ Đình ở ngoài nước đã lâu, trong tác phẩm vẫn có những vấn nạn về hội nhập, những tham chiếu văn hóa ta với người. Lê Tất Điều sau những hí họa cuộc đời *Ly Hương* (chung với Võ Phiến, 1977) đến *Thư Về Bloomington, Illinois* sau này (1997), những tư duy siêu hình về con người, đời sống và vũ trụ, của một người tị nạn, vẫn mạnh hơn là một hội nhập dứt khoát. Nguyễn Xuân Quang với *Những Mảnh Đời Tị Nạn* hay Nguyễn Ngọc Ngạn trong nhiều tiểu thuyết đã dùng cuộc đời đa dạng của người Việt tha hương làm nền. Nguyễn Bá Trạc qua *Người Tị Nạn Di Cư Nhức Đầu Vừa Phải* (1993) tiếp tục những suy tư âu lo cho cả cộng đồng. Nhà văn Song Thao từ ngạc nhiên trước những lối sống của người đến dùng cái nhìn Việt Nam để cắt nghĩa, dàn xếp mọi chuyện. Nguyễn Trung Hối cũng tham chiếu với đời cũ, tình cũ, con người cũ,... Trần và Đoan Trang nhắc nhớ chốn trú ẩn dịp Tết Mậu Thân để nhìn ra nhau. Mà người tình cũ gặp lại cũng tham chiếu mùi nước dừa ngày xưa (MTBT), hay mùi hương vừa "giản dị của một người có văn hóa" vừa pha lẫn phần lớn "con người chất phác, hoang dã chốn đồng quê" (tr. 163). Nghe một bản nhạc lại nhớ đến dòng sông quê nhà (DSTT). Hiện tại làm phu bến tàu ở Portland tây-bắc nước Mỹ, nhưng mỗi lần ra bến cảng Thiện lại nhớ bờ sông Ô quê ngoại ngày nào! Mùi biển ở Nam Cali *"không có mùi gì cả. Không như biển của quê hương mình đâu"* (tr. 168). Một "chủ quan" đáng yêu đồng thời cũng là một tham chiếu khác! Hội nhập của Nguyễn Trung Hối hình như không bị những dằn vặt của hơn 20 năm lưu xứ ám ảnh, nhân vật ông tiến xa hơn, thoải mái hội nhập bằng hành động, lối sống, v.v., trực diện chứ không còn chỉ "cười và liếc" người bản xứ hay cả với đồng hương như Võ Phiến, Lê Tất Điều, v.v.

Nguyễn Trung Hối như nhảy vào vùng đất lạ, dù tạm dung, với thiết tha, lòng thành, đã chấp nhận và hội nhập hết mình, cho chính bản thân, người đồng cảnh, hay làm gương cho thế hệ con em. Cái hội nhập với Nguyễn Trung Hối đã là một hội nhập nội dung cuộc sống. Hình như chúng ta chưa thể nói đến hội nhập văn chương, ở ông cũng như những người viết đồng thế hệ, dù ra đi trước ông, như ở những người viết trẻ, sinh trưởng ở ngoài nước. Với những người này, nội dung những phạm trù "hội nhập, tạm dung, lưu đày, xứ người, v.v." có thể mang một nội dung khác. Nếu nhân vật Nguyễn Trung Hối có những lúc bơ vơ lạc lõng, thì những người trẻ vẫn có nhưng là một lạc lõng của con người thời đại mới, kỹ thuật và xã hội tiêu thụ đánh mất cái nếp cái thú của ngày qua.

Những bỏ ngỏ gần như gượng ép, như những kết chuyện Sinh Nhật Trắng, Khi Lá Rừng Phong Dần Đỏ, và cả Một Thoáng Bến Tre,... như cho thấy hội nhập nào cũng không đơn giản? Bị kỳ thị, T. vượt được và còn làm cho Kate, cô gái có cha mẹ hận thù người Việt, đâm ra yêu quí chàng. Ngoài vụ kỳ thị lạ lùng dù hữu lý này, nhân vật của Nguyễn Trung Hối thường không bị kỳ thị, mà ông còn cho đồng hương mình đóng vai trên, như T. trong Vấn Nạn Của Bill, trên đến "khó hiểu" với người bản xứ: *"Chỉ cám ơn suông thôi? Không hôn em sao? Hay anh muốn nhìn mây xanh, mây trắng, mây vàng hoặc đang tìm một cái cành không bao giờ có, cho cây hoa sen... như tổ tiên của anh?"* (tr. 55). Như một phê bình văn hóa hay tình yêu, đạo đức "giả" của người Việt!

Trong Khi Lá Rừng Phong Dần Đỏ, nhân vật bác sĩ Nguyễn không báo cho Bách-Diệp biết chồng nàng đã có vợ khác và như "cố tình" không giải quyết ổn thỏa tình cảm giữa hai người - lại là một lối kết thúc lửng-lơ-con-cá-vàng hay thấy trong truyện Nguyễn Trung Hối, một "mê cung" trong những "mê cung" của ông mà nhà văn khoa trưởng Trần Hồng Châu đã mệnh danh là "truyền thống Rashomon" (Tựa, tr. 16). Đoạn kết Một Ngày Ở Chiến Địa tái hợp có vẻ gượng ép theo truyện Tàu, người Mỹ như anh em Rick và Troy mà cũng giỏi đóng kịch, cũng biết dùng những bài học "quốc văn giáo khoa thư"!

Nguyễn Trung Hối dù chủ yếu viết về hội nhập vẫn có nhiều tiếc nuối quá khứ và đã đưa những vấn nạn của thời đã qua vào cuộc đời hội nhập mới: hội nhập như bàn cờ để giải quyết những vấn đề còn ứ đọng. Chính với những kỷ niệm và chuyện ngày qua, Nguyễn Trung Hối đã có những trang văn chương đẹp. Dòng Sông Tuổi Thơ thơ mộng Huế của ngày qua, qua và nay như một song hành, tình yêu cha và con. Tình yêu giữa hai anh em họ Thiện và Vi đẹp và u ẩn - như chuyện Mộc Lan và Phong trong Định Mệnh (*Hoa Vông Vang*) của Đỗ Tốn thời tiền chiến. Chuyện Huế thời non trẻ của bác sĩ Nguyễn và Bách Diệp trong Khi Lá Rừng Phong Dần Đỏ. Chuyện Trần và Đoan

Trang trong Sinh Nhật Trắng cũng là một truyện tình đẹp. Cả chuyện hoa niên ở Paris 30 năm trước trong Mùa Hạ Ở Annabelle, với xóm học, đã là những đề tài thơ quen thuộc của Nguyên Sa, Cung Trầm Tưởng, Hoàng Anh Tuấn, Nhất Lê,...

Nguyễn Trung Hối xuất hiện trên văn đàn đã lâu, trước 1975, ông đã viết trên Đời Mới, Tiểu Thuyết Tuần San, Lý Tưởng, v.v. và là đồng chủ trương biên tập tạp-chí *Chủ Đề*. Ra ngoài nước năm 1995 và đã thường xuyên xuất hiện trên nhiều tạp chí hải ngoại, năm nay ông mới trình làng tác phẩm xuất bản đầu tiên *Trong Mê Cung* - cũng cùng trường hợp với đồng hương của ông như Kinh Dương Vương, Hồ Minh Dũng, Nguyễn Sao Mai, viết trước 1975 nhưng sau nhiều cuộc đổi đời mới có tác phẩm xuất bản và xuất bản ở hải ngoại. Nguyễn Trung Hối đang là một tác giả hứa hẹn nhiều đóng góp mới với một kinh nghiệm và cái nhìn có tích cực và có khác những bạn văn chương đồng hành.

Nhà văn Trần Hồng Châu trong lời Tựa đã xếp Nguyễn Trung Hối thuộc loại nhà văn "*tìm cách nén cái tôi xuống, ít sử dụng kỷ niệm, (...) thường xuyên đi ra ngoài bản ngã, nhập vào thịt da người khác, thổi sinh khí vào những nhân vật hoàn toàn khác mình, (...) di động trong một vũ trụ không phải là một ngoại cảnh thân quen...*" (tr. 11-12). Cái không gian xa lạ đó với Nguyễn Trung Hối đã trở thành thân quen vì bản ngã tác giả nhiệt thành cởi mở và năng nổ. Người đọc hy vọng Nguyễn Trung Hối sẽ còn đi xa trong cõi văn chương, một "mê cung" - như ông đã dùng đặt tựa, với nhiều áng văn chương đầy tư duy và kỷ niệm khác!

*

Trên tạp chí *Chủ Đề*, Nguyễn Trung Hối liên tục cổ võ cho cách tân văn chương, cụ thể trong các sáng tác. Chính ông đã có những sáng tác tiêu biểu cho định hướng đi tới này. Xin trích một phần của "truyện" của ông, Tìm Lại Giấc Mơ Đã Mất:

"người đàn ông ngoẻo đầu vào tựa chiếc ghế da màu đen hai mắt nhắm nghiền bàn tay trái rời con chuột bằng nhựa của chiếc máy điện toán buông thõng xuống cái tựa tay của ghế cũng bọc da màu đen

màn hình bên trái có cây thông lắc lư bên phải có đầu ông già noel với cái mũi đỏ và đôi mắt hi hí hấp háy phía dưới là chiếc gậy với mấy cái bong bóng đổi màu xanh lục hồng và cây đèn cầy leo lét ngọn lửa vàng đi sâu dần vào giấc mơ trong tiếng nhạc vang vang bài jingle bells jingle bells

rồi bây giờ là đáy sâu đại dương với đàn cá vàng tung tăng bơi lội bỗng nổi lên một con cá đuối thằng lép kẹp từ phía dưới ngoi lên và đuôi ve vẩy từ tốn lượn lờ như không hề biết có một con cá mập hung hăng đang từ trên cao lao xuống đàn cá vàng tản nhanh ra chung quanh rồi tụ lại như cũ lại tung tăng bơi lội bỗng nổi lên một con cá đuối thân lép kẹp từ phía dưới ngoi lên vi và đuôi ve vẩy từ tốn lượn lờ như không hề biết có một con cá mập hung hăng đang từ trên cao lao xuống

người đàn ông nhướn mắt nhìn ông chủ tiệm nói xin lỗi order giùm tui một cappuccino grand ông chủ tiệm cà phê nói tốt thôi ông cứ ngồi tại chỗ

một ông già đội mũ dạ mặc đồ lớn mang cặp kiếng gọng tròn râu mép như hitler cà vạt chéo đen trắng thân hình bị những đường vạch ngang màu đen từ chóp mũ cho đến đôi giày bóng loáng tựa như ông ta vừa in mặt mày quần áo vào một hàng rào sắt dính ướt sơn từ phòng sáng đèn bên kia bước sang

ông chủ tiệm nói nhỏ james joyce đó

tôi biết mà cái mũ phớt bộ râu hitler và chiếc cà vặt đen trắng quen quá mà và ông ta đang cầm cuốn sách gì dày sịch đó chắc là ulysses chứ chi

james joyce vừa ngồi xuống bàn bên cạnh

người chủ quán hỏi thưa ngài dùng gì ạ

một scotch

thưa ngài ở đây chỉ bán cà phê thôi ạ

đây không phải là quán molly malose›s sao

dạ không ạ đây là tiệm cà phê starbucks

thế sao cái ông bên kia có cái chai gì gì mang hiệu croix-zéro đó

thưa chai x.o. của ông ta mang từ nhà đến ạ

ông ta là ai thế sao ta không mặc áo quần tù nhân như chúng tôi dạ thưa ngài ông mai thảo đó ạ ông ta không ở trong trại tập trung kia ông ở ngoài vào đây thôi

nghe ông chủ tiệm nhắc đến tên nhà văn mai thảo người đàn ông ngoảnh nhìn sang định chào nhưng ông mai thảo đang chăm chăm nhìn sang cảnh cửa chói đèn bên kia xây lưng lại người đàn ông nhìn theo qua bên kia cửa thấy người ta đi lại đông vô số kể chen chúc nhau có người đi ngay trên đầu trên cổ những người khác một cách tự nhiên và tịnh không nghe một tiếng nói nào

thế hôm nay không phải là bloomsday sao james joyce hỏi

rất tiếc thưa ngài tôi không hiểu ngài nói gì ạ ông chủ tiệm cà phê trả lời

(...)

đặc biệt ở quán cà phê này khách không cần phải làm indian file trước quầy để order món uống mà ông chủ tận tâm phục vụ vì đa số là khách tên tuổi ở trại tập trung bên kia qua

khi ông chú rảnh tay tới ngồi bàn với người đàn ông người đàn ông hỏi

bên kia làm gì mà đông người thế họ đang chờ xem giá thị trường chứng khoán à

không phải đó là trại tập trung tư tưởng của hai ông chủ barnes và noble ông không thấy ai ở bên đó ra cũng mặt mũi áo rằn ri như tù nhân sao

tôi thấy họ đi dẫm cả lên đầu của nhau

đó là chuyện thường họ phải ngủ theo thứ tự a b c của tên gọi hoặc theo ghetto

ghetto gì

thì văn học này triết học này lịch sử tôn giáo du lịch v.v. và v.v.

một anh chàng trông cà tăng như dân vagabond đội nón đen bịt dải băng ngang trán có râu cạnh trê đen nhánh huýt sáo bước vào

ai đấy

là hemingway anh chàng vừa bị thương ở mặt trận tây ban nha về đấy mà ông ta tự tử lúc sáu mươi ba tuổi mà sao còn trẻ thế

ở trại tập trung này con người có thể biến hóa già thành trẻ hay trẻ thành già ông chưa thấy whitman tolstoy freud dos có khi trẻ như một anh chàng thanh niên cao bồi vậy

hemingway đến thằng quầy order thức uống nên ông chủ tiệm vẫn thong thả ngồi nói chuyện với người đàn ông

ông ta hất hàm chỉ một ông lão người á châu vừa bước vào ông biết là ai không

o kenzaburo chăng

không phải yasunari kawabata đấy

trông mặt mũi ông ta khắc khổ và nghiêm nghị quá

thì ông ta nổi tiếng là người không biết cười mà

tôi tưởng như ông ta đang mang mặt nạ

đúng là mặt nạ đấy nhưng ông ta sẽ bỏ ra vì ông biết mặt nạ không tốt, màn kịch có mang mặt nạ càng không tốt cũng cần phải bỏ

người đàn ông nhìn theo thấy kawabata nối đuôi hemingway để order cà phê

thêm một anh chàng cao ráo đẹp trai mặc áo đuôi tôm bước vào

chà tài tử điện ảnh là cái chắc rudolph valentino phải không

đâu có k đấy

k là ai

thì franz kafka đấy mà

tôi thấy cái áo đuôi tôm của ông ta là kè như cánh gián kỳ quá và nếu xòe ra một chút nữa thì chẳng khác gì con quạ đen

ông nói hay lắm vì ông ta đã không có lần nghĩ mình là con gián rồi sao và kafka còn có ý nghĩa gì khác hơn là con quạ trông ông ta như bọn ss đức quốc xã

thì ông ta là kẻ tiên tri về những lò thiêu những vụ giết người hàng loạt của bọn đức đấy mà ngay cả vợ và người yêu của ông ta cũng không thoát

thế sao bảo ông ta muốn đốt hết tất cả những gì mình viết ra không đốt mà loài người có đọc ra được đâu nói gì là đốt xin lỗi ông tôi phải tiếp ông ta vì ông ta là một trong chúa bà ngôi của văn học thế giới đấy

người đàn ông thấy ông chủ tiệm đến nói gì đó với k nhưng ông lắc đầu câm lặng đến sắp hàng nối đuôi trước quầy cà phê chiếc áo đuôi tôm kè kè như hai cánh quạ sắp bay lên giữa lúc ấy người đàn ông thấy có hai ông già cầm tay nhau bước vào họ ngồi cùng bàn với ông ta sau khi lí nhí xin lỗi rồi nói chuyện với nhau tiếng nói nhanh như chim hót thì ra họ nói tiếng tây ban nha

một người bệ vệ tóc bạc phơ và một người trông bánh bao như một nhà ngoại giao

ông định đi thật sao ông paz ông đi thì tôi cô đơn lắm người tóc bạc nói

tôi là người mễ tôi phải sống như những người mễ còn cô đơn thì nơi nào mà không cô đơn chúng ta không phải đang sống trong mê cung của cô đơn sao ông borges

rồi paz nói tiếp

con người cô đơn mọi nơi nhưng nỗi cô đơn của người mễ dưới những tảng đá đen mênh mông ở cao nguyên nơi vẫn ngự trị những vị thần tham lam không giống nỗi cô đơn của những người bắc mỹ ở đây

trong thung lũng của nước mễ con người cảm thấy mình lơ lửng giữa bầu trời và mặt đất hắn đung đưa giữa những quyền lực của vũ trụ và hắn chỉ biết há mồm trơ mắt ếch ra mà nhìn một cách bất lực thôi

ồ xin lỗi ông bạn những điều tôi vừa nói có lẽ đã làm ông bạn xúc động

(...)

thì ra chỉ là một giấc mơ

trước mắt là màn hình máy điện toán với bầy cá tung tăng bơi lội lững lờ

ông ta với tay chạm vào con chuột bằng nhựa tức thì hiện ảnh trên màn hình thay đổi ngay

cái e-card aloha hiện ra với cây thông lúc lắc bên trái ông già *noel mũi đỏ với đôi mắt ti hí hấp háy bên phải chiếc gậy chiếc bong bóng tung bay và cây đèn cầy ánh lửa vàng leo lắt*

một dòng chữ từ trên cao từ từ chạy xuống trong tiếng nhạc gieo vang của bài jingle bells

chúng con chúc ba má một mùa giáng sinh vui vẻ

một năm mới một thế kỷ mới một thiên niên kỷ mới

sức khỏe vui tươi và hạnh phúc

người đàn ông bóp đang cố nhớ lại giấc mơ và nhận thấy những điều mâu thuẫn kỳ lạ ông ta không biết tiếng pháp nhất là tiếng tây ban nha vậy thì vợ chồng sartre và paz đã nói tiếng việt hay sao lại nữa câu của paz hình như ngược lại câu phương ngôn nước áo mà jung có lần nhắc đến anh có thể nhảy lên lưng tôi nghĩ là anh nói gì tôi cũng bất chấp

người đàn ông đứng lên kéo chiếc ghế da về phía tủ sách và leo lên c d e f đầy rồi ông ta với tay kéo cuốn sách bìa da chữ vàng ở gáy đã bị tróc lở vì quá lâu năm đúng lúc chic ghế da quay một vòng ông ta mất thăng bằng ngã xuống nền nhà đầu đụng vào cạnh tủ bằng gỗ cherry bất tỉnh cuốn sách rơi theo nằm bên cạnh bìa lật mấy trang đầu phô ra màu giấy ố vàng

một ông già râu ria xồm xoàm mặt mũi nghiêm nghị mặc chiếc vét nhung đỏ ve áo viền vàng quần nhung sọc ngồi trên một chiếc ghế sắt sau lưng là một bức tranh cổ lồng kính và phiên bản bằng thạch cao tượng dying slave của milchelangelo ông già dùng điếu xì gà đã tắt chỉ vào dòng chữ neueo superos acheronta movebo mà người đàn ông không hiểu mô tê gì hết"

12-6-1999+

Nguyễn Văn Sâm

Tìm hiểu hành trình văn nghệ của một số nhà văn thế kỷ XX, chúng tôi thích thú khám phá Nguyễn Tuân, Xuân Diệu viết phê bình văn học đặc sắc không thua gì thơ văn của họ: Nguyễn Tuân độc đáo khi viết tổng luận về Tản Đà, Vũ Trọng Phụng, Nguyên Hồng, Nguyễn Du, cũng như Xuân Diệu khi viết về Nguyễn Du, Hồ Xuân Hương. Đó là những văn nghệ sĩ đi từ sáng tác đến thể loại phê bình, khảo cứu. Nguyễn Văn Sâm là một trường hợp ngược lại, có thể do hoàn cảnh phải sống xa quê hương, ông khởi đầu sự nghiệp với những công trình nghiên cứu nghiêm túc về văn học trước khi sáng tác, viết truyện. Các biên khảo của ông đều lấy chủ đề là văn học miền Nam (*Văn Học Nam Hà, Văn Chương Tranh Đấu Miền Nam, Văn Chương Nam Bộ*) là những đóng góp độc đáo cho mảng văn học thường không được đánh giá đúng mức này. Ông đã đi xa hơn hai cuốn *Văn Học Miền Nam* của Phạm Việt Tuyền và Đông Hồ và đã đưa vào văn học sử mảng văn học yêu nước và kháng chiến của miền Nam, phần nào "chính danh" lại cho những văn nghệ sĩ miền Nam vốn vẫn bị đảng cộng sản sử-dụng cho chiêu bài "yêu nước" của họ. Về sự chuyển hướng, chính tác giả đã cho người đọc biết: "qua Mỹ viết truyện ngắn vì những thôi thúc phải nói lên sự suy nghĩ của mình về quê hương và thân phận người Việt ngay trên quê hương hay lạc loài tha hương" (1). Về sáng tác, Nguyễn Văn Sâm đã xuất bản *Câu Hò Vân Tiên* (1985), *Ngày Tháng Bồng Bềnh* (1987). Trong bài này chúng tôi viết về tập *Khói Sóng Trên Sông* mới do tạp chí *Văn* (CA) xuất bản đầu năm 2000, đúng ra là một vài cảm tưởng về thể loại truyện ngắn và văn chương miền Nam, qua chữ nghĩa của Nguyễn Văn Sâm.

Khói Sóng Trên Sông
Quê người

Tập truyện *Khói Sóng Trên Sông* gồm 14 truyện ngắn về hai chủ đề chính: quê người và quê nhà. Hãy nói chuyện quê người trước. Truyện Khói Sóng Trên Sông là truyện cuối được dùng làm tựa cho cả tập, viết về đời sống nơi xứ người nhưng ở đây, cũng như các truyện ngắn khác về cùng chủ đề, hình như các nhân vật tiếp tục kéo dài nếp sống ở quê nhà nhiều hơn là những bận tâm hội nhập.

Trước khi tác giả đưa người đọc đến bến sông bồi hồi nhìn khói sóng, hai nhân vật Chuyên và Vũ đã phải trải qua sàng lọc hội nhập. Về vấn đề hội nhập, tác giả không dùng dao to búa lớn, chỉ gợi cảm qua hình ảnh, tình cảnh. Chuyện hai chị em Chuyên và Vũ ở Tiểu Sài-Gòn, còn là chân dung cuộc đồng người Việt ở Hoa-Kỳ nói chung với những nhân vật có máu lãnh tụ... ở xứ người, sống bằng trí nhớ dù thời gian qua vẫn không... phôi pha, thường tưởng tượng, thêm thắt, điểm phần. Ở quán nước Chuyên làm hầu bàn, họ là những "tục khách": "*Những khuôn mặt mang nụ cười nham nhở. Những hàm răng cáu bợn thức ăn. Những hơi thở nồng hơi bia xú với thực phẩm chưa kịp tiêu hóa, tạo thành mùi cám heo lâu ngày, chuyển mùi. Chuyên muốn gạt phắt những chúng sinh lô nhô chung quanh sang một bên để chạy mau về phòng mình nằm sải tay thở những hơi dài trút hết những ưu sầu, chán chường ra khỏi tâm tư*" (tr. 250). Thế hệ của Chuyên lớn lên khi cuộc chiến đã chấm dứt, phải sống trong xã hội cộng sản rồi vượt biển bị hiếp đáp.: "*Ngày trước lạnh lùng giết nhau trong cái dửng dưng của không hận thù, ngày nay lạnh lùng làm khổ nhau đến chết trong bầu không khí tràn đầy hận thù âm-ỉ. Các chú, các bác mau chân nhanh tay chạy vọt qua đây đâu thấy chúng tôi bị hành hạ đủ điều đâu...*" (tr. 247). Chuyên lợm giọng trước những người thích tới quán để sống cái quá khứ vẽ vời và sống ảo tưởng "anh anh em em" với các cô gái đáng tuổi con cháu.

Tình yêu, cuộc sống của Chuyên, cũng như nhiều người tị nạn khác, phải sống cái bi đát ở giữa hai văn hóa, hai thế giới: Khoa ở đây, Hùng quê nhà; tình người ở quê vương vấn vì nhiều kỷ niệm, vì khởi từ gốc rễ, thành ra dễ lơ là với tình bạn mới, Chuyên tự hỏi "*tại tôi không biết điều chỉnh nhãn quan để phù hợp với cuộc đời mới bon chen bên này?...*" (tr. 249). Đến khi mất tình yêu ở Việt Nam, Chuyên mới nhận ra mình "*chỉ là một con vật nhỏ dật dờ theo con sóng đời trôi dạt. Nhưng sao tôi nghe muôn ngàn đổ vỡ tàn khốc trong hồn, nghe hụt hẫng như mình không còn quá khứ, hôm qua được sanh ra và hôm nay là tôi của hiện tại, tâm hồn trống không*" (tr. 256).

Trong khi tình yêu ở xứ người là những bất ngờ. Martha, người yêu của Vũ, em Chuyên, đã ngoại tình dù đang có chửa, đang "mang mển" - nói như Nguyễn Văn Sâm. Một hội nhập không lối thoát mà rồi cũng chẳng đưa đến đâu!

Trong những truyện khác, đề tài hội nhập được nói đến và thường là những vấn nạn, như cha mẹ già cả bệnh tật con cháu phải chăm sóc trong khi phải bon chen với đời sống mới, trong Mát Lạnh Tuổi Vàng, như những va chạm với người dị chủng có khi gây hiểu lầm, trong Ông Già Noel Có Thật, như nếp sống cá nhân và cô đơn của giới thiếu niên đưa đến những thảm cảnh bị dụ dỗ, trong Người Bí Mật Chiêm Ngưỡng,...

Quê nhà

Dù rồi cũng thành công, cũng sống còn, đi lên nữa là khác, nhưng đời sống hội nhập không khỏi có những khó khăn cho các thế hệ hãy còn nhiều liên hệ với quê hương. Bởi thế khi hoàng hôn xuống, thời điểm mà con người xa quê thường nhớ nhung, hay hướng về chân trời thân thương cũ, nhất là khi đứng trước con nước xứ người, giữa cái mơ hồ, đời mới cũ, tâm sự u uất vì nói không ai hiểu, không có ai hoặc không ai có thể hiểu. Tác giả không nhắc nhở nhưng đã dùng ý câu 8 của bài Hoàng Hạc Lâu của Thôi Hiệu để đưa người đọc đối đầu trước một tình cảnh sống, trước câu hỏi đâu là quê hương! "Yên ba giang thượng sử nhân sầu" như một kết cục tất yếu của hạc vàng vang bóng của ngày cũ, quá vãng, của người xưa, đi không trở lại; mây trắng mênh mông, càng mênh mông thêm nỗi buồn xa xứ!

Khi viết chuyện ở xứ người, câu văn Nguyễn Văn Sâm thường ngắn gọn, ít vần và đối, nhưng trái lại, khi tả chuyện quê nhà với những nhân vật thật "lục tỉnh" gắn liền với quê hương, thì câu văn dài dòng như có thể mới nói hết được tâm sự, mới tả hết được dáng cách con người và góc cạnh của những khu phố, đường làng quê!

Như Nước Trong Nguồn là một truyện ngắn viết về số phận của một chàng thanh niên quê quặt xưng "tôi", mặc cảm ngập trời về thân thể của mình mà lại luôn luôn thèm khát xác thịt đàn bà, cuối cùng đành chịu lấy một thiếu nữ đã có bầu với kẻ khác, qua sự sắp xếp của bà mẹ. Hương Cỏ nhắc nhớ một mùi hương sống động của quê hương qua chuyện "gái bao" của một Việt kiều "già dịch". Âm Dương là cuộc sống khốn khổ ở quê nhà sau ngày "giải phóng". Một quê hương rất tha thiết, bùi ngùi! Người xa quê như luôn trông về quê nhà, nơi đó có *"ngôi nhà tràn ngập tình gia đình, đứng nép mình bên bờ con sông lớn ngàn đời sóng vỗ (...) tất cả đều là khói sóng trên sông cả"* (tr. 263).

Quê nhà ngập trí nhớ, nên từ một điểm ký ức nào đó cũng có thể phóng ra cả một quãng đời hay mảnh đời đã qua nhưng vẫn sống động! Trong Quê Hương Mình, thế giới của thầy Năm với chiếc ghe cá đi khắp nẻo sông bến nước, của dì Tư và anh em thằng Đực. Hễ nhắc tên Chợ Đệm đã "gợi trong lòng dì cảm giác bồn chồn xao xuyến. Đường về không xa, nhưng sao bao năm nay đâu dám nghĩ tới!" (tr. 189). Thật vậy, Quê nhà là những địa danh thân thương. Trong Theo Gót Huyền Trân, người đọc như "thấy" lại Sài-Gòn, Khánh Hội, Chợ Lớn, xóm Mả Ngụy, đồng Tập Trận,... của những người lục tỉnh lên chốn thị thành nhiều cạm bẫy, bất ngờ, của những "tây-tà, chà-và, các-chú", của một thuở xa xưa! Một Sài-Gòn mà "bàng dân thiên hạ hướng về Sài-gòn như thể hoa quỳ hướng dương" (tr. 51). Nhân vật xưng tôi trong Biển Trời Lai Láng tâm sự: "Sài-gòn đối với tôi thân thiết đáng nhớ, xa trong thực thức nhưng tiềm thức không bao giờ xa. Bao nhiêu đó đã là quá đủ. Một vài chi tiết cụ thể về nơi này nơi nọ, người này người kia, nói cho cùng, cũng chỉ như một nhúm sao nhỏ nhoi trong vũ trụ bao la của triệu triệu dãy Ngân Hà" (tr. 158). Kể Chuyện Ngày Xưa đưa người đọc trở về Mỹ Tho và ngôi trường Nguyễn Đình Chiểu của hôm nay: *"Bây giờ thì tang thương đến cả từng mảnh nhỏ của ngôi trường vì người ta không làm tròn nhân luân"* (tr. 131); tang thương cho cả người cũ về thăm cảnh xưa vốn đẹp trong trí nhớ. *"Lá me vàng úa bay lã tã, lược lờ trong không gian, như xúc động bùi ngùi đưa tiễn, rớt lấm tấm trên cái đầu bạc trắng của người thầy giáo già mất quê hương và mất luôn cả kỷ niệm"* (tr. 132). Kiếm tìm có khi chỉ đưa đến thất vọng!

Quê hương còn là những mùi hương, mùi thơm của hoa, của đất,... Truyện Tình Đất bắt đầu với "mùi thơm thoảng quyện mơ hồ" của bông lài; truyện chấm dứt với lời thú đậm tình: *"Bao nhiêu năm nay tôi thường chiêm bao thấy mình đương ở trong căn nhà cũ. Tôi thấy mình tưới nước bông lài buổi sáng sớm mai. Tôi cảm nhận được rõ ràng mùi bông lài thơm nhè nhẹ trong không khí, một mùi quen thuộc mà tôi không thể nào gặp được ở bất cứ chỗ nào...”* (tr. 240). Sống ở quê người mà vẫn có cảm giác như đang sống ở quê nhà. Cảm giác của mộng mị trở thành ảo giác khi phải trực diện với cuộc đời trước mặt, nhưng trong trí nhớ thì ngập tràn. Nhưng quê nhà cũng là những mùi hôi của những chốn bùn lầy nước đọng của người ăn xin, của những trẻ đi lượm cá sình ở chợ (Quê Hương Mình, tr. 178-179). Sống ở xứ người có lúc “nghe” được mùi thơm bí ẩn tỏa ra từ một Việt kiều “già dịch” như mùi hương cỏ, như “mùi hương con gái” (tr. 108). Khứu giác người xa xứ không lầm, nhưng khi hiểu nguồn gốc mùi thì hương cũng mờ thoáng lần! Đã vậy trong cái xã hội người Việt xa xứ có những mùi hôi của những “khuôn mặt mang nụ cười nham nhở (...) những hơi thở nồng hơi bia xú với thực phẩm chưa kịp tiêu hóa, tạo thành mùi cám heo lâu ngày, chuyển mùi...” (tr. 250).

Quê nhà cũng còn là những tiếng động, tiếng người, của chợ Tết trong Tình Đất, ồn ào náo động đó rồi vãn chợ cũng nhanh: “Chợ ba mươi Tết kỳ lắm, đông như họp chợ âm phủ mà chừng trời đứng bóng thì tan gần hết, lác đác còn lại còn thua chợ ngày thường nữa...” (tr. 224). Nào là những tiếng động của Sài-Gòn ngày cũng như đêm, trong Theo Gót Huyền Trân. Tóm, tiếng động, hương thơm,... người lưu xứ thường hãy còn lưu giữ một phần hồn của cố quốc, nhất là ở thế hệ thứ nhất! Viết đến, nhắc lại, như một thảo hiếu với đất đai, nguồn cội!

Các truyện của Khói Sóng Trên Sông phần lớn có cấu trúc chặt chẽ, nhiều tình tiết, có những kết thúc đầy bất ngờ. Cổ điển truyện ngắn, nghệ thuật văn chương, không làm dáng thời thượng cũng chẳng tân cải bất ngờ! Nhân vật thường hiền lành, đơn giản dù tâm hồn cũng rất khúc mắc - những “tôi” tật nguyền dồn nén trong Như Nước Trong Nguồn, những Cô Út trong Tình Đất, dì Út, cậu Bảy trong Tình Lụy Thiên Thu hay người con dâu hiếu hạnh trong Mát Lạnh Tuổi Vàng, v.v.

*

Chất Nam “lục tỉnh” của Nguyễn Văn Sâm thể hiện trong chữ dùng, trong phong cách viết, tả nhân vật và tỏ lộ tâm tình. Nguyễn Văn Sâm tự đề ra cho mình một loại “cương lĩnh” trong Bài Chàm Về Viết ở đầu tập truyện: “... *Cái quê hương mến yêu, chốn sanh trưởng thân thiết, tiếng địa phương nghe từ khi còn nằm võng ẩn náo trong hồn, tuông ra đúng lúc, phải chỗ...*" (tr. XVIII).

Nguyễn Văn Sâm có một ngôn ngữ "miệt vườn" đặc sắc. Ông sử-dụng nhiều tiếng đặc "miệt vườn", những phương ngữ làm nên cái duyên của miền Nam lục tỉnh. Ông dùng nhiều từ láy và đặc biệt ông đã cẩn thận gạch nối:

- "*Trước đây thằng đó thấy tôi còn đứng dậy dã-lã chào hỏi, khúm-núm bẽn-lẽn, mà con Út cũng coi bộ sợ-sệt, bối-rối...*". "*Thét rồi nó tới chà-lết quết-xảm ở nhà tôi, gặp thì chỉ chào sơ sơ rồi quay ra tíu-ta tíu-tít với con Út...*" (tr. 214).

- "*Sồn sồn tuổi nhưng du dương giọng, bà Hương có tiếng chửi không khác là bao với tiếng hát ru em trưa nắng, mùi mẫn như bài ca dạ cổ hoài lang từ phu tướng lên đường, đã điếu còn hơn nghe mấy con nhỏ xóm dưới kéo vuốt mấy tiếng chót của một câu hò ruột lên cao ngất, nhọn lểu như kim, chích nhè nhẹ nhột nhột vô tim*" (tr. 22).

Hay: "*... cần lắm thì ậm-à ậm-ừ cho qua...*" (tr. 24); "*mang bầu lạch ạch cũng bò ra chợ, mới đẻ hôm kia cũng te te đi bán...*" (tr. 56), v.v. Vừa dùng tiếng láy vừa dài dòng và màu mè như tiếng nói người miệt vườn: "*ngâm nga sông dài con cá lội biệt tăm*" (tr. 25). Như một mạch tư duy liên khúc. Giữa những khớp nối tư duy, cảm xúc ấy là những hình dáng con người và cảnh tượng có sức tỏa rộng, gặp gỡ và xuyên thấm vào nhau!

Ông có tài quan sát và tâm lý như phân tâm mặc cảm của nhân vật tật nguyền mà ham gái trong Như Nước Trong Nguồn: "*Từ lâu rồi tôi chỉ đứng xớ-rớ trước cửa nhà thèm thuồng, với cảm tưởng rung động ở từng sợi gân trong thân thể, ngó theo lũ con gái nhún nha nhún nhẩy, để rồi sau đó nằm cong queo trong một góc giường nhắm mắt vẽ lại hình ảnh trong trí hết đứa này tới đứa khác. Thường thường tới đứa thứ hai thì tôi mệt lã, tim đập thình thịch như trống chầu, ngủ thiếp đi lúc nào không hay, nhiều khi thức giấc bàn tay trái vẫn còn ướt mẹp đương nằm giữa hai bắp vế, thoảng hôi một mùi là lạ...*" (tr. 33).

Tâm lý như khi tả người ghiền thuốc ở xứ người hết tự do như trước: "*Thỉnh thoảng lắm mới có dịp tất cả mọi người cùng đi vắng, tôi được tự do rít hơi thật dài, thật sâu, ém hơi lâu trong phổi, phun ra rồi hít vô ngay lại bằng lỗ mũi. Những lúc này thì đã tận mạng*" (tr. 105).

Cả trong quan sát diệm mạo con người, các nhân vật của ông hay chú ý đến các bộ ngực nở nang của phụ nữ. Một nhân vật nói về một cô gái miệt vườn: *"Con Cúc trổ mã cả năm nay, tay chưn tròn trịa, vú dậy đội lớp áo lên cao nghệu dòm ngang thấy trơn láng mềm mềm ra vẻ con gái quá chừng"* (Tình Đất). Tật nguyền như nhân vật xưng "tôi" trong Như Nước Trong Nguồn mê gần hết các cô gái trong xóm cù lao: *"Mấy đứa này đứa nào đứa nấy đều bị tôi "tưởng tượng" một vài lần khi ban ngày nhỏng nhảnh đi ngang qua nhà tôi, cười cười nói nói, cái quần lãnh đen láng o dòm không thôi đã thấy mát rượi lòng, cái áo nút bóp căng thịt, cặp mắt bén ngót như dao cạo..."* (tr. 34), rồi mê Nhàn, bạn của anh mình, cũng qua bộ ngực: *"Ngồi trong nhà thấy nó thấp thoáng bên kia, ngực một ngực, lồ lộ thiếu điều căng xé áo nhảy ra ngoài, tôi cũng đã cảm nhận nỗi vui vui tràn ngập lòng, đời thiệt thòi như được trút bớt vài phân"* (tr. 27).

Văn chương Nguyễn Văn Sâm tưởng chừng theo truyền thống viết-như-nói khởi từ trường phái Trương Vĩnh Ký, qua Hồ Biểu Chánh, Bình Nguyên Lộc đến Võ Kỳ Điền, Nguyễn Tấn Hưng thời hiện đại. Khởi sáng tác cùng thời với hai nhà văn sau, nhưng các truyện ngắn của Nguyễn Văn Sâm nếu đọc kỹ mới thấy ông đi xa hơn: ông viết như nghĩ và dùng ngôn ngữ nói để làm văn chương. Ông hấp dẫn người đọc bằng các chi tiết ly kỳ xen kẽ với lối nói, lối suy nghĩ của các nhân vật đa dạng nhưng tiêu biểu cho "miệt vườn". Cái khiến Nguyễn Văn Sâm không giống các nhà văn "miệt vườn" khác, là chính trong câu văn mà muốn hiểu thì người đọc phải hiểu được mạch nổi, mạch chìm và lớp từ ngữ bộn bề, dồi dào, nhuốm trí thức của ông. Có thể xem Chờ Cho Trăng Lặn và Như Nước Trong Nguồn là hai truyện ngắn tuyệt tác tiêu biểu của Nguyễn Văn Sâm! Nhưng trong các truyện còn lại khi viết về quê nhà, kỷ niệm, thời gian và cảm xúc tác động mạnh thành ra có khi hơi dài dòng, vận dụng đối và vận nhiều, có thể khiến người đọc nhiều khi khó theo dõi câu chuyện. Người đọc có thể lạc đường, một lạc lối dễ thương thôi, giữa một rừng tâm tình và cảm xúc của tác giả. Kiệt Tấn cũng dài dòng nhưng ở một tầm cỡ khác, ở chỗ nhiều đối thoại và nhiều tình tiết động tác hơn và câu chuyện hay lập lại. Hồ Trường An cũng dài dòng nhưng trong màu mè nhân tạo và miêu tả trên một nền "miệt vườn" đã sẵn!

Chúng tôi nghĩ Nguyễn Văn Sâm có chủ tâm chi tiết hình ảnh và dài dòng, du dương, câu văn nhiều nhạc tính - dài theo hơi kể chuyện, lối "nói" văn chương truyền thống trong Nam, du dương theo lối nói "vè", vần điệu, của ca dao, của nói thơ Vân Tiên hay mấy câu cải lương vốn thường dài hơi. Tất cả như cốt để khơi dậy nơi người đọc những cảm xúc sâu đậm, những tiếng thở dài và cả những phẫn nộ khi xem đến dòng kết truyện.

Từ *Câu Hò Vân Tiên* qua *Khói Sóng Trên Sông*, Nguyễn Văn Sâm đã chứng tỏ có kỹ thuật văn chương, cái "tải đạo" của ông nếu có, thì cũng thuộc về nhân đạo tự nhiên như con người thì phải thế. Chờ Cho Trăng Lặn là một điển hình, tác giả viết về một mối tình đẹp trong khung cảnh văn hóa rất lục-tỉnh thâm nhiễm luân lý nền tảng á-đông, chuyện tình "thằng Thành" hay đến nhà con Kén nghe nói thơ Vân Tiên. Hai đứa hạp nhãn nhau, hay ra bụi môn chờ cho trăng lặn. Nhưng con Kén lấy chồng giàu mẹ cha ép gả, thằng Thành "chất chứa mối u tình nặng trĩu lòng nó, nặng nhưng vẫn còn đủ đẹp để lôi chưn nó lại, không cho cất bước giang hồ tìm quên" vì nó nghĩ chỉ có nó mới có cái tình và cái hồn của con Kén, còn cậu Hai Phó Hương Quản *"tuy là chồng nhưng anh có biết cái tình cái hồn của nó nằm ở đâu đâu nà!"* (tr. 175). Hình như Nguyễn Văn Sâm viết truyện này nhân cuộc tranh luận về thơ Vân Tiên trên tạp chí *Văn Học* (CA) (2), thể loại truyện ngắn qua ngòi bút của ông hình như có sức thuyết phục hơn là những lý luận ồn ào. Thật vậy, ông tâm tình để thuyết phục hơn là dùng luân lý hay lý luận để can thiệp vào câu chuyện. Trong những truyện về đời sống hội nhập ở xứ người, ông cũng tỏ ra hụt hẫng, ngập ngừng - như nhân vật của ông, trước một số tình cảnh; đó có thể cũng là tình cảnh chung của tất cả người Việt xa xứ!

Truyện ngắn của Nguyễn Văn Sâm nói chung là không khí chữ nghĩa, là tấm lòng của tác giả. Nhiều truyện ngắn trong *Khói Sóng Trên Sông* khiến người đọc an tâm phần nào về văn chương "miệt vườn" và bớt bi quan hơn nhà văn Nguyễn Mộng Giác năm nào nhận xét về hiện tượng "các nhà văn gốc Nam Bộ xuất hiện nhiều, và viết nhiều truyện ngắn phong tục "miệt vườn" như lúc này ở hải ngoại (...) bị "vướng cái lưới 'phản ảnh' (...) quá chú ý tới vấn đề, truyện miệt vườn đang sa vào cái tật quá khích. Nhiều truyện ngắn viết ở Âu-châu, Bắc Mỹ năm 1992 mà người đọc có cảm tưởng đang đọc một truyện của Hồ Biểu Chánh viết trước đây (gần) một thế kỷ! Kể cả lối tác giả xen vào câu chuyện giảng giải cho nhân vật nghe chuyện đạo lý thánh hiền, nghĩa là vướng lần nữa vào cái lưới "tải đạo"" (3). Chúng tôi vẫn có cảm tưởng điều này hình như đúng cho bất cứ nhà văn gốc miền nào, và cũng đúng cho một số nhà văn "miệt vườn" hiện cạn cảm hứng sáng tạo; đó là những truyện ngắn thiếu kỹ thuật và văn chương, những "chuyện ngắn", của những "văn chương ngắn ngủi" của thời gian, những cương, những kể hoài không hết!

Chú-thích

1. Bìa sau, *Khói Sóng Trên Sông*. San Jose CA: Văn, 2000.

2. X. *Văn-Học* (CA) các số 141-142 (1-2/1998) và 149 (9-1998).

3. Nguyễn Mộng Giác. "Cơn khủng hoảng của truyện ngắn", *Văn-Học* (CA) số 79 (11-1992), tr. 19-20.

9-4-2000

Quê Hương Vụn Vỡ

Chúng tôi đã ngạc nhiên khi nhà văn Nguyễn Văn Sâm nhắn hỏi cảm tưởng về những truyện ngắn trong tập *Quê Huong Vụn Vỡ* sắp xuất-bản, vì sau những *Câu Hò Vân Tiên* (1985), *Ngày Tháng Bồng Bềnh* (1987) và *Khói Sóng Trên Sông* (2000), học giả Nguyễn Văn Sâm đã trở về nguồn văn-hóa dân-tộc với những tác-phẩm chữ Nôm, chữ Hán và văn-học Nam-kỳ lục-tỉnh cũng như đã biên tập cuốn tự điển của Huình Tịnh Của có thể tra cứu on-line.

Với tập *Quê Huong Vụn Vỡ*, nhà văn Nguyễn Văn Sâm trở lại thể-loại truyện ngắn, phải chăng vì những thôi thúc khác về quê hương đất nước và thân phận người Việt nơi quê nhà và ở chốn tha hương? Tập truyện gồm những truyện ngắn về hai chủ đề chính của văn-học hải-ngoại vốn là *quê người* và *quê nhà*, và ở Nguyễn Văn Sâm, nền quá khứ và hiện thực được chăm chút pha trộn như những mảnh tâm sự hay hồi ức. Như với mỗi người Việt chúng ta đã rời quê-hương sống đời lưu xứ, quê nhà đã và luôn vẫn trở về, ít ra là trong tâm trí, có khi là tưởng tiếc, trăn trở, có khi lại là những viên gạch làm nền cho đời sống mới. Và cũng có những cuộc hồi hương để sống lại, để nhận chân hay chỉ đơn thuần làm một cử chỉ gì đó nhỏ nhoi cho bạn bè, thân quyến hay hàng xóm làng cũ ngày xưa. Trong các truyện của Nguyễn Văn Sâm, hai chủ đề *quê người* và *quê nhà* không tách biệt hẳn hòi mà ở mỗi truyện đều có những mảnh đời xưa nay trở đi trở lại, như lòng người mấy khi rạch ròi, tách bạch! Có thể nói *Quê Huong*

Vụn Vỡ đã là những mảnh quá-khứ riêng, của tác-giả, và cũng có thể của chung, của người đọc.

Thật vậy, *Quê Hương Vụn Vỡ* đưa người đọc trở về với quê-hương đất nước, về thời quá vãng hoặc gần gũi, ở một miền Nam đất Việt, với những câu chuyện về những tình huống đặc biệt tác-giả không thể quên hoặc những cảnh sắc đã ăn sâu trong ký ức. Như cảnh đi hốt thuốc ở nhà thuốc Ông Tạ, đi xe thổ mộ. Như những ngôi chùa thuở ấu thời với những kỷ niệm về cái cốc của sư bác, về lời giảng dạy *hành* phải đi với *hạnh* Bồ Tát. Hay chuyện ông Sáu Hấu, người quét mộ cụ Phan Thanh Giản ở Ba Tri, Bến Tre – dọn dẹp, quét mộ đã là một cách sống cho phải đạo. Có những chuyện lùi lại những thời thực dân *"mã thầu dậu"* ở Chợ Lớn, thời Nhựt Bổn, dĩa hát Asia, những tên khu xóm một thời người nay chưa chắc đã nghe qua, hoặc không khí sinh hoạt một thời đã xa, v.v. Đây đó là những tình mẹ bao la, tình cha đôn hậu, những con người chân chất, bình dân, những người lính, thương phế binh, người bán vé số, v.v. với đủ cá tính xấu tốt.

Quê-hương còn là *âm vang* của những *nói thơ,* ca vè (như bài *Dạy Con Về Nhà Chồng* do Cô Tư Sạn ca), và những tiếng rao bán chó, bán đủ thứ tạp lục, cả những tiếng chửi thề trong những khu xóm (như của bà Hương: *"Sồn sồn người nhưng du dương giọng, bà Hương có tiếng chửi không khác mấy tiếng hát ru em trưa nắng, mùi mẫn như bài ca dạ cổ hoài lang từ phu tướng lên đường, đã điệu còn hơn nghe mấy con nhỏ xóm dưới kéo vuốt lên cao ngất, nhọn lểu như kim chích nhè nhẹ, nhột nhột vô tim, lăn tăn tới từng sợi dây thần kinh trên khắp cùng thân thể, mấy tiếng chót của một câu hò ruột"*).

Mặt khác, quê-hương theo người sống đời lưu xứ mà dân số tị nạn, lưu vong đó sau mấy thập niên nay rơi vào tình huống lão hóa, cao niên. Đời sống ở xứ người, lại thân già, tình cảnh có buồn có vui nhưng phần lớn hiu quạnh, lúc nào cũng thắc thỏm như thiếu thốn, chưa trọn vẹn. Nguyễn Văn Sâm đưa người đọc đến những nhà Dưỡng lão, những bệnh viện, có cả chuyện đi du thuyền (nhưng một chuyện tình và vài mảng quá-khứ lịch-sử được lồng vào), chuyện đam mê viết lách trong khi bệnh nặng không nghe lời bạn khuyên phải thanh thản, buông xã, v.v. Với những triết lý già thể lý với 'lòng sợ chết', chuyện sống chết của người thân, bè bạn,...Và với tuổi đời, tác-giả không thể không đụng đến đạo lý. Tuổi già nhìn lại cuộc đời nhận ra cái Mê lớn nhỏ đã làm hại con người ta, ngay cả với người tu hành. Rồi những chấp mê hình tướng (kỳ thị không cho con gái lấy người Việt như A Chệt, cha của A Lìn), những phân biệt giai cấp, giàu nghèo, v.v.

Truyện ngắn của Nguyễn Văn Sâm còn gần gũi thời sự với những chuyện tranh chấp biển đất của Trung-quốc, khiến những *hố chưn voi* chia cắt những người Hoa Việt sống chung từ nhiều đời (Những hố chưn voi trong lòng người). Hay chuyện người Hoa chế biến thực phẩm, dầu mè ra sao (Chuyện đổi chó), chuyện hóa chất, chuyện đẻ mướn, chuyện 'tàu lạ' hoành hành ngoài khơi, v.v. đã xảy ra từ thuở xa xưa rồi! Không lạ, nhưng khi đặt đặt để trong chuyện, thì lạ lẫm hơn bình thường!

Tất cả nếu không đã *vụn vỡ* tan nát thì cũng có thể là những vụn vỡ còn sót lại, nơi quê nhà, trong tâm tưởng, ở tác-giả (và ở cả người đọc). Tất cả là những tình cảnh đất nước và con người Việt Nam qua những biến cố lịch-sử và chiến-tranh và, vẫn chưa chấm dứt! Trong những truyện về đời sống hội nhập ở xứ người, ông cũng tỏ ra hụt hẫng, ngập ngừng - như nhân vật của ông, trước một số tình cảnh; đó có thể cũng là tình cảnh chung của tất cả người Việt xa xứ! Giữa những chuyện tan nát, đổi đời đỏ đen, sinh lão bệnh tử là những cảnh tượng, tâm tình thật đẹp, thật lục-tỉnh, sẽ ở lại rất lâu với người đọc với những truyện như Quê Hương Mình, Như Nước Trong Nguồn!

Quê Huong Vụn Vỡ đưa người đọc đến với một ngôn ngữ "miệt vườn" đặc biệt. Nguyễn Văn Sâm sử dụng nhiều tiếng đặc "miệt vườn", những phương ngữ làm nên cái duyên của miền Nam lục tỉnh: *một lúc hèn lâu, 'quần hoè họ', nói tấn ơn, phủi đít cái rẹt, độ chừng ăn dập bả trầu, lặng trang, vóc dáng liền lạc chắc cứng, từ trước nhẫn nay,...* Ông dùng nhiều từ láy: *bự xộn, lẽo lự,...* Chất Nam "lục tỉnh" còn thể hiện trong cách dùng chữ, trong văn phong cách viết, trong miêu tả nhân vật và tỏ lộ tâm tình. Các truyện đầy hình ảnh, so sánh: *ông bà già cúp bình thiếc, sợi gân xanh hình chữ Y nổi lên như cọng rau muống già, ...* Ở cách đặt tên nhân-vật: Năm Đơ, Ba Gan, Tư Chịu, Tư Cụt, Út Chột,   hay thằng Đẹt, thằng Hai Biệt Động Quân, thằng Ba du kích, con Út vượt biên, v.v. Ở Nguyễn Văn Sâm nét đặc thù còn ở chỗ thơ văn Nam-kỳ lục-tỉnh, xưa và nay, được khéo léo thêm vào theo mạch văn.

Cái duyên lục-tỉnh của Nguyễn Văn Sâm nói chung ở chữ dùng tự nhiên, trơn tuột, thân mật, không quá văn-chương hoa hoè, áp đặt mất tự nhiên. Đôi chỗ sai chính tả nhưng trung thành theo phát âm của nhân-vật khiến thêm duyên dáng và nét chân thật. Nói chung, văn chương Nguyễn Văn Sâm tưởng chừng theo truyền thống viết-như-nói, nhưng đã biến đổi, phần nào pha chế và đa dạng thêm với thời-gian.

Quê Huong Vụn Vỡ nói chung là không khí chữ nghĩa, là tấm lòng của tác giả mà ngay trong "Bài Thơ thay lời tựa: Nói với đứa cháu nhỏ mới sanh", tác-giả đã góm ghém tâm sự khi sáng-tác những truyện ngắn mới này. Và với chúng tôi, một người đọc, ngạc nhiên lúc đầu đã được đền bù xứng đáng!

17-09-2011

Nguyễn Xuân Thiệp
và những đồi nương liên-văn-bản...

Nguyễn Xuân Thiệp đến với thi-ca rất sớm nhưng từ khi ông định cư ở hải-ngoại, tác-phẩm của ông mới thật sự được người thưởng ngoạn văn-chương khám phá. Chúng tôi đã ghi nhận sự đóng góp ban đầu của Nguyễn Xuân Thiệp (thời ký Châu Liêm) trong biên-khảo *Văn-Học Miền Nam 1954-1975* (2016); ở đây là những cảm tưởng khi đọc thơ Nguyễn Xuân Thiệp sau biến cố 30-4-1975, một số đã xuất-bản trong *Tôi Cùng Gió Mùa* và một số sáng-tác khác trong Thơ Mạn Đà La chưa xuất-bản.

Sau 1975, ông bị tù "cải tạo" đến 1982 và năm 1995 định cư ở Hoa-Kỳ, thơ và ký đăng trên tạp-chí Văn-Học, Văn, Thế Kỷ 21, Hợp Lưu, Phố Văn,... Ký Châu Liêm và tên thật, ông làm thơ, làm báo (Vietnam Weekly News, Trẻ, Dallas TX), chủ biên Phố Văn, số ra mắt tháng 5-2000 và đình bản năm 2008. Ông còn sáng-tác theo thể-loại truyện-thật-ngắn và đã được giải năm 1997 của tuần báo Vietnam Weekly News ở Dallas (Texas), với truyện Bến Lú – ký Đồng Thảo: thảm kịch làm người của một số người một bến sông, mà lại như một bức tranh tối thu hẹp của hơn một thế hệ..

Tác phẩm đã xuất-bản: *Tôi Cùng Gió Mùa* (Westminster CA: Văn Học, 1998), *Thơ Nguyễn Xuân Thiệp* (Dallas TX: Phố Văn) và *Tản Mạn Bên Tách Cà Phê 1* (Trẻ Magazine, 2012).

Thi-ca thiên nhiên

Ở Nguyễn Xuân Thiệp, độc-giả nhận ra nhiều nơi chốn đầy thơ mộng, đầy kỷ-niệm - Huế, Đà-Lạt và vùng đồi núi mộng mơ bên cạnh cái không-gian địa ngục của các trại gọi là "cải tạo"; rồi không gian của hoa cỏ, và một không gian thi ca độc đáo của riêng ông với chữ dùng của thơ, với hình ảnh và ngôn-ngữ ẩn dụ, ngụ ý, gợi tích cũ người xưa, với thời-gian không dễ phân biệt tách bạch. Thơ ông đây đó, trước sau, dù trong hoàn cảnh nào, đều như tầm hương của hoa cỏ và những bức tranh, bóng dáng thân yêu một đời. Mỹ ở Nguyễn Xuân Thiệp không hẳn là người Đẹp, mà chính thức là Hoa: chúng nhẹ nhàng đi vào thơ ông, nào hoa dã quỳ, hoa thạch thảo, hoa lys, hoa sen, hoa giấy, hoa phù dung, hoa trắng, hoa lavender, hoa phượng, hoa hippies, hoa vông, hoa chanh, hoa trà, hoa bluebonnet, hoa mộc-lan, hoa hải đào, hoa mơ, hoa hồng, hoa loa kèn, hoa "ngâu", đóa quỳnh,... bên cạnh những lá cây rừng, đồng, nương đồi, sừng sững đó hoặc theo gió rơi rụng theo mùa; những lá bàng, lá thông tùy lúc sẽ là lá xanh, lá vàng, lá khô, lá bay, lá rụng, lá chết,... Tất cả xuất hiện trong thơ ông dưới nhiều thể trạng, từ ấn tượng bất chợt, tâm tưởng, từ hồi-ức hay đời-sống, gây cảm xúc, đê mê, hụt hẫng,... đủ cả - đã gây đồng-cảm khiến người đọc thơ ông thường trực trở lại, lùi về, mà nhớ nhung, tiếc nuối, sống lại cùng tiềm thức, kỷ niệm đã lắng đọng nay ẩn hiện!

Thời trước biến cố 30-4-1975, nhà thơ sinh trưởng ở đất Thần-kinh nhưng sinh sống nhiều năm ở Đà-Lạt, gần thật gần thiên nhiên núi rừng với hoa cỏ biểu tượng cho hạnh-phúc, cho cái Đẹp và cho cuộc-sống – tất cả đã là không-gian tuyệt vời cho một tâm hồn nhạy cảm như Nguyễn Xuân Thiệp. Khi miền Nam thất trận "chiến-tranh lạnh", cũng như bao quân cán chính và đồng bào khác, ông bị đưa vào các trại "tù cải tạo" và trong số tập thể đó nhiều người đã bị cưỡng bức ngược đường ra Bắc, cam chịu khổ sai, đày đọa ở những vùng hoang vu, đồi núi của nước độc, của cái chết cận kề,... Thảo Nguyên được thai nghén và hình thành năm 1980 trong một tại một trại tù như thế ở ngoài Bắc, lần đầu đăng tạp-chí Văn Học (CA) tháng 7-1997 và xuất-bản trong Tôi Cùng Gió Mùa tháng 4-1998. Cuốn "album" hình ảnh và âm thanh nơi ấy được nhà thơ ghi lại như sau:

> *"mùa hạ ta qua vùng thảo nguyên*
> *gió thổi chiều xanh trôi với nắng*
> *(...) mùa hạ ta qua vùng thảo nguyên*
> *bước nhẹ tênh quên thời khổ hạnh*
> *mê con chuồn chuồn đỏ bay ngang*
> *thương bầy dê con trên đồi vắng*

> *gặp trẻ chăn bò đi hát rong*
> *gọi ấu thơ ta mùa hạ sáng*
> *đời trôi đi tưởng đời lặng câm*
> *bỗng tiếng đàn ai trong gió thoảng*
> *(...) mai mốt chị qua vùng thảo nguyên*
> *như xưa một lần về quê ngoại*
> *ngày reo vui. vườn chim bay chim*
> *lòng reo vui. reo tà áo lụa*
> *chị gội đầu bằng nước hoa chanh*
> *hương tóc bay sang. chiều vời vợi*
> *chị ơi. mai qua vùng thảo nguyên*
> *mang cho em một chùm nhãn chín*
> *ôi. tình xưa như nhãn và sen*
> *dẫu tình phai khi chưa kịp hẹn*
> *(...) mai mốt em qua vùng thảo nguyên*
> *tìm nhau. trăng đã về động cổ*
> *tìm nhau. tìm nhặt chiếc khăn rơi*
> *(...) ta đi năm năm qua thảo nguyên".*
>
> *(TCGM, tr. 63, 69-70)*

Hình ảnh và cảm xúc, xưa và nay. Tác-giả sử-dụng những từ láy như những điệp khúc để mở ý, chuyển tiếp và đi đến tận cùng tâm cảm: Thảo Nguyên đã dễ nhận được sự đồng cảm có thể với bạn tù (khả thi chăng?), nhưng chắc chắn với độc giả sau đó. Ở phần đầu, hình ảnh gợi nhớ chuyện Bá Di, Thúc Tề hoặc những thi-ảnh từ Kinh Thi xa xưa, đến phần sau là vang vọng ca dao và thơ Nguyễn Bính thuở nào chưa xa – thi-cách này sẽ được nhà thơ trở lại ở các sáng-tác khác.

Từ khi định cư ở hải-ngoại, nhà thơ đã hơn một lần đến với thiên nhiên, để ca tụng, sống cùng như không thể thiếu vắng, qua bốn mùa,... Đây là thiên nhiên vào tháng Chín ở Oklahoma – có thể là nơi định cư đầu tiên ở xứ người:

> *"tháng chín. cơn mơ nào ở Oklahoma*
> *thoáng mùi tử đinh hương*
> *quanh trời sấm dội / con chim màu đỏ trở về*
> *một mình. đứng hót trong mưa*
> *(...) tôi. áo rực tà dương. đi trong rừng Parkwoods*

như đi qua đời sấm dội
như con chim màu đỏ vẫn hót
tôi làm thơ
cho bạn bè. cho những người cùng khổ
cho sấm dội. cho đổ vỡ. cho mây xa
tôi làm thơ / và con chim màu đỏ
hót. một mình. dưới trời mưa thưa" - *9-1997*

("con chim màu đỏ hót dưới trời mưa thưa", tr. 168, 170)

Những vần chữ đầy hình ảnh và tiếng vọng từ đâu thật xa, xưa!

Bài "trà hoa. camellia" đã đưa nhà thơ trở về thời quá vãng:

"xin đốm tuyết dưới trời thu hạ
hứng giọt máu từ cườm tay
bình minh / chợt tím một bông trăng tình sử
hương tóc ai. anh thở với cây rừng
* một lần chân đã rời xa*
anh mơ qua cầu gỗ lim
tìm câu ca dao cổ
bỗng quẹo. gặp camellia
ngỡ hoa trà ngày xưa anh hái
trong máu, và bùn. chiêm bao" - *Huntington library 1996.*
Thiên nhiên sống động cả trong giấc mộng:
*   "giấc mơ / hoa magnolia nở trắng*
thơm trên vai / những căn nhà kín cửa
con đường lát đá. những câu thơ holderlin
bread and wine / bánh mì và rượu
cỗ xe. chở tóc nắng. về xa
*   giấc mơ / những hàng cọ hát dưới trời*
và biển xanh. biển xanh. ôi biển của vòng tay ôm
nụ cười. giàn hoa giấy
những thiếu nữ. mặc quần hở rốn. chạy bộ
đàn hải âu bay trong nắng / và kêu
căn phòng nhỏ. con mắt nhìn / mặt trăng
*   giấc mơ / giấc mơ / màu nắng*
và mùi bánh nướng
ly rượu nào uống chung

không. không có chiều hoen lệ
chia tay, người không xa người
mãi mãi / như giấc mơ" - July 2013 (Giấc Mơ).

Giấc mơ, cảnh mộng xuất hiện thường hơn ở những sáng-tác những năm sau này, như "thi. mùa đông", "giấc mơ hoa hướng dương", "đêm. mơ thấy ngồi đọc thơ với đinh cường" hay "cánh bướm. giấc mơ":

"buổi sáng / người xưa. gọi thăm
ôi. món quà thật quý. trong cơn bệnh của lá vàng
giọng nói. tiếng cười / của ai
như cánh bướm / giấc mơ / đưa tôi về lại
với những cây sầu đông / hoa tím
bếp lửa chiều. mẹ nhúm. bên hiên
nụ cười / mùi khoai lang nướng
dưới ngọn đèn dầu. những trang sách đầu tiên. mở
gặp lại cô bé ngày nào. học chung trường. thế dạ
đôi mắt nâu. to. tỏa nắng
trên đường tôi đi / qua hàng bút bút. tòa khâm
cây cầu. cánh chim. nghiêng. soi bóng / dòng sông
cổng trường. màu ngói đỏ
cho tôi về lại / với những mái tóc bạn bè
những bài thơ. bài tùy bút. bức họa. tiếng chim của buổi sáng mai
sẽ không có chiến tranh. chia ly. lửa và khói
không lán trại chập chùng. rừng già. suối độc
và những ngày đói khổ. lang thang. giữa sài gòn
ra đi / trong nước mắt rơi. màu hoa phượng
để đến đây. làm người hành giả cô đơn. ngồi dưới gốc sồi
nghe vọng tiếng đàn cello. mùa thu. bệnh
ôi. tiếng cười em. và cánh bướm
của giấc mơ / tôi" - Garland, Jan. 18. 2016

Hoa và cây cỏ từng đã là đề tài quen thuộc trong thi ca thời lịch-triều với tác-giả nhà nho kinh điển, thường dùng chúng làm đối tượng hoặc cái cớ để giãi bày tâm sự, để tự khẩu khí – với các phép ẩn dụ, biểu tượng, v.v, hoặc giả dùng làm đề tài vịnh họa tài tử. Tuy nhiên, thảo mộc được đưa vào thi ca thường cao quý, thơ mộng,... và trong thi-ca đó tất cả hầu như đều mang tính trừu tượng, xa rời hiện thực, và vì được cố tình chọn lọc để đưa vào thơ nên số lượng hạn chế và cũng thiếu đa dạng, như vài cây ngô đồng, cây phong, cây tùng cây bá, cây đào, cây dâu, cây hạnh, cây hoè, cây bạch dương, cây liễu,… Mặt khác, thảo mộc cũng đã đi vào dòng ca dao bình dân với những cây trái, hoa cỏ của đời-sống thường nhật, thiết thực như cây lúa, trà, hoa sen, hoa lài, bông hồng, v.v. Ở đây, thảo mộc cũng thường được dùng như hình ảnh, biểu tượng để truyền-thừa kinh-nghiệm và phổ dương đạo đức, triết lý sống,...

Ở Nguyễn Xuân Thiệp thì khác, thảo mộc gần gũi độc giả hơn, gần như là đời-sống hiện thực, gần về tâm tình, tư duy, do đó dễ gây ấn tượng và đánh động tâm hồn người đồng điệu. Thảo mộc, thiên nhiên đã trở nên yếu tố không thể thiếu đối với Nguyễn Xuân Thiệp và thơ ca của ông, chúng là đặc điểm và là sự hiện sinh không ngừng nghĩ hay vắng mặt,...

Hiện-tượng thiên nhiên

Mưa nhiều trong thơ Nguyễn Xuân Thiệp, như những cơn mưa vùng đồi núi - "mưa ở đây như mưa ở quê nhà" được sáng-tác khi tác-giả còn bị đọa đày ở các "trại học tập":

"... này người bạn đường. cùng ta đi dưới cơn mưa tháng hạ
có chi đâu mà lặng thinh
có chi đâu mà muộn phiền
thôi. gần lại bên nhau. và nói
mưa ở đây. như mưa ở quê nhà
*   đó vườn ai xanh biếc*
hoa cau. vàng. mấy mùa trăng
chắc hẳn đêm nay lòng sẽ mát
đêm. sẽ choàng chiếc khăn thơm. lên giấc ngủ mơ
*   (...) ơi. người bạn thơ ơi*
áo ướt. tóc ướt. chiều mưa
mắt đắm hồn mây xa
mưa ở đây / mưa qua mấy thôn nhà cỏ
mưa ở đây. như mưa ở quê nhà
mưa từ thảo nguyên
chảy qua khe mòn. sỏi đỏ
*   (...) qua mưa / ta thấy lại. những tầng cửa sổ. bật sáng.*
*   trong đêm / thấp thoáng. đời vui. sau khung kính*
tiếng nói cười. lẫn tiếng hạt mưa

nay. dẫu đã khép. trước mắt ta. trăm nghìn
   cánh cửa / ánh chớp xanh còn sáng mãi hồn
      qua mưa / ta thấy lại một hè phố quen
buổi chiều. tiếng reo của âm thanh. và vầng
   hương sáng (...)
mưa / những giọt mưa rơi qua trời sáng
rớt xuống ao hồ. nở những búp sen
mưa. trong khu vườn ủ mật
thoảng qua trí tưởng. mùi trái chín. và men rượu
đầu. ly rượu óng vàng. em đã uống cùng ta. như uống ngọt
ngào. cay đắng. trước ngày
   chia tay. trong đêm lễ nến
mưa. và đèn. trên sông
chân sóng đẩy đưa. ta đi trên đường biệt xứ
mang trong hồn. chút bóng đêm. và lửa nến
   xanh. của thành phố quê nhà (...)
   nhìn lại ta
người cùng khổ. kẻ cùng đường. trên mặt đất
   mênh mông / trần thân. trong nắng rát
nay gặp trận mưa hoa. loang loáng. qua trời
mở tung nghìn cánh cửa
thấy cây vô ưu. rũ bóng. quanh đời
đầu cành. chim trắng hót
kinh lăng nghiêm. và hội pháp hoa
hết rồi. thời quỷ mị / đời hân hoan. gió gọi ta
hài cỏ. nón mơ. tay nải biếc
mai về / dưới trăng. hái một bông trà
trong mưa. buộc chú ngựa con. bên bờ dậu mục
đốt ngọn lửa hồng. trong căn nhà gỗ. bên đồi
đọc lại cổ thi. và cựu ước / hát khúc kinh vui
gởi loài người khắp nơi trong cõi gió
mai về / tắm mát. dưới trận mưa quê nhà
ăn bát canh hoa lý
nghe bình yên. trong giọt nước sa
nhắm mắt. thấy sông hằng. trải lụa
thủy triều lên. lồng lộng. tiếng ca (...) ”- Nghệ Tĩnh 1980

(TCGM, tr. 49-62).

Sau mưa là gió, là gió mùa, như trong bài Tôi Cùng Gió Mùa sáng-tác năm 1974 mà chúng tôi đã từng đề cập trong biên-khảo *Văn-Học Miền Nam 1954-1975* (2016). Gió mùa như hiện-tượng, dấu vết làm nên thổ-ngơi quê-nhà, đã ở mãi với nhà thơ và đã làm nên tính cách riêng của nhà thơ, như qua "tôi về. đợi gió Santa Ana":

"lại thấy / nắng bên hiên nhà
những bông hoa loa kèn. đỏ
người đứng. trông theo người
và những đám mây. trôi
    để tôi. về / khuya nay
cô độc / ngồi bên bếp lửa
đợi gió mùa santa ana
thổi về từ bên kia rặng núi
bến sông xưa
    vâng. tôi về
khuya nay / cô độc
ngồi bên đống lửa gỗ sồi
tưởng tượng
gió mùa santa ana. đang thổi lộng qua sông hồ. những khu rừng. những con đường rồng rắn. dậy nắng vàng hồ. những hàng cọ dưới trời
và khói / và lửa. âm u
những cái chum bằng đất kêu vang
ai cười / ai khóc
những người thân yêu của tôi
bây giờ còn những ai
và đất nước tôi. ở bên kia bờ sóng
ai khổ / ai đói
ai giàu sang / cán bộ. đại gia
ôi. gió mùa santa ana
gợi trong tôi. trí nhớ mù
và những giọt lệ
    em. hỡi em. còn đứng chờ tôi
bên hiên nhà / những bông loa kèn
thổi khúc quỷ thi / trong gió".

Phố núi, mùa Đông và cả một không-gian thảo nguyên, chim chóc, hoa dã quỳ,... trong "thi. mùa đông":

"tôi đã xa rồi mùa đông ấy
không gặp lại em đi giữa phố người
hay trong giấc mơ
mưa đã xóa mờ con đường. lá thông vàng phủ
những chân trời
chim bay. chớp xé
rướm máu hoàng hôn sau khung cửa kính
thi. em ở trong mùa đông
* căn nhà ấy. bên sườn thung lũng*
lẫn với loài dã quỳ
một bình minh ẩn hiện
em đi lại. nói cười. với bình trà. ly tách. ghế bàn quen thuộc
* (...) phố núi / lúc xa nhau. em khóc*
môi trái chín muồi
giọt lệ đắng của chùm bông sứ rụng
thi. em ở trong mùa đông" - (Mùa đông 1995)

Buổi chiều trở nên xa tầm tay hữu hạn của con người thế gian, khi những yếu tố, sự kiện đã từng gần gũi, cảm được, nhận thức được như quanh quẩn đâu đây, như trong "chiều. vẫn siêu thực. chiều" - thời-gian quyện lẫn với không-gian trong một phức-thể đang rời xa:

"em có nghe / này em có nghe
vẫn tiếng còi tàu / buổi chiều
âm vang qua khu rừng. natick
những cánh dã quỳ tứa máu. run rẩy
không ai về lại quán cà phê xưa
nơi khung cửa
con bướm monarch. nhìn thấy trong giấc mơ nào
đang vỗ cánh
gây ra những chấn động. màu hổ hoàng
trên phế tích. mùa qua
anh thấy mình ngồi / đốt lại đống lửa
lá thông khô / những khuôn mặt bạn bè. chợt hiện
đinh cường. lê uyên phương. phùng văn hưởng
thanh sâm / và tiếng ai
gọi mình trong gió
thiệp ơi. thiệp ơi / về đi
* chiều. vẫn siêu thực. chiều"*

Siêu thực chiều và siêu thực dã quỳ ở Oklahoma cũng như ở Đà-Lạt xưa!

Nhiều thiên niên kỷ trước đã có những con người ngồi bên bờ sông Balylon khóc thương thân phận lưu đày, thì sau cơn giông bão tháng 4-1975, nhà thơ cùng với hàng triệu đồng bào miền Nam bị đày ra Bắc; nỗi tang thương đó được ghi lại trong "chiều bên sông Giăng" "ta ngồi ta khóc / trông về phương nam (...) nỗi oan khiên một thời không bóng vang":

> *"... buổi chiều. vớt sỏi. dưới lòng sông Giăng*
> *ta cười trong tiếng sóng*
> *ai kia. đưa ta lên rừng*
> *ai kia. đưa ta ra đầu ngọn suối*
> *tượng đài người đọ được với thời gian*
> *tiếng cười ta*
> *đánh thức. lớp cuội mòn. chiều nay*
> *bia đá nghìn năm. bồi hồi. xao động*
> *nói gì với mai sau (...)*
> *đêm nay áo mỏng thân gầy*
> *nằm nghe chớp bể mưa nguồn về tự sông Giăng*
> *đưa muối quê người lòng ta càng xót..."* - Nghệ Tĩnh 1980

(TCGM, tr. 73, 82)

... và sự sống nhức nhối, cái chết và trầm luân

Thảo Nguyên sáng-tác năm 1980 lúc đang bị đày ra vùng núi non nhiều chướng khí miền Nghệ Tĩnh, đồng cỏ cây gợi nhớ đồi nương miền cao hoặc một nơi nào khác trên đất nước, nhà thơ đi qua đồng cỏ như bước vào miền ký-ức:

> *"... mùa hạ ta qua vùng thảo nguyên*
> *bước nhẹ tênh quên thời khổ hạnh*
> *mê con chuồn chuồn đỏ bay ngang*
> *thương bầy dê con trên đồi vắng (...)*
> *cha đã đi qua vùng thảo nguyên*
> *gió mùa xưa chuyển cơn giông lớn*
> *vang thiên thu chớp bể mưa nguồn*
> *nước vượt bờ trùng khơi nước rộng*
> *đám lưu dân qua vùng châu thổ*
> *chẳng tìm đâu thấy một xóm làng..."*

Rồi mẹ, chị cùng nhà thơ đi qua vùng đồi nương, đi qua khói lửa, chiến tranh *"kẻ sống người chết đều trơ xương /... muôn oan hồn không chốn nương thân"* khiến *"ngày gầy xơ lất phất mưa phùn"*,... Và nay bản thân bị đọa đày trên con đường biệt xứ, nơi những đồng cao:

> *"ta đi năm năm qua thảo nguyên*
> *gậy trúc mòn khua kêu đá sỏi*
> *(...) ta con chim hạc trong thời-gian*
> *(...) từ đó chung quanh đời bặt tin*
> *kinh chùa tây phương không vọng lại..."* (tr. 63, 66, 67, 68)

"Đốt lửa. ghe sư đàn" là một bản thơ dài như một cổ-tích buồn của một thời nhiều nhương, với vài *"mật mã"*, *"nhắn nhủ"*:

> *"đốt lửa. chừng như người qua khe*
> *mùa đông tím những nương mưa*
> *(...) đầm sấu hoang. lau thắp. bến chờ*
> *lửa đã cháy. cháy trên củi ướt*
> *tù ngồi hơ tay. nghe cổ tích*
> *chuyện đường huyền trang đi thỉnh kinh*
> *bỗng trong đêm. rộ tiếng ai đàn*
> *   lửa củi soi. nhà sư mặt ốm*
> *kể từ sư rũ áo đi đày*
> *cái tâm mây nổi. trăng thiền đạo*
> *cuộn cuộn trường giang. sóng lục đầu*
> *đầm cỏ. nước in. thân cò vạc*
> *bắt cua. vồ nhái. ngày qua ngày*
> *đêm đêm. ôm đàn trong xó tối*
> *   năm ngón tay gầy. tiếng thổ cầm*
> *sư ngồi đàn. như cây trăm năm*
> *lửa cháy. xèo xèo. mùi nhựa ngái*
> *khói tỏa. mù khe. màu cỏ rối*
> *dạo đàn. mưa thu rơi trong trăng*
> *tiếng mau. chim bay qua mùa đông*
> *đàn ánh thép xanh. gươm phạt trúc*
> *gỗ nổi. đá lăn. trâu bứt gốc*
> *hồn u. mả tối. đây là đây*
> *rạng tiếng ngư dương. thơ quỷ đọc*
> *lán sâu. bếp ảo. lửa đào lay*

cây đàn gỗ xưa. như mặt trăng
năm ngón tay gầy. như chim ưng
bật dây. rỏ máu. hoàng hôn rừng
gọi những mùa đi không trở lại
đàn qua. tiếng buồn trong lau sậy
gió thu. đưa võng. ai chờ ai
đêm cầm khê. đàn trong u độc
người nghe đàn. khơi lửa đỏ khuya
tóc râu tiền kiếp. đầm hơi mưa
bỗng thấy sân nhà. cây sứ gãy
năm cửa ô quan. ngấn lệ mờ
những nẻo chiều sương. người rách rưới
những mái nhà. mưa xoi. nắng dọi
lọ rơi. sành vỡ. lục cục âm
khuya rồi ai đẽo gỗ huỳnh đàn
ửng sắc hoa gầy. trên áo quan
sư bỗng ngừng đàn. nhìn đống lửa
gốc cây. cháy như đầu thiên cổ
huyễn huyễn. củi tàn. màu kinh xưa
mặt đất chừng qua cơn mộng dữ
nên ngón tay gầy. như ngó sen
hơi đàn trôi trong hương lá xanh
đàn ngân. cánh chim soi trên đầm
màu hoa mơ nở. trắng non ngàn
từ trong độ ấy. giờ trăng mọc
ánh trăng. chảy vàng trăm cửa sông
bếp rụi. lửa riu. âm đàn dứt
trăng lên rồi. hổ xuống cẩm khê" - 1977-1988

(TCGM, tr. 108-112).

Bài thơ Ánh Trăng dài 248 câu, dài như một bài Hành:

"... hỡi ơi giữa cánh rừng săn bắt
ta chỉ nghe rền giọng sói tru
giữa cuộc bạo hành. cơn sốt dữ
nỗi đau này cháy vỡ thịt da
thử ngẩng nhìn trăng đêm phán xét
ai công. ai tội. dưới trời khuya

ai xô trăm họ vào gai gốc
ai hái dâng đời một đoá hoa
hãy xét trong cơn đau lịch sử
nỗi đau nào đau của riêng ta..."
(...) trăng khuya vằng vặc soi tâm thức
đêm tịnh. trời trong. gió lắng sâu
(...) trăng khuya như một loài chim quý
bay suốt nghìn năm hót một lần.
dưới mái chùa tây văng tiếng kệ
vị sư già đã thức, chuông ngân.
âm thanh như một làn hương sữa
chảy xuống hồn ta đã lặng dần
hạt lệ muối rơi. giờ đọng lại
trăng nguyệt cầm ơi. ngọc mới đông (...)
giữa cuộc vui này ta có mặt
sao tâm xao xuyến những trời xưa
đếm sao, nào biết sao mờ tắt
trận bão mùa qua đã dứt chưa..." - 1980

(TCGM, tr. 90-91; 98-99)

Đêm về, "nguyệt thực & vầng trăng đỏ" và những mảnh vỡ của cuộc-đời:

"nguyệt thực
ôi. vầng trăng đỏ. đêm qua
giấc mơ. của một người
gục đầu bên cửa sổ
* thi sỹ / của nước mắt. lá khô*
đi ra sân ga
gặp cô bé. ôm bó hoa. chờ đợi
chuyến tàu. vừa chuyển bánh
* nguyệt thực / và vầng trăng đỏ*
con bướm. ngày nào. không về
khung kính. của quán cà phê. bụi
tiếng cười. lãng quên
* lãng quên / như giấc mộng hư*
chỉ còn / căn nhà. của gió
và tiếng đàn. câm. trong ký ức. lãng quên

> *lãng quên. những nụ cười*
> *và tiếng gọi tên nhau*
> *ôi. cành hoa lys. rũ tàn*
> *vầng trăng nguyệt thực*
> *thơ tôi / màu đỏ. đêm qua"* - Đêm cuối tháng 9. 2015

Vẫn là trăng, bây giờ đã sang mùa Đông:

> *"trăng / nguyệt cầm*
> *màu của đá.và đất. xưa*
> *về / từ trang sách. bụi*
> *từ một quán cà phê. của lá bay*
> *như tôi / nụ cười trên môi đã tắt. trong chiều tan*
> *trăng mùa đông. xanh*
> *sao bầu trời rỉ máu. hoàng hôn*
> *không một cánh chim*
> *chim đã chết trên những đường dây. của trí nhớ. điên*
> *trăng / mùa đông / nghe như có tiếng dương cầm*
> *không phải bản serenade. của schubert. và khung cửa sổ sáng đèn*
> *tiếng dương cầm / của phim the pianist*
> *phát ra từ thành warsawa / nơi người đói*
> *chết / cây khô*
> *ôi. mặt trăng mùa đông. như đá.*
> *tiếng khóc. chiều nay / qua trời mạn đà la*
> *sương tím"* (*"trăng. mùa đông"*)

Trăng đối với nhà thơ nếu không là những khoảnh khắc thời-gian thì cũng là cớ để nhớ bạn hữu văn-nghệ như Đinh Cường, Lê Uyên Phương, Thanh Tâm Tuyền,... trong "trăng & thơ",... hay Nguyễn Thị Khánh Minh trong "thơ cho những đóa hướng dương", "giấc mơ hoa hướng dương",... Thật vậy, tình bạn biểu tỏ khá rõ nét trong thơ Nguyễn Xuân Thiệp, bạn chiến đấu chung một màu cờ và bạn đồng hành thi ca, làm như đối với thế hệ ông, đa số cùng hoàn cảnh nhập ngũ, cùng sinh hoạt văn-nghệ tự do, nhân bản và cùng bị đọa đày nơi cưỡng gọi là trại "cải tạo", "học tập", cùng có những đoạn đời hùng tráng cũng như bi thảm như ở đáy địa ngục, như trong "lời gởi tô mặc giang" cũng để nhớ những người bạn khác:

> *"tô mặc giang ơi*

dường như sông sài gòn vẫn chảy
chiều nay. tôi nhìn thấy bạn. đi cùng với đinh cường
trên phố bonard / tóc bờm xờm. lộng gió
và tôi cũng nhìn thấy bạn / ở pleiku
cùng với người nữ làm thơ tên chi
trong cà phê dinh điền
có cả kim tuấn. ngồi cười
mới đó mà mấy chục năm trôi qua
người xa người. người bỏ người đi
những quán khuya. nơi chúng mình họp mặt. không còn ánh lửa
mới đây. hải phương nói với tôi
sẽ làm một bài thơ. nhớ pleiku
hồi tôi. và dạ lan. qua làm đài địch vận
và chúng mình mê cô ca sỹ trong hội quán phượng hoàng
những cây thông còn đó
bài thơ chắc vẫn còn trong trí óc hải phương
còn bạn đã cho in. gió cũng nói lời từ biệt
thôi hãy gởi cho nhau xem / để nhớ lại pleiku
và kim tuấn / và dạ lan
* lời này xin thả bay trong nắng*
ơi. tô mặc giang"

Nghĩ đến bạn, cả người mới ngày nào còn sinh hoạt đấu tranh và văn-nghệ, chợt nhớ Nguyễn Xuân Phước khi "mưa phùn ngày chủ nhật", "mưa xám", hoặc "đêm. mơ thấy ngồi đọc thơ với đinh cường". Viết về bạn, như nhắc nhở kỷ-niệm, như tưởng nhớ, thương tiếc và có khi chỉ là cơ hội nhớ nghĩ về chính cuộc đời mình, những kỷ-niệm, những hồi tưởng còn sót lại, là bạn hữu trong "những ý nghĩ lá vàng trong mùa giáng sinh", hoặc một người "em" đã từng đến trong "bây giờ là tháng giêng. 2013". Và Dung, người bạn đời của nhà thơ đã ra đi một sớm mùa Đông, nhà thơ ghi lại tình ý trong "những ý nghĩ lá vàng trong mùa giáng sinh":

"giáng sinh / mưa và tuyết
trắng. miền trung tây
tôi. như chiếc lá / rụng / bên vệ đường
khi mùa đông tới
một mình. trong bệnh viện

nằm nghe gió / từ cõi mạn đà la nào
thổi qua trang kinh cổ
nghĩ tới chúa. sinh trong hang bê lem
giữa rơm. cỏ khô. và lũ trẻ chăn cừu
lạnh. đá xưa
nghĩ tới dung / ra đi theo chuyến gió
mùa đông
mưa rơi. mưa vẫn rơi / trên mái nhà
nghĩ tới đống lửa lá bàng. thơ em. sưởi ấm người về (...)" - 27-12-2015

Ở một thời điểm cuộc đời, "em" sẽ và đã rời bỏ tôi, rời sự sống, và em vẫn sống mãi qua bốn mùa và hiện hữu ở khắp chốn không-gian. Nhà thơ nói với người, như độc thoại mà biết có kẻ đón nghe, "*hãy nghiêng tai dưới gió. và lắng nghe. hãy nhìn rồi sẽ hiểu*":

"*Bởi không còn em trên đời này nữa*
nên tôi tập yêu hết thảy mọi người
        hãy nghiêng tai dưới gió. và lắng nghe
hãy nhìn rồi sẽ hiểu
        buổi chiều. đi trên đường. có khi tôi gặp một
            chiếc lá. khô
và sớm mai ra vườn, thấy cây hồng vừa
            nở những bông màu vàng
mùa đông. tuyết rơi. nhặt xác một con chim bên gốc sồi già
và trên cao. đàn ngỗng trời. xoải cánh bay đi
tôi chợt hiểu. như lời bài hát
có sớm mai. tất phải có chiều tà
có gặp nhau dưới mái trường phượng đỏ ngày xưa.
        tất có ngày chia tay. mùa đông. em đi
            theo chuyến xe của gió
và tôi đi. dưới trời mưa new orleans
nhìn quanh không thấy bóng dù
như ta cùng đi trên con đường hàm nghi ngày nọ
em ơi. nụ cười của em. vẫn theo anh
cho dù nhiều thứ đã mất đi. nhiều điều không còn nữa
cho nên anh tập yêu thương cả loài người
và chim muông. cây cỏ / dưới bầu trời này

như thuở ấu thơ. tới trường. với cái chong chóng.
            trên tay
vậy đó em / và hãy chờ anh trên ngọn đồi cỏ tía"

"Em" hiện diện như đã từng, ở đây, "trong căn phòng ký ức":

"trong căn phòng. ký ức / của anh
một ngọn đèn / soi. chiếc ghế trống
cây đàn. câm / và những cuốn sách. Bụi / một tấm gương
ngày nào anh đã vẽ / hình đôi mắt
bây giờ biến thành hai cánh bướm. màu nâu
em / em hãy bước thật nhẹ
kẻo tiếng động / của những đổ vỡ
một lần đi qua đời anh
sẽ thức dậy / anh muốn
mọi vật cứ lặng yên
lặng yên / như trong những bức tranh
dưới căn hầm / của người họa sĩ
ở đường natick. bên rừng mây. xưa".

Bài "hồi ức thơ" như một nhìn lại mình và tha nhân, ở nơi này hay đâu đó xa xôi:

"bây giờ / tôi chỉ còn lại / thơ
những hồi ức về em được làm bằng bóng nắng. chim và mây.
màu của tranh chagall
sâu. trong mắt em. xưa. rực cháy cơn mơ chiều tà
lá khô. lá khô. bản serenade. ngày đưa em
mình tôi / với chiếc mũ màu xám. và áo khoác sờn vai. vài tiếng
ho khan
đi trong chiều nhạt nắng / nhớ và quên
            mùa vui / đâu rồi. mùa vui / của tôi
không còn những chiếc lá trên cây
một thời vắng bóng
không còn thấy cổng trường. xưa
không nghe tiếng ve
những bông phượng đã ố. tàn
bức tường rêu. câm
tôi đi tìm tờ báo ướt. có in bài thơ viết năm mười lăm tuổi / của tôi

không ai còn nhớ
âm. tiếng đàn vĩ cầm của người nhạc sĩ. bệnh ung thư
âm. mùi trà. những cánh tường vi. trong trí tưởng
âm. căn gác của sách báo. cây đàn gỗ chùng dây
và mùi tóc. mùi da. của những sớm mai
tôi muốn khóc
những con chim sẻ. mùa hè. đã chết
về đâu / về đâu"

Bài "tuyết xuống, nghe dương cầm lạnh. đi về phía bình minh trong chiêm bao" đầy ấn-tượng:

"tuyết xuống / nghe cầm dương. lạnh
hồn siêu thực
trăng / mái phố / như chim / ca nhân
và nến cháy. bập bùng
lặng nghe / chờ em
đường cầm dương. mưa
*những giọt lá. sầu / dạ khúc**
tìm đời nhau. đâu
tuyết xuống đầy trời
những cây sage. và bụi hồng. cây lựu trong vườn
đầu đội những chiếc mũ tuyết
và / đóa quỳnh điên. đêm nào
giờ đã tàn phai. rũ rượi
anh không trở về những năm tháng đã xa
để gặp lại cơn mưa
và bùn lầy / trong trăng
thôi. hãy lãng quên
lãng quên / bản dạ khúc
và teresa / teresa. của cầm dương. và những đám lá vàng. khuya
trong thơ joseph huỳnh văn
ngày ấy / còn gì đâu. em
vâng. giờ đây. anh đi về phía chân trời. nơi bình minh
còn ẩn. trong chiêm bao
để gặp người / ngôi nhà. bên đồi quạ
và bình trà. của sói
tuyết rơi / tuyết đang rơi

> *nơi anh ở. và đâu xa*
> *tuyết rơi như trong dr. zhivago*
> *vâng. anh đi về phía đồi twelve oaks*
> *để nghe / một tấu khúc khác*
> *của cầm dương. trong cây*
> *đóa hồng. lệ biếc xanh. và ngọn lửa (...)"*

(Dallas, ngày của tuyết tháng 2. 2010)

Đúng vậy, ở Nguyễn Xuân Thiệp, tuyết là hình-ảnh mới nhưng thường trực và tuyết siêu thực của nhà thơ không hẳn là tuyết của thiên nhiên vô tri, vô cảm...

> *"tuyết rơi / một người ngồi vẽ. những chiếc lá bàng*
> *từ ký ức. ấu thời / chờ ngày nắng ửng*
>   *tuyết đổ / trên những bờ tường*
> *người đi tìm những ngọn nến. của mùa thu đông cũ / đốt lên*
> *trong căn nhà. Hư / bóng ai về. đứng khóc*
>   *tuyết phủ / người lầm lũi đi*
> *gọi thầm / camille. camille*
> *chiều quạnh / xám. đường trơn. không ánh lửa*
>   *tuyết trắng / một con quạ đứng kêu*
> *trên đỉnh ngọn sồi già*
> *sao mùa xuân chưa trở lại*
>   *sao mùa xuân chưa trở lại*
> *những bông daffodils. vàng. của tôi / giờ ở đâu*
> *tình tôi / thơ tôi / giờ ở đâu"*

Tâm linh con người bị khuấy động, cho nên "tôi đi tìm. trời mạn đà la hoa. như trong kinh phật. nhưng không tìm / thấy. chỉ thấy em. đứng dưới bầu trời nhiều mây xám. tay cầm / nhánh iris rũ tàn. ngày cây xuống tóc tà huy. và em khóc / mùa xuân ả rập và cách mạng hoa nhài. chưa kịp nở trên môi cười. thì động đất và sóng thần ở nhật bản / nước mắt thay nụ cười (...)" ("mây bay. mây bay qua. trên đỉnh ngọn phù vân"). Tâm muốn tĩnh, "đọc thơ haiku", tìm an nhiên chăng?

> *"đôi khi / đọc câu thơ haiku*
> *nghe trong buổi chiều*
> *tiếng ve kêu / mùa hạ*
>   *cũng có khi*

nghe mưa đá / lộp bộp
rơi / trên lều cỏ
một người ngồi thiền / tĩnh lặng
    mùa thu / ơi mùa thu
dường như khe cửa / có tiếng gió
hay tiếng dế kêu
anh và em / xa nhau
ánh trăng. không soi tới"

Đọc người xưa như tìm thông cảm xưa sau, khi nhìn lại thân phận mình, trong "chiều ức trai"... Chỉ còn hồi ức, cả những đóa hoa, cánh đồng, dù dáng dấp vẫn hiện tồn đây đó, đâu đây,... Buồn hơn khi phải đối đầu với "cái chết của những mùi hương" - trong thơ Nguyễn Xuân Thiệp mùi hương không chỉ chết một lần:

    "mùi dạ lý hương
khuya nào / trên căn gác / đã chết / treo cổ
theo mùa hè. Xa / và / cùng chết. rực tim
mùi hương cà phê
chiếc bàn gỗ / bức tường. bông sứ. rụng
vang hưởng. tiếng đàn thùng năm nao. guitar ballad
con hẻm. khúc h dạ lan. không về lại
    chiều nay / trên ngọn đồi. quán đá. xưa
một bóng. âm. đi tìm. mùa cũ
chăn chiếu. không hồn
mùi mồ hôi. quạ
tiếng cười. đã tắt. trên con dốc. hoàng hôn
đã chết thật rồi
mùa qua / mái tóc. lá thông
mùi nhựa ngái / rượu. và
môi. trái cấm eva. lãng quên lãng quên. như cây
những ngọn đèn vàng. mở mắt / bên hiên
    chỉ còn thơ / và tôi / mùa đông. xám".

Mùi hương đã chết, có thể đã rời xa, nhưng cũng có thể quy hồi, trong tâm tưởng, trong nhung nhớ, với tha nhân,... Cùng tuổi đời, độc giả sẽ dễ đồng cảm với tác-giả, nhưng phải sống cùng môi trường xã-hội, cộng-đồng thì sự đồng cảm này mới thật sự thấm thía, hiệu lực – nghĩa là thêm đau, buồn, tiếc,... như không thể khác!

Thơ Tự do là hình-thức dư giả ở Nguyễn Xuân Thiệp nhưng nội-dung hình như không hẳn vậy, vẫn có những khuôn rõ nét hoặc chằng chịt thời-gian, không-gian, tâm thức. Cái vị thơ ở đây nếu không lãng đãng theo thi-ý thì cũng sà xuống nhân thế đượm ít chua cay tình người, tình đời, dĩ nhiên, nếu đã sống cùng hoặc đã đi cùng đường, khác hướng. Khởi nghiệp thơ với những vần đậm chất quê-hương, Nguyễn Xuân Thiệp đã tiếp tục đi xa với những sáng-tác tân kỳ về hình-thức lẫn nội-dung, và những bài như Thảo Nguyên, Tôi Cùng Gió Mùa, "nguyệt thực & vầng trăng đỏ", "chiều bên sông Giăng", "ánh trăng",... đã làm nên tên tuổi nhà thơ. Viết về âm nhạc, với ông, thơ như cũng là nhạc:

> *"dạ khúc. dạ khúc*
> *mộc lan. nở tím đầu cành*
> *đóa trăng. chim. nghiêng cánh qua trời*
> *serenata / vĩ cầm*
> *treo trên định mệnh*
> *một người / một đời*
> *mùi hương ophelia. trôi trong khuya. tàn*
> *thôi. không về. lối cũ. mưa sa*
> *ở cuối đường kia. môi chờ môi*
> *vòng tay. thiên thu. nụ cười trên gối*
> *chờ ta nhé*
> *dạ khúc / mộc lan*
> *tím / chiều. không phai"* (dạ khúc. mộc lan).

Nguyễn Xuân Thiệp thật sự sáng-tác không nhiều cho một sự nghiệp; ở ông là sự cẩn trọng với con chữ, chất liệu, âm điệu, hình ảnh, màu sắc cũng như đề tài, nội-dung. Câu thơ, cấu trúc mỗi câu và toàn bài mang hình-ảnh hậu-hiện-đại, gây bất ngờ và hơn một lần gây ấn tượng nơi người thưởng lãm – như một "tân hình-thức" ngoại lệ! Những "khúc h" trong "cái chết của những mùi hương", hay những âm thanh thảng thốt trong vài bài khác.

Mặt khác, nếu không để ý đến dấu vết thời-gian sáng-tác, người thưởng ngoạn sẽ thấy thơ Nguyễn Xuân Thiệp như một liên-văn-bản: nhìn hoa, cỏ, cây, thiên nhiên, mưa gió, mùa, trăng,... liền thấy thơ và nhìn câu thơ dễ cảm nhận như đang thấy rừng, cánh đồng, và hoa cỏ đua chen; con người trở nên thứ yếu ở một số bài thơ! Hình-ảnh hoa cỏ, đồi nương như sinh-động – dĩ nhiên với nhà thơ và ông đã tài tình đưa người thưởng thức nhập vào không-gian, cảnh vật đó; và theo thời-gian sáng-tác chúng hé nở, khởi nhãn rồi tàn phai mất đi như chỉ còn lại dư-vang! Cấu-trúc cho thiên nhiên, cảnh vật,... xuất hiện như đã tồn tại, hữu hình, thành chuyện kể rồi biến hóa trở nên những cấu trúc khác sẽ xảy ra hoặc và-rồi-đã-xảy-ra – những cấu-trúc tâm linh, tình tự, ký ức, v.v. Không viết hoa, xuống hàng theo thông-lệ, cũng có thể dễ ấn-tượng liên-văn-bản, vì như liên thuyên, không cùng, khiến độc giả như bị/phải ngụp lặn trong thế-giới (và ký ức) của tác-giả. Cũng như với nội-dung, tình ý, cảnh vật, nhân-vật xuất hiện bất ngờ trong thơ hoặc trở lại thêm một lần, nhiều lần – những nối kết, liên tưởng, hợp tình cũng như hỗn mang đến lạ lẫm!

Mỗi khi có dịp ngắm hoa lạ lần đầu cũng như đã quen, chúng tôi thường nghĩ đến những dòng thi ca của Nguyễn Xuân Thiệp về loài hoa cỏ, đồi nương ấy; và nếu đó là một cánh đồng hoặc cánh rừng đầy hoa cỏ muôn vẻ thì thơ ông trở lại mãnh liệt hơn nữa. Thơ Nguyễn Xuân Thiệp đã là tiếng hát đa âm và lạ lẫm của dòng văn-chương Việt-Nam!

[Tôn trọng cách đề tựa tác-phẩm viết thường, chúng tôi ghi lại trong ngoặc kép].

5-2017

Nhật Tiến

Nhật Tiến họ Bùi, sinh ngày 24 tháng 8 năm 1936 tại Hà Nội. Ông có người em cũng theo nghiệp văn là Nhật Tuấn không di cư vào Nam năm 1954 và phu nhân ông, bà Đỗ Phương Khanh cũng viết văn, làm báo và nhà xuất bản. Trước 1975, ông đã xuất bản 19 tác phẩm gồm 11 tiểu thuyết hoặc truyện dài.

Sau năm 1975, ông tiếp tục dạy Lý Hóa ở trường Hưng Đạo Sài Gòn cho tới năm 1979 thì vượt biển qua Thái Lan ty nạn rồi định cư tại California (Hoa Kỳ) từ năm 1980. Ở đây, ông viết văn và theo học ngành điện toán rồi làm chuyên viên sửa máy vi điện toán cho một hãng Nhật và đã nghỉ hưu. Trong thập niên 90, ông cộng tác với tạp chí *Hợp Lưu* và *Văn Học*. Năm 2001, ông cộng tác rồi sau làm Tổng Thư Ký cho tờ tuần báo *Việt Tide* ở Nam Cali, trong hơn 10 năm. Từ năm 2016, ông làm Tổng thư ký cho tờ Giai Phẩm *Việt Stream* cũng ở Nam Cali. Hiện ông sống ở Orange County, California.

Tác phẩm đã in sau 1975: *Tiếng Kèn* (1981), *Hải Tặc Trong Vịnh Thái Lan* (viết chung với Dương Phục và Vũ Thanh Thủy, 1981; dịch giả James Banerian dịch ra Anh ngữ *Pirates in the Gulf of Siam*), *Một Thời Đang Qua* (1985), *Mồ Hôi Của Đá* (1988), *Cánh Cửa* (1990), *Quê Nhà Quê Người* (viết chung với Nhật Tuấn; Tp HCM: NXB Văn Học, 1994), *Thân Phận Dư Thừa* (2002, dịch cuốn *The Unwanted* của Kiên Nguyễn), *Hành Trình Chữ Nghĩa* (3 tập; 2012; tập 2: *Sự Thật Không Thể Bị Chôn Vùi;* tập 3: *Một Thời Như Thế*), *Nhà Giáo Một Thời Nhếch Nhác* (2012), (2012), *Mưa Xuân* (2013), *Từ Hội Bút Việt đến Trung Tâm Văn Bút Việt-Nam* (2016) – các tập sau do nhà Huyền Trân ở Garden Grove CA xuất bàn.

*

Hướng về dân tộc và tương lai

Thế giới tiểu thuyết của Nhật Tiến có hai đặc điểm chung: một thế giới của những con người bất hạnh và một không gian của nhân phẩm, con người! Tác giả của chúng là một con người giàu lòng nhân ái và ông muốn mọi người chia xẻ cái nhìn của ông! Sau 1975, Nhật Tiến ngưng viết cho đến khi vượt biển thành công và đến Hoa-Kỳ năm 1980. Khi ở trại tị nạn Songkhla, ông đã bắt đầu viết lại (nhiều truyện sau in trong tập *Tiếng Kèn*) và đã đem những ưu tư, suy nghĩ vào văn chương. Ngòi bút của ông trở nên phẫn-nộ dù lòng thương và tình người vẫn mạnh ở ông. Trước hết ông viết về số phận những thuyền nhân (boat people) mà ông vừa từng trãi qua, *Hải Tặc Trong Vịnh Thái Lan*, với Dương Phục và Vũ Thanh Thủy. Sau đó là các tập *Tiếng Kèn, Một Thời Đang Qua, Mồ Hôi Của Đá, Cánh Cửa* (1990). Nhật Tiến phát biểu về vai trò người cầm bút ở thời điểm mới: "*Tôi vẫn hằng quan niệm rằng thiên chức của người cầm bút là phản ảnh được môi trường xã hội mà họ đang sống, và đấu tranh cho những nguyện vọng tha thiết nhất của con người trong xã hội ấy được thể hiện. Môi trường xã hội hiện nay của người cầm bút là tình cảnh lưu vong mà họ đang sống, là anh em, bạn bè, đồng bào còn đang rên xiết ở quê nhà và những đồng bào tị nạn đang lây lất ở các trại tạm trú...*" (1)

Sau những cố gắng tố cáo tội ác hải tặc và chế độ mà nạn nhân hải tặc đã phải bỏ đi, ông đã đi đến nhận thức tình trạng mới không thể ôm hoài suy nghĩ đã mòn. Ông đưa những ý tưởng đó vào các tác phẩm mới. Tập *Tiếng Kèn* (1982) là bức tranh sống động về cuộc đổi đời của miền Nam. Những đối xử dã man, không nhân tính với đồng loại. Tiếng Kèn của lão mù kiếm cơm, công an chìm của cộng sản cũng phải theo bắt và kết án là CIA. Khi được thả ra, lão sợ nên thổi bài "*Như có bác Hồ...*" liền bị dân trong xóm phản đối. Lão thổi bài "*Việt Nam! Việt Nam nghe từ vào đời...*" thì tiếng vỗ tay vang dậy, nhưng lão không nghe được gì nữa, "*hồn gã bay bổng theo tiếng kèn (...). Gã đã đắm mình vào làn âm thanh bao phủ quanh gã, và thực sự đang nâng bổng tâm hồn của gã lên cao*" (tr. 25). Những nạn nhân khác là bà lão già còn phải lội rừng đến trại cải tạo thăm con nhưng kiệt lực ngay cổng trại chưa kịp thấy con. Là vợ một đại úy quân y nay chồng đi cải tạo, đói phải đi trộm khoai, may gặp được lão Quới người bị mất trộm khoai nhưng may người này từng chịu ơn ông chồng bác sĩ cứu tử trước 1975 đã cho 50 chục; nhưng với số tiền này, bà nấu một nồi cháo thịt để cùng với năm con chết để *"bầy con tội nghiệp của cháu khỏi phải trầm luân trong cái xã hội đầy cơ cực này"* (Nồi Cháo Thịt). Trận Đánh Cuối Cùng Của Một Kẻ Sĩ là trận đánh về mặt văn hóa của Ba Sinh, người bị công an đến nhà tịch thu hơn ba ngàn cuốn sách trân quý lưu trữ. Tình cờ anh gặp lại sách của anh được bày bán "chui" do đường giây công an kiếm ăn - tịch thu rồi đem đi bán thay vì nộp theo chính sách, anh thường ra đó và đầu độc bộ đội và cán bộ cộng sản với những cuốn sách "đồi truỵ" của miền Nam. Không hiểu anh Ba Sinh này trước đã từng làm Kẻ Nổi Dậy một cách nhu nhược?

Hai truyện trong tập nói đến bộ mặt thực xã hội của kẻ thắng: Chiếc Áo Tây Vàng về một xã hội bạo lực, sự sống sót là quan trọng bất kể phương tiện, cả việc đào mả, như người thiếu nữ đào mả lấy đồ bán chợ trời kiếm tiền nuôi hai đứa em, đã khai trước tòa:"*Xã hội của chúng ta là xã hội chủ nghĩa, chủ trương duy vật mà đả phá duy tâm. Chỉ những kẻ còn đầu óc duy tâm mới quan niệm rằng đào mả lên tức là xâm phạm đến linh hồn người chết. Tôi sống bằng lao động của chính tôi. Tôi không ăn bám một ai. Tôi chỉ lấy đi những đồ dùng chôn dưới mả là những thứ mà xã hội bỏ đi, đã phế thải. Hơn thế nữa, tôi lại dùng lợi tức ấy để nuôi các em tôi ăn học, tức là bằng lao động đó, tôi đã nuôi dưỡng những mầm non của đất nước. Vì thế, tôi là người hoàn toàn vô tội*" (tr. 143). Truyện Chuyến Tàu Ngày Cuối Năm diễn tả tâm trạng những người trẻ bắt đầu ý thức, phản ứng trước những đòi hỏi hy sinh cho nghĩa vụ hoặc lý tưởng láo khoét che đậy những mưu đồ bẩn xấu như đưa thanh niên sang làm "nghĩa vụ" bên lân bang Kampuchia. Hùng và một số bạn đã phải đào ngũ và chấp nhận cuộc sống lẩn tránh và hiểm nguy chết chóc, tù tội, nhân danh ước vọng tối thiểu làm người! Trong tập truyện đầu tay xuất bản ở ngoài nước này, một mặt Nhật Tiến cho thấy đời sống cơ cực của người miền Nam sau 1975, ông vạch mặt thủ phạm là chiến tranh, bạo lực, là lòng thú giữa người đối với người, trong sự ghen tương giàu nghèo Nam Bắc càng lộ rõ khi tiếp xúc, người trong Nam không tin tưởng nơi đồng bào từ miền Bắc, họ biết những người kia sống trong một chế độ bưng bít, không hề biết sự thật, lừa dối nhau để sống còn, lãnh đạo thì tuyên truyền, đe dọa, người cùng đinh thì lừa nhau miếng ăn, cái bát và cuối cùng những cảnh tượng "chiến thắng" thực ra chỉ là trò hề tội nghiệp!

Đến *Một Thời Đang Qua* (1985) gồm hai phần *quê người* sống hối hả máy móc với những va chạm văn hóa, những người mẹ già lạc lõng ngay trong gia đình mình, trong khi *quê nhà* giữa bao thảm kịch, sĩ quan bộ đội hủ hóa, tình cờ vẫn có người thủ trưởng công an biết nói cám ơn. Người Làm Ca Đêm, Một Ngày Của Nhiều Người tả nếp sống đến lạ kỳ ở quê người, đời sống thường không còn của riêng mình mà là của guồng máy, đi làm để trả bills, vội vàng vì kẹt xe. Làm việc an ninh mà máy móc đến điên người như Vũ trong Những Mẩu Dây Leo, rồi tranh chấp, rồi bị người làm chung tố với xếp anh bị tâm thần, trong khi thư nhà đến đều với những vấn đề phải giải quyết. Mùa Xuân Của Nàng và Bông Hồng Nào Cho Mẹ đề cập đến những va chạm hội nhập văn hóa, trong khi đó Những Mảnh Trăng Thu đưa người đọc trở lại với những trẻ nghèo khổ nhưng biết thương yếu nhau, một đề tài quen thuộc của Nhật Tiến.

Ngoài ra, trong tập truyện này, Nhật Tiến đi bước đầu trong việc tìm hiểu và viết về con người ở miền Bắc và những người ở miền Nam sau 1975 như những con người "ruột thịt". Văn ông hiền lành nhưng ông đã nói đến những khúc mắc của con người cùng là nạn nhân của chiến tranh, ông luôn khẳng định sự thất bại của cộng sản muốn tiêu diệt nhân tính nơi con người. Ông tìm hiểu xã hội miền Bắc - của những kẻ tự cho là kẻ thắng kẻ tài giỏi, và đi đến tố cáo bộ mặt thật. Nhận chân để tìm ra những thái độ của con người miền Bắc dù là đang thuộc thành phần ưu đãi hoặc phía sức mạnh (cán bộ, bộ đội,..) đứng trước những thảm cảnh, thất bại của một chủ nghĩa vô nhân, của một guồng máy bạo tàn. Những Vết Chân Trâu trình bày bộ mặt thảm hại của xã hội miền Bắc, con người tàn hại nhau nhưng nhân danh những chính sách, chế độ bất nhân như tem phiếu, *"còn tem phiếu thì còn được phân phối nhu yếu phẩm theo giá chính thức. Không còn tem phiếu thì kể như đã bị gạt ra khỏi mâm cơm chung của xã hội, dù chỉ là mâm cơm được bày biện những khoai cùng sắn"* (tr. 115). Lão Thược cuối cùng mong ước được thay thế con trâu để kéo cày cho xã. Một Chuyến Đi cho thấy sự đày đọa con người bằng những biện pháp cai trị phi lý mà George Orwell từng nói đến trong 1984. Một Big Brother mất nhân tính, Quý xin giấy tờ để ra Bắc thăm mẹ bị đủ trở ngại để phải thốt lên: *"Có lẽ ở trên đời này chỉ có Quý là kẻ duy nhất đã có thể cười được khi nhận được tin mẹ mình đang thật sự hấp hối!"* (tr. 91), vì lúc đó mới có thể có giấy di chuyển. Chặng Đường Cuối phá vỡ huyền thoại con người và đạo đức cách mạng. Huyền thoại Tay Ngà mà nhân vật Lữ từng ôm ấp 30 năm về chị Thu trở nên vô hiệu khi nhìn thấy hai bàn tay chị thô nhám nhăn nhúm và khi nghe giải thích *"Chế độ mới cần đề cao tinh thần lao động trong mọi tầng lớp quần chúng, kể cả những nghệ sĩ chơi đàn. Tôi không bị cấm đánh đàn nhưng tôi cũng bị bắt buộc phải cầm thêm cái cuốc. Cơn tàn phá đối với một bàn tay chỉ trong vòng một tháng là thấy rõ những ngón tay chai cứng lại Nốt nhạc trở nên lạc lõng, xớn xác như lâm hồn lạc lõng, xớn xác của toàn thể con người..."* (tr. 66). Thân phận người phụ nữ dĩ nhiên không ra gì trong một xã hội như vậy. Chân Dung Người Nữ Diễn Viên tên Hồng đã phải sống và trình diễn giả dối cho hợp chế độ, nên khi hết thời, về sống cày ruộng bên anh chồng thương phế binh mà lại cảm thấy thoải mái hơn!

Cái Túi Bùa gây suy nghĩ nơi người đọc, khi tác giả viết về Bà Cụ Tám ba đời tiễn chồng rồi con rồi cháu ra đi chiến đấu không ngày về. Đến đứa cháu, bà đeo bùa vào cổ cho cháu dù đó là chuyện cấm ky ở một chế độ làm nhụt lòng chiến sĩ ra đi lên đường vì tổ quốc. Nhưng đứa cháu đã chứng tỏ không như hai thế hệ cha ông, bắt đầu ý thức đâu là chân lý, không chấp nhận hãi sợ vô cớ, không chịu câm lặng hy sinh vì bất cứ lý do nghĩa vụ nào:*"Kampuchia là cái xứ chó chết nào? Tại sao mình lại phải đi đánh nhau ở đó? (...). Tuổi trẻ của tao phải khác với tuổi trẻ của ông nội tao, của bố tao. Tao không muốn tiếp tục trở thành những quân cờ, những quân chốt thí muôn năm hết đời này qua đời khác..."* (tr. 110). Qua Kampuchia xong, Hải tìm đường vượt biên sang Thái Lan! Vở kịch Công Lý Xã Hội Chủ Nghĩa - kịch bản hóa truyện Chiếc Áo Tây Vàng, đóng lại tập truyện: kịch tính ở đây không do kịch bản mà do cái hiện thực của đời sống: hầu như mọi người trong xã hội Cộng sản đều phải đóng kịch để sống còn, ai đóng giỏi trở nên mạnh hơn, có lý hơn!

Nhật Tiến là nhà văn gây phản ứng chính trị (thật ra là của vài nhóm người tị nạn) ở hải ngoại khi ông xuất bản truyện dài *Mồ Hôi Của Đá* (1988) và đăng báo truyện Gặp Gỡ Cuối Năm. Trong *Mồ Hôi Của Đá*, qua chuyện của những người ở trong nước như Nguyệt, Toàn, Hoàng, ông Năm Tỏa,..., tác-giả đề nghị đối thoại và tìm hiểu trong tinh thần nhân bản và dân tộc, để xây dựng lại quê hương. Ông nói đến con người, dân tộc, muốn không phân biệt nữa, vì tương lai, cho tương lai. Cuộc chiến mới ông muốn đề ra là cuộc chiến giữa nhân bản và phi nhân, giữa lẽ phải và sai quấy và giữa dân tộc và phi dân tộc. Sau những nhận thức những tồi tệ của xã hội, chế độ, Nhật Tiến đã đi đến những nhận thức cho một Việt-Nam tương lai. *Mồ Hôi Của Đá* dưới hình thức một truyện dài, do đó tác giả có đất để trình bày rõ những suy nghĩ và giải pháp mà hai tập truyện ngắn xuất bản trước đó đã chỉ mới thử những bước đầu. Lấy nhân bản làm nền tảng, dùng khai phóng làm tâm niệm, giải pháp ở đây có một kích thước lớn hơn thường tỉnh phân biệt Bắc Nam, trong-ngoài nước. Nhật Tiến trình bày ở lời mở đầu: "*Trong một vận hội mới nhằm phục hồi và xây dựng lại quê hương đang điêu tàn, đen tối và đầy rẫy nhục nhằn như hiện nay. (...). Tôi nghĩ rằng, văn hóa nói chung và Văn Học Nghệ Thuật nói riêng, có khả năng góp phần vào công cuộc tạo dựng những điều kiện qui tụ tốt đẹp trong công cuộc hình thành một sức mạnh tổng hợp, cả trong lẫn ngoài nước để hoàn thành sứ mạng giải phóng quê hương. Văn Học Nghệ Thuật, do đó sẽ có thêm một hướng đi mới, bên cạnh những hướng đi đã có, đã từng góp phần tích cực vào công cuộc tiếp nối truyền thống văn hóa của dân tộc ở hải ngoại. Chấp nhận một chiều hướng sáng tạo như thế, trong khung cảnh còn đầy rẫy những ngộ nhận như hiện nay, là chấp nhận một sự thử thách...*" (2). Chuyện xảy ra ở miền Nam sau 1975, người hai miền sống chung, những va chạm, một bên ức hiếp, lợi dụng, một bên chịu đựng hoặc tìm cách qua cầu. Nhưng có những người trẻ lý tưởng, như Nguyệt,... không muốn cực đoan, một chiều, muốn ra tay làm một cái gì trong hoàn cảnh mới, trở thành bí thư chi đoàn thanh niên, quá tin theo tài liệu thổi chuyện làm cách mạng, để rồi thực tế phải thất vọng ê chề. Cách mạng lâu ngày như Hoàng, một nhà văn từ Bắc vào tham quan, cuối cùng đã phải chua nhất nhìn nhận chế độ cộng sản chỉ thêm phong kiến, hủ bại và phân biệt giai cấp nặng nề hơn phong kiến bị họ lật đổ, và "*tuyệt đại đa số quần chúng trong xã hội cộng sản chưa ai có quyền làm người cả*" (tr. 140).

Trước thực trạng giải phóng thành gông cùm, thống nhất để cả nước cùng đi vào tuyệt vọng, theo tác giả sinh lộ mới là phải khởi từ "*tư tưởng đi tìm một chỗ đứng mới, chẳng bên này mà cũng chẳng bên kia, một chỗ đứng chung cho toàn thể những kẻ bị áp bức dù dưới bất cứ một xuất xứ nào, một chỗ đứng trở về dân tộc, hai chữ dân tộc với đầy đủ ý nghĩa trong sáng, nhân ái nhưng cũng anh dung bất khuất, vốn có từ ngàn xưa, thời kỳ chưa bị tha hóa bởi bất kỳ chủ nghĩa ngoại lai nào"* (tr. 117). Toàn, người yêu của Nguyệt, không tán đồng việc nàng làm, nhưng lại tin Hoàng và những người thức tỉnh từ long miền Bắc như Hoàng, như Năm Tõa, cán bộ về hưu, sẽ như những mầm nẩy được trong tính thế mới. Nguyệt sẽ là người đi theo con đường mới vận dụng thay đổi đầu óc của mọi con người trong một cuộc đãu tranh mới" đó! Hoàng, Toàn,... thì vận động văn hóa khởi đi với một nhóm văn nghệ có tên là "Chân Đất" đồng hành với Nguyệt. Một cuộc cách mạng bắt đầu!

Lòng nhân ái thương xót những kẻ xấu số, bần cùng trong xã hội chưa đủ, Nhật Tiến còn lên tiếng kêu gọi nhìn lại và xóa bỏ những bất công, những tàn độc của con người đối với đòng loại, ông đi xa hơn kêu gọi xóa bỏ chủ nghĩa, biên giới để xây dựng một thế giới không hận thù, chia rẽ, dân tộc là chính. Sau 1975, tác phẩm của ông có tính cách chính trị theo nghĩa áp dụng cho cả dân tộc, chứ không dừng ở một thành phần dân tộc bị đàn áp, nghèo khổ và chịu sự bất công. Một giải phóng tâm hồn, không bên này bên kia, không phân biệt kẻ thắng người thua khi cả dân tộc sẽ bị thua thiệt trước tiến bộ của nhân loại, trước bước đi của thời gian và lịch sử! Những kẻ chống Cộng tới cùng (?) thời đó, những Nguyễn Ngọc Ngạn, Nguyễn Hữu Nghĩa,... đã tới tấp tấn công Nhật Tiến theo họ đã chuyển hướng theo Cộng. Thời gian chưa xa nhưng đã đủ lắng để thấy họ hiểu sai, ông có chuyển hướng là chuyển hướng về dân tộc không cần cái nhãn quốc-cộng rồi ra cũng chỉ là một thời, như di sản nặng nề năm-trăm-năm-phân-tranh! Theo Nhật Tiến thì đó là ngộ nhận hơn là bị chống đối (3). Ông đã in lại chứng cứ những phê bình về sự nghiệp, hành cử (Mai Thảo, Nguyễn Mạnh Trinh, Thụy Khuê, Nguyễn Vy Khanh, Nguyễn Vạn Hùng, Vị Giang, Bùi Ngọc Đường, Phan Nhật Nam, Đỗ Quyên,...) cùng chỉ trích, ngộ nhận (Nguyễn Hữu Nhật, Nguyễn Hữu Nghĩa, Nguyễn Thiếu Nhẫn, Hồ Công Tâm, Đỗ Thái Nhiên, Hoàng Hải Thủy,...) này trong hai tập *Hành Trình Chữ Nghĩa* (tập 2: *Sự Thật Không Thể Bị Chôn Vùi*, 2012).

Trong tập *Cánh Cửa* (1990), ông đi xa hơn, để cho nhân-vật Trường, một người tù cải tạo, thuyết phục, "cải tạo" lại tên cộng sản công an có trách nhiệm cải tạo chàng. Trường đã mở mắt tên công an này để suy nghĩ và sống thực con người. Xã hội miền Bắc đã đánh mất nhân tính. Nhận chân để tìm ra những thái độ của con người miền Bắc dù là đang thuộc thành phần ưu đãi hoặc đứng phía có sức mạnh (lãnh đạo, cán bộ, bộ đội,...) trước những thảm cảnh, thất bại của một chủ nghĩa vô nhân, của một guồng máy bạo tàn. Trong truyện Gặp Gỡ Cuối Năm, người anh đại tá Việt-cộng đòi thăm em đang bị cải tạo nhưng người em không chịu tiếp. Chống Cộng ở đây không còn triệt để một sống một chết như trước, nhưng bằng ý thức mới của tình thế địa lý mới của dân tộc. Cộng trở thành đồng nghĩa với những lực lượng tàn độc, vô luân, vô văn hóa và bất nhân. Từ đó, ông đã thử đưa ra những quan điểm, đề nghị - ai trước thảm cảnh có thể làm ngơ nhất là người có tâm huyết!

Nhật Tiến đồng thời có cái nhìn phê phán miền Nam trong hơn 20 năm (1954-1975) cũng có những tiêu cực cần phải nói lên, nhận chân. Ông đã nhìn thấy *"những kẻ đầu cơ, tích trữ, những đùa sống nhởn nhơ, phè phỡn trên cơn thiếu thuốc men, bệnh tật của dân nghèo khó, những đứa buôn súng đạn, bán đứng sinh mạng của chính anh em đồng ngũ của mình..."*. Xã hội miền Nam đã bị *"những kẻ bất tài nhưng có quyền thế thao túng chính trị, thao túng thị trường, thao túng trên cả sinh mạng của binh sĩ"* - nhân chân không riêng gì của ông mà còn là của nhiều người khác!

Cũng theo Nhật Tiến, thế hệ trẻ có những suy nghĩ và ước mơ chính đáng. Hoan trong Những Sự Thực Cần Được Nói Ra là những sự thực của Hoan, một bí thư đoàn thanh niên của một trường ở miền Nam sau 1975 và là con của một lãnh đạo CS, thú với người yêu của anh ta: *"Bố anh là một thành phần cao cấp trong giới lãnh đạo ở miền Bắc. Ông ấy đã được nuôi dưỡng, tôi luyện trong bầu không khí của căm thù và bạo lực. Đối với ông, căm thù và bạo lực là hai phương tiện mà ông cho rằng duy nhất có thể giải quyết mọi vấn đề trong xã hội. Từ đó, ông không thấy giá trị nhân bản của một con người. Ông chỉ tay và ra lệnh trên sinh mạng của những con người, như thế ngoài ông ra, mọi người khác chỉ là những con sâu, cái kiến (...). Anh không chịu đứng chung trong một lò như người ta vẫn nói cha nào con nấy. Và có lần anh đã nói (chỉ tiếc rằng anh đã nói một cách vô cùng hỗn xược) rằng sau chiến tranh, càng sử dụng bạo lực, càng đưa đất nước* đến chỗ điêu tàn. Ông ấy đã đuổi cổ anh ra khỏi nhà và công khai từ bỏ một đứa con có tư tưởng phản động...". Nhân vật Hoan nhìn thấy hy vọng: "Anh tin chắc rằng có rất đông người trẻ đang chia xẻ những điều ước mơ của mình, dù họ là những người ở ngoài nước hay trong nước, (...). Đã qua rồi cái thời gian họ tự chấp nhận thân phận của những nạn nhân trong một guồng máy (...) những nạn nhân ấy đã biết nhìn thẳng vào những đau thương đổ vỡ, thiệt thòi, không phải để than van, khóc lóc như trước nhưng là để nung nấu cho những hành động chín mùi... như em đã biết, trời đất bỗng dưng êm ả, yên tịnh một cách dị thường, đó là dấu hiệu của những cơn bão lớn..." (4). Cho một Việt Nam mới, có tự do và tình người!

Những Chuyện Bên Lề là những chuyện phi lý và bất nhân của người Việt tị nạn ở Hoa-Kỳ không nhận người đi từ miền Bắc là đồng bào, cùng là nạn nhân cộng sản. Tư, một giáo viên Sử ở Hà-Nội vượt biên tới Hương Cảng rồi được định cư ở Hoa-Kỳ, bị lạc loài, không cách gì đến gần đồng bào đi từ miền Nam, ông nghĩ *"một đàng thì quả đồng hương có nhiều, nhưng họ thuộc về một cộng đồng khác, cộng đồng của những người bên kia, những người vì đã thua cuộc nên có quyền ngẩng cao đầu tự hào về dĩ vãng chính trị của mình, còn tôi thì đâu có một chỗ đứng để chen chân vào. Nói khác đi, dù tôi đã chối bỏ chủ nghĩa cộng sản để qua vùng đất mới thì cái dĩ vãng của tôi, cộng với nền nếp tôi suy nghĩ, thói quen của những từ tôi dùng, cũng đủ để cho tôi cảm thấy lạc lõng giữa đám đông và nhẹ nhàng lắm thì cũng bị coi như một kẻ đứng bên lề...".* Cũng những tưởng kinh nghiệm giác ngộ của ông trước đó khi thống nhất vào Nam thăm gia đình họ hàng, *"cái niềm hãnh diện của một kẻ tham gia hàng ngũ đi giải phóng nó tan xèo như một que diêm"*, sẽ giúp ông đến gần những nạn nhân như ông, nhưng hoài công!

Đến năm truyện ngắn xuất bản chung với Nhật Tuấn, người em ở trong nước, tập truyện *Quê Người Quê Nhà*, Nhật Tiến tỏ ra mềm mại hơn và giọng văn u hoài, tiếc nuối hơn là tranh đấu. Ở đây là những cảnh đời của nhiều thành phần người Việt vì hoàn cảnh phải thiên cư ra ngoài nước. Những Viên Sỏi Trên đường là vợ chồng Thu-Phú đi từ 1975, Phú vẫn đấu tranh để phục hồi cái đã mất nhưng Thu muốn được sử-dụng tự do ở xứ người để đòi hỏi được tự do giúp người khuyết tật ở trong nước; một bên muốn làm cái gì bớt mặc cảm, một bên không muốn sống hết kiếp lưu vong tủi nhục! Cái Thuở Ban Đầu tức thuở gia đình ông Bửu qua California theo chương trình H.O. đã phải va chạm những giá trị của hai thế giới. Cô giáo và hai học sinh người Việt trong ngôi trường lớn rộng nhưng lạnh lẽo tình người, trong một môi trường mà con người chỉ biết chạy theo tiền bạc bỏ rơi giáo dục con cái. Ngày Nàng Trở Lại sau khi hai nếp suy nghĩ đã phải va chạm, gây nên những khoảng cách chua xót giữa người ở ngoài nước cày cực khổ và người trong nước ỷ lại chỉ mơ đến phung phí tiền: *"Quê hương không bao giờ hất hủi ai nhưng đời sống là như thế đó. Mỗi con người dù ở trong hay ở ngoài cũng đều góp phần theo một cung cách nào đó để trở nên nhìn nhau xa lạ nhưng âm thầm không ai muốn nói ra (...) Người ta đã sống với quê hương trong trí nhớ với tất cả những cảm giác được tô vẽ lên chứ không phải là quê hương bằng xương bằng thịt với những vật thể sờ sờ có thể va chạm tới được. Đó là nguyên do đổ vỡ, khi người ta lên đường trở lại chốn cũ để tìm lại những xúc cảm chất chứa đầy ắp trong tâm hồn của mỗi người trong những ngày sống xa xứ..."* (tr. 111, 114-115). Hương Vị Ngày Xưa cho thấy đời sống "tự lập" bi đát của bậc cha mẹ già bên lề cuộc sống của các con đã thành gia thất.

Từ năm 1990, Nhật Tiến không in thêm tác phẩm sáng tác nào mới nữa vì từ năm này, ông đã bị giới truyền thông "cực đoan" ở hải ngoại lên án ông chủ trương 'giao lưu văn hóa' và 'thiên Cộng', từ việc ông cộng tác xuất bản tập *Trăm Hoa Vẫn Nở Trên Quê Hương* (CA: NXB Lê Trần, 9-1990; 27 tác giả ngoài nước viết về 79 tác giả trong nước) đến các tác phẩm của ông. Con người chiến sĩ ở ông đã trung thực đối phó và nay với thời gian và sau những lắng đọng, quan điểm vị nhân sinh của ông hình như cũng là ước muốn của hơn một người có lòng với tiền đồ đất nước và văn học. Ông tin chủ nghĩa cộng sản không thể thành công tận diệt được tình người đã là căn bản còn sót lại nơi mỗi con người dù bị tuyên truyền, nhồi sọ đến mấy, như tên cộng sản cán bộ cải tạo trong *Cánh Cửa*, như Năm Tỏa, Hoàng trong *Mồ Hôi Của Đá*, v.v. Chính những căn Thiện còn sót lại đó chứng tỏ con người lúc nào cũng là con người, và khi có dịp sẽ trồi lên bề mặt, sẽ từ đó khởi lên những đòi hỏi chính đáng cho con người dù nhỏ nhoi, căn bản. Nói chung, tác phẩm của Nhật Tiến xuất bản ở hải ngoại vẫn một nhân đạo, nhưng quyết liệt hơn, chứng tỏ ông can đảm và tin ở sứ mệnh nhà văn của mình.

Năm 2012, Nhật Tiến xuất bản tập hồi ký *Nhà Giáo Một Thời Nhếch Nhác* và một loạt tuyển tập bài viết về ông từ những năm 1990. Năm 2013. ông cho tái bản "tiểu thuyết hồi ký" *Thuở Mơ Làm Văn Sĩ* cùng tuyển tập truyện và kịch *Mưa Xuân*. Đặc biệt là cuốn *Nhà Giáo Một Thời Nhếch Nhác* ông ghi lại thời dạy học dưới chế độ Cộng sản từ 1975 đến ngày ông vượt biển năm 1979. Trong Lời Nói Đầu, ông cho biết lý do viết: "*trước khi được gọi là nhà văn thì tôi đã là một nhà giáo. Trong suốt cuộc đời dạy học, tôi đã trải qua nhiều ngôi trường, ở tại nhiều địa phương và giảng dạy cho nhiều thế hệ học trò. Rồi khi ngành giáo dục mà tôi theo đuổi, do vận nước mà bị nổi trôi theo thời cuộc thì tôi cũng vẫn còn đeo đẳng để rồi lại cũng nổi trôi theo. Đó là thời kỳ đất nước lâm vào cảnh tan hoang sau khi người CS thành công trong việc lấn chiếm miền Nam và có cơ hội ùa vào Sài Gòn như những kẻ chiến thắng. Khi thời thế thay đổi, nhất lại là sự thay đổi từ ý thức hệ này qua ý thức hệ khác thì hầu như mọi vốn liếng tinh thần của nhà giáo, tưởng sẽ tồn tại lâu dài với những chuẩn mực vốn đã trở thành truyền thống lâu đời, thì nay đã hoàn toàn bị đảo lộn, bị tróc gốc, đến độ như tôi đã có cảm giác rằng mình đang kiêm nhiệm cùng một lúc cả hai vai trò: vừa là thầy giảng dạy, vừa là tên học trò cứ bị nhà trường uốn nắn thường xuyên từ tác phong, cử chỉ cho đến lời ăn tiếng nói. (…) trải gần 4 năm trầy trọt dưới một mái nhà trường XHCN, tôi phát giác ra rằng ở đấy người ta không cho phép các thầy cô được làm trọn vẹn trách nhiệm của một nhà giáo đúng nghĩa. Bởi vì, một nhà giáo đúng nghĩa thì không dối trá với học trò ngay trên bục giảng hay ngay trong bài giảng của mình. Nhà giáo cũng không thể tiếp tay với nhà trường để xô đẩy học sinh vào những vùng trời mê muội: lôi kéo, dụ dỗ, nhồi nhét vào đầu óc non nớt của chúng những thứ không nhằm phục vụ cho tương lai của chúng cũng như của đất nước mà chỉ cho những ý đồ đen tối của một guồng máy cai trị phi nhân bản.*

Nói một cách cụ thể, nếu coi tâm hồn của những trẻ thơ như là một tờ giấy trắng, thì cũng đã có một số người trong đám nhà giáo chúng tôi sau 30 tháng 4-1975, cũng đã từng bôi đen lên những tờ giấy đó bằng thái độ ươn hèn, câm nín, a dua, bợ đỡ của mình. Riêng trường hợp của tôi, cái giai đoạn hãi hùng phải kinh qua nhiều nỗi chuân chuyên ấy tuy chỉ kéo dài khoảng bốn năm, nhưng thật sự đã để lại trong tôi quá nhiều ấn tượng...".

Ông cảm thấy thực sự cần thiết phải viết lại chuyện giáo dục thời Cộng sản vì: "Bởi nó là cội nguồn của những sự tróc gốc đạo đức sẽ diễn ra trong xã hội Việt-Nam trong nhiều năm sau đó. Khi nền tảng của chính sách giáo dục dựa trên những điều giả trá, những mưu toan ngoài giáo dục lại được điều hành bởi những đầu óc thiển cận, hẹp hòi, đầy tự kiêu, tự mãn thì thành quả của giáo dục nó sẽ ra sao, ai cũng có thể thấy trước. Thấy mà chẳng ai dám nói ra, có khi còn góp phần phụ họa làm cho bộ mặt giáo dục ấy ngày càng thêm thảm hại mà chứng cớ cụ thể là sự tuột dốc về đạo đức xã hội ngày nay đã hiện ra rõ rành rành. Bởi vì nó đã trổ hoa, kết trái, và tiết ra nhiều độc tố hơn là hương thơm sau nhiều chục năm được vun trồng.

Bởi chính nó, tức cái thành quả giáo dục ấy, đã tạo nên tình trạng đạo lý suy đồi ở cả trong gia đình lẫn ngoài xã hội ngày nay. Nó cũng đã thể hiện chính xác câu nói của Lénine về " quan hệ giữa người với người là chó sói". Các trang tin tức quốc nội bây giờ đã đăng lên không thiếu gì những câu chuyện khó tin mà có thật với nhan nhản những con người không còn mang tính người. Mấy chữ "mác-kê-nô" tức "mặc kệ nó" nghe tưởng vô thưởng vô phạt nhưng đã hàm chứa một triết lý sống cực kỳ tồi tệ và bi đát của một xã hội vô cảm mà hàng ngàn năm qua ta chưa bao giờ thấy hiện diện trên đất nước.

Và cũng bởi chính nó mà những điều kiện an toàn của xã hội đã bị đảo lộn, như luật pháp không còn nghiêm minh, tiền bạc mua được công lý, chức quyền có thể đổi trắng thay đen, tiếng kêu của dân oan từ nhiều năm qua vẫn còn vang lên từ khắp mọi miền đất nước..v..v...

Nói tóm lại, cái thành quả giáo dục trong hơn nửa thế kỷ qua dưới mái nhà trường XHCN cộng với sự tiếp tay của rất nhiều thế hệ những ngòi bút vô lương tâm, chỉ biết tô son điểm phấn cho những sai lầm to tát của chế độ nên đã đem lại cho đất nước triền miên những mùa hoa trái ung thối, nhiễm độc, kể từ khi có những vụ Cải Cách Ruộng Đất, Nhân Văn Giai Phẩm...và cho đến tận ngày nay vẫn còn xẩy ra những chuyện lạ lùng như bầy tỏ lòng yêu nước thì bị cấm đoán, triệt hạ, những người yêu nước thì lại bị bắt giữ, cầm tù.

Thành quả giáo dục đen tối như thế, chất chứa những nguyên nhân còn gây tác họa lâu dài như thế, vậy tại sao không ghi gói lại để các thế hệ sau tìm đến như tìm những vết xe đổ cần tránh xa, để không lập lại?" (tr. 9-13).

*

Cả sự nghiệp viết văn, Nhật Tiến luôn tin tưởng nơi con người, dù đó là đứa trẻ mồ côi, trẻ đánh giày, người đạp xích lô, hay một nữ tu, một trí thức, nhà văn hoặc một cán bộ, sĩ quan. Nhân vật của ông dù tuổi đời, hoàn cảnh, địa vị xã hội khác nhau nhưng tất cả đều có một niềm tin hoặc lạc quan nơi tình người và những giá trị nhân bản. Tâm hồn nhân ái của Nhật Tiến hướng thượng, tin ở đấng toàn năng sáng tạo vũ trụ hoặc có liên hệ nhân quả với con người ở trần thế. Niềm tin này mãnh liệt, bền vững. Với một cái nhìn tinh đời, hiểu biết nhưng không tàn độc.

Trong các tác phẩm đã xuất bản của Nhật Tiến, người đọc tìm thấy những vấn đề lớn nhỏ của xã hội Việt Nam, của dân tộc Việt Nam, nhưng sẽ không tìm thấy dấu vết của những trào lưu thời thượng như hiện sinh, Tiểu thuyết mới, cả những phân-tâm mà Võ Phiến, Dương Nghiễm Mậu, Duy Lam đã thử nghiệm. Nhật Tiến khởi nghiệp với những trẻ mồ côi, và một truyện ngắn mới đến với người đọc hải ngoại là một truyện về những đứa trẻ nghèo vá bánh xe đạp, - truyện Một Vạt Nắng Xuân Trên Hè Phố, đăng trên giai phẩm *Việt Tide* (Xuân Nhâm Ngọ 2002), sau in trong tuyển tập 8 truyện ngắn và 2 kịch bản *Mưa Xuân* (2013). Ông cũng đã phiên-dịch tiểu thuyết *Thân Phận Dư Thừa* của Nguyễn Kiên (5), một lần nữa xác nhận tấm lòng của Nhật Tiến đối với những đưa trẻ bất hạnh, trong cái bất hạnh chung! Dĩ nhiên ông còn tiếp tục viết như vẫn thường xác nhận trong một số phỏng vấn (6)! Kinh nghiệm sống và viết của ông theo thời gian đa dạng, tế nhị hơn, nhưng cũng cương quyết hơn khi cần! Những bước tư tưởng của Nhật Tiến chứng tỏ thêm một điều rằng nghệ thuật phải đi một nhịp với thời đại, và nếu được vậy nghệ thuật mới có thể sống lâu!

Nhật Tiến lúc trẻ năng nổ, hăng hái, hội viên rồi phó chủ tịch Văn Bút, phê bình sách, viết tổng kết văn nghệ, tình cảnh nhà văn, v.v. Ông tin nhà văn có sứ mạng đối với tập thể, tin ở vai trò nhân chứng. Lúc nào ông cũng tin tưởng liên hệ vững chắc giữa người viết với người đọc. Sáng tác là để được đọc, viết là đến với tha nhân. Trong một phỏng vấn của Mai Thảo trên tạp chí *Văn* hải ngoại (7), Nhật Tiến tự nhận mình là một nhà giáo hơn là một nhà văn. Thời ông, Võ Hồng cũng là một nhà giáo viết văn, sáng tác từ vị thế và kinh nghiệm của một nhà giáo, trong khi Nhật Tiến cũng hành nghề nhà giáo nhưng trong văn chương ông tự khoác thêm cho mình sứ mạng nhà giáo, như kẻ sĩ ngày xưa. Nghĩa là không làm chính trị theo nghĩa đảng phái, chế độ hay chủ nghĩa. Chính ông có lần thú nhận thời viết *Thềm Hoang* (1958-1961), ông đã có cái nhìn hạn hẹp khi nghĩ rằng *"công việc cải tạo xã hội không thuộc vào trách nhiệm của người cầm bút, nó thuộc về lãnh vực của những chính trị gia hay những nhà lãnh đạo đương quyền..."* (8). Các tác phẩm của ông trong suốt hơn 40 năm đã chứng minh điều đó, rằng Nhật Tiến có một sứ điệp, có một ước vọng chân thành! Những thị phi, chụp mũ đã và sẽ rơi vào quên lãng của dư luận, nhưng tác phẩm và ý tưởng, chân tình của ông sẽ còn sống lâu hơn! Nhật Tiến thuộc lớp nhà văn làm văn hóa với quan niệm văn hóa như là một phương tiện chứng minh sự hiện hữu cao quý của con người trong lịch sử. Trong một phát biểu ra mắt tập truyện *Một Thời Đang Qua* tại Washington DC, ngày 11-10-1985, Nhật Tiến cho biết *"văn hóa không thể vùi dập con người mình dưới những lằn roi của sự cực đoan, một chiều, mà trái lại nâng cao giá trị của con người, vạch rõ thực trạng đớn đau, tủi nhục, để trang bị cho con người một nhận thức mới, ở đó con người nhìn ra thân phận bị trị của mình, biết phẫn nộ trước sự phi lý về nông nỗi con người đã bị khai thác triền miên trong bao nhiêu năm ròng bởi một thiểu số đầy tham vọng và quyền lực mà không biết đứng dậy làm một cuộc cách mạng mới giải phóng chính mình"* (9). Chính tập truyện *Một Thời Đang Qua* và bài phát biểu này khai mở khuynh hướng gọi là "hòa hợp hòa giải dân tộc", sau đó hơn sáu năm, tạp chí *Hợp Lưu* ra mắt (1-10-1991) và Nhật Tiến tham gia ban chủ biên!

Thế giới truyện/tiểu thuyết của Nhật Tiến là cánh cửa mở rộng chân trời để con người sống với hy vọng, sống xứng đáng với đồng loại và lịch sử!

3-1998; 2019

Chú-thích

1- Trích theo Nguyễn Hưng Quốc. "20 năm văn học Việt Nam ở hải ngoại" In *20 Năm Văn Học Hải Ngoại 1975-1995* (Glendale CA: Đại Nam, 1995), tr. 18.

2- Lời Tác Giả. *Mồ Hôi Của Đá* (Arlington VA: Cành Nam, 1988), tr. 11-12.

3- *Hợp Lưu* CA, 17, 6-7/1994, tr. 208.

4- Nhật Tiến. *Cánh Cửa* (Tustin CA: Thời Văn, 1990), tr. 45.

5- *Thân-Phận Dư Thừa* do Việt Tide (Westminster CA) xuất bản 2001. Nguyên tác *The Unwanted* của Kiên Nguyễn. Trong bài phát biểu của Nhật Tiến nhân buổi ra mắt sách tại Quận Cam ngày 9 tháng 2-2002, ông cho rằng tác giả Nguyễn Kiên - được dịch ra 19 thứ tiếng khác nhau, "đã nói với hàng triệu độc giả trên khắp thế giới lý do tại sao hàng triệu người Việt-Nam đã bỏ nước ra đi sau khi quân đội cộng-sản tiến chiếm miền Nam. (...) (Nguyễn Kiên) đã làm một công việc đầy ý nghĩa với tất cả tấm lòng nhân ái, đầy ắp cảm thông đối với nỗi niềm thống khổ của biết bao nhiêu con người đã sinh ra trong hoàn cảnh trớ trêu, trở thành những thân phận dư thừa, bị ruồng bỏ" (*Việt Tide*, 31, 15-2-2002, tr. 44).

6- "Phỏng vấn nhà văn Nhật Tiến". *Văn Học* CA, 100, 8-1994, tr. 66; Nguyễn Vạn Hùng. *Việt Nam Qua Lăng Kính 24 Nhân Vật Thời Đại* (Los Angeles CA: Thời Luận, 1996), tr. 35-42.

7- Văn CA, 6, 12-1982.

8- Nhật Tiến. "Chuyện trò, tản mạn với bạn đọc về công việc sáng tác cuốn Thềm Hoang". *Văn Học* CA, 170, 6-2000, tr. 7.

9- Nhật Tiến. "Một suy nghĩ của người cầm bút lưu vong". *Quê Mẹ* (Paris), 68, 11-1985.

Đến với *Ngất Ngưởng Một Đời Mây*
của Phạm Hồng Ân

Tên thật Phạm Hồng Ân. Tốt nghiệp đại học Vạn Hạnh, khoa báo chí. Tình nguyện vào Hải Quân, tốt nghiệp khóa 12 US Naval Office Candidate School (Newport, Rhode Island). Tù Việt Cộng 7 năm và định cư ở Escondido (Cali) Mỹ, theo diện HO.

Tác phẩm đã xuất bản: tuyển thơ *Giọt thơ* (1965), *Thiên Cổ Bùi Ngùi* (1998), *Ngất Ngưởng Một Đời Mây* (2013), *Đại Thụ Trổ Hoa* (2018) và các tập truyện ngắn *Thời Kiêu Bạc* (2007), *Lác Đác Xuân Rơi* (2018).

*

Từ khi đến với văn-chương, khác với các bộ môn lý luận, tiểu-thuyết,... thơ với chúng tôi là cả một cuộc hành trình đi tìm hoặc dõi theo cái hồn khí của nhà thơ, của thi ca, nhưng cũng có khi rất đơn sơ - chỉ là đi tìm lại cuộc đời, một sống lại, tìm lại,... Một hành trình nhiều đứt đoạn nhưng vẫn liên tục,... Tìm kiếm, vì cái thế giới đã hình thành xem ra khó thấy ở trần gian, nhất là đối với người Việt. Tìm kiếm ở đây thiển nghĩ cũng là để sống trọn vẹn hơn cái số phần làm người! Bởi, thơ là những biểu hiện bên ngoài, những nhu cầu bộc lộ của đời sống nội tâm, là nơi ẩn chứa những khoảnh khắc của tâm trạng, khởi từ dòng sinh động hoặc thầm lặng của đời sống, từ những liên hệ giữa con người với con người hoặc với ngoại cảnh biến hóa khôn cùng,...

Mỗi tâm hồn nhà thơ là một không-gian tàng chứa những ẩn số nhiệm mầu, nơi đó có thể tìm thấy những ám ảnh cũng như những gì xa lạ, huyền bí nhất. Tất cả như một thế-giới tiềm ẩn nhưng có thể bền bĩ hoạt động mà ý thức không kiểm soát được. Một tình yêu chớm nở như một tiếng sét, một chạnh lòng chợt đến chợt đi,... Đưa đến sáng-tạo, đưa huyền mơ thành thực hữu. Qua câu thơ, qua điệu nhạc của con chữ! Người thưởng thức thi ca đến với thơ thường qua một mối giao cảm nào đó, mà đối tượng của sự nắm bắt là chính tác giả của những biểu hiện qua con chữ, những "chứng từ" văn-chương. Có thể nói rằng thế giới thi ca Phạm Hồng Ân đã đến với chúng tôi dưới dạng đồng cảm.

Thơ Phạm Hồng Ân là thi ca của tình yêu, và tình nước. Trước biến cố 30-4-1975, nhà thơ là sĩ quan Hải Quân, nên trong thơ ông, người đọc dễ tìm thấy biển và nước, ở miền Nam Cộng-hòa cũng như ở Hoa-kỳ bây giờ và riêng với ông, là biểu tượng của tình-yêu và tình nước. Chan chứa mà dũng cảm, những vần thơ của người chiến sĩ!

> *Ta về nằm giữa biển đông*
> *Hai tay ôm lấy trăm sông nghìn rừng*
> *Nghìn rừng đau nỗi sầu chung*
> *Trăm sông sầu mối đau cùng nước non*
> *Ta về ngồi dưới cội nguồn*
> *Ngu ngơ theo tiếng chim muông lạc bầy*
> *Ta về ngồi dưới chân mây*
> *Xé câu thơ cổ quăng đầy thiên thu*
> *Ta về thương kiếp phù du*
> *Nghìn rừng giông bão ngục tù trăm sông*

(Nghìn Rừng Giông Bão Ngục Tù Trăm Sông)

Thật vậy, phần lớn cảm hứng của nhà thơ khởi từ chuyện chiến-tranh, tình chiến hữu, chuyện trước sau, mất còn. Và còn tình nhà qua nhiều bài trong tập: tình nghĩa cha mẹ, vợ chồng, con cháu,... mà có lẽ cảm động nhất là 'bức tranh' mái nhà xưa ngày ông trở về:

> *Con trở lại ngôi nhà xưa lạnh lẽo*
> *Nhìn dòng sông in bóng nước phù vân*
> *Ba thật sự trở thành người thiên cổ*
> *Bình hương tro năm đựng xác thân tan.*
>
> *(...) Ba là sách gối đầu con vinh hiển*
> *Là nước nguồn làm trong sạch đời con*
> *Là ca dao đưa con về nguồn cội*
> *Là quê hương vang dội tiếng hò khoan.*

> *Con trở về ngôi nhà xưa dột nát*
> *Bới tàn tro để tìm lại dư hương*
> *Chỉ còn đây di ảnh ba nhòa nhạt*
> *Ôi mất rồi một mái ấm yêu thương* (Trở về mái nhà xưa)

Lục bát là thể thơ mang hồn dân-tộc Việt, với mỗi nhà thơ còn là hồn thơ thiết tha, tình tự; vì thể loại này đầy nhạc tính và đủ uyển chuyển để diễn tả tâm tình dù uẩn khúc đến mấy. Phạm Hồng Ân đã đa dạng hóa 10 bài Lục Bát Tình và một số bài lục bát khác như Trần Truồng Kiếp Hoa:

> *Cởi tung dây trói vô thường*
> *Trần truồng một kiếp phấn hương nhãn tiền*
> *Nằm đây gió lộng chân hiên*
> *Xé mây lót ổ mật thiền nhập tâm*
> *Lắng lòng nghe sóng huyền âm*
> *Từ trong thần thoại trầm luân trở về*
> *Cõi em thục nữ u mê*
> *Da sông thịt biển bề bề núi non*
> *Quấn quanh ta một nỗi buồn*
> *Ngàn năm mãi mãi trần truồng kiếp hoa.*

Một nhà thơ đáng kể là người có nhiều phong cách, với giọng điệu riêng,... Với phương tiện của cấu trúc và hình-thức, Phạm Hồng Ân đã thành công chuyển tải được ý và hồn thơ vào thơ và đến được, đánh động được tâm hồn độc giả của mình. Đây là cảnh cho tình nhập hồn:

> *Chicago. Bão tuyết. Tan.*
> *Rừng cung tay đứng bạt ngàn. Khẳng khiu.*
> *Sông đong băng giá. Buồn thiu.*
> *Phố nằm vùi dưới tịch liêu. Bạc đầu.*
> *Sầu ta trắng xóa đỉnh cao*
> *Đời buông thạch nhũ lao đao cội nguồn.*
> *Cuộn nhau trong đất trời buồn*
> *Đôi chân Bắc Mỹ. Linh hồn Cửu Long.* (Chicago)

Hay hình ảnh người tình nhập vào thơ thành bức tranh siêu thực:

> *Ướt đẫm đời ta cơn mưa Phan Thiết*
> *Ba mươi năm còn rớt lại sợi thương*
> *Dù em có theo sông đi biển biệt*

> *Sợi thương kia vẫn thành sóng xuôi dòng.*
> *Vạt tóc nghiêng em che đêm Phú Quý*
> *Làm âm u một góc biển ta đi*
> *Trăng Ngũ Phụng thua mắt em huyền bí*
> *Trời đông phương chìm xuống cõi man di*
> *Đôi môi em ngọt mãng cầu Hàm Thuận*
> *Và lao đao mùa gió bấc vườn ta*
> *T(...) Ta muốn nằm trên ngọn sóng Cà Ty*
> *Đẩy mái chèo lướt trăng non về bến.* (Phan Thiết và Em)

Thơ là cảm xúc và rung động, qua những biểu hiện tinh vi, tế nhị của hồn người. Nhiều bài thơ của Phạm Hồng Ân khiến/giúp người đọc hướng tâm hồn về cánh cửa của thi ca, và một khi đã vào bên trong thơ ông, độc giả mới tìm thấy hoặc thấy lại hồn mình và cả những cái mà nhà thơ không nói ra. Thành công của nhà thơ là ở đó!

Có thể nói trong toàn tập thơ, Phạm Hồng Ân đã phác thảo lúc ẩn lúc rõ nét các vết thương của thời-gian, của cuộc nhân sinh, từ tác-giả ra đến đồng loại, bằng hữu, sống cũng như đã khuất,... Vì cuộc đời không trơn tru, vì Thiên đàng đã mất, vì... và vì... Với tác-phẩm, ông đã thành công phát tiết ra vài âm thanh cuồng nộ của thân phận nhỏ nhoi con người Việt-Nam đứng trước những mưu toan của những thế lực người và những tập đoàn Việt cũng như không-Việt. Như những âm vang bi đát từ hư vô phát ra... Có thể nói thơ của Phạm Hồng Ân được nuôi dưỡng bằng những cái kinh-qua, những đau khổ và hạnh-phúc của đời người, đời ông cùng với đời người đồng thời!

Bài Ngất Ngưởng Một Đời Mây mở đầu tập thơ, nhà thơ vừa tâm sự vừa báo trước những mây trời trong cuộc đời ông:

> *Trộn mây vào chân tung bước giang hồ*
> *Thời giọc biển khuấy sông chuyển đèo dời núi*
> *Trộn mây xuống tim nghe tình diệu vợi*
> *Thời em cổ tích tiếng sáo Trương Chi.*
>
> *Ngất ngưởng ta, đời mây ảo giác*
> *Trôi trôi trôi một giấc cuồng quay*
> *Phóng lên cao là hư vô mù mịt*
> *Té xuống đời là bão nhảy mưa bay.*
>
> *Ngậm chút gió la đà kiêu hãnh*

Phù thủy ta bẻ bút ném thơ
Nhật nguyệt khóc nỗi đau Thần Thánh
Chữ nghĩa treo vần điệu bơ vơ...

Phạm Hồng Ân *Ngất Ngưởng Một Đời Mây* (Hiên Thư Các, 2013) có thể vì yêu mây trời mà cũng có thể vì đời thoáng qua... Nhà thơ dõi theo những áng mây trời, thích mây trôi ngang qua, hoặc ở cuối chân trời mây mới thật đẹp, mới tuyệt vời. Đam mê cái đẹp, nhà thơ đồng thời thích cái động của mây trời: cái động mới có thực, làm nên cái hiện sinh. Ở đây chúng tôi không so sánh, nhưng một J.M.G. Le Clézio cũng từng đam mê sống với thiên nhiên: núi, sông, biển, sao trời và nhất là *mây* cũng đã làm nên cái văn-chương của nhà văn giải Nobel văn-học này.

Những áng mây trời, mây hiền thục,
tĩnh lặng, lạ lẫm,
mây xám hình dạng dàn hồi
thân hình nữ nhân, ôi những mái tóc
khuôn mặt trẻ thơ, những rồng, những ngọn đảo.
Mây ơi, ta bước đến cùng đây
ta hợp làm một với các ngươi rồi ta biến nhanh,
ta cũng vậy, đổi thay liên tục
thân hình và khuôn mặt. (Nuages, nuages doux).

Ở Le Clézio không hề có sương khói chiến-tranh, cũng như không có tâm trạng "hồn quê theo ngọn mây Tần xa xa" như với người Việt. Với Phạm Hồng Ân, ông vừa hướng dẫn người đọc ngắm xem... mây trời, vừa làm nhân chứng mà cũng là người qua đường hoặc người quen giữ kín cho riêng mình. Nhà thơ lảng vảng quanh đây, chịu đau khổ, để làm chứng, giải mã,... những mẫu đời kỳ thú, lạ lẫm và cả bất thường, quái đản,... Thật vậy, trong thơ, Phạm Hồng Ân cho thấy có những mặt người tàn bạo, khủng khiếp, những khuôn mặt của địa ngục: những đám mây đen đưa giông bão, tai họa đến! Cuối bài thơ mở đầu, nhà thơ đã cho biết:

Cắn chút mưa sụt sùi cô độc
Mùi Satan theo máu chảy về da
Ném tới đầu cái-ta-sau dội ngược
Chạy cuối hàng cái-ta-trước quỉ ma.

Ngất ngưởng mây chỉ là sương với khói
Ngất ngưởng ta là cát bụi hóa thân
Sáng thức dậy nghe nghìn trùng tiếng gọi
Ta ngậm ngùi ôm hoài niệm ăn năn.

Thân phận người Việt từ giữa thế kỷ XX đã phải mang tính bi thảm dù sống ở phần đất nào của đất nước. Chiến-tranh và hậu quả của nó đã đeo đuổi cả đời người mỗi chúng ta. Muốn sống an bình trong một thế giới tưởng đã hình thành, đã là ảo vọng, đã là cái gì khó có được. Thơ khi thành con chữ trở thành chứng giám cho một thế gian không an bình, cho những giấc mơ dù nhỏ thế nào cũng khó đạt được. Chiến-tranh và con người hành xử cuộc chiến, từ người điều binh khiển tướng đến người lính vô danh, những tưởng đã tiêu diệt thi ca và văn-chương nói chung, lại khiến dựng nên một nền văn-học chiến-tranh độc đáo với sự tham gia của nhiều thế hệ thơ văn.

Yêu thích một hoặc nhiều bài thơ của một người thơ thiển nghĩ cũng chính là từng sống từng cảm nghiệm đâu đó cùng những phân ly, hạnh-phúc, những đam mê, những tình, những nỗi, những... và những... Người đến với thơ và nhà thơ như cùng đồng hành chung một hay nhiều đoạn đường! Con đường thể hiện qua bước chân thực hữu và qua những âm thanh vang vọng từ những bước đi!

Phạm Hồng Ân đến với thơ văn từ trước dù chính thức góp mặt với thế giới văn-chương hải-ngoại từ khi định cư ở Hoa-kỳ và trình làng các tuyển tập thơ văn, mới nhất là tập *Ngất Ngưởng Một Đời Mây* người thưởng ngoạn đang có trong tay, gồm "những bài thơ còn lại từ thời học trò, thời chiến tranh, thời ngục tù, thời trôi sông lạc chợ và ở hải ngoại" - như nhà thơ báo trước ở đầu tập. Thi ca vốn đơn sơ nhưng cũng là phức thể, có trên trần gian cũng được mà không có có khi lại rất thiếu thốn, cái thiếu khiến cuộc nhân sinh vô nghĩa, nhất là đối với người Việt vốn là dân-tộc có thể nói là sính thơ nhất! Cũng vì tính phổ cập và tự nhiên, mà thi ca hôm nay cần được làm mới để đi vào tâm hồn người đọc, mới ở hình-thức sử-dụng con chữ mà cũng có thể là ở phong cách. Cùng sống sót trở về từ các trại gọi là 'cải tạo', nhưng 'giọng thơ' Phạm Hồng Ân khác xa với những Nguyễn Sỹ Tế, Dương Tử, Trạch Gầm,... Thơ văn hải-ngoại tiếp nối truyền thống khai phóng, tự do, nhân bản của văn-học miền Nam, sau gần bốn thập niên, với nhiều thế hệ nhà văn thơ, từ nhiều năm qua đang lâm vào khủng hoảng. Trong cuộc sống-còn này, thơ là lãnh vực chịu nhiều thiệt thòi và mang nhiều vết thương nhất, nhà thơ của văn-học hải-ngoại đã và sẽ làm được gì? Người thưởng thức thơ lúc nào cũng hy vọng vì một ngôn-ngữ thiếu thi ca là một ngôn-ngữ chết!

Phạm Hồng Ân đã thử nghiệm một số cách tân cho thơ ông qua nhiều bài trong tuyển tập như Bốn, Năm, Sáu, Bảy, Tám làm mới thơ lục bát:

1. Sông. Đêm. Xuồng. Nước khua dầm.
Trăng lên. Bãi cạn. Rượu cầm bạn xa.
Tiếng đàn kìm. Buốt tim ta.
Sáu câu vọng cổ la đà. Phù hư.
Em. Trong chén rượu. Ngục tù.
Đáy kim cổ vẫn mịt mù sắc, không.
2. Trăng. Sông. Rượu. Nước phiêu bồng.
Hồn thơ Lý Bạch ngược dòng ra khơi.
Văn chương. Thế sự. Rối bời.
Cạn ly tuế nguyệt. Giận thời phù sinh.
Bạn. Ta. Lãng Đãng. Khối tình.
Vuốt râu. Hào sảng. Cười khinh bạc đời. (Năm)

Thơ Phạm Hồng Ân đến với chúng ta trong một hoàn cảnh sống đặc-biệt của kiếp nhân sinh người Việt lưu vong ở xứ người, khởi từ ý chí và tâm thức chúng-tôi-muốn-sống! Cảm ơn nhà thơ Phạm Hồng Ân đã cho người yêu thơ những phút giây trầm lắng và hạnh-phúc trong những miền quá vãng, như những lưu dân trở lại, trở về và đang sống, để chiêu niệm cũng như nhận chân để nhìn lại và nhìn rõ về phía trước! Bởi, hôm nay vẫn là hoài vọng, nói như nhà thơ:

Rồi có lúc chúng ta cũng trở về biển (...)
Rồi có lúc chúng ta cũng đi vào huyền thoại
Những thế hệ thủy triều xóa mất dấu vết
chiến tranh.
Chỉ còn lại mảnh trời xanh
Lặng lẽ bay ngang vòm nhà dưỡng lão.
Biển cũng thét gào áo não
Trăn trở bạc đầu thế hệ mai sau.
Rồi có lúc chúng ta cũng đi vào huyền sử

Những con dã tràng xe cát tạo hình
Như bầy hải âu năm xưa đi tìm hoa biển
Như con tàu mất phương hướng
Như Anh mất Em
Giữa giông bão đời người.
Rồi có lúc chúng ta cũng là thân tàu
Kẻ trước người sau
Tung tăng theo sóng.
Rồi...biển cũng muôn đời là biển
Chỉ có chúng ta
Tan tành như bọt nước... (Về Biển)

22-4-2013

Phạm Thị Hoài

Phạm Thị Hoài sinh năm 1960 tại Gia Lộc, Hải Dương. Năm 1977, bà sang Đông Đức du học và tốt nghiệp về văn khố (đại học Humboldt). Năm 1983, bà trở về Việt Nam làm chuyên viên lưu trữ văn thư và xuất bản *Thiên Sứ, Mê Lộ* và *Man Nương.* Từ năm 1993, bà định cư ở Berlin, sống và làm việc ở đây, xuất bản *Marie Sến* (1996) và dịch sang tiếng Việt các tác phẩm của Bertolt Brecht, Franz Kafka, Thomas Bernhard và Friedrich Durrenmatt. Bà được giải thưởng "Tiểu thuyết nước ngoài hay nhất" của Đức năm 1993. Chủ trương trang mạng diễn đàn trực tuyến Talawas từ 2001 vừa văn hóa dấn thân, khai phóng, vừa văn học đa chiều, khám phá, vừa chính trị, tranh luận và tư liệu, rồi trang Pro&Contra, nhưng cả hai đều phải ngưng: Talawas ngưng tháng 11-2010, Pro&Contra ngưng cuối năm 2014 – nay blog procontra.asia với một số đề tài như talawas dưới hình thức hiện đại hơn và cộng tác với tuần báo *Trẻ* ở Texas, Hoa-Kỳ. Bà thao thức tình hình văn hóa, chính trị trong nước và thường phản bác những thứ "phê bình chỉnh huấn". Chúng tôi ghi lại bài viết từ năm 1996.

Xã-Hội Việt-Nam
dưới mắt nhà văn Phạm Thị Hoài

Trong vòng một năm (1995-1996), nhà văn Phạm Thị Hoài đã cho xuất bản hai tác phẩm và cả hai đều gây ít nhiều tiếng vang và phê bình ở trong cũng như ngoài nước. Đó là tập truyện ngắn *Man Nương* và truyện vừa *Marie Sến*. Qua hai tác phẩm này, bà đã vẽ lại bức tranh xã hội Việt Nam hiện nay một cách *sống động* nhưng cũng *châm biếm* đến độ tàn nhẫn và vô tình hay cố ý, tác giả của chúng trở thành... đối nghịch với giới lãnh đạo văn nghệ và chính trị của bà.

Man Nương, tập 10 truyện ngắn, do nhà xuất bản Hà-nội in cuối năm 1995 (1). Sau khi phát hành, tập *Man Nương* đã bị một số nhà phê bình trong nước lên án, tiêu biểu và nặng nề nhất là bài "Văn chương hay là một cách ứng xử văn hóa" (4-1996) của Trần Mạnh Hảo. Họ Trần được độc giả ngoài nước biết nhiều qua truyện dài *Ly Thân*, tưởng ông đã lột xác ly thân với cái trật tự cũ mà theo thời đại "cởi trói", theo tiếng gọi của lương tâm con người. Nhưng không, thời gian gần đây ông đã hơn một lần (2) trở mặt lại với Đổi mới và Ly Thân của chính ông; ông trở thành chức sắc và công an văn hóa, "hiện tượng" cho năm 1996 với hai cuốn *Thơ Phản Thơ* và *Phê Bình Phản Phê Bình*, rình rập những văn nghệ sĩ dám *"nhạo báng nền văn học của chúng ta khá ác ý"* như Phạm Thị Hoài. Trong bài "Văn chương hay là một cách ứng xử văn hóa" nói trên, Trần Mạnh Hảo không phê bình một tác phẩm mới xuất bản mà chỉ hằn học nhắm con người nhà văn Phạm Thị Hoài. Trần Mạnh Hảo chỉ trích nhà xuất bản làm công việc của người Việt *"di tản bên Mỹ"* vì Man Nương vẽ xấu, *"xuyên tạc"* xã hội chủ nghĩa là một thế giới *"nhìn vào đâu cũng thấy xấu ghê gớm"*. Ông kết án kiểu chụp mũ rằng Phạm thị Hoài *"mạ ly người Việt Nam"* chỉ vì Phạm Thị Hoài viết về *"đất nước ở vào thời buổi không có gì đáng sĩ diện hết"*. Cuối cùng ông ra vẻ đạo đức chê Phạm Thị Hoài hạ cấp vì viết lách tục tĩu, khai thác tình dục một cách bệnh hoạn, vv.: *"Những quan niệm triết học và thẩm mỹ xa lạ, kỳ quái, một sự đua đòi bắt chước những phương pháp sáng tác chợ chiều, ưa làm dáng trí thức bằng khả năng của dung tục nổi loạn, cộng với sự khinh mạn con người nơi tác giả, khiến "Man Nương" trở thành một cuốn sách biểu dương cái ác, cái xấu một cách quái đản và dị hợm, có khả năng làm mất cảm tình độc giả nhất trong mấy năm gần đây. Văn học có thể viết về những điều bẩn thỉu, hạ cấp nhưng là để không đánh mất khả năng sạch sẽ và sang trọng của mình. Văn học có thể viết về nỗi tuyệt vọng nhưng để hướng về ánh sao đêm của hi vọng. Văn học có thể lăn lóc trên giường, nhưng là để hướng về hạnh phúc của cái đẹp mang tính đạo đức, chứ không phải dẫn con người vào thế giới hưởng lạc, sa đọa, vô luân"*

Trần Mạnh Hảo kết luận: *"Văn học, trước hết là một cách ứng xử văn hóa (3), chứ không phải là câu lạc bộ của bản năng buông tuồng, sàm tấu, chửi đổng, dung tục, khiêu dâm, xúc phạm ông cha đất nước của bất cứ sự nhân danh và từ bất kỳ phía nào của đời sống, để thông báo tín điều về "một thế giới xấu ghê gớm"".*

Chức sắc văn hóa của chế độ đã lớn tiếng như vậy chỉ vì nhà văn Phạm Thị Hoài đã dám can đảm vẽ lại cái chân dung vân cẩu của xã hội Việt Nam ngày nay, một xã hội nhập nhằng của buổi giao thời, một xã hội mất hết phong hóa, luân lý, tình người, một xã hội hỗn mang đầy dẫy những con người bất lương, tham nhũng dâm ô, thượng bất chính hạ tắc loạn, ích kỷ sống-chết-mặc-bây, không gì mà không chừa, ngay cả để mất nhân phẩm và tài nguyên, báu vật bán cả cho nước ngoài. Bất hạnh thay cho đất nước, phần lớn những người này lại nắm quyền hành, còn đa số dân chúng vẫn lầm than, chạy cơm bữa. Tác giả Man Nương đã linh hoạt vẽ lại trong từng chi tiết nhỏ, có khi tầm thường, có khi sỗ sàng, tục tằn, tàn nhẫn và khinh bạc. Tưởng cũng cần nhắc là hơn phân nửa truyện trong tuyển tập này, có truyện viết từ 1989, đã được rộng rãi phổ biến ở ngoài nước và đã được nhà Hợp Lưu xuất bản tại California từ năm 1993 trong tuyển tập Từ Man Nương Đến AK Và Những Tiểu Luận nhưng lúc ấy đã không có những phản ứng đáng kể như lần này - lộ rõ đây là phương pháp phê bình văn học chỉ dựa trên tác giả và tình thế như *"diễn tiến hoà bình"*.

Man Nương, truyện được dùng làm tựa sách, kể chuyện liên hệ lén lút, lang chạ giữa hai người đã có vợ có chồng. Nhưng đây không thể gọi là tình yêu, cũng không có sắc đẹp và tài năng. Họ tới với nhau vì *bản năng*, mỗi ngày từ 2 tới 4 giờ chiều, khi nắng quái ác nhưng trời xanh lơ. Họ chỉ có với nhau những cử chỉ vội vàng, không quá khứ không tương lai, họ *"tỏ tình không ý nhị gì cho lắm"* vì có thể họ muốn trốn khỏi cái xã hội ngoài kia con người ta *"chào nhau bằng những câu xoi mói, vén quần đái giữa phố một cách rất khiêu dâm"*, *"người chồm hỗm ở khắp mọi nơi như những con khỉ vui sống"* và *"quý vị nâu sòng lườm nguýt nhau vì xôi oản và chứng chỉ phong di tích lịch sử"*.

Một Anh Hùng tả con người tiêu biểu của xã hội thời nay. Lúc nhỏ anh chàng mơ ngủ với đàn bà thay vì lo học hành, tự đồng hóa với Bảo Ngọc của Hồng Lâu Mộng là người có "ý dâm", một loại dâm ý đặc biệt. Không lạ gì khi lớn ông lại chỉ thạo nghề "ăn ngủ với đàn bà và lừa mị vợ".Tác giả nhìn đâu cũng thấy loại anh hùng này *"một nước hay hay dở là ở mắt con gái"*khiến đàn ông quên cả tương lai cá nhân và đất nước, để việc quốc gia lại cho *"mấy cán bộ về hưu và kháng* *chiến lão thành".* "*Người sáng giá nhất thì có cái diện mạo và cử chỉ của một ông hàng xén thành đạt"*nhưng *"hễ có dịp là tôi nguyền rủa số phận là người Việt Nam của mình và hễ được hỏi vậy muốn làm người gì tôi sẽ nhất định thở dài mà xin làm người Việt.* "Anh hùng" nghề ngỗng như vậy bèn xoay ra làm nhà văn và vượt biên. Bị bắt, ông vào tù, ở với hai anh khác, một ngồi xổm vì thiếu thuế - thuế quan là *"nỗi kinh hoàng quanh năm và những chiếc lưng cúi gập suốt đời"*; còn anh kia là chuyên viên dòm lén ổ khóa, dọn ăn cho thủ trưởng nhưng khi lén xem thấy thủ trưởng đang hủ hoá với cô y tá hắn tưởng ông bị *"no nê thứ khác"* mà gọi lầm đại uý chính trị viên tới cứu. Làm anh hùng cũng khó quá vì *"trong quốc gia này, không ai có thể thành công trên một phương diện khác".* Vậy thì ông sẽ xây đền thờ đủ thần: đức Thánh Trần, Liễu Hạnh, Tản Viên, Sơn Thần thủy quái, chúa Thượng ngàn, Quan Công và cả Hồ chủ tịch. Dân chúng sẽ thờ nếu có lợi mà thôi vì đền thờ là *"một tập hợp hỗn mang những ý đồ cơ hội và cảm xúc chân thành, một cuộc đánh giá trên cơ sở những rung động dịu dàng nhất của trái tim tôi và sự dễ dãi vô hạn của trái tim người đời".* Ông ta sẽ thành công trên *"lòng nhẹ dạ nóng hổi"* và *"sự dễ dãi vô bờ"* nhất là của đám đàn bà thích đồng bóng phấn son bạn bè. Ông trở thành người ban ân huệ, sẽ có dịp tỏ ra rộng lượng, hả hê giao du với mọi người vì vô thưởng vô phạt, thành cả thánh sống vì đã có cái đồng tiền dị đoan tha hồ giúp đình chùa, lụt lội, mồ côi, vv.

Cái xã hội đó còn xấu xa hơn nữa và con người bị hủy hoại vì đủ thứ bệnh tật thể xác lẫn tâm hồn, vì thế mà có người trí thức bèn quyết định đi tìm chân lý và cứu đời. Trong Truyện Thầy A.K., Kẻ Sĩ Hà Thành, nhân vật trí thức A.K. nuôi khát vọng *"giã từ vợ con"* hay ít ra được hóa thân như con bọ khổng lồ của Kafka, vì vợ thầy là con một người tập kết có cái "bệnh" cứ khinh bỉ người Hà thành là *"súc vật vinh quang".* Cuối cùng thầy A.K cũng dứt khoát, ông lên đường cùng 12 đệ tử đại diện 12 khuôn mặt trí thức Hà nội: hiện sinh có, vô vi có, bi quan có, nghệ sĩ có,... Họ đi khắp thiên hạ, sống đủ hoàn cảnh, chữa bệnh, dạy học, cả ra ứng cử,... nhưng họ chỉ toàn gây tai họa cho con bệnh và dân quê chất phác. Rõ là càng làm càng rối!

Văn nghệ sĩ của chế độ ưu việt và bách chiến bách thắng cũng chẳng khá hơn. Trong truyện Nền Cộng Hòa Của Các Nhà Thơ, họ hội nghị với nhau nhưng chỉ có một nghị quyết do một anh đại diện "đúc kết". Họ tuyên bố không cần vua, không cần các tập đoàn tôn giáo, nhưng họ cần toà án để xử những kẻ khác họ, cần hai loại tòa: một để xử thông thường, tòa kia để xử tòa thứ nhất để công lý ở mãi trong tay họ. Họ coi thường đại diện độc giả và được quyền có thám tử văn học tư nhân để tự bảo vệ bao che và đuổi những kẻ không đồng ý kiến. Họ tự cho là tiên tri vì theo họ, văn học không tả cái đã và đang xảy ra, mà phải tả cái phải xảy ra như đã vạch, đã kế hoạch hóa. Họ muốn giữ hệ thống cảnh sát và quân đội cho tới khi thi ca thành vũ khí - thứ thi ca này theo họ mới là một *"chủ nghĩa lãng mạn thứ thiệt"*, và *"phạm trù biện chứng"* vẫn là phương pháp tối ưu. Lúc đó Hội Thi Sĩ sẽ trở thành một thứ quân đội trong đó có phân chia cấp bậc và vẫn theo chế độ lý lịch, ưu tiên.

Thuế Biển là chuyện một công đôi việc đi chơi biển và công tác với một nhà soạn kịch, của một cô gái tập tễnh làm văn nghệ với một nhà thơ trí thức của chế độ, hơn bố cô ta một tuổi, thích chêm tiếng Tây, nhắc tên tác giả ngoại, Suzuki, và hay nói đến lương tâm, lương thiện. *"Tôi có nhiều thứ để đóng thuế, nhưng tấm thân này mãi mãi chỉ có một, không bao giờ được phép phung phí"*, nhưng cô sẽ giữ được bao lâu?

Sau những thảm kịch trí thức là những bi hài kịch của những con người tầm thường hơn, nói theo Phạm Thị Hoài, những người của *"một ngày... hăm bốn tiếng ăn ngủ đụ ị chạy mối"*. Second Hand là chuyện tương quan nam nữ bình quyền, chuyện đời tục của một cô gái *"thời đại si đa"*: Từ *"nhà tắm nước nóng mậu dịch"* đến chuyện chơi bời, giang mai, nước đầu,... *"Em ơi một phát thôi, không vừa rút ra ngay sòng phẳng Lương Sơn Bạc"*. Cô gái xưng tôi này biết làm chủ tứ chi, kể cả *"chổng mông"*, phơi khí giới *"cho năm phút nhòm chay"* khi cần *"hủ hóa"* nhân viên thu thuế hoặc anh hàng xóm *"khinh hàng thùng, đi giày Ý"*. Người đàn ông của thế giới đó thì hay mơ nhưng lại hay bị chửi: *"Anh mỗi năm tắm một lần mơ một lần. Mơ được mẫu nào gói ngay vào số đề quẳng ra cửa sổ như gói cứt (...) Anh đừng có đánh rắm và chịu khó tắt thở là dí mũi vào Thiên Thai, vú chúng nó như bánh dày đùi như giò lụa"*.

Thực Đơn Chủ Nhật là chuyện người mẹ của thời phong hóa suy đồi buôn bán gian lận dùng lại kinh nghiệm thời làm cửa hàng mậu dịch, chuyên *"hành hung, tàn phá"* món ăn : *"canh nấu một nồi pha thành ba, nước mắm một lít chế thành năm"* thì thêm nước *"tè"* của thằng cháu người làm ai sẽ biết!. Nhưng bà lại sợ mất khách dù họ *"ngồi chồm hổm trên ghế như đi cầu tiêu và xỉa răng như quét chợ, những câu chửi đời phun ra giữa hai lần và soàn soạt nghe thối không chịu được, nhưng mẹ bảo, khách đã là thượng đế thì thế chứ bĩnh ra đây mình cũng phải nuốt, quên đi mà vui sống con ơi"*. Tiệm cơm xích-lô buôn bán gian lận, lợi nhuận trên cả lương tâm! *"Nhân sinh quan"* của một bà *"nguyên mậu dịch viên"*! Một xã hội sống giả dối như tên thực đơn *"cơm xích lô"* mà lại đặt cho kêu theo *viện Hàn lâm Hán-Việt*!

Truyện Những Con Búp Bê của Bà Cụ trình bày cái xã hội *"trung lưu mới sạch bong tê dại"* thời *"mở cửa"* vào cuối thế kỷ XX, một xã hội đảo điên, con người thì khốn cùng. Chuyện *"những đứa con gái choai choai, những con búp bê sắp ngửa, trong đó có một con thắt nơ mãi ngồi dạng chân"*. Con gái mới lớn liền bỏ học viết thư xin nghỉ học để đi theo con đường *"chân lý"*. Đứa lấy đàn ông Thụy Điển *"cao gấp đôi nặng gấp ba"* nhưng *"thằng Tây hôn tao từ gót chân hôn lên"*. Đứa hàng xóm khác thì đi *"nạo thai lần thứ ba trong vòng một năm rưỡi"*. Đứa nữa vừa bán cà pháo vừa làm thơ, đứa đĩ thõa suốt ngày trong khi mẹ là bà-Ba-béo-bán-bánh-bèo phải khổ cực. Những người già nua thì *"suốt đời chơi búp bê, đang bám lấy quá khứ của mình hay đang tìm cách bán nó"* mà bán thì cũng mấy ai mua vì con người ta nay thích những thứ có da thịt thật, hở hang và dễ dãi.

Xã hội chạy đua, nhảy vọt lố lăng theo hiện đại đó còn được vẽ thêm trong Tiệm May Sài Gòn - nhưng ở phố Khâm Thiên ở thủ đô, một phố *"biệt phái Sài Gòn"*: tiệm cô Tuyết là nơi gặp gỡ quê tỉnh, trí thức và điếm đàng. *"Hiện đại"* cũng có cái giá phải trả, đắt như cái chết xe lửa cắt người làm ba, người cô Lan tức Chút từ nhà quê lên thành tìm sống. Xe lửa thì không ngừng, *"tàu Thống Nhất chạy suốt vào Sài Gòn"*!

Chuyện hai mẹ con trong Kiêm Ái khiến người đọc dễ tưởng chuyện xảy ra ở một xóm Bình khang thời thuộc Pháp. Chuyện người mẹ 36 tuổi ở với đứa con gái 16 tuổi, nhà chỉ là một căn gác trên tầng 5 của một nhà ga. Hành khách toàn là đàn ông, bà mẹ làm nghề đón khách; khách tới lui nhiều được gọi bằng con số, họ tự hào là người không có sĩ diện "Ông ta là công dân của một đất nước ở vào thời buổi không có gì đáng sĩ diện hết". Cuối cùng cũng chẳng có gì lạc quan hơn: bà mẹ rồi cũng về chiều, ngồi với bạn gái thành đám, *"toàn những con ngựa không có người cưỡi, xác thịt chảy buồn bã như suối"* và cô con gái bắt đầu bị đám đàn ông kia dòm ngó, nhưng cô con gái đã thành lãnh cảm. Triết lý Kiêm ái của Mặc Tử được áp dụng trong một hoàn cảnh trớ trêu.

Sài Gòn đã không được Phạm Thị Hoài chiếu cố bằng Hà Nội. *"Con gái Sài Gòn đã đẹp thì đẹp hiện đại phô phang"* (TMSG). Theo bà, Hà Nội nay là nơi tên con gái toàn *dấu sắc,* "đầy rẫy những tiên nữ thôn quê thoái hóa biến chất, giọng thì cứ bèn bẹt ra, mông đánh vù vù, hở ra câu nào vô duyên câu ấy". *"Hà nội còn một mình tôi với anh trôi trên áo hàng thùng. Một mình tôi với anh. (...) Nhìn chung quanh là cánh đồng chết. Nhìn nhau chán như bà già gặp kẻ cắp"* (SH). Theo Phạm thị Hoài *"phải sống ở Hà Nội, phải hít thở nó đằng mũi, đằng mồm và thấy nó nghèn nghẹn nơi cổ, nó từ từ truồn vào phổi, nó máy trong bụng như thai nhi, nó chạy tê tê xuống hai bắp vế, rồi nó chào thân ái ta, hay ta chào thân ái nó bằng một phát trung tiện nghe như tiếng thở dài".*

Marie Sến: Đến Marie Sến, ngòi bút tả chân phúng thích của Phạm Thị Hoài còn đi xa hơn đến độ khó có thể được các nhà "đỉnh cao trí tuệ" tha thứ. Mũi dùi quyết liệt khá cường điệu của cuốn truyện dài này nhắm giới lãnh đạo và trí thức của chế độ Hà-nội. Độc tôn, tự cao tự đại và chế độ bao che giữa chốn đô-la không dễ như khi còn lý tưởng chống ngoại xâm và sống tối thiểu trong bưng biền. Cuốn truyện được viết xong vào cuối năm 1995, dĩ nhiên với nội dung công kích và khinh bạc như thế khó lòng mà được in ở trong nước, vả lại tác giả cũng đã sang Đức, sách được in ở Hoa Kỳ tháng 4-1996 (4).

Vẫn một văn phong phóng túng, cay đắng, vẫn phân tích tâm lý độc địa, dữ dội, vẫn những câu văn tả cảnh hoặc lập lại lời nói sống sượng của một xã hội sa đoạ hoặc đạo đức giả, tác giả đã thành công tháo gỡ mặt nạ quá nhiều sơn phết của những thần tượng của một chế độ; bà muốn chỉ điểm những quỷ sứ trần gian, vạch mặt những kẻ tà đạo, gây rối!

Cũng như *Thiên Sứ,* truyện dài đầu tay của bà, nếu người đọc không biết tác giả là ai và sống ở xã hội nào, Marie Sến có thể cho người đọc cái cảm giác đọc một câu chuyện siêu thực kiểu Hóa Thân (5) của Kafka. Người đọc sẽ tìm được "ý tại ngôn ngoại", sẽ hiểu cái tả thực quá đáng cái xã hội của xã hội chủ nghĩa. Người đọc rởn óc, nổi gai hoặc có thể không tin những cảnh tượng, tình huống trong sách là thật. Tiếc thay, cái thơ mộng siêu thực đó hẳn không có nơi người đọc người Việt trong cũng như ngoài nước vì ta biết bà tả chân cái xã hội bà đã và đang sống. Tốt nghiệp đại học về văn khố ở Đông Đức, về nước bà không được trọng dụng, làm ở viện nghiên cứu sử học Hà-Nội một thời gian, sau vào Nam sinh sống; cuối cùng ly dị chồng, ra nước ngoài làm lại cuộc đời. Đã lỡ là trí thức, Phạm Thị Hoài không thể không thấy "những điều trông thấy mà đau đớn lòng", dẫu sao cũng thuộc về loại "đỉnh cao trí tuệ", bà đã phải thấy và sống chung với những vô liêm sỉ, suy đồi của giai cấp, và vì còn là nhà văn, bà không thể đặt lên giấy những điều trông thấy. Cộng thêm với những cay đắng cá nhân, do đó mà Phạm Thị Hoài đã thật sự phóng túng buông thả khi viết Marie Sến.

Thật vậy, 15 chương sách là 15 màn bi hài kịch sống động của cái xã hội đó, xoay quanh nhân vật chính có tên là Marie Sến. Danh xưng Marie Sến được Phạm thị Hoài dùng với nghĩ khác trong Nam: Marie Sến của miền Nam có thể nghèo, tính tình có thể *"cải lương"*, nhưng lương thiện. Marie Sến của Phạm Thị Hoài thật ra theo trong Nam phải gọi là "đĩ" hoặc *"gái giang hồ"* thì mới hợp với lối sống của nhân vật này (*Trai tứ chiến, gái giang hồ / Gặp nhau ta nổi cơ đồ từ đây*). Marie Sến có thể từ miền Nam "được" giải phóng ra đến Hà nội để khuấy động cái xã hội "bách chiến bách thắng", thanh giáo đạo đức giả (6), bạc nhược và đồi trụy nơi chốn Hồ Gươm, trong một chung cư tập thể chật chội. Bình thường cái xã hội thu hẹp này sống với nhau rất tử tế, lịch sự ít ra là bề ngoài, vì năm trong số sáu người của bốn hộ cùng làm việc trong một cơ quan nghiên cứu khoa học xã hội ở thủ đô văn vật - sáu người nhưng bốn hộ vì trong đó có 2 hộ có cha con ở chung. Nhưng thời "cởi trói" "đổi mới" đến, các vị đâm ra mất *nết,* mất cả đạo đức cách mạng vì cả đám - từ 60 đến 21 tuổi - đều phải lòng cùng một ả giang hồ. Sáu người thay nhau lén lút với ả, công khai, cha xong tới con, có bà vợ còn nhờ ả... chiều chồng thế vì bà đã già.

Ả giang hồ này không được như mấy ả giang hồ của Jean-Paul Sartre thời đệ nhị thế chiến (7) còn có mục đích, còn hướng thượng. Marie Sến của Phạm Thị Hoài ngụp lặn trong thú vui xác thịt, những *khốn khổnhục dục* và những cái tầm thường của những con người*"đứng đắn"* giữa một cái xã hội lớn hơn tức cả chung cư với đủ mọi loại người từ buôn thúng bán bưng, nông dân, bà cụ lên chùa cho đến cán bộ thoát ly, nữ triết gia trong Viện. Vì ả mà ganh tị, ẩn ức được dịp tung vỡ, đều cáng, bẩn chật được lộ ra mà lý tưởng cao siêu cũng bị dày đạp, tác phong, gia thế cũng tan theo khói. Đám trí thức đó bây giờ nhìn nhau chỉ toàn thấy ở nhau những cái tiêu cực, những động lực xấu. Tất cả chỉ cốt tìm an toàn chính trị, tìm phần hơn: *"những nhân vật được coi là dũng cảm về phương diện chính trị xã hội thường xuyên hoảng sợ hơn chúng ta, và nhu cầu an toàn của họ mấp mé ở mức bệnh hoạn..."*(tr. 50), *"bao nhiêu tinh hoa tài cán của các bậc hiền giả của chúng ta là ở nghệ thuật tránh đòn..."* (tr. 53). Vẫn đề cao văn hóa dân tộc, "dân chủ", duy vật chủ nghĩa, đạo đức cách mạng nhưng ai cũng chạy theo duy đô la, vọng ngoại và đồng bóng. Coi trời bằng vung nhưng hãi sợ công an và hay *"xỏ nhầm dép"*. Khinh miệt *nhà nông*nhưng lại mị dân nhà nông chỉ vì nông dân đã có một sự nghiệp cách mạng và đưa họ đến chỗ ngồi ngày nay; họ sợ nhất nông dân miền Trung vì nay những người này nhiều người đã thành cán bộ cao cấp. Họ dám lên tiếng đối lập nhưng khi phải đối đầu với ông lớn bèn mềm nhũn hèn hạ ra theo quy luật sinh tồn vì *"tính tập thể là một cái gì sâu xa hơn hệ tư tưởng"* (tác giả lập đi lập lại ít nhất 2 lần, tr. 17 & 38).

Mỗi khi đến Viện hoặc đến dự những Hội nghị đình đám quan trọng, đám trí thức đó được dịp để khoe tài... nói dai và để được lãnh... phong bì tiền nước, xong là rút êm. Mà không phải ai cũng được nói, phải theo đẳng cấp vì *"hạ đẳng khách"* chỉ được ngồi nghe. Như hội nghị về "Di sản và đổi mới" với những 29 đề tài nghiêm túc về công cuộc đổi mới, họ chia phe phái tranh luận thành cấp tiến cực đoan, cấp tiến ôn hoà; nhưng nói mãi, "ý kiến na ná nhau, nhân cách họ từa tựa nhau, lập lại lời nhau" khiến các chuyên gia trí thức của xã hội chủ nghĩa đâm ra uể oải. Họ quay tìm quanh hội trường ả giang hồ tài sản chung. Cũng như khi khai mạc, trong khung cảnh uy nghi với bao nhiêu là viện trưởng, giám đốc, tướng lãnh, thành ủy, phó ban, v.v., bỗng dưng*"Sến khoan thai tiến vào, tài sắc vẹn toàn đội thêm vương niệm quyền uy... Khi Viện phó của chúng tôi (mặc quần bò và để râu con kiến) đã bỏ rơi các giáo sư, bay và đậu xuống bên em, trời ơi anh* *ta sắp nhắc em lên, đặt cạnh lẵng hoa khổng lồ trên bàn chủ tọa, và hội trường sẽ vỗ tay nhiệt liệt"* (tr. 64).

Một cách tổng quát, Phạm Thị Hoài muốn nói rằng đám lãnh tụ và chuyên gia của chế độ thời "đổi mới mở cửa" như được vẽ trong Marie Sến mới thật là những tay bảo thủ cản đường tiến bộ, đổi thay vì thật ra họ vẫn cố nắm chặt cái quy củ trật tự đang có, cái nguyên nhân của trì trệ, cái tại sao phải đề ra đổi mới, tiến bộ! Lúc nào họ cũng dao to búa lớn như *"chúng tôi lãng mạn Victor Hugo đầu thế kỷ,... lãng mạn cách mạng giữa thế kỷ và bây giờ cuối thế kỷ chúng tôi lãng mạn Thị Trường"*(tr. 28). Thập thành nhưng Marie Sến còn nghĩ được: *" Chẳng thằng nào vào được trong em. Cứ đến cửa thiên đường là hết vé. Những thằng đã ra ma có thể vào đánh lẻ. Những thằng còn làm người đứng ngoài mà làm người"* (tr. 154).

Xã hội đã đổi mới đấy, nhưng đầy bùn bẩn, bầy nhầy và khốn cùng như thế đấy. Những Nghị Hách, Thị Mịch, Xuân Tóc đỏ của nhà văn Vũ Trọng Phụng thời tiền chiến tưởng cũng không thể sánh bằng! Theo ý chúng tôi, Man Nương và Marie Sến đã là mũi kim nhọn đâm trúng nhiều tim đen và là lưỡi dao sắc gây thương tích cho nhiều người, đồng thời cũng là một bức tranh truyền thần *tả chân*cái xã hội hiện nay ở quê nhà vừa là một bức biếm họa trào phúng. Qua cả hai tác phẩm, Phạm thị Hoài đã khinh bạc *"hàng xén hóa"* nhiều giới nhưng nhất là giới lãnh đạo trong nước: *"Người Việt Nam chúng ta sinh ra không phải chỉ làm một việc. Mỗi chúng ta là một tài cán tạp nhạp, người sáng giá nhất thì có cái diện mạo và cử chỉ của một ông chủ hàng xén thành đạt"* vì theo bà *"lo việc nước lắm lại khổ việc nước nhiều đấy thôi chứ ích gì. Cái quốc gia này chỉ thực sự chuyển mình khi không còn bất kỳ ai lo đến nó"* (8). Phạm Thị Hoài nặng lời hơn nữa trong Marie Sến: *"xứ mình chưa bao giờ tự canh tân, cuộc cách mạng nào cũng do sáng kiến của những nòi phi Lạc Việt"* (tr. 88).

Sau 1986, Phạm Thị Hoài vẫn được xem là một "hiện tượng" văn học. Các nhà phê bình cho rằng bà hay làm dáng trí thức, *hiện sinh* trễ tràng, hay chêm tiếng ngoại quốc, hay nhắc tên tác giả nước ngoài trong các truyện và có một "văn phong" lập thuyết, phân tích tâm lý và khinh bạc. Bà bị kết án là hạ cấp vì viết nhiều về tình dục, về *tính giống*, về động tác và hình thể của tính giống, vv. Dĩ nhiên văn chương của bà chịu nhiều ảnh hưởng Tây phương (phân tâm, tình dục) và của những nhà văn Nhật - có tác giả tả tình dục rất... sống. Cái tục trong truyện của bà phản ánh cái tục thường nhật đầy dẫy trên hè phố và trong các cơ sở kín đáo và đầy cả trong những dồn nén của con người phải đạo đức giả lâu năm. Theo thiển ý, qua hai tập truyện mới này, Phạm Thị Hoài đã bớt làm dáng trí thức và đã muốn lên tiếng cho những người cùng khốn bị "bắt nạt" trong xã hội giao thời hiện nay. Riêng trong Marie Sến, nếu tác giả có dùng nhiều tiếng nước ngoài là để cái châm biếm đám trí thức rởm được sắc bén hơn. Những chữ tục tằn, những miêu tả tục là để tả rõ hơn những con người tục tằn, vô liêm sỉ đó. Dưới ngòi bút của một phụ nữ, những cái đó hơi thái quá; có thể cái khinh bạc của bà không còn giới hạn chăng! Nhưng xét cho cùng, những *tàn nhẫn lạnh lùng* của Phạm thị Hoài cũng còn thua xa Nguyễn Huy Thiệp trong Tướng Về Hưu, Vàng Sắt và Thế Giang trong Thằng Người Có Đuôi dù hai tác giả này văn ít tục hơn. Hai tác phẩm mới này càng chứng minh quan niệm của bà về văn học theo đó, *viết như một phép ứng xử* (9): bà vẫn muốn đi tới cùng cái ý chí muốn làm mới văn chương và phản kháng những thứ văn chương minh họa chính thức, văn học công cụ, theo nghị quyết và công an văn hóa. Bà đã thành công gây động giới lãnh đạo văn hóa và đồng nghiệp ở trong nước. Những ý kiến này bà đã phát biểu nhiều lần trong những năm trước đây. Trong bài Viết Như Một Phép ng Xử, bà đã viết "*Còn đối với tôi, viết quả như một phép ứng xử toàn diện, trước hết là với bản thân mình, sau là ứng xử với môi trường, và môi trường ở đây là toàn bộ những gì mà tự nhiên và con người đã tạo ra, kể cả di sản của quá khứ và những tín hiệu dù còn mơ hồ về tương lai*"(10). Sau đó Phạm thị Hoài khẳng định "Đối với tôi... vấn đề không còn là viết về cái gì, mà là viết như thế nào". Bà kết luận tin "người cầm bút trẻ sẽ càng ngày càng tốn ít năng lượng hơn vào việc thích nghi với thời đại của mình, hay đơn giản chỉ để sinh tồn trong khoảnh khắc, mà có thể dùng năng lượng ấy vào việc vượt qua chính cái thời của mình và kéo dài cuộc đối thoại với những thế hệ tương lai" (11).

Trong một bài tiểu luận khác, Một Trò Chơi Vô Tăm Tích, Phạm Thị Hoài xác nhận cái bà phản kháng: "*Trò chơi vô tăm tích của văn chương trở thành một trò phù thủy hù dọa. Có những nhà văn phù thủy đã sống suốt một đời no nê xôi thịt chỉ nhờ những bóng ma thiên tài. Và tâm lý sợ ma của người đời cũng lại là thâm căn cố đế*"(12).

Một cựu đảng viên nay đã ra ngoài nước, nhà báo Bùi Tín, trong cuốn Mặt Thật, đã lập lại một khẳng định của Phạm thị Hoài, nhà văn ông vẫn phục: *"Truyền thống lớn nhất của văn học Việt-Nam là truyền thống bị công cụ hóa, tới mức nó không thể hình dung nổi một chức năng nào khác ngoài chức năng công cụ, và tinh thần thẩm mỹ thống trị nó... không phải (là) tinh thần dẫn đường, ý thức sáng tạo phiêu lưu, là sự trịnh trọng cứng đơ chứ không phải tiếng cười".* Nói như Phạm Thị Hoài, *"hiện đại cóc quan tâm đến quá khứ"* (Second Hand).

Với những trích dẫn trên, chúng tôi muốn khẳng định rằng Phạm Thị Hoài làm văn chương có mục đích. Trên cơ sở thuần túy văn học, bà muốn làm mới, còn về nội dung của văn học, bà phản kháng chống những quyền lực nhân danh văn chương để cưỡng bách văn chương. Nếu đó không là Đảng, Hội, văn chương *"minh họa"* thì là những tâm trí (Mentality / Mind) *"bảo thủ"*, đạo đức giả. Nhà văn Trần Mạnh Hảo nhắc đến ở trên thuộc vào nhóm người này. Ông đã nhân danh một cái Tốt / Đẹp *nào đó* như đã được ấn định *từ trước* để cưỡng bách những người khác theo. Tôi dùng chữ *"đạo đức giả"* để chỉ những bậc lãnh đạo văn nghệ khi hội nghị, nghị quyết thì rất Đẹp = Tốt (theo chủ trương của họ) nhưng trong cuộc đời họ có thể bất thường, ngược đời; và đằng sau hậu trường hội nghị, cũng những người đó đâm thọc, giành giật thiếu văn hóa và cả giết hại nhau vì quyền lực mà cũng vì tiền bạc và xác thịt.

Phạm Thị Hoài là một nhà văn nữ, do đó cái phản kháng của bà mang thêm tính cách tranh đấu cho nữ quyền: viết như đàn ông, kể cả tình dục, ta đây, ồn ào, sống tận cùng và tàn nhẫn như... đàn ông, v.v. *"Đàn ông có bao giờ mòn. Đàn bà chỉ dùng một phát thành đồ cũ"* (Second Hand) Trong một guồng máy chính trị văn hóa như ở Việt Nam hiện nay, muốn có chỗ đứng có tư cách, có lẽ khó có phương tiện nào khác! Nhưng phải nhìn nhận đôi khi Phạm Thị Hoài dùng sai phương tiện và bà làm dáng trí thức... hơi nhiều cũng như sa đà, trắng trợn, có khi mất... văn chương. Người đọc có quyền hy vọng những đoạn văn hay truyện đó chỉ là giai đoạn, *"văn phong"* của Phạm thị Hoài có bị chút tì vết nhưng không vì đó mà hết giá trị của nó. Tuy nhiên, nếu văn chương chỉ là những kể lể chuyện đời mình hay chuyện đời xưa, *chấm phẩy đâu ra đó* thì hơi buồn cho *nền* văn chương đó vậy!

9-1996

Chú-thích

(1) Hà Nội, 1995. 203 tr.

(2) Trong bài tổng kết văn học trong nước "1994 - Văn học gối vụ" (*Tác Phẩm Chọn Lọc*, 6-1995), Văn Chính có nói đến Trần Mạnh Hảo chê tập thơ *Sự Mất Ngủ Của Lửa* của Nguyễn Quang Thiều là *"Tây, hay khóc và nói đến vú của bà góa hơi nhiều"*. Sau đó, vẫn theo lời Văn Chính, Trần Mạnh Hảo bị phản đối, thế là "ông Hảo hạ thấp thơ hiện đại bằng những lời đanh thép hơi thừa".

(3) Trần Mạnh Hảo muốn dùng lại chữ của Phạm thị Hoài khi bà viết "Viết như một phép ứng xử" để trình bày quan niệm làm văn học của bà.

(4) Los Angeles, CA: Thanh Văn, 1996. 160 tr.

(5) *Métamorphose* của nhà văn Tiệp Franz Kafka kể chuyện anh chàng Gregor Samsa chán công việc chào hàng, sau một đêm tự nhiên biến thành con bọ hung khổng lồ.

(6) Một nhân vật trong Marie Sến tuyên bố: *"Chúng tôi xích lại gần cuộc sống hơn. Chúng tôi đoạn tuyệt với gần 40 năm đạo đức giả.."* (tr. 22).

(7) Vở kịch *La Putain Respectueuse* (Con Đĩ Đáng Kính, 1946) của triết gia hiện sinh Jean-Paul Sartre về những hoạt động "cách mạng" ở Nam Mỹ Latinh.

(8) Một Anh Hùng (*Man Nương*).

(9) Tựa một bài tiểu luận văn học của Phạm Thị Hoài viết năm 1989. Chúng tôi dựa theo bản in lại trong *Từ Man Nương Đến A.K. Và Những Tiểu Luận* (Garden Grove, CA: Hợp Lưu, 1993).

(10) *Từ Man Nương...* Sđd, tr. 176.

(11) Sđd, tr. 177

(12) Sđd, tr. 178.

Phạm Văn Nhàn

Phạm Văn Nhàn tên thật cũng là bút hiệu, sinh năm Nhâm Ngọ (1942) tại Phú Trinh, Phan Thiết. Khởi nghiệp viết trước 1975 trên nhật báo *Tự Do*, tạp-chí *Ý Thức*, tuần báo *Khởi Hành*,... Tốt nghiệp Sĩ Quan Trừ Bị Thủ Đức khoá 19 (1966), sau 1975 đi tù "cải tạo" 8 năm. Sau khi định cư ở bang Texas Hoa-Kỳ, viết trở lại, đã cùng Trần Hoài Thư sáng lập và điều hành tạp chí *Thư Quán Bản Thảo* và đã xuất-bản các tập truyện *Vùng Đồi* (2000), *Màu Thời Gian* (2004) và tập bút ký-nhận định *21 Khuôn Mặt Văn Nghệ Miền Nam* (2015) – đều do Thư Ấn Quán ấn hành.

*

Phạm Văn Nhàn viết vì tình bạn cùng quân ngũ hay cùng làm văn nghệ một thời và vì ký ức một thời chiến tranh cần giải tỏa, nói ra. Trong Lời Mở cuốn *Vùng Đồi*, ông cho biết: *"Cũng vì nhớ, mà hôm nay viết lại. Viết không phải để trở thành nhà văn, nhà thơ. ... Trước 75 và bây giờ cũng vậy. Viết những gì mà tôi đã thấy, đã nghe, để ghi lại như một câu chuyện kể, bạn bè đọc cho vui. Nhưng, nói gì thì nói, viết gì thì viết, người lính miền Nam vẫn còn mãi trong tôi với những cái đẹp của người lính. Và, trại tù cộng sản vẫn còn hằn trong tâm thức tôi, sau nhiều năm khổ sai trong đó: 'Trại tập trung giết người'"* (bản 2014, tr. 6).

Tập *Vùng Đồi* gồm 11 truyện ngắn được tác giả sắp xếp theo thứ tự thời kỳ và không gian mà ký ức đã là cái phông, là xương sống, để từ đó các tình tiết, nhân vật xuất hiện, liên hệ với nhau; mà trong các truyện, ký ức, kỷ niệm vẫn thường xuyên trở về trăn trở, nhắc nhớ. Ông kể chuyện thời thơ ấu ở vùng Đại Nẫm, bên dòng Cà Ty, sông Mường, núi Cú, núi Ông, tháp Chàm xa xa, từ thời kháng chiến chống

Pháp sang qua thời Cộng Hòa gần 20 năm chiến tranh, rồi Hiệp định Paris 1973 ngưng bắn, Cộng sản Bắc Việt cưỡng chiếm miền Nam, các trại tù "cải tạo", những chuyện vượt biên, định cư H.O., và hôm nay khi trở về chốn cũ quê xưa - *"Chuyện cũ như mới hôm nào. Không sao quên được"* (tr. 144).

Cô Bạn Gái Năm Xưa tên Hương đưa người đọc trở về thời tuổi nhỏ, nhà bác Đáo, có "con bé" Hương,... khi đình chiến 1954, anh Vinh tập kết ra Bắc cùng Toàn, người yêu của chị Trúc, chị của Hương. Vũ theo gia đình về thành trước, nhà Hương sau. Vũ vào lính, Hương học Sư phạm ở Qui Nhơn, anh Vinh chết khi tấn công đồn Nô Ra, Toàn hồi chánh và thành hôn với chị Trúc. Nhiều năm sau Hương và Vũ gặp lại nhau ở Houston, ai cũng đã có con, họ nghiệm chuyện chung *"Con người là vốn quý, khi trong một nước còn chiến tranh"*.

Những chuyện tình thời chiến, mấy khi được kết cục hạnh phúc! Mùa Xuân Trên Cao Nguyên tình thời chiến không được chúc lành: *"Phải, tôi chỉ là người lính nên lúc nào cũng mơ ước có được một cuộc sống thật bình thường là hết chiến tranh, cho tất cả mọi người đều trở về. Tôi trở về lại ngôi nhà cũ ở vùng quê, để nhìn thấy cô bé Hân cũng từ một cánh rừng nào đó, cũng trở về như tôi. Hân không còn mang A.K và, tôi không còn mang M.16 nữa. Cho dù ở tuổi hôm nay không còn đuổi bướm hái hoa trong vườn nhà chị Mân. Nhưng cũng còn có nhiều điều để nói. Nhìn những loài hoa tím và trắng này trong rừng mọc nhiều, trên những bãi cỏ hoang. Hân có lẽ cũng bắt gặp nhiều những loài hoa này trên những lần chuyển quân, hay đã nằm im như loài hoa mắc cỡ, khép lá từ một cánh rừng nào đó, mênh mông, khi nhìn thấy xác của người cha nằm bên ngoài hàng rào phòng thủ của quận Hàm Thuận. Một người cha, mà một đêm đã trở về. Vài tháng sau khi người cha chết, Hân lại bỏ học lên rừng. Nghe tin Hân lên rừng, tôi bàng hoàng, và tiếc cho những buổi đuổi bướm sau vườn nhà chị Mân năm nào. Bây giờ tôi với cô bé đã trở thành hai kẻ thù với nhau. Không. Có thể Hân mang cả khối hận thù đối với chúng tôi, khi nhìn thấy xác người cha nằm chết thảm bên hàng rào phòng thủ của quận ngày nào? Còn đối với tôi không thể nào tạo thêm sự thù hận nữa, dù bạn bè của tôi cũng chết như người cha của Hân trên chiến trường"*. Nhưng nay gặp lại Toàn, bạn cũ, kể chuyện thì Hân đã khác: *"Có lần Tiểu đoàn tao về tăng phái cho tiểu khu Bình*

Thuận, đóng trên đồn Trinh Tường. Về quê đánh giặc cũng thú lắm. Nhưng đám tình báo của Tiểu khu cho tụi tao hay về một con nữ cán bộ Hân. Tao lại nghĩ đến mày. Đối với tụi mình không lạ gì về Hân. Con bé nhút nhát như chim sẻ. Nhưng tình báo cho biết nó vào loại thứ dữ, không còn là con Hân của ngày nào” (tr. 57-58, 61).

Cuộc chiến huynh đệ tương tàn, vì nhiều gia đình không thể tránh chuyện có anh em, chú bác, người nhà tập kết, trở về theo bưng biền rồi hồi chánh hoặc “giải phóng”. Thị Trấn Nhỏ nằm theo quốc lộ 1, chiến tranh hiện diện nơi “tôi” đóng quân cũng như nơi cô bạn gái tên Hương Cầm đang dạy học nơi xa xôi. “*Một cuộc chiến thật im lặng, bình thản, nhưng có cái gì đang rình rập chung quanh giữa hai đối thủ cùng một màu da và tiếng nói. Ngày cũng như đêm ... Địch chẳng thấy, chỉ thấy những gương mặt khắc khổ của người dân sợ hãi cho một cuộc trả thù bằng bom đạn...*”. Trong một cuộc hành quân, lính quốc gia khám phá ra một hầm trú của du kích nhưng ngụy trang và cho người già, đàn bà con nít lên trước, đám đàn ông đành đầu hàng, được cứu sống. Vũ nghĩ: “*Cũng như tôi, không thể nào trả thù cho những người đã chết, trong đó có Hùng, bạn tôi, cùng với hai cô giáo sinh, bạn của Cầm chết dưới chân cột cờ quận Tuy Phước*” (tr. 33, 34, 38).

Thật vậy, “*Bạn bè trở thành thù địch. Chẳng ai hiểu nổi, khi mỗi đêm tiếng đạn pháo từ mé rừng vẫn bắn về thành phố. Không trúng doanh trại quân đội thì cũng trúng nhà cư dân*” (tr. 81). Bông Mía Lau có ông anh rể bị cưa chân, “tôi” và ông anh khác bị động viên và người con út của người bác cũng đi Thủ Đức và chết trận tháng 2-1975. Người bác nhà giáo, sau 1975 tóc đã bạc trắng như những bông mía trổ, bị cho nghỉ việc vì con cái “ngụy”. Trường Dục Thanh nơi bác dạy nay bị trưng thu để làm bảo tàng, lịch sử gì đó vì ngày xa xưa, ông Hồ từng dạy học ở đó nhưng không ra chi vì chẳng có gì ghi dấu ông ta; cả cái xóm cạnh đó cũng bị giải tỏa để làm công viên mang tên “bác và thiếu nhi”. Nơi Chốn Cũ là ngôi nhà từ thời Tây, có người em trai tên Tân tình nguyện vào lính và trở về mất một chân, ...

Vùng Đồi được xem là truyện tiêu biểu của nhà văn Phạm Văn Nhàn. Chuyện một vùng đồi ký ức và thân quen đã theo ông từ thời chiến tranh và sau năm 1975: “*Chiến tranh chấm dứt. Sau khi ra khỏi tù anh trở về thăm lại làng cũ. Làng cách xa vùng đồi chẳng bao xa, mất khoảng nửa ngày đạp xe đạp. Về thăm lại làng cũ, anh quyết định lên sống trên vùng đồi mà trước đó khi còn chiến tranh, những người bạn của anh đã ngủ im dưới ánh sáng của con trăng thượng tuần. Khi mà những trái pháo đã đổ lửa xuống ngọn đồi để tiêu diệt đơn vị nhỏ bé của anh. Vùng đồi như một mãnh lực thôi thúc anh hàng ngày phải lên trên đó".* Nơi mà theo người ở gần đó *"hình như có tiếng cười của ma quỷ"*, nhưng ông vẫn nghĩ *"tiếng cười mà những người đi ăn cây nói đó là tiếng cười của bạn bè anh. Những thằng bạn đã chết trong một buổi chiều, mà những người bên kia cánh rừng đã bắn pháo tới. Trong buổi chiều hôm đó anh cũng đã ngất đi mấy lần vị bị thương. Giấc ngủ của những đồng đội của anh cũng như vết thương trên cơ thể của anh vẫn còn hằn sâu trong tâm thức. Làm sao mà quên được. Mỗi lần trời trở gió, những vết thương cũ lại hành hạ anh, không sao chịu nổi. Những vết thương đó, và những cái chết của đồng đội anh đó, nào ai biết được"* và ông muốn lên đó sinh sống, trồng cây đào cho được để tưởng nhớ đồng đội đã nằm xuống, kéo theo một số dân lên làm rẫy. *"Những đêm trăng sáng, anh thường hay ngồi im lặng trước sân nhà nhìn lên đỉnh đồi. Nơi đó những cây đào bắt đầu lên cao. Trong tiếng gió rít mạnh ngang qua vùng đồi, lúc nào anh cũng nghe như có tiếng gọi của đồng đội anh. Mỗi lần nghe như thế, anh lại lên đồi cùng với hai con chó như hai người bạn thân của anh, quấn quít... Chẳng có ai tới đây lập nghiệp mà biết rằng nơi năm trước đã có một cuộc chiến xảy ra nơi đây. Những trái đạn pháo như đổ lửa xuống đỉnh đồi không rộng bao nhiêu, giết chết những đồng đội của anh. Hai năm. Hai năm anh lên sống ở đây, vùng đồi ít ra cũng đã phủ xanh để cho những người bạn của anh trở về trong mỗi đêm, để họ không còn nhìn thấy cảnh hãi hùng của những trái pháo đã đưa họ vào giấc ngủ miên trường".*

"Dấu vết chiến tranh nơi đây chẳng có người nào biết được, nếu không còn ai sống sót sau buổi chiều bị dập pháo đó. Anh đưa ông Miêng và Lài đi một vòng đồi, nơi mà ngày xưa đơn vị anh đóng quân. Anh chỉ cho hai người thấy nơi nào là hố phòng thủ của đồng đội anh. Những hố phòng thủ không đủ để che cơn mưa lửa điên cuồng của những người bên kia khu rừng đổ ập xuống trên một diện tích nhỏ hẹp. Thử hỏi còn có người lính nào chịu nổi. Trong trận pháo đó, anh bị thương nặng, bò ra khỏi miệng hố kêu gọi đồng đội xem có đứa nào còn sống không. Chẳng có ai lên tiếng. Anh chỉ cho ông Miêng và Lài:

- Hình như tôi bò ra chỗ này đây.

Rồi anh ngồi xuống. Ông Miêng và Lài cũng ngồi theo. Nơi đó, bây giờ là cây đào. Không phải một cây mà là một vườn đào đang tỏa một màu xanh bao trùm. Ông Miêng nhìn bao quát trên vùng đồi như tìm một vị trí, rồi nói: Mai, tao đánh xe trâu chở vật liệu lên đây. Cất cái miếu để thờ" (tr. 115-6, 119, 122).

Trong Chuyện Hôm Nay Mới Nói, "tôi" trở về làng thăm người bạn thương binh phải di chuyển bằng nạng gỗ, để nhắc lại những *"Chuyện cũ như mới hôm nào. Không sao quên được"*. Bạn tôi vì có người cha từng theo kháng chiến nên cũng bị nghi ngờ khi vào lính Cộng hòa, đến một đơn vị mới thì đạp phải mìn khi đi mở đường an ninh trục lộ. Lúc tỉnh dậy trong quân y viện thấy mất một chân, đã hò hét đòi lại cái chân thì có một thương binh khác *"Anh ta đang chống hai cái nạng gỗ, người cúi hẳn về phía trước, như tôi bây giờ: có sá gì một cái chân đã mất mà anh đòi lại, trong khi đồng đội của anh đã nằm xuống vĩnh viễn, vợ con của họ có bao giờ đòi lại mạng sống của chồng con họ đâu. Chiến tranh. Chiến tranh mà, anh hiểu chứ?"* (tr. 141). Câu nói làm anh *"nghe lòng xấu hổ, nằm im, tự nhiên nước mắt tôi ứa ra, và câu nói của người thương binh đó theo tôi mãi cho tới hôm nay vẫn còn nhớ"*. Sau 1975, người bạn này được xem là con liệt sĩ – trớ trêu, khi anh đạp phải mìn của Cộng mà nay được bọn Cộng đề cao! Đám bạn trong làng quê lúc nhỏ chơi trò bắn súng thì khi lớn lên, đứa phe này đứa phe đối nghịch bắn giết nhau.

Sau chiến tranh, người ta "giáo dục" trẻ nhỏ kiểu "mới" đối với người miền Nam, như lời ta thán của thầy Tiệp được lưu lại dạy học: *"Xã hội mới đâu cần đến cái học. Học thì có người khác học rồi, con của mấy ông có đảng. Còn con anh, con tôi lao động là vinh quang. Nộp giấy, nộp ve chai để làm một kế hoạch nhỏ sau này cho các em choàng khăn đỏ, là một vinh quang. Vinh dự lắm đó anh"* (Kế Hoạch Nhỏ, tr. 106). *"Không cần biết nắng trên đầu, hay gai góc dưới chân. Bịnh thì có bố mẹ lo"*, các trẻ nhỏ mang bao cát chui rúc bụi này bờ kia để tìm cho được từng mảnh giấy vụn, chai be – phải nguyên vẹn không được bể miệng chai. Có người phải gỡ gạch nhà đem nộp cho đủ. Không nộp đủ thì cuối năm khỏi lên lớp. Kế hoạch hóa ra là để mua một đầu máy xe lửa cùng các toa làm thành "con tàu cháu ngoan bác Hồ" hoang tưởng đưa trẻ em trong Nam ra thăm lăng bác!

*

Tập *Màu Thời Gian* mở ra với truyện Nơi Góc Phố Cũ: 28 năm sau, "lão" - người sĩ quan VNCH năm xưa, trở về giữa trưa nắng gắt và hồi tưởng sống lại theo từng bước đi: "Buổi trưa đứng bóng. Con đường như muốn bốc hơi. Như hai mươi tám năm trước khu vực lòng chảo vẫn nóng như đổ lửa dạo nào mà lão đã nhìn thấy những tân binh trong tiểu đoàn của lão ướt đẫm mồ hôi... Con đường mà lão đi lại nhiều lần, sáu năm chứ chẳng phải ít ỏi chi đâu. Đủ để cho lão nhớ". Cái nhớ đầu tiên là bóng dáng "lão" và bạn đồng cảnh ngày ấy sắp lâm trận chiến huynh đệ tương tàn, khốc liệt: "Nhìn một đoàn quân lính chưa ra lính, dân cũng không phải dân, rồi nhìn những tiểu đoàn bạn đi sau. Lão thấy tội nghiệp cho lão mười năm trong quân ngũ. Được cái gì và hôm ấy mất cái gì". Trong cái trưa nắng như đổ lửa của hiện tại, ngồi lại bên dốc cầu đỏ, "lão" lần theo trí tưởng nhớ bạn, Long, nhớ tiếng xe vélo solex của cô bạn gái H. và tình cờ hai người lính năm xưa gặp lại nhau: *"Đàn bò dừng lại bên cầu, và Chấn chạy lại ôm lấy lão: Thầy đã về lại sao. Tự nhiên những giọt nước mắt của hai người lính già ứa ra trong cái lạnh hây hây của sương rừng"* (bản 2016, tr. 9, 11, 18). Cõi Đời Bao Dung sẽ tiếp nối chuyện "ông thầy về đó sao?" và anh lính tên Chấn.

Một Chút Ngậm Ngùi cũng là suy nghĩ khi đến ngồi bên mộ Ban con người bác: *"cuộc chiến tranh nào xảy ra cũng mang đến cho nhân loại bao nỗi buồn. Nhất là cuộc chiến tranh trên quê hương tôi. Mà gia đình bác tôi là một. Cha con ở hai phía cũng vì khác nhau ý thức. Con bên này. Cha bên kia. Để rồi đến hồi kết cuộc: cha chết từ một cánh rừng nào, âm u, vợ con không nhìn thấy mặt. Có chăng chỉ còn lại một tấm hình, với mái tóc chẻ ngôi giữa, mà suốt đời bác gái tôi cất kỹ. Hôm nay mới đem ra phóng lớn treo giữa nhà. Còn anh Ban, nằm đó, bên cạnh nhà, nhưng mãi mãi vẫn là không. Khi trên bàn thờ hai tấm hình của hai người thân mang hai bộ quân phục khác nha"* (tr. 38).

Chiến tranh được khơi lại như nỗi nhớ những tình thâm, như tiếc thương những người đã hy sinh cho đất nước, trong Tháng Năm Hoa Mận Nở, Đất Khổ Người Khổ, và riêng truyện Vẫn Những Mùa Xuân, Phạm Văn Nhàn viết để nhớ người em, thiếu úy Phạm Bảy, sư đoàn 2 BB, chết một tháng trước ngày miền Nam rơi vào tay Cộng sản. Hiệp định hòa bình đã ký nhưng chiến tranh đâu có ngưng, mà lại càng khốc liệt. Bảy chào từ biệt mẹ, không lâu sau thì bà *"nhìn thấy lính ở đâu chạy về ngang qua thành phố của bà nhiều quá. Chẳng những lính mà còn vợ con của họ nữa. Sao nhiều quá vậy. Thành phố biển của bà mấy ngày nay trở nên rộn rịp (...) Buổi trưa, cơn sốt của đoàn người lánh cư từ các tỉnh phía ngoài ồ ạt vẫn tiếp tục đổ vào thành phố, thì bà nghe tin thằng Bảy, con bà chết. (...) Mùa xuân. Tự nhiên bà nghĩ tới mùa xuân bà sợ. Theo như người ta sau một năm làm việc mệt nhọc, xuân đến, tết về, mọi nhà quây quần lại với nhau đoàn tụ. Còn bà, bà lúc nào cũng thấy chán chường. Sau cái chết của thằng Bảy một tháng. Hai thằng con lớn đi lính cũng trở về. Bà nghe người ta nói thống nhất đất nước rồi. Chiến tranh không còn nữa. Ai nấy lo trở về đất cũ làm ăn. Bà chẳng thấy xuân đoàn tụ đâu, trở về đất cũ làm ăn đâu, mà thằng con đầu mới trở về gặp mặt vợ con chưa được bao lâu thì ông khu phố vào nhà gọi đi trình diện, bắt đưa lên mật khu. Bà đâm ra sợ mỗi lần xuân đến"* (tr. 183-4).

*

Văn Phạm Văn Nhàn bình dị, có khi như kể chuyện, có khi là tiếng kêu thương, phẫn nộ – của người dân một nước nhược tiểu, của người lính "thua trận".

Đọc Phạm Văn Nhàn cũng như đọc Nguyên Minh, Lữ Quỳnh,... độc giả dễ có cảm tưởng đọc truyện Y Uyên ngày nào. Những chuyến xe, những cảnh tượng làng quê, thị trấn nhỏ rồi cũng chỉ là những cái mốc, những chi tiết, cái chính là tâm trạng, là hành trình tâm thức của tác giả. Và nhân so sánh, nếu phải so truyện chiến tranh của Phạm Văn Nhàn với truyện Trần Hoài Thư thì ở họ Phạm, cảnh tượng kinh hoàng, tàn khốc của chiến tranh không ở diễn tả chiến trận, mà ở những người thân, bạn bè ở hậu phương, ở quê nhà và nhiều hơn nữa trong tâm trạng của tác giả và bạn đồng ngũ!

Phan Nhật Nam

Tên thật Phan Ngọc Khuê. Sinh năm 1943. Đổi thành Phan Nhật Nam 28-12-1942.

Đã xuất bản ở hải ngoại: *Những Chuyện Cần Được Kể Lại* (1995, bản dịch The Stories Must Be Told 2002) - *Đường Trường Xa Xăm* (1995) - *Đêm Tận Thất Thanh* (thơ 1975-1993, 1997) - *Mùa Đông Giữ Lửa* (1997) - *Những Cột Trụ Chống Giữ Quê Hương* (2003),- *Phận Người Vận Nước* (2013) - *Chuyện Dọc Đường* (Tuần báo Sống, 2013).

Mười bốn năm lính. Mười bốn năm cải tạo: 22-6-1975 trình diện học tập và bị giam tại Long Giao, 22-6-1976 rồi bị đưa ra Bắc trãi qua nhiều trại tù nơi quản giáo, cai tù và rừng núi nước độc vùng thượng du Bắc Việt Sơn La, Lai Châu, Tuyên Quang, Hoàng Liên Sơn, trại tù số 5 Thanh Hoá (Trại Đầm Đùn) và trại tù Lý Bá Sơ. Hết lao tù ngày 19-1-1989: 14 năm tù VC với hai đợt kiên giam hơn 8 năm nằm hầm tối liên tục. Sau khi ông được thả, bị quản chế tại gia, và cuối cùng vào cuối năm 1993 (H.O. 22), ông được sang Mỹ định cư. Thời-gian ông chịu khổ nạn trong các trại lao tù, ông đã viết những trang bi ký trong tù (từ năm 1979) gởi cho vợ và người thân, được chuyển cho một người bạn đưa ra khỏi nước như tiếng kêu thất thanh, nhắc nhở người ở ngoài về địa ngục trần gian. Tạp-chí Dân Quyền, qua Đào Vũ Anh Hùng, đã công bố toàn tập Nhật ký trong lao tù cải tạo (các số 39-42, năm 1981) mục-đích *"làm thế nào vận động cứu Nam, không nó chết"* đồng thời với việc nhờ Văn Bút Quốc-tế can thiệp. Năm 1987, Mặt-Trận Quốc-Gia Thống-Nhất Giải-Phóng Việt Nam tổ chức giải văn-học nghệ-thuật Quốc khánh 1987 trao cho tác-phẩm *Tù Binh Và Hòa-Bình* của Phan Nhật Nam. Ngoài ra, bà Irina Zisman trong tập 1 *Bút Ký Irina* (1992) có kể từng đến gặp họ Phan hai lần lúc ông chưa rời Việt-Nam, nghe chuyện bị đày đọa của ông, từ đó bà thắc mắc tại sao *"những cuộc tra tấn của cộng-sản đưa lại cho con người khả năng hiểu thấu những công việc thầm kín của Thượng đế"*, ở vị thế của bà là người Nga, bà không biết *"có thể làm gì để 'rửa tội' cộng-sản trước loài người?"* (tr. 88).

Ra khỏi nước, ông tiếp tục viết và thấy có bổn phận của "người sống đối với những người đã chết", bổn phận phải viết lên những điều mắt thất tai nghe, nói lên những uất nghẹn của người dân Việt, viết lên những oái ăm, hận thù cũ được nhìn lại với cái tâm tưởng thoát mọi ràng buộc độc đoán, một nhìn lại thời gian đi lính, nhìn lại những chiến trường cũ,... Ông cần được kể lại vì phải nói lên tiếng nói của một tập thể đông đảo binh sĩ luôn chịu thua thiệt, bị ngộ nhận, có khi bị đồng hóa với những người người chỉ huy hèn nhất. *Cuộc chiến vừa qua có những bộ mặt tàn nhẫn.* Kinh nghiệm viết từ cái sống đó không thể khác hơn những gì ông đã viết như nay nhìn lại:

"Trước năm 1975, viết như một cách giải tỏa uất hận, phẫn nộ - do cảnh sống quá đỗi khắc nghiệt, tàn nhẫn của chiến trường vây chặt, tác động.

"... Từ tuổi trẻ, qua những dòng chữ viết, tôi đã đặt nền móng đúng về một xác tín cao cả, bi hùng - Người lính đã chiến đấu cho tự do. Người lính đã chiến đấu với một mục đích tự thân - Chiến đấu bảo vệ phẩm giá Con Người".

Cái phẩm giá đó bị chà đạp trong chiến tranh đã đành, nhưng khi bãi chiến trường vừa hết bom đạn, con người còn bị dày xéo hơn nữa trong những nơi gọi là trại cải tạo, nơi tù ngục lương tâm con người, nơi chà xéo nhân cách, nhân phẩm, nơi cái hèn bộc phát như chưa từng:

"... Chen trong tiếng chửi và chuỗi đòn thù Nhân nghe lời thét gào đứt khúc... Các ông hèn... hèn lắm!! Hèn là thế nào... Mày trả lời đi... Đánh người đang bị cùm thì giỏi giang gì, đánh thằng già đang bị cùm thì còn hèn hơn... Tại mày già nhưng còn chống đối, mày ngu thì phải dậy cho mày khôn ra. Tiếng cười nhạt... Ai dạy ai, mấy mươi năm các ông biết đã dậy được ai không rồi chứ... Mày câm mồm đi... Ông lại cho thêm một trận nữa bây giờ. Nếu các ông đánh tôi chết được thì nên đánh bằng không vô ích thôi.. Giọng trả lời tỉnh như không.

Được, ngày mai mày trả lời với với ban (...) Cửa phòng đóng lại, bóng tối chụp xuống. Nhân biết được trời đang trong buổi trưa nhờ liếc bóng nắng đổ chéo qua ngạch cửa. Một thế giới với những con người kỳ lạ, không thấy mặt, có thật ở đây..."

Với hai tác phẩm *Những Chuyện Cần Được Kể Lại* và *Đường Trường Xa Xăm*, người lính nhà văn họ Phan đã nghiệm cảm đau đớn cho cái tình Người đã mất trong thế giới hôm nay, ở người Việt. Ông muốn giải tỏa, kêu gọi xóa bỏ những hận thù mà cuộc chiến vừa qua đã gây ra vì ông nhìn thấy vết thương đó trong khi có người phó mặc, đường ta ta cứ đi! Một mình ông, ông đã can đảm làm việc đó dù ông đã là nạn nhân của chiến tranh, đã bị đọa đày bởi người cùng chiến tuyến (trước 1975, ông từng bị bắt buộc rời khỏi binh chủng nhảy dù, lý do đã dám nói thật) và cả kẻ nghịch thù. Cái bi hùng của con người trong cuộc chiến, cái bi hùng của người có trí đã tri và đã nói theo lương tâm con người!

Bút ký pha hồi ký chiến tranh *Mùa Đông Giữ Lửa* sử dụng chất liệu từ đời sống, lịch sử và chiến tranh, những suy niệm sâu xa về dân tộc, lịch sử và phận người Việt Nam.

Những Cột Trụ Chống Giữ Quê Hương là một "ký sự nhân-vật" về các tướng Ngô Quang Trưởng, Lê Minh Đảo, các bạn tù, chiến hữu (Nguyễn Hữu Luyện, v.v.); đồng thời là một cố gắng vẽ lại, đánh giá lại những trận đánh ở nhiều địa danh khác nhau.

Phận Người Vận Nước gồm các bài viết *"tường trình về quá trình Sống/Chiến Đấu/Và Chết theo cùng mệnh nước nổi trôi của nhiều thế hệ người Việt trong giai đoạn khốc liệt"* những năm 1945, 1954, 1968, 1972-75 và sau đó, qua 3 phần Theo Cùng Mệnh Nước Nổi Trôi, Những Cột Trụ Chống Giữ Quê Hương (Ngô Quang Trưởng, Nguyễn Quang Hiếu, Trương Quang Ân và anh lính biệt kích Nguyễn Công Thành) và Trên Ranh Giới Sống/Chết. Theo ông, *đây không phải là vấn đề tài liệu nhưng ở đây là những chứng cớ của lịch sử. Chứng cớ đó không phải là của riêng một số cá nhân, của một số tập thể người Huế mà là của toàn dân-tộc này"*.

Chuyện Dọc Đường là những chuyện thật mà ông sống hoặc chứng kiến được từ 1975 đến nay khắp nơi Nam-Bắc nước Việt, trong các trại tù, cũng như trên đường đi xuyên các bang nước Mỹ,...

"*Những câu chuyện bình thường, đơn giản của mỗi người Việt, của mỗi cá nhân thuộc nhiều sắc dân của Bán Đảo Đông Dương, những người hằng sống qua, rời bỏ những nơi chốn gọi là Sài Gòn, Mỹ Tho, Nam Vang, Đà Nẵng, Quảng Ninh, Hải Phòng.. trong những tình huống khác biệt. Câu chuyện về những người đã qua ngưỡng cửa tử-sinh một cách lặng lẽ, tự nhiên như đã sống, như đã chết. Người viết tường thuật lại với tính trung trực hẳn có đối với công việc của một người dụng văn. Và nếu cần thiết, chỉ thay đổi phương danh, địa danh căn bản để tránh những ám chỉ, đụng chạm vô tình có thể xẩy ra*".
Một người lính với mười bốn năm binh nghiệp, ông đã trải qua những đoạn đường binh lửa, chiến trận khốc liệt, chứng kiến những cái chết của bạn bè. Sau đó ông cũng đã chứng kiến những lọc lừa, gian trá nhân danh hòa bình. Rồi 14 năm tù đày trên chính đất nước của mình, với đồng đội nay thất thế sa cơ cũng vì lọc lừa học tập. Phan Nhật Nam kể những chuyện thấy và biết trên đường đi, trong cuộc sống, khóc cười với đồng loại chung số phận của "vận nước-phận người", như Chuyện "Công Cắn":

"... *Tất cả dấu hiệu về con người của thằng Công chỉ hiện ra nơi hai tròng mắt. Tròng mắt người nhưng có ánh sắc loang loáng của loài chuột sống dưới hầm sâu, nơi cống rãnh ẩm tối nhầy nhụa những rác rưới, cặn bã. Vây quanh động vật gọi là con người kia là tấm màn dày đặt oi oi gây nôn bốc lên từ một thân thể không hề tắm rửa, và bộ áo quần tù khô mốc quết dính bởi mồ hôi, đất, bùn.. sau năm tháng thấm ướt nước mưa, nước ruộng, nước tiểu ủ phân người dùng để tưới rau xanh. Và Công xử dụng sự bẩn thỉu này nên thành một vũ khí lợi hại. Mỗi khi lâm trận xô xác, giành giựt lá rau, củ sắn.. hắn nhào vào địch thủ, ôm cứng như loài sên bám vào vỏ cây để mùi hôi thối từ thân người xông lên chụp lấy đối phương như bị ủ kín trong một chiếc chăn nồng nặc.. Và nó cắm chặt vào bất cứ phần da thịt nào của đối thủ với hàm răng nhọn của một loài sài lang khủng đói.. Mặc cho đối thủ dập xuống những nắm đấm đòn thù, Công chỉ buông kẻ nghịch khi miệng thấm ướt mùi máu và miếng da, thịt người tanh tưởi. Lẽ tất nhiên, đối thủ nó cũng là những tên tù đói, bẩn, nhưng mùi thối của thân thể Công nặng nề gay gắt hơn hẳn. Hơi thối có độ dày tởm lợm bốc lên từ đầu tóc rậm lởm chởm, trên lớp da đen xỉn nhầy nhầy đất ghét. Công cũng đã xử dụng mùi hôi thối của thân thể (mà bất kỳ ai đến gần cũng* bị phản ứng nôn mửa) để chiếm cứ chỗ nằm sát bức tường ngăn khu cầu xí cuối buồng giam. Em nó, thằng "Công em" được đặt nằm an toàn trên chỗ ngủ âm âm thối ủm này. Nó nằm ngoài che em với đôi mắt nhỏ liếc đảo ngang dọc từ đầu căn buồng đến khu chuồng xí.. Khi khám phá ra một "con mồi" nào đấy đang nằm cử động nhẹ khẽ dưới tấm chăn đắp, Công lẻn tới im như một loài bò sát.. Nó phóng nhanh lên thân người đang chuyển động kia, chớp lấy thứ, loại thức ăn mà kẻ kia đang nhóp nhép nhai, bỏ tọt vào miệng, xong gục đầu xuống ngực chấp nhận trận đòn cho đến khi nuốt xong miếng ăn vừa cướp được. Chỉ hai thứ vật chất Công chưa đưa vào miệng: đất, cát và lá, cỏ. Nó đã lập nên những thành tích: Ăn thức ăn từ mồm thằng Huân "con" nôn thốc ra khi tên này phải ăn nhanh hết hai cân gạo tẻ, cân đường chảy, lọ mắm ruốc từ nhà thăm nuôi trở về. Nó cũng vượt mặt tất cả toàn trại tù với gói phân của thằng em còn lẫn nhiều hạt bo bo chưa tiêu hóa kịp.. Từ khu lao động hầm đá, thằng Công lận gói phân dưới đũng quần, vào trại, rửa qua loa, và đun lại trong chiếc bát nhôm mẻ.. *Tao ăn cứt của em tao chứ đâu ăn cứt của chúng mầy.* Công nói tỉnh khi bọn tù xỉa xói chưởi rủa hành vi súc vật của hắn.

Hai anh em thằng Công thuộc Đội 12 Trại Cải Tạo Số 5, Xã Lam Sơn, Tỉnh Thanh Hóa - Đội tù trừng giới (gồm những phạm nhân chịu án phạt tập trung vô hạn định) có nhiệm vụ cung cấp đá ong cho toàn vùng để xây các trụ sở hành chánh, công trường, nhưng chủ yếu là những hầm tù khác của hệ thống trại tù Lý Bá Sơ để lại từ những năm chiến tranh Việt-Pháp (1946-1954). Công tác sản xuất này có giá trị kinh tế cao, đem về cho trại nguồn thu nhập tài chánh lớn nhất (so với các đội làm gỗ, đốn củi, trồng rau, chăn nuôi..) nhưng cũng là công tác nặng nề gây chết im lặng, chắc chắn mà các "Trường Vừa Học Vừa Làm" (nơi huấn luyện, đào tạo nên những con người "xã hội xã hội chủ nghĩa tiên tiến" từ thuở vị thành niên) tiếp chuyển giao đến khi bọn "trại viên cải tạo" tới tuổi thành người - Thành người tù nếu muốn nói rõ hơn. Trai hay gái đồng chung một chế độ quản lý, giáo dục. Chế độ không có hiện tượng "người bóc lột người" nếu muốn xác định thêm "tính chất ưu việt của chế độ ta...".

Khi mới đến định cư ở Hoa-Kỳ, nhà văn Phan Nhật Nam nạn nhân chiến-tranh, cựu tù cải tạo, đã từng bị phỉ báng, bị 'đánh phủ đầu' là đã đầu hàng Cộng-sản, là 'tay sai', "chao đảo lập trường chống Cộng, phủ nhận Cờ Vàng Ba sọc đỏ vì có thế lực bí mật", v.v. khiến ông phải lên tiếng thanh minh, biện minh với những người đồng khóa 18 Võ Bị Đà Lạt (1961-1963) của ông - ngay khi ông còn ở trong nước, bị quản chế sau khi ở tù cải tạo ra, đã có những dư luận xem Phan Nhật Nam như "đã đầu hàng, đã bị tẩy não để được trả tự do" (X. *Thế Kỷ 21,* 3, tr. 90).

Toàn bộ tác-phẩm bút ký, tâm bút và phóng sự của ông trước và sau năm 1975, trong và ngoài nước, là nhân chứng đích thực và chân thực của lịch-sử. Thời văn-học hải-ngoại, Phan Nhật Nam đã đi sâu hơn vào chủ nghĩa hư vô và vẫn chiến đấu giữa chiến-tranh và tình-yêu, dùng nghệ-thuật sáng-tạo cốt chữa một số vết thương lớn nhỏ. Tâm tình tác giả sôi nổi, khích động, thành tâm nhưng mạch văn về sau bắt đầu rối rắm, khó theo dõi nếu không biết rõ câu chuyện.

*

Phan Nhật Nam còn làm thơ và đã xuất bản tập thi tuyển *Đêm Tận Thất Thanh* (1975-1993) gồm 3 phần: Tận Cơn Thống Khổ, Vọng Mãi Đau, Mở Ra Vô Thường. Những bài thơ về người lính thua trận, cuộc đời tù cải tạo. Nhiều suy nghĩ về đất nước và phận người, một số thiên về tôn giáo; những sáng tác trong một hoàn cảnh chẳng đặng đừng của một người "chỉ quen viết văn". Cảm động nhất là Bé, bài thơ viết về người em gái quá cố của tác giả:

> *"... Tôi đi lên miền Bắc*
> *Nghiệt phần riêng thậm ngặt (...)*
> *Nghe chuyện buồn thương tâm*
> *"Chồng cải tạo tập trung*
> *Vợ ở nhà chết thảm*
> *Bốn con nhỏ khốn cùng*
> *Quay quắt bên thây!! "*
> *Những tưởng nghe nhầm tai*
> *Giật mình gào hỏi lại*
> *Ôi siết bao kinh hãi*
> *Đúng tên chồng em gái!!*

Chuyện những Đồi Hoa Sim
Nay một lần hiện thực
Không chết người ngục tù
Một mình em oan trái
Tôi bật khóc trên đồi (...)
Năm năm ngày giỗ em
Cấm phòng ngồi gục mặt
Nhói đau trũng ngực nặng
Em chết thật sao Khanh?" (tr. 21-22).

Tập thơ đánh dấu một giai đoạn sáng tác mới của họ Phan, ông vẫn mạnh đi, dù hơi lảo đảo, dù bị hiểu lầm và phản đối! Trong một số thơ sáng tác gần đây, họ Phan thiên về đức tin tôn giáo.

Phan Ni Tấn

Phan Ni Tấn (6-3-1948, quê nội Cần Giuộc, quê ngoại Thừa Thiên) làm thơ, viết văn và soạn nhạc, phổ thơ. Sĩ quan tốt nghiệp Trường Trừ Bị Thủ Đức tháng 1-1970. Năm 1972, tham gia Phong trào Du ca Ban-Mê-Thuột. Sau biến cố 30-4-1975, ông bị tù 'cải tạo' cũng ở đây, vượt ngục, sau vượt biên qua Thái Lan 11-1979 và từ 1980 định cư ở Canada. Ban đầu ký PNT (N.D.).

Đã xuất-bản các thi tuyển *Lục-Bát Phan Ni Tấn* (1973), *Hồi Ký Thơ* (Làng Văn, 1988), *Câu Thơ Về Người* (Nhân Văn, 1996), *Quê Núi* (2010), *Nẻo Nhà* (Nhân Ảnh, 2010), và văn xuôi: *Có Một Thời ở Quê Hương Tôi* (Văn Học Mới, 2018), *Ngòi Viết Lang Thang* (2019),... Ông còn là nhạc sĩ và đã xuất-bản các tập *Dậy Lửa Trường Sơn* (Toronto: Lửa Việt, 1983), *Em Hát Em Vui* (nhạc thiếu nhi chung với Nguyễn Hữu Nghĩa; Làng Văn, 1987), *Tuyển Tập Tình khúc Phan Ni Tấn* (2004) và một số CD khác.

Thơ và nhạc Phan Ni Tấn như một lên đường đấu tranh cho đất nước và con người, từ tạp-chí *Nhân Văn* đến *Văn, Văn Học, Làng Văn* và những tạp-chí văn-học hoặc đấu tranh *Phố Văn, Hợp Lưu, Hồn Việt, Văn Nghệ, Văn Phong, Diễn Đàn Tự Do, Văn Học Mới, Ngôn Ngữ*,...

Đề tài thơ ông khá đa dạng: tình yêu, tình nước, tâm cảm đấu tranh, dân ca lục-tỉnh, v.v. *Hồi Ký Thơ* mang những đề tài và tính chất này lồng trong 'thể-loại' tự sự, như ông cho biết trong bài "Tựa":

"Thương quê lòng những dạt dào
Mực trong cây bút lại trào máu ra
Tay người thả những phong ba

Thơ tôi nhỏ bé sao qua dãi dầu"
(trích từ bài trường ca cùng tựa).

Trước hết là thời ở quê nhà, nhập ngũ: bài 20 Năm Trước Tại Trường Bộ Binh Thủ Đức gồm 38 đoản khúc,... Xin trích vài đoạn:

"Trại lính, tuyến, giao thông hào
Nhà cơm, bệnh xá, hàng rào, băng-ca
Vũng nước, lùm cỏ, bụi hoa
Những ngày đầu mới ngó qua, sầu liền"

(Ngó Qua Sầu Liền, tr. 87)

"Trưa hừng hực nắng lăn quăn
Ra bãi tập, bắn xe tăng lật lìa
Bắn khu tử giác, bắn bia
Mà cứ tưởng bắn từng tia nắng thù"

(Nắng Thù, tr. 90)

"Leo, trèo, chạy, nhảy, phóng, bò
Vượt chướng ngại vật có trò lợi xương
Mình đi tám hướng, mười phương
Bây giờ mới gặp "đoạn đường chiến binh"

(Đoạn Đường Chiến Binh)

"Mình đi ứng chiến Sài-Gòn
Chừng non một tháng thì mòn đám mưa
Trở về Thủ Đức giữa trưa
Mình mang theo hết đám mưa Sài-Gòn"

(Đi Ứng Chiến, tr. 97).

Cũng là những nỗi nhớ thành chuỗi dài như những năm chiến-tranh trên quê-hương. Như chuỗi Rừng Tâm Sự 5 Năm Ở Lính nhớ và kể những biến cố lớn nhỏ đã xảy ra trong khoảng thời-gian đó:

"Anh tôi chết trận Lệ Trung
Mùa hè đỏ lửa nổ tung chiến trường
Tôi chơi thần tử buông tuồng
Nghe tin anh chết có buồn gì đâu" (đoạn Tên Ngôi Làng Nhỏ)

"Anh đi lành lặn thịt xương
Ra chốn sa trường năm ấy mùa khô

Đánh giặc cho tới mùa mưa
Anh về trong bộ xương khô khốc buồn"

(đoạn Nỗi Buồn, tr. 112)

Bài trường ca Hồi Ký Thơ kể chuyện ông và hồn thơ trãi qua cuộc chiến, tù 'cải tạo', vượt biển và sống đời lưu vong sau đó; thơ lúc nào cũng sống động, dưới nhiều hình-thức và thịnh suy:

"Thơ tôi mất nước tan nhà
Tự do đời đổi trắng ra thành tù
Mẹ già ngồi cuối tháng tư
Ngó ra lộ máu thấy hư không về
  Thấy Thơ cải tạo ê chề
Hồn con tản mạn trong đề lao sâu
Tìm hoài trong lớp đất nâu
Mòn con mắt chẳng biết đâu quê nhà
  Cuối năm tù tội được tha
Gánh Thơ ra ngục xót xa vô ngần
Thơ tôi từ đó bâng khuâng
ngân nga giọng kể xa gần núi sông
  (...) Phận Thơ một buổi qua đò
Theo người vượt biển quanh co mấy giòng
Giòng khơi thành nhánh trăm con
Chia nhau xuống biển lên non nghìn trùng
  (...) Tỉnh ra Thơ ở xứ người
Ăn cơm gạo lức bùi ngùi nhớ quê
Tám năm đi biệt không về
Đoạn trường tôi đó ủ ê máu đào
  Thương quê lòng những dạt dào
mực trong cây bút lại trào máu ra
Tay người thả những phong ba
Thơ tôi nhỏ bé sao qua dãi dầu
  (...) Chiều nay tôi đó băn khoăn
Dịu dàng Thơ cũng phân vân cúi đầu
Tay ai đành đoạn chia sầu
Thơ tôi chập choáng cuối câu hát buồn
  Thôi còn gì nữa cố hương
Còn trong hồn sót mấy chương ưu phiền

Còn tôi viễn xứ đời chiều
Thơ tôi trôi giạt cuối miền xa xăm
Thơ tôi nguyên quán Việt-Nam" (Hồi Ký Thơ, tr. 121-126)

Những bài "hồi-ký" khác: Hồi Ký Trong Tù, Những Bữa Tiệc Tù, Tháng Ngày Ở Rẫy, Tưởng Tiếc, Trong Trí Nhớ, Thư Gửi Chị Khuất,...

Câu Thơ Về Người (1996) vẫn một số đề tài từ tập trước, nhưng ở đây, thơ muốn đến gần với tha nhân. Thuở Còn Ở Vậy nói về mình trước khi lập gia-đình như muốn người khác hiểu và đừng ngại đến gần:

"nửa đêm khuya khoắc trời mưa bất cẩn
tạt trúng hồn anh những giọt xanh xao
núp gió anh ngồi lọt trong thơ thẩn
nói lại bài ca cũ đã năm nào (...)
nói thiệt mấy em anh tuy hơi lớn tuổi
nhưng hồn vẫn xanh từng nét ngây thơ
dẫu da rúm ró xương như que củi
mà vẫn hiên ngang như sóng ngọn cờ (...)
nói tới Việt-Nam đau lòng lắm lận
thao thức trong đầu ray rứt trong tim
Việt-Nam lao đao như tình anh lận đận
lay lức phong trần hụt hã quàng xiêng (...)
mà thôi hổng thèm nhắc hoài nhắc hủy
chuyện nước non rầu thúi ruột thúi gan
mặc ai thở than mặc ai sầu lụy
ta kể chuyện tình mây nổi trăng thâu
chuyện tình của ta là con nước cạn
hoang phế lâu đời rêu mốc tim khô
một bữa nhìn hoa anh tìm ra lãng mạn
vội hóa thân thành một nụ hôn thô (...)
bây giờ qua đây lòng anh vẫn vậy
vẫn cứ như gương một tấm sạch boong
hồn anh đơn sơ như là trang giấy
sống hổng gì hơn ngoài một tấm lòng"

Dĩ nhiên, trong tập thơ này có những bài nói lên nỗi buồn mất nước mỗi năm vào tháng Tư như trong bài Tháng Tư Già:

"1. ta ngồi dạo khúc tháng tư

mấy câu hát mọn sặc sừ bay ra
quê nhà tất tưởng đàng xa
lại gần như nhiếp hồn ta lúc nào
2. rướn gân cổ hát giọng cao
sợi dây thanh quản khan khao quá chừng
cúi đầu thấp giọng trầm hùng
tiếng đàn cũng hạ mấy từng âm thanh
3. câu hò đắp lũy xây thành
xin cho ở lại quẩn quanh quê nhà
câu ca thét quỉ gào ma
hờn căm sôi sục thì ra chiến trường
4. mặt ta đẫm bóng tà dương
tấm thân gầy dựa vách tường rêu phong
ngượng cho con mắt đoanh tròng
vội vàng nhỏ xuống thành dòng máu khô
5. ta già từ độ tháng tư
tâm hồn bị đạn đã hư quá nhiều
năm xưa dấn bước như liều
bây giờ giống hệt con diều đứt giây"

Thi ca vẫn sẽ là niềm vui và lẽ sống của nhà thơ những năm sau đó, như trong Đành Mượn Câu Thơ Làm Tri Kỷ, nhà thơ tự tặng mình:

"một buổi trưa trời câm đất nín
không người bánh mật ghé ngang chơi
bạn khan như nắng trong mưa lụt
như mây xa xăm tận chân trời
đành mượn câu thơ làm tri kỷ
uống chơi vài hớp cũng khề khà
ở đời dễ mấy khi được gặp
cuộc rượu Thơ – Người cuối tháng ba (...)"

Và tuyển tập thơ *Quê Núi*:

"Gió chướng thổi qua cầu Mười Bốn
cầu già như một bộ xương khô
Trăng soi lạnh cả vùng sông nước
mạn ngược xuồng ai cố chống vô
(...) Khóc mùi một trận đi, quê núi

vuốt ngực trôi xuôi những nỗi niềm
Trả hết về xưa cho gió xóa
để hồn ươm vạt nắng vàng im" (Quê Núi)

Những bài thơ gần đây, vẫn là tình quê, như Dứt Tình Tại Bậu:
(Lời quê góp nhặt...)

"Bữa bậu bỏ đi qua bắt rầu thúi ruột
Tưởng trửng giỡn chơi dè đâu biệt ngàn trùng
Tình nghĩa tính ra (úi chu cha) mỏng lét
Lấy cái giống gì biểu bậu thủy chung
Cái bữa dứt tình bậu te rẹt một nước
Chạy theo níu áo năn nỉ miết cũng hông
Nghĩ lợi thấy thương đôi câu già nhơn ngãi
Tình loan ý phượng (chèn đét) nó non bân
  Nhà cửa bấy giờ sao trống huơ trống hoác
Chắp tay sau đít vác bản mặt đưa ma
Đi ra ngó trời (ứ hự) vào ngó đất
Còn biết làm sao đành nhớ bậu thôi hà
  Nhớ lúc quạu đeo bậu làm eo quá ể
Rồi mềm như mưa chan chứa đựng trong lu
Mỗi lần khát nước qua thò tay khoát khoát
Ực một gàu trong vỗ cái bụng tròn ù
  Nhớ cái bản mặt (chu mẹt) ơi là sáng
Như múc ánh trăng tưới xuống mảnh hồng nhan
Tình nghĩa trầu cau têm vừa tròn một bọc
Còn chỗ nào dư mà nhét miếng trăng vàng
  Nhớ con mắt liếc sắc như dao thọc tiết
Làm trái tim qua hệt sung rụng sân nhà
Đôi mắt thu ba trường giang con sóng lượn
Chết hụt mấy phùa mới thấy đã tổ cha
  Nhớ nút ruồi duyên bu ghiền bên mép trái
Nó hay dãn ra lúc bậu ré lên cười
Gặp bữa sung thiên bậu khiêng cơn hạnh phúc
Cắn phập hồn qua đau sướng thấu ông trời
  Nhớ tiếng võng trưa bậu đưa qua kọt kẹt
Cái giọng ầu ơ nghe mát ruột làm sao
Phải chi chìm cha nó luôn trong vũng mộng

Để được ru hoài ru hũy điệu ca dao
Vậy mà dứt áo bậu qua cầu thẳng thét
Ngún nguẩy bay đi hổng ngoái lợi một lần
Cuộc đất nào khôn thì đón chân chim đậu
Để bậu tìm chồng giữa cái chốn ba quân".

Lời tự nhiên, đôi khi bình dân theo kiểu Nam-kỳ lục-tỉnh, nhưng thường thì lời và con chữ đặc sắc riêng của nhà thơ.

*

Phan Ni Tấn còn đặc sắc khi viết truyện ngắn và bút ký, như *Có Một Thời ở Quê Hương Tôi* (2018), *Ngòi Viết Lang Thang* (2019),...

Đến với tập tùy bút **Ngòi Viết Lang Thang**, người đọc có thể khởi đi với tâm trạng "buôn", "vùng cao" và tinh thần "nhập cuộc" của ngày nào; không ngờ tác phẩm đã là một bất ngờ thích thú thực sự và nội dung đặc biệt khiến chúng tôi không thể không ghi lại đây vài cảm tưởng.

Ngay từ trang đầu, Phan Ni Tấn đã cho biết: *"Tôi sinh ra ở Banmêthuột cho nên núi rừng là bạn của tôi. Đi đâu, làm gì, thức hay ngủ, rừng núi lúc nào cũng kề một bên. Lớn lên tôi có đọc chút ít lịch sử trước 1975 của quê tôi, ở đó miên man trải dài ngút mắt, là núi và rừng, nơi xanh um một màu xanh lá, nơi chói chang một trời nắng lụt, và cũng là nơi lầy lội, ẩm ướt những trận mưa vào mùa. Từ thị xã đến thôn quê, nhà cửa theo thời gian lần lượt mọc lên suốt dãi cao nguyên đất đỏ; con người sống trong màu đất đỏ, tử sinh cùng đất đỏ..."* (Quê Tôi).

Trong phần đầu, Phan Ni Tấn đã ghi lại những nét tổng quát và chi tiết về vùng đất cao nguyên này, như một "địa chí văn hóa" trong đó lịch sử, phong tục tập quán, tín ngưỡng, văn hóa, giáo dục, nghệ thuật dân gian, v.v. được ngòi bút đa dạng, tài hoa có thừa của tác giả, giới thiệu cũng như kể chuyện, xen kẽ với những kỷ niệm, nhớ nhung, cảm xúc,... của chính tác giả hoặc người thân, bạn hữu. Mà bạn ông Tấn từ tấm bé đến nay thì khá nhiều để nhớ và kể lại, nhất là những khi được "ngộ cố tri" mặt đối mặt hoặc qua thư từ, báo chí, kỷ yếu: thôi thì cảnh cũ người xưa từng chi tiết, biến cố, được tác giả "lang thang" lùi trở về, ký ức sống lại - thành công thì bài dài, nhưng ít thì... tùy bút trong vài đoản văn.

Trai thời loạn, nhập ngũ, "đoạn đường chiến binh" của người

lính trẻ cũng được Phan Ni Tấn hồi tưởng với những con chữ trân trọng và sống động nhất: *"Tuổi trẻ là tuổi dấn thân đi tìm lại chính mình. Và chiến trường là nơi đầy thách thức bản thân, là nỗi ám ảnh, là sự ngã xuống hay vươn lên trong cuộc sống còn. Tuổi trẻ chúng tôi đi vào cuộc chiến tranh tuy là một sự chọn lựa của số kiếp nhưng lại là bổn phận của một công dân yêu nước, là niềm tự hào của đời trai trong thời lửa đạn. Chết thì thành chiến sĩ vô danh, làm phân bón cho đất thêm mầu mỡ. Sống thì thể xác lẫn tinh thần mang đầy thương tích và hoài niệm. Bài học làm người sau chiến tranh như ứa ra từ những trang lịch sử gây nên một cảm giác buồn thê thiết, có cái gì đó khiến cõi lòng vẫn âm ỉ, ray rứt một niềm cay đắng, xót xa, nó tích tụ ở đó lâu ngày chầy tháng thành một thứ kỷ niệm buồn".* Dĩ nhiên sau tháng Tư 1975 là ký ức không phai của những ngày tháng bị đày đọa trong trại tù cải tạo trên cao nguyên và cuộc vượt ngục tìm về Sài Gòn.

Rời *Banmêthuột* "thẳm sâu" và quá khứ còn đó, và quê ngoại Huế vì có bà cố tổ Hồ Thị Chỉ, Ân Phi của vua Khải Định, cũng như Sài-Gòn và tạt ngang văn Hồ Biểu Chánh, Amai B'Lan,..., "ngòi viết" theo Phan Ni Tấn "lang thang" sang miền đất lạnh tình nồng Gia-nã-đại của Bắc Mỹ. Nơi đây, Phan Ni Tấn đưa người đọc đến các thiền tự, những lễ hội, Tết, 30-4, nơi xứ người, với những tinh tế nhìn ra "cái hắt hiu, cô tịch của mắt trăng xuyên qua cửa sổ" của con trăng 16 (Mắt Trăng), hoặc những nhận xét về đồng quê, thiên nhiên của xứ người,...

Ngòi Viết Lang Thang còn đưa người đọc đến với một số văn nghệ sĩ Việt Nam trước và sau biến cố năm 1975 cũng như sự nghiệp, tác phẩm của các vị này, như Bùi Giáng, Doãn Quốc Sỹ, Võ Đình, Nguyễn Mộng Giác, Trương Đình Quế, Phạm Văn Hạng, Lê Văn Ngăn, Chu Trầm Nguyên Minh, Lam Phương, Anh Bằng, Việt Dzũng, Huỳnh Công Ánh, Chí Tâm, Nhã Ca, Song Thao, Luân Hoán, Hoàng Xuân Sơn, Ngô Vương Toại, Cung Trầm Tưởng, Lữ Quỳnh, Đỗ Quyên, Hà Nguyên Du, Lê Hân, Phương Tấn, Nguyễn Thị Thanh Dương, Đỗ Xuân Tê, Hoàng Quốc Bảo,... qua những hạnh ngộ và tình cờ của cuộc đời hoặc sinh hoạt văn nghệ, những ngày vinh quang, cũng như cái thời "chợ sách bán sách và thuốc lá kê một góc sạp sách của người bạn cùng đơn vị trước 75 để kiếm sống qua ngày" trước khi chuyển sang bán quán kiếm sống qua ngày... Phan Ni Tấn thuộc hạng văn nghệ đa tài đa dạng, nên ông sinh hoạt, quen biết nhiều nhà văn, thơ, nghệ sĩ và nhạc sĩ – ông cũng đã phổ nhạc khá nhiều thơ của nhiều nhà thơ từ nhiều thập niên qua và thơ ông cũng được các tri âm nhạc sĩ phổ nhạc!

Chủ yếu là cảm xúc, hoài niệm về quá khứ và quê hương đất nước, nhưng "ngòi viết" Phan Ni Tấn như "thần" khi viết về những "bánh buýt", "trường xưa, bạn cũ", "con Dế ",..., và nhất là về người bạn đời mà ông âu yếm gọi là "Con Bạn": "... *con bạn về với tôi gần 40 năm, tóc đã muối tiêu mà cái nết thuần lương vốn có của người phụ nữ phương đông nó thấm vào huyết quản sao mà dễ thương quá chừng chừng. Có được con bạn chí tình chí nghĩa này ai mà không sướng thấu trời xanh. Nhất là những ngày cuối năm sắp Tết.*

Nói "sướng" là sướng làm sao? Thì đây, nói nghe chơi: Hồi còn sung sức, cứ tới 23 tháng Chạp là tôi lăng xăng phụ con bạn vàng quét dọn trong nhà ngoài ngõ, lau chùi bếp núc, lễ mễ cúng kiếng tiễn ông Táo về trời. Con bạn của tôi mau mắn lắm. Tay liền tay, miệng liền miệng, năm nào cũng nhờ hai Táo nhà ta lên trển nhớ tâu với Ngọc Hoàng Thượng Đế làm ơn ban phước cho thế giới hòa bình, muôn dân no ấm, gia đình hai họ tụi tôi thân tâm an lạc. Rồi nường lỏn lẻn xì xầm thêm cái gì thì tôi không nghe nên không biết.

Nghĩ mà thắc cười. Xưa nay Táo quân ở yên trong bếp thì không sao, mà hễ sanh tật làm biếng, ham vui chạy ra đường thả dê, không bị lính bắt cũng bị mang tiếng "công xúc tu sỉ". Bị tại từ ngày ra đời Táo nhà ta có được mặc quần bao giờ đâu nà, cứ... ở truồng miết hà. Phong tục gì kỳ cục.   Từ ngày Táo ta theo đồng bào mình di tản qua xứ người, đặc biệt ở xứ tuyết, mỗi năm cứ tới 23 tháng Chạp trời buốt giá, tuyết bay tá lả, nhà nhà đều thành tâm cúng kiếng tiễn ông Táo về trời. Thấy hàng hàng lớp lớp nhà Táo thăng thiên mà tội nghiệp cho mấy ổng. Là vì có "me-xừ" Táo nào được mặc quần đâu, nên "xừ" nào cũng... lạnh teo. Riêng hai Táo nhà tôi được con bạn vàng trang bị đầy đủ nào mũ cánh chuồn, nào quần là áo lụa, ủng cao cỡi cá chép về trời mà mặt mày vênh váo hí ha hí hửng thấy... bắt ghét. Sống ở chốn phồn hoa đô hội, văn minh dàn trời mà con bạn quê quít của tôi vẫn ôm riệt ba cái phong tục tập quán của ngày ta ngày tết tuy mệt nhưng tôi thấy cũng dễ thương quá xá ể...".

Ngòi Viết Lang Thang cho thấy ở Phan Ni Tấn một tình yêu quê hương và tình người chân thành mà con chữ dù văn hoa đến mấy cũng không che giấu được. Gốc rễ địa lý dù đã bị bứng gốc, chặt ngang, còn lại là những vết thương, những u hoài của ngày tháng, nhà văn vẫn ân cần "lang thang" đi tìm lý lịch và chân dung của chính mình và người thân, bạn bè còn mất như một cái cớ và đã đụng chạm với mọi đa đoan, góc cạnh của đời sống. "Ngòi viết" của tác-giả như tung hoành trong một thế giới có thật hay đã từng như vậy nhưng đã được sáng tạo, hình dung ra theo một cách thế riêng. Tùy-bút hay tạp-ghi là một thể loại "ký" tự do ở đề tài, có thể thu gọn trong một đoản văn (kiểu "chớp") và cũng có thể dài cả tập. Quan trọng là tác giả viết về sự, chuyện gì và viết như thế nào, từ vị thế nào. Vả lại, tác giả và người đồng thời cũng như từng sinh sống chung, cùng nơi, cùng hoàn cảnh, đã là những chất liệu sống động, tạo hồn cho "ngòi viết". Từ những bước chân "du ca" của ngày nào, Phan Ni Tấn đã tiếp tục lang thang qua các sáng tác vận dụng bút pháp tùy bút, nhiều khi cũng có thể là những cái cớ để ông thả hồn về một thời quá vãng hoặc chỉ để đơn thuần rung cảm!

Khi đến với *Ngòi Viết Lang Thang* là chúng tôi đã đến với tâm trạng "buôn", "vùng cao", "nhập cuộc", nhưng khi đọc đến những trang cuối, tâm trạng này vẫn như không rời bỏ; chúng tôi nghĩ đó là do "ngòi viết" của tác giả Phan Ni Tấn đã thành công để lại nơi tâm hồn người đọc vậy!

2016 & 5-2019

Phan Xuân Sinh

Phan Xuân Sinh sinh ngày 2-1-1948, tại Nại Hiên Tây, Đà Nẵng. Định cư tại Hoa Kỳ từ 01-6-1990. Hiện sinh sống tại Texas. Đã cộng tác các tạp chí *Văn, Văn Học, Hợp Lưu, Chủ Đề, Phố Văn, Làng Văn*, v.v. và website Talawas, Da Màu và các website khác.

Tác-phẩm đã xuất bản:

Thơ: *Chén Rượu Mời Người* (chung với Dư Mỹ, 1996) - *Đứng Dưới Trời Đổ Nát* (San Jose CA: Tạp-chí Văn, 2000) - *Khi Tình Đang Ru Đời* (TpHCM: Văn Nghệ, 2008) - *Tát Cạn Đời Sông* (Houston TX: Văn Chương, 2013).

Truyện và tạp bút: *Bơi Trên Dòng Nước Ngược* (Sông Thu, 2004) - *Sống Với Thời Quá Vãng* (Hợp Lưu, 2009).

*

Với tập thơ đầu in riêng *Đứng Dưới Trời Đổ Nát*, Phan Xuân Sinh đã chứng tỏ thi ca có một nội-dung nhân bản nếu chân thật và chan hòa sự sống. Trước 1975, ông đã xuất hiện trên vài tạp chí văn học, nhưng nhập với làng thơ hải-ngoại, ông mới cất lên rõ tiếng thơ rất riêng và độc đáo. Thơ Phan Xuân Sinh đã chọn những đề tài không mới nhưng lạ ở cách đến gần và ở nội dung tiềm ẩn. Những nhân vật như Ngũ Tử Tư, Nguyễn Trãi, Tào Tháo là những nhân vật ai cũng đã hơn một lần nghe đến, nhưng nhờ tạo được cho mình cách diễn đạt ý tưởng rất đặc biệt qua những vần thơ như vừa tâm sự, vừa phân trần và vừa giải bày nỗi bất hạnh của chính mình với các bậc tiền nhân trong lịch sử mấy trăm năm trước mà thơ của ông đã gây được một ấn tượng lạ. Những bài thơ tiêu biểu trong loại này là Hầu Chuyện Cùng Ngũ Tử Tư, Đêm Nằm Nhớ Ức Trai, Giải Oan Cho Tào Tháo là những bài thơ được nhiều bạn đọc nhìn thấy nét riêng ấy. Chính những điều tưởng chừng đã quá cũ kỹ này, nhưng với bút pháp riêng, Phan Xuân Sinh đã làm cho những câu chuyện tưởng cũ trở thành chưa cũ và hiện đại, vừa nghiêm nghị vừa dí dỏm, vừa chua chát, vừa như để nói chơi cho vui mà giải tỏa được bao nhiêu tâm tư u uất của mình.

Đêm Nằm Nhớ Ức Trai, khởi từ lời của Nguyễn Trãi: "Đem đại nghĩa để thắng hung tàn, / Lấy chí nhân để thay cường bạo".

"ngài sống giữa hồn thiêng sông núi. Tri ân
ta sống vào thời lòng dân. Ly tán
kẻ thắng, người thua. Toàn trí cùn, khí đoản
vận nước trên tay những đứa thất phu

xã tắc, giang sơn, tới lúc rối mù
người người phải chạy ăn từng bữa
thì văn chương, một món hàng ế ẩm
có ra chi mà đỏng đảnh chút thân danh

nhân nghĩa phải nhường, đao búa hoành hành
danh sĩ hàng hàng khuất dưới tay uy vũ
con chim trên trời cao, biếng hót
con cá dưới sông sâu, chẳng thiết lội vòng

ta sống giữa trời đất mênh mông
mà tưởng như đứng trong vòng vây kín
ví thử lúc này, thảo ra Bình Ngô Đại Cáo
lòng dân được vơi bớt nỗi oan khiên?

ngài mang sở học, trải chữ thánh hiền
khi trí dũng được lòng người trọng vọng
khi đạo nghĩa đã thấm vào mạch sống
những bậc túc nho, mở lối dẫn đường

giữa thời này, thời mạt vận của văn chương
chẳng đáng giá gì câu thơ, bài phú
bình thiên hạ. Nói lên bằng đầu súng
ngài sống lại ở đây, cũng chỉ bó thân

"việc nhân nghĩa cốt ở yên dân"
sáu trăm năm trước. Khi ngài dựng nước
trúc Côn Sơn, rừng thiêng còn ghi tạc

mà nay lòng người lại quá đổi thay
đêm nay nằm, ta lại nhớ tới ngài
gối lên nỗi đau của người thất thế" (tr. 69)

"Thất thế" nào phải chỉ riêng nhà thơ, nói ra được chỉ có ông! Hầu Chuyện Cùng Ngũ Tử Tư ngày trước bạc đầu vì mệnh nước, nay cùng tâm trạng nhưng trong tình cảnh bi đát hơn:

"ta cũng bạc đầu sao chẳng ra chi
ngài bạc đầu làm nên nghiệp lớn
thay dạng đổi hình như là chuyện giỡn
mà danh ngài lưu mãi ngàn năm

ngài vượt qua cửa ải thoát thân
ta cũng trốn chạy năm lần bảy lượt
cái nguy của ta ngài đâu sánh được
rừng thẳm bể sâu tan xác như chơi

ta mạt kiếp kẻ bất phùng thời
sống chết chỉ đường tơ kẽ tóc
thân rời rã hồn xiêu phách lạc
mê man mù tịt cõi đi về

chí lớn của ngài thiên cổ chi mê
làm rạng danh một thời hoạn lộ
đầu bạc đã trả xong món nợ
còn ta thẹn mặt với cố hương

nghĩ lại mình là đứa cùng đường
làm sao đây với trí cùn lực mỏi
tìm đâu, tìm đâu ra minh chúa
giữa bến mê xã tắc loạn cuồng

thời nhiễu nhương chim lạc, chim hồng
cũng đành phải bỏ trời xếp cánh
người với ta cùng quê người đất lạ
ta hư cả đời ngài đã thành danh" (tr. 19-21)

Chuyện Tào Tháo xa xưa cũng làm người nay vừa thán phục vừa thêm thương thân:

"ông quả đúng tổ sư đất Ngụy
lột áo. Cháy râu. Giặc đuổi chạy dài

ta thuộc nòi cháu con. Bước đường cùng túng thế
cũng chạy hụt hơi quăng áo mão cân đai
(...) cái chạy của ông, sau lập nên nghiệp cả
thất thế sa cơ là chuyện nhất thời
nuôi chí lớn để tóm thâu thiên hạ
thế cờ Thục-Ngô, như một cuộc chơi
  cái chạy của bọn ta, trùng trùng mù mịt
chuyện áo cơm lo tối mặt phờ râu
hâm hẩm ruột gan rối bời trăm mối
quang phục quê hương? coi như thứ tầm phào
  ... ta kẻ hậu sinh, giở lại pho sách cũ
mà khen ông đúng là bậc tài hoa
ta vỗ án thư thét lên khàn cổ
phải giải oan này mới thỏa được lòng ta"

(Giải Oan Cho Tào Tháo, tr. 97, 98, 99)

Cả trong những cuộc Gặp Lại Bạn Ta, nhà thơ cũng đưa người xưa ra mà thuyết phục, lý lẽ:

"... làm Hạng Võ của một thời mạt sử
thì làm sao giữ được một Ngu Cơ
tráng sĩ hề. vỗ gươm cuồng hát bậy
Trường Giang chìm trong đáy nước mịt mờ
  ta thương bạn. Chịu một đời khổ ải
dang hai chân đứng giữa đất trời
búa rìu bổ lên đầu lên cổ
mỉa mai cười như cuộc giỡn chơi" (tr. 67)

Hôm nay lòng đau, thân tàn, trong hoàn cảnh bất lực, nhược tiểu như thân thế người dân Việt, nghĩ chuyện người xưa, truyện cổ, đối thoại với những "hồn ma cũ" rồi tự trào, có thể đã là một trong những liều thuốc trị tâm-lý hiệu nghiệm nhất!

Nhà thơ họ Phạm quả có nhiều tâm sự, về thân thế, nghiệp nhà binh, thân lưu lạc, nặng tình với đất nước quê nhà. Ông đã viết một số tùy bút và truyện kể cho độc giả, nhưng trong thơ, ông có những biểu cảm tha thiết, chân thành không kém:

"... nốc cạn ly bỗng nhiên buồn lạ
ngẫm mình thân phận buổi sa cơ

đẩy đưa với chút tình mờ nhạt
ta sợ ta thành kẻ bơ vơ

bạn ta đây chẳng còn mấy đứa
ở phương tây lại nhớ phương đông
ngậm ngùi đời trôi sông lạc chợ
bon chen cũng chỉ bàn tay không

ta uống cùng ta thêm cốc nữa
lừ đừ ta cất giọng say say
cố nhớ đọc vài câu đối tết
cố vui trong một cuộc đắng cay

ngoài kia mưa gió đang gầm thét
ta thấy trong ta bỗng dửng dưng
hay lòng ta mang nhiều biến động
vết xước cào sâu vạch những đường

ta cố làm một tay hào kiệt
mà sao ta thấy mắt cay sè
ly rượu đầu xuân sao thảm thiết
gật gù như nửa tỉnh, nửa mê

  ta muốn quên đi đời hệ lụy
nhủ với lòng ta cố gượng cười
mừng xuân ly rượu còn đang ấm
nối lại giùm ta những cuộc vui"

(Ly Rượu Đầu Xuân, tr. 83, 84)

Và trong Lời Tỏ Bày Cùng Quê Nhà:

  "có một chút gì xôn xao rất lạ
để hồn ta bay theo lá vu vơ
chút buồn trong lòng. Chút hờn trong mắt
chút thương, chút nhớ. Chợt đến không ngờ

  là muộn phiền theo tháng ngày trôi nổi
như dòng sông con nước cạn nguồn
bao khát khao mỏi mòn trông đợi
thành rêu phong trên chứng tích thật buồn

  (...) những tháng năm của thời binh lửa
phố cũng đắm chìm trong cảnh oan khiên

làm sao quên nhiều năm chinh chiến
dòng sông xưa chịu bao nỗi ưu phiền

giờ ở đây. Lòng se sắt lạnh
nhớ phố, nhớ người. Đôi mắt long lanh
bên trời xa, bên đời hiu quạnh
chim lạc bầy, chim mỏi cánh tìm quanh"

(tr. 92, 94)

Nhà thơ xứ Quảng dĩ nhiên nòi tình, và ông khá đào hoa (Gái Huế, Chút Tình Cho Huế, Bài Lục Bát Cho Đà Nẵng, Nhìn Em Qua Đò Hà Thân,…), nhưng vẫn có những trách móc, tiếc nuối. Như qua bài Bên Kia Nỗi Nhớ:

"qua bao nhiêu cuồng phẫn / người lại bỏ ta đi
giữa cảnh đời cùng tận / ta như loài man di
  ta vượt ngàn lao khổ / đuổi theo từng bước chân
khẽ chạm vào huyệt lộ / bỗng dưng người mất tăm
  ta. Trời tây mỏi mắt / người. Trời đông chau mày
hai phương mà như một / nào đâu người có hay
  đứng giữa lòng phố thị / ta làm tên thất thời
chạy rong. Tình khổ lụy / mà người thì mù khơi
  ngóng cổ về cố xứ / ngựa hồ cất tiếng kêu
lã giọng nơi đất khách / huyết tận bởi vì yêu
  ta gian truân thấm mệt / khoanh tay nhìn tình trôi
đứng trân người chịu chết / giữa bao la đất trời
  oán than gì cũng vậy / người ở đầu chân mây
bóng đè trên thân phận / ta đang chiêu hồn ai?" (tr. 14)

"ta bâng khuâng đứng bên đường
xa em còn chút vấn vương bên lòng
qua rồi bao nỗi bão dông
chuyện xưa trầm tích dưới dòng quạnh hiu
là đời vây phủ rong rêu
là em vàng võ bên chiều nắng phai
nhìn nhau chi để thở dài
gặp nhau chi để một mai ngậm ngùi
thì thôi em cố gượng vui
chút tình ngày cũ cố vùi lắng sâu"

(Mờ Phai, tr. 81)

Rồi có những tái ngộ bất ngờ, như Gặp Người Xưa Giữa Boston,... Tuy vậy, nhà thơ có những vần thơ thương yêu người vợ đã cho ông cuộc sống chung và thêm không gian ông mong muốn. Những Bài Thơ Cho Vợ Hiền mở cửa *Đứng Dưới Trời Đổ Nát*, rồi những Mời Em Uống Rượu (25 năm ngày cưới), Tạ Lỗi Với Vợ Hiền,... và Sớm Chiều Lặn Lội:

> *"ta cúi đầu, chuyện đời chóng mặt*
> *đằng sau lưng tủi nhục ô danh*
> *gặm mòn dần tháng ngày loang lổ*
> *vết thương xưa trăn trở không lành*
>
> *... ta mệt lả mắt mờ chân mỏi*
> *những lằn roi hằn nỗi đoạ đày*
> *em chia sớt cơn đau cùng khó*
> *lời em như mật rót bên tai*
>
> *cúi xuống nhìn lại mình băng hoại*
> *xót thương thay mầm sống rã rời*
> *em vì ta lao mình cứu rỗi*
> *trải lòng ra, phơi giữa đất trời*
>
> *cảm ơn em bao tình nghĩa ấy*
> *thấm vào lòng ta nhánh vô thường*
> *dù mai này dẫu thân xiêu tán*
> *cõi lòng ta còn một vết thương..."* - Thanksgiving 1996

(tr. 51, 53, 54)

Họ Phan hào sảng, thân thiết với bạn bè, trong tư tưởng cũng như trong những gặp mặt, ở Việt-Nam cũng như ở Boston, New Orleans, Texas, California,... Như bài Chén Rượu, Tạ Lòng Bạn Hiền "gửi Nguyễn Khánh Hòa" gợi hình mà thấm thía:

> *"trên chiếu rượu. Bạn là tay cự phách*
> *cỡ như ta cũng phải chầu rìa*
> *nhào vô. Chỉ thấy mình lãnh đạn*
> *thối lui...đâu được. Cứ lia chia*
>
> *máu Quảng Nam ta, hơi thô lỗ*
> *vài ba chén rượu, đã cãi càng*
> *bận tâm chi mấy lời nói sảng*
> *rượu vô, điên tiết cứ huênh hoang*

... trong đời có bao lần được gặp
rượu trăm ly, hồ dễ đã say
thì tiếc chi một lần ngã xuống
cùng chia nhau một chén rượu đầy
  đêm nay, ta muốn say cùng bạn
chuyện bên ngoài, vất lại đằng sau
rượu mềm môi, tạ lòng bạn quý
ngày mai đâu dễ uống bên nhau" (tr. 77, 79)

*

Phan Xuân Sinh còn là tác giả hai tập văn đã xuất bản: *Bơi Trên Dòng Nước Ngược* và *Sống Với Thời Quá Vãng.*

Bơi Trên Dòng Nước Ngược gồm 14 bài viết sử dụng thể loại truyện và bút ký, tự truyện về chuyện đời chung quanh ông, về quãng đời đã qua của ông, từ thuở thơ ấu, đi học, rồi đi lính, bị thương và thời ra ngoài nước. Trong Lời Mở Đầu, ông cho biết sinh ra giữa một thời loạn ly *"chúng ta bị xô đẩy, bị cuốn hút, nhận chìm và cuối cùng trôi giạt vào những vùng đất mới ... dù quá mệt mỏi, dù đuối sức chúng ta vẫn cứ bơi trên dòng nước không thuận lợi này..."*. Trong Tận Cùng Huyệt Lộ, một nhân vật khác lại nghĩ: *"Bây giờ sống trên đất nước của xứ người, chúng ta như hạt hạo trên sàng sau một cuộc chiến khốc liệt..."*.

Rừng Không Đổi Màu nói lên tâm sự của nhiều người Việt tha hương, như người đồng hương lúc mới sang xứ người còn muốn trở về: *"Phải về chớ anh. Ở đây, tôi như con cá mắc cạn, càng vẫy vùng càng đuối sức. Tôi nhớ từng con nước, con mương, dù hôi bùn hôi đất cũng của quê mình, bao năm đã quen rồi, không thay đổi được"*. Vài năm sau đã suy nghĩ khác: *"Hãy để lại cánh rừng không đổi màu thay lá của quê nhà, nằm yên bên đó. Cái đẹp ta giữ mãi trong lòng, nhưng ta phải nhìn thấy cánh rừng đẹp của quê người, rực rỡ và tươi mát"* (tr. 31, 41). Cũng vậy, ông tâm sự ở đoạn kết của Bơi Trên Dòng Nước Ngược: "Cuộc đời qua Mỹ của tôi chính là cuộc đời của các bạn, chỉ khác nhau một vài tình huống, một vài cá biệt. Chúng ta đều bị sự khó khăn hoành hành đày đọa. Chúng ta không thể ngã ở chiến trường nhưng chúng ta có thể ngã ngay trên vùng đất tự do này. (..) Chúng ta phải ngoan cường chiến đấu với cuộc sống hiện tại, cũng như trước đây chúng ta đã từng cầm súng chiến đấu chống lại cuộc xâm lăng của Bắc phương" (tr. 154).

Đặc biệt, độc giả khá ký thú khi đọc những bài ông viết về đất nước và con người Quảng Nam, nhiều lý sự nhưng đầy tình nghĩa. Ông tế nhị rằng *"Người dân chúng tôi nói văn chương chữ nghĩa cũng ít, nhưng nói 'móc họng' thì nhiều"* và khẳng định: *"người Quảng Nam thì không chịu thái độ không dứt khoát này, chấp nhận tràn đầy chứ không thể lưng chừng"*. Hãy đọc Đà Nẵng Của Tôi: *"Tôi ở vùng ngoại ô Boston, bạn của tôi là mấy ông Quảng Nam rất cực đoan ở cách xa nhau, họ cho tôi là thứ Quảng Nam mất gốc bởi cái tính ba phải cả nể của mình, "thằng mô không phải là chửi vô mẹt hắn, chớ đừng nhân nhượng ốt dột như rứa". Vợ ông là người Bắc, ông được dịp so sánh: "Con gái Bắc tế nhị, khéo léo bao nhiêu thì con trai Quảng Nam cộc cằn, độc đoán bấy nhiêu, họ kín đáo thầm lặng bao nhiêu thì mình huỵch toẹt, ồn ào bấy nhiêu. Ôi cái xứ mình tạo ra những con người như thế, quá thẳng thắn, quá cứng rắn, mà cái gì quá thì nó cũng căng dễ đứt, không hay. Vừa phải chừng mực thì tốt hơn. Thế nhưng người Quảng Nam thì không chịu thái độ không dứt khoát này, chấp nhận tràn đầy chứ không thể lưng chừng"* (tr. 203-4). Nhưng ở cuối bài, ông nói về đồng hương cùng nơi sinh quán như mình: *"Đi càng xa càng thấy nhớ và càng thương cho những con người không thể rời bỏ quê cha đất tổ, mồ mả ông bà. Những con người suốt cả cuộc đời bám chặt với ruộng vườn, không màng đến của ngon vật lạ, khoai sắn là chất độn trường kỳ"* (tr. 205, 206).

Sống Với Thời Quá Vãng xuất bản sau chuyến về quê nhà năm 2008 thăm gia đình, bạn bè và ra mắt tập thơ in trong nước. Ngoài 14 truyện và tạp bút về "thời quá vãng" - trong đó có hồi ký Một Giai Đoạn Ngậm Ngùi 15 năm xoay sở, tranh thủ sống còn khi Cộng sản Hà-Nội cưỡng chiếm Sài-Gòn, bút-ký Chuyến Về Quê Nhà từng đăng trên diễn đàn talawas đã gây nhiều chú ý và một số nhận xét kinh-qua của Phan Xuân Sinh thiển nghĩ có ích và đáng quan tâm cho người Việt nói chung và văn nghệ sĩ nói riêng. Ông đã gặp gỡ, trò chuyện và tâm sự với một số nhà văn từng sinh hoạt trược biến cố 30-4-1975. Ông cho biết: *"Đây là những con người một thời có chỗ đứng trên văn đàn Miền Nam. Sau cơn lốc 75, **họ** không được quyền cầm bút, mà có viết lại cũng không có nơi nào đăng hoặc xuất bản các sáng tác của họ. Ba mươi ba năm sau, ai còn nhớ tới họ? Chỉ có những người sống trong Miền Nam trước đây, tha thiết với văn chương chữ nghĩa* *họa hoằn lắm mới nhớ đến tên của họ, nhưng số người này nay đã già, đã cằn cỗi. Rồi tên tuổi của họ cũng rơi vào quên lãng"* (tr. 178). Ra Đà Nẵng, ông cho biết thêm: *"Những người viết cũ phần đông họ mai danh ẩn tích không ai biết, hoặc có người còn viết nhưng chỉ cầm chừng cho mấy tờ báo hải ngoại như Phạm Ngọc Lư, Lê Văn Trung, Uyên Hà v.v.. Thành phần này thật hiếm hoi, phần đông anh em tự động nghỉ, mà không nghỉ cũng không được, âm thầm rút vào bóng tối, để các người làm văn nghệ thắng trận múa may trên văn đàn. Tâm trạng của họ vừa u uất vừa ê chề, vừa đau đớn vừa lạnh nhạt. Có cơ hội anh em gặp nhau là họ xổ toạc ra những gì trong lòng họ chất chứa. Tôi hoàn toàn đồng cảm với anh em trong tình thế này. Họ cũng nhớ lại một thời Bách Khoa, Văn, Văn Học, v.v... của Sài Gòn mà họ đã từng cộng tác. Nhìn họ bây giờ thật tội nghiệp, hơn 33 năm trên sân chơi văn chương thiếu vắng họ. Họ phải mưu sinh bằng những nghề nghiệp thật tầm thường, có ai biết một thời họ là những nhà văn, nhà thơ nổi tiếng của Miền Nam trước đây"* (tr. 184).

Ông ghi lại kinh nghiệm của chính ông về chuyện xuất bản trong nước: *"Tôi về Việt Nam trong chuyến này, nhà xuất bản Văn Nghệ có in cho tôi một tập thơ, theo lời rủ rê của vài người bạn thân, tôi in một tập ở đây để biếu anh em, vì in ở Mỹ mang về khó quá. Theo dự trù, tập thơ sẽ in xong trước Tết, thế nhưng vào giờ chót không kịp. Nhà in hẹn mồng 8 Tết sẽ giao. Tập thơ mang tên: "Khi Tình Đang Ru Đời". Đúng ra tập thơ 225 trang, tôi layout sẵn. Thế nhưng khi nhận tôi nhìn thấy thay đổi tất cả, kể cả layout. Anh Tần Hoài Dạ Vũ (một nhà thơ trước 75) báo cho tôi biết là tập thơ bị kiểm duyệt 8 bài và 5 bài viết về tôi của Nguyễn Đình Toàn, Luân Hoán, Nguyễn Mạnh Trinh, Vương Trùng Dương và Lương Thư Trung bị cắt. Tập thơ chỉ còn lại 115 trang. Lý do vì sao bị kiểm duyệt? Tôi không được nghe chính thức giới có thẩm quyền nói ra, chỉ nghe qua người khác nói lại là những bài thơ bị kiểm duyệt có chút ít đụng chạm. Những tác giả viết về tôi, không phải là người trong nước viết nên bị loại. Đơn giản như vậy. Khi in tập thơ này, chính tôi đã tự kiểm duyệt, chỉ lựa ra những bài thơ vô thưởng vô phạt, thế mà cũng chưa vừa lòng người kiểm duyệt. Tôi là người viết ở hải ngoại, người đọc tác phẩm tôi là người đang sống tại hải ngoại. Có ai trong nước đọc được của tôi đâu để viết về tôi. Một sự đòi hỏi thật vô lý, tréo căng ngỗng. Thế nhưng người kiểm duyệt hình như họ không cần phải biết những điều như vậy. Họ chỉ là những bộ máy nghiền nát theo một chính sách chung. Thật khó lòng cho những ai muốn về nước để in ấn, khi bộ máy nghiền này chưa được tháo gỡ"* (tr. 184, 185).

Nặng tình với quê hương, người thân và bạn bè, do đó ông đã cảm thấy bất an và khó chịu với những cái nhìn xa lạ, ác cảm của người trong nước: *"Có một điều mà cho đến bây giờ vẫn không nghĩ ra được là mọi người nhìn tôi với con mắt xa lạ, cách biệt trong lúc thâm tâm của tôi muốn hòa đồng, muốn thân thiện. Có một cái gì đó muốn đẩy tôi ra xa ngoài vòng tay của quê hương tôi.... Dù gì chăng nữa tôi vẫn thấy những ánh mắt nhìn tôi không còn thân thiện, coi tôi không phải là người dân đã sinh ra và lớn lên trên quê hương. Cái nhìn và cách đối đãi của họ với tôi như một người khách. Cách hành xử này làm cho tôi thấm đau như có ai đó nhổ toẹt vào mặt mình. Chúng tôi không có tội gì hết, khi xa quê hương chúng tôi đau lắm vì nơi đây chôn nhau cắt rún, cha mẹ anh em đang hiện diện ở đây và rất nhiều, rất nhiều cái lý do khác không dễ gì dứt bỏ ra được. Thế nhưng trong hoàn cảnh bắt buộc phải rời xa đất nước. Đó là điều đau lòng cho tất cả những người đang xa xứ..."* (tr. 131).

*

Phan Xuân Sinh đến với cõi văn chương trước sau như một, ông chung tình với thơ, với người thơ, bạn thơ và luôn giữ được nét ngang tàng trong cuộc đời. Những gì ông viết ra mang căn cước và nói lên rất rõ cá tính của ông, riêng về văn xuôi còn cho thấy ông chân thật và tự nhiên, không rào đón và không giấu diếm chi tiết, tình huống.

10-2016

Tính tự truyện ở Phùng Nguyễn

Phùng Nguyễn, tên thật Nguyễn Đức Phùng, sinh năm 1950 tại Quảng Nam; vào Sài Gòn 1964. Nhập ngũ năm 1968, giải ngũ trước 1975; đến Hoa Kỳ tháng 5- năm 1984. Làm việc trong ngành tin học từ năm 1990. Viết trên các tạp chí *Văn, Văn Học, Hợp Lưu, Thế Kỷ 21* ở Hoa-Kỳ, *Việt* ở Úc và các báo mạng như talawas.org, tienve. org, damau.org,…Chủ bút tạp chí *Hợp Lưu* từ tháng 6-2002 đến tháng 4-2003. Đồng sáng lập tạp chí văn chương mạng Da Màu (tháng 7-2006) cùng với nhà văn Đặng Thơ Thơ và nhà thơ Đỗ Lê Anh Đào. Biên tập viên và đồng thời phụ trách phần kỹ thuật cho tạp chí Da Màu từ 2006. Sáng lập và xây dựng Thư viện Kệ Sách eBook (kesach.org), đưa vào sinh hoạt từ tháng 5-2008 - đã xuất bản và ấn hành miễn phí hơn 150 tác phẩm văn chương tiếng Việt trong dạng ebooks trên các hệ thống ấn hành ebook Scribd.com và Smashwords.com. Phụ trách Blog Phùng Nguyễn: Rừng và Cây trên đài VOA. Mất tại Washington D.C. ngày 17-11-1915.

Tập truyện ngắn đã xuất bản: *Tháp Ký Ức* (Westminster CA: Tạp-chí Văn, 1988) - *Đêm Oakland và Những Truyện Khác* (San Jose CA: Tạp-chí Văn, 2001) - *Tháp Ký Ức và Bùa Phép Ở Đường Bourbon* (Da Màu, 2017). Và sau khi ông mất, tuyển tập tiểu luận *Tiểu Luận (của/về) Phùng Nguyễn* (Da Màu, 11-2018).

*

Có những nhà văn mở đầu sự nghiệp với những tác phẩm mang tính tự thuật, lấy đời sống và kinh nghiệm bản thân làm chất liệu, rồi với thời gian tính chất này sẽ loãng dần, như Nguyên Hồng, Thái Can, Tô Hoài, Duyên Anh, Thanh Tâm Tuyền,... Phùng Nguyễn khởi nghiệp văn chương khi tuổi đã trung niên và theo thiển ý, tự truyện đã và vẫn là cái nền chính của những gì ông viết. *Từ Tháp Ký-Ức* đến Đêm Oakland Và Những Truyện Khác (1), tính tự sự ở Phùng Nguyễn có lúc công khai, lộ liễu, có lúc tiềm ẩn - ít ra ông cho người đọc cảm tưởng đó! Ông đưa người đọc hành hương với ông trở lại nơi đất cũ, nhà cũ, thời niên thiếu của ông, một tháp ký-ức giữa những tàn tích của quá khứ, ngay trên bãi đất hiện tại! Những bước chân hoài niệm và chiêm nghiệm qua văn chương! Riêng tập sau, tính tự sự không còn cao như tháp nhưng vẫn dày đặc ở bề sâu, ở tính cách.

Với Phùng Nguyễn, quá khứ như đối tượng của một đặt lại vấn đề cho hôm nay và ngày mai. Tự truyện là văn bản bám vào hiện thực; người viết truyện kể lại như sống lại quá khứ qua tâm tưởng và ký ức, cảm tính hay ý thức. Tự truyện tức kể lể chuyện cũ, chuyện đã xảy ra hay từng mơ mộng mong xảy ra, "đợi khuya tàn bắt sống một chiêm bao" - như với cô gái tóc thắt bím trong Phía Bên Kia Đường. Dù gì thì đó là của một con người có hữu thể, thực tính, đã sống thật, có khi trọng tâm chỉ ở cuộc sống cá nhân người đó, cuộc đời hoặc nhân cách con người đó.

Trong Đêm Oakland Và Những Truyện Khác, người đọc thường gặp những "tro tàn", " tro than của quá khứ", "quá khứ buồn tủi",... Ở truyện 'Đêm Oakland. Câu Hỏi', những thằng Kình, thím Tám, chị Sáu, chị Hạnh,... đi vào thế-giới Phùng Nguyễn như những ám ảnh, và vì là ám ảnh nên họ ở lại nơi chữ nghĩa của Phùng Nguyễn. Dù nhân vật "tôi" đã qua đêm và con đường bỏ lại phía sau nhưng câu hỏi hãy còn đó! Những người bạn trẻ vẫn bị ám ảnh đã không thể quay lưng lại với *"cái quá khứ buồn thảm mà bọn người lớn chúng tôi cứ giữ rịt lấy như một bộ phận bất khả phân của phần đời còn lại"* (tr. 27). Quá khứ với những cuộc sống thôn dã không trầm lặng vì lòng người bạo động. Hạnh trở nên trò chơi định mệnh của hai phe đối đầu qua Hồ Luyện phe quốc gia và qua Kình của phe "giải phóng".

Phùng Nguyễn thích kể chuyện tình và những tái ngộ với những khuôn mặt của thời trước. Cháy Lên Những Ngọn Đồi Cỏ Khô kể chuyện một thương binh thời chinh chiến, nay ở một cuộc đời mới nơi xứ người, nhận chân ra tình yêu là cái đã mất và không ai trách nhiệm gì về tình cảm của người khác. Qua Thái, một nhân vật phụ, "tác giả" đã có cái nhìn xuyên qua không gian hiện tại để trở về một nơi chốn quá khứ, khiến nhân vật xưng "tôi" hiểu được thế nào là tình yêu và thế nào là hạnh phúc!

Tình yêu qua ngã "chatroom đìu hiu" (tr. 74) là dịp để tự sự lên ngôi. Những đối phó, mưu chước và những lời lẽ, cung cách chiều chuộng lấy lòng và cả phân tích tâm lý. Ngay đến khi chạm mặt, vẫn là những đắn đo tính toán hơn thiệt về tình cảm. Tương quan qua lời hơn là hành cử đối xử (Quan Hệ)!

Cũng vì chiến-tranh mà những người thân thiết có lúc phải chiến tuyến đối nghịch, như Tấn và Thuận trong Chim Gáy Sau Vườn. Nơi chim gáy cũng là chốn chớm nở của tình yêu trái ngang của Xuyến, cũng là nơi bạn thành thù phải giết nhau, và oan trái thay người chết lại là người con gái - dấu nối của hai chiến tuyến. Cũng nơi đó, Thuận, người sống sót cuối cùng trong ba nhân vật, "nhận ra" khung cảnh hạnh phúc dù trong thực tế chỉ là một giấc mơ, và cuối cùng ông chết khi đất nước thống nhất đang hồ hởi "đổi mới"!

Tự truyện cả khi đứng ở vị trí của nhân vật khác, như cô chủ quán cà phê trong Khách Quen. Hay nói chuyện về một nhân vật thứ ba, người khác (không phải người khác đối diện), như trong Chuyện Thằng Bạn, nói chuyện Long nhưng vẫn tham chiếu so sánh với cái Tôi, một bên gái theo bất cứ ở đâu, một bên chấp nhận thua thiệt thất bại, chỉ mong luôn được uống cà phê với bạn để dễ dõi theo những "hạnh phúc" của bạn. Cái Tôi ở đây định hình trong tương quan với tha nhân và thế-giới ở ngoài, thế-giới trở thành nơi phản chiếu cái Tôi!

Phùng Nguyễn hay dùng thể độc thoại, kể lể như tự kể. Ở nhiều truyện chen lẫn những độc thoại nội tâm - một diễn văn không người nghe hay không cần, không phải có, cho người đọc cảm tưởng tâm tình tư duy đến lộn xộn. Ngay khi đối thoại với người đọc, đưa người đọc vào trong truyện, khi kể một chuyện tình của những con người viết văn vốn "cô đơn" (Tỏ Tình Với Bình Minh).

Tập truyện là sản phẩm về một cái Tôi khác cái Tôi vẫn phơi bày theo thói quen trong xã hội, cả trong những thói hư hay khuyết tật. Cái Tôi khác này là cái Tôi văn chương, cái còn lại sau khi đã được văn chương gạt bỏ những bình thường của thường ngày. Mỗi truyện là một bản, một mảnh của tác phẩm, của người viết. Thế-giới trội bật của Phùng Nguyễn qua tập truyện là thế-giới nhà văn, rõ trong Văn Sĩ Ngại Ngần, Tỏ Tình Với Bình Minh, Dựng Truyện, Chuyện Thằng Bạn,... Phùng Nguyễn - qua nhân vật, có lúc hoài nghi hoài niệm và tính tự sự, khi dùng quá khứ làm chất liệu viết thành truyện đăng báo và được người đọc ưa thích (tr. 161). Vai trò của người viết ở thể loại tự sự quan trọng vì vừa là nhân vật, nội dung, vừa là người sáng tạo. Và người viết sẽ dễ chứng tỏ thành thật khi kể chuyện thời đã qua như những tiếp nối của hiện tại, như cộng những hiện tại đó lại! Bài toán có khi kết quả ngược lại!

Là mảng, con người phân thân, liên hệ với bốn người phụ nữ tên Châu, hay bốn người mà như một mờ ảo thực hư (Chuyện Tình Kể Lại). Ở đây, con người sống trong ảo vọng quá khứ, sống tâm bệnh hay thân xác trật nhịp khi kỷ niệm không đủ làm "chạy máy" cái Tôi! Sống trong thế-giới của tưởng tượng, cứ tưởng thật là thật. Ảo tưởng cô gái Phía Bên Kia Đường với hai đuôi tóc vung vẩy, tưởng có đó nhưng chưa có đó, chưa mà Tôi đã cất giấu trong "một ngăn kéo trân trọng nào đó của ký ức" nhưng hóa ra không dễ vì "nàng cứ chồm ra vào những lúc bất ngờ nhất", vì lẽ *Cô chưa hề biến mất bởi vì cô chưa từng hiện hữu. Cô chỉ nằm trong óc tưởng tượng của tôi khi tôi đi dọc theo quãng đường đã định sẵn cho chuyến đi bộ mỗi buổi sáng"* (tr. 132). Nhìn thấy chuyện sắp xảy ra bằng ảo tưởng và hoài niệm quá khứ, mơ có thành như thực cũng là nỗi hy vọng đừng trở lại thành ảo tưởng! Rõ Phùng Nguyễn rất giàu lan man, dự phóng, nhất là khi lùi lại thời gian. Và đầy nhịp điệu của tình cảm và cả lý luận!

Người đọc Phùng Nguyễn ngay từ những hàng đầu dễ có cảm giác đã như ở trong tâm tư suy nghĩ hoặc ý thức sâu thẳm của ông, và chính những diễn tiến tâm tư này qua hình thức truyện, tiểu thuyết, cho người đọc biết hành động của nhân vật và những gì xảy ra. Về một phần của tôi mà tôi không thể chối bỏ. Độc giả đọc tiểu thuyết về một người lại như khám phá ra những ảo tưởng từ một người - ở đây là Phùng Nguyễn!

Chủ đề của Đêm Oakland Và Những Truyện Khác chính là cái Tôi của Phùng Nguyễn, và nhân vật truyện cũng thường là Tôi. Người đọc truyện ông làm công việc phân tích tác giả như là tác phẩm, mới là tác phẩm. Có thể nói tất cả chi tiết, hình ảnh,... của truyện vốn là tự truyện nhưng đã được kỹ thuật văn chương dựng lại như "tiểu thuyết", và vì là tiểu thuyết nên cần đến những yếu tố bên ngoài nhân vật đã được tác giả xào nấu theo 'gia chánh' và ý của mình.

Trong Bóng Phượng, Tôi đắm mình trong quá khứ của một thời quá vãng, một thời chiến-tranh. "Có lắm khi tro tàn sẽ bị gió cuốn đi.

Và cùng với chúng là cánh phượng hoàng sẽ ngàn năm bằn bặt. Còn lại là mảng hồi ức không trọn vẹn, những hình tượng sứt mẻ, cùng với những điều bất toàn khác đã làm nên một di sản kỳ dị mà đứa bé được thừa hưởng. Và sẽ không quên" (tr. 142). Ở những hình ảnh phượng tím, "những cánh hoa tím trên cây phượng Mỹ" (tr. 133), hoặc thiên nhiên hoa lá, "tàng lá xanh của cây gạo đầu làng nơi anh đã ngã xuống trong màu hoa đỏ vào một ngày chói chang nắng Hạ" (tr. 138). Nhắc đến hoa tím phượng Mỹ tức có ý tham chiếu hoa phượng đỏ xa xôi của một chân trời khác! Cái Tôi chậm rãi sống, chậm rãi nên dễ sống lại dĩ vãng và sống lâu hơn, với nhiều chi tiết, như một Tôi chạy bộ qua những nẻo đường quen mỗi ngày trong chương trình phục hồi sức khỏe (Phía Bên Kia Đường).

Ở Cựu Chiến Binh, Nhà Thơ, cái Tôi nhập vào vai người lính Mỹ, với những tâm tình và vấn đề Mỹ, "Tôi" tự truyện và người kia. Ở đây Tôi trở nên hình thức triệt để của "vô danh", nói triệt để nhưng không hẳn vì lý lẽ vẫn là của một con người Việt Nam vùng tác giả sinh trưởng! Không hiểu lối khai thác văn chương này có thành công không, chỉ sợ đưa đến bế tắc khi phải ẩn trốn không chỉ dưới hành vi của nhân vật mà cả đổi biệt hiệu như Roman Gary phải bí mật ký Emile Ajar để viết *La vie devant soi*, núp sau nhân vật Momo trong một xã hội đa văn hóa tràn ngập bởi dân Bắc Phi.

Truyện cuối Dựng Truyện là một thích thú bất ngờ, hai thế-giới "thực" và "tiểu thuyết" trộn lẫn, trộn lẫn ở cả thể loại vừa tự sự vừa kịch bản. "Tôi" và "người đàn bà " tình cờ (mà đã được dàn cảnh) gặp nhau khi đi cùng chuyến máy bay đến thành phố nghỉ mát Fort Lauderdale ở Florida, từ điểm "tình cờ" mở đầu đó họ trở thành nhân vật cho một truyện mở đầu bằng "nhà xoay lưng..." để rồi truyện dựng lại với một kết cục là những nhân vật đã có liên hệ với nhau từ trước và tình yêu "phân tâm"... thắng thế! Truyện đầu Văn Sĩ Ngại Ngần lại là một thử nghiệm liền hơi dù ngắn vẫn "đến" được với người đọc, chúng tôi tin thế!

*

Dòng tự sự của cây viết Phùng Nguyễn không thể không đụng đến *hội nhập*. Sự chia xa, mất mát, đổ vỡ... che giấu một ước muốn sống, làm lại, rồi đến ước muốn sáng tạo, một kiếm tìm ý nghĩa mới. Một trong những phương tiện là qua văn chương. Kinh nghiệm lưu thân của mỗi người viết là cá biệt, có thể vô nghĩa, nhưng sẽ hóa thân khi trở nên thường trực, khi cá thể trở thành phổ quát. Bản ngã lùi một bước, hai bước sẽ rơi vào khoảng không và Tôi hội nhập vì tự nhiên, sinh tồn, hoặc vì không còn lựa chọn khác. "Khoảng không" trở thành một sức mạnh sống còn, một sức sống yêu đời. Con người sống xa quê hương có thể không ngày về, sống lưu đày, thường sống cái trống rỗng hụt hẫng thường trực đó. Đưa đến hai tính hiện thực và trống không của văn chương lưu đày. Hội nhập xây trên phủ định văn hóa, gia đình, đạo đức. Phải phá không gian và thời gian để sống cái hôm nay. Tâm tình lưu xứ ở Phùng Nguyễn dù vậy chưa hẳn đã bị hội nhập lấn át. Quê hương, chốn tình yêu, nơi kinh nghiệm sống đầu đời,.. trở thành không gian tâm tưởng, không gian con chữ! Kinh nghiệm qua phân không gian-thời gian này là một kinh nghiệm về cái bất khả thi trong thực tại nhưng khả thi trong văn chương. Lưu đày là sự hủy phá một không gian, có thể tâm thức, và áp đặt nó vào không gian mới có. Một trốn chạy ở giữa hai thực thể không gian cũng như thời gian. Cố gắng ký ức như Phùng Nguyễn với hai tập truyện là hậu quả của những khuynh hướng không tưởng làm nên văn chương lưu đày, ở ngoài! Hoàn cảnh có thể khiến thành dòng, xuôi chảy!

Truyện 'Đêm Oakland: Câu Hỏi' dùng cái nền nếp sống ở xứ người, với những Đức, Thiện và... "tôi" dĩ nhiên! Tra vấn về hội nhập ở những mảng tuổi đời khác nhau, ở những nỗi trôi của tiếng nói và khả năng phát biểu tiếng mẹ đẻ: *"Bất kể những khác biệt lớn về tuổi thơ và kinh nghiệm chiến-tranh, tôi cho rằng Đức và tôi cùng thuộc về nhóm những kẻ đứng chông chênh trên hai mảnh ván trôi ngược chiều nhau, cố giữ thăng bằng để không rơi vào cái vực đen ngòm của hoang mang bên dưới. Thực ra, cái mảnh ván cứ kéo giật tôi về quá khứ có nhiều cơ hội thành công hơn. Có những điều nằm ở đó sẽ đeo đuổi tôi cho đến hết đời. Trong nhiều năm, tôi cứ đi giật lùi nhiều hơn là đi tới. (...) Mãi về sau này khi nỗi ngạc nhiên qua đi, tôi cho rằng nếp nghĩ của mình có thể đã xuất phát từ nỗi sợ của người bị giật mất đi chiếc phao cuối cùng của lòng tự hào. Khi người ta không có nhiều thứ để bám vào, khả năng sử dụng nhuần nhuyễn tiếng mẹ đẻ trong một môi trường không thuận lợi có thể chứng minh được nhiều điều, kể cả việc biểu hiện một cách kín đáo, và trong cùng một lúc mong muốn người khác nhận ra, thẩm quyền về và lòng trung thành với chính cái quá khứ buồn tủi của mình..."* (tr. 14-15). Từ đó dùng quá khứ như cắt nghĩa, như làm nền cho đời sống hôm nay, ở xứ người, lưu thân trong hội nhập!

Toàn tập truyện có thể xem như là cuộc sống ở Mỹ, cuộc sống hội nhập, không gian Mỹ, nhưng cái nền vẫn là một Việt Nam quê hương, một Việt Nam tuổi thơ rồi tuổi trẻ, một Việt Nam học đường rồi tình yêu. Những mảng quá khứ đó đã là hoài niệm, kỷ niệm,.. quanh quẩn, chợt hiện về đó rồi đi. Những cái Tôi hay một cái Tôi biến thiên, lớn dậy,... có tuổi! Những cánh đồng tuổi thơ không bình yên vì chiến-tranh, những cánh đồng mót khoai chỉ còn là những dây rễ ăn vẫn ngọt lịm. Sống nơi dư thừa vật chất nhưng lòng con người xa xứ vẫn có những niềm vui lạ lẫm như Chung thích đi lượm tỏi và bắt hến xào ăn với bánh tráng nơi hồ xa xôi đường đi cheo leo bờ vực hiểm nghèo để rồi phải chuốc lấy tai nạn chết người. Những con hến mà hành trình đã khởi từ một quá khứ quê nghèo ở miền Trung nước Việt (Bắt Hến Ở Hồ Isabella). Sống cái "đương thời" của quá khứ ở một không gian khác là sống ở đáy sâu thời gian nhưng vẫn làm cho con tim đập và máu chạy đều!

*

Đang nhìn lại thể loại tự sự trong văn chương Việt Nam thì nhận được tập truyện Phùng Nguyễn mới xuất bản, đó là lý do chúng tôi cụ thể hóa một số suy nghĩ về thể loại này nhân đọc Đêm Oakland Và Những Truyện Khác. Với Phùng Nguyễn, cái Tôi luôn ở đó hơn là không ở đó. Cái Tôi biến thiên từ ngập ngừng đến "làm chủ tình hình" trên trang viết và ở cấu trúc câu chuyện - tiêu biểu trong Dựng Truyện. Từ cảm nhận, chiêm nghiệm cái Tôi mới đi đến thực hiện cái Tôi trong văn chương, Phùng Nguyễn hãy còn ở giai đoạn tìm kiếm, dù đã có những thử nghiệm văn chương đáng kể như ở Văn Sĩ Ngại Ngần, Dựng Truyện,... Trong bài này chúng tôi dùng tập truyện của Phùng Nguyễn để bàn về thể loại tự truyện chứ không hề có ý rằng sáng tác của Phùng Nguyễn toàn là tự truyện.

Phùng Nguyễn dĩ nhiên không tự sự trí thức như Roland Barthes hay Jean-Paul Sartre từng trải lên trang giấy và cũng không tự sự chính trị như biết bao hồi ký ở hải ngoại, ông cống hiến cho người đọc những tự sự tình cảm sống động, có khi êm đềm như những giòng lưu bút, có lúc sôi xục như những cuộc tình sôi nổi nhiêu khê! Simone de Beauvoir có lần vào cuối đời đã tâm sự với Annie Ernaux: "Mục đích chính của đời tôi có thể chỉ là để thân xác tôi, cảm xúc và tư duy tôi trở thành văn chương, có nghĩa là cái gì đó tri thức được và một cách tổng quát, sự hiện hữu của tôi tan biến trong tâm trí và sự sống người khác" (2).

Nếu phải phân biệt hai loại tự sự tiểu thuyết và tự sự hồi ký, thì Đại Học Máu của Hà Thúc Sinh, *Câu Chuyện Kể Năm 2000* của Bùi Đình Tấn và cả *Những Ngày Thơ Ấu* của Nguyên Hồng đều thuộc *tự sự hồi ký*, viết là để kể cái gì; còn Đêm Oakland Và Những Truyện Khác của Phùng Nguyễn có thể xếp vào loại *tự sự tiểu thuyết*, sử-dụng cái Tôi cho mục đích tiểu thuyết. Tiểu thuyết hóa cái Tôi, tiểu thuyết đời sống và con người tác giả; nghĩa là vay mượn dù chỉ phần nào. Tác giả chủ động trong vai người kể chuyện và là nhân vật chính - xưng "tôi" hoặc ngôi thứ ba hoặc cách khác - thể loại này Serge Doubrovsky là người tiền phong với tác phẩm *Fils* (1977) ghi ở trang bìa trước "roman" mà ở trang bìa sau lại ghi "autofiction" với cắt nghĩa "Autobiographie? Non... Fiction d'évènements et de faits strictement réels; si l'on veut, autofiction" (3). Doubrovsky còn là một nhà lý luận và phê bình văn chương nổi tiếng, phải chăng khi ông thử nghiệm thể loại sáng tác này (4), ông như muốn chính thức hóa khuynh hướng tự truyện (autobiographie) từng là mốt tiểu thuyết ở Âu Mỹ với Jean-Paul Sartre, Claude Simon, Simone de Beauvoir, Marguerite Duras, Philippe Solelrs,... Dĩ nhiên, hồi ký (memoirs/mémoires) và "chuyện đời tôi" (life story) không phải là những thể loại thuần văn chương! Ngoài ra, thể loại tiểu thuyết tự truyện vốn là một phản ứng lại khuynh hướng cấu trúc. Ở đây, nhân vật và cuộc đời như được viết lại!

14-7-2001

Chú-thích

1. *Tháp Ký-Ức* (1998) và Đêm Oakland Và Những Truyện Khác (2001) đều do nhà Văn xuất bản ở California. Các nhà xuất bản Việt Nam ở hải ngoại thường thiếu sót ghi tên thành phố nơi xuất bản, gây khó cho vấn đề lên thư tịch. Thí dụ NXB Văn xuất bản hai tập truyện của Phùng Nguyễn ở hai thành phố Westminster và San Jose tuy cùng tiểu bang nhưng cách nhau nhiều trăm dặm đường.

2. Annie Ernaux. *L'événement.* Paris: Gallimard, 2000.

3. "Tiểu sử ư? Không... Tiểu thuyết biến cố và sự việc hoàn toàn có thật; nếu muốn, hãy gọi là tự sự tiểu thuyết".

4. Sau thêm *Un amour de soi* (1982) và *Le livre brisé* (1989). Ông là người đầu tiên dùng từ *autofiction*, sau còn được các nhà lý thuyết văn học gọi là *roman autobiographique*.

Phùng Nhân

Tên thật Bùi Văn Xiêm. Sinh năm 1942, tại Lộc Thuận, quận Bình Đại, tỉnh Bến Tre. Học trường Cán sự Y tế, phục vụ tại ty Y tế Tây Ninh. Vượt biển năm 1984, tái định cư tại Úc.

Tác phẩm đã xuất bản: *Vàm đất Cả Cao* (truyện dài, 1995, Úc) - *Vết thương vẫn mở* (truyện ngắn, 1992, Úc) - *Xóm Nhị Tì* (1994) - *Gà trống nuôi con* (truyện dài, 2006, Úc) - *Bạn già* (tập truyện ngắn, Làng Văn, Canada) - *Cai đẻ* (tập truyện ngắn, Làng Văn) - *Tiếng mõ trong đêm* (truyện dài, Làng Văn, 2008) - *Nghệ thuật o mèo* (tập truyện ngắn, Làng Văn)

*

Từ tập truyện *Vết Thương Vẫn Mở* (1992) đến các tiểu thuyết *Xóm Nhị Tì* (1994), *Vàm Đất Cả Cao* (1995), Phùng Nhân, tị nạn và sinh sống ở nước Úc, viết về con người và xã hội ở miền đất Mỹ Tho, Bến Tre, ngày xưa và hôm nay. Tác giả khởi viết tiểu thuyết khi đã mất quê hương, nơi đó có những con người và mảnh đất chứ không phải là một tổ quốc trừu tượng! Với một tâm tình thiết tha. Ông cho người đọc nhìn thấy những tâm lý nhân vật đặc biệt lục tỉnh, chân chất nhưng nhiệt thành, dứt khoát khi cần. Những con người đã góp phần làm nên lịch sử.

Các nhân vật trong *Vàm Đất Cả Cao* từ Bảy Ngân người đã có công khai phá vùng đất Cả Cao sau theo kháng chiến cứu nước, con là Huy bị chết vì chế độ mới phải "trừ gian", đến thằng cháu Út Hậu, con Bông... đã sống chết với những hệ lụy của đất nước.

Xóm Nhị Tì là bức tranh vân cẩu của một xóm nghèo ở ngoại ô thị xã Mỹ Tho, thời gian và chế độ thay đổi nhưng con người lúc nào cũng sống với những bận tâm thường ngày, những nhân tình thế thái.

Tập *Vết Thương Vẫn Mở* có những truyện thành công, có tính cách tiêu biểu cây viết Phùng Nhân hơn. Chuyện độ gà mà lại nhằm ngày mùng một Tết dưới chế độ cộng sản là một thí dụ đáng kể. *"Nuôi được một con gà nòi đã khổ, nhưng đến lúc đá lại còn khổ hơn. Cờ bạc thì còn lén lút, chớ đá gà thì như dậy giặc. Thậm chí như mấy bà bầu coi gà đá mà còn ngứa ngáy tay chưn! Miệng la chết mầy chưa... chết chưa mậy!!! Hà huống gì mấy người nóng tánh... (...) Con Ô Bông đưa mỏ vào cánh mằn lông, thỉnh thoảng trụ bộ bước đi vài bước rồi dừng lại. Cặp cựa ánh lên sắc thép xanh rờn. Ông Hai Bắc bổng lên phun nước sương vào hai bên nách. Con Ô Bông trụ bộ, cho hai mũi cựa giao nhau. Thôi rồi, đích thị là cặp song đao của Tiểu Long Nữ và Dương Quá!!! Trên chốn giang hồ này còn ai dám đối đầu. (...) Khi tiếng chuông vừa dứt, thì ông búng nhẹ vào cọng lông thép của Ô Bông. Tức thời, con Ô Bông lạng sâu thêm vài bước, rồi bất ngờ cất cẳng đá tạt ngang, một đòn rất độc. Nhưng con Chuối Lửa tránh được, đồng thời hai con xấn vào, như hai mãnh hổ giành mồi. Con nào cũng muốn đem hết đòn hiểm độc của mình ra để hạ đối phương, con Ô Bông bị cựa đùi trước, yếm lông bắt đầu máu nhuộm, bạc xuống sáu, rồi ăn năm. Ông Hai Bắc hét lên: "Ô Bông; đòn 'tảo địa bàn môn' đâu mà con chưa chịu hạ". Dứt lời ông, thì con Ô Bông ghịt cái lông dây của con Chuối Lửa đá một đòn thẳng cẳng. Con Chuối Lửa bị đâm phụt bộng chết tươi, giòng máu nóng trào ra hai khóe miệng..."* (tr. 8, 18-19). Công an du kích kêu loa cấm đá gà, con Ô Bông phải đi đá nơi xa nhưng khi thắng thì bị du kích cộng sản đang làm khán giả lộ bộ mặt thật nổ súng bắt cắp con gà vô địch của Hai Bắc!

Nhân vật, đối thoại đặc sắc của vùng đất, rất lục tỉnh, phong phú, rất riêng! Những phương ngữ, những điệu và nhạc trong lời nói. Rồi những đặc sản địa phương như cơm gạo nàng sen, rau đắng biển, rau Bồ Ngót, những con cá thòi lòi, cá dược, cá sửu, cá chẽm, cá bóng bèo, cá óng sao, những con rắn hù ri, v.v.

Nói chung, truyện của Phùng Nhân đặc biệt bình dân, cuộc đời người nghèo tri túc tiện túc, vẫn hạnh phúc, lúc nào cũng lạc quan vui sống, cả trong khó khăn, nhọc nhằn, bất hạnh, vẫn le lói tia sáng... của tình người, của những hy vọng! Ông có óc quan sát bén nhạy, dù cách diễn tả có khi hơi nặng, bắt người đọc phải theo dõi.

Quan Dương

Tên thật Dương Công Quan, sinh năm 1950 tại Ninh Hòa, Khánh Hòa. Cựu sĩ quan Việt Nam Cộng Hòa. Sau 1975, mất 6 năm "cải tạo". Đến Hoa Kỳ tháng 6-1993 (H.O. 17) và định cư tại Louisiana. Bắt đầu làm thơ năm 1995 và đăng trên các tạp chí tại Hoa Kỳ: *Văn, Văn Tuyển, Văn Học,...*

Tác phẩm đã xuất bản: *Ngậm Ngùi* (thơ; Gretna LA, TGXB, 1996); *Ruột Đau Chín Khúc* (thơ; 1998); *Đợi Khuya Tàn Bắt Sống Một Chiêm Bao* (văn thơ tuyển, TGXB, 2002).

*

Nhiều thập niên qua, thơ của người Việt hải ngoại đã và đang trãi qua nhiều hình thức thử nghiệm và đa dạng, làm ngẩn ngơ người thưởng ngoạn cũng có mà làm nhăn mặt đỏ mày cũng có! Và người đọc như lạc lối. Đưa đến tình trạng ngại ngùng, nếu không là "kính nhi viễn chi", bên cạnh luôn có những con người lụy vì Thơ, sống chết cho Thơ. Trong "hoàn cảnh" chung đó, thơ Quan Dương đã đến với tôi / hay chính tôi đã đến với thơ Quan Dương sau một thời gian dài lơ là với Nàng Thơ? Hình như ở phần nổi, người thưởng thức văn chương có một chủ ý đi tìm lại một phần quê hương đã mất, quê hương của một-nửa-hồn-tôi: Nha Trang! Thật vậy, Nha Trang đã "quấy " hồn Quan Dương:

> *"... Cọ quẹt phù sinh nơi đất khách*
> *Sợ sương khói cũ bạc phai lần*
> *Anh nhốt Nha Trang vào tiềm thức*
> *Để thủ riêng mình cho chắc ăn..."*

(Nha Trang)

nhất là Ninh Hòa nơi anh sinh trưởng, *"luôn nằm sâu từ ký ức"*:

"Có một miền quê
nằm ngửa vắt ngang đường
Đèo dãy phố ngủ trên lưng quốc lộ
Một miền quê vô danh?
Có thể
Sao trở trăn hoài trong nỗi triền miên
(...) Có một miền quê thoát thân từ khổ nạn
lăn lóc nhiều nhưng chưa thấm đủ hai tiếng: quê hương"

(Thương Nhớ Một Miền Quê)

Nhưng thú thật, quê hương của Quan Dương đã tự mờ xóa trong những dòng thơ của anh hay nói cách khác, đọc thơ anh viết về Nha Trang, Nha Trang của tôi, một người đọc, đã bị lời và chữ của Quan Dương làm cho mờ đi. Nỗi nhớ mong tìm kiếm đã thành nỗi mê! Cái còn lại do đó mang mang lạ lùng! Do chữ nghĩa, do cách tạo âm thanh, nhịp điệu. Và cuối cùng là những hình ảnh. Bất ngờ và lạ lẫm. Thật vậy, đọc xong thơ Quan Dương, Nha Trang, Ninh Hòa, tháp Bà, những con đường và khu phố thân thương như chập chờn giữa còn mất, như trở về bất chợt. Cái còn lại là thơ, là những chữ, những cái làm Nên-Thơ từ những chữ rời mà kỹ thuật, tình ý đã "ráp nối", với âm thanh, nhịp, tiết tấu, v.v. Và cái tâm của nhà thơ đã như chất xi-măng thượng hạng!

Thơ dĩ nhiên dùng chữ, nhưng chính nhân tố nhà thơ như ông tơ, như kẻ sáng tạo, đã làm cho chữ Nên-Thơ. Và dư vị ở lại nơi người thưởng thức là "cái gì" đã thuần nhuyễn, phải chăng do tài năng của nhà thơ, ông tơ bà mối, hay là tài khám phá, cảm, ngộ, của người đọc thẩm nếm? Nhà thơ Lê Đạt từng khuyên hãy để "mỗi con chữ trong câu thơ dắt dẫn trên đường tâm thức ra khỏi lối đi chữ nghĩa "tiêu dùng" một chiều quen thuộc hằng ngày" (Nhân Con Ngựa Gỗ). Tập hợp chữ dùng, và dùng chữ, đưa đến Phong-cách. Mỗi nhà thơ đều có phong-cách: Nguyên Sa, Thanh Tâm Tuyền, Trần Tuấn Kiệt, Nguyễn Bắc Sơn, Trần Thy Nhã Ca, Phạm Thiên Thư, Nguyễn Tất Nhiên, Du Tử Lê, Nguyễn Xuân Thiệp, v.v. Không phong cách, không nhà-thơ, chỉ là người xếp-chữ vụng về. Nếu giống phong cách người khác, thất bại còn lớn hơn! Người làm thơ bị nhiều giới hạn hơn người viết truyện là vì vậy!

Quan Dương gò chữ vào khuôn để diễn bày tâm tình không thể vào khuôn:

"... Cây đứng buồn giữa đời trơ cọng
Tay bám chùm mây trời vô vọng
Chạnh lòng ai khách trú lưu thân
Thêm một ngày xứ người cô quạnh..."

(Tản Mạn Buổi Tàn Thu)

Nhưng có cái đã vào khuôn, nay Quan Dương muốn vượt khỏi vòng:

"Cây cội già đứng rủ gục giữa sân
Gầy nhánh gãy gió lùa que kẽ. Buốt
(...) Vết thời gian xếp lớp nối đuôi nhau
Đưa tay cản nhưng không còn kịp nữa
Vết hằn sâu. Vết chặt ngang. Vết gãy..."

(Giao Mùa)

Như vòng vây cuộc đời, cuộc sống ở xứ người, làm những việc không thích, cái thích dù nhỏ đến mấy thì đã không thể làm. Như quê nhà, bạn bè, người thân đã xa xôi,... Người đàn ông Việt Nam sẽ đi shopping:

"Chủ nhật off tôi đi dạo shopping
Đường quanh co như lạc vào hang động
Thân nhỏ con giữa shopping to rộng
Tay chân quều quào thiệt chẳng giống ai..."

(Mua Quà Tặng Em)

Cảm hứng đột khởi, bất ngờ cả với người làm thơ? Nguồn thơ đến, không chối cãi, mà nhà thơ cũng không tìm cách trốn chạy cảm hứng! Trong hoàn cảnh thường, trong nhỏ nhoi tác động! Thơ Quan Dương là thơ của kinh nghiệm sống ở xứ người, trong trình cảnh hội nhập "nhảy dù", không tự nguyện, ta từ xa đến, không dây dưa với ai đây cả, v.v. (Bút hiệu Quan Dương nếu còn ở quê nhà chắc anh đã không sử-dụng - Quan Dương tức Dương Công Quan tên anh viết theo lối Mỹ, cùng trường hợp với Phùng Nguyễn Nguyễn Đức Phùng). Thơ của một không gian gò bó - hay tâm hồn con người di trú có khi phải "nín thở" trong không gian rộng lớn như xứ Mỹ chẳng hạn, của một thời gian như đã ngừng - hay do con người cảm nhận ngừng, cùng lúc cái thời gian ấy như sống động, quyện lẫn với chốn nhân gian hôm nay, với những nuối tiếc, ước mong. Kiếp lưu thân:

"... Hỏi trần gian:
- Cõi vô thường là đâu?
Mà lê thân nửa vòng cầu
Làm tên tục tử bán sầu sinh nhai..."

(Tự Thán)

"... Lê lết nửa đời thân vong quốc
Còn gì? Ngoài một nhúm tàn thây"
(... Sau 23 năm)
"...Ở Mỹ mà da bọc xương
Cũng tại vì quê hương nó hành..."

(Buồn Con Mắt Nhắm)

cho nên *"dẫu quê hương chất trong lòng / cái bụng cũng đã chứa phần ngoại lai"* (Cuộc Sống) vì phải ăn hamburger!

Ở nơi có đầy của cải trần gian mà vẫn không yên:

"... Ngủ giường nệm lại đau lưng thắt mỏi
Chiếc mền đắt tiền gói không kín hết u tư
Con thuyền giấy xưa trôi giạt về đâu?
Để dàn máy Karaoke nghẹn lòng lời ca dao ngọt..."

(Nỗi Niềm)

Tìm vui trong khói thuốc, giọt cà phê... nhưng cũng chỉ là cái cớ để lòng mở cho những nuối tiếc, nhớ nhung, hối hận, hay để suy nghĩ hoặc cho qua những cơn buồn bơ vơ:

"... Bên tách cà phê từng giọt rụng
Lờ đờ khói thuốc tỏa cong queo
(...) Rụng giọt cà phê vào đáy tách
Chạnh lòng con phố cũng buồn thiu"

(Quán Cà Phê Nửa Đêm)

Đến độ "Hai lá phổi cô tịch tê tua / Chừng như chỉ còn ta là bè bạn" (Điếu Thuốc Và Gã Đàn Ông). Từ đó đưa đến những khinh bạc cuộc đời của kẻ đến sau:

"... Một trăm điều có một điều anh không giả dụ
Một điều chắc rằng em sẽ thấy:
Sống không có lối về
Thì khi chết oan hồn vứt đâu cũng vậy
Có gì đâu"

(Có Gì Đâu)

Cũng từ đó, sau khi đã nhận vị trí của mình nơi đất người, Quan Dương sẽ khai phá những uẩn khuất của tâm hồn, của tư duy. Qua thơ. Giới hạn của ngôn ngữ, sự tràn đầy của cảm xúc, của hạnh phúc hay đau khổ: làm sao giải tỏa? Nỗi lòng, thân phận ỉ ôi, bất mãn,... hình như thành công với những dấu chấm ở bất cứ đâu! Nhiều bài có những thống nhất về nhịp điệu hoặc âm hưởng. Từ một cảm hứng liên tục, đổ ào đến! Quan Dương có những bài thơ làm chung về một đề tài hoặc các đề tài liên hệ mật thiết với nhau, hoặc khi in ra, đặt chung, cũng gây một cảm giác thuần nhất như một bài. Hãy nghe Quan Dương:

"Ruột
Móc chân chổng ngược đầu giường
Đương nhiên khúc ruột thẳng đường mà đi
Đâu cần quận quẹo chi li
Không ưa, nói thẳng làm gì được nhau.
Gan
Lá gan tôi nhỏ tí teo
Lúc hai con mắt trong veo háy gầm
Đang ba hoa bỗng nín câm
Nếu không, em giận - tối nằm sô-pha.
Phèo
Mỗi khi cảm thấy nhớ nhà
Thường theo em đến lân la giáo đường
Miệng em cầu nguyện luôn tuồng
Còn tôi nghe mãi tiếng chuông. Chán phèo!
Phổi
Mỗi khi buồn / phổi lao đao
Lia chia khói thuốc hít vào ém sâu
Chết trước khỏi phải chết sau
Đằng nào cũng thế lo rầu mất công".

(Ruột, Gan, Phèo, Phổi)

Quan Dương đi luôn ba bài khác: Mắt, Mũi, Tay, Chân, rồi Tóc Tai, Mũi, Họng và Đầu, Mình Và Tứ Chi. Nhà thơ nghịch ngợm tài tình với chữ nghĩa và tâm tư mình:

"Mắt em ai thả biển vào
Để tôi giả bộ lộn nhào tập bơi...";
"Trèo vô hốc mũi tôi tìm
Hương xưa còn đọng u niềm trong em?..."
"Thân mình em đựng bảo trân
Gói ba bốn lớp che phần muốn coi..."

Khoa học tâm hồn chứ không phải là khoa học thực nghiệm; nói khác đi, thực nghiệm tâm hồn chứ không còn là thí nghiệm, quan sát khách quan! Quan Dương còn có tài làm toán:

"Một chén mắm đường dầm ớt
Cộng một trái xoài xanh
Chia đều hai tiếng: hít hà
Số thành: bà xã
Ngọt, chua, cay + hít hà = môi em đỏ
Đâu cần phải tô son
Bà xã là người đẹp nhất trần gian.
(...) Một đoạn phim tình cảm Hồng Kông
+ hai hàng nước mắt
Chia đều: thút thít
Số thừa: vô lượng bao dung
Một danh ảo / một phù vân..."

(Nói Với Bà Xã)

Nếu Bùi Giáng "làm thật nhiều thơ tặng chuồn chuồn và châu chấu" thì Quan Dương đã dám đưa vào thơ những ý lạ mà thật như con "vi trùng" qua lại giữa những kẻ yêu nhau, trong bài Chuyện Kể Về Con Vi Trùng:

"Cái lần mà em ghé lại trao hôn
Con vi trùng ngu ngơ bỏ nhà đi lạc
trên môi tôi. Đêm lạ nhà không ngủ được
Nữa khắc khuya thức giấc mơ người
Con vi trùng trong máu ẩn nửa đời
Mắt còn nuối về nụ hôn thiếu nữ

Bao năm trường tôi miệt mài cất giữ
Mong một ngày gặp mặt trả lại em
Tôi đi tìm, tôi lội ngược thời gian
Lục lọi kiếm điều cuối cùng sót lại
Tôi nhặt nhạnh, tôi gom hồn trọn gói
Thả vào thơ để khỏi phải tương tư
Biết bao điều không nói được bao giờ
Tôi nói đại trong thơ cho yên chuyện
Những bài thơ rút ruột tằm đau điếng
Đã bao lần em vứt tận đầu đâu
Có khi nào im lắng phút giây thôi?
Hồn trống rỗng em moi tim ra đọc
Biết đâu chừng tự nhiên em biết khóc
Nhớ con vi trùng đi lạc thuở xa xưa
Còn tên điên kia nuôi giữ đến bao giờ?"

Con vi trùng muốn đem trả (sao mà khôn thế!). Người đọc có thể chợt nhớ lại những (hoặc chung tình với một) con vi trùng mình đang "nuôi giữ". Thay vì tháp Chàm hoang đổ nát hay chiếc khăn hồng, bức thư tấm ảnh cũ, hay đôi bít-tất để giữ chân người đừng đi -hoang, hay chiếc áo khoác mỗi khi trời lạnh xuống mang vào để nhớ ai, thì với Quan Dương, "vi trùng" còn đây mà người xưa đâu? Những thứ kia thời gian nếu chưa đã thì sẽ làm hư hỏng, rách nát, nhưng con vi trùng thì đang sống, đang ở đây, trong máu thịt một người; thời gian tệ thay đã không giết chết được con "vi trùng"! Một trừng phạt tội đồ yêu! Quan Dương còn đi xa, vận dụng lý trí và hình thức ở một số bài thơ khác:

"Tấm thân tôi (phết xuống hàng)
Xin đem nộp mạng (gạch ngang) cho rồi
Em thênh thang (phết) mây trời
Còn tôi (hai chấm) như loài bung xung
Em thanh khiết (phết) tựa trăng
Còn tôi (chấm hỏi) Giống thằng Cuội thôi
Đêm rằm dựa gốc đa chơi
Nhìn thiên hạ (chấm) Kệ đời nhân gian".

(Chấm. Phết,)

"Ký ức là ngồi nhai viên kẹo
Nhét vào giữa kẽ chiếc răng sâu
Mỗi khi hồi tưởng nghe nhưng nhức
Như có kiến bò lên nỗi đau.
Ký ức là ly cà phê đắng
Pha vào tiếng dế kêu đêm sương
Mỗi khi khuấy muỗng hồn lơ đãng
Uống cố tình quên bỏ thêm đường.
Ký ức là tay cầm điếu thuốc
(...) Ký ức chia ngăn giống tủ lạnh
(...) Ký ức có màu đen như tóc
(...) Ký ức là chơi trò đuổi rượt
Khi thì đuổi tới khi thụt lùi
Đuổi đến tàn hơi tim thấm mệt
Ký ức lại nhào theo giỡn người" (Ký Ức)

Ký ức với Quan Dương là nỗi ám ảnh lớn, anh nhắc đến ký ức trong nhiều bài, trong cả hai tập đã xuất bản.

"Đem ký ức thả vào giòng sông
Ký ức thành con thuyền chở bồi hồi rượt bắt
Chiều lững khói lan man cay tròng con mắt
Hình như mùa Xuân đang lững thững về"

(Tiếng Vọng)

Ký ức không chỉ thuộc về quá vãng, nó bồng bềnh sống động trước mặt người. Thơ Quan Dương có những hình ảnh đẹp như thế. Trong một bài như Nắng Tĩnh Lặng chứa nhiều hình ảnh nên-thơ của "dãy phố cong mình":

"Dãy phố cong mình giữa đời tít tắp
Nắng vẫn vô tình rớt xuống thản nhiên..."

của "tấm bảng chỉ đường vẽ hình mạng nhện":

"Tấm bảng chỉ đường vẽ hình mạng nhện
Ta chạy tìm ta đủ muốn điên khùng"

của nắng, nắng khô di động:

"Nắng rơi khô khốc vung vãi trên đường
Con dế phồng chân núp vào bờ cỏ..."

và của nắng gắt:

"Nắng quất tóe đầu những giọt mồ hôi
Rát rạt nứt lần lên vầng trán chật..."

Hay: *"Anh cúi nhặt mùi hương em đánh rớt / Thả vào thơ huyễn mộng dấu sương phai"* (Nỗi Lòng).

Dù can đảm và thành thật "chính danh" gọi vật là vật, Quan Dương có những ý tưởng so sánh lạ lùng. Anh đã ví cuộc đời mình như... phân như rác:

"(...) Giọt cà phê đen thui
Rơi. Đựng vào đáy cốc
Giọt đời tôi như cức (sic)
Rơi. Biết đựng vào đâu
(...) Trái đất rồi bao năm
Dư thằng tôi: đống rác".

(Đống Rác)

"Tôi giống cành cây khô trụi lá
Đứng níu mây trời gọi muôn phương
Sót chút bùi ngùi em vọng lại
Rồi loãng tan dần theo khói sương"

(Quán Cà Phê Nửa Đêm)

Và tình yêu! Dù nòi tình hay không, ai mà không mắc phải!

"Ngày xưa em, con dế ngủ trong hang,
Anh đổ nước ngoi đầu lên để thở"

(Chuyện Ngày Xưa, Chuyện Ngày Nay)

khác "con chó ốm" của Nguyên Sa thụ động, "gườm gườm", phải đề phòng. "Dế ngủ" dĩ nhiên hiền lành, khỏi đề phòng, mà mình đáng ra phải ý tứ để dế ngủ yên! Quan Dương đề cao nhiều phụ nữ, nhất là người vợ. Anh yêu và chịu thua thiệt, cả trễ tràng thoáng nhẹ của gã học trò sắp năm mươi với "em" - cô giáo english xứ người!

Hệ lụy, vì chỉ nhớ nghĩ đến người xưa cũng đã làm đau xác, "vết bầm" "dấu giày":

"Biển xưa trên bãi cát này
Trôi qua, em để dấu giày trong tôi

Đi qua thì cứ qua thôi
Sao còn lưu lại chi hoài tiếng chân
Tội con sóng vỗ bao năm
Chồm lên bờ xóa vết bầm ngu ngơ"

(Dấu Xưa)

Và nuối tiếc trong đêm khi nhìn trăng:

"Mảnh trăng non giá em đừng nhón gót
Thì răng anh đâu cắn khuyết nửa vành
Con dế già sương đêm đầu đẫm ướt
Ngoái cổ nhìn cọng cỏ níu chân xanh"

(Tiếc)

Tiếc vì "em" chiêm bao, hình như đẹp hơn, đẹp lâu và tình hơn là:

"Trăm năm sau đó em hội nhập
Thân thể bày nguyên một cửa hàng
Con mắt xâm viền cong bán nguyệt
Đâu thèm nhớ thuở nắm tay run..."

(Chiêm Bao)

Ở đây hôm nay thì người đẹp tắm nắng hay/và nắng tắm người đẹp:

"Phơi thân, rối sợi nắng hồng
Trên cao chiếc lá động lòng, buông tay
Bám theo chéo tóc này đây
Dẫu tòn ten cũng được vài ngất ngư
Mùi hương em / chợt hình như
Chẻ tim cuống lá làm tư, xoay vòng
Rải cùng Nam / Bắc / Tây / Đông
Nắng nôn nao tắm lùng bùng dáng hoa"

(Tắm nắng)

Tóc đã nhuốm màu muối tiêu, mắt đã trõm sâu, vẫn theo "em" không biết mệt:

"Theo em đến ngã tư đường
Vướng chân đèn đỏ đành nhường đèn xanh
Buồn tình con mắt nhìn quanh

Nhìn gương chiếu hậu gặp mình trõm sâu
Theo em suốt buổi phờ râu
Mới hay tuổi đã nhuốm màu muối tiêu"

(Theo Em)

Theo cả "chùm hoa dại bất chợt gặp bên đường" đến độ:

"... Buổi theo em lết mòn đôi dép đứt
Chân nhón không qua nổi một bờ rào
Để đêm về chép miệng thèm giấc mơ. Đau
Sáng thức dậy vàng thêm chiếc lá..."

Đau nhất là đôi chân "Nở khù khờ mười ngón chân tôi / Ngọ nguậy trong đôi giày tù túng" (Tản Mạn Nắng Đầu Mùa) hay rồi bị "đá" như trái bóng nóng Mùa World Cup 1998:

"Ai bảo mùa hè không đọng gió?
(...) Trái bóng, sao em đá lọt ngoài?
Để tôi lớ ngớ đưa tay chụp
Một khoảng không. Buồn. Chẳng giống ai
Ai bảo mùa hè là nóng bức?
Nóng bức? Sao em rất lạnh lùng
Chạy muốn tàn hơi bao lần vấp
Mà vẫn lăn tròn vuột khỏi em
Em vẽ đường banh chi lắt léo
Vờn tôi trái bóng dại khờ câm
Lăn theo gót ngọc trăm ngàn nẻo
Thê thảm còn hơn chấm phạt đền
(...) Em chẳng khoèo chân mà lại té
Chỏng căng, còn nghe cái nguýt dài
Trận đấu chưa đến hồi kết thúc
Tỉ số ăn thua đã rõ ràng
Chỉ một tia nhìn nheo mắt chớp
Thì kể như là... tôi thua ngang".

(Lăn Như Trái Bóng)

Nhưng lời thơ tình đẹp lúc nào cũng dành cho "bà xã", căn bản của cuộc đời quay cuồng:

"... Ngọn gió bấc trở mình se se thổi

> *Đã có môi em đỏ làm chốn trú đông*
> *Chỉ còn thiếu sợi nắng hồng*
> *Để anh hái tặng em thoa lên má..."*

(Nói Với Bà Xã)

Rõ khéo, mùa Xuân rồi cũng sẽ phải đến thôi!

Dĩ nhiên Quan Dương cũng có những bài thơ thuộc tính "tập thể" của những người lính không một vòng hoa: tù cải tạo, kinh nghiệm đói, nhục, đau cái khổ nhục của đồng tù, chờ chết, v.v.

> *"... Củ khoai mì lót dạ thay cơm*
> *trên rừng cải tạo*
> *(...) Bụng đói ngước sao trời*
> *bắt gặp vầng trăng. Vầng trăng bể đôi! Ai bẻ gãy?*
> *Tiếc trách sao không được chia một nửa*
> *Để vàng thương nhớ mang trải gửi về xuôi"*

(Nỗi Niềm)

> *"... Vòng rào đó em phơi chiếc áo*
> *Nắng đâm qua những lỗ rách buồn*
> *Ai cào xé mảnh tình đất nước?*
> *Gửi sang em vá nỗi đau chung..."*

(Còn Mải Một Buổi Chiều Trong Tôi)

Hay những câu chuyện cuộc đời lớn nhỏ, như mất con (Ruột Đau Chín Khúc, Điên Giữa Đêm Trăng - anh mất người con đầu trong hoàn cảnh bi đát của bậc làm cha mẹ giữa bi cảnh chung của đất nước). Những tiếng thở dài của con người, lê thê của tâm tình, buồn như nỗi đau gậm nhấm,... Thơ quay về với đời thường, có thể đã nghe, có thể nhàm chán,... biết đâu lại là lối dẫn đến vô biên, hy vọng! Dù sao, Quan Dương đã phơi bày tận cùng tâm tình một con người. Như anh đã tâm sự với hai bạn thơ họ Trần:

> *"Biết nói gì đây cho bạn hiểu?*
> *Cuộc sống là muôn triệu nhát gươm*
> *Mà thơ ưỡn ngực trần trưồng đỡ*
> *Không chết cũng đành phải bị thương*
> *Thơ là một cách chơi ngôn ngữ*
> *trung thực từ trong cảm xúc mình*

Ngôn ngữ nhiều đường năm bảy ngã
Trung thực một đường tim xuyên tâm (...)"

(Lẩm Cẩm Cùng Bạn Làm Thơ)

Quan Dương đã không những có những câu thơ hay, anh đã có những bài rất đạt, và nếu chỉ đọc những bài ấy thôi, Quan Dương đã là một nhà-thơ đáng kể dù mới xuất hiện! Mỗi vần thơ Quan Dương là một nỗi niềm. Anh làm thơ như để tìm lại mình và tìm hiểu mình. Người đọc anh cũng dễ rơi vào cuộc tìm kiếm đó như anh. Nếu *Ngậm Ngùi* (1996) là những tình cảm nguyên sơ, chân chất, nhiều bi đát thì *Ruột Đau Chín Khúc* (1998) là những tình cảm đã được chắt lọc, tinh nhuyễn, thành những "con chữ", những lời thơ thanh thoát, có bi lẫn hài, hoặc cả hai, như kiếp con người trong cõi âm dương!

Quan Dương càng làm thơ càng chứng tỏ đa dạng, ngày mỗi mới. Người đọc sống cùng hoàn cảnh, có cùng kinh nghiệm đau khổ hay hạnh phúc thường dễ "cảm" với tác giả. Quan Dương có thể đáp ứng người đọc đó, nhưng tôi nghĩ anh cũng đã "đánh động" sự nhạy cảm nơi những người đọc xa lạ với chuyện anh kể, với tâm tình sống động của anh. Chúng ta tin "cây đứng buồn giữa đời trơ cọng" (TMBTT) hay "cánh lục bình trôi mù mịt ngoài xa" (NVBX) hoặc "con dế già", "chiếc xe cũ" (CXCCXC) với "thân hạc" đến độ "xương bánh chè" lộ liễu - những hình dung từ của anh, về anh, sẽ tiếp tục vui vầy thỏa thích với Nàng Thơ. Thơ cuối cùng là sáng tạo của tâm hồn, là cái đẹp không tìm hay đốt đuốc tìm đều có thể có một lúc nào đó hiển hiện. Thế nào là thật sự thơ? Nên-thơ hình như chưa đủ? Riêng thơ Quan Dương đã đưa chúng ta về lại và ở mãi với quê hương, tạo dịp cho chúng ta đến với tình tự con người với chữ "tình" muôn thuở, nhất là đến với Nàng Thơ!

25-9-1998

Những chốn cũ
của Song Thao

Song Thao (Tạ Trung Sơn) thực sự đến với thế-giới văn-học từ khi ra đến hải-ngoại (1985) và đã tỏ ra là một cây viết bền bĩ, hăng hái nhất là khi mới xuất hiện - khoảng 1991, lúc mà văn-chương chữ nghĩa được xem như khí cụ đấu tranh và sống còn, lúc văn-học hải-ngoại đang vào cuối giai đoạn tị nạn, lưu vong. Từ năm 1993 đến nay, ông đã xuất-bản 7 tập truyện ngắn *Bỏ Chốn Mù Sương* (1993), *Đong Đưa Cuộc Tình* (1996), *Còn Đó Bóng Hình* (1997), *Chân Mang Giày Số 6* (1999), *Cuối Ngày, Một Lần Ngồi Lại* (2001), *Bên Lưng Những Con Chữ* (2003) và *Chốn Cũ* (2006). Những năm gần đây, Song Thao được biết nhiều hơn với các truyện phiếm (film) trên các báo và tạp-chí ở hải-ngoại và đã in 4 tập *Phiếm* (2004-2007). Trong bài này, chúng tôi thử phân tích thời-gian và dừng lại ở ý niệm Chốn Cũ, qua các truyện ngắn và bút ký của Song Thao đã xuất-bản.

Nỗi ám ảnh của thời-gian

Nói đến thời-gian thì có thứ thực-tại, có thứ chỉ là tham-chiếu, làm nền, nhất là trong thế-giới tiểu-thuyết. Thật vậy, *tính tiểu-thuyết* (fictionality) có chăng ở tác-phẩm viết về quá-khứ và đâu là những dấu hiệu, cái gì thật và cái gì là ảo hóa? Nói đến tiểu-thuyết hóa quá khứ, quá khứ cần đến văn-chương cũng như có nhu cầu được đặt lên bàn thờ tâm thức. Văn-chương, tiểu-thuyết có thể trở thành một trị liệu cho người lưu xứ, một giải tỏa tâm lý. Tùy vết thương nặng nhẹ (người ta hay nói vết thương lòng, vết thương đời,...) mà dùng đến những thể-loại hồi ký, bút ký hay tiểu-thuyết, truyện ngắn và thi ca. Khi sử-dụng thể-loại tiểu-thuyết hoặc tiểu-thuyết hóa, văn-chương hóa quá khứ thì các sự kiện, người và vật có thể mơ hồ, pha tưởng tượng, không bắt buộc phải tham khảo lịch-sử, tài liệu văn khố, hay phải là sự thật trăm phần. Quá khứ thành chuyện kể một lần rồi thôi, mà cũng có thể lập lại, kéo dài hết truyện này qua truyện khác, hay cả tập thơ. Người ta cũng có thể tìm hiểu tác-giả một cách khoa học qua cách đi vào tâm thức của nhân-vật, hay nói khác đi, những dấu chỉ rải rác qua các tác-phẩm giúp hiểu tâm thức tác-giả.

Ở Song Thao, nói chung, quá khứ hay "cái còn lại" phần chính là trong *tâm thức*. Một kiếm tìm thời-gian qua lối kỹ thuật kể chuyện: vừa kể vừa nhớ vừa tìm; đối với Song Thao, thời-gian đã là nỗi ám ảnh khôn nguôi, có lúc bàng bạc có lúc nặng nề qua các truyện ngắn và bút ký (trong khi đó các chuyện Phiếm về cuộc sống đa dạng vây quanh của xã hội bản xứ và cộng đồng người Việt bát nháo, ông tung hoành trổ tài ngòi bút/phím máy điện toán và gia vị bi hài; khiến những nỗi ám ảnh và thao thức nói chung và nếu có, sẽ trở nên nhẹ nhàng hơn). Thời-gian hiện tại được cấu thành bởi những yếu tố quá khứ, những bóng người và kỷ niệm. Thời-gian đã qua như bóng câu, một cách tự nhiên; nhưng cái thời-gian đã mất, cần đến tra vấn: tự đánh mất, hay mất mát vì hoàn cảnh, biến cố lịch-sử - như đã xảy ra với nhiều người Việt ở thế-kỷ XX? Và đã mất tức thế nào cũng phải có những "cái còn lại". Tác-phẩm của Song Thao lần lượt trình với người đọc những mảnh ghép *puzzle* đó.

Thời gian tuổi trẻ thường được xem là đẹp nhất, đã mất, như tiếc nuối của nhân-vật Trọng trong Gang Tấc Còn Xa: "Thời-gian là một tên cướp giật từ tốn. Nó lấy của anh từng chút từng chút nhựa sống và chẳng biết tự bao giờ nó dúi vào tay anh một cuộc sống nghiệt ngã tầm thường. Anh nuối tiếc những ngày sinh viên cũ, mảnh ban mai hồng hào của đời người, chuỗi ngày tươi mát rộn ràng". (ĐĐCT tr. 150). Thời-gian không thật, qua níu kéo, tìm lại: trở về Việt Nam, tìm trong sự vật, con người (bạn bè, người thân). Cả trong những món ăn đã có quá khứ, đã là một phần của quá khứ, như phở. Thật vậy phở được tác-giả đề cập đến nhiều lần và tất cả đều như một hạnh-phúc, một nhung nhớ vàng son. "Hồn tôi còn đang tìm về những bát phở xưa, những bát phở như nước lổ ô pha gia vị. Đúng như Hùng nói, bao nhiêu tật bệnh cũng nép mình chịu thua phở" (BLNCC tr. 218).

Ở Song Thao, thời-gian vị-lai thường thiếu bóng, có chăng là chân trời xám tối và phần nào những nỗi bi quan, mất tin tưởng khi hướng vọng, dự phóng về phía trước. Trong truyện Mai Sau, cái dự phóng có đó nhưng như muốn giải tỏa một tình cảnh bi thảm. Còn chạy trốn quá khứ thì vẫn xảy ra với một số nhân-vật của Song Thao, như hai vợ chồng già dắt nhau vượt biên trong Người Đàn Bà Ôm Bó Hoa Trong Ngày Tết, như Uyên và Thiệp trong Trên Đỉnh Whistler, v.v.

Quá khứ ở Song Thao đầy hình ảnh, âm thanh (và cả mùi vị). Nếu truyện ngắn Bỏ Chốn Mù Sương làm sống lại những ngày sinh viên hoa mộng ở đại học xá Đà Lạt, thì truyện Theo Dòng Thác cho biết những dịp sống tập thể ở xứ người (Bắc Mỹ) cũng có thể làm nhớ nhung mãnh liệt một quãng đời nơi quê nhà, hay qua dáng dấp Katrina, người con gái người Ba Tây, gợi cho nhân-vật Cảnh nhớ đến những ngày ở Đà Lạt với một người thiếu nữ tên Ánh: "Vẻ tươi mát thoải mái của người con gái ngồi ở đầu ghế làm Cảnh nhớ tới Ánh. Những ngày tháng Đà Lạt rạt rào trong trí óc Cảnh. Đôi gót chân hồng ấm nhỏ xíu của Ánh thoăn thoắt lướt trên thảm cỏ non. Kỷ niệm đầy ắp cơ hồ muốn giữ chặt nhịp tim của Cảnh. (...) Cảnh chỉ còn có trước mắt chiếc cằm nhỏ nhắn xinh như một trái đào Đà Lạt lớt phớt lông tơ run rẩy rùng mình trong một buổi sáng tinh mơ gây gây lạnh. Anh đưa tay nâng cằm Kristina mà cứ nghĩ là đang chạm vào cái mượt mà mềm mại của trái đào quê hương lung linh trong trí tưởng. Tiếng hát không có đàn cô quạnh buồn hiu hắt". (BCMS, tr. 56-58). Khi tiếng hát của Kristina cất lên thì Cảnh không thể thoát khỏi quá khứ của một thời Đà Lạt: " Tiếng hát khởi đầu bằng những âm điệu cao vút rồi lanh chanh dồn dập kéo tới như tiếng nước đổ. Cảnh thấy như mình đang ngồi dưới thác Prenn, đang ngước nhìn lên đỉnh thác Gougah. Đà Lạt những buổi sáng mù sương. Những tia nắng hắt hiu nằm long lanh trên những cột nước đang mải miết chen chúc nhau tụt xuống một chiếc thang dây vô hình. Tiếng hát chậm dần lại búng lên những tiếng rời rạc êm ả. Những vạt nước loang loáng bò qua những bụi cỏ, khóm hoa, len lách qua những phiến đá sần sùi trên thác Cam Ly. Tiếng rì rào than thở ngày đêm không ngưng nghỉ. Những lưỡi nước hôn nhẹ lên những mặt đá nhẵn thín chập chờn chập chờn chồng chất lên nhau rồi vội vã kéo nhau đi như sợ trễ một cái hẹn nào đó. Cảnh cũng chập chờn trong hoài niệm của những ngày xưa cũ. Lênh đênh như một chiếc lá khô bị xô tới xô lui mê mải" (tr. 59). Đây chỉ là nhung nhớ và hoài niệm, có buồn nhưng thật đẹp, nếu so với Đà-Lạt sau này khi trở về chốn cũ!

Khi viết về văn chương lưu đày, chúng tôi đã từng ghi nhận: *"Quê nhà do đó trở nên điểm tựa, cho những tham khảo đã mất đó! Nhưng với thời gian, nỗi nhớ cũng trở nên khô cằn, già cỗi, một cách bi thảm, khó khăn. Nỗi nhớ trong cô đơn, giữa những thê thảm của cảnh vật xa lạ, "của người" thường trực chung quanh,... đã là những yếu tố làm suy bại kẻ lưu đày! Quá khứ quấy rầy đến làm hỏng cuộc sống hiện tại; đã dứt bỏ quá khứ nhưng không dễ, lắm khi bị thương tổn"* (*Văn Học Việt Nam Thế Kỷ XX: Một Số Hiện Tượng Và Thể Loại*, tr. 366). Tác-giả Song Thao (và nhân-vật của ông) sống chìm trong ngôn-ngữ và quê người, trở thành mảnh đất văn-chương. Giữa tiếc nuối và đứt đoạn (một loại tang chế), đau khổ và vui sống, tác-phẩm trở thành những mảnh đời không còn của những thiên đường đã mất. Người có quá khứ, kỷ-niệm thì nỗi nhớ quấy rầy, tiếc nuối hạnh-phúc tưởng bỏ được đã không thể, vẫn day dứt!

Thật vậy, *"những ngày đầu nơi xứ người anh chỉ ao ước có lúc được nhìn lại khung cảnh quen thuộc như thế này. Nỗi nhớ xót xa kỳ lạ lắm chắc em không thể tưởng tượng được đâu"* (ĐĐCT, tr. 208). Hoán là người trẻ mà còn nghĩ thế về cảnh sống lưu lạc, huống chi là người lớn tuổi như bà dì Hòa của nhân-vật Tôi trong Cũng Gọi Là Về: *"Về lại đất nước bao giờ cũng là niềm vui của dì. Những lần qua Pháp trước đây, dì đi như có sợi giây vướng víu ở chân. Con cháu đầy đủ cả ở Pháp mà lòng dì vẫn cứ muốn về. Mỗi lần dứt ra về được, dì như được tháo cũi sổ lồng. Hình như quê hương đã giữ chặt nhịp thở của dì, ban phát cho dì hạnh phúc của cuộc sống"* (CMGS6, tr. 143). Người dì này đã từng khó khăn chấp nhận di cư vào miền Nam thời kháng chiến 1946! Cuối cùng dì cũng về *"trong chiếc bình sứ' thu nhỏ... trong chiếc xách tay theo cô em tôi lên máy bay. Cũng là một chuyến về. Lần này là chuyến về quê vĩnh viễn của dì tôi"*.

Chốn Cũ

Nỗi day dứt đó sẽ vơi bớt khi người ra đi có thể trở về chốn cũ. Trong trường hợp Song Thao, ông từng *hồi cư* rồi *di cư* **và** *di tản*, ba lần thay đổi cuộc sống, một cách không tự nguyện. Ngay từ những truyện ngắn đầu tay ở hải-ngoại, Song Thao đã viết về chốn cũ và thời-gian đã mất, nhưng hai tập *Bên Lưng Những Con Chữ* **và** *Chốn Cũ* mới thật sự ghi đậm dấu tâm thức này qua các đề tài thời gian và ký ức, mong-chờ và lắng nghe, vọng về, những lưỡng đề ngoài-trong, xưa-nay, tưởng-đã-quên - nay-tìm-lại. Chốn cũ được soi qua lăng kính phân tích và chú-giải, có khi đưa đến những nhận dạng ra cái sâu lắng của bản ngã không được đánh giá đúng. Nay con chữ đến như cứu-cánh tự tại, trình bày, biểu thị cái khuôn mặt che đậy của bản ngã. *"Cái còn-lại"*, một từ ngữ của thời Hậu hiện-đại, trở thành sự chấp nhận tiêu cực, cái lẩn quẩn quấy rầy bởi sự hiện diện của nó, một thứ hiện diện 'bên lưng', 'bên lòng', v.v. Còn lại cũng là cái sừng sững, chưa mất, chưa bị triệt tiêu, một từ ngữ diễn tả ý tưởng nặng nề và mờ đục về vật chất cũng như tâm linh. Xuyên qua quá trình trở-về, đi-tìm, cái còn lại diễn biến rời khỏi vật chất vì yếu tố được sủng ái của nó là thời-gian, vì cái còn lại ở với thời-gian. Nhân-vật Nghiệp trong Cỏ Mềm Lãng Đãng tưởng đã tìm lại giọt máu rơi: *"Nhìn dáng dấp Ngàn lồng trong bóng dáng nhỏ nhắn của Sarah anh bỗng cảm thấy rõ ràng con nhỏ đã được tượng hình vào một buổi chiều chạng vạng trong một ngày nhộn nhạo hốt hoảng năm xưa. Anh khẽ gọi thầm trong miệng. Con ơi!"* (ĐĐCT tr. 27).

Ý niệm *"cái còn lại"* có khía cạnh tiêu cực mà con người muốn sống mạnh, đi lên, cần phải loại trừ. Tiêu cực với những nhãn hiệu như cặn bã, tàn tích, di vật, bùa hộ mệnh, v.v. vì những cái này có di hại rơi vào tôn sùng quá đáng (di vật), hoặc biểu dương thái quá thành ảo ảnh (bùa hộ mệnh), hoặc tiếc nuối cái đã mất (tàn tích, cặn bã). Sự thái quá đưa đến đồng hóa "cái còn lại" với những cái có thể sờ mó được trọn vẹn. "Những kỷ niệm như làm cho người ta níu kéo được cuộc sống dù là một cuộc sống đã mất tăm mất hút trong cái biển biệt của thời-gian. Cuộc tử sinh sao quá suồng sã!" (BCMS, tr. 180). Nhân-vật chị Vinh trong Người Thay Áo sống với hy vọng: *"Nhưng cái mất mát từ một hiện diện sờ mó được tới một ý niệm thấp thoáng nét hư không phải cần có thời gian mới nuốt trôi được anh ạ. Nếu bây giờ tôi nói với anh là tôi đã nhìn thấy anh Vĩnh bên ngoài cõi sống này anh có tin không?"* (BCMS, tr. 181).

Song Thao, hay nhân-vật của ông, đã trở về thăm lại Việt Nam, *chốn cũ*, bắt đầu ở miền Nam, nơi vừa bỏ đi, và hơn một lần ông xác định "trở về" chứ không phải "du lịch" (Về, Mười Mảnh Vụn). "Việt kiều" trở về quê nhà, như Hoán trong Nhạt Màu Phố Cũ, mới đó mà đã có cái "mùi nước ngoài" và người trong nước nhận xét: "Trông anh giống như một du khách người nước ngoài đứng nhìn cảnh lạ xứ người ấy!" (ĐĐCT tr 210). Nhưng bản thân Hoán thì cảm nhận xót xa rằng:"Bao nhiêu năm lưu lạc ôm nặng nỗi nhớ mong trong lòng, giờ đây ngồi giữa thành phố cũ với tên bạn xưa sao anh chẳng cảm thấy thanh thản. Anh lạc lõng giữa thành phố thân thương cũ, thấy lòng tiếc nuối như nghe một bản nhạc kỷ niệm bị đánh lỗi nhịp. Anh cảm thấy mình là một kẻ lưu vong ngay tại chốn quê nhà". (tr 201). Hoán về không tìm thấy người con gái tên Châu nhưng vô tình gặp gia đình người chỉ huy cũ, cái tình cờ để Hoán đưa lễ vật muộn màng giúp gia đình ông như chàng vẫn tự hứa. Truyện Gặp Gỡ trong tập *Cuối Ngày, Một Lần Ngồi Lại* mang không khí Sài-Gòn nhẹ nhàng, kể cả những tình cảm kín đáo nhất: nhân-vật Phú trở về thăm người bạn cũ từng chung làm báo trước 1975 gặp lại Cúc con người bạn đó mà một thời trai trẻ Phú đã từng để ý.

Chốn cũ là những vùng đất quê hương từng đặt chân đến, như Đà-Lạt, nay trở về (truyện Giữa Đàng, Đà Lạt Nhớ). Hay chưa từng, nay theo những đoàn đi tour, đến Hạ Long (truyện Nhảy Chân Sáo). Không những chỉ miền Nam của thời trưởng thành và sinh hoạt mà cả Hà-Nội, nơi chôn nhau cắt rốn của tác-giả. Trong tập *Chốn Cũ*, hai truyện Chốn Cũ và Tìm Về cùng kể lại cuộc hành trình trở về ấy. Hà-Nội mới là "chốn cũ" của tiềm thức mang chức năng quan trọng nhất của Song Thao, cái nôi thời thơ ấu và niên thiếu là khoảng thời-gian tạo nên nhân cách và con người, nói như các nhà phân tâm học. "... Từ khi về lại trên mảnh đất này con người tôi như trải rộng ra. Máu mủ tôi rần rần trong châu thân những người chung quanh. Tôi mềm lòng với những con người bên tôi. Tôi thương cả những cái ranh mãnh, mánh mung vặt vãnh của những con người mà đời sống đã dậy họ phải lắt léo với chút lợi lộc còm cõi" (CC tr. 41-42).

Bước chân đi tìm về chốn cũ, đi qua nhiều con đường ngày cũ, háo hức tìm ra ngôi nhà nơi gia đình đã ở; cho nên khi đến gần, "chân tôi như có động cơ. Càng gần tới nhà, đôi chân càng cuống quít (...). Chân tôi như muốn vấp ngã. Tôi đã quá gần nơi chốn ấu thơ vẫn đậm nét trong trí tôi những ngày xa Hà-Nội" Nhưng bể dâu đã xảy ra, chốn thanh bình vườn cũ nay thành chợ vải bát nháo. "Đất thánh của tuổi thơ tôi. Mắt tôi hoa lên vì tức. Người ta đã ăn cắp vỉa hè của tôi. Tôi ngậm ngùi trước nhà cũ. Ngót nửa thế kỷ lưu lạc, tôi mới trở về. Tôi có phải khóc không nhỉ? Mắt tôi khô đi vì xúc động. Tôi đứng lặng người. Hình ảnh những ngày cũ quay mòng trong chiếc đầu đã hai thứ tóc, những sợi tóc bạc màu nhung nhớ nằm lấn lướt những sợi tóc ngày xanh." (CC tr. 52,53).

Trong Tìm Về, những ngôi biệt thự ('địa chủ') nay bị cắt nhỏ thành những cửa hàng nhộn nhịp, vỉa hè chỉ còn trong tâm tưởng "chứ không còn tại nơi chốn cũ"; người trở về muốn tìm gặp Chuyên, người cũ, "cô bé mười ba tuổi trắng trẻo, mũm mĩm, mắt tròn to, tóc rậm rạp đen nháy, lúc nào cũng theo tôi trong các cuộc chơi". Nay gặp lại thì Chuyên là một bà góa đã về hưu, nhưng Ngạn (Tôi) và Chuyên đã nhận ra và gặp lại nhau với tình cảm nguyên vẹn của ngày xa xưa. Họ đi với nhau đến những chốn cũ của tuổi thơ. Hạnh-phúc tìm về chốn cũ thật ra là ở nơi người trở lại, vì người ở lại như Chuyên đã nhận xét:"Thích nhỉ! Đi xa trở về mới có những tình cảm như vậy. Còn chôn chân ở nơi cũ như em thì chẳng cảm thấy gì cả". Nhưng tình xưa thì 'cô' nay vẫn cảm: "Chuyên luồn ra phía sau, ôm cứng lấy tôi, thì thào bên tai: Vậy thì em phải giữ anh cho chắc. Ngày xưa em cũng đã giữ anh như vậy nhưng anh vẫn gỡ vòng tay em chạy mất. Anh còn nhớ vòng tay xưa của em không?" (CC, tr. 128).

Song Thao trở về nhà cũ, tâm trạng không phải như của người con đi hoang tìm về nhà cha như trong Thánh Kinh, mà đúng hơn là tâm tình của người tìm lại được thiên đường đã mất - bị mất thì đúng hơn, vì sự bỏ đi của ngày trước có lý do chính đáng của nó - sống còn, không chấp nhận. Những tình cảnh hội ngộ vừa kể khác với không khí chốn cũ trong truyện Cô Ngân. Chốn cũ Hà-Nội ở đây là một nơi chốn chỉ để nhớ lại, từ thời Nhật chiếm đến hiệp định chia đôi đất nước, cô Ngân lấy chồng người Corse nên theo chồng ly hương sống đời lưu xứ, hành-sử "như một nhánh cỏ nơi quê cũ chỉ biết cúi rạp mình nương theo những cơn gió phũ phàng và nhánh cỏ đó đã bị bứt lìa ra khỏi gốc trôi dạt tới những bến bờ thăm thẳm mù khơi" (BCMS, tr. 165). Ở đây, hoài niệm đã phải nhường chỗ cho thực tại hội-nhập!

Trở về chốn cũ để tìm, để sống lại, để nhận chân, để chứng kiến *"cái còn lại"*, hữu hình và cả vô hình hay trong tiềm thức. Ở những truyện viết sau năm 2000, "cái còn lại" được tác-giả trình bày rõ hơn (so với các truyện trước đó) trong tương quan với hôm nay, với giây phút thực tại như là điểm đến sau khi đã trải qua một chuỗi niên-đại liên tục: "cái còn lại" chìm bóng tỏa rộng ra trong thời-gian - một thứ thời-gian bất khả hiện hữu ngoài cứ điểm không gian. "Cái còn lại" của một thời điểm, cái có thể du hành trong tâm tưởng khởi từ một thời điểm. Tục ngữ có câu "ai có thể lấy thước đo lòng người", nhưng ở Song Thao, thước đo thời-gian không chỉ đơn thuần một mảnh không gian tro tàn đã mất, có thể hãy còn mà đã cùng với thời-gian lòng người có cũ, có khác - nói đổi thì đúng hơn. Khiến cho ông đâm ra nghi ngờ cả tình bạn, như với Huỳnh và Ngọc trong Cuộc Rượu Ngày Đi: "Bùi ngùi nhìn Huỳnh ngồi xụi lơ một đống buồn phiền, liếc mắt xuống đôi chân bất toàn của người bạn xưa, tôi chợt như nhìn thấy lại ba mươi năm qua của tình bạn giữa chúng tôi.(...) Tôi muốn hỏi như đã hỏi cô nhỏ bán kính. Giả hay thật?" (BLNCC tr. 171-2).

Bình thường người ta dùng lý trí để gán Chốn Cũ với quá khứ, với suy tàn, vô hiệu, bất lực, hết thời,... Nhưng Song Thao như muốn chứng minh ngược lại mỗi khi so sánh nay hiện thực với xưa trong tâm tưởng. Như khi tìm về Đà-Lạt của một thời sinh viên: "Đường đi học của tôi, từ Học Xá Trương Vĩnh Ký tới Viện, qua những bãi đất trống, những vườn rau, gió thênh thang đi về. Bao nhiêu năm sống xa Đà Lạt, con đường vẫn ở trong tôi thiết tha. Con đường tôi đi lại hôm nay, chi chít nhà cửa, nắng đốt chói chang, bụi quẩn quanh, làm tôi ngạt thở. Ký ức tôi lạng quạng trước cảnh vật mới. Như có ai bất ngờ bạt tai tôi phũ phàng. Con dốc ngược gió leo đến rã chân, góc đường hò hẹn, đoạn vòng nắng quái nghiêng chiếc dù, tất cả đã mất dấu. Đường lên Viện xa lạ làm tôi ngỡ ngàng bước chân. Cổng Viện cũng mất dấu cũ". Dù vậy vẫn có những bất ngờ thích thú: "Bụng dạ tôi nao nao một niềm tiếc nuối. Bước xuống con đường đá nhỏ thoai thoải, mắt tôi sáng lên mừng rỡ. Cây cầu cong cong nho nhỏ đỏ chói vẫn còn đó. Cây lan hoa hậu son trẻ lùn tịt ngày xưa nay đã rậm rạp cao lớn bao che khắp một vùng trời" (BLNCC, tr. 191-2). Đó là dưới mắt người tìm về, còn người ở lại thì đã thất vọng từ lâu! Thật vậy, "Thung Lũng Tình Yêu tít tắp những đồi cỏ xanh đã làm tôi ngỡ ngàng với hàng rào vây quanh có bán vé vào cửa. Cảnh vật đã bị xóa nhòa đi. Khu đồi xanh cỏ mượt mà nay là một địa điểm du lịch ồn ào với hàng quán, luống hoa, vòi phun nước nhân tạo. Cái tên Thung Lũng Tình Yêu chỉ còn thu gọn lại nơi một trái tim bằng sắt rỗng ruột để du khách từng đôi từng cặp ghé mặt vào chụp hình" (BLNCC, tr. 198). Tìm về mà chốn cũ chỉ còn cái tên, thiên nhiên thơ mộng một thời đã bị phá nát; chốn cũ, nhà xưa cuối cùng chỉ còn lại trong nỗi nhớ của người xa xứ mà thôi!

Nhưng Chốn Cũ cũng là cái đang hiện thực sống động, là một phần dũng mãnh của giây phút, và cái một phần này cũng có thể đem lại thay đổi - Chốn Cũ cũng có thể đóng vai năng động nguyên thủy. Sau khi đã là đối tượng hồi hộp mong chờ và hy vọng, rồi thất vọng hay tưởng tiếc, Hà-Nội của thực tại giây phút có thể tác động lên con người và không-gian ngày xưa: cái tàn tích hay cái biến đổi trở nên trống không, vô vị, vô tri,... nhưng cùng lúc có thể soi sáng, cho thấy rõ, nhận chân. Song Thao luôn cho thấy là ông đang trực diện với Hà-Nội bây giờ, ông còn chứng tỏ đã không để cho kỷ niệm làm 'chết đứng'. Tháp Rùa sừng sững của tuổi thơ ngày nào bây giờ quả là "nhỏ quá... tôi có cảm tưởng với tay ra là đụng được", có thể vì "cái gì trong kỷ niệm cũng vạm vỡ hơn trong thực tế. Mình thường phóng đại, tô hồng chuốc lục cho những kỷ niệm" mà cái sống động cũng thuộc về ngày xưa cũ hơn là những bát nháo của thực tại Hà-Nội.

Chốn cũ trên và trước hết là nơi có đấng sinh thành. Tác-giả đã kể về những năm tháng cuối đời của người mẹ già (trong gia đình gọi là mợ) trong Trong Vùng Quên Lãng và người cha (cậu) trong Niềm Vui Không Trọn. Những nét thân thương được phác họa với sự trìu mến của những người con. Đời sống của những người thân yêu nhất ở những năm cuối dưới ngòi bút của Song Thao trở nên linh động, thay vì là những cảnh bi ai, buồn thảm.

Những trang viết của người trở về mái nhà xưa, ở Song Thao, nhất là ở những năm gần đây, mang những đặc tính riêng như *tính tiểu-thuyết*, tính không thể tìm thấy ở Phạm Xuân Đài qua *Hà-Nội Trong Mắt Tôi* (1994) nhìn với lăng kính chính trị hoặc cựu tù 'cải tạo', hay ở Trần Doãn Nho háo hức tìm lại kỷ-niệm cũ của tập thể như thế giới truyện Tự Lực văn-đoàn,... Vả lại cả hai đều không là người Hà-Nội cũ, hai ông đến Hà-Nội để tìm hiểu hoặc kiểm chứng hơn là sống lại, trở về chốn cũ! Tính tiểu-thuyết dĩ nhiên cũng vắng bóng ở bút ký *Quê Nhà 40 Năm Trở Lại* (1995) của Phan Lạc Tiếp, một người cũ của Hà-Nội!

Hội nhập chốn mới, tiếc nuối chốn cũ

Viết ở ngoài nước hay viết về quá khứ, chốn cũ, đương nhiên là tham chiếu với hiện tại và *hội-nhập*. Định cư ở một nơi khác nguyên quán, quê nhà - nhất là ở ngoài lãnh thổ đất nước, hội nhập là việc chẳng đặng đừng. Người di dân hội-nhập nếu không với tâm sự nặng nề thì cũng với quá khứ đau thương. Sau biến cố 30-4-1975, người Việt miền Nam, rồi miền Bắc, tiếp nhau đi di tản rồi làm thuyền nhân, bộ nhân, H.O, đoàn tụ. Những hãi hùng trên biển, những mất mát lớn, khiến cuộc đời còn lại có thể trở nên vô nghĩa, như với Hãng trong Vương Tơ vì "Hạnh hình như lúc nào cũng còn sống trong anh. Đôi môi khô khốc với những mảnh da mỏng trắng đục nằm cong lên cằn cỗi, làn da bị mặt trời thiêu đốt quắt queo, và đôi mắt dại trên khuôn mặt đã mất hết thần sắc của người yêu đã níu tim anh không rời. Cuộc thủy táng sau đó đã vét hồn anh rỗng tuếch rỗng toác. Ném một thân xác xuống cái mênh mông của biển cả đã nhân sự đau xót lên nhiều lần hơn là vùi một chiếc quan tài vào lòng đất" (CNMLNL, tr. 95). Ngọc của truyện Trên Nỗi Nhọc Nhằn, một thuyền nhân khác: "Đã có nhiều người vượt biển. Đã có nhiều cách ra đi. Chuyến đi nào cũng là một phiêu lưu vô định. Tai ương nào cũng là đáy vực thảm sầu. Người Việt bỏ nước mỗi người đều có những mất mát tận cùng chưa một dân tộc nào phải gánh chịu. Viết thêm về một chuyến đi nghĩ ra cũng chẳng làm nặng thêm được những mất mát tự nó đã muôn phần chĩu nặng. Vậy mà tôi không thể không cầm cây bút kể lại câu chuyện này. Câu chuyện của người đi biển, một mình" (BCMS, tr. 227).

Nhưng khi đã đến bến bờ, chưa hẳn đã hết tâm thức lẻ loi, một mình! Trước hết là biết phận, nói như một nhân-vật trong Tưởng Có Cơn Bão: "Mình là người ăn nhờ ở đậu ấy mà! Nhập gia thì phải biết nhắm mắt mà sống." (CMGS6, tr. 28). Ngày Tết ở xứ người vô vị hơn những ngày Xuân ở quê nhà những ngày thanh bình cũ (Giao Thừa Ở Một Nơi Khác, Người Đàn Bà Ôm Bó Hoa Trong Ngày Tết,...). Cuộc sống càng cô đơn hơn với những người lớn tuổi như bà Nhân (Người Đàn Bà Ôm Bó Hoa Trong Ngày Tết), ông Thanh (Rửa Tay) - ông Thanh là người hơi cực đoan khi không hài lòng về con cái nơi đời sống mới, về sự thiếu vắng những phong hóa truyền thống, mà nhân-vật Mậu ước g ông Thanh cũng được rửa tay như thanh tẩy tâm hồn, "cử chỉ rửa tay như một cách thế truyền đạt sự thanh thản của cuộc sống cho người khác!". Sylvie, nhân-vật của Cội Nguồn Tìm Thấy, gốc Việt vì mẹ người Canada Pháp quen bố thời sinh viên, vẫn bị gọi là "chinoise", đã phải nhận thức rằng: "Tôi không thuộc về nơi chốn mà tôi đang sống. Tôi là một kẻ đứng bên lề bị mọi người ruồng bỏ lánh xa. Chắc tôi chết trong nỗi cô đơn quạnh quẽ. Làm sao tôi có thể chịu được sự lẻ loi hiu hắt này" (BCMS tr 122).

Tại sao tâm thức hiu hắt bên lề? Dĩ nhiên có những cú sốc văn-hóa, những dị biệt trong cách sống, cư xử và cả suy nghĩ. Truyện Theo Dòng Thác đã ghi lại một số, như uống trà không kem không đường, như đề nghị trắng trợn mượn vợ qua đêm, như thích thì ăn nằm thoải mái rồi sau tỉnh bơ như không quen biết, v.v. Vì hội-nhập cũng có giới hạn: trong Như Giọt Rượu Nồng, Alain, một người bản xứ làm chung hãng, bông lơn đưa ra một đề nghị vô luân "Mày muốn đổi vợ mày không?". Chuyện tầm thường đối với dân Tây phương thời nay. Phản ứng của nhân-vật Thạc cuối cùng là cơn giận kéo dài vì giá trị tinh thần của con người Á-đông bị xúc phạm. Rồi cùng Á-đông, nhưng người Việt chưa chắc đã dễ hội-nhập văn-hóa với người Hoa, nhất là ở một xã hội thứ ba: một nhân-vật xưng Tôi đã lập gia đình với Yan, người Hoa, như một Người Đàn Ông Bên Cạnh hơn là chồng đúng nghĩa vì từ món ăn đến âm nhạc, v.v. đều thực sự khác biệt hơn là hòa hợp!

Theo dõi tâm thức của tác giả qua các tác phẩm cho thấy có một diễn trình biến thiên, cập nhật. Song Thao lúc đầu viết về quá khứ như những nhung nhớ, tham chiếu với đời sống hội-nhập, đã lần hồi trở về quá khứ với con người và khung cảnh thật riêng tư, thật chi tiết, thật xa xăm, như càng xa về thời gian người ta càng gần lại với không gian. Qua các truyện ngắn như Rửa Tay, Eva, v.v., người đọc cảm nhận được những đổi thay đã xảy ra với các gia đình người Việt: khủng hoảng phụ quyền, giải phóng phụ nữ, nam nữ bình quyền, ly dị, ly thân, con riêng, v.v. Những thảm kịch hội nhập, hôn nhân dị chủng thì khá nhiều vì người Việt định cư ở nhiều quốc gia, đại lục và vào nhiều thời điểm khác nhau. Đợt 1954 như truyện Cô Ngân từ Hà-Nội sang đảo Corse giữ nếp sống theo truyền thống bên cạnh con người thời đại sống ích kỷ theo chủ nghĩa cá nhân, vẫn con đông mà lại học hành nên, được lối xóm người bản xứ kính trọng. Cái gọi là thành quả ấy cô thú nhận "thật ra cô thấy những việc cô làm cho gia đình (của riêng cô) chẳng có gì là ghê gớm cả. Cô chỉ bắt chước đúng cuộc sống của bà nội: quên mình hy sinh cho chồng con..." (BCMS, tr. 164). Thảm kịch (và hạnh phúc) của di dân các đợt sau đó đã là một trong những đề tài chính của Song Thao, từ những hội-nhập hụt hẫng lúc đầu đến những hội-nhập hạnh-phúc, hài hoà, tự nhiên như hít thở khí trời! Ly dị, con riêng trong các truyện Gió Chướng, Song Thao đã nhận xét: "Sống trong một xã hội quá an bình, người ta cơ hồ như thiếu sức chịu đựng. Người nào cũng thoải mái giang chân giang tay chiếm cho thật nhiều chỗ. Cái tôi ít bị nguy nan nhiều phần sẽ trở nên hư đốn không biết nhường nhịn." (CNMLNL, tr. 53).

Song Thao đã viết về những cặp *hôn nhân dị chủng* Tôi-Yan, Trường-Liwah, Sylvie-Hiên, Hà-John,... Người Việt lấy vợ đầm, lấy chồng Mỹ có khuynh hướng tìm đến cộng đồng người Việt, thèm được nhìn người, thèm nghe và được nói tiếng Việt. Trong Đong Đưa Cuộc Tình, Hà lấy chồng Mỹ theo về quê chồng lúc chưa có cộng đồng người Việt tị nạn, đã cảm thấy "chới với giữa những người xa lạ. Anh biết không, thuở đó dễ gì mà tìm được một người đồng hương. Đi ngoài phố thấy bóng dáng một người Á-châu là ngóng cổ nhìn mong cho nghe được một câu tiếng Việt. Gặp được một người Việt là mừng hết lớn" (ĐĐCT tr 46). Do đó người đọc không lạ khi cuối cùng Hà bỏ người chồng Mỹ để làm lại cuộc đời với Hiển, người yêu thời hàn vi, dù nay "Da thịt của nửa quãng đời son trẻ tôi đã dành cho người, giờ đây chỉ còn chút xương xấu tôi thu vén cho cuộc tình của tôi. Tôi có dành phần quá đáng đâu, phải không anh? " (ĐĐCT tr 49). Lấy vợ đầm như Hiên với Sylvie trong Giọt Trầm cuối cùng cũng rơi vào cùng tình cảnh văn-hóa hoà nhi bất đồng: "Hiên ngột ngạt trong tấm lưới tình cảm êm dịu của Sylvie. Nàng bủa vây anh bằng những âu yếm ngọt bùi..... Nàng nhồi nắn Hiên cho vừa vặn với tiêu chuẩn của giai cấp trưởng giả của xã hội này. Hiên của nàng chẳng thua kém một ai. Nhưng Hiên đã bỏ cuộc. Anh không biết mang mặt nạ. Sống gượng gạo cho vừa ý mọi người không phải nghề của một "trâu điên" mặt mũi đã từng khét lẹt khói súng. Huống chi trong bụng anh lại có nguyên một cành gai châm chích khôn nguôi. Nó nhắc nhở liên tu bất tận khối u ẩn trong thâm tâm anh. Hiên vẫn yêu vợ nhưng không thể chiều vợ được. Cuộc sống lứa đôi mang cái dáng khập khiễng. Họ vẫn sánh bước bên nhau nhưng đôi chân mỗi người đều có con đường mòn riêng" (ĐĐCT tr. 84). Vì Hiên còn có một quá khứ: "Sylvie không thể hiểu được tâm trạng của Hiên. Tại sao anh lại bận lòng với quá khứ như vậy? Quá khứ là cái phần phải lui vào bóng tối, là thời gian người ta phải bỏ lại không luyến tiếc. Như những chiếc hỏa tiễn rụng rơi trên bầu trời khi đã hoàn tất nhiệm vụ đẩy phi thuyền lên không gian. Người ta chú mục tới cái phần cốt lõi ở trên cao chứ ai lại nặng lòng với những thứ đồng nát tiêu hao dưới đất. Hai chân Hiên đang đứng vững trên xứ sở này cớ sao đầu anh cứ quay về phía sau, phía chỉ có toàn bóng tối mịt mù" (tr. 83). Ngay cả lấy chồng người Hoa như nhân-vật Tôi trong Người Đàn Ông Bên Cạnh cũng không thể 'hảo hợp' như những lời chúc ngày thành hôn, vì người vợ Việt vẫn thiếu ngay cả cái căn bản nhất là ngôn-ngữ:

"Đôi khi tôi lên cơn thèm nói tiếng Việt như người ghiền thèm thuốc. Bứt rứt khó chịu lạ lùng. Không được nói tiếng Việt ở sở, về nhà tôi cũng chẳng biết nói với ai, tôi như thấy thiếu thốn trong tận cùng thâm tâm. Tôi thèm có người nói chuyện để ba hoa cho đã cái miệng. Tôi điện thoại cho Yan và đi thẳng từ sở về nhà ba mẹ tôi. Yan cũng thừa dịp về gia đình anh. Tôi vô cùng thoải mái và có lẽ Yan cũng cảm thấy như vậy. Chúng tôi chẳng thể sống trong gia đình của nhau như một phần tử trong gia đình".

Nhưng thế-giới của Song Thao (và Nguyễn Trung Hối, v.v.) cũng có những cảnh hội-nhập ngược. Trong truyện Nẻo Ngược, cô gái Cindy người bản xứ thích ăn các món Việt-Nam kể cả mắm nêm, rau thơm, ớt,... làm như người mẹ suýt lấy Việt-Nam thì con có thể ăn uống như người Việt! Trong Còn Đó Bóng Hình, cô cháu Cát Tiên bố Pháp cũng vui mừng giữ được phần gốc Việt với những món ăn Việt, những món ăn như thay thế bóng hình người mẹ Việt-Nam đã quá vãng! Chưa kể những phong tục và lối sống Việt-Nam được người bản xứ trân trọng và muốn dự phần (Tưởng Có Cơn Bão, v.v.). Dù trong hoàn cảnh bi đát đến đâu, Song Thao vẫn có những tháo gỡ nhẹ nhàng, có thể hợp tình và cũng có khi hợp lý. Trong Mai Sau, Giao bị ung thư nặng, đã thương vợ đến độ sắp xếp để Phụng, người bạn rất thân của mình, đưa về ở chung mái nhà, bất chấp dư luận, đẩy bạn và vợ vào nhau trong những sinh hoạt bình thường, và cuối cùng phải nhận lời sẽ đùm bọc cho vợ mình sau khi anh ra đi. Vào nhà thương lần cuối, trước khi hôn mê, "Giao đã dặn kỹ bà (bác sĩ) là chỉ trao hai bức thư này khi anh không còn nữa. Nét mặt nhàu nát và lời nói nghẹn ngào của Giao đã nói cho bà biết đó là những bức thư quan trọng. Anh đã lắp bắp dặn bà như một người đang cố bước ra khỏi những vòng dây rối mà chân cẳng còn như muốn dính vào đất đai cuộc đời".

Đi tìm nguồn cội

Sống ở xứ người, hội-nhập là chuyện đương nhiên, nhưng đồng thời nhu cầu đi tìm *nguồn cội* cũng tha thiết, khẩn cấp không kém. Nơi đất khách, bên cạnh cuộc tìm tình người, tìm tình-yêu, ở những người xa lạ chung quanh, là những cuộc tìm người thân, gần cũng như xa. Đặc biệt ở Song Thao, tình bạn hữu có một chỗ đứng quan trọng. Gặp lại bạn cũ là niềm vui tìm thấy, là thuốc tiên chữa bệnh cô đơn. Trong Phận Người là mẫu số chung tình bạn giữa những con người mà số phận và cuộc đời khác nhau. Trong Cuối Ngày, Một Lần Ngồi Lại, cái chết của một người đã níu kéo đưa đến gần những người bạn học chung một thời. Trong Chớp Mắt Ngoái Lại, đó là tình nghĩa giữa ba người bạn từ những ngày học trò tuổi nhỏ lớn lên với những biến cố của đất nước và cuối cùng ra nước người vẫn theo dõi nhau, giúp gia đình bạn như một "thiên thần hộ mệnh". Bên cạnh là những con người một thời ở quê nhà trước đó đã làm việc hoặc liên hệ mật thiết, những tình 'huynh đệ chi binh' của những "ông thầy" như Hiên trong Giọt Trầm, v.v. Với Song Thao, các nhân-vật người bản xứ cũng đầy tình cảm và lương tri, biết sống trách nhiệm, như Jeff, một người Mỹ da màu từng qua Việt-Nam chiến đấu, cuối cùng đã tìm lại được đứa con lai mà ông từng bao nhiêu năm tháng truy tìm (Dõi Mắt Vời Trông).

Đi tìm *cội nguồn* trong truyện kể có phân tích thông suốt đồng thời tạo hiện tượng đa nghĩa khi phải tham chiếu hiện tại cho quá khứ và ngược lại. Tác-giả khi cần đã phải đi vào tỉ mỉ tình tiết cho tiểu-thuyết. Sống giữa một tập thể mới đa văn-hóa, Ả-rập có, Do-thái có, Hồi-giáo có, người Canada nói tiếng Pháp tiếng Anh đều có, Mỹ trắng, Mỹ đen, Mỹ latino, v.v., nhân-vật Việt của Song Thao sống và cư xử như người Việt, với tâm tình Việt, với những nét lém lỉnh, tự cao, cũng như rất rõ những nét cởi mở, tự nhiên. Những trang Song Thao viết về những tình cảnh và thân thế khác nhau của dân di trú khá tài tình, như một đi tìm thông cảm, hiểu biết hơn là để tránh xa. Trong Hạnh Phúc, ông trình bày chân dung một đời sống đa văn-hóa mà cũng vì văn-hóa mà lòng người đã như thu hẹp lại trong bốn bức tường ghetto: Liwah, sinh viên du học người Hoa-lục lấy chồng người Việt, Trường, tình-yêu hai người trẻ không đủ khỏa lấp những ngăn cách, nghi kỵ. Liwah lạc lõng trong một gia đình khác chủng tộc (mà cứ tưởng là cùng chung khối Á-đông) lại phải mang mặc cảm của một người đến từ một nước theo chế độ cộng sản vốn là kẻ thù ý thức hệ của gia đình chồng. Cái ghetto văn-hóa và chính trị đã gây nên những nỗi bất hạnh cho con người: "Cái xuất xứ Trung Quốc của Liwah đã trở thành một hàng rào vô hình ngăn cách nàng với gia đình anh. Bố Trường là người đã khơi cao chiếc hàng rào ngăn cách lên hơn nữa. Ông đã sống dưới chế độ Cộng Sản. Ông đã bị đày đọa trong các trại cải tạo. Lúc nào cái dấu hỏi to lớn cũng dựng đứng trong đầu ông khi phải tiếp xúc với những gì dính dáng tới cái màu đỏ chát chúa mà ông kinh sợ. Những con người được sinh ra và sống dưới chế độ Cộng

Sản, họ chẳng có tội tình gì, nhưng ông vẫn nghi ngại. Mấy ai được trui rèn trong lò lửa mà chẳng lem lấm bụi than. Cái trí trá của một chế độ dễ tạo ra cái trí trá trong mỗi con người" (CMGS6, tr. 36-7).

Song Thao chứng tỏ con người lạc quan trong tình cảnh không vui nhưng không còn có lựa chọn khác, vững niềm tin nơi con người và lẽ sống còn, như người phụ nữ do-thái trong Eva sống vì tình nghĩa hơn là lý trí, thành hôn với người làm ơn: "Cho tới bây giờ tôi vẫn một mình. Cô đơn vẫn hoàn cô đơn. Phải chi tôi có được với anh ấy một đứa con! Nhưng đâu có thể đòi hỏi nơi anh ấy điều anh ấy không thể làm được. Mình cũng đâu có thể tính lời lỗ với cuộc sống của mình được ông nhỉ. Cái được nhiều khi chẳng phải là được. Cái thua nhiều lúc cũng chẳng ra thua. Người ta bảo nó như một trò chơi. Ừ thì chơi!" (CMGS6, tr. 112).

Trong số những nhà văn khác viết nhiều về *hội-nhập* **và** *nguồn cội* có Tâm Thanh, Song Thao, Hoàng Chính, Hoàng Nga, Nguyễn Trung Hối, Ngô Nguyên Dũng, v.v., nhưng ở mỗi tác-giả có những đặc thù đáng kể. Ngoài đặc thù địa-dư hội-nhập (Canada, Hoa-Kỳ, Âu-châu), Nguyễn Trung Hối vội vã và hết mình. Tâm Thanh và Hoàng Chính nếu không lãng mạn thì giữ kẽ. Song Thao có thể sinh sống trong môi trường đa văn-hóa hơn và chịu khó quan sát, đã viết về một hội-nhập tích cực, đa diện hơn, ông đã tài tình dùng kinh-nghiệm, quan sát và hiểu biết riêng để khai thác tâm lý của các nhân vật và sắp xếp các diễn tiến.. Người kể Song Thao đa mang truy tìm trong kho chất liệu quá khứ nhưng không hẳn để tái tạo lại dĩ vãng dù có thể vàng son đến mấy, nhưng từ đó, tác-giả, cùng với những chi tiết ngoài, tạo dựng nên đời sống tiểu-thuyết, văn-chương. Có thể nói Song Thao chạy đuổi theo đời sống tiểu-thuyết với quá khứ của ông và cả của thế hệ ông, như một người thông suốt mỗi khi đặt chúng vào ngoại cảnh hôm nay.

Ở bút ký, dĩ nhiên cái Tôi dễ sừng sững, hiện diện. Trong truyện, Song Thao dùng nhân-vật ở ngôi thứ ba để nói đến cuộc đời và hành-sử của người đó, thường có vẻ giữ khoảng cách "tôi-nó, hắn" nhưng lại như nói về mình và "nó, hắn,..." trở nên quá-khứ, tham chiếu. Có những truyện mà tiếng nói của tâm tư, đáy lòng của nhân-vật như những trừng phạt cái Tôi, cái ý thức hoặc lương tâm. Hoặc ông gây cho người đọc cảm tưởng mơ hồ về một cái Tôi khác hoặc tha-nhân ở tác-giả, một nhân vật như đóng hai vai, nhân-vật và tác-giả. Ở Song Thao có sống lùi, có vui sống hôm nay dù đôi khi gượng gạo, như góp vui, chơi chung, nhập chén, và có cái Tôi, tự truyện. Đặc tính này nói chung bàng bạc, nhưng người đọc nếu đọc hết các tác-phẩm của ông có thể tìm ra, hình dung được những nét chân dung, hành-sử, CV của tác-giả.

Như vậy, ở Song Thao có *Cái Tôi giấu mặt* và có những ám ảnh của cái Tôi. Trong các truyện ngắn của ông, nhân-vật xưng Tôi hiếm là nữ (Hà trong Đong Đưa Cuộc Tình và Bỏ Chốn Mù Sương, Nghi trong Bỏ Hoang Đời, Thanh trong Đà-Lạt Nhớ, Tôi trong Người Đàn Ông Bên Cạnh,...), phần lớn là nhân-vật nam, khi thì mang tên Thạc, có khi là Cảnh, Thịnh, Hiên, Ngọc, Trọng, Đạt, v.v. Khác Cái Tôi đích danh (thật), những Tôi ẩn danh giúp tác-giả dễ dàng diễn tả hành động và tâm tình qua các nhân-vật, cũng như dễ mở đầu câu chuyện và kết thúc tình huống. Âu cũng là cách làm văn-chương thoải mái, hơn là tự-truyện vốn vẫn bị ngờ vực, kể cả thánh Augustin hoặc Pascal. Từ J-J Rousseau với Tự Thú (Confessions), André Gide và Jean-Paul Sartre mới có những tự truyện (autofiction) đúng nghĩa văn-chương. Thể tự truyện còn có thể là một công cụ có tính xã hội, tâm lý như với những Thế Uyên, Túy Hồng, Lê Thị Thấm Vân, Dương Thu Hương, Đỗ Hoàng Diệu, v.v. dù tác-giả không xác nhận. Ở Song Thao, Cái Tôi không được phơi bày chính thức, mà lúc ẩn lúc hiện, giấu mặt khi cần - trong những nhân-vật nữ và những truyện ngắn đầu tay ở hải-ngoại, ra mặt những khi khác - nhất là trong hai tập truyện mới nhất. Tác giả Song Thao biến mất, ẩn dấu đằng sau tác phẩm, nhường chỗ cho nội dung, cái được nói ra, phải nói lên, phải này phải nọ. Phần lớn các truyện ngắn của Song Thao tham chiếu lịch sử, tham chiếu thời gian, tác giả như đi bên cạnh, bên lề, nhưng bỏ lịch-sử và thời-gian ra thì tác-giả, cái tác-giả viết ra mới là chính.

*

Song Thao chuyên trị truyện ngắn, bút ký và phiếm; người đọc chưa được thưởng thức truyện dài của ông. Văn Song Thao như theo khuôn chừng mực, ít cách tân, có thể đó là lý do ông viết đều và liên tục, khác với một số cây bút cùng thời thời-gian gần đây đã ngưng hoặc không tiếp tục xuất hiện. Văn kể chuyện trực tiếp, từ tốn, với giọng điệu duyên dáng, ví von thông minh. Mỗi truyện đều có những chi tiết và quan sát mới lạ, tinh tế, làm như tác-giả thích quẩn quanh đời sống bình thường để bất chợt khám phá những cái hay, đẹp, bất ngờ! Những địa danh quen thuộc ở Bắc Mỹ (và ở Việt-Nam) cũng như một số biến cố đã là đề tài hoặc để lại dấu vết trong truyện của ông, lớn như vụ khủng bố 9/11, nhỏ hơn như những hội chợ Tết của người Việt ở Montréal, v.v. Văn Song Thao giản dị trôi chảy, đôi khi rơi vào biển ngẫu dễ thương như đã quen: "Một tháng chín ngày không phải là thời gian dài. Nhưng nếu tính từng phút trực diện với thần chết, đối đầu với tuyệt vọng, thách đố với hiểm nguy thì mỗi phút là một thời gian không phải ngắn. Một tháng chín ngày kết hợp bởi một chuỗi giây phút căng cứng như vậy phải là một thời gian lê thê nặng nề vo chặt con người trong nỗi khủng khiếp tai quái. Ngọc ngồi trước mặt tôi trong một căn phòng tồi tàn dưới hầm một tòa nhà cũ rích ở Montreal không có vẻ là người có đủ can đảm tung mình vào cái mênh mông đầy bất trắc của đại dương, có đủ nghị lực căng mình chống trả với sóng gió, bão táp cuồng nộ của biển khơi. Tôi không thấy gì đặc biệt nơi khuôn mặt xương xương tai tái, nơi đôi tay khẳng khiu đen đúa, nơi dáng người cao cao chênh vênh. Chỉ có cặp mắt và đôi lông mày. Cặp mắt lì lợm cương quyết vẫn còn hằn rõ những tủi nhục đầy đọa nơi quê cũ. đôi lông mày rậm rạp giao nhau như hai con sâu xù xì đang cụng đầu nhau thách đố..." (BCMS tr. 226-7).

Bút pháp, giọng văn Song Thao tỉnh táo, nhẹ nhàng, dù nhân-vật đang ở vào tình cảnh phẫn nộ, như khi đóng lại truyện Như Giọt Rượu Nồng: "Một lời xin lỗi lạnh lùng như là một thủ tục thông thường của những người văn minh. Giống như câu xin lỗi của những người vô ý đụng nhau ở ngoài đường. Rất máy móc và rất lịch sự." (BCMS tr. 24). Điềm đạm, kể cả trong những tình huống buồn thảm - như mất việc làm chẳng hạn: "Loan nước mắt doanh tròng đưa tay cho Ngạn nắm: -Chúc anh may mắn! Mọi sự rồi sẽ qua. Nhớ lúc mình mới tới đây, lạ nước lạ cái, chẳng biết sẽ sống ra sao. Vậy mà cũng chẳng chết! Giờ này thì nhằm nhò gì. / Ngạn rộng miệng cười không thành tiếng: - Ờ nhằm nhò gì ba cái lẻ tẻ. Giữ cho chân cứng đá mềm nghe Loan!" (Auld Lang Syne, CMGS6, tr. 79).

Ví von gắt gỏng vì bực không thể không nói, như Sài-Gòn hôm nay với những cái gọi là "khẩu trang": "Những đôi môi của các cô gái Saigon quanh anh đều bị băng kín dưới những khẩu trang (...) Một miếng vải đủ che kín miệng mũi với hai sợi thung mắc vào tai. Cả thành phố bịt miệng bịt mũi. Cũng có lý. Trăm tội từ cái miệng tuôn ra, ngàn uế khí từ cái mũi thu vào. Bịt quách đi là xong!" (ĐĐCT, tr. 227).

Về những cảnh tình dục, Song Thao thuộc thế hệ không thể vung tay tả chân như một số nhà văn hiện thực hoặc Hậu hiện-đại. Dù một số nhân-vật của Song Thao không 'đạo đức' cao nhưng họ không đạo đức giả; thấy gái và những đồi núi hấp dẫn thì nhìn, cả công khai không cần phải tế nhị, kín đáo, đi xem nhảy truồng, vào xóm chị em ta, v.v. nhưng khi tả những cảnh làm tình thì nếu không dí dỏm bóng gió cho qua thì ông lựa chọn con đường thơ mộng hóa, hình ảnh hóa. Như anh chàng Cảnh cùng cô gái người Ba Tây Kristina đã cho nhau theo tiếng thác Niagara: "Đôi tay Cảnh mở hội hoa đăng. Dòng suối màu sữa uốn mình thức giấc. Thịt da lên gai ngây ngất. Dạt dào tiếng thác vỗ. Rung động nỗi khát khao. Bùng nổ những đê mê đang triền miên vỗ về hai khối da ngà"(Theo Dòng Thác). Hoặc chữ dùng màu mè mà người đọc vẫn được mời tưởng tượng thêm, trong truyện được dùng làm tựa cho tập *Bên Lưng Những Con Chữ*: "Lãng kéo chiếc gối nằm dọc sát bên Nhi. Những chiếc hôn từng chặp đam mê. Nhi đẩy Lãng ra. Gối em vàng, em là rơm, gối anh đỏ, anh là lửa, đừng đốt em nghe anh. Nhi thấy rực lên ánh lửa trong mắt Lãng. Câu can ngăn của Nhi như mời mọc Lãng. Anh xoay người phủ lên Nhi. Từng mảnh vải cuống quít tung ra mặt thảm. Thân hình Lãng rực lửa. Nhi nhìn thấy lửa nhảy múa quanh nàng. Nàng nhắm mắt lại. Những cọng rơm trong nàng bung ra. Lửa ập xuống mê đắm. Nàng quặn lên trong lửa. Lửa bùng bùng liếm khắp thân người nàng. Những cọng rơm cong lên đón lửa. Nàng thấy thân hình Lãng lẫn vào đám lửa trong lò sưởi. Nàng nhoài người ôm đám lửa rừng rực thiêu đốt. Nhi thấy mình như tan ra, biến mất. Lửa như những con sóng ấm áp vùi nàng chênh vênh. Nàng lửng lơ ở một nơi nào đó không có thật. Chân tay nàng rũ ra. Êm ả. Sóng dìu nàng bập bềnh, bập bềnh" (BLNCC, tr. 20). Đấy là một nữ độc giả trả nhuận bút một cách 'hậu hĩnh' cho nhà văn tên Lãng hư cấu! Các nhân-vật nam hoặc xưng Tôi vốn vẫn được Song Thao chăm chút về mặt hào hoa và rất may mắn với phụ nữ!

*

Song Thao đã đóng góp cho nền văn-học hải-ngoại những viên gạch nhuốm màu thời-gian, rêu phong bám phủ đầy, có những viên đã nát hoặc thành vữa, tàn tích của một cuộc bể dâu, và cũng có những viên phải đào xới thềm cũ chốn xưa mới tìm ra, như vết tích khảo cổ. Trong ngậm ngùi và tưởng tiếc!

9-9-2007

Sương Mai

Tên thật Bùi Phụng Mai. Sinh Quán: Cần Thơ. Hiện cư ngụ Bắc California. Trong nhóm thành lập thi văn Cội Nguồn và có thơ in chung trong nhiều tuyển tập và các tạp-chí như: *Văn, Văn Hoc, Thế Kỷ 21, Hợp Lưu, Đi Tới, Nguồn,...*

Tác phẩm thơ đã xuất bản: *Yêu Dấu Tan Theo* (2004) - *Trăng Mộng* (1999) - *Thơ Tình Sương Mai* (1998) - *Thoảng Chút Hương Xưa* (1996).

Trăng Mộng

Trăng vốn là hình ảnh muôn đời của giai nhân: Hằng Nga từ khi rời bỏ thế gian đã không còn là riêng tư chú Cuội, đã trở thành mộng mị và tri kỷ của những kẻ cô đơn và của những nhà thơ. Lý Bạch ngày xưa say mê đến nỗi nhảy ôm trăng để chết đuối. Trăng cũng là giấc mơ, là mộng mị của con người chưa trọn, chưa thoả mãn. Và trăng cũng còn là hình tượng thi ca rất thường gặp. Hàn Mặc Tử đã nhiều lần lạc lối vườn mơ với trăng với tình; nhà thơ đã nhân cách hóa trăng thành người tình: *"Trăng nằm sóng xoãi trên cành liễu / Đợi gió đông về để lả lơi (...) Ô kìa bóng nguyệt trần truồng lắm / Lộ cáo khuôn vàng dưới đáy khe".* Đến gần hơn thì: *"Người trăng ăn vận toàn trăng cả / Gò má riêng thôi lại đỏ hườm / Ta hằng đưa tay choàng trăng đã / Mơ trăng ta lượm tơ trăng rơi..."* (Say Trăng). Hay *"Hôm nay có một nửa trăng thôi / Một nửa trăng ai căn vỡ rồi / Ta nhớ mình xa thương đứt ruột / Gió làm nên tội buổi chia phân"* (Một Nửa Trăng). Trăng biến thành "mình", rồi hòa nhập thành "ta": "Cả miệng ta trăng là trăng" (Một Miệng Trăng). Họ Hàn muốn phân thân và nhập vào trăng như một hiện tượng thiên nhiên hay một cao cả lắm khi không với tới!

Với Sương Mai, qua tập *Trăng Mộng* xuất bản đầu năm 2000, trăng là người tình, là chính tình yêu. Nay chính miệng nhà thơ, một người nữ, tình tự với trăng. Trong bài Trăng Mộng mở đầu tập, nhà thơ ngỏ lời mời gọi trăng đến/vào để trao đổi tâm tình, mà tâm hồn thì đã rộng mở:

"Tôi ngả lưng chờ đợi đã lâu rồi
Chăn gối lạnh cho đầy vơi nước mắt...",
"Hãy âu yếm, ôm choàng tôi thật chặt
Tôi sẽ cười thật tình tứ với trăng
Sẽ lả lơi không quyến rủ nào bằng
Nghiêng tóc xõa, khỏa thân trần mộng mị...",

rồi *"Tôi âu yếm hôn vầng trăng dấu ái*
Môi này đây, trăng hãy đến kề môi
Cho tình tôi bên gối mộng đầy vơi
Cho ánh mắt thêm dại khờ, ngây ngất"

Thật tình tứ ngôn ngữ của tình yêu dù có hơi hướm nhục cảm. Tình như rất thật và có "xiết vòng tay đừng giây phút buông lơi" đấy, nhưng trăng vẫn chưa đến, dù người thơ đã sẵn sàng, đành cứ mãi chờ. Một mời gọi thật nữ tính, thật quyến rũ. Đến câu cuối mới biết là mộng! Khác ngày xưa, người kỹ nữ của Xuân Diệu sợ đối đấu một mình với trăng, đã phải "lả lơi" mời viễn khách ở lại với nàng: *"... Em sợ lắm. Giá băng tràn mọi nẻo / Trời đầy trăng lạnh lẽo suốt xương da / Người giai-nhân: bến đợi dưới cây già; / Tình du khách: thuyền qua không buộc chặt..."* (Lời Kỹ Nữ).

Lời mời gọi của Sương Mai nghe như gần gũi và thật hơn, hình như người thơ có mong, có tha thiết đợi chờ, bên thềm trăng nỗi lòng mãi chơi vơi, rộn ràng đến phải tự hỏi:

"... Bên thềm trăng vung vãi
Những ánh vàng rớt rơi
Có phải trăng thừa thãi
Nên bóng đổ nơi nơi?" (Thềm Trăng).

Đến với trăng, với ánh sáng, thật ra con người muốn tìm về bóng đêm, cõi âm, cõi dịu, mềm. Trăng đây đã thành người bạn mà cũng là ánh sáng, là chốn để về, là nơi trú ẩn khi bị thương tích, khi thiếu thốn, kiếm tìm, là sợi dây ràng buộc con người với thiên nhiên, ngoại cảnh. Trăng đã để dấu ấn nơi người nữ - trăng với phái nữ tự nhiên hơn chăng? Với Sương Mai, *"Trăng thuở xưa ơi, trăng của ta..."* do đó *"Ta nhớ vầng trăng thuở ước mơ / Ra đi từ đó đến bây giờ... / Trăng ơi, trăng có còn quay lại? / Để ướp tình ta một chút thơ!"* (Trăng Xưa).

Sương Mai đến với trăng vì nhà thơ muốn có trăng trong cuộc sống, để nhà thơ ca tụng tình yêu. Tình yêu ở đây là một kiếm tìm không ngừng, không bao giờ thỏa mãn! Thật vậy, tình yêu trùm khắp cả tập thơ, tình yêu ở cả bốn mùa, hết mọi ngày tháng và hết mọi thời khắc của ngày lẫn đêm. Tình yêu đã như men, một thứ men tình, có sẵn nơi người đa cảm, vì trong thơ Sương Mai không có rượu, men ngoại nếu có là men cà phê trong nhiều hoàn cảnh, buổi sáng: *"Ly cà phê đắng sáng nay / Hình như pha chút tỉnh ai ngọt ngào"* (Ly Cà Phê Buổi Sáng), hay buổi chiều: *"Ly cà phê thật đằm thắm hương yêu / Ngồi nhìn nhau trong êm ả buổi chiều..."* (Nếu).

Tình yêu là một kiếm tìm, nhà thơ cứ hỏi rồi tự hỏi "tình yêu ở đâu?", tìm cho nên sử-dụng đến "tặng vật" vẫn sợ chối từ, đến cả đăng báo:*"... Sáng nay tôi đến nhờ nhà báo / Tìm lại người yêu dấu thuở nào / Tìm lại mối tình thơ mộng cũ / Số phone đây, gọi... nếu thương nhau!"* (Nhắn Tin), hoặc qua trung gian luật sư: *"... Luật sư ơi, tôi ngó về quá khứ / Khuôn mặt nào lồng lộng giữa trời hoa / Tôi rưng rưng lau dòng lệ xót xa / Nên tìm đến, nhờ luật sư bào chữa!"* (Hãy Nói Dùm Tôi). Yêu nên không từ chối cả lá bùa: *"Giá mà / Em có lá bùa yêu,/ Em sẽ tìm đủ cơ hội / Em sẽ lén bỏ vào bên trong chiếc gối / Để đêm đêm trước giấc ngủ / Anh chỉ nhớ có... em..."* (Lá Bùa Yêu). Hoặc chọc ghẹo người và nghịch ngợm với tình: *"... Như con Hồ Ly đã đọc xong câu thần chú / Em sẽ phà vào anh, hơi thở ngải hương / Em nhất định bắt mất hồn anh / Kể từ hôm nay / Và mãi mãi sau này..."* chỉ vì *"Mỗi khi gặp anh, / Em như người ngộp thở...(...) Cái nhìn... đã để lại trong tim em / một tì vết, không lành..."* (Đọc Câu Thần Chú).

Người nữ yêu nên đã liều: *"Như con thiêu thân lăn mình vào lửa đỏ / Em điên cuồng nhảy xổ vào anh / Không cần biết tương lai, quá khứ / mỏng manh... / Cứ nhắm mắt ước mơ, / Cứ mù lòa mê đắm..."* (Con Thiêu Thân). Và mê lú như uống phải độc dược: *"Hình như anh bỏ vào ly cà phê em / Những bùa mê, thuốc lú... / Hình như anh bỏ vào ly nước chanh em / Những cuồng chất nhớ thương..."* (Độc Dược).

Nói yêu là nói đến đợi chờ, chờ người, chờ thư, chờ email - tình cũng theo thời, và chờ đến tháng tận năm cùng: "Hôm nay tháng tận, năm cùng / Em còn ngơ ngác giữa khung trời buồn / (...) Ngày qua anh nhỉ ngắn dài? / Mà em chờ mãi, nào hay năm tàn" (Cuối Năm); "... Mong mãi bóng người không hẹn đến / Rồi mang hư ảnh lộng vào thơ..." (Lá Thư). Nhung nhớ thành tương tư:

"Thư đã đọc rồi sao vẫn thiếu?
Có gì trong nắng, gió hôm nay?
Ai đem hương nhớ hòa trong nắng
Tỏa xuống lòng em nỗi nhớ... ai..."

(Hương Nhớ).

Trót yêu, yêu qua thành ghét: *"Ghét người, ghét quá làm sao / Đã ghét cái mặt, còn chào mà chi? / Lặng yên không nói năng gì / Ngó lơ mặc kệ ai đi, ai về... / (...) Ghét người cho nắng thôi vàng / Mặc con bướm chết vội vàng đêm qua / Để tôi ghét mãi người ta / Để cho cay đắng bay qua góc chiều..."* (Ghét). Để rồi ghen cấm đủ chuyện:

"Con đường anh đã đi qua với em
Em cấm anh, không được bước đi với ai khác
Dù cỏ hoa có nở đầy thơm ngát
Dù phong cảnh có hữu tình (...)"

(Cấm Anh).

Thiên nhiên cũng thay đổi theo cảm tính con người: *"... Phượng tím bây giờ lại trổ bông / Ngày xưa phượng tím sắc pha hồng / Phượng nay ủ rũ màu xanh tím / Phượng nở sao tôi nát cõi lòng?"* (Phượng Tím Năm Nay). Có thất tình thì cũng có những phản ứng ngược, hết yêu thì cũng có thể lạnh lùng khi cần: *"... Thưa ông, tình có đâu nhiều? / Tôi đem hoang phí bấy nhiêu đủ rồi / Chào ông, tôi nhún vai. Cười / Chúc ông vui mãi với đời... bướm ong"* (Chào Ông). Lạnh lùng một cách khô cứng khi người cũ gọi điện thoại, mới đó đã ra người xa lạ: *"... Dạ thưa ông, hãy im đi đừng nói / Ông đã lầm, tôi không phải người xưa / Ông làm ơn đừng lên tiếng phân bua / Đừng nói nữa thưa ông, ông... lầm số!"* (Lầm Số). Giận quá làm thơ lục bát bắt đầu bằng câu... tám và cố tình (!) sái luật bằng: *"Bướm bay... kệ bướm, hoa nở... kệ hoa! / Bởi vì tôi giận người ta..."* (tr. 209).

Tàn nhẫn trở thành hậu quả của tình yêu: "Rồi em sẽ dùng phép phù, phù thủy / Để một lần mang anh trở lại ra khơi / Em sẽ tận mắt nhìn anh chìm giữa ngọn sóng chơi vơi / Em sẽ cười lên lanh lảnh những chuỗi cười / Chuỗi cười... phù thủy" (Tiếng Cười Phù Thủy). Đòi nhận chìm chết người mà cứ xưng "em", ngán ngẫm thật! Hoặc nhà thơ đã bất nhẫn bỏ, đã bỏ mà còn phải năn nỉ "... Thôi nghe đừng hờn em thêm / Để em xin hứa bắt đền kiếp sau" (Năn Nỉ). Đền kiếp sau thì cũng như không, mâu thuẫn thay con tim!

Nàng trăng rồi cũng phôi pha, cũng bạc trắng với thời gian:

"... Nửa đời se sắt vì nhau
Nửa vầng trăng bạc, úa màu nửa khuya
Nửa đêm lệ rớt đầm đìa
Nửa ôm gối mộng, nửa lìa cõi mơ
Nửa lòng ai gửi vào thơ?
Nửa chung thủy, nửa lửng lờ lướm ong!" (Nửa).

Kiếm tìm tình yêu, tức bỏ đi, đi xa, có thể tìm thấy hạnh phúc thì làm sao không khỏi có lúc lạc đường hay thất vọng. Thất vọng với tình nhưng người bạn đường dù "Trái Tim Bằng Gỗ" vẫn luôn ở bên nhà thơ: "... Hình như anh không bao giờ biết khổ / (...) Tôi trở về, rưng rướm máu trái tim... / Thật khẽ khàng anh nói: nín, nín đi em! / Anh không biết nói gì, / Bởi trái tim anh bằng gỗ!..." (tr. 262-3). Trọn đời, thời gian, tình già,... toàn những ám ảnh: *"Em vẫn đẹp mà, phải thế không? / Đừng anh, đừng nói má thôi hồng / Đừng anh, đừng nói da em nhạt / Đừng nói nếp nhăn đã chất chồng..."* (Tình Già). Ám ảnh lớn: tình yêu còn không: *"Cho rằng em có già đến đâu đi nữa.../ Nhưng chắc em cũng chưa già đến đỗi.../ Để không còn vui sướng khi nghe anh nói: - Anh vẫn yêu em!"* (Lời Vợ). Lắm lúc người thơ tìm về với một đấng thiêng liêng *"Thánh Giá là niềm vui / Giáo đường là tổ ấm"* (tr. 66). Nhà thơ than thở:

"... Lòng con từng mảnh tơi bời
Tim con rách nát Chúa ơi, vá dùm!
Hồn con và xác run run
Vịn cây thánh giá, quỳ cùng đau thương..."

(Vịn Cây Thánh Giá).

Trăng Mộng còn là thơ về quê hương, Cần Thơ, với những cảnh cũ như cây phượng vĩ (tr. 68), những cố nhân (tr. 95, 158), những tình xưa (tr. 99); nhưng với người đi xa thì cảnh nhẹ hơn người và người cũng nhẹ hơn tình yêu kiếm tìm! Sương Mai mãi đắm mê với tình, với thơ, nhưng nếu các bài trong tập Trăng Mộng được sắp xếp theo thời gian sáng tác thì càng về cuối tập, cảm xúc và thi hứng đằm thắm hơn! Tình yêu ở đây không là những non dại bồng bột của Nguyễn Tất Nhiên, cũng không bi đát như T.T. Kh. Trong Trăng Mộng, tình chín hơn, đa dạng mà cũng đa lời, lắm ví von, giả thử,... nhưng có cái tận tâm như mọi cuộc tình!

Ngoài một số tứ thơ cũ thường thấy ở nhiều nhà thơ như sơn khê, chân mây, trang giấy mới, áo mới,... Sương Mai có những ý thơ riêng như "Mặc ai đem nắng rải đầy trong sương" (tr. 186), đánh rơi thời gian: "Tôi đánh rơi buổi sáng / Trên kẻ tay ơ hờ..." (tr. 281), cứ thế buổi trưa, buổi tối, hôm qua và hôm nay; hình ảnh một nửa "... *Nửa vời, nửa tục, nửa tiên / Nửa đau nỗi nhớ, nửa điên nỗi sầu...*" (Nửa). Hoặc hình ảnh theo thời sự như "...El Nino đến tiêu điều (...) Tình yêu, cơn bão Nino... muôn đời" (tr. 38). Tỏ tình qua trung gian luật sư như đã trình bày ở trên. Mong đợi tình cũng lắm, mà trốn chạy cũng nhanh, như đã tìm ra chân lý: "*Tôi bỏ người, tôi chạy rất xa (...) Tôi bỏ người, tôi chạy... hụt hơi...*" (tr. 291).

Thơ *Trăng Mộng* có hồn, đầy nhạc tính, ý tình thì linh động, nghịch ngợm lắm khi, nhà thơ giàu lời - cả lắm lời, khi tỏ tình cũng như thất tình: "Ví dầu, ví dẫu ví dâu... / Bướm bay bỏ lại nỗi sầu cho hoa..." (tr. 247). Những vần thơ hay có thể kể:

> "*Anh hỡi, mùa thu như dáng ai*
> *Mơ màng đôi chiếc lá lung lay*
> *Lòng em: con sóc trên cành lạ*
> *Mơ ước một lần có cánh bay*
> *Anh hỡi, mùa thu mây khói vương*
> *Đêm qua mơ thấy bóng người thương*
> *Vẫy tay gọi nắng về cho gió*
> *Sao lại tặng em một nỗi buồn?*"

(Tình Thu);

> "*... Nếu một mai rất dịu dàng anh nói*
> *Tiếng yêu em bằng rất đỗi thật thà*
> *Bằng trái tim đầy ắp những thiết tha*

Em sẽ khóc trong niềm vui tao ngộ
Nếu một ngày mình dìu nhau qua phố
Ly cà phê thật đằm thắm hương yêu
Ngồi nhìn nhau trong êm ả buổi chiều
Tay đan nhẹ, mình cần chi cấu nói?

(Nếu...)

Những câu như-lục-bát nhẹ nhàng:

"... Mang thơ ra giữa rừng hoa
Rải cho thơ với ánh tà
huy bay
Nụ hồng trong gió lắt lay
Mong thơ ra khóc một ngày
âm u..."

(Lục Bát Trên Ngàn)

Xen kẽ những kỷ xảo về chấm câu, nhưng vần vẫn xuôi một giòng thơ: *"Tha thiết quá. Một ngày xưa áo trắng / Cổng thời gian. Đinh đóng giữa tim mình..."* (tr. 85)

Sương Mai nhiều lần tự định nghĩa, tự họa:

"... Sáng nay sương ướt trên cành lá
Từng giọt long lanh rớt xuống đời
Tôi tưởng hồn tôi vừa rụng xuống
Mong manh thành những hạt sương rơi..."

(Lá Thư)

Những giọt mong manh, tế nhị và cũng thắm thiết với người, với thơ:

"Giọt sương có phải là tôi?
Hình như cùng rớt xuống đời bơ vơ
Chờ người níu áo đề thơ
Nào hay áo lụa ơ hờ tàn phai..."

(Sương Mai)

Đến bài cuối tập, nhà thơ tự thán như đóng lại cõi lòng, sau những rong ruổi với tình với thơ:

"Ba năm lên núi tìm thơ

Bỏ quên thân thế, tảng lờ áo cơm
Bây giờ xuống núi bôn chôn
Gánh thơ đã nặng, gánh buồn... nặng hơn"

(Tự Thán)

Sương Mai là một trong những người mới bước vào làng thơ hải ngoại nhưng đã liên tục và trung thành với thơ, một người có tình, có lòng với thơ. Nhà thơ đã cất bước đi từ tiếc nuối (*Thoảng Chút Hương Xưa*) đến tình (*Thơ Tình Sương Mai*) rồi nay là mộng (*Trăng Mộng*), và mộng vẫn là tình, là thơ, như một nhu cầu sống cho hiện tại. Trăng với Sương Mai đơn sơ là người tình, là bóng mát, là nồng nàn tình yêu. Trong những dòng thơ Việt hải ngoại, riêng thơ tình yêu không có chung quan trọng như trước nay vì thơ Đạo, thơ chống Cộng, thơ kỹ thuật, thơ thù tạc,... hình như chiếm nhiều chỗ, nhiều diễn đàn! Ngày nào con người sống mà còn cần đến tình yêu thì ngày đó còn thơ tình, còn mộng còn trăng và hình như những nhà thơ tình thoải mái với thế giới và hạnh phúc mà họ tạo nên với thi ca. Thế giới và hạnh phúc mà các nhà khoa học và con người nói chung phải mất nhiều thử nghiệm và thời gian mới tìm ra mới dám chắc! Sương Mai qua *Trăng Mộng* đã xác nhận nhà thơ đã tìm ra cái thế giới của riêng mình và ở đó hy vọng nhà thơ đã tìm thấy hạnh phúc!

15-4-2000

Thiền tính
trong thơ Thái Tú Hạp

Sinh ngày 4 tháng 4 năm 1940 tại Hội An, tỉnh Quảng Nam. Trước 1975 Sĩ Quan Việt Nam Cộng Hòa. Sau 1975 - đi tù - vượt biển. Định cư tại Los Angeles California Hoa Kỳ năm 1980. Cùng với Ái Cầm chủ trương: Tuần Báo *Saigon Times* 1987, Nhà xuất bản Sông Thu năm 1988, Đặc San *Quảng Đà* ấn hành mỗi năm những năm 1995-2005. Chủ-biên các tuyển tập *Thơ Văn Việt Nam Hải Ngoại* (tuyển tập, Sông Thu, 1985) - *Thơ Văn Phật Giáo* (tuyển tập 1993).

Thi-phẩm đã xuất-bản: *Tuyển Tập Sông Thu* (1962 cùng với Thành Tôn và Hoàng Quy) - *Thèm Về* (1970) - *Chim Quyên Lạc Ngàn* (1982) - *Miền Yêu Dấu Phương Đông* (1987) - *Hạt Bụi Nào Bay Qua* (Sông Thu, 1995) - *Suối Nguồn Tâm Thức* (tuyển tập thơ Thái Tú Hạp 1970-2015: 1970-2015; Sông Thu, 2019), và tập tùy bút *Giữa Trời Hoa Bay* (2000).

*

Thơ Thiền ở Việt Nam khởi đi từ những bài thi, phú của các thiền-sư đời nhà Trần thuộc Trúc-Lâm Yên-Tử. Thiền-thi tiên quyết không hẳn là thi-kệ và phải có những chức năng cần đủ để tạo nên thi ca, tức không chỉ nhắc vài từ ngữ nhà Phật là đủ. Văn-học miền Nam thời 1954-1975 đã có những bài thơ thám hiểm cõi Thiền của Quách Tấn, Hoài Khanh, Trụ Vũ, Phạm Thiên Thư, Bùi Giáng, Nhất Hạnh, Phổ Đức,... Sau đó thơ Thiền đã đến chốn tù đày "cải tạo" với Thanh Tâm Tuyền, Nguyễn Xuân Thiệp,... nơi chốn đó, thơ trở thành phương tiện để sống còn, thơ thiền như một lối thoát, như hạnh phúc còn lại! Phần tư cuối của thế kỷ XX, tình cảnh lưu đày đem đến những tiếng thơ Du Tử Lê, Thái Tú Hạp,... riêng với nhà thơ sau, thơ thiền như vọng đến từ phương xa xôi nào! Thật vậy, thiền tính bàng bạc rồi có mặt trong thơ ông từ những thi-tập xuất bản ở ngoài nước như *Chim Quyên Lạc Đàn* (1982), *Miền Yêu Dấu Phương Đông* (1987) nhưng đến *Hạt Bụi Nào Bay Qua* (1995) thì thiền-tính càng rõ nét hơn:

> *"em cười như nụ hoa*
> *trong mai tâm bồ tát*
> *tiếng chuông đời thoảng qua*
> *phù vân chim hót lá*
> *(...) sớm mai nào chợt ngộ*
> *tâm ta tưởng là hoa*
> *trong sắc màu giả tưởng*
> *có không nào trong ta"*

(Chợt Ngộ) (1)

Tính Thiền đã thể hiện qua thi ca Thái Tú Hạp khi diễn tả, nói đến cái uyên ảo, tôn kính bằng ngôn ngữ trần gian và ngôn ngữ nghệ thuật. Dùng ngôn ngữ nhà Phật, cửa Thiền chưa hẳn đã thành thi-ca, mà sự dụng từ đó phải tự tâm bộc phát tự nhiên; đó là sự phân cách giữa thơ chốn nhà Chùa và thi-ca nghệ thuật! Hãy theo nhà thơ làm cuộc hành trình tìm Chân như:

"*... đông tây nào đốn ngộ / người xa cách tâm linh / đời phù hư trá ngụy / tìm đâu thấy chân kinh*" (tr. 159); "*... chân tâm mãi hướng về / tiếng chuông còn vọng lạc / bên vực đời u mê...*" (tr. 168); "*...em về tâm mở Pháp Hoa / núi nghe tiếng thở mây qua mặt hồ / lời kim cổ gọi hư vô / tiếng im sỏi đá nguyệt ngơ ngẩn sầu..*" (tr. 183); "*ta về tịch mặc ngàn hoa / lá cao vút đẫm mây qua đỉnh trời / nhân gian dành trọn cuộc chơi / ta cùng em hát bên đồi xuân xưa / nhất quán rồi- mộng mai sau / tâm vô lượng mở - có nhau luân hồi / cảm ơn thơ, cảm ơn đời / trăm năm nhật nguyệt, đầy vơi nghĩa tình*" (Luân Hồi Có Nhau).

Con người trong thế-giới thơ Thái Tú Hạp, sống, thở tự do, trong một tinh thần phá chấp, phá tâm vọng ngã, quên ta:

> *"đời không biết ta đến*
> *chẳng biết ta đi*
> *không ai còn nhớ trong biển hồ quên lãng*
> *chỉ có hạt bụi chỗ ta ngồi"* (tr.10),

một thế-giới vô-ngã, là cõi tạm, nên quên mình "*gió cát ngàn dặm xa / ta làm thân mục tử / ngủ say trên đồi hoa / bỏ quên đời hư ảo...*" (tr. 63), yêu cầu giải phóng khỏi mọi ràng buộc (khác phi nhân bản) để tự do tuyệt đối,... Tự do phá chấp thoát khỏi nhiều ràng buộc kể cả bản thân, "vị tha vọng ngã": "*hỏi muôn vạn nẻo ta bà / hỏi chân như có mù sa chốn nào /... hỏi ta hạt bụi vô minh / sát na trong cõi hữu hình xuân thơm*" (Tự Vấn), còn tự vấn, tâm còn động,... là hãy còn vương vấn, chưa thoát: "*tâm có động mười phương thao thức / cõi bình minh rạng rỡ hồn phương đông*": "*tâm động như giòng sông / (...) nụ cười tan theo hoa / sát na rồi vỡ nát*" (tr. 162-163).

Thoát, kể cả ngôn tự như phương tiện:

"khuya nghe vũ trụ chuyển mình
sáng ra trời đất mới tinh
cỏ cây như vừa tắm gội
chữ nghĩa không còn trang kinh
tâm già nua ta chợt thức
đầu cành giọt nắng nguyên trinh"

(Vô Tự).

Vô tự nhưng con người vẫn cần tiếng nói: "*... bây giờ ngôn ngữ chết / ta không còn tri âm..*" (tr. 191)!

Con người vô ý trước những hình ảnh tự nhiên: "*vườn xuân xưa trổ nụ hồng / em về từ cõi sắc không dấu hài / trăm năm tiếng hát nguyên khai / tâm bao dung nở cành mai nhiệm mầu*" (Tâm Khai). Vô tâm nhờ tinh thần vô ngã và nhờ vậy ngộ bất chợt, không chờ, không tính toán: "*... sớm mai nào chợt ngộ / tâm ta tưởng là hoa / trong sắc màu giả tưởng / có không nào trong ta*" (Chợt Ngộ). Có-không không còn là vấn nạn: "*... em hỏi ta căn nhà vĩnh cửu? / ta soi tâm thấu triệt vô thường*" (Ngộ); "*nhân gian dành trọn cuộc chơi / ta cùng em hát bên đồi xuân xưa / nhất quán rồi- mộng mai sau / tâm vô lượng mở - có nhau luân hồi...*" (Luân Hồi Có Nhau). Những lời hiện-đại để nói lên thiền-ý "*thân như điện-ảnh hữu hoàn vô*" (2) của thiền-sư Vạn-Hạnh!

Thiên nhiên

Nhà thơ Thái Tú Hạp đến với thiên nhiên một cách tự nguyện, hoặc để thưởng-lãm hoặc để bày tỏ, buông mình cho tâm động theo cảnh: "*... trăm năm chừng ghé lại / cõi tạm đày thương đau / căn nhà xưa quạnh quẽ / trong mắt sầu thiên thu...*" (tr. 203). Thiên nhiên sinh động nên thơ, gợi cảm: "*sỏi đá sầu thiên thu / suốt đời ta đau nhức*" (tr. 26); "*từng hàng cây đứng im / nụ mầm thiên thu nẩy / khu vườn rộn rã chim / mặt trời vừa thức dậy / (...) chỉ một mình ta thôi / trôi theo giòng suy tưởng / những tình xuân vô lượng / rót từ cõi nguyên khôi / lửa tàn trong thạch thất / rừng khoác kín đôi chân / em vì ta bước lại / từ đó lộc ra xuân*" (Từ Đó Lộc Ra Xuân). Cả nơi tù hãm, nơi một vùng đất nước khốn khổ, nếu không có biến cố đổi đời, chưa chắc đã đặt chân đến. Thiên nhiên nơi nghịch cảnh sống lại trong tâm thức nhà thơ - sống hiện tại là nhớ-lại quá khứ nhất là những quá khứ trầm luân: "*Gối đầu lên tảng đá/ buổi trưa rừng Quế Tiên / bầu trời xanh cao vút / hồn nghe dậy tiếng chim / (...) núi vẫn im - hoa rụng / trên áo tả tơi buồn / người tù binh yên lặng / trong giòng suối cánh lan / ba năm con đường cũ / rừng bỗng thấy xác xơ / cây và người khô héo / nỗi sầu giống như nhau / Quế Tiên rừng gục đầu / chiều mưa giăng trên mộ / tiếng chim xưa về đâu / rừng thu nghe hoang vắng / rừng ơi, rừng Quế Tiên / lòng ta buồn không dứt / sỏi đá sầu thiên thu / suốt đời ta đau nhức / (...) chiều nay xa cách rừng lòng ta buồn bã quá / rừng Quế Tiên - đau thương / người đi, về hiu hắt...*" (Chiều Nhớ Rừng Quế Tiên).

Thiên nhiên thường hằng của bản thể, bên cạnh cái hữu hạn của thế giới, của hiện tượng. Thiên nhiên là hình ảnh của thi-ca, là biểu tượng: vạn vật và con người vốn cùng một bản-thể ("*rừng ơi, rừng Quế Tiên / lòng ta buồn không dứt / sỏi đá sầu thiên thu / suốt đời ta đau nhức*"), tức Chân-như, một thành đa, và rồi sẽ quay về cùng nguồn cội uyên nguyên, đa dạng bí nhiệm con người không thể biết hết!

Thế giới hiện tượng đó rồi ra hư ảo, vô thường, luôn biến động và tuân theo luật tuần hoàn:

> "*tình xưa về ngự cõi riêng*
> *đường ngôi em rẽ hai miền phù vân*
> *còn bao nhiêu sóng trong lòng*
> *đổ ra mấy nhánh trăng vàng biển khơi*
>
> *có không trên ngọn cát bồi*
> *sớm hôm rồi chợt qua đồi cỏ lau*
> *lá xanh biếc núi ngàn sau*
> *cụm hoa còn ngẩn ngơ sầu chia xa*
> *em về hoang tịch đời ta*
> *dấu hương khói muộn nhạt nhòa chân mây*"
>
> (Cõi riêng)

Cuộc đời cũng như cảnh vật biến thiên, thay đổi, tang thương, nghiệt ngã,... con người chứng kiến đành phải ngậm ngùi cũng như thiên nhiên, "*nghìn năm sau sa mạc chiều / tiếng chim quốc gọi quạnh hiu ta bà / mai về từ chỗ chia xa / bãi sông đầu bạc ngàn lau ngậm ngùi*" (tr. 57). Mà người buồn cảnh có vui đâu bao giờ, nhất là khi cảnh với người như đã hợp nhất, hai mà một: "*tiếng mưa xé nát hồn viễn khách / em hát giùm ta khúc nhạc sầu / cho ta khua hết trong tiềm thức / hàng vạn chiều mưa phủ đớn đau / mưa ở quê nhà mưa núi thẳm / mưa rừng sâu nghiệt ngã tai ương / mưa hải đảo kiếp đời lưu lạc / mưa nhạt nhoà biệt tích cố hương!*" (Cơn Mưa Nhớ Nhà).

Đời phải chăng giả tạm? "*.. Trong vườn tâm trần thế / đời huyễn hoặc cơn mơ / trôi trên dòng sinh tử / nhoà khuất như trăng sao*" (tr. 37). Đời là vô thường như bóng nắng (tr. 17); "*như tiếng hót sớm mai này / của loài chim hoang về đậu trên cành sầu đông rã mục*" thật ra chỉ như "*những giấc mơ xưa đã tắt lịm rồi em*" (tr. 23);.. hoặc tiếng chim khác từ cõi xa xăm: "*gọi mãi thiên thu đời tĩnh lặng / thời gian biền biệt vết chân xa / con chim tận tuyệt nghìn khuya hót / mấy cõi sầu riêng thấu tim ta*" (tr. 35).

Ngoại cảnh động tâm hoặc không thể không để tâm ngay cả trong nghịch cảnh thân tù đày hoặc biệt xứ: tiếng chim trong ghềnh núi khi tù binh phải đi đốn cây "*lạnh lùng như chiếc bóng*", tiếng chim như ân sủng, như hạnh phúc bất chợt nhưng thâm sâu, không phải ai cũng nghe thấy "*người xa vẫn chưa về / trùng dương mờ mịt khói / chắc không còn ai nghe / tiếng chim trong ghềnh núi!*" (Tiếng Chim Trong Ghềnh Núi), rồi tiếng chim cũng là hạnh phúc dõi tìm "*từ đó ta có em trong tận cùng đất khổ / nhất nguyên này đẹp vô lượng tình yêu /... em thắm xinh như nụ hoa vàng / như tiếng chim hót trong rừng cây...*" (tr. 44). Tiếng chim của quá khứ lúc nào cũng đẹp: "*thành nội tiếng chim khua cành nhãn / con đường đỏ thắm phượng ven sông*" (tr. 109). Cuộc đời không lựa chọn "*trên ngàn dặm lưu đày nghiệt ngã*" nhưng tâm thức đã có những giây phút hạnh phúc chợt đến "*lâu rồi mới nghe tiếng chim hoàng oanh hót*" (tr. 121). Những tiếng chim trong những hoàn cảnh và nghịch cảnh khác nhau đó như những nguyên-thể, những "*bản lai diện mục*",... Những hình ảnh nghịch lý, bất chợt, oái ăm, cả dị thường, phi lý! Tâm thức xuyên suốt thời gian và không gian là vậy!

Cảnh trí thiên nhiên, sự vật hữu thể chính là thể hiện của bản-thể, của chân như. Nhà thơ đi tìm chân-nguyên, cội nguồn qua những cảnh vật, thiên nhiên, nơi thân quen cũng như miền xa lạ: những đám mây lúc tịnh yên, lúc vờn bay; những cánh hoa lẻ loi, hoang dại, hay rực rỡ, đua thắm, hoa vàng, hoa xanh; những vầng trăng lúc tỏ lúc mờ, lúc đến gần lúc vượt khỏi tầm nhìn nhân thế, v.v. Qua những tiếng động cảm được hoặc âm u đến từ một cõi nào!

Muốn đạt Chân Như, phải đạt Tâm hư-vô, tâm không, bằng trực giác. Mọi sự vốn dĩ là không, do tâm biến hóa mà ra. Chân-không diệu-hữu, cái không chân thật là cái có vi diệu đầy tính biện chứng: *"... ngắm mây biền biệt xứ / ngàn dặm xa Huệ Năng / hành trang kinh vô tự / lòng sao mãi băn khoăn / đông tây nào đón ngộ / người xa cách tâm linh / đời phù hư trá ngụy / tìm đâu thấy chân kinh"* (Chân Kinh).

Đốn ngộ bằng trực giác, ngay tức khắc - kiến tính, qua những hình ảnh của chân tâm, trí tuệ bát nhã như cành mai: *"trăm năm tiếng hót nguyên khai / tâm bao dung nở cành mai nhiệm mầu"* (tr. 182); như vầng trăng sáng, *"chờ nhau dưới cội vô thường / soi tâm tư hiện một vừng trăng xưa"* (tr. 205). *"Người xưa ngẩng đầu nhìn trăng sáng"* vì hiện hữu bất ổn *"ta giờ trăng chết ở trong tâm"*, trăng trở nên *"trăng cưu mang niềm đau vong quốc / bỏ đám mây tang tóc bên trời / kẻ lưu đày u hoài đất khách / đắp trăng sầu lên núi rong chơi"* (Trăng Viễn Xứ, tr. 81); trăng sáng soi *"nhớ người thăm thẳm trăng soi / đường chim quyên lạc bên đồi Hoa Nghiêm"* (tr. 172),...

Trăng còn là hình ảnh lãng mạn đẹp *"em cách biệt như vầng trăng thần thoại / giòng sông xưa về ngủ muộn tương tư"* (tr.149); thành thử khi phải đau khổ, xa cách *"sông núi một đời oan nghiệt khổ đau"* thì *"vừng trăng chết đuối / trong hồn nhau"* (tr. 134)! Trăng chết đuối - dù trong hồn nhau, rốt cùng cũng chỉ là ảo-tưởng, sắc tướng. Người cảm nhận Thiền sẽ không bồng bột như Lý Bạch thuở nào!

Ánh trăng xanh như một chốn để về, như một nguồn cội tư duy *"cho dù lỡ kiếp ba sinh / trong ta nguyên thủy trăng xanh cuối ngàn"* (tr 194), gió (hư vô), gió đập cây tùng, thiên nhiên động tâm con người (khiến cắc cớ hỏi *"hạt bụi nào bay qua"*!). Mưa là hình ảnh khác được nhà thơ hơn một lần nói đến, như bài Mưa Trong Vùng Trí Tưởng (tr. 40-41), điêu luyện trong cái đậm đà khi nói đến "cố xứ", một quê hương trong xa xăm "kỷ hà tịch mịch" mà "giọt mưa trên cành nguyệt quế" người yêu dấu hái được như hạnh phúc tìm thấy!

Tâm nhiều quan hệ với mây nhưng không hẳn là mây trời vì mây của Thái Tú Hạp lẩn quẩn chốn thiền môn hoặc tâm thiền, có lúc mây trở thành am nơi chốn cũ *"tâm hình như có sóng / chiều tịnh mặc đâu đây / phương nào thương cố quận / cho ta về am mây"* (Thảo Trang). Tâm có sức mạnh nội tại có thể giao động như giòng sông hoặc có thể tác động đến mây "tâm xô giạt chiều mây" (tr. 162). Mây đối với nhà thơ đã trở nên sức mạnh huyễn-hoặc, từ những phù-vân của tri-kiến tầm thường hay "trong mắt em buồn thoáng mây trôi" (tr. 138) đến những trời xanh, mây xanh trong sáng của tự tính! Mây còn vương vấn nơi đỉnh đèo Hải Vân, nơi núi Ngự, mây núi đi chung như hồn nhiên tự tại của vạn vật, thành thử xưa hay nay vẫn là một trong tâm thức!

Suối nguồn đó là "mùa xuân Pháp Hoa", nơi "rừng Viên Mãn", nơi "căn nhà hạnh phúc", "căn nhà vĩnh cữu" (tr. 176), nơi "vườn xưa trổ nụ hồng" (tr. 182),... khiến con người tiểu ngã cùng tâm thức sống thật, sống mạnh, một "mùa xuân đang kiêu hãnh bước vào" (tr. 124). Mùa Xuân là hình ảnh lý tưởng, cũng là lý tưởng được hình ảnh hóa: khởi đầu, uyên nguyên, thanh tịnh, sự sống và tái sinh. Cũng mùa Xuân là hình ảnh thời gian qua mau mà phải cáng đáng hiện tại. Thiền sư Mãn Giác thế kỷ XI đã có cái nhìn đầy đủ về mùa Xuân. Qua bài thi-kệ "Cáo tật thị chúng":

"Xuân khứ bách hoa lạc,
Xuân đáo bách hoa khai
Sự trục nhõn tiền quá,
Lão tòng đầu thượng lai.
Mạc vị xuân tàn hoa lạc tận,
Đình tiền tạc dạ nhất chi mai" (2).

Xuân là hình ảnh tươi thắm, sinh động, của thường tồn, chân tâm, nhưng rồi cũng phải nhường chỗ cho mùa Thu theo quy luật sinh trưởng và tàn lụi của vạn vật. Khi "tóc đời đã bạc sợi yêu thương", tâm thức và trí tưởng vẫn thường trực dõi tìm quá khứ, ngôi nhà xưa, tìm "chút thân quen từ cõi tiềm thức hoang vu" nơi đó có *"những con nhện tơ tình dưới mái hiên dĩ vãng / những tấm liễn thép vàng xưa huyền hoặc / hoen mờ rêu mục dấu thân yếu / loài mọt ngày đêm rả rích / khung cửa chiều tia nắng dọi ngậm ngùi / như trái tim trong căn phòng cổ tích / chút thân quen từ cõi tiềm thức hoang vu*" (Vẫn Yêu Em Mùa Xuân). Suối nguồn uyên nguyên đó là nơi con người "hạt bụi" luôn kiếm tìm trở về, một trở về làm tái sinh, sinh-hoạt lại cuộc hiện hữu "đời thắp lại những mầm xanh bát nhã" (Ta Sẽ Về).

> *"Tôi mơ ước cụm hoa vàng thắm nở*
> *Trong vườn em hồn tháng chạp giăng mưa (...)*
> *Tôi mơ ước mùa xuân em nguyên vẹn*
> *Tóc hoa chanh tà lụa trắng đông phương"*

(Quê Hương Trong Trí Tưởng).

Vậy, "*từ trong cõi ưu tư sầu muộn / thân xác ta rã rời / qua từng sát na mầu nhiệm / ôi! kiếp người hư vô...*" (Hạt Bụi Nào Bay Qua), con người nhỏ bé, tiểu ngã đi tìm bản thể, muốn đến chân như, đạt thiền-tính, tâm thức có lúc trở nên tịnh. Một chân lý khôn cùng, tĩnh mà động, vừa huyễn-diệu vừa thường-hằng, như dịch lý, luân hồi! Hư-thực có- không luôn chuyển hóa, tuần hoàn. Đã nhận chân vô ngã, vô thường, trong tình cảnh lưu đày, dù không câu chấp, dù đã dứt bỏ thù hận, thì vướng mắc lớn vẫn là quê nhà, quá khứ, kiếp người theo một cách hiểu chưa trọn vẹn, nhưng với thời gian và tuổi đời, phá chấp đến tự nhiên với tâm thức người tìm đến Thiền. Kiến tính, an nhiên tự tại đưa Thiền vào cuộc sống nhân sinh mới! Tiểu-ngã, sản phẩm bất chợt của thiên nhiên, nhân quả đó, có lúc buông mình, sống nương theo biến dịch, thanh thản, an nhiên; tu dưỡng nhân cách, an nhiên tự tại, vui sống, tự tin vào bản thân, vô cầu vô ngại: "*gió cát ngàn dặm xa / ta làm thân mục tử / ngủ say trên đồi hoa / bỏ quên đời hư ảo*" (Cỏ Thi).

Không gian thiền

Thiên nhiên luôn có mặt, cõi thơ Thái Tú Hạp mở ra một không gian bao la, lúc mênh mông, lúc thanh vắng, nhà thơ ngộ được tâm thức Chân Như, bèn trãi ra cho người khác. Không gian đó hàm chứa sự chuyển động, đối lập. Không gian đó có khi là của quá khứ (quê hương, con đường, phố hội đã đi qua, đã từng cư ngụ...), nơi có sự hiện hữu của cái 'Tâm ở lại' (tr. 27).

Tâm vướng bận quê-hương, quê nhà và quá khứ chiếm nhiều thơ của Thái Tú Hạp. Nào cổ phố Hội An, nào đà Nẵng, sông Hương, đất Thần-Kinh, Phù Cát, đèo Rù Rì,...: "*bằng hữu như sương hạc bay* qua / em như trăng ngọc giếng quê nhà / còn đâu hơi thở tà huy thắm / như ánh sao chiều heo hắt xa / (...) tháng tám trăng về theo tiếng khóc / từ đáy huyệt sầu cố hương ta / người xưa nay đã chia nghìn kiếp / trăng vẫn chung tình với thế gian...* (Trăng Viễn Xứ), *"tưởng chừng như đang ở cùng sông núi / ta thở cùng sen mùa hạ sang / ta uống cùng em con suối bạc / ta đùa cùng em cầu ao trăng / thành nội tiếng chim khua cành nhãn / con đường đỏ thắm phượng ven sông"* (Nghe Suốt đời Ta Một Núi Sông), v.v.

Quê nhà và quá khứ đẹp và đáng nhớ, chỉ vì đã mất, đã vỡ nhoà, đã biến thiên. Còn lại chăng trong giấc mơ, trong trí tưởng, ước mộng:

> *"Tôi mơ ước cụm hoa vàng thắm nở*
> *Trong vườn em hồn tháng chạp giăng mưa*
> *Giòng sông thu chuyển mình thao thức nhớ*
> *Bên ngàn lau nắng thắp mộng yêu xưa*
> *(...) Tôi mơ ước mai về đêm hội ngộ*
> *Bánh chưng thơm, hương nếp mới quây quần*
> *Đời hóa vui trong tim người độ lượng*
> *Trong hồi chuông đại nguyện giữa hư không*
> *Tôi mơ ước gian nhà xưa trở lại*
> *Ngói âm dương êm ấm sưởi tình nhau*
> *Con khứu già líu lo quen giọng hót*
> *Buổi trưa vàng tĩnh mịch nắng hàng cau*
> *(...) Ngắn ngủi quá, ôi thời gian mơ ước*
> *Không gian nhòa nhạt ý thơ vui*
> *Ngọn cỏ hoang bên đường qua hiện thực*
> *Ngày mai đi lạc lõng giữa quê người"*

(Quê Hương Trong Trí Tưởng)

> *"... Đỉnh non cao sương mù giăng mấy lớp?*
> *Biết đâu tìm tri kỷ giữa phù vân*
> *Trong hơi thở quay về tâm tĩnh lặng*
> *Tìm thấy ta an lạc chuyện tha nhân*
> *Như dòng sông mênh mông về biển cả*
> *Như mây trời tâm thức đã thong dong*
> *Ta có em từ trong thiên cổ mộng*
> *Tiếng đàn vui thanh thoát cõi phương Đông!"*

(Tâm Người Viễn Xứ).

Từ quê hương địa lý thành quê quê thơ: "Cỏ thi tình quê hương" nên "ta kiếm hoài cỏ thi" (tr. 62). Rồi từ thi đến thiền, *"ta mười năm diện tâm / kể từ khi xa nước"* (tr. 190),... hành trình như một tự nhiên! Về đâu? Về phương Đông, một không gian hình thù địa lý được nhiều lần đề cập đến trong thơ, như một ám ảnh, một ký ức văn hóa và như một suối nguồn, thiền và thi: *"nhớ nhung hoài vọng phương đông"*(tr. 200); *"cõi người biệt dấu phương đông"* (tr. 194); *"tiếng đàn vui thanh thoát cõi phương đông"*; *"tâm có động mười phương thao thức / cõi bình minh rạng rỡ hồn phương đông"*; *"ta về cõi phương đông"* (tr. 63); *"phương đông buồn hiu hắt"* (tr. 162). Ý còn được lên tựa một thi tập: Miền Yêu Dấu Phương Đông!

<h3 align="center">Thời gian thiền</h3>

"Ta cạn chén càn khôn
giữa khuya đời tịch mịch
mộng cũng tàn hư không
trang kinh nhòa thiên cổ
sương tóc bạc rừng phong
chung trà nhớ viễn khách
(...) đêm giao thừa bất tận
Tây Trúc ngàn dặm xa
niệm từ tâm giao động
cơn gió thoảng ngoài ta
thăm thẳm hồn cố hương
núi sông đầy ẩn tích
em mắt sầu đông phương
tang thương vừng nguyệt úa
hạt bụi nào bay qua
đất trời khuya huyền hoặc
còn gì trong sát na
đời buồn mai thức dậy"

(Một Thoáng Phù Vân).

Nhà thơ cảm nhận trần thế ngắn ngủi, vô thường và đời người như sát na, khoảnh khắc. Xuân tươi thắm mãi được mong đợi, trân quý, rồi cũng qua đi nhường chỗ cho mùa Thu mong manh. Thời gian thiền biện chứng vận động giữa hai thế giới chóng vánh và thường hằng: "*... ta và bóng thiền sư / trăm năm sầu như huyễn / giọt nắng miền u cư / làm sao tan hồn quốc*" (tr.185); mong manh trong có-không: "*... có phải mùa tan những lá nguồn / sông u hoài nhớ bến đò ngang /... mây vẫn theo đời mây giong ruổi...*"; "*nụ cười tan theo hoa / sát na rồi vỡ nát*" (tr. 163).

Nói đến thời gian đã qua, không gian tưởng còn đó, nhưng thật ra nhà thơ đề cao cái hiện-tại, cái giây phút hôm nay cần sống trọn vẹn, vì "*đời cuốn thân đi tâm ở lại / phương nào ta cũng thấy quê thơ*" (tr. 28). Thế giới Thiền ngoài thời-gian luân hồi vòng tròn theo thịnh suy bĩ thái, còn thứ thời gian một chiều, đi không bao giờ trở lại. Con người trực diện với thời gian sau này phải biết sống cái hiện tại. Nếu phải tiếc nuối thì nên tiếc thời gian qua đi chưa sống hết, chưa xong hành cử, chứ đừng tiếc nuối muốn tìm lại như nhà văn Pháp Marcel Proust trong A la recherche du temps perdu! Người thật tâm tìm đạo, sống đạo sẽ không cần phân biệt và không ngại sợ những khoảnh khắc vô thường!

Qua thời gian nghệ thuật, của thơ, là thời gian vĩnh cửu, của cái Tâm nhắm đạo. Thời gian là cái mốc đánh dấu trước sau, đánh dấu bước ngoặc của tâm thức: "*người xưa lên thiếu thất / diện bích chín năm ròng / ta mười năm diện tâm / kể từ khi xa nước*" (Về Thiếu Thất). Nhà thơ trừu tượng, thi hoá, linh hoá và thiền hóa con chữ trong tình cảnh sống xa quê nhà và cũng vì tình cảnh vật lý đó mà quá khứ là một ý niệm thời gian cũng biến thái theo!

Bí mật như thời gian của ban đêm: "*đêm còn lại tiếng dế mèn / tiếng trở mình ngựa căng trong từng hơi thở lá / đêm ngọt ngào viễn mơ (...) đêm nhiệm mầu câm nín / ngàn năm tuyệt diệu như thơ...*" (tr. 180). Thời gian trầm mặc của mùa Thu hoặc của chiều lắng "*chiều như mãi vọng âm / trên hàng cây thốt nốt / chiều mở nguyệt trong tâm / cội nguồn ta tha thiết*" (tr. 32), của mưa sa, hương hoa, lá e ấp,... nhẹ êm từ nơi này hiên nắng nhìn ra "*bên thềm hoa bay*" (tr. 200),... Hay những buổi chiều "*cơn gió đìu hiu nhàu mặt nước*" của tâm tưởng, ký vãng:

> "*Có những buổi chiều rảy rứt nhớ*
> *Hàng tre chim hót ngập hồn ta*
> *Giòng sông soi bóng mây phiêu bạt*
> *Tiếng ru ngọt lịm nắng quê nhà*
> *Hương tóc em thơm qua ngõ trúc*
> *Bàn tay quỳnh nở giữa đêm sương*

Ta nằm trên cỏ mơ giấc bướm
Chiếc bào yên ngựa - chuyện hư không
Thuở ấy lòng ta hồ tịnh vắng
Em về như hạt bụi vu vơ
Cơn gió đìu hiu nhàu mặt nước
Ta bà xa xót những trăng thơ
Những buổi chiều hoang hồn viễn xứ
Canh gà xao xác nhớ mênh mông
Giọng ca thánh thót bên thềm nắng
Chiều đứng im lìm trên ngọn phong
(...) Gọi mãi thiên thu đời tĩnh lặng
Thời gian bặt vết chân xa
Con chim tận tuyệt nghìn khuya hót
Mấy cõi sầu riêng thấu tim ta"

(Chiều Thăm Thẳm Nhớ).

Tình yêu như bao quát, phủ lên các thi bản của nhà thơ. Yêu người, yêu đời, yêu từng sát na đời cho. Một tình yêu thăng hoa từ những tình huống của cuộc đời: *"mắt xưa trăng đẫm non ngàn /lời xanh biếc ngọc vô thường yêu em / lá theo tiếp lục đường chim / hồn mai phục giữa hoa-nghiêm lặng tờ"* (Vô Thường Yêu Em). Vô thường yêu em tức tình yêu đã không tầm thường, có-không đã pha lẫn thiền vị! Tình đến giữa không gian Thiền, hay Thiền và tình đã làm một, với nhà thơ? *"Muôn ngàn lộc biếc đầu non / em cho ta trọn ý thanh xuân / lời chim quyên hót lưu hương / ta thiền sư cũng bỏ rừng theo em..."* (Hiên Mây Còn Thắm Nụ Đào). Khi tâm tình với người yêu, ngôn ngữ tình nhuốm thi vị Thiền, và tình yêu phải chăng cũng là một chặng đường trên cả hành trình tâm linh đó:

"Mai ta về giữa non cao
Xé mây làm áo lụa đào cho em
Nghiệp từ mấy thuở trần duyên
Nắng thanh xuân đậu ngoài hiên ta bà
Đưa nhau dạo giữa ngân hà
Bỏ nhân gian lại chốn tà huy câm
Mai sau tình vỡ hư không
Có nghe tiếng hót tiền thân chim ngàn
Từ trong thiên cổ tri âm

> *Tiễn nhau xuống núi cưu mang kiếp sầu*
> *Mai về khép cánh biển dâu*
> *Giở trang vô tự trắng nhòa sắc không*
> *Chờ nhau dưới cội vô thường*
> *Soi tâm tư hiện một vừng trăng xưa"*

(Thanh Tịnh Khúc)

Tình ở đây ở trong thể trạng đơn sơ nhất, giữa một thiên nhiên huyễn hoặc:

> *"Thả mây cuối phố em qua*
> *vừng trăng trên tóc quỳnh hoa chỗ nằm*
> *lược là vô tận hỏi thăm*
> *hương bồ kết nở trăm năm môi cười*
> *hoa cam hoa bưởi ngậm ngùi*
> *đã xa cố quận một đời viễn phương*
> *bao giờ trầm ngát rừng hương*
> *quế cay nồng tỏa suối nguồn thảnh thơi*
> *ta về hát giữa lệ rơi*
> *đại hồng chung điểm một thời xuân xưa"*

(Mê Hoặc Trầm Hương).

Cái mê hoặc của một thời học trò Phan Chu Trinh và Phan Thanh Giản!

Tình yêu qua thơ Thái Tú Hạp là một tình trạng tâm thức sinh động, yêu đời! Có khi lại chỉ là cái cớ: *"Cõi người biệt dấu phương đông / áo thu biếc có bụi hồng phôi pha / trong hồn em nhuốm mưa sa? / mùa đi vàng võ cội hoa nhân tình / (...) ta về đốt lửa càn khôn / hỏi em giữ mộng hoa vàng thiên thu"* (Hoa Vàng Thiên Thu). Và trên tất cả là tình thơ trân trọng tặng người bạn đường, dài lâu với cuộc đời, trong cái hữu hạn, vô thường của nhân sinh:

> *"mùa xuân từ thuở yêu em*
> *núi non xứ Quảng cũng mềm bước đi*
> *hàng cây nẩy lộc thầm thì*
> *nghe như giòng suối từ bi cội nguồn*
> *mùa xuân từ độ bao dung*
> *tiếng chung thuỷ ở, tiếng đường mật vui*
> *tiếng hờn ghen, tiếng ngậm ngùi*

tiếng đau dao cắt, tiếng mùi mẫm yêu
lúc khuya sớm thuở quê nghèo
lúc chinh chiến lửa phận treo tuổi mình
lúc ngã ngựa, khi tàn binh
lúc non cao vẫn trọn tình thăm nuôi
trùng dương u thảm phận người
quẩn quanh hải đảo tiếng cười đắng cay
xa rồi thác lũ trời tây
đời hư ảo thoáng chim bay cuối ngàn
đất trời thơm ngát lộc non
cho ta xuân thắm vô vàn yêu em"

(Mùa Xuân Yêu Em).

*

Ngôn ngữ thiền-thi không dài dòng, và lời hữu hạn để nói cái vô cùng, mong đụng đến cõi thật của Kinh Bát nhã. Cái chính ẩn tàng; con chữ hữu hình để nói cái vô tượng, cả vô ngôn: *"đời thắp lại những mầm xanh bát nhã / tình thương nối nhịp lời kinh.."* (Trở Lại Suối Nguồn);

"Nếu một mai trí tưởng về có thật
bóng cá ngược dòng khe suối cũ yêu thương
Tâm có động mười phương thao thức
Cõi bình minh rạng rỡ hồn phương đông"

(Mưa Trong Vùng Trí Tưởng).

Lời nói lên tư tưởng phá chấp, cởi bỏ vướng mắc, phân biệt nhị nguyên: đếm sao khuya *"cổng chùa khuya chưa khép / bầy sao rủ nhau về / (...) thiền sinh quanh quẩn nghĩ / giọt nến nhoè chữ tâm / ba sao và nguyệt hạ / sắc không chỉ một lần.."* (tr. 160-1), *"... ngắm mây biền biệt xứ / ngàn dặm xa Huệ Năng / hành trang kinh vô tự / lòng sao mãi băn khoăn / đông tây nào đón ngộ / người xa cách tâm linh / đời phù hư trá ngụy / tìm đâu thấy chân kinh"* (Chân Kinh),...

Lời thơ thường ẩn dụ, ước lệ hóa - thiền-thi đòi hỏi, khiến gợi hình, như lời kêu gọi, một lời nguyện niệm, hơn là một trả lời đã sẵn, gây suy nghĩ cho người đọc, tùy tâm cảnh, đời sống, trực chỉ nhân tâm nếu có cơ duyên càng tốt, tức không hẳn phổ quát. Nếu nói về ẩn dụ "bản thể" thì nào là căn nhà, quê-hương, mùa Xuân, cỏ thi, phương đông, mặt người mẹ,... Rõ là bản thể không đâu xa, thường ở trong tầm tay. Con đường đến chân lý, giác ngộ bản thể thì có mây, gió, đường Trường An,...

Ngôn ngữ thơ Thái Tú Hạp còn mang tính tượng trưng:

".. lòng nào hoài vọng lữ
hoàng hạc khói vô thường
lời nay là ngụy ngữ
bụi hoen cõi tà dương.." (tr. 53);
"bụi nào chao động hoàng hôn" (tr. 167).
Tính hàm súc thì trong rất nhiều thi bản:
"Vô lượng giòng sông em trở lại
Tao ngộ trời quê thắm ngọn ngành
Dặm sương gió lặng trời phiêu bạt
Vũ trụ hằng sa hạt cải xanh
Thanh tịnh rừng mai thơm ngát mật
Đường trăng suối mạch gọi nhau về
Trăm hoa ngây ngất trang kinh sớm
Than lửa tình ta cháy hôn mê
Đông phương huyền sử ngàn u tịch
Đá ong rêu phủ lối mù sương
Thơ đau từng nhánh đời sinh tử
Trăm năm như giọt nắng vô thường
Bình nước càn khôn reo trên bếp
Đồng tiền mừng tuổi xót xa thương
Trầm mặc căn nhà thơ ấu niệm
Mơ hồ cánh bướm ngẩn ngơ hương
Ta về theo hồi chuông tỉnh thức
Ruộng lúa tiền nhân đã nảy mầm
Bờ tre thiên ấn ngời cổ ngữ
Nhân gian chung nhịp thở từ tâm"

(Xuân Hạnh Ngộ)

Để nói lên được hết ý của Thiền, nhà thơ dĩ nhiên sử-dụng một số điển cố dù thưa thớt như "đỗ quyên, kiếp ba sinh, Tây Trúc,...", cũng như dùng ngôn từ Thiền, có chức năng nặng biểu cảm và mời gọi: ngộ, liễu, giác, tâm, hữu-vô, không, sắc không, tính, duyên, vọng-thực, vọng tưởng, vọng niệm, chân-huyễn, nghiệp, bồ đề, tịnh khúc, cổ phong, vô lượng, vô thường, vô tự, u cư, đại hồng chung, trầm luân, hằng sa, đồi Hoa Nghiêm,... Những từ thường gặp như hạt bụi: "hạt bụi nào bay qua" (tr.106), "hạt bụi trần ai khổ lụy"(tr.112), "nhớ thương chừ rồi mai kia hạt bụi"(tr. 142), "sá chi đời hạt bụi" (tr.153), ""cát bụi nào vong thân" (tr. 169), trong trại tù, nhà thơ tưởng có hạt bụi "niềm vui vừa đậu ở trên mi" làm "nháy hoài con mắt trái" sau biết "chỉ là hạt bụi vu vơ" (tr. 20, 23), như "cỏ thi tình quê hương" (tr. 63), như chim hạc "bầy hạc rong chơi phù ảo ngàn xa" (tr.134), con dế: "con dế sầu lưu lạc", "loài dế đã bỏ quên / lời ca buồn tháng chạp","đêm còn lại tiếng dế mèn" (tr. 180),... Hoặc chữ dùng cũ nhưng không gian mới, buồn, u mặc: *"Chiều nay sầu cổ độ / Trầm mình trong cô liêu / Hỏi thăm người thiên cổ / Sao thế nhân tiêu điều..."* (Vô Đề)

Nhà thơ dùng thể phủ-định và nghi vấn, từ tự vấn thông thường *"hỏi ta hạt bụi vô minh / sát na trong cõi hữu tình xuân thơm..."* đến *"hỏi em nguồn cội hư hao / hỏi không sắc tướng lối vào tử sinh"* (Tự Vấn), đến truy bức đời đổi thay, hành cử, tư duy, bỏ, xóa ngộ nhận, tự khuyên, tự nhẫn,... mà cũng có thể nhà thơ muốn vượt lên trên những nghi vấn nhân sinh và tâm thức. Trầm tư, thực nghiệm tư duy không tránh được những giả thiết và nêu những nghi vấn về nhân sinh, thế sự,... để có thể đến kết đề, Chân-như!

Một số so sánh, đối chiếu như để giải bày, thực nghiệm tâm thức. Đối chiếu qua một mặt phẳng: *"thi sỹ soi giòng nước / tóc với mây một màu / (...) đời qua như bóng huyễn / hoa xuân rụng trước thềm..."* (tr. 193), qua mặt hiển hiện: *".. phương trời nào hiện chân như / có em nhan sắc thiên thu gọi về / ý ta nghìn vực u mê / vọng lên tiếng hát đá khe nhìn trùng.."* (tr. 183), hoặc giọt nắng chiều:

> *"buổi chiều trước công án*
> *giọt nắng trang kinh nhòa*
> *tâm thiền sư chợt động*
> *những mùa nắng quê xưa*
> *(...) ta và bóng thiền sư*
> *trăm năm sầu như huyễn*
> *giọt nắng miền u cư*
> *làm sao tan hồn quốc"* (Giọt Nắng).

Bóng nắng theo tâm thức và vận hành đời mà tan *"chiều có mây về trên đỉnh Ngự / giòng sông Hương hờ hững bóng trăng sầu / (...) em có biết lời thơ đầy mật ngữ / đời trôi tan như bóng nắng vô thường*" (tr. 187). Hoặc nắng trở lại miền ký ức: "*mười năm chợt về như nắng / đầu sông gió thổi mây qua...*" (tr. 114). Mặt hồ mù tăm nói lên cái hư ảo, không thể nắm bắt: "*hãy như gương lặng hồn ta / trăm năm soi bóng trăng tà đầu non / bụi nào chao động hoàng hôn / trong vô lượng kiếp mù tăm mặt hồ*" (tr. 167). Tư duy trước đóa hoa hồng sớm mai, nhìn sắc mà nghĩ đến uyên nguyên, cội nguồn: "*có phải là sắc hoa / hay chỉ là giả tưởng / tâm có phải là hoa / hay mắt nhìn ảo tưởng...*" (tr. 173).

Giọng thơ Thái Tú Hạp nói chung bình đạm, chậm, trầm, không đắm say cuồng nhiệt thường-phàm như phần đông thi nhân. Cái Tôi thật tư riêng không nhiều, thường khi nói cái Tôi cũng là cái Ta chung chung! Nhạc tính trong thơ Thiền đã hẳn là thiết yếu, nhà thơ đã thành công trong nhiều thi bản. Hãy nghe nhà thơ nói lên một nỗi niềm trầm lắng:

> "*mười năm sầu rong ruổi mãi*
> *con đường phố mới thênh thang*
> *sông hồ ta ngàn phiêu bạt*
> *tình xa lòng cũng như không*
> *(...) dương liễu chiều reo như suối*
> *ngỡ về thơm ngát hương hoa*
> *tình ta cao như đỉnh núi*
> *tuổi vàng sao quá thiết tha*
> *mười năm trùng dương bát ngát*
> *chợt sầu như chuyện hôm qua*
> *thư em như giòng sữa ngọt*
> *chiều nhen chút lửa lòng ta*
> *(...) mười năm giờ như mây nổi*
> *tang thương đời cũng phôi pha*
> *núi sông nào lên tiếng hát*
> *hồn xuân về lại trong mai...*"

(Nỗi Buồn Trong Thành Phố Mới)

Hoặc khi nhung nhớ, hồi tưởng có trở về thì cũng trong một khung cảnh tôn nghiêm, lòng trang trọng:

> "*mười năm rời xa mẹ / lòng con đầy tiếng kinh*
> *tuổi đời rêu nắng xế / lời mẹ thiết tha tình*
> *(...) đời con chiều quạnh quẽ / đất lạ hắt hiu sầu*
> *mười năm rời xa mẹ / chùa im vắng tiếng chuông*
> *mùa đông nghèo lạnh buốt*

> *thân xác gầy yêu thương...*
> *đường mai mờ bụi đỏ / lối về tan nát xuân*
> *con bên bờ vực thẳm / ngắm mây sầu ly hương"*

(Nhớ Mẹ).

*

Thơ Thái Tú Hạp có thể nói thuộc truyền thống mỹ học Thiền. Một tổng hợp mới giữa thi và thiền, của nhân tâm và cõi Chân Như. Cõi thơ với cõi thiền, ý của thiền chữ của thơ, một chuyển thể liên hợp tiên tục! Nhà thơ Thái Tú Hạp nhập trong bản thể đại ngã bằng con đường tự lực qua thi ca, qua thích ứng và thực nghiệm tư duy, tâm thức. Nhà thơ như muốn nhìn thấu cổ kim, với tu dưỡng, với kinh-qua của nhiều cuộc đời (lính, thuyền nhân, lưu vong, ...). Thơ Thái Tú Hạp vừa là chân dung cuộc đời nhiều biến động của người Việt từ nhiều thập niên qua, đồng thời cũng là luồng gió mát nhân văn và tâm-linh mà con người vật chất cuối thế kỷ XX công khai tìm kiếm!

Trong tình cảnh lưu vong ở hải ngoại, sau những đoạn đời gian truân, khổ ải, mất mát, vượt biên, tù đày, v.v., từ phía các nhà thơ cùng mẫu số chung đó, một số phẫn nộ vung lời, tiếp tục chiến đấu, bạo động lời hoặc tiếng thơ thất thanh,... nhưng cũng có những người như Thái Tú Hạp thơ hiền hòa, thâm trầm hơn, như có chiều u uẩn! Thiền chính là niềm u uẩn đó! Thái Tú Hạp, "người lữ hành buồn / mang nỗi nhớ trăm năm" (tr. 73), thành thử đã thiền hoá thi ca, đã biến tình và thơ làm một với thiền! Thiền tính khiến thơ ở đây thanh khiết, hướng thượng, toàn bộ thi ca tâm thức trở thành cõi Niết Bàn của riêng ông! Ở Thái Tú Hạp, những bức xức, tiếc nuối nếu có thì như đã chìm lắng thật sâu!

Qua thi ca *thiền-vị*, Thái Tú Hạp nhờ cơ duyên, đã nhiều lần thành công bày tỏ cảm xúc trước cái thường hằng, cái đẹp tự tại của thiên nhiên, trước cảnh trí của một số tình huống nhân sinh. Nhà thơ nhận ra chân-như ở một số hiện tượng, qua liên hệ với con người - người mẹ già, người yêu, bạn hữu, đồng hương, gần bên hoặc đã không gian xa cách, và cả những người muôn năm cũ! Hình thức, ngôn ngữ và nhạc điệu tạo nên phong cách thơ, nội dung và cái còn lại sau khi thưởng thức thi-bản tạo nên thi-vị. Tất cả những yếu tố, đặc tính vừa kể tạo nên một không gian đạo, những chức năng nhà thơ thành công đem đến cho sáng tác mình, tạo nên thi vị Thiền-thi một cách nghệ thuật. Thơ của Thái Tú Hạp trước hết là một lên đường tầm đạo và toàn thể sự nghiệp thi ca của ông (dĩ nhiên ông hãy còn tiếp tục sáng tác!) nếu phải thu tóm, thiển nghĩ người lên đường tìm đạo đó đã ngộ đạo, đã đụng đến uyên-nguyên của Thiền. Tâm thức nhà thơ đầy ắp chuyện nhân sinh nhưng đồng thời trống không một cách an nhiên tự tại. Nhà thơ cho người thưởng thức cảm tưởng ông tu dưỡng nhân cách! Thi ca trong trường hợp Thái Tú Hạp đã là phương tiện đạt đến chân lý bản-thể huyền diệu của đạo. Ngộ đạo không có nghĩa là đạt đạo. Giác ngộ, có bản lĩnh chân tu, không có nghĩa là đạt đến cửa Chân như. Trần Nhân Tông, một vị thiền sư thế kỷ XIII, đệ nhất tổ phái thiền Trúc-Lâm Yên-Tử dù đã xuất gia trên núi Yên-tử mà vẫn phải ra tay việc nước trần thế khi cần và đã để lại những câu phú nổi tiếng:

"Cư trần lạc đạo thả tùy duyên
Cơ tắc xan hề khốn tắc miên
Gia trung hữu bảo hưu tầm mích
đối cảnh vô tâm mạc vấn thiền" (4)

Đấy là dấu chứng của niềm vui Cư Trần Lạc đạo, của chân tâm đã đạt! Một lý-tưởng mà nhà thơ Việt Nam sống đời lưu vong có thể nào đạt được!?

7-2003

Chú-thích

1. Chúng tôi trích dẫn thơ từ tuyển tập *Hạt Bụi Nào Bay Qua* (Sông Thu, 1995) gồm những sáng tác mới bên cạnh một số thơ đã in trong các tuyển tập trước đó. Những trích dẫn ngắn được ghi số trang từ tuyển tập. Ngoài ra có một số thơ từ nguồn khác.

2. Ngô Tất Tố dịch "Thân như bóng chớp có rồi không" ("Thị Đệ Tử". *Văn Học Đời Lý*. Sài-Gòn: Khai Trí, 1960, tr. 30).

3. Bản dịch của Ngô Tất Tố:
"Xuân trôi, trăm hoa rụng,
Xuân tới, trăm hoa cười.
Trước mắt, việc đi mãi,
Trên đầu, già đến rồi!
Đừng tưởng xuân tàn hoa rụng hết,
Đêm qua, sân trước, một cành mai"
("Có Bệnh, Bảo Với Mọi Người". Sđd, tr. 52).

4. Bản dịch Lê Mạnh Thát:
"Ở đời vui đạo hãy tùy duyên
đói cứ ăn, đi mệt ngủ liền
Trong nhà có báu thôi tìm kiếm
đối cảnh vô tâm chớ hỏi thiền ".
Kệ kết bài phú Cư Trần Lạc Đạo, trích từ Lê Mạnh Thát. *Toàn Tập Trần Nhân Tông* (TpHCM: NXB Thành Phố HCM; Viện Nghiên Cứu Phật Học, 2000), Tập 1, tr. 414.

Thảo Trường

Tên thật Trần Duy Hinh, sinh ngày 25-12-1938 và mất tại California ngày 26-8-2010. Sau khi ông tái định cư ở Hoa-kỳ năm 1993, năm 1995 nhà Tin ở Paris đã xuất-bản *Tiếng Thì Thầm Trong Bụi Tre Gai*, kế đó là các nhà Đồng Tháp, Quan San, Đầm Sét và Quyên Book ở vùng Quận Cam California xuất-bản Đá Mục (1998), *Tầm Xa Cũ Bắn Hiệu Quả* (1999), *Mây Trôi* (2002), *Miểng* (2005) và tuyển tập *Những Miểng Vụn của Tiểu-Thuyết* (Người Việt, 2008; 6 tác-phẩm tái-bản kèm phỏng vấn, 550 tr.).

Tác-phẩm Thảo Trường trước và sau 1975 đều là của một *thế-giới khủng hoảng*, nơi đó con người chân-chính phải lên đường, dấn thân, đi tìm, chịu mọi thua thiệt và cả phải "tử đạo". Nhà văn ở đây tự nhận trách nhiệm, tự phân công tác phải góp công soi sáng, phải ra đi, lên đường, bằng chính bản thân, vì không gì cụ thể và trung-thực hơn. Nói chung, đó là một đối kháng liên tục, những tra vấn không ngừng của con người trí thức, "cấp tiến", trong một xã-hội, đất nước đang lâm chiến và kéo dài, một cuộc chiến-tranh huynh đệ trong khung cảnh tranh chấp ý thức hệ của cái gọi là "chiến-tranh lạnh" của tương tranh quốc tế về sau biến dạng thành tranh hùng quốc-cộng nay vẫn còn tiếp tục. Cuộc chiến khiến xã-hội phân chia nông thôn và thành thị thành hai thế-giới tương phản nhau, riêng nơi đô thị vốn yên ổn hơn thì lại đầy bất công, thối nát, một xã-hội sụp đổ và con người hoang mang, mất mát! Ngoài một số tiểu-thuyết thời-thượng về xã-hội nhốn nháo vui chơi thời chiến như Ngõ Tối hoặc Bà Phi (đăng báo) thuộc khuynh-hướng Văn Quang, Hà Huyền Chi, v.v., Thảo Trường đã có những *tác-phẩm "nội-dung"* mà chúng tôi đã phân tích trong Chương "Thảo Trường, nhà văn dấn thân với nỗi ý-thức không rời..." (X. Văn-

Học Miền Nam 1954-1975, Quyển Hạ: Tác-giả, 2016). Ở đây nói đến Thảo Trường hải-ngoại, sau 1993, sau những năm tù "cải tạo" sau biến cố 30-4-1975.

Mây Trôi (2000) vẽ bức tranh hiện thực của xã-hội cộng-sản, và với ngôn-ngữ của kẻ "thắng"! Sau 1975 thì đầy dẫy hoạt-cảnh đời sống và con người của chế độ bách chiến bách thắng nhưng thua ở da thịt, ở lạc thú cũng như lý-trí và con tim, v.v. và v.v. Ngụy thua nhưng con người của ngụy thơm, cung cách... hấp dẫn. Nàng cựu đảng viên bị tù hình sự, trong tù gặp rồi mê tù binh ngụy, tính chuyện ra tù ở chung:

"- Ở chung. Em quản lý được cả hai. Em là cán bộ hậu cần xuất sắc có nhiều thành tích huân chương cao quí và giấy khen. Chỉ sợ anh đi Mỹ với vợ anh.

Rồi bà nháy mắt:

- Bắt được tù binh mà để sống thì uổng lắm. Chiến thắng mất cả ý nghĩa. Phải giữ cho bằng được thì thắng lợi mới toàn diện và triệt để.

Không ngờ ít lâu sau ra trại hai người gặp nhau thật, "nữ hoàng" chạy chiếc xe cub của con gái lên Saigon tìm đến chỗ ông sĩ quan cựu tù chính trị tạm trú chờ xuất cảnh sang Mỹ. Họ ở với nhau cách nhật, hai ngày gặp một lần. Bà khoe có người thợ tẩm quất mù điệu nghệ, và có lần còn chở anh ta lên đấm bóp cho ông. Anh mù ngồi phòng ngoài hút thuốc uống nước, chờ họ yêu nhau xong hiệp một thì vào xoa nắn cho hai người. Khi họ cảm thấy thư giãn lại mời anh mù ra phòng ngoài hút thuốc uống nước tiếp để họ yêu nhau hiệp hai.

Đến chiều bà lại chở anh phế binh cựu chiến sĩ lái về vùng ngoại ô, bà dúi vào tay anh tờ giấy xanh 10 đô, nói của ông khách trả công. Bà hậu cần bỏ tiền túi bao bọc cho người sĩ quan thất trận. Vợ con từ Mỹ gửi về cho ông mỗi tháng hai trăm, ông sĩ quan cũng đem ra tính bao gái nhưng bà nói ông giữ mà... tiêu vặt, tiền Việt kiều cho ông chỉ bằng tiền lẻ của bà cất giấu. Bà nói đùa "Nhân dân làm chủ. Em là nhân dân."

Bà cất dấu tiền và vàng ở một chỗ chỉ mình bà biết. Bà dấu chồng dấu con vì bà không tin ai. (...). Cho đến khi bà bập phải người tình sĩ quan chế độ cũ thì đã có lúc bà định trao phó của cải bí mật ấy cho chàng! Đúng là đến cái lúc...ái tình nó làm cho bà hồn nhiên ngây thơ ra. Bà chưa chỉ chỗ bà giấu của cho chàng nhưng bà đã bất chợt đề nghị trả cho bà Việt kiều vợ của chàng một tỉ bạc tiền ta, tương đương với gần một trăm ngàn tiền Mỹ, nếu như bà ấy về đón chồng đi. Bà nhìn người tình nhân nằm bên cạnh đang lim dim đôi mắt nhìn lên con nhện chăng tơ trên trần nhà. Đôi mắt chàng ôi chao sao mà quyến rũ mê hồn, bà chưa thấy đôi mắt nào có hấp lực với bà như thế. Bà chợt nhận ra rằng đôi mắt của chồng bà và cả những gì khác nữa của ông cũng đều...tầm thường không thể chịu được. Bà đã không nhìn ra những cái vô duyên của chồng. Cái mặt hô vô duyên, cái tóc bù xù vô duyên, cái tay khẳng khiu vô duyên, cái chân xương xấu vô duyên, rồi cái đầu gối cục mịch trên cái chân đó cũng vô duyên luôn, đừng nói tới những cái ngón chân quê mùa, nước da tai tái quê mùa. Bà thấy chồng bà in hệt các anh lớn ở trên, từ bác cho đến các anh cả, anh hai, anh ba, anh tư, anh năm, anh sáu, anh bảy anh mười, anh nào cũng giống nhau tai tái, vô duyên. Chỉ khác là họ trèo lên được chỗ cao mà ngồi mà hưởng, còn chồng bà suốt một đời làm anh đảng viên quèn, chuyên môn vỗ tay hoan hô phe ta và vung tay đả đảo phe địch, khư khư ôm cái hào quang "sự nghiệp cách mạng" và "quyền lợi chính trị" không tưởng. Phải chi chồng bà vung lên được, không bằng anh mười thì ít ra cũng ráng thành anh Đỗ 20 cho em thừa cơ "bên tầu có loạn", xây dựng sự nghiệp cho bằng các anh ấy. Không, người đảng viên chân chính chồng bà không phất lên được, không tỉnh ra được, thì bà phải trưởng thành trong gian nan khói lửa của cách mạng thôi. (...)

Bà cũng tiếc cho bản thân mình, sao không vùng lên chơi bạo hơn nữa, sao bà chỉ có gan làm giầu mà không có gan làm lớn. Trách chi chồng bất lực. Chính bà cũng vẫn còn yếu đuối, chính bà cũng còn bị giới hạn trong vòng sợ hãi không giám bung ra cao hơn nữa... " (tr. 12-15)

Một thứ "*người cộng-sản, rạc rầy, vùng vẫy thoát ra khỏi nó mang theo nhiều thương tích*" (tr. 113), bà *cộng-sản* níu kéo ông *cộng hòa*, đời "*yêu em theo kiểu cộng hòa đi anh*":

"*- Ở lại với em anh sẽ làm chủ tất cả, em và của cải của em. Tất cả những thứ phi nghĩa.*

- Nhưng cộng sản họ lại làm chủ anh.

- Không lo chuyện ấy. Tại các anh bị họ bỏ tù một lần nên anh

nào cũng sợ, anh nào ra tù cũng chỉ mong chóng thoát ra nước ngoài. Như thế là chạy trốn. Anh đừng sợ gì cả. Với cộng sản nếu sợ là họ trấn áp, còn không sợ là họ cũng thua thôi. Em là... cộng sản em biết. Anh cứ ở lại yêu em chẳng ai làm gì được anh, không có đứa nào đụng được đến... lông chân anh. Chồng em cũng không làm gì được anh cho dù anh ta là đảng viên. Em tuy bị khai trừ nhưng em cũng đã từng là đảng viên, em bảo vệ cho anh, anh phải tin tưởng ở em, anh thân yêu ạ.

- Anh cũng rất muốn sống với em chứ.

Ông nói thế và cứ nghĩ đến nụ cười chúm chím mời gọi, đuôi mắt long lanh và nhất là hai vú thây lẩy. Người đàn bà sung sướng nhảy sà xuống chụp lên người ông. Thì ông lại bóp hai cái thây lẩy vậy. Điếu thuốc cháy rụi trên chiếc gạt tàn, lon bia sủi tăm không ai uống" (tr. 16-17).

Tận hưởng phút giây hiện tại, nhưng nỗi ý thức vẫn còn đó: *"Anh là kẻ thất trận.... Kẻ thất trận chỉ phải ân hận nghĩ đến những nỗi đau khổ của những người đã lỡ theo phe mình trong cuộc chiến và những oán trách của những người đã lỡ kỳ vọng chờ đợi cái ngày được phe mình giải phóng không bao giờ xảy ra"* (tr. 19).

Bên cạnh là chuyện anh chiến sĩ lái phế binh cộng-sản mù làm nghề tẩm quất khi đổi đời sống gá nhân ngãi với bà góa phụ cộng hòa nay thành trùm buôn lậu:

"Hai kẻ khốn cùng thành một công ty, một liên minh, một hợp tác, một cộng đồng, một hòa hợp thách đố giữa cái xã hội loài người nhiễu nhương khốn khổ. Chị lại dọn về ở căn nhà trước kia của chồng chị bị cách mạng tiếp thu, mà nay là nhà của anh bộ đội mua được bằng tiền toa rập buôn lậu gỗ trầm" (tr. 26). Họ sống cái hạnh-phúc mà "giải phóng" đã tình cờ đem đến cho họ: *"Chị xối nước tắm cho anh, người mù ngoan ngoãn để cho vợ làm các việc vệ sinh cho mình. Dưới ánh trăng, chị nhìn ngắm thân thể anh, cái thân thể chị độc quyền, cái thân thể dành riêng cho chị, nó cân đối, đẹp đẽ, mịn màng. Con người anh chỉ bị đôi mắt tàn tật, chị tìm chiếc kính đen quen thuộc đeo lên cho anh, thế là xong, che đi một chút khiếm khuyết, anh sẽ là một người mẫu. Nghĩ cho cùng, mọi tội lỗi cũng chỉ do đôi mắt sáng. Vì có mắt anh thành tên xâm lược, vì có mắt anh thành kẻ buôn*

lậu, cũng vì có mắt anh mới là một tên ma cô theo đuôi những tên ma cô ăn chơi đàng điếm. Nay đôi mắt sáng không còn, anh không nhìn thấy gì nữa, anh không còn khả năng tác yêu tác quái, anh bị lùa về một góc cuộc đời và anh trở thành người hiền lành an phận. Anh trở thành người tình đáng yêu của chị. Chị xoa xà phòng thơm cho anh, thứ xà phòng ngoại của khách Việt kiều cho, anh sẽ thơm tho, anh sẽ đẹp đẽ... " (tr. 36-7).

Cuộc chiến-tranh 1957-1975 đã không kết thúc bình thường và hậu quả của nó đã và sẽ tiếp tục tàn phá đất nước, dân-tộc. Theo Thảo Trường, *"cần tới cả trăm năm để cho cái ám khí quỉ quái phai nhật đi và để cho luồng sinh khí mới phục hồi".* Ngay cả con người *"ở đâu thì cũng sẽ mai một".* Mây Trôi đã là những mảnh đời *"rạc rầy, thương tích bất thường",* những đôi *"gian phu dâm phụ mút mùa hậu chiến"* định nghĩa lại *"tình-yêu chỉ cần cật lực hay thục mạng"*(tr. 24, 22).

Bên cạnh chuyện Việt Nam hậu-1975 là chuyện một *Việt Nam mới,* ở hải-ngoại: **Đá Mục** là cuộc sống hội-nhập khó khăn và gần như phi lý nơi xứ người của người "tù học tập". Với nhân-vật của Thảo Trường thì quá-khứ gần đa đoan đầy khốn cùng đã khiến người lương tri lý trí đầy đủ, trở thành, nếu không là "triết gia" thì cũng là tâm thần hết vững, sống với gia-đình mà như cô đơn, lạc lõng tột cùng, trong truyện được thân thương xưng là "ông lão"! Từ nơi nghỉ mát, nhiều giai đoạn cuộc đời đã xảy ra, đã được gợi sống lại. Từ khi còn là chuẩn úy mới ra trường đóng đồn trên vùng thượng, nơi có anh trung sĩ truyền tin mà qua đoạn hai, "thằng em" và "ông thầy" 20 năm sau gặp lại nhau trong trại học tập, và sau cùng thấp thoáng nơi kéo máy casino. Hòn đá đến với họ nơi vùng cao nguyên, anh trung sĩ tắm suối với gái thượng tìm thấy đưa về tặng xếp để bỏ chưng trên bàn giấy: *"hòn đá to bằng năm tay. Mầu mận chin. Nhìn kỹ nó có vóc dáng hình nhân, có khi lại thấy hao hao một loài thú. Cũng có lúc thấy nó giống thiên thần rồi lại chợt tưởng là quỉ sứ.... Có lúc thấy nó hiện hữu, lại có khi chẳng nhìn thấy đâu. Theo người tìm ra thì mảnh vỡ có thể từ cung trăng hay một hành tinh nào đó trên vũ trụ xẹt xuống. Sao băng nằm ở đáy hồ..."* (tr. 19).

Cục đá đã theo ông sĩ quan suốt cuộc đời binh nghiệp, đến ngày mất miền Nam thì ông đánh mất nó, sau đó cục đá trở nên tâm thức sống, trong rừng núi thượng du cũng như trong các thánh đường nơi xứ người. Ông lão sống nơi có nhiều người Việt tị nạn mà cái gì ông cũng phải "học tập" lại, nhưng tâm tưởng "ông Thượng người Mỹ" cứ lạc về một quá-khứ trên vùng cao-nguyên nơi ông đã được thấy và sống hồn nhiên, với những con người "tự-do tuyệt đối" giữa thiên nhiên! Vậy mà không chắc vậy, vì chính cây bút tỉnh táo và tự tại cộng phúng thích của Thảo Trường đã muốn nhân-vật mình rơi vào "cõi hiện thực" mới! *"Nó cũng chỉ là một cục đá như những cục đá người ta ném nhau"*, hóa ra là vậy! Truyện không nhiều tình tiết, hành động, nhưng đầy ắp suy-tư và sự-kiện!

Tầm Xa Cũ Bắn Hiệu Quả in lại Viên Đạn Bắn Vào Nhà Thục và 5 truyện ngắn khác. Trong những sáng-tác mới này, khung cảnh vẫn là một Việt Nam chiến-tranh và hậu chiến, với cái không-khí, ngôn-ngữ và lối kể chuyện tỉnh táo, thản nhiên đến lạnh lùng. Tầm Xa Cũ Bắn Hiệu Quả kể chuyện của Thinh và Miện là những người lính hành quân vùng Mỹ Tho, nhưng đó chỉ là cái cớ, ông muốn nói lên cái không khí bất thường của bình thường đời sống. Miện, thiếu úy pháo binh nổi tiếng "gọi bắn nhanh nhất" với lời gọi "tầm xa cũ bắn hiệu quả", cấp trên của Thinh vừa hy sinh, đã thương nghĩ muốn đền bù đồng đội khi nói với người chết *"có lẽ chỉ còn một cách là tao lấy vợ mày, tao nuôi con mày cho nó lớn khôn, chỉ còn hành động đó thiết thực. Yêu thương vợ mày, bế ẵm con mày, rửa đít cho con mày, nuôi nấng gia-đình mày. Bây giờ chỉ còn bấy nhiêu. Có lẽ chỉ còn cái việc mà người đời coi là vô luân, bất nhân, bất nghĩa đó là thiết thực hữu hiệu..."* (tr. 58-9). Phi lý, bàng hoàng, bất lực, đào ngũ, v.v. là những cảm nhận còn lại của người sống! Trong Hang, là chuyện những tù binh của miền Nam, trong có cả cậu Cu Tý 17 tuổi bị bắt về "tội vũ trang chống phá cách mạng", nhưng khí-khái đã lộ:

"Khi toán tù binh về tới trại thì nghe tin ông chánh án đã chết trong hầm kiên giam. Và Cu Tý đã khóc hu hu trong ấy! Mấy ngày sau người tù Cu Tý cũng được thả ra khỏi kiên giam. Và lại có tin cu cậu được gia đình từ trong Nam ra thăm nuôi. Các sĩ quan tù binh thấy vậy bèn bảo nó:

- Ở đời người ta thường nói hoạ vô đơn chí, nhưng trong trường hợp này thì anh ta khác hẳn, qua cơn hoạn nạn là gặp hên, phen này ra "nhà thăm gặp" tha hồ mà nhõng nhẽo với mẹ.

Có bác tù còn chọc ghẹo nó:

- Này, hỏi thiệt nhé, hôm đi nhổ mạ anh có thật là chỉ bóp vú hay còn làm gì khác nữa không?

(...) Nhưng khi từ nhà thăm nuôi về, Cu Tý buồn so, nó than thở:

- Đúng là họa vô đơn chí!

- Sao vậy? Có gì xảy ra?

Mãi sau anh ta mới kể lại cho các tù binh nghe chuyện buồn của nó. Khi ra gặp mẹ, Cu Tý bị cán bộ cảnh cáo nó với gia đình về tội vi phạm kỷ luật cải tạo, có những hành vi dâm ô với phụ nữ. Cán bộ nói đáng lẽ nó bị cắt thăm gặp nhưng vì có... chồng của mẹ nó là cán bộ cách mạng đi theo nên trại chiếu cố khoan hồng nhân đạo cho nó gặp gia đình mười lăm phút! Gia đình sẽ cùng với nhà nước hợp tác giáo dục nó tiến bộ. Người tù chính trị trẻ tuổi nghe đến đó thì nước mắt trào ra. Nó đòi trở vào trại không gặp gia đình nữa. Mẹ nó cũng khóc. Bà thì thầm với nó, phân bua với nó, rằng bố nó đã mất tích trong cơn biến loạn, bà đã đi lùng sục tìm kiếm khắp nơi, hỏi thăm khắp các người cùng đơn vị với bố nó, có người còn quả quyết là chính mắt họ đã trông thấy ông ta chết chìm dưới biển trong khi di chuyển từ Phan Rang vào Vũng Tầu! Vì thế cho nên bà đã đành nhận lời làm vợ người cán bộ giải phóng theo đuổi tán tỉnh bà để bà có một nơi nương tựa trong xã hội mới!

Trong lúc bà mẹ thì thầm dỗ dành đứa con trai tù tội, thì người cán bộ chồng mới của bà ngồi hút thuốc rê, uống trà, và tán chuyện vãn với anh công an coi thăm nuôi. Thỉnh thoảng họ lại liếc mắt nhìn hai mẹ con gia đình binh sĩ quân đội Cộng hoà cũ! Hết mười lăm phút thăm gặp, người con đứng dậy đưa tay quệt ngang mắt, nói với mẹ:

- Mẹ về Nam bình an. Từ nay mẹ đừng ra thăm con nữa.

Bà mẹ mếu máo:

- Tại sao? Con?

Người thanh niên nghiến răng, lát sau anh buông thõng:

- Con nói như vậy, mẹ nghe rõ không? Mẹ có đến thăm, con cũng không ra gặp mẹ đâu!

Nói rồi anh ta cúi đầu lầm lũi đi về phía cổng trại giam. Mặc cho người mẹ than khóc, mặc cho người công an bảo anh ta nhận quà của "bố mẹ", người thanh niên như không nghe, không thấy gì, anh bước những bước chân chập chờn trong một cái màn sương làm bằng nước mắt!" (tr. 94-96).

Trong Hẽm, Trong Bếp là những mảnh đời tị nạn, của những "tù binh vô thừa nhận" thành "các bác già lưu vong vô tổ quốc lang thang khắp thế-giới", hiện tại pha quá khứ, thực tại pha chiến lược chiến thuật ngày xưa! Đến Trong Nôi, thì trở nên khốc liệt vì có trận chiến được dàn ra *"trên đường Bolsa... một bên là Việt-cộng rất thủ đoạn nhưng có lực lượng cảnh binh sắc phục đẹp... trang bị bằng những khí cụ hiện đại tối tân nhất thế-giới, hộ tống. Một bên là dân di cư chạy loạn, nạn nhân của Việt-cộng.... Việt-cộng treo hình căm cờ. quốc-gia phản đối..."* (tr. 142). Chuyện Trần Trường đòi treo cờ đỏ và hình lãnh tụ bên kia! Lời cuối tác-giả cho biết ông viết để tặng thế hệ cháu sẽ là những "người tù binh thắng trận"!

Trong ***Miếng***, Cơn Sốt không chỉ thoáng qua mà hành hạ xác thân và tận cùng linh-hồn. Bóng dáng những người làm văn-học tự do và có vai vế trong xã-hội cộng hòa được ghi và vẽ lại, trước sau, có những chân dung cảm động với những đường nét sống động đời đọa đày vẫn vươn lên tìm sống (Ông Bồ). Miếng là cuộc sống ở ngoài, sống lưu đày, nơi "mây bay gió thổi", con người dễ nghĩ đến cái chết và cả chỗ chết. Nhân-vật Tôi trong...Từ Dưới Đỉnh Đồi Nhìn Lên Chân Núi là một cô gái quê đi lên từ vai người ở yêu cậu sinh viên ở trọ rồi lấy con chủ, rồi bỏ nhà làm sở Mỹ, rồi lấy sĩ quan đồng-minh và rồi theo chồng về Mỹ sống hội-nhập. Tháng Tư đen đến, rồi chồng chết để lại gia tài và... chỗ chết, rồi bà gặp lại cậu chủ nơi xứ người, là người từng khai mở tình-yêu cho bà và tưởng đã cùng bị "bụp" và đã "vỡ mặt" đã "rồi đời". Người sinh viên nghệ sĩ ngày nào nay đã là một ông lão ốm yếu, nhưng "tình-yêu tột cùng" đã đến với ông sau những ngày tháng "đau khổ tận cùng" trong nhà tù cộng-sản. Tình-yêu tái hồi nhưng cái chết sẽ đến đã không buông; họ sống với nhau như những người không còn quê-hương và như đã chuẩn bị cho ngày cuối đời, nói như nhân-vật xưng Tôi:"em không còn nơi nào khác nữa ngoài nơi đây. Và đây cũng chỉ là đất khách. Nhưng đây là chốn chồng em cưu mang đem em đến, đây là chốn đã có hai kẻ tình nghĩa nằm lại, em không thể bỏ nơi đây, em không thể bỏ họ, em cũng không thể để mất cậu một lần nữa vì em đã tìm lại được cậu. Vậy thì cái bộ xương của em, cái bộ hài cốt của cậu, kể ra thì để ở đâu cũng được, đâu cũng là nước Chúa, nhưng em tham lam ích kỷ, em muốn cậu chiều em, sống cậu muốn ở đâu, đi đâu tùy ý, nhưng em xin cậu khi nằm xuống hãy nằm cùng với em, hãy nằm chung với em, với ông ấy, với Patrick. Cả bốn chúng ta khi sống chẳng có dịp chung chạ, em muốn khi chết rồi chúng ta phải đoàn tụ. Cây bạch dương này là cột mốc của sự đoàn tụ. Cậu thân yêu". Cậu bước tới cửa sổ, pho tượng khổ nạn đá đen khom khom nhìn vào viễn kính, cậu xoay cái ống nhòm đang ở hướng nhìn tới ngôi nhà trên chân núi sang hướng nhìn tới cây bạch dương nơi sườn đồi. Tôi đến sát sau lưng cậu, tôi ôm ngang người cậu, tay phải cậu vặn vặn cái núm điều chỉnh viễn kính cho ảnh rõ nét, bàn tay trái pho tượng luồn vào trong áo tôi tìm tòi những gì mong muốn ở trong đó. Và tôi đã giúp cho cậu thuận tay dễ dàng." (tr. 112-3). Truyện như một lời tự nhủ hay nhắn nhủ cuối cùng của những kẻ tha hương!

Cơn Sốt là chuỗi sáng tác có thể xem là tiêu biểu để hiểu tác-giả, đã được Thảo Trường viết vào ba thời kỳ khác nhau nhưng tiếp nối nhau: lần đầu in trong *Người Đàn Bà Mang Thai Trên Kinh Đồng Tháp* (Trình Bầy 1966), lần thứ hai viết ở Hoa-kỳ năm 1994 và in trong *Tiếng Thì Thầm Trong Bụi Tre Gai* (Tin 1995), và lần ba trong *Miểng* do Quyên Book xuất-bản mới đây. *Cơn Sốt làm người,* của tác-giả Thảo Trường và cũng có thể của nhiều thanh niên, trí thức sống cùng thời và cùng phải kinh qua những đợt sống chìm nổi ái ố hỷ lạc v.v. Cơn Sốt đầu là của một thanh niên nhập cuộc với hăng say của tuổi trẻ nhưng cũng với tâm thức nhức nhối thường trực. Khi cơn sốt hành hạ thảm hại, nhân-vật Tôi đã phải *"hét to và cựa mình đưa tay nâng cầm Thảo dậy ngang mặt tôi. Mắt tôi chạm phải cái nhìn ướt nước của Thảo. Cái nhìn ấy đẹp như một nhát kiếm. Đối với tôi lúc này... Thảo ơi! Anh yêu em! Anh thật yêu em! Anh yêu em vô cùng!"* (NĐBMTTKĐT, tr. 98).

Đến Cơn Sốt thứ hai, Tôi nay tự xung là "ông lão", ông đã trải qua đòn thù "học tập" 17 năm và vừa sang Mỹ đoàn tụ gia-đình, làm lại cuộc đời như một người hoang sơ chưa quen với "văn minh" của nước đồng minh cũ. Làm "kẻ lưu vong" bên cạnh "bà Mỹ" chủ hãng và là vợ ông. Ông lão thích lang thang thành phố, bãi biển, hội-nhập thể thao với các cháu dự xem những trận football Mỹ, hockey hay chơi trượt nước, trượt tuyết, bowling, những dịp ông quan sát người và đời. Nhưng lão từ chối sống trong khuôn khổ, thích làm nghề "tự do" lượm ve chai, thái độ, nếp sống bị vợ con chê là dở hơi, ngang phè,... trong khi lão tự cảm thấy tỉnh táo, "*tỉnh đến độ phải làm ra vẻ... ngơ*". Lão nhớ nghĩ lại lúc lên cơn sốt vì con muỗi malaria "*chích vòi vào gáy người tù già hút tí máu sống qua ngày*". Bị coma, ông thấy hồn ông bay vật vờ nhưng sao cứ ở gần trại tù. "*Hồn bay lên khỏi những ngọn cây tràm rậm rì trước bệnh xá, qua những cây tràm khác trong trại giam ra khỏi hàng rào tre, rồi cứ thế hồn bay qua Suối Lạnh, qua Suối Cạn,... lướt trên những ngọn cây... Hồn đứng nhìn lên trời và cúi nhìn xuống cánh rừng phía dưới nơi có trại tù...*" (tr. 106). Một cơn sốt bên lề những cái chết "thân thương" mà mỗi xảy ra là một dịp bi-đát cho những quân quần đồng đội, của những khuôn mặt lớn của xã-hội cộng-hòa, họ ở thật gần nhau kể cả giờ phút chót, những ngày "*thứ bảy: chôn xác kẻ chết*" (tr. 116). Với tri kỷ, ông lão tâm sự đã "chạy trốn", nghĩa là không được như những tráng sĩ ở lại quê nhà để sửa lại những sai lầm tập thể. Cơn sốt hối hận, "chạy trốn", như ứng-nghiệm lời Thánh-kinh "Chúa Jésus phán rằng khát nước!" mà tác-giả ghi ở đầu truyện.

Trong *Miếng*, Cơn Sốt thứ ba khi nhân-vật Tôi phải nằm bệnh viện. Cơn sốt trầm trọng của bệnh tật tuổi già, tâm và vô thức ông cũng sốt theo thể-lý con người, hồn chập chờn lìa thân xác: "*Tôi nhẹ nhàng bốc lên cao ra khỏi ông. Tôi bay lơ lửng xung quanh căn phòng mổ nhìn xuống cái thân xác tô hô trần truồng một đống của ông. Vẫn thở đều đặn. Vẫn còn gọi là sống nhưng ông chẳng thể biết gì. Cái ông xấu xí nằm thản nhiên không một ý thức, không một thái độ, không một lập trường, không một cảm xúc... Một xác sống giống một xác chết. Một xác sống không phải là sống. Một xác sống vô ích. Một cái xác... chưa chết. Vì ông không có tôi trong ông. Tôi và ông lúc này đây đã cách lìa nhau và chúng ta không thể được coi là một con người sống. Ông hữu hình nằm đó mọi người đều thấy nhưng ông không biết gì. Tôi vô hình bay lơ lửng chẳng ai thấy nhưng tôi biết hết. Chúng ta là hai cái thiếu nếu ở riêng. Chỉ khi nào hai ta gộp lại thì mới có thể thành ra một thứ gì đó. Một thứ gì đó có ý nghĩa. Chỉ mình ông thôi là vô ích. Chỉ mình tôi thôi cũng là vô ích nốt. Hóa cho nên cả hai phải nhập làm một. Không ai tự coi mình là độc lập. Không ai tự tách rời khỏi nhau. Không ai trong hai ta có thể tự mình làm nên cái này cái nọ. Cũng không ai trong hai ta một mình mà có ý-nghĩa. Chúng ta là thứ vô ích một mình. Chúng ta là thứ vô nghĩa một mình. Chúng ta là thứ thừa thãi một mình. Chúng ta là đồ bỏ nếu ta đòi độc lập. Cả hai ta chẳng có tự do hạnh phúc nếu mỗi bên đòi độc lập. Ông phải có tôi nhập vào và tôi cũng phải có ông làm nơi cư trú. Chúng ta phải bám víu lấy nhau. Chúng ta phải nương tựa nhau. Chúng ta phải lệ thuộc nhau. Không có cách nào khác. Đừng bao giờ tính kế mánh khóe riêng tư. Vô ích phí phạm lập tức.*

(...) Ông nằm đó. Tôi bay lượn trên cao. Theo chương trình giải phẫu thì ông sẽ mê hai giờ đồng hồ. Trong đó dành từ 45 phút đến một tiếng để các bác sĩ làm việc. Một phần thời gian trước đó cho các chuyên viên chuẩn bị và một phần để ông nằm nghỉ ngơi chờ hồi tỉnh. Trong hai tiếng đồng hồ con người định cho ông mê đi để khỏi đau đớn trong mổ xẻ là thời gian tôi được giải phóng, tôi thoát ra khỏi ông, tôi tự do bay bổng. Hai giờ đồng hồ trần gian ấy của ông, đối với tôi có thể là hai thiên niên kỷ, hai ngàn năm qua đi, bởi vì tôi có thể biến hóa khôn lường, tôi chợt đến rồi chợt đi, chợt ở nơi này chợt ở chỗ khác, chợt bây giờ và có thể chợt lộn về quá khứ xa xưa. Tôi có thể đi cùng trời cuối đất. Tôi có thể có mặt ở khắp các thời đại. Ông là xác phàm. Tôi là hư vô. Ông nằm đấy cho người ta mày mò, mân mê, cắt xẻo... Tôi sẽ lang thang khắp thiên đàng, địa ngục, cũng như nơi trần thế. Tôi muốn đi đâu thì đi. Tôi muốn ở đâu tùy ý. Hai giờ đồng hồ của ông sẽ là hai ngàn năm của tôi. Tôi tự do. Tôi rộng chân rộng cẳng. Tôi phiêu bồng, lang thang khắp chốn. Tôi muốn làm gì thì làm. Tôi muốn đi đâu thì đi. Tôi hét lên thật lớn. Ta tự do. Ta hoàn toàn tự do. Ta sẽ hành động. Ta sẽ xử. Ta sẽ giải quyết. Ta sẽ khởi đầu và ta cũng sẽ kết thúc. Cho mà biết... " (tr. 7-8, 12). Cái chết chập chờn nhưng chưa đến! Liệu sẽ có những Cơn Sốt khác?

*

Thảo Trường có *giọng văn* trào-phúng của riêng ông. Trước 1975, văn đã phúng-thích khi nói đến đời sống ở các đô thị, đến các khuôn mặt trưởng giả, quan cách và trí thức rởm sống trên những cái chết của người khác. Sau thời-gian sống còn trở về từ các trại gọi là "cải tạo" của cộng-sản, giọng văn Thảo Trường trở thành trào-lộng đen, cay, lạnh lùng đến điếng người. Những cán bộ miền Bắc vào Nam hoặc các trại "cải tạo" được tả nhiều nét thật hiện thực, những nét lắm khi trở nên tối đen hoặc khốn cùng. Trong Những Đứa Trẻ Đầu Thai Giữa Hàng Rào, tình-yêu trở thành bản năng sống còn của tính giống hoặc truyền thừa; nam nữ đến với nhau dù gian nan, vội vàng:

"Sau lần gặp ấy chị thương anh vô cùng, chị diễn tả 'không biết thế nào mà nói'. Thế rồi chị tính toán theo ý chị. Chị sẽ không mặc đồ lót. Chị sẽ mặc một cái quần mỏng mở chỉ hở dưới đáy. Cái quần cũng được luồn giây thung nhẹ. Chị thử kéo lên tuột xuống thấy nhẹ thì rất ưng ý. Chị cũng thử khom khom lưng và nghĩ làm sao cho anh được dễ dàng nhanh chóng, phải tạo điều kiện thuận tiện nhất cho anh ta hành sự. Thời gian không có nhiều. Tất cả chỉ trong nhấp nháy. Chớp mắt. Là phải xong. Thời giờ là vàng bạc. Cái này cũng giống như chiến thuật mà các anh cán bộ cách mạng hay khoe 'đánh mạnh, đánh mau, rút lẹ'. Phải dùng sách của các anh mới được. Sách của giới giang hồ chúng tôi là 'bắn chậm thì chết'. Lớ ngớ còn đang thập thò mà các anh bắt được thì tù mọt gông. Chị cũng bàn trước với anh để về phần anh cũng phải chuẩn bị không để một cái gì cản trở, như 'Mỹ họ lắp ráp phi thuyền trên vũ trụ ấy', như pháo binh 'nhanh chóng, chính xác và hiệu quả', như cán bộ vẫn leo lẻo "tư tưởng thông hành động đúng" ấy, anh hiểu chưa, khổ quá! Phải tập cho thuộc để khi có dịp là bập liền nghe chưa anh yêu!

Như vậy mà được đấy. Những mấy lần cơ. Có lần chiều sắp tối, trời lại lất phất mưa, chị tình nguyện đi lãnh cơm cho đội. Từ bên khu A theo dõi anh thấy và cũng mặc áo mưa đi xuống bếp trại. Khi trở về hai người ôm hai xoong cơm, liếc nhìn không thấy thi đua trật tự đâu, đến một chỗ hàng rào khu, kẽm gai đơn thưa thớt mấy sợi, chị bèn đứng lại khom lưng xuống chổng mông sang phía anh, xoong cơm của đội chị vẫn ôm nơi bụng, từ bên kia những sợi kẽm gai, anh luồn tay sang níu hai bên hông chị ghì tới... Chị nghe có tia nước ấm áp phóng sang và chị cảm thấy thành công và thắng lợi. Hai tay anh buông lỏng ra, chị còn nghe tiếng anh thở hổn hển, chị đứng thẳng người lên, vẫn ôm xoong cơm của đội nơi bụng, chị liếc nhìn sang anh, miệng cười như mếu rồi bước vội về buồng giam của mình. Anh ta cũng lật đật cài áo mưa lại, cầm cái xoong cơm treo trên cột hàng rào rồi cũng quay bước về phòng mình. Hai người hai hướng câm lặng và xót xa. Đứa con được tạo thành trong những cơn mê mẩn ấy..." (TTTTBTG tr. 54-5).

Như vậy, thế-giới tiểu-thuyết của Thảo Trường sau 1993 là một không-gian nặng nề, bế tắc, đầy uẩn ức. Cuộc chiến 1957-1975 đã tàn hơn 30 năm nhưng nhiều vết thương hình như vẫn chưa thể thành sẹo. Tuy vậy, một số các tác-giả có những đóng góp đáng kể cho dòng văn-học chiến-tranh ở miền Nam hình như đã bị thời-gian và con người dần quên. Thảo Trường là một tác-giả miền Nam bị đi "cải tạo" lâu nhất, 17 năm, "tội danh" có là gì hơn là thói bệnh khả nghi và đòn thù, vì có bị xử đâu mà có bị-cáo lẫn công-tố! Hình như một thứ lý thuyết và thực hành Binh-vận nào đó của thiếu tá Trần Duy Hinh (tên thật của nhà văn Thảo Trường), hoặc có người nghĩ thế, đã đưa ông vào chốn tre gai lâu nhất đó!

Con người nói chung và nhân-vật nữ cách riêng, được ngòi bút châm-biếm chiếu cố, nhưng ở ông, chữ dùng không thể nói là ác ý, trả thù; chúng như phản-ảnh lại bức tranh vân cẩu của xã-hội mới, sự thống nhất lãnh thổ đã đem theo ảnh-hưởng của hủ tục và hư hỏng của con người cai trị áp-đặt. Bên cạnh đó, tình-yêu là một đề tài thường xuất hiện trong thế-giới văn-chương của Thảo Trường. Từ một tình-yêu xẩy non của trai trẻ trong Hương Gió Lướt Đi, bi đát lồng trong cuộc tranh hùng chiến-tranh trong Chạy Trốn, Làm Quen, đến những chuyện tình dễ dãi của thời chiến như trong truyện ngắn Mặt Đường và truyện dài *Th. Trâm*. Người nữ ở đây phải đẹp "ngồn ngộn (...) đẹp khích động không chê được" nhưng vai nam chẳng hưởng lâu được, chuẩn úy Viên đa tình và được đàn bà con gái mê thế mà phải chết vô duyên vì "rắn độc bò vào lều cắn chết"(tr. 225). Rồi đến thời hậu chiến sau 1975, tình-yêu trở nên bản năng, sống còn, trở nên cái cớ để buông xuôi, bỏ cuộc! Và khi đã lên lão, chính những nét chấm phá tình nghĩa đã làm nên tình-yêu!

Con người "được" Thảo Trường nghiêm khắc phân thân, phân tâm, quan sát và xét đoán; lịch-sử, cuộc đời cũng "được" ông cắt vụn ra rồi chắp lại với những lời "bàn" rất là Kim Thánh Thán, một Kim Thánh Thán đã ê chề đến tột cùng, và với những lời "chép sử" rất Tư Mã Thiên, một Tư Mã Thiên thời đại không chỉ bị khống chế của một triều đình, mà còn bị đủ thứ thế lực muốn đè bẹp hoặc "giết người trên cạn"! Trong *Mây Trôi, Đá Mục, Tiếng Thì Thầm Trong Bụi Tre Gai, Tầm Xa Cũ Bắn Hiệu Quả* và *Miếng*, người đọc đều có thể tìm thấy cái cung cách làm văn đó của Thảo Trường. Và người đọc được tác-giả trình bày lịch-sử của một phần dân-tộc trong đó nhiều phần tiểu sử được phác họa hoặc phân tích, có khi tha thiết như của người trong cuộc dự phần lịch-sử chung, có khi lạnh lùng của người ngoại cuộc không can dự chi! Con người dấn thân đầy thiện chí và ý thức trước 1975 đã nhường chỗ cho những nhân-vật thời nhiểu nhương, đạo lý suy đồi, không còn nhân tính, lẽ phải. Họ là những con cờ gặp nước gặp thời, nhưng họ còn là những kẻ bị ném ra ngoài lẽ thường, phải tìm cách sống còn, cựa quậy, vương lên tìm hơi thở và chút ấm của mặt trời.

Qua tác-phẩm, Thảo Trường đã dùng văn-chương như một phương-tiện giải phóng con người. Ông viết về sự thật theo ông và có thể nói theo một truyền-thống trí-thức làm người tỉnh thức hoặc nhắc nhở, đánh động, và ông đã muốn đạt đến một cách giản dị, tức là ông không đao to búa lớn trong ngôn-ngữ cũng như phức tạp về kỹ thuật. Theo thiển nghĩ, truyện của Thảo Trường được viết ra, đến với người đọc, không phải để làm văn-chương, để làm dáng, mà như để dóng lên tiếng nói phải có của lương tri, của ý-thức, một ý *thức không rời*, luôn có mặt. Một thứ văn-nghệ vị nhân sinh, một văn-nghệ có chủ đích hướng thượng. Tác-phẩm của ông đã phiền hà không ít giới trí thức và lãnh đạo nhất là những người điều khiển guồng máy chiến-tranh và đồng thời đối với giới văn-nghệ sĩ, ông cũng đã không cùng một chiều. Có lẽ đó là lý do Thảo Trường đã gần như không có mặt trong các tuyển tập văn-chương, hình như lần đầu đầu đời viết văn với truyện Hương Gió Lướt Đi trong *Tuyển Truyện Sáng Tạo*, và lần sau trong tuyển tập của Nguyễn Đông Ngạc, *Những Truyện Ngắn Hay Nhất Của Quê-Hương Chúng Ta* xuất-bản năm 1974, với truyện Viên Đạn Bắn Vào Nhà Thục - có ghi lại quan niệm của ông về truyện ngắn:"*Viết truyện ngắn là dùng thứ kích thước nhỏ để dựng một vấn-đề có khi... rất lớn*" (2). Và 21 năm sau, trả lời một phỏng vấn của Nguyễn Mạnh Trinh (*Văn*, 163, 12-1996), ông cho biết "*Tôi vẫn có tham vọng làm sao "nhét" cả một cuộc chiến tranh vào trong một truyện ngắn, làm sao đưa được cả một thời đại mình đang sống vào trong một truyện ngắn*" và tái xác nhận "*vấn đề lớn cũng vẫn là 'thân phận con người trong thời đại này'*" (3).

Một số tựa đề tác-phẩm của Thảo Trường không trau chuốt hay thách đố trí tưởng người đọc mà có khi lại có vẻ thản nhiên, hững hờ như *Viên Đạn Bắn Vào Nhà Thục, Người Đàn Bà Mang Thai Trên*

Kinh Đồng Tháp, Tiếng Thì Thầm Trong Bụi Tre Gai, Tầm Xa Cũ Bắn Hiệu Quả,... Nếu xét về hình-thức thì tác-phẩm của ông trước sau đều rất thường, bìa 1, 2 màu, không tranh họa, khi đăng trên các tạp-chí của văn-chương "xám" thì mực in ronéo để dấu nhoè nhoẹt hoặc để lại những loang lổ của kiểm duyệt đục bỏ.

Tác-phẩm của Thảo Trường có *giá trị* nào không? Theo thiển ý, tác-phẩm của Thảo Trường có giá trị ở thời của ông, trước và sau 1975, ông đã là khuôn mặt lớn của *văn-chương "ý-thức"*, tra vấn. Văn-chương của nạn nhân, của những con người không lối thoát, không tin chiến thắng của vũ khí, luôn đi tìm chân-lý, chính thống, tìm những tín hiệu mới cho cuộc đời và phận người! Trước 1975, ông đã được người đọc nhất là giới trẻ khao khát lối thoát, tìm đọc. 30 năm sau, Thảo Trường còn có sứ-điệp hay tâm sự gửi gắm nào không? Có đấy chứ, kinh qua của tác-giả, của tình đời từ sau ngày tàn cuộc chiến, những bức tranh vân cẩu chủ tớ đổi ngôi, những quái đản, ngu dốt được kẻ thắng hay chủ mới xem như tiêu chuẩn, v.v. đã được ngòi bút Thảo Trường ghi lại khi tị nạn sang Hoa-kỳ. Ông đã kể rằng"*ngày 30 tháng 4 năm 1975 tôi bị bắt làm tù binh. Tôi bị CS giam giữ gần mười bảy năm, trải qua 18 nơi giam giữ từ Nam ra Bắc rồi từ Bắc vô Nam. (...). Tôi bị cộng sản bỏ tù lâu vào tận đáy vực của họ để thấy một điều rõ ràng là họ giả dối một cách thiệt tình, họ tàn nhẫn rất nhiệt tâm, độc ác nhân danh lòng nhân đạo. Những người cộng sản cấp dưới không biết việc họ làm, vì thế tôi không hề thù hận họ. Song những lãnh tụ của họ thì phải chịu trách nhiệm về những tan nát của quê hương Việt Nam. Cái thời chiến đổ vỡ tan hoang đó cũng như cái thời tù cơ cực nghiệt ngã đó nó phải có tác động nhất định nào đó vào những tác phẩm của tôi. Cũng như bây giờ sống trong một nước Mỹ không chiến tranh, nhưng thế giới đang ở một thời loạn, nơi này có kẻ nhận là chúa, nơi khác có bà xưng mình là phật, con giết cha mẹ, mẹ trấn nước con thơ, vợ chồng giết hại lẫn nhau, bom nổ lung tung giữa trung tâm nước Mỹ, Anh, Pháp... hơi độc giết người tại thủ đô Nhật bản..., và ở Việt-Nam cũng vẫn còn "ngụy cộng sản" vẫn còn "giả dạng cách mạng"...thì chúng ta không thể thờ ơ khi làm tác phẩm*" (4).

*

Trong cuộc chiến vừa qua, sống ở bên này hay bên kia thì người dân vẫn đã không có tự do lựa chọn. Nhưng có thể có thái độ *dấn thân* khi đã chấp nhận định mệnh (chiến-tranh như một định mệnh), một chấp nhận rất hiện sinh mà cũng trung-thực không kém. Phản kháng trong khuôn định mệnh, tác-phẩm lấy bối cảnh cuộc chiến nóng bỏng đang diễn ra, đang tàn phá; nhưng Thảo Trường và một số nhà văn như Phan Nhật Nam, Nguyên Vũ, Ngô Thế Vinh, Trần Hoài Thư, v.v. đã bị chụp mũ làm nhụt lòng chiến sĩ hoặc làm mất miền Nam, trong khi họ cầm súng bảo vệ miền Nam; riêng Thảo Trường đã làm binh vận, tâm lý chiến, đã phải nghiên cứu các "binh-thư" 'rừng núi sình lầy' (*Miểng*, tr. 97), "'mưu sinh thoát hiểm' của Tổng cục quân huấn và trường sĩ quan trừ bị Thủ đức" hay "phương châm chiến lược hai chân ba mũi" của cộng-sản (Đá Mục, tr. 76, 123), v.v. Dĩ nhiên, họ là người dứt khoát của bên này chứ không phải nằm vùng hoặc là người của bên kia - như Vũ Hạnh, Lữ Phương, Sơn Nam, Thế Nguyên, Ngụy Ngữ, v.v. là những người viết theo nghị quyết hoặc chỉ thị, làm công-cụ cho Mặt Trận Giải Phóng và Hà-nội! Như vậy, không thể xếp Thảo Trường vào số văn nghệ sĩ phản chiến được. Không thể tổng quát hóa cho rằng Thảo Trường và những nhà văn cầm súng đã tiêu cực phản chiến làm mất miền Nam. *Phản chiến* đúng ra là một nhãn hiệu chỉ có thể áp dụng cho những nhóm thanh niên hoặc trí thức ở Hoa-kỳ hoặc Âu-châu chống chiến-tranh Việt Nam; trong khi đó, các nhà văn trên đã *nhập cuộc*. Nói rằng họ nói lên cái ý chí phản kháng thì đúng hơn. *Dấn thân, nhập cuộc* là hình-thức hiện hữu trọn vẹn nhất của nhà văn qua tác-phẩm! Thật vậy, chân lý sẽ được tỏ ngời khi nó đã được nắm bắt hiệu lực qua các tố cáo, nhắc nhở, tra vấn,... tức là qua phản-kháng! Dấn thân không chỉ trực diện, mà còn có thể đi đường vòng hoặc dùng các phương-tiện khác; vì phản kháng có những điều kiện và hậu quả cay đắng như tác-phẩm bị kiểm duyệt hoặc tịch thu và bị ra tòa - thường là tòa án quân sự. Thái độ dấn thân, phản kháng này được Thảo Trường đề cập nhiều lần, như trong *Chạy Trốn*, những thanh niên ở phía quốc-gia thì đi lính và chiến đấu nhưng khi đường cùng, thì quyết định không... chạy trốn. Họ nhận ra chân lý rằng sự có mặt cũng đã là chiến đấu rồi. "Chiến đấu không cứ phải là bắn giết. Có thái-độ cũng là chiến đấu" (tr. 58)."

Ngoài ra, qua tác-phẩm của Thảo Trường, người đọc vẫn có thể nhận ra những ẩn chứa tiềm tàng những cổ-xúy đạo-đức, những điểm nhắm chính-trị vừa con người cá-thể vừa con người tập-quần, và cả một chủ trương ngầm về *văn-chương là gì*, cho ai và để làm gì! Văn-chương ở đây là của dấn thân, của tra-vấn không ngừng, không nhân danh chủ nghĩa, ý thức hệ, nhưng nhân danh con người, nhân danh lương trí, ý thức,... Như vậy, Thảo Trường và Phan Nhật Nam làm nhà văn dấn thân tham dự chiến-tranh, Thế Uyên dấn thân chính-trị làm cách-mạng xã-hội, Trần Hoài Thư, Ngô Thế Vinh, Nguyên Vũ, v.v. nhân danh con người để phản đối chiến tranh còn những Vũ Hạnh, Thế Vũ, Thế Nguyên, Trịnh Công Sơn, Trần Vàng Sao, Trần Hữu Lục, Bảo Cự, Ngụy Ngữ,... đã phản chiến theo chỉ thị của guồng máy chiến-tranh trong đó một số đã bị lừa phỉnh!

Tác-phẩm của Thảo Trường dù trước 1975 hay sau 1993 đều nặng nề nội-dung và cái chuyển tải và thân phận con người nhất là con người Việt Nam trong thời chiến-tranh và hậu chiến vừa bi đát vừa đa tạp. Phải sống hoặc có thể nhập được trong thế-giới tiểu-thuyết của ông mới có thể thưởng thức được trọn vẹn. Nơi đó, là tranh chấp ý thức hệ, là những vấn nạn hiện sinh, dịch lý và định mệnh, những tìm kiếm để hiểu, để sống những cái không thể hiểu, do đó đành phải sống những cái phi lý của đời sống và lý thuyết. Thảo Trường không làm dáng văn-chương nhưng ngôn-ngữ của ông đè nặng lương tri, tố cáo với nhân loại những bạo lực tàn độc, tà-đạo và những "chân-lý" giả-hình. Ông tố-cáo rằng con người đang bị vong thân hóa, đang bị biến chất, dù ở bất cứ đâu! Thêm một tiếng chuông báo tử đã được gióng lên, nhưng đã có ai đó nghe thấy chưa?

20-1-2006

Chú-thích

Các trích dẫn đều ghi số trang từ các bản in lần đầu, ghi tên NXB bên cạnh nếu là bản in lại.

1. Truyện Người Đàn Bà Mang Thai Trên Kinh Đồng Tháp đã xuất-hiện lần đầu trên tạp-chí *Hành Trình* số 3-4 (tháng 1-2/1965). Tác-giả đã nhắn chúng tôi đính chính chi-tiết này.

2. *Những Truyện Ngắn Hay Nhất Của Quê-Hương Chúng Ta* (Sài-Gòn: NXB Sóng, 1974), tr. 557.

3. "Phỏng vấn của Nguyễn Mạnh Trinh". *Văn* CA, 163, 12-1996. Trích lại từ Đá Mục, tr. 123-4.

4. Phỏng vấn đã dẫn, Đá Mục, tr. 126.

Tiểu Tử

Tiểu Tử tên thật Võ Hoài Nam, sanh năm 1930, quê Gò Dầu (Tây Ninh), tốt nghiệp trường kỹ sư Marseille (Pháp) năm 1955, dạy trung học Petrus Ký niên khóa 1955-1956, làm việc cho hãng Shell Việt-Nam từ 1956 đến ngày mất nước. Vượt biên rồi định cư ở Pháp từ năm 1979. Nhà văn Tiểu Tử xuất hiện trễ trên văn đàn và đã xuất bản các tuyển tập *Những Mảnh Vụn* (Làng Văn, 2004 gồm 19 truyện ngắn), *Bài Ca Vọng Cổ* (2006), *Chị Tư Ù* (truyện ngắn, phiếm và tạp văn, TGXB, 2012), *Chuyện Thuở Giao Thời* (truyện ngắn, phiếm và biếm họa, TGXB, 2014),...

*

Tuy xuất hiện vào thời "lão hóa" của văn học hải ngoại nhưng Tiểu Tử đã có những sáng-tác sống động về miền Nam những ngày tháng sau năm 1975, với văn phong "miệt vườn" hiện thực mà không thiếu những nét "sang cả" của con người miền Nam. Các truyện ngắn và bút ký của ông đưa người đọc trở về với sinh hoạt thường ngày cùng với tiếng nói cùng con người Việt cũng như hàng xóm gốc Tiều, gốc Hoa, … trước và sau 1975. Nhiều sáng-tác của ông khiến người đọc không tránh khỏi ngậm ngùi, tiếc nuối về một thời đã qua cùng với những nét văn-hóa riêng của thời đại đó cũng như căm phẫn cho những bất công, bạo lực, ngu dốt của những kẻ gọi là cầm quyền sau cuộc "chiến thắng" 1975. Truyện nào cũng thấm thía chuyện đời dời đổi trắng đen, chuyện đất nước lâm vào đường cùng, như Ông Già Ngồi Bươi Đống Rác, Giọt Mưa Trên Tóc, Chị Tư Ù, v.v.

Ông còn viết phiếm luận và dĩ nhiên giọng văn này cũng ảnh-hưởng lên một số truyện ngắn của ông. [Trước 1975, ông đã dùng bút hiệu Tiểu Tử khi phụ trách mục biếm văn "Trò Đời" của nhật báo *Tiến*].

Tiểu Tử không "làm văn chương", ông kể chuyện và truyện của ông không có chữ thật kêu, không có những câu chải chuốt, làm dáng. Với cách diễn tả, với ngôn ngữ chỉ có những tác giả đậm chất miền Nam mới viết được – tiếng "Việt Nam ròng" đã khởi đi từ Trương Vĩnh Ký, Huình Tịnh Paulus Của, Hồ Biểu Chánh,... Ngay cả tên những nhân vật cũng đặc miền Nam; những tên, những địa chỉ rất "miệt vườn", chỉ đọc lên cũng đã thấy hiện ra không gian sông nước Tiền và Hậu Giang.

Thế giới truyện ngắn của Tiểu Tử xoay quanh hai đề tài chính: những kỷ niệm về một Miền Nam hiền hoà, chất phác, hào phóng ngày xưa, với những trò vui đùa nghịch ngợm của đám bạn bè trẻ, những mối tình mộc mạc của những người chân quê và, sau đó là những đảo lộn sau 75, khi tai họa trên trời giáng xuống nhưng do con người tàn độc gây ra. *"Tất cả đều bị xáo trộn, bị nghịch lý đến nỗi tao sống trong đó mà lắm khi phải tự hỏi: làm sao có thể như vậy được"*. Một xã hội vô tư, chân quê, nay trở thành địa ngục. Chỉ còn hận thù, phản trắc, gian sảo, cướp đoạt, dối trá.

Những nhân vật của Tiểu Tử không còn hồn nhiên sống, cười đùa, vui chơi, dễ dãi nữa. Đó là những nhân vật đầy ưu phiền như ông Tư, như bà Hai, như thầy Năm Chén, như anh Bảy, như bà Năm cháo lòng. Một xã hội đổ nát, rách bươm. *"Những người "cách mạng" xông vào nhà, ngang nhiên hùng hổ, như một bọn cướp. Họ "bươi" từ dưới lên trên, từ trên xuống dưới, từ trước ra sau, từ sau ra trước... giống như gà bươi đống rác. Gặp gì kiểm tra nấy. Vậy rồi... hốt hết"*.

Ông Tư, trong truyện Im Lặng, là người có gia sản ở Sàigòn, đã từng bí mật đóng góp tài chánh cho "Giải Phóng''. Khi Cộng Sản chiếm miền Nam, không những không được trả ơn, mà nay còn bị hành hạ, gia sản thì bị cướp sạch. *"Bỗng nhiên ông Tư nhận thức rằng tất cả những gì thuộc về ông bây giờ chỉ còn lại người vợ cuả ông đang chờ đợi ông ở nhà"*. Nhưng bà vợ tiếc của, uất hận vì bị cách mạng lừa gạt, suốt ngày đay nghiến trách móc chồng. Rốt cuộc hai vợ chồng tìm được cách chạy sang Pháp,... ".

Trong Chị Tư Ù, công an Việt-cộng tới xét nhà:

"Chị Tư trở ngược cây chổi lông gà chỉ từng tấm ảnh:

- Đây là ông già tôi, hồi ổng còn trẻ. Chớ ổng chết hồi ổng trên sáu mươi lận. Đây là bà già, chụp hình xòe đủ mười ngón tay!

Chị ngừng ở đó để cười rồi mới tiếp:

- Còn đây là thằng con tôi, liệt sĩ ở Kontum!

Tên công an cãi:

- Chị dùng từ sai. Lính ngụy không thể nào là liệt sĩ cả. Bị giết thì cứ nói là bị giết. Phải cho rõ ràng ở điểm đó.

Chị Tư ngạc nhiên:

- Coi! Đi đánh giặc rồi chết ngoài mặt trận, mấy anh không gọi là liệt sĩ thì gọi là khỉ gì?

Anh ta giải thích:

- Chị không hiểu. Giữa ta với ngụy khác nhau chứ. Ta, vì nhân dân vì Tổ quốc mà hy sinh, thế mới gọi là liệt sĩ. Còn ngụy là lính đánh thuê cho đế quốc Mỹ...

Chị Tư đưa một tay lên chận lại:

- À! À! Đến đây tôi xin lỗi anh. Chính anh mới không hiểu gì hết. Thằng con tôi chưa hề đánh thuê chém mướn. Nó đi quân dịch thì giống như ngoài đó mấy anh gọi là đi nghĩa vụ gì gì đó. Nó cũng vì đồng bào của nó, vì xứ sở của nó mà hy sinh, chớ nó có đánh giặc để giữ gìn đất đai xứ Mỹ bao giờ?

Trong lúc tên công an chưa kịp "mở miệng" thì chị Tư đã nói tiếp, tay cầm cây chổi lông gà trở ngược quơ qua quơ lại trên không, để "vẽ" cho câu nói:

- Ngoài đó đánh vô thì trong này phải đánh ra chớ bộ ngu dại gì mà đứng làm thinh đưa đầu cho thiên hạ đập? Phải không? Như vậy gọi là đánh thuê chém mướn à?

Thấy tình hình sắp đi vào ngõ bí và "con mụ hàng tôm hàng cá" này cũng không phải tay vừa, tên công an "đâm" đại một câu:

- Chắc là con chị phải ác ôn lắm nên mới có đến hai huân chương.

Chị Tư cười ha hả:

- Nếu nói như anh vậy thì mấy đồng chí cao cấp của anh phải ác ôn gấp mấy chục lần thằng con tôi. Bởi vì người nào người nấy chụp hình thấy đeo một ngực mề đai!" (Chị Tư Ù, tr. 27-28).

Vốn mê thích ca vọng cổ, từ khi Việt-cộng vào Nam 'giải phóng', chị Tư mất đi cái hứng đó dù đã giết được tên công an ham gái: "Hôm sau, cả làng đều biết tin tên công an bị chém. (...) Trưa đó, nằm đong đưa trên võng, chị Tư suy nghĩ viển vong rồi đưa bàn tay trái lên nhìn chiếc nhẫn bạc của Út Cón chạm trổ cho hồi đó, thuở Út Cón chưa vợ, thuở hai người còn thật "bồ" với nhau... Chị bồi hồi nhận thấy tiếng "bồ" quen thuộc, từ nay sẽ không còn dùng tới nữa. Tiếng "bồ" gọi nhau thuở nhỏ. Tiếng "bồ" nhè nhẹ êm êm của tuổi dậy thì. Tiếng "bồ" mang mểng yêu thương giấu kín, về sau, khi chẳng thành duyên chẳng thành nợ. Và tiếng "bồ" già dặn, đậm đà của bây giờ, mới đây, trước khi Út Cón bị bắt. Tiếng "bồ" của mấy chục năm đó, còn ai để mà gọi, từ nay? Chị bỗng thèm hát lại câu vọng cổ. Lần này, chị vô "Bồ ơi...". Tiếng "ơi" bị ngẹn ngang. Chị ngừng ở đó một lúc để kềm xúc động. Rồi chị "bắt" trở lại, nhanh nhanh dồn dập chớ không ngân nga sợ trào lòng cắt đôi câu hát: "Bồ ơi! Cái mối tình của em đối với bồ... nó tợ như trời cao biển rộng?...ư...sông...à...dài". Tiếng "dài" không còn "ngọt" như xưa. Tiếng "dài" bị đứt khoảng. Giống như khúc đuôi còn nằm kẹt đâu trong lòng. Chị với tay lên đầu võng rút cái khăn lông đắp vội lên mặt, bởi vì chị vừa nghe mí mắt mình mọng nước!

Từ đó chị Tư Ừ thôi ca vọng cổ" (tr. 35-36).

Trong Thằng Đi Mất Biệt, bà Hai con cái chết, gia tình tan nát, suốt ngày ngồi chờ đứa con trai còn lại bị đưa đi cải tạo: *"Khi trời nắng ráo, bà đi tuốt ra ngoài vàm rạch, lên ngồi trên mô đất có thể nhìn thẳng qua bên kia sông. Như vậy, "khi nào thằng nhỏ nó về, mình thấy nó từ đằng xa, nó có đi đò, trong đám đông, mình cũng nhìn ra được nó liền hà".*

"Thằng đi mất biệt" được thả về sáu năm sau, nhờ học tập tốt. Đi đón Trực ở bến xe đò quận Gò Keo là ông Ba và ông Út. Ông Út, vì rầu sự nghiệp nên già khú, vẫn là công nhân nhà máy cao su. Ông Ba về thọ tang bà Hai rồi ở lại luôn Bình Quới để giữ 'đất đai ông bà' kẻo 'mấy thằng ác ôn nó quen thói côn đồ đớp hết của người ta', ổng nói như vậy! Bây giờ, ông Ba hay cười gằn, cầm cây rựa quơ quơ: "Tụi nó có muốn vô nhà này phải bước qua xác của tao, nè!".

Hai ông đưa Trực ra đầu vàm thăm mả bà Hai nằm cách mô đất không xa. Sau khi thắp nhang vái lạy, ông Ba kể cho Trực nghe chuyện bà Hai ngày ngày ra ngồi trên mô đất để trông 'thằng đi mất biệt'. Trực ngồi thụp xuống, úp mặt vào hai tay khóc ngất. Ông Ba chấp tay nói như nói trước mặt người chị: *"Chị Hai ơi! Thằng đi mất biệt của chị, nó về rồi nè!"*. Bỗng, mặt ông nhăn nhúm lại, giọng ông cao lên: *"Mà... thằng Trực đâu phải là thằng đi mất biệt đâu, chị Hai!"*. Rồi ông nấc lên, vừa đấm vào ngực vừa la lớn: *"Em mới là thằng đi mất biệt đây, chị Hai à!"*. Ông quì xuống ôm lấy mộ bia, gục đầu lên đó, nức nở. Cái đầu tóc trắng lắc qua lắc lại, nói lên tâm tư của một người không tìm ra đáp số cho bài toán khó.

Ông Út khom xuống, đặt tay lên vai anh bóp nhẹ: *"Anh Ba à! Anh nói được như vậy là anh đã thấy con đường về rồi đó, anh Ba!"* (*Chị Tư Ù*, tr. 195).

Thầy Năm Chén là chuyện *"Sau trận Tết Mậu Thân (1968) ở Huế, gia đình ông thầy thuốc Nam đó chết hết, chỉ còn lại có hai cha con. Nhà cửa tiêu tan, sự nghiệp tiêu tan, thầy không muốn ở lại cái vùng đất mà thầy cho là còn gần với quân xâm lăng miền Bắc. Thầy gạt nước mắt, dẫn thằng con trong tuổi quân dịch đi vô Nam"*. Khi Việt-cộng chiếm miền Nam, phòng mạch Thầy bị chiếm, còn con trai thì phải bỏ đi kiếm ăn. *''Chia tay nhau mà hai cha con không dám ôm nhau. Sợ người ta để ý. Thầy không đưa con ra cổng nghiã trang. Sợ người ta để ý.Thầy không dám để rơi một giọt nước mắt. Sợ người ta để ý. Thầy chỉ thở dài. Thời buổi bây giờ chỉ thở dài là không ai để ý. Bởi vì ai cũng thở dài hết ''*.

Đọc Tiểu Tử, người ta không thể không xúc động. Nhưng văn Tiểu Tử cũng đầy nét khôi hài, những nhận xét ngộ nghĩnh. Phòng mạch của Thầy Năm Chén *"bịnh nhơn cũng vắng. Làm như người ta sợ quá rồi...quên bịnh. Trái lại, bên phía chuà thì lại đông người lui tới và ngày nào cũng có người. Làm như người ta chỉ còn biết ...dựa vào Phật"*. Ông châm biếm nhẹ nhàng những cảnh lố bịch của những kẻ thắng trận. Cũng như ghi lại những trò đời lố lăng, đảo lộn luân thường thấy hàng ngày, từ cuộc đổi đời năm 1975.

Truyện Ông Già Ngồi Bươi Đống Rác kể chuyện ông già có công với ''cách mạng'' nhưng bị cách mạng cướp hết không còn mảnh giáp, trở thành điên khùng, suốt ngày lang thang ngoài đường bới rác, "tao bới rác để kiếm mấy thằng Việt Cộng tao đã nuôi trong nhà": *"Thành phố Hồ Chí Minh quang vinh vẫn còn rất nhiều rác (...) ở một đống rác khá lớn nằm trên vỉa hè một con đường khá rộng trong*

Thiếu chút nữa là tôi bật cười. Nhưng tôi kềm lại kịp, khi tôi nhìn gương mặt rạng rỡ vì sung sướng của hắn. Rồi tôi bỗng nghe một xúc động dâng tràn lên cổ. Thân đã lưu vong, lại "trôi sông lạc chợ" đến cái xứ "khỉ ho cò gáy" này mà gặp được một người biết nói tiếng Việt Nam và biết nhận mình là người Việt Nam, dù là một người đen, sao thấy quý vô cùng. Hình ảnh của quê hương như đang ngời lên trước mặt...

Tôi bước tới bắt tay hắn. Hắn bắt tay tôi bằng cả hai bàn tay, vừa lắc vừa nói huyên thuyên:

- Trời ơi!... Con mừng quá! Mừng quá! Trời ơi!... Bác biết không? Bao nhiêu năm nay con thèm gặp người Việt để nói chuyện cho đã. Bây giờ gặp bác, thiệt... con mừng "hết lớn" bác à!"

(...) "Hắn móc gói thuốc, rút lòi ra một điếu, rồi đưa mời tôi:

- Mời bác hút với con một điếu.

Hắn đưa gói thuốc về phía tôi, mời bằng hai tay. Một cử chỉ mà từ lâu tôi không còn nhìn thấy. Một cử chỉ nói lên sự kính trọng người trưởng thượng. Tôi thấy ở đó một "cái gì" rất Việt Nam.

Tôi rút điếu thuốc để lên môi. Hắn chẹt quẹt máy, đưa ngọn lửa lên đầu điếu thuốc, một tay che che như trời đang có gió. Tôi bập thuốc rồi ngạc nhiên nhìn xuống cái quẹt máy. Hắn nhăn răng cười:

- Bác nhìn ra nó rồi hả?

Tôi vừa nhả khói thuốc vừa gật đầu. Đó là loại quẹt máy Việt Nam, nho nhỏ, dẹp lép, đầu đít có nét cong cong. Muốn quẹt phải lấy hẳn cái nắp ra chớ nó không dính vào thân ống quẹt bằng một bản lề nhỏ như những quẹt máy ngoại quốc. Hắn cầm ống quẹt, vừa lật qua lật lại vừa nhìn một cách trìu mến:

- Của ông ngoại con cho đó! Ổng cho, hồi ổng còn sống lận.

Rồi hắn bật cười:

- Hồi đó ổng gọi con bằng "thằng Lọ Nồi".

Ngừng một chút rồi tiếp:

- Vậy mà ổng thương con lắm à bác!

Hắn đốt điếu thuốc, hít một hơi dài rồi nhả khói ra từ từ. Nhìn cách nhả khói của hắn tôi biết hắn đang sống lại bằng nhiều kỷ niệm... Tôi nói:

- *Vậy là cháu lai Việt Nam à?*

- *Dạ. Má con quê ở Nha Trang.*

- *Rồi má cháu bây giờ ở đâu?*

Giọng của hắn như nghẹn lại:

- *Má con chết rồi. Chết ở Nha Trang hồi Việt cộng vô năm 1975.*

- *Còn ba của cháu?*

- *Ổng hiện ở Paris. Tụi này nhờ có dân Tây nên sau 1975 được hồi hương. Con đi quân dịch cho Pháp xong rồi, về đây ở với bà nội. Con sanh ra và lớn lên ở Sài Gòn, về đây, buồn thúi ruột thúi gan luôn!*

(...) Tôi im lặng nghe hắn nói, nhìn hắn nói mà có cảm tưởng như hắn đang nói cho cả hai: cho hắn và cho tôi. Bởi vì cả hai cùng một tâm trạng...

Hắn vẫn nói, như hắn thèm nói từ lâu:

- *Nhớ Sài Gòn quá nên con hay ca vọng cổ cho đỡ buồn. Hồi nãy bác lại đây là lúc con đang ca bài "Đường về quê ngoại" đó bác.*

- *Bác không biết ca, nhưng bác rất thích nghe vọng cổ.*

Giọng nói của hắn bỗng như hăng lên:

- *Vọng cổ là cái chất của miền Nam mà bác. Nó không có lai Âu lai Á gì hết. Nó có cái hồn Việt Nam cũng như cá kho tộ, tô canh chua. Bác thấy không? Bởi vậy, không có gì nhắc cho con nhớ Việt Nam bằng bài ca vọng cổ hết.*

- *Bác cũng vậy.*

Tôi nói, mà thầm phục sự hiểu biết sâu sắc của hắn. Và tôi thấy rất vui khi có một người như vậy để chuyện trò từ đây về sau... Có tiếng máy bay đang đánh một vòng trên trời. Chúng tôi cùng đứng lên, hắn nói:

- *Nó tới rồi đó. Con phải sửa soạn xe trắc-tơ và rờ-mọt để lấy hành lý. Con làm việc cho hãng Air Afrique, bác à.*

Rồi hắn nắm tay tôi lắc mạnh:

- *Thôi, bác đi mạnh giỏi. Con tên là Jean. Ở đây ai cũng biết "Jean le vietnamien" hết. Chừng về bác ghé con chơi, nghen.*

Bỗng, hắn ôm chầm lấy tôi siết nhẹ, rồi giữ như vậy không biết bao nhiêu lâu. Tôi nghe giọng hắn lạc đi:

- Ghé con nghe bác... Ghé con...

Tôi không còn nói được gì hết. Chỉ vừa gật gật đầu, vừa vỗ vỗ vào lưng hắn như vỗ lưng một người con...

Khi hắn buông tôi ra, tôi thấy hai má của hắn ướt nước mắt. Tôi vội vã quay đi, lầm lũi bước nhanh nhanh về nhà ga mà nghĩ thương cho "thằng Jean le vietnamien". Hồi nãy, nó ôm tôi, có lẽ nó đã tưởng tượng như là nó đang ôm lại được một góc trời quê mẹ...

...Trên máy bay, tôi miên man nghĩ đến "thằng Jean" rồi tự hứa sẽ gặp lại nó thường. Để cho nó bớt cô đơn. Và cũng để cho tôi bớt cô đơn nữa!

Bây giờ, viết lại chuyện thằng Jean mà tôi tự hỏi:

"Trong vô số người Việt Nam lưu vong hôm nay, còn được bao nhiêu người khi nhìn trong gương vẫn nhận ra mình là người Việt Nam?".

"Và có được bao nhiêu người còn mang mểnh trong lòng bài ca vọng cổ, để thấy hình ảnh quê hương vẫn còn nằm nguyên trong đó?".

Trong Những Mảnh Vụn, người yêu "đi chui bán chánh thức", nghĩa là đi vượt biển do cán bộ tổ chức, biệt tăm, chắc mất xác vì tầu quá cũ bị chìm, anh Bảy suốt ngày, như một người mất hồn, đi qua lại tất cả những nơi ngày xưa hai người vẫn hẹn hò. "Bảy không biết mình đang đi lượm những những mảnh vụn của cuộc tình. Nếu không có cái "ngày cách mạng thành công" đã thật sự thành công trong nhiệm vụ đập nát tất cả những gì của miền Nam, kể cả những gì nhỏ bé nhứt, tầm thường nhứt như tình yêu của chàng trai và cô gái đó". Bà Năm cháo lòng thì "vẫn bán cháo lòng, lâu lâu vẫn chửi thằng con mà giống như bà chửi cả nước".

Chiếc Khăn Mùi Xoa có thể coi là sáng tác điển hình có thể gắn nhãn hiệu cầu tòa "Tiểu Tử", trong đó có sự xúc động cao độ, đẫm nước mắt, với những nhân vật nhân hậu, tình nghĩã, những chi tiết éo le như một cuốn phim tình lãng mạn, nhưng đơn giản, chân thực.

Một người Việt tị nạn ở Pháp về thăm nhà, gặp những người bạn học cũ, trong đó có nhân vật chính, "con Huê" thực ra là một người đàn bà đã đứng tuổi. Ông ta kể lại cho một người bạn: *"Con Huê tiễn tao ra cổng, đứng ngập ngừng một lát rồi bỗng nói một mạch, là lạ, như tụi mình trả bài thuộc lòng thuở nhỏ: Anh qua bên Tây, gặp anh Cương nói em gởi lời thăm ảnh. Nó nói rồi bỏ chạy vội vào trong, tao thấy nó đưa tay quệt nước mắt mấy lần. Tao đứng chết trân, nhớ lại lời con Nhàn, em con Huê nói với tao: Anh biết không, chị Huê thương anh Cương từ hồi còn nhỏ lận. Người con gái ở quê mình nó thật thà, trung hậu đến mức độ mà khi trót thương ai thì thương cho đến chết. Họ coi đó là tự nhiên, phải có nước lớn nước ròng"*. Một chuyện tình... thất lạc, chia lìa vì chiến tranh. "Con Huê" yêu người bạn trai ngày xưa tên là Cương, từ ngày còn đi học cho tới nay khi đã bạc đầu, dù sóng gió năm 1975 đã khiến người bạn bỏ nước đi lánh nạn. Cương lập gia đình, có cô con gái, đang sống ở Bruxelles, đọc truyện, cho tác giả Tiểu Tử hay cha mẹ cô đều đã qua đời. Nhưng trước khi chết, Cương dặn con gái: "Con ráng tìm cách về Nhơn Hoà, Cầu Cỏ, trao cái này cho cô Hai Huê, nói ba không quên ai hết". "Cái này" là một bao thư, trong đó có chiếc khăn mùi xoa cô Huê đã tặng Cương thời trẻ. Người con gái thấy thương cha, thương cô Hai Huê nên về Việt Nam xa lạ với cô, tìm về Nhơn Hoà, Cầu Cỏ, tìm người bà tên Huê để trao lại kỷ vật của người đã qua đời. Cô Hai Huê xỉu đi khi nghe tin người bạn xưa đã chết. Hai người đàn bà, một già, một trẻ ôm nhau khóc.

*

Tiểu Tử ghi lại bi kịch của một nhân vật, của tôi, của anh, của mỗi người. Mỗi câu chuyện của ông là một bi hài kịch của một thời đảo điên.

Truyện ngắn Tiểu Tử, với lối hành văn bình dị, linh động là một cuốn tự điển sống của ngôn ngữ miền Nam thời chưa loạn và đã loạn. Truyện ngắn và bút ký của Tiểu Tử là những giọt nước mắt, những tiếng thở dài, nụ cười vui hoặc bất cần đời của những ngày an bình, thịnh vượng cũng như trong cơn loạn lạc, đớn đau cùng cực. Ông là một nhân chứng quý báu của một giai đoạn bi thảm, một cuộc đổi đời kinh hoàng nhất trong lịch sử đất Việt.

Tô Thùy Yên, hồn đông-phương xiêu lạc

Nhà thơ tên thật Đinh Thành Tiên. Còn ký Đinh Nhật Tiên. Sinh năm 1938 tại Gò vấp, Gia Định. Theo học Đại Học Văn Khoa. Dạy học, làm báo. Sĩ quan Quân lực VNCH, ngành Chiến Tranh Chính Trị. Cấp bực cuối cùng: Thiếu tá Trưởng Phòng Văn Nghệ / Cục Tâm Lý Chiến.

Sau 30-4-1975, đi học tập cải tạo 10 năm. Cuối năm 1988 bị bắt lần thứ hai, bị cầm tù khoảng vài tháng vì tội vượt biên. Nam 1991 bị bắt lần thứ 3 với các tội danh: Sáng tác thơ văn chống chế độ xã hội chủ nghĩa, hoạt dộng gián điệp, âm mưu lật đổ chính quyền... Cuối năm 1993, cùng gia đình đến Hoa Kỳ theo diện H.O, định cư tại Saint Paul, Minnesota.

Thành viên của tạp chí *Sáng Tạo* và *Thế Kỷ Hai Mươi*. Ở hải ngoại, cộng tác với các tạp chí: *Hợp Lưu, Thế Kỷ 21, Văn Học...*

Tác phẩm đã xuất-bản: *Thơ Tuyển Tô Thùy Yên* (Đức, 1994; Minnesota: TGXB, 1995) và *Tô Thùy Yên Tuyển Tập Thơ* (Kẻ Sĩ, Hoa-Kỳ, 2018) - *Thắp Tạ* (An Tiêm, Hoa-Kỳ, 2004).

*

Thơ Tô Thùy Yên ấp ủ một hồn thơ đông-phương, thấm sâu vô não trạng, bay bổng lên khỏi đời thường như chúng tôi đã nhận định trong bộ *Văn Học Miền Nam 1954-1975*. Sau biến cố 30-4-1975, ông bị đi tù và số phận bị bủa vây trong nhà tù lớn. Cuối cùng ông đã lựa chọn sống đời lưu vong, và mất tại Houston TX ngày 21-5-2019.

Thơ Tô Thùy Yên gắn liền với đời sống, đặt vấn đề cho lương tâm nhân loại, cho đồng loại, và không chỉ ở một thời. Ở Tô Thùy Yên, có thể nói đến thi ca như một kinh nghiệm vừa tư duy vừa tâm linh mà cũng là một kinh nghiệm nhân sinh. Thơ ông là một khẳng định lớn của con người! Có lần ông đã nhận định rằng *"thế kỷ mà chúng ta đang sống đây càng lúc càng hiển lộ một hiện tượng tách biệt trầm trọng lạ lùng giữa thơ và đời sống. Tách biệt đến mức tưởng chừng bây giờ thơ đã trở thành một công việc riêng tư hết sức chuyên môn như trong một hội kín giữa các người làm thơ với nhau thôi (...) Nếu lịch sử là nỗ lực mô tả những diễn biến cụ thể của thời gian thì thơ, một cách khái quát, là lịch sử trừu tượng của thời gian, là phần hồn thiêng của lịch sử "* ("Bài nói chuyện của Tô Thùy Yên trong buổi ra mắt Thơ Tuyển tại Houston TX ngày 9-3-1996". *Ngày Nay* TX, 340, 1-4-1996, tr. B3).

Ở đây, chúng tôi xin ghi lại một vài bài thơ tiêu biểu cho giai đoạn sau năm 1975, viết trong tù, ra tù hoặc định cư ở Hoa-Kỳ. Luôn nét thơ riêng của Tô Thùy Yên.

Một bài thơ ông viết trong tù – ở trại 6 Nghệ Tĩnh năm 1979, tả cảnh công cán chính của Miền Nam bị đưa ra Bắc trải qua con đường dài tù "học tập". Đoàn tàu phải đi trong đêm, như con tàu ma, trên tàu là những con người đang bị đọa đày, sống dở chết dở, như những con ma, ma đói, ma vật vờ:

> *"Tàu đi. Lúc đó, đêm vừa mỏi*
> *Lúc đó, sao trời đã ngủ mê*
> *Tàu rú. Sao ơi, hãy thức dậy*
> *Long lanh muôn mắt tiễn tàu đi*
>
> *Thức dậy, những ai còn sống đó*
> *Nhìn ra nhớ lấy phút giây này*
> *Tàu đi như một cơn giông lửa*
> *Cuồn cuộn sao từ ống khói bay*
> *Cảnh vật mơ hồ trong bóng đêm*
> *Dàn ra một ảo tượng im lìm*
> *Ủ ê những ngọn đèn thưa thớt*
> *Sáng ít làm đêm tối tối thêm*
> *Bến cảng, nhà kho, những dạng cây...*
> *Chưa quen mà đã giã từ ngay*
> *Dẫu sao cũng một lần tan hợp*
> *Chớ tiếc nhau vài cái vẫy tay*
> *Toa nêm lúc nhúc hồn oan khốc*

Đèn bão mờ soi chẳng rõ ai
Ta gọi rụng rời ta thất lạc
Ta còn chẳng đủ nửa ta đây
   Người bạn đường kia chắc chẳng ngủ
Thành tàu sao chẳng vỗ mà ca?
Mai này xô giạt về đâu nữa?
Đất lạ ơi, đừng hắt hủi ta!
   Đất lạ, người ta sống thế nào?
Trong lòng có sáng những trăng sao
Có buồn bã lúc mùa trăn trở
Có xót thương người qua biển dâu?
   Tàu đi như một cơn điên đảo
Sắt thép kinh hoàng va đập nhau
Ta tưởng chừng nghe thời đại động
Xô đi ầm ĩ một cơn đau
   Ngồi đây giữa những phân cùng bụi
Trong chuyển dời xung xát bạo tàn
Ta trở thành than, thành súc vật
Tiếng người e cũng đã quên ngang
   Ta nghe rêm nhói thân tàn rạc
Các thỏi xương lìa đụng chỏi nhau
Nghe cả hồn ta bị cán nghiến
Trên đường lịch sử sắt tuôn mau
   Dường như ta chợt khóc đau đớn
Lệ nóng cường toan cháy ruột gan
Lệ chảy không ra ngoài khóe mắt
Nghẹn ngào đến cả tiếng than van (...)
   Tàu đi khoan xoáy sâu đêm thép
Tiếng nghiến ghê người, thác lửa sa
Lịch sử dường như rất vội vã
Tàu không đỗ lại các ga qua
   Ô, những nhà ga rất cổ xưa
Dường như ta đã thấy bao giờ
Đến nay, người giữ ga còn đứng
Đèn bão đong đưa chút sáng mờ (...)
   Ôi những nỗi sầu vô dạng ấy
Gọi ta về với những đêm vui...

Ở đâu đèn sáng như châu ngọc
Đường phố người chen chúc nói cười
  Ở đâu mộng ảo vườn sao tụ
Yến tiệc bày trong những khóm cây
Ta rót mừng em ly rượu đỏ...
Mà thôi, chớ nhớ nữa, lòng ơi
  Mà thôi, hãy nuốt lệ còn nghẹn
Tỉnh thức, lòng ơi, nhìn tận tường
Thời đại đang đi từng mảng lớn
Rào rào những cụm khói miên man
  Người bạn đường kia chắc vẫn thức
Mong tàu đi đến chỗ đêm tan
Có nghe lịch sử mài thê thiết
Cho sáng lên đời đã rỉ han
  Tàu ơi, hãy kéo còi liên tục
Cho tiếng rền vang dậy địa cầu
Lay động những tầng mê sảng tối...
Loài người, hãy thức, thức cùng nhau" - 1979

(Tàu Đêm; *Tiếng Chuông* 29, 12-12-1992; *Thơ Tuyển*, Minesota, 1995)

- Thấm Thoát Đời Ta:

"Tôi bây giờ cha mẹ chẳng còn
Các em tứ tán, bạn thưa vắng...
Đời rẽ quặt vô chừng
Người đi cùng nhau chỉ một đỗi
Rồi thôi, chẳng lẽ rồi thôi sao?
Gió dứt, tan hình tướng
Chim qua trời mang theo vệt bay
Mây nước chuyển làm người
Câu thơ soi mệnh viết mà khóc
Hồn chữ nhuần lần nữa nỗi đau
Sống đã phải đa mang
Lòng mình vốn nặng nhất
Nợ dẫu dứt, còn dây tiếng nợ...
Nghiệp dữ theo chân, bị đuổi xua
Náu lẫn vào mê hãi.

Nắng mưa thấm thoắt đời ta
Mối mọt căn nhà rệu rã
Đòi phen năm tháng cũ dò về,
Chó già lạ hơi sủa.
Chuyện đời như thất thiệt
Vàng đá còn không giữ nổi mình
Biết nhờ đâu xác chứng?
Tuổi hạc cách ly ta
Cõi người xa ngoài tầm
Những giác quan suy đuối
Có đi ngàn dặm cũng là quẩn
Càng nhìn trời đất càng hoang mang.
Bữa qua bữa dọn mình
Cầu gặp chút vui rớt
Làm của ăn đường đi phôi pha.
Ngóng quanh quất nghe vang quạnh quẽ,
Thấy trăng sáng quá, ngủ không đành,
Những mong có người thức chuyện vãn,
Mai chia tay, mang theo phần trăng.
Thế giới những ba ngàn
Trước giờ qua được mấy?
Quê nhà nghe nói có
Chỉ dấu không tìm ra.
Con vượn non cao khóc ảo ảnh
Còn ta lộn chuyến, nén mà đi...
Sức già, đến lúc phải bỏ bớt
Bỏ lại bên đường cái bóng ta" - 7-2002

- Đường Trường Đêm:

"Nước Mỹ này quá rộng và quá buồn
Anh không còn muốn tự định liệu
   Tốc độ cao gài cố định mặc
Đường trường lái băng đêm
Như tự nguyện thất giạt...
   Bất biển nản trước đầu xe thầm thầm mỗi khúc
            đường ngắn, rất ngắn
Như ta thấy đời ta từng quãng, quãng gần

Phải ráp nối mệt thành một liền lạc bất nhất.
Vượt bạt mờ những vũng sáng kỳ bí lạc loài rờn ánh trên nền mây
Chỉ dấu những quần cư nào ở mặt đất
Có khác chi chăng, nơi chưa từng đến ấy?
　　　Vui lóe lên với những chấm đèn leo heo phía trước
Với những luồng đèn đi ngược xô lòa
Nghe phả ấm loáng thân tình giữa những con người
　　　cùng lúc ở trên đường
Không thấy biết nhau...
Rồi nghĩ lan qua những tình cờ giao chập trong đời
Cũng chóng vánh đến phũ phàng
Như một ảo dịu mịt mùng của định mệnh
Mãi còn vô vọng với về sau.
　　　Thả trôi hồn theo một khúc tấu chừng quen
Dềnh dạt về những quá khứ bỗng ngoi nổi.
Nhớ lại, cố nhớ lại những người bạn bặt tin, những
　　　người thân tứ tán...
Ngày tháng rung rùng nối rượt nhau
Máng rớt thất thần
Những âm bóng tàn vong ngờ chưa từng có thực...
Chuyến sinh tử cao tốc chạy văng mạng
Lôi hung tàn ký ức bứt đầu, tay
Những chực tấp xe nơi vệ đường,
Mặc tình khóc cho tan ta.
　Ghé lại một trạm xăng, một hàng fast food hay một rest area
Đây là đâu?
Đây cũng là đâu đó vậy
Dấp nước đầu, cổ, mặt,
Tỉnh, tỉnh lại với đời...
Và trong những khoảnh đèn khoét đọng lẻ quạnh,
Nhìn chút đỉnh những con người,
Nhìn cuộc sống còn nửa thức nửa ngủ.
Hỏi lại mình: lòng ngất tạnh khuya
Tìm đâu một chốn ấm hơn đời?
　Chạy rề qua những cổng toll way
Ném dúm đồng tiền vào rổ đợi
Nghe lăn nhanh chuỗi âm thanh va bạt hoang mang

Thoáng cõi đời như mơ hồ...
Hoặc giả nhìn vẻ mặt người thu tiền uể oải
Hờ hững tiếng cám ơn
Chừng nỗi đời khá nhạt nhẽo.

   Ở những mối đường tẽ ba tẽ bảy phân vân,
Muốn xuống xe, làm như kẻ lang thang xưa,
Tung cao may rủi một đồng tiền hay một cành cây
Nhờ tình cờ định hướng hộ.

   Nước Mỹ này quá rộng và quá buồn
Anh không còn muốn tự định liệu" - 8-1998.

- Viễn Tây:

"Mỗi năm, bờ mỗi lở xa thêm
Bên này sông
Chẳng còn nghe thấy nữa tiếng gà gáy diệu vợi
Bên kia song.

  Có thể nào một sớm mai kia,
Hoang mang bốn bề sương trắng mịt
Chợt đến khi trời sáng rỡ ngỡ ngàng
Thấy thôi chẳng còn gì, thôi chẳng còn ai.

 Trùng trùng vách núi rát âm vang
Lời khóc kể tối trời
Của những bộ tộc bị tru di
Theo gió vận cùng tàn tro những dũng sĩ.

  Ai đã từng ngồi đây giữa đường hồ hải,
Giữa đống lửa qua đêm
Gửi trước ra xa bao tình mộng thăm dò
Những ngày mai vô định liệu

  Những bánh xe nặng rời rã lăn qua
Những mênh mông bất biến chưa có mặt đường
Mùa hè trống thênh
Mùa đông tịnh không.

  Rứt ruột, gửi gắm cho thời gian
Thi thể những người thân bất hạnh
Đã chẳng tròn lời ước hẹn buổi đăng trình
Trở về chết nơi sinh.

  Thôi, trách chi người đi chẳng hết đường

Em bứt ngang lời thề độc, ở lại thị trấn nấm
Có quán rượu hực lửa đèn, đàn hát, bạc bài...
Trước khi già, lấy chồng sinh con.
   Mai có ai về ngang quãng sông này
Xin ném cho hòn đất hỏi thăm
Xưa có người đi chẳng đến đích
Để con tuấn mã lại đời hoang...
   Những nấm mộ đá chồng rỗng kiệt
Hình hài người chết đã tiêu tan
Nhưng chắc đâu hồn mộng chẳng còn chạy giỡn
                        bạt ngàn
Cho tàn hả cuộc mê man cùng Vô biên độc nghiệt" - 1996.

- Đại Bình Nguyên:

"Đất xa đuối, trời sâu vô vọng
Đất trời còn chịu đựng bao lâu?
   Ngàn, ngàn dặm không bóng người, dạng mộ
Hú, không nghe động tĩnh cả hồn thiêng
Chỉ những cuộn cỏ gai lăn giỡn.
   Chim bay thoát ra chăng?
Qua đây, gió kiệt tàn,
Chung thân thiên cổ bị kìm giữ,
Mỏi nản cùng mặt nhật im trơ
Đá cũng làm thinh, không có chuyện
   Chiều nay, ai qua đại bình nguyên
Xa ngoài tầm réo về của mệnh lụy.
   Nhớ, như cỏ, xô tràn
Mơ, như mây, tản mạn...
   Mùa thu, gió bạc phơ
Kéo phết mặt người dải ngây ngất
   Ôi mây vĩnh hằng, ôi cỏ trường tại
Ta từng thấy, từng quên, từng thấy lại
Từ vô nguyên tịch mịch thần linh buồn
Qua đằng đẵng đi về một bóng mộng
Tận xoáy cùng bất biến của thời gian.
   Lời nào rốt nghĩa đời?
Trót lập ngôn, thánh hiền e cũng hối...

Đâu nơi cuối đất / Nào cõi cùng trời?
Đêm nay, ngươi ngủ đậu nhà ai
Liệu có giấc mơ nào khác trước?
Việc đời, cũ ê chề...
 Thì như trời đất, kiên trì thôi
Giam hãm tuần hoàn, quay nốt trớn.
 Tích sử rũ quên / Tâm tình giải bỏ
Về tới chưa, người qua ải Tây?
 Chiều xa cứ trôi trôi nắng tràn
Lan chạy sóng cỏ
Vèo ràn cánh chim
Bạt tưa rách tiếng mê đơn thoại,
Vương vất nỗi muộn màng.
 Chợt trời đất rùng mình đổi cách sáng...
Nhẹ thênh huyễn ảnh người
Cõi biếc sững trăng sao.
 Đất xa đuối, trời sâu vô vọng...
Chiều nay, ai qua đại bình nguyên" - 7-1998

- Nỗi Mình Lần Giở

Qua ngày, chuyện có thành hoang thuyết

Đời nay thoáng chốc đã đời xưa.

"Ngày qua ngày, trú dưới mái đầu,
Ngậm ngùi thân sống sót,
Cời lực tàn hơ cứu lấy hồn người...
Dâu biển ngoài kia chung cuộc chưa?
Chốn mông lung nuối muộn
Xốn xang tiếng hú réo liên hồi thương tâm rối hoảng
Những thất tán lâu ngày khó định danh.
Một đời hư bỏ liều mưa nắng
Chẳng làm xấu mặt đất trời sao?
Tụng biết mấy thời kinh
Quá khứ chẳng siêu thoát
Tự ám ngày đêm nơi cổng ta
Lâu dần người sống ngại qua lại...
Chạng vạng sánh nhanh

Ta bây giờ đã lỗi thời đặc
Đời không thấm nổi nữa tương lai.
Đã có lúc bưng lấy nỗi mình đau điên càn chạy,
Băng lửa, giẫm chông
Những tưởng là xa thoát.
Một buổi khựng định thần,
Vô vọng, ra mình chỉ chạy quẩn.
Trời đất khôn cùng ư?
Lòng ta lồng lộng lưới.
Ôi đứa bé xưa kia háo hức lẻn nhà đi, vượt lên trước đời mình,
Nhìn cõi thế / Tung tích vùi chôn tận địa đầu nào?
Thương quá, chiều nay, gió vướng vất
Xác diều vật vã ngọn tre cao.
Với bản thân, ít nhiều ta có lỗi,
Lỗi chẳng ân cần cầm cộng những ngày vui.
Tuổi già, giấc ngủ mót
Sao nuôi nổi mộng trường?
Con thằn lằn khuya chắt lưỡi tiếc...
Nghiệp giống nòi mãi chẳng tan ư?
Lửa đã mỏn / Nào ta còn chi để chụm thêm?
Gà gáy hiệp đầu như có vội
Ở chốn mệnh danh là chốn cũ
Dân gian thay mới những truyền kỳ
Đất trời ủ lửa chiêm bao khác
Dâu biển làm mưa nắng lạ đi.
Bụi rác mỗi thời một dạng loại
Chồng sâu thêm những địa tầng quên.
Người về không biết có đúng chỗ
Lịch sử qua đường đã cải trang.
Bạn lứa ta nhiều người đã chết
Bó mang đi phần mộng góp chung.
Chuyện thuở nào vừa tai người thuở ấy
Mỗi sự tình, một tuổi đời riêng
Độc giả về già chỉ đọc lại.
Đôi khi ta lười biếng chuyện trò
Đôi khi ta lẩm bẩm mình ta.
Nhà ta xưa nghe nói chẳng còn

Di chỉ đời ta xưa mất theo…
Đã thân rơm, chắc đâu là chỗ cuối
Gió qua, đức đủ giữ mình chăng?
Dưới chân ta, đất nào chẳng đất võng,
Đời quẫy gây chao đảo thất thần.
Thôi hãy mừng còn đứng được trên đó,
Cố sức giữ thăng bằng
Lắm lần, trán rịn đẫm.
* Phước thay, những đau đớn ma sát*
Đã chẳng làm lòng ta xơ chai" - 12-2002.

- Sáng Nay, Ta Còn Đi Bên Nhau:

"Sáng nay ta còn đi bên nhau
* Ngày lòa dậy / Trời đất một lần nữa mới lại*
Em sáng rỡ niềm vui… / Hẳn rất đẹp,
Giấc mơ nào em thấy đêm qua
Còn tản mạn nơi em như làn hương quyến luyến.
Gió trôi trôi
Qua qua những lượn đồi hư huyễn sương
Qua qua những tàn cây nô nức nắng.
Gió trôi trôi như gió đã từng trôi
Qua qua những vùng đời quang quạnh chờ
Qua qua những hồn đá lẻ loi khóc.
* Bao lâu rồi, / Em đó, anh đây*
Hai đầu thương nhớ biếc…
Giữa đôi ta là gió, gió ngày đêm
Thổi chai dại những tiền thân như tượng đợi.
Anh dừng bước chỉ em nhìn
Hàng cây nước miên man bung nở
Mê mẩn lực kiên trì chỉ chực buông tan
Của nỗi hân hoan không dễ dàng gì
Thường xuyên phải tái tạo.
Anh nhìn xa lối đi
Múa đảo nắng vàng ròng
Mất vào chỗ không còn thấy được nữa
Rồi nhìn lại em còn đi bên anh
Lòng thẫn thờ…

Vui đi em / Vui được chút nào vui.
Trưa nay ta còn đi bên nhau...

Thành phố lũng hoa mê
Duỗi phơi xa những triền mái lóa
Gió luông tuồng.
Anh nghe rõ nắng lao xao trên giàn hoa giấy rộ
Trưa đứng sững giữa lòng đường
Cây cùng thu vén bóng.
Em nhón chân vừa tầm cõi thực hư / Hôn, hôn anh...
Bàng hoàng hai hạt cát
Từng rời xa trôi dạt những thiên thu
Mịt mùng vô vọng.
Em nói qua về một nỗi trống trải
Anh nói qua về một thuở trầm luân...
Bao giờ người nữ cũng chờ đợi
Cho người nam còn có buổi quay về
Niềm quê nhà nặng gói khăn xưa
Lời han hỏi trào ràn lên mắt nhớ...
Em phủi ngực áo anh bám thảm bụi đường xa
Em mơn mặt mày anh dính buồn gió cõi lộng...
Quán thưa khách mơ hồ những tiếng động.
Em chăm chút anh ăn,
Tưởng tượng anh còm cõi vác âm thầm
Từng ấy nhục nhằn
Đi chân đất băng qua miền đá chởm / Tìm em
Thuở trời đất chưa định hình nhật nguyệt
Anh nhìn em, nước mắt đột nhiên tuôn,
Nghe vỡ lở những gì không thổ lộ
Ngoài hè đường, bóng nắng đã hơi nghiêng.

Chiều nay, ta còn đi bên nhau...

Em nghiêm cẩn như kho tang mất dấu,
Giọng chùng đi.../ Gió thổi lãng quên về
Nắng dốc sức một lần thật rực rỡ
Hoa trên đồng đã bắt đầu buồn
Bên kia núi, vườn nhà ai đốt lá.
Em chậm bước

Như ngó quanh tìm một mất mát nào
Trong rậm rối của hồn mình trở tối.
Anh lặng thinh
Chừng chẳng thể nói gì hơn
Dù chỉ một lời dỗ dành vô nghĩa nhất.
Đi, đi em / Đi cho hết lòng ta...
   Hãy sống lớn, buồn vui so núi biển
Ngay lần này, không đợi đến lần sau.
Cám ơn em,/ Nghìn thuở cám ơn em
Đã theo chân anh về thăm biết những ngôi nhà
Anh đã ở
Gọi tái sinh những huyễn mộng của đời anh
Cho đáo nhập em, hiện thành những thực mộng.
Anh ngắt cho em một cành hoa cỏ
Ngoài tầm / Ứa nước mắt
Nghĩ đến ngày chiếc võng treo không
Như chiếc nôi nào / Hồi anh chưa có mặt.

Đêm nay, ta còn đi bên nhau...

Thành phố dốc rộ vàng đèn
Đêm giữa mùa biển có mang trăng,
Song xô lùa tròn trặn
Bất tận em trời nắng gió mây mưa ngày đêm sao trăng
   cỏ cây hoa thú cá chim thần thánh người ma quỷ đồng rừng
      núi truông đầm hồ sông phá biển
Bất tận em man dại rĩ rền vùng vằng phụng phịu trìu mến
         dịu dàng hớn hở thở than sầu muộn mơn man
            van lơn đằm thắm xót xa kêu đòi cười khóc
Chẳng lúc nào vũ trụ nguôi ngoai...
Và em gọi anh, không ngớt gọi anh
Thất tung
Xa ngoài cõi không còn nghe thấy được.
   Nơi đây, thế giới ngủ từng phần
Cuộc sống vẫn chảy xiết thâu đêm đèn đôi dòng
            xuôi ngược đỏ, vàng
Hội hè đâu đó rộ về khuya.
Anh chợt nhớ dù không muốn nhớ

Ôi vô số đêm nào đó của đời anh
Chong buồn một bóng đợi trời sáng
Cả xót thương mình e cũng không...
Cám ơn em / Nghìn thuở cám ơn em
Đã đi cùng anh trong đêm nay.
Đêm nay, / Cũng một đêm nữa của đời anh
Nhưng là một đêm xếp ngoài mọi đêm nào đó khác
Bởi chính em / Chớ chẳng phải là anh nữa,
Bây giờ đau đớn xót thương anh.

Mai ta không còn đi bên nhau...

Gió thổi tới, gió ngày đêm thổi tới
Những bèo mây không ở mãi bên nhau...
Em sẽ đi / Đi chỉ một mình
Hay đi với người tình, một người tình mới khác
Cho trọn những quãng đường còn lại trong hồn em
Mà anh tiếc chẳng cùng đi đến trọn
Rồi không chừng em sẽ nhớ về anh
Rồi không chừng em sẽ thấy mình buồn
Như gió hắt hiu
Mơn man em
Ngờ ngợ gió xưa nào
Nhắc em chuyện hai đầu thương nhớ biếc.
* Em sẽ buồn / Buồn một chút thôi em*
Một chút thôi, đủ lòng trân quý trước
Để còn vui, vui được chút nào vui.
Hàng cây nước sẽ còn đứng xõa tóc
Biển sẽ còn đầy đặn với tình trăng
Đóa hoa cũ bên đường sẽ nở lại
Sẽ còn người, ai đó hái trao em...
Anh ở đâu, anh ở đâu xa?
Họa hoằn lắm, chỉ không gian còn gợi nhớ
Lần anh qua / Đã có một lần qua...
Gió thổi tới, gió ngày đêm thổi tới
Em sẽ đi / Không còn anh bên cạnh nữa
Em sẽ đi...
Anh chúc em trọn đường hạnh phúc rộ" - 6-1995.

Trạch Gầm

Nhà thơ Trạch Gầm tên thật Nguyễn Đức Trạch, sinh năm 1942 tại Sài Gòn, trước biến cố 30-4-1975, là sĩ quan thám báo, khi nước mất, phải đi "tù". Cũng là lính như một số nhà văn thơ khác ở hải ngoại và sáng tác khi đã đến đất người, nhưng chất lính của Trạch Gầm mang thêm phần bạt mạng giang hồ và Nam-kỳ của Cao Đông Khánh. Mới xuất hiện sau này nhưng đã có các tập thơ *Vụn Vặt* (TGXB, 2007) và *Ráng Chịu* (2009) và *Dấu Giày Chinh Chiến* (2013), và hai tập truyện ngắn Bên Lề Cuộc Chiến (Viet Tide, 2015), *Nhốt Vòng Nhớ Thương* (Viet Tide, 2016).

Bài Vụn Vặt:

"Một thoáng theo mây ta về ký ức
Gõ cửa Trường Sơn ta hát giữa rừng
Hôn dấu giày sô vạt đời chinh chiến
Thương nhớ bạn bè súng đạn đâu lưng

Một thoáng theo mây ta về sông cũ
Qua nhịp cầu Ghềnh ...nao nức gót chân
Hơi thở Đồng Nai mặn mà quyến rủ
Xin trả lại Người món nợ trầm luân

Một thoáng theo mây rơi dài nước mắt
Khóc nỗi bạn bè... lưu lạc bốn phương
Thằng mất thằng còn – Nổi trôi vận nước
Giọt ngắn giọt dài ướt đẫm quê hương

Một thoáng theo mây ta về Thủ Đức
Đứng giữa Quân trường hô nghỉ hô nghiêm
Xin học lại bài... Tám tuần huấn nhục

Để trả cho đời những phút bình yên

Một thoáng theo mây ngủ trên thành phố
Thành phố Saigòn của tuổi thơ ta
Nơi ta đã quen... quen từng viên đá
Mòn cả sân trường... mòn cả lời ca

Một thoáng theo mây ta về cội nguồn
Quì gối cúi đầu trước mặt Hùng Vương
Một lũ con cha mang dòng Bách Việt
Hoài bão lưng chừng đánh mất quê hương

Khi thơ ông xuất hiện và được xuất-bản lập tức đã gây chú ý cũng như đồng-cảm của người đọc ở hải-ngoại. Hình như những u uẩn và uất ức đau buồn của người lính phải buông súng quá chất chồng khiến khi luống tuổi nhà thơ không thể bộc lộ khác hơn. Thật vậy, nhà thơ nay phải sống tha phương, làm thơ như để "cùng chia nỗi buồn quê hương, để "khóc nỗi bạn bè... lưu lạc bốn phương,.. Như nỗi lòng trong Nói Với Bạn Bè:

''Tao bây giờ đã thành người tha phương
Đất Mỹ tự do... mà vẫn thấy buồn
Mười mấy năm tù khổ thì có khổ
Nhưng bạn bè cùng một nỗi nhớ thương
(...) Tao bây giờ tìm tao trong quanh quẩn
Một quán cà-phê dăm đứa bạn đời
Vẫn còn đó niềm đau ngày Quốc Hận
Để thấy lòng còn xa xót khôn nguôi
Nhớ bạn bè nhớ không tròn nỗi nhớ
Ngày Bình Long - Rạch Bắp đến Cây Trường
Thằng banh xác biết đâu ngày mất nước
Thằng quặt què chồng thêm nỗi tai ương
Tao bây giờ không tiền mua rượu uống
Mà vẫn say... say ngút với nỗi buồn
Nhìn thiên hạ tranh nhau quyền yêu nước
Mấy chục năm ròng - Nước vẫn tang thương'' (VV, tr. 50)

Sống tha hương trong thảm cảnh lại phải chứng kiến những điều phải bất bình, lời thơ đã không thể nhẹ nhàng hơn. Thơ ở đây không còn là những lời lãng mạn, tình tứ hay triết lý cao siêu hay ở trên mây.

Người lính dấn thân vì đại nghĩa, khi tan hàng vì thế cờ đảo điên, làm sao tránh được những bi phẫn như trong Nỗi Buồn Mất Trí:

"Trong nỗi buồn mất trí / Ta thấy mình ngu si
Cúi lượm lời than thở / Tháng ngày vừa biệt ly
Bạn bè bao đứa trốn / Chia đôi bờ đại dương
Ta một mình ở lại / Gặm đã đời đau thương
Quê hương vừa cúi mặt / Ta quên mình là ai
Chồng lên vai tủi nhục / Bao dặm trường chông gai
Nhớ ra ta là lính / Từng hát bài Tự Do
Bài ca vừa tắt thở / Như than hồng hóa tro
Tựa lưng con phố mở / Đếm thầm bao cô đơn
Ta có trăm ngàn tội / Đánh mất rồi Quê Hương....!!!" (VV, tr. 53-54)

Người lính nhớ lại những ngày oai hùng đi lùng diệt kẻ thù khắp miền đất nước, từ Cao nguyên xuống Đồng bằng, trong thân phận làm lính bảo vệ quê hương, làm lính với trách nhiệm và hãnh tiến vì tập thể, giống nòi: *"... Một thoáng theo mây ta về cội nguồn / Quì gối cúi đầu trước mặt Hùng Vương / Một lũ con cha mang dòng Bách Việt / Hoài bão lưng chừng đánh mất quê hương" (VV, tr. 65)*

Có lúc nào đó, Trạch Gầm đã đi tìm những người bạn đã hy sinh vì nghĩa vụ. Một nơi đến là nghĩa trang, nơi bạn bè, đồng ngũ, đã nằm xuống vì lý tưởng tự do, dân chủ, vì nghĩa vụ đối với đất nước. Đứng trước mất còn: mất bạn, mất quê hương, còn lại tấm thân nhà thơ nghĩ sống cũng như không:

"Tao sống đến ngày cuối cùng cuộc chiến
Được cái hơn mầy nhìn thấy đau thương
Đành làm người ngu đổ thừa vận nước
Uổng cả tháng ngày gối đá nằm sương
* Mầy đã hơn tao vì mầy đã chết*
Hưởng chút lễ nghi hưởng chút ân cần
Có được người thân cho lời nuối tiếc
Còn tao bây giờ sống cũng như không
* Mầy có tin không, quê hương đã mất*
Giữa lúc bọn tao nguyên vẹn hình hài
Đâu thuở quân trường đâu thời huấn nhục

> *Để nhận lấy ngày khốn nạn hôm nay*
> *Một lũ đàn anh tan hàng cuốn gói*
> *Bỏ mặc bọn tao đứng khóc dưới cờ*
> *Món nợ tang bồng bao giờ trả nổi*
> *Mất cả Sơn Hà cứ tưởng như mơ*
> *Giờ chẳng dám nhìn ngay vào mắt Mẹ*
> *Cũng chẳng đủ lời tâm sự cùng Cha*
> *Đành đến thăm mấy những thằng đã chết*
> *Ngày... Quê Hương còn lắm nỗi thiết tha"*. (Lời Trước Nghĩa Trang, VV, tr. 15-16)

Trong khi có những người có trọng trách đã không chu toàn, khi ra ngoài lại vênh vang trên những dòng hồi ký, diễn văn, viễn tưởng, dự phóng cho tương lai, thì vẫn có nhiều người từng dấn thân, đương đầu, nay lại tự nhận lỗi dù không phải thật sự của mình - người lính đó ngoài lý tưởng còn cả một tâm hồn lớn lúc nào cũng cuồn cuộn, năng nổ vươn xa, như sông Cửu. Khi trở lại cũng nơi đây, nơi một thời chiến trường, thân như nhỏ nhoi, co rút lại trước tàn tích ngày qua và trước những đồng đội hồn-bây-giờ-ở-đâu:

> *"Cũng nơi đây. ta ngồi chơi với hắn*
> *Vỗ tay cười kể chuyện bắn chiến xa*
> *Hạ pháo thấp nòng bắn bay pháo tháp*
> *Như ciné thật đã còn hơn là.*
> *... Cũng nơi đây. ta bắn thằng việt cộng*
> *Một viên M79 vào hông*
> *Bởi quá gần đạn không kịp nổ*
> *Ta lại phải nuôi nó mấy tháng ròng*
> *... Cũng nơi đây. ta đắp mồ cho bạn*
> *Vừa quay lưng xác bạn lại bật tung*
> *Mỗi thước đất cài trăm ngàn mãnh đạn*
> *Ta, sống nhăn, hóa kiếp. gọi anh hùng*
> *Ta trở về đây. xin hôn mặt đất*
> *Tắm bao máu hồng của bạn bè ta"* (Trở Lại Bình Long)

Trạch Gầm bi thương so sánh tình cảnh phải nuôi thù (miền Nam cộng hòa nuôi tù binh theo hiệp ước quốc tế) trong khi bạn đồng đội đã chết lại không được yên mồ vì kẻ thù. Miền Nam chúng ta vốn nhân đạo, hảo hán, máu anh hùng không chơi xấu hay sau lưng, nên mới thua kẻ ác và tiểu nhân. Bài Nhật ký Tháng 4 là những tiếng uất hận, cay đắng về một số thượng cấp. Ở những phút bi đát mới biết ai công hầu ai tướng sĩ và thế nào là huynh đệ chi binh. Trạch Gầm có nhiều *bài về Tháng Tư khó quên đó!*

> *"Hai mươi tháng tư tiễn em đi Mỹ*
> *Ta biết dễ dàng mất bé từ đây*
> *... Hai hai tháng tư... ta vào Đại An*
> *Chứng kiến cảnh dân bỏ xóm bỏ làng*
> *Dân chạy đến đâu... địch bò đến đó.*
> *...Địch xua quân tràn giữa đêm vắng lặng*
> *Ta chỉnh pháo... và thây giặc chồng thây*
> *Ta lạc mấy ngày trong lòng đất địch*
> *Gọi đã khàn hơi chẳng thấy bạn bè*
> *Thằng nào cũng đang giữ từng tấc đất*
> *Đâu có thì giờ để cứu ta ra*
> * Hai tám tháng tư ta ra lộ Một*
> *Gặp ông tướng vùng thị sát thăm dân*
> *Ông nói lung tung, ông thề sống chết*
> *Ông nói xong rồi, ông bay biệt tăm*
> * Hai chín tháng tư... Biên Hòa xơ xác*
> *Ta về Sài Gòn ngang qua nghĩa trang*
> *Ta đứng nghiêm chào bạn ta đã chết*
> *Như tự chào mình - nát cả tim gan.*
> * Ba mươi tháng tư ta ôm mặt khóc*
> *Trên cầu Sài Gòn - cạnh phố Hùng Vương*
> *Mười năm binh đao... mười ngày kết thúc*
> *Ta, còn nguyên: mà... mất cả Quê Hương!!!"* (VV, tr. 17-18)

Ôi bi đát của những cái còn mất và những giá trị khi phải đối đầu với thử thách hoặc định mệnh. Trạch Gầm nhớ những thời đã qua, những ngày tuổi 20 "dắt tương lai vào vùng mơ ước" nhưng bấy giờ *"Quê hương của ta khói lửa ngập trời / Cơm áo nhà binh ta vào cuộc chiến / Tìm lấy tự do bằng chính mạng người / Ta quen Bình Long, ta quen Quảng Trị / Vuốt mặt bạn bè chết giữa gió sương"),* đến tuổi 30 thì *"ta mất Quê Hương... ta mất hết rồi / Bạn bè của ta có thằng tự sát / Bạn bè của ta có đứa ra khơi / Ta quảy thân tù từ Nam ra Bắc / Long Giao, Văn Bàn, Vĩnh Phú, Lào Cai / Ta gặp Quê Hương lưng tròng nước mắt"), tuổi 40 thì "thành phố ta quen biến thành chợ trời / Cái tách, cái ly, cái quần, cái áo / Giải phóng ra đường đổi bát cơm tươi / Ta đạp cyclo ngày vài chục chuyến / Cố dặn tâm hồn... đừng nhé chớ điên / Gắng sống nghe chưa... tìm đường vượt biển"), cuối cùng khi 50 thì "Trời đất tha phương ru ta ngậm ngùi / Ta nhìn ra ta... ôi loài vô dụng / Hoài bão trùm chăn, khóc suốt đêm dài.." (Một ngày của ta 20, 30, 40, 50, v.v.)*

Hòa bình, hai tiếng đầu môi, ước vọng của tất cả người con dân nước Việt, nhưng "đã hòa bình mà...đất nước vẫn thương đau" được Trạch Gàm lập lại hơn một lần: *"Ta, còn nguyên, mà. mất cả Quê Hương"*; 30-4: *"Ba mươi tháng tư ta ôm mặt khóc"*, *"Tháng tư nào ta cũng lật trang ký ức / Trong đó có ta có đủ mặt bạn bè / Những thằng lính gánh còng vai tủi nhục / Giữa hận thù mà chết cứng bơ vơ"*,... (Cùng Với Tháng Tư), v.v.

Hai tập thơ Vụn Vặt và Ráng Chịu của Trạch Gầm là một minh họa cho lịch sử Việt Nam gần đây và đặc điểm là ngôn ngữ thơ của ông. Trạch Gầm của Vụn Vặt nhẹ bước, khiêm tốn bước vào dòng thơ hải ngoại, ông chỉ muốn đóng góp tiếng kêu phẫn uất của mình; đến Ráng Chịu thì ngôn ngữ bản sắc của nhà thơ rạch ròi hơn và rõ nét một cách mạnh mẽ. Thơ của Trạch Gầm mang nhiều nét đặc thù dù xuất thân từ tập thể tị nạn. Thơ ở đây mang âm vang của giới anh chị cùng lúc là ngôn-ngữ của một người thất chí, bị cấp trên bỏ rơi và bị đồng minh lừa bịp. Trong hiện tình đất nước Việt Nam đang bị ngoại bang (kẻ lạ) xâm lấn mà đám cai trị đỉnh cao trí tuệ đã hết thời thắng... đế quốc, nay nhắm mắt, từ chức, không bảo vệ lãnh thổ, người đọc không thể không xúc động khi đọc bài thơ Cho Tao Chưởi Mầy Một Tiếng: ông đã chửi Việt cộng một cách chính xác, thực tế: ông không đi vòng vo mà trực tiếp mày tao với những kẻ vô nhân, vô văn hóa, vô liêm sỉ. với một nghệ thuật dùng chữ đúng lúc:

"Đ. M, cho tao chưởi mầy một tiếng,
Đất của Ông Cha sao mầy cắt cho Tàu?
Ngậm phải củ gì mà mầy cứng miệng,
Đảng của mầy, chết mẹ... đảng tào lao.

   Chế đô. mầy vài triệu tay cầm súng,
Cầm súng làm gì. chẳng lẽ hiếp dân.
Tao không tin lính lại hèn đến thế,

Lại rụng rời trước tai ách ngoại xâm.
  Mầy vỗ ngực. Anh hùng đầy trước ngõ,
Sao cứ luồn, cứ cúi, cứ van xin
"Môi liền răng" à thì ra vậy đó
Nó cạp mầy, mầy thin thít lặng thinh.
  Ông Cha mình bốn ngàn năm dựng nước,
Một ngàn năm đánh tan tác giặc Tàu.
Thân phận mầy cũng là Lê, là Nguyễn
Hà cớ gì.... mầy hèn đến thế sao!
  Chuyện mầy làm Toàn Dân đau như thiến,
Mầy chết rồi, tao nghĩ chẳng đất chôn.
Hãy tỉnh lại ôm linh hồn sông núi,
Cứ đà này... chết tiệt còn sướng hơn.
  Đàn gãy tai trâu... xem chừng vô ích,
Giờ mầy nghe tao chưởi còn hơn không..."

Ngôn-ngữ thơ trong Ráng Chịu làm nổi bật những nét hào hùng của một người lính cộng-hòa nhẫn nhục chấp nhận cúi đầu trước nghịch cảnh: hào hùng vì thân phận nhược tiểu chung trước bàn cờ thương mại chính-trị quốc tế, mặt khác là những tiếng kêu thương của một con dân mang áo lính có sứ mạng chưa hoàn thành:

"Tháng Tư... Ngồi nhớ một ngày
Ta có một ngày... một ngày ngồi khóc
Ta có một ngày gãy đổ ước mơ
Mười năm lính tưởng đâu đà sỏi đá
Ai có ngờ lại ngồi khóc như mưa
... Thẩm Quyền ơi giờ Người ở nơi đâu?!!
Thân lính trận, nhận lịnh gì không nhận
Nhận lịnh đầu hàng... rời rã tai ương
Hồn chinh chiến chỉ còn trơ thân xác
... Thôi tan hàng... lại cố gắng mới đau
Cố gắng nhìn nhau mắt mờ nước mắt
Sừng sững đất trời... có cảnh này sao
Thôi chia tay, mà về đâu đã chứ
Mất hết cả rồi... mất dễ như chơi
Lịch sử sang trang... sang trang lịch sử
Mất cả vinh quang; mất cả ngậm ngùi"

Trong Tao Viết Bài Thơ Gởi Mầy Nỗi Nhớ, Trạch Gầm viết cho bạn hữu để nhớ lại thời chinh chiến mới đó đã vào quá vãng dù phận làm trai chưa hoàn thành:

> *"Đoạn đường mầy đi là tao lại đến*
> *Mỗi một địa danh...đánh tới đánh lui*
> *Mỗi một địa danh vài thằng bạn chết*
> *Cho Quê Hương bớt đi nỗi ngậm ngùi*
> *... Miền Nam mình chỉ hai mùa mưa nắng*
> *Tao với mầy thì chẳng nắng chẳng mưa*
> *Chỉ biết đổi giày khi giày mòn gót*
> *Lội tróc rừng chỉ mỗi một ước mơ*
> *Năm được mấy lần đụng đầu giữa phố*
> *Ha hả cười rồi chưởi mẹ vài câu*
> *Mầy còn sống - Ừ tao cũng còn sống*
> *Nốc cạn nhớ thương... nốc cạn dãi dầu*
> *Thằng vào Long Nguyên thằng qua Thị Tính*
> *Thằng xuống Chánh Lưu thằng tạt Phó Bình*
> *Rừng thức giữa đêm hít toàn thuốc súng*
> *Cây cối gục đầu chào đón bình minh*
> *Giờ... thì sao... hai thằng chung con phố*
> *Con phố tha phương - lặng lẽ - u sầu*
> *Tao viết bài thơ gợi mầy nỗi nhớ*
> *Đã hòa bình mà... đất nước vẫn thương đau"*

Trong Cạn Chén Bâng Quơ, chén rượu của không hẳn là của đệ tử lưu linh; ở đây là chén 'huynh đệ chi binh'. Rượu để viết lên những giòng sử Việt, rượu ở đây là để quên và để nhớ:

> *"Uống cạn ly đầy, rót đầy ly cạn*
> *Câu nói này tao quen quá là quen*
> *Mười năm lính, tao uống hoài không cạn*
> *Tình nghĩa bạn bè... tình nghĩa anh em*
> *Thằng Anh tao, việt cộng đem xử bắn...*
> *Tháng ngày tù... đạp trại... bỏ ra đi*
> *... Tao còn có... có trăm điều để nhớ*
> *Mỗi một điều cạn một chén thương đau*
> *Mầy cứ trải poncho rồi ngồi xuống*
> *Thay thằng chết rồi...cạn chén cùng tao...*

Giờ mất nước - Buồn ra sao - Chưa đã
Vui sướng gì... mà cứ cạn bâng quơ..."

Lời thơ ẩn chứa biết bao tâm sự của một người lính thua cuộc vì thân bị bó buộc đầu hàng phải thua, của một người dân nước còn đó mà phải tha hương, lưu xứ và của một người phải "ráng chịu" trước mọi nghịch cảnh, từ thời trai trẻ chốn quê nhà đến về sau lang bạt xứ người.

Ngôn ngữ thơ Trạch Gầm đơn giản chân thành nhưng bạt mạng, giang hồ - từ hoàn cảnh gây ra, từ con tim ức chế nói không nên lời khác. Một ngôn ngữ có căn có gốc văn hóa, lịch sử của miền Nam đất nước. Ngay bút hiệu Trạch Gầm, không biết tác giả có ý gì nhưng người đọc hiểu là ông (tên Trạch) muốn Gầm lên rất giang hồ, tiếng gầm có thể dữ dội nhưng rất con người.. Thơ mang chất lính – chất hết mình và chất đa tình, tình đồng đội và tình người; qua nhiều thể loại, tạo nên tính phong phú và đầy nhạc tính, một nhạc tính rất tiêu biểu của miền Nam. Lời rất thơ, như khi nhắc đến của tuổi học trò, và ngay cả thời sự:

"Tháng tư nào ta không soi mòn nỗi nhớ / Nỗi nhớ thênh thang rải khắp chiến trường / Ta nghe quanh ta động từng hơi thở / Thằng mất thằng còn....cùng cảnh gió sương..."(Cùng Với Tháng Tư).

Để hiểu lịch sử qua văn chương thiển nghĩ phải đọc những tâm tình qua con chữ của những cây bút dấn thân, không phải dấn thân ở diễn văn hay ở trong salon bình yên mà dấn thân bằng chính thân mình, bằng tất cả con tim và lý tưởng, một lòng đến cùng. Con chữ Trạch Gầm khởi đi từ đó, cứ thế mà đi như đã lên đường. Gần đây có bài Mưa dài, chữ dùng dịu hơn nhưng lòng vẫn sôi sục những hờn căm, uất hận! Nghe như định mệnh đã an bài!

"Bolsa mấy ngày mưa trầy mưa trật
Bạn bè mấy thằng chụm tách càphê
Mỗi thằng một thời ...ôm đời lây lất
Rừng núi Quê Hương mưa gió vọng về
... Mầy cũng như tao... nhìn mưa là nhớ
Áo trận giày shaut không ngại đất trời
Quãng Trị, Bình Long ngập trời mưa pháo
Tưới sỏi đá buồn... mưa máu tả tơi
Cứ tưởng sau mưa là trời lại sáng
Lòng lính tha phương mưa dặt mưa dài

Trôi nổi ước mơ đoạn ngày đoạn tháng
Đợi đến ngày nào... có một ngày mai... " - 12/2010.

Ba năm sau, ông xuất-bản Dấu Giày Chinh Chiến:

"... Mầy nhắc đi ngày đầu sôi lửa bỏng
Ba tháng trời... An Lộc... phố thành tro
Anh em mình vuốt mặt mọi cam go
Mỗi tấc đất được giữ bằng xương máu.
Thằng bị chôn bị hất lên bởi pháo
Thằng bị thương chưa bó... lại bị thương
Mầy nhắc lại đi tình nghĩa nào hơn
Trong màu áo, dưới màu cờ Tổ Quốc..."

(Dấu Giày Chinh Chiến)

Thơ không chuyên chở hết tình ý, Trạch Gầm viết truyện ngắn pha bút ký để kể *Bên Lề Cuộc Chiến* (234 tr.) gồm 30 mẩu chuyện và 19 bài thơ, những câu chuyện của 20 năm chinh chiến...

Nhốt Vòng Nhớ Thương là những mẩu chuyện được tác giả kể, không theo thứ tự thời gian mà rải rác qua các trại tù từ Nam ra Bắc: Chuyện Người Tù Cải Tạo, Chuyện Người Vợ Tù Cải Tạo, Khai Bệnh, Dở Ẹt, Học Được Cái Ngu (giang hồ), Âm Mưu Lật Đổ Chính Quyền...

"Vác thân trình diện đi tù" ở trường Võ Trường Toản Sài Gòn *"Phòng số I, lớp đệ nhất ngày nào của tôi. Bàn ghế vẫn còn là bàn ghế xưa, thân quen, trong lòng tôi cảm nhận hình như các vật vô tri này, nhìn tôi có chút oán hờn. Từ cửa bước vào, dẫy bàn thứ tư nhìn lên bảng, tôi, ký ức hướng dẫn, đến ngồi ngay vị trí ngày xưa của mình, nhìn quanh đục mờ kỷ niệm..."* (Chạy, Thấu Tim Gan).

Vượt ngục bất thành *"Tôi bị cùm trong một cái conex. Conex nằm giữa một hàng rào kẽm gai vây chung quanh. Bên trong conex sát đáy của chiều ngang có xếp hai thanh gỗ lớn mà chiều dài của hai thanh gỗ này vừa sít với chiều ngang của conex... Để khỏi nhúc nhích, một đầu của hai thanh gỗ này được siết bằng một cái bù lon, đầu còn lại được giữ bằng một thanh thép xỏ ngược từ dưới lên trên, phần trên của thanh thép, có khoan một lỗ, móc vào ống khóa... Đêm đầu thọc chân vào cùm, với cái thân thể nửa chết nửa sống của tôi chẳng mang đến cho tôi một cảm giác nào (...) Cách thức tra tấn uy hiếp tù thế này kể ra cũng là một đòn độc, trắng đêm chập chờn"* (Dở Ẹt).

Một thằng bạn trước khi xuôi tay vĩnh biệt anh em, chỉ mơ được một bữa khoai mì no bụng" (Quà Thăm Nuôi).

"… Anh đã mất đã quên niềm thương nhớ
Đường tương tư em mòn mỏi trăng thâu
Nghe nhớ thương dâng lên tùng góc phố
Cánh chim bằng gãy cánh bỏ trời cao…"

"… Dăm thằng bạn trắng tay đời đau điếng
Gánh đau thương mòn cả lối ngậm ngùi
Tóc đã bạc, đời tha phương cũng bạc
Gặp lại nhau đong thương nhớ đầy vơi…"

*

Các chế độ bạo tàn, toàn trị có thể gông cùm thân xác và nhục mạ tha nhân (những kẻ đã thua, bị đổi chác, tay trắng, không thể tự vệ) nhưng tự bản chất, việc cầm tù đã là một thất bại lớn vì khi kẻ bị cầm cố còn lý trí, còn tâm tưởng, tinh thần, thì họ vẫn còn tất cả. Như người tù "cải tạo" không chịu mặc áo sợ chiếc áo còn lại đó sẽ dơ, rách và phải giặt, phải khâu vá; thịt da (và tinh thần) người tù có thể chịu đựng hơn thế nữa. Vả lại, thịt da rách sẽ có lúc liền da, nhưng tinh thần không khuất phục thì muôn đời vẫn bất khuất, kiên cường, không thế lực nào có thể lay đổ được! Như vậy, 'cải tạo' không đạt được gì, không 'cải tạo' được ai, chỉ là một đòn thù của kẻ tình cờ thắng một ván cờ, chứng tỏ thêm trò bịch bợm, ngu dốt của Việt cộng, biến con người thành con vật, hạ phẩm giá con người, người khác, hạ thấp cái có thành không, làm rã rời nghị lực, tinh thần chống đối. Cải tạo do đó chỉ làm cách biệt thêm, đã và sẽ là vấn nạn cho lương tâm con người và lịch sử! Ba nhà thơ nói đến ở đây thuộc hai thế hệ, mỗi người với cảm nhận vì kinh-qua khác nhau, nhưng cả ba đều cùng là nạn nhân của cuộc chiến huynh đệ tương tàn, cùng trãi qua những tháng năm đen tối vì cái Ác và bạo lực, vì người tàn sát người dù là đồng loại. Tác-phẩm chứng giám của ba nhà thơ trong sự đa dạng thể loại và ngôn-ngữ, phong cách, đã và sẽ hiện diện trong văn-học Việt Nam như là những vết tích không thể bôi xóa của một giai đoạn lịch-sử vẫn chưa khép lại!

1-2011 +

Trần Doãn Nho

Trần Doãn Nho, bút hiệu, sử dụng khi sáng tác và ký Trần Hữu Thục, tên thật, khi viết tiểu luận. Sinh ngày 25-7-1945 tại Huế. Theo học đại học Huế và Sài Gòn, tốt nghiệp ngành Triết. Trước 1975, dạy học Phụ khảo Triết Đại Học Văn Khoa Huế; sĩ quan quân đội VNCH và cộng tác với các tạp chí văn học Sài Gòn.

Sau 1975, ở tù "cải tạo" đến 1981. Định cư ở Hoa Kỳ 1993, làm việc cho Sở Giáo Dục Thành Phố Worcester, bang Massachusetts. Cộng tác với các tạp chí văn học giấy hải ngoại: *Văn Học, Hợp Lưu, Thế Kỷ 21, Diễn Đàn Tự Do, Văn*, và các tạp chí mạng.

Tác-phẩm đã xuất bản: hai tập truyện ngắn *Vết Xước Đầu Đời* (Thanh Văn, 1995), *Căn Phòng Thao Thức* (Thanh Văn, 1997), ký và tùy bút *Loanh Quanh Những Nẻo Đường* (Văn Mới, 2000), truyện dài *Dặm Trường* (Văn Mới, 2001; Thư Ấn Quán tb 2018), các biên-khảo tiểu luận *Viết và Đọc* (Văn Học, 1999), *Tác Giả Tác Phẩm và Sự Kiện* (Văn Mới, 2005), *Từ Ảo Đến Thực* (2006) và *Ẩn Dụ cuộc Phiêu Lưu của Chữ* (Người Việt, 2015).

*

Trần Doãn Nho giáo chức và đã khởi nghiệp văn-chương từ trước 1975, ông thực sự xuất bản từ khi định cư tại Hoa Kỳ. Là một cây bút trí thức, do đó khi sáng-tác ông cũng đã hơn một lần cho người đọc thấy ông có suy nghĩ: con chữ Trần Doãn Nho (và Trần Hữu Thục – tên thật), nếu không có mục-đích thì cũng liên hệ đến tâm thức và ý nghĩa nào đó của hiện hữu, của con người và nhất là con người Việt Nam!

Trong *Ẩn Dụ, cuộc Phiêu Lưu của Chữ*, ông nghiên cứu về "ẩn dụ" trong văn học Đông Tây trải qua các thời đại. Chương viết về "Chữ nghĩa: chữ và nghĩa", ông cho biết:

"*Chữ: Nói đến chữ, ta thường nghĩ ngay đến chữ viết. Từ lâu, đó là cách chúng ta suy nghĩ về ngôn ngữ. Dưới hình thức chữ cái, chữ viết tự phân cách ra khỏi sự vật, đưa đến sự khác nhau giữa chữ và vật. Nhưng nhờ thế mà ngôn ngữ "tách khỏi thế giới và trở thành một lãnh vực tự động, một lãnh vực có thể suy nghĩ," theo Arild Utaker, trong một bài viết bàn về Saussure. Từ đó, ta có ngữ học, một khoa học về chữ viết gắn liền với nghệ thuật viết và đọc. Và cũng vì thế, ngôn ngữ trở thành "một vấn nạn triết lý": tương quan "giữa ngôn ngữ và thế giới" hay nói khác đi, tương quan "giữa chữ và sự vật." Mặt khác, chữ viết được xem như là tượng trưng cho lời vì nó có thể được phát âm. Do được thị giác hóa, nghĩa là bị khách thể hóa, lời tự biểu lộ ra trong chữ. Lời có chữ như một tấm gương. Nhưng nếu lời là chìa khóa của chữ thì nó lại bị lệ thuộc vào chữ. Ngữ pháp xem chữ vừa là phản ảnh vừa là tiêu phạm của lời. Rốt cuộc, sự đúng sai của lời chỉ có thể tìm thấy trong chữ. Saussure nhìn vấn đề một cách khác hẳn ... "Hoạt động ngôn ngữ" là khả năng của con người có thể tự diễn đạt qua hình thức ký hiệu. Khả năng này không chỉ dành riêng cho ngôn ngữ tự nhiên nhưng mà cho tất cả mọi hình thức giao tiếp của con người. Còn "ngôn ngữ" (hay "tiếng") là tập hợp những ký hiệu được sử dụng bởi một cộng đồng để truyền đạt với nhau: tiếng Anh, tiếng Pháp, tiếng Việt. Ngoài ra, Saussure còn phân biệt "ngôn ngữ" và "lời nói". "Ngôn ngữ" có tính chất xã hội và độc lập với cá nhân. "Lời nói" là sự sử dụng cụ thể những ký hiệu ngữ học, có tính cách cá nhân. Cả hai lệ thuộc lẫn nhau. Ngôn ngữ vừa là công cụ vừa là sản phẩm của lời nói. Với khái niệm này, Saussure phân biệt cách sử dụng ngôn ngữ với chính ngôn ngữ được hiểu như là toàn thể các ký hiệu. Chữ viết, theo ông, tự nó không phải là thành phần của hệ thống nội tại của ngôn ngữ. Ngôn ngữ và hình thức chữ viết của nó xây dựng nên hai hệ thống ký hiệu tách biệt nhau. Nhưng người ta vẫn xem như chữ viết là tượng trưng cho ngôn ngữ. Vì "chữ viết gắn với lời nói mà nó tượng trưng chặt chẽ đến độ nó tìm cách cưỡng đoạt vai trò chính" của lời nói. Một ngôn ngữ có một truyền thống nói độc lập với chữ viết thì ổn định hơn, nhưng ưu thế của chữ viết khiến ta không thấy được điều đó...".*

"*Nghĩa: Dù là bằng âm thanh hay bằng đồ hình (graphic), chữ là những ký hiệu. Tự bản thân, chúng chỉ là hình thức chứ không phải là chất liệu. Nếu mỗi chữ tượng trưng cho chỉ một điều nào đó và chỉ điều đó mà thôi thì chữ là nghĩa/nghĩa là chữ. Nghĩa, trong trường hợp này, là cái chứa đựng trong chữ đã được cộng đồng bản ngữ chấp nhận và tương đối ổn định. Nghĩa là, chữ đã trở thành từ vựng, được ghi vào trong tự điển. Thực tế, trong nhiều trường hợp, ngay trong cái "tương đối ổn định" đó, nghĩa lắm khi không hề đi đôi với chữ. Chẳng hạn như chữ "đi". Đi là động tác di chuyển bằng chân hướng về phía trước, nhưng có nhiều chữ đi lại có nghĩa khác, thậm chí khác hẳn: đi đêm, đi khách. Hay chữ "ăn": từ chỗ là động tác bỏ thực phẩm vào trong miệng, ta có những chữ ăn khác như ăn cánh, ăn ảnh, ăn gian... mà ý nghĩa của chúng dường như chẳng có liên hệ gì mấy đến chuyện "ăn"...".*

Vết Xước Đầu Đời mà tựa sách là tên một trong số 13 truyện ngắn, các truyện còn lại là Cái giá của mùa xuân, Lặng lẽ ánh trăng, Người chú, Bạn cũ, Cuộc đời ở một phía khác, Kỷ niệm, Một chút Việt Nam, Dùng dằng, Vướng víu, Người đi kẻ ở, Good stuff và Nắng trên đồi.

Vết Xước Đầu Đời tức cái trớ trêu của một cuộc tình cũ mà nhân vật chính là Tâm, và người yêu cũ là Ánh. Hai người yêu nhau nhưng họ lại phải xa nhau. Rồi Tâm lấy vợ ở Vĩnh Long. Và Ánh lại có chồng là Tuân như một cách trả thù Tâm đã phụ bạc và chẳng may chồng nàng bị cánh quạt máy bay trực thăng đụng phải khi đi hành quân và tử nạn. Sau năm 1975, Tâm bị vợ bỏ, về lại Huế tìm lại Ánh và hai người lại có những trách móc sau khi Tâm dẫn Lan, con gái của Ánh "đi dạo loanh quanh ngoài đồng". Ánh thì lo con gái mình không khéo lại bị chú Tâm du dỗ; còn Tâm thì khẳng định đời nào có chuyện tài trời như vậy. Và dưới mắt Ánh, khi rầy con với giọng chua chát: *"Đời mẹ đã khổ vì đàn ông. Đàn ông không có gì đáng tin hết. Họ luôn luôn phỉnh phờ, lường gạt. Họ không hề biết yêu như người đàn bà. Có họ mình cũng khổ, mất họ mình cũng khổ. Mẹ không muốn con gần đàn ông, vì không muốn con khổ, con hiểu chưa?"* (tr. 171). Và ngay trong đêm khuya hôm ấy, Lan nghe lời qua tiếng lại giữa mẹ và chú Tâm về chuyện đi dạo buổi chiều giữa Lan và chú ấy, và Lan *"cảm thấy có chút gì tái tê, một chút gì đăng đắng, nghèn nghẹn của mùi vị cuộc đời. Như một vết xước đầu đời, nhưng cô cảm thấy buốt"* (tr. 175).

Căn Phòng Thao Thức gồm 3 tùy bút và 10 truyện ngắn, có bài đã viết từ trong nước. Những nhẹ nhàng kỷ niệm và cuộc sống dù khung cãnh là chiến tranh, tao loạn và hận thù. Quá khứ Hà nội, Huế và những nơi chốn khác, những nơi chốn thân thương đầy kỷ niệm văn học và cuộc đời cũ mới.Tuệ Sỹ, Phùng Quán, những con người trong bóng tối hay sống đời vô vọng cho một tương lai. Một số truyện của tập như Dáng Buồn Mệnh Phụ, Một Ngày Hơi Khác về sau tình tiết và câu chuyện được sử dụng cho truyện dài *Dặm Trường*, một loại liên-văn-bản.

Căn Phòng Thao Thức ở ngoài nước, với những sinh hoạt cộng đồng không được như ý cho đến chuyện con cái sống nếp đời quá mới, qua chuyện của ông Điền bà Phượng sắp thành sui gia. Họ cùng chờ con mỗi người trở về nhà mà họ cũng chờ nhau đi bước đầu đến với nhau trong gang tấc. Kết của truyện giữa bà Phượng và ông Điền:

"Ông nhìn đồng hồ:

- Bốn giờ rồi. Tôi chắc tụi nó cũng sắp về.

Ngừng một lát, ông nói thêm một câu, ngoài ý muốn:

- Chị nên đi ngủ cho khỏe. Đừng lo lắng vu vơ nữa.

Bà Phượng miễn cưỡng đứng dậy, không nói gì, lẳng lặng bước đi. Chiếc rốp ngủ phất phơ với những đường nhăn vô tình, ý nhị. Bà vào phòng, khép cửa. Then cài. Đèn tắt. Im lặng. Ông nhìn đăm đăm. Đường sang trên cánh cửa không còn. Ông thở dài, nằm xuống, tự hỏi chẳng biết một lúc nào đó, cánh cửa sẽ mở ra, bạo dạn đón ông vào, rồi khép lại, khép chặt lại" (tr. 70).

Trong ***Loanh Quanh, Những Nẻo Đường***, Trần Doãn Nho háo hức tìm lại kỷ-niệm cũ của tập thể như thế giới truyện Tự Lực văn-đoàn: *"Hà-Nội như thể là quê tôi, như thể tôi đã từng sống, từng lớn lên, từng vui, từng buồn ở đó. Con đường Cổ Ngư hình như tôi đi nhiều lần hơn đường Ngọ Môn (...) Tôi cũng đến Hà-Nội để tìm, tìm một mộng tưởng giữa sự thật, một vĩnh cửu giữa cuộc thăng trầm..."* ("Lô Sơn Yên Tỏa", tr. 97, 122). Những bài ký được viết bằng hồi ức về quê nhà thời trước khi lập nghiệp ở xứ người, ông kết thúc tập với bài thơ Ngày Gặp Lại.

Dặm Trường của tiểu-thuyết

Tác-giả cho biết *Dặm Trường* được khởi sự sáng-tác từ tháng 10-1993 – tức ngay sau khi đặt chân đến đất tạm dung, và viết xong tháng 1-2001; được nhà Văn Mới xuất-bản cùng năm và gần đây, vào tháng 5-2018, tác-phẩm được nhuận sắc lại và Thư Ấn Quán ở New Jersey tái bản vào mùa Hè 2018, 480 trang.

Dặm Trường được tác-giả gọi là *truyện dài*, viết về đời sống xã-hội bi-thảm ở Việt Nam sau ngày Bắc-Việt cưỡng chiếm miền Nam năm 1975, qua những thăng trầm, khó khăn của gia-đình Đoàn Thị Mỹ Hạnh và Tống Viết Lục, "giáo viên lưu dung" - cựu sĩ quan biệt phái dạy học, sau 1975, học tập ngắn hạn rồi trở về dạy học rồi bị cho nghĩ việc, cũng như cuộc-sống gian truân của người thân quen và bạn bè của họ. *Dặm Trường* là đường dài mà các gia-đình ở Huế (và cả đất nước) phải cam go dong ruổi vượt qua, đi đến cùng, vì sinh kế, vì sống còn.

Trước hết, là chuyện đường dài của Hạnh và Lục. Hạnh phải xông pha đi buôn để nuôi chồng, nuôi con, đi buôn đường dài, đến những nơi có thể chưa từng biết trước đó, là dấn thân vào một thế giới xa lạ - môi trường bất thường và phiêu lưu này sẽ tàn nhẫn biến đổi con người khiến trở nên vong thân, xa lạ với cái Tôi bình thường hay trước đó.

"Lục không rành chuyện buôn bán, lại nữa, anh nhát gan. Gặp công an, thuế vụ, không có hàng đã run, huống hồ gì mang thứ hàng thuộc loại "quốc cấm" như trầm. Từ ngày bị giảm biên chế vì thuộc diện dính líu đến chế độ cũ, anh lui về lo việc nhà. Anh săn sóc con cái, nấu nướng, đếm tiền cho vợ. Vợ sai đâu, anh đi đó. Anh thuộc loại không thể thích nghi được với cái xã hội mới đầy cả mánh mun bên ngoài. Anh dị ứng với cảnh người ta lăng xăng lui tới gạ gẫm, đẩy đưa, mặc cả. Có lúc, anh chăm chú theo dõi, thậm chí thử tìm hiểu mà rốt cuộc vẫn cảm thấy lạ lẫm. Anh nhờ nó để sống, mà y như kẻ đứng ngoài, chẳng dính líu gì.

Hạnh khác. Hồi trước nàng nhút nhát, ít nói, rất sợ phải tiếp xúc. Thế mà đột nhiên, nàng đổi tính. Nàng nhảy một cái vào cái xã hội mới mẻ này, hòa nhập vào nó một cách mau chóng. Nàng nói nói cười cười thiệt thiệt giả giả. Khi tình, lúc lý. Khi giả đò, lúc thành thật.

Nàng láo lường, tính toán, thủ đoạn.Nàng biết cách biến từ không đến có, từ giả thành thiệt. Đêm đêm, sau khi đếm tiền, cất vàng, kiểm hàng xong, nàng mới trở lại một Hạnh của anh, dẫu không toàn vẹn lắm, nhưng cũng đủ để cho anh cảm thấy yên tâm. Nàng tỉ tê tâm sự. Nàng nũng nịu. Nàng chìu. Chỉ đến lúc này, Lục mới phần nào tìm thấy hơi hám quen thuộc của một Hạnh khép nép, dựa dẫm ngày nào. Suốt ngày anh lửng lửng lơ lơ, chờ mong cho đến lúc Hạnh xong mọi công việc làm ăn trong ngày, đổi lốt, trở về với anh" (tr. 5-6).

Chuyến buôn đầu đáng kể của Hạnh là 4 kí-lơ trầm – thứ hàng mà một số nhà văn thơ sau 1975 cũng theo làm kiếm sống, đi tìm nơi rừng thiêng nước độc để đưa về xuôi bán lại. Đúng là "chuyến xe định mệnh", khi Hạnh đi đến trạm Căn Cứ Năm thì bị tịch thu mất hết, may gặp được giúp đỡ nhưng phải để cho tên tài xế này hiếp, như một cách trả ơn đã giúp lấy lại hàng bị tịch thu: *"một ý tưởng hoàn toàn mới mẻ. Ừ, thì đâu có gì ghê gớm nhỉ. Chỉ là một cách trả ơn thôi"*, như là một *"giấc mộng bất bình thường"* - *"Ừ, thì chẳng có gì ghê gớm lắm"*!

Chuyến đi buôn lời hơn 1 lượng vàng, chồng con đều có quà và cả nhà ăn 1 cái Tết vui vẻ. Lục mặc cảm bất lực, thừa thãi: *"Em lo cho gia đình, lo cho anh như thế là quá sức rồi. Anh tiếc là anh đầu óc chậm lụt quá, không thích nghi kịp với cuộc sống.*

Anh ôm vợ vào lòng. Hạnh nói:

- Thời buổi này là thời buổi của đàn bà, anh ơi. Đàn ông các anh chẳng còn hợp thời nữa mô! (...) - Đúng. Nhưng anh biết sao không, hầu như họ đều là dân trước đây đã từng sống va chạm với xã hội nhiều. Anh khác.

Anh là nhà giáo, lại là sĩ quan chế độ cũ. Đầu óc anh không thể thích nghi được với cái nghề đi buôn thời nay. Gian xảo, lừa lọc, dối trá là chính.

- Em thì sao. Một hai chứng chỉ đại học rồi chứ có phải chơi đâu. Thế mà em...

Hạnh chống chế:

- Ừ, thì cũng có khác. Anh xem, em bất đắc dĩ mà thôi.

Riết thành quen. Mà lại, gặp sự việc gì rắc rối, đàn bà thì dễ... tính, dễ...dễ có cách...giải quyết..." (tr. 32).

Hạnh vì hoàn cảnh phải đi buôn lậu, phải mánh lới để sống còn, để còn có đường trở về với chồng con đã có; nhưng nàng như được thả lỏng, được tự do, được nhìn thấy những chân trời và con người khác với những thân thuộc ở xứ Huế. Vô Sài-Gòn gặp lại thầy Túy – người tình của một thời nữ sinh, buôn chung với Phiệt có vợ bỏ đi Canada, cũng như phải "tiếp cận" với con người của xã-hội mới như giám đốc Tư Mau, như bí thư huyện ủy Mười Giộc,... Nói chung, ông nào cũng muốn cận kề và hưởng mùi gái xứ Thần-kinh. Thời mới, ai cũng có thể "tứ giải giai huynh đệ" với cán bộ, đảng viên, thủ trưởng, bí thư hầm bà lằng cũng đi buôn, chở lậu kiếm tiền, lập công ty ma,... Phụ nữ đi buôn như Hạnh dễ dàng trao thân cho người lạ, tài xế, bí thư,... dễ gần gũi những đàn ông khác như thầy Túy, như Cảnh, chồng của bạn nàng, như Quất người Hà-Nội trên đường buôn hàng. Với Hạnh, *"Cảnh táo bạo, hồn nhiên. Túy sâu sắc, da diết và...yếu bóng vía. Mỗi người tạo cho nàng một ấn tượng riêng biệt. Ấn tượng nào cũng khiến nàng nao nức, bồi hồi (...).*

"Khi mới lấy chồng, nàng nghĩ đàn ông thì ai cũng thế. Dâm đãng, tham lam và lười biếng. Nhưng giờ đây, nàng hiểu ra rằng, không đơn giản như thế. Mỗi một người có nét riêng của họ, khó hiểu và hấp dẫn. Mười Giộc hung bạo mà hào hoa. Túy nhút nhát mà sâu sắc. Cảnh thì ẩu tả mà quyến rũ. Chẳng ai giống ai. Mỗi người mang lại cho nàng những cảm giác riêng biệt. Lạ. Y như được nhắm thử những món đặc sản tại các vùng khác nhau" (tr. 393).

Hậu quả đương nhiên, trong một chuyến buôn trở về, Hạnh đã thay lòng chăng khi nhìn lại tổ ấm của gia-đình không còn là hạnh-phúc hoặc niềm vui như Sài-Gòn khi đổi đời, nàng đi buôn, có tiền nuôi cả nhà: *"Trong bóng đêm, tất cả chỉ là những khối đen hòa lẫn với nhau im lìm say ngủ. Chúng ẩn nhẫn, chịu đựng. Lặng lẽ và buồn bã đến thế này sao! Một khác xa vời vợi với Sài Gòn. Nàng nhìn lui ra phía cửa ngõ. Khẽ thở dài. Ra khỏi đó là khung trời rộng mở. Là mênh mông. Là một thế giới khác. Nàng quay lại, ngơ ngác đứng sững nhìn ngôi nhà thân quen của mình. Sao mà nó lạ hoắc thế này! Nơi đây, nàng chẳng đã từng sống, từng vui đùa, từng sinh con, từng vui hưởng đời sống vợ chồng, từng vân vân và vân vân đó sao!?*

Bước chân lên thềm, nàng thấy lạnh ở cổ. Gió khuya liu riu từ bên kia khu vườn lướt tới, mơn man. Nàng kéo áo ấm sít lại, bâng khuâng dừng lại trước cánh cửa. Một ý nghĩ kỳ lạ chợt đột nhập vào trong trí tưởng hoang mang của nàng: đừng vào nữa. Hãy trở ra cửa ngõ và đi, đi mãi, không quay lại. Hình ảnh Lục và mấy đứa con hiện ra nhạt nhẽo, vô hồn. Ngày lại ngày, chừng ấy! Ôi chao! Những khuôn mặt mong ngóng, khát khao, chờ đợi. Chồng và con! Chừng ấy! Cứ thế, mãi mãi. Không có gì khác".

Còn với Lục, người chồng, thì Hạnh nghĩ: *"Nàng chỉ có việc vén mùng, nằm xuống, đưa hai tay ôm choàng lấy thân hình anh, yên lặng nghe mùi mồ hôi thân quen, nao nức đợi lúc anh quay mình lại, ôm siết lấy nàng và cứ thế, tuần tự, anh sẽ..., anh sẽ...Nàng bất giác cảm thấy ơn ớn.*

Như ăn mãi một thứ gì nhiều lần quá. Chẳng có gì vui. Nàng rón rén bước ra, đi thẳng vào phòng mấy đứa con, tới giường con Ngân, nằm vội xuống.

Hạnh tưởng là ngủ được ngay, nhưng mà lạ, nằm trằn trọc mãi.

Lần đầu tiên trong đời, nàng kinh qua một cảm giác lạ lùng: trở lại nhà của mình mà như đến trọ ở nhà một người lạ" (tr. 185-186).

Hạnh đã đổi thay, dĩ nhiên, vì nàng đã biết đến da thịt người đàn ông khác, có thể vì hoàn cảnh, vì không lối thoát, nhưng Hạnh cũng thích thú đón nhận và mong đợi. Làm tình chồng vợ nay cũng đã khác giá trị cảm xúc, làm như làm vì phải làm, vì bản năng xác thịt: *"Sau cơn ân ái, Lục hôn phớt lên tóc vợ, ngồi dậy. Khi ra ngồi hút thuốc ở ngoài hiên nhà, anh cảm thấy buồn buồn. Và thất vọng. Cả một tháng trời xa nhau, tưởng gặp lại, cả Hạnh và anh sẽ dạt dào hưng phấn, hân hoan thụ hưởng lẫn nhau, tíu tít chuyện trò để bù lại những ngày chờ đợi. Ấy thế mà không. Anh cảm nhận một cái gì khang khác. Thiêu thiếu, vương vướng, trục trặc. Đôi môi Hạnh không nóng bỏng. Lại lạnh. Nàng ôm anh chừng mực. Đôi mắt mở lớn nhìn lên trần nhà. Hơi thở nàng vẫn bình thường, không dồn dập. Nàng như miễn cưỡng chịu đựng cho xong chuyện. Anh hăm hở được khoảng thời gian đầu, rồi dịu xuống. Anh nản chí. Những động tác trở nên đều đặn, lấy lệ..."* (tr. 189)

Trong khi đó, Lục chỉ biết tìm vui tạm bợ với những người bạn cũ: *"Trong xã hội này, không những mọi người tập im lặng, tập nhắm mắt trước những sai trái, mà còn tập làm quen với những điều nghịch lý, không những thế, biến chúng thành hữu lý. Dần dà, im lặng trở thành quán tính, không những ở hành vi cử chỉ bên ngoài mà còn ở trong tư tưởng. Sự sợ hãi đã làm người ta tự tẩy não mình một cách thầm lặng. Bởi thế mà trong những buổi tụ họp như thế này, ăn nói, ai cũng giữa kẽ. Bạn bè đó, nhưng chỉ cần một "sự cố" nhỏ, là phản bội nhau ngay. Chỉ để tìm lấy sự an toàn cho chính mình.(...)*

Những kẻ được trọng vọng một thời bây giờ hiện thân là những anh giáo làng ngơ ngác. Mọi người lặng lẽ uống. Và uống. Tưởng như uống cho hết cái cảm giác bất lực, lạc lõng của một lớp người. Đúng là những thằng người gỗ! Và là những thằng người gỗ biết nhậu, Lục đau đớn nghĩ thầm" (tr. 70-71).

Ngày ngày chờ vợ đi buôn trở về, Lục tìm đến những bạn như Tân và các sinh viên thời tranh đấu, và những người nữ một thời như Hồng, nữ sinh Đồng Khánh, từng mến chàng. „*"ở quán cà phê Tổng Hội có một buổi sinh hoạt ca nhạc sinh viên học sinh.do Thành Đoàn đứng ra tổ chức. Gặp Hồng. Nhưng giờ đây, mọi thứ đều xa lạ, hờ hững. Tới đây mà làm gì nhỉ? Có còn gì là của mình nữa đâu!"*.

Với Lục, cái thành phố thơ mộng của họ cũng như đã đổi khác: "Bao giờ cũng thế, cảm giác của anh khi đi qua phố vẫn là cảm giác lạc lõng dai dẳng. Thì cũng chợ, cũng nhà, cũng người. Cũng bạn bè bà con chòm xóm. Cũng những người quen biết. Cũng là những cư dân trong thành phố nhỏ bé thân yêu này. Họ ngày ngày đổ tụ về làm ăn, như từ bao giờ, nhưng anh vẫn thấy xa lạ y như thể chẳng dính dáng gì mấy đến mình.

Có phải vì anh dị ứng với bóng dáng của bà giáo viên trường Đồng Khánh bỏ dạy ra chạy chợ? Có phải vì cái anh xe thồ trong bộ áo quần tơi tả, mặt mày đăm chiêu, lơ láo đợi khách ở góc đường kia, đã từng là hiệu trưởng một trường trung học? Hay anh đạp xe xích lô đang gò lưng đạp kia đã từng là một trung đội trưởng khét tiếng trên chiến trường? Có lẽ tất cả thế và còn nhiều hơn thế. Cái xã hội vốn như một toàn thể trước đây, sau cơn sóng gió lịch sử, vỡ ra từng mảnh vụn, như cái ly thủy tinh vỡ, bây giờ ráp lại với nhau, cái khớp, cái không, lơ láo, tạm bợ..." (tr. 176-177).

Hụt hẫng tình cảm và mặc cảm với Hạnh, Lục tìm đến ấm áp của Hồng, liều mình trong một phiêu lưu tình cảm rượu cũ bình mới.

Hồng – người bạn đi buôn chung có chồng hờ tên Thuận ghen, bạo dâm và bạo lực xé sách vở, đồ đạc. Hồng cũng mê Lục: "*Nhưng lạ là, cứ mỗi lần nghĩ đến Lục là Hồng thấy có Hồng ở trong. Lạ thế! (...) Mỗi lần nhìn Lục, Hồng thấy có nhiều thứ của mình trong đó*".

Các chuyến đi buôn không chấm dứt dễ dàng dù đã tiền trao cháo múc, mà còn dây dưa lâu dài hơn. Mười Giộc ra Huế mở chi nhánh Công Ty Thu Mua Nông Lâm Sản đánh tiếng làm ăn. Lục dị ứng với ngôn-ngữ của cán bộ, nên Hạnh bị tên bí thư lôi kéo tiếp nhưng bị vợ y là Út Vực cảnh cáo. Cũng vì Lục, Hạnh mất dịp may làm ăn. Và cũng không dễ chấm dứt vì sau các cuộc trao đổi, Hạnh có thai - cũng như Tương bạn buôn như nàng, nên phải giấu Lục và tìm cách phá thai. Sau đó, Hạnh làm ăn lại với Thương, một cô bạn cũ khác và lại rơi vào vòng tình ái với Cảnh chồng Thương.

Với Hạnh, Lục hết còn là điểm tựa cũng như cánh tay bảo vệ. Lục cuối cùng cũng đi buôn lậu, đi Khe Sanh, vấn-đề bị bắt, nhà bị công an lục xét, mất vốn. Rồi chuyển qua đi xe thồ, việc làm mà Hạnh cho là làm nhục gia-đình mẹ con, nhưng Lục thích thú vì khác đa phần là phụ nữ, chàng được nghe bao pho tiểu-thuyết đủ tình tiết hấp dẫn, giúp chàng quên Hạnh thường trực xuôi Bắc Nam.

Rồi Cộng-sản bày trò đổi tiền cốt cướp tiền dân, nhưng đồng thời tạo nên một "thị trường làm ăn" mới. Lực theo Tần kiếm được khá tiền nhờ huê hồng của những "mối mua bán" tiền, nhưng lại bị công an chận bắt và mất tất cả. Cùng lúc, Hạnh bị mất hàng khi đi tàu vào đến Nha trang với Quất, bị "kiểm tra hàng hóa đột xuất trên tàu Thống Nhất 4". Lục bị bắt và đưa ra tòa, Hồng đến dự mới biết chàng bị gán tội nằm trong tổ chức "phản cách mạng" do Nguyễn Hữu Vấn cầm đầu, chỉ vì nghe lén đài VOA!

*

Dặm Trường, theo thiển ý, là một truyện dài với kỹ thuật của tiểu-thuyết. Rõ ràng là Trần Doãn Nho muốn trần thuật những gì đã xảy ra đối với một số người dân xứ Huế và cả nước sau biến cố tháng Tư 1975. Tuy vậy, ông đã không chọn thái-độ chủ-quan và thể-loại hồi-ký, mà ông còn muốn đưa vào cái nhìn và phân tích từ cái sống của ông vào cái thời-kỳ đó, muốn làm văn-chương và triết lý từ những mẫu chuyện xã-hội, những lầm than và bi đát của nghịch cảnh. Khác với một số tác-giả hải-ngoại ít ưu tư về kỹ thuật, về căn nguyên của sáng-tác tiểu-thuyết có thể vì không có môi trường thuận tiện với độc giả và giới sáng-tác theo dõi sinh hoạt văn-hóa như ở miền Nam trước 1975.

Tác-giả *Dặm Trường* đã sử-dụng kỹ thuật tiểu-thuyết: viết là kể một câu chuyện, với khả năng tưởng tượng và khéo dùng hình ảnh, tiếng nói và nhắm người đọc. Yếu tố "câu chuyện" có thời sẽ mất quan trọng, nghĩa là không nhất thiết phải có một câu chuyện. Thường kỹ thuật tiểu thuyết thâu tóm ở nhân vật, bối cảnh, biến cố khởi đầu, các động tác dồn dập đưa đến bất ngờ hoặc tột đỉnh tiểu thuyết và cuối cùng kết thúc chuyện. Trong *Dặm Trường*, cái kết như không thật dù có thể xảy ra: Lục và Hạnh có thể bị bắt và bị tù từ những biến cố, hành động khác nhau, trong một chế độ bất nhân đã khiến cho hoàn cảnh như thế đã phải xảy ra, vì lưới phi nhân, tàn bạo đã phủ trùm cả nước, nhưng tác-giả đã để cho hai nhân-vật này sát da đụng thịt rồi mới nhận ra nhau vốn không phải là hai chủ-thể hoàn toàn xa lạ – họ là vợ là chồng từng hạnh-phúc bên nhau.

Chương cuối 41, tác-giả kết thúc đường đã dài với cảnh Lục đi lao động tự giác ở trong rừng, gặp gỡ và làm tình với một người nữ tù của một trại gần đó, mà rồi chàng mới nhận ra đó là Hạnh, vợ chàng:

"... Không cần nhìn nhau và tuyệt đối không nói một lời nào, họ quấn vào nhau. Chân thành. Cuồng bạo. Rừng xoáy đổ. Suối xiêu dòng.

ra khỏi cơn mơ, đúng lúc hai người rời nhau như hai kẻ xa lạ, thì lục bỗng cảm nhận một cái gì rất đỗi thân thuộc từ người đàn bà. từ hơi thở, cái bíu tay, nụ hôn cho đến tiếng nấc hoan lạc. ai? anh ôm người đàn bà xoay lại, đưa cả mười ngón tay vuốt tóc nàng lên. anh há hốc, mắt trợn tròn. người đàn bà bước lùi lại, lắp bắp:

- trời... anh lục...phải anh...là lục...không...không...

giọng anh run bần bật:

- hạnh!

thế giới bỗng mở ra toang hoác, tan nát. cả hai người bay từ cõi tiền sử về trần gian khốn khổ. người này là một phần của người kia. người này là nỗi đau đớn của người kia. hai người nhìn sững nhau chốc lát rồi lao vào nhau, gục vào nhau, khóc. khóc hội ngộ. khóc tan vỡ. khóc cay đắng. lục đẩy nhẹ hạnh ra, hỏi:

- vào tù khi nào?

- à... mấy năm rồi nhỉ... em không nhớ...

- sao lại ở tù?

- chắc... là tại vì... vượt biên...

- ở đâu?

- không nhớ... in thử như là... quảng ninh.

- sao lại về đây?

- họ... họ... chuyển về... ai mà biết...

- có án không? mấy năm?

- có... à mà... mấy năm... quên mất rồi...

- vì sao?

*- buôn bán tem phiếu... bị truy nã... cướp tàu vượt
biên... rồi...*

- con đâu?

*- không biết... à phải rồi, con ngân và thằng phụng... đi
với em, bị bắt... nhưng thả về rồi thì phải... hay ở đâu...*

- còn thằng đồng?

- không rõ... anh... anh... mấy năm?

- sáu.

- tội... tội... gì?

- phản động.

một tiếng động bỗng vang lên lảnh lót, vang động cả rừng cây.
chim bay xao xác. bóng nắng run rẩy. tiếng suối chảy chùng lại. hơi
thở hụt. ời nghẹn tắt. chút thanh bình hiếm hoi tan tác. họ bàng hoàng
nhìn nhau. sâu thẳm và lạc loài. Mỗi người tìm thấy trong người kia
những giọt nước mắt tròn, lăn, lăn mãi xuống. trong một thoáng, toàn
thế giới chỉ là những giọt nước tròn lăn hoài. bất tận.

hạnh cầm tay anh run run, bóp nhẹ rồi chạy xuống triền núi. lục
ẩn mình sau thân cây, nhìn theo. thoáng chốc, hạnh biến mất sau rừng
cây. như một ảo ảnh. lục gào lên hạnh hạnh hạnh hạnh đợi anh. anh
chạy, băng rừng chạy. tiếng gào thoảng trong rừng xào xạc.

Tỉnh dậy, Lục nhìn quanh, chỉ thấy mênh mông tối. Trong tiếng xào xạc cây lá và tiếng côn trùng vang vang trong đêm rừng hoang vắng, hình như có tiếng ai gọi tên anh từ đâu rất xa, vẳng lại" (tr. 480).

Thực và ảo pha trộn! Một kết thúc văn-chương, triết lý cho một truyện dài xã-hội hậu 1975, với đoạn văn không viết hoa đầu câu và tên người. Chủ chiếc đũa sáng tạo, họ Trần như muốn cho nhân-vật của ông sống cái ảo của ẩn dụ, sống cái bất-khả của một xã-hội có chủ trương giúp con người thoát vong-thân để trở về là mình mà ông đã chứng minh ngược lại! Nếu sáng tạo cần linh động, cần sự sống cho câu chuyện, gây nên cái hồn cho tác phẩm, thì có thể xem như Trần Doãn Nho đã thành công. Câu chuyện không thật sự lạ, mới vì nhiều tác-giả đã viết, nhưng ở đây đã có sự sáng-tạo. Sáng tạo ở bút pháp và kỹ thuật là bận tâm của người viết, vì người đọc chỉ muốn thưởng thức cái được viết ra: câu chuyện và muốn được biết chuyện người khác! Nhưng với sáng tạo, người viết đã đem đến cho người đọc và cho chính mình một lối thoát: vượt lên trên hiện-thực vì thực-tại đã là bất khả, cũng là vượt lên trên những tính toán không lối thoát của chuỗi câu chuyện đường dài và là một kết thúc không bình thường - giả dụ như tác-giả cũng như người đọc mong muốn Lục và Hạnh trở lại hạnh-phúc bên nhau như khi đường dài đó chưa mở ra. Có thể xem chuyện dài xã-hội chủ nghĩa *Dặm Trường* mang tính ẩn dụ của văn-chương và triết lý. Kỹ thuật tiểu thuyết có thể khiến câu chuyện kể trở thành không thật, như một chuyện bịa. Trần Doãn Nho trong Lời Mở của cuốn tiểu thuyết *Dặm Trường* đã viết có ba chữ "viết là bịa" và đến Lời Kết, ông hạ bút *"Viết xong, đọc lại, muốn viết lại từ đầu. Nhưng quá muộn. Nó đã ra đời mất rồi"* (tr. 481). Tuy nhiên, khác với kỹ thuật „bịa" hay rập khuôn có sẵn tức kỹ thuật "minh họa" của văn-nghệ có chỉ đạo, bịa của Trần Doãn Nho nghĩ cho cùng là một kỹ thuật phương tiện khiến cho truyện dài xã-hội thành tiểu-thuyết văn-chương!

Trần Hoài Thư

Tên thật Trần Quý Sách, sinh ngày 6 tháng 12 năm 1942 tại Đà Lạt. Năm 1966, nhập ngũ khóa 24 SQTB Thủ Đức. 1980, vượt biển, định cư tại Hoa Kỳ. Tại hải ngoại có bài trên nhiều tạp chí văn học nghệ thuật và chủ trương tập san *Thư Quán Bản Thảo* và cơ sở Thư Ấn Quán xuất và tái bản cùng giới thiệu tác phẩm của mình và của nhiều văn hữu, kể cả những người sống trong nước.

Tác phẩm đã xuất bản sau 1975: *Ra Biển Gọi Thầm* (tập truyện, 1995), *Ban Mê Thuộc Ngày Đầu Ngày Cuối* (tập truyện, 1997), *Về Hướng Mặt Trời Lặn* (tập truyện,1998), *Đại Đội Cũ Trang Sách Cũ* (truyện), *Thế Hệ Chiến Tranh* (truyện ngắn), *Đánh Giặc Ở Bình Định* (truyện ngắn) *Thơ Trần Hoài Thư* (thơ, 1998), *Mặc Niệm Chiến Tranh* (tùy bút), *Đêm Rừng Tràm* (truyện ngắn), *Hành Trình Của Một Cổ Trắng* (truyện ngắn), *Thủ Đức Gọi Ta Về* (hồi ức), *Qua Sông Mùa Mận Chín* (thơ), *Tháng Bảy Hành Quân Xa* (thơ), *Phố Xa* (thơ), *Ngày Vàng* (thơ), *Ổ Cửa* (thơ), *Quán* (thơ), *Xa Xứ* (thơ, 2016), *Vịn Vào Lục Bát* (thơ, 2017), *Khi Nhớ Về Bà-Gi* (thơ, 2018). Tuyển các truyện đã đăng tạp chí trước 1975: *Truyện Trần Hoài Thư* (từ 6 tạp chí cũ), *Truyện Từ Văn, Truyện từ Bách Khoa* (2014), *Truyện Từ Vấn Đề* (2015), *Truyện Ngắn Thời Chiến* (2018).

Người lính trong truyện Trần Hoài Thư

1

Văn học Việt Nam từ nửa thế kỷ nay có thể nói là một văn học chủ yếu *chiến tranh*: chiến tranh chống thực dân 1945-54, chống cộng trong Nam và chống "Mỹ ngụy" ngoài Bắc 1954-1975, chống chủ nghĩa ngoại nhập, chống độc tài tranh đấu cho dân chủ, tự do từ ngày 30-4-1975, ở trong cũng như ngoài nước. Trong cuộc chiến 1954-

1975, "văn học" chống "Mỹ ngụy" điều động bởi Hà-Nội từ các nhà văn bộ đội và các xưởng viết văn từ Bắc vào đến Trường Sơn, Cục "R", đã sản xuất nhiều hình ảnh lính bộ đội hoặc "giải phóng" hăng say với lý tưởng "đuổi Mỹ" và cứu người miền Nam đang bị "ngụy" và thực dân mới... bóc lột, cơ cực (!). Những người lính có khi được gọi là "thanh niên xung phong" này đầu óc được thông tin Nhà Nước bơm đầy hận thù, chấp nhận sinh Bắc tử Nam, bắn giết, phá "địch", không tâm hồn tư riêng, quên gia đình và bản thân, v.v.. Vì nhu cầu tuyên truyền chính trị, người lính bộ đội và giải phóng thường được mô tả theo cùng một khuôn rập. Trong *Văn Học Việt Nam Chống Mỹ Cứu Nước,* Viện Văn học của Hà-Nội đã... tự hào tổng kết:

> *"Văn học của chúng ta trong những năm chống Mỹ đã làm đúng những lời căn dặn đó của Đảng. (...) Chống Mỹ, cứu nước và xây dựng chủ nghĩa xã hội là hai mảng đề tài lớn nhất trong những năm này, mặc dù đề tài trên đã chiếm vị trí hàng đầu. (...) Chủ nghĩa anh hùng cách mạng đã trở thành một nội dung tư tưởng chủ yếu của văn học trong những năm chống Mỹ, và những anh hùng, chiến sĩ trên các lãnh vực đã trở thành những nhân vật chính mà các tác phẩm văn học đã miêu tả. (...) Trường đào tạo các nhà văn trẻ vẫn tiếp tục mở hết khóa này đến khóa khác...."* (1)

Bên này vĩ tuyến 17, báo chí, xuất bản phẩm tràn ngập những hình ảnh *chiến sĩ cộng hòa* gan dạ, yêu nước, bảo quốc an dân. Họ là bảo hiểm cho người hậu phương, là an ninh nơi thôn làng, là giải cứu cho những vùng địch tạm chiếm. Người lính cộng hòa được các nhà văn thơ Nguyễn Đạt Thịnh, Nguyễn Mạnh Côn, Nhất Tuấn, Hà Huyền Chi, Tô Kiều Ngân, Nguyễn Ái Lữ, Hồ Minh Dũng, Văn Quang, v.v. tâm lý chiến hóa cũng như lãng mạn và thi vị hóa. Những anh hùng ca được nuôi dưỡng suốt cuộc chiến.

Nhưng cuộc chiến càng kéo dài, người lính càng trở nên cô đơn, bi quan và đăm chiêu dưới các ngòi bút của Thế Uyên, Dương Nghiễm Mậu, Thảo Trường, Ngô Thế Vinh, Phan Nhật Nam, Nguyên Vũ,... hoặc trằn trọc không lối thoát đến độ phải đối kháng hoặc phản chiến như Ngụy Ngữ, Trần Hữu Lục,...

Đó là vì miền Nam Cộng-hòa chế độ tự do dân chủ hơn, do đó bên cạnh những hình ảnh chính thức, đã có những người lính bạt mạng như Nguyễn Bắc Sơn:

"... Kẻ thù ta ơi, những đứa xâm mình
Ăn muối đá và điên say chiến đấu
(...) Chiến tranh này cũng chỉ một trò chơi
Vì căn phần ngươi xui khiến đó thôi
Suy nghĩ làm gì lao tâm khổ trí
Lũ chúng ta sống một đời vô vị
Nên chọn rừng sâu núi cả đánh nhau..."

(Chiến Tranh Việt Nam Và Tôi)

Chiến tranh chấm dứt vào cuối tháng tư 1975 nhưng văn học chiến tranh vẫn tiếp diễn ở hai mặt trận trong và ngoài nước. Trong nước, vì nhu cầu … chiến thắng và thống nhất, một nền "văn chương cách mạng" hậu giải phóng được chính thức phát động. Nào là biên khảo, nhận định, hồi ký, truyện ngắn dài, truyện trinh thám, v.v. cập nhật vai trò những người lính "cách mạng, giải phóng" và bôi đen những người lính phe đối nghịch bị lãnh đạo và đồng minh lừa dối bỏ rơi và nay đang tàn tạ trong các trại học tập. Người "chiến thắng" đặt nặng việc phá hủy văn hóa Việt Nam Cộng Hòa. ghi cả trong nghị quyết Đại hội Đảng lần thứ IV (1976) nhiệm vụ phải "quét sạch ảnh hưởng của tư tưởng và văn hóa thực dân mới" ở miền Nam (2).

Ở hải ngoại, một nền *văn học lưu vong* được hình thành. Đây sẽ là một văn học Miền Nam nối dài về nhân sự và ý-hướng, với những đặc điểm của hoàn cảnh mới của dân tộc. Chiến tranh 1954-75 tàn cuộc vì cờ gian bạc lận. Miền Nam bị các thế lực ngoại bang cấu kết bức tử, bị lương tâm nhân loại mù quáng vì tuyên truyền, bỏ rơi. Người lính cộng hòa bị bức tử nhưng chưa chết, được người bỏ xứ phục hồi dưới nhiều hình thức. Một dòng văn chương hoài niệm được bắt đầu và kéo dài tới cả hôm nay, dài về thời gian hơn cả những hoài niệm của cuộc di cư 1954. Các truyện thơ về người lính, của người lính, lần lượt xuất hiện ngay từ những năm đầu lưu vong và đều đặn hơn từ những đợt vượt biển, đoàn tụ gia đình (ODP) và gần nhất là HO cựu tù cải tạo. Nhưng phải đợi đến đầu thập niên 1980, các nhà văn thơ từng khoác quân phục Cộng hòa góp mặt càng đông đảo và đáng kể như Cao Xuân Huy (*Tháng Ba Gãy Súng*), Nguyễn Ý Thuần, Luân Hoán, Thái Tú Hạp, Khánh Trường, Nguyên Vũ, Hoàng Khởi Phong (*Ngày N+*), Phạm Huấn, Hà Huyền Chi, Nguyễn Tấn Hưng, v.v.

Hình thức thứ hai là các *hồi ký lao tù* từ những năm đầu thập niên 1980: *Đại Học Máu* của Hà Thúc Sinh, *Đáy Địa Ngục* của Tạ Ty, *Cùm Đỏ* của Phạm Quốc Bảo, v.v. Người lính thua trận bị thù hằn trả đũa. Những đấu trí vô vọng, những đầu óc một chiều ngoan cố dù đã thắng trận cờ. Những cảnh đời khốn cùng, những con người hèn hạ! Phần lớn các hồi ký cải tạo nói chung không đi xa hơn những ký sự, chuyện đời.

Bên cạnh những hoạt động văn chương, còn có những bài báo, các truyện kể, những đính chính tranh luận về những trận đánh và một số biến cố lịch sử, càng xa cuộc chiến càng mãnh liệt, trên các báo chí hội đoàn và thương mãi. Nói chung, người ta nói và viết nhiều đến những sĩ quan cao cấp, về những cử chỉ anh hùng hoặc thối nát, tầm thường của họ mà ít nhắc nhở đến những người lính thấp nhỏ hơn; họ có chết hoặc bỏ chạy cũng ít ai nói tới.

Hình ảnh người lính đã theo chừng ấy giai đoạn trôi nổi với cuộc chiến, lúc nào cũng hào hùng, vĩ đại, nhưng cũng có những người lính rất tầm thường, đáng thương vì là nạn nhân của những thư hùng bạo lực, của những mưu đồ tranh chấp. Những người lính tầm thường hơn nhưng tâm tư phức tạp: có người vì lý tưởng, nhưng một cách thực tế họ đã chiến đấu vì tình đồng đội, vì nghĩa "thầy trò", vì màu cờ sắc áo của binh chủng.

2

Những người lính của Trần Hoài Thư đặc biệt có tất cả các đặc tính vừa kể. Anh đã viết về những *người lính có thật*, những cái sống thực thường nhật, những cái anh đã sống; đã lăn lộn với bom đạn; anh đã sống cái tang thương của bom đạn, và anh đã đưa kinh nghiệm đó vào văn chương. Trong bài này chúng tôi giới hạn ở các truyện ngắn (anh còn là một nhà thơ) anh đã viết ở hải ngoại từ 1980 tức từ khi anh vượt biển đến Hoa-Kỳ, đã được xuất bản trong tập *Ra Biển Gọi Thầm* (3) hoặc đã xuất hiện trên các tạp chí văn học và cộng đồng ở Bắc Mỹ. Tác phẩm của anh xuất hiện đều đặn trên nhiều báo chí ở khắp Bác Mỹ kể cả mạng lưới thông tin internet.

Ra Biển Gọi Thầm gồm 20 truyện ngắn, ngoại trừ bốn truyện đã đăng báo trước 1975 và được viết lại, phần lớn được viết vào những năm gần đây, có bốn truyện duy nhất có ghi chú ngày viết thì đều là

1995. Các tác phẩm Trần Hoài Thư viết về người lính nhìn chung, như một tiếng nói của lương tâm, một nhức nhối của tiềm thức, một hoài niệm về một quá khứ gần đó mà đã xa, về chính tuổi trẻ bị đánh mất, về những bạn bè, những mối tình đổ vỡ, đau khổ và những cảnh đời trái ngang.

Điểm trội bật trong các truyện là cái nhìn của anh như một người lính về cuộc chiến, một cái nhìn không lạc quan về một chiến trường bi thảm, ngoài lề tiếng nói của chính quyền,...

Trước 1975, anh đã nghĩ:

"Tôi đang viết về một thảm kịch, cho con cháu chúng ta trong tương lai, để sau này khi lớn lên chúng sẽ hiểu về cuộc chiến này. Đêm qua, cả làng bên sông, nơi mà bọn tôi đã đến và gìn giữ, sau đó bàn giao lại cho nghĩa quân và xây dựng nông thôn, đã bị pháo dập. Địch kéo về cả đại đội chọc thẳng vào làng. Từ lâu những người bên kia đã coi cái làng như một cái gai cần phải nhổ bằng bất cứ giá nào. Những người ngồi ở Sài-Gòn hay Hoa thịnh Đốn thì muốn coi ngôi làng như một thành công trong chính sách bình định phát triển. Nhưng đó chỉ là lý thuyết. Họ đã ngu xuẩn để hiểu về kế hoạch bảo vệ dân làng về lâu về dài. Một trung đội nghĩa quân làm sao đủ sức che chở cả ngôi làng. (...) Tôi đã đến cùng với bãi hoang tàn để hiểu rõ hơn về sự thật của cuộc chiến. Cuối cùng cũng vẫn là dân vô tội. Rõ ràng chúng ta đã bị thua. Chúng ta đã đến với họ, mang lại niềm tin cho họ, nhưng chúng ta không thể bảo vệ họ... " (Nhật Ký Hành Quân, *RBGT* tr. 129).

Cuộc chiến đã khiến con người đánh mất phẩm giá, trở thành biện minh dễ dãi cho mọi hành động: *"Chiến tranh, tôi phải cảm ơn nó, để tôi có thể dẹp bỏ hết những sự ghê tởm, khinh bỉ cái quá khứ rục mửa của tôi. Chiến tranh đã giúp cho tôi thấy rõ rằng mọi sự là vô nghĩa, là hư vô. Đừng bận tâm và thắc mắc. Đừng tự ái và ghê tởm. (...) Xã hội này thối nát này phải cảm ơn chiến tranh..."* (Cuộc Sống Tôi, *Những Vì Sao Vĩnh Biệt*, tr. 105).

20 năm sau, trong Thư Về Người Đồng Đội Cũ Sau 25 Năm Thất Lạc, Trần Hoài Thư có dịp nhìn lại cuộc chiến:

"Tôi viết đến đây, bằng tất cả sự bình an của chính mình, sau hơn hai mươi năm, về một cuộc chiến kỳ lạ, vô ích, phi nghĩa phi nhân. Lúc này, chúng ta có quyền thẩm định về giá trị của chiến tranh và

*lịch sử. Nhưng tôi không thể bình an khi cái cuồng điên kia đã trở thành thú tính. Họ rõ ràng hơn chúng ta. Bởi vì họ có cả một khối thép thành trì bên ngoài và khối thép căm thù bên trong đầu **óc**, và con tim họ. Còn chúng ta thì cô đơn. (...) Chúng ta đã chiến đấu trong nỗi cô đơn và quả cảm. Và chết cũng quả cảm và cô đơn. Như bao nhiêu đứa con của một đại đội bộ binh. Như bao nhiêu người trẻ tuổi không may sinh vào một nơi đầy bao nhiêu tai ương lớn lao nhất của quả địa cầu"* (*RBGT* tr. 74).

Người lính Trần Hoài Thư đáng tội, chỉ vì anh có suy nghĩ, biết nhìn thấy những bất nhân và bất công, những tâm địa và tư cách của những kẻ cùng chiến tuyến:

"Tôi đã vùng vẫy. Tôi đã thét gào. Tôi mang kính cận dày, cột dây thung sau gáy để nhảy trực thăng, nhảy diều hâu trong khi con cái những kẻ quyền lực trốn lính hay ở hậu cứ. Xin các ngài đừng lên mặt dạy đời trong khi các ngài chưa biết thế nào là máu thấm vào áo trận. Cũng xin các người bên kia đừng chửi tôi là lính đánh thuê, đánh giặc mướn trong khi tôi mời các người từng điếu Pall Mall. Tôi là tôi. Tôi làm chủ lấy tôi. Tôi quyết định lấy đời tôi" (Nha Trang, *RBGT* tr. 174-175).

Phẫn nộ, cô đơn, sau một trận đánh hình như tất cả đội ngũ đều chết, người lính đó quyết định bỏ ngũ. Anh lý luận: *"Kẻ đào ngũ trái lại phải là một tay lính chiến đấu cô độc nhất, bởi vì nó chẳng có đội ngũ. Cứ xem tôi là kẻ hèn, nhưng có biết bao kẻ hèn hơn tôi. Mượn áo lính để tiến thân. Chưa bao giờ ra mặt trận một ngày mà hùng hổ la gào. Nghe tiếng súng nổ thì són đái. Thách có tay nào mang kính 8 độ đi thám báo..."* (Thư Về Người Đồng Đội..., tr. 77). Trong Kẻ Đào Ngũ (4), Trần Hoài Thư đã tả hoàn cảnh và tâm trạng của người bỏ ngũ. Sống sót sau một trận giao chiến địch tràn ngập, anh thiếu úy trung đội trưởng thám kích bộ binh bị thương nặng ở vai và ngực, xuất viện ra, chán chường phẫn uất, đã lựa chọn sống nhờ sống chui không ra trình diện lại đơn vị. Áp lực người cha, người con không muốn mang tiếng bất hiếu năm tháng sau phải ra trình diện, bị giáng cấp và ra đơn vị tuyến đầu khác.

Một cuộc chiến huynh đệ tương tàn, trớ trêu, khó hiểu. Hai người yêu nhau cùng lớn lên ở cùng một địa phương mà rồi mỗi người phải một chiến tuyến, người yêu theo cộng sản như Hồng cô gái quán cà phê mê thơ văn chàng trong Vết Thương Không Rời, như Quỳnh người nữ quyết tử viên sau trở thành cô giáo quận ly Tuy Phước trong Tháng Bảy Mưa Ngâu, v.v. Hoặc như hai cha con theo cường điệu của cuộc chiến, ngày kia phải đối đầu nhau trên cùng bãi chiến, trong Người Anh Hàng Xóm. Một chiến tranh tàn bạo, bắn lầm là chuyện thường tình giữa hai lần đạn, nhưng tại sao nạn nhân lại là một đứa trẻ 12 tuổi (tr. 128), v.v.. Người lính có suy nghĩ, có con tim nhiều khi đã phải thả thanh niên trốn quân dịch đang trốn về nhà làm ruộng, nhưng biết đâu lại là VC nằm vùng, sẽ đi đắp đê, gài mìn,...!

Vết Thương Không Rời kể chuyện trung đội thám kích xuống đồi đột kích một đêm mưa gió như đến "từ bốn cõi âm binh", mà lại là vùng quê ngoại của thiếu úy Tân. Toán quân anh đi giải cứu quê cũ của anh nhưng địch không lẽ lại là cả ngôi làng. Khi mục tiêu đã đạt, địch đã bị giết thì hóa ra là những cán bộ gái thường ngày ở quận ly vẫn liếc mắt đưa tình với mọi sĩ quan. Càng đi sâu vào cuộc chiến, người lính đó biết lịch sử có những bước đi khắc nghiệt, có những khoảng cách của định mệnh xa mà gần, gần rồi xa như nhịp cầu Ô Thước mà anh đã phải chấp nhận. Tháng Bảy Mưa Ngâu đưa hai người yêu nhau đến gần nhưng rồi mãi mãi xa, vì giây oan nghiệt ý thức hệ đối nghịch và nay người quê nhà người lưu xứ xa xôi!

Người lính Trần Hoài Thư không lý thuyết cao siêu, không siêu tưởng. Trong cái tương đối của đời lính, anh chỉ đi tìm hạnh phúc cho cuộc đời, đi tìm và khi tưởng có được, anh dựng xây một tình yêu, muốn dừng lại, "sẽ không còn phóng đãng, bụi đời". Sau những ngày chạm trán với kẻ thù, với tử thần, bị dồn nén, dĩ nhiên người lính có những phóng đãng, hoang đàng. Trong Sỏi Đá Ngậm Ngùi sáng tác mới nhất (24-9-96) (5), ứng chiến ở một vùng đồi Bình Định nơi đó có tháp Chàm, nơi đó chàng "tơi tả trong những khu rừng khổ sai", người sĩ quan độc thân đưa người người yêu đi thăm căn cứ. Sau đó mỗi lần đi phục kích, chàng "không quên giả vờ vào nhà em, xin gáo nước lạnh" bên kia sông Tuy Phước. Mẹ cô gái đã từ gọi "thiếu úy" đến "cậu" rồi "cháu", ba chàng đánh điện tín hứa sẽ vào đi hỏi, tưởng hạnh phúc sắp đến gần, nhưng định mệnh cả dân tộc ập đến với sự sụp đổ tức tưởi của miền Nam Cộng-hòa, nói chi đến chuyện cá nhân. Hãy nghe tiếng buồn của người lính cộng hòa:

"Em, người sắp làm vợ của anh cũng mất. Anh bị bắt làm tù binh, để sau đó bị giải từ trại tù này qua trại tù khác, để không có thì giờ mà nhớ lại một người thân yêu cũ, đến buổi cuối cùng, thấy bóng em nhỏ nhoi côi cút ở bên kia sông. Tạm biệt hay là vĩnh biệt. Không bao giờ anh dám nghĩ đến dưới đôi giày trận, những hạt cát vô tình lọt vào trong giày, mà đau nhức suốt đời. Sỏi cát ngậm ngùi. Tiếng hát cất lên từ một người cô phụ hay tiếng u uất thống thiết từ những người yêu nhau muốn gần nhau mà phải vĩnh biệt chia xa."

Một *cuộc chiến buồn thảm*, đó có thể là lý do tại sao các chuyện tình của người lính Trần Hoài Thư không bao giờ có đoạn cuối vui và... bình thường. Không chết giữa hai lằn đạn thì cũng chết vì hải tặc, lấy chồng Mỹ, bặt tin, v.v.. Trước những giây phút đẹp của những cặp tình nhân dù họ là kẻ thù, người lính phải trực diện với kẻ thù đó vẫn hơn một lần chứng tỏ còn có tình người, có tâm hồn. Trong Viễn Thám, trung đội thám kích đang săn tin về một đơn vị Bắc quân mới xâm nhập vùng Trường sơn, đã không ngờ gặp một cặp bộ đội đang hát bên bờ suối. Quân thù đó nhưng người lính đã không bắn. *"Tôi không thể chơi cái trò dã man như vậy. Tôi muốn người thanh niên kia, ít ra, có một giờ phút vĩnh cửu (...) Tiếng hát như nói lên những điều câm nín từ những con tim của tuổi trẻ Việt Nam.... Tiếng hát như dậy khỏi mồ, bạt cả gió, khiến rừng như thể im phăng phắc lá như thể thôi lay động trên cành. Và ít ra, tôi vẫn còn hiểu rằng, mỗi người đều có trái tim. Và trái tim thì lúc nào cũng sống vĩnh cửu"* (6)

Trong các truyện của Trần Hoài Thư, người đọc thường gặp lại một số hình ảnh, địa danh và nhân vật quen thuộc vì thường là chuyện đời lính của chính tác giả. Những Quy Nhơn, Huế, Tuy Phước, Đà Nẵng và Cần Thơ (ít hơn). Những đồng đội Nha, Minh, Năm Râu, những người lính Thượng Lương Văn Tướng, Y Đao, Nay Lat, v.v.. Còn nhân vật xưng tôi thường là Ba Cận Thị hoặc thiếu úy Tân. Những người đồng đội "huynh đệ chi binh" như anh tà lọt: *"Ông thầy, ở đây có lá giang, ông thầy nghỉ để em nấu canh lá giang với thịt hộp cho ông thầy ăn"* (6). Ngoài những người đồng đội, Trần Hoài Thư còn viết về những cấp chỉ huy. Dĩ nhiên anh có nhắc đến những "Mặt Trời" thường chỉ tới thị sát khi mặt trận đã xong, gắn huy chương, vỗ về, cả những nhắn nhủ, đòi hỏi trước mỗi chiến dịch, công tác. Anh cũng viết về những nhũng lạm của các cấp chỉ huy, những hại việc nước và chính nghĩa chung! Nhưng đặc biệt khi viết về hai tướng Lê Văn Hưng, Nguyễn Khoa Nam (Khi về Nữu Ước) và "đại bàng" Hạnh (Nha Trang), ngòi bút của anh trở nên thiết tha, cảm động, đầy tình người! Hãy nghe những lời của tướng Hưng - trong truyện là hồn ma quanh quất ở công viên Nữu Ước: *"Ta rất thương đứa con gái đầu lòng của ta. Vì ta mà nó khổ. Bây giờ nó cận thị nặng hơn cả chú em nữa. Nhà nó bây giờ chỉ có mỗi bề 4 mét, mưa thì nước ngập quá đầu gối, không có cả nhà vệ sinh. Nhưng căn nhà lại nằm trong kế hoạch giải tỏa. Tương lai nó không biết ở đâu nữa".* (...) *"... nhờ chú em nhắn lại những người còn mến ta. Cái nấm đất chôn ta đã bị san bằng rồi. Cả cây trụ đèn dùng để làm dấu mộ ta cũng bị đào nhổ rồi. Ta lạnh lắm. Từ lâu ta không có hương lửa..."* (tr. 99-100).

Đó là cái bẽ bàng u uất của những kẻ đầu đàn có lương tri, họ đã thành nhân dù đã không thành công. Và còn nhiều cái bẽ bàng khác với người lính của Trần Hoài Thư. Bẽ bàng của những ngày cuối của chiến tranh. Trong hai truyện khác mới viết gần đây, Thị Trấn Lửa (7), Ngày Cuối Tại Một Thị Trấn (8), anh tả tình cảnh bi đát của hồi kết thúc cuộc chiến, những người lính bị rơi vào bẫy, bị bỏ rơi với định mệnh của cả dân tộc. Trong Thị Trấn Lửa, đám tàn quân cản đường tiến của Bắc quân trong khi cấp chỉ huy bỏ chạy. *"Tội này ai gây nên. Lịch sử này ai gánh chịu. Những người lính của tôi, họ ít học, người gốc nông dân, người gốc Thượng, gốc Nùng, người bị bắt đi quân dịch, họ đâu có tội gì để gánh cái khối đá tảng của lịch sử. Những người có trách nhiệm bây giờ ở đâu, sao máy thì bặt tăm không một lời thăm hỏi. Hay họ đã chạy trốn rồi (Mà quả vậy, sau này tôi được biết ông trung đoàn trưởng và toàn ban tham mưu của ông đã đào tẩu hồi nửa đêm)".* Tiếp viện chờ không thấy, đám tàn quân bất ngờ bị pháo kích, họ trở thành "những con mồi tội nghiệp. Làm sao chúng tôi biết là thị xã TĐ đã mất từ lâu, và tên sĩ quan trong trung tâm hành quân mà chúng tôi liên lạc để báo cáo, để hy vọng, để đặt hết bao nhiêu nương cậy, chính là tên địch nằm vùng đã ra lệnh pháo dập xuống đầu chúng tôi".

Ban Mê Thuột, Ngày Đầu Ngày Cuối (9) là anh hùng ca về một đại đội trinh sát. Từ ngày 10 đến 17 tháng 3-1975, diễn ra trận đánh anh dũng nhưng cô đơn, một trận đánh cuối cùng của đại đội trinh sát tăng phái cho trung đoàn 53 bộ binh. Những người lính dũng cảm làm tròn nhiệm vụ bảo vệ phi trường Phụng Dực và bản doanh trung đoàn khi tình hình chiến sự đang nghiêng về thua hơn là thắng. Đại đội cầm cự được bảy ngày đối đầu với quân cộng sản Bắc Việt chính quy đông gấp nhiều lần về số quân và tiếp vận. Trong khi họ chiến đấu cô đơn thì ban tham mưu và trung đoàn trưởng bỏ chạy, cũng như những sĩ quan khác quân xa đã nhắm hướng phi trường. Nhưng tất cả đã muộn màng...! Sự dũng cảm của 70 người lính không cứu được Ban Mê Thuột đã bị tràn ngập. Phần còn lại cho những người lính là con đường rút, tưởng may có thể trú thân ở chi khu Lạc Thiện nhưng bị "địch giả bạn để cài đơn vị vào cái bẫy oan nghiệt", đành rút vô rừng và lạc vào mật khu Khuê Ngọc Điền của Việt cộng! Đã vậy những người lính cô đơn sống sót còn bị đồng bào vùng tạm chiếm nhìn như... tội phạm chiến tranh!

Tàn cuộc chiến, bị bỏ rơi, người lính không lâu sau còn bị kẻ chiến thắng gian trá bắt tù đày, biệt xứ và bị trả thù. Đi lính là để trả nợ non sông, nhưng tháng tư 1975, người lính còn phải trả nợ cho những sai lầm của lãnh đạo, chỉ huy. Người Và Quỉ là cảnh thiên đường học tập, người thì điên, người chịu đựng, người căm phẫn. Trong tuyệt vọng, lương tâm người lính có dịp được thử thách.

Học tập ra, người lính thua cuộc sống lây lất ngay trong quê hương đất nước anh đã bị thương đổ máu, mất cả tuổi trẻ để bảo vệ. Anh lính cộng hòa trở thành Người Bán Cà Rem Dạo vẫn giữ được cái kiêu hãnh của con người trước xảo trá: anh từ chối vào Hội nhà văn thành phố, dù sẽ được chế độ mới cho một số quyền lợi. Anh lính sẽ trốn đi, chấp nhận xa quê hương.

Đời sống lưu đày nơi xứ người khó khăn, cô đơn. Tuổi trung niên, người lính di dân phải làm lại cuộc đời, học tiếng nói, học nghề. Để cho con cháu, cho mai sau! Người lính bị ép bỏ cuộc chơi, "tủi như người không có quê hương", có lúc phải chạm trán với những người bản xứ thiên tả, kỳ thị. Rồi những người thân quen, bạn bè và đồng đội cũ sẽ tái hồi với người lính. Những mất mát và hạnh phúc còn lại. Nỗi đời cô đơn xa xứ ấy được Trần Hoài Thư ghi lại qua các truyện Thư Về Người Đồng Đội Cũ Sau 25 Năm Thất Lạc, Người Về Trăm Năm, Ở Một Nơi Nào Rất Xa, Cho Con Mùa Tựu Trường, Bên Này Dòng Hudson, Đất Khách (10), Người Bị Thua Cuộc (11), v.v.. Người lính phải xa xứ nhưng vẫn có cái nhìn rộng lượng như đối với một nữ sinh viên Việt-Nam du học con cán bộ cao cấp, trong Một Nơi Nào Rất Xa. Có lẽ anh mong một ngày kia khi bụi mờ quá khứ lắng bớt, sự thật về sinh mạng dân tộc, về một giai đoạn lịch sử sẽ được những thế hệ đi sau không phải nhìn với những lăng kính, sẽ hiểu rõ hơn.

3

Trần Hoài Thư có những tác phẩm về người lính rất thành công và cảm động như Bãi Chiến, Khi Về Nữu Ước, Tháng Bảy Mưa Ngâu,.... Trong toàn bộ, truyện về người lính của anh là những hoài niệm, ưu tư, khắc khoải, những cay đắng hoài nghi, nhưng cũng là những chân dung những người lính thật, có lửa có lòng, có tốt có xấu, nhưng vượt trên tất cả là thân phận của những con người bị đày đọa, hy sinh, lừa dối. Khác với những hồi ký của các lãnh tụ, tướng lãnh, tác phẩm của Trần Hoài Thư là những đau khổ anh hùng của những người lính vô danh, những tâm tư của một thế hệ trẻ bị nướng vào chiến tranh.

Các truyện của Trần Hoài Thư về người lính cũng là truyện của chính anh, từ những mối tình, đời lính - anh là trung đội trưởng thám kích bộ binh vùng hai (đại đội 405 Thám kích sư đoàn 22 BB), những lần bị thương, rồi đào ngũ trốn ở Nha Trang và Phan Rang viết hàng loạt truyện và thơ đăng trên *Bách Khoa, Văn Học,*... đến chuyện phải tái trình diện, bị giáng lon chuyển sang sư đoàn 23 ở Ban Mê Thuột rồi thuyên chuyển về quân đoàn 4 làm phóng viên chiến trường.

Chân dung người lính của anh sẽ góp phần giúp các thế hệ trẻ hơn hiểu hơn về một cuộc chiến, về một thế hệ, những nạn nhân. Người đọc có cảm tưởng anh còn muốn những người hôm qua là địch đối đầu ở trận chiến có cái nhìn trung thực hơn về người lính cộng hòa. Anh đã tự hứa viết giùm những người không thể viết, không thể nói, những người mang áo lính cộng hòa bị bỏ quên. Dù anh thú nhận không thể viết hết những gì chiến tranh đã gây nên nhưng chúng ta hy vọng anh đã lay động được lương tâm con người; biết đâu những tên đồ tể của chiến tranh sẽ cải tà quy chính (!), về với con người, lòng người, xây dựng những cuộc sống an bình và hạnh phúc! Hơi thừa nếu cho rằng nhà văn Trần Hoài Thư có cái can đảm của người lính thám kích. Thật vậy, anh đã dám nói lên những sự thật đau lòng của chiến tranh, của những người cùng chiến tuyến, dám nói khác những tiếng nói chính thức mà nhiều người đã nhàm nghe! Như anh đã thổ lộ đâu đó anh tự hào là người đã nghe trái phá nổ, do đó anh hiểu mãnh lực của trái phá như thế nào!

Truyện Trần Hoài Thư được đón nhận nồng nhiệt bởi người đọc liên hệ xa gần đến người lính Cộng Hòa, đáp ứng nhu cầu tự nhiên tìm về quá khứ của người lính đã hy sinh đời mình cho lý tưởng, nhất là những người lính cô đơn chiến đấu và cô đơn chống trả những oái ăm của định mệnh sau đó. Đó là những truyện nói chung tiêu biểu vì chứng minh văn nghệ vị nhân sinh, thỏa đáng những đòi hỏi của nhân sinh ở một tình huống hôm nay!

10-1996+

Chú-thích:

1. Viện Văn học. *Văn Học Việt Nam Chống Mỹ Cứu Nước* (Hà-Nội: Khoa học xã hội, 1979), tr. 14-15.

2. *Văn Hóa Văn Nghệ Miền Nam Dưới Chế Độ Mỹ Ngụy* (Hà-Nội: Văn Hóa, 1977), tr. 8.

3. Trần Hoài Thư. *Ra Biển Gọi Thầm*. Plainfield, NJ: Tác giả xb, 1995. 222 tr.

4. Tạp chí liên mạng *Văn Học Nghệ Thuật*, 242, 28-10-1996.

5. Tạp chí VHNT, 238, 16-10-1996.

6. "Viễn Thám". *Dân Chủ Mới*, 55, 8-1996, tr. 59-61.

7. Viết 17-9-1996, đăng *Dân Chủ Mới*, 58, 11-1996, tr. 58-61.

8. Viết 26-8-1996, đăng trên VHNT số 223 (4-9-1996).

9. Sau in trong tập truyện *Ban Mê Thuột Ngày Đầu Ngày Cuối* (Plainfield, NJ: Tác giả xb, 1997. 241 tr.). Cùng trường hợp với các truyện khác đã nói đến trong bài viết, như Sỏi Đá Ngậm Ngùi, Thám Báo (tức Viễn Thám khi đăng báo).

10. VHNT số 203 (5-7-1996).

11. VHNT số 210 (31-7-1996).

Trần Trung Đạo:
thơ như một lên đường

Trần Trung Đạo tên thật Trần Văn Nhơn, sinh quán Duy Xuyên, Quảng Nam. Học Trung Học Duy Xuyên, Trần Quý Cáp, đại học Luật Khoa Sài Gòn và đại học Vạn Hạnh Sài Gòn.

Vượt biên và được tàu Mỹ vớt vào tháng 6, 1981, tạm trú tại trại ty nạn Palawan Philippines, và định cư tại Boston, Massachusetts vào tháng 11-1981. Học điện toán tại Wentworth Institute of Technology và Boston University. Hành nghề kỹ sư điện toán tại Boston.

Tác giả của 14 tác phẩm thơ, văn, tâm bút, tiểu luận và chính luận.

*

Trần Trung Đạo cũng như đa số chúng ta đã ra đời và trưởng thành trong chiến tranh. Anh đã đi tìm cái hạnh phúc cho đời, nhưng anh vẫn chưa có được, chúng ta cũng chẳng hơn gì! Biến cố tháng Tư 1975 đã đưa anh ra biển và đến một vùng đất mà dân cư, tình người và giá trị cuộc sống khác biệt hẳn nơi vùng đất anh đã sinh trưởng; anh bỏ nước ra đi sau khi đã "thụ hưởng" cái "thiên đàng" do đồng loại từ phương Bắc đem tới áp đặt! Đất mới, đời mới, nhưng hạnh phúc vẫn chưa có. Con người sống đời lưu xứ làm sao có hạnh phúc trọn vẹn! Kẻ lưu đày cũng sẽ ngủ không yên dù phận anh đã ổn, vì bên kia địa cầu nơi anh đã bỏ đi, còn có hàng hàng lớp lớp đồng loại, trong đó có cả người thân, gia đình và họ hàng; họ đang sống trong cái khốn cùng phá sản của một chủ nghĩa, không tương lai, không cả sự sống còn cho mỗi ngày, mỗi giây phút!

Đó là lý do khiến anh Trần Trung Đạo dùng thi ca để nói cho đời biết trên trần gian đã có và hãy còn địa ngục, cho đồng loại ở ngoài nước biết trên quê hương xa xôi đang có những cảnh khốn cùng và những con người bị đày đọa. Thơ thường được hiểu là phương tiện ca tụng Tình yêu, cái Đẹp. Thơ còn là tiếng nói của con tim khi buồn khi vui, là nguồn sống, v.v. Nhưng khi đời rõ rệt đã là địa ngục thì thơ không thể tránh trở thành phương tiện đấu tranh. Thơ Trần Trung Đạo ra đời khi cuộc sống đã là bóng tối, khi con người đã phải nhận khổ ải, nhục nhằn để "qua cầu". Thơ anh đa phần trong hai tập đã xuất bản Đổi Cả Thiên Thu Tiếng Mẹ Cười (1992) và *Thao Thức* (1996) là bản án nhắm cái bóng tối đó. Trần Trung Đạo không ca tụng cuộc đời, anh tấn công và kết án, nhân danh con người. Nếu anh có nói đến tình yêu thì tình đó cũng ở trong khung cảnh một quê hương rã rời hoặc một xứ người lạc lõng!

Trần Trung Đạo nói với người đọc những tâm tình gì? Trước hết, đó là tiếng lòng của một con người từng đau khổ, một người chưa hết đau khổ, dù anh đang sống ở Boston, Bắc Mỹ. Thơ của một con người nhân danh con người; anh làm thơ vì con người chưa có hạnh phúc. Anh nói đến những thảm cảnh khó tưởng tượng nhưng đã có thật ở Việt Nam. Như chuyện đau thương của một anh "bộ đội", kẻ chiến thắng của cuộc chiến vừa qua:

> *"... Tổ quốc bao năm rồi "thống nhất"*
> *Anh về, đi giữa phố không quen*
> *Hà-Nội mang nỗi buồn chiến thắng*
> *Thừa huy chương nhưng thiếu miếng ăn*
> *(...) Đám trẻ ăn mày ngơ ngác đứng*
> *Tìm gì trong khoảng trống hôm nay*
> *Hỡi em, cô gái quàng khăn đỏ*
> *Lại gần anh nhận diện tương lai..."*

(TT, Nỗi Buồn Chiến Thắng)

Người miền Nam còn tệ hơn, họ không được chế độ mới công nhận. Biết bao thảm cảnh khó tưởng tượng nhưng đã có thật ở Việt Nam. Một bà mẹ đã bán máu để nuôi con, lên nhà thương Chợ Rẫy không biết lần thứ mấy:

> *"... Đứa con út ốm đau*
> *Vẫn hằng đêm đòi sữa*
> *Chẳng còn gì bán nữa*
> *Ngoài giọt máu mẹ cha..."*

(ĐCTTTMC, Bà Mẹ Điên)

Đành trốn khỏi địa ngục, rơi vào một địa ngục khác của con người lòng thú, như "Người con gái Việt Nam trên đại lộ Sri Ayuthaya" cũng là tựa một bài thơ trong ĐTTTMC:

"... Bay phơ phất giữa phố phường xa lạ
Mười sáu tuổi kiếp giang hồ chung chạ
Trôi lang thang như những bọt bèo
Đất nước nghèo không giữ nổi chân em
Nên xứ người em làm thân gái khách..."

Trốn bất hạnh chung để tìm tự do, nhân phẩm, nhưng thế giới nay đã ngoảnh mặt làm ngơ với những người tị nạn Việt Nam như em Hoàng Thị Thu Cúc ở trại Sikew Thái Lan đã phải treo cổ chết khi đã cuối đường cùng mà vẫn không thấy hy vọng nào:

"... Vĩnh biệt em người con yêu xứ Huế
Ngủ đi em đừng oán hận cuộc đời
Anh đứng lặng nghe đau từ tim phế
Xin thơ này lau vết máu em rơi
... Khi treo cổ bằng sợi dây oan nghiệt
Em nghĩ gì về đất nước mai sau
Chúng ta có quá nhiều điều thua thiệt
Trách chi em ước vọng đã phai màu..."

(TT, Vĩnh Biệt Em, Thu Cúc)

Hay trốn bất hạnh chung để phải gánh chịu bất hạnh riêng khác, mất tất cả người thân như em bé Việt Nam, quá nhỏ nhưng đã quá đau khổ:

"... Họ kể lại em từ đâu không biết
Cha mẹ em đã chết đói trên tàu
Chị của em hải tặc bắt đi đâu
Sóng cuốn mất người em trai một tuổi..."

(ĐCTTTMC, Em Bé Việt Nam Và Viên Sỏi)

Thảm cảnh Việt Nam thì thơ văn nào nói cho hết. Nhưng vẫn chưa hết cảnh sầu, như đã là người Việt Nam là cứ phải cam tâm thua thiệt. Như những người lính thua trận, phải chết ở quê người, sau khi đã trả nợ cho tập thể. Những người lính một thời, một thế hệ đang ra đi:

"Người lính già Việt Nam
Vừa mới chết đêm qua

Trên đường phố San Jose bụi bặm

Anh đã đi bao nhiêu nghìn dặm
Đến nơi đây chỉ để chết âm thầm
Không một phát súng chào
Không cả một người thân
Không ai nói với anh một lời tiễn biệt...”

(TT, Người Lính Già Vừa Chết Đêm Qua)

Trần Trung Đạo viết nhiều thơ nói về Mẹ và qua Mẹ, anh bộc tỏ những căm hận bóng tối, những đau khổ không thể san sẻ vì ai cũng cùng cảnh ngộ, và với Mẹ, anh bày tỏ những hoài bảo của anh và những người cùng thế hệ. Anh mở đầu tập *Thao Thức*:

“Nhờ có mẹ thơ con còn hy vọng
Mẹ là thơ nên đất nước sẽ hồi sinh”

Thế hệ anh không có “những ngày thơ ấu” thanh bình, đến “tuổi mộng mơ” thì không trọn vẹn. Thế hệ bị “bắt trẻ đồng xanh”, đem đi nướng cho chủ nghĩa hão huyền của người lớn:

“Con đường thế hệ chúng tôi qua
Mây xám che ngang tuổi ngọc ngà
Tôi học những gì năm tháng ấy
Lọc lừa, phản bội với điêu ngoa
... Con đường thế hệ chúng tôi qua
Thiếu bóng cây xanh thiếu bóng nhà
Những hố bom dài theo kỷ niệm
Chôn vùi mộng ước mới đơm hoa...”

(ĐCTTTMC, Con Đường Thế Hệ Chúng Tôi Qua)

Nhưng đây là thế hệ mà con tim hãy còn nóng tình quê hương; chí tang bồng thu gọn lại trong những hăng say lý tưởng chưa thành, những thề ước sẽ ra tay xây dựng một tương lai tốt đẹp hơn. Anh sẽ về, vì tiếng gọi tha thiết của đất Quế Sơn, Điện Bàn, của con sông Thu Bồn, “mảnh đất nào chôn khúc nhau tôi” như tựa bài anh viết gần đây trên tạp chí *Phương Đông* phát hành ở thành phố Boston:

“... Tôi sẽ về sống chết với quê hương
Trong hầm hố chưa tạn mùi súng đạn
Ai đã cướp mất của đời tôi những ước mơ, hy vọng
Đã gài chông trên luống tuổi thơ vàng
Ai đã biến núi sông thành một bãi tha hoang

Tiếng rên siết trong đêm đã át đi giọng hò câu hát
... Tôi sẽ về để sống với quê hương
Mai tôi chết xin làm phân nuôi đất"

(TT, Tôi Sẽ Về)

"... Mai mốt em về thăm lại giòng sông
Xin đừng hỏi sao lòng sông nước cạn
Từ dạo em đi, xa vùng lửa đạn
Chưa một lần về lại bến sông xưa..."

(TT, Bến sông xưa)

Thế hệ lạc loài, cả khi sẽ nhắm mắt bỏ thế gian:

"Mai anh chết xin em đừng vuốt mắt
Để một ngày anh sẽ thấy quê hương
Trên dương thế lạc loài không tổ quốc
Thì cần chi địa ngục với thiên đường
... Vì trần gian anh tủi nhục lâu rồi
Tên đãng tử một đời không sự nghiệp
... Mai anh chết xin em đừng hương khói
Hồn ma anh xiêu lạc bốn phương trời
Sẽ ở lại những nơi nào tăm tối
Những nơi nào không một kẻ rong chơi..."

(ĐCTTTMC, Mai Anh Chết)

Một lời kêu gọi:

"... Đồng bào ơi hãy vùng lên cách mạng
Khi bước đi xin nhớ ngẩng cao đầu
Một đời này hay muôn vạn đời sau
Tôi kiêu hãnh làm người dân nước Việt"

(ĐCTTTMC, Cho Tôi Xin)

Những con người sống thân phận lưu vong, xa cội rễ; lưu vong là một tình cảnh thất bại, tiêu cực, nhưng có những con người lưu xứ vẫn ôm ấp nỗi lòng và thao thức muốn làm cái gì đó cho quê hương:

"... Tôi vẫn đợi bên giòng sông lịch sử
Một bầy chim lưu lạc bốn phương trời
Bỗng một sớm về đây gom góp lửa
Gieo mầm xanh trên muôn vạn nẻo đời"

(ĐCTTTMC, Tôi Vẫn Đợi)

Tiếng lòng của Trần Trung Đạo dù sôi sục vẫn đượm nhân ái của Phật pháp, của văn hóa Á đông. Những xin lỗi tự giác, những tự nhủ thiết tha.

> *"... Chùa thanh tịnh chẳng dung hồn lữ thứ*
> *Một chiều thu tôi lạy Phật ra đi*
> *Bỏ lại tiếng chuông chùa vang khuya sớm*
> *Cây đa già đứng lặng khóc chia ly*
> *... Tôi sẽ đến ngôi chùa xưa Viên Giác*
> *Nhặt mảnh đời rơi rớt ở đâu đây*
> *Ôi thằng bé nghèo nàn xưa đã lớn*
> *Đi làm người du thực ở phương tây..."*

(TT, Nhớ Cây Đa Chùa Viên Giác)

Thơ anh đơn sơ nhưng đậm đà tình người, đầy lòng nhân đạo. Lời thơ anh không uyên bác, cầu kỳ, không bí hiểm nhưng chuyên chở nhiều thông điệp cho đồng loại ở trong cũng như ngoài nước, cho cả những kẻ gây ác gây thù.

Thơ Trần Trung Đạo chung khuynh hướng thuộc giòng thi ca tranh đãu, một giòng chính của đa số các người làm thơ ở hải ngoại nhất là các thế hệ trên 40; nhà thơ ở hải ngoại nào cũng đã có lúc để lý tưởng, lòng nhiệt thành hoặc căm hờn thốt thành tiếng thơ. Dù vậy, Trần Trung Đạo là một trong số thiểu số những nhà thơ mà sáng tác tranh đấu trội bật hơn những chủ đề thi ca khác; thơ Tình yêu theo nghĩa hẹp hình như không có chỗ trong những vần thi ca của anh.

Gióng tiếng thơ chưa đủ, anh Trần Trung Đạo còn viết truyện và đăng đàn trước đồng bào ở ngoài nước, với cùng những tâm tình và phẫn nộ đó. Với những ước mơ tự do dân chủ và hạnh phúc cho những người ở quê nhà. Anh kêu gọi giải thể bạo tàn, lật đổ u tối và điên cuồng. Anh tuyên dương những người hùng đã vị quốc vong thân như Lê Văn Hưng, Nguyễn Khoa Nam, Hồ Ngọc Cẩn, trung tá cảnh sát tên Long:

> *"... Sáng ba mươi anh trở về với mẹ*
> *Hồn anh bay giữa trời quê hương*
> *... Anh ngã xuống giữa Sài-Gòn không để lại đủ họ tên*
> *Nhưng lịch sử ngàn năm sau vẫn nhớ*
> *Trung tá Long..."*

(TT, Hơi Thở Việt Nam)

Những ai theo dõi thơ và việc làm của anh qua sinh hoạt và báo chí cộng đồng hay qua trung gian thế giới siêu không gian internet, không thể không nhìn thấy cái nhiệt thành tha thiết của anh. Cái nhiệt thành đáng quý ở một thời điểm con người chạy theo những giá trị có tính cách cá nhân hay hào nhoáng, "thực tế" hơn. Cái nhiệt thành của một thanh niên Việt Nam không cứ phải đã từng cầm súng nay dĩ nhiên tiếp tục sứ mạng. Cái nhiệt thành người đọc tin chắc cũng không vì danh vọng. Mà danh vọng gì sẽ dành cho những người tố cáo tội ác, bạo tàn hay thương yêu những người bất hạnh? Tôi nghĩ Trần Trung Đạo làm thơ, lên tiếng, tranh đấu, cổ võ cho tự do, dân chủ, quyền làm người để trả nợ sông núi đã tác thành nên anh; một cách tự ý, xung phong! Những ai rời đất nước trước anh và đã đi một phần con đường như anh, không thành, không kết quả, không thể không quý mến anh, người còn lửa trong lòng, còn lý tưởng để đuổi theo. Và đã hơn một lần anh đã nhìn thấy cái bế tắc của những bậc cha anh đồng thời anh đã lên tiếng nhận nhiệm vụ của thế hệ anh đối với quê hương cũng như cho thế hệ trẻ hơn. Trung Đạo trong bút hiệu anh vừa có cái nghĩa con đường trung kiên, lý tưởng, vừa có ngầm ý tỏ lộ đạo làm người của người mang tên hiệu đó. Nhơn là trung đạo của "thiên địa nhân" mà cũng là tên thật của anh.

Trần Hoài Thư trong một bài viết về thơ Trần Trung Đạo đã cho rằng Trần Trung Đạo thuộc *"thế hệ nhìn vào tương lai, thế hệ ngẩng cao đầu về trước mặt, một thế hệ mà sự mơ ước là kết quả của những phân lìa, tan tác"* ("Đọc một bài thơ của nhà thơ Trần Trung Đạo Giấc Mơ Nhỏ Của Tôi").

Hy vọng lòng thành tuổi trẻ sẽ giúp Trần Trung Đạo tránh những con đường mòn của những người đã và gây gây đổ vở cũng như vấy mực đen tối lên cuộc đời! Và hãy chúc cho nhau tìm thấy Hạnh Phúc! Xua tối tăm, cho người, cho tương lai!

8-1997

Trần Văn Nam
nhà thơ và lý luận văn-học

Ông sanh ngày 18-11-1939 tại Bến Tre. Học tiểu học ở Nha Trang và Tháp Chàm. Học trung học ở Nha Trang và Sài Gòn. Tốt nghiệp Đại Học Sư Phạm Sài Gòn, khóa Việt Văn cấp tốc 1967. Tốt nghiệp Cử Nhân Giáo Khoa Triết Học Tây Phương, Đại Học Văn Khoa Sài Gòn, năm 1973. Giáo-sư Việt Văn và Triết ở các tỉnh Miền Tây (Vĩnh Long, Sa Đéc, Kiên Giang). Đến Hoa-Kỳ cuối năm 1981, ban đầu ở Virginia rồi định cư ở California. Thời hải-ngoại, ông cộng tác với báo *Dân Chúng* (California) và các tạp-chí *Hợp Lưu, Văn, Khởi Hành, Thư Quán Bản Thảo, Văn Nghệ*,... và đã xuất-bản thi-phẩm *Một Đêm Cho Thơ, Tình và Âm Nhạc* (thơ kèm nhạc phổ; Irvine CA: NXB Đời, 1991) cùng hai biên-khảo *Trong Dòng Cảm Thức Văn Học Miền Nam* (sưu tầm và tiểu-luận, 64 bài; Walnut CA: TGXB, 2006, 556 tr.) và *Tiếp Nối Dòng Cảm Thức Văn Học Sau Năm 1975* (tiểu-luận, cũng 64 bài; TGXB, "Amazon.com" ấn-hành, 2016, 550 tr.). Ông mất ngày 10-1-2018 tại California, sau một thời-gian bạo bệnh; một năm sau, các văn hữu tuyển in tập *Bốn Mươi Bốn Bài Thơ Tuyển* (CA: Viễn Xứ, 2019).

Từ năm 1981, lưu vong, sống xa đất nước, Trần Văn Nam tiếp tục làm văn thơ và suy nghĩ về thi-ca, văn-học, với các bài nhận định, phân tích các tác-giả và tác-phẩm Việt-Nam trước sau 1975, các tác-giả ngoại quốc cùng các khuynh-hướng, phong trào văn-chương mới hoặc xa lại đối với người Việt. Tuyển tập *Trong Dòng Cảm Thức Văn Học Miền Nam – Phân Định Thi Ca Hải-Ngoại* "sưu tầm và tiểu luận" (2006) tập hợp các bài viết về các vấn-đề, biến cố và thể-loại văn-học thuộc giai đoạn Văn-học Miền Nam và Văn-học Hải-ngoại – trong đó có một ít bài viết đã đăng tạp-chí văn-học trước 1975. Tháng 2-2016, ông xuất-bản tiếp tuyển tập tiểu luận *Tiếp Nối Dòng Cảm Thức Văn Học Sau Năm 1975*. Ở Trần Văn Nam, đó là những nhận định chuẩn xác, những cảm nhận tinh tế về thi ca và văn-chương, văn-học, đối với một thành phần độc giả có kiến thức và trong cuộc. Ông tiếp tục nhận định, phân tích các sinh hoạt văn-chương, các phong trào, khuynh-hướng, các tác-giả và tác-phẩm gửi đăng trên các tạp-chí và diễn đàn Internet cho đến ngày ông mất, 10-1-2018. [Chúng tôi đã từng được ông ưu ái viết cho một bài nhận định sâu sắc về bộ biên-khảo *Văn Học Miền Nam 1954-1975* ngay sau khi vừa xuất-bản vào mùa Thu 2016 – bài viết đã được đăng trên một số tạp-chí hải-ngoại và các trang mạng Internet, bài "*Văn Học Miền Nam 1954-1975* của Nguyễn Vy Khanh: động cơ thực Hiện công trình và ý thức hạn chế"].

Về văn-học hải-ngoại, qua hai tuyển tập biên-khảo, tiểu luận đã xuất-bản, ông đã nhiều lần nói đến, như các bài "Văn-học hải-ngoại như một món quà cho quê-hương", "Văn-học hải-ngoại có gì lạ cho quê-hương""Văn Học Hải Ngoại, Những Dấu Hiệu Hiện-Đại-Hóa Trong Thơ", "Văn-học Hải-ngoại: Hồi ức các dữ liệu ở Little Sài-Gòn...", …

Trong "Văn-học hải-ngoại như một món quà cho quê-hương", ông nhận ra văn-học người Việt ở ngoài đã là những món quà phục vụ chính-trị, món quà văn-chương hiện thực đời-sống, món quà thuần túy văn-chương, món quà ngôn-ngữ tinh luyện, món quà của truyền thống dân-tộc, và đi đến kết luận mong đợi nhiều ở các "thế hệ thứ hai, thứ ba tốt nghiệp từ các trường đại học ở hải-ngoại"!

Cũng văn-học hải-ngoại, ông có nhiều nhận định, khám phá về thơ văn của các tác-giả lọt vào "mắt xanh" Trần Văn Nam như Giang Hữu Tuyên (Hai bài thơ trong thời-cuộc mà như đứng ngoài; Nhà thơ Hải quân nhưng tâm hồn hướng về châu thổ hơn là về Đại dương), Nguyễn Văn Sâm, Thái Tú Hạp, Mai Thảo, Lâm Hảo Dũng, Thảo Trường, Nguyễn Mạnh Trinh, Luân Hoán, Viên Linh, Lữ Quỳnh, Đặng Phú Phong,… hoặc còn ở trong nước như Khuất Đầu, Phù Hư, Lê Văn Trung,...

Mặt khác, trước sau, Trần Văn Nam vẫn chủ trì "Thơ đẹp là một vận chuyển toàn bộ" như bài ông đã viết trên tạp-chí *Văn* trước

1975 (*"Đường bay của Nghệ Thuật, Họa và Thơ Văn". Văn,* số 142, 15-11-1969). Theo ông, cảm thức cái đẹp của thi ca xuất phát từ kinh-nghiệm sáng-tác thơ, đó là một vận chuyển từ cuộc đời và nghệ-thuật và là một vận chuyển nối kết các từ ngữ thẩm mỹ – ông đã trích dẫn thơ ông và của một số nhà thơ thời trước 1960 để luận chứng. Có thể xem đây là một thứ "thi ca tự truyện" mà mỗi con chữ, ý, tình phải "đi vào tiểu sử" người sáng-tác, độc giả mới hiểu hết được cái thẩm mỹ của văn bản thi ca.

Trần Văn Nam ở hải-ngoại, trong bài viết ''Nhân Có Tập Văn Đưa Triết Học Vào Sáng Tác, Nhớ Lại Đặc Điểm Một Thời Kỳ'' cho rằng: *"Có thể nói thời ấy là thời của bốn nguồn tư tưởng lớn. Thứ nhất, Triết học Karl Marx, phát huy do chính thể miền Bắc, nhưng chính quyền miền Nam đối lập nên đã là nguồn bàn luận lai vãng gây lưu ý cho giới sáng tác. Thứ hai, Triết lý Thần Học Thiên Chúa Giáo, phát huy dưới thời chính quyền Ngô Đình Diệm thành Chủ Nghĩa Nhân Vị. Thứ ba, Triết Học Phật Giáo, phát huy sau năm 1963 lật đổ chính quyền Ngô Đình Diệm, đem đến luồng cảm hứng sáng tác đồng điệu với những diệu vợi của Thiền Tông trong Văn chương Nhật Bản; và huyền ảo từ kinh sách Ấn Độ và Tây Tạng. Thứ tư, Triết học Hiện Sinh, luồng tư tưởng được đề cập đến nhiều trong giới văn nghệ với hai ngành Hiện Sinh Hữu Thần của các triết gia Gabriel Marcel, Karl Jaspers; và Hiện Sinh Vô Thần với Sartre, Heidegger (có thể thêm: nguồn sâu thẳm do từ những cuốn sách phân tích tinh vi kỳ diệu Hiện Tượng Luận của Husserl và Merleau Ponty; và nguồn tìm thấy lại những tương đồng đã viễn kiến từ lâu của Nietzsche)"* (*Tiếp Nối Dòng Cảm Thức...,* tr. 14).

Người làm nghệ-thuật từ nay khởi đi từ thân phận con người, từ những kinh qua, bão táp cuộc đời, tiếng hót từ nay sẽ lánh lót hơn mà cũng gần gũi hơn! Như văn học phản chiến trước 1975 nói chung và phần nào đã là những phẫn uất của trí thức nhưng không tiếng nói, những người dấn thân chính trị nhưng không có đất đứng. Xã hội điêu tàn, giá trị văn hóa đảo lộn, người miền Nam nạn nhân của chiến-tranh nhưng kêu gọi tình huynh-đệ và (vô tình) đời giải quyết chiến-tranh và chuẩn bị hòa-bình. Về phía chính quyền và các cơ quan văn-hóa miền Nam thì nhắm mục-đích thông tin và tác chiến tinh thần hơn là tuyên truyền! Văn chương chống cộng trở nên quen thuộc, mất dần thị hiếu trên thị trường chữ nghĩa, trong khi đó văn học hiện sinh, 'tiểu thuyết mới' với bao phụ tùng khác ngày càng bành trướng. Phía các nhà văn từng chống Cộng triệt để, có người từ bỏ cuộc chiến đó, như Trần Văn Nam đã nhận xét: ''Từ bỏ cuộc chiến khác với phản chiến. Phản chiến là thái độ ở phía chống đối chiến tranh. Còn đây là thái độ trước ở phía chủ chiến, nhưng sau từ bỏ vì một lý do nào đó'' (''Thơ Lúc Từ Bỏ Cuộc Chiến''. Khởi Hành CA, số 12, 10-1997) - tiếc là họ Trần không trích và nêu tên nhà văn thơ Việt nào.

Như vậy, với Trần Văn Nam, văn-chương phải chạm đến cõi siêu hình nhưng đồng thời phải mang các chất hiện thực và thẩm mỹ tính! Và ông đã liên tục đi tìm cách-thế nghệ-thuật thể hiện sáng-tác cho riêng mình và giải mã tinh túy văn-học nói chung, thi ca cách riêng. Trần Văn Nam và các chủ biên các tập san *Văn Chương, Chủ Đề,...* đã cổ vũ cái mới, cái "hiện-đại", nhưng chưa đủ thời-gian cho có các tác-phẩm chín tới thì đã xảy ra biến cố 30-4-1975.

Ông cũng đã viết về các thể-loại văn chương, đề tài, văn ảnh mới hoặc qua cái nhìn mới, ‹hải-ngoại›:

Thơ với đề-tài vật lý vũ trụ;

Việt Ngữ tương giao Văn Học và Triết Học viết từ năm 1950 của G.S. Trần Đức Thảo

Chất Thơ Trong Triết Học;

Chất Thơ và Thi hóa;

Ma lực ngôn-ngữ;

Thơ tình phổ quát và Thơ tình hải-ngoại;

Thơ siêu-hình muôn thuở, Thơ siêu-hình hải-ngoại;

Thơ Vắt Dòng, một hiện-tượng thi ca hải-ngoại;

Thơ Hậu-hiện-đại Hoa-Kỳ và Thơ Tân Hình-Thức;

Ba lối hội nhập đất mới trong thơ hải-ngoại;

Thơ Đẹp là một vận chuyển toàn bộ;

Những văn-ảnh có chất Thơ trong Triết học;

Thể cách Lục Bát Tập Trung (Nguyễn Đức Sơn) và thể cách Thơ Đối Thoại (Hoàng Cầm, Thanh Tịnh, Huyền Kiêu)

Nghĩ về Thơ Biểu Cảm và Thơ Biện Luận (qua thơ của Thành Tôn);

Thơ Tình Huyền diệu pha lẫn Phàm tục, so với thơ Tình thuần chất huyền diệu (qua thơ Trần Yên Hòa);

Vai-trò của ẩn dụ mỹ cảm;

Quy tụ thơ hoài hương vào những vùng trọng điểm;

Định kiến, cơ duyên, và ước nguyện: vài cảm nghĩ về văn-chương-Blog;

Văn chương bên lề cuộc chiến và thơ lúc từ bỏ cuộc chiến;

- Đặc-biệt, Trần Văn Nam khá vấn vương các lãnh vực thơ-nhạc, phim ảnh:

Những truyện ngắn Việt-Nam làm liên tưởng đến Điện ảnh;

Văn-học và Âm nhạc: có nên đề cập tới tính văn-chương trong nhạc thời chiến ở miền Nam?

Tại sao ta ít nhớ thơ-nhạc thời mới khởi phát chiến-tranh?

Một thời kỷ niệm những ấn loát phẩm Thơ-Họa-Nhạc;

Thử phân biệt bài hát có tính truyện, lời thơ bâng khuâng, và ca từ huyền diệu;

Đôi dòng thơ nhạc kỷ niệm Sài Gòn khiến ta tìm đến những di tích cổ;

Bắt gặp những chi tiết hiếm quý trong ký sự phim ảnh;

Văn Học Và Âm Nhạc: Có Nên Đề Cập Tới Tính Văn Chương Trong Nhạc Thời Chiến ở Miền Nam?

Có hay không sự chuyển đổi tình cảm trong thơ phổ nhạc?

Lịch sử và địa lý trong văn chương (Thấy hiện-thể qua ký-sự phim ảnh)

- Và trở lại thời văn-học trước 1975, với cảm nhận mới:

Ca dao miền Nam, có phải Lâm-Vị-Thủy đã làm thơ phóng tác?

Dẫn khởi từ thơ Đinh Hùng, nghĩ về nhạc Schubert với hai lời Việt;

Ghi lại chất thơ của Huy Phương sáu mươi năm trước;

Nhạc-tính vần trắc của Thanh Tâm Tuyền và Từ ngữ ma lực của Tô Thùy Yên;

Nghĩ về di-cảo mấy ngàn trang của một nhà thơ yểu mệnh (Nh. Tay Ngàn);

Dương Nghiễm Mậu, Thử xét giới hạn ba lối viết trong ba thời kỳ;

Những chi tiết mới về văn-học qua phỏng vấn của Nguiễn Ngu Í; v.v.

Ở trên, chúng tôi ghi lại một số tựa bài viết của Trần Văn Nam nhất là về văn-học hải-ngoại đặc-biệt về thi-ca. Ông còn là một nhà thơ đặc-biệt với những thi-văn ảnh và đề tài độc đáo của riêng ông.

*

Thời hải-ngoại, Trần Văn Nam đã cố gắng tìm một lối sáng tác thơ riêng. Thơ vượt mặt đất để đến với vũ trụ bao la, xa xôi, đưa con người và thi ca nhập hồn vũ trụ – vũ trụ với ông nay như không còn là "văn ảnh" hay thế-giới mơ hồ của thi nhân từ nhiều ngàn năm, như ông bình luận trong bài "Vật lý kỳ diệu chưa phải là thơ": *"Kỳ diệu của vật lý hạch tâm, kỳ diệu của vật lý vũ trụ, kỳ diệu của cái nhìn y khoa về cơ thể con người, đó chưa phải là thơ. Nếu đồng hóa, chính là vì tác giả quá cảm kích, tưởng kỳ diệu khoa học đã là thơ. Ví dụ kỳ diệu của trọng lực khủng khiếp nơi vực trời Black Hole, có người đồng hóa điều đó với thơ…"* (*Trong Dòng Cảm Thức…*, tr. 6).

Trần Văn Nam đã khởi đi với những bài như Vành Đai Tro Bụi:

"Quá giải Ngân Hà bãi ngọc trai
Một vì sao nổ chói vành đai
Vành ngoài tro bụi hào quang tụ
Sóng đến ta mất ba tháng dài

Vành trong tia chớp đến ta lâu
Hơn một năm sau tới địa cầu
Sai biệt thời gian vành ánh sáng
Tính cùng tốc độ thành chiều sâu

Sai biệt làm đơn vị xa xôi
Làm thời gian đo đạc pha phôi
Ngân Hà chín vạn năm qua giáp
Sao khuất nào triệu triệu dặm soi

Vùng tối Tinh Vân nơi hóa sinh
Thoát hình sao mới từ u minh
Bụi hơi cuồn cuộn nguồn quang tuyến

Trọng lực kết tinh sao chuyển mình

Thiên thể vần xoay kết tụ bè
Thiên hà vào quỹ đạo hôn mê
Rải trời ngàn bãi sao lênh láng
Trái đất tìm đo sóng dội về.

Viễn vọng thăm dò cuối giải sao
Nghe mà tưởng tượng mình tiêu dao
Tưởng chừng trái đất gần nhau lắm
Quê cũ đâu đây biển sóng gào".

Và ông còn sáng-tác 9 bài thơ với đề tài Vật lý vũ trụ: Viễn Khách Ngàn Năm, Lốc Xoáy, Tháng Tám Nhiều Sao Băng, Sử Ghi Từ Đời Tống, Hố Đen Black Hole Có Thật, Lửa Tập Trung, Vô Tuyến Từ Giải Ngân Hà, Quái Vật Vũ Trụ, Quần Tụ Rải Rác. Xin ghi lại ba bài:

"Tần số chu kỳ ánh sáng xa
Đến từ thăm thẳm những thiên hà
Mỗi đêm thưa bớt vòng truyền sóng
Vì vũ trụ này giãn nở ra.

Vang động Ngân Hà trên cõi cao
Đang vào cơn trốt chuyển, lao đao
Lực gì khiến thiên hà xoáy lốc
Lực của Rún Trời mạnh xiết bao.

Ta lắng tai nghe vô bến bờ
Bên thềm khuya khoắt đêm xanh lơ
Đem lòng phơi trải vào cao rộng
Khi phố buồn yên lặng ngủ mơ.

Hình như có hạt bụi chơi vơi
Có giọt sương khuya xuống rạc rời
Sinh vật hành trình vào số kiếp
Đến rồi đi, một cuộc rong chơi.

Ếch ngồi đáy giếng đoán trời mưa
Con kiến truyền tin gió đổi mùa
Nhân thế phóng tâm dò vũ trụ
Biết mà chơi, biết mấy cho vừa.

Trăng sáng đầu giường vọng cố hương
Bên kia giờ ngọ, đây đêm trường
Vòm sao còn ở tầm trông thấy
Thì bán cầu nào phải viễn phương" (Lốc Xoáy).

"Tháng tám trời khuya quẹt lửa diêm
Sao băng từng chập rọi vô biên
Có đêm liên tục rồi thưa hẳn
Như một định ngày tự cõi thiên.

Bởi Địa Cầu xoay tới điểm giao
Gặp dòng thiên thạch vút lao đao
Đá trời, vụn mảnh, bay rầm rập
Sức mạnh vận hành, vũ trụ chao.

Những tảng dị hình muôn cổ sơ
Tuân theo quỹ đạo tự bao giờ
Vụn từ tan rã hành tinh đụng
Trên cõi ngàn năm như nhởn nhơ.

Trái Đất hút, nguồn lực chứa chan
Đá vào khí quyển, cháy tro than
Cả đêm, sao xẹt rừng thông lớn
Những đốm tàn hơi xuống bãi ngàn.

Cổ đại nghìn thu đá trước thềm
Còn là quá trẻ với tầng trên
Đá này đá nọ bao nhiêu tuổi
Ở với đời người mấy kiếp thêm"

(Tháng Tám Nhiều Sao Băng)

"Viễn-vọng-kính phóng lên thượng tầng
Hướng về chi chít giải sao giăng
Giữa Thiên Hà, Vực Trời xoay chuyển
Vòng xoáy ngoài, ngàn tia phát quang.

Trước khi hút xuống vũng-càn-khôn
Vẫn thạch, hành tinh, chạy dập dồn
Tia cực tím khó vào Trái Đất
Chính từ vực thẳm bắn ra luôn.

Đo tia cực tím xuyên qua trời
Gần miệng vực, càng rải khắp nơi
Quả có Vực Trời đang hiện diện
Lực vào sức hút biệt tăm hơi.

Nhìn trời tự hỏi ta nơi đâu
Dù ở Đông hay Tây bán cầu
Dù nắng quê là đêm viễn xứ
Địa Cầu xanh nhỏ biển năm châu.

Trăng lặn phương nào ở chốn xa
Cuối đêm mọc sáng giải Ngân Hà
Nhìn Thiên Hà giữa lòng cao thẳm
Mà thấy thế gian chỉ một nhà.

Vạn niên ánh sáng, muôn trời sâu
So với cuộc đời khoảnh khắc mau
Trái Đất ta đang vòng quỹ đạo
Xứ người, quê cũ, khác gì nhau.

Tàu vũ trụ về Trái Đất quen
Báo tin tìm thấy Vực Trời đen
Nghe như bốn biển vòng quanh nhỏ
Và nghĩ quê mình chỉ kế bên"

(Hố Đen Black Hole Có Thật)

Từ đời-sống hiện thực, từ những sinh hoạt, quan sát, nhà thơ đã có những cảm nghiệm thành thơ, như những bài Thiết Lộ Khuất, Tiếng Cúc-Cu Trên Thành Phố Walnut, Con Đường Mang Tên Đại-tá Grimaud, Lả Trăng Hoa Bay, Cây Xăng 24 Giờ, Parking Lot Ở Trên Cao, Chuyến Tàu Và Dĩ Vãng Đan Chen,... Ngoài ra ông còn có những bài lục-bát "thi hóa những cảnh vật đời thường, hoặc cảnh vật đô thị". Xin trích bài Chuyến Xe Lửa Trong Đêm Nguyệt Thực:

"Quá nửa khuya rồi đó
Trăng đang ngã về Tây
Tôi ra ngoài hóng mát
Có nguyệt thực đêm nay.

Vang tiếng còi xe lửa
Lúc nguyệt thực đến giờ

Nửa vầng trăng cuối tháng
Mất hẳn trong huyền mơ.

Mười lăm phút biệt dạng
Hiện lại bóng nguyệt tà
Nhưng bây giờ, trăng thấp
Dưới rặng cây mờ xa.

Như có điều phối hợp
Hội tụ về nơi đây
Nếu nửa giờ chậm lại
Nguyệt thực khuất ngàn cây.

Chậm lại, làm sao thấy
Hiện tượng của đất trời
Tôi ngồi đây khuya khoắt
Cũng là điều hiếm hoi.

Nguyệt thực giờ trăng lặn
Tiếng còi gợi hứng thơ
Một đêm ngoài hiên vắng
Những liên kết tình cờ" (8-2009)

Các bộ môn nghệ-thuật cũng đưa tác-giả trở lại với thơ – cũng như với lý luận văn-học qua một số nhận định. Tiêu biểu thơ loại này là bài Ảo Giác Trong Bản Đàn Độc Tấu:

"Ngón tay bấm, và ngón rung, ngón vuốt
Mưa âm thanh trên mấy sợi tơ đồng
Đường giây đàn thành đại lộ mênh mông
Có bóng em cùng anh đi chung bước

Những dấu nhạc ký âm qua lướt thướt
Cũng biến thành hoa đẹp áo em bay
Trên đường xưa, vạt áo em tròn xoay
Đã gói trọn hồn anh thời tuổi trẻ

Anh gõ nhịp trên thân đàn nhè nhẹ
Lại thấy em nhảy múa điệu tình ca
Tiếng vỗ xập xình là nhịp đập tim ta
Gót chân em dặt dìu trong xa vắng

Duy chỉ có tiếng em là im lặng
Không nghe gì trong hiện tại cô đơn
Vì em đi đã cách mấy năm tròn
Bỏ lại anh những chiều buồn độc tấu''.

Thơ tình ở Trần Văn Nam từ tư riêng, nặng lòng, đi xa hơn, chạm đến tình quê-hương, đất nước khi tác-giả đi qua, trở lại những nơi chốn nhiều chứng tích cuộc-đời. Như khi trở về Bên Bờ Kinh Tàu-Hủ, không gian này đưa nhà thơ trở lại một thời quá vãng:

"Thời chiến tranh, thời nhiều người lánh nạn
Tôi vào đại học, tự túc gian lao
Đêm về muộn, đèn phố mưa xanh xao
Vườn Tao Đàn, những trưa hè dỗ giấc.

Đời cũng đẹp khi chiều về hoàn tất
Sáng ngồi lâu một góc quán cà phê
Không khỏi cô đơn kiếp sống đi về
Tay còn trắng, mọi ngỏ lời ái ngại.

Đến khi tốt nghiệp, lên đường tăng phái
Phải xa Sài Gòn, gấp rút cuối năm
Sợ phải một mình ở chốn xa xăm
Tìm ai cùng đi lấp đời trống vắng.

Mới quen nàng phía bờ kinh yên lặng
Bên nay là Chợ Quán, bến lô nhô
Ôi người từ nê-địa đến thành đô
Từ Lục Tỉnh, từ Miền Trung tan nát.

Nhưng đời bôn ba đã ngừng trôi giạt
Phù sa tắp bờ, từ giã nước sông
Nàng có nghiệp nghề, cũng sắp lấy chồng
Những dò la đã sai lầm nghe thấy.

Đi cô đơn, bến Miền Tây thức dậy
Hành trình về rộng lớn hai dòng sông
Ngược đường phù sa lìa cội mênh mông
Hạt ra biển, hạt tắp bờ đô hội.

Chợt thấu hiểu những dịch xê hoán đổi
Cho mọi nảy mầm san sẻ nơi nơi

Tụ lại, chia xa, có số phận đời
Những phiêu linh dệt nên hồn đất nước" (9-2008)

Hoặc như "Cầu Mỹ Thuận, Cảm Tạ Ngày Đi Qua":

"Từ bờ Mỹ Thuận mênh mông
*Nhìn qua Sa Đéc cánh đồng Đức Tôn **
Trường nào dọi nắng hoàng hôn
Những tà áo trắng lớn khôn với đời
Cầu treo giăng một góc trời
Cám ơn thông suốt, đó lời phù sa
Cầu thế kỷ, tiếng lòng ta
Cám ơn mãn-nhiệm bến phà trăm năm".

(4-2011)

[* Đức-Tôn trở lại tên cũ là Cái-Tàu-Hạ sau năm 1975])

Có những tiếc nuối nhưng làm gì khác hơn là nhìn những đổi thay theo thời-gian và nhu cầu sinh sống của con người, qua những bài Kinh Xà-No, Viễn Tượng Thủy Lộ Quốc Tế, Tôi Chứng Kiến Những Mất Dấu Ở Sài Gòn, v.v.

Ngoài ra, Trần Văn Nam còn có 10 văn ảnh sáng tác theo thể loại thơ văn xuôi đã đăng trên tạp chí *Khởi Hành* (số Mùa Xuân 2008) là những sáng tác áp dụng Chất Thơ Trong Triết Học.

Trong sinh hoạt văn-học ở hải-ngoại, Trần Văn Nam đã có một vị thế đặc-biệt, với những quan điểm, nhận xét không ngừng đổi mới, luôn cập nhật và với những sáng-tác độc-đáo, rất riêng. Tiếc thay, ông đã mất khi hãy còn nhiều dự định về sáng-tác cũng như biên-khảo, nhận định văn-học!

12-2018

Trương Anh Thụy

Sinh tại Hà Nội, di cư vào Nam năm 1954, học trường nữ trung học Trưng Vương 54-56, du học tại Hoa Kỳ 1961, hiện sống tại Virginia, Hoa Kỳ.

Năm 1984, bà lập Tủ Sách Cành Nam, xuất-bản lúc đầu thơ văn của người trong gia-đình (Kim Y Phạm Lệ Oanh, TAT,...). Năm sau 1985, cùng Nguyễn Ngọc Bích lập và điều hành Tổ Hợp Xuất Bản Miền Đông Hoa-Kỳ gồm Hội Văn hóa Việt-Nam tại Bắc Mỹ, Nhóm Xác Định và Tủ sách Cành Nam.

Tác phẩm đã xuất bản: *Của Mưa Gửi Nắng* (Thơ, 1984) - *Trường Ca Lời Mẹ Ru* (Thơ, kèm bản dịch Anh ngữ của Nguyễn Ngọc Bích và 30 bức minh họa của hoạ sĩ Võ Đình, 1989) - *Trạm Nghỉ Chân* (tập 1 của Chuyển Mùa, 2004) - *Ánh Mắt* (tập truyện, 1998) - *Chuyển Mùa* (bộ trường giang tiểu thuyết) đã đoạt Giải Văn Học 2004 của Hội Quốc Tế Y Sĩ Việt Nam Tự Do.

*

Trương Anh Thụy có *tiểu-thuyết trường thiên bộ ba* (trilogy) *Chuyển Mùa* - xuất-bản toàn bộ 3 tập 800 trang (THXBMĐHK, 2004), kể chuyện tình yêu và liên hệ với những người sinh viên do chế độ cộng sản gửi đi du học ("lưu học sinh") và những tiếp xúc không thể tránh với cộng-đồng người Việt ở ngoài nước. Trong Lời Nói Đầu tập 1 *Trạm Nghỉ Chân* (1993), tác-giả cho biết "*Tất cả những chuyện đó xảy ra mà không hề có một tiếng súng nổ. Những diễn biến kỳ diệu đó đều bắt đầu từ con tim, một nhịp tim đập, rồi nhiều tim đập theo. Một lúc thành một dàn giao hưởng triệu triệu con tim đập theo lẽ phải, đập theo chiều xuôi, đập theo xu thế tất yếu của thời đại, đập theo cái hướng tới của mặt trời và của tuổi trẻ, thì một lúc nó phải thành hải triều âm, đưa thẳng ta đến một tương lai xán lạn"*. Trong *"một khung cảnh rất tự nhiên, rất dễ dẫn đến sự trao đổi chân tình (...) Vấn-đề trước tiên là của hai người, một nam, một nữ, rồi lại của hai con người Việt-Nam mà không nhất thiết lúc nào cũng phô ra ngoài màu cờ hay khẩu hiệu. Vấn-đề được rút xuống đến hai mẫu số căn bản nhất: hai tâm hồn Việt-Nam gặp nhau rồi tương tác lẫn nhau, trong một không khí và một khung cảnh hoàn toàn tự do"*.

Đây là tình yêu giữa những thành phần trên nguyên tắc đối đầu trong chiến tranh. Tuổi trẻ liên hệ gián tiếp của cuộc chiến vừa qua có thể sống cái tuổi trẻ của họ: theo tác giả, lưỡng cực Quốc-Cộng có thể vượt được, ít ra bắt đầu bằng tình yêu (Tường-Nga) – và chia tay. Trạm nghỉ chân là hình ảnh các Rest Area trên các xa lộ ở Hoa-Kỳ, một nhân-vật dùng để ví von, xem là cần thiết, nói với người yêu *"việc em sang đây du học, và việc anh có dịp gặp em để trao đổi ý kiến... cũng chính là việc mình đã rời xa lộ và ghé vào trạm nghỉ chân, nhìn lại cuộc hành trình vừa qua..."*.

Tập 2 Ma Lộ và tập 3 Chuyển Mùa đi tiếp, trải dài theo thời-gian và không-gian của 2, 3 lục-địa với những cặp Tường-Nhàn, Vinh-Trâm, Nguyên Việt-Đan Thanh, v.v. Ma Lộ xen kẽ chuyện tình và tuổi trẻ với thế-giới truyền thông, báo-chí và các sinh hoạt cộng đồng người Việt ở hải ngoại, ở vùng thủ đô Washington D.C., Đông Âu, Nga-Xô,... Tác-giả ở nhiều phần đã ghi nhận theo kiểu bút ký các sinh hoạt thực hữu của các nhân-vật dù mang tên gọi tiểu-thuyết (Nhàn, Minh Châu, Nguyên Việt, Tường,...). Một thời, đài phát thanh "Tiếng Nói Người Việt Từ Mác-xcơ-văn-hóa" cùng các tờ báo in roneo, sao chụp (ở đây là Vượt, Chim Việt,... ngoài đời là hàng chục tên gọi khác nhau từ nhiều nước Đông Âu và nhiều nơi khác) với những cố gắng, đấu tranh cho tự do, dân chủ cá nhân – sau được các cộng-đồng, tổ chức chính-trị tiếp ứng,... với những rình rập, đàn áp, thủ đoạn của các tòa đại sứ Cộng-sản Việt-Nam.

Tập 3 Chuyển Mùa chuyển sân khấu đi-về Việt-Nam thay cho thư từ và liên lạc bí mật: *"... Các thành phố lớn ở Việt Nam, bao giờ cũng bắt đầu ngày trước khi mặt trời mọc. Có nhiều chợ trời họp ở các vỉa hè, chỉ được họp từ 4 giờ đến 6 giờ sáng rồi phải "giải phóng" ngay, để các chủ căn nhà thuộc vỉa hè đó còn mở cửa, bán hàng.*

Người đi chợ mua bán eo xèo, tiếng xe máy nổ rầm rầm, tiếng xe thồ lộc cộc nghiến bánh trên mặt đường nhựa đầy ổ gà, tiếng rao hàng ơi ới của các bà bán hàng rong... quyện thành một thứ âm thanh hỗn độn, pha trộn các thứ tiếng lao xao xen lẫn với tiếng ỳ ầm, inh ỏi... Sau đó mới đến các quán cà phê, quán phở, bánh mì, xôi, cháo...vv... mở cửa, và lấp đầy khách chỉ trong chớp nhoáng. Đủ mọi loại khách hàng, từ viên chức nhà nước đến nhà văn, nhà báo, nhà giáo, từ thương gia, đến người lao động...Chính những nơi đây là nơi thông tin nhanh nhất. Vì thế tờ báo Nhân Dân hôm nay, vừa được một vài người trong quán liếc thấy, là tin đi nhanh như điện chuyền: Ở ngay trang đầu có tấm ảnh màu, chụp Đại Lão Hòa Thượng Huyền Quang của Giáo Hội Phật Giáo Việt Nam Thống Nhất, đang ngồi đàm đạo tay đôi với Thủ Tướng Chính Phủ. Chưa cần xem bài báo nói gì, người ta đã xôn xao: "Ở kìa! Chuyện gì mà ngoạn mục thế này?". "Chu choa! Chuyện nghìn năm một thuở." "Ủa, chiện chi lạ dzậy, cà?". "Ừ hé! Mà có thật không dzậy, hay là anh nào đùa dai?". Có người tỏ ra thành thạo, đã từng đi Tây đi Mỹ nhiều lần, bảo người không quen, ngồi ăn bên cạnh: "Anh biết không? Bên Mỹ nó có trò chơi kêu là 'April Fool', vào ngày mùng 1 tháng tư, người ta tha hồ nói láo, không ai có quyền bắt lỗi hết..." (tr. 786-787).

Ở những trang cuối, cuộc đấu tranh cho lý tưởng nhân bản, tự do, dân chủ vẫn tiếp tục như không lối thoát, dù đã được quốc tế để ý, can thiệp cho một số nhân-vật, trường hợp. Tường được tác-giả dùng để ngưng câu chuyện dài, lúc đang ở thủ đô nước Mỹ (*"... cả hải-ngoại đang cứu cô Nga, cả thế-giới đang cứu cô Nga, còn tôi, Tường đây thì ai cứu nổi tôi ra khỏi cái nhà tù của lương tâm này? (...) Chẳng trách được ai, chàng quay ra tự trách mình. Chàng đang ở trên đất tự do, dùng gần hết tuổi trẻ của mình vào có vài việc, mà cũng không xong: 'Không xong' đối với một quê-hương đầy tang thương, bi lụy; 'không xong' đối với những người mình thương yêu hiền lương, đôn hậu; 'không xong' đối với cả chính mình, sa lầy với những bức xúc, băn khoăn (...) Một cơn gió mạnh thổi qua... Nỗi u uẩn trong Tường bất giác được tung lên, tan loãng vào bốn phương trời lồng lộng... để lại một khoảng trống trong tâm não chàng. Những suy nghĩ mới, những tư tưởng mới... tràn về... Sóng dồn dập vỗ bờ... Tiếng bập bùng dào dạt ... đưa nguồn suy tư của Tường về đến quê-hương ... Nơi đó,* chàng nhìn thấy tận dưới đáy những con sông tự khắp hướng đổ về, có những đợt sóng ngầm, từ từ xoáy chuyển... gỡ bung ra những nút rối làm bế tắc con đường đưa tự do, dân chủ vào trong nước... Rồi trí tưởng tượng của chàng đi xa hơn... Chàng thấy ở trong những luồng nước ấy, lóng lánh những mảnh vụn của tình người, của nhân phẩm, của niềm tự hào, của tình dân-tộc ... đang ráp lại với nhau thành từng đám, từng mảng, từng bè... sinh sôi nẩy nở tràn lan... choán lấp lên mặt biển đen ngòm, của máu và nước mắt.../.*" Câu cuối của trường-thiên-bộ-ba: *"Hết truyện nhưng không bao giờ hết chuyện!"* (tr. 798, 799-800).

Với *Chuyển Mùa*, tác-giả muốn dùng tinh thần, tâm linh để đưa ra những đề nghị giải quyết những vấn-đề của người Việt trong ngoài nước hôm nay, qua nhiều thế hệ nhưng thế hệ sau vẫn sẽ phải tiếp tục cuộc hành trình khó khăn này...

Võ Kỳ Điền
và dòng ý-thức xuyên-suốt trong tác-phẩm

Nhà văn Võ Kỳ Điền sinh ngày 31.10.1941 tại Dương Đông, Phú Quốc, trưởng thành và hành nghề dạy học ở Bình Dương (và một thời gian ở Ba Xuyên) sau khi tốt nghiệp ban Việt Hán Đại học sư phạm Sài-Gòn. Vượt biển đến Mã Lai năm 1979 và định cư ở Montréal rồi Toronto, Montréal. Võ Kỳ Điền bắt đầu viết văn khoảng năm 1980, những truyện ngắn đầu tay của ông xuất hiện trên tờ *Dân Quyền* ở Montréal và *Làng Văn* ở Toronto (Canada) trước khi trở thành một trong những nhà văn góp phần đánh dấu một giai đoạn văn học lưu vong nặng chính trị nhất của người Việt. Tờ *Dân Quyền* số 1 ra đầu tháng 2-1978 đến năm 1987 ngưng mặt báo chí, thông tin văn nghệ để tham gia các liên minh và mặt trận đấu tranh trên các diễn đàn hải ngoại - nay đi vào quên lãng đối với các thế hệ sau. Những cây viết của nhóm như Bắc Phong nay ngưng làm thơ, nhà thơ Vũ Kiện đã mất ở Québec, Nguyễn Ngọc Ngạn từ bàn đạp tiểu thuyết chống Cộng trở thành nghệ sĩ nói, một số khác (đã) đi vào đấu tranh và số khác nữa sử dụng "lý tưởng" để hợp tác với "kẻ thù" theo... thời. Chỉ vài thập niên sau, thời gian và chính trị thế-giới đã xoay chiều. Cuộc chiến tranh lạnh đối với nhiều nước và chiến-tranh Việt-Nam đối với Hoa-Kỳ đã là chuyện... tiền kiếp, với người Việt thì vết thương chiến-tranh đó có khi vẫn chưa thành sẹo. Dĩ nhiên nếu không nuôi... sẹo như Triều Sơn thời tha hương đi lính cho Pháp thì cũng không thể quên vết sẹo nhiều lúc vẫn làm ngứa tâm can, một loại sẹo "thế hệ" không dễ gì quên. Nhưng, đời sống vẫn theo dịch lý tuần hoàn và nước vẫn chảy dưới cầu, mùa Đông cực Bắc Mỹ có đông giá nhưng nước vẫn âm ỉ chậm trôi ngầm bên dưới những tảng băng. Cũng chính thời gian đã cho thấy Thiện Ác và nhân quả nhãn tiền. Riêng Võ Kỳ Điền, sau những trận... chiến Văn Bút và nghiêng ngã tình đời, tình người, ngưng sáng tác một thời gian, nay hình như đã ổn định cuộc đời và gần đây sáng tác trở lại và thiên về bút-ký. Năm 2018 gần đây, ông xuất bản tuyển tập *Câu Hỏi Kiếp Người* và tái bản *Pulau Bidong, Miền Đất Lạ* đều do nhà Nhân Ảnh ở San Jose CA.

1

"*Biến cố đau thương 30.4.1975 đổ ập xuống đầu dân chúng miền Nam như trời sập. Trong cái biển đau khổ tột cùng người người bị dập vùi như cọng rác trong cơn sóng lớn*" (Lời Tựa *Kẻ Đưa Đường*, tr. 6). Biến cố đến như một tai họa bất chợt; lịch-sử như bị cắt đứt, hiện tại với quá khứ như không còn liên hệ, ít ra là kẻ cưỡng chiếm miền Nam cũng muốn như vậy. Viết lại lịch-sử giai đoạn này cũng là một vấn nạn vì phe nào cũng có những chủ quan và thị-kiến riêng. Người viết sử chân chính có những khó khăn khi đụng đến thời đại vừa mới qua, quá gần. Nhà văn ngược lại, tương đối không bị những trói buộc khách quan đó. Tác-phẩm trở nên công cụ của chứng giám lịch-sử, với những hình thức và kỹ thuật tự truyện, bút ký và tiểu-thuyết: nhà văn và người đồng thời là những chất liệu sống động. Văn bản, tác-phẩm văn-chương trở thành bằng chứng, là kết quả của chứng giám, của những gì được nghe, được nhìn thấy. Sự việc tự nó không là bằng chứng nếu không được trãi qua tiến trình ghi nhận. Nhân chứng trở thành phát-ngôn viên của một chân lý, tường trình cái đã sống, đã để lại dấu vết, đã còn nhớ lại. Sử gia sẽ đến sau, lúc tro tàn đã lắng xuống và từ những chứng giám đó mà khai triển, cân nhắc đánh giá sự kiện và chân lý trên là chân lý kiến thức hay chân lý của lòng tin, hay cả hai.

Mặt khác, nhân chứng tự bản chất là dấn thân, muốn nói lên, muốn trả lời về sự thật, trước tha nhân - những người đang nghe đang đọc, hoặc hậu thế. Lời chứng như vậy nhập vào một hệ thống diễn-văn, nơi biến cố và ngôn-ngữ gặp nhau; khiến hiện thực và ngôn-ngữ có mối liên hệ mật thiết, nối kết chứng giám sự kiện và chứng giám ý nghĩa. Võ Kỳ Điền đã nhận vai trò làm nhà văn chứng giám, một nhân chứng và là một người dân Việt muốn sống yên cũng đã không được nữa, khi 'trời đất nổi cơn gió bụi', 'đất bằng nổi sóng', các biến cố lịch-sử đã ùa đến phủ lên người những tai ương, bất hạnh,... Từ thân phận nhà giáo, ông thầy Võ Tấn Phước (tên thật) bị lửa loạn lịch-sử cuốn hút, thoát ra đến hải-ngoại trở thành *nhà văn nhân chứng* Võ Kỳ Điền. Trong Lời Tựa tập truyện *Kẻ Đưa Đường*, ông cho biết lý do viết: "*văn-chương đích thực phải là tiếng nói của kẻ yếu đấu tranh chống độc tài, áp bức, bạo lực, bất công bất cứ từ đâu đến. Nó phải chống bất cứ hình thức nô lệ nào, chống sự ngu xuẩn, hầu đưa Con Người vươn lên từ tăm-tối-đổ-vỡ*" (tr. 8). Khi viết *Pulau Bidong, Miền Đất Lạ* (1992), ông cho biết đã quyết định phải viết cho con cháu sau này "hiểu tại sao cả nhà phải liều chết ra đi ăn đậu ở nhờ xứ người".

Với tập truyện *Kẻ Đưa Đường* (Viet Publications, 1986), Võ Kỳ Điền đã nói lên tiếng nói chống độc tài và ngu xuẩn của một loại 'con người' (Lời Tựa). Phần lớn là những chuyện đổi đời sau 1975 qua các nhân vật chân chất quê mùa, ở tỉnh nhỏ nhưng tinh thần chống áp bức lộ rõ, như bác Năm hớt tóc, ông Bảy thợ rèn, chú Bảy Cò, qua nhân-vật các cán bộ từ bưng biền ra và từ Bắc vào tiếp thu trường học, cơ sở, "tiếp thu" cả... con chó của Ty giáo dục; qua các chuyện trả thù cán bộ, "sửa lưng" cán bộ quá thuộc lòng những bài bản tuyên truyền, v.v. Nói chung, những bức tranh bi hài về con người và xã hội "mới" cùng những ngậm ngùi cho nếp sống nhân bản vừa mất!

Chốn học đường thân yêu của tác-giả đã là sân khấu 'giải phóng' và 'cách mạng': chuyện Quì, một anh học trò cũ vô bưng nay trở về tiếp thu ngôi trường cũ: "*Quì thay đổi hẳn ra. Đầu đội nón tai bèo, chân mang dép râu, bên hông đeo khẩu súng ngắn, vai mang chiếc bóp da. Nó ngồi tại cái bàn của ông Hiệu Trưởng, thân thể có hơi ốm hơn lúc trước, cộng thêm nét dày dạn, đen đúa, phong sương. Duy cặp môi và ánh mắt thì khác nhiều. Cặp môi thâm hơn. Vẻ trưởng thành, già giặn hiện rõ trên khuôn mặt. Những ngày đầu tháng năm, biểu ngữ cờ sao đầy phố. Trường tôi cũng đỏ rực một màu cờ máu. Ông Hiệu Trưởng, vốn đã nhỏ con, bây giờ gầy tóp lại. Cái cà-vạt thường ngày không còn. Ông lại bỏ áo ra ngoài, chưn mang dép, coi cũng có vẻ giác ngộ cách mạng*" (Đá Hoa-Cương, KĐĐ tr. 80-81). Nhưng 'theo cách mạng' thì sao đọ được với 'chuyên chính': vài tháng sau, Quì bị một cán bộ "ở ngoài Bắc vô, tốt nghiệp Đại Học Sư Phạm Thanh Hoá, mười mấy tuổi đảng" vào thay thế. Ông thầy, thuộc phe ‹thua›, an ủi học trò cũ: "*... Đừng mong làm hoa hướng-dương, suốt ngày ngước mắt nhìn mặt trời hoài mỏi cổ lắm. Cũng đừng thèm làm* *đá xanh cứ phải lót đường cho người ta đi. Em phải nhớ một điều, vì lý tưởng cao cả, chúng ta có thể chấp nhận hy sinh thân xác để bón lúa, chớ đừng bao giờ dùng nó làm phân để bón cho thứ cỏ dại sinh sôi nẩy nở...*" (KĐĐ tr. 84).

Trong Con Chó Đi Lạc, trong một thời gian mà đổi hiệu-trưởng đến ba lần, người cuối cùng là 'anh Chín', đảng viên, nói nhiều chữ khó hiểu như "cái gì mà 'đại bộ phận' 'hạ quyết tâm' 'chủ yếu' 'động viên' 'quản lý',...". 'Anh' Chín hiệu trưởng nói láo để giựt cho bằng được con chó" mà 'chú Cân' tùy phái đã tình cờ bắt được, trước phản ứng lật tẩy của người tùy phái, 'anh' Chín bèn toa rập với Sáu Việt trưởng Ty Giáo Dục để cướp con chó để cùng chén chú chén anh. Những thứ con người 'siêu việt'... chiến thắng đớp chả chó mà còn tự đề cao: "*Đúng đấy, con chó béo bở như thế này, phải dành cho dân cán bộ Hà-Nội chính cống bọn mình bồi dưỡng mới đúng. Chứ để cho bọn Nam bộ ấy mà thịt con cầy này thì phí lắm. Tụi nó có làm ra trò trống gì. Giá mà không có mưu kế của chúng mình thì nó đã lọt vào tay cái thằng gì... gì ấy nhĩ, ôi chao hỏng bét! Cứ kể như là vất đi*" (KĐĐ tr. 108).

Một nhân-vật khác, ông Bảy thợ rèn, người chỉ tin những gì trông thấy, nên đã không tin trái đất tròn và không tin lời bác Cơ bán phở, một người Bắc di cư vô Nam sau hiệp định Genève, vì bác kể "ngoài Bắc người dân sống khổ cực. Công an kìm kẹp, theo dõi, bắt bớ. Dân chúng làm quần quật mà không có ăn. Nhà cửa, đất đai, xe cộ gì cũng bị tịch thâu hết. Sống thua con bò, con heo!". Ông Bảy hùng hồn phản bác và cho rằng: "*Người làm cách mạng, cũng như tao rèn cục sắt, chỗ nào cao phải đập cho dẹp xuống, chỗ nào thấp phải gò cho cao lên. Như vậy mới gọi là cách mạng. Nếu cách mạng sai lầm, sao tao với ông ngoại mầy cho chú Út với cậu Bảy mầy đi ra Bắc?... Cộng sản là công bằng*" (KĐĐ tr. 40, 41). Nhưng sau biến cố năm 1975, Ông Bảy thất vọng về 'cách mạng' của Hà-nội: "*Ông Bảy cười mỉa: - Hứ, rèn cái kiểu cộng sản. Tụi nó nhắm mắt lại mà đập. Chỗ cao xẹp xuống đã đành, chỗ thấp cũng dẹp lép. Tao già như vậy mà hôm trước còn bị giáo dục. Ngày lễ mừng sinh nhựt cụ Hồ có lịnh phải treo cờ trước nhà. Nhà tao bây giờ thục tuốt phía sau, nó là cái garage, có phải là cái nhà đâu. Vậy mà thằng công an khu vực đi sồng sọc vào giữa nhà, hăm he đủ thứ. Tao đành phải đi kiếm mua để treo...".* Tác-giả kết truyện: *"Ông Bảy nói tới đó, ngồi thở dốc. Nỗi bực tức làm ông mệt nhoài. Không giận sao được, cả đời ông đầu tư trọn vẹn tình yêu vào cách mạng, nghĩa là trong đó có thằng con trai út của ông. Nào ngờ ông đã lỗ vốn nặng. Cách mạng về ấm no hạnh phúc tìm hoài không thấy. Chung quanh chỉ có khóc than đói khổ, tức tưởi, căm hờn. Riêng chú Út mặt mày giống hệch ông nhưng tình cảm và ý nghĩ giống Bác và Đảng. Cái giây liên hệ cha con mong manh quá. Ông Bảy phải trên hai mươi năm mới thấy điều đó. Ông đã trồng cái cây "cách mạng" thật là công phu, bây giờ lại hái cái trái đắng nghét"* (Ông Bảy Thợ Rèn, KĐĐ tr. 44). Thì cũng có khác nào các Năm hớt tóc, sau 1975, *"cuộc đời bác biến đổi từ đủ ăn xuống nghèo, từ nghèo xuống tới mức mạt rệp. Thời gian để phấn đấu được tới nghèo đói là năm mươi năm làm việc cực nhọc. (...) Cuộc cách mạng bây giờ quá to tát, vì phải nhân danh nhiều thứ nên hiện tại bác Năm còn được cái quần xà lỏn đen, ở trần phơi xương sống xương sườn mà đứng hớt tóc nơi cái xóm bình dân hẻo lánh này"* (Bác Năm Hớt Tóc, KĐĐ tr. 20).

2

Trời đất đã nổi cơn gió bụi, đất lành thành hang cọp, lòng người hiền hoà đất miền đông và cả miền Nam một sớm một chiều thành lòng lang dạ thú; con người đành bỏ quê nhà mà đi, ra biển, về nơi vô định. Trong truyện dài *Pulau Bidong, Miền Đất Lạ*, viết từ năm 1981, 10 năm sau đăng từng kỳ trên *Tập-san Y Sĩ* (Montréal) trước khi nhà Xuân Thu ở California xuất bản năm 1992 (Nhân Ảnh, 2018), Võ Kỳ Điền tả cuộc ra đi đầy bất trắc và bi thương của những người dân bình thường không thể sống chung với con người cộng-sản. Truyện dài này cho người đọc nhận ra một tình thâm thắm thiết nơi tác giả đối với người thân của ông cũng như với những con người đồng cảnh ngộ thuyền nhân. Truyện đánh dấu biến cố lớn đồng thời cũng là vết thương tích đối với lương tâm nhân loại: *thuyền nhân* (boat-people)!

Cuộc sống tị nạn, lưu vong ở xứ người (Bóng Nguyệt Lòng Sông, Một Thời Để Yêu, Rêu Phong Mấy Lớp,...), từ căn bản đã là biến thiên, nương chiều theo cuộc đổi thay, ngon thì oai hùng vẫy vùng (thật sự), tệ thì cũng lo cho cái sống còn lẽo đẽo theo kiếp người; tuổi già và tàn tạ nhân sinh thì ở đâu cũng không thể tránh!

Trong Rêu Phong Mấy Lớp, Võ Kỳ Điền kể chuyện ông bà Năm, một cặp vợ chồng già định cư ở Montréal (!) mà lúc nào cũng cứ ngỡ còn trong tầm mắt thấy "nhà mình" nơi quê-hương xa xôi. Khi gặp lại người quen mới qua định cư hỏi thăm mới biết cơn gió bụi đã đến với cả "nhà mình": những cây nhãn, cây mận và cả cây mai già giữa sân đã bị con người chế độ mới đốn ngã để làm hợp tác xã:

"... Ông Năm ngồi dán người xuống ghế, lỗ tai lùng bùng. Ông thấy những biểu ngữ giăng giăng, những rừng cờ đỏ sắt máu, những đoàn người mặt đầy hận thù tràn vào tỉnh ly, tiếng nhạc đập đùng đùng chói tai. Ông thấy rất rõ những đứa con ông, những đứa cháu ông lần lượt bị bắt giam. Ông thấy tận mắt người ta bị bắt giết, đánh đập, giam cầm... Ông thấy những cảnh chia ly, đầy đọa, tang tóc, khổ đau. Ông thấy được những việc, những người mà cả đời chưa bao giờ được thấy qua. Tất cả đều quá lạ lùng, không thể nghĩ đến nổi. Xã hội mới, đất nước đổi mới là vậy đó sao? Ông có quá lỗi thời, cũ kỹ, già nua? Cái nhà bê tông cốt sắt trong đầu quay mòng mòng, tấm hình trong tay rơi xuống đất nhẹ đến nỗi không nghe tiếng. Bên tai, ông nghe tiếng vợ móm mém, nói văng vẳng khi gần khi xa:

- À, nó nói cái năm mà vợ chồng mình hiến nhà cho nhà nước để được đi đó, hồi chưa bị chặt thì cây mai trổ bông nhiều lắm, rụng vàng cả đường đi!

Ông Năm bất động, hồi lâu tỉnh lại nói nho nhỏ:

-Tại sao mình đi mà nó lại không biết, trổ bông chi cho nhiều vậy! Tại sao vậy? Nó không biết thương tôi với bà sao mà... Hay là nó chưa biết nhà đã đổi chủ từ lâu!".

Trong Câu Hỏi Kiếp Người, người tình đầu đời gặp lại nơi xứ người khi đôi bên đã yên bề gia thất, câu hỏi 'anh có hạnh phúc không?' trở thành cái nợ đời mà nhân-vật Hoàng 'tưởng sẽ không bao giờ trả được và mãi mãi'! Truyện Bếp Hồng (còn có tựa Bếp Lạnh) là một trong những sáng tác thuộc giai đoạn sau này. Nơi đây là một Bếp Hồng tức không phải là *Bếp Lửa* như đối với Thanh Tâm Tuyền thời tuổi đôi mươi; mà ở đây, nơi xứ người, cái làm ấm cuộc đời vẫn là những tình thâm dù hệ lụy. Ngọn lửa không những cần cho những món lương-thực trần-gian, mà còn là cái không thể thiếu cho con người, cái làm sống và đem hương vị đến cho đời!

Ở tác-phẩm dù không nhiều của Võ Kỳ Điền, người đọc sẽ khám phá một số mảnh đời của người Việt-Nam sau biến cố tháng 4-1975, những cuộc phiêu lưu tìm sự sống và tự do của thuyền nhân cũng như đời sống ở xứ người, trẻ có, già có và có một số rất riêng nhưng đa số là phận chung.

Ý-thức xuyên suốt tác-phẩm

Nói một cách tổng quát, văn phong một tác-giả thường theo một đơn chất hay nhất quán: nhất quán về hành văn, giọng văn, về văn bản; đơn chất của tác-giả và của cả độc giả - độc giả nào, tác-giả nấy! Đây có thể gọi là ý-thức hệ của văn bản. Một tin tưởng nhân bản, một cốt-lõi làm một, làm nền cho văn bản. Viết, đối với Võ Kỳ Điền là để dóng lên một tiếng nói, cố vạch rõ (nhắm tố cáo, dù có thể không nói ra) những hành động và lời nói lừa lọc, phỉnh gạt người dân, những lừa dối 'nguyên chất' (không thể có biện minh). Qua các *tác-phẩm-chứng-từ*, tác-giả đã vẽ lại những mẫu, những nét, những mảnh đời dở dang. Ông đã trở về quá-khứ để thấy rõ quá-trình của nhân-vật và để biện minh tâm lý các nhân-vật và như vậy, đưa ý thức vào văn phong sử dụng để kể lại những tàn bạo và bất nhân của những con người (thắng một trận chiến) đã xảy ra trong một lịch-sử gần. Giọng văn Võ Kỳ Điền mang nét phúng thích, phúng thích những cái gọi là khách quan của 'chân-lý' (áp đặt!).

Sau tháng Tư 1975 (và cho đến 30, 35 năm sau), miền Nam bị người Bắc phương biến thành địa ngục và hầu như mọi người đều là nạn nhân, bất kể tuổi tác: *"Chị Sáu ơi, trong các thứ định mạng ở cái cõi đời này, thì Cộng Sản là cái thứ định mạng khắc nghiệt nhứt. Nó là chén thuốc độc cuối cùng bắt cháu Thuỷ uống từ giọt, từ giọt,..."* (Bóng Nguyệt Lòng Sông, *KĐĐ* tr. 150). Trí thức hay dân thường đều trở thành nạn nhân, tài sản, sự nghiệp có thể bị tước mất, nhưng nạn nhân vẫn còn khí giới lý-trí và ngôn-ngữ qua những lời nói đùa, nói đía, châm biếm, trào phúng, nhại, nói ngược, nêu đích danh, nói thẳng thừng, thách đố, vạch mặt láo là láo, hứa hão là hão, là gian,... trước những tình cảnh bất bình, tình thế tréo căng ngỗng. Bi quan, thất vọng, mất tin tưởng, bất hạnh vì trớ trêu của con Tạo, lời nói trong tình cảnh đó có thể lật ngược tình thế, một gỡ nút bất ngờ.

Con chữ bóng gió hay thẳng thừng, tất cả, trong một hoàn cảnh nào đó, đã muốn sự thật sáng tỏ, ngầm muốn đặt lại tôn ti cao thấp dù đang bị kẻ 'thắng' cưỡng chế lập lại bảng giá trị (kẻ thắng, người thua, kẻ 'giải phóng', người thuộc về ngụy, địch, cán bộ 30, nằm vùng nay ra mặt,...). Tả cán bộ Việt cộng thì: "*... cán bộ áo trắng, bộ đội áo kaki màu cứt ngựa xanh đùng đục, mang dép râu*" (PBMĐL tr. 14). Hay những cảnh sống:

- "*Cho đến một ngày mà người ta nuôi heo trong dinh Độc Lập hoặc xúm nhau cởi trần bửa củi ở trước sân tòa Đại sứ Anh thì tôi quay trở về tỉnh cũ với một tâm sự rối bời. Ngoài đường xe phóng thanh chạy rầm rộ khắp phố. Những điệu nhạc lạ lùng khó nghe, chói tai vang dội, nửa như vui mừng chiến thắng, nửa như đe dọa...*" (KĐĐ, tr. 19)

- "*Từ ngày mấy ổng bỏ rừng về thành phố, toàn dân miền Nam đâm thất nghiệp. Vợ con công chức quân nhân chế độ cũ, chồng cha bị đày đi một nơi khỉ ho cò gáy nào đó, ở nhà túng quẩn, phải bương chải tảo tần, kiếm kế sinh nhai, hầu sống còn qua ngày. Họ trở thành bạn hàng buôn thúng bán bưng bất đắc dĩ*". (PBMĐL, tr. 14).

Văn-chương trở thành *chứng-từ*, Võ Kỳ Điền đã tấn công mưu đồ giấu sau những mỹ từ, vạch mặt lời và cách nói vẽ rồng vẽ rắn, so với thực tại tệ hại, sự thật đau lòng trước mắt. *Phúng thích* ở Võ Kỳ Điền và hoàn cảnh miền Nam sau 30-4-1975, còn mang tầm vóc lịch-sử quan trọng của một tập thể dù bị ‹thua›. Nhìn nhận phúng thích như khí giới còn lại và sử dụng tài tình tùy hoàn cảnh, đó là đặc tính chính-trị nhân bản có từ xa xưa, trước cả thời Khổng-tử. Phúng thích không chỉ là một phương tiện của lý trí, trí thức, mà còn là một tham gia nhập cuộc vào cuộc tranh đấu chung có tính chính-trị - tức liên hệ giữa người với người, một cuộc đấu tranh có chiều sâu và viễn tính. Những ca dao, văn vè truyền khẩu đã là những khí giới còn lại, không bạo lực nhưng hiệu quả, của người bị trị chống toàn trị và tàn bạo, những phê phán của ‹miệng đời›, của kho tàng văn chương truyền khẩu dân gian, tất cả sẽ ở lại cùng lịch-sử: - *Nam-Kỳ Khởi-Nghĩa tiêu Công-Lý / Đồng-Khởi vùng lên mất Tự-Do* hay: *Vẹm vào, vênh váo, vơ vét, vội vù! - Miền Nam nhận Họ, miền Bắc nhận Hàng - Đôi dép-râu dẫm nát hồn son-trẻ - Chiếc nón tai-bèo che khuất nẻo tương-lai.* v.v.

Nhà văn nhân-chứng Võ Kỳ Điền đã sống, đã là nạn nhân và đã

nhìn thấy, đã hiểu chế độ mới áp đặt, khi đặt bút viết, ông đã làm công việc một *sáng tạo ngữ pháp*: con chữ phản ảnh thực tại mới, phản ảnh nhận thức và ý tưởng và những cái 'Tôi' và 'chúng ta' nhập trùng làm một. Cái 'Tôi' biến mất, bị chối bỏ, bị vô hiệu hóa, nhường chỗ cho cái 'chúng ta' tập thể trong một xã hội mà cá nhân (và tập thể phe 'thua') bị thu hẹp, bé nhỏ, vô nghĩa một cách cưỡng bách trong khi cái thậm xưng 'chúng ta' có mặt khắp nơi, cưỡng chiếm hết mọi của cải, tiện nghi và ngay cả bóng cây, hơi thở hay riêng tư thầm kín (tiếp thu, tố cáo, kiểm thảo, tự kiểm thảo). Cái 'chúng ta' mới này không có mặt những 'cái Tôi' của phe thua, 'thua' nhưng là chủ nhân chính thức của miền đất do tổ tiên để lại, 'thua' dù không tham gia chiến-tranh, phe phái! Trở thành số không suốt bốn năm trước khi tác-giả cực chẳng đã, phải quyết định bỏ quê-hương mà đi tìm sự sống con người: *"Gần trên bốn năm nay rồi tôi sống im lặng, vật vờ, thu mình như một cái bóng mờ, lặng thinh câm nín. Một chút động tĩnh cũng không dám. Người ta hoài nghi, xoi mói, rình mò..."* (PBMĐL tr. 20). Như ông giáo Hưng trong Một Thời Để Yêu: *"Đi đâu cũng được, miễn là khỏi phải sống một cuộc đời cực nhục, khổ sở, dưới bàn tay sắt máu, của bọn người vô tâm"* (tr. 135).

Đến được các đảo tị nạn chưa hẳn đã thoát đau khổ, như chỉ mới chực ra tới bậc cửa địa ngục. Hoàng, một nhân-vật trong Bóng Nguyệt Lòng Sông đã kể lại: *"Ở đây mỗi ngày tôi được chứng kiến hàng bao nhiêu thảm kịch mà đồng bào phải gánh chịu. Chết chóc, đói khát, bịnh tật, bão tố, hãm hiếp, giam cầm, đánh đập, con mất cha, vợ lạc chồng, người nào người nấy xơ xác như trái mướp phơi khô, tàn tạ, ủ rũ như cây cãi hết nước. Nỗi bất hạnh của gia đình chúng tôi có thấm thía gì với cái bất hạnh của cả một dân tộc bị đọa đầy"*. (KĐĐ tr. 151).

Người ra đi vì không còn lựa chọn, như 'chú Hai thợ bạc, quê ở Sóc Trăng' trong truyện Cây Sầu Riêng Vườn Cũ: *"Tại bên mình khó sống quá, vừa nhức đầu, vừa nghẹt thở, nên phải đi. Chớ vui vẻ gì. Tôi đâu có muốn nhưng hoàn cảnh bắt buộc. Thầy tư nghĩ coi, cái tiệm thợ bạc nhỏ xíu cũng bị tịch thâu. Thôi đành dẹp kềm, dẹp búa. Tôi làm đơn xin về quê làm ruộng. Nhà nước cũng không cho, bắt phải đi xây dựng kinh tế mới. Cái chế độ gì có mắt không được nhìn, có tai không được nghe, có miệng không được nói, thì ở lại làm gì. Nói thiệt với thầy tư, tôi ngồi đây mà đầu óc vẫn nhớ Bãi Xàu. Trước nhà tôi có cái rạch nhỏ, chiều chiều ra đẳng trước câu cá, cũng đủ vui. Lớn tuổi rồi, đâu còn ham muốn gì nữa!"*(KĐĐ tr. 64-5).

Trong các tác phẩm ở giai đoạn đầu, nhất là trong các truyện ngắn, Võ Kỳ Điền tỏ lộ một văn phong miền Nam đặc biệt, không quá "miệt vườn" như Hồ Trường An, Nguyễn Tấn Hưng, Nguyễn Đức Lập, cũng không quá... 'nóng' như văn Kiệt Tấn, Cao Bình Minh, nhưng gần với Nguyễn Văn Sâm - phải chăng vì cùng gốc mô phạm! Các truyện viết về sau của Võ Kỳ Điền mang chất ký, nhiều hoài niệm và triết lý nhẹ nhàng, tức là ông theo khuynh hướng tự-sự trội bật của mảng văn học hải ngoại những năm cuối thế kỷ XX và đầu một thiên niên kỷ mới. Ngòi bút Võ Kỳ Điền trước sau luôn đi sâu thám hiểm tình người, ông muốn chạm những ngõ ngách bí hiểm mà chỉ có cuộc đời kinh qua mới nhận ra được! Giọng văn Võ Kỳ Điền tiềm chứa những tiếc nuối, nhung nhớ,... và ngay cả ở những hoàn cảnh phải phản ứng, đối kháng, phẫn nộ, giọng văn vẫn không hề tàn độc, thâm hiểm! Với ông, hình ảnh, chứng từ là đã quá đầy đủ!

2-2008

Miền Nam lục-tỉnh
trong truyện ký của Võ Phước Hiếu

Một văn nghệ "miệt vườn" nở rộ ở ngoài nước, sau biến cố 30-4-1975. Trong hoài niệm, người miền Nam đã làm sống lại một "mảng" văn học đặc thù. Người miền Nam "lục tỉnh" lần đầu phải rời bỏ quê hương đông đảo đã thành công ghi lại quá vãng văn hóa, tình tự con người và những thú điền viên, nếp sống không còn nữa hay không còn hy vọng tìm lại như trước. Khi đã xa thì cây trái quê mình mới thấy là quý và khi phải sống đời lưu xứ thì mảnh đất quê nhà trở nên thân thương như không thể dứt rời! Và sau khi được mùa với nhiều đợt tị nạn, đoàn tụ gia đình, thì vào những năm cuối thế kỷ XX, "mặt trận" văn chương "miệt vườn" lặng lờ hơn, người viết ít lại và ít tác phẩm hơn. Tính chất khai phóng của văn học miền Nam dần mất phần nào khía cạnh bộc phát hồn nhiên, văn chương và tình ý dần dà cũng được lăng-kính tâm và trí thức gạn lọc hơn.

Trong số các nhà văn Nam-kỳ lục-tỉnh, Võ Phước Hiếu năng động và bền bĩ hơn cả dù ông xuất hiện trên văn đàn hải-ngoại sau đợt sóng "miệt vườn". Tập truyện đầu tay ông xuất-bản ở hải-ngoại là *Phá Sơn Lâm Đâm Hà Bá* do Làng Văn (Toronto Canada) xuất-bản năm 2000 (tái bản 2009), sau đó là các tuyển tập *Hùm Chết Để Da* (Làng Văn 2001), *Như Nước Trong Nguồn* (2004), *Quê Cha Quê Mẹ Quê Mình* (2006), *Con Nhện Giăng Tơ* (2012), *Chỉ Là Kỷ Niệm* (2014). Ông còn xuất-bản chung với nhà văn Hiếu Đệ các tập: *Bên Đục Bên Trong* (2004), *Niềm Đau Bạc Tóc* (2005), *Nước Mắt Tình Yêu* (2006), *Nước Lớn Nước Ròng* (2007), *Ngàn Sao Lấp Lánh* (2008) - tất cả đều do nhà Hương Cau ở Pháp xuất-bản.

Với bút hiệu Võ Đức Trung, ông làm thơ phần lớn bằng Pháp ngữ và đã xuất bản *Thắp Sáng Hoàng Hôn* (1989), *Le Chemin vers la mer* (1988), *Coeur de mère* (1989), *Les Sentiers de l'Exil* (Editions *Feu Sacré*, 2009), cũng như chủ biên tập hợp thi ca *Một Phần Tư Thế Kỷ Thi Ca Việt Nam Hải Ngoại 1975-2000* (2003 – 2008), hai tuyển tập thi ca lưu vong *Ba Mươi Năm Niềm Đau Còn Đó 1975-2005* (2006), *Tình Lính Duyên Thơ* (2008), cùng các tuyển tập hoài niệm *Phi Vân, Nỗi Buồn Hoài Niệm* (2009) và *Hiếu Đệ Lão Ngoan Đồng* (2010). Ông từng chủ trương tạp chí *Văn-Hóa* (France-Vietnam Culture) xuất bản ở miền Bắc Pháp từ thập niên 1990. Trước khi phải rời bỏ quê hương làm thân tị nạn và làm văn hóa, trong thời lịch sử miền Nam tự do 1954-1975, Võ Phước Hiếu đã chủ trương một nhà xuất bản đa dạng, tụ tập được nhiều giáo sư đại học cũng như khuynh hướng chính trị. Ông còn chủ trương một Tập san "ra đời trong mục đích tạo điều kiện cho các nhà suy tư Việt Nam diễn đạt và phổ biến những tư tưởng quý giá của họ trong mọi lãnh vực" (theo bài mở đầu Tập san số 1).

*

Trong bài này, chúng tôi viết về các truyện ký của tác-giả Võ Phước Hiếu đã xuất-bản cho đến hôm nay 2010, qua 4 tập truyện và 5 tập in chung với Hiếu Đệ, và chúng tôi đi tìm những đặc tính Nam-kỳ lục-tỉnh qua các trang viết của ông.

Một số các tuyển tập truyện được tác-giả ghi thêm phụ đề "chuyện đồng quê ", "chuyện đồng quê miền Nam" hoặc "chuyện đồng quê Nam-kỳ lục-tỉnh". Các tựa đề Võ Phước Hiếu chọn đã gợi ý và khiêu khích người đọc tìm đến truyện ký của ông: Ngày Ấy Qua Mau, Như Nước Trong Nguồn, Nỗi Buồn Hoài Niệm, Nẻo Nhớ Tìm Về, Quê-Hương Lãng Đãng, Miếng Thương Miếng Nhớ, Niềm Đau Cuối Đời, v.v.

Thật vậy, ông viết về những đề tài thường thấy nhất của văn-học hải-ngoại, đó là quá khứ và quê nhà, và ở những vùng thôn quê của miền Nam lục-tỉnh! Người phải sống lưu xứ có những nhu cầu, hy vọng và những âu lo riêng. Trong tình cảnh đó, quá khứ trở thành tổ ấm, ngọn lửa. Thời gian đã qua khiến quá khứ trở thành một thực tại thường trực, bất biến! Quê hương của người phải sống lưu đày như đối với người Việt sau tháng Tư 1975 là một quê hương đã mất nhưng đồng thời quê hương đó cũng trở nên không chắc chắn, mơ hồ vì cái mất mát ở đây không thể đo lường, thống kê như khi người ta đánh mất vật dụng hay tài sản! Quê-hương đó đi đôi với quá-khứ, một quá-khứ lịch-sử và văn-hóa! Quê nhà, không gian ấy, Rạch Rít hay làng xóm miền quê sống động trong những trang viết và đối với Võ Phước Hiếu, như một hạnh phúc được sống lại, như đang sống. Thứ hạnh phúc còn có thể tìm thấy trong văn chương, nhờ đó mà còn có thể qua văn chương đi thăm lại những con đường quê, bờ ruộng, khu phố xưa, càng xưa càng thấm. Qua văn-chương và với một tấm lòng! Như Võ Phước Hiếu đã hơn một lần tâm sự với người đọc: *"Tôi có thói quen thường lang thang trở về quá-khứ, sống lại những ngày qua xa hút, xem như một phong cách đương nhiên của con người trần tục lúc tuổi xuân đã bị bỏ lại quá xa sau lưng mình(... Và cũng để nhận rõ ra rằng mỗi cuộc đời đều phải có trước có sau, có cội có nguồn, căn cư gốc rễ"* (*Quê Cha Quê Mẹ Quê Mình*, tr. 208).

Nhìn chung, bối cảnh của gần toàn bộ truyện ký của Võ Phước Hiếu là các vùng đất thôn quê, những nơi chốn khác nhau của miền Tây không xa Sài-Gòn là bao. Ngôn-ngữ, nhân-vật, tâm lý cũng là của con người sống chết với miền đất mới còn gọi là vùng đất phù sa và tân bồi - cũng là những nơi ông đã sống, nay phải xa và đã mất đi, nhờ đó ông đã có nhiều cảm hứng để viết, và cũng nhờ đó ông đã ghi nhận được những nét tinh tế, linh động và đặc-thù địa-phương! Thật vậy, tác-phẩm của Võ Phước Hiếu vẽ lại một cách sống động hình ảnh những con người chân lấm tay bùn, quanh năm bám chặt với ruộng vườn – nơi cảnh có thơ mộng nhưng phải đổ mồ hôi, nước mắt và nơi ấy cũng đầy bất công, áp bức, khổ đau.

Miền Nam vốn là nơi *"Đất đai hoang vu ngút ngàn không ai thừa nhận sở hữu chủ. Mạnh ai nấy vóc tâm găng sức đổ mồ hôi làm thành khoảnh, theo sự cổ võ khuyến khích của làng xã, đã chính thức cấp giấy phép tạm thời cho vỡ hoang, cày cấy trồng trọt sinh sống. Họ đến đây, "đất nước lạ lùng", "chim kêu vượn hú", không một bóng người, đôi khi đơn độc một mình. Tứ cố vô thân. Hành trang mang theo chỉ vỏn vẹn vài dụng cụ cần thiết cho cuộc sống và nhu cầu làm việc hằng ngày. Đại khái một nóp bàng để ngủ đêm cuốn tròn gọn lỏn quải trên vai. Một chiếc áo tơi lá chầm, người bạn đời không bao giờ rời, như bóng với hình mùa mưa dầm rả rích, gió lạnh thấu xương. Rồi ít dao rựa, vài cái phảng cổ cò cổ diệc để phát cỏ hoang, năn sậy.*

Và quan trọng hơn hết, một cái cà ràng dễ di chuyển, đặt nơi nào cũng được, trong chòi vào mùa khô, trên bè hay trên xuồng ba lá nhằm mùa lũ lụt. Quanh năm nó giúp ấm lòng ấm dạ để an tâm trong hiện tại và phấn khởi ở những ngày dài trước mắt.

Thêm chiếc xuồng con thon thon làm chưn làm cẳng, xê dịch đó đây hoặc dùng chuyên chở mạ non, thóc lúa. Không có nó kể như bị chặt tiện mất hai chân. Không còn khả năng làm ăn ra trò trống gì cả ở vùng sông rạch với những đường nước mà trời cao lồng lộng, rộng rãi ban cho thừa thải khắp nơi".

Nhưng khi đất đã có chút ít hoa màu, dân *"ra quận, lên tỉnh xin hợp thức hóa, họ mới tá hỏa tam tinh, té ngữa, kêu trời không thấu. Phần đất khai khẩn bấy nay là sở hữu của thầy Cai tổng này, ông Hội đồng nọ, hoặc của ông lớn ông nhỏ, bà thứ bà bé các quan ở quận ở tỉnh. Đôi khi còn ở xa mút tí tè tận Sài Gòn Chợ Lớn hoa lệ nữa. Họ ngồi không, chưa hề động đến móng tay, chẳng nhểu một giọt mồ hôi công khó, chỉ chờ đến thời điểm thuận lợi cấu kết nhau chia phần từ thuở nào rồi."* (Trâu Già Chẳng Nệ Dao Phay).

Các nhân vật chính trong truyện của Võ Phước Hiếu thường gặp những biến cố, trắc trở, bất ngờ xảy ra, vì "cuộc đời thăng trầm, thượng vàng hạ cám". Nhất là những người dân nghèo lam lũ và những nạn nhân của thời cuộc. Đi vào thế giới văn-chương của Võ Phước Hiếu, thật vậy, người đọc bắt gặp một trời tình cảm dạt dào, gắn bó với đất đai dù hoàn cảnh, tình thế có thế nào đi nữa. Cũng vì tình cảm này mà người dân ở chốn thôn quê phải gánh chịu nhiều cay đắng cũng như nợ nần và thất vọng. Họ bắt buộc phải đối đầu với những khó khăn trước mắt, chạm trán từng ngày với thực tế khắc nghiệt, cam khổ. Vi thế họ liên tục là nạn nhân dù thời thế có đổi thay! Truyện Bác Thầy Hù vẽ lại cuộc sống đầy bất trắc sau ngày 30-4-1975, với chính sách Giản dân kinh tế mới của cộng-sản Hà-nội thực ra chỉ là đòn thù nhắm những thành phần chúng xem như là kẻ thù giai cấp - những Hai Nhím nghệ sĩ hát bội nay phải hớt tóc dạo, và qua nhân-vật này, những tên cán bộ, công an khu vực dưới ngòi bút của tác-giả trở nên kệch cỡm: "đồng phục màu vàng xúng xính xùng xình, xanh xao vàng vọt như *tàu lá chuối non, ốm yếu trơ bẹ xưởng như cá lẹp tăm nhang, mặt mày hồng hác nhăn nheo như những người già háp (...) Bây giờ đã thấy hắn ta phì ra tròn vo, căng da trắng mởn...".* Chúng 'lột da, đổi lốt' nhưng lòng dạ vẫn tham hiểm, tàn bạo. Đạo đức hay cách mạng đều giả, có lúc sàm sỡ hỏi tìm gái 'chịu chơi'.

Trong Đồ Quân Ăn Cướp, nhân-vật thằng Vắng dù theo cộng-sản và được nhìn nhận có công với 'cách mạng" nhưng hai năm sau ngày 30-4-1975 cuối cùng y cũng đã trở nên nạn nhân, y cũng bị cướp nhà đất như dân 'ngụy', do âm mưu của 'đồng chí' mụ Bảy Rồi, đại diện tập đoàn *"như gà mở cửa mả, quanh quẩn bên mồ ma".* Tựa truyện mà cũng là tiếng chưởi rủa của thằng Vắng sau khi bị chúng xảo quyệt cướp mất nhà mất vườn.

Đến truyện Bức Chân Dung, nhân-vật bộ đội Tư Ca người xứ 'Đồng khởi' nhưng không tiến thân được vì lý lịch bần cố nông chưa đủ và bị phê bình kiểm thảo liên tu. Dù trung thành theo Đảng cộng-sản nhưng lại thường trực sợ hãi, sợ chết, xin xâm nhập vào Nam vì muốn xa lánh đám cộng-sản Bắc. Về sau lê la kiếp sống *"mượn hơi men cay nồng nóng cháy của rượu đế quốc doanh để vỗ về giấc ngủ hối hận và lỗi lầm (?) nhằm xoa dịu những ray rứt xót xa trong lòng (?) Và cũng để quên những 'thành tích lẫy lừng' suốt một kiếp người đóng góp xây dựng chế độ Xã Hội Chủ Nghĩa tai hại cho cả nước".*

Chú Năm Nghê trong truyện Trâu Già Chẳng Nệ Dao Phay sau 1975 tuổi đời đã hơn 70, đã sống qua đủ đổi thay nhưng cũng không thể sống dưới chế độ cộng-sản Hà-nội. Ông chỉ muốn chết vì *"Ông bà viễn tổ mình nói đúng lắm: "Chết trẻ khỏe ma, chết già nhọc xác". Sống lâu trong chế độ này thêm nhục nhã. Tao cầu nguyện ông Trời thương, ngủ một đêm đi luôn, khỏe ru bà rù, không phiền hà ai, ngay cả cái bản thân của mình nữa. Sống thoi thóp, cơm ngày hai buổi, chạy túi bụi, mệt cầm canh mà còn bữa đói bữa no. Chết đói cà dựt cà dựt như vầy thêm đau đớn, tội cho xác thân.*

Chú cho biết lý do: *"Cái đám lãnh đạo lãnh địa, chỉ đường chỉ ngõ này, dốt đặc cán mai. Chữ viết như cua bò, quẹt quẹt chấm phết như ở thời phong kiến La Mã. Nhiều tay vua chúa, tướng tá chém giết không ngừng tay, oai phong lẫm liệt hò hét thét ra lửa, nhưng khi ký tên chỉ có hai sổ ngang và đứng làm dấu thánh giá. Làm sao chú cháu mình ngóc đầu dậy nổi? Họp hè thúc réo, tao đếch có đi. Tao "măn phú". Tới đâu thì tới. Đường cùng rồi! Tụi nó có muốn làm gì thì làm. Sao cũng được. Đầu tao đã bạc trắng rồi! "Trâu già chẳng nệ dao phay" mà!".* Đám cán bộ làm mưa làm gió, bất kể tình người vì *"Đám con cháu Bác Hồ nghèo xơ nghèo xác đang hồ hởi tập tành đổi đời qua những tiện nghi phồn vinh giả tạo của Miền Nam".*

Những chuyện bi hài hậu-30 tháng Tư chiếm nhiều trang truyện của Võ Phước Hiếu. Như hầu hết tất cả người miền Nam đã phải bàng hoàng trước những đổi đời sau ngày gọi là "giải phóng". Nói như tác-giả, *" 'khí thế cách mạng' đang lên, lòng người hời hợt nhẹ dạ có lắm đổi thay không ai lường trước được".* Trong Con Sao Chiếu Mạng, nhân-vật Hai Ngọng đời cha đời con đạp xích lô ở xóm Cống là một nạn nhân tiêu biểu, hồ hởi khi cộng-sản đến bao nhiêu thì sau những trò học tập và tuyên truyền "giải phóng giai cấp nghèo", "làm chủ tập thể", v.v., lại trở về làm nạn nhân còn tệ hại nhiều lần so với trước ngày chúng vào. Cộng-sản bày ra Tổ hợp đạp xích lô, Hai Ngọng phải giao nộp xe cho Tổ hợp và trở thành … tổ viên đạp chiếc xích lô của mình ngày trước: *"Làm chủ mà nay đói nhăn răng, vợ con ốm yếu gầy mòn. Nó bắt đầu càu nhàu cau có và văng tục với giọng ngọng nghịu bẩm sinh".* Cuối cùng nhà đất cũng mất hết, nằm trong một mái lá lụp xụp, nó mới nghiệm ra rằng nó đã bị "sao vàng" chiếu cho … mạt tận luôn! (Trong khi bà vợ thực tế cho là y bị con sao 'chàn hảng' chiếu cố).

Truyện ký của Võ Phước Hiếu mang tính *truyền thần* vì ông dùng văn tự để minh họa lại cho người đọc ông - phần lớn ở ngoài nước, những con người trọng nghĩa khinh tài, thật thà, quê mùa, lời nói thẳng ruột ngựa. Cá tính thì cương trực, dứt khoát và trọng chữ tín. Đó là tính cách của người nông dân Nam-kỳ trong một xã hội đen tối, đầy phức tạp và nhiều biến động, từ thời Pháp-thuộc cho đến sau 1975. Chính hoàn cảnh sống và việc phản ứng lại tình cảnh là những nhân tố tạo thành tính cách này.

*

Trâu Già Chẳng Nệ Dao Phay kể chuyện chú Năm Nghê của xóm Rạch Rít, có duyên *"kể chuyện xưa tích cũ, nói thơ chàng Lía, thơ Thầy Thông Chánh, cậu Hai Miêng... nhứt là thuật chuyện tiếu lâm châm biếm, mọi người đều cười nôn ruột...".* "Chú tự tạo niềm *vui, tự tạo những ngày tháng hạnh phúc cho chính bản thân mình. Vì chú quả quyết, niềm vui và hạnh phúc chỉ do chính mình tạo dựng ra, chính mình suy nghĩ phát kiến mà có, chớ không ai vào chéo đất hoang vu này ban bố cho bao giờ. Nhứt là chẳng ai mang tiền mang của, dù tiền rừng bạc biển ra mà hòng mua được. Nhưng cái ưu điểm quý hiếm tuyệt vời ở chú Năm Nghê là biết chia xẻ niềm vui và hạnh phúc đó cho mọi người xung quanh. Như vậy cuộc sống chung đụng hằng ngày thêm dễ chịu, hào hứng và có ý nghĩa hơn*".

Với một nhân sinh quan lạc quan tự nhiên như nắng mưa, như con nước lên xuống, nhân-vật Năm Nghê cuộc đời đổi thay, lên xuống, cả bị đưa sang Pháp mẫu quốc làm lính thợ nhưng vẫn nhìn đời bằng con mắt tin tưởng, thanh thản: "*Kinh nghiệm cho tao thấy đời sống hằng ngày vô cùng tươi đẹp với muôn màu muôn sắc và ý nghĩa. Tha hồ mà chọn lựa. Đời rất hấp dẫn, chất chứa bao nhiêu lôi cuốn quyến rủ gọi mời. Đời lại muôn hình vạn trạng. Mỗi người nhìn một góc cạnh nào đó của cuộc đời để qua cái đẹp mình vừa khám phá, đón nhận đời với niềm vui hạnh phúc tự tạo. Từ đó dẫn dắt mình thêm thương yêu cuộc sống, thêm thương yêu những gì chung quanh mình như yêu người, yêu thiên nhiên, yêu nội tâm, yêu ngoại cảnh... Tất cả đều bao la không biên giới. Đời luôn luôn mở rộng cửa nẻo thênh thang để vẫy mời đón đợi, mở rộng những ngõ ngách lối đi niềm nỡ tiếp rước mình. Chỉ có những ai bi quan chán chường, những tâm hồn bịnh hoạn, trật đường rầy mới lạnh lùng quay lưng lại đời. Những hạng người đó mới thực sự cô đơn thôi*" (Trâu Già Chẳng Nệ Dao Phay).

Cách ứng xử rặt Nam-kỳ, có thể bị xem như có chút ... quê mùa, thô sơ, nhưng là một thứ ứng xử kiểu Lục Vân Tiên hay "*kiến nghĩa bất vi vô dõng dã, lâm nguy bất cứu mạc anh hùng*" đã là những phương thức xử thế và nhân sinh quan của con người Nam-kỳ lục-tỉnh vốn đã thấm nhuần từ truyền thống văn-hóa và giáo dục dân gian. Từ những ứng xử đó, người dân như ở xóm Rạch Rít đã đi đến một thứ triết lý mà tác-giả gọi là "tự vệ để sinh tồn": *bà con tôi vốn nhẫn nhục, chịu đựng, trông cậy ở tình đoàn kết keo sơn gắn bó, ở sự hy sinh bất kể đến sinh mạng mình để bảo vệ xóm làng. Cái triết lý tự vệ để sinh tồn, duy trì sự sống đáng sống ấy là niềm hãnh diện lớn lao của bà con tôi. Niềm hãnh diện ấy cùng với khí thế tự hào chung được thể hiện tròn đầy qua tiếng cười vui bất chợt trong những câu chuyện dong dài nhắc nhớ nhau sau mỗi đêm thức trắng. Họ ríu rít không ngưng ở những buổi sáng uể oải chống cướp quấy nhiễu dân tình.*"(Đám Cháy Đầu Xuân). Chuyện Vét Ao Ăn Tết cho thấy thêm khía cạnh thực tế của triết lý tập đoàn này ở chốn ruộng bưng và đồng rừng tân lập.

Các truyện của Võ Phước Hiếu đầy dẫy những chuyện *đạo lý* vốn là đặc điểm trội bật của xã hội ở vùng đất "tân lập rảo hổi" như miền Nam lục-tỉnh, nơi người dân vẫn tin "có đức mặc sức mà ăn" và "ăn trái nhớ kẻ trồng cây". Người đọc được thấy lại những tinh thần đạo lý như "quân, sư, phụ" và "trọng đạo tôn sư" trong các truyện Ông Thầy Giáo Làng Quê, tinh thần kẻ sĩ như của ông Thầy Huế và ông thầy dạy chữ nho trong Chữ Nghĩa Một Thời, Giáo Sử và Thầy Huế trong Ngày Ấy Qua Mau, Hương sư Chương trong Như Nước Trong Nguồn. Như lời dạy của ông Thầy Huế tác-giả còn nhớ: "đạo bất viễn nhân, nhân chi vi đạo nhi viễn nhân, bất khả dĩ vi đạo" (đạo không xa cái bổn tánh con người; hễ vì đạo mà xa cái bổn tánh ấy thì kể đạo ấy không phải là đạo). Dù chỉ học một thời gian ngắn, nhưng theo tác-giả ông Thầy Huế *"đã hun đúc trong tâm hồn trong trắng của tôi một nền tảng vững chắc về đạo đức làm người và phương châm ứng xử qua cái tâm lành và nhân cách trong sáng của Thầy. Chính đó là căn cơ cội rễ của niềm tin nơi cuộc sống và cuộc đời của tôi sau này"*.

Viên đốc học tên Thường trong truyện Hùm Chết Để Da thì lại khác. Làm công chức ngành giáo dục thời Pháp thuộc, được lòng cấp trên và đồng nghiệp (như ông ta), nhưng lại là một con người bất thường và vong bản. Ngay từ trẻ Hai Thường đã tỏ ra là một tay chân tốt cho chủ là ông bà Hương quản Hạnh. Cuộc đời tiến thân dễ dàng vì lúc đầu may mắn được giúp đỡ, từ quận lên Sài-thành học trường Sư phạm, về sau thì bợ đỡ: ra trường, y làm đốc học trường nhỏ rồi trường lớn, rồi làm thanh tra, dùng tiếng Pháp làm ngôn-ngữ sinh sống, viết cả sách giáo khoa, nịnh quan Tây, nhưng xa lần tiếng mẹ đẻ cùng gốc gác của mình. Hương quản Hạnh trở thành Cai tổng Hạnh, gả con gái cho Hai Thường. Đốc Thường là một người con bất hiếu, từ hành cử đến ngôn-ngữ ăn nói, khiến thân sinh đã phải chua xót than phiền "Hai Thường có học mà không có hạnh. Mà con người không có hạnh thì kể như đời vất đi!". Thời đi học, y xấu hổ với bạn bè biết thân phận nghèo nên không thích mỗi khi cha là Bảy Cối thợ đóng cối xay, lên thăm, đến khi lấy vợ rồi thì từ bỏ gốc gác gia-đình và không hề nhắc đến xứ sở xóm Cống Bè Long Khê, ai hỏi thì chỉ khoe là con rễ của Cai tổng Hạnh ở Long Hưng Trung. Nhưng thời cuộc đổi thay, Nhựt đến, Pháp thua, rồi thời Việt Nam Cộng hòa, đốc Thường bị cho về hưu non, sống đó mà như lê lết quãng đời còn lại - phải chăng ông hối tiếc đã "từ mẹ phụ cha" và "vong ơn bội nghĩa"?

Ngoài tình thầy trò và trọng đạo tôn sư, một số mẫu mực đạo lý nho giáo á-đông như Nhân, Nghĩa, Lễ, Trí, Tín hoặc tình phụ tử, mẫu tử, lòng hiếu thảo, tình gia-đình, bằng hữu, hay của Phật giáo (nhân quả), v.v. cũng được Võ Phước Hiếu đưa vào các truyện ký. Các truyện trong tập *Như Nước Trong Nguồn* là những nỗi nhớ, thương tưởng ông bà, cha mẹ: ta có mặt và được như hôm nay là nhờ ở công ơn ông bà tổ tiên, và công danh hành trạng ta có cũng là do cha mẹ chăm chút tập tành từ những ngày thơ ấu. Mà được sống gần mẹ cha là hạnh phúc lớn: *"phụ mẫu tại đường như Phật tại thế"*(cha mẹ còn sống trong nhà như Đức Phật ở thế gian). Mẹ tác-giả qua đời khi ông đã đến đất tạm dung miền Bắc nước Pháp, nơi không có những com chim vịt tiếng "kêu khắc khoải theo con nước lớn nước ròng" mỗi khi hoàng hôn xuống, nhưng nỗi tiếc nhớ và ray rức đậm đà cùng những nỗi buồn cứ trở về xâm chiếm, gặm nhấm tâm hồn ông!

Ngoài ra, những chuyện trị quỷ trấn ma như với nhân-vật Sáu Kiếm trong Con Quỷ Gò Bướm Quê Tôi cũng là phương tiện để đề cao đạo ngay lẽ phải và nhân quả nhãn tiền ngay tại kiếp này cũng như để phê phán thói mê tín dị đoan của người mình.

Như vậy *đặc tính miền Nam lục tỉnh* thật đã rõ rệt trong truyện ký của Võ Phước Hiếu, qua văn phong, ngôn-ngữ sử dụng cũng như qua các nhân-vật, sự kiện và ký ức cá nhân cũng như tập thể!

*

Võ Phước Hiếu tinh tế trong kỹ thuật sử dụng, chọn lựa tình tiết câu chuyện, một cách rất Nam-kỳ mà chỉ những người sinh trưởng ở một địa phương và thật sự yêu mến con người xóm làng của mình, mới thể hiện một thứ tình tự quê hương tinh tế như thế. Trong Quê Hương Lãng Đãng, người con là tác-giả đã phải bỏ xóm Rạch Rít để đến Gò Đen trọ học tuy không xa xôi lắm nhưng đã gây nơi tác-giả biết bao nhung nhớ từng con nước, từng nơi chốn trẻ nhỏ vui đùa bè bạn, … tất cả đã hiện lên trang giấy những hình ảnh quê-hương tuyệt đẹp, không phải cái đẹp hào nhoáng, vật chất, mà là đẹp vì cảnh vật nơi đó có hồn và chứa đựng biết bao quá-khứ và biến cố cuộc đời! Hay như trong Nhứt Phá Sơn Lâm Nhì Đâm Hà Bá, người đọc có thể sống lại những ý nghĩ của Tám Thôi, người con xóm Phú Thứ bỏ đi xa (tuy không xa lắm, Chợ Lớn), nay về thăm quê cũ và chỉ muốn sống yên nơi quê hương chấp nhận làm nghề câu tôm cá như thời xa xưa. Vui buồn lẫn lộn, niềm vui dù khôn tả trong tình cảnh tái ngộ, nhìn lại song hành với nỗi buồn trước những cảnh sống nghèo nàn, khốn cùng đang bủa vây quê nhà vì chế độ bần cùng hóa nhân dân cho dễ bề thống trị.

Người đọc thường nghĩ là nhà văn ẩn mình tinh tế kín đáo sau tác phẩm, nhưng trong nhiều tình huống và trước những hoàn cảnh xúc cảm, nhà văn sẽ trực tiếp đưa cái Tôi ra để đến với người đọc. Trong Cơn Lốc Xoáy Tim, xóm Rạch Rít trở lại với những kỷ niệm ấu thời để tụ lại ở thời tác-giả rời nhà ra học trường Bổ túc Gò Đen (Bến Lức), nơi đưa ký ức và tình cảm tác-giả ngừng lại rất lâu với những nhân-vật lịch-sử như ông Hội đồng Võ Công Tôn mà mẹ con ông thuê căn phố trọ. Phần mộ ông Hội đồng Võ Công Tôn (không xa nơi yên nghỉ của chí sĩ Nguyễn An Ninh) còn đó như nhắc nhở người đời những thành tích chống thực dân Pháp và bênh vực kẻ cô thế. Trước khi vượt biên, tác-giả đã *"ngoái nhìn lại về phía sau, về phía Voi Lá-Long Phú của quận Bến Lức thân yêu. Giữa bối cảnh nội tâm dồn dập đó, hình ảnh ông Hội đồng Võ Công Tôn, mẫu người lý tưởng của tôi thuở thiếu thời lại hiện ra trong sáng, chói lọi hào quang"*. Cũng nơi địa danh Voi Lá - Long Phú này, thằng bạn Bảy Cò ngang ngược, cờ bạc ngày xưa khi Cộng quân xâm chiếm quê-hương, đã trở về tác oai tác quái hành hạ chính dân làng mình: *"Bảy Cò mà làm cách mạng cái com khỉ khô gì! Chữ cách mạng thiêng liêng cao đẹp biết dường nào đã bị chúng nó bôi bẩn (...) Thối thân của nó là thằng cờ gian bạc lận, đá cá lăn dưa, thuộc phường ăn hại, quỵt nợ quỵt đời (...) Nó trở mình còn hơn bánh phồng nướng lửa rơm ... Nó làm như là người ở dưới đất nẻ chui lên"*. Người xưa người nay, tác-giả không nói ra nhưng người đọc đã thấy quá rõ ai thương nước thương dân!

Võ Phước Hiếu dùng *phương ngữ* miền Nam lục-tỉnh. Hầu hết các nhân vật đều có ngôn ngữ và cử chỉ của người miền sông Tiền, quê hương của người viết truyện. đặc tính tìm thấy trong ngôn ngữ mà cả không gian và các địa danh đặc thù của Nam-kỳ lục-tỉnh như Ô Cu,

Ô Cò, Con Lươn, Vàm Cây Trôm, Bàu Lác, bưng Bà Mụ, ấp Bà Lác, ao Bà Vãi, gò Bà Sún, Gò Bướm, xóm Rạch Rít, v.v. Tác-giả cũng nói đến cách đặt tên, gọi tên theo thứ tự trong gia-đình và làm sao cho khỏi trùng (X. Niềm Đau Cuối Đời).

Ngôn-ngữ trong truyện Võ Phước Hiếu đa tạp vì con người đến từ nhiều đời, từ nhiều phương hướng, từ Đàng ngoài của đất Việt cũng như từ các nước lân cận. Một *phương ngữ* phản ảnh tâm tư, chân dung con người và hình ảnh của nhiều địa phương đồng thời phản ánh quá trình phát triển của một vùng đất: *tâm hơ, lạ hươ, nóng hơ, "chà lết, lờn mặt"*, v.v. Hoặc những từ hay nghe thấy ở miền Nam lục-tỉnh hơn là những nơi khác như *sung túc thạnh mậu, thum lá (nghèo nàn), mâm cơm vĩ vèo, "qua cầu rút ván, qua sông dụt đò"*,... Những tiêu đề truyện như Nhứt Phá Sơn Lâm Nhì Đâm Hà Bá mang vẻ hoang dã của thời khai khẩn đất hoang, ở Võ Phước Hiếu là chuyện bẫy chim câu cá của nhân-vật Tám Thôi!

Ông đã sử dụng ngôn ngữ của đời thường, thứ tiếng nói bình dân, giản dị nhưng không kém phần độc đáo của địa phương nơi nhân-vật sinh sống, những vùng địa lý Rạch Rít, Gò Công, Bến Lức,...: *(nồi nước) to bình rỉnh, hàng lu vú, hũ da bò, trụ hình trụ bộ, bươm (rút lui, rời), (con heo) ú na ú nú, mập lút chỉ, đám trẻ lòng tong cá chốt, sợ lưn tim, (tóc) cạo trọc trơn lu bóng láng, mập mạp xởn xơ, miệng mồm ống nhổ đường mương, mặt mày đỏ gay như mồng gà cồ sung sức lúc tờ mờ sáng, bùn non xà nịn*,... Hoặc đầy hình ảnh như *"những cánh rừng mút chỉ cà tha", "chòi lá lè tè xập xệ", "ngăn ngắt gậm nhấm" tâm hồn, "gánh hát xả giàn", bạn nhỏ thuộc "hàng chần ăn trăn quắn"*,... Hay *"bán lưng cho trời"* khi nói về nỗ lực, phấn đấu, như *"ăn mắm húp giòi"* về thói hà tiện, v.v.

Văn Võ Phước Hiếu giản dị được bổ xung bởi những *từ láy*, những từ ngữ tiếp âm đơn hoặc ghép, riêng nhưng đầy lí thú của miền lục-tỉnh, gây sống động và đồng thời gợi hình qua âm thanh, hình ảnh: *phơi (lác) dôn dốt, bù trơ bù trớt, công việc đăng đăng đê đê, lục lăn lục lửa, (mấy bà) bồng chanh bốc chách, xa xưa hun hút, chợ chiền thị tứ, (gà) mập trìu trịu, cắc ca cắc củm, lạ hoắc lạ hươ*, v.v.

Ngôn-ngữ ở đây rõ là *chân-phương* và giàu hình ảnh cụ thể, trực tiếp, cả để diễn-tả những tình cảm, suy tư, v.v. Ngôn-ngữ chân-phương để phản ánh đúng cách nói của người Nam Kỳ cũng như cách tác-giả tả cử chỉ, diện mạo, thái độ, hành động, v.v. của các nhân-vật đã giúp người đọc khám phá con người cùng tâm-lý, tư tưởng nơi vùng đất mới này. Ngôn-ngữ đó được phát xuất từ những con người mộc mạc, thẳng ruột ngựa nhưng tế-nhị, thừa biết ăn ở cho phải đạo! Một ngôn-ngữ đầy tính lạc quan, tính chân thật và giản dị. Võ Phước Hiếu đã ghi lại ngôn-ngữ Nam-kỳ của một thời cố-cựu và đã góp phần tái dựng nên bức tranh xã-hội của thời điểm đó. Người đọc thưởng thức truyện ký của Võ Phước Hiếu sẽ tìm thấy một thời đại đã qua với con người cũng như văn-hóa, tâm lý, cách cư xử, v.v.

*

Cái riêng độc đáo của Võ Phước Hiếu là sự chân chất mộc mạc phát ra từ mỗi truyện, là nồng độ phương ngữ miền Nam trong truyện, với một kho từ-vựng dân dã, lấy thẳng từ cuộc sống chung quanh. Sự hấp dẫn của truyện Võ Phước Hiếu là ở chỗ sử dụng phương ngữ tối đa và đúng chỗ vào những câu chuyện thật "miền Nam lục-tỉnh". Đó là miền Nam của miệt ruộng miệt vườn, đất tân lập, rừng hoang dã. Đó là miền Nam đã thái bình nhưng vẫn còn dấu chiến tranh -- không ở sự điêu tàn vì bom đạn mà ở những vết thương trong đời người (…). Nước Mắt Tình Yêu là chuyện tình trai gái có thể là duy nhất của Võ Phước Hiếu, chuyện anh Bần và cô Tư Xinh quen nhau nơi đồng áng và đến với nhau thân mật giữa thiên nhiên. Hai người có vẻ 'môn đăng hộ đối' không do hoàn cảnh gia-đình mà do có cùng số phần long đong lận đận. Nhưng kết cuộc, cô Tư Xinh lại làm vợ Hai Phú, con ông Ban Biện, có vẻ 'tham phú phụ bần', còn anh Bần đau buồn thành bệnh tâm thần rồi "âm thầm đi vào giấc ngủ thiên thu trong cô đơn cô độc".

Trong một truyện ngắn, việc xây dựng và dàn tả tất cả tình huống làm nổi bật tính độc đáo của nhân-vật hoặc khiến người đọc cảm nhận được khúc mắc của tình huống mà còn cho thấy một tâm trạng, một nhận thức nào đó của nhà văn. Nhân vật trong truyện của Võ Phước Hiếu không thao thức, dằn vặt nội tâm theo kiểu thời thượng phân tâm, hiện sinh như nhiều nhà văn khác. Nhân-vật của ông nói chung sống những mảnh đời đơn sơ, bình thường, "nơi chéo đất quê nhà", nào là những con người của xóm Rạch Rít với tục danh dân làng đặt cho: thím Chín Tý (lò bún nổi tiếng), Bảy Sô (ba xi đế), chú Bảy Cối

(cối xay lúa),..., rồi những con người mộc mạc, tình tứ khác của xóm Cầu Sắt, xóm Phú Thứ, xóm Cống, xóm Rạch Chung, Ba Cụm, Sò Đo, Voi Lá-Long Phú, Thủ Thừa, Bến Lức, làng Phước Lợi, chợ Đệm, chợ Gò Đen, tỉnh Chợ Lớn, v.v. Rạch Rít thuộc làng Thanh Hà, Bến Lức - "nơi chôn chặt ghì níu chuỗi ngày dải thơ ấu của tôi. Nơi chưa một lần vẫn đục nhựng vướng bận hệ lụy của cuộc đời" (QCQMQM tr. 113), được xem như là không gian quá vãng được tác-giả viết đến nhiều nhất qua gần như toàn bộ các truyện ký.

Võ Phước Hiếu đặc sắc ở cách đặt tên nhân-vật: Năm Nghê, Tám Thôi, Bảy Sô, Sáu Củ Nừn, thằng Ba Nô, thằng Vắng, thằng Xồi, thằng Ba La, mụ Bảy Rồi, bà Mười Phận, bà Tư Trầu, bà Hai Xệ, Sáu Kiếm, bác thầy Hù, chú Quậy, Hai Nhím, Hai Hàng, Hai Ngọng, Bảy Thứ-Bảy Nổ, Bảy Cò, … Trẻ con thì mang những tên bình dân như con Lem, con Rớt, con Xí, con Đẹt, thằng Sỏi, thằng Sạn, thằng Tàn, thằng Tèo, … trong Cơn Lốc Xoáy Tim, thằng Đực Lớn, thằng Đực Nhỏ, thằng Bảy Rái, thằng Hai Đớt, con Tư Yêm,... trong Ngày Ấy Qua Mau, Như Nước Trong Nguồn, hay thằng Đực Lang tục danh Cò Lửa trong Miếng Thương Miếng Nhớ chuyên bẩy chim, bắt ếch bắt lươn. Nhân-vật đủ nguồn gốc, người Nam-kỳ từ nhiều đời hoặc từ Trung vào, có cả người Hoa, người Tiều, người gốc Miên, Ấn-Độ, v.v. Nhân-vật khác nhau hoặc đôi khi trở đi trở lại (Thầy Huế, Giáo Sử, Hương sư Chương, thằng Đực Nhỏ, thằng Bảy Rái, thằng Hai Đớt...), cứ như những nhân vật đó đã có thật trong đời sống, quanh quẩn trong những vùng đồng chua sông nước Tiền và Hậu giang mà nếu nối kết những truyện ngắn này sẽ có thể thành một tiểu-thuyết trường thiên.

Một đặc thù khác trong các truyện của Võ Phước Hiếu, đó là *sông nước*: sông nước tư bề hoặc kinh rạch tuôn chảy len lỏi trong khắp cùng miền đồng bằng sông Cửu Long. Sông rạch cảnh trí thiên nhiên và đồng thời là nguồn sự sống: *"mọi sinh hoạt lớn nhỏ của xóm tôi nhứt nhứt đều xuất phát và trông cậy vào dòng nước duy nhất trời ban cho"*. Sông nước trở thành hình ảnh của nhớ nhung, của quá-vãng dù những dòng sông con nước đó nay vẫn tuôn chảy, luồn lách. Tác-giả còn nói đến "sự trở về của giỏng nước lớn", có nước ròng thì phải có nước lớn như chu kỳ tất yếu của tạo vật cũng là ngày tàn sẽ phải đến với chế dộ độc tài đảng trị thối nát đang tàn phá đất nước (QCQMQM, tr. 160).

Quan niệm sống Nam-kỳ lục-tỉnh theo Võ Phước Hiếu "rất giản đơn như nước lớn nước ròng, như con rạch cắt ngang cái xóm nghèo của họ, có lúc vơi lúc đầy" (Nẻo Nhớ Tìm Về). Đó còn là những đam mê, như trong Chữ Nghĩa Một Thời, *"Nơi xóm Rạch Rít của tôi, cái đam mê chung của bà con vẫn không ngoài công việc phá rừng lấp vũng, đào kinh lên rẫy. Họ biến những vùng hoang vu rậm rạp chẳng mấy chốc thành cảnh thổ quyến rủ với ruộng nương vồng liếp ngút ngàn, quanh năm xanh um mơn mởn"*. Con người miền Nam trong truyện Võ Phước Hiếu phần lớn sống gắn chặt với mảnh đất quê nhà, từ thế hệ này sang thế hệ khác, chấp nhận "định mệnh an bày", những nơi đó, như ở làng Thanh Hà của tác-giả, *"bà con trong xóm như những dây mơ rễ má, có mối quan hệ rất thân thiết với nhau"* mà tác-giả xem như là *"một bộ lạc nhỏ hẹp thuở xa xưa"*. Theo tác-giả, đó là một nơi chốn thật buồn, *"trăm năm cũng vẫn một vẻ rã rượi buồn tênh, hắt hiu nghèo khổ"* (NMTV).

Mặt khác những hình ảnh như những bếp lửa mà bà của tác-giả đã nhắc nhở con cháu mỗi khi xây nhà mới lại mang giá trị tượng trưng: những vật dụng thực tế và thiết yếu ở vùng đồng quê hẻo lánh đánh dấu sự an cư lạc nghiệp, đã trở thành những hình ảnh thân thương đầy ý nghĩa và ắp tâm tình mỗi khi nhớ lại (Ngày Ấy Qua Mau). Cũng như những chiếc bánh phồng của một thời, nay sống ở nước người, *"mỗi lần nghe trong hồn tôi tiếng chày khuya quết bánh phồng Tết là tôi ý thức và nhìn lại rõ ràng sáng trưng gốc rễ cội nguồn của bản làng thôn ổ khắc khổ của mình. Để rồi xác quyết thêm một lần cuối, muôn thuở tôi vẫn là người Việt Nam"* (Cái Bánh Phồng Tết).

Về *văn phong*, các truyện của Võ Phước Hiếu nói chung có đặc tính hồn nhiên. Hãy đọc đoạn văn sau: *"… Có bữa chú cao hứng thuật lại một câu chuyện cũ mèm, xưa từ đời ông Nhược ia cứt su, nhưng bà con vẫn chăm chú theo dõi, hồi hộp với những cảm giác chưa từng có. Chú khéo léo thêm thắc, bày vẻ nhiều tình tiết éo le gay cấn, cải sửa nội dung sao cho phù hợp hoàn cảnh đang sống hoặc đúng khớp thời sự mới tinh khôi vừa xảy ra nóng hổi ở xóm làng. Hoặc chú dặm mắm thêm muối bằng vài chi tiết lạ hoắt lạ huơ, người nghe chưa bao giờ nghĩ và tưởng tượng đến, nhờ ba mớ kinh nghiệm sống thực, rất dồi dào trong cuộc đời phiêu lưu bất đắc dĩ của chú trước đây. Và chính cuộc đời phiêu bạt đó của chú khiến cho chất lãng mạn bay bướm, phảng phất hơi hướm ngoại lai, cứ tuôn trào ngọt ngào trong câu chuyện"*.

- *"Bà con tôi phần lớn sinh trưởng và lớn lên quanh quẩn ở vùng đèo heo húc gió, chó ăn đá gà ăn đất buồn tênh, suốt đời cột chặt với thửa mạ luống cày, lúc thúc bên lũy tre xóm làng. Có người từ cha sanh mẹ đẻ tới giờ chưa ra tỉnh ra quận một lần. Cái thủ đô Sài Gòn Chợ Lớn sát bên, lớn nhỏ ra sao, tròn méo, đông đúc thế nào còn chưa biết, nói chi đi đó đi đây vạn dặm làm gì"* (Trâu Già Chẳng Nệ Dao Phay).

Một đoạn văn khác nhẹ nhàng cho cảnh sống êm đềm của miền quê Rạch Rít trước khi thảm cảnh xảy tới: *"Bà tôi cầm cái đèn dầu trứng vịt để ở đầu giường, vén mùng chun vào, cẩn thận ém đi ém lại rất kỹ. Muỗi mòng ở xóm Rạch Rít của tôi cũng như những nơi khẩn hoang lập ấp khác nhun nhúc, vo ve ngày đêm như trẩy hội.*

Bà nhè nhẹ thò tay ra ngoài, phất tay liên tiếp mấy cái mạnh để tắt đèn. Tim đèn hãy còn đỏ ửng, từ từ uốn thành vòng cung rồi lịm dần trong u tối.

Cử chỉ quen thuộc đó, bà tôi đã làm từ hơn nửa thế kỷ nay. Một cử chỉ sản khoái toại nguyện vì bà tỏ ra sung sướng đã kết thúc một ngày làm lụng không ngừng tay, đón đợi giấc ngủ an tịnh trong lành.

Bên ngoài vắng vẻ tĩnh mịch như thường lệ. Nhạc bản ngàn đời của côn trùng ếch nhái bắt đầu trỗi lên dai dẳng buồn tênh, ru giấc ngủ ông bà tôi thêm nồng nàn say đắm. Vài tiếng chim ăn đêm quá quen tai chập chập vút lên đâu đó bên liếp mía, vồng khoai, ngoài vườn cau vườn dừa, cũng không thể phá giấc ngủ vùi đó, chuẩn bị sức lực cho ngày mai đón đợi."

Truyện của Võ Phước Hiếu hay nói đến xóm Rạch Rít vốn là quê hương thân thương của tác-giả: *"Xóm Rạch Rít của tôi phát đạt, trù phú. Ruộng lúa bát ngát, óng ánh vàng hực mùa gặt. Cây trái oằn cành. Kinh đào tăm tắp ngút mắt. Nhà ngói kinh dinh đỏ au. Đêm đêm, đèn "măng-soong" rực trời ngày lễ lộc.*

Ghe máy xình xịch, sông rạch dậy sóng, tung bọt trắng xóa làm cho mấy chiếc xuồng ba lá và ghe tam bản nhảy sóng liên hồi, chồm lên sụp xuống dịu dàng. Hội hè đình đám tấp nập người xem. Hát cải lương, hát bội dù là những đoàn hát bầu tèo nghèo xơ xác chỉ lưu diễn ở làng ở tổng, thỉnh thoảng tạt ngang trụ lại trình diễn năm bảy đêm liền" (Đám Cháy Đầu Xuân).

*

Tình cảnh sống lưu vong xa quê không ngày về, Võ Phước Hiếu thương nhớ quê nhà da diết, nên ông đã dùng vần thơ câu văn chuyên chở những tâm tình nhung nhớ, ký vãng pha cùng hy vọng. Nhung nhớ quê-hương nhập vào tâm tình của nhân-vật Năm Nghê trong truyện Trâu Già Chẳng Nệ Dao Phay khi phải làm lính thợ sang Âu châu: *"nhớ, hơn bao giờ hết. Nhớ cồn cào trong tủi hận... Chú nhớ khoảng không gian thênh thang trước nhà mình, lung linh ánh nắng sớm chiều với tiếng chim nô đùa họp chợ ríu ra ríu rít không thôi trên những tàn ổi, tàn mãn cầu... đâm tược non mướt mùa mưa.*

Chú nhớ những bữa cơm đạm bạc với cá tép tôm cua, rau cỏ vườn nhà chú thường ăn, tuy không thịnh soạn, nhưng lúc nào cũng no bụng ấm lòng.

Chú nhớ những con cá rô to bằng bàn tay phóng nhảy rèn rẹt rèn rẹt rất cao khỏi mặt nước ở những đám lúa trổ đồng đồng để táp bông lúa non thơm ngon, mà chú thường câu nhấp đem về nướng lửa rơm căn phồng tươm mỡ.

Chú nhớ những ngày ra giêng gió lành lạnh, những trái xoài con thon thon nho nhỏ đong đưa đồng loạt với những bông xoài nở muộn, một màu trắng vàng giữa những lá non tim tím, báo hiệu một mùa trái ngon ngọt hứa hẹn.

Chú nhớ mấy bầy ròng ròng lớn nhỏ, màu đỏ hoe, quấn quít sát vào nhau, ganh đua trườn lên mặt nước ngóp thở, bên cạnh cá lóc mẹ, thỉnh thoảng táp móng bụp bụp bảo vệ con, xua đuổi ếch nhái khuấy rầy.

Chú nhớ vào những mùa gió chướng bắt đầu thổi, mấy cây so đũa suông đuột trước nhà chú trồng cốt để về sau lấy thân ủ làm núm mèo, trổ bông trắng ngần lòng thòng, phất phới lay chuyển theo chiều gió. Chú đang thèm một nồi canh chua cá trào, cá chốt bụng trứng nặng kè kè nấu với bông so đũa, ăn mệt nghỉ. Nhứt là phải để sót chút ít nhụy bông so đũa để có mùi đăng đắng nhân nhẫn.

Giờ đây, nơi xa xôi có lúc bất chợt nghĩ đến, chú càng thêm nhớ thêm thương quê hương khổ hạnh của chú. Và cái mùi nhân nhẫn đăng đắng của bông so đũa ngày xưa càng làm cho chú thêm thấm thía với cuộc sống giăng mắc đắng cay hiện tại..."

Sau khi Đức Quốc Xã bại trận, chú Năm Nghê thuộc nhóm lính thợ đầu tiên đăng ký hồi hương. Chú thương cái xóm Rạch Rít của tôi.

Chú nhớ quê hương, bà con lối xóm. Chú không chần chừ rời khỏi mảnh đất xa lạ bị tàn phá với nhiều kỷ niệm chú cố gắng quên mau, xem như một vấp váp trong đời mình.

Sau này, chú có thố lộ tâm trạng của chú lúc đó như những chú cá lóc, cá trê, cá rô... ưa thích sống trên đồng ruộng, bưng biền hay đầm vũng, nơi chúng được sinh trưởng và lớn lên. Sau này nên hình nên vóc, dù cho đồng ruộng có cạn khô mùa nắng, dù cho bưng biền có hết nước đi nữa, nhưng chúng nó không bao giờ phiêu lưu thoát ra sông cái đầy cạm bẫy. Trái lại, chúng nó lần mò tìm mọi cách rút xuống ao sâu đầm vắng, như chúng quyến luyến không rời bỏ được vùng đất dưỡng nuôi bảo bọc chúng trước đây. Cũng như chú, chú không thể bỏ được quê hương Rạch Rít của chú" (Trâu Già Chẳng Nệ Dao Phay).

Phần Võ Phước Hiếu sống đời tị nạn, nỗi nhớ hiện tại có khác nhưng cũng không khác những nhớ nhung của chú Năm Nghê năm xưa: "*Nỗi buồn lưu đày ray rứt, nỗi tủi nhục về thân phận lạc lõng bơ vơ nơi xứ lạ quê người, nỗi chán chường đeo đẳng hiện tại với niềm uất hận tràn dâng ngút ngàn... tất cả nỗi niềm thầm kín đó gặm nhấm tim tôi khiến tôi càng thêm vọng nhớ quê hương xa xôi ngăn cách.*

Tôi nhớ, tôi yêu dậm đà tha thiết cái xóm hẻo lánh, nghèo nàn, nơi tôi sinh trưởng, cất tiếng đầu đời. Cái quê mẹ, quê cha, quê ông bà thân thương đó với những kỷ niệm chia thịt thà ngày tư ngày Tết thuở quê hương tôi thanh bình sung túc, những cảnh trao đổi thổ sản, thóc lúa, biếu xén không vụ lợi, không mảy may hậu ý... đương nhiên đã trở thành một cái gì thiêng liêng, quý giá nhất trong cuộc sống của tôi.

Quê nhà đó cứ vấn vương réo gọi, thôi thúc không thôi, nhắc nhớ gọi hồn, giục giã hướng đến mùa Xuân ước mơ, thanh bình thực sự, hạnh phúc ấm no tràn đầy, vĩnh cửu" (Đám Cháy Đầu Xuân)

Trong thương nhớ có con sông lớn, cả con rạch nhỏ "*hằng ngày, nước chảy xuôi ngược lững lờ, kéo theo những dề lục bình, những người bạn trăm năm ngàn năm uể oải u buồn*". Nhớ những vườn cây trái như xoài, bưởi, chùm ruột, mãng cầu dai,... Những ruộng đồng tân lập bát ngát ... những rừng chồi, rừng tràm "*chạy dài ngút mắt*" - mà tác-giả gọi là "*những cánh rừng mút chỉ cà tha*". Những địa danh có tính "*man dại*", "*hoang dã của một thời xa xôi khẩn hoang lấn đất ...*

thời hoang sơ hun hút của tổ tiên". Thương nhớ những thú vui đạm bạc hay tao nhã xa xưa, như các loại trà Thiết Quan Âm, Bạch Hào Kỳ Chưởng, Nghi Bồi Nhâm thứ mua thứ trồng chung quanh nhà, rượu đế Gò Đen, thuốc rê Gò Vấp, v.v., và những món ăn như bún thịt cua đinh nấu cà ri, như nem chua và bánh phồng ngày Tết, gạo nanh chồn vùng Chợ Đào, v.v. Qua truyện kể của Võ Phước Hiếu, người đọc có thể "thấy" lại những ngành nghề nay không còn nữa như nghề đạo tỳ của nhân-vật Năm Đặng trong Chữ Nghĩa Một Thời, nghề trị quỷ trấn ma của ông Sáu Kiếm trong Con Quỷ Gò Bướm Quê Tôi, hay nghề bà mụ thô sơ thời xa xưa với bà Hai Đặng trong Như Nước Trong Nguồn. Và những thú vui hay cảnh sinh hoạt đã mất với thời gian như cảnh ăn Tết nhộn nhịp đầy ý nghĩa văn-hóa dân-tộc ở vùng quê, cảnh gánh hát ở các đình miếu xóm làng quê heo hút hay trong nhà lồng chợ những nơi thị tứ nhỏ, với những tài tử hát diễn một thời! Tác-giả còn kể chuyện những chuyến xe điện ở Sài-gòn và xe lửa Sài-Gòn-Mỹ Tho của ngày nào, những sinh hoạt và cảnh tượng nay đã mất dấu theo đà hiện đại hóa!

Võ Phước Hiếu thương nhớ những vùng đất cũ, rồi những kỷ niệm và bạn bè, người thân nay kẻ còn người mất. Thương nhớ theo cùng phẫn nộ trước khốn khổ của người dân quê, bất mãn trước lề lối cai trị tàn bạo và tham ô nhũng lạm của cán bộ cộng-sản. Thương nhớ biểu hiện theo từng hình ảnh, nhân-vật, mà lo âu, tiếc nuối cũng theo từng dòng chữ viết. Trong Nẻo Nhớ Tìm Về, nẻo nhớ là con đường tráng nhựa từ nhà lồng chợ Phú Lâm đến thị trấn Hiệp Hòa chạy ngang qua trường Sò Đo, thị xã Tân Phú Thượng, con đường thân mẫu tác-giả đã phải đi về khi dạy học ở Sò Đo. Con đường huyết mạch nhưng lởm chởm đá xanh và "ổ gà, ổ trâu, cả ổ voi tầy quầy ... úng nước lầy lội". Cứ vài tháng bà mới có thể về thăm nhà, bằng phương tiện xe thổ mộ, có khi tác-giả được đi theo, nhờ đó có dịp quan sát, nay ông nhớ tả lại cảnh sinh hoạt và lưu thông trên đoạn đường đó thật linh động và cảm động. Nỗi nhớ tha thiết với những đoạn văn đẹp, vừa hiện thực vừa trữ tình: *"Đoạn đường nhiêu khê trắc trở này, hầu như hoang vu, lâu lâu mới thấy một mái tranh lẻ loi nằm lạnh lùng sát bên cánh rừng chồi hay một thum lá nghèo nàn xơ xác với ánh đèn dầu mờ ảo, leo lét xa xa giữa màu đêm đen dầy mịt. Ếch nhái uềnh oang não nuột và bầy đom đốm lập loè như ma trơi bên những buội rậm sẫm tối, càng dấy lên trong lòng những người xiêu lạc, trôi nổi mưu sinh nơi xa sôi như mẹ tôi một nỗi buồn hoài hương thấm thía. (...) Trời đã tối khá lâu rồi. Cảnh vật hai bên vệ đường vắng hoe dễ sợ. Chỉ thấy xa xa từng chập, ở những gò hoang mênh mông bát ngát hay dọc theo những chéo đất bỏ phế, cỏ lác năn sậy mọc loạn xạ không quá gối, vài ngọn đèn chai soi cá, soi chim khúm núm. Ánh sáng le lói bập bùng như hồn ma bóng quế vui đùa trửng giỡn ở những truyện liêu trai rợn tóc gáy...".* Chuyện xảy ra khi tác-giả đã lớn hơn thời mẹ ông đưa ông đến trường lớp ông Thầy Huế và Hương sư Chương ở ngay trong làng Thanh Hà trong Ngày Ấy Qua Mau và Như Nước Trong Nguồn.

Cũng như một số tác-giả văn-học hải-ngoại khác, tính chất *tự truyện* khá trội bật trong các truyện của Võ Phước Hiếu. Có thể nói quá-khứ và kỷ niệm sống đã là nền tảng và bước khởi đi của văn thơ Võ Phước Hiếu. Ông khiêm tốn gọi đó là những "kỷ niệm giản đơn, bình thường", bình thường nhưng "không thể vứt bỏ đi được"; ông cho biết *"Bao nhiêu kỷ niệm xa xưa vẫn cứ lắng đọng, chìm sâu trong miền ký ức phức tạp, nhiều lúc tôi tưởng chừng như nó vĩnh viễn năm im trong quên lãng để chết rủ trong đó. Nào dè, thỉnh thoảng, nó lại cục cựa nhỏm dậy sáng trưng với đầy đủ cả những chi tiết và tình tiết buồn vui sướng khổ ngày nào, đôi lúc quá bất ngờ nhưng đầy ấp hấp dẫn cuốn lôi"*(Như Nước Trong Nguồn, tr. 151). Đó cũng là lý do nhiều nhân-vật và không gian được tác-giả nhiều lần sử dụng lại, đưa vào tác-phẩm.

Theo thiển ý, Võ Phước Hiếu viết với ý thức trách nhiệm đối với tổ quốc, dân tộc, và ý thức của nhà văn có vai trò đối với xã hội. Võ Phước Hiếu hình như không quan tâm đến chỗ đứng tương lai của ông như là nhà văn đó trong văn học sử, mà đúng hơn ông đóng góp cho lịch-sử dân tộc qua phương tiện văn-học. Ông không làm văn chương, không viết ra những câu văn thời thượng hay theo chủ thuyết hình thức này kia thường rỗng tuếch nội dung và vắng chiều sâu. Văn ông được diễn tả theo kiểu có sao nói vậy, nghĩ sao bộc tả vậy!

Võ Phước Hiếu tỏ ra ý thức sứ mạng văn chương của mình. Viết về quê-hương không phải để chỉ nhớ quê nhà, đụng đến quá-khứ không phải để tưởng tiếc thuần tình, mà ông còn dụng ý cho người đọc tìm biết tại sao ông đã đánh mất quê-hương đó, tại sao và vì ai mà có người phải bỏ chốn thân thương đó để ra đi,... Sống đời lưu xứ, những việc tưởng là tủn mủn, lẩm cẩm như sưu tập, nghiên cứu ca dao tục ngữ hay phương ngữ đều là những cách thế tích cực đóng góp cho dân-tộc hơn là thuần nhung nhớ quê-hương. Như nhân-vật thầy giáo Mạnh trong truyện Ông thầy giáo làng quê, hoàn cảnh bị đưa về vùng "xa xôi hun hút", làng Thanh Hà, đã sưu tầm văn-chương văn-hóa bình dân mà ông xem như là "ký ức tập thể của chòm xóm" với quan niệm đó là một thể cách *"sống đam mê là một hạnh phúc vô biên cương, vô giới hạn của một kiếp người"*.

Đề cao tình quê hương, tình yêu đất cũng như đề cao quá-khứ oai hùng, kiên cường của những con người đã làm nên mảnh đất đó, truyện của Võ Phước Hiếu đã ghi lại những hình ảnh xinh đẹp, tốt lành trước khi biến mất với thời gian và trước khi những con người cai trị thời sau 1975 đến áp bức, gây xáo trộn. Với một ý thức trân quí muốn giữ gìn truyền thống văn-hóa của đất nước, truyền thống với những giá trị văn-hóa địa phương và cả nước, đã ăn sâu vào tiềm thức và thể hiện qua sinh hoạt thường ngày. Qua tác-phẩm của Võ Phước Hiếu người đọc thấy thấp thoáng một thứ đạo đức phổ quát, nền tảng về đạo làm người, làm con dân đất nước, và một tâm tình đôn hậu, chân phương, cởi mở như là xương sống cho đặc-tính Nam-kỳ lục-tỉnh!

Như Võ Phước Hiếu đã có lần tâm sự *"cuộc đời lưu đày ray rức vẫn cứ ngăn ngắt gậm nhấm tâm hồn tôi"* (QCQMQM, tr. 110), tác-phẩm của ông được viết ra bộc phát từ trái tim mẫn-cảm, thương nhớ của mình, mà Võ Phước Hiếu đã đem đến cho người đồng hương và đồng bào lòng tin yêu vào cuộc đời, tin vào tính nhân bản dù ở vào hoàn cảnh nào cũng hãy còn đó. Ngoài ra, tác-phẩm của Võ Phước Hiếu còn làm phong phú thêm cho chữ nghĩa Việt Nam ở quê người và còn cung cấp thêm những chứng liệu lịch-sử, văn hóa về vùng đồng bằng sông Cửu Long, cho thấy những yếu tố đặc trưng riêng của vùng đất và con người nơi đây.

15-11-2010

Xuân Vũ

Tên thật Bùi Quang Triết, còn dùng bút hiệu khác: Lê Mỹ Hương, Tào Hũ Ki,...; ông sanh ngày 19-3-1930 tại Mõ Cày, Bến Tre và mất ngày 1-1-2004 tại San Antonio, TX là nơi ông sống lưu vong sau biến cố 30-4-1975.

Toàn bộ tác phẩm của ông từ trước 1975 đến nay, là cuộc đời từ kháng chiến đến chống Cộng, từ những ngày 15 tuổi gia nhập đoàn Thiếu nhi cứu quốc thời 1945, tập kết ra Bắc đầu năm 1955, đến 1965 trở lại miền Nam và năm 1968 ra hồi chánh, được chế độ VNCH trọng dụng, làm việc đến chức Phó giám đốc Trung Tâm Chiêu Hồi Trung Ương, và tiếp tục nghiệp cầm bút, cộng tác với nhật báo *Tiền Tuyến* và Đài Mẹ Việt Nam của Hoa Kỳ. Được giải thưởng Văn-học nghệ-thuật toàn quốc năm 1973 với tập 1 bộ *Đường Đi Không Đến*.

Phần chính tác phẩm của Xuân Vũ viết về kinh nghiệm kháng chiến và cộng sản Hà-Nội. Bộ *Đường Đi Không Đến* ("tức Vượt đường mòn Hồ Chí Minh" hay "hồi ký vượt Trường Sơn" khởi viết từ 1973 đến 1996 gồm năm tập. *Đường Đi Không Đến* viết về hành trình thiếu tổ chức đầy hiểm nguy và gian khổ và cả mất mạng mà các thanh niên miền Bắc bị đưa vào Nam, truyện đăng-từng-kỳ báo *Tiền Tuyến* năm 1969 trước khi xuất bản năm 1973. Quyển II *Xương Trắng Trường Sơn* viết xong mùa Hè 1974 và do nhà Nam Cường phát hành ngày 10-3-1975. Ra hải ngoại, ông viết lại các bản thảo đã mất "*những chương sau cùng của con đường oan nghiệt mà mỗi tấc đất đã phủ xương trắng nhuộm máu tươi của nửa triệu thanh niên Bắc Việt và cán bộ Miền Nam hồi kết*" (Lời giới thiệu của NXB), thêm *Mạng Người Lá Rụng* (III), *Đến Mà Không Đến* (IV, 1992) và *Đồng Bằng Gai Góc* (V, 1996, viết xong ngày 19-9-1993) – tất cả đều do nhà Xuân Thu ở Nam California xuất bản.

Qua toàn bộ tác-phẩm gồm 82 tác phẩm thuộc nhiều thể-loại, Xuân Vũ đã liên tục vẽ lại chân dung và *hành trình của những con người Nam-bộ chân thành yêu nước* bị lợi dụng tập kết, bị lừa và lợi dụng suốt hai cuộc chiến tranh 1945-54 rồi 1957-1975. Người đọc nhận chân những giả trá của Việt-cộng, những mưu mô, mánh khóe, những "đòn" chính trị, những tầm thường sát mặt đất bùn của những khuôn mặt "lớn"! Xuân Vũ tự thuật cuộc đời ông, cũng là của nhiều người, cho thấy hận thù của ông đối với tập đoàn lãnh tụ và chế độ cộng sản Hà-Nội. Những phản ứng, kình chống của những người bị lợi dụng này ở ngay giữa lòng Hà-Nội cũng là những phản ứng, kình địch với một thứ tâm địa và con người đất Bắc,.. *"Kỳ Cục là cảm giác đầu tiên của tôi đối với cộng sản"* (Lời Tựa, *Tự Vị Thế Kỷ*, 1990, tr. V.1). Lỡ tập kết ra Bắc, ông "trốn" chế độ, vào Nam để phải chứng kiến những tàn khốc của con đường mòn mang tên lãnh tụ miền Bắc, bộ *Đường Đi Không Đến* đã làm chứng cho những đày đọa có-một-không-hai này! Rồi chuyện trong bưng, chuyện chính trị, xã hội và cả tình ái những nhân vật của cục R.

Cuối *Đường Đi Không Đến*, Xuân Vũ viết:

"... Tiếng rên rỉ của anh lính gãy chân làm cho tôi chợt nhớ ra rằng mình đang nằm bên bờ một con suối lũ. Trời vẫn mưa. Nước đã dâng lên sát đít võng tôi. Gió hú trên những ngọn cây cao như bước đi của những đám cô hồn tìm chỗ nghỉ chân. Một nhánh cây thò vào trước đầu võng của tôi chập chờn như một mớ cỏ non nhún nhay. Nếu quả thật đó là mớ cỏ non thì đây chính là chiếc xe đã gãy đổ dọc đường.

Lạ thật những chuyện mới xảy ra hôm qua thì tôi cứ thấy nó mờ mịt xa xưa như hàng chục năm qua. Còn những việc cách đây mấy mươi năm thì tôi lại cứ tưởng như mới xảy ra ngày hôm qua.

Tôi cũng không muốn phân biệt cái đã qua và cái hiện tại. Mà tôi cũng không dám nghĩ tới ngày mai. Ngày mai của tôi ư? Trên đường Trường Sơn này hay ở đâu mà con đường này dẫn đến, dù trái đất có xoay, dù trời mưa hay trời nắng thì cái ngày mai đó cũng là sự lặp lại của ngày nay và của ngày hôm qua. Tôi nghếch đầu lên mép võng, giương mắt cố nhìn ra ngoài. Trời mưa đen đặc thấy gì đâu!

Ôi chao, con đường với những chặng đường... Ở phía sau lưng tôi, cái mộ bia của anh binh sĩ bên cạnh hai bàn chân thòi ra mô đất và cái bộ xương trong hốc đá lẫn lộn tới chiếc xe chổng gọng với hai bánh quay tít và bốn vó con ngựa chòi đạp trong không khí. Còn phía trước mặt tôi thì chỉ là... Và....".

Với *Xương Trắng Trường Sơn*, trong Mấy Dòng Tâm Tư, tác giả cho biết: *"Tôi đi theo kháng chiến rồi tập kết ra Bắc. Đúng hai mươi năm thì tôi trở về làng cũ (1945 – 1965). Lão già đánh xe ngựa đã chết từ lâu. Con cháu của lão không thể nối nghiệp lão vì con đường đầy ổ gà ngày trước nay đã trở thành đường tráng nhựa. Xe hơi xe lam xe gắn máy chạy vun vút xuôi ngược suốt ngày, cho nên bóng dáng chiếc xe ngựa đã biến hút đi từ lâu. Cái chợ làng tôi đã trở thành quận ly với đèn điện với ăng-ten tivi tua tủa trên các dãy phố, không còn ai ngờ rằng đây là nơi bùn lầy nước đọng ngày xưa, nơi ông Chủ nhiệm Việt Minh đăng đàn diễn thuyết, tay lần chuỗi tay chống trời. Nhiều người gánh nước mướn, những chú chệt bán kẹo đục nay trở thành chủ tiệm. Trong đám học trò đã từng nhóc mỏ cá kèo nghe diễn thuyết với tôi, nay không ít đứa làm nền sự nghiệp, có đứa là triệu phú!*

Khi đi trên đường Trường Sơn, có những đêm mưa tôi nằm ôn lại chuyện xưa. Tôi có nhớ đến quả núi tro ở quê tôi rắc đầy xương của những người lính pạc-ti-dăng. Một ý nghĩ đã chợt đến với tôi: Cái quả núi tro ấy chính là hình ảnh của Trường Sơn thu nhỏ lại. Còn lũ chúng tôi và hàng chục vạn quân binh miền Bắc – trên đường Trường Sơn này chỉ là những bộ xương biết đi – thì chẳng khác nào... Số phận của những kẻ mang quân đi đánh nước người rồi ra có khác gì nhau?" (bản Xuân Thu 1989, tr. 10, 12).

Các tập tiếp nối, chuyện dài nhiều tình tiết gây cấn, bất ngờ và đây đó những cảm xúc, quan sát tinh tế.

Đến Mà Không Đến viết về những nhân-vật chính-trị (và đảo chánh) và văn-nghệ miền Nam (như Phan Lạc Tuyên, Thủy Thủ TTTN, Trần Hữu Trang, Lưu Hữu Phước, Quách Vũ, Vũ Anh Khanh,...) theo Việt-cộng vô bưng đã bị sử-dụng và lợi dụng ra sao, thân phận của tác-giả và gia-đình, v.v. [Thay Lời Tựa là trích Hồi ký của Phạm Thành Tài "Cộng-sản Hà-Nội truy nã một nhà văn: Xuân Vũ"].

Về chuyện "tập kết", qua thân phận của nhà thơ Tư Mô, Xuân Vũ viết: *"Tập kết là một chánh sách mọi rợ và ngu xuẩn. Nó được Sơn*

Nam phê phán như sau: "Một đám đi, một đám ở lại bị đám đi trói quăng vô chuồng cọp." Cái chánh sách này đã phá nát hằng triệu gia đình cán bộ và quân đội kháng chiến chống Pháp. Theo anh Tư thì sau 54, cán bộ cũ của Bến Tre bị "xúc" sạch vì tên tỉnh ủy viên thường vụ ra đầu thú và chỉ điểm. Hắn tên Tuất. Đồng bào gọi là thằng chó..." (tr. 81)

Trích đoạn nói về sinh hoạt trong bưng biền:

"Năm Hứa, một anh chàng tóc tai vén khéo, râu ria cạo sát lẻm, áo thung ba lỗ. Theo Lê Xí cho biết anh ta là kiểm soát viên của đường dây. Anh ta nằm ì tại đây rồi lấy tình hình từ các trạm mà báo cáo về R. Nhân việc nhàn rỗi, y câu cá chạch lấu bán cho cán bộ với giá tương đối thông cảm tình đồng chí. Cán bộ từ R đi xuống thì khoái chất tươi nên bi nhiêu bi cũng mua nhậu tẩm bổ. Năm Hứa không dám bán vì đã chịu miệng rồi. Bọn tôi cứ loay hoay chưa biết cách nào nẫng một nàng chạch về làm tiệc. Ba đứa mà xơi tái một nàng thì vừa phải, không nhiều mà cũng không ít. Miếng ăn thấy đó mà không xực được. Bạn đã từng đói, thèm đủ thứ như tôi thì bạn mới có thể hiểu được nỗi bực dọc trong lúc này.

Tư Mô nhỏ nhẹ với chủ cá:

– Đồng chí thông cảm cho! Anh em cũng gian khổ như nhau mà. Nếu các đồng chí ấy nói gì, tôi chịu trách nhiệm cho.

– Không được đâu. Mấy chả dặn kỹ lắm. Tôi đã cho các chả coi cá và ngã giá chắc rồi.

Lê Xí vọt miệng:

– Nói nó lóc ra mất một con!

– Hà hà... Năm Hứa lưỡng lự một chốc rồi nhìn mặt nước nói: – Nước đang những ròng, cá ăn mạnh, tôi bỏ một lúc ba lưỡi đằng kia, để tôi đi thăm. Chừng nào không dính sẽ cho cá bò...

Ba đứa tôi ngồi chồm hổm trong lều. Tư Mô quấn thuốc hút. Lê Xí cào cào mớ tóc ngắn như tìm kế.

Tư Mô gợi ý:

– Mình cà ri một nửa nhậu, kho lạt một nửa để ăn cơm!

– Lấy gì mà cà ri?

- Tôi có thủ một mớ gia vị. Hồi ở trên R, mỗi lần mua ngũ vị và nghệ để ướp thịt nai, còn dư lại tôi đều thủ kỹ.

Tôi nói: - Cá chạch nấu chua là tuyệt sắc. Sẵn ở đây có bần chín rụng thiếu gì.

Đang còn bàn tính mơ-nuy thì một phái đoàn quân sự toàn mang giò heo đi tới. Tôi kêu lên ngay:

- Ê Trung!

- Ai đó?

- Tui nè.

- À, à nhà báo văn nghệ hả?" (tr. 262-263)

Đồng Bằng Gai Góc cho biết hành vi, mưu lược của các nhân-vật MTGPMN và thực chất con người, quyền hành họ trong tay đàn anh Cộng-sản Hà-Nội! Xuân Vũ về thăm nhà để nhận chân sai lầm lớn nhất đời ông: *"Khi tôi về đến nhà gặp ngoại tôi thì tôi mới thấy bộ mặt thật của đảng, hi sinh dân Nam Kỳ đến người cuối cùng để thống trị họ. Riêng tôi, tôi cảm thấy mình ngu. Cái ngu của một thằng học trò ba chớp ba nháng đang đi học lại bỏ trường để nhào theo Việt Minh hát Tiến Quân Ca. Nhưng không phải một mình tôi mà toàn dân Nam Kỳ quốc. Bây giờ, 1993, thì tất cả nam phụ lão ấu xứ Nam Kỳ đều thấy rõ điều đó rồi. Đã muộn! Dọc đường Trường Sơn và khi về R, tôi thường mở đài Sàigòn. Thỉnh thoảng nghe tên những thằng bạn học. Chúng đang làm Tổng Giám Đốc, Giám Đốc, Kỹ Sư, có thằng làm tướng. Mẹ kiếp, còn mình đi theo Việt Minh hai mươi năm chỉ được cái danh hiệu tên ăn trộm, chui luồn ngõ hẹp.*

Tôi nhìn ngoại tôi mà hết biết nói năng gì. Ngoại đứng cho vịt ăn ở bên mái chòi lụp sụp chỉ xô một cái là đổ ngang. Ngoại nhìn tôi. Ngoại nhìn ông cán lạ mặt mang súng ngắn một giây rồi hỏi:

- Cậu là ai?

- Dạ, cháu là...

Tôi bật lên tiếng khóc và chạy tới ôm lấy ngoại, không nói nên lời. Ngoại tôi vẫn ngạc nhiên không hiểu.

- Con là thằng Triết nè ngoại?

- Ủa, con đó hả Triết?

Ngoại tôi cũng khóc theo và buông xụi vừa lúa xuống đất Tôi đi thẳng vào chòi. Trời đất! Sao chiếc bàn thờ bằng gỗ trắc lại đặt ở trong chòi vịt. Chiếc bàn thờ chạm trổ. Thuở nhỏ tôi với tay nhón gót mới lấy được bánh trái cúng trên đó bây giờ sao lại dời xuống đây? Còn nhà cửa đâu?

Ngoại tôi chậm chạp đi vào mắt cứ nhìn tôi trân trân như chưa tin tôi đã về tới nhà. Ngoại quệt mắt:

- Nếu ngoại biết con ở đâu thì ngoại đã đi tìm rồi. Hai chục năm nay ngoại có biết con ở đâu?

Chia ly, nước mắt. Sum họp, cũng nước mắt. Cả hai dòng nước mắt đều đắng cay, hờn tủi. Ngôi nhà ngói xưa năm căn rộng và một ngôi nhà dài dính liền hình chữ Đinh đủ sức chứa hai trăm người đã biến mất. Ngày xưa khi cái gọi là Cách Mạng Tháng Tám vừa nổi lên, đây là nơi đóng quân, đóng cơ quan liên tục. Lúa trong bồ xúc ra tha hồ ăn, nước mưa tha hồ uống, trái cây ngoài vườn tha hồ hái. Trần Văn Trà, Đồng Văn Cống nào có lạ gì ngôi nhà này.

Tất cả, bây giờ chỉ còn lại cái chòi vịt, một chiếc bàn thờ ba chân và một mình ngoại. Tôi nhìn lên thấy hình cậu tôi, người cậu thứ Tám tôi yêu quí nhất, chỉ lớn hơn tôi năm, sáu tuổi, tôi coi như một người bạn thuở ấu thơ..." (tr. 7-9).

Như vậy, "đường đi đã đến" như tựa của chương cuối *Đồng Bằng Gai Góc*. Năm 1968, Xuân Vũ về hồi chánh, được chính quyền miền Nam chào đón. Khi trình diện Bộ Chiêu hồi, ông được thoải mái viết lại bộ hồi ký: "... *Tôi bắt đầu viết "Đường Đi Không Đến ", ngồi viết như trong mơ. Vừa qua cơn hoảng hốt, vượt chết, hoàn hồn. 1968-1993. Một phần tư thế kỷ qua tôi viết xong bộ hồi ký của tôi để cống hiến cho bà con. Đây là quyển chót. Viết ở Hoa Kỳ.*

Biết bao gian lao chết chóc biết bao dằn vặt suy tư. Và cuối cùng tôi đã quyết định. Nếu chần chờ thì mất cơ hội, bây giờ chưa biết tôi ra sao? Chết? Tuyệt tự? Bất mãn? Chửi bới Cộng Sản trong cái lồng sắt của chúng? Và bị tù, bị cấm viết? Không biết cái nào!

Tôi đã làm một việc táo bạo nhưng đúng đắn hoàn toàn: Dù mang nỗi hận lưu vong mất nước tôi vẫn không ân hận. Ngược lại nếu tôi còn ở với Cộng Sản thì giờ này tôi ân hận vô cùng, và tự trách mình hèn nhất.

Hai mươi lăm năm trước tôi khởi đầu bộ hồi ký bằng cái tên "Đường Đi Không Đến". Bây giờ tôi kết thúc nó bằng đoạn "Đường Đi Đã Đến". Đến thật rồi. Vì đã đám đi" (tr. 384)

Kế tiếp là bộ 5 tập *2000 Ngày Đêm Trấn Thủ Củ Chi* viết theo ký ức của Dương Đình Lôi, gồm 2250 trang. Các tác giả nói lên sự thực về những huyền thoại bi hài mà Việt cộng đã thêu dệt, tuyên truyền lừa dối như "Củ Chi Đất Thép Thành Đồng", "địa đạo Củ Chi dài cả gần 200 dặm sâu dưới lòng đất" - "hầm bí mật chỉ là cái hang ếch chứ không phải địa đạo và không có hầm bí mật nào ăn thông ra địa đạo cả", với những "ông" tướng Ba Đình, "ông" thiếu tá sọc dưa Năm Thuận, ông chính ủy quân khu Võ Văn Kiệt tức đồng chí Sáu Dân hành cử dâm ô sàm sỡ đã cưỡng hiếp một cô liên lạc viên xinh đẹp nội thành. Chỉ là nơi trú ẩn đường cùng, đầy hiểm nguy, sợ pháo kích, ném bom thường trực, cho nên "các bà Năm Dang, Hai Xót, khu ủy, quận ủy mới ra tá túc ở ấp chiến lược để "chạy lan" như chuột mất hang...".

Bộ *Văn Nghệ Sĩ Miền Bắc Như Tôi Biết*, đã in 3 tập từ 1991 đến 1998 là những chân dung trí thức, văn nghệ sĩ lồng tình cảm, ứng xử của con người Nam-bộ Xuân Vũ. Ký sự *Những Bậc Thầy Của Tôi* được THXBMĐ xuất-bản năm 1998 - trong bức thư riêng gửi nhà xuất bản, tác giả viết: *"Cuốn sách này coi như là "trạm nghỉ chân" cuối cùng, nghỉ xong rồi ngủ luôn không đi đâu nữa hết".*

Cùng chủ đề còn có các tập bút ký và tiểu thuyết: *Cách Mạng Tháng 8 Cha Đẻ Còng Số 8* (1997), *Nửa Thế Kỷ Phạm Duy* (1994, khởi viết từ 1979), *Những mẩu chuyện về hoạt động của ông Phó chủ tịch Hội ve chai* (3 tập, 2000-2001), *Bùn Đỏ, Rừng Sát* (2003),... và các tập truyện ngắn *Khúc Ruột Người Nam* (Quang Phục, 1986), *Thiên Đàng Treo Đứt Dây* (1990), *Thiên Đàng Treo* (1993), *Ông Lão Thổi Bong Bóng* (1991), *Con Người Vốn Quí Nhất* (1989), *Tự-Vị Thế Kỷ* (1990), *Tôm Hùm Huýt Sáo* (2002, chỉ mới xong tập 1).

*

Loại thứ hai gồm bút ký và truyện viết về miệt vườn, chuyện dài đồng quê Nam-kỳ và xã hội thời thanh bình cũng như thời chiến và hậu chiến: *Trăng Kia Chưa Xế* (1991), *Vàng Mơ Bông Lúa* (1991), *Những Độ Gà Nòi* (1992), *Xóm Cái Bần* (1993), *Tấm Lụa Đào* (1995), *Quê*

Hương Yêu Dấu (1995), *Cô Ba Trà* (1996), *Sông Nước Hậu Giang* (1995), *Buồng Cau Trổ Ngược* (1997), *Dấu Chân Xuôi Ngược* (5 tập, 1998), *Đứa bé đi tìm cha qua các trại cải tạo Cộng Sản* (2000), *Quê Nội, Quê Ngoại* (2004), *Quê Hương Mờ Trong Khói Súng* (2004), *Bến Tre Xanh Thắm Bóng Dừa* (Làng Văn, 2004), v.v.

Trong khi các tập *Ngọc Vùi* (1997), *Hột Xoàn Là Của Trời Cho*, tập 5 của bộ *Dấu Chân Xuôi Ngược*, *Đỏ và Vàng* (1990),... là chuyện vượt biên, lưu vong và người Việt ở hải ngoại. Ngoài ra năm 1999, ông đã xuất bản truyện do chính ông bằng tiếng Anh, *The Survivor* như một tiếp tục sứ mạng với độc giả người Mỹ – tức tiểu thuyết *Kẻ Sống Sót* (Văn Khoa, 1989) chuyện của một người phi công Hoa-Kỳ bị bắt và giam cầm trong một cái cũi và bị hành hạ như một con thú với những nét hiện thực của cuộc chiến tranh tàn bạo, lòng người dạ thú.

Chuyện Chuồng Trâu Thân Mến trong *Quê Nội, Quê Ngoại* đưa tác giả và người đọc trở về một thời quá vãng: *"Cái chuồng trâu của ông nội Trí đối với Trí là một nơi nghỉ mát thú vị, một cái thiên-thơ-lầu, một nơi vui đùa suốt tuổi thơ.*

Đó là một cái nhà không nhỏ không có vách phên gì hết, bốn bên trống lổng trống lơ nhưng nó có hai tầng. "Tầng lầu" để dành cho các thứ thập vật kể không xiết. Bung, nò cũ, bồ cào, mõ xãi, trang, những khúc cây dẹp, tròn ngắn dài lớn nhỏ, lờ, lọp, nôm cũ, lưới rách, cần câu. Nghĩa là những thứ hết dùng, được cho lên đó hưu trí vĩnh viễn hoặc những thứ cho nghỉ mùa khô, vào mùa nước lấy xuống xài, hoặc mùa nước gác lên mùa khô lấy xuống xài. Cái nóc chuồng trâu là cả một trời phức tạp. Chen giữa sự phức tạp đó là cái "ván kéo mạ"- Bạn ở Hậu Giang hay Tiền Giang hẳn chưa quên cái nông cụ đơn sơ này. Đó là mấy tấm ván kết lại với nhau, đầu ván hơi huớt lên như mũi hia.

Mùa nước, cái ván kéo mạ được bỏ ngâm ngoài ruộng, không mấy khi nó được nghỉ ngơi trong nhà. Hễ chủ ruộng cần đem mạ phân phối ra khắp đồng thì có nó tới. Người ta chất lên ván hằng trăm bó mạ, cho trâu kéo đi. Một người đứng trên ván, cứ ném từng bó xuống ruộng, chốc nữa đàn bà cấy sẽ đến mở ra tét từng tép cặm xuống đất. Nhưng xong mùa cấy thì nó lại thất nghiệp hoàn toàn. Đem nó vào nhà chỗ đâu mà để nên gác nó lên nóc chuồng trâu làm gác ngủ rất khoái. Chỉ cần hai sợi niệc trâu treo nó lên nóc nhà là thành lầu hai của chú chăn trâu. Trí là chú chăn trâu ngủ trên căn nhà lầu ấy. (...)

Chăn trâu không phải chỉ có chăn trâu cầm cành tre và hưởng quạt hầu, mà trời còn cho lắm thứ nữa. Mùa khô: bắt dế, làm hầm bắt cá, tát đìa, câu cá, bắn chim, rập chim, gài cò, nắn trâu bằng đất sét, nằm trên lưng trâu đọc truyện, v.v.

Trò chơi đẻ ra trò chơi. Không khi nào ngày mới chơi trò cũ. Những món này Trí thường kết bạn với đám thằng Tư Cồ thằng Hành thằng Hẹ thì mới vui. Con nít là phải đi rong. Học trò có "bộ giò ăn cướp" không đi rong thì để làm gì? Sau cái đêm coi thầy Tư trị bịnh, Trí mới sáng mắt thêm rằng những ông tướng rất dễ tạo. Vậy mà lâu nay Trí cứ tưởng thiệt. Cóc mà trở nên thần thánh, ai có thể ngờ mà không tin? Đời không có bao nhiêu chuyện bất ngờ. Vỏ tướng mà lại ruột cóc. Ruột cóc mà vỏ tướng. Cóc mặc áo tướng, thế gian này chỉ có thầy Tư mới nghĩ ra và làm được chuyện đó thôi. Thầy Tư đã phỏng theo truyện Tây Du, cái trứng đá nở ra ông Tề chăng? Tội nghiệp cóc không biết uống rượu mà phải nốc rượu. Tội nghiệp cho ông tướng bị moi ruột gan để dồn cóc vào mà không nói được. Thế mới đau cho ai mà sướng cho ai! Tội nghiệp không biết cái đầu của Đồng An có cần một cái niền tray không. Nếu mà ông ta "thăng" kiểu đó một phát nữa chắc cái sọ dừa bể hai trên ván gỗ. Bum! Cái tiếng đó còn vang trong đầu Trí. Đồng An giơ tay vỏ lia. Trí bật cười ngang.

- Cười gì vậy ta?

Trí ngó lên thì thấy thằng Tư Cồ:

- Mày đi đâu đó thằng quỉ?

- Đi tìm mày đây chớ đi đâu.

Không đợi Trí hỏi, Tư Cồ nói ngay:

- Đi câu không?

- Câu gì?

- Con gì ăn thì câu chớ biết câu gì bây giờ! Lóc, trê, rô, thác lác, cá chạch, lươn lịch, ếch nhái, chằng hiu, chàng bè, vịt nước, cúm núm, cò đĩa, cò ngà....! Đi không?

- Cái thằng! Miệng mày như cái ống nhổ!

Nói vậy nhưng Trí vẫn chạy về lấy cần câu đi theo thằng Cồ.

- Lưỡi gì đó?

- Câu rô!

Trí đưa cho nó coi. Nó như nhà bác học thứ gì nó cũng biết. Nó xem qua lưỡi câu rồi nói:

- Để tao chữa cho.

Nó dựng cây cần của nó vô bụi rồi ngồi xuống đất, tháo lưỡi câu của Trí ra, đưa vô miệng cắn nhẹ, xong tóm lại đầu nhợ và bảo:

- Lưỡi câu mày uốn giọng hơi rộng, cá rô miệng nhỏ, giật trớt hết không có dính được!

Trí chẳng biết đấy là đâu, nhưng vẫn tin là đúng nên cứ để nó làm sao thì làm. Bỗng nó hỏi:

- Ở trường lúc này vui không mậy?

- Thì cũng vậy thôi.

- Mấy con nhỏ "phòn" đó còn ghét tao hết?

- Ghét gì mà ghét?

- Tao làm xe lửa đụ...ụng tụi nó, nó ghét, nó mét thầy tao bị đòn mày không nhớ sao.

- Tao không biết!

Rồi Trí kể cho nó nghe vụ Thiên-linh-cái, và thuật luôn lời chú Năm cho nó nghe.

Thằng Tư Cồ cười ầm lên:

- Thì có khác gì ba cái ông tướng của thầy Tư. Trời ơi! Cái bồ cóc của ổng bắt đem xào ăn một bữa chắc đã lắm!

Vừa đi vừa nói lải nhải, hai đứa đã tới một miệng đìa. Trí đòi dừng lại câu, nhưng Tư Cồ xua tay:

- Cá đìa này còn hôi miệng, câu không ăn đâu.

- Sao hôi miệng.

- Thằng cha Tám Thuộc sứt môi, mày biết không? Nó vừa bỏ thuốc cá bị ông Nhì chủ đìa bắt được, ổng đánh cho một trận la làng chõi trời đất. Cá nó hoảng hồn đi hết rồi.

- Hoảng hồn thì sao lại hôi miệng?

- Hôi miệng là tại ba cái lá thuốc cá đó. Ba năm nữa đìa này cũng chưa có cá ở. Nhưng mình ghé lại đây chọc mấy ổ kiến vàng bắt nhộng; làm mồi câu. Tao có tép đây, nhưng còn tươi, để mai cho nó ươn, thúi thúi câu mới nhạy. Bây giờ mình xài nhộng kiến vàng điệu hơn.

Nói rồi nó cuộn nhợ xe tròn quanh cần câu rồi dùng nó làm sào thọc ổ kiến ngay trên đầu. Nhộng trắng tinh rơi lả tả xuống đất.

- Lượm mau đi mậy! Tư Cồ hối. - Mày chậm tay kiến nó tha đi hết! Con của nó mà.

Trí lượm nhộng bò vô gáo dừa, trong lúc Tư Cồ cứ đi quanh bờ đìa chọc ổ kiến. Nhặt mồi xong hai đứa lại đi. Tư Cồ gióng hướng một chút rồi bảo:

- Mặt trời mọc mình phải câu cái đìa kia cà.

- Tại sao không câu đìa này?

- Đìa này để trưa mình trở lại có bóng mát, mình vừa bắn chim vừa câu luôn. Bây giờ mặt trời chưa rọi tới đây, cá còn ngủ chớ chưa thức dậy đâu! Còn ngủ mà ăn cái gì được. Kỳ này tao đem cá rô về nấu kiểu mới ăn chơi.

- Kiểu gì?

- Dượng Chín tao mới đi Cà Mau về bảo là ở dưới đó, người ta bắt hôi cũng có nhiều cá hơn chủ đìa trên mình. Dưỡng đi xuống đó bắt hôi mãn mùa làm được hai mái rưỡi mắm, chẳng hơn chủ đìa trên mình hay sao? Mùa tới dưỡng bảo tao đi với dưỡng. Tía tao chịu miệng với dưỡng cho tao đi rồi. Ở dưới đó người ta đâu có ăn cá như mình vầy. Như cá rô họ không có đánh vảy. Cứ để nguyên bỏ vô chảo mỡ chiên cho vàng rồi vớt ra ăn. Còn canh chua người ta không ăn cá, chỉ húp nước với ăn rau không hè. Lại còn ruột cá nữa. Ăn ba bộ đồ lòng là chảy re. Tao nghe tao nôn muốn đi liền. Mày có đi không?

- Thôi mày ơi! Cá đìa của ông Nội tao thiếu gì mà phải đi vô tới trỏng.

- Ờ phải, mày có đìa, chớ tao có giống gì?

Đến nơi câu thằng Tư Cồ càng tỏ ra rành hơn.

Nó vén rau mát thành một vùng trống rồi đeo nhánh cây, thọc chân xuống quậy đùng đùng, nước bùn nổi lên đen kịt. Trí hỏi:

- Mày làm gì vậy?

- Làm vùng câu cá trê.

- Câu cá trê sao phải làm vậy?

- Ai biết đâu, tao thấy mấy chả làm kiểu này, bỏ câu xuống một chút là lôi lên một trự vàng nghinh. Mày không biết cá trê vàng là loại khó câu hết thảy.

Nói xong nó ngắt một khúc rau mát buộc vào nhợ câu làm phao rồi bắt con trùn móc vào lưỡi câu ném xuống, nó cắt nghĩa:

- Cá trê thì phải mồi trùn. Mồi nhộng không dính.

- Sao vậy!

- Thấy vậy thì hay vậy, chớ ai biết đâu nà! Đi câu mày phải có đủ thứ mồi, gặp thứ nào dùng thứ nấy. Đây nè, mày coi trong giỏ tao, chàng hiu dùng câu nhấp, bông bụp để nhử ếch... Trời, gặp một con ếch bà thì kể như đủ vốn!

Nói xong nó lội quanh bờ đìa lom khom vạch bụi tìm hang ếch và dặn Trí:

- Coi chừng, hễ phao nhúc nhích thì chờ cho nó thụt mất một hồi đó là cá nuốt lưỡi câu rồi, mày cứ việc lôi lên là dính chớ nó mới vừa nhúc nhích mà mày giật thì trớt lớt hoặc chỉ dính mép thôi, mày lôi lên nửa chừng nó dãy sút mất! Hễ sẩy một con thì cả đìa không ăn nữa.

- Sao vậyl

- Cá nó cũng khôn chớ. Nó chết hụt nó đi nói um lên cho mấy con kia nghe.

- Nó biết nói sao mậy?

- Biết chớ!

- Nó nói ra sao?

- Nó nói như mày nói vậy đó!... Bỗng thằng Tư la lên - Gặp rồi!
- Gặp gì?

- Hang lươn. Mẹ bà! Tao không có đem đồ nghề câu lươn

theo...".

Hoài niệm và nỗi nhớ ở Xuân Vũ lùi xa nhất, thời miền Nam hãy còn là đất thuộc địa Pháp - thuở thanh xuân của tác giả! Và những nơi chốn từng có dấu chân ông nhơ Bến Tre, Mỹ Tho. Mỹ Tho với ông là nơi ông *"từng ăn những ổ bánh mì ba-tê gan tuyệt trần, đến nay tôi vẫn chưa tìm thấy ở đâu ngoài Mỹ Tho thành phố nguy nga của tuổi học trò tôi, nơi tôi nghe Trần Văn Trạch hát những bản nhạc tình đầu tiên, nơi tôi biết "hôm nay lạnh mặt trời đi ngủ sớm" của Xuân Diệu..."* ("Tựa". *Đỏ Và Vàng*, tr. 10).

Trong *Bến Tre Xanh Thắm Bóng Dừa*, một trong những tác phẩm cuối cùng, Xuân Vũ tâm sự: *"Chúng ta rời bỏ quê hương đã hơn một phần tư thế kỷ nhưng hình ảnh cây dừa bụi chuối có bao giờ phai nhạt trong tâm tưởng chúng ta. Nơi đó ông cha chúng ta đã đổ máu chống xâm lăng và đổ mồ hôi cho cây lúa. Những tên ấp tên xóm tên làng hay tên cả nước có đổi thay qua bao nhiêu tang thương biến cuộc, nhưng ấp đó làng đó nước đó xưa nay vẫn là một. Đất vẫn nâu, nước vẫn ngọt và cây xanh muôn thuở như tấm lòng của người Việt Nam đối với quê hương.*

Bạn hãy nhớ lại xóm làng nơi bạn sinh ra và lớn lên, dù là đất đai trù phú hay xóm thôn xơ xác thì tình yêu vẫn cứ đậm đà như nhau. (...) Bất cứ cái gì cũng hai hoặc nhiều hơn hai, nhưng quê hương chỉ một. Dù giàu dù nghèo, dù trẻ dù già, dù sống trong hay ngoài nước; tất cả người Việt-Nam đứng trước quê hương đều ngang nhau vì tất cả đều có chung một quê hương. Không ai được quyền xưng là chủ riêng của Việt-Nam. Tất cả mọi người Việt-Nam là chủ đất nước Việt-Nam..." (tr. 317, 319).

*

Có những điểm đặc-biệt khi theo dõi toàn bộ các tác-phẩm của ông dù thuộc thể-loại nào, đó là tất cả nội-dung đều có liên hệ biến cố lịch-sử, tình tiết, nhân sự với những dây dưa, rễ má, bước đầu và hậu quả về sau, v.v., nếu không trong cùng tác-phẩm, bộ sách, thì ở các tác-phẩm sau, khác, khiến người đọc chuyên chú sẽ có được những *bức tranh toàn diện* về một chính-thể, cơ cấu, phe nhóm.

Xuân Vũ có trí nhớ, có văn tài; cộng với cái duyên con người Nam-bộ kể chuyện đa dạng, với ngôn ngữ hồn nhiên (pha tiếng Pháp của con người thời đại ông), khi tròn trịa, khi dài dòng "cà khịa", khi lý luận cho ra lẽ, vì việc nước, việc dân! Văn Xuân Vũ ghi lại trung thành tiếng nói người miền Nam trong từng hoàn cảnh, tâm tình. Nhờ sống nhiều năm tập kết ngoài Bắc nên chữ dùng và lời đối thoại người miền Bắc cũng được ông chăm sóc đúng văn cảnh và tình huống như truyện trong tập *Thiên Đàng Treo.*

Viết đối với Xuân Vũ *"là một việc khó khăn, cao quý, gian khổ và đau khổ, - lắm khi còn đầy đe dọa. Nhưng nếu chết đi mà còn được tái sinh theo thuyết luân hồi của nhà Phật, thì tôi xin được tiếp tục cầm bút để viết nốt những gì còn bỏ dở ở kiếp này. Ôi, cây bút gầy gò nhỏ bé! Nhưng nếu không có nó thì loài người chỉ là một lũ người câm"* như ông đã viết trong giới thiệu của tác giả ở đầu tập 3 *Văn Nghệ Sĩ Miền Bắc Như Tôi Biết* (1998).

12-2011

Xuyên Trà và Ngọn Lửa Tình

Tên thật Nguyễn Ninh (27-1-1942, Xuyên Trà, Duy Xuyên, Quảng Nam). Cựu sĩ quan VNCH khóa 20 Bộ binh Thủ Đức. Sau biến cố 30-4-1975, cấp bậc thiếu tá, bị tập trung 'cải tạo' 12 năm và sang Hoa-Kỳ năm 1991, cư ngụ tại bang Georgia. Khởi viết từ thập niên 1960 nhưng khi ra hải-ngoại chuyên về thơ và đã xuất-bản: *Ngọt, Đau Nỗi Nhớ* (2000), *Thêm-Một Đóa Hồ Nghi* (Los Angeles CA: Sông Thu, 2004), *Biển Đã Xanh Dâu* (2009), *Tâm Khúc* (tuyển tập, Sông Thu, 2012) và *Đừng Hỏi Tình Ngọn Lửa Cháy Từ Đâu* (Sông Thu, 2019).

*

Từ khi xuất hiện trên thi-đàn hải-ngoại, Xuyên Trà tuổi đời đã chín, đã kinh qua bao nỗi tình, nỗi đời, có thể vì vậy mà thơ ông đặc-biệt mang thi-tính của kinh-qua, nặng tâm thức và triết lý Đông-phương cùng thân phận con người Việt-Nam sau một cuộc chiến tương tàn. Thơ của sống sót, của người khi chưa già đã chấp nhận cõi nhân sinh còn lại.

Ở Xuyên Trà cốt lõi là Tình và thi-cảm tính Phật. Thơ ông đến với chúng tôi lần đầu thật bất ngờ: trên tạp-chí *Văn Học* số 192 (4-2002), bài Lời Cuối Cho Người đã làm bàng hoàng người đọc - nhà thơ đã can đảm lấy cái chết làm đề tài. Di chúc sớm cho người cùng thời mà như cho người sau, vì với những kẻ vì hoàn cảnh phải ra đi hoặc sống sót trở về từ những trại "cải tạo" sau 1975, thì cái chết không còn là nỗi hãi sợ lớn, dù có khi cái chết trở thành nỗi ám ảnh biết là đang chờ đợi!

Với Xuyên Trà, thi-ca được trân trọng như cái thường hằng và vĩnh cữu, như sự sống, và nhà thơ như luôn trung thành cùng Nàng

Thơ. Hay vì nhà thơ yêu con chữ tính thơ hoặc làm cho con chữ đó thành thơ, và ông luôn đi tìm, luôn đợi chờ. Và người yêu thơ Xuyên Trà cũng vậy! Nay, *Đừng Hỏi Tình Ngọn Lửa Cháy Từ Đâu* đến với người thưởng thức thơ, với những bài ca tụng tình, ca tụng đời và người – ngay những dòng mở đã báo tin: **"Gần gũi quá / Có khi tình bỏ lỡ / Ta muốn đi / Để có lúc / Thật xa / Về... "**.

Những thi-bản rất riêng Xuyên Trà, nếu không là da diết tình thì cũng thênh thang phóng dật, mở ra, cho những nụ cười thấp thoáng hiện cạnh vài tiếc nuối, "phải chi"!

"Kìa em, lửa cắn trên thân củi
Mới hiểu âm thầm một nỗi đau
Bèo mây còn dạt trôi muôn kiếp
Sao cõi vô thường lại có nhau

Núi không ngăn bước đường đi tới
Mà sợi tơ lòng lại chắn ngang
Xuân khai từ độ tâm vô lượng
Lệ chảy thêm xanh những lỡ làng... " (Giọt Lệ)

Hay "hình như":

"Sao anh không là dòng sông
Đưa em về tới bến
Giọt lệ chảy nghẽn dòng sinh mệnh
Có nỗi buồn theo nước trôi xuôi

Sao anh không là hàng cây
Trên đường xưa rực nắng
Em vô tội mộng mơ thời áo trắng
Không lẽ tình góa bụa giữa nhân gian

Sao anh không là bài thơ
Em độc quyền cất giữ
Ngăn ký ức tràn đầy hương quá khứ
Gió thơm lừng theo mỗi bước chân đi

Sao anh không là Trương Chi
Giữa đêm cùng nguyệt tận
Tiếng sáo vọng mở khai lời trắc ẩn

Sóng mạn thuyền chao động lá tình thư

  Sao anh không là…hình như
Giọt máu đào e ấp
Em ngưỡng mộ trái tim mình còn đập
Để thấy đời râm mát bóng tình nhân…" (Tình Nhân)

"Trưa nắng hạ, đêm mờ sương
Sông mấy nhánh cũng vô thường đục trong
Thương em ta lội ngược dòng
Mai sau khôn dại cam lòng tình ơi…" (Dặn Lòng)

Khôn dại thì vẫn rõ là tình-yêu đã nhập vào hồn thơ để nhà thơ đã yêu là yêu hết lòng, yêu thiết tha, dẻo bền theo thể cách của ông! Nhiều khi chỉ là câm nín:

"Rừng đã thu, trái vàng lá đầy
Nhớ tình ngọn gió cũng heo mây
Ta con thú lạ ngàn năm trước
Săn mối tình câm đã lạc bầy…" (Tình Câm)

Hay chỉ là mộng thôi:

"Biển Đông em đứng nhìn trời
Bờ Tây anh ngắm tuyết rơi hàng hàng
Hai đầu nỗi nhớ miên mang
Long lanh chỉ ánh trăng ngàn đầy vơi

Giọt về cố quận xa khơi
Hạt bay trắng xóa bên trời tha hương
Đêm qua giấc mộng dị thường
Gặp nhau ở giữa con đường: chiêm bao…" (Mộng)

Đúng vậy, khi đối tượng không thực có đó, ở đây, không thể đến gần, thi-nhân băng bó những vết thương lòng bằng những con chữ khéo chọn vào thơ.

"Chân quen- bóng lạ- đường chiều
Ngàn cây trút lá bao nhiêu ngọn sầu
Hỏi tình có ở dài lâu
Để ta nối nhịp bắc cầu lại qua
Cha sinh mẹ đẻ thật thà
Tưởng người chung thủy hóa ra bội tình

> *Ngập ngừng trước cửa ba sinh*
> *Thấy ta hạt bụi tướng hình nguyên sơ*
> *Mai sau đứng trước bệ thờ*
> *Nén nhang em thắp Bụt khờ là anh..."* (Bụt Khờ)

Mấy ai trách móc người tình được như Xuyên Trà!

Tình khiến tình thơ đã là lẽ sống như đã là phần đời không thể tách biệt, nghiệp của cõi nhân sinh:

> *"Làm thơ cũng bởi vì tôi*
> *Tay chân mặt mũi như hồi mới sinh*
> *Tại em xuất hiện thình lình*
> *Câu thơ, trỗ, những đóa tình ngát hương*
> *Giữa phố thị, qua đồi nương*
> *Hoa nhuận sắc, những con đường tôi đi..."* (Đóa Tình)

Cái chết, ngay cả của tình, dù vậy, vẫn là trong số những bí ẩn:

> *"Chỉ đất biết: ân tình, khi đã chết*
> *Cõi vô thường ăn ở có bao lâu*
> *Chân bước tới giữa hai bờ sinh, diệt*
> *Đường thân quen mà cứ tưởng lần đầu*
>
> *Cho tôi hỏi gió bao đời hết kiếp*
> *Nghĩa trang buồn bia mộ chẳng còn đâu*
> *Hồn tứ tán hay nằm im một chỗ*
> *Có theo em lơ lửng khắp tinh cầu..."*

(Chỉ Đất Biết, Ân Tình Khi Đã Chết)

Tình-yêu không đơn thuần chỉ là hảo hợp, an bình tự tại dễ có, vì nếu thiếu "nội-dung" và tia chớp mớm tình, đưa đẩy đến với nhau, rồi trở thành ngọn lửa nóng bỏng khiến tình thành đam-mê, khoái lạc, thì tình đã không là đặc sắc, không là cái con người mãi tìm:

> *"Em như tia chớp từ trong đá*
> *Là ngọn sao băng giữa địa cầu*
> *Mỹ nhân đốt cả ngàn kinh sử*
> *Đừng hỏi tình, ngọn lửa cháy từ đâu..."* (Tia Chớp)

Ngọn lửa tình quả thực, là tố chất gì đó Rất Cần Thiết, Những Điều Không Cần Thiết, như tựa một thố lộ khác:

> *"Rất cần thiết, những điều không cần thiết*
> *Ta loài chim vẫn chọn một phương trời*
> *Cất tiếng hót không hồ nghi bất trắc*
> *Soãi cánh chiều trong gió lộng ngàn khơi*
> *Rất cần thiết, những điều không cần thiết*
> *Đất nơi nào làm tên gọi quê hương*
> *Mai có chết đầu sẽ quay về núi*
> *Tiếc thương chi thêm một khúc đoạn trường*
> *Rất cần thiết, những điều không cần thiết*
> *Bởi tình kia như tia chớp nhiệm mầu*
> *Ta cất giữ những cuồng si trọn kiếp*
> *Trong ngọt ngào có một nửa thương đau*
> *Rất cần thiết, những điều không cần thiết*
> *Như ngàn năm sóng nước vỗ chân cầu*
> *Em sẽ hiểu trái tim điều bí ẩn*
> *Đừng hỏi tình, ngọn lửa cháy từ đâu..."*

Tình bạn trong tình cảnh nhà thơ hình như mạnh mẽ, không thể thiếu. Khi nhà thơ hẹn hò với bạn, cũng là tự biết cái khả thể ít phần trăm. Với bạn đang cõi sống:

> *"(...) Mấy mươi năm*
> *Thấy bạn già hơn sợi tóc*
> *Ta cũng quê người, ai khóc cho nhau*
> *Rượu xé lòng, không dao cắt mà đau*
> *Nghe sóng vỗ từng cơn chìm nổi*
> *Đường phố đông người*
> *Sao ta dừng vội*
> *Nghe rất thầm ai hát Quốc ca*
> *Chuyến tàu nào vừa đến sân ga*
> *Tiếng còi hụ chở đầy thương tích*
> *Thời gian qua bao nhiêu tờ lịch*
> *Rụng quanh đời theo bước chân đi*
> *Ta vẫn nghe từng ngọn tóc thầm thì*
> *Thời con gái còn thơm ngày biệt xứ*
> *Rượu chưa thấm sao bạn ngồi tư lự*
> *Quá bước trạm người ta cũng buồn theo*
> *Trôi dạt phương Nam số vẫn còn nghèo*

Giọt lệ chia đôi mối sầu muôn thuở
Thôi hãy cạn ly, quên nỗi buồn vô cớ
Đất nước hòa bình (?) người chẳng yên thân
Giặc không xa, giặc ở rất gần
Nhân thế mau quên mối thù truyền kiếp
Mai xa bạn ta sẽ còn đi tiếp
Buổi hẹn về hoa mộng kết trong mơ
Tiền đồn năm xưa khi vàng rực màu cờ
Ta sẽ trở về / Quỳ trên đất quê cha
Hôn một lần / Rồi chết... " (Hẹn Về)

Cũng như với bạn đã ra đi:

"Tháng Bảy người cúng cô hồn
Tôi ra đứng cạnh mộ chôn bạn tù
Bên trời gió thổi vi vu
Nửa lay ngọn cỏ nửa mù chân mây
Vái đàng Đông, lạy đàng Tây
Trầm hương loang tỏa đủ đầy mười phương
Trên cây Thánh giá giáo đường
Nở hoa từ những hạt sương nhiệm mầu... " (Tháng Bảy)

Quê Nhà là nỗi niềm canh-cánh khác, những lúc chạnh lòng, những dở dang ngoài ý muốn:

"Ta đứng gọi bốn phương trời biển gió
Ngọn thủy triều Cửa Đại cũng hoan ca
Mấy mươi năm áo em về hong nắng
Lụa Duy Xuyên trải mát rượi quê nhà
(...) Giữa chốn trần ai lạ người lạ cảnh
Nước mắt chảy dài có mặn tình quê
Người bỏ ta, ta không bỏ đất
Bước chân đi mà lòng cứ hẹn về
Sông có khúc, người sao không có lúc
Lận đận một đời giữa chốn quê hương
Thương hải tang điền đêm nằm dị mộng
Sao mắt ai cay lớp lớp bụi đường
Mai nếu được buổi thanh bình quê mẹ
Trong cổ quan tài dỗ giấc trăm năm

Cờ vàng thân yêu nô đùa trong gió
Hoa sẽ tươi, quanh mộ chỗ ta nằm... " (Quê Nhà)

Quê nhà là nỗi nhớ về những nơi chốn, về không gian của một thời tuổi học trò, rồi ra đời, nhưng khi có dịp trở về, tác-giả đã phải đối đầu với sự hụt hẫng quá lớn:

"(...) Ta lang thang khắp phố chợ sang hèn
Bỗng xa lạ giữa quê mình quá đỗi
Tiếng chim hót trong ngàn cây gió thổi
Hồn ma Hời trên tháp cổ Bàng An
Về mái nhà xưa nhớ thuở cơ hàn
Chung thủy một đời gốc rạ cây rơm
Cá Hố kho dưa mẹ treo giàn bếp
Mấy chục năm trời nghe vẫn còn thơm..." (Nhớ)

Thật vậy, quê hương đối với người xa xứ, đến một lúc nào đó sẽ khác hơn là những niềm vui, hy vọng:

"Quê nhà là chốn về thăm?
Đã nghe ác mộng đêm nằm chiêm bao
Tự dưng nước mắt lại trào
Mới hay xương trắng máu đào còn tươi
Đau sông núi, đau phận người
Quê hương đã mất, nụ cười còn đâu
Hỏi đời biển đã ngàn dâu
Còn xanh thuở mộng ban đầu nguyên sơ
Nghe chim hót tiếng tình cờ
Khúc vui có biết bao giờ hợp, tan..." (Hợp Tan)

Xuyên Trà tỏ ra đã thoát được những trói buộc của những điệp khúc kiểu "quê-hương là nơi đẹp nhất" hay "quê-hương là chốn để về", v.v. Thơ Xuyên Trà trước sau vẫn mang những khắc-khoải, thắc mắc siêu linh và có những lúc nhà thơ bộc lộ ước muốn vượt cái hữu hạn của thời gian:

"Bóng chim vừa mới bay qua
Rãi thêm mấy giọt nắng tà hanh hao
Tượng ngồi cũng giấc chiêm bao
Cố nhân cất tiếng hỏi chào ban sơ
Chờ mưa chờ đến bao giờ

Lòng ta đã lạnh từ sơ sanh buồn
Cửa thiền xa vọng tiếng chuông
Tái sanh từ hạt mưa nguồn huệ tâm..." (Huệ Tâm)

Vô tận, siêu hình,... nên tâm nguyện ở đây mang tính dứt khoát, Để Cội Đời Sau, Hoa Vẫn Tươi:

"Thấy ta một bóng hình nguyên thủy
Tình buổi xa người đã ngủ yên

Đầu non vượn hú trăng kinh hãi
Rụng xuống dòng sông bóng tật nguyền

Thì thôi tự hủy như cây mục
Để cội đời sau hoa vẫn tươi
Cái tâm gởi gió mưa thuần khiết
Ân lượng ngàn sau chỉ một người..."

Và nhà thơ tâm niệm:

"Bên trời đêm nở Pháp Hoa
Thời kinh mầu nhiệm sáng lòa càn khôn
Ngón tay Phật chỉ vô ngôn
Suối từ bi chảy qua hồn cát khô

Hóa thân từ hạt mê đồ
Đài sen chánh giới thơm Bồ Đề tâm
Mười phương ngào ngạt hương trầm
Dưới trăng. Thiền tọa. Niệm thầm: Như Lai..." (Thời Kinh)

*

Thơ Xuyên Trà dù sử-dụng thể-loại nào thì cũng để nói lên thái độ sống, thân phận, đối đầu thuận theo cái thực-hữu hiện-sinh của hôm nay. Với ông, thi-ca đã đồng nghĩa với tình và ngọn lửa tình làm sống kiếp nhân sinh nòi tình:

"Bài thơ chẻ dọc bửa ngang
Làm củi em đốt làm than em nằm
Bao giờ ở cõi trăm năm
Chiếu hoa anh trải nguyệt rằm dưới sông

Tiễn em từ buổi theo chồng
Như mây ngũ sắc cầu vồng rồi tan

Câu thơ đứng đợi sắp hàng
Lửa vùi hết kiếp về ngàn tái sanh...” (Tái Sanh)

Người thưởng thức thơ Xuyên Trà tin chắc rằng ngọn lửa tình sẽ nuôi hồn thơ và ông sẽ còn đưa thi-ca đi xa và đi xa mãi, như ông đã cho biết trong bài Bài Thơ Nào Sẽ Là Bài Thơ Cuối?:

“Ta không biết, bài thơ nào
Sẽ là bài thơ cuối?
Ngẫu hứng bên trời, ngắn ngủi đôi câu
Đừng rót cho ta ngàn chung rượu sầu
Trong ánh mắt những điều em không muốn nói
Ta cũng biết ngọn sóng tình kia đã mỏi
Vỗ mãi một đời có lúc cũng cần yên

Ngã ngựa - hề chi - năm lần bảy lượt
Phủi bụi trần bám chặt ở sau lưng
Về phương Tây, chân cứ bước ngập ngừng
Về phương Đông, gió vẫn mù mịt thổi
Hà cớ chi mà cánh lục bình trôi nổi
Để cuối ngày hoang lạnh tấp bờ xa

Ngọn gió thu thổi rách vạt nắng tà
Không thấy bóng, tìm chi hình xuất hiện
Vô thủy vô chung cõi nào miên viễn
Ta đứng chờ hiu quạnh đã bao năm

Nước mắt và hoa trên chỗ ta nằm
Sẽ thấm đất, trổ nhánh hồng thắm đỏ
Cứ hỏi giọt sương trên đầu ngọn cỏ
Sẽ vô cùng thơm thảo dẫu phù vân...”

20-1-2019

Thử tìm hiểu văn học từ bên trong và bên ngoài Tổ Quốc!
TRIỀU HOA ĐẠI Phỏng vấn nhà biên khảo Nguyễn Vy Khanh

Gặp nhau chỉ trong một thời gian quá ngắn, uống với nhau một ly café buổi sáng rồi chia tay, chúng ta đã hẹn với nhau một ngày đẹp trời nào đó sẽ dành ra một khoảng thời giờ để nói về văn chương, chữ nghĩa . Vâng thế thì còn gì hạnh phúc cho bằng, được ngồi nghe anh nói về những điều mà bấy lâu nay tôi vẫn hằng ao ước: VĂN HỌC của người Việt chúng ta ở bên trong và bên ngoài Tổ Quốc.

Hôm nay cơ may đã đến thế thì chúng ta nên bắt đầu câu chuyện được chăng?

* Vậy thì thưa anh trong bốn mươi bốn năm (44) đã qua kể từ ngày chúng ta bỏ xứ mà đi ngoảnh nhìn lại quãng thời gian ấy nghĩ mà kinh, thoáng chốc bay vèo theo anh chỉ trong lãnh vực văn Học của những người làm văn chương nghệ thuật có những điểm nào để khích lệ hay không?

Nguyễn Vy Khanh: *Điều đầu tiên chúng ta có thể đồng thuận, đó là gần 45 năm sau thì không còn ai còn có thể đặt nghi vấn rằng có chăng một nền văn-học hải-ngoại! Thật vậy, văn học của người Việt ở ngoài nước sau gần 45 năm đó đã và vẫn chứng tỏ sức sống và sự phong phú đa dạng nhất là về thể loại và kỹ thuật!*

Nhìn chung và theo thiển ý, khi tìm hiểu về văn-học Việt-Nam hải-ngoại, có thể nói rằng thực sự có một nền văn-học hải-ngoại, và văn-học này có nhiều đặc tính và sinh động. Và cái còn lại của 45 năm văn học hải-ngoại là tính cách dân tộc, hiện đại, khai phóng và nhân-bản cũng như định nghĩa mới về hội nhập, dự phóng, mà một số tác giả đã thành công để lại qua tác-phẩm và toàn bộ tác-phẩm đã để lại trong lòng người đọc! Sau đó có thể nói đến các đặc tính khác như văn-học di dân, văn-học miền Nam nối dài, hậu hiện-đại, nhân bản, tự do sáng-tác,... Hải-ngoại tự do, dân-chủ, là đất khai phóng và là nơi thử nghiệm cái mới (thơ Tân hình-thức, hậu hiện-đại, dục-tính, nữ quyền,...).

Văn học trong nước nhờ gắn liền với đất nước có lợi thế dân số phát triển, có đa số người đọc, tưởng đã lấn át văn học ở ngoài; nhưng những năm qua lại thêm một lần chứng minh văn học sẽ chỉ phát triển tốt nếu môi trường văn hóa và nhân tố thích hợp. Văn học hải-ngoại hiện đang ở vào một tình cảnh đặc biệt: so với trong nước, hải ngoại có thể dần dần yếu thế về nhân sự - tác-giả và người đọc, nhưng nội-dung và sản-phẩm sẽ cung cấp cho người đến sau cũng như người sinh hoạt văn-học nghệ thuật trong nước những cô-đọng thành tựu, kết thành - chất xám, chất tủy văn-hóa, từ một truyền thống, một nguồn!

Nhưng rồi hải-ngoại đã và sẽ dần yếu, theo nhân sự và khuynh hướng cùng sở thích của thời thượng, bớt đa dạng và sẽ dồn về một số thể-loại trội bật hoặc còn hơi sức; ngọn đèn sẽ tỏa dịu lại, không thoi thóp thì cũng chỉ lóe ở một vài hướng gió thuận, được chờ đợi và chấp nhận như là hy-vọng, thực tại! Không ai có thể tiên đoán tương lai văn hóa ở hải ngoại đứng (vững) hay nằm (xuống)?

Dù gì thì hành trình của văn học hải-ngoại cũng là hành trình của người Việt nói chung đứng trước hiểm họa vong thân và ngoại xâm, lãnh thổ cũng như tâm hồn, đã đi từ kiếm tìm căn bản dân-tộc đến với hiện đại, nhân bản, từ cái lõi chung dân-tộc đến lõi chung của gia tài văn hóa nhân loại! Một cách dũng mãnh, năng động và tự tin!

* THĐ: Trước tiên chúng ta nên nói sơ qua về bộ sách "44 năm Văn Học Việt Nam Hải Ngoại" mà mới đây đã do các anh gồm Khánh Trường, Luân Hoán và cả anh đã trình làng, đó là một công trình dài hơi, vậy thì do đâu và bởi đâu mà chúng ta có bộ sách này?

NVK: Chúng ta biết vào thời cực thịnh của sinh hoạt văn học hải ngoại, các anh Khánh Trường, Cao Xuân Huy và Trương Đình Luân đã hình thành bộ sách 20 Năm Văn Học Việt-Nam Hải Ngoại 1975-1995 do nhà Đại Nam xuất-bản. Trong ba người thì chỉ còn anh Khánh Trường là còn mặn nồng với chuyện văn học và xuất bản.

Khoảng tháng Tư năm 2018, anh Khánh Trường đã liên lạc mời tôi và nhà thơ Luân Hoán cùng anh thực hiện bộ sách 44 Năm Văn Học Việt-Nam Hải Ngoại (1975-2019) cập nhật và tiếp nối bộ sách vừa kể. Tôi nhận lời vì tôi biết tình trạng sức khoẻ của anh Khánh Trường không cho phép anh làm công việc như gần 25 năm trước và ước muốn chính đáng của anh cũng có thể là của nhiều người khác: ghi nhận toàn cảnh sinh hoạt văn-học ở hải-ngoại trong 44 năm qua. Có thắc mắc tại sao 44 mà không phải 45 hay đợi đến 50 năm, chung quy vì sức khoẻ người chủ trương Khánh Trường từ gần 20 năm nay ngày càng yếu hơn.

** THĐ: Thời gian chuẩn bị và hoàn tất thì ra sao?*

NVK: Chúng tôi loan báo dự án "44 Năm Văn Học Việt Nam Hải Ngoại (1975-2019)" sớm từ tháng 4-2018 bằng các phương tiện truyền thông (báo giấy, báo Internet) và truyền thông xã hội Facebook cũng như điện thư và điện thoại cũng như nhờ các văn hữu thông tin cho những người quen biết.

Sau hơn 8 tháng thì ngưng nhận bài, 2 tháng lên trang, dàn trang, thêm phụ bản và đến đầu năm 2019 thì bộ sách hoàn thành và khoảng tháng 3-2019 nhà Mở Nguồn ở San Jose CA xuất bản thành 7 tập.

Chúng tôi khởi đi từ số các tác-giả của bộ sách 20 Năm Văn Học Việt-Nam Hải Ngoại (giữ lại đa số các nhà văn thơ hoặc văn thơ của các văn-nghệ sĩ đa ngành), đón nhận cập nhật của các tác-giả này cùng các tác-giả mới sau khi đã kêu gọi và loan báo dự án. Cơ may nữa là nhờ tiến bộ khoa học, các anh Thành Tôn, Nguyễn Vũ đã scan toàn bộ 20 Năm Văn Học Việt-Nam Hải Ngoại gần 1580 trang và nhờ kỹ sư Tạ Quốc Quang chuyển đổi ra Word và chỉnh sửa kỹ thuật. Nhờ thành công này mà ban thực hiện cùng vài thân hữu chỉnh sửa lại thành bản cuối để có thể xuất bản được.

Đây là một công trình "mở", ban thực hiện không quyết định con số tác-giả; tuy nhiên chúng tôi đã cố gắng khách quan trong việc lựa chọn và bổ khuyết, đặc-biệt các tác-giả mới hoặc trẻ. Ban thực hiện cũng vì tính văn-học đã phải từ chối một số người muốn tham gia. Các tác-giả gửi đến chúng tôi bài của họ, phần lớn chúng tôi giữ nguyên, phần còn lại chúng tôi đã liên lạc lại để thay bài, kể cả các tác-giả đã thành danh. Các tác-giả chúng tôi không liên lạc được hoặc đã qua đời, chúng tôi tự chọn lựa và bổ sung cũng như đã hỏi ý kiến của một vài văn hữu. Ngoài ra, chúng tôi có mời một số tác-giả tham gia nhưng những người này hoặc không hưởng ứng hoặc chỉ trả lời xuông "cảm ơn"!

* THĐ: Tôi cứ thắc mắc mãi về tên của bộ sách: "44 Năm Văn Học Việt Nam Hải Ngoại (1975-2019)" lẽ thường tình thì đọc giả hiểu rằng bộ sách ấy hoàn toàn là đóng góp của những người viết lưu vong nhưng lại không phải thế bởi vì có rất nhiều tác giả góp bài vẫn còn ở trong nước vậy thì sao lại gọi là HẢI NGOẠI?

NVK: Trong lời Tựa bộ sách, chúng tôi đã trình bày: "Tuyển tập 43 Năm Văn Học Việt-Nam Hải Ngoại được thực hiện với mục-đích ghi dấu lịch sử và những thăng trầm, biến đổi của dòng văn học Việt-Nam vì hoàn cảnh đã phải thiên cư ra khỏi nước. Dòng văn-học này với nội dung cá biệt và những nhân tố rõ rệt, đã góp phần gìn giữ văn hóa Việt Nam. Chúng tôi đã có những tiêu chuẩn khi thực hiện tuyển tập văn học này. Các nhà văn thơ góp mặt là những người đã từng hoặc đang sinh hoạt văn học nghệ thuật ở hải ngoại và một phần những vị sinh sống ở trong nước nhưng đã cộng tác, đăng bài hoặc xuất bản tác phẩm ở ngoài nước. Vì trọng tâm của Tuyển tập là văn học hải ngoại nên mảng văn học quốc nội sẽ chỉ nhỏ, rất nhỏ, hoàn toàn không mang tính tiêu biểu". "Ngay từ thập niên đầu của văn-học hải-ngoại đã có những tác-phẩm của nhà văn thơ sống trong nước được kín đáo chuyển ra xuất-bản ở hải-ngoại và dĩ nhiên đổi danh tánh như Đi (1982) của Hồ Khanh tức Doãn Quốc Sỹ, một số thơ của Trần Kha tức Thanh Tâm Tuyền, Hoàng Hải Thủy, Tạ Chí Đại Trường, Nguyễn Thụy Long, v.v. Trong số đó nhiều người sau này được ra đi qua các chương trình H.O và đoàn tụ gia-đình. Các nhà văn trưởng thành trong chế độ cộng-sản cũng bí mật gởi tác-phẩm in ở ngoài nước. Đến đầu thiên niên kỷ mới, việc chuyển tác-phẩm ra xuất-bản ở hải-ngoại bình thường hơn".

Thưa anh, những Hồ Khanh - Doãn Quốc Sỹ, Trần Kha - Thanh Tâm Tuyền, Hoàng Hải Thủy, Tạ Chí Đại Trường, Cung Tích Biền và một số khác như Bùi Ngọc Tấn, Dương Nghiễm Mậu, Khoa Hữu, Khuất Đầu, Nguyên Minh, Nguyễn Hiến Lê, Nguyễn Huy Thiệp, Nguyễn Lệ Uyên, Nguyễn Thụy Long, Nguyễn Viện, Phạm Ngọc Lư,

Phùng Cung, Tiêu Dao Bảo Cự, Trần Dzạ Lữ, Trần Mạnh Hảo, Trần Thị Ng.H., Trần Vàng Sao, Văn Quang, v.v. trong tập 7 theo ban chủ trương đều có những đóng góp hoặc hòa nhịp với "tiếng nói" của văn học nghệ thuật ở hải ngoại nếu không muốn nói đến việc cùng "chính nghĩa" với cộng đồng người Việt lưu vong và di tản hải ngoại. Vài văn hữu còn lại đáp ứng định nghĩa có cộng tác với các truyền thông báo chí và xuất bản ở ngoài nước. Tóm lại, gần 50 tác-giả trong nước (tập 7) đều đã xuất-bản hoặc đăng bài ở hải-ngoại, có người đã từ lâu, có người mới hơn.

* THĐ: Như anh đã trả lời trong một cuộc phỏng vấn thì:" … quá trình hình thành và phát triển của văn học này trong 44 năm, sẽ thấy đã có nhiều giai đoạn: Di tản, lưu vong " rồi thì" hợp lưu, hoài niệm và rồi thì sau cùng là lão hoá" thế thì mắc mớ chi đến những người viết ở trong nước vì rằng họ có DI TẢN và LƯU VONG như chúng ta đâu để mà HOÀI NIỆM?

NVK: Tiếp câu trả lời kể trên, chúng tôi có thể nói đa số các nhà văn trong Tập 7-Trong nước nếu không mang tính "lưu vong" ngay trên đất nước mình thì cũng "hoài niệm" những nếp văn hóa, xã hội và chính trị nay không còn trên đất nước Việt Nam. Thí dụ nhà văn Cung Tích Biền đã có những tác phẩm viết sau biến cố 1975 trình bày khá rõ tâm trạng và ý thức này, thưa anh. Dĩ nhiên các đặc tính anh vừa nhắc nhở áp dụng sát hơn khi phân chia các thời kỳ của văn học hải ngoại. Vả lại, biên giới địa lý trong-ngoài trãi qua gần 45 năm đã có những thay đổi: một số tác-giả mới định cư sau này đã xuất-bản ở hải-ngoại trước khi rời Việt-Nam. Các tác-giả trong nước khác đã phải xuất-bản, đăng báo ở ngoài trước rồi mới được xuất-bản chính thức trong nước, trong khi có người (hoặc tác-phẩm) vẫn tiếp tục bị cấm đoán.

* THĐ: Sau khi "44 NĂM VĂN HỌC VIỆT NAM HẢI NGOẠI" được gửi đi kết quả thu về thì ra sao, ý tôi muốn đề cập đến cách đón nhận và phản ứng từ phía người đọc?

NVK: Tình hình xuất bản ở hải ngoại từ những năm gần đây không được khả quan cho lắm. Trong tình cảnh đó, có thể xem bộ 44 Năm Văn Học Việt Nam Hải Ngoại (1975-2019) gồm 7 tập, như một thành công về số sách bán được dù giá bán không nhẹ. Phản ứng tích cực vẫn nhiều hơn phê phán tiêu cực. Chúng tôi đã cố gắng và đã cống hiến cho độc giả người Việt và văn học sử công trình đó. Dĩ nhiên, chúng ta vẫn cần những công trình văn hóa khác, những việc lúc nào cũng đáng được hoan nghênh tiếp nhận, cho tập thể người Việt nói chung.

* THĐ: Thế rồi, sau 1954 khi chiến tranh đã "tạm thời" ngưng nghỉ, hơn một triệu đồng bào đã bồng bế nhau từ miền Bắc di cư vào Nam sản nghiệp không còn gì, may mắn thay là chỉ còn lại một bó rau và một sợi giây thừng (từ Bắc vô Nam tay cầm bó rau/ tay kia cầm sợi giây để bắt con cầy) ấy vậy mà trong số một triệu người di cư ngày ấy đã có biết bao nhà văn, nhà thơ lẫy lừng họ đã đóng góp rất nhiều cho Văn Học miền Nam, theo anh giai đoạn này sự đóng góp ấy có đáng kể ít, nhiều hay không? Và rồi thời kỳ tiếp theo ngót nghét gần hai mươi năm những nhà văn, nhà thơ, nghiên cứu văn học ..v…v.. họ đã làm được những gì?

NVK: Sự đóng góp ấy khá đặc biệt và đáng kể chứ anh. Biến cố 20-7-1954 với Hiệp định Geneve, Cộng-sản Hà-Nội và các cường quốc thực dân chia đôi đất nước, đã đẩy đưa nhiều văn-nghệ sĩ miền Bắc di cư vào Nam tìm tự do đưa đến việc nơi vùng đất mới này nảy sinh những thử nghiệm mới, những lên đường mới, ngày càng vững mạnh trong tin tưởng và quyết tâm. Từ những Người Việt, Sáng Tạo, Hiện-Đại, Thế Kỷ Hai Mươi, v.v. đến những Văn, Văn Học, Nghệ Thuật của thế giới văn-chương, rồi những dấn thân đối đầu với chiến-tranh của những Hành Trình, Trình Bầy, Vấn-Đề, Ý Thức,... chứng minh sự dấn thân can đảm của người làm cũng như người thưởng thức văn-nghệ, mở đường cho văn-học nghệ-thuật mới, hiện đại, cập nhật với thời đại và con người. Suốt gần 21 năm của giai đoạn, văn-chương luôn có mục-đích hoặc làm phương tiện cho vấn nạn về con người, thời-gian đầu sau 1954 là con người thần tính, chuyển sang con người hiện sinh và kế đó là con người dấn thân, sống động một cách hiện thực nhất khi chiến-tranh vượt quá những suy tính và sức chịu đựng của con người!

Trong cùng thời gian đó, văn học miền Bắc đã có thành quả gì để so sánh? Sau khi đàn áp những văn nghệ sĩ chân chính của Nhân Văn và những vị không chịu bẻ cong ngòi bút theo chỉ thị và quyền lực, các "văn nghệ sĩ" của Đảng Cộng sản đã phát triển một nền "văn học" dựa theo lý thuyết "văn nghệ tập thể chuyên chính vô sản" rồi thuyết "chiến tranh chống tư bản và chống "chiến lược hoàn cầu" của thực dân Mỹ" và chủ thuyết "dân tộc" để chiếm miền Nam, đã sản sinh ra nhiều sản phẩm văn thơ ngang ngửa đồng loại. Ở miền Bắc – cũng như cả nước sau này, không hề có "trường phái", "nhóm văn nghệ" và văn nghệ sĩ ... độc lập! Có chăng là "những kiếp hoa dại", nói như Vương Trí Nhàn, một nhà phê bình văn nghệ trong nước khi tổng quát hóa văn học cộng sản chỉ là "những kiếp hoa dại" điều động bởi những người lang chạ.

** THĐ: Như anh đã nói" Nhìn lại cuộc chiến cuối cùng đã xảy*
ra trên đất nước Việt Nam khởi từ 1957 cho đến nay (1997), đạn bom chiến trường đã tạm ngưng nhưng trong VĂN CHƯƠNG tiếng đạn và khói súng vẫn còn âm ỷ" là bởi ví sao có phải vì chúng ta "quá thủ cựu," khép kín và một đôi khi quá tự mãn, hoặc quá tự ti?

NVK: Đó chỉ là hậu quả đương nhiên, về tâm lý cũng như chính trị. Hải ngoại chưa yên tiếng súng khi nào vẫn còn tập đoàn cưỡng chiếm miền Nam, do mưu lược và thời cơ, chiếm xong, xóa con cờ MTGPMN, ra tay xóa bỏ văn hóa, văn học miền Nam, và tiếp tục đàn áp, bóc lột người dân trong nước. Trong nước thì súng lúc nào cũng lên nòng (văn nghệ chỉ huy, có tướng có lính và luôn có "lính gác"!), có thể vì nếu chấp nhận buông súng, "hỗn loạn" và "thành tích" sẽ lung lay tất cả chăng?

Tuy vậy, trong giới văn nghệ sĩ, đã có những thay đổi. Sau 1975, ngoài thứ văn học của chính quyền và tập đoàn chủ trì chiến tranh, đã có những tác giả trong cũng như ngoài nước để tâm hồn nhìn lại cuộc chiến đó. Người đọc bớt phải tìm thấy thắng thua trong bộ phận văn học mới này. Các nhà văn thơ sau này thường nói đến những cay đắng thua thiệt của con người vì chiến tranh. Cái thắng thua nếu có là tình người, là tình yêu không biên giới quốc cộng, là sự sống còn, là nguyện vọng sống bình an, thanh thản.

** THĐ: Rồi thì sau 1957 cho mãi tận đến bây giờ theo anh cái*
nền văn chương Việt Nam cả trong lẫn bên ngoài Tổ Quốc tiến triển ra sao, mức độ tiến triển ấy nhanh, chậm ở khoảng thời gian nào?

NVK: Văn học Việt Nam trong-ngoài đã có những thời kỳ đặc sắc, trăm hoa đua nở mỗi khi có biến cố quan trọng cho đất nước, dân tộc. Ngay sau 1954, văn học miền Nam khởi sắc, đa dạng hơn trước đó với sự có mặt của các văn nghệ sĩ di cư tham gia văn nghệ với các nhà văn miền Nam như đã vừa trình bày. Rồi sau 1964, thời hậu đảo chánh, xuất hiện một thế hệ trẻ hơn như Thảo Trường, Dương Nghiễm Mậu, Duyên Anh, Văn Quang, Phan Nhật Nam, Tuấn Huy, Nguyễn Thị Hoàng, Thế Nguyên, Thế Uyên, Ngô Thế Vinh, Nhất Hạnh,...

Trong nước thì có thời "Cởi trói" từ 1987 văn nghệ khởi sắc dù không kéo dài, với những Nguyễn Huy Thiệp, Phạm Thị Hoài, Dương Thu Hương, Trần Mạnh Hảo, Nguyên Ngọc, Nguyễn Khắc Trường, ...

Hải ngoại cũng có thời văn học cực thịnh, những năm 1980 đến 1992. Hiện nay, hải ngoại đã "lão hóa" nhưng đang có những dấu hiệu tích cực với cách xuất bản và phát hành qua Internet. Một số nhà văn sáng tác trở lại hoặc thử nghiệm một số cách tân văn chương hậu-hiện-đại, tân-hình-thức, v.v. Tạp chí văn học giấy cũng lần lượt xuất hiện.

** THĐ: Nghe đâu anh đã soạn xong một biên khảo về văn học Việt Nam hải ngoại nhưng vì một lý do nào đó anh đã "ngần ngại" chưa cho xuất bản vậy thì vì lý do gì mà anh lại "ngần ngại"?*

NVK: Thưa anh, chúng tôi đã bắt đầu nghiên cứu từ những năm 1995 và đã soạn biên-khảo về văn-học Việt-Nam hải-ngoại từ sau biến cố 30-4-1975, khởi đầu với tổng quan "Nhìn lại 30 Năm Văn học Hải ngoại" đăng trên tạp-chí Văn Học (số 225) năm 2005 và tập biên-khảo đã xem như hoàn thành, nhưng chúng tôi hãy còn ngần ngại xuất-bản. Ngần ngại vì - chúng tôi cảm nhận có những biến chuyển cần thời gian để có thể suy xét thêm, cũng như về một số nhà văn thơ đang sinh hoạt và ... chuyển hướng, và cuối cùng có một số hiện tượng chúng tôi nghĩ có can thiệp của "âm mưu" nào đó, cũng cần thời gian để "nhận chân". Chúng tôi nghĩ có thể khi văn học hải ngoại được 50 năm, biên khảo ấy có thể xuất bản. Tuy vậy, chúng tôi cũng đã phổ biến một số chương đoạn trên các tạp chí và trong những ngày sắp tới, nhà Nhân Ảnh sẽ xuất bản Quyển Hạ của biên khảo khoảng 800 trang với 73 tác giả: Nhà Văn Việt Nam Hải Ngoại.

** THĐ: Cái ngần ngại ấy (nếu có) phải chăng như lời của Phạm Đức tóm lược trong những "con đường đau khổ" mà một tác phẩm văn học phải trải qua để đến được với quần chúng… mỗi quyển sách* ra được ra đời đều đã qua khá nhiều "cửa ải" vậy thì những nhà văn hải ngoại nói chung và riêng với anh thì đó những cửa ải nào?

NVK: Tôi nghĩ "cửa ải" đầu tiên là chính tác phẩm đã sẵn sàng, xứng đáng để xuất bản chưa, cũng có nghĩa là đã có "độc giả" sẵn sàng chưa. Còn trong thực tế thì hiện nay, với việc xuất bản theo cách book-on-demand của các công ty như amazon, lulu, barnes&noble, v.v. "cửa ải" không còn bao nhiêu, chỉ việc trả toll là sách báo đã có thể in, không phải bỏ vốn nhiều như trước.

* THĐ: Giữa CHÍNH TRỊ và VĂN HỌC theo anh những người làm chính trị chuyên nghiệp nên hay không nên "lấn sân" vào một lãnh vực mà họ chẳng mấy am tường và cũng thế những nhà văn, nhà thơ hay nói đúng ra những người làm nghệ thuật cũng chẳng nên "dấn thân" vào lãnh" địa gió tanh mưa máu" là chính trị, ý kiến của anh về vấn đề này?

NVK: Hai lãnh vực có lúc liên quan, có lúc không, và việc ai nấy làm, nhưng người Việt Nam làm văn hóa nên thường trực đề cao cảnh giác.

* THĐ: Anh thì cho rằng:" Hai lãnh vực (chính trị & văn học) có liên quan", và "việc ai nấy làm", thế nhưng theo Phan Khôi thì:" đành rằng văn nghệ phục vụ chính trị, cho nên chính trị phải lãnh đạo văn nghệ" nhưng" trả lời cho thành thật, e rằng chính trị phải vỗ vai văn nghệ mà nói rằng:" Sở dĩ tao tha thiết đến mày là tao muốn lợi dụng cái nghệ thuật của mày", ý kiến của anh ra sao về việc này?

NVK: Tôi cũng hiểu tại sao Phan Khôi nói như vậy và cũng biết những chuyện như vậy đã từng xảy ra ở Việt Nam trước nay. Vỗ vai chưa hết, còn chuyện sờ gáy nữa anh!

Tuy nhiên, khi trả lời như vậy, ý tôi muốn vạch lằn ranh giữa việc chính trị và công việc của người làm văn học. Có văn học bị sử dụng như là phương tiện cho chính trị, nhưng cũng có văn học thuần văn chương của con người sống trong một hoàn cảnh chính trị. Ý tôi muốn nói những nhà văn này nhập cuộc khi làm văn học (chứ không làm chính trị), cũng có nghĩa là không làm văn chương viễn mơ, xa lìa thực tại.

* THĐ: Trong một cuộc phỏng vấn cũng khá lâu mà tôi đọc được nhà văn Nguyễn Huy Thiệp đã phát biểu như sau:" Tôi thấy

văn học Việt Nam hải ngoại giữ gìn được tiếng nói dân tộc. Và cũng làm giầu thêm cho đời sống tinh thần của người Việt, trong và ngoài nước" anh nghĩ sao về lời phát biểu này?

NVK: Người Việt cũng như đa phần các dân tộc, vì hoàn cảnh phải thiên cư, di cư, đem theo ngôn ngữ và văn hóa gốc nguồn, như người tộc Việt ở đảo Hải Nam và ở Thái Lan, tuy vậy yếu tố thời gian nhiều thế-kỷ và hội nhập đã khiến cho hai nhóm này ngày nay không còn giữ được nhiều di sản Việt. Người Việt hiện đại sau biến cố 30-4-1975, đã phải di tản, vượt biên, vượt biển, từ vài ngàn người ban đầu sau lên đến khoảng 3 triệu người ngày nay ở khắp năm châu. Chúng ta khi rời bỏ đất nước đã mang theo và tiếp tục gìn giữ tiếng Việt cũng như văn hóa của tổ tiên, từ đó mà hình thành một nền Văn học hải ngoại. Tiếng nói, chữ viết chúng ta mang theo là ngôn ngữ của miền Nam lúc đó đã là một tổng hợp Nam-Trung-Bắc và là một hình thành từ nhiều thế kỷ di dân Đàng Trong - Đàng Ngoài.

Anh thử tưởng tượng nếu năm 1975 và sau đó, tất cả người Việt ở lại chịu trận hết thì ngày nay ai cũng phải ăn nói như "bên thắng" nghĩa là một thứ tiếng Việt ít Việt-tính nhất vì phải du nhập chữ dùng và suy nghĩ (vì con chữ ảnh hưởng đến suy luận và diễn tả, hành văn!) của Trung Cộng và đó là một thứ tiếng Việt lai căng, không hồn Việt, vì đã bị bóp méo, nội dung con chữ bị ép nhận một ý cưỡng bách, sai lạc. Như từ "tuyên truyền" bị xem như đồng nghĩa với "thông tin" của người Việt không Cộng sản, cái xấu đã trở nên đồng nghĩa với cái hay cái tốt.

** THĐ: Và như vậy thì:" Hai nền văn học trong và ngoài nước cần liên hệ với nhau để có được tiến bộ trong nước" cứ theo như nhận định ấy thì hoá ra chúng ta những người làm văn hoá ở hải ngoại này chắc là phải có "bổn phận" mang đến sự "tiến bộ" cho trong nước, và nếu như vậy thì chúng ta có vui lòng làm cái công chuyện này không, chúng ta đã sẵn sàng chưa?*

NVK: Vô tình chúng ta đã làm việc này khi hình thành một nền văn học nhân bản, không cộng sản và đã thành công trong gần 45 năm nay. Người hải ngoại làm cho chính họ sinh sống ở ngoài và thời gian đã cho thấy chúng ta đã làm đúng cho sự trường tồn của dân tộc, của văn học và văn hóa cội nguồn.

Trong Văn Học Miền Nam 1954-1975, *chúng tôi có nói rằng:* "Toàn bộ của hơn 20 năm dù vẫn là gia tài văn-hóa dân-tộc, nhưng nay tiếc thay vẫn phải xem là di sản văn-hóa văn-học của miền Nam và của cả nước Việt Nam!". *Nền văn học đó cũng như văn học hải ngoại sẽ phải là của cả dân tộc, đã, sẽ vẫn và phải là của nước Việt Nam. Tuy nhiên trong hiện tình, chính quyền trong nước vì cố chấp và ảo tưởng, vẫn chưa chính thức và công khai chấp nhận hai nền Văn học miền Nam và Văn học hải ngoại, đã vậy còn đang mưu đồ tìm cách "định nghĩa" hai chữ "hải ngoại" theo dân số bỏ đi trở về gốc XHCN của họ!*

* THĐ: Anh có cho rằng với đọc giả họ là nguồn cảm hứng và là nguồn động viên cho người sáng tác hay không, và nhà văn thông qua tác phẩm là nỗi động viên vô hạn với bản thân bởi vì nếu mất đi "tiếng nói" của chữ nghĩa thì đời sống này sẽ trở thành vô nghĩa, chúng ta sống đâu chỉ cần có cơm để ăn và có áo để mặc phải thế không thưa anh?

NVK: Nơi không có nước thì con cá không thể sống còn, người sáng tác cũng vậy. Có thể vẫn có những "tiếng nói trong sa mạc" nhưng có đến được ai đó thì thiển nghĩ vẫn là hơn. Còn chuyện đồng cảm, tri âm nữa...

* THĐ: Câu hỏi tiếp theo mà tôi xin gửi đến anh (câu hỏi này tôi đã hỏi một văn hữu khác để xem ý kiến khác biệt của các vị về vấn đề này ra sao) Giữa đọc giả và nhà văn (nói chung) ai CẦN ai hơn ai? Lấy một ví dụ: Có sông, có biển thì người ta mới đóng tàu bè để qua lại nhưng giả dụ tàu bè <u>thì</u> có đấy nhưng không có nước , hoặc nước bị cạn dòng thì sao? Thuyền bè đi lại bằng cách nào?. Từ đó cho phép tôi nghĩ rằng: Có người đọc thì có nhà văn, nhưng nếu chỉ có nhà văn với nhau mà không có người đọc thì chuyện gì xảy ra. Và, có người đọc mà không có nhà văn thì chuyện sẽ ra sao đây?

NVK: Theo tôi thì cả hai cần đến nhau, nhưng không như mua bán; văn chương cần người tiếp nhận, đồng điệu. Ngoài ra cũng nên có những nhà có thẩm quyền về thưởng thức văn chương, về văn hóa, để can thiệp, khi cần, như ở miền Nam trước 1975. Như thẩm định về làm mới, tổng kết, điểm sách cuối năm. Sống là "sống với" vẫn vui và đáng sống hơn, tôi vẫn nghĩ vậy!

* THĐ: Ở phần trả lời ở trên anh có đề cập đến một vài tạp chí

ở hải ngoại hiện nay, nhân đây xin anh làm ơn "BÓI" cho một quẻ là trong tương lai rồi ra số phận của những tạp chí này sẽ đi đến đâu và về đâu?

NVK: Điều này tùy ở người viết ngày nào còn sáng tác được và độc giả có thích đọc và ủng hộ hay không. Bản thân tôi thì không lạc quan lắm, hy vọng là tôi sai.

* THĐ: Là một người theo sát về lãnh vực văn học chắc anh hiểu rõ về những người viết ở bên ngoài tổ quốc ngày nay, viết lách cùng những sinh hoạt của họ ra sao lúc này LÊN, XUỐNG có đều tay không , những nhà văn nữ như: Miêng, Mai Ninh, Phan Thị Trọng Tuyến, Lê Minh Hà, Lê Thị Thấm Vân v…v… giờ này "em ở nơi đâu" sao mà im ắng quá, tại sao và vì sao?

NVK: Phan Thị Trọng Tuyến vừa có tập truyện Hồng Đăng tại Amsterdam *do Văn Học Press xuất bản tại Quận Cam CA năm ngoái, 2018. Lê Thị Thấm Vân thì tiếp tục làm mới tiểu thuyết và khai phóng tình dục với* Thời Hậu Chiến (Mở Nguồn, 2019)*; tôi có viết về tác phẩm hậu-hiện-đại này trong cuốn* Nhà Văn Việt Nam Hải Ngoại *sắp phát hành. Lê Minh Hà những năm gần đây xuất bản và tái bản trên 10 tập truyện và "tản văn" ở trong nước. Miêng, Mai Ninh thì tôi không rõ.*

* THĐ: Trước khi chia tay anh có cần góp thêm ý kiến gì không cho buổi nói chuyện hôm nay giữa hai chúng ta?

Về phần tôi nghĩ mình đã làm phiền và mất thì giờ của anh nhiều quá, rất mong được đánh chữ đại xá cho, xin anh nhận nơi đây lòng biết ơn và lời cầu chúc của tôi xin gửi đến anh và gia quyến vạn sự như ý, bắt chước người xưa xin cầu chúc anh chị: Đầu năm sinh con trai, cuối năm sinh con gái cho nó vui cửa vui nhà.

** NVK: Chúng tôi phải cảm ơn anh Triều Hoa Đại đã cho cơ hội để trình bày về một số công trình biên khảo và đóng góp ý kiến về một số đề tài văn học. Lời chúc thì đã về hưu nên chỉ có khả năng lai rai vài đứa con tinh thần đóng góp với người cho vui thôi mà anh. Thân kính chúc anh chị và gia đình luôn bình an và hạnh phúc!*

11-2019

Nguyễn Vy Khanh

Sinh ngày 5-3-1951 (28-1 Tân Mão), tại Vĩnh Phước, Quảng Trạch, Quảng-Bình. Cử nhân giáo-khoa Triết Tây (1973), Cao học Triết Tây (1975) đại-học Văn khoa Sài-Gòn, và tốt nghiệp thủ khoa ban Việt-Hán khoá 13 (1971-1974) đại học Sư phạm Sài Gòn. Sau khi tị nạn chính trị tại Canada, tốt nghiệp Cao-học Thư viện và Khoa học Thông tin (đại học Montréal, 1978). Hai nghề chính thức: giáo chức trước 1975, và chuyên viên thư viện ở Quốc hội và chính phủ Québec từ 1978 ở Quebec City và Montréal; ngoài ra chuyên nghiên cứu lịch-sử và nhân-văn liên hệ đến Việt Nam, với quan niệm: *"Kiến thức cũng như nghề nghiệp chính thức và nghiệp dư, sau nhiều thập niên hoạt động, cho chúng tôi tâm niệm và ý chí, trong khả năng khiêm tốn và khả thể, đi tìm sự thực và ghi lại cho các thế hệ sau, với hy vọng rằng chỉ có thống nhất nhân tâm và địa lý khi nào những khúc mắc và vấn nạn lịch sử đã được nhìn nhận và giải tỏa"*. Hiện sống hưu ở Toronto, Canada.

Tác-phẩm đã xuất-bản

1. Khung Cửa (thơ, in ronéo; Sài-Gòn, 1972)

2. Ngô Đình Diệm Và Nỗ Lực Hoà Bình Dang Dở (dịch-thuật, "Ngo Dinh Diem En 1963" của Nguyễn Văn Châu; Los Alamitos CA: Xuân Thu, 1989)

3. Lỗ Tấn Và Truyện Xưa Viết Lại (biên khảo và dịch-thuật; Xuân Thu, 1997)

4. Bốn Mươi Năm Văn Học Chiến Tranh 1957-1997 (Glendale CA: Đại Nam, 1997)

5. Văn Học Và Thời Gian (Westminster CA: Văn Nghệ, 2000)

6. Văn Học Việt Nam Thế Kỷ XX: Một Số Hiện Tượng Và Thể Loại (Glendale CA: Đại Nam, 2004).

7. 33 Nhà Văn Nhà Thơ Hải-Ngoại: tuyển tập nhận-định văn-học (ebook; Montréal: TGXB, 2008; tái-bản Toronto: Nguyễn Publishings, 2016).

8. Văn Học Miền Nam 1954-1975: nhận-định, biên-khảo và thư-tịch; 2 tập (Toronto: Nguyễn Publishings, 2016; tb, Nguyễn Publishings, 2018; tb, San Jose CA: Nhân Ảnh, 2019).

9. Trương Vĩnh Ký: Tinh-Hoa Nước Việt (Toronto: Nguyễn Publishings, 2018).

10. 44 Năm Văn Học Việt-Nam Hải Ngoại (7 tập, thực hiện chung với Khánh Trường và Luân Hoán; San Jose CA: Mở Nguồn, 2019).

11. Nhà Văn Việt Nam Hải-Ngoại: tuyển tập nhận-định văn-học (San Jose CA: Nhân Ảnh, 2019).

Tham gia các tuyển tập

- *Văn-Học Nghệ-Thuật Liên Mạng* (Tập 1, Garland TX: 1996; Tập 2, 1997);

- *Vietnam et Culture* (Montréal: Communauté Vietnamienne de Montreal, 1998);

- *Nguyên Sa: Tác Giả và Tác Phẩm* (Tập 2, Westminster CA: Đời, 1998);

- *Gom Lại Những Dòng Trăng* (Tuyển tập thơ, nhiều tác giả; Garland TX: Văn Học Nghệ Thuật Liên Mạng, 1999).

- *Hiện Tượng Trương Vĩnh Ký* (Liên Hội Ái Hữu Petrus Trương Vĩnh Ký Nam Bắc California & nhóm Petrus Ký.org, 2005).

- Đi Tìm Nguyễn Huy Thiệp *(TpHCM: Văn hóa Thông tin, 2001).*

- *Luân Hoán, Một Đời Thơ* (Los Angeles: Sông Thu, 2005).

- *Hồ Biểu Chánh, người mở đường cho tiểu thuyết hiện đại Việt Nam* (TpHCM: Văn Nghệ, 2006; "Ngôn-ngữ của tiểu-thuyết Hồ Biểu-Chánh").

- *Kỷ Niệm về Nhà văn Doãn Quốc Sỹ* (Houston TX: Văn Đàn Đồng Tâm, 2007)

- *Kỷ Niệm về Toàn Phong Nguyễn Xuân Vinh: từ chiến sĩ đến khoa học gia* (Houston TX: Văn Đàn Đồng Tâm, 2008).

- *Thơ Từ Cõi Nhiễu Nhương* (Tập 1: Plainfield, NJ: Thư Ấn Quán, 2010)

- *Giáo-sư Lê Hữu Mục* và những cây bút thân hữu (Houston TX: Văn Đàn Đồng Tâm, 2010).

- *Hiếu Đệ Lão Ngoan Đồng: hoài niệm* (Võ Đức Trung; Paris: Hương Cau, 2010)

- *An Khê Nguyễn Bính Thinh: hoài niệm* (Võ Đức Trung; Paris: Hương Cau, 2013).

- *Minh-Đức Hoài-Trinh, Chính Khí Của Người Cầm Bút* (San Jose CA: Nhân Ảnh, 2014).

- *Tiểu Luận (của/về) Phùng Nguyễn* (Da Màu, 2018).

- *Thơ Việt Đầu Thế Kỷ 21* (San Jose CA: Nhân Ảnh, 2018).

Liên lạc Tác giả
Nguyễn Vy Khanh
nguyenvykhanh@yahoo.com

Liên lạc Nhà xuất bản
Nhân Ảnh
han.le3359@gmail.com
(408) 722-5626